தகவல் அறியும் உரிமை
ஓர் எழுச்சியின் கதை

தகவல் அறியும் உரிமை
ஓர் எழுச்சியின் கதை

அருணா ராய் (பி. 1946)

ஒருமித்த குரலும் ஒன்றுபட்ட மக்கள் எழுச்சியும் ஏழைகள், ஒடுக்கப்பட்டவர்களின் வாழ்க்கையில் மாற்றங்களைக் கொணரும் என்பதை ராஜஸ்தானில் நிகழ்த்திக்காட்டியவர் அருணா ராய்.

அருணா ராய், இந்திய ஆட்சித்துறைப் பணியை ராஜினாமா செய்துவிட்டு ராஜஸ்தானின் தேவ் துங்ரி என்ற குக்கிராமத்தில் தன்னைப் போல் இலட்சிய நோக்கம் கொண்ட சங்கர், நிகில், அன்ஷி ஆகியோருடன் இணைந்து 1987இல் 'மஸ்தூர் கிஸான் சக்தி சங்கதன்' என்ற அமைப்பைத் தோற்றுவித்தார். ஓர் எழுச்சிப் பயணத்தின் தொடக்கமாக அமைந்த இது, 2005இல் தகவல் அறியும் உரிமைச் சட்டம் நாடாளுமன்றத்தில் நிறைவேறுவதற்கு விதையாகவும் அமைந்தது.

சில ஆண்டுகள் கல்லூரிப் பேராசிரியராக இருந்த இவர், இந்தியத் தேசியப் பெண்கள் சம்மேளனத்தின் தலைவர். தகவல் பெறும் உரிமை, வேலைக்கான உரிமை, உணவுக்கான உரிமை போன்ற முக்கிய இயக்கங்களில் முன்னணியில் நின்று பணிபுரிந்திருக்கிறார்.

தேசிய ஆலோசனைக் குழு உறுப்பினராக இருந்த இவர் 2006இல் அந்தப் பதவியிலிருந்து விலகினார். 2016ஆம் ஆண்டில் மாண்ட்ரியல் McGill பல்கலைக்கழகத்தில் பேராசிரியராகப் பணிபுரிந்தார்.

2000இல் சமூகத் தலைமைக்கான ரமோன் மேக்சேஸே விருது, 2010இல் லால்பகதூர் சாஸ்திரி தேசிய விருது ஆகிய விருதுகளைப் பெற்றிருக்கிறார்.

அக்களூர் இரவி (பி. 1959)
மொழிபெயர்ப்பாளர்

மாயவரத்தைச் சேர்ந்தவர். தொலைத் தொடர்புத் துறையில் பணியாற்றி ஓய்வு பெற்றவர். பதினைந்துக்கும் மேற்பட்ட நூல்களைத் தமிழாக்கம் செய்துள்ளார். வேலையில் முன்னேற, பராக் ஒபாமாவின் என் கதை, இந்தியப் பயணக் கடிதங்கள், மீறல், காந்தியும் பகத்சிங்கும், அரசியல் சிந்தனையாளர் புத்தர், கனவில் தொலைந்தவன், மகாத்மா காந்தி படுகொலை – புதிய உண்மைகள், டாக்டர் முத்துலட்சுமி ரெட்டி, இந்தியா என்கிற கருத்தாக்கம் (திசையெட்டும் மொழிபெயர்ப்பு விருது பெற்றது) ஆகியவை இவரது மொழிபெயர்ப்புகளில் குறிப்பிட வேண்டியவை.

அருணா ராய்
மஸ்தூர் கிஸான் சக்தி சங்கதனுடன் இணைந்து

தகவல் அறியும் உரிமை
ஓர் எழுச்சியின் கதை

முகப்புரை
கோபாலகிருஷ்ண காந்தி

தமிழில்
அக்களூர் இரவி

காலச்சுவடு பதிப்பகம்

அன்பார்ந்த வாசகருக்கு,

வணக்கம்.

காலச்சுவடு நூலை வாங்கியமைக்கு நன்றி.

நூலின் உள்ளடக்கம், உருவாக்கம், அட்டைப்படம் இன்ன பிற அம்சங்கள் பற்றிய உங்கள் கருத்துகளையும் ஆலோசனைகளையும் காலச்சுவடு வரவேற்கிறது. தகவல், எழுத்து, வாக்கியப் பிழைகள் தென்பட்டால் கட்டாயம் தெரிவித்து உதவுங்கள். நூல் தயாரிப்பில் கடும் குறைபாடு இருப்பின் மாற்றுப் பிரதி உங்களுக்குக் கிடைக்கக் காலச்சுவடு ஏற்பாடு செய்யும்.

மின்னஞ்சல்: **publisher@kalachuvadu.com**

காலச்சுவடு நாகர்கோவில் அலுவலகத்துக்குக் கடிதம் அனுப்பலாம்.

தங்கள்
எஸ்.ஆர். சுந்தரம் (கண்ணன்)
பதிப்பாளர் – நிர்வாக இயக்குநர்

The RTI Story: Power to the People
© Aruna Roy (2018)
First Published by Roli Books (2018)

தகவல் அறியும் உரிமை ஓர் எழுச்சியின் கதை ❖ கட்டுரைகள் ❖ அருணா ராய் ❖ © அருணா ராய் ❖ தமிழில்: அக்களூர் ரவி ❖ மொழிபெயர்ப்பு உரிமை: அக்களூர் ரவி ❖ முதல் பதிப்பு: அக்டோபர் 2023 ❖ வெளியீடு: காலச்சுவடு பப்ளிகேஷன்ஸ் (பி) லிட், 669, கே.பி. சாலை, நாகர்கோவில் 629001

காலச்சுவடு பதிப்பக வெளியீடு: 1190

takaval aRiyum urimai oor ezucciyin katai ❖ Essays ❖ Aruna Roy ❖ © Aruna Roy ❖ Translated by Akkalur Ravi ❖ Translation © Akkalur Ravi ❖ Language: Tamil ❖ First Edition: October 2023 ❖ Size: Demy 1 x 8 ❖ Paper: 18.6 kg maplitho ❖ Pages: xxxii + 560

Published by Kalachuvadu Publications Pvt. Ltd., 669 K.P. Road, Nagercoil 629001, India ❖ Phone: 91-4652-278525 ❖ e-mail: publications@kalachuvadu.com ❖ Printed at Clicto Print, Jaleel Towers, 42 KB Dasan Road, Teynampet Chennai 600018

ISBN: 978-81-19034-18-5

10/2023/S. No. 1190, kcp 4676, 18.6 (1) rss

அறிந்துகொள்ளும் உரிமையைப் பயன்படுத்தி
ஊழலுக்கு எதிராகவும் தன்னிச்சையான
அதிகாரப் பயன்பாட்டிற்கு எதிராகவும் போராடித்
தம் உயிரை ஈந்த பலருக்கும்

அர்ப்பணிப்பு

ஒன்றிணைந்த மக்கள் இயக்கத்திற்கு இந்த நூலை அர்ப்பணிக்கிறோம். அம்மக்களின் செயல், உறுதிப்பாடு, நினைவுகள், பதிவுகளிலிருந்து இந்த நூல் உருப்பெற்றிருக்கிறது. நூலின் அளவு காரணமாகப் பல நிகழ்வுகள் விடுபட்டுள்ளன. நிகழ்வுகளும், மக்களின் கதைகளும் கூற்றுகளும்தான் இந்த நூலின் உண்மையான ஆசிரியர்கள். நாங்கள் அவற்றை எழுதியவர்கள் மட்டுமே.

MKSS – மஸ்தூர் கிஸான் சக்தி சங்கதன் – ம.கி.ச. சங்கதன்

RTI – தகவல் அறியும் உரிமை – ஆர்டிஐ

NCPRI – தகவல் அறியும் மக்கள் உரிமைக்கான தேசிய இயக்கம்

பொருளடக்கம்

மொழிபெயர்ப்பாளர் குறிப்பு...	xi
முகப்புரை	xiii
நன்றி	xxi
அறிமுகவுரை	xxvii
1. தேவ் துங்ரி: தொடக்கம்	1
2. சோஹன் கார்க் நிலப் போராட்டம்	34
3. மஸ்தூர் கிஸான் சக்தி சங்கதன்: கருத்தாக்கமும் தோற்றமும்	51
4. முதல் பட்டினிப் போர், 1990	64
5. குறைந்தபட்ச ஊதிய மாநாடு – பீம்	80
6. இரண்டாவது பட்டினிப் போர் – 1991: ஒரு திருப்புமுனை	93
7. சுதந்திரச் சந்தை, திறந்த சந்தை என்ற கட்டுக்கதையை அம்பலப்படுத்துதல்	110
8. வெளிப்படைத்தன்மைக்கான கோரிக்கை	133
9. சங்கதனும் பொது விசாரணைகளும்	143
10. அரசியல் உறுதிமொழிகளும் பொறுப்புடைமையும்	180
11. ஹமாரா பைசா ஹமாரா ஹிசாப்: பியாவர், ஜெய்ப்பூர் தர்ணாக்கள் – 1996	187
12. NCPRI உருவாக்கமும் சட்டம் இயற்றுதலும்	212
13. செயல்முறையும் பிரச்சார இயக்கத்தின் பயணமும்: பொது விசாரணைகள்	223

14. ராஜஸ்தான் கோட்டத் தர்ணாக்கள்	234
15. ஜெய்ப்பூர் தர்ணா: மே–ஆகஸ்ட், 1997	249
16. NCPRIயும் மாநிலச் சட்டங்களும்	271
17. ஜன் சுன்வாய்களின் இரண்டாவது தொகுப்பு	286
18. ராஜஸ்தான் மாநிலச் சட்டம் – ஓர் இடைக்கால வெற்றி	296
19. தேர்தல் சவால்கள்	305
20. பொது விசாரணை - உமர்வாஸ்	325
21. ஜானவாத் ஜன் சுன்வாய்	338
22. ஜானவாத் பொது விசாரணையை அங்கீகரித்த அரசாங்க விசாரணைகள்	358
23. NCPRI மாநாடு, பியாவர் 2001	367
24. ஜானவாதிற்குப் பின்: ராஜஸ்தான் அரசின் எதிர்வினை	386
25. ஜன் நிதி அபியான் – மக்கள் கொள்கை யாத்திரை	401
26. தகவல் பெறும் சுதந்திர மசோதா 2002	407
27. தில்லியிலுள்ள நண்பர்களும் சகாக்களும்	415
28. இரண்டாவது NCPRI, 2004	430
29. ஆர்டிஐ சட்டம் 2005 மற்றும் தேசிய ஆலோசனைக் கவுன்சில்	453
30. ஆர்டிஐ சட்டத் திருத்தங்கள் 2006	463
இறுதியாக...	471
பியாவர் பிரகடனம்	477
தகவல் அறியும் உரிமைச் சட்டம், 2005	487
குறிப்புகள்	531
அகம் நிறைந்த நன்றி!	543
சொல்லடைவு	547

மொழிபெயர்ப்பாளர் குறிப்பு . . .

உழைப்பிற்கான சட்டப்படியான ஊதியம் கிடைக்காத நிலையில் மத்திய ராஜஸ்தானின் அந்த ஏழை மக்கள் வாழ்வுக்கும் வாழ்வாதாரத்திற்கும் போராடுகின்றனர். நியாயம் கிடைக்க, போராட்டத்தில் தீர்வை எட்ட, அரசுப் பதிவேடுகள் அவசியம் என்பதை அந்த மக்கள் உணர்கின்றனர். சிறு பொறி பெருந் தீயாய், பேரெழுச்சியாய் உருவாகிறது. அது இந்திய அளவிலான போராட்டமாக உருமாறுவதற்கு மஸ்தூர் கிஸான் சக்தி சங்கதனும் அருணா ராயும் அவர் தம் தோழர்களும் ஊக்கமும் ஆக்கமுமாக இருக்கிறார்கள். 2005இல் தகவல் அறியும் உரிமைச் சட்டம் நாடாளுமன்றத்தில் நிறைவேறுகிறது.

இந்த நூலில் குறிப்பிடப்படும் 1983ஆம் ஆண்டின் உச்ச நீதிமன்றத் தீர்ப்பு நிரந்தரம் ஆகாத ஊழியருக்குச் சம வேலைக்குச் சம ஊதியம் வழங்குவதை உறுதிசெய்தது. அருணாவின் குரு நவ்ருதி ஹர்மாரா என்ற இடத்தில் நடத்திய போராட்டம் அந்தத் தீர்ப்பிற்கு அடிப்படையாக அமைந்தது. அந்தப் போராட்டத்தில் அருணா ராயும் பங்குபெற்றார்.

தொலைத்தொடர்புப் பகுதியில் தோழர் குப்தாவின் தலைமையில் நடந்த தொடர்ச்சியான போராட்டங்களின் மூலமாக அத்துக்கூலிக்கு வேலை செய்த, சுரண்டப்பட்ட இரண்டு லட்சம் தற்காலிக ஊழியர்களுக்குச் சம வேலைக்குச் சம ஊதியம் என்பதை உறுதிப்படுத்தி, அவர்களின் பணி

நிரந்தரத்தையும், அதன்பின் அவர்களுக்குப் பதவி உயர்வையும் உறுதிசெய்ய அந்தத் தீர்ப்பு உதவியது,

நூலில் அருணா அக்கா விவரிக்கும் நிகழ்வுகளும் மனிதர்களும் தொலைத்தொடர்புத் துறையில் ஐந்தாறு ஆண்டுகளுக்கும் மேலாகத் தொடர்ச்சியாக நாங்கள் போராடிய நாட்களுக்கு என்னை அழைத்துச் சென்றனர். நாங்கள் சந்தித்த இடர்களையும் ஒன்றுபட்ட இயக்கம் இறுதியில் வெற்றி பெற்றதையும் நினைவூட்டின.

மிகவும் மகிழ்ச்சியும் நெகிழ்ச்சியும் தந்த வாசிப்பாகவும் மொழிபெயர்ப்புப் பணியாகவும் இது அமைந்தது. வாய்ப்புத் தந்த காலச்சுவடு பதிப்பகத்தின் கண்ணனுக்கும் நண்பர் சீனிவாசனுக்கும் இத்தருணத்தில் நன்றியை உரித்தாக்குகிறேன். நூலை நல்ல முறையில் கொண்டுவரப் பங்களித்திருக்கும் அரவிந்தன், வள்ளியூர் வி. பெருமாள் உள்ளிட்ட பதிப்பக நண்பர்களுக்கும் நூலின் கருவை அட்டைப்படமாக அழகுற வடிவமைத்திருக்கும் பிரவீனுக்கும் எனது நன்றி.

மூல நூலுடன் மொழிபெயர்ப்பை ஒப்பு நோக்கி, ஆலோசனைகள் நல்கிய, பல ஆண்டுகளாக அமைதியாக எழுத்துப்பணி ஆற்றிவரும் எழுத்தாள நண்பர் எஸ்ஸார்சி, நண்பன் அறவாழி, சகலர் விட்டல்ராஜ், சமூகச் சிந்தனையாளர் தோழர் பட்டாபி ஆகியோருக்கு எனது நெஞ்சார்ந்த நன்றி.

எப்போதும்போல் அருகிருந்து ஊக்கமளிக்கும் துணைவியாரும் குடும்பத்தினரும் இல்லையென்றால் இந்த நூல் சாத்தியமில்லை. அவர்களுக்கும் நன்றி!

அக்களூர் இரவி

முகப்புரை

அறிந்துகொள்வது புரிந்துகொள்வதற்கே. புரிந்துகொள்வது அமைதியாக இருப்பதற்கு அல்லது – போராட்ட ஆயத்த நிலைக்கு.

அறியாமை என்பது இருளில் இருப்பது போன்றது; இருளில் இருப்பது தேக்கநிலை. மனித மனம் இதற்காகப் படைக்கப்படவில்லை. அறிவு என்பது எரிபொருள். புத்திசாலித்தனம் ஆற்றல். அறிவு, புத்திசாலித்தனம் என்ற இந்த இரண்டும் எரிபொருளும் ஆற்றலுமாகக் காலத்துடன் ஓடுகின்றன; ஒவ்வொரு நிலைமையிலும் ஒவ்வொரு மாற்றத்திலும், அவற்றைச் சுற்றியிருக்கும் சவால் ஒவ்வொன்றையும் எதிர்கொண்டு ஓடுகின்றன. இந்தத் திறமை அல்லது திறனில்தான் ஒரு மனிதன் உயிர் வாழ்வதற்கும், முன்னேற்றத்திற்கும், மகிழ்ச்சிக்கும் தேவையான இயல்பான ஆற்றல் இருக்கிறது.

தனிமனிதன் அறியாமையிலிருப்பது, தனது புத்திசாலித்தனத்தைப் புதைப்பது போலாகும். தனிமனிதருக்குள் இருக்கும் மனித ஆற்றலைச் சிதைக்க அனுமதிப்பது ஆகும். அதைக் காட்டிலும் மோசமானது, அந்தத் தனிமனிதனைச் சார்ந்திருக்கும் மற்றவர்களையும் ஆபத்தில் ஆழ்த்துவது. ஒரு தனிமனிதனின் அறியாமையால் ஏற்படும் விளைவே இவ்வளவு கொடியதென்றால், மக்கள் திரளே, மனிதச் சமூகமே அறியாமையிலிருந்தால் அதன் விளைவு என்னவாக இருக்கும்? குடிமக்கள், தம் சுயத்தைப் பற்றி அறியாமல் இருளிலிருப்பது என்பது ஒட்டு

மொத்த மக்களின் விதியையும் அடிமைத்தனத்திற்கு – அறியாமை எனும் அடிமைத்தனத்திற்கு – விட்டுக்கொடுப்பது போலாகும்.

நமது விடுதலைக்கான போராட்டம், ஒரு பன்முகப் போராட்டத்திலிருந்து உருவானது; முதன்மையாக அறியாமைக்கு எதிராகவும் பிரிட்டிஷ் ஆட்சி என்ற அடிமைத்தனத்திற்கு எதிராகவும் நடந்த போராட்டத்திலிருந்து எழுந்தது. தாதாபாய் நவ்ரோஜி யின் *Poverty and Un-British Rule*, காந்தியின் *Hind Swaraj*, காந்தி வெளியிட்ட இதழ்களான *Harijan, Young India* போன்றவை, திலகரின் *கேசரி* (மராத்தி), கோகலேயின் *மராத்தா* (ஆங்கிலம்), அரவிந்தரின் *வந்தே மாதரம்* (வங்காளம்), மௌலானா ஆஸாத்தின் *Al Hilal* (உருது), சுப்பிரமணிய பாரதியின் *விஜயா, பாலபாரதி* (இரண்டும் தமிழ்), கணேஷ் சங்கர் வித்தியார்த்தியின் *Pratap* (ஹிந்தி) போன்ற மேலும் பல நூல்களும், இதழ்களும் அரசியல், சமூக அடிமைத்தளையில் ஆட்பட்டிருந்த இந்தியாவின் அறியாமை எனும் திரையை விலக்கின. இவ்வாறு நம் தலைவர்கள் நமக்கு ஆசிரியர்களாக இருந்து, அறியாமையிலிருந்து புத்திசாலித்தனத்தையும், சகிப்புத்தன்மையிலிருந்து செயல்பாட்டையும், அக்கறையின்மையிலிருந்து ஆற்றலையும் வெளிப்படுத்தக் கற்றுத்தந்தார்கள். இறுதியில், அடிமைத்தனத்தி லிருந்து விடுதலையைப் பெறவும் வழி கோலினார்கள்.

அடிமைத்தனம் என்கிற பள்ளத்திலிருந்து இந்திய விடுதலைக்கான அரசியல் நம்மை வெளியில் கொண்டுவந்தது. ஒரே இரவில் நமது பல்வேறு தீமைகள், நம் பலவீனங்கள், சோர்வுகள், அநீதிகள், மாசுபோல் நம்மைப் பீடித்திருந்த பல்வேறு மேலாதிக்கங்களுக்கு முன், நேருக்கு நேராக நம்மை நிறுத்தியது. அனைவரிலும் இரு மனிதர்கள், இவற்றை நன்கு உணர்ந்திருந் தனர். அவர்கள் மகாத்மா காந்தியும் பாபாசாகேப் டாக்டர் பி.ஆர். அம்பேத்கரும்.

1947, ஆகஸ்ட் 15க்குப் பின், தனக்குக் கிடைத்திருந்த சில மாதங்களிலும் காந்தி சோர்வின்றி, உறக்கமின்றிப் பாடுபட்டார். கலவரங்களால் பாதிக்கப்பட்டவர்களுக்கு, குறிப்பாகப் பெண்களுக்கு மனித உரிமைகள் கிடைப்பதை உறுதிப்படுத்த முயன்றார்; மாகாண அரசுகளையும், புதிய மத்திய அரசாங்கத்தை யும் பொறுப்புடன் இயங்கவைக்க முயன்றார். இடப்பெயர்வுக்கு ஆளானவர்களுக்குத் தங்குமிடமும் குறைந்தபட்ச உணவுப் பொருட்களும் ஆடைகளும் வழங்கும்படி நிர்வாகங்களை வற்புறுத்தினார். வீடுகளைத் துறந்த அல்லது துரத்தப்பட்ட ஆண்களும் பெண்களும் குழந்தைகளும் தில்லியின் தெருக்களில் மழையிலும் குளிரிலும் தம்மைப் பாதுகாத்துக்

கொள்ள முடியாமல் தவிப்பதைக் காந்தி கண்ணுற்றார். தேவையானவர்களுக்குப் போர்வைகள் கொடுக்கும்படி நிர்வாகத்தை அறிவுறுத்தினார். மழைக்கோட்டுகள் கொடுப்பது சிரமமாக இருக்கிறது என்றால் மக்களுக்குப் பழைய செய்தித் தாள்களை வழங்கும்படி கூறினார். அதனால், குழந்தைகளும் பெண்களும் வெறும் மண் தரையில், நனைந்த தரையில் படுக்காமல், செய்தித்தாள்களை விரித்துப் படுக்க முடியும் என்றார். நிர்வாகத்தை இடித்துரைத்து அவர் செய்த காரியங்கள் அனைத்தும் 'சாதாரணக் குடிமகன்' என்ற நிலையில்தான்.

குடிமக்கள் என்ற முறையில், நமக்கான உரிமைகளையும் சலுகைகளையும் உறுதிப்படுத்தும் அடிப்படை உரிமைகளை அரசியல் சாசனத்தில் தொலைநோக்குப் பார்வையுடன் பாபாசாகேப் விரிவாக வரைவுசெய்திருந்தார். பொதுநிதியைப் பயன்படுத்தும்போது முறையான கணக்கிற்கும் தணிக்கைக்கும் அதில் பல விதிகள் சேர்க்கப்பட்டிருந்தன. பொதுமக்களின் பார்வைக்கும், அவர்களின் அனுபவத்திற்கும் புதிதாக வென்றெடுக்கப்பட்ட நமது விடுதலையைத் திறந்துவைக்கும் வகையில் அவை வடிவமைக்கப்பட்டன. நம்மை, நம்மிடமிருந்து அவை காப்பாற்ற வேண்டும். நமது நுரையீரல்கள், புதிய சுதந்திரக் காற்றைப் புதியதாகச் சுவாசிக்க உதவ வேண்டும். அரசியலமைப்பு இந்த உரிமைகளை அறுதியானவையாக, கட்டுப்படுத்த முடியாதவையாக உருவாக்கவில்லை. அவற்றைப் பொதிந்து வைத்திருந்தது.

1948, நவம்பர் 4இல் டாக்டர் அம்பேத்கர் அரசியல் நிர்ணய சபை உரையில் பேசும்போது இவற்றை 'அரசியலமைப்பின் அறநெறிகள்' என்று குறிப்பிட்டார். இது ஒரு புதிய, புதுமையான கருத்தாக்கம். அரசு அதிகாரிகளுக்கு அதிகாரம் அளிக்கப்பட்டிருக்கிறது; எனினும், அந்த அதிகாரங்கள் அரசியலமைப்பிலிருந்தும் சட்டங்களிலிருந்தும் பெறப்பட்டவை என்றார் அவர். அதனால் அவர்களது பொதுவெளிச் செயல்பாடுகளைக் கண்டிக்க மக்களால் முடியும். இவ்வாறாக 'அறநெறி'க்கு ஒரு அரசியல் பரிமாணத்தை அவர் அளித்தார்.

அரசியல் உரிமைகளை, சுதந்திர இந்தியா தனித்த ஆற்றலுடன் நடைமுறைப்படுத்தும் சாத்தியம் குறித்து அம்பேத்கரின் மனதில் தெளிவான கருத்து இருந்தது. ஆனால், குடிமகனுக்குரிய சமுதாய, பொருளாதார உரிமைகளைக் கோருவதில் சாதாரண மனிதர்கள் பின்தங்கியிருப்பார்கள் என்று கருதினார். அவர்களுக்கான தார்மீகப் பங்கு இது. இந்த உரிமையைக் கேட்பதில் நமது அனுபவம், அரசியல்

செல்வாக்கோ, பொருளாதார வலுவோ இல்லாத சாதாரணக் குடிமக்களின் அனுபவம். மங்கலான, மாயை போன்ற கானல் நீர் அது. 'ஒரு குடிமகன், ஒரு வாக்கு' என்பது விலைமதிப் பற்ற சொத்து; எனினும், அடிப்படை உரிமைகளையும் சட்டப் பூர்வமான உரிமைகளையும் மீட்டெடுப்பதற்கு மாற்றாக அதைக் கொள்ள முடியாது. ஒரு குடியரசின் மக்களுக்குக் கொடுக்கப் பட்டிருக்கும் சலுகை அது. வாக்கு என்பது வாக்குதான்; வாழ்க்கை என்பது வாழ்க்கையே. வெளியேறிக்கொண்டிருந்த பிரிட்டிஷ் ராஜ்ஜியத்தின் இடிபாடுகளிலிருந்து கடந்த காலத்து மேலாதிக்கங்களும் கூட்டமைப்புகளும் சாதியும் சமூகம் சார்ந்த வழிபாட்டு மரபுகளும் வெளிவந்தன; சுதந்திர இந்தியாவின் அரசியல் மேனியிலிருந்த விரிசல்களிலும் இணைப்புகளிலும் அவை நழுவிப் புகுந்துகொண்டன. அவை அங்கு எப்படி உயிர் பிழைக்கின்றன! மிதவாதக் கட்டுமானத்தின் மீது ஒட்டுண்ணிபோல் படிந்த அவை, அதைப் பலவீனமாக்கின; அத்துடன் அதை அழித்தும்விட்டன.

நலன் பயக்கும் எண்ணற்ற சட்டங்களின் வழியாக இந்தியாவை நிர்வகிக்கும் அரசாங்கங்கள், கொண்டிருக்கும் இலட்சியங்களில் ஆக்கம் மிகுந்தவையாக, மிதவாதிகளாகத் தம்மைக் காட்டிக்கொள்கின்றன. அவை அப்படித்தான் இருக்க வேண்டும். அவை அவை அப்படித்தான் இருக்கின்றன. என்றாலும் தம் செயல்பாடுகளில் வக்கிரமான இறுக்கம் காட்டுகின்றன. முற்போக்கான கருத்துக் கொண்டவையாகக் காட்டிக்கொண்டா லும் யதார்த்தத்தில், அவற்றை நடைமுறைப்படுத்துவதில் பிற்போக்கானவை. நமது நிர்வாகங்கள் பெருந்தன்மை மிக்கவைதான். எனினும், மேல்மட்டத்திலும், மத்தியிலும் அலல்து 'கீழ்'மட்டத்திலிருக்கும் பல நிர்வாகிகள் தனித் திறமையொன்றை உருவாக்கிக் கொண்டுள்ளனர். சட்டப்படியான உரிமைகளை அவர்கள் சிதைக்கிறார்கள்; ஏமாற்றி எடுத்துக்கொள்கிறார்கள்; சிறப்புரிமைகளைப் பறித்துக்கொள்கிறார்கள்; அதன் மூலம் திட்டங்கள் அனைத்தையும் பரிகசிக்கிறார்கள்; சுயராஜ்யத்தைப் பகடி செய்கிறார்கள். அதிகாரத்தின் உயர்நிலையில் இருப்போர் மக்களைச் சுரண்டவும் ஏமாற்றவும் வெளிப்படையாகக் கொள்ளையடிக்கவும் நம் மக்களின் அறியாமையும் படிப்பறி வின்மையும் உதவி செய்கின்றன. சுதந்திரத்திற்குப் பின் இயற்றப் பட்ட சட்டங்களும் திட்டங்களும் நன்கு படித்த நேர்மையான மனிதர்களால் படிப்பறிவற்ற அப்பாவிகளுக்காக உருவாக்கப் பட்டவை என்று சொல்கிறார்கள். ஆனால், அவற்றை நடைமுறைப் படுத்தும் வேலை கூர்மையான இடைத்தரகர்களிடம் ஒப்படைக்கப் பட்டது. விளைவு, அதிர்ச்சியும் ஏமாற்றமும் விரக்தியும்.

அத்தகு சூழலில், சட்டப்படியான உரிமைகளை நியாயமான முறையில் கோருவதற்காக எழுந்த புதிய போராட்டம் குறித்து இந்நூல் பேசுகிறது. புத்துயிர் பெற்ற உணர்வுகளுடன், புழுதி படிந்த தெருக்களில் நடந்த வீரியம் மிக்க போராட்டங்களையும் அயர்வற்ற பேரணிகளையும் இந்நூல் விவரிக்கிறது. சொல்ல வேண்டியதைச் சொல்கிறது, செய்ய வேண்டியதைச் செய்கிறது. சுருங்கிப்போய்விட்ட அரசியலுக்கு, மூச்சுத் திணறும் குடியரசுவாதத்திற்கு, சத்துக் குறைபாட்டால் திணறும் ஜனநாயகத் திற்கு, இன்னும் குறிப்பாக, அதன் 'அரசியலமைப்பு அறநெறி'க்கு எவ்வாறு உயிரூட்டப்பட்டது என்ற வரலாற்றை நமக்குச் சொல்கிறது. தனித்துவமான உத்வேகத்துடன் அருணா ராயும், அவரது சகாக்கள் நிகில் தேய், சங்கர் சிங்கும் அவரது மனைவி அன்ஷியும், உறுதியான சிந்தையுடன் வளர்ந்துகொண்டிருந்த அந்தக் குழுவிலிருந்த ஏனையோரும் ராஜஸ்தானின் பாறை நிலப்பரப்பில், கிராமம் ஒன்றில் 1990ஆம் ஆண்டில் மஸ்தூர் கிஸான் சக்தி சங்கதனை எப்படி, ஏன் தொடங்கினர் என்பதுதான் இந்நூல் பேசும் கதையின் தொடக்கம்.

அந்தக் கிராமத்து மனிதர்களின் அறியாமையைப் போக்கவும், சட்டங்கள், சட்டப்பூர்வமான உரிமைகள் குறித்து அவர்களுக்கு இருக்கும் புரிதலைக் கூர்மைப்படுத்தவும், எடுத்த முடிவுகளில் வலிமையுடன் இருக்கவும், பகல் நேரத் தூக்கத்தில் அரைகுறை மயக்கத்தில் ஆழ்ந்திருக்கும் அதிகாரிகளை எழுப்பு வதற்கான துணிவை அந்த மக்களுக்கு அளிக்கவும் நடத்தப்பட்ட தொடர்ச்சியான, அயராத பிரச்சாரங்கள், உறுதியான எதிர்ப்பு ஆர்ப்பாட்டங்கள், முடிவுறாத பேச்சுவார்த்தைகள், கடினமான முடிவுகள், துன்பங்கள், இடர்களுக்கு ஆட்படுதல் என்று வாசிப்பவரை அசாதாரண ஆபத்துகளினூடாக இந்த நூல் அழைத்துச்செல்கிறது. 'தாக்குதல்களுக்கு' ஆளான அந்த அதிகாரவர்க்கத்தின் மத்தியிலிருந்த ஒருசில புத்திக் கூர்மையுள்ள அதிகாரிகளிடமிருந்தும் அறிவாளிகள், எழுத்தாளர்கள், ஏனைய அரசு சாரா அமைப்புகளிடமிருந்தும், விவேகம் நிறைந்த இந்தியர்களிடமிருந்தும் கிடைத்த எதிர்பாராத ஆதரவின் கதையையும் இந்நூல் கூறுகிறது.

தேவ்துங்ரி கிராமத்தில் அருணாவின் வெளிப்படையான எளிமையான வாழ்க்கையும், தீவிரமான, ஆனால் அந்த இடத்திற்குத் தேவையான சிக்கனத்துடன் அவரும் அவரது குழுவினரும் வாழ்ந்ததும் பணியாற்றியதும் கிராமத்தினரிடம் மட்டுமின்றி அதைச் சுற்றியிருந்தோரின் சிந்தனையிலும் வாழ்க்கை முறையிலும் தாக்கத்தை ஏற்படுத்தின. அத்துடன்

காந்தியின் பீனிக்ஸ், கோச்ரப், சபர்மதி, சேவாகிராம் வாழ்க்கை முறைகளைத் திரும்பவும் நினைவுகூரும்படியாக, அவர்களது குறிக்கோளை உலகறியச் செய்தன. யாருக்கும் தெரியாத மிகச் 'சாதாரணமான' அந்த மக்களின் அனுபவங்கள் நிஜமானவை. இந்த நூலில் விவரிக்கப்படும் அந்த அனுபவங்கள் காவிய நாயகர்களின் கதைகள்போலக் காட்சியளிக்கின்றன.

சட்டப்பூர்வமாக அவர்களுக்குக் கிடைக்க வேண்டியவை குறித்த அடிப்படையான தகவலை அறிந்துகொள்வதற்குச் சாதாரணக் குடிமக்களுக்கு இருக்கும் உரிமையை அவர்களுக்கு அளிப்பதற்கும் அதைப் பாதுகாப்பதற்கும் ஒரு சட்டம் வேண்டும்; ம.கி.ச. சங்கதனின் பிரச்சார இயக்கம் இதற்கானதே. அத்துடன், பொதுமக்களின் நலனுக்கானது; மேலும் பொதுமக்களிடம் விழிப்புணர்வு ஏற்படுத்தவும். விறுவிறுப்பான அதன் பிரச்சாரம், வேறு இயக்கங்களையும் தூண்டிவிட்டது. 2005இல் ஆர்டிஐ சட்டம் என்ற உச்சத்தை அடைந்தது. இவை தொடர்பான, நம்மிடமிருந்து நழுவிவிட்ட பல்வேறு காலகட்டங்களின் விவரிப்புகள் இப்போது இவ்வாறாக நம் கையில் கிடைத்துள்ளன. ஆனால், இந்த நூல் நிகழ்வுகளின் காலவரிசைப் பதிவு என்பதைக் காட்டிலும் மிகவும் முக்கியமானது. அவர்களது நோக்கம் உண்மையானது, நியாயமானது என்று அறிந்திருக்கும் மனிதர்களிடமிருந்து வெளிப்படும் மனோபலத்தை, உறுதிப்பாட்டை, தீர்மானத்தை வெளிப்படுத்தும் சாசனம் இது. தனிமனிதர்கள் என்ற அளவில் அவர்கள் வைக்கும் வெறும் 'உரிமை கோரல்' பற்றியது மட்டும் அல்ல இது; மாறாக, சமூக நீதி அடிப்படையில் சட்டப்படியான ஒன்றைக் கோருவதிலிருக்கும் உண்மைத்தன்மையை, சொல்லப் போனால் அதன் அவசியம் குறித்தது. உண்மையைத் தேடுவதன், உண்மையைச் சொல்வதன், உண்மையாக வாழ்வதன் அறிக்கை இது. இதன் ஆசிரியர் தனிமனிதரல்லர். ஒரு நிறுவனம் அல்ல. உண்மையான சொற்களே இதன் ஆசிரியர்.

ஆர்டிஐ சட்டம் அதன் வாக்குறுதிகளுக்கு உண்மையாக இருக்கிறது; அதன் உறுதிமொழிகளுக்கு உண்மையாக இருக்கிறது. கிராமத்தின் பொதுவிநியோகக் கடையிலிருந்து, தில்லி குடியரசுத் தலைவரின் மாளிகைவரையில் செய்ய வேண்டியதைச் செய்தது. வேறு சட்டங்களைப் போல் இதை நாசப்படுத்தவும் தவறாகப் பயன்படுத்த நினைப்பவர்களும் உண்டு. மீட்சிக்குரியதான ஒரு சட்டம் அதன் வெற்றியால்தான் மதிப்பிடப்படும். தன் தோல்விகளுக்காக எழும் கேள்விகளுக்கும் அது தயாராக இருக்க வேண்டும். பொறுப்புணர்வைக் கொண்டுவர முயலும் ஒரு சட்டம், கேள்வி கேட்கப்படும்போது நழுவக் கூடாது. மற்ற சட்டங்களைப் போல் இந்தச் சட்டமும் இந்திய

நாடாளுமன்றத்தின் விவேகத்தில் பிறந்ததுதான். விசித்திரமாக, பிறந்த இடத்திலேயே, அதன் தொட்டிலிலேயே, மதிப்பு மிக்க நாடாளுமன்றத்திலேயே, இந்தச் சட்டத்தைத் தீவிரமாக எதிர்ப்பவர்களையும் பெற்றிருக்கிறது. அவர்களிடம் அதற்கான காரணங்கள் உள்ளன. இந்தச் சட்டத்தின் விதிகளைச் சத்தம் போடாமல் விலகிச் செல்லும் வித்தைகளை, அரசியல் வர்க்கத்தின், அதிகார வர்க்கத்தின் ஒரு பகுதியினர் கற்றிருக்கின்றனர். அவர்களது அந்தத் திறன், இந்தச்சட்டத்தின் தாக்கத்தைப் பலவீனப்படுத்துகிறது.

மற்றொரு பிரச்சினையும் இருக்கிறது: இந்தச் சட்டம் சார்ந்து பணிபுரியும் மனிதஆற்றல், அதாவது, தகவல் ஆணையங்களில் பணிபுரிபவர்கள். நம் மக்களின் பன்முகத்தன்மையை முழுமையாக அவர்கள் பிரதிபலிக்கின்றனர். தகவல் ஆணையங்களிலும் அவற்றின் செயலகங்களிலும் சுறுசுறுப்பானவர் பலரும் சில சோம்பேறிகளும் அர்ப்பணிப்பு மிக்கவர்களும் சந்தேகத்திற்குரிய சிலரும் பணிபுரிகிறார்கள். அச்சம் கொண்டவர்கள் சிலரும் சமரசத்திற்கு ஆளானவர்கள் சிலரும் அவர்களில் இருக்கிறார்கள். 'சமரச'த்திற்கு விளக்கம் ஏதும் தேவையில்லை. ஆனால், இவை அனைத்தும், இந்தச் சட்டம் உருவாகக் காரணமாக இருந்த அசல் முன்னோடிகளை உற்சாகமிழக்கச் செய்யாது. அனுபவத்தின் அடிப்படையில் அதன் செயல்பாட்டைச் சோதிக்கத் தயாராக இருப்பவர்கள் அவர்கள்; அத்துடன், முதலாவது முதன்மைத் தகவல் ஆணையர் வஜாஹத் ஹபிபுல்லாவின் வடிவில் ஒரு வரப்பிரசாதமும் உள்ளது. ஆர்டிஐ ஸ்தாபனத்தின் பெருமிதம் அவர். கொள்கை அடிப்படையிலான, விவேகமான உத்தரவுகளின் மூலம் சிறந்த தரநிலையை அவர் நிறுவியுள்ளார்; முக்கியமாக மிகக் கவனத்துடன் அது பின்பற்றப்பட்டது.

இந்த ஆர்டிஐ வரலாற்றிற்குப் பின்னால், பெரும் அச்சம் தரும் தகவல் ஒன்று உள்ளது: ஆர்டிஐ செயற்பாட்டாளர்கள், பிரச்சாரகர்கள் ஆகியோரின் உயிருக்கான ஆபத்து. ஏறத்தாழ அறுபது பேர் தம் உயிரை இழந்துள்ளனர். ஒரு நல்ல அரசாங்கம், பொறுப்புணர்வுமிக்க அரசு, அரசியலமைப்பின் அறநெறி நோக்கங்கள் போன்றவைக்காக உயிரைத் தந்த தியாகிகள் அவர்கள். நாம் அவர்களைக் கௌரவிக்கிறோம். ஆனால், நம் நாட்டில் அத்தகைய துணிவுமிக்கவர்கள் கொலையைத்தான் சந்திக்க வேண்டுமா? அவர்கள் கொலை செய்யப்பட்டது தேசிய அவமானம், சோகம். தேசத்தின் எல்லையைப் பாதுகாக்கும் வீரர்களின் இழப்பிற்குத் துக்கம் அனுஷ்டிப்பதுபோல், நமது அரசியலமைப்பின் ஒருமைப்பாட்டைப் பாதுகாக்க உயிர் துறந்த, துணிவுமிக்க இவர்களைப் போன்ற வீரர்களின்

இழப்பிற்கும் துக்கம் அனுஷ்டிப்போம். இதில் சோகம் என்ன வென்றால் எல்லை தாண்டி வரும் துப்பாக்கிக் குண்டால் ஒருவர் கொல்லப்படுகிறார்; மற்றொருவரோ நமது தேசத்தைச் சேர்ந்த ஒருவரால்.

சிரமங்கள் பல இருந்தாலும், ஆர்டிஐ சட்டத்தின் விரிவடையும் தாக்கம் மேலும் பெருகும், ஆழமாக வேரூன்றும், பரவும் என்று நம்புகிறேன். அறியாமை, தெளிவின்மை ஆகியவை காரணமாக அதை எதிர்ப்பவர்களும் நாசம் விளைவிக்க நினைப்பவர்களும் குறுகிய காலத்திற்குச் சில யுத்தங்களில் வெற்றிபெறலாம். நீண்ட காலத்திற்கு அது இயலாது. அருணா ராய்க்கும் அவரது முன்னோடிக் குழுவினருக்கும், ஆர்டிஐ சட்டத்தை ஊக்குவிக்கும் எஸ்.பி. குப்தா போன்றோருக்கும் நன்றி. எதைப் பெற்றிருக்க வேண்டும், அறிவெனும் எரிபொருளையும் புத்திசாலித்தனமெனும் ஆற்றலையும் எப்படிக் கையாளுவது என்று எப்போதையும்விடவும் இந்திய மக்கள் இப்போது தெளிவாக அறிந்துகொண்டிருப்பார்கள்.

கோபாலகிருஷ்ண காந்தி

நன்றி

சமூகச் செயல்பாடுகளை ஆவணப்படுத்துதல் பெரும்பாலும் பொருத்தமற்றதாகவே கருதப் படுகிறது. ஏனென்றால், உடனடித் தேவைகள்தான் அனைத்துக் கவனத்தையும் ஈர்த்துக்கொள்கின்றன. வருங்காலத் தலைமுறைக்கு, கற்பதற்கும் மேற்கோள் காட்டவும் அல்லது படைப்பிற்காகவும் ஆவணங் களைப் பாதுகாத்துவைப்பது முன்னுரிமை கொடுக்க வேண்டிய முக்கிய விஷயமாக எப்போதும் கருதப்படுவதில்லை. ஓரங்கட்டப்படும் இந்தப் பணி, அதிகபட்சமாக நடைமுறை வாழ்க்கையின் தேவை களில் ஒன்றாகப் பார்க்கப்படுகிறது. இத்தகைய செயல்களில் ஈடுபடுவோர் பெரும்பாலும் சாதாரண மாக எடுத்துக்கொள்ளப்படுவார்கள்; அவர்களுக்கு முக்கியத்துவம் கொடுக்கப்படுவதில்லை. அவர்கள் ஒருபோதும் அங்கீகரிக்கப்படுவதில்லை.

மஸ்தூர் கிஸான் சக்தி சங்கதனுக்கும் மக்கள் தகவல் அறியும் உரிமைக்கான தேசிய இயக்கத்துக்கும் (NCPRI) பங்களிப்புச் செய்தவர்களை அங்கீகரித்து நன்றி செலுத்த வேண்டும். அதுபோன்ற மக்கள் குழுக்களின் உதவி இல்லையென்றால், இந்த நூலை, ஒன்றிணைந்த அன்பின் உழைப்பு குறித்து எழுதுவது மிகவும் சிரமமானதாக, ஏன் இயலாமலேகூடப் போயிருக்கும். பல்வேறு அனுபவங்களிலிருந்தும், இந்த நீண்ட பயணத்தில் குறுகிய காலத்திற்குப் பார்வையாளர்களாகவும் பங்கேற்றவர்களாகவும் எங்களுடன் இருந்த மனிதர்களிடமிருந்தும் சேகரித்த விஷயங்களிலிருந்தும் இந்நூல் எழுதப் பட்டுள்ளது.

மிகவும் குறிப்பாக, இவ்வாறு ஆவணப்படுத்துவதை ஓர் ஆதாரமாக உருவாக்கும் நடைமுறையைத் தொடங்கிவைத்த கவிதாவிற்கும் (ஸ்ரீவத்சவா)அவரது தந்தையின் ஊரான ஜெய்ப்பூரிலிருந்த அவரது அலுவலகத்திற்கும் நாங்கள் நன்றி தெரிவிக்க விரும்புகிறோம். டிலொனியாவில் அருணாவின் வீட்டிலிருந்த ஆவணப்படுத்தும் அலுவலகம், இந்த அதிகப்படி வேலைச்சுமையைப் பெருந்தன்மையுடன் தொடர்ச்சியாகத் தாங்கிக்கொண்டது. தேவையான இடத்தைத் தந்தது; மைல் கணக்கில் நீளும் கோப்புகளையும், எண்ணற்ற அட்டைப் பெட்டிகளிலிருந்த செய்தித்தாள் துண்டுகள், முக்கியப் பதிவேடுகள், கட்டுரைகள் ஆகியவற்றை வரிசைப்படுத்தவும், ஒழுங்குபடுத்தி அவற்றைத் தொகுப்பதற்குத் தேவையான தனிமையையும் அந்த அலுவலகம் அளித்தது. இளைஞர்கள் அர்ப்பணிப்புடன் ஆண்டுக் கணக்கில் தொடர்ந்து அங்கு பணிபுரிந்தனர்; அனைத்துப் போராட்டங்களுக்கும் பிரச்சாரங்களுக்கும் உயிராதாரமாக அவை அமைந்தன. அவர்கள் பட்டியலிட முடியாத அளவிற்கு எண்ணற்றோர். ஆனால், இந்த அலுவலகத்தை அமைத்துத் தந்த சுனிதா வைஷ்ணவையும் ஹன்சா கன்வரையும் நாம் கட்டாயம் குறிப்பிட வேண்டும்.

இவர்களைத் தொடர்ந்து அலுவலகத்திற்கு வந்து பணிபுரிந்து, சென்ற பலரில் சுராஜ்கன்வர், சமுந்தரா சௌத்ரி, புஷ்பா கன்வர், நிலோஃபர் கான், முகேஷ் சௌத்ரி, ஸ்வாதி தானேஷ், லக்ஷ்மண் சிங், ரத்தன் லால் ஆகியோர் குறிப்பிடப்பட வேண்டியவர்கள். ஆவணப்படுத்தும் அலுவலகத்திற்கு அவற்றை மாற்றும்வரை யிலும், சங்கர் சிங், சௌம்யா கிடாம்பி, கீமாராம் ஆகியோர் சங்கதன் அலுவலகத்தில் ஆவணங்களைப் பராமரித்துவந்தனர். ஆவணங்களைப் பாதுகாத்துவைத்திருந்த ஜெய்ப்பூர் ஆர்டிஐ மஞ்ச் (கமல் தாக், முகேஷ் கோஸ்வாமி) ஆவணங்களை இடமாற்றம் செய்துதந்தனர். சேகர் சிங்கிற்கும் மிக்க நன்றி; அவரது தில்லி இல்லம் ஒரு நிறுவனம்போல் செயல்பட்டது; அந்த இல்லம் பணிபுரிய வசதியாக இருந்தது. சேகர் சிங் தான் சேகரித்து வைத்திருந்த ஏராளமான ஆவணங்களையும் தகவல்களையும் எங்களுக்கு அளித்து உதவினார். அவருக்குச் சிறப்பான நன்றியைத் தெரிவிக்கிறோம். சட்ட உருவாக்கத்தைப் புரிந்துகொள்ள உதவிய அனைத்து விஷயங்களை ஒட்டி நடந்த ஆரோக்கியமான வலுவான வாதங்களையும் உரையாடல்களையும் எளிதாக்கவும் பதிவு செய்யவும் அந்த இடம் உதவியது. ஒட்டுமொத்தமான இந்தச் செயல்முறையினூடாகப் பொதுநடவடிக்கைகளுக்கு உதவும் வகையில், முக்கியமான பதிவேடுகளை, ஆவணங்களை, பதிவுகளை ஒழுங்குடன் பாதுகாத்துவைப்பதன் மிகப்பெரும்

மதிப்பை எங்களுக்கு அவர் சொல்லிக்கொடுத்தார். இந்த நூல் அவருக்குச் சிறப்பான பாராட்டையும் நன்றியையும் தெரிவிக்கக் கடமைப்பட்டுள்ளது.

இந்தநூல் கூட்டிணைவாக எழுதப்படுகிறது; அதன் முக்கிய உறுப்பினர்கள் லக்ஷ்மண் சிங்கும் அங்கிதா ஆனந்தும். ஆர்டிஐ பிரச்சாரம் குறித்து லட்சுமணனின் அறிவும், விவரங்கள் சேகரிப்பதில் அவரது அமைதியான, விடாப்பிடியான அக்கறையும் மதிப்பிட முடியாதவை. தகவல்களைத் தொகுப்பது, இந்தியில் எழுதப்பட்ட அனைத்து விஷயங்களையும் அமைதியாகச் சலித்து எடுப்பது என்ற காரியத்திற்குப் பொறுமையுடன் உதவி செய்வதற்கு ஒரு குழுவினரை அவர் ஏற்பாடுசெய்தார். வெளியீட்டாளருக்குச் செல்லும் முன், ஒவ்வொரு கட்டுரையையும் அவர் சரிபார்த்தார், அதற்கான மேற்கோள்களைச் சரிபார்த்தார். அடிக்குறிப்புகள் எழுதினார், பிற்சேர்க்கைகளையும் ஆவணத்தையும் கவனமாகப் படித்தார். 'சங்கதனின் அனுபவங்கள் சார்ந்து உருவான அற்புத மான சிறு சம்பவங்களையும், கதைகளையும் ஒன்றாகக் கோத்து ஒரு நூலாக உருவாக்கும் பணியில் ஈடுபட்டிருக்கிறோம் என்பதை உணர்ந்திருக்கிறேன்' என்றார் அவர்.

இந்த முயற்சிக்குப் பின்னால் பெரும் உந்துசக்தியாக அங்கிதா இருந்தார். வெளியீட்டாளருக்கும் ஆசிரியர்களுக்கும் இடையில் எப்போதும் உயிர்ப்பு மிக்க தொடர்பாளராக அவர் இருந்தார். அவரது அசாதாரண, உற்சாகம் மிக்க ஆதரவிற்குப் பின்புலமாக ஆர்டிஐ, *NCPRI*இல் பெற்ற அனுபவம் இருந்தது. பின்னதில் அவர் செயலராக இருந்தார். அத்துடன் பெங்குவின் புக்ஸ் இந்தியா பதிப்பகத்தில் அவர் செய்த பணியும் இருந்தது. ஒவ்வொரு அத்தியாயத்தையும் அவர் பலமுறை படித்தார்; நூலையொட்டி நடக்கும் ஆலோசனை அமர்வுகளில் இடமும் நேரமும் பார்க்காமல் கலந்துகொண்டிருக்கிறார். அமைப்புக்குள் இருந்த திறனாய்வாளர் அவர்; நேரத்தைக் கண்காணித்தவர், எழுதுவதற்கு நேரத்தை உருவாக்கிக்கொள்ளுங்கள் என்று எங்களைத் தூண்டியவர். எழுதுவதிலும் எழுதியவற்றைச் செம்மையாக்கம் செய்வதிலும் அவரது பங்களிப்பு இருந்தது. கூட்டியக்கத்தின் பதிவுகளை ஆய்வுசெய்வதிலும் அவர் பங்கேற்றார்.

ஆவணப்படுத்துவதிலும் வெளியிடுவதிலும் எங்களுடனே பயணித்த *Ujala Chadi*யின் மம்தா ஜெட்லி, *Vividha Features*இன் ரேணுகா பமேர்ரா ஆகியோருக்கும் நன்றி சொல்லக் கடமைப் பட்டுள்ளோம். பத்திரிகையாளர், செயற்பாட்டாளர் ஆகியோரின் பாத்திரங்கள் ஒன்றின்மேல் ஒன்று கவிந்தது போன்ற இயக்கம்

இது என்று காலஞ்சென்ற அஜித் பட்டாச்சார்ஜி கூறியிருந்தார். அவர் *Press Institue of India*வின் இயக்குநர். *'Transparency'* என்ற இதழ் வெளியாவதற்கு உதவிகள் செய்தார். அதன் ஆங்கிலப் பதிப்பிற்கு ப்ரீதி சம்பத் ஆசிரியர். இந்திப் பதிப்பான *ஆர் பார்*க்கு பாரத் டோக்ரா ஆசிரியர். முக்கிய இதழான விதுராவில் எழுதுவதற்குப் போதிய இடம் தந்தார். காலஞ்சென்ற பிரபாஷ் ஜோஷி *ஜன்சத்தா*வில் எழுதிய தலையங்கங்கள், திறந்த மடல்கள், குல்தீப் நய்யாரின் வழக்கமான பத்திகள், ஆர்டிஐ இயக்கத்தைத் திறனாய்வு செய்யும் கருத்தை ஊக்குவித்த காலஞ்சென்ற நிகில் சக்கரவர்த்தியின் *Mainstream* இதழ் ஆகியவற்றால் நாங்கள் ஈர்க்கப்பட்டோம்.

பாரத் டோக்ராவின் வளமான எழுத்துகளில், ஆர்டிஐ போராட்ட நிகழ்வுகள் ஆங்காங்கே தூவப்பட்டிருந்தன. இந்த இயக்கத்தின் வரலாற்றிற்கு ஆதாரமாக மாறிவிட்ட அவரது எழுத்துகள் எங்களுக்கு ஊக்கமளித்தன. ரஜ்னி பக்ஷி, *Bapu Kuti* இதழில் தொடக்க நிலையில் இருந்த இந்த இயக்கம் குறித்து ஓர் அத்தியாயம் எழுதியிருந்தார். ஹர்ஷ் மந்தர், *Unheard Voices* உள்ளிட்ட தனது பல வெளியீடுகளில் ஆர்டிஐ குறித்தும் சங்கதன் பற்றியும் எழுதினார். தொடக்க நாட்களில் எழுதப்பட்ட கட்டுரைகள், ஆர்டிஐயை அடைய முயலும் அந்த மக்களின் பயணம் குறித்த தகவல்களால் நிறைந்திருந்தன. ஆங்கிலத்திலும் இந்தியிலும் வெளிவந்த மைய நீரோட்ட நாளிதழ்களில் வெளி வந்த கட்டுரைகளும் பல சிறப்புக் கட்டுரைகளும் இந்த நூலுக்கு ஆதாரமாக உதவிசெய்தன. காலஞ்சென்ற ஸ்ரீபிரகாஷ் இந்துப் பிரச்சார இயக்கம் வடிவம் பெற உதவிய, பங்களித்த நண்பர். அவர் வெளியிட்ட *ராஜ் திருஷ்டி* இதழை நாங்கள் குறிப்பிட்டுள்ளோம், எழுதியுள்ளோம். செய்தித்தாள் அறிக்கை களும் விமர்சனங்களும் நூலுக்கான ஆதாரங்களின் முக்கியப் பகுதியாக அமைந்துள்ளன. புனாவில் ஆர்டிஐக்காகப் பிரச்சாரம் செய்து, ஆதரவாகச் செயல்பட்ட காலஞ்சென்ற பிரகாஷ் கார்டிலேக்கு நன்றிபாராட்ட விரும்புகிறோம். மேலும் எண்ணற்ற மூலாதாரங்கள் இந்த விவரிப்பின் பகுதியாகப் பயன்பட்டுள்ளன; வாசகருக்கு மேற்கோளாகக் காட்டப்பட்டுள்ளன.

பன்வர் மேகவம்சி ஆசிரியராக இருந்த இருமாத இதழான *Diamond India*விலிருந்து நாங்கள் அதிகம் பயன்பெற்றுள்ளோம். விமர்சனங்களும் கட்டுரைகளும் நிரம்பிய இந்த இதழ் *School of Democracy*யின் வெளியீடு. ஏறத்தாழ சங்கதனின் நிகழ்வுகள் குறித்த நாட்குறிப்புபோல் அது வெளியானது. பன்வரின் விடா முயற்சிதான் எங்கள் அனைவரையும் எழுதவைத்தது; படித்த

ஆர்வலர்கள் எழுத வேண்டும் என்று அவர் கட்டாயப்படுத்தினார். இந்த முக்கிய வெளியீடு இல்லை என்றால் எங்களது பல அனுபவங்களின் ரசனையும் சுவையும் விவரங்களும் தொலைந்து போயிருக்கும். பியாவரிலிருந்து, ராம்பிரசாத் குமாவத் ஆசிரிய ராக இருந்து வெளியான தினசரியான *நிரந்தர்* எங்களைப் பற்றி விவரமாக எழுதியது; ஏப்ரல் – மே 1996இல் வெளியான தலையங்கங்களின் தொகுப்பு, ஆர்டிஐ இயக்கத்தின் தொடக்க காலம் குறித்த சிறந்த ஆய்வாக இருந்தது; உள்ளூர் போராட்டத்தைத் தேசிய இயக்கமாக மாற்றிய அந்த நாற்பது நாள் தர்ணாவைப் பற்றிய குறிப்பையும் வெளியிட்டது.

இவை அனைத்தும் ஆர்டிஐ குறித்த நூல்கள் எழுதுவதற்கும் *Ph.D* படிப்பிற்கும் முக்கிய ஆதார விஷயங்களாக இருக்கின்றன. இந்த விவரிப்பு, சுச்சி பாண்டேவின் முனைவர் பட்ட ஆய்வேட்டிலிருந்து கணிசமாகத் தகவல்களைப் பெற்றுள்ளது. இந்த நூலுக்கு அவர் அதிகம் பங்களிப்புச் செய்துள்ளார். இந்த நிகழ்வுகளின் தொகுப்பில் தனிமனிதர்களும் கூட்டிணைவைச் சேர்ந்தவர்களும் எழுதியவற்றின் உண்மைத்தன்மையைச் சரி பார்க்க உதவும் நிரந்தரச் சரிபார்க்கும் புள்ளியாக அவரது ஆய்வு இருந்தது. ஆய்வுக்குரிய விஷயங்கள் / ஆதாரங்கள் அனைத்தையும் இந்தக் குழுவினருடன் சுச்சி பகிர்ந்துகொண்டார். போராட்டங்களிலும் இயக்கத்திலும் பங்கேற்ற பல முக்கியமான உறுப்பினர்களின் வாய்மொழிப் பதிவுகளையும் தந்துதவினார்.

மோகன், ராம்லால், பூர்ஜி, அஷோக் சைன் உள்ளிட்ட பலரும் இந்த இயக்கத்தின் பல்வேறு கட்டங்களைப் புகைப்படம் எடுத்து உதவினார்கள். நாற்பது நிமிடங்கள் ஓடக்கூடிய ஜான் மத்யத்தின் திரைப்படம் ஒன்றையும், சுருக்கப்பட்ட பதினைந்து நிமிட வடிவம், (ஹமாரா பைஸா) ஒன்றையும் குறிப்பிட்டுள்ளோம். இக்கட்டான தருணங் களில் எங்களுடன் இருந்த அனுராக் சிங்கிற்கும் நன்றி தெரிவிக் கிறோம். ஜானவாத் மீதான ராதிகா கௌல் பத்ராவின் *Accounts and Accountability* திரைப்படத்திற்கும் எங்கள் நன்றி. மோகன், ராம்லால், காலஞ்சென்ற நண்பரும் தோழருமான பூர்ஜி *(SWRC)* ஆகியோர் எடுத்த செப்பம் செய்யப்படாத படங்கள்/ திரைப்படங்கள் மிகவும் பயன்மிக்கதாக இருந்தன.

இந்தியில் எழுதியவற்றை அமித் சர்மா உடனடியாக ஆங்கிலத்தில் மொழிபெயர்த்தார். மானினி சேகர், அம்ரிதா ஜோக்ரி, அஞ்சலி பரத்வாஜ் ஆகியோர் சில குறிப்பிட்ட அத்தியாயங் களைத் திருத்தி எழுத உதவினர். *RMKM* அமைப்பைச் சேர்ந்த சங்கர் சிங், நிகில் தேய், ராம்கரண் ஆகியோர் அவ்வப்போது

முக்கியமான ஆவணங்களைக் கண்டெடுக்க உதவினர். லால் சிங், நாராயண்சிங், காலுராம், சௌம்யா கிடாம்பி, மோகன்ராம், ச்சுன்னி சிங் ஆகியோர் தங்கள் நினைவுகளிலிருந்தும், எழுதி வைத்திருந்த குறிப்புகளிலிருந்தும் ஆழ்ந்து ஆராய்ந்து, நிகழ்வு களையும் விவரங்களையும் சரிபார்க்கவும் செறிவூட்டவும் செய்தனர்.

இறுதி சரிபார்ப்புக் குழுவிலிருந்த முனைவர் எஸ். அனந்த லட்சுமி மொத்த எழுத்துப் பிரதிகளையும் படித்துச் சரிபார்த்தார். சித்தார்த், நிகில் தேய், பிராவிதா காஷ்யப், ரக்ஷிதா சுவாமி, ஐரா அஞ்சலி அன்வர், நசிகேத் உதுப்பா ஆகியோர் சில குறிப்பிட்ட அத்தியாயங்களைச் சரிபார்க்க அங்கிதாவிற்கு உதவினர். பன்வர் மேகவம்சி, சிறிய அத்தியாயங்கள் சரியாக எழுதப்பட்டுள்ளனவா என்று படித்துப் பார்த்துச் சரிபார்த்துத் தந்தார். வினய் ஜெயின், வரைகலை வடிவமைப்பில் உதவினார்; நிரந்தர விமர்சகரான அவர், இந்த ஆவணத்தை இறுதி செய்வதில் மிகவும் உதவியாக இருந்தார்.

சன்ஸ்கிருதிக்கும் அதனுடைய அழகிய வளாகத்திற்கும் சிறப்பான நன்றியை உரித்தாக்குகிறோம். இந்த நூலின் கையெழுத்துப் பிரதியை இறுதி செய்வதற்கு உதவி செய்த, ஸ்ரீ ஓ.பி. ஜெயினின் பெருந்தன்மை மிக்க உற்சாக உணர்விற்கும் பாசம் நிறைந்த அக்கறைக்கும் பெரும் நன்றி.

இறுதியாக ஒரு வருத்தத்தைப் பதிவு செய்கிறோம். இந்த உருவாக்கத்திற்குப் பயன்படுத்த அணுகியபோது, நேரு நினைவு அருங்காட்சியகம் மற்றும் நூலகத்தில் நாங்கள் டெபாசிட் செய்து வைத்திருந்த எங்களது ஆவணங்களைப பார்ப்பதற்கு அனுமதி மறுக்கப்பட்டது. அதனால் இந்த விவரிப்பில் முக்கியமான சில விடுபட்டுப்போயின.

அறிமுகவுரை

மெய்யான, துடிப்பு மிக்க மக்கள் இயக்கமாக உருப்பெறும் அளவிற்குத் தகவல் அறியும் உரிமை இயக்கம் வெற்றியால் ஆசீர்வதிக்கப் பட்டிருந்தது. ஆர்டிஐ சட்டம் நிறைவேறச் சாதக மான, நல்வாய்ப்பான சூழல்கள் இந்த இயக்கத் திற்கு அமைந்திருந்தன. மிகக் கடினமாக நடந்த போராட்டங்களுக்கு அத்தகைய வாய்ப்புகள் அமைய வில்லை. இந்திய ஜனநாயக ஆட்சிமுறையின் புறவடிவத்தை ஒரு சட்டம்தான் மாற்றியது. சில சட்டங்கள் ஒரு இயக்கத்தை வடிவமைப்பதிலும் வலுப்படுத்துவதிலும் உதவும் வகையில் பிரபலமாக இருந்திருக்கின்றன. அறிந்துகொள்ளும் உரிமைக்கான போராட்டத்தைத் தொடங்கிவைக்கும் வாய்ப்பும் ஒரு வலிமையான இயக்கமாக எழுச்சியுற்று இந்தியா முழுவதும் பரவிய அந்தப் போராட்டத்தின் பகுதியாக இருக்கும் வாய்ப்பும் சங்கதனுக்குக் கிடைத்தது.

இந்த அறிமுகக் கட்டுரையை எழுதுகையில், தொடர்ச்சியான நிகழ்வுகளைக் காலவரிசைப்படி எழுத வேண்டும் என்ற எங்களது முடிவிற்கு வலிமை யூட்டிய சில சிந்தனையாளர்களுக்கும் எழுத்தாளர் களுக்கும் நன்றிகூற விரும்பினோம். இந்தியாவின் பெரும் வரலாற்றாசிரியர் கோசாம்பியின் வரலாறு, காலக்கிரம வரிசையில் 'நிகழ்வுகளை' அல்லது அரசர்கள், பெரும் வீரர்கள் அல்லது துறவிகள் போன்ற சில பெரும்மனிதர்களின் சாதனைகளை

விவரிப்பது அல்ல; அது சமுதாய – பொருளாதார அமைப்புகள் உருவான இயக்கவியல் செயல் என்று தனது புரிதலைக் கூறுகிறார். கண்ணுக்குத் தெரியாத மனிதர்களால் வரலாறு எழுதப்படுகிறது: இப்படி நாம் மட்டுமே எண்ணவில்லை; ஹோவார்டு ஸின்னின் *(Howard Zinn)* கருத்தோட்டமும் அதுதான். 1920களின் பிற்பகுதியில் தொடங்கி 1940களின் தொடக்கம் வரையில் நிலவிய பெரும் மந்தநிலையை எதிர்த்துச் சாதாரண அமெரிக்க மக்கள் போராடினர்; அவர்களுக்கு அர்ப்பணிக்கப்பட்ட *Let Us Now praise Famous Mēn* என்ற நூலும் அந்தக் கருத்தை உறுதி செய்கிறது. ஹர்ஷ் மந்தரின் *Unheard Voices* என்ற நூல், வரலாறு, 'பெரும்' மனிதர்களால் மட்டுமே உருவாக்கப்படுவதல்ல என்று நினைவூட்டுகிறது. விஜய்தன் தேத்தாவின் *Batanri Phulwari* என்ற அற்புதத் தொகுப்பு ராஜஸ்தானிய நாட்டுப்புறக் கதைகளை மீண்டும் நினைவூட்டுகிறது. வரலாற்றின் நிகழ்வுப் போக்கில் பிரபலமான, மக்களின் ஒன்றுபட்ட விவரிப்புகளைக் காலவரிசையில் இந்நூல் தொகுத்துள்ளது. தலைமுறைகளாக மக்களுடன் வாழும் பழங்கதைகளின் வழியாகப் பெற்ற அரசியல் புரிதலின் வரலாறு இது.

அத்தகைய மரபின், நிகழ்வுகளின், விவரிப்புகளின் பதிவுகளே இவை. மக்களது குரல்களிலிருந்து தேர்ந்தெடுக்கப்பட்டவை. இத்தகைய கதைகள் பெரும்பாலும் அறிஞர்களின் ஆய்வுக்குத் தீனியாக்கப்படும்; ஆவணப்படுத்தப்பட்ட வரலாற்றிற்கு அடிக்குறிப்பாக மாறும்; அல்லது பெரும்பாலும் அங்கீகரிக்கப் படாமல் மறக்கப்பட்டுவிடும். ஆட்சியாளரின், தனிப்பட்ட ஒற்றை மனிதர்களின் பார்வையில் கூறப்படும் விவரிப்புகள் மட்டுமே எப்போதும் நிலைத்திருக்கும். ஜனநாயகம் அதைச் சரிப்படுத்தும் என்று ஒருவர் நம்பிக்கையுடன் இருந்திருக்கலாம். ஆனால், இந்த உரையாடலுக்கு முதன்மைப் பங்களிப்பாளர்களாக இருக்கும் மக்கள், எப்போதும் விளிம்புகளில்தான் இன்னமும் வாழ்கிறார்கள்.

ஆர்டிஐ குறித்த இந்த விவரிப்பு, சாதாரண மக்களின் கொண்டாட்டம்; நவீன இந்தியாவில் ஜனநாயக நீதியைத் தாங்கி நிற்கும் தூண்களை வலிமைப்படுத்துவதற்கான அவர்களது மகத்தான பங்களிப்பு.

நடவடிக்கைகளின் ஆன்மாவை, அதனூடான நகைச்சுவை யைப் பங்களித்ததில் பெற்ற உணர்வை, அத்துடன், அந்த நினைவுகூரலில் அதிகமாகத் தென்படும் இயல்பான ஒழுங்கமைவைப் பதிவுசெய்ய இந்தத் தொகுப்பு

முயல்கிறது. செயலும் அதற்கான எதிர்வினையும் நிஜ வாழ்விலிருந்து வெளிப்படுபவை, ஒன்றோடொன்று பிணைந் திருப்பவை, பிரிக்க முடியாதவை என்ற உட்கிடையானவாதம் இதில் இருக்கிறது. உண்மையில் நீங்கள் உங்கள் கைகளாலும் பாதங்களாலும் சிந்திக்க முடியும்; மனதால் செயல்பட முடியும். ஊழலுக்கும் தன்னிச்சையான அதிகாரப் பயன்பாட்டிற்கும் தீர்வு காணச் சட்டப்பூர்வமான கருவி ஒன்றை உருவாக்கிய மக்களின் கதைகள் இவை. இந்த இரண்டும் உயிர்வாழ்வதற்கான உரிமைகளை மக்களை அடையவிடாமல் செய்யும் வலிமையான தடைகள். அந்த மக்களது வாழ்க்கையிலிருந்துதான் 'அறிந்துகொள்ளும் உரிமை, வாழ்வதற்கான உரிமை' என்ற முழக்கம் வடிவமைக்கப்பட்டது. உணவு, வேலை, சுகாதாரம், நீதி, கல்வி, வீட்டு வசதி, கண்ணியத்துடன் வாழும் உரிமை ஆகியவற்றைப் பெற முடியாமல் மக்களைத் தள்ளிவைத்தல், உண்மையையும் தகவலையும் மறைத்தல் போன்றவைதான் பெரும்பாலும் நீதியை மறுக்கும் நிலையை ஏற்படுத்துகின்றன. ஊழல் என்பது மோசமான நிர்வாகத்தின், தன்னிச்சையான அதிகாரப் பிரயோகத்தின் வெளிப்படையான அறிகுறி.

உருவாக்கத்திலும் கூறும்முறையிலும் ஒருவித பாணியைப் பின்பற்றும் பிரபலமான விவரிப்புகள், அவற்றின் அறிவாளித் தனத்திற்காகப் பெரும்பாலும் ஓரங்கட்டப்படுகின்றன. இந்த விவரிப்பில், மக்களின் அனுபவங்களும் அவர்களது கொள்கை சார்ந்த புரிதலும் பரஸ்பரம் பங்களித்துக்கொள்கின்றன. வரலாறுகள் அனைத்தையும்போலவே, தொடக்க ஆண்டுகளில் ஆர்டிஐ இயக்கத்தை வடிவமைத்த மக்களின் கதை, பல்வேறு விவரிப்புகளினூடான பல புள்ளிகளிலிருந்து உருவானது. சில வாய்மொழியாகக் கூறப்பட்டவை; சில எழுதப்பட்ட நினைவலைகள். பேசும் தொனி வேறுபட்டிருந்தாலும், தொடங்கிய புள்ளிகள் வேறுபட்டிருந்தாலும், ஒற்றை நோக்கத்திற்காக மக்கள் எவ்வாறு ஒன்று சேர்ந்தார்கள் என்பதைக் காரணங்களின் வரிசை வெளிப்படுத்துகிறது. இதில் பங்கேற்றவர்கள் பல்வேறு 'துறை'களைச் சேர்ந்தவர்கள்; ஜனநாயக நிறுவனங்களுடனும் ஆட்சி நிர்வாகத்துடனும் அவர்களது சந்திப்புகளின் தன்மையை எப்படி மாற்றலாம் என்று ஆராய்ந்தவர்கள்; நடவடிக்கைகளில் இறங்கியவர்கள். தகவலைப் பெறுவதை ஓர் உரிமையாக மாற்றும் போதுதான் ஊழலையும் அநீதியையும் கட்டுப்படுத்த முடியும் என்று அவர்கள் அனைவரும் ஒன்றாக ஒரு முடிவுக்கு வந்தனர். அந்த உரிமையை வடிவமைக்க அவர்கள் ஒன்று சேர்ந்ததுதான் இந்தக் கதை.

ஆர்டிஐக்கான சட்டத்தைச் சாதாரண இந்தியக் குடிமக்களால் புரிந்துகொள்ள இயலும். இந்தச் சட்டத்தைப் பயன்படுத்தி 2005ஆம் ஆண்டிலிருந்து மொத்தம் 1.75 கோடி விண்ணப்பங்கள் அளிக்கப் பட்டுள்ளன என்று 2016ஆம் ஆண்டின் அறிக்கை கூறுகிறது. புள்ளிவிவரம் எப்போதும் கவனத்தைத் திசைதிருப்பும் விஷயமே. எனினும், இந்த விஷயத்தில், மக்களின் தொடர்ச்சியான விழிப்புணர்வையும் அரசிடம் பொறுப்புடைமையைக் கோரும் மக்களின் பொறுப்புணர்வையும் அது பிரதிபலிக்கிறது. உரிமை ஒவ்வொன்றையும் பெறுவதற்குப் பயன்படுத்தக்கூடிய சட்டமாக ஆர்டிஐ தனக்கான இடத்தைத் தற்போதைய இந்தியாவில் உருவாக்கிக்கொண்டுள்ளது. மிகப் பரவலான பன்முகத் தன்மை கொண்ட இந்தியக் குடிமக்கள் எல்லாவற்றிற்கும் பயன்படுத்தக்கூடிய கருவியாக இது உருவெடுத்துள்ளது. சிலரால் மட்டுமே புரிந்துகொள்ள முடிகிற இறையாண்மை போன்ற கருத்துகள், செயல்பாடுகள் மூலமே வரையறுக்கப் பட்டன. அரசியலமைப்பும் ஜனநாயகமும் அளிக்கும் ஏனைய உரிமைகளையும் அடைவதை இயலச் செய்யும் சட்டமாக இருப்பதால், மிகச் சரியாக 'மாற்றத்திற்கான' சட்டம் என்று ஆர்டிஐ குறிப்பிடப்படுகிறது.

இதை ஒரு கதையாகவும், செயல்பாட்டின் வழியாக இயக்கத்தைக் கட்டமைத்த அனுபவப் பயிற்சியாகவும் வாசகருக்குத் தருகிறோம். மக்களும் பங்கேற்பதாக, ஆக்கப்பூர்வ மானதாக, அனைவரையும் உள்ளடக்கியதாக, நேர்மையானதாக ஜனநாயகத்தை வடிவமைக்க முடியும் என்ற வாதத்தை இது உள்ளார்ந்து பேசுகிறது. பன்மைத்துவமும் மக்களின் பங்கேற்பும்தான் ஜனநாயகத்தின் முக்கிய அடித்தளங்கள் என்று இந்த விவரிப்பு கொண்டாடுகிறது. இந்தப் பிரச்சாரம் இந்திய ஜனநாயகச் செயல்முறைகளில் காணப்பெறும் சிக்கல் தன்மையில் வேரூன்றியுள்ளது; அதேநேரம் ஜனநாயகத்தின் நோக்கங்களை வெளிப்படையான செயல்பாட்டின் மூலமே அடைய முடியும் என்ற எளிமையான, நேரடியான செய்தியையும் சுமந்து வருகிறது. கொள்கைகள் வகுப்பதிலும் அவற்றைச் செயல் படுத்துவதிலும் மக்கள் தம்மை ஈடுபடுத்திக்கொள்ள முடிகிற வழிகளை இந்த மக்கள் இயக்கம் கண்டறிந்தது. ஆட்சி நிர்வாகத்தின் சொல்லகராதியிலும் அதன் புரிதலிலும் அவற்றைச் சேர்த்துள்ளது.

ஆட்சி நிர்வாகத்தை வடிவமைப்பதில் தங்களது திறன்களையும் சாத்தியமான பங்களிப்புகளையும் இளம் வாசகர்கள் புரிந்துகொள்ளும் ஆற்றலை இந்தக் கூட்டியக்கத்தின்

வரலாறு அளிக்கிறது. குடிமக்களுக்கும் தேர்ந்தெடுக்கப்பட்ட பிரதிநிதிக்கும் இடையில், தொழிலாளிக்கும் அறிவாளிக்கும் இடையில், செயல்பாட்டிற்கும் எதிர்வினைக்கும் இடையில், தனிமனிதர்களுக்கும் கூட்டியக்கத்திற்கும் இடையில் ஜனநாயக அடிப்படையிலான செயல்பாடுகளில் எழும் முரண்களை நடைமுறையில் எதிர்கொள்ளும் வழிமுறைகள் சிலவற்றை இது அளிக்கிறது. நமக்கு விடுதலையைப் பெற்றுத்தந்த தேசிய இயக்கத்தின் வலிமையை இந்த விவரிப்பு நிச்சயம் நம்மை உணர வைக்கக்கூடும்; அதன் பின் நமக்கு நாமே அளித்துக்கொண்ட அரசியலமைப்பை நினைத்துப் பார்க்கவைக்கலாம். நீதியும் சமத்துவமும் கனமான சட்டப் புத்தகங்களின் உத்தரவாதங்களில் அடங்கியிருக்க வேண்டியதில்லை; அந்த உத்தரவாதங்களை விவேகத்துடன் பயன்படுத்தினால், ஜனநாயகம், அரசியலமைப்பு ஆகியவற்றின் எல்லைக்குள் சில யுத்தங்களை வெல்ல முடியும் என்ற நம்பிக்கையையும் இந்தக் கதை அளிக்கிறது.

ஆர்டிஐக்கான பிரச்சாரத்திலும் இயக்கத்திலும் போராட்டத்திலும் பங்கேற்க நல்வாய்ப்புப் பெற்றவர்களாக நாங்கள் இருந்தோம். பன்முகக் குரல்களை, கவலைகளை, அக்கறைகளை, பாடல்களை, முழக்கங்களை, ஆதரவை, போராட்டத்தை, சிந்தனையை, பிரச்சாரத்தை, இயக்கத்தைக் கட்டுவதற்கு உதவிய கூட்டியக்கம் தந்த சந்தோஷங்களை ஒன்றுசேர்க்க இந்தத் தொகுப்பு முயல்கிறது என்று நம்புகிறோம்.

கூட்டியக்கம் சார்பாக இந்தப் படைப்பை வெளிக்கொணர்வதில் பல சவால்கள் இருந்தன. இயக்கத்தின் ஆர்வலர்கள் எந்நேரமும் ஓரிடம் விட்டு வேறோரிடம் நகர்ந்துகொண்டே இருந்தனர். கையெழுத்துப் பிரதியைச் சரிபார்த்துப் பிழை திருத்தம் செய்வது சிரமமாக இருந்தது. ஏறத்தாழ வெற்றி கொள்ள முடியாத இதுபோன்ற தடைகளை மீறி, அதன் அங்கமாக நாங்கள் செயல்பட்ட ஓர் இயக்கத்தினுடைய ஆற்றலின், பேரார்வத்தின் ஒரு பகுதியை எங்களால் பதிவுசெய்ய முடிந்தது என்று நம்புகிறோம்.

ராஜஸ்தான்,
ஜூன் 2017

அருணா ராய், ம.கி.ச. சங்கதன்

1

தேவ்துங்ரி: தொடக்கம்

எங்களில் பலருக்கும் தேவ்துங்ரியின் அந்த மண் வீடுதான் தொடக்கம். அதன் ஓரங்களில் மூங்கில் குத்துகள் நிறைந்த தூசி பறக்கும் மண்சாலையில் அந்த வீடு அமைந்திருந்தது. 1987இல், மஸ்தூர் கிஸான் சக்தி சங்கதன் (MKSS) தொடங்கப்படுவதற்கு மூன்று ஆண்டுகளுக்குமுன் அங்கு வந்தோம். அந்தக் குடிசை ஒரு தங்குமிடம், உறுதி தரும் இடம், அடையாளம். தகவலறியும் உரிமை குறித்த விவாதங்களுக்கு வடிவம் கொடுத்த நிகழ்வுகளுக்கும் உரையாடல்களுக்கும் அக்குடிசை அமைதியான சாட்சியாக இருந்தது. இந்தியன் எக்ஸ்பிரஸின் முன்னாள் ஆசிரியரான அஜித் பட்டாச்சார்ஜி 1996ஆம் ஆண்டில் பியாவரில் ஆர்டிஐ கோரி போராடிக்கொண்டிருந்த குழுவினருடன் தன்னையும் இணைத்துக்கொண்டார். அவர் இவ்வாறு எழுதுகிறார்:

> ‘தேவ்துங்ரி, ராஜஸ்தானின் மையப் பகுதியிலிருக்கும் ஒரு வழக்கமான கிராமம். பாறைகள் நிறைந்த, ஆரவல்லி மலைப்பகுதியின் மரங்களற்ற சரிவொன்றில் அமைந்துள்ளது. குன்றின் முகடொன்றில் சிறிய ‘தேவ்’ கோவில். வறண்ட, கறுப்பு மண்பூமி; இங்கே, நீர் விலைமதிப்பற்றது, அரிதானது; மிக ஆழமான கிணறுகளிலிருந்து எடுக்கப்படுகிறது;

பாறை நிலத்தில் தோண்டப்பட்ட சிறுகுளங்களில் நீர் பாதுகாக்கப்படுகிறது. கடினமான நிலப்பரப்பு; எனினும், நம் உணர்வைத் தூண்டும் விநோதமான பிரதேசம். ஆங்காங்கே, தானியம் விளைந்திருக்கும் மஞ்சள் வண்ண வயல்கள்; அவற்றைச் சுற்றிக் கருங்கல் பாளங்களால் அமைக்கப்பட்டிருக்கும் சுற்றுச் சுவர்கள்; பழுப்புநிற நிலப்பரப்பில் கணித வடிவங்களாக அவை தோன்றும். அந்தப் பாறை நிலப்பரப்பில் முதுகொடிய வேலைசெய்து தங்களுக்கான ஜீவனத்தைச் சேகரிக்கும் மக்களின் நெடிய வரலாற்றை அவை பிரதிநிதித்துவம் செய்கின்றன.[1]

கிராமத்தில், வாழ்க்கைதான் அடிப்படை; வீட்டிற்கும் வேலைசெய்யும் இடத்திற்கும் இடையில் எல்லைகள் கிடையாது. விறகு வெட்டும்போது, சமையல் செய்யும்போது, வீடுபெருக்கும்போது, சாப்பிடும்போதுதான் முக்கியமான விஷயங்கள் பேசப்படும், விவாதிக்கப்படும். அண்டை வீட்டார் இடைமறிப்பதால் அரைகுறையாக நின்றுபோகும் வாக்கியங்களில், தற்காலிகத் தீர்வை ஆழ்ந்து யோசித்துக்கொண்டே குழப்பத்துடன் உணவு பரிமாறும் காட்சிகளில், வாதங்களும் தீர்வுகளும் தேவைப்படும் கருத்துவேறுபாடுகளில், பாத்திரங்கள் கழுவும் நேரங்களில்தான் இவை நடைபெறும். இவ்வாறான, தொடர்ந்த உரையாடல்களுக்குள்தான், தீர்வுகளுக்கான உள்முகப் பார்வையின் விதைகள் பொதிந்துள்ளன.

ராஜஸ்தான் அழகுதான். தூசிபடிந்த, மங்கலான, வறண்ட பழுப்புநிற நிலப்பரப்பில் அற்புத அழகை நாம் காணமுடியும். ராஜஸ்தானின் மத்தியப் பகுதியில் வசிக்கும் இந்த மக்களை இந்தியாவின் மிகப்பழமையான ஆரவல்லி மலைத்தொடர் சூழ்ந்திருக்கிறது. தொன்மையான வரலாற்றுச் சின்னங்களின் மீது ஆசையுள்ளவர்கள் புதைபடிமங்களையும், மிகப்பழமை யான நாட்களின் கவர்ச்சிகரமான நினைவுகளையும் இப்போதும் தேடிக்காணமுடியும்: ஆனால், இன்று அவை கற்குவாரிகளாகி விட்டன; கட்டிடங்கள் மற்றும் கட்டுமானப் பணிகளுக்காக ஒட்டுமொத்தக் குன்றுகளும் உடைக்கப்பட்டுவிட்டன. ஜெய்ப்பூர் – தில்லி நெடுஞ்சாலையில் இவற்றைப் பார்க்கலாம்.

சொக்காவாடியா குக்கிராமத்தில் ஹக்குவிற்கும் ஜெய்த் சிங்கிற்கும் சொந்தமான வீட்டில் 1987இல் நாங்கள் குடியேறினோம்: நான், நிக்கில்தேய், சங்கர்சிங், அவருடைய மனைவி அன்ஷி. அங்கிருந்துகொண்டு தேவ்துங்ரியில் பணிகளைத் தொடங்கினோம்.

நிலப்பிரபுத்துவ ஆட்சியின் வடுக்களை அந்தப் பிரதேசத்தில் இன்றும் காணமுடியும். அங்கு வாழ்க்கை மிகக்கடினமானது;

விவசாய நிலங்கள் குறைவு. அவ்வப்போது ஏற்படும் வறட்சி, வாழ்க்கையை மேலும் சிரமமாக்கிவிடும். நிலத்தை மட்டுமே நம்பியிருக்கும் பெரும்பாலோர் இரவில் பட்டினியோடுதான் உறங்குவார்கள். மகாராஜாவின் நிலப்பிரபுத்துவ ஆட்சி இப்போது வரலாறாகிவிட்டது; எனினும், சமுதாயத்தில் சமத்துவ மின்மை தொடர்கிறது; அதிகாரிகளின் அநீதிகள் இன்றும் நிலவுகின்றன. இவற்றிற்கு எல்லாம் நடுவில், இந்தப் பிரதேசத்தின் மரபார்ந்த பண்பாடு, அதைக் கைவிட்டுவிடாமல் சுமந்திருக்கும் மக்களிடம் உயிர்ப்புடன் இருக்கிறது: வண்ணங்கள் நிறைந்த ஆடைகள், ஆர்வமூட்டும் பாடல்கள், கவர்ச்சியான புராணக் கதைகள், பிரதேசத்திற்கே உரிய பேச்சுவழக்கு; சிரிப்பொலிகள் இடைமறிக்கும் உரையாடல்கள். அந்தப் பண்பாடு வலிமையுடன் நீடித்திருப்பதற்கான சாட்சியங்கள் இவை. மாற்றத்திற்கான வேட்கையும் ஆற்றலும் ஜீவித்திருக்கின்றன.

> இந்தியா விடுதலையடைந்து நாற்பது ஆண்டுகளுக்குப் பின், 1987இல், மிகவும் வேறுபட்ட பின்னணிகளிலிருந்து வந்த மூன்று பேர், பணியாற்றவும் தங்குவதற்கும் தேவ்துங்ரியைத் தேர்ந்தெடுத்தனர். அருணாராய், இந்திய ஆட்சிப் பணிப் பொறுப்பை ராஜினாமா செய்துவிட்டு வந்தவர்; சங்கர் சிங், அபூர்வமான பேச்சுத்திறனும் தொலைநோக்குப் பார்வையும் கொண்ட உள்ளூர் பிரஜை; அமெரிக்காவில் கல்லூரிப் படிப்பு என்ற பயனற்ற வாழ்க்கையை வெறுத்து, அதைப் பாதியில் விட்டுவந்தவர் நிகில்தேய். இந்திய விமானப் படை ஏர் மார்ஷல் ஒருவரின் மகன். அவர்கள் வாடகைக்கு எடுத்திருந்த, கருங்கல்லும், சேறும் கொண்டு கட்டப்பட்ட அந்தக் குடிசை இன்னமுமிருக்கிறது. அஜ்மீர்–பீம் நெடுஞ்சாலையிலிருந்து பிரியும் கரடுமுரடான பாதை நம்மைஅங்கு அழைத்துச்செல்லும். அந்தக் கிராமத்து மனிதர்கள் எப்படி வாழ்ந்தனரோ அதுபோலவே இவர்களும் வாழ்ந்தனர்; தரையில் படுத்துத் தூங்கினர்; கிணற்றிலிருந்து நீர் சேந்தினர்; வாளிகளைத் தலையில் சுமந்தனர்; ‘சூளா’வில் சப்பாத்தி சுட்டனர்; ‘தால்’ செய்தனர்; துணிகளைத் தாமே துவைத்துக்கொண்டனர்; பாத்திரங்களைக் கழுவினர். குடிசையை ஒட்டியிருந்த ஆட்டுக்கொட்டகையை, சமையல் செய்யும் இடமாகவும் குளிக்கும் பகுதியாகவும் விரிவுபடுத்திக்கொண்டனர். கழிவறை, வெளியில், குடிசையின் பின்பக்கம் இருந்தது. [2]

அவர்கள் வேறுபட்ட பின்னணிகளிலிருந்து வந்தவர்கள்; வேறுபட்ட அனுபவங்கள் கொண்டவர்கள். அருணா மூத்தவர்.

நிகில் இளையவர். டில்லியின் இந்திரபிரஸ்தா கல்லூரியில் படித்த அருணா அங்குச் சிலகாலம் ஆங்கிலம் கற்பித்தார்; அதன்பின் ஏழு ஆண்டுகள் இந்திய ஆட்சிப் பணி. 1975இல் அதை ராஜினாமா செய்தார். ராஜஸ்தானின் அஜ்மீர் மாவட்டத்தில் செயல்பட்டு வந்த சமூக சேவை மற்றும் ஆய்வு மையம் *(SWRC)* என்ற கிராமப்புறத் தன்னார்வ அமைப்பில் இணைந்தார். அந்த அமைப்பில் ஒன்பது ஆண்டுகள் சேவைக்குப்பின், அதிலிருந்து 1983இல் வெளியில் வந்தார். கிராமம் ஒன்றில் தங்கி, அந்த மக்களுக்கு அடிப்படை அரசியல் ஜனநாயக உரிமைகள் கிடைப்பதற்குப் பணிபுரிய விரும்பினார்.

சுரண்டல், வறுமை, கிராமங்களில் நிலவும் சமத்துவமின்மை குறித்து அருணாவிற்கும் சங்கருக்கும் ஒரேமாதிரியான கவலைகளும் அக்கறைகளும் இருந்தன. அதனால், முதல் சந்திப்பிலேயே அவர்கள் இருவரும் நண்பர்களாயினர். வயது வந்தோருக்குப் படிப்பறிவு அளிப்பதில் தனது வேலையை சங்கர் தொடங்கியிருந்தார். அக்கறையுள்ள கிராமத்து இளைஞர்களைப் போல, கிராமப்புற அரசியல் குறித்து அவருக்கு உள்ளார்ந்த புரிதல் இருந்தது. அவருக்கிருந்த முதிர்ச்சியின் காரணமாக அனைத்துத் தனிநபர் பிரச்சினைகளையும், பரந்த அரசியல் சூழலில் அவரால் பொருத்திப்பார்க்க முடிந்தது. உணர்வுகளைப் ப்ல்வேறு விதத்தில் வெளிப்படுத்த அவரிடமிருந்த ஈடு இணையற்ற பேச்சுத் திறன் உதவியது. அருணாவும் சங்கரும் நண்பர்கள் ஆனார்கள். சங்கரின் சிறந்த பேச்சுத்திறன் என்ற பெருங்கொடையால் அருணா மிகவும் ஈர்க்கப்பட்டார். சங்கர் இருக்குமிடத்தில் சோர்வான கணங்கள் எப்போதும் இருந்ததே இல்லை. நெருக்கடியான சூழலிலும் அவர் வெளிப்படுத்தும் நகைச்சுவை உணர்வும், பரப்பும் நல்லுணர்வும் சங்கரின் பிராபல்யத்தை அதிகரித்தன.

பல விஷயங்கள் குறித்தும் அவர்கள் விவாதிப்பார்கள். பாலினம் சார்ந்த விஷயங்கள் குறித்த பார்வையில் இருவருக்கு மிடையே இருந்த பெரும் இடைவெளியும் அதிலடங்கும். மிகப் பெருமளவு படிநிலை நிலவும் இந்தியச் சமுதாயத்தின் சாதி வேற்றுமைகள் குறித்தும் மதம் பற்றியும் அவர்கள் விவாதித்தனர். ‘சொற்பொருளியல்’ *(semantics)* குறித்தும், நாடகத் தொழில்நுட்பம் குறித்தும் நாடகங்களின் கருப்பொருள் குறித்தும் அவர்கள் வாதிப்பதுண்டு. ‘பிரபலமாக இருந்தால் மட்டுமே அதை நல்ல நாடகம் என்று சொல்லிவிட முடியாது; அதுபோல் சமத்துவம் அல்லது நியாயத்தின் கொள்கைகளை, விழுமியங்களை இழிவாகப் பேசுவதைக் கைதட்டல்களால் ஈடுசெய்ய முடியாது’. இருவருக்கும் உணர்வெழுச்சி தரக்கூடியதாக அவர்களது பணி அமைந்தது.

அருணாவின் தோழி நவ்ருதி, அஜ்மீர் மாவட்டத்தின் ஹர்மாரா பஞ்சாயத்தில் 1981இல் குறைந்தபட்ச ஊதியத்திற்காக முதல் வேலைநிறுத்தத்தை ஒருங்கிணைத்தார்; சங்கரும் அருணாவும் அதில் ஒன்றாக இயங்கினர். தனது பொம்மலாட்டப் பொம்மைகளுடன், நகைச்சுவையையும் ஆயுதங்களாக ஏந்தி வந்த சங்கர், வேலைநிறுத்தத்தில் பொதிந்திருந்த வெறுப்புணர்வைத் தணித்தார். இருவருக்கும் இடையிலான நட்பு சுவாரஸ்யம் நிறைந்ததாகத் தொடர்ந்தது.

நிகில் இவர்களை 1983இல் (ராஜஸ்தானில்) சந்தித்தார். அவருக்கு அப்போது வயது இருபது. அமெரிக்காவில் இளநிலை பட்டப்படிப்பு படித்துக்கொண்டிருந்தவர். கல்வி சார்ந்து அவருக்குக் கிடைக்கவிருந்த சிறந்த பணிவாய்ப்பை இறுதி நிமிடத்தில் துறந்தவர். புத்திசாலியான, நேர்மையான, 'நல்ல' மாணவனான தங்கள் மகன், 'கல்லூரி இடைநிற்பவனாக' எப்படி மாறினான் என்று அவரது பெற்றோருக்குத் திகைப்பு. தன் நாட்டு மக்களுக்கு உதவி செய்யவேண்டும் என்ற அவரது தீவிர மனநிலைக்கும் அமெரிக்கச் சூழலுக்கும் இடையில் தொடர்பற்ற நிலை வளர்ந்துகொண்டே போனது. அவர் மக்கள்—அரசியலில் பங்கேற்க விரும்பினார்; ஆகையால், இந்தியாவிற்குத் திரும்ப முடிவெடுத்தார். சங்கரின் நகைச்சுவையும், அசாதாரணத் திறமைகளும் நிகிலை ஈர்த்தன. நண்பர்களான சங்கரிடமிருந்தும் அருணாவிடமிருந்தும் மேலும் கற்றுக் கொள்ள ஆசைப்பட்டார். வாழ்க்கை குறித்தும், சமூகத்திற்குப் பணியாற்றுவது குறித்தும் மூவருக்கும் ஒரேமாதிரியான கனவுகள் இருப்பதை அவர்கள் உணர்ந்துகொண்டனர்.

அவர்கள் மத்தியப் பிரதேசத்தின் ஜப்புவா என்ற சிறுநகரத்திற்குச் சென்றனர். கிராமப்புற இந்தியாவில் சேவை செய்வதற்கான சூழலையும் சரியான அமைப்பொன்றையும் அங்கு தேடினர்; பல்வேறு காரணங்களால் அந்த இடம் சரிப்பட்டு வரவில்லை. மூவரும் தேடலைத் தொடர்ந்தனர். அவர்களின் முதன்மைத் தேவை இதுதான்: ஒரேமாதிரியான அரசியல் கொள்கைகளும், கோட்பாடுகளும், வாழ்க்கை முறை குறித்த விழுமியங்களும், ஒத்துப்போகும் குணங்களும் கொண்ட நண்பர்கள் குழாம். ஜனநாயக நிறுவனங்களின் செயல்பாடுகள் பற்றியும், குடிமக்கள் என்ற முறையில் அவர்களது உரிமைகளைப் பற்றியும் மக்கள் தெரிந்திருக்க வேண்டும்; அமைப்பும் அதன் கட்டமைப்பும் மக்களுடன் சேர்ந்துதான் மலர வேண்டும் என்பதில் அவர்கள் தெளிவாக இருந்தனர்.

மகாத்மா காந்தி, ஜெயப்பிரகாஷ் நாராயண் போன்ற பலரின் வழியில், கட்சி சாராத ஓர் அரசியல் பணியாக

இந்தியாவில் இச்செயல் அமையக்கூடும். ஆட்சியாளர்களின் பார்வையில் விடுதலை என்பது மாற்றம் என்பதைவிடவும் மேலானது. பட்டினி, தீண்டாமை, வறுமை, வன்முறையிலிருந்து விடுதலை பெறுவதற்குச் சமுதாயத்தில் பாரம்பரியமாகத் தொடரும் பாரபட்சமான நடைமுறைகளை மாற்றவேண்டும். அதற்குத் தொடர்ச்சியான மக்கள் இயக்கம் தேவை. மக்களைத் திரட்டுவதன் வழியாகவே டாக்டர் பி.ஆர். அம்பேத்கர் வடிவமைத்த அரசியலமைப்பின் உரிமைகளைப் பெறமுடியும் என்று அவர்கள் கருதினர். இறுதியில், தேவ்துங்ரியில் பணியைத் தொடங்குவது என்று அவர்கள் முடிவெடுத்தனர்.

தேவ்துங்ரி, சங்கரின் கிராமமான லோட்டியானாவிற்கு அருகிலிருந்தது. முப்பத்தைந்து கி. மீ. தூரத்திலிருந்தாலும் சங்கரின் உறவுக்காரர்களும், சமூகத்தினரும் தேவ்துங்ரியில் வசித்தனர். சங்கரின் மனைவி அன்ஷி தனக்குப் பழக்கமான பகுதியில் வசிப்பதை விரும்பினார்; அதனால், அவருக்கும் இந்த ஏற்பாடு ஒத்துப்போனது. சமூகச்சூழல் அவருக்குச் சௌகரிய மாக இருந்தது.

நல்லதொரு வாழ்க்கை வாழவும், சமஊதியம் பெறவும், குழந்தைகளைப் பள்ளிக்கு அனுப்பவும், சுகாதார வசதிகள் பெறவும், மற்றவர்களுக்கு எளிதாகக் கிடைக்கும் வசதிகளைப் பெறவும் ஏழைகளுக்கு வேலை வாய்ப்பு வேண்டும். சட்டத்திற்கு முன் அவர்கள் சமமானவர்களே. ஆனால் அரசாங்கத்தால், அரசியல் அமைப்புமுறையால், சாதியால் பிளவுண்டிருக்கும் சமுதாயத்தால் எல்லா இடங்களிலும் அவர்கள் அசமத்துவத் துடன், இகழ்ச்சியுடன் நடத்தப்படுகின்றனர். அவர்கள் கனவு, நீதியும் சமத்துவமும் நிலவும் உலகம். ஒரு தற்காலிகப் பயணமாகத் தொடங்கிய அது, சங்கர், அன்ஷி, நிகில், அருணாவிற்கு இன்றும் தொடர்கிறது.

கிராமத்தில் ஒரு சிறிய இடத்தை வாடகைக்குப் பெறுவதோ அல்லது விலைக்கு வாங்குவதோ எளிதான காரியமல்ல. வசிப்பதற்கு ஏற்ற இடமொன்றைச் சங்கர் தேடினார். சங்கரின் நெருங்கிய உறவினரான ஹக்கு, தான் பயன்படுத்தாமலிருந்த குடிசையில் வசிப்பதற்கு அவர்களை அனுமதித்தார். அது அவரது இல்லமாக இருந்தது. இறுக்கமாகப் பின்னப்பட்டிருக்கும் கிராமச் சமூகத்திற்குள் இவர்கள் எளிதாக நுழையமுடிந்ததற்கு சங்கர், ஒரு ‘சகோதரனாக’ இருந்ததே காரணம். அருணாவும், நிகிலும் விரைந்து அறிமுகங்களை ஏற்படுத்திக்கொள்ளவும் இது உதவியது. தேவ்துங்ரி கிராமம், ராஜ்சமந்த் மாவட்டத்தி லிருக்கிறது. டில்லியை மும்பையுடன் இணைக்கும் தேசிய

நெடுஞ்சாலை எண் எட்டிலிருக்கும் பீம் என்ற சிறிய நகரிலிருந்து எட்டு கி. மீ தூரத்தில் உள்ளது.

அந்த இல்லத்திற்கு, அந்தக் குடிசைக்கு, தனித்துவமான, தனிப்பட்ட, அரசியல் மதிப்பு உள்ளது. மீண்டும் வரத்தூண்டும், நம்பிக்கையை மீட்டெடுக்கும் இடம் அது; எளிமையின், கூட்டியக்கத்தின் விழுமியங்களுடன் வாழ்வதற்கான ஒரு முயற்சி அந்த இடம். இந்த விவரிப்பைப் பொறுத்தமட்டில் அது சிறப்புமிக்க இடம். இந்த இடத்தில்தான் மிகத்தெளிவாக உரையாடக்கூடிய அடுத்த வீட்டுக்காரரான மோகன்ஜி என்ற தலித், ஆர்டிஐ போராட்டத்திற்கு வடிவம் கொடுத்தார். அவருக்குச் சொந்தமாகக் கொஞ்சம் நிலம் இருந்தது. அவர்களுக்குரிய சட்டப்படியான ஊதியத்தைப் பெறுவதற் காக அதிகாரிகளின் கைகளில் ஏழைகள் படும்பாட்டை அவர் விரிவாக எடுத்துரைத்தார். மோகன்ஜி, தொழிலாளர்கள்மேல் சுமத்தப்பட்ட பொய்க்குற்றச்சாட்டை உடைத்தெறிந்தவர். 'நமக்குத் தேவையான ஆவணங்கள் கிடைக்கவில்லை என்றால், நாம் எப்போதும் பொய்யர்களாகத்தான் இருப்போம்' என்பது அவர் முழக்கம். ஆர்டிஐ போராட்டத்தின் திருப்புமுனை இது தான். ஊழலுக்கும், அதிகாரத்தைத் தன்னிச்சையாகப் பயன் படுத்துவதற்கும் எதிரான கருவியாக வெளிப்படைத்தன்மை யின் தர்க்கரீதியான பங்களிப்பு முக்கியம்என்பதை இந்த எளிய வாக்கியம்தான் கண்டறிந்தது.

இந்த வீட்டில் நடந்த விவாதங்களும் உரையாடல்களும் தான் ஆர்டிஐக்கான சங்கதனின் போராட்டத்தை வரையறுத்தன.

❍

மக்களுடன் வாழ்வது பல காரணங்களால் முக்கியத்துவம் வாய்ந்ததாக இருந்தது, இருக்கிறது. நமது வாழ்க்கையின் வரம்பு களுக்குள் மக்களின் பிரச்சினைகளைப் புரிந்துகொள்வதற்கு ஒரேவழி இதுதான். எந்தவொரு குழுவினரின் பணியையும், மக்களின் கண்ணோட்டத்தில் மதிப்பீடு செய்வதுதான் முக்கிய மானது. வேலையையும், விழுமியங்களையும் பகிர்ந்துகொள்வதற்கு நல்லதொரு, நடைமுறை வழி இது. தேவ்துங்ரிக்கு வருவதற்குமுன் ராஜஸ்தானின் கிராமப்புறங்களில் ஒன்பது ஆண்டுகள் ஆற்றிய பணியிலிருந்து அருணா இதைக் கற்றுக்கொண்டார். இந்தப் புரிதலுடன்தான் சங்கர் வளர்ந்தார்.

தேவ்துங்ரிக்கு மிகவும் ஆரம்பத்தில் வருகை தந்தவர்களில் ஒருவர் ரஜ்னி பக்ஷி. சுதந்திரமாகச் செயல்படும் பெண் பத்திரிகை யாளர். சங்கதனின் மிக நல்ல நண்பர். அடிக்கடி வருகை தருபவர், அந்தக் குடும்பத்துடன் வசிப்பவர். தொடக்க ஆண்டுகளின்

காலவரிசைப் பதிவாக அவரது எழுத்து அமைந்தது. அவரது பல வருகைகள் குறித்த இயல்பான படைப்பு அது:

தேவ்தூங்ரி: தார்ச் சாலையோரத்து வாழ்க்கை

ஆரவல்லி மலைத்தொடரின் வடக்கு எல்லையில், தனித்துத் தெரியும் உயரம் குறைவான அந்தக் குன்றில் கரடு முரடான கற்களால் கட்டப்பட்டுக் களிமண் ஓடுகள் வேயப்பட்ட சிறிய கோவில் இருக்கிறது. அதனுள் இருக்கும் கிராம தேவதை அல்லது கிராம தெய்வம், அந்தப் பழமையான, சுறுசுறுப்பான பாதையின் எல்லைக் காவல் தெய்வமாக நிற்கிறது...

தேவ்தூங்கூர் என்ற அந்தச் சிறிய கோவில் அமைந்திருக்கும் சிறுகுன்றின் அடிவாரத்தில் தேவ்தூங்ரி கிராமம் அமைந்துள்ளது. அதன் கிழக்கெல்லையில், மரங்களற்ற குன்றின் சரிவில் அந்த வித்தியாசமான குடும்பம் வசிக்கிறது. களிமண்ணும் கற்களும் கொண்டு கட்டப் பட்டிருக்கும் அந்த வீடு பலவகையான விருந்தினர்களை வரவேற்கிறது. அந்த வீட்டுச் சமையலறையின் மண்தரை யில் குந்தியிருக்கும் அடுத்த வீட்டுக்காரர், மாநிலத் தலைநகரிலிருந்து வந்திருக்கும் மூத்த அதிகாரி ஒருவருடன் உணவருந்துவார்; அல்லது மும்பையிலிருந்து வந்திருக்கும் பத்திரிகையாளருடனோ அல்லது பக்கத்து மாவட்டத்திலிருந்து வந்திருக்கும் சாதாரண விவசாயி யுடனோ அமர்ந்து சாப்பிட்டுக் கொண்டிருப்பார். காலப்போக்கில் இந்த வீட்டில் வசித்தவர்களின் பெரும் முயற்சிகளில் அடிக்கடிப் பங்கேற்றிருக்கிறேன்; அவர்க ளுடன் சேர்ந்து உரத்துச் சிரித்திருக்கிறேன். வீடு பெருக்குதல், ஆடுகளுக்குப் புல்லும் தழையும் கொடுப்பது போன்ற தினசரி வீட்டுவேலைகளின் மத்தியில் இந்த வீடு சில நேரங்களில் எனக்கு 'பாபுவின் குடிலை' நினை வூட்டும். ஆனால் ஒற்றுமைத்தன்மையை எடுத்துரைப்பது கடினம். அந்தக் 'குடிலுடனோ' அல்லது அதில் வசித்த, வரலாற்றை உருவாக்கிய மனிதருடனோ செய்யக்கூடிய எவ்விதமான ஒப்பீடும் என்னை வரவேற்று உபசரிப்பவர் களுக்குச் சங்கடத்தை உண்டாக்கும். மிகவும் இயல்பான, இயலக்கூடிய எளிமையான வழிகளில் வாழ்வதற்கும் பணியாற்றவும் அவர்கள் முயல்கிறார்கள்.'[3]

பட்டாச்சார்ஜியும் இப்படி விவரிக்கிறார்:

அந்த வீடும் அதன் சூழலும் தேவ்துங்ரிக்கு மக்களை வரவழைத்தன. அந்த வீட்டில் வசித்த மனிதர்கள்

கட்டுப்பாடும் தன்னல மறுப்பும் நிறைந்த வாழ்க்கையை வாழ்ந்தனர்; பரந்து விரிந்த உலகிலிருந்து மாற்றத்திற்கான சிந்தனைகளைத் தம்முடன் கொண்டுவந்திருந்தனர்; அருகிலிருந்த கிராமத்தவர்கள் தங்களது பிரச்சினைகளைப் பகிர்ந்துகொள்ளவும் விவாதிக்கவும் அங்கு விரைந்து வரத்தொடங்கினர். இந்திய நகரத்தின் மேல்வர்க்கத்தைச் சேர்ந்த தனது இரண்டு சகாக்களின் கனவுகளைக் கிராமப்புற யதார்த்தத்துடன் சங்கர் சிங் இணைத்தார். அருகிலிருந்த ஓர் இடத்தில் பிறந்தவர் அவர்; புதிய கருத்துகளை, கிராமத்துச் சொற்பிரயோகங்களில் தனது பாடல்களில் வெளிப்படுத்தும் திறன் பெற்றவர்; அவர் நடத்திய சிறு நாடகங்களும் பொம்மலாட்டங்களும் மொழித்தடையை வென்றெடுக்க உதவின. வழிவழியாகத் தொடர்ந்து பின்பற்றப்பட்ட சமுதாய அநீதிகளை எப்படி எதிர்ப்பது என்பதில் தினந்தோறும் மாலைநேரங்களில் நடந்த விவாதங்கள் அதிகக் கவனம் செலுத்தின. [4]

தேவ்துங்ரி குடும்பத்தினர் வெளிப்படையாக இப்படி ஒதுக்குப்புறமாக வசித்து வருவது குறித்து, நண்பர்களும், சமூக அரசியல் ஆர்வலர்களும் அக்கறை கொண்டனர், கவலையடைந்தனர். வாழ்க்கையில் வறுமை குறித்தும் சமத்துவமற்ற நிலை குறித்தும் தொடர்ந்து நடந்துகொண்டிருந்த முடிவுறாத விவாதங்கள், வெளியுலகத்துடன் அவர்களது தொடர்புகளை உயிர்ப்புடன் வைத்திருந்தன. தேவ்துங்ரிக்குப் பயணம் மேற்கொள்வது மிகவும் சிரமமானது. எந்த ரயில் பாதையிலும் அந்த இடம் இல்லை. விமான நிலையத்தின் அருகிலும் இல்லை. சாலை வழியாகத்தான் அந்த இடத்திற்குப் போகமுடியும். உதய்ப்பூரிலிருந்து அஜ்மீர் செல்லும் முக்கியமான நெடுஞ்சாலையில் அந்த ஊர் இருக்கிறது. மற்றொரு இந்தியாவைக் காட்சிப்படுத்தும் ஒரு மாபெரும் தொலைக்காட்சித் திரைதான் தேசிய நெடுஞ்சாலை எண் 8. தேவ்துங்ரியும் அங்கு வசிப்பவர்களும் ஆடம்பரமான கோச்சுகளையும், கார்களையும், க்ரேன்களையும், லாரிகளையும் ட்ரக்குகளையும் பல்வேறு வடிவங்களிலும் அளவுகளிலும் பார்க்கிறார்கள்; விநோதமான, திகைப்பூட்டும் தொழில்நுட்பத்தை அந்த உருவங்களில் தரிசிக்கின்றனர்.

அஜித் பட்டாச்சார்ஜியும் பிரபாஷ் ஜோஷியும் நண்பர்கள். பிரபலமானவர்கள், முன்னாள் பத்திரிகை ஆசிரியர்கள். பிரபாஷ் ஜோஷி தனது முதல் விஜயம் குறித்து வேறு எவரும் பின்பற்ற முடியாத பாணியில் வெளிப்படையாக எழுதுகிறார்:

சிறிது காலம் முன்பு பாபுவின் குடிலைப் பார்க்க சேவாகிராம் சென்றபோது ஏற்பட்ட அதே உணர்வுகள்

தான் முதன்முதல் தேவ்துங்ரிக்கு வந்தபோதும் எனக்கு ஏற்பட்டது.

அந்த இடங்களுக்குச் சென்று பார்க்கும் வாய்ப்புக கிடைக்காத வரையிலும், பீம், தேவ்துங்ரி போன்றவை மற்ற இடங்களைப்போல் சாதாரணப் பெயர்கள்தான். ஒரு கடும் கோடை மதியத்தில், மே மாதம் முதல்தேதியில் ஜீப் ஒன்றில் அங்குச் சென்றேன். ஆரவல்லிக் குன்றுகளைச் சூரியன் மிக மூர்க்கமாகச் சுட்டெரித்துக் கொண்டிருந் தான். சுரங்கம் தோண்டுபவர்களால் அந்தப் பிரதேசம் நாசமாகிக்கொண்டிருந்தது. கண்கள் குருடாகிப் போகு மளவிற்கு ஜீப்பின் கண்ணாடிகள் சூரியக் கதிர்களைப் பிரதிபலித்தன. எனினும், அந்த வெயிலிலும் மக்கள் வேலை செய்துகொண்டிருந்தனர்; வீடுகள் கட்டிக்கொண்டிருந் தனர்; சுரங்கப் பணிகளில் ஈடுபட்டிருந்தனர்; களிமண்ணை யும் கற்களையும் அப்புறப்படுத்திக் கொண்டிருந்தனர்.

பீம் நகரிலிருந்து அன்றிரவு நாங்கள் தேவ்துங்ரிக்குத் திரும்பினோம். ரொட்டியும் காய்கறிகளும் சாப்பிட்டோம். 'சுல்கா' ஒன்றில் அருணா ரொட்டிகள் தயாரித்தார். வீட்டிற்கு வெளியிலிருந்த மண்தளத்தில் உறங்கச் சென்றோம். காலையில் கண்விழித்தபோது, குல்மோகருக்கும் போகைன்வில்லாவிற்கும் இடையில் சூரியன் எழுந்து கொண்டிருந்தான். குன்றுகள் நிறைந்திருப்பதால் துங்ரி என்பதும், குர்ஜார்களின் கடவுள் தேவ்நாராயண்ஜி பெயரால் தேவ் என்பதும் சேர்ந்து தேவ்துங்ரி என்று அந்தக் கிராமத்திற்குப் பெயர். அந்தப்பகுதி வீடுகள் போலவே, கோவிலின் கூரையும் மண்ஓடுகளால் ஆனது. மண்ணால் அமைந்த வீட்டின் தரையும் சுவர்களும் சுத்தமாக மெழுகப்பட்டிருக்கும். சற்றுத் தள்ளியிருக்கும் ஒரு குடிசைதான் குளியலறை; அதன் புறத்தே வளரும் மூங்கில்களுக்குக் கழிவுநீர் பயன்பட்டது. கொல்லைப் புறத்தில் கழிப்பறை. அதுவும் ஒரு குடிசைதான்... நேர்த்தி யாக, சுத்தமாக, துர்நாற்றம் அடிக்காமல், ஓர் ஐந்து நட்சத்திர விடுதியில் இருப்பதைக் காட்டிலும் சிறப்பானதாக.[5]

நண்பர்கள் நம்பிக்கையற்று இருந்தனர்; ஒட்டுமொத்த முயற்சியும் அவர்களுக்கு ஒரு கற்பனைபோல் தோன்றியது. சேமிப்பிலிருந்து தானியம் போட்டு வளர்க்கப்படும் அப்பகுதி யின் இனத்தைக் காட்டிலும் அதிகமாகப் பால் தரும் அந்த வெள்ளாடும் கற்பனையில் அடக்கம்! எளிமையான வாழ்க்கை, வெள்ளாடு - இப்படி அனைத்துமே, ரம்மியமான கிராமம் ஒன்றின் மாயத்தோற்றத்தை மீட்டுருவாக்கும் முயற்சிகளாகத்

தோன்றின. சிறப்பாகச் சொல்லவேண்டும் என்றால், தொடக்க எதிர்வினை நம்பிக்கையின்மைதான்: 'நாகரிக உலகிற்கு நீங்கள் திரும்பி வந்தால் நாங்கள் வியப்படைய மாட்டோம்!'

முயற்சிகளுக்கு ஏதாவது பலன் கிடைக்குமா என்பது பற்றி எவரும் அறிந்திராத தொடக்கநாட்கள் பற்றிச் சங்கர் இவ்வாறு நினைவுகூர்கிறார்:

> தேவ்துங்ரி ஒரு சிறிய கிராமம்; பதினைந்திலிருந்து இருபது வீடுகள் கொண்ட சிறிய குடியிருப்பு; நாங்கள் வசிக்க ஓர் இடம் கிடைத்தது. சுடப்பட்ட மண் ஓடுகள் வேய்ந்த சிறிய வீடு, சமையலறையுடன் கிடைத்தது. . . வீட்டைச் சீரமைப்பதிலும், கொஞ்சம் மாற்றியமைப்பதிலும் தொடக்கத்தில் சில நாட்களைச் செலவிட்டோம். நானும் அருணாவும், நிகிலும், அன்ஷியும் அந்த வீட்டில் 1987லிருந்து தொடர்ந்து வசிக்கத் தொடங்கினோம். எப்படித் தொடங்குவது என்று நிச்சயமாக எங்களுக்குத் தெரியவில்லை. ஆனால், என்ன செய்யக்கூடாதென்று எங்களுக்குத் தெரிந்திருந்தது. அதாவது நிதிஉதவி தேவைப்படும் திட்டங்களை எடுத்துக்கொள்ளக்கூடாது அல்லது நிறுவனம் எதையும் நடத்தக்கூடாது.
>
> ஜெய்ப்பூர் வளர்ச்சி ஆய்வு நிறுவனத்தின் மேற்பார்வையில் நாங்கள் நடத்திய குறைந்தபட்ச ஊதியம் குறித்த ஆய்வுப் பணியின் மூலம் வாழ்க்கை நடத்தத் தேவையான குறைந்த பட்ச ஊதியம் கிடைத்தது. இந்த ஆய்வைச் செய்து கொண்டே, அருகிலிருந்த கிராமங்களுக்குச் சென்று சிறிய அளவில் கூட்டங்கள் நடத்தத் தொடங்கினோம். மக்களைத், தனித்தனியாகச் சந்தித்துப் பேசினோம்.[6]

அந்தச் சமூகத்துடன், அவர்களது கிராமத்தில் வாழ்வதும் அவர்களது தினசரி வாழ்க்கையில் பங்கேற்பதும் முக்கியமான தாக இருந்தன. எளிமையான தினசரி நடவடிக்கைகள் மூலம் தொடர்ச்சியாக பிரச்சினைகளை எடுத்துப் பேசுவதற்கான வாய்ப்பை எங்கள் குழுவினருக்கு அது அளித்தது.

> இவ்வாறான தொடர்ச்சியான உறுதியான செயல்பாடுகள் மூலம்தான் மதிப்பீடுகள் எதிர்கொள்ளப்பட்டன, மாற்றப் பட்டன. பல்வேறு சர்ச்சைகளையும் விவாதங்களையும் அவர்கள் எழுப்பினர். ஆண்களுக்கும் பெண்களுக்குமான வேலைப்பங்கீட்டில் இது தொடங்கியது (ஆண்கள் தலையில் நீர் சுமந்து வருவதும், பொதுஇடத்தில் பாத்திரங் களைக் கழுவுவதும்); தீண்டாமை பற்றியும் பேசப்பட்டது (ஒரே பானையிலிருந்து நீர் அருந்துதல், கிணற்றிலிருந்து

குடிநீர் கொண்டு வருவது); சுத்தம், சுகாதாரம் தொடர்பான பிரச்சினைகள்; சமுதாயத்தொடர்புகளுக் கான விதிகள்; மரியாதைக்கும் சமயச்சடங்குகளுக்கும் இடையிலான வேறுபாடுகள் போன்றவை.

இவையனைத்தும் வாதிடுவதற்கான விஷயங்களாகவும் அல்லது சிலநேரங்களில் கருத்துவேறுபாட்டிற்கான விஷயங்களாகவும் அமைந்தன. அனைவரும் ஒரே இடத்தில் ஒரே தரநிலையில் அமர்ந்து பேசுவதும், வருகைதரும் அனைத்து வர்க்கத்தினருக்கும் ஒரே உணவை வழங்குவதும் கோபத்தையும், விமர்சனத்தையும், திகைப்பையும் தூண்டின. கிராமத்திற்கு வந்த இந்தப் புதியவர்கள் இந்த விதிகளைப் பொருட்படுத்தவில்லை; சமத்துவத்திற்கும் மனிதத்தன்மைக்கும் முன்னுரிமை அளித்தனர். இதனால் வன்முறை வெடிக்கச் சாத்தியமான சூழல்களை அடிக்கடி எதிர்கொண்டு, தீர்க்க வேண்டிய நிலைமைகள் உருவாகின.[7]

மனிதர்கள் இவ்வாறு தினசரி வாழ்வில் சச்சரவுகளை எதிர்கொள்வதும், கையாள்வதும், சிந்தனைக்கும் செயலுக்கும் இடையிலான இடைவெளியைக் குறைக்க உதவும். ஒருவர் என்ன செய்தார் அல்லது என்ன செய்யத் தவறினார் என்பது பற்றித் தினசரி ஆய்வு செய்வது முக்கியமானது.

மக்களை அறிந்து கொள்ளல்

வசதியானவராக வெளிப்படையாகத் தெரியும் இந்த இந்தியர்கள், சுரண்டுவதை விட்டுவிட்டு, இப்படி இதுபோன்ற மோசமான சூழல் நிறைந்த இடத்தை வசிப்பதற்குத் தேர்ந் தெடுக்கும் ஆபத்தில் இறங்குவார்கள் என்று அந்தக் கிராமப்புற மக்கள் கற்பனை செய்திருக்கமாட்டார்கள். நகரத்தின் வசதிகளைத் துறந்து, கழிப்பறை வசதியற்ற, தண்ணீர்ப் பஞ்சம் நிறைந்த, மின்சாரத் தட்டுப்பாடு நிலவும் சிரமமான வாழ்க்கை நிலைமை களுக்கு மாறுவது அவர்களுக்கு எளிமையான தேர்வாக இருக்காது. உண்மையில், இங்குக் குடியேறிய ஓராண்டிற்குப் பிறகுதான், அனில் போர்டியா என்ற நண்பர் அளித்த நன்கொடையைக் கொண்டு ஒரு கழிப்பறையைக் கட்டினோம். அவர்கள் பார்த்திருந்த விஷயங்களின் அடிப்படையில்தான் அவர்களது தொடக்கக்கேள்விகள் இருந்தன: 'இவர்கள் சுரங்கம் தோண்ட வந்தவர்களா? அல்லது தொழிலாளர்களை ஏற்பாடு செய்யவந்த ஒப்பந்தக்காரர்களா? மதிப்பிற்குரியவர்கள் என்ற முத்திரை யுடன் வராத இந்த மனிதர்களை ஒருவர் எப்படி எடுத்துக் கொள்வது?' அனைவரது கற்பனையும் கட்டவிழ்ந்து சென்றது.

கிராமத்தில் உங்களால் எதையும் அதிகமாக மறைத்துவிட முடியாது. திறந்த சட்டகங்களுக்குள்தான் இந்தியக் கிராமங்கள் வாழ்கின்றன. இரவு நேரங்கள் தவிர்த்து மற்றச் சமயங்களில் அங்குக் கதவுகள் மூடப்படாது; யாருக்காவது அனுமதி மறுக்கப் பட்டால் அச்செயல் சந்தேகங்களைத்தான் எழுப்பும். ஏதோ மறைக்க விரும்புகிறார்கள் என்று விமர்சிக்கப்படும். ஆர்வத்தின் அளவு உயரும், துருவி ஆராயும் செயலாக அது மாறும்.

எனவே, எங்களது உடைமைகள் சிலவற்றைக் குடிசைக்குள் கொண்டுவந்தபோது அவை ஆர்வத்துடன் பார்க்கப்பட்டன. அதிகஅளவுக்கு அனுமானங்கள் நிலவின. உள்ளே வந்த 'வசதி களில்' வழக்கமான ஃபர்னிச்சர்கள் ஏதும் கிடையாது. இரண்டு இரும்புக்கட்டில்கள்; அவற்றிற்கு மிகவும் குட்டையான கால்கள். வித்தியாசமான அந்தக் கட்டில்களைப் பார்க்க பலரும் வந்தனர். மற்றும் பலர், புதிதாக வந்தவர்கள் எப்படி வாழ்கிறார்கள் என்று சும்மா எட்டிப்பார்த்துச் சென்றனர். பல்வேறு ஊகங்களுடன் தான் மனிதர்கள் அங்கு வந்தனர். பெரும்பாலோர் ஆர்வத்துடனும், மற்றவர்களுக்கு வேலை வாய்ப்பு ஏதேனும் இருக்குமா என்று பார்ப்பதற்கும். தங்களைப் பற்றித் தற்பெருமையாகக் கூறிக் கொள்ளவும் சிலர் வந்தனர். இராணுவத்தில் ஜவானாக இருந்தேன் என்று சொல்லிக்கொண்டு வந்தவர் துர்கா சிங். வசதியற்ற, தவறாக வழிநடத்தப்பட்ட இந்த மனிதர்களைப் பரிதாபத்துடன் அவர் பார்த்தார்.

கிராமத்திற்குப் புதிதாக வந்தவர்கள் அனைத்து வேலை களையும் தாமே செய்துகொண்டனர்: நிகில், அருணா, சங்கர், அன்ஷி ஆகியோர் கிணற்றில் நீர் சேந்தி வருவது தொடங்கி, சமையல் செய்வது, வீட்டைப் பெருக்குவது என்று அனைத்தையும் செய்தனர். கிராமத்தில் பால் கிடைப்பது அரிது. அதனால் வெள்ளாடு ஒன்று தேவைப்பட்டது. ஆனால், அதன் தேவைகளைக் கவனிக்க வீட்டிலேயே ஒரு நபர் இருக்க வேண்டியிருந்தது. குழந்தைகள் போல் விலங்குகளுக்கும் தாயின் கவனிப்புத் தேவை!

நகோதாஜியின் கிணற்றிலிருந்துதான் குடிநீர் கொண்டு வரப்பட்டது. அதே கிணற்றில் இருந்துதான் அனைவரும் நீர் சேந்தினர்; அந்த இடத்தில் போலியான வழக்கங்கள் பாரம்பரிய மாகத் தொடர்ந்தன; அவர்களது 'முக்தியை' அதாவது அந்தத் தண்ணீர்ப் பானையைத் தலித்துகள் தொட்டுவிடக்கூடாது. பானையைத் தூக்குவதற்கு உதவும்படி ஒரு நாள் சங்கரின் மகள், நகோதாஜியைக் கேட்டதற்குப் பெரும் எதிர்ப்புக் கிளம்பியது. வீட்டுவாசலில் ஒட்டுமொத்தக் கிராமமும் கூடிவிட்டது; எங்கள் அனைவரையும் வன்மையாக ஏசத்தொடங்கினர். வன்கொடுமைத் தடுப்புச்சட்டத்தின்படி நடவடிக்கை

எடுப்போம் என்று பயமுறுத்திய பின்புதான் கலைந்து சென்றனர்.

ஆனால், அனைத்துமே எங்களுக்கு எதிரானதாக இல்லை. எதிர்ப்பின்றியும் ஏராளமாக வந்தனர். பலர், நல்ல நண்பர்களாயினர். சமத்துவம் மற்றும் பாரபட்சம் தொடர்பான பேச்சு வார்த்தைக்கு அப்பாற்பட்ட கொள்கைகள் தவிர்த்து, அங்கு நிலவிய வேறுபாடுகளை எடுத்துரைத்தனர். விவாதங்கள் தொடர்ந்து நடந்தன: வட்டிக்கடைக்காரனிடமிருந்து கடன் வாங்குதல், அதிமாகச் செலவுசெய்யக் கட்டாயப்படுத்தப்படும் இறுதிச் சடங்குகளால் ஏழைகள் பெருங்கடனில் மூழ்குதல், சாதியக் கட்டுப்பாடுகள் போன்றவை குறித்துப் பேசப்பட்டன. அத்துடன் மிகவும் குறிப்பாக பாலினப் பாரபட்சங்கள், பொது இடங்களில் அமர்வதில் சமூகப்படிநிலை பார்ப்பது, பெண்கள் குன்காட் அணிவது (முகத்தை மறைத்துக்கொள்வது) போன்றவையும் பேசப்பட்டன. அத்துடன் விவாதிக்கப்பட வேண்டிய சமுதாய, அரசியல் பிரச்சினைகளும் அதில் இருந்தன. மாற்றம், படிப்படியாக வரையறுக்கப்பட்டது.

இவ்வகையான அனைத்து ஊகங்களுக்கு மத்தியில்தான் லால் சிங் வந்தார். நிகிலும், அருணாவும் அதை நினைவு கூர்கின்றனர்:

> பன்னிரண்டு கி.மீ. தள்ளியிருந்த சோஹன்கார்க் என்ற இடத்தில் லால்சிங் வசித்து வந்தார். தேவ்துங்ரியில் உறவினர்களைப் பார்க்க வந்தபோது ஜெய்த் சிங்கின் வீட்டில் வசிக்கும் வித்தியாசமான மனிதர்கள் பற்றி அவர் காதில் விழுந்திருக்கிறது. அவர்களைப்பற்றி மேலும் அதிகமாகத் தெரிந்துகொள்ள அவர்களைப் பார்ப்பதற்கு வந்தார். அவர் போலிஸ் கான்ஸ்டபிளாக வேலை பார்த்தவர். உயர் அதிகாரிகள் போலிஸ்காரர்களை வீட்டுவேலைகளுக்குப் பயன்படுத்துவதை எதிர்த்து சகாக்கள் நடத்திய தர்ணாவில் அவரும் கலந்துகொண்டார். வேலையிலிருந்து ஒட்டுமொத்தமாக அனைவரும் தூக்கப்பட்டனர். மற்றவர்கள் நீதிமன்றத்திற்குச் சென்றபோது, இவர் வீட்டிற்கு வந்துவிட்டார். அதற்குப் பல்வேறு காரணங்கள். போலிஸ் நிர்வாகத்தில் நிலவிய ஊழல்களால் அவர் சோர்ந்துவிட்டார். ஆகவே, அந்த வேலைக்குத் திரும்பவேண்டாமென முடிவெடுத்தார்.
>
> இரண்டு ஆட்டுக்கொட்டகைகளை இணைத்து சமையலறையாக மாற்றியமைக்க மேஸ்திரி ஒருவர் தேவைப்பட்டார். லால் சிங் நேர்மையானவர். அவரை

அந்த வேலைக்கு வைத்துக்கொள்ளலாம் என்று சிலர் கூறினர். அவரிடம் வேலை வாங்குவதற்குள் உங்களுக்கு வயதாகிவிடும் என்று யாரோ அவரைப் பற்றி அருணா, சங்கர், நிகிலிடம் கூறியிருக்கின்றனர். 'நேர்மை' குறித்து எங்களுக்கிருந்த முட்டாள்தனமான ஆர்வத்தைச் சொல்லிச்சொல்லி அவரைப் பார்த்தும், எங்களைப் பார்த்தும் அவர்கள் சிரித்தனர். பிற்பாடுதான் தெரிந்தது. அவர் நல்ல மனிதர்தான்; ஆனால், 'மேஸ்திரி' லால்சிங்கின் திறன்கள் மிகச் சாதாரணமானவை. முதல் மழைக்கே கூரை தாங்கவில்லை, சமையலறைக்குள் வெள்ளம் புகுந்து விட்டது. சமையலறையிலிருந்து தண்ணீரை இறைத்து வெளியேற்ற ஒரு மதியம் முழுவதையும் அன்ஷியும் அருணாவும் செலவழித்தனர். ராஜஸ்தானில் மழை குறைவாகத்தான் பெய்யும் என்பதைக் கணக்கில் கொண்டால்தான், லால் சிங்கின் வேலை எவ்வளவு மோசம் என்பதை உணரமுடியும். ஆனால், காத்திரமான நட்புறவுக்கு இது அடிகோலியது; சங்கதனின் அஸ்திவாரத்தைக் கட்டமைத்தது.

லால்சிங் எதையும் தயக்கத்துடன் அணுகும் தலைவர். அவரது நேர்மையின் மீது அந்தச் சமூகத்திற்கு மகத்தான நம்பிக்கை. தகராறுகளைத் தீர்த்துவைக்கும் மத்தியஸ்த ராகக் கிராமத்தினர் அவரை நியமித்தனர். எளிமை யானவர், புத்திசாலி, பரிவுள்ளவர், அச்சமற்றவர். [8]

குடிசைக்குத் தொடர்ந்து வருகை தந்த மற்றொருவர் மோத் சிங். உடல்நிலை சரியில்லாதவர்; அதனால் வெளியூர் சென்று அவரால் வேலை தேடமுடியவில்லை. எனவே, தொடர்ந்து தேவ்துங்ரியில் வசித்தார். அரசாங்கம் மேஸ்திரி வேலை கொடுத்த ஒரு சிலரில் ராம்சிங்கும் ஒருவர். மோத் சிங் அவரது சகோதரர். எப்போதும் வறுமையின் விளிம்பில்தான் அவர்இருந்தார். புத்திசாலி, நகைச்சுவை உணர்வுகொண்டவர். மோத் சிங் ஒரு சிறந்த கதைசொல்லி; அனைத்துக் கிராமங்களும் இவரைப் போன்ற கதைசொல்லிகள் சிலரைப் பெற்றிருப்பதில் பெருமை கொள்ளலாம். அவர்களை எளிதில் மறக்கமுடியாது. கற்பனைக் கதைகளிலிருந்தும் நீதிக்கதைகளிலிருந்தும் வெளிவந்தவர் போல் தோன்றுவார்கள்.

குழுவினர் குறித்து மோத்சிங் ஆர்வமுடன் இருந்தார். அவருக்குக் கலகலப்பாக உரையாட வேண்டும். புதியவர்களுக்குத் தனது கதைகள் பிடிக்கும் என்பது அவருக்குத் தெரியும். கிராமத்தவர் மத்தியில் அவரது கதைகள் ஏற்கனவே பிரபல மானவை. ஆனால், ஒரு செய்தித்தொடர்பாளரின் அசாத்தியத்

திறமையுடன், கதைகளையும், அவற்றைக் கேட்போரையும் அவர் தேர்ந்தெடுப்பார். நாங்கள் சுரங்க வேலை தொடர்பாக வந்தவர்கள் அல்ல என்று விரைவில் அவர் தெரிந்துகொண்டார். தொழிலாளிகள் குறித்து அவர்களுக்கு இருந்த அக்கறையைக் கொண்டு அவர்கள் யாராக இருக்கும் என்று முடிவெடுக்கும் அளவுக்குச் சூட்சம புத்தி கொண்டவர். வியாபார நோக்கத் துடன் அவர்கள் வரவில்லை என்பதும் அவருக்குத் தெளிவாகப் புரிந்தது. கிராமத்தின் அமைதியின்மையை ஏற்படுத்தும் தீண்டாமையை வெளிப்படையாக நாங்கள் எதிர்த்ததை அவர் பார்த்தார்; அதன் அடிப்படையில் மோத் சிங் கதைகளைக் கவனமாகத் தேர்ந்தெடுத்தார். எங்களுக்குத் தொடக்கத்தில் ஆதரவு தந்தவர்களின் மனத்தில் அவை அழிக்கமுடியாமல் பதிந்தன. நடைமுறை வாழ்வில் அவர்கள் சந்திக்கும் பஞ்சம், அவர்களது கண்ணியம், ஏழ்மை, பட்டினி போன்றவற்றைப் பேசும், நம்பிக்கைகள் விரக்தியாக மாறிப்போகும் அவலங் களைக் கூறும் ஆற்றல் மிக்க உருவகக் கதைகள்.

உத்திரத்துப் பானை

ஒரு காலத்தில் மிகக் கொடிய பஞ்சத்தால் ராஜஸ்தான் பாதிக்கப்பட்டது. அப்பா, அம்மா, ஐந்து குழந்தைகள் என்று ஏழுபேர் கொண்ட குடும்பத்திற்கு அது மிக மிக மோசமான நேரம். கிணறுகள் அனைத்தும் வற்றிப்போய் விட்டன. நிலத்தில் எதுவும் விளையவில்லை. நாவல் போன்ற சிறு பழங்களையும் கிடைக்கும் கீரைகளையும் தின்று தீர்த்தாகிவிட்டது. கால்நடைகள் இறந்துபோயின. அல்லது அவை அவற்றின் பாட்டைப் பார்த்துக் கொள்ளட்டும் என்று கைவிடப்பட்டன. எங்கும் வேலை கிடையாது. எங்காவது வெளியூர் சென்று வேலை தேடலாம் என்று அப்பாவும் அம்மாவும் முடிவு செய்தனர். வேலை செய்து பணம் கிடைத்தால், நிச்சயம் உணவை வாங்கிவிட முடியும்!

வீட்டை விட்டுச் செல்லும் முன், அந்த வீட்டுக் கூரையின் உத்திரம் போன்ற மரத்தில், உண்டியல் போன்று சிறுபானை ஒன்றைத் துணியால் சுற்றித் தொங்க விட்டனர். குழந்தைகளிடம், அந்த மூட்டையில் தானியம் இருக்கிறது என்று கூறினர். வீட்டிற்குத் திரும்பியபிறகு, அதனைச் சமைத்து அனைவரும் சாப்பிடலாம் என்றனர். பட்டினியால் வாடிய அந்தக் குழந்தைகள் பல மாதங்கள் காத்திருந்தனர். மிகவும் குறைவாகவே எப்போதாவது சாப்பிடக் கிடைத்தது. உத்திரத்தில்

தொங்கும் அந்த மூட்டை அவர்களது நம்பிக்கையை உயிர்ப்புடன் வைத்திருந்தது.

பல நாட்களுக்குப் பிறகு அம்மாவும் அப்பாவும் ஊர் திரும்பினர். கையில் எதுவுமில்லை. குழந்தைகளைப் போலவே அவர்களும் எலும்பும் தோலுமாக மாறியிருந் தனர். 'மூட்டையைக் கீழே இறக்குவோம்' என்று குழந்தைகள் கத்தின. அம்மாக்காரி மூட்டையை இறக்கி னாள். அந்தப் பானையில் ஒன்றுமே இல்லை. அதிர்ச்சியும் திகிலும் அந்தக் குழந்தைகளின் உயிரைப் பறித்தன. நம்பிக்கை மரித்துப் போய், விரக்தி நம்மை ஆட்கொள்ளும் போது, வாழ்க்கை நழுவி ஓடிப்போகிறது.

'நம்பிக்கையை இழப்பதுதான் இறுதி முடிவு' என்றார் மோத் சிங். அரசாங்கம் அதன் கட்டமைப்பின் உத்திரங் களில் ஏதோ ஒன்றில் நமக்கான பானையைத் தொங்க விடுகிறது. அது காலிப்பானை என்பது விவேகம் நிறைந்தவர் களுக்குத் தெரியும். உயிர்வாழ விரும்புகிறவர்கள் பானை நிரம்பியிருக்கிறது என்று நம்புகிறார்கள். வாழ்க்கை நகர்ந்து முன்செல்கிறது. அரசாங்கத்தின் உறுதிமொழிகளும் இது போன்றவைதான். உங்களால் என்னதான் செய்துவிட முடியும்?' எதிர்த்து நிற்பது என்பது உண்மையில் ஒரு தீவிரமான செயல்![9]

வறுமை மோத்சிங்கிற்கு நெஞ்சக நோயைத் தந்தது. இந்தியா முழுவதிலும் இறந்து போகும் லட்சக்கணக்கான மற்றவர்களைப் போலக் கண்ணுக்குத் தெரியாத அந்த வலையின் ஊடாக விழுந்து, மெதுவான, அகால மரணத்திற்கு இரையானார்.

பலர் இறந்துபோயினர், ஏன், இளம் வயதிலேயே இறந்தனர். இடம்பெயர்தல் ஒரு தவம் போன்றது. நகரங்களில் வாழ்க்கை நிலை மிகக்கொடியது. நோய்களும் அந்நியத் தன்மையும் நிறைந்தது. சமூகப் பாதுகாப்பு கிடையாது. இரக்கமற்றவர்கள் இல்லையெனினும் அங்கு மனிதர்கள்அலட்சியமாக நடந்து கொள்வார்கள். காவல்துறையிலும் இராணுவத்திலும் சேரும் பல இளைஞர்களும் நோய்களுடன்தான் திரும்பிவருகிறார்கள். மருத்துவக்கடனால் உண்டாகும் வறுமை இறுதியில் அவர்களைக் கொன்றுவிடுகிறது.

எந்தச் சமூகத்திலும் முதற்கட்டப் பணியில் இறங்குவதற் கான காலஅவகாசம் எவ்வளவாக வேண்டுமானாலும் இருக்கலாம். சமத்துவ உணர்வுடன் நண்பர்களை உண்டாக்கிக் கொள்வதன்மூலம் நம்பகத்தன்மையை முதலில் நிறுவிக் கொண்டாலும், துவக்கம் கரடுமுரடாக இருக்கலாம். ஏதாவது

ஒன்றோ அல்லது அனைத்துமோ சர்ச்சை உருவாவதற்குச் சாத்தியமான பிரச்சினையாக மாறலாம். சொல்வதைப் பொறுமையுடன் கேட்பதுதான், புரிதலைக் கட்டமைப்பதற்கு முதல்படியாக இருக்கமுடியும். ஒப்பீட்டளவில் சொல்ல வேண்டும் என்றால், தேவ்துங்ரி குழுவினருக்கு இது மிக விரைவாக நடந்தது. சங்கருக்கும் அன்ஷிக்கும் அப்பகுதியில் சொந்தங்கள் இருந்ததும், அப்பிரதேசத்தின் மொழியும் பண்பாடும் அவர்கள் அறிந்தவை என்பதும் இதற்கான காரணத்தின் ஒருபகுதி.

ஆனால், வருகை தரும் அனைவரும் பொதுவில் வைக்கப் பட்டிருக்கும் பானையிலிருந்து நீர் அருந்த வேண்டியிருந்தது; சரிசமமாக அமர்ந்து உரையாட நேர்ந்தது; இவை அனைத்தும், மரபால் இறுக்கமாகப் பேணிப் பாதுகாக்கப்பட்ட சமுதாயப் பரிவர்த்தனை விதிகளுக்குச் சவாலாக அமைந்தன. தொடர்ச்சி யான உரசல்கள் இருந்தன; சமயங்களில் உரத்த வார்த்தைப் பரிமாற்றங்களாக அவை மாறின. இந்த நேரங்களில் தேவ்துங்ரி குடும்பம் உறுதியுடன் இருந்தது. எனினும் அன்ஷிதான் மிக மோசமாகப் பாதிக்கப்பட்டவர். பாரம்பரியத்தைச் சிதைத்து விட்டதாக அவருடன் கோபம் கொண்ட பெண்களுடன் பண்பாட்டு ரீதியாக மிக நெருக்கமாக இருந்தவர் அவர்.

வயதில் மூத்தவர்கள் மட்டும் வருகை தரவில்லை; நாராயண், தேவிலால் ஆகிய இளைஞர்கள் குடிசைக்கு அடிக்கடி வருவார்கள். அவர்கள் வித்தியாசமான ஜோடி. சாதியும் பாகுபாடும் அனைத்து இடங்களிலும் பிரிவினைக் கோடுகளைப் போட்டுக் கொண்டிருக்கும் சமுதாயத்தில் குறிப்பிடவேண்டிய ஒன்று இது. வித்தியாசமாகத் தோன்றிய புதியவர்களைப் பார்க்க அவர்கள் வந்திருந்தனர். தேசிய நெடுஞ்சாலை எண்–8 சுட்டிக்காட்டும் பண்பாட்டிற்கான தொடர்பு அவர்கள். அந்த மனிதர்கள் சில நேரங்களில் பேசிக்கொண்ட மொழி, கல்வி தொடர்பான சாத்தியம் ஒன்றையும் அவர்களுக்குத் திறந்தது. அவர்கள் பயந்து போயிருந்த, தொடர்ச்சியாகத் தோல்வி அடைந்திருந்த ஆங்கிலப் பாடத்துடன் நடத்திய போராட்டத்தில் இந்த இளைஞர்கள் அவர்களிடம் உதவி கேட்க முடிந்தது.

ஜெய்ப்பூர் வளர்ச்சி ஆய்வு நிறுவனத்திற்காக 1990இல் அருணா, நிகில், சங்கர் ஆகிய மூவரும் சேர்ந்து தயாரித்த அறிக்கை இவ்வாறு சொல்கிறது:

> மோசமான தொழிற்சாலை நிர்வாகத்தால் எந்திரத்தில் வேலை செய்யும்போது கையொன்றை இழந்த காலு இப்போது வீட்டில் இருக்கிறான். சிறிது இழப்பீடு தவிர்த்து

வேறொன்றும் கிடைக்காமல் அவன் வீட்டிற்கு அனுப்பப் பட்டான். காலுவைக் காட்டிலும் தேவிலால் இரண்டு வயது பெரியவன். எங்களுடையதைக் காட்டிலும் சிறிய குடிசையில் அவர்கள் இருவரும் வசித்தனர். அவர்கள் ஏழை தலித்துகள். தங்களிடமிருந்த சிறிய நிலத்தைக் கடனுக்காக அடகு வைத்திருந்தனர். அதை அவர்களால் திருப்பிக்கொடுக்க முடியவில்லை. பசி அவர்கள் வீட்டைச் சுற்றிக் கொண்டிருந்தது.

தேவிலால் புத்திசாலி மாணவன். இந்தப் பாதகமான சூழலையும் மீறி அவன் பள்ளிக்குச் சென்றான். நன்றாக வும் படித்தான். எட்டாம் வகுப்பில் மாவட்டத்தில் சிறந்த மாணவனாக வந்தான்; ரூ. 2000 உதவித்தொகையை வென்றான். மேலே படிப்பதற்கு அந்தத் தொகை அவனுக்கு உதவியிருக்கும். ஆனால், இந்த அசாதாரண சாதனையைச் செய்திருந்தும் வாழ்க்கை நடத்த பில்வாரா தொழிற்சாலை ஒன்றில் அவன் வேலை செய்துகொண்டிருந்தான். நடந்த உண்மை இதுதான். உதவித்தொகை குறித்து தலைமை ஆசிரியரிடம் கேட்ட அவனிடம் தனக்கு எதுவும் தெரியாது என்று அவர் கூறியிருக்கிறார். தேவிலால் விடாமல்தொடர்ந்து வற்புறுத்திக் கேட்டிருக்கிறான். அந்தத் தலைமையாசிரியர் அளித்த பதில், காலுவுக்குத் தொழிற்சாலை முதலாளி கூறியது போன்ற ஒன்றே: ‘ஆமாம்.எனக்குக்கொஞ்சம்பணம்வந்தது; ஆனால் நீஇங்கே இல்லை என்பதால், அதைத் திருப்பி அனுப்பிவிட்டேன்’ என்று பதில் கூறியிருக்கிறார்.

ஆனால் தேவிலால் படிப்பைக் கைவிடவில்லை. தொடர்ந்து படித்து, பிரைவேட்டாகப் பத்தாம் வகுப்புத் தேர்வு எழுதினான். இந்த ஆண்டுகளில் தொழிற்சாலை களிலும் பண்ணைத் தொழிலாளியாகவும் அவன் வேலை பார்த்தான்.[10]

நாராயண் வீட்டில் தந்தைக்கும் மகனுக்கும் இடையில் வேறுபாடுகள் நிலவின. மகன்மீது தந்தை அதிக அளவில் முதலீடு செய்திருந்தார். சங்கர் மற்றும் அவரது நண்பர்களின் உறுதியான ஆர்வத்தை ராம்சிங் பாராட்டினார். எனினும், நாம் சமூகச்சேவை என்று சொல்லும் ஒன்றில் தனது மகன் ஈடுபாடு கொண்டு சுற்றுவதில் அவருக்கு அவ்வளவு விருப்பமில்லை. ஆனால், நாராயண் விடாப்பிடியாக இருந்தான். நண்பனாகவும் தோழனாகவும் மாறினான். அதன் தொடக்க நாட்களில் தேவ்துங்ரிக்கு வந்த பலரும், அடிக்கடிக் குடிலுக்கு வந்த உள்ளூர்

இளைஞர்களால் வசீகரிக்கப்பட்டனர். தங்களது நிலைமைகள் மாறவேண்டும் என்பதற்காகப் பணியாற்றிய இளம் ஆண்களும் பெண்களும் கொண்டிருந்த உறுதியில் அவர்கள் நம்பிக்கையைக் கண்டனர். ரஜ்னி பக்ஷியும் இதில் விதிவிலக்கல்ல. கவரப்பட்ட அவர், *பாபு குடில்* இதழில் இவ்வாறு எழுதினார்:

நாராயண் இந்தக் கண்ணோட்டத்துடன் ஒத்துப் போனான். சங்கதனின் நடவடிக்கைகளிலிருந்து விலகி யிருந்த அவனது சித்தப்பாவின் முடிவுடன் நாராயணுக்கு உடன்பாடில்லை. இப்போது நன்கு அறிமுகமாகிவிட்ட, அருகில் வசிக்கும் இந்த மனிதர்களுடன் பழகுவதில் நாராயண் மகிழ்ச்சி அடைந்தான். வாசலில் குல்மோஹர் நிற்கும் வீட்டிலிருந்து பரவிய சிந்தனைகளிலும் செயல் பாடுகளிலும் அவனது சொந்தக் கனவுகளின் பிரதிபலிப்பை நண்பன் தேவிலால் போன்றே நாராயணும் கண்டான். ஆகவே, அவனது உறவினன் மோத் சிங்கின் மகனைப் போல் தானும் தார்ச் சாலையின் வழியே நடந்து புலம் பெயர்ந்து சென்றுவிடக் கூடாது என்று முடிவு செய்தான். நிகில் எடுத்த பாடங்களின் உதவியால் அவன் பள்ளிப் படிப்பை முடித்தான்.

விரைவில் அவனும் தேவிலாலும் சிறு வேலைகளையும் பணிகளையும் ஒன்றாகச் செய்யத்தொடங்கினர். வளர்ந்து கொண்டிருந்த இந்த நட்பு தனது பெற்றோர்களுக்குக் கவலை அளித்ததை நாராயண் அறிந்துகொண்டான். அவர்களைப் பொறுத்தவரை, அதற்குரிய வரம்பிற்குள், எல்லைக்குள் இருக்கும்வரையில் அனைத்தும் நல்லது தான். ஆனால், தேவிலாலுடன் சாப்பிடுவது, நீரருந்துவது என்பது இருக்கக்கூடாது. நாராயணின் தந்தைக்கு தேவ்துங்ரி குக்கிராமத்தில் கணிசமான செல்வாக்கும் அதிகாரமும் இருந்தன. அவரதுமகனே அடிப்படை விதிகளை உடைப்பது என்பதை அவரால் ஏற்கமுடிய வில்லை. இதனால், இந்த மாதிரி வேலைகளையெல்லாம் விட்டுவிடும்படி தந்தை கூறும் அறிவுரைகளைக் கட்டாய மாகப் பொறுமையுடன் சில சமயங்களில் நாராயண் கேட்பான். வேறு சமயங்களில் மாறிக்கொண்டிருக்கும் காலத்தின் தேவைகளைத் தந்தைக்கு விளக்குவதற்கு முயல்வான். ஆனால், இறுதியில் அவசியமானது என்று அவன் நினைப்பதையே நாராயண் செய்தான்.[11]

தேசிய நெடுஞ்சாலையில் ஆங்காங்கே வீடுகள் அமைந்திருந்தன. தேவ்துங்ரிக்கு மிக அருகிலிருக்கும் பீம்

நகரிலிருந்து நெடுஞ்சாலையில் தென்மேற்காக நீங்கள் வந்தால் தேவிலாலின் வீட்டை கடக்கவேண்டியிருக்கும். அந்தக் குடிசையி லிருந்து பார்த்தால் வீடுகளின் சிறிய தொகுப்பு ஒன்று தெரியும். பாரம்பரியமாகத் தலித்துகளின் வீடுகள் கிராமங்களின் விளிம்பில்தான் அமைந்திருக்கும். சாதியின் அடிப்படையில் வீடுகள் சிறு கூட்டமாகக் கட்டப்படும். இன்றைக்கும் பெரும்பா லான இடங்களில், அந்த வழக்கம் தொடர்கிறது. தலித் குழந்தைகள் பள்ளிக்கூடம் செல்லும்அளவிற்கு இப்போது விஷயங்கள் கொஞ்சம் மாறியிருக்கின்றன. எனினும், அங்கும் சாதிக்கோடுகள் தெளிவாகவே வரையப்பட்டுள்ளன. மாறி யிருக்க வேண்டிய அளவிற்கு விரைவாக அவையும் மாற வில்லை. இந்தியாவின் எல்லாப் பகுதிகளிலும், கிராமப்புறங்களில் இருக்கும் பெரும்பாலான பள்ளிகளில், தனித்தனிக் குடிநீர்ப் பானைகள்தான்; தலித் மாணவர்கள் தனியாக உட்கார வைக்கப் படுகிறார்கள்.

இதற்கிடையில், இந்தக் குழுவினர் தேவ்துங்ரியில் வசிக்கத் தொடங்கிய 1987ஆம் ஆண்டில் நினைவைவிட்டு இன்றும் அகலாமல் இருக்கும் மிகக்கொடிய வறட்சியை ராஜஸ்தான் சந்தித்தது.

சங்கதன் நாட்குறிப்பிலிருந்து: ஒரு குறிப்பு

> ராஜஸ்தானின், தேவ்துங்ரியில் எங்கள் பணிகள் 1987இல் தொடங்கின. அந்த ஆண்டு அந்தப் பகுதியில் மிகத் தீவிரமான வறட்சி நிலவியது. வேலையையும், அத்துடன் ஊதியத்தையும் அடைவது எப்படி என்று அப்பகுதி மக்கள் பெரும் கவலையில் ஆழ்ந்தனர். இத்தகைய பிரச்சினைகளில் நாங்கள் கவனம் செலுத்தினோம். உடனடியாகத் தீர்க்கப் படவேண்டிய பிரச்சினை ஒன்றுடன் எங்களை ஈடுபடுத்திக்கொள்வது இரண்டுவழிகளில் முக்கியமானது என்று நினைத்தோம். ஒன்று, ஏழைவிவசாயிகள் மற்றும் தொழிலாளிகளின் உடனடிக் கவலைகளை எப்படித் தீர்க்கமுடியும் என்பது. மற்றது, அவர்களது முன்னேற்றத் திற்காக, தொழிலாளிகளை ஒன்று திரட்டுவது என்ற தொலைநோக்குப் பார்வை. . .[12]

பட்டினிச் சூழல் வெளிப்படையாகத் தெரிந்தது. வறட்சி நிவாரணப் பணிக்கான தொழிலாளர் பட்டியலில் பெயர்களைச் சேர்ப்பதில் கலவரங்கள் நிகழ்ந்தன. அனைவரும் வேலைதான் கேட்டனர்; பிச்சையோ அல்லது இலவச உணவுப் பொருட்களோ அல்ல. கஞ்சார்கள் (ஒரு பட்டியல் இனச் சாதி) போன்று குறிப்பிட்ட சாதியைச் சேர்ந்தவர்கள் (விவசாய) நிலங்கள் வைத்துக்

கொள்வதற்கும் வேலைசெய்வதற்கும் அவ்வப்போது உரிமை மறுக்கப்பட்டது. பிச்சை எடுக்கவேண்டிய நிலைக்கு அவர்கள் தள்ளப்பட்டனர். எதிர்காலத்தில் இருபதாண்டுகள் சென்ற பின்னர் இவர்களைப் போன்ற மக்கள் மகாத்மா காந்தி தேசிய ஊரக வேலை உத்தரவாதச் சட்டம் (MGNREGA) மூலம் தாங்கள் இழந்த சுயமரியாதையைத் திரும்பப் பெற்றனர்.

தேவ்துங்ரி குறிப்புகள்: *(சங்கதனின் நாட்குறிப்பிலிருந்து)*.

ராஜஸ்தானில் 1987இல் நிலவிய வறட்சியின்போது மக்களின் நிலைமைகளை ஆராய்ந்தறிய குழு ஒன்றைத் திட்டக்குழு அனுப்பியது. உதய்ப்பூரைப் பார்வையிடச் சென்ற குழுவினர் அஜ்மீர் செல்லும் வழியில் எங்களைக் கடந்துதான் செல்லவேண்டும் என்ற தகவல் கிடைத்தது. தேவ்துங்ரி கிராமத்திற்கருகில் சிறிது நேரம் நின்று செல்லும்படி அந்தக் குழுவை நாங்கள் கேட்டுக்கொண்டோம். திட்டக்குழு உறுப்பினர் முனைவர் சி.ஹெச். ஹனுமந்தராவ் அந்தக்குழுவின் தலைவராக இருந்தார். திட்டக்குழுவின் ஆலோசகர் பங்கர் (சஞ்சித்) ராய் அந்தக் குழுவில் உறுப்பினர். மக்களைச் சந்திக்க அவர்கள் ஒப்புக்கொண்டனர். சுற்றியிருந்த கிராமங்களுக்குச் சென்று, இந்த நல்ல வாய்ப்பைப் பயன்படுத்திக்கொள்ளுங்கள்; குழுவைச் சந்திக்க வாருங்கள் என்று மக்களிடம் கூறினோம். அந்தக் குறிப்பிட்ட நாளில், எங்களது குடிலுக்கு வெளியே சுமார் 500 பேர் திரண்டனர். குழுவினர் மக்களைச் சந்தித்தபோது கூடியிருந்த மக்கள் தங்களுக்கு வேலை அளிக்கும்படி கோரினர். 'பஞ்ச நிவாரணப் பணி' வேலைகளுக்கான வருகைப் பதிவில் தங்கள் பெயர்களைச் சேர்க்கவேண்டும் என்றும் கேட்டுக்கொண்டனர்.

வந்திருந்த பெண்மணிகளில் ஒருவர் தன் நிலையை எடுத்துரைத்தார். குழுவினரை மட்டுமின்றி கூட்டத்தில் நின்றிருந்த நாங்களும் அவர் கூறிய செய்தியால் அதிர்ச்சி யடைந்தோம். உணவு கிடைக்கிறதா என்ற கேள்விக்கு அந்தப் பெண்மணி தன்னுடன் எடுத்து வந்திருந்த ரொட்டியை எடுத்து நீட்டினார். அது பூமியில் இயற்கை யாக விளையும் முட்செடிகளிலிருந்து தயாரிக்கப்பட்ட ரொட்டி. மிகத் தீவிரமான வறட்சிக் காலங்களில் மட்டுமே மக்களுக்கான உணவு அது. நாட்டுப்புற மக்களின் வரலாற்றுப் பக்கங்களில் பதிவாகியிருக்கும் உணவு. கூட்டத்தில் அதிர்ச்சி அலைகள் பரவின. அவை திட்டக் குழுவையும் சுற்றி வளைத்தன. குழுவினரின் முன்னிலையில்

மாவட்ட ஆட்சியர் பல வாக்குறுதிகள் தந்தார். பஞ்ச நிவாரணப் பணிகளுக்கு வழங்க வேண்டிய பணத்தை மிக விரைவில் வழங்குவதாக நிர்வாகம் வாக்குறுதி அளித்தது.

நாங்கள் அளித்த எளிய அரிசி உணவையும் 'தாலை'யும் சாப்பிட்ட முனைவர் சி.ஹெச். ஹனுமந்தராவ் தனது தட்டையும் தானே கழுவி வைத்தார். ஒட்டுமொத்த கிராமமும் இதைப் பார்த்து திகைப்பும் வியப்பும் அடைந்தது. எங்களது தேவ்துங்ரி வீட்டில் அவரவர் தட்டுக்களை அவரவர்களே கழுவுவது வழக்கம்.[13]

கிராமம் குறித்த சங்கதனின் விவரிப்புகளின் அங்கமாக ஜெய்த் சிங் மற்றும் ஹக்குவின் மண் குடிசை மாறிவிட்டது. அதனுடைய பல அறிக்கைகளில் ஒன்றில் இவ்வாறு கூறப்படுகிறது:

அந்த வீட்டை எங்களுடையதைப் போலவே பயன்படுத்திக் கொள்ள ஜெய்த்சிங்கும் ஹக்குவும் அனுமதித்தது ஒரு பெரிய வரம். ஆனால், சாதிப்பாகுபாடு ஏதுமின்றி, சமத்துவத்துடன் நாங்கள் அங்கு வசித்தது பலரின் கோபத்தைத் தூண்டியது. ஒரே பானையிலிருந்து அனைத்துச் சாதியைச் சேர்ந்தவர்களும் நீரருந்துவதை விதி மீறலாக அவர்கள் எடுத்துக்கொண்டனர். தேவிலாலும் நாராயணும் நல்ல நண்பர்கள். அவர்கள் எங்களுடன் அமர்ந்து உண்டனர், நீர் அருந்தினர். இதைப் பார்த்த கிராமத்தினர் திகைத்தனர்; கோபம் கொண்டனர். தலித் இனத்தவர்களான மோகன்ஜி, ச்சுன்னி பாய், கீமூ ஆகியோர் எங்கள் சமையலறைக்குள்ளும் நுழையக்கூடியவர்கள். எங்களுக்கு எதிராகக் குரல்கள் மேலும் ஆக்ரோஷமாக ஒலிக்கத் தொடங்கின. ராவத் ஒருவரிடம் அடகு வைக்கப் பட்ட தேவிலாலின் நிலம் மீட்கப்பட்டதும் கோபம் வெளிப்படையாய்ப் பரவியது. எங்களை அவரது வீட்டில் குடியிருக்க அனுமதித்ததற்காக ஜெய்த்சிங்கை 'ஜாட்பஹார்' (சாதிவிலக்கு) செய்தனர். எங்களை மோசமாக விமர்சித்தனர்; பெரும் அழுத்தத்திற்கு நாங்கள் ஆட்பட்டோம். ஆனால், ஜெய்த் சிங் இந்த அழுத்தத்தை எதிர்கொண்டார்; சில மாதங்களுக்குப் பிறகு வீட்டை எங்களுக்கே விற்றுவிட்டார். இந்த நிகழ்வுகள், இப்போது வரலாறு. இப்போது நாங்கள் மிகவும் சுமுகமாக வாழ்ந்து வருகிறோம். எங்களது வழிமுறைகள் முன்னைப்போலப் பதட்டத்தையும் அச்சத்தையும் எழுப்பவில்லை. சமூகக் கட்டுப்பாடுகள் பலவும் இப்போது மாறிவிட்டன.[14]

வீட்டு மனையோ அல்லது விவசாயநிலமோ, நிலையான இருப்பையும் நிறுவுகிறது என்பதுடன் முழுமையான உரிமைகளையும் நிறுவுகிறது. உண்மையில், தேவ்துங்ரி போன்ற வறண்ட பிரதேசங்களில் விவசாயத்தால் அதிகப் பலன் ஏதுமில்லை. ஆனால், இந்தியாவின் கிராமப்புறங்களில் சாதி மற்றும் வர்க்க வேறுபாடுகளை வரையறுக்கும் குறியீடாக நிலஉடைமை இருக்கிறது. நிலம் மிகவும் மதிப்பு மிக்கது. ஏழை விவசாயிக்கு அது முக்கியமான பாதுகாப்பு. அந்த உடைமை எவ்வளவு சிறியதாக இருந்தாலும், அந்தச் சமூகத்தின் சட்டரீதியான உறுப்பினர் ஆவதற்கான உரிமையைத் தருகிறது. பாரம்பரிய உரிமைகளை நிறுவுகிறது. பல்வேறு பலன்களையும் அது கொணர்கிறது. பண்பாட்டு ரீதியில் குறிப்பிடத்தக்கவை அவை.

ரூப்சிங் விஷயத்தைப் பொறுத்தவரையில், ஒவ்வொரு பருவகாலத்திலும் இடம்பெயர வேண்டிய கட்டாயம் அவருக்கு. ‘நிலம் இல்லாதவர்களைக் காட்டிலும் என் நிலைமை சற்று மேலானதுதான். அவர்கள் மோசமான நிலையில்தான் உள்ளனர். சிறிய அளவில் நிலம் வைத்திருப்பது ஒருவித ஸ்திரத்தன்மை உணர்வை அளிக்கிறது. தேவைப்படும்போது அதை அடகு வைத்துப் பணம்பெற முடியும். அறுதியாகச் சொல்லலாம் என்றால் அது சிறு அறுவடையாக இருந்தாலும் குறைந்தபட்சம் மூன்று மாதங்களுக்கு பட்டினியின்றி வாழ்வதற்கான காப்பீடு அது’ என்கிறார் அவர்.

சிறிது நல்லநிலைமையில் இருப்பவர்கள் உண்டு; மற்ற இடங்களில் பார்க்கமுடிகிற பெரும் நில உரிமையாளர்களுடன் எவ்விதத்திலும் அவர்களை ஒப்பிட முடியாது; அவர்களது முதலீடு அடகுத்தொழில் மற்றும் கொடுத்த கடனை அச்சுறுத்தித் திரும்பப்பெறுவதுடன் முடிந்துவிடுகிறது. அவர்களது கற்பனையில் இது குரல்வளையைப் பிடிப்பது போல்தான். அவர்கள் தம் அதிகாரத்தைப் பிரயோகிக்கவும், நிலையை உறுதிசெய்து கொள்வதற்கும் ஒரு கருவியாக அது மாறுகிறது. கடன் கொடுப்பதை உபதொழிலாகச் செய்யும் நல்ல நிலைமையில் இருப்பவர்கள் தங்களது கட்டுப்பாட்டு நிலையைத் தக்கவைத்துக் கொள்கிறார்கள்.

கிராமத்தில் எங்களை நிலைநிறுத்திக்கொள்ளும் பணி மிகவும் எளிதாக இருக்கவில்லை; நடவடிக்கை ஒவ்வொன்றும் கண்காணிப்புக்கு உட்பட்ட, தினசரி காட்சிகளால், இறுக்கங்களால் நிறைந்திருந்தது, முன்னர் குறிப்பிட்டதுபோல் ஒவ்வொரு செயலையும் மக்கள் கண்காணித்தனர். ஆர்டிஐக்கு இந்தத் தகவல்கள் எல்லாம் தேவையா என்று ஒருவர் கேட்கலாம். அவர்களது வாழ்க்கை திறந்த புத்தகம்; அவர்கள் வாழ்ந்த

சூழலைப் புரிந்துகொள்வது தொடர்புடைய ஒன்று. அடிப்படைத் தகவலைப் பெறுவதற்கான வாய்ப்பு மிகவும் அவசியம் என்ற புரிதலில் இருந்துதான் இந்த கோரிக்கை எழுகிறது.

நகரத்தினரும், நற்பேறுவாய்த்த இந்தியர்களும் சுரண்டு வதற்குத்தான் கிராமப்பகுதிக்கு அடிக்கடி வருகிறார்கள் என்பது தான் கிராமப்புறங்களில் இருப்போரின் பொதுவான புரிதல்; மூலப்பொருட்களையும் மனிதர்களையும் எடுத்துச்செல் கிறார்கள்; நிதி சார்ந்த, உடல்நிலை சார்ந்த, உணர்வு சார்ந்த மிச்சக் குப்பைகளைக் கிராமங்களில் விட்டுச் செல்கிறார்கள்; அவற்றிற்கான தீர்வு பற்றிப் பேசுவதற்கு ஆண்டுக்கணக்கில் ஆகின்றன. அவர்கள் ஒப்பந்தக்காரர்கள், சுரங்கம் தோண்ட வருகிறவர்கள், குறைந்த கூலி கொடுத்துத் தொழிலாளிகளைச் சுரண்டவும், நிலம் வாங்கவும் வருகிற மனிதர்கள்; பலரையும் நோயில் தள்ளி, வக்கற்றவர்களாக, கடன்காரர்களாக ஆக்க வருபவர்கள்.

பொதுப்பணி வேலைகளில் நியாயமான ஊதியத்திற்கான போராட்டம்

மக்களுடன் எங்களுக்குப் பரிச்சயம் வளர்ந்தது. எனினும், சுற்றியிருந்த கிராமங்களுக்கு நாங்கள் செல்வதையும் அதிகம் கவனத்துடன் செய்யவேண்டியிருந்தது. இந்தப் புதிய மனிதர்கள் தேவ்துங்ரியில் தங்கியிருக்கும் காரணம் என்ன என்பதே, பெரும்பாலும் விவாதங்களின் மையமாக இருந்தது. அவர்களது அக்கறை எதில் இருக்கிறது என்பதைக் கிராமத்தினர் புரிந்து கொள்ளத் தொடங்கினர். மோசமான பருவமழையும், நீடித்த வறட்சியும்தான் அப்பகுதி மக்களின்பரவலான உரையாடல்களில் தொடர்ந்து பேசப்பட்ட விஷயங்களாக இருந்தன. கூட்டங்களில் முக்கிய விவாதமாகவும், பேசப்பட்ட கோரிக்கையாகவும் எப்போதும் உள்ளூர் மக்களால் வேலை என்று அழைக்கப்பட்ட 'பஞ்சம்' என்பது இருந்தது.

உண்மையில் இந்தச் சொல், காலனிய ஆட்சியாளர்கள் கொண்டுவந்த 'பஞ்ச நிவாரணச் சட்டத்தில்' இருந்துதான் புழக்கத்திற்கு வந்தது. இந்தியாவில் வறட்சியால் பாதிக்கப் பட்டப் பிரதேசங்களில் வேலைவாய்ப்பளித்து அப்பகுதி மக்களுக்கு உதவுவதற்காக 1878இல் அவர்கள் இதை நிறைவேற்றினர். பின்னர் இந்தச் சட்டம் 1898இலும் 1901லும் திருத்தப்பட்டது. ராஜஸ்தானில் ஏதோ ஒரு பகுதியில் எப்போதும் வறட்சியின் பாதிப்பு இருக்கும். ஆகவே, ராஜஸ்தான் அரசாங்கமும் ஒவ்வொரு ஆண்டும் வேலைகளை அளிப்பதற்கு இந்தச் சட்டத்தைப் பயன்படுத்தியது. உணவு வழங்குவதன் மூலம்

நிவாரணம் அளிப்பது முன்னாளில் ராஜாக்கள் மத்தியில் ஒரு மரபாக இருந்தது. அவர்கள் தமக்குக் கோட்டைகள் மற்றும் அரண்மனைகள் கட்டிக்கொள்ளவும், மழைநீரைச் சேமிக்கக் குளங்கள் வெட்டவும், ஏரிகள் உருவாக்கவும் வறட்சி நிவாரணப் பணிகளைப் பயன்படுத்திக்கொண்டனர். இதற்கான எடுத்துக் காட்டுகள், உதய்பூரின் பிச்சோலா ஏரி (சிர்கா 1362) மற்றும் ஜோத்பூரின் உமைத் பவன் (1929).

சுதந்திர இந்தியாவும் இந்தப் பஞ்ச நிவாரணப் பணிகளைத் தொடர்ந்து நடைமுறைப்படுத்தி வருகிறது. ஆகவே, பண்பாடு மற்றும் காலனிய வரலாற்றின் பகுதியாக இது அமைந்துவிட்டது. வறட்சி நிவாரண வேலை என்பதைக் குறிக்கும் குறியீடாக 'பஞ்சம்' என்று மக்கள் இதைச் சுருக்கமாக அழைக்கத் தொடங்கினர். ராஜஸ்தானுக்குப் புதிதாக வரும் எவராலும் 'பஞ்சம் எப்போது திறக்கும்?' என்ற கேள்வியை அவ்வளவு விரைவில் புரிந்துகொள்ள முடியாது. நடைமுறையி லிருக்கும் 'குறைந்தபட்ச ஊதிய சட்டம் 1948', மாநில அரசு நிர்ணயித்துள்ள குறைந்தபட்ச ஊதியத்தைக் காட்டிலும் குறைவாக ஊதியம் கொடுக்கக் கூடாது என்றுகுறிப்பிடுகிறது. எனினும் பஞ்சநிவாரணச் சட்டம் ஒரு நாளும் குறைந்தபட்ச ஊதியத்தை அளிக்கவில்லை.

இப்போது, முக்கியமான மைல் கல் தீர்ப்பு என்று கருதப் படும் 1983ஆம் ஆண்டில் உச்சநீதிமன்றம் அளித்த ஒரு தீர்ப்பு இதைப் புரட்டிப்போட்டது. இந்தத் தீர்ப்பிற்குப் பிறகு பொதுப்பணி வேலைகள் எங்கு நடந்தாலும், வேலையை யார் தந்தாலும் அல்லது யார் ஊதியம் கொடுத்தாலும், குறைந்த பட்ச ஊதியத்திற்குக் குறைவாகக் கொடுக்கமுடியாது. எனினும், இந்தச் சட்டம் அப்போதும் இப்போதும் மிக மோசமாக விளக்கப்படுகிறது; நடைமுறைப்படுத்தப்படுகிறது. குறைந்த பட்ச ஊதியம் என்பது, குறைந்தபட்ச ஊதியம் என்பதாகப் பார்க்கப்படாமல் அதிகபட்சக் கூலியாகப் பார்க்கப்பட்டது. அரசாங்கம் மற்றும் தனியார் துறை பணிகளிலும் இதுவே நடைமுறையாகஇருந்தது.

முதல் அணிதிரட்டலும் போராட்டமும் தாடி ராபட் – வேலை தொடக்கமும் ஊதியப் பிரச்சினையும்

தேவ்துங்ரியிலிருந்து ஒன்று அல்லது இரண்டு கி.மீ. தூரத்திலிருந்த, ச்சுன்னி பாயின் தலாய் கிராமத்திற்கு அருகில் பெரியஅளவில் 'பஞ்ச நிவாரண' வேலை நடைபெற்றுக் கொண்டிருந்தது. அந்த வேலைத் தளத்திற்கு தாடி ராபட் என்ற பெயர் கொடுக்கப்பட்டது. ரஜ்னி பக்ஷி எழுதுகிறார்:

நீர்ப்பாசனத் துறையின் சார்பில் தாடி ராபட் என்ற அந்தத் தளத்தில் நடைபெற்ற பணியில் ச்சுன்னி பாய், பன்வர் மற்றும் பலரும் மண் எடுக்கும் வேலையைச் செய்தனர். சற்றுத் தள்ளியிருந்த ஒரு உள்ளூர் குளத்தின் கரையை வலுப்படுத்த அந்த மண் சுமந்து செல்லப்பட்டது. ஒரு நாள் வேலைக்கு அரசாங்கம் நிர்ணயித்திருந்த குறைந்தபட்ச ஊதியமான ரூ. 11 சம்பளமாக அவர்களுக்குக் கிடைக்கவேண்டும். இந்த வேலையைப் பற்றி நிகிலும், சங்கரும், அருணாவும் கேள்விப்பட்டனர்; விசாரணையைத் தொடங்கினர்.[15]

அந்த நாட்கள் குறித்த சங்கதனின் பதிவுகள்

1987–88இல் நடந்த பஞ்சநிவாரணப் பணிகளில் ரூ. 11 குறைந்தபட்ச ஊதியம். அவர்களின் உணவு அது என்பதால், சம்பாதிக்கும் ஒவ்வொரு ரூபாயையும் அந்த மக்கள் பெரிதாகக் கருதுவார்கள். அதனால், குறைந்தபட்சக் கூலி மறுக்கப்பட்டதால் கலக்கமடைந்தனர். ஊழல் நிறைந்த அமைப்பு என்றுமே மேற்பார்வை செய்யப்படாத வேலை முறையைப் பயன்படுத்தி அவர்களுக்கு அதை அளிக்க மறுத்தது. முடிக்கப்படாத பணிகளுக்காக அபராதமும் விதித்தது. ஆனால், என்றைக்குமே முதலிலேயே முறையாக வேலை ஒதுக்கீடு செய்யப்பட்டதில்லை; அப்படியிருக்க, எப்படி அந்த வேலையை முடிக்கமுடியும்? வருகைப் பதிவேட்டில் போலியாகப் பெயர்கள் சேர்க்கப்பட்ட தால், தளத்தில் உண்மையாகப் பணி புரிந்தவர்கள் பாதிப்படைந்தனர். அபராதம் என்று சொல்லப்பட்ட அந்த முறை, ஒதுக்கப்பட்ட நிதியை உறிஞ்சும் வழியாக அமைந்தது. வறட்சி நிவாரணப் பணிகளில் தங்களுக்குக் குறைந்தபட்சக் கூலி கிடைக்கும் என்ற ஆசையையே அவர்கள் ஏறத்தாழ கைவிட்டுவிட்டனர். [16]

சோஹன்கார்க் கிராமத்தைச் சேர்ந்த லால்சிங் நன்றாகச் சிந்திக்கக் கூடியவர். சங்கதனின் கருத்தாக்கம் ஒவ்வொன்றிற்கும் கோட்பாட்டளவிலும், உத்திகள் வகுப்பதிலும் பங்களிப்புச் செய்தவர். அவர் கூறுகிறார்:

மக்களுக்கு, ஆர்டிஐ என்பது உண்மையில் வாழ்வதற் கான உரிமை. அரசாங்க அலுவலக ஆவணங்களில் தினசரி ரொட்டி மறைந்திருக்கிறது. இதைத் தொழிலாளிகள் உணர்ந்த முதல் இடம் தாடி ராபட் வேலைத் தளம்தான். தொழிலாளர்கள் வேலை செய்யவில்லை என்பதால் அவர்களுக்கு ஊதியம் கிடைக்காது என்று இளநிலைப்

பொறியாளர் தொடர்ந்து சொல்லிக்கொண்டு இருந்தார். அந்த நேரத்தில் குறைந்தபட்ச ஊதியம் ரூ. 11. ஆனால், வேலைசெய்தவர்களுக்கு ரூ. 4, ஏன் ரூ. 2 தான் கிடைத்தது! தொழிலாளர்களிடம் பேசினோம். 'உங்களுக்கு ஒதுக்கீடு செய்யப்பட்ட வேலையை முழுமையாகச் செய்து முடித்தால், முழுமையான ஊதியம் கிடைக்குமே' என்றோம். தொழிலாளர்கள், 'எங்களுக்கு முழுமையான ஊதியம் வேண்டும், நாங்கள் வேலை செய்வோம்' என்றனர். அந்த நேரத்தில் கோதுமை கிலோ ரூ. 2. 'ஒரு நாளைக்கு எங்களுக்கு 5 கிலோ தானியம் கிடைத்தால் நாங்கள் பட்டினியிலிருந்து மீண்டுவிடுவோம். முன்கூட்டியே வேலையை அளந்து ஒதுக்கீடு செய்யப் பட்டால், அந்த வேலையை முழுமையாகச் செய்து முடிப்போம்' என்றனர். ஒரு பெரிய மக்கள் குழுவிற்குப் பதினைந்து நாட்களுக்கானவேலை ஒதுக்கீடு செய்யப் பட்டது. தேவ்துங்ரி குழுவில் அங்கம் வகித்த ச்சுன்னி பாய், குஷால்புராவின் பன்வர், மோகன்ஜியும் அதில் வேலைசெய்தனர். நாங்கள் சென்று அந்த இளநிலைப் பொறியாளரிடம் பேசினோம். தொடக்கத்திலேயே வேலையை அளந்து ஒதுக்கீடு செய்வதற்கு ஒப்புக் கொண்டார்.

இருபது நாட்களுக்குப் பின்னர் விளைவுகள் வியப்பை அளித்தன. அதிகமாக வேலைசெய்தவர்களுக்குக் குறைவான கூலியும், குறைவாக வேலை செய்தவர்களுக்கு அதிகக்கூலியும் கிடைத்தன. அளவைக் குறிப்பேட்டின் (Measurement Book) அடிப்படையில்தான் அனைவருக்கும் ஊதியம் கொடுத்ததாகப் பொறியாளர் கூறினார். அதை நாங்கள் பார்க்கவேண்டும் என்று கூறினோம்; அதைக் காட்டமுடியாது என்று அவர் கூறினார். செய்த வேலைக்கும் அதன் அளவுக்குக் கொடுக்கப்பட்ட கூலிக்கும் சம்பந்தம் இல்லை என்பது தெளிவாகத் தெரிந்தது. வேலைகள் மற்றும் ஊதியம் குறித்து அரசாங்கம் கொடுத்த உத்தரவாதத்தை மதிக்க அவர்கள் விரும்பவில்லை.

அவர்கள் எதை மறைக்கிறார்கள்? உண்மையில் அளவைக் குறிப்பேடு என்றால் என்ன? எங்களாலும் அதைப் பார்க்க முடியவில்லை. உண்மையில், நடைமுறையிலிருந்த மோசடியை இந்த ரகசியம் மறைத்தது. அவர்கள் வருகைப் பதிவேட்டில் 100 நபர்களைக் காட்டிவிட்டு 40 பேர்களின் ஊதியத்தை விழுங்கிவிடுகிறார்கள். பின்

ஒதுக்கீடு செய்யப்பட்ட அளவிற்கு இணையாக, முடிக்கப் பட்ட வேலையின் அளவு எப்படி இருக்கும்? மக்களின் உரிமை மறுக்கப்படுகிறது. அவர்களுக்கான உணவும் நல்வாழ்வும் மறுக்கப்படுகிறது. ஏழைத்தொழிலாளர்கள் ஆட்சிசெய்ய விரும்பவில்லை. உயிர்வாழ்வதற்கான உரிமையைத்தான் கேட்கிறார்கள். ஆவணக் காகிதங் களுக்கும் அவர்களது வாழ்க்கைக்கும் இருந்த நேரடித் தொடர்பை, இந்தச் சோதனை முயற்சி தெளிவுபடுத்தியது.[17]

தாடி ராபட் வேலைத்தளத்தில் நிகழ்ந்தவை அந்தப் பகுதி முழுவதும் பரவியது. அந்த வேலைத்தளத்தில் எடுத்துக் கொள்ளப்பட்ட வேலை, 'குகைகள் தோண்டுதல்' என்பதாகப் பின்னர் குறிப்பிடப்பட்டது. சம்பள விநியோகம் நடந்தது, முந்தைய வாரங்களைச் சேர்ந்த வேலையே செய்யாத நபர்கள் அதிக அளவு கூலி (ரூ. 7.40) வாங்கினர். உண்மையாகவே குகைகளைத் தோண்டிய தொழிலாளர்களுக்குக் குறைவாக (ரூ. 6) கொடுக்கப் பட்டது. முடிக்கப்பட்ட வேலைக்கு முழுக் கூலி நிச்சயம் என்று உறுதி கூறிய 'கூட்டாளி' (mate) அந்த வேலைத்தளத்தி லிருந்து மறைந்துபோனான். தொடக்கத்தில், வேலை செய்த 140 தொழிலாளர்களும் குறைக்கப்பட்ட ஊதியத்தை வாங்க மறுத்தனர். ஆனால், இறுதிவரை அந்த முடிவில் உறுதியாய் இருந்தவர்கள் ச்சுன்னிபாயும் பன்வர் சிங் மட்டுமே. மற்றவர்கள் ஊதியத்தை வாங்கிக்கொள்ளத் தந்திரமாக ஏமாற்றப்பட்டனர்.

ஊதியத்தை மறுக்க, மிகஎளிமையான ஆனால் திறம்மிக்க வழியொன்றை அரசாங்கம் கண்டுபிடித்திருந்தது. கொள்கை யளவில், செய்யவேண்டிய வேலை அளக்கப்பட்டு, ஒவ்வொரு தொழிலாளிக்கும் ஒதுக்கப்பட்டது. அளப்பதற்குப் பொறுப்பான இளநிலைப் பொறியாளர் வேலைத்தளத்திற்கு வருவதே இல்லை. கிராமத்திலிருந்து இவர்களுடன் வேலை செய்பவன் ஒருவன் 'கூட்டாளி' (Mate) என்பதாக அரசுத் துறையால் இதற்காக நியமிக்கப்படுவான். இப்போது பெண்களும் நியமிக்கப்படு கிறார்கள். அவன் அரசாங்கத்தின் சார்பாகச் செயல்படுவான். தோராயமாக அளந்து வேலையை ஒதுக்குவான். தொழிலாளி ஒவ்வொருவருக்கும் தனித்தனியாக வேலை ஒதுக்கப்படும். எனினும் ஊதியம் கொடுக்க குழுவின் அடிப்படையில் முடிக்கப் பட்ட வேலை அளக்கப்படும். இறுதியில், (அளக்கப்பட்டதாகப் பொய்யாகக் கூறப்படும்) குறையும் வேலைக்கான அபராதம் 'வருகைப் பதிவேட்டில்' இருக்கும்அனைவரின் மீதும் சமமாகப் பிரித்துச் சுமத்தப்படும். வேலைத்தளத்திற்கே வராத சோம்பேறித் தொழிலாளர்கள் அல்லது ஆவிகளாய் வருகைப்

பதிவேட்டில் சேர்க்கப்படும் பெயர்கள் வேலையின் அளவைக் குறைக்கின்றனர். நடைமுறையில் வேலை கொடுக்கப்படும் போதோ அல்லது முடிந்தபிறகோ, வேலை மிகவும் அரிதாகவே அளக்கப்படுகிறது.

தனித்தனியாக வேலை அளிக்கப்படுவதற்கும், முடிக்கப் பட்ட வேலை ஒட்டுமொத்தமாக அளக்கப்படுவதற்கும் இடையில் முரண்பாடு இருக்கிறது: குறையும் வேலைக்குக் குழுவிலிருக்கும் அனைவரும் தண்டிக்கப்படுகிறார்கள். ஒதுக்கப் பட்ட வேலையை முறையாக முடித்திருக்கும் கடினமாக உழைக்கும் தொழிலாளி மீது அநியாயமாக இந்த அபராதம் விதிக்கப்படுகிறது. கொடுக்கப்படும் ஊதியத்திற்கும் தாம் செய்த வேலையின் அளவிற்கும் நேரடித் தொடர்பு இல்லை என்பதை அந்தத் தொழிலாளர்கள் புரிந்துகொண்டனர். நிர்வாகம் கூறும் பொய்களையும் ஏமாற்று வேலைகளையும் தாடி ராபட் நிகழ்வு அம்பலப்படுத்தியது. அதிகம் வேலை செய்பவர்களுக்குக் குறைவாக ஊதியம் அளிக்கப்பட்ட நிலையை அது வெளிப் படுத்தியது. இந்தச் சுரண்டலுக்கு ஒருவர் தன்னை உட்படுத்திக் கொள்வதிலும் சுயமரியாதையை இழப்பதிலும் என்ன அர்த்த மிருக்கிறது? நீதி கிடைக்கவில்லை எனும்போது ஏன் வேலை செய்ய வேண்டும் என்று அம்மனிதர்கள் வாதிட்டனர். அரசாங்கமோ, 'மக்கள் சோம்பேறிகள்; அவர்கள் வேலை செய்வ தில்லை' என்கிறது. இந்த முட்டுக்கட்டையின் விளைவாகக் கடினமாகஉழைப்பவர்கள் பட்டினி கிடந்தனர்; குறைவாக ஊதியம்பெற்றனர்;வசவுகளுக்குப் பலியாகினர்.

ச்சுன்னிபாயும் அவரது கணவர் மோகன் ஜியும் ஏழை தலித்துகள். ஆனால், சங்கதனின் மதிப்பை முதலில் உணர்ந்தவர் களாக அவர்கள் இருந்தனர். அந்த வேலைத்தளத்தில் உழைத்த ச்சுன்னி பாய் தன் கதையைப் பகிர்ந்துகொண்டார்:

> தாடி ராபட்டில் எங்களுக்குக் கொடுக்கப்பட்ட வேலை மிகவும் கடினமானது. மண்ணைத் தோண்டியெடுத்து, அரை கி.மீ. தள்ளியிருந்த குளக்கரைக்குக் கொண்டு செல்ல வேண்டியிருந்தது. நாங்கள் 100 பேர். ஊதியமாக ரூ. 4 முதல் 7க்குள் ஏதோ ஒன்று எங்களுக்குக் கிடைக்கும். நாங்கள் சோதனை முயற்சி ஒன்றை மேற்கொண்டோம்; இருபது பேர் கொண்ட நான்கு குழுக்களாக எங்களைப் பிரித்துக்கொண்டோம். வேலைக்கும் ஊதியத்திற்கும் இடையில் ஒரு நியாயத்தைக் கொண்டுவர முயன்றோம். ஒதுக்கப்பட்ட பணியைச் சிரமப்பட்டு முடிப்பது; அதன் பிறகு முழு ஊதியத்தையும் கேட்பது என்று முடிவு செய்தோம். அருணாஜியும், நிகில்ஜியும் சங்கர்பாயும்

வேலையைப் பார்வையிட வேலைத்தளத்திற்கு வந்தனர். தொழிலாளிகள் அனைவரிடமும் அவர்கள் பேசினர். இதுதான் தொடக்கம்.

தேவைக்கு அதிகமாகவே, ஒரு கன அடி அதிகமாகவே நாங்கள் வேலை செய்தோம். குறைவாக அல்ல! ஊதியப் பட்டுவாடா நாள் வந்தது. ஊதியம் பெறுவதற்காகப் பள்ளிக்கூடத்திற்குச் சென்றோம். தேவையான அளவை விட அதிகமாக வேலை செய்திருந்த குழுக்களுக்கு எவ்வளவு ஊதியம் பதிவாகியிருந்தது என்பதைச் சரிபார்த்தோம். அது ரூ. 11க்குக் குறைவாக இருந்தால் ஊதியத்தை ஏற்காதீர்கள் என்று அவர்களிடம் கேட்டுக் கொண்டோம். நமக்காக ஒரு குளத்தை வெட்டி, கரையை அமைத்தோம் என்று நினைத்துக்கொள்வோம் என்றோம். குஷால்புரத்தின் பன்வர் எங்களுடன் இருந்தான். என்ன நடக்கிறது என்று ஒரு கண் வைத்துக் கொள்ளும்படி அவனிடம் கூறினேன். ஊதியம் கொடுக்கப் பட்ட போது அது நாளொன்றுக்கு ரூ. 5 மற்றும் 6ஆக இருந்தது! ஊதியத்தை மறுப்பதாக மனுக்கள் எழுதி அங்கு அமர்ந்திருந்த ஒரு 'பாபு'விடம் அதாவது எழுத்தரிடம் கொடுத்தோம். ஒரு நகலைத் தேவ்துங்ரி யிலும், ஒன்றைத் தாசில்தாரிடமும் கொடுத்துவிட்டு, ஒன்றை நாங்கள் வைத்துக்கொண்டோம். நாங்கள் வீடு திரும்பியபோது மறுக்கப்பட்ட ஊதியம் பார்வையில் பட்ட குடும்ப உறுப்பினர்களிடம் கள்ளத்தனமாகக் கொடுக்கப்பட்டதை அறிந்தோம். குஷால்புரத்தின் பன்வரும் நானும் பணத்தை வாங்கிக்கொள்ளவில்லை. தேவ்துங்ரி சமூக ஆர்வலர்களின் ஆலோசனையின்படி ஜோத்பூர் உயர்நீதிமன்றம் சென்று அங்கு வழக்கு ஒன்றைப் பதிவு செய்தோம்.[18]

ச்சுன்னி பாய் விவரம் எதையும் விட்டுவிடவில்லை!

தாடி ராபட்டில் ச்சுன்னிபாயுடன் வேலைசெய்த குஷால்புரத்தின் பன்வரும் குறைந்தபட்ச ஊதியத்தைக் காட்டிலும் குறைவாக வாங்கமுடியாதென்று மறுத்தவர். உரிமைகளுக்கான போராட்டத்தைத் தீவிரமாக ஆதரித்தார். அவர் ஒரு கவிஞர், எழுத்தாளர். சுதந்திர நாட்டில் தோல்வி பயத்தையும் அவநம்பிக்கையையும் எதிர்த்துப் போராடினால், ஏழைக்கும் ஒருநாள் நீதி கிடைக்கும் என்று நம்பியவர். தன்னை அவர் வெளிப்படுத்திக் கொண்ட விதம், அடுத்து வரும் பத்தியில் விவரிக்கப்படுகிறது:

டிசம்பர் 16, 1987 ஒரு வித்தியாசமான நாள். அளிக்கப்பட்ட வேலையை முடித்த தொழிலாளர்களுக்கு முழுமையான ஊதியம் கிடைக்கவில்லை. உள்ளூர் 'கூட்டாளி' வராமல் வேலையை அளப்பதற்கு வேறொருவர் வந்திருந்தார். நாங்கள் குறைவாக வேலை செய்திருப்பதாகக் கூறினார். அந்தக் கூட்டாளி, 'உங்களால் எனக்கு எரிபொருள் வாங்கிய செலவு அதிகமாகிவிட்டது. இப்போது என்ன செய்கிறேன் பாருங்கள். நீங்கள் புகார்களும் கொடுத்திருக்கிறீர்கள்; நானும் விரோதம் கொள்ள வேண்டியவன் தான்' என்றான். அந்த ஓவர்சீயரைச் சமாதானப்படுத்த வேண்டியிருந்தது. அரசியல்வாதி ஒருவரை இணங்க வைப்பதுபோல் அக்காரியம் இருந்தது. குறைவான வேலை, அதிகஊதியம்; அதிக வேலை, குறைவான ஊதியம். நாங்கள் இது ஒரு நோக்கத்துடன் செய்யப்பட்டது என்று கருதினோம். அனைவரும் ஊதியத்தை வாங்க மறுத்தோம்; அதிகாரிகள் எங்களை முட்டாளாக்க முயல்வது புரிந்தது. அவர்களது கணிப்பின்படி இருவர் தவிர்த்து, மற்ற அனைவரும் ரூ. 6 பெற்றுக்கொண்டனர். இரண்டு தொழிலாளர்கள் நியாயம் கேட்டனர். 'அதிகாரிகள் பொய்யர்கள்'; இதுதான் தொழிலாளர்கள் கூறியது. ஆனால், ஒருநாள் நமக்கு நியாயம் கிடைக்கும். தொழிலாளர்களுக்கும் வாய்ப்பு வரும். அரசாங்கம் நேர்மையாக நடந்துகொள்கிறதா, அல்லது அதன் அதிகாரிகளுக்குத் தீனிபோடும் வேலையில் தன்னை ஈடுபடுத்திக்கொண்டுள்ளதா? சொல்வது ஒன்று, செய்வது ஒன்றாக இருக்கிறது, யானையின் தந்தம் போல்; சாப்பிடுவதற்கு ஒன்று, மற்றொன்று காட்சிக்காக. அரசாங்கம் எங்களை இப்படித்தான் நடத்துகிறது.[19]

வேலைசெய்வதற்கும் முழுமையான ஊதியத்தைக் கோருவதற்கும் மக்களை அணிதிரட்டுவதிலும் செலவழிக்கப்பட்ட பல மாதங்கள் ஒரு தர்க்கத்தைப் பின்பற்றித்தான் நடந்தன. ஏழைகளுக்கு வேலையும் ஊதியமும் கிடைக்க வேண்டும் என்பதற்காக எழுபதுகளின் பிற்பகுதியிலிருந்து இயங்கிக்கொண்டிருந்த அருணாவைப் பொறுத்தவரை, அதன் தொடர்ச்சியாகத்தான் இது இருந்தது. இந்திய ஆட்சிப் பணியிலிருந்து ராஜினாமா செய்த அவர், ராஜஸ்தானின் கிராமப்புறத்தில் ஏழைகளுடனும், வேலைக்கான அவர்களது கோரிக்கைகளுடனும் இணைந்து பணிபுரியத் தொடங்கினார். அவர்கள் முன்னேற்றத்திற்காக. குறைந்தபட்ச ஊதியத்திற்கான வழக்கில் மைல் கல்லாக அமைந்த உச்ச நீதிமன்றத் தீர்ப்பை

வழங்குவதில் முடிந்த அஜ்மீர் மாவட்டத்தின் ஹர்மாராவில் நவ்ருதி பாயுடன் இணைந்து நடத்திய முக்கியமான போராட்டத்திலும் அவர் கலந்துகொண்டவர்.[20]

சங்கர், ஒரு பட்வாரியின் (வருவாய்த்துறைப் பணியாளர்) மகன். நிர்வாகத்தின் மறுபக்கத்தை அவர் நன்கு அறிந்தவர்: சிறிய திருட்டுகள் எப்படி நடக்கின்றன; அமைப்பு எவ்விதத்தில் மோசமாக நிர்வகிக்கப்படலாம் என்பதும் அறிந்தவர். நிகில், தனது சட்டப்படிப்பின் இறுதித் தேர்வுகளுக்குப் படித்துக் கொண்டிருந்தார். நாங்கள் முன்னெடுத்த பிரச்சினைகளி லிருந்த சட்டம் சார்ந்த விஷயங்களைப் புரிந்துகொள்வதில் அவருக்கிருந்த உள்ளார்ந்த அறிவு எங்களுக்குப் பெருமளவில் உதவியது. அருணாவிற்கு 41 வயது, சங்கருக்கு 33, நிகிலுக்கு 24 வயது. பரஸ்பரம் உதவியாக இருக்கக்கூடிய திறன்கள் அவர்களிடம் இருந்தன. அவர்கள் ஒன்றிணைந்து நன்கு செயலாற்றினர்.

தாடி ராபட் கிராமத்தில் நடந்த போராட்டம், இந்தக் குழுவினரின் நோக்கம் என்ன என்பதை நிறுவியது. தேவ்துங்ரி குழுவினருடன் இணைந்து வேலைசெய்வதன் மூலம் தங்களது உரிமைகளைக் கோரமுடியும் என்பதை பீம் மற்றும் தியோகர் தாசில்களைச் சேர்ந்த தொழிலாளர்கள் தெளிவாகப் புரிந்துகொண்டனர்.

2

சோஹன் கார்க் நிலப் போராட்டம்

தேவ்துங்ரியில் நடைபெற்ற சம்பவங்கள் எங்களை மிக வேகமாக முந்திச்சென்றுவிட்டன; அதனால், காத்திருந்து, கவனித்து, பின்னர் நடவடிக்கையில் இறங்குவது என்ற ஆரம்பத் திட்டத்தைத் தள்ளிவைக்க வேண்டியதாகி விட்டது. தொடர்ச்சியான வறட்சியால் உந்தப்பட்ட, வேலை மற்றும் வேலை வாய்ப்பிற்குமான கோரிக்கை தீர்வுகளைத் தேட வேண்டிய அவசரத்தை உண்டாக்கியது. தாடி ராபட் உடனடிக் கவனத்தைக் கோரியது. தாடி ராபட் பிரச்சினையில் மு[illegible]த்திரமாக ஊழல் படிந்த, தலமட்டத்து நிலப்பிரபுத்துவ நிர்வாகம் இருநதது; சோஹன்கார்கிலும் இது போல், ஊழல் நிறைந்த நிர்வாகத்தின் துணையுடன் உரிமைகள் அனைத்தையும் கைப்பற்றி வைத்திருந்த ஒடுக்குமுறை நிறைந்த நிலப்பிரபுத்துவ, சமுதாயக் கட்டமைப்புகள் இருந்தன.

தால் கிராமத்தின் தாக்கூர் ஹரி சிங்கின் அடக்குமுறையை லால்சிங்கும் டேஜ்சிங்கும் எதிர்க்கத் தொடங்கியிருந்தனர். தேவ்துங்ரியில் எங்கள் வீட்டைச் சீர்செய்ய லால்சிங் வருவதற்கு முன்பிருந்தே இது நடந்துகொண்டிருந்தது. குழுவினரின் சித்தாந்தத்தை அவர் புரிந்து கொண்டார்; அவர்களுடன் இணைந்து செயல் படுவதில் பயன் இருக்கிறதைக் கண்டுகொண்டார்.

தாடி ராபட்டில் அணிதிரட்டும் வேலை நடந்துகொண்டு இருக்கும்போதே, நிகில், சங்கர், அருணாவைச் சோஹன்கார்க்கு வரும்படி லால் சிங்அழைத்திருந்தார். அந்தக் கிராமத்தில் தொடர்ச்சியாகக் கூட்டங்கள் நடத்த சோஹன்கார்க் செல்வதற்கு தேவ்துங்ரி குழுவினர் குன்றுகளின் ஊடாக 12 கி.மீ. நடக்கத் தொடங்கினர்.

ஹரி சிங் – பெரும் அடக்குமுறையாளன்

ஹரிசிங், தால் கிராமத்தின் சர்பஞ்ச். தால் பஞ்சாயத்தின் கீழ் சோஹன்கார்க் வருகிறது. ஹரி சிங் முன்னாள் ஜாகீர்தார் அல்லது பரம்பரை நிலச்சுவான்தார். தொடர்ந்து அதிகாரம் செலுத்துவதை அவர் சர்பஞ்சாக இருப்பது உறுதிசெய்தது. பாரம்பரியமாக வந்த நிலப்பிரபுத்துவ அதிகாரமும், புதிதாகப் பெற்ற ஜனநாயக அதிகாரமும் ஒன்றிணைந்தன. அனைத்து விதிகளையும் வசதியாக மீறுவதற்கு உதவின. தவறான வழிகள் மூலம் காரியத்தைச் சாதிக்கமுடியவில்லை என்றால், சட்டத்தின் மறைவில் செய்ய முடிகிற மோசமான வழிகளை அவர் கையில் எடுப்பார். தனது உடல் வலிமையை, மாஃபியா கும்பலை, அதிகார மட்டத்தில் இருக்கும் தொடர்புகளைப் பயன் படுத்திக்கொள்வார். வளர்ச்சித்திட்டப் பணிகள் அனைத்தும் நேரடியாக அவரது நிலத்தில் அல்லது சொத்தில்தான் நடக்கும்; வருகிற நிதியில் கணிசமான பகுதியை உறிஞ்சிவிடுவார். நில உச்சவரம்புச் சட்டம் கொண்டுவரப்பட்டபின், அரசாங்க நிலமாக மாறிவிட்ட தனது சொத்துக்களின் மீது அவர் இன்னமும் சட்ட விரோதமான கட்டுப்பாடு வைத்திருந்தார். அந்த நிலத்தைப் பயன்படுத்துவோர் மீது இஷ்டம்போல் வரியோ அல்லது தீர்வையோ வசூலித்தார். குடும்பத்தினர் மூலமோ அல்லது இடைத்தரகர்களைப் பயன் படுத்தியோ அதைச் செய்வார்; பெண்களை அடிப்பார்; பாலியல் துன்புறுத்தல்கள் கொடுத்தார். அரசுக்குச் சொந்தமான குளத்தில் எடுக்கப்படும் வண்டல் மண்ணைக் கூட 50:50 விகிதத்தில் அவருடன் பகிர்ந்துகொள்ள வேண்டும் என்பதே நிலை.[21]

தேஜ்சிங்கும் லால்சிங்கும்

சோஹன்கார்கில் தாக்கூருக்கு இரண்டு நிரந்தரமான, உறுதியான எதிரிகள் இருந்தனர். அவர்கள் இருவருமே மக்களால் ஏற்றுக்கொள்ளப்பட்ட தலைவர்கள். தேஜ் சிங் நடுநிலைப் பள்ளிப் படிப்பு முடித்தவர்; விடுதலைக்கான

தேசிய இயக்கத்தில் கலந்துகொண்டவர். அவருக்கு ஆங்கிலம் நன்கு பேசவும் எழுதவும் தெரியும். நல்ல திறமையுள்ள கொத்தனார். தார்மீக நெறிகள் கொண்ட அச்சமற்ற மனிதர். ஹரிசிங்குடன் ஒருமுறை மோதியதில் அவருக்கு விரல் ஒன்று உடைந்து போனது. தாக்கூர் பெரிய வன்முறையாளர், பொல்லாதவர் என்பதற்கான நிரூபணம் இது. அந்தக் கிராமத்து மக்களுக்குத் தால்தாக்கூரைப் பிடிக்காது. ஏனென்றால் இந்தியாவுக்குச் சுதந்திரம் கிடைத்தபோது, ஹரிசிங்கின் தந்தை ஆத்திரத்தில் தேசியக்கொடியை எரித்து மக்களுக்குப் பயத்தை ஏற்படுத்தியவர். ஆனால், தேர்தல் நடைமுறைகளில் தன்னை ஈடுபடுத்திக்கொண்டு விடுதலைபெற்ற இந்தியாவுடன் ஹரி சிங் சமரசம் செய்துகொண்டார். ஆனால், அந்த ஒட்டு மொத்த ‘டிக்கானா’வும் (நிலப்பிரபுத்துவத் தலைமை) தனது கடந்தகாலத்தைப் பெருமை மிக்கதாகப் பார்த்தது; சுதந்திரமும் அரசியலமைப்பும் கொண்டு வந்த சமத்துவத்தை வெறுத்தது.

அருணா நினைவு கூருகிறார்:

> இருவரில் லால்சிங் இளையவர், தேஜ் சிங்கின் முக்கியக் கூட்டாளி. தால் தாக்கூருக்கு எதிராக இருந்த மக்களுக்கு இருவரும் தலைவர்களாக இருந்தனர். தைரியமானவர்கள். கொள்கைப்பிடிப்புக் கொண்டவர்கள். அறநெறியைப் பின்பற்றுபவர்கள். சோஹன்கார்கின் பெண்களும் அபூர்வமானவர்கள். காகிஜியையும் பூரி யாவையும் நாங்கள் அங்குதான் சந்தித்தோம். அந்தக் கிராமச் சமூகத்தில் மூத்தவர்களான அவர்கள், தலைவர்களாகவும் விளங்கினர். காகிஜி உறுதியான மத நம்பிக்கைக் கொண்டவர். கொ[illegible]டுருக்கும் நம்பிக்கைக்கு கட்டுண்டவர். மூத்தவரான பூரி யா உடலளவில் வலுவானவர். அதிகம் நவீனமானவர். அவர் பஞ்சாயத்து உறுப்பினர்.
>
> இந்த அசாதாரணப் பெண்கள் இருவரும் அநீதிக்கு எதிரான போராட்டத்திற்குப் பெரும் வலிமையைத் தந்தனர். அவர்களது ஆதரவு சோஹன்கார்கின் அனைத்து வீடுகளின் கதவுகளையும் திறக்கச் செய்தது. உணர்வு ரீதியானஅரவணைப்பைத் தந்தது. எடுத்து வைத்த ஒவ்வொருஅடியிலும்அந்தப் புதியவர்களை அச்சுறுத்திய உடல்ரீதியான வன்முறைக்கு எதிராகப் பாதுகாப்பு தந்தது. அவர்களின் இருப்பு ஒரு வலிமையான தூண்டுதலாக, மற்றப் பெண்களும் போராட்டத்தில் இணைவதற்கு அழைப்பாகவும் அமைந்தது. காகிஜியின் கனவுகளில் வந்த ‘ஆவிகள்’ புதியவர்களுக்கு தம்

ஆதரவைத் தெரிவித்தன! அவரது கனவில் வெள்ளைப் புடவையில் ஒரு பெண்மணியும் இரண்டு ஆண்களும் சிரமத்திலிருந்த கிராமத்திற்கு உதவ வந்தனர். அந்தப் பெண்மணிகள் இருவரும் எனக்கு உணர்வுரீதியான, மனரீதியான ஆதரவு அளித்தனர். ஒரு பெண்ணாகவும் சமூகஆர்வலராகவும் எனக்குப் பெரும் ஆற்றல் கிடைத்தது. பல ஆண்டுகளாக அவர்களது அன்பு மாறாமல், நிலையானதாக இருக்கிறது.[22]

சோஹன்காருக்கு அடிக்கடி நடந்து செல்வது எங்களுக்கு வழக்கமான ஒன்றாகிவிட்டது. மோகன்ஜி, ச்சுன்னி பாய், குஷால்புராவின் பன்வர் ஆகியோர் எங்களுடன் வருவார்கள். எப்போதாவது ஜெய்த் சிங்கும் சேர்ந்துகொள்வார். ச்சுன்னி சிங் பலோனாவிலிருந்து வந்தார். சில மைல்களுக்கு அப்பாலிருக்கும் ஊர் அது. ஒரேமாதிரியான விழுமியங்கள்கொண்டவர் என்பதால் அவரும் நண்பராகிவிட்டார். தூரத்திலிருக்கும் அஜ்மீர் மாவட்டத்தின் ஹர்மாராவிலிருந்தும் ஃபலோடாவி லிருந்தும் அவ்வப்போது ராம்கரனும் நவ்ருதியும் வருவார்கள்; அடிக்கடிஎங்களுடன் இணைந்துகொள்வார்கள்.

சோஹன்கார்க் கிராமம்

சோஹன்காருக்குக் குழுவினரை அழைத்த லால் சிங், கூட்டங்கள் நடத்தும் பொறுப்பையும் ஏற்றுக்கொண்டார். கிராமத்தினருக்கும் குழுவினருக்கும் இடையில் ஹரி சிங் பற்றியும் நிலப்பிரபுத்துவ அடக்குமுறைகள் குறித்தும் உரையாடலைத் தொடங்கிவைத்ததும் அவர்தான்.

அவர்களது பயணத்தை அருணா விவரிக்கிறார்:

சோஹன்காருக்கு முதல் பயணம் மறக்கமுடியாத ஒன்று. லால் சிங் மிகவும் கண்டிப்பான மனிதர்; ஆகவே, எக்காரணம் கொண்டும் நாம் நேரம் தவறக்கூடாது என்று நிகில் என்னிடம் கூறியிருந்தார். ச்சாலிஸ் மீல் என்ற இடத்திற்கு அரை கிலோ மீட்டர் நடந்து அங்கிருந்து பேருந்து ஒன்றில் தால் கிராமத்தை அடையவேண்டும். பின்னர், சோஹன்காருக்கு ஏழுகிலோ மீட்டர் நடை. நீண்ட நடைதான். ஆனாலும், சரியான நேரத்தில் அங்கு இருக்கவேண்டுமே என்ற பதற்றத்தில் சிரமத் துடன் ஓட்டமும் நடையுமாகச் செல்லவேண்டிய கட்டாயம் இல்லாமலிருந்திருந்தால் ரசிக்கக்கூடிய பயணமாக இருந்திருக்கும்! மூச்சு வாங்க நாங்கள் சோஹன்கார்க்கை அடைந்தபோது கூட்டத்திற்கு ஒருவர்கூட வந்திருக்கவில்லை. (கிராமங்களில் வழக்கமாக நடப்பதுபோல்) கூட்டம் நான்கு மணிநேரம் தாமதமாகத் துவங்கியது.

உண்மையில், பின்னாட்களில் லால்சிங்கைப் பற்றி அறிந்து கொண்டபோது, அவருடன் எங்களது முதல் அனுபவத்தை எண்ணி எனக்குள் நகைத்துக்கொண்டிருக்கிறேன். தாமதமாக வருவதில் லால்சிங்கைக் காட்டிலும் வேறொருவரை என்றும் நான் சந்தித்ததில்லை. தர்ணா அல்லது காவல் துறை நடவடிக்கை போன்ற எதுவும் அவரைத் துரிகப்படுத்தவோ அல்லது பதற்ற மடைய செய்யவோ முடியாது.

இதற்கெல்லாம் சிகரமாக மற்றொரு நிகழ்வு. லால்சிங் எங்களைச் சாப்பிடுகிறீர்களா என்று கேட்டபோது சங்கர் பணிவுடன், 'வேண்டாம், நாங்கள் சாப்பிட்டுவிட்டோம்' என்று கூறிவிட்டார். நான் கொலைப்பட்டினியில் இருந்தேன். அது சங்கருக்குத் தெரியும் என்பதால் திகைத்துப் போனேன். ஊருக்குப் புதிதாக வந்திருப்பவர்கள் உணவு கிடைக்குமா என்று கேட்பதைக் கிராம வழக்கங்கள் ஒருவகையில் அனுமதிக்கின்றன என்பதை அறிவேன். ஆகவே, சங்கரை இடைமறித்து எனக்குப் பசிக்கிறது என்றேன். எனக்கு உணவளித்ததில் அவர்களுக்குப் பெரும் மகிழ்ச்சி. சொல்லப்போனால் இறுதியில் சங்கரும் நிகிலும்தான் என்னைவிட அதிகமாகச் சாப்பிட்டவர்கள்!²³

கூட்டம் தொடங்கியது. பிரச்சினைக்கு அறிமுகம் தேவை யிருக்கவில்லை. கிராமத்து மக்கள் ஹரிசிங்கிடமிருந்தும் அவரது குடும்பத்தாரிடமிருந்தும் தினந்தோறும் அடக்குமுறைகளைச் சந்தித்தனர். அந்தப்பகுதி முழுவதையும் அச்சுறுத்தி வந்தவர் என்பதால், இதுஒன்றும் வியப்பான செய்தியில்லை. அவரும் அவரது குடும்பமும் அரசாங்க நிலத்திற்கு வரி விதித்தனர். கால்நடைகளை மேய்க்கக் கட்டணம் வசூலித்தனர். இப்போது அரசாங்கத்திற்குச் சொந்தமான குளத்திலிருந்து எடுக்கும் களி மண்ணின் பகுதியை அல்லது வண்டல் மண்ணை அவர்களது 'ராவ்லாவில்' அல்லது பூர்வீக வீட்டில் கொண்டுவந்து கொட்ட வேண்டும் என்றும் கூறியிருக்கிறார் ஹரிசிங் பாரம்பரியமாகச் சொல்லப்படும் பயங்கரக் கதைகளுக்கு அவர் உயிர் கொடுத்தார். இருபதாம் நூற்றாண்டின் இறுதியில் இதைப் போன்ற செயல்கள் சாத்தியமா என்று அவற்றை நம்ப முடியவில்லை! பலரையும் மிரட்டி அவர்கள் நடத்தும் கொள்ளை திகைப்பைத் தந்தது. அவை அவ்வளவு தீவிரமாக இல்லாதிருப்பின் அபத்தமாகத்தான் இருந்திருக்கும்.

ஏறத்தாழ ஓராண்டு சோஹன்கார்கில் நடந்த கூட்டங்கள் நம்பிக்கையும் புரிதலும் நிறைந்த உறவை அந்த மக்களுடன் நிறுவிக்கொள்ளப் பெரிதும் உதவின. நாங்கள் நடத்திய

நாடகம் ஒன்று ஹரி சிங்கின் சீற்றத்தை விசிறிவிட்டது. குழுவினரை வெளிப்படையாக எதிர்கொண்டார். தனிப்பட்ட முறையிலும், குழுவாகவும் எங்களைப் பார்த்து வன்முறையைச் சந்திக்க வேண்டியிருக்கும் என்று மிரட்டினார். இத்தகைய அச்சுறுத்தலுக்கு அஞ்சாமல் பெரிய அளவில் கூட்டங்கள் தொடர்ந்து நடந்தன. ஹரிசிங்கின் பலத்திற்கு முக்கிய ஆதார மாக, அவரது கட்டுப்பாட்டில் அளவுக்கதிகமாக, சட்டவிரோத மான நிலங்கள் இருப்பதுதான் என்பது விரைவில் தெரிய வந்தது. அவர் சர்பஞ்ச் என்பதால், அவரது அதிகார மையத்தை வலுவிழக்கச் செய்ய, அவருக்கு எதிராக நடத்தப்படும் சிறிய போராட்டங்கள் வெற்றியைத்தராது என்பது வெளிப்படை யாகத் தெரிந்தது; அதற்குமாறாக அவை, அவரை எதிர்க்கத் துணிவிருந்த சிலரையும் அம்பலப்படுத்தி, தனிமைப்படுத்தின; அச்சுறுத்தின.

பிராஷசான் கவோன் கி ஓரே

ராஜஸ்தான் அரசு, *Prashasan Gaon ki Ore (PGKO)* என்று பொருத்தமான பெயர் கொண்ட திட்டத்தின் வழியாக நிர்வாக எந்திரத்தைக் கிராமங்களுக்குக் கொண்டு செல்லத் திட்டமிட்டது. இந்தத் திட்டத்தைப் பயன் படுத்தி ஆக்கிரமிக்கப்படாத அரசாங்கப் புறம்போக்கு நிலங்களை ஏழைகளுக்கு ஒதுக்கும் நடவடிக்கைகளில் இருந்த குறைகளைத் தீர்க்கவும், வருவாய்த்துறை தொடர்பான வேறு சில பிரச்சினைகளைத் தீர்ப்பதற்கும் முடிவு செய்தது.

அரசாங்கம் அது அறிவிக்கும் சட்டங்களையும் ஒழுங்கு முறைகளையும் வெளிப்படையாக அங்கீகரிக்க வேண்டும்; அவற்றைச் செயல்படுத்த வேண்டும் என்று வற்புறுத்தும் வழிமுறையாக தேவ்துங்ரி குழுவினரின் தலையீடு பார்க்கப்பட்டது. நில ஒதுக்கீட்டு முகாம் ஒன்று தால் கிராமத்தில் நடைபெற இருந்தது. ஆக்கிரமிக்கப்படாத அரசாங்க நிலத்தை சோஹன்கார்க் கிராமத்தினருக்குக் கூட்டாக – ஒதுக்கீடு செய்யக் கோரி விண்ணப்பிக்க லாம் என்று கிராமத்தினர் முடிவுசெய்தனர். இது போன்ற ஏறத்தாழ 1000 பிகா (*bigha*) நிலங்களை ஹரி சிங்கும் அவரது குடும்பத்தினரும் சட்டவிரோதமாகத் தங்களுடைய கட்டுப்பாட்டில் வைத்திருந்தது அப்போது தெரியவந்தது. [24]

கூட்டம் நடத்தத் தொடங்கியதும் நிலங்கள் குறித்த விரிவான, சரிபார்க்கப்பட்ட தகவல்கள் கிடைக்கவில்லை

என்ற செய்தி தேவ்துங்ரி குழுவினருக்கு வியப்பைத் தரவில்லை. அச்சத்தை விதைக்கும் நோக்கம் கொண்ட வதந்திகள் விவாதங்களை நிறைத்தன. பெரும்பாலானவை ஹரிசிங்கும் அவரது குடும்பத்தினரும் பரப்பியவை. தாக்கூர் குடும்பத்து உறுப்பினர்களின் பெயர்களில் சொந்தம் கொண்டாடவும், சட்டவிரோதமான கட்டுப்பாட்டைப் பெறுவதற்கும் அவர்கள் முயன்றனர். தங்களுக்குச் சொந்தம் என்று அவர்கள் கூறும் நிலங்களின் பரப்பளவைப் பார்க்கையில், அவற்றின் மீது சட்டப்படியான கட்டுப்பாட்டைப் பெறுவது அந்தக் குடும்பத்திற்குச் சாத்தியமில்லை என்பது நில உச்சவரம்புச் சட்டத்தைப் பற்றி அறிந்தவர்களுக்கு தெளிவாகத் தெரியும். . . ஆனால், அவர்களது உரிமை கோரல் தவறு; கோரும் உரிமை சட்டவிரோதமானது என்று நிரூபிக்க வெளிப்படையாகப் பொதுத் தகவல் ஏதுமில்லை.

வருவாய்த்துறை ஊழியர், அதாவது பட்வாரி பயந்து போயிருந்தார். அவர் ஹரிசிங்கின் கட்டுப்பாட்டில் இருந்தார். நிலஆவணங்களைப் பார்ப்பது இருக்கட்டும், அவரது அலுவலகத்திற்குள் சாதாரண நபர்கள் நிச்சயம் நுழைய முடியாது. தேவ்துங்ரி குழுவினர் முன்வைத்த கேள்விகளைப் பட்வாரி தவிர்த்தார்; பதிலும் அவரிடமிருந்து வருவதுபோல் தெரியவில்லை. வருவாய்த்துறைத் தகவல்கள், பொதுமக்களால் பார்க்கமுடிகிற தகவல்கள்தாம்; பேராசையுடன் ரகசியமாக அவை பாதுகாக்கப்படும் காரணங்கள் அனைவரும் அறிந்ததே. தகவல்கள் வெளியானால், ஊழல்வாதிகளின், அதிகாரவெறி பிடித்த மாஃபியாக்களின் கட்டுப்பாட்டை அது தகர்த்துவிடும். அதனால் குறிப்பிட்ட சிலர் மட்டுமே தகவல்களைப் பெற அனுமதிக்கப்பட்டனர்.

வருவாய்த்துறை நிர்வாகத்தின் மீது அந்த முன்னாள் ஜாகிர்தாருக்கு இருந்த செல்வாக்கின் அளவு விரைவில் தெளிவாகியது. குறிப்பிட்ட நிலத்தின் 'கஸ்ரா' எண் (வருவாய்த்துறை அளிக்கப்படும் நிலத்திற்கான அடையாள எண்), ஒதுக்கீட்டிற்காக அறிவிக்கப்பட்டிருந்தால் மட்டுமே அந்த நிலம் ஒதுக்கீடு செய்யப்படும். ஒதுக்கீடு அறிவிப்புப் பட்டியலில் குறிப்பிட்ட அந்த நிலங்களின் எண் இல்லாதவாறு ஹரிசிங் பார்த்துக்கொண்டார். அதனால் முகாமில் ஒதுக்கீடு செய்ய முடியவில்லை; ஏனெனில் நடைமுறைப்படி அவ்வாறு செய்வது தவறு. தகவல்களைச் சேகரித்து வைத்துக்கொண்டு, தலமட்ட நிர்வாகத்தின்மீது தனக்கிருக்கும் கட்டுப்பாட்டைப் பயன்படுத்தி தாக்கூர் இப்படிச் செய்தது மிகவும் கொடிய செயல்.

தேவ்துங்ரி மற்றும் சோஹன்கார்க் குழுவினரால் பெருமளவிற்கு மக்களைத் திரட்ட முடிந்தது. இந்தப்

பிரச்சினையை மேலும் முன்னெடுத்துச் செல்ல முடிந்த பல நபர்கள் தாமாகவே அதற்கு முன்வந்தனர்: வழக்கறிஞரும் நண்பருமான மகேஷ் போரா குறிப்பாக இந்த விஷயத்திற் காகவே ஜோத்பூரிலிருந்து வந்தார். பயந்துபோயிருந்த கிராமத்தினருக்கு இதனால் போதுமான துணிவு கிடைத்தது. ஜாகிர்தாரிடமிருந்து மோசமான எதிர்விளைவுகளைச் சந்திக்க நேரிடும் என்பதையும் மீறி எழுந்து நின்றனர்; ஒதுக்கீட்டிற்கு விண்ணப்பித்தனர். ஆனால், முதல்சுற்றில் தாக்கூர் வெற்றி பெற்றார். அறிவிப்பில் தந்திரமாக மாற்றங்கள் செய்தார். அன்றைய தினம் ஒதுக்கீடு எதுவும் செய்யப்படவில்லை.

துணைக் கோட்ட மாஜிஸ்ட்ரேட் மற்றும் வனத் துறையிட மிருந்து அதிகாரப்பூர்வமற்ற முறையில் தேவ்துங்ரி குழுவினரால் தகவல்களைச் சேகரிக்க முடிந்தது. அதிகாரப்பூர்வமான தகவல்கள் வெளிப்படையாக இருப்பது, ஒவ்வொரு போராட்டத் திற்கும் எவ்வளவு முக்கியம் என்பது இந்தப் போராட்டத்தின் மூலம் நாங்கள் கற்றுக்கொண்ட பொதுவான முதல், பாடம். பதிவேடுகளும், அரசாங்கத்தின் நடைமுறைகளும், அறிவிப்பு களும் வெளிப்படையாக இருப்பது, தாமாகவே முன்வந்து தகவல்களை வெளியிடுதல், அதிகாரப்பூர்வமான மற்றும் அதிகாரப்பூர்வமற்ற தகவல் தொடர்புமுறைக்கும் இடையிலான பரிமாற்றங்கள் ஆகியவற்றின் முக்கியத்துவத்தைப் புரிந்து கொள்வதன் தொடக்கமாக இது அமைந்தது. தகவல்தான் சக்தி வாய்ந்தது என்பதை இவை வியக்கத்தக்க வகையில் நிரூபித்தன.

நல்வாய்ப்பாக, நியாயம் வழங்க வேண்டும் என்பதில் து.கோ. மாஜிஸ்ட்ரேட் உறுதியாக இருந்தார்; சமூக ரீதியாக உரிமைகள் மறுக்கப்பட்டவர்கள் பக்கம் அவரது அனுதாபங்கள் இருந்தன. அறிவிப்பு மீண்டும் வெளியிடப்படும் என்றும், வேண்டு மென்றே நீக்கப்பட்ட நில எண்கள் அதில் சேர்க்கப்படும் என்றும் உறுதியளித்தார். புதிய முகாமொன்று நடைபெற்றது.

தகவலும் நோக்கமும் பொதுவெளியில் வெளியிடப் பட்டதும், யுத்த முஸ்தீபுகள் தெளிவாக ஆரம்பித்துவிட்டன. அச்சுறுத்தல்களும் விரோதமும் இதைத்தொடரும் என்பது எதிர் பாராதது அல்ல. சட்டவிரோதமான தனது கட்டுப்பாட்டைப் பாதுகாக்க, பல மாதங்கள் தொடர்ச்சியாகப் பல்வேறு வழிகளில் ஹரிசிங் பழிவாங்கும் செயல்களில் இறங்கினார். அனைத்தையும் சாதிய அடையாளத்தின் மூலமே திரட்டினார். அவர் மிகவும் புத்திசாலி. படிப்பறிவில்லாதவர் என்றாலும், இந்த விளையாட்டின் விதிகளை நன்கு அறிந்தவராக இருந்தார். அவரது கறுப்புக் கைப்பெட்டியை என்றைக்கும் அவர் பிரிந்ததே கிடையாது. நிலம் குறித்தும் அவர் சம்பந்தப்பட்ட

பல்வேறு வழக்குகள் தொடர்பாகவும் ஏராளமான ஆவணங்கள் அப்பெட்டியில் இருக்கும். ஏதாவது ஒரு விஷயத்திற்காக இந்த வழக்குகள் அவ்வப்போது உயிர்ப்பிக்கப்படும்.

சோஹன்கார்க் பிரச்சனைக்குத் தீர்வு, ஹரி சிங்கின் தர்க்கத்தையும் அவரது அதிகார விளையாட்டுகளையும் நேராக எதிர்கொள்ளாமல், விலகிப்போவதில் இருக்கிறது. கிராமத்து மக்கள் ரகசியமாகக் கலந்துரையாடினர்; 'மஹிளா' சங்கம் ஒன்றை அமைப்பது என்று முடிவு செய்தனர். இது ஒரு புத்திசாலித்தனமான நகர்த்தல். பல காரணங்களால் அது முக்கியத்துவம் வாய்ந்தது. சமூகக் காடுகளை வளர்ப்பதற்கு அரசாங்கம் நிலம் ஒதுக்கீடு செய்தது. பட்டியலில் முதலில் பெண்கள் குழுக்கள் இருந்தன. முன்னுரிமை கொண்டதாக இது பார்க்கப்பட்டது. இந்தக் குழுக்களில் ஆண்கள் உறுப்பினராக முடியாது. பூரி யாவும், காகிஜியும் வழிநடத்திய நிலப் போராட்டத்தில் பெண்களே முன்னணியில் இருந்தனர்.

மேல்தட்டு ராஜபுத்திரப் பெண்கள் கட்டாயமாகப் பர்தாவில்தான் இருக்க வேண்டும். எனினும் உழைக்கும் வர்க்கத்தின் மகளிர், வீட்டிற்குவெளியில் வேலைசெய்வது தடுக்கப்படவில்லை. மகளிர் அமைப்பை உருவாக்கிய முறையும் அதனைப் பதிவுசெய்ததும் ஓர் அசாதாரண அனுபவம். கையெழுத்துகள் ரகசியமாக வாங்கப்பட்டன. உதய்பூரில் இருந்த மாவட்டத் தலைமையகத்திற்கு இரவோடு இரவாக ஆவணங்கள் கொண்டு சேர்க்கப்பட்டன. பெரும் முயற்சிக்குப் பின் சமிதி பதிவு செய்யப்பட்டது. உதய்பூர் மாவட்ட ஆட்சியர் சமிதிக்கு 25 ஹெக்டேர் நிலத்தை ஒதுக்கினார். அந்த நிலம் தொடர்ந்து கூட்டு உடைமையில்தான் இருக்கிறது என்பதுடன் இன்றைக்கும் நிர்வகிக்கப்படுகிறது.

நடைமுறையில் நிலத்தை ஒதுக்கீடு செய்வதில் உள்ளூர் நிர்வாகம் மிகவும் பீதியடைந்து இருந்தது; அதே நேரத்தில் பிரச்சினையில் ஏற்பட்டுள்ள முன்னேற்றம் பற்றி ஹரி சிங்கிற்கு எதுவும் தெரியாது. நிலத்தை அளக்கும் பணியில் ஈடுபட அதற்கான நபர்களிடம் து.கோ. மாஜிஸ்ட்ரேட் நயந்து பேச வேண்டிய சூழல். ஒட்டுமொத்த செயல்முறையும் கவலையால் நிரம்பியிருந்தது. இறுதியில் நிலத்தை அளக்க, து.கோ. மாஜிஸ்ட்ரேட் வந்தபோது பதற்றம் வெளிப்படையாகத் தெரிந்தது. அளவைச் சங்கிலியைப் பிடித்திருந்த மனிதர்கள் திரும்பிப் பார்த்தபடியே இருந்தனர். எந்த நேரத்திலும் தாக்கூர் தன் ஆட்களுடன் வந்து தாக்கலாம் என்று பயந்தனர். நிர்வாக மும் பதற்றத்திலிருந்தது. து.கோ. மாஜிஸ்ட்ரேட் உத்தரவின்படி கிராமத்தைச் சேர்ந்த சிலர் அளவைச் சங்கிலியைப் பிடித்தனர்.

அருணா ராய்

அருணா, சங்கர், நிகில், ச்சுன்னி சிங், மோகன்ஜி, ச்சுன்னி பாய், குஷால்புரத்தின் பன்வர், அருகிலிருந்த ஜவாஜாவிலிருந்து நண்பர்களும் உரிய நேரத்தில் சோஹன்கார்க் வந்துசேர்ந்தனர். ஒரு மோட்டார் சைக்கிளின் சப்தம் நெருங்கி வருவதைக் கேட்டதும், பயந்துபோன கிராமத்தினர் சங்கிலியைக் கீழே போட்டனர். என்ன நடக்குமோ என்ற பதற்றத்தில் நிர்வாகம் இறுக்கத்துடன் இருந்தது. தியோகார்கிலிருந்து வந்திருந்த முதன்மைக் காவல் ஆய்வாளர் அயூப் செயல்படத் தயாராக நின்றிருந்தார். மோட்டார் சைக்கிளிலிருந்து இறங்கிய தாக்சுர், ‘சும்மா விடமாட்டேன்’ என்று கத்திக்கொண்டே நெருங்கி வந்தார். து.கோ.மா. ‘சங்கிலியைப் பிடியுங்கள்’ என்று உத்தரவிட்டார்.

நிலத்தை அளப்பதற்காக தேஜ்சிங்கின் மகனும் பன்வரும், லால்சிங்ஜியும் சங்கிலியைப் பிடித்திருந்தனர். விஷயம் நிர்வாகத்தின் கைக்குப் போய்விட்டது; அதை மீறி உள்ளே நுழைய முடியாது என்பதை ஹரிசிங் அறிந்துகொண்டார். ‘இது இன்னும் முடியவில்லை; நான் திரும்பி வருவேன்’ என்று அனைவரையும் அச்சுறுத்தி வைதுகொண்டே அந்த இடத்தை விட்டு அகன்றார். நடக்கவிருந்த வன்முறையிலிருந்து தற்காலிக விடுதலை. வேகவேகமாக நிலம் அளக்கப்பட்டது. பதற்றம் எல்லோரிடமும் விரவியிருப்பது வெளிப்படையாகத் தெரிந்தது.

அன்று இரவை சோஹன்கார்கில் கழிக்கலாம் என்று தேவ்துங்ரி ஆர்வலர்கள் விரும்பினர்; ஆனால், நிர்வாகம் அவர்களைத் திரும்பிச்செல்வதற்கு ஒப்புக்கொள்ள வைத்தது; வேண்டா வெறுப்பாக அவர்கள் அதற்கு ஒப்புக்கொண்டனர். சோஹன்கார்கிலிருந்து புறப்பட்ட முதல் ஜீப்பில் அதிகாரி களுடன் அருணா புறப்பட்டுச் சென்றுவிட்டார். ச்சுன்னி சிங், மதுசூதன் ஜாலா மற்றும் சிலருடன் நிகிலும் சங்கரும் நடந்து செல்லலாம் என்று முடிவு செய்தனர். ஆனால், திரும்பி வந்த போலிஸ் ஜீப்பைப் பார்த்து அவர்கள் வியந்தனர். அயூப் கவலையுடன் திரும்பி வந்திருந்தார். ஏனென்றால் அவரது ஜீப் டிராக்டர் ஒன்றைத் தாண்டிச் செல்லும்போது ஹரிசிங்கும் அவரது ஆட்களும் ஆயுதங்களுடனும் துப்பாக்கிகளுடனும் அதில் இருந்ததைப் பார்த்திருக்கிறார். டிராக்டரைத் திரும்பி ஓட்டிச் செல்லும்படி அவர்களிடம் போலிஸ் கூறியது. நிகிலை யும் மற்றவர்களையும் ஜீப்பில் ஏறும்படி அவர் உத்தரவிட்டார். தேவையில்லை என்று முதலில் எதிர்ப்புத் தெரிவித்த அவர்கள் பிறகு ஒப்புக்கொண்டனர். காயம்படாமல்அவர்கள் திரும்பி வந்ததைப் பார்த்ததும்தான் அருணாவிற்கும் அன்ஷிக்கும் நிம்மதியாயிற்று. ஆனால், பதற்றம் தொடர்ந்து இருந்தது. சோஹன்கார்கில் தங்கியிருந்தவர்களைப் பற்றிய பயம்

தணியவில்லை. ஹரிசிங்கின் அச்சுறுத்தல் நிஜமானது; ஏனென்றால், அவரது நலன்களுக்குத் தீவிர அச்சுறுத்தல் வந்து விட்டது. அங்குக் கவலைநிலவியது; அவர்களுக்கு மீண்டுமொரு விசாரம் நிரம்பிய, தூக்கமற்ற இரவு.

அவர்களது கவலை மிகவும் நியாயம் என்பது பின்னர் உறுதி யானது. இவர்கள் இங்கு வந்தபிறகு, அன்று மாலை தாக்கூரின் ஆட்கள் சோஹன்காருக்குத் திரும்பி வந்தனர். ஆயுதம் தாங்கிய கும்பல் சுஜாபாவின் வீட்டில் நுழைந்தது. லால்சிங்கும் பன்வரும் அங்கு அமர்ந்து எழுதிக்கொண்டும் கணக்குகளைச் சரிபார்த்துக் கொண்டும் இருந்தனர். நீண்ட கத்தியைக் காட்டி இருவரையும் அவர்கள் மிரட்டினர். 'ஷோலே' இந்தித்திரைப்படத்தில் வரும் காட்சி ஒன்றையும் அரங்கேற்றினர். அவர்களுடன் வந்த ஒரு ராஜபுத்திர சகா கூரைமேல் ஏறி நின்று துப்பாக்கியுடன் காவல் காத்தான்! அண்டை வீட்டுக்காரரான கூம்சிங்கும் அவரது மனைவியும் அவனைப் பார்த்துவிட்டனர். ஆத்திரமடைந்த கூம்சிங் தன் துப்பாக்கியை எடுத்துவர உள்ளே ஓடினார். ஆனால், இரத்தக்களரி ஆகிவிடும் என்று பயந்த அவரது மனைவி வீட்டிற்குள் போன கணவன் வெளியில் வரமுடியாமல் வெளிப்புறம் தாழிட்டுவிட்டார். கையில் அரிவாள் ஒன்றை ஏந்தியவாறு வெளியே வந்தவர், 'தாக்கூரால் ஆபத்து, வெளியே வாங்க' என்று கத்திக்கொண்டே கிராமத்தைச்சுற்றி ஓடினார். ஒவ்வொரு வீட்டிலிருந்தும் ஆட்கள் வெளியே வந்தனர். அந்தி சாயும் நேரத்தில் கையில் கிடைத்த வேளாண் ஆயுதங்களுடன் மக்கள் கூட்டம் சுஜாபா வீட்டை நோக்கி ஓடியது. இவர்கள் இந்தப் பக்கமாக வர, தாக்கூரின் ஆட்கள் எதிர்ப்புறமாக ஓடி மறைந்தனர். இருதரப்பினரும் நேருக்கு நேர் சந்தித்திருந்தால், அன்றைய நாள் வன்முறையும் சாவும் நிறைந்த நாளாக ஆகியிருக்கும்.

ச்சுன்னிசிங் தைரியமானவர், நிலப்பிரபுத்துவ அதிகாரத்தையும் அச்சுறுத்தல்களையும் சட்டை செய்யாதவர். தேவ்துங்ரியில் வந்து தங்கியிருந்த அவர் சோஹன்காருக்கு அடிக்கடி சென்று வந்தார். சுரண்டல்வாதிகள் இவரைக்கண்டு அஞ்சினர். ஏழைகள் அவரை மதித்தனர். நீதிக்காகப் போராடும் அரிதான போராளி. அவருக்கு நான்கு வயதிருக்கும்போது அவருடைய தந்தை இறந்துபோனார்; கவனிக்க யாருமற்ற நிலையில் குடும்பத்தைவிட்டு வெளியேறினார். அவருடைய உறவினர்களில் ஒருவர் ஒரு வாரம் உணவளித்தார். வெகு சீக்கிரமே, குறைந்த வருமானத்தைப் பற்றியும், பொருளாதாரச் சுமை குறித்தும் தனது கவலையைப் பகிரங்கமாக வெளிப் படுத்தினார். 'எவ்வளவு நாட்கள் நான் உன்னைப் பார்த்துக்

கொள்ள முடியும்?' என்று ச்சுன்னிசிங்கிடம் கூறினார். அவமான முற்ற அவர் தனது கௌரவம் பாதிக்கப்பட்டதை நினைத்து அவருடைய தாயைத் தன்னுடன் அழைத்துக்கொண்டு வெளி யேறினார். அப்போது அவருக்கு நான்கு வயதுதான் ஆகியிருந்தது.

தாபாக்களில் தட்டுகளும் தம்ளர்களும் கழுவும் பணியில் சிறுவயதைக் கழித்தார். குஜராத் பரோடாவில் நவீன காலத்து ராபின்ஹூட் போல் அவர் வளர்ந்தார். ஏழைகளையும் ஆதரவற்ற தொழிலாளர்களையும் ஒடுக்கும் எவரையும் எதிர்த்துப் போராடினார். உள்ளூர் மாஃபியாக்களை எதிர்கொண்டதால் ஏற்பட்ட எண்ணற்ற அடையாளங்களை அவர் முகத்தில் பார்க்க முடியும். அவர் தந்தை இறந்து முப்பது ஆண்டுகளுக்குப் பிறகு தன் சொந்த கிராமமான பலோனாவிற்கு ச்சுன்னிசிங் திரும்பினார். அடகுவைக்கப்பட்ட குடும்ப நிலத்தை மீட்டு, அதில் விவசாயம் செய்யவேண்டும் என்று தீர்மானித்தார். இந்தக் குழுவினருடன் இணைந்து, அதன் உறுப்பினர்களுக்குத் தைரியத்தையும் பேச்சாற்றலையும் கொடுத்தார். இரண்டுமே பெரும் மதிப்புடையவை. சோஹன்கார்க் கிராமத்தினர் அச்சத்தால் பீடிக்கப்பட்டிருந்த மாதங்களில், அவர்களுக்கு உறுதியான தோழராக இருந்தார்.

இந்த விஷயத்தை ஆக்கப்பூர்வமாகவும் அரசியல் ரீதியாகவும் கையாளவேண்டுமென சோஹன்கார்க் கிராமம் முடிவு செய்தது. விளிம்புநிலை மக்களைப் பாதுகாக்க உறுதிகொண்ட குழுவின் மூலம் தான் ஹரிசிங்கையும் அவருடைய சாதி ஆதரவு வலைப்பின்னலையும் எதிர்க்கவேண்டும் என்பதை தேவ்துங்ரி ஆர்வலர்கள் உணர்ந்தனர். ஆண்டு தோறும் சிரவண (ஆவணி) மாத அமாவாசையில் நடைபெறும் வன உற்சவம், நிலத்தை கையகப்படுத்திய நிகழ்வாகக் கொண்டாடப்பட்டது. அமைதியான அணிதிரட்டலாகவும் வலிமையைக் காட்சிப்படுத்தும் நிகழ்வாகவும் பாரம்பரியமாகப் புரிந்து ஏற்றுக்கொள்ளப்பட்ட நிகழ்வு. அந்த நிகழ்வின்போது நூற்றுக்கணக்கான மக்கள் ஒன்றுகூடி, சோஹன்கார்கில் 'ஷ்ரமிக் மகிள விகாஸ் எவம் அனுசந்தன் சமிதி' உருவாக்கப்பட்டதைக் கொண்டாடினர்.

ஹரிசிங்கின் கட்டுப்பாட்டிலிருந்து விடுவிக்கப்பட்ட நிலத்தைக் கூட்டாகப் பயன்படுத்தும் எண்ணத்தை வளர்ப்பதற்கும், உறுதிப்படுத்தவும் இந்த அமைப்பு பொறுப்பேற்றது. பரிவுணர்வு நிறைந்த அனில் போர்டியா, எம்.எல். மேத்தா போன்ற அறிவார்ந்த மாநிலஅரசு அதிகாரிகள் அந்த நிகழ்விற்கு வந்திருந்தனர். மாயோ கல்லூரியில் கற்பித்துக்கொண்டிருந்த தியோகரின் முன்னாள் ராவ்ராஜா (மூத்த தாக்கூர் போன்றவர்) நாஹர் சிங்கும்வந்திருந்தார். அவர் சார்ந்த வர்க்கத்துடனும்,

சாதியுடனும் நெடுநாட்களாகப் பின்னிப் பிணைந்திருக்கும் தலமட்டத்து வழக்கங்களை உடைப்பதற்கு நஹார் சிங் உதவினார். ஜோத்பூரின் வழக்கறிஞர் மகேஷ் போரா, பங்கர் ராய், கிஷோர் செய்ன்ட், அஜய் மேத்தா போன்ற பிரபல மனிதர்களும், அரசியல் தலைவர்களும், பாரம்பரிய ஜாட்டி *(Jati)* பஞ்சாயத்துத் தலைவர்களும் வந்திருந்தனர்; மரங்கள் நட்டனர். கூட்டமைப்பின் சார்பாகச் செயல்படப் போகிற 'சமூகக் காடு' திட்டத்தை வரவேற்றனர்.

சுற்றுச் சுவர் எழுப்புவதற்குத் தரிசுநில மேம்பாட்டு வாரியத்திடம் சமிதி விண்ணப்பம் செய்திருந்தது. அதற்கு மானியமும் கிடைத்தது. குடும்பங்கள் அனைத்திற்கும் வேலை பகிர்ந்தளிக்கப்பட்டது. வெளிப்படைத் தன்மையுடன் நடந்த அற்புதமான கூட்டுமுயற்சி அது. வேலைக்கான சம்பளம் பதினைந்து நாட்களுக்கு ஒருமுறை சோஹன்கார்கில் வழங்கப் பட்டது. சங்கர், நிகில், லால்சிங் ஆகியோர் அதைச் செய்தனர்; தரிசு நில மேம்பாட்டு வாரியப் பிரதிநிதி ஒருவரும் உடனிருந் தார். சங்கரையும் நிகிலையும் எப்போதும் அந்தப் பிரதிநிதி தனது மோட்டார் சைக்கிளில் அழைத்துச் செல்வார். ஒருநாள் மாலையில் சோஹன்கார்கிலிருந்துஅவர்கள் திரும்பிக் கொண்டிருந்தபோது, தால் அருகே நாற்சந்தி ஒன்றில் ஹரி சிங் அவர்களை வழிமறித்துத் தாக்கமுயன்றார். தாக்கப்பட்டாலும், ஹரிசிங் குடித்திருந்ததால் அவர்களால் தப்பிக்க முடிந்தது. சங்கரின் மூக்குக் கண்ணாடி உடைந்தது, காலணிகள் தொலைந்தன. உடனடியாகத் தியோகர் காவல் நிலையம் சென்ற அவர்கள் புகார் ஒன்றைப் பதிவுசெய்தனர். வழக்கமாக வந்து சேரவேண்டிய நேரத்தில் அவர்கள் வரவில்லை என்பதால் அன்ஷியும் அருணாவும் கவலைப்பட்டனர். தாமதமாக வந்த அவர்கள் நடந்ததை விவரித்தனர். தேவ்துங்ரியில் இருந்த அனைவரும் வீட்டின் முன் கூடிவிட்டனர், காயங்கள் பயப்படும் படியாக இல்லை என்பது அறிந்து நிம்மதி அடைந்தனர். வாழ்க்கை தொடர்ந்தது.

இரண்டு இரவுகள் சென்றன. அன்று அனைவரும் முன் முற்றத்தில் தூங்கிக்கொண்டிருந்தனர். கம்புகளின் சப்தமும் காலடியோசைகளும் கேட்டன. குழந்தைகள் உடனடியாக உள்ளே தூக்கிச் செல்லப்பட்டனர். நிகில், அருணா, சங்கர், அன்ஷி நால்வரும் வாசலை மறித்தபடி அந்நியர்களை எதிர்கொள்ளத் தயாராக இருந்தனர். இருட்டில் தலைகள் வரிசையாய்த் தெரிந்தன. ஒரு தலையில், சுரங்கத் தொழிலாளி யின் ஹெல்மெட். தாக்குவதற்குத் தயாராக வந்ததுபோல் தெரிந்தது. சங்கர் 'யாரது?' என்று குரல் கொடுத்தார்.

பதிலளித்தது சோஹன்கார்கின் விஜய். 'நண்பர்களே, பயப்பட வேண்டாம். ஹரிசிங் அடித்ததால் சங்கருக்கும் நிகிலுக்கும் காயம் அதிகமா என்று பார்க்க வந்தோம். நியாயம் கேட்க தாலுக்குப் போகலாம் என்று வந்தோம்.'

கிராமத்தவர் மனத்தில் அச்சத்தை ஏற்படுத்தவேண்டும் என்ற நோக்கில், தனது அராஜகச் செயல்களை ஹரி சிங் பெரிது படுத்திப் பேசினார். அவர்களது 'முப்பத்திரண்டு பல்லையும் உடைத்துட்டேன்' என்று பெரிதாக அறிவித்தவர், அருணா வுடன் வேலைசெய்த இருவரை அடித்து உதைத்துவிட்டேன் என்றும், 'கிராமத்திற்குப் போகும் பாதையே அவர்களுக்கு மறந்துபோயிருக்கும்' என்றும் சொல்லியிருக்கிறார். அன்று இரவு இப்படி 'செம்மையாகத் தாக்கப்பட்ட' செய்தி பரவியதும், சோஹன்கார்கிலிருந்தும், அருகிலிருந்த தாப்டாவிலிருந்தும் முப்பது, நாற்பது பேர் தேவ்துங்ரிக்கு வருவதென்று முடிவு செய்தனர். கம்புகளும், இரும்புக் கம்பிகளும் ஆயுதமாக எடுத்து வந்தனர். சிலர் ஹெல்மெட் அணிந்துகொண்டும் வந்தனர். மோசமான காயம் ஏதும் அவர்களுக்கு ஏற்படவில்லை என்பதை உறுதி செய்ய சங்கரையும் நிகிலையும் சோதித்துப் பார்த்தனர்.

பின்னிரவில் இந்த விஷயம் குறித்து விவாதிக்கப்பட்டது. ஒருவிதத்தில் உத்தி வகுப்பதற்குக் கூடிய முதல் கூட்டம் இது எனலாம். தாக்கூரையும் அவரது குடும்பத்தினரையும் அடித்து உதைக்கவேண்டும் என்று கிராமத்தினர் விரும்பினர். அதற்குத் தயாராகவே அவர்கள் வந்திருந்தனர். அமைதியான முறையில் எதிர்ப்பும், அதைப் பொது இடத்தில் நடத்தலாம் என்றும் முதலில் விவாதிக்கப்பட்டது. பின்னர், பேரணி ஒன்றும் அதைத் தொடர்ந்து பீம் நகரில் பொதுக்கூட்டம் என்பதாகவும் தயக்கத் துடன் முடிவு செய்யப்பட்டது. உடல்ரீதியாகத் திருப்பித் தாக்குவது என்பது சுழன்று வந்து, இறுதியில் நியாயத்திற்கான நமது உண்மையான கோரிக்கையைக் கெடுத்துவிடும் என்று கிராமத்தவரைத் தேவ் துங்ரி குழுவினர் இணங்க வைத்தனர்.

அடுத்த நாள் தாப்டாவில் நடந்த கூட்டத்தில் எதிர்ப்பைக் காட்டும் விதமாக பீம் நகர் நோக்கி கிராமத்தினர் ஊர்வலமாகச் செல்லவேண்டும்; அங்கு, து. கோ. மாஜிஸ்ட்ரேட் டிடம் கோரிக்கை மனு அளிக்க வேண்டும் என்று ஒருமனதாக முடிவு செய்யப்பட்டது.

பீம் நகர் நோக்கிப் பேரணி

தாப்டாவில் தொடங்கிய பேரணியில் கலந்துகொண்டோரின் எண்ணிக்கை போகப்போகப் பெருகியது. பீம் நோக்கிய 12 கி.மீ.

நடைப் பயணத்தில், தானா, கோமா கா பாடியா போன்ற கிராமங்களிலிருந்தும் வேறு சில குக்கிராமங்களிலிருந்தும் வழி நெடுகிலும் ஏராளமானோர் இணைந்துகொண்டனர். நிலப் பிரபுத்துவ முறையை முழுமையாக எதிர்ப்பதாக முதல் முழக்கம் எழுந்தது. 'கன்வர் ஹரிசிங், உங்கள் ஒடுக்குமுறையை இனியும் அனுமதியோம்'. கொஞ்ச தூரம் ஊர்வலம் சென்றதும் மரியாதை முன்னொட்டு விழுந்து, ஹரிசிங் ஆனது, இறுதியில் 'ஹரியா' என்றானது. இது ஒரு முக்கியத் திருப்புமுனை. பொதுவாக, சுருக்க விளிகளாலும், குடும்பப் பெயர் சொல்லியும் அழைப்பது வழக்கமாகத் தாழ்ந்த சாதியினருக்கும், சமூகரீதியாக ஒடுக்கப் பட்டவருக்குமே ஒதுக்கப்பட்டிருந்தது. மரபுச் சொற்றொடர்கள் பெரும்பாலும் அதிகாரச் சமன்பாட்டையே குறிக்கின்றன. தெளிவாகக் குறிப்பிடப்பட்ட கருத்தியல்கள் என்பதைவிட இவை பெருமளவிற்கு ஓர் அளவுகோலே. அதிகாரமளிக்கும் செயல்முறையின் முதல்படியாகத் தெளிவுறப் பேசுதல் இருக்கிறது.

அந்தச் சிறிய நகரத்தில் சங்கதன் ஒருங்கிணைத்த முதல் பொதுக்கூட்டத்தை பீம் நகர் ஆர்வத்துடனும் அச்சத்துடனும் பார்த்தது. நாற்சந்தி ஒன்றில், சற்றே உயரமாக அமைக்கப்பட்டிருந்த மேடையொன்றில் செருப்புத் தைக்கும் தொழிலாளி ஒருவரின் அருகில் நின்றுகொண்டு தனது கன்னிப்பேச்சை ச்சுன்னி சிங் நிகழ்த்தினார். ஒரு பேச்சாளராகத் தன்னை அன்று நிறுவிக்கொண்டார். அவர் பேசியது:

> நாம் சுதந்திரம் பெற்றுப் பல ஆண்டுகளாகிவிட்டன. ஆனால், அரசாங்கத்திற்கும் போலிஸிற்கும் முன்னால், ஏழைகளும் பணக்காரர்களும் சமமற்றவர்களாகவே இன்னமும் இருக்கின்றனர். பணக்காரனின் எலியை யாராவது அடித்துவிட்டால் போலிஸ் குற்றவாளியைச் சிறைக்கு இழுத்துச் சென்று அவனை அடிக்கிறது. ஆனால், ஓர் ஏழையை யாராவது கொலை செய்துவிட்டாலும், போலிஸ் எதுவும் செய்வதில்லை!'[25]

அவர் உண்மையைப் பேசினார். யார் கேட்கிறார்கள் என்பதைப் பற்றிக் கவலைப்படவில்லை. சாதாரணத் தொழிலாளியாக அவரது முதல் பேச்சு அவரைப் பிரபலமாக்கியது. அவரைக் கேட்பதற்கு மக்கள் திரண்டனர். இன்றும் திரள்கின்றனர்.

அதிக நேரம் சென்றபின் தான், ஹரிசிங்கை து. கோ. மாஜிஸ்ட்ரேட் முன் காவல்துறை ஆஜர்படுத்தியது. அந்தக் கொடுமைக்காரனுக்கு எதிராக காவல்துறையில் முதன்முறையாக ஒருவரால் அச்சமின்றிப் புகார் கொடுக்க முடிந்திருக்கிறது. பல ஆண்டுகளாக ஹரி சிங் மீது அந்தப் பிரதேசத்தினர்

கொண்டிருந்த குரல்வளையை நெரிக்கும் பயத்தை அந்தப் பேரணியும் பொதுக்கூட்டமும் வியப்பூட்டும் வகையில் உடைத் தெறிந்தன. ஹரிசிங்கின் படிப்படியான அதிகாரச்சரிவை இயக்கத்தின் வெற்றி பறைசாற்றியது. சோஹன்கார்க் நிகழ்வு ஒரு நாட்டுப்புறக் கதையாகியது. பலவிதமான அடக்குமுறைகளையும் எதிர்கொள்ளத் தேவையான வலிமையை அங்குக் கூடிய மனிதர்களுக்குப் போராட்டம் தந்தது.

> இந்தச் சம்பவம் குறித்து சங்கர், *'Diamond India'*வில் விவரித்திருந்தார்: சங்கதனுக்கு அடித்தளம் அமைய இந்தப் போராட்டம் உதவியது. ஒன்றுபடுவது பெரும் பலனைத் தரும் என்பதற்கு உண்மையான அங்கீகாரம் கிடைத்தது; தாக்கூர் இவ்வாறு அடங்குவார் என்று யாருமே கற்பனை செய்திருக்கவில்லை. ஆனால், ஒரு கூட்டியக்கத்தால் எளிதாக அதனைச் சாதிக்கமுடிந்தது, எங்களுக்குப் பெரும் வலிமையைத் தந்தது, அத்துடன் ஏராளமாகக் கற்பிக்கவும் செய்தது. கூட்டியக்கத்தின் வலிமையை அது அடிக்கோடிட்டுக் காட்டியது. சங்கதன் உருவாக்கத்திற்கு வழிகோலியது.[26]

அரசு ஆவணங்களிலும், அலுவலகங்களிலும் பொதிந்து கிடக்கும் தகவலின் வலிமையைப் பொதுமக்கள் புரிந்துகொள் வதற்கு தாடி ராபட் மற்றும் சோஹன்கார்க் போராட்டங்கள் வழியமைத்தன. தகவல்கள் மீது காலனிய அரசு வைத்திருந்த கட்டுப்பாடும் அதிகாரமும் சுதந்திர இந்தியாவிலும் தொடர்ந்து வெளிப்பட்டது. அடக்குமுறை நிறைந்த சமுதாயப் படிநிலை அமைப்பின் மேலாதிக்கத்திற்கும், அதிகார வர்க்கத்தின் கட்டுப் பாடுகளுக்கும் இடையிலிருந்த ரகசிய உறவைப் பெருமளவிற்கு இது வெளிப்படுத்தியது.

கூட்டமைப்பின் வலிமை மற்றும் சட்டவிரோத அதிகார மையங்களை உடைக்கும் அதன் திறன் குறித்து இந்தச் செயல்பாடு மக்களுக்குக் கற்றுக் கொடுத்தது. சங்கதன் உருவாக்கத்திற்கு இயல்பாக இது வழிவகுத்தது. ஒற்றுமையை யும், அதிகாரத்தையும் கூட்டுச்செயல்பாடுதான் ஊக்குவிக்கும் என்ற அழுத்தமான உணர்வு தொடரவேண்டும்; முறையான அமைப்பு ஒன்றில் தன்னை அது பொருத்திக்கொள்ள வேண்டும். அந்த அமைப்பு காலப்போக்கில் ஆற்றலைச் சரியான வழியில் திருப்பும். சங்கதன் உருவாக்கத்திற்கான விதைகள் இவ்வாறு தூவப்பட்டன.

வெளிப்படையான நிர்வாக அமைப்பு ஒன்றின் தேவையை மக்கள் புரிந்துகொள்ளத் தொடங்கினர். மேலும்,

தகவல் என்பது இனிமேலும் மறைபொருள் அல்ல. அவர்களால் அடைய முடிகிற அல்லது அடையமுடியாமல் போகிற இடத்திற்குச் செல்வதற்கான வழி; அவர்களுக்குக் கிடைக்காமல் தொடர்ந்து நழுவிக்கொண்டிருக்கும் குறைந்தபட்ச ஊதியம் பெறுவதற்கும் இதுவே வழி என்பதை உணர்ந்தனர்.

ஓர் அடிக்குறிப்பு

இது மிகவும் பின்னால் நடந்தது; மகிளா சமிதியின் கட்டுப்பாட்டில் இருந்த நிலம் செழிப்பு மிக்க வனமாக மாறியிருந்தது. நிலம் கையகப்படுத்தப்பட்ட தினத்தைக் கொண்டாடும் ஆண்டு நிகழ்வில் ஹரியாலி அமாவாசை யன்று நானும் காக்கிஜியும் பாறையொன்றில் அமர்ந்திருந் தோம். காந்திஜியின் பிரபலமான பஜனைப் பாடலான, 'ரகுபதி ராகவ...' பாடலை அவர் முணுமுணுப்பது காதில் விழுந்தது. அந்தப் பாடல் எப்படிப் பரிச்சயம் என்று அவரைக் கேட்டேன். அவர் மிகவும் இயல்பாக, 'பாபுவிடம் கற்றுக்கொண்டேன்' என்றார் அவர். அவரது தந்தையாக இருக்கும் என்று நினைத்துக்கொண்டேன். என்னைத் திருத்திய அவர், அது பெரிய பாபு, சபர்மதியின் காந்திஜி என்றார்! அவரது தந்தை அந்த ஆசிரமத்தில் பசுக்களைக் கவனித்துக் கொண்டிருந்தாராம். குழந்தையாக இவர் அங்கு வளர்ந்திருக்கிறார். கொஞ்சம் ஒல்லியான உடல்வாகு கொண்டவர், ஆனாலும் தனித்தன்மை கொண்ட பெண்மணி. விவேகம் நிறைந்தவர், அச்சமற்றவர். ஐந்தாம் வகுப்பு வரை படித்தவர். போராட்டத்திற்கு அவர் அளித்த ஆதரவு, அவர் வளர்ந்த விதத்தின் அடிப்படையில் வெளிப்பட்ட இயல்பான பங்களிப்பே. அவர்களுக்குள் பொதிந்திருக்கும் வலிமையால் கிராமப்புறப் பெண்மணிகள் என்னை வியப்பில் ஆழ்த்துவது முடிவில்லாத ஒன்று![27]

3

மஸ்தூர் கிஸான் சக்தி சங்கதன்: கருத்தாக்கமும் தோற்றமும்

ஒன்றுபட்ட போராட்டத்தின் வலிமையை சோஹன்கார்க் நிலப் போராட்டத்தில் கிடைத்த அசாதாரண, எதிர்பாராத வெற்றி பறைசாற்றியது. நம்பிக்கை கொள்ளவும், அமைப்பு ஒன்றை உருவாக்கும் முயற்சியை முன்னெடுக்கவும் எங்களை ஊக்குவித்தது. ஆதரவற்ற நிலையில் 'எதுவும் மாறாது' என்று தன்னையே சமாதானப்படுத்திக் கொள்ளும் 'கணிப்புகளை' இந்தப் போராட்டம் மாற்றியது. வலிமை இருக்கிறது என்று நேர்மறை யாக உறுதிகொள்ள வைத்தது: (ஹம் அப்னா அதிகார் ஜாந்தே, நஹிம் கிஸி சே பீக் மாங்தே) 'எமது உரிமைகள் எமக்குத் தெரியும். இரந்து கேட்க நாங்கள் வரவில்லை.'

நிலத்திற்காக நடந்த போராட்டம், எதுவும் சாத்தியமே என்கிற திசையில் மக்களைச் சிந்திக்க வைத்தது. அமைப்பு ஒன்றை உருவாக்க வேண்டிய நேரம் வந்துவிட்டது. அமைப்பு எப்படி இருக்க வேண்டும்; அதன் நோக்கம், இலட்சியங்கள் என்ன; இவை குறித்து விவாதிக்க நடந்த பல கூட்டங்களின் மையமாகத் தேவ் துங்ரி மாறியது. ஒவ்வொரு பிரச்சினையும் விவாதிக்கப்பட்டது; சங்கதன், தனக்கு அளித்துக்கொண்ட பெயரும் பல விவாதங்களுக்கு உட்பட்டது. இறுதியில், மஸ்தூர் கிஸான் சக்தி சங்கதன் என்ற பெயர் அனைவருக்கும்

பிடித்துவிட்டது. மஸ்தூர் (தொழிலாளி) என்பதும் ஒரு விளிம்பு நிலை கிஸானை (விவசாயி) குறிக்கும் சொல்தான். இவர்கள் அதிகாரமும், சக்தியும் பெறுவதற்கு இந்த அமைப்பு பணியாற்றும். அமைப்பிற்கான 'லோகோ' பலராலும் சிந்திக்கப்பட்டது; பாலினச் சமத்துவத்தை நேரடியாக வெளிப்படுத்தும் வகையில் கூட்டாக வடிவமைக்கப்பட்டது. போராட்டத்தைக் குறிக்க ஆணின் கரம் கறுப்பு நிறத்திலும், மாற்றத்தையும் புரட்சியையும் குறிக்கப் பெண்ணின் கரமொன்று சிவப்பு நிறத்திலும்; மாற்றத்திற்கான கோரிக்கைக்குப் பெண் தலைமையேற்கிறாள்! சங்கதன் இவ்வாறு வடிவம் பெற்றது.

தங்களது வக்கற்ற நிலையை மாற்றுவதற்கு, ஒன்றுபட்ட போராட்டம் தவிர்த்து வேறு மாற்று இல்லை என்பதை ஏழை மக்கள் புரிந்துகொண்டனர். குஷால்புராவின் ஊதியப் போராட்டமும், சோஹன் கார்கின்நிலப் போராட்டமும் உண்மையில் மக்களுக்கு விழிப்புணர்வு தந்த நிகழ்வுகளே – அதாவது 'செயல்பாட்டின் மூலம் கற்றல்'. 'ஒரு விரலை உன்னால் உடைக்கமுடியும், ஆனால், முஷ்டியை அல்ல' போன்ற சொல்லாடல்கள் அவர்களது பண்பாட்டு வெளிப்பாட்டின் பகுதியாக இருந்தன. கூட்டமைப்பின் வலிமை குறித்து அவர்களுக்கு இருந்த மரபு வழி புரிதல் செயல்படும் யதார்த்தமாக உருமாற்றம் பெற்றது.

மக்கள் பிரச்சினைகளை அவர்களுக்குச் சொந்தமான சொற்களில் விவாதிப்பது அவசியம் என்பதைத் தேவ் துங்ரி குழு புரிந்துகொண்டது. கருத்தியல் அல்லது கோட்பாட்டு விவாதங்களின் அடிப்படையில் சங்கதன் அமைப்பு உருவாக வில்லை. பாரம்பரியம் ஏற்றுக்கொண்ட கொள்கைகள் மற்றும் ஜனநாயக அறநெறிகளின் மீது தோற்றுவிக்கப்பட்டது. அவர்களது ஏதுமற்றநிலைமையும், இழைக்கப்படும் அநீதியும் தீவிரமான அரசியல் ஆய்விற்கான அடிப்படையை ஏழை மக்களுக்கு அளித்தன. அவர்களது இந்தப் புரிதலை வெளிப்படுத்தும் குரலாக சங்கதனின் உருவாக்கம் இருந்தது. கிராமப்புறச் சமூகங்கள் நடைமுறை சார்ந்தவை; தினசரி வாழ்வில் வேரூன்றியிருக்கும் தகவல் சொல்வதற்கான ஒருமுறையும், அறிவும், புரிதலும் அவர்களிடம் இருக்கின்றன.

ஆற்றல் மிக்க பகுத்தறிவின் குரலை உருவாக்கத் தனிமனித அனுபவங்கள் ஒன்று சேர்வதைச் சங்கதன் வரவேற்றது. புறக்கணிக்கவோ அல்லது நிராகரிக்கவோ முடியாத குரல் அது. மக்களுக்கான ஓர் அமைப்பு மக்களின் சிந்தனையிலிருந்துதான் வளர்ச்சி பெறவேண்டும். புதிய யோசனைகளையும் அமைப்பு முறைகளையும் உள்வாங்கிக்கொள்வதற்கு அவர்களுக்கு

நேரமளிக்க வேண்டும். ஒவ்வொரு செயலையும் அதற்கான எதிர்வினையையும் கருத்தில் கொண்டபடி சங்கதன் இயல்பாக வளர்ந்தது. பரிசீலிக்க வேண்டிய, ஆய்ந்து முடிவெடுக்க வேண்டிய மாற்றத்தை நோக்கிய ஊர்தியாக அது மாறியது. சங்கதன் உருவாக்கப் பணிகள் பாதி நிலையில் இருந்தபோது, ஹரிசிங் கைதுசெய்யப்பட்டார்; நீதிக்கும் ஒருங்கிணைந்த மாற்றத்திற்கு மான நம்பிக்கையை அது அதிகரித்தது.

வீதி நாடகத்தின் பயன்பாடு

சங்கதன் உருவாவதற்கு முன்னும் அதற்குப் பின்னும், அனைத்து அரசியல் நடவடிக்கையின் போதும் செய்திகளைச் சொல்வதில் தனக்கிருக்கும் மகத்தான திறமையைச் சங்கர் வெளிப்படுத்தினார். அவரது சக்தியும், வலிமையும், புத்தாக்க ஆற்றலும் அந்த மக்களின் சொல்லாடலில், மொழியில் அரசியலை நாடக அரங்கிற்குக் கொண்டுவந்தன. நாடகத்தை அதன் முறையான வடிவத்தில் மேடையில் கொண்டு வருவதில், நடிப்பதில் தெருநாடகங்களை உருவாக்குவதில் சங்கர் மிக இயல்பாக ஒன்றிப்போனவர். சங்கதனின் அரசியல் செய்திகள் வீதிநாடகங்களாகவும், பாடல்களாகவும் முழக்கங்களாகவும் மாற்றம் பெற்றன. வெறும் பொழுதுபோக்கு என்பதிலிருந்து மக்களின் புரிதலில் மாற்றத்தை ஏற்படுத்துவதில் நேரடியான சக்திவாய்ந்த தாக்கத்தை நாடகம் உண்டாக்கியது. சங்கதன் தன் செய்திகளை விரைவாகவும், திறம்படவும் சொல்வதை அவரது நடிப்பு மிகவும் எளிதாக்கியது.

மக்களது அனுபவங்களின் அடிப்படையில் வசனங்கள் கூட்டாக உருவாக்கப்பட்டன. ஒரு இலக்கியப்படைப்பு என்பதைக் காட்டிலும் ஒரு பதிவாக, மிகவும் பின்னால்தான் அவை எழுதப்பட்டன. ஒவ்வொரு பிரச்சினைக்கும் ஒவ்வொரு நாடகம் எழுதப்பட்டது. ஒவ்வொரு கிராமமாகப் பயணித்த பாத யாத்திரைகள் (ஜாதா) அனைத்திலும் பொதுநலன் சார்ந்த பிரச்சினைகளை எழுப்புவதில் நாடகம் முக்கியப் பங்குவகித்தது. தொழில்முறை நடிகர்களோ அல்லது உள்ளூர் நாடகக் குழுக்களோ கிடையாது: நடித்தவர்கள் அனைவரும் ஆய்வாளர்களும் உள்ளூர் மக்களும்தான். அனைவரும் தாமாகவே முன்வந்து தங்கள் நேரத்தை ஒதுக்கினர்; நாடகம் முடிந்தபின் நடந்த விவாதங்களிலும் வாதங்களிலும் எளிதாகத் தங்களை இணைத்துக் கொண்டனர்.

சங்கதனைச் சேர்ந்த மனிதர்களும் அதன் நண்பர்களும் இந்த இயக்கத்தில் பங்கெடுப்பதில் மகிழ்ச்சிகொண்டனர். ஹரி சிங்குடன் மோதல் உச்சத்தில் இருக்கையில் முதல் சோதனைக்

களமாக சோஹன்கார்க் அமைந்தது. வலிமையான செய்தி சொல்லும் சாதனம் என்பதுடன், ஒரு நாடகத்தை, குறிப்பாக அது பிரபலம் அடைந்துவிட்டால் அவ்வளவு எளிதாக நிறுத்திவிட முடியாது. தெருநாடகத்தின் வசனங்கள் கேலியும் கிண்டலும் நிறைந்தவை; மக்கள் மத்தியில் மிகவும் பிரபலமானவை. முதல் நாடகப் பயிலரங்கை 1990களின் தொடக்கத்தில் பெங்களூரி லிருந்து வந்திருந்த உமாசங்கர் நடத்தினார். ஒவ்வொரு ஆண்டும் மே தினக் கொண்டாட்டங்களுக்கு முன்னதாக ஏப்ரல் மாதத்தில் நடக்கும் ஜாதா / பாத யாத்திரையைத் தொடர்ந்து பயிலரங்கு ஒன்றை நடத்துவது, ஒரு புதிய நாடகத்தை உருவாக்கி அதில் அரங்கேற்றுவது என்ற மரபை நிறுவ அவர் உதவினார். இந்த நாள் வரையிலும் அந்த மரபு தொடர்கிறது. அடுத்த ஆண்டு செய்யவேண்டிய வேலையை முடிவு செய்வதற்கு விரிவான ஆய்படு பொருள் ஒன்றையும் அந்த நாடகம் தருகிறது; மக்களை, அங்கு வரவேற்கிறது.

ஓர் அரசியல்நாடகம் நடப்பு நிகழ்வுகளுடன் தொடர்புடையதாக இருக்கவேண்டும். அது உள்ளூர் சொல்லாடலில் இருக்க வேண்டும். சமகாலத்தின் பிரபலமான நிகழ்வுகளை உள்ளடக்கியதாக, உள்ளூர் அனுபவ வரலாற்றுச் சூழலில் பொருந்தக்கூடியதாக அது இருக்கவேண்டும். உள்ளார்ந்திருக்கும் அரசியல் செய்தி மிகத்தெளிவு. சொந்த அனுபவங்களுக்கும் அம்மக்கள் அடிக்கடிக் கேட்கக் கூடிய அரசியல் விவாதங்களுக்கும் இடையிலான தொடர்பை அது சிந்திக்க வைத்தது. ஒவ்வொரு ஆண்டும் தொடர்ந்து நடைபெற்ற சங்கதனின் நாடகங்கள் இந்த மரபைப் பின்பற்றின. மக்கள் சந்திக்கும் ஒரு சிக்கலான பிரச்சினை நாடகமாக்கப்பட்டது. ஆகவே, அந்தப் பயிலரங்கு அரசியல் மற்றும் பொருளாதார ஆய்விற்கான பயிற்சியாகவும் அமைந்தது.

பயிலரங்கில் கலந்துகொண்டவர்கள் தங்களுக்கான உணவை அவர்களே எடுத்துவந்தனர். பணியிலிருந்து ஏறத்தாழ ஒருமாதம் விடுமுறை எடுத்துக்கொண்டு வந்து நாடகத்தை வடிவமைத்தனர். ஒவ்வொரு கிராமமாக அந்த நாடகத்தைக் கொண்டு சென்றனர். இதற்காக, அடுத்தடுத்து இருந்த பாலி, பில்வாரா, அஜ்மீர், உதய்பூர் (உதய்பூர் மாவட்டத்திலிருந்து ராஜ்சமந்த் மாவட்டம் உருவாக்கப்பட்டது) மாவட்டங்களி லிருந்து இருபத்தேழு கிராமங்கள் தேர்ந்தெடுக்கப்பட்டன. அனைவருக்கும் இது ஒரு புதிய அனுபவம்.

உமா சங்கர் தவிர்த்து, தேசிய நாடகப் பள்ளியின் திரிபுராரி சர்மாவின் ஆதரவும் வழிகாட்டுதலும் சங்கதனுக்குக் கிடைத்தது. அத்துடன் சங்கரின் தோழர்களும் சக நடிகர்களுமான ஷிவ்

சிங் நிஹல், ராம்நிவாஸ், ராம்லால், ஹமீத், போத்து ஆகியோரும் உதவினர். பல்வேறு திறமைகள் பெற்றிருக்கும் திரிபுராரி, சங்கரின் நாடகஆசான். லட்சுமி கிருஷ்ணமூர்த்தியுடன், சங்கரை அவர்தான் முறையான நாடகம் என்ற கலைத் துறைக்கு அறிமுகப்படுத்தியவர். செய்திகள் சொல்வதிலும், நடிப்பிலும், பொம்மலாட்டத்திலும் சங்கர் இயல்பான ஆற்றல் மிக்கவர்; இயல்பான நகைச்சுவையும் சாதுரியமாகப் பதிலளிக்கும் திறனும் பெற்றவர். இவையனைத்தும் அநீதியையும் ஏழ்மையையும் எதிர்ப்பதில் அவருக்கிருந்த உறுதிப்பாட்டுடன் நெருக்கமாகப் பிணைந்திருந்தன. பலரது திறமைகளையும் இயல்பான ஆற்றல்களையும் அங்கீகரிக்க அவரது இருப்பு உதவியது. அவரது உற்சாகமும் ஆற்றலும் அனைவருக்கும் தொற்றிக்கொள்ளக் கூடியவை.

சங்கதனை உருவாக்குவதன் வழியாகப் பிரகடனம் ஒன்றை வெளியிடுவதற்கு ஒன்றிணையுங்கள் என்பதே தொழிலாளிகளின், விவசாயிகளின் அறைகூவலாக இருந்தது. இடைவிடாமல் கேட்கப்பட்டுக் கொண்டிருந்த தொடர்ச்சியான கேள்விகளுக்கான ஒரே பதில் அது.

துண்டுப் பிரசுரங்கள், சிறு வெளியீடுகள், சுவரோவியங்கள் வழியாகச் செய்தி சொல்லுதல்

பிரச்சாரங்களின் போது மக்களுக்குச் செய்திகள் சொல்வதற்குச் சிறு பிரசுரங்களும் (அல்லது) துண்டறிக்கைகளும் பயன்படுகின்றன. சங்கதனின் உருவாக்கம் நடந்துகொண்டிருந்த ஆண்டுகளில், தகவல்களைப் பரப்ப துண்டறிக்கைகள் பயன் பட்டன. சங்கதன் உருவானதை அறிவிக்க விநியோகம் செய்யப் பட்ட முதல் துண்டறிக்கை அதன் நோக்கத்தை நிறைவேற்றியது. கிராமப்புற மக்கள் துண்டறிக்கைகளைப் படிப்பார்கள். நகர்ப்புறத்தில் இந்த அறிக்கைகள் சந்திக்கும் நிலைமை இங்கு அவற்றிற்கு நிகழ்வது கிடையாது. அங்கு அவை உடனடியாகத் தின்பண்டங்கள் விற்பவர்களுக்குப் பயன்படுகின்றன; அல்லது குவிந்திருக்கும் குப்பைகளுடன் சேர்ந்துகொள்கின்றன.

சுவர்களில் வரையப்படும் பாரம்பரிய ஓவியம் என்பது அனைவரது பங்களிப்பையும் கோரும் ஒரு பயிற்சி. செங்கல் பொடியை நீரில் குழைத்து வாளியில் எடுத்துக்கொண்டு, பழைய துணி கொண்டு சுற்றிய குச்சிகளைத் தூரிகையாகப் பயன் படுத்திச் சுவர்களில் எழுதுவதற்குப் பல இளைஞர் குழுக்கள் தாமாகவே முன்வந்தன; அனுபவித்து, உற்சாகத்துடன் அதைச் செய்தனர். உண்மையில், அந்தச் சுவர் ஓவியங்களில் பலவற்றை இன்றைக்கும் நம்மால் பார்க்கமுடியும். நகர்ப்புறச் சமூக

ஊடகங்கள் இன்று செய்வதுபோல், கிராமப்புறத்தில் தகவல் தொடர்பிற்கு இவை உதவின. 'பீம் சலோ பாய், பீம் சலோ, மே 1 கோ பீம் சலோ' என்பது சுற்றியிருக்கும் கிராமங்களின் பல சுவர்களில் எழுதப்பட்டிருக்கும் முழக்கம். மேதினக் கொண்டாட்டம் பிரபலமாக இருந்தது என்பதைப் பறைசாற்றும் சாட்சியங்களாக இன்றும் அவை காணப்படுகின்றன.

தொகுக்கப்படும் அறிக்கைகளும் கேள்விகளும், உயிர் வாழ்தலுடன் தொடர்புடைய பல எரியும் பிரச்சினைகளை ஒன்று சேர்க்கின்றன. அவற்றைப் பேசித் தீர்வு காண்பதற்குப் பல்வேறு உறுதிமொழிகளையும் உள்ளடக்கிய துண்டுப் பிரசுரங்கள் 1990ஆம் ஆண்டு மே தினத்திற்கு முன்னர் விநியோகம் செய்யப்பட்டன.

> இந்த நிலம் எங்களுடையது, தீர்வு எங்கள் கைகளில் உள்ளது; எங்கள் எண்ணிக்கைதான் எங்கள் வலிமை; இந்தக் கேள்விகளைக் கேட்க நாம் ஒன்றிணைய வேண்டும். நாம், நம் உரிமைகளை எப்படிப் பெறுவது? நமக்கு இங்கு வேலை கிடைப்பதை எது தடுக்கிறது? இந்த அவல நிலையி லிருந்து எப்படி நாம் நம்மை மேம்படுத்திக்கொள்வது? நியாயமான கூலியை எப்படி நாம் பெறுவது? நமது நீராதாரங்களை எப்படி நாம் பாதுகாப்பது? இந்தப் பழுப்பு நிலப் பூமியை நாம் எப்படிப் பசுமையாக்க முடியும்?
>
> அனைத்துக் கேள்விகளும் கூட்டாக விவாதிக்கப்பட்டு, விடையளிக்கப்பட வேண்டும் என்ற உறுதியான நோக்கத்தை இறுதி முடிவு சுருக்கமாகக் கூறியது. இரண்டு 'முஷ்டிகள்' நம்மை ஒன்று சேர்க்கின்றன. இந்தக் கேள்விகள் அனைத்திற்கும் விடை காணுவதற்கு தொழிலாளர்களும் விவசாயிகளும் மே முதல் நாளன்று, மஸ்தூர் கிஸான் சக்தி சங்கதனின் உருவாக்கத்தை அறிவிக்க பீம் நகரின் பாட்டியா கா சௌடாவில் கூடுமாறு அழைக்கப்படுகிறார்கள்.[28]

முழக்கங்கள்

ம.கி.ச. சங்கதனின் முழக்கம் கவர்ந்து ஈர்க்கக்கூடியதாக, சமத்துவம், நீதி, கண்ணியத்திற்கான விழைவை எதிரொலிப்பதாக இருந்தது.

> *நியாய் சமந்தா ஹோ ஆதார்*
> *அய்சா ராச்செங்கே ஹம் சன்சார்*
>
> *(நியாயமும் சமத்துவமும் அடிப்படை ஆகட்டும்;*
> *அத்தகைய உலகை நாம் உருவாக்குவோம்).*

முழக்கங்கள் சக்தி மிக்கவை. விளம்பர 'ஜிங்கிள்கள்' இதை நிரூபிக்கின்றன. ஆனால், ஜிங்கிள்கள் போலன்றி, முழக்கங்கள் வேறு நோக்கம் கொண்டவை. எளிமையான சொற்களில் பெரும் சிந்தனையை உள்ளடக்கக்கூடியவை. உரத்து முழங்கப் படும் அவை, விரைந்து பயணிக்கின்றன. மக்களின் மனத்தில் வேலைசெய்கின்றன, அவர்களைச் சிந்திக்கத் தூண்டுகின்றன. 'மஸ்தூர் கிஸான் சக்தி சங்கதன் ஸிந்தாபாத், ஸிந்தாபாத்' 'ஜாப் தாக் பூக்காஇன்ஸன் ரகேகா, தார்த்தி பர் டூஃபான் ரகேகா' (மக்கள் பசியோடிருக்கும் வரை, போராட்டங்கள் பூமியை உலுக்கிக் கொண்டுதான் இருக்கும்). 'ப்ரஷ்டச்சார் ஹை ஹை' (ஊழல் ஒழிக, ஒழிக) என்பதை'நியாய் சமந்தா ஹோ ஆதார், அய்சா ராச்செங்கே ஹம் சன்சார்' என்ற சங்கதனின் முழக்கம் தொடரும்.

திறமையான பிரச்சாரப் பாடல்கள், பல துறைகளின் ஊடாகவும் பயணித்துக் கோரிக்கைகளைக் கொண்டு செல்பவை. பின்னாளில் ஆர்டிஐக்கான பிரச்சாரத்தின் போதும், அப்போராட்டம் பிரபலமானதற்குக் கோரிக்கைகள் பாடல்களாக மக்களிடம் கொண்டுசெல்லப்பட்டதும், பாடலின் சந்தங்களும் வரிகளும்தான் காரணமாக அமைந்தன. பெரும்பாலும் இத்தகைய பாடல்கள்தன்னெழுச்சியாக உருவாக்கப்பட்டன; சில நேரங்களில் செய்திகளை உள்ளடக்கி, திட்டமிட்டு உருவாக்கப்பட்டன. ஒவ்வொரு நாடகத்திலும் ஒரு பாடல் இருந்தது. நாடகத்தைக் காட்டிலும் அந்தப் பாடலே செய்தியை மேலதிகமாக முன்னெடுத்துச் சென்றது. சங்கதன் தோன்றிய ஆண்டில் எழுதப்பட்ட பாடல், புலம்பெயர்ந்த தொழிலாளர்களின் துயரத்தைப் பேசியது. பெரும் எதிர்பார்ப்பு களுடன் அவன் ஊரை விட்டுப் புறப்படுவான். ஆனால், நொறுங்கிய நம்பிக்கைகளுடன் திரும்பிவருவான். பதில் சொல்லமுடியாத கேள்விகளை எதிர்கொள்கிறான். அந்தத் தொழிலாளர்கள் எதிர்பார்ப்பு நிறைந்த குடும்பங்களையும், வறட்சியையும் பட்டினியையும் மீண்டும் எதிர்கொள்கிறார்கள். சாத்தியமான தீர்வு ஒன்றைச் சங்கதன் தந்தது. சட்டப்பூர்வ மான உத்தரவாதத்துடன் வேலை கிடைப்பதற்கு ஒரு நெடிய தடத்தில் அவர்களை அழைத்துச் சென்றது. 2005ஆம் ஆண்டின் மகாத்மா தேசிய ஊரக வேலை உத்தரவாத சட்டத்தின் (MGNREGA) வழியாகஅவர்களுக்கு அது சாத்தியமாயிற்று.

போராட்டங்களும் மக்கள் இயக்கங்களும் வலிமையான கூட்டிணைவுகளிலும், உரையாடல் போன்ற பாடல்களிலும் தம்மை வெளிப்படுத்திக்கொள்கின்றன. சங்கதனும் இதற்கு விதிவிலக்கல்ல. 1987இலிருந்து தொழிலாளர் அமைப்பினரும்

விவசாயிகளும் தொடர்ந்து பாடல்களைப் பாடுகிறார்கள்; முழக்கங்கள் எழுப்புகிறார்கள். 1990களில் மிகவும் நினைவு கூரப்பட்ட பாடல், 'பரேதேசாசு ஆயோ பையா'.

> பரேதேசாசு ஆயோ பையா ராமா ஷாமா லீஜியோ ரே
> கானா ட்னியாவோன் ஆயா தன்கா ஹால் சுனாஓ ரே,
> மர்னோ ஹதாரியோ

புலம்பெயர்ந்து செல்வதையும், அதனால் முற்றிலும் பலனில்லை என்பதையும் இந்தப் பாடல் பேசுகிறது. நிஜமான பிரச்சினைகளைப் பேசித் தீர்வு காண்பதற்கு ஏன் அவன் உள்ளூரிலேயே இருக்கக்கூடாது என்று தொழிலாளியையும் விவசாயியையும் கேட்கிறது. உயிர்ப்புமிக்க பிரபலமான கிராமப்புற மெட்டுகளில் அமைக்கப்பட்ட இப்பாடல்களும் முழக்கங்களும் இன்றும் பிரபலமாகவே இருக்கின்றன.

> 'ஜாவோ ஜாவோ தேஷ், பர்தேசாவோன் தேஷ்'
>
> *தொடர்ச்சியான வறட்சி மற்றும் ஏழ்மையின் விளைவு தான் புலம்பெயர்தல். அதனால் ஏற்படும் கொடுமைகளால் எவ்வளவு காலம் நாம் துன்பப்படுவது? எங்களிடம் போதுமான நிலம் இல்லை; பசியை விரட்ட எங்களுக்கு வேலையும் கிடைப்பதில்லை. தொழிலாளிகள் 'பிஜோலியா'வின் (மனிதத் தன்மையற்ற சூழலில் நாங்கள் கொத்தடிமைப்பட்டிருக்கும் பயங்கரமான இடம்) சுரங்கங்களுக்கு, கத்தியவாடில் இருக்கும் கிணறுகளுக்கு, செங்கல் சூளைகளுக்கு, பாலியிலும் அகமதாபாத்திலும் இருக்கும் தொழிற்சாலைகளுக்குச் செல்கிறார்கள். எங்கள் குழந்தைகளின் உயிர்க்குருதி தாபாக்களிலும் ஹோட்டல்களிலும் உறிஞ்சப்படுகிறது. உடல்நலக் குறைவையும் நோயையும் தம்முடன் அவர்கள் எடுத்து வருகிறார்கள். ஆனால், மிகக்குறைவான பணத்துடன் வருகிறார்கள். அந்தக் கடைசிவரி ஒரு உறுதியான தீர்மானத்தைச் சொல்கிறது; பாதிரொட்டிதான் சாப்பிடுவோம், ஆனால் தீர்வுகளைக் கண்டறிய நாங்கள் இங்கேயே இருப்போம்.'*[29]

அவர்களது சுற்றுப்புறச் சூழலைப் பசுமையாக ஆக்கவும், கிராமத்திற்கு நல்வாழ்வைக் கொண்டு வரவும் உறுதி யேற்பதற்கு அனைவரையும் இரண்டாவது பாடல் அழைக்கிறது. வாழ்க்கையை அவர்களது கட்டுப்பாட்டில் எடுத்துக்கொள்ளக் கூறுகிறது. தலமட்ட அரசாங்கத்தின் உருவாக்கத்தில் அவர்களைப் பங்கேற்கச் சொல்கிறது. 'போல் சத்திடா ரே' என்ற

அந்தப் பாடல் மிகவும் கவர்ச்சியான கிராமப்புற மெட்டில் அமைந்தது. அதன் வரிகள் சங்கதன் செய்யப்போவது என்ன என்பதைக் கோடிட்டுக் காட்டின.

அரசியல் தலைவர்களே (neta), பாபுக்களே கவனமாகக் கேளுங்கள். இந்த அவலநிலையைப் பணக்காரர்களுக் காகவே நீங்கள் நீடித்திருக்கச் செய்கிறீர்கள். ஆனால், கவனமாகக் கேளுங்கள். நாங்கள் புலம்பெயர்ந்து செல்ல மாட்டோம். இங்கேயே வேலைகளைக் கொண்டு வருவோம். நாங்கள் மரங்களை நடுவோம். இந்த நிலத்தைப் பசுமை யாக்குவோம். . . '

வீதி நாடகப் பயிலரங்கு

உமா சங்கர் பெங்களூரிலிருந்து வந்தபோது, நாடகம் உருவாக்கவும் ஒத்திகை பார்க்கவும் அமைதியான, தனித்த இடம் ஒன்றைக் குழுவினர் தேடினர். ராவ்லி விருந்தினர் இல்லத்தை அவர்கள் தேர்ந்தெடுத்தனர். அமைதியான இடத்திலிருக்கும் அரசாங்கக் கட்டிடம். அது கிராமத்திலிருந்து தள்ளி, ஒரு வனத்தின் விளிம்பில் அமைந்திருந்தது. அவ்வப்போது சிறுத்தைகளும் கழுதைப்புலிகளும் உலா வரும் இடம். அவர்கள் சம்பாதித்துத்தான் குடும்பத்திற்கு உணவளிக்க வேண்டும் என்ற கட்டாயம் இருந்தும் பதினைந்து இளைஞர்கள் அங்குத் திரண்டனர். ஒரு நாடகத்தை உருவாக்கி, வடிவமைத்தனர்; பல கிராமங்களில், இருபத்திரண்டு நாட்களுக்கும் மேல் அதை நிகழ்த்திக்காட்டினர். இந்த வலிமையான இடையீடு மக்களுக்கு ஊக்கமளித்தது. பொதுநலன் சார்ந்த பிரச்சினைகள் குறித்துச் சிந்திக்க வைத்தது; சங்கதனை உருவாக்குவதற்கு தேவ் துங்ரி குழுவினருடன் இணைவதற்கு அவர்களை உந்தித்தள்ளியது.

சங்கதன் உருவாவதற்கு முன் யாத்திரை ஒன்று நடத்தப் பட்டது. இருபத்தைந்து ஆண்டுகளாகத் தொடர்ந்து பின்பற்றப் படும் மரபாக அது அமைந்துவிட்டது. பத்து அல்லது பதினைந்து பேர் கொண்ட குழுக்களாகத் தம்மைப் பிரித்துக்கொண்ட இந்த நடிகர்கள், ஏப்ரல் மாதத்தில் கால்நடையாக அறுபதுக்கும் மேற்பட்ட கிராமங்களுக்குச் சென்றனர். பீம் நகரில் நடக்க விருந்த 1990 ஆம் ஆண்டு மே தினக் கொண்டாட்டத்தில் கலந்து கொள்ள மக்களை அழைத்தனர். செல்லும் இடங்களில் நடத்தப் பட்ட நாடகம் சங்கதன் ஏன் உருவாக்கப்படுகிறது என்பதை விளக்கியது. அப்போது, மக்களைக் கூட்டமாக எங்குப் பார்க்க முடிகிறதோ அந்த இடங்களில் எல்லாம் நாடகத்தை நடத்தினர். தினசரி நடைப்பயணத்தை ஒரு கிராமச்சாவடியில் முடித்தனர்.

அந்த இடத்தில்தான் தங்கள் பிரச்சினைகளைப் பேசுவதற்கு மக்கள் இரவு நேரத்தில் கூடுவார்கள்; நீண்டநேரம் விவாதிப்பார்கள். நடிகர்களும் ஆர்வலர்களும் கிராமத்தில் அந்த மக்களின் வீடுகளில் தான் சாப்பிடுவார்கள், உறங்குவார்கள்.

துவிதா (இக்கட்டான நிலை) என்று பெயரிடப்பட்ட நாடகம் புலம்பெயர்ந்த தொழிலாளியின் அவலத்தைப் பேசுகிறது. கிராமத்திலேயே தங்கி சாதகமற்ற சூழலில் போராடிக் கொண்டிருக்கும் விவசாயி ஒருவனின் வாழ்க்கையுடன் ஒப்பிடுகிறது. அவன் மீண்டும் புலம்பெயர்ந்து செல்லப்போவதில்லை; ஊரிலேயே இருந்து பிரச்சினைகளுடன் போராடுவது என்று முடிவெடுக்கும் அந்தத் தொழிலாளி தனது சிக்கலுக்குத் தீர்வுகாண்கிறான். அந்த இறுதிக் கேள்வி இன்னமும் நீடிக்கிறது: 'நமக்கான தீர்வை நாம் ஏன் கண்டுபிடிக்கக் கூடாது?'

சங்கதனின் நாட்குறிப்பு நமக்கு நினைவூட்டுகிறது: இந்த செயல்பாடுகள் மூன்று வாரங்களுக்குத் தொடர்ந்தன; 1990 ஆம் ஆண்டு மே ஒன்றாம் தேதி சங்கதன் உருவாக்கத்தில் சென்று முடிந்தன. ஏறத்தாழ 1000 பேர் அந்தக் கூட்டத்தில் கலந்துகொண்டனர். இருபத்தைந்து ஆண்களும் பெண்களும் பேசினர். உறுதிமொழி ஒன்றும் எடுத்துக்கொள்ளப்பட்டது. சங்கதன் உருவானது. கோரிக்கை அட்டைகளை ஏந்தியவாறு, இளையவர்களும் முதியவர்களும் அருகருகே நம்பிக்கையுடன் ஒன்றாக நடந்த வண்ணமயமான பேரணி புகைப்படங்களாகப் பதிவு செய்யப்பட்டது.

சங்கதன் முதலில் நிறைவேற்றிய தீர்மானங்கள் அடுத்து வந்த மூன்று மாதங்களில் உடனடித் தாக்கத்தை ஏற்படுத்தக் கூடியன. ஒருமனதாக நிறைவேற்றப்பட்ட தீர்மானம், குறைந்தபட்ச ஊதியம் ஒவ்வொரு தொழிலாளியின் அடிப்படை உரிமை என்றது; அந்தப் பகுதியின் எந்தத் தொழிலாளியும் குறைந்தபட்ச ஊதியத்தைக் காட்டிலும் குறைவாக வாங்கமாட்டார் என்பதை உறுதி செய்ய அனைத்து முயற்சியும் மேற்கொள்ளப்படும் என்றது. இரண்டாவது தீர்மானம், சங்கதனின் உறுப்பினர்கள் ஊழலையும், நேர்மையின்மையையும் எதிர்த்துப் போராடுவார்கள்; தனிப்பட்டமுறையில் எவருக்கும் எப்போதும் லஞ்சம் கொடுக்கமாட்டார்கள் என்றது.

அந்த 1990ஆம் ஆண்டு மே முதல் நாள்கூட்டம் முடிந்ததும் பீம் நகரத் தெருக்களின் வழியாகப் பேரணி ஒன்று

நடைபெற்றது. பீம்நகர் கடைத் தெருவில் பொதுக்கூட்ட மாக அது முடிந்தது. அரசியலற்ற தொழிலாளர்களும் விவசாயிகளும் ஒன்றிணைந்த ஒரு கூட்டத்தை இதுவரை யிலும் பீம் நகர் பார்த்ததில்லை. ஏழைகளின் முதல் பேரணி இது. ஒப்பீட்டளவில் மேல்தட்டு என்று சொல்லப்படு வோரை நோக்கி அவர்கள் குரல் கொடுத்தார்கள்; நீதிக்காக வும் சமத்துவத்திற்காகவும் போராட ஒன்றுதிரளப் போகிறோம் என்று அச்சமின்றி உரைத்தார்கள். அத்தகைய முயற்சிக்கு ஆதரவுதரும்படி பீம் நகர மக்களிடம் வேண்டுகோள் வைத்தனர். அவர்களது நோக்கத்தைப் பொதுவெளியில் அறிவித்தனர்'[30]

அந்த மே முதல் நாளில் ஆயிரத்திற்கும் மேலாகத் திரண் டிருந்த மக்களின் முன்னிலையில் உற்சாகக் குரல்களுக்கும், உயர்த்தப்பட்ட கரங்களுக்கும் மத்தியில் சங்கதனின் தோற்றம் அறிவிக்கப்பட்டது. 1990லிருந்து மே தினக் கொண்டாட்டம் பாட்டியா கா சௌடா மைதானத்தில் ஒவ்வொரு ஆண்டும் நடைபெறுகிறது.

தாடி ராபட் மற்றும் சோஹன்கார்க் யுத்தங்களில் எங்களுக்கு ஆதரவளித்த அனைத்து நண்பர்களும் சங்கதனுக்கு தம் ஆதரவைத் தெரிவிக்க பீம் நகருக்கு வந்தனர். குறைந்தபட்ச ஊதியத்திற்காகப் போராடுவது என்று பீம் நகரின் முதல் மே தினக் கொண்டாட்டம் தீர்மானித்தது; சமத்துவமின்மைக்கும், உள்ளொன்று வைத்துப் புறமொன்று பேசுவோருக்கும், பொய் கூறுவோருக்கும் எதிராகப் போராடுவது என்று உறுதியேற்றது. 'சர்க்காரின்' வேலை மக்களுக்குப் பணிசெய்வதே; மற்ற அனைவரையும்போல் அதுவும் சட்டத்திற்குப் பணிந்து போக வேண்டும். போராடுவது என்ற உறுதியுடன் மக்கள் வீடுகளுக்குத் திரும்பினர்;ஆனால், இந்த முறை வலிமையுடன், ஒற்றுமையாக, சங்கதனின் ஆதரவுடன் சென்றனர்.

பீம் நகரத்து மேல்நிலைப்பள்ளியின் முதுநிலை ஆங்கில ஆசிரியர் ஆர்.என். மிஸ்ரா அனைவராலும் மதிக்கப்படுபவர். அவர் மறக்கமுடியாத உரை ஒன்றை ஆற்றினார். வறுமை ஒழிப்பு பற்றிய தனது அறிக்கையில், சங்கதன் அதை ஆவணப் படுத்தியுள்ளது பீஹாரின் மதுபானி அவருக்குப் பூர்வீகம். சமத்துவமற்ற அரசியல் குறித்தும், சுரண்டல் குறித்தும் அவருக் கிருந்த உள்ளார்ந்த புரிதலை, சங்கதனுக்கு ஆதரவு அளிக்கும் வகையில் வெளிப்படுத்தினார்.

பேரணியில் உரையாற்ற மிஸ்ரா எழுந்ததுமே, அவரை அறிந்த பெரும்பான்மை நண்பர்கள் புரட்சிகரமான

> ‘கம்யூனிச’ செய்தி ஒன்றை எதிர்பார்த்தனர். ஆனால், நல்லவர்களையும் ஊழல்வாதியாக மாற்றும் இந்த நிர்வாக அமைப்புக்கு எதிரான சாதாரண மக்களின் போராட்டம் குறித்து மிஸ்ரா எளிமையாகப் பேசினார். வழக்கமான தனது ஆவேசத்துடன், ‘தினமும் நம்மைச் சுற்றி நடக்கும் ஊழலுக்கு எதிராக நாம் எழுவோம்’ என்று அறைகூவல் விடுத்தார்.’[31]

ரஜ்னி பக்ஷி ‘*பாபு குடிலில்*’ நினைவுகூர்கிறார்:

> ‘நாம் மேற்கொண்டிருக்கும் இந்தப்பணி ஏதோ தனி நபர்களுக்கான பணி அல்ல; உலகெங்கும் இருக்கும் மக்களுக்குப் பொதுவானது’ என்று சங்கதனின் துவக்கவிழா கூட்டத்தில் தப்டா கிராமத்தின் தேவராம் பேசினார். இது போன்ற சங்கதன் மிகவும் அவசியமானது என்று மற்றவர்களும் அவரைத் தொடர்ந்து கூறினார்கள். ஏனெனில் இப்போதிருக்கும் அமைப்புகளான ஜாதிப் பஞ்சாயத்துகளும், அரசியல் கட்சிகளும், மத அமைப்பு களும், அரசாங்க நிறுவனங்களும், கிராமப் பஞ்சாயத்து களும் நீதிக்காகப் போராடும் மக்களுக்கு எந்த உதவியும் செய்வதில்லை. சங்கதனை உருவாக்க அங்குத் திரண்டிருந்த ஆயிரத்திற்கும் மேற்பட்ட மக்கள், சாதாரண கிராம மக்களால் எதையும் மாற்றமுடியாது என்று அவர்களது சமூகங்களில் பரவியிருந்த உணர்வை எதிர்த்துத்தான் நின்றிருந்தனர்.
>
> லால்சிங்கின் மூத்த நண்பரும் வழிகாட்டியுமான தேஜ் சிங், சில ஆண்டுகளுக்கு முன்புவரை ஹரிசிங்கைத் தனியாகவே எதிர்த்து நின்றவர். இப்போதும் அவரால் ஊன்றுகோலில்தான் சாய்ந்து நிற்கமுடியும்; எனினும், ‘என்னால் நடக்க முடியவில்லை என்றாலும் உங்களுடன் என்றும் இருப்பேன்’என்று உற்சாகத்துடன் பேசினார். விழுந்துவிட்ட பல்லையும், நரை விழுந்த தலையையும், பலவீனமான முகத்தோற்றத்தையும் பார்த்து அவரே நகைத்துக் கொள்வதுபோல் ‘என்றைக்கும் உனக்காகப் போராடாதே; அருகில் இருப்பவனுக்காகப் போராடு; அடுத்த வீட்டுக்காரன் பட்டினி கிடக்கும்போது தூங்க முடிகிற எவனும் மனிதனே அல்ல’ என்றார் அவர்.
>
> சுரீந்தர் இப்படிக் கூறினார்: ‘எங்கள் ஊரைவிட்டுச் செல்லவும், வெளியில் போகவும் எங்களுக்கு விருப்ப மில்லை. எங்களுக்கு இங்குதான் வேலை கிடைக்க

வேண்டும். அதன் மூலம், பிஜோலியாவின் சுரங்கங்களில் வேலைசெய்து நாங்கள் சாகாமலிருக்கலாம்'.

'ஒருகாலத்தில் கொள்ளைக்காரர்கள் அடர்ந்த காடுகளில் வசித்தார்கள்; இப்போது அவர்கள் பங்களாக்களில் இருக்கிறார்கள்' என்றார் யாரோ ஒருவர். மற்றொருவர் வரலாற்றை நினைவுபடுத்தினார். பிரிட்டிஷ் ஆட்சிக்கு எதிரான காந்தியின் ஒன்றுபட்ட போராட்டத்திலிருந்து நாம் உத்வேகம் பெறவேண்டும் என்றார்.

மைக்கிற்கு முன்சென்ற ச்சுன்னி பாய் தனது கன்னிப் பேச்சை அளித்தார். அவரது குன்காட் (முக்காடு) ஏறத்தாழ இடுப்பு வரை இறங்கிவிட்டது. நம்பிக்கையுடன் தன் முஷ்டியை உயர்த்தியபடி பேசினார். அந்த மக்கள் திரட்சியைப் பார்த்த அந்நியர்எவரும், ஒரு பண்பட்ட, தொழில்முறை பேச்சாளராக அவரை எண்ணியிருப்பார். ஆர்.கே. மிஸ்ரா உள்ளூர் பள்ளி ஒன்றில் ஆங்கிலம் கற்பிப்பவர். அனைவரும் மதிக்கும், மரியாதை செலுத்தும் மனிதர். ஏனெனில் பள்ளிக்குத் தவறாமல் சென்று பாடத்தை முழுமையாகவும், நன்றாகவும் சொல்லித் தருபவர். இந்தப் புதிய 'புரட்சிகர' மனிதர்கள் மீது அவருக்குத் தொடக்கத்தில் சந்தேகம் இருந்தது. ஏழை களைப் போல் வசிக்கும், சமாதானவாதிகளாகத் தென்படும் இந்தக் குழுவினர், ஏதாவது வேறுபாட்டை ஏற்படுத்த முடியுமா என்று சந்தேகித்தவர். எனினும் அந்தக் குழுவினர் அவரை ஈர்த்தனர். அவர்கள் நல்ல நண்பர்கள் ஆனார்கள். வாதிப்பதையும் விவாதிப்பதையும் அவர்கள் விரும்பினர். சோஹன்கார்க் நாட்களிலிருந்தே தேவ்துங்ரி ஆர்வலர்களுக்கு ஆதரவாகவும், அவர்களது சிந்தனைகளை எதிரொலிப்பவராகவும் மிஸ்ரா இருந்தார்.'[32]

முறையாக அமைந்திருக்கும் நகர் என்று கூறமுடியாத பீம் நகர், சங்கதன் உருவாக்கத்திற்குச் சாட்சியாக இருந்தது. கலவை யான உணர்வுகள் அங்கு நிலவின. திரண்டிருந்த தொழிலாளர் களைப் பார்த்து சந்தை மிரண்டுபோனது. நகரத்து மக்கள் ஆர்வமுடன் இருந்தனர். ஆனால், தொழிலாளர்களும் சிறு விவசாயிகளும் நம்பிக்கையுடனும், சங்கதனை நன்கு செயல்பட வைக்கவேண்டும் என்ற உறுதியுடனும் வீடு திரும்பினர்.

4

முதல் பட்டினிப் போர், 1990

அரசாங்கத்தின் பொதுப்பணித் துறை வேலைகளில் குறைந்தபட்ச ஊதியத்தைத் தொழிலாளர்களுக்கு உறுதிப்படுத்தும் அதன் நோக்கத்தைச் சங்கதன் 1990ஆம் ஆண்டின் மே முதல் நாளன்று அறிவித்தது. வறட்சியால் தொடர்ந்து பாதிக்கப்படும் மாநிலம் ராஜஸ்தான். இதனால் நூற்றாண்டுகளாக அதன் தொழிலாளர்கள் புலம்பெயர்ந்து செல்லும் நிலை நிலவுகிறது. வேலையின் அவசியத்தையும், சாதாரண மக்களுக்கு வேலை வாய்ப்பையும் அதற்கான ஊதியத்தையும் இந்தச் சூழலுடன் பொருத்திப் பார்க்க வேண்டும். வறட்சி ஏற்பட வாய்ப்பிருக்கும், பாதி வறண்ட மாநிலமாகத்தான் ராஜஸ்தான் வகைப்படுத்தப் படுகிறது. விடுதலை பெறும்வரை ராஜஸ்தானை ராஜாக்கள்தான் தொடர்ந்து ஆட்சி செய்திருக் கிறார்கள்; அந்த 'ராஜ் வாடா'[33] நாட்களிலிருந்தே வறட்சி நிலையை நிர்வகிப்பது கவலைதரும் அம்சமாகவே இருந்திருக்கிறது. வறட்சியை எதிர் கொள்ள 'பஞ்ச நிவாரணச் சட்டத்தின்' கீழ் பொதுப்பணி வேலைகளை ராஜஸ்தான் அரசாங்கம் ஏற்படுத்தியது.

1990இல், மத்திய ராஜஸ்தானின் கிராமங்களின் ஏழைவிவசாயிகள் மிகத்துயரமான நிலையில் வாழ்ந்தனர். அவர்களிடம் நிலம் கிடையாது.

அவர்களுக்கு ஏதாவது நிலம் ஒதுக்கப்பட்டிருந்தாலும், அது இன்னமும் நிலப்பிரபுத்துவக் கட்டுப்பாட்டில்தான் இருந்தது. ஒருவேளை அதைப் பயன்படுத்திக் கொள்ள அவர்கள் அனுமதிக்கப்பட்டாலும் அதில் விவசாயம் செய்வது ஒரு போராட்டமே. தினசரி ஊதியம் தரும் வேலை, தினமும் சம்பளப் பட்டுவாடா, வேலையைப் பெறுவதற்கு அவர்களுக்கு இருக்கும் திறமை, கிடைக்கும் ஊதியத்தைப் பொறுத்துத் தினந்தோறும் வாங்கப்படும் உணவுப்பொருட்கள் என்று அவர்களது வாழ்வில் ஒரு சுழற்சி இருக்கிறது. அவர்களிடம் சேமிப்பு இல்லை என்பதால் ரேஷன் கடைகளில் அவர்களது மாத ஒதுக்கீட்டை ஏழைக் குடும்பத்தினர் வாங்க முடிவதில்லை. இந்த நிலைமையால் தினமும் ஊதியம் கிடைக்கும் வேலையைத் தேடவேண்டிய நிலைக்கு அவர்கள் தள்ளப்படுகின்றனர். ஒரு வாரமே என்றாலும், ஊதியம் தாமதித்துக்கிடைக்கும் அரசாங்கத்திட்டங்களில் கிடைக்கும் வேலையும் அவர்களுக்குப் பெரும் சங்கடத்தைத் தந்தது. மிகவும் முடியாத நாட்களில் உணவுப் பொருட்களைக் கடனில் வாங்கினர்; அதிர்ச்சியளிக்கும் வட்டி விகிதம்; சமயங்களில் ரூபாய்க்கு இருபதுசதவீத வட்டிக்கும் வாங்குவார்கள். மாதாந்திர அடிப்படையில் இது கூட்டு வட்டியாக மாறும்.

கடன் வாங்குவதற்காக அடமானம் வைக்கப்படும் நிலத்தையும் அல்லது உடைமைகளையும் மீட்கமுடியாமல் அவற்றை இழக்கும் சூழல் ஏற்படும். குடும்பங்கள் பல தலைமுறைகளுக்குக் கொத்தடிமைகள் ஆகும் நிலைமை. சமூக அடுக்கின் கீழ்மட்டத்திலிருக்கும் மக்களின் அப்பட்டமான நிலை இதுதான். அவர்களைக் காட்டிலும் சற்று மேலான நிலையில் இருப்பவர்க்கும் இதுதான் நிலை. வேலை, வேலை வாய்ப்பு, ஊதியம், பட்டினி ஆகியன யதார்த்தம் என்ற சங்கிலியை உருவாக்கின. இவற்றிற்குத் தினந்தோறும், உடனடியான தீர்வுகள் தேவை. தர்க்கரீதியான பார்வையில், அனைத்துப் பிரச்சினைகளுக்கும் மையமாக இவை இருந்தன. சங்கர் நினைவுகூர்கிறார்:

> ஒரு மாலைப் பொழுது; உணவு சமைப்பதில் கிராமம் சுறுசுறுப்பாக இருந்தது. இரவு உணவுக்குப் பின் கூட்டம் ஒன்று இருக்கிறது என்பதை மக்களிடம் தெரிவிக்க சங்கதன் குழுவினர் சென்றிருந்தனர். பில் (பழங்குடி) இனத்தவரின் வீடொன்றிற்குள் சென்ற சங்கர், அங்கிருந்த வயது முதிர்ந்த பெண்மணியைக் கூட்டத்திற்கு வருமாறு அழைத்தார். அந்தப் பெண்மணி அவரை உள்ளே வந்து அமரச் சொன்னார். சங்கரிடம், 'என்னால் கடின வேலை எதுவும் செய்ய முடியாது. உணவுக்காக என் மகனையும்

மருமகளையும்தான் நம்பியிருக்கிறேன். அவர்கள் எனக்குக் கொடுத்து அனுப்புவார்கள். சாப்பிட்டபின் வருகிறேன்' என்றார். சங்கர் அங்கிருந்த காலிப் பாத்திரங்களையும், மிகக்குறைவான உடைமைகளையும் பார்த்தார். அமைதி யிழந்தார்; உணவு வரட்டும் என்று அங்கேயே அமர்ந்திருந் தார். அரை மணி ஆயிற்று. ரொட்டி ஏதும் வரவில்லை. அதன்பின் அந்தப் பெண்மணி, 'ஒருவேளை இன்றைக்கு அவர்களுக்கு வேலை ஏதும் கிடைக்காமல் இருந்திருக்கும்; கிடைத்திருந்தால், கொஞ்சம் மிச்சம் மீதியாவது எனக்கு வந்திருக்கும்' என்று இவரைப் பார்த்துக் கூறினாள்.[34]

உயிர்வாழ்வதற்கும் கண்ணியமான வாழ்க்கைக்கும் வேலை வாய்ப்பு முக்கியம் என்பதை அருணாவும் சங்கரும் அறிந்திருந் தனர். அருணா 1968 முதல் 1975 வரை இந்திய ஆட்சிப்பணியில் இருந்தவர். தேவை அதிகமிருப்பவர்கள் குறித்து அமைப்பு அக்கறை கொள்வதில்லை என்பதைப் பார்த்தவர். 1975இலிருந்து 1983 வரை அஜ்மீர், ஜெய்ப்பூர் பகுதிகளின் கிராமப்புறங்களில் நூற்றுக்கணக்கான ஆண்களுடனும் பெண்களுடனும் அவர் பணிபுரிந்திருக்கிறார். தொடர்ந்துகொண்டிருக்கும் அவர்களது வறுமைக்கான காரணங்களைப் புரிந்துகொள்ள முயன்றார். தொடர்ச்சியான, நிலையான, உடனடி வேலை தான் அவர்களது முன்னுரிமை என்று அவர்கள் மீது அவரைப் பரிதாபம்கொள்ள வைத்தது. 'என்றைக்குப் பஞ்ச நிவாரண வேலை தொடங்கும்?' என்ற கேள்வியைச் சுற்றித்தான் அவர்களது உயிர்வாழ்தல் சுழன்றது.

சங்கர் கிராமத்தில் பிறந்தவர். அவரது தந்தை ஒரு 'பட்வாரி'. சங்கர் சிறுவனாக இருக்கும்போதே தந்தை இறந்து விட்டார். அவரது விதவைத்தாய் தினமும் வேலை செய்து அந்த ஊதியத்தால் சங்கரை வளர்த்தார். பட்டம் பெறும்வரையில், மாணவனாகச் சங்கர் பதினேழு இடங்களில் வேலை செய்தார். வேலையில்லாத நிலைமையில் அவர் போராடிய கதைகள் வலிமையானவை, நகைச்சுவையானவை. அவர் குறிப்பிட்ட இந்த நிகழ்ச்சி, ஏழ்மையின் பன்முக அவலங்களை ஒன்றாகக் கூறுகிறது. அவருக்கே உரித்தான, வறட்சியான நகைச்சுவை உணர்வுடன் பொருளற்ற அந்த நாட்களைச் சங்கர் நினைவு கூர்கிறார்.

'எனது மேல்நிலைப் பள்ளிப்படிப்பை எழுபதுகளில் முடித்தேன். பல வேலைகள் செய்தேன். அனைத்துமே குறுகிய நாட்களுக்கான வேலை. அதனால், அடிக்கடி வேலை இல்லாமல் இருப்பேன். என் தாயின்

பொருளாதாரச் சுமையைச் சற்றேனும் குறைக்க நினைத்தேன். அஜ்மீருக்குச் சென்றேன். ஒரு மாவட்டத் தலைநகர் என்பதுடன் அந்த நகரத்தில் பல வேலைகளுக்கு வாய்ப்பு இருந்தது. ஒரு உறவினர் வீட்டில் தங்கியிருந்தேன். கோழிப்பண்ணைகளில் ஆட்கள் தேவையிருக்கிறது என்று அவர் கூறினார். ஆகவே, கோழிப் பண்ணை ஒன்றைத் தேடிச் சென்று வேலைகேட்டேன். அவர் என்னை எவ்வளவு படித்திருக்கிறாய் என்று கேட்டார். மேல்நிலைப் பள்ளிப் படிப்பை முடித்துவிட்டேன் என்று கூறியதும், 'சாரி, வேலை இல்லை' என்று கூறி வெளியில் அனுப்பி விட்டார். அடுத்து என்ன செய்வது என்று திகைத்துப் போய் வெளியில் நின்றபோது பண்ணையிலிருந்து ஒருவர் வெளிவந்தார். அவர் நிலை என்ன என்று கேட்டேன். தனக்கு வேலை கிடைத்துவிட்டதாக அவர் கூறினார்! எவ்வளவு படித்திருக்கிறீர்கள் என்று அவரைக் கேட்டேன். தனது கட்டை விரலைக் காட்டியவர், 'அங்குதா ச்சாப்' என்றார். (அதாவது, படிப்பறிவற்றவன், ரேகை வைக்கத் தெரியும்). வியப்படைந்த நான், மீண்டும் முயலலாம் என்று எண்ணிக்கொண்டேன்.

வேலை இருக்கும் மற்றொரு முதலாளியிடம் சென்ற போது, என்னிடம் பதில் தயாராக இருந்தது. எவ்வளவு படித்திருக்கிறாய் என்று என்னைக் கேட்டதும், நான் பள்ளிக்கூடமே போகவில்லை என்று பதில் சொன்னேன். அவர் உடனே எனக்கு வேலை கொடுத்தார்: முட்டை களைப் பொறுக்கி எடுத்து ஒரு ட்ரேயில் அடுக்கி, எத்தனை என்று எண்ணவேண்டும். எனக்கு மோசமான ஞாபகசக்தி. தொடர்ந்து முட்டைகளை எண்ண வேண்டியிருந்தது. ஆகவே, கரித்துண்டு ஒன்றை எடுத்து சுவரில் குறித்து வைத்து, படிக்காத வேலைக்காரனாக நடித்தேன். இதைப் பார்த்த முதலாளி என்னைப் பாராட்டியதுடன் பரிதாபமும் கொண்டார். நோட்டு ஒன்றையும் பென்சிலையும் கொடுத்து எவ்வளவு டிரேக்கள் உள்ளன என்பதை அதில் எழுதி வைத்துக் கொள்ளச் சொன்னார். உண்மையில் அப்போது பிரைவேட்டாக பி.ஏ. படித்துக்கொண்டிருந்தேன். இறுதித் தேர்வில் தேர்ச்சிபெற்றவுடன் இனிப்புகளுடன் அந்த முதலாளியிடம் சென்றேன். ஒன்றை எடுத்துக் கொண்டவர் என்ன விசேஷம் என்று கேட்டார். பி.ஏ. தேர்வில் வெற்றி பெற்றிருக்கிறேன் என்றேன். அதிர்ச்சியில் ஏறத்தாழ அவர் மயங்கி விழுந்துவிட்டார்.'[35]

படிப்பறிவற்ற தொழிலாளர்கள் குறைந்த ஊதியத்திற்குக் கிடைப்பார்கள். அத்துடன், முதலாளிகளின் சுரண்டும் இயல்பை அவர்கள் அதிகம் கேள்விகேட்க மாட்டார்கள். தினமும் பட்டினி கிடக்காதவர்களுக்கும், தினசரிவேலை எவ்வளவு முக்கியம் என்பதை அறிந்தவர் சங்கர். தொடர்ந்த அடுத்த வாரத்தில் அவருக்கு வேலை எதுவும் கிடைக்கவில்லை. அவரது கிராம மான லோடியானாவில் அவரது தாய் ஒரு தினக்கூலியாக இன்னமும் வேலை செய்துகொண்டுதான் இருக்கிறார்.

சங்கதனின் முன்னுரிமைகளைத் தொழிலாளர்களும் விவசாயிகளுமே முடிவுசெய்தனர். அவர்களுக்கு வேலை முக்கிய மானது. பட்டினியும் தேவைகளும் இல்லாமல் வாழ்வதற்கான கடவுச்சீட்டு அது. ஒரு நல்ல வாழ்க்கைக்கான திறவுகோல் என்று அரசாங்கத்தின் பொதுப்பணித் துறை வேலைகளைக் கூறலாம். வேலையின்மை, கடன், வறுமை, பட்டினி, கொத்தடிமை என்ற நாசகாரச் சுழற்சியை மாற்றக்கூடியது வேலைதான். 1985இல் ராஜஸ்தானின் டிலோனியாவில் நடைபெற்ற மஹிளா மேளாவிற்கு நவ்ருதி தயாரித்த சுவரொட்டி, அவர்களது யதார்த்த வாழ்வைச் சித்திரித்த வரைபடம் எனலாம். பெண்கள் மாவட்ட ஆட்சியரிடம் வேலைகேட்டுச் செல்வதை அது காட்சிப் படுத்தியது. நவ்ருதி 36 அருணாவின் குரு. தலித் பெண்களின், தொழிலாளர்களின் அரசியலை அவருக்குக் கற்பித்தவர்.

நவ்ருதியின் வரலாறு, விடுதலை பெற்ற இந்தியாவில் ஒரு வெற்றிகரமான தலித் பெண்மணியின் அரிதான கதை. அச்சுறுத்தல்களைப் பெரும் துணிவுடன் அவர் சந்தித்தார். சட்டப்பூர்வமான உரிமைகளை நன்கு பயன்படுத்திக் கொண்டவர். 1987இல் சதி என்ற பெயரில் கணவனின் சிதையில் ரூப் கன்வர் எரிக்கப்பட்ட கீழ்த்தரமான நிகழ்வை எதிர்த்துப் போராடினார். ராஜஸ்தானில் பன்வாரி தேவி என்ற பெண் பலரால் கற்பழிக்கப்பட்ட மோசமான சம்பவத்தைக் கண்டித்து நடந்த, எதிர்ப்புப் போராட்டங்களில் முக்கியப் பங்கு வகித்தார். 1981இல் நடந்த குறைந்தபட்ச ஊதியத்திற்கான போராட்டத்தை வழிநடத்தியவர். இதை அடிப்படையாகக் கொண்டுதான் இந்தியாவின் உச்ச நீதிமன்றத்தில் குறைந்தபட்ச ஊதியத்திற்கு ஒரு மைல்கல் ரிட் மனு தாக்கல் செய்யப்பட்டது. அரசாங்க வேலைகளில் சம வேலைக்குச் சம ஊதியம் பெறும் உரிமையை அது நிறுவியது. 1983ஆம் ஆண்டின் பஞ்ச நிவாரணச் சட்டத்தில் காணப்பட்ட வெவ்வேறு ஊதிய நிலைகளை நீக்குவதற்கு இது வழிகோலியது.[37]

மக்களின் குறைந்தபட்சத் தேவைகளைப் பூர்த்தி செய்வதற்கு வளர்ச்சித் திட்டங்கள் மிகப்பொருத்தமானவை என்பது நன்கு நிரூபணமானது. அடிப்படை வாழ்வாதாரம் வேளாண்மை சார்ந்த தொழில்களின் மூலம் கிடைக்கக்கூடிய இடங்களிலும், வறட்சிக் காலங்களில் அந்தப் பருவத்திற்கான வேலைவாய்ப்பு மிகவும் முக்கியம். வேலை இல்லாமல் இருப்பது தொடர்ச்சியான கொடுங்கனவு. பாதுகாப்பு அளிக்கும் ஒரே வாய்ப்பாக, அரசாங்கத்தின் வேலை தரும் திட்டங்கள் தாம் இருக்கின்றன.

ஒரு விளிம்புநிலை விவசாயி, ஒவ்வொரு ஆண்டும் ஆறு மாதத்திற்குப் புலம்பெயரும் தொழிலாளியாகவும் இருக்கிறான். ஊழல் மலிந்த இந்த அமைப்பு அளிக்கும் அற்ப வாக்குறுதி களை நம்பி, பாதுகாப்பான கிராமத்துச் சூழலில் குடும்பத்தை விட்டுச் செல்லலாம் என்று அந்தத் தொழிலாளி நம்புகிறான். பிரதம மந்திரி கிராம சாலைத் திட்டமும் (PMGSY) அதன் பின்னர் வந்த ஜவஹர் ரோஜ்கர் யோஜ்னாவும் ஆண்டிற்குச் சராசரியாகப் பதினைந்து நாட்கள் வேலை தந்தன; வேலை தேவைப்படும் தொழிலாளிகளில் பத்து சதவீதத்தினருக்கு இவை உதவியாக இருந்தன. மிகக் குறைவான வேலை நாட்கள் என்றாலும், ஏழைகளுக்குஇது பெரிய வாய்ப்பு; கிடைக்கும் அந்த சில வாய்ப்புகளுக்காக, அவர்கள் போராடினர். தேசிய நெடுஞ்சாலையில் கூட்டமாக அமர்ந்து சாலை மறியல் செய்யவேண்டிய கட்டாயத்தை அந்தச் சூழல் ஏற்படுத்தியது. அதிகார வர்க்கத்தில் நிலவும் ஊழலாலும் திறமையின்மை யாலும் அந்தச் சில நாட்கள் வேலையும் உண்மையாகத் தேவைப்படுவோர்க்கும், அதிகாரம் இல்லாதவர்க்கும் கிடைக்காத நிலைதான் இருந்தது.

சங்கர் நினைவு கூர்கிறார்:

'1990இல் சங்கதன் உருவானபோது, வேலை மற்றும் சட்டப்பூர்வமான ஊதியம் என்ற இரு கோரிக்கைகளை முன்னெடுக்கத் தீர்மானித்தது. சோஹன்கார்க் தொழிலாளர்கள் ஒற்றுமையின் பலனைச் சுவைத்தனர். பொதுப்பணித்துறையின் வேலைத் தளம் ஒன்றில் வேலை செய்யச்சென்ற அவர்களைத் திரட்டுவதற்கு அவர்களிடம் பேசவேண்டிய தேவை எழவில்லை. டிசம்பர் 1987இல் சந்தித்த வெளிப்படையான தோல்வி அவர்கள் நினைவி லிருந்தது. பீம்தாசிலின் தாடி ராபட்டில் நீர்ப்பாசனத் துறை வேலைத் தளத்தில் 140 தொழிலாளர்கள் ஒன்று

திரண்டனர். குறைந்தபட்ச ஊதியம் கேட்டனர். கோரிக்கையை அடைய முடியாமல் அல்லது ஊழல் நிறைந்த அமைப்பை மாற்றமுடியாமல் தோற்றனர்.[38]

1990 மே தினத்தில் குறைந்தபட்ச ஊதியத்திற்குக் குறைவாக எந்தத் தொகையையும் ஏற்கக்கூடாது என்ற தீர்மானத்தைச் சங்கதன் நிறைவேற்றியிருந்தது. மே பதினைந்து அன்று ஜவஹர் ரோஜ்கர் யோஜ்னா மற்றும் பஞ்சநிவாரணத் திட்டத்தின் கீழ் அந்தப் பிரதேசத்தின் பல இடங்களில் வேலைகள் நடைபெறத் தொடங்கின. வேலையில் ஏதாவது குறைவு இருந்தால் கூறும்படி மேற்பார்வை செய்தவரிடம் அவர்கள் கூறினர். சட்டப்பூர்வ ஊதியமான ரூ. 14க்குக் (அன்றைய நாட்களில் குறைந்தபட்ச ஊதியம்) குறைவாக ஊதியம் கொடுத்தால் வாங்கமாட்டோம் என்றும் திட்டவட்டமாக அந்தத் தொழிலாளர்கள் கூறிவிட்டனர். முன்கூட்டியே இந்த அடிப்படை ஏற்பாடுகள் செய்யப்பட்டிருந்தன; எனினும், 1990, ஜூன் 28ஆம் தேதி சம்பளம் பட்டுவாடா செய்யப்பட்டபோது தொழிலாளர் மத்தியில் பெரும் கோபம். ராஜஸ்தானின் கோடை வெயிலில் எட்டு மணி நேரம் 300 தொழிலாளர்கள் நேர்மையாக உழைத்திருந்தனர். அரசுப் பொதுப்பணித் துறையும் நீர்ப் பாசனத் துறையும் ஒருநாள் ஊதியமாக அளித்த ரூ. 6–8ஐ அவர்கள் வாங்க மறுத்தனர்.

1990, ஜூலை 14 அன்று இருபது தொழிலாளர் பிரதிநிதிகள் பீம் நகரின் து.கோ. மாஜிஸ்ட்ரேட்டைச் சந்திக்கச் சென்றனர். குறைந்தபட்ச ஊதியத்திற்குக் குறைவாக ஏற்க மாட்டோம் என்று மனு அளித்தனர். மூன்று நாட்கள் அவகாசம் அளிக்கும்படி அவர் கேட்டுக்கொண்டார். ஜூலை 17 அன்று அவரைச் சந்திக்க மீண்டும் சென்றபோது கோரிக்கையை அவர் நிராகரித்தார். ஜூலை 18 அன்று 175 பெண்கள் உட்பட 300 பேர் பீம் நகருக்குச் சென்றனர். முழுநாள் தர்ணாவில் அமர்ந்தனர். அனைவரும் முழுமையாக வேலைத் தளத்தில் ஆஜராகி இருந்தோம்; வேலையைச் சரியாக முடித்தோம்; குறைந்தபட்ச ஊதியத்தை வழங்குங்கள் என்று கேட்டோம். சங்கதனின் பதிவு இவ்வாறு கூறுகிறது:

> பீம் தாசில் அலுவலக வளாகத்திலிருந்த சதுக்கத்தில் கூடியிருந்தோம். து.கோ. மாஜிஸ்ட்ரேட்டின் வருகைக்காகக் காத்திருந்தோம். எங்களுக்குக் கொடுக்கவேண்டிய குறைந்தபட்ச ஊதியத்தைக் கேட்க வந்திருந்தோம். பதில் கிடைக்கும் என்று உறுதிமொழி அளிக்கப்பட்டிருந்தது. தியோகாருக்கு ஓடிப்போன, து.கோ. மாஜிஸ்ட்ரேட்

அன்று முழுவதும் திரும்பவில்லை. அவரைச் சந்திக்காமல் எழுந்திருக்கக்கூடாது என்ற உறுதியுடன் அங்கேயே அமர்ந்திருந்தோம். அந்த நாள் இப்படியே சென்றது. அந்த இடத்தை விட்டு நாங்கள் நகரமாட்டோம் என்று கவலைப்பட்ட பாபுக்கள் தொலைபேசியில் யாரிடமோ பேசினார்கள். மாலையில் அவர்கள் அலுவலகத்தைப் பூட்ட முனைந்தபோது, நாங்கள் அனுமதிக்கவில்லை. து.கோ. மாஜிஸ்ட்ரேட் எங்களைச் சந்திக்கவேண்டும் என்றோம்.

பயந்துபோன அவர்கள் தாணாவிற்குத் தொலைபேசினர். எட்டு, பத்து போலிஸ்காரர்கள் லத்தியுடன் ஓடிவந்தனர். யார் எவரென்று பார்க்காமல் அவர்கள் லத்தியால் விளாச ஆரம்பித்தனர். அடிபட்ட ஒரு சின்னப் பையனின் நெற்றியில் காயம் ஏற்பட்டுக் குருதி கொட்டியது. கூட்டம் பொறுமை இழக்கத் தொடங்கியது. சோஹன் கார்கிலிருந்து வந்திருந்த டீலுவுக்குக் கோபம் தாங்க முடியவில்லை; அவரும் மற்ற இளைஞர்களும் போலிஸ் காரர்களை முஷ்டிகளால் எதிர்த்து நின்றனர். நிகிலும் சங்கரும் அமைதியாக இருக்கும்படி உரக்கக் கூவினார்கள்: 'நாம் இங்கே ஊதியம் கேட்டு வந்திருக் கிறோம், போலிசுடன் சண்டை போட அல்ல'. ஆனால், யாரும் கேட்பதுபோல் தெரியவில்லை. ச்சுன்னி பாய் 'மஸ்தூர் கிஸான் சக்தி சங்கதன்' என்று முழக்கமிட்டார், கூட்டம் 'ஸிந்தா பாத், ஸிந்தா பாத்' என எதிர்க்குரல் எழுப்பியது, அகிம்சையைக் கடைபிடிக்கக் கூறிய சங்கரின் வேண்டுகோளைக் கூட்டம் கேட்டது; சில நொடிகளில் அமைதி ஏற்பட்டது.[39]

தொழிலாளர்கள் அமைதியடைந்தனர். பீம் நகருக்குத் திரும்பி வரும்படி தீவிரமான பல அழைப்புகளுக்குப்பின் து.கோ. மாஜிஸ்ட்ரேட் வந்தார். கட்டாயத்தின் பேரில்தான் வந்திருந்தார். ஆனால், முடிவு எடுப்பதை மீண்டும் தள்ளிப் போட்டார். ஒரு வார காலத்திற்குள் பதிலளிப்பதாகக் கூறினார். அதற்கு அவர் கூறிய காரணம், இந்தப் பிரச்சினைக்குத் தீர்வு காண்பதற்கு மாவட்ட ஆட்சியரைக்கலந்து ஆலோசிக்க வேண்டும் என்பது.

ஜூலை 25 அன்று 150 தொழிலாளர்கள் பீம்நகரில் கூடினர். அவர்களது குறைகளையும் கோரிக்கைகளையும் கேட்டுப் பிரச்சினையைத் தீர்த்துவைக்க இரண்டு செயல் பொறியாளர்கள் வருவார்கள் என்று மாவட்ட ஆட்சியர்

அவர்களுக்கு உறுதியளித்திருந்தார். நிர்வாகத் தரப்பிலிருந்து எவரும் ஆஜராகவில்லை. து.கோ. மாஜிஸ்ட்ரேட்டோ அல்லது தாசில்தாரோ அலுவலகத்தில் இல்லை. தொழிலாளர்கள் நாள் முழுவதும் அவர்களுக்காகக் காத்திருந்தனர். ஆனால், அவர்கள் வரவில்லை. அதனால், மூன்று பெண்கள் உட்பட, பன்னிரண்டு பேர் காலவரையற்ற பட்டினிப்போரில் அமர்ந்தனர். ஜூலை 27 அன்று பட்டினிப்போரில் கலந்து கொண்டவர்களின் எண்ணிக்கை பதினேழாக உயர்ந்தது.

சங்கதனின் குறிப்பிலிருந்து:

பட்டினிப்போரில் பதினேழு தொழிலாளர்களும் அனுதாபிகளும் கலந்துகொண்டனர்; அவர்களில் தேவிலால், நிகில், ச்சுன்னி பாய் மற்றும் ஏழு பேர் இருந்தனர். அவர்களில் தப்தாவிலிருந்து வந்திருந்த திரிலோக் சிங்கும் உண்டு. சோஹன்கார்க் போராட்டம் தொடங்கிய நாளிலிருந்து அனுதாபியாக எங்களுடன் இருந்த அவர், இப்போது சங்கதனின் உறுப்பினர். அந்தப் பஞ்சாயத்தில் அவர் ஒரு உறுப்பினர். மனக்கவலையுடன் அவரது தாய் தினந்தோறும் வருவார். அவரது முந்தானை யில் ஒரு ரொட்டியை மறைத்து எடுத்து வருவார். அருணாவிடம் கெஞ்சுவார். 'ஒரு வாய் அவனுக்குக் கொடுக்கிறேனே. இல்லை என்றால் பையன் உடம்பு மெலிந்து, இளைத்துப் போய்விடுவான்'. ஒவ்வொரு நாளும் அருணாவும் அதே ஆறுதலான சொற்களைக் கூறுவார்: 'இல்லை. கொடுக்கக்கூடாது. இது பட்டினிப் போராட்டம். அதற்கு எதிராக எதுவும் செய்யக்கூடாது. நாம் செய்யலாமா? நீங்கள் நம்புகிற சக்தி அவனைக் காப்பாற்றும். எப்படியும் அவன் கொஞ்சம் நீர் குடிப்பான், அவன் இளைத்துப்போக மாட்டான். அவனுடன் பதினாறு பேர் இருக்கிறார்கள். சங்கதனும் இருக்கிறது. நாங்கள் அவனைச் சாகவிட மாட்டோம். கவலைப்பட வேண்டாம்.'[40]

மூர்க்கமான, உணர்ச்சியற்ற நிர்வாகம், தங்களால் எதுவும் செய்யமுடியாது என்று தொடர்ந்து சொல்லிக்கொண்டிருந்தது. அந்தப் பகுதி சட்டமன்ற உறுப்பினர் மந்ததா சிங் இந்த நெருக்கடியைத் தீர்த்து வைக்க முயன்ற நிர்வாகத்தை வெளிப்படையாகவே தடுத்தார். பட்டினி கிடக்கும் இந்தப் பதினேழு பேரும் இறந்தால் மக்கட்தொகை குறையும்; அதை விட நன்மை வேறுஎன்ன இருக்கப் போகிறது என்று கூறினார்! போராட்டத்தைப் பீம் நகர மக்கள் ஆதரிக்கத் தொடங்கினர்;

அவர்களின் எண்ணிக்கை தொடர்ந்து அதிகரித்தது. எதிர் பாராத, ஆனால், முக்கியமான ஆதரவு பீம் நகரின் முக்கியமான குடிமக்களிடமிருந்து வந்தது. ஜூலை 30 அன்று அவர்கள் ஒரு கூட்டம் நடத்தினர்; வேலை நிறுத்தத்தில் இருக்கும் தொழிலாளர்களை ஆதரிப்பது என்று முடிவுசெய்தனர். வணிகர்களின், 'வியாபார் மண்டலும்'கூட்டம் ஒன்றை நடத்தியது. அன்று மாலைக்குள் கோரிக்கைகள் ஏற்கப்படா விட்டால், பீம் நகரில் கடையடைப்பு ஒன்றை அறிவிக்க வேண்டியிருக்கும் என்று தெரிவித்தது.

பீம்நகர் பதற்றமடைந்தது. உதய்பூர் நகரத்தைத் தலைமையகமாகக் கொண்டிருந்த மாவட்ட ஆட்சியரைப் பேச்சுவார்த்தை நடத்த இந்தச் சூழல் கட்டாயப்படுத்தியது. கல்வி அமைச்சகத்தின் கூடுதல் செயலராக இருந்த அனில் போர்டியா தற்செயலாக அன்று உதய்பூரில் இருந்தார். குழுவினருடன் அவரும் ஆட்சியரைச் சந்திக்க வந்தார். அவசரத்தை உணர்ந்துகொண்ட ஆட்சியர், 30–07–1990 அன்று மாலை பீம் நகருக்கு விரைந்து வந்தார். அன்று பட்டினிப் போரின் ஆறாவது நாள். பட்டினிப்போரில் இருந்தவர்களுடனும் சங்கதனின் பொறுப்பாளர்களுடனும் பேசினார். அவர்களது கோரிக்கையின்படி ஊதியம் உயர்த்தப்படும் என்று ஒப்புக்கொண்டார்; அடுத்த மூன்று அல்லது நான்கு தினங்களுக்குள் சம்பளம் பட்டுவாடா செய்யப்படும் என்று கூறினார். இந்த உடன்படிக்கை அனைவரின் முன்னிலையில் அறிவிக்கப்பட்டது; பட்டினிப்போர் முடிவுக்கு வந்தது.

இந்த விஷயம் குறித்து மாநில அரசுடன் பேசுவது என்று சங்கதன் முடிவு செய்தது. முதலமைச்சரைச் சந்திக்க சிலர் சென்றனர். சங்கதனின் குறிப்பு இவ்வாறு கூறுகிறது:

> முதல்வர் பைரோன் சிங் ஷெகாவத்தை ஆகஸ்ட் 8 அன்று இருவர் சந்தித்தனர். ஆட்சியர் கொடுத்த வாக்குறுதி நிறைவேற்றப்படும் என்று அவரும் கூறினார். அதுமட்டுமின்றி, கூட்டம் ஒன்று ஏற்பாடு செய்யப் படும்; அதில் பஞ்ச நிவாரணப் பணிகளுக்கான ஊதிய விகிதக் கொள்கை மறுஆய்வு செய்யப்படும் என்றும் உறுதியளித்தார். பட்டினிப் போராட்டம் முடித்துக் கொள்ளப்பட்டு ஏறத்தாழ ஒரு வாரம் கழித்து நீர்ப் பாசனத் துறை ஊதியத்தைத் திரும்பவும் வழங்கியது. உறுதி செய்யப்பட்டதைக் காட்டிலும் குறைவாகவே மீண்டும் ஊதியம் வழங்கப்பட்டது. பொதுப் பணித் துறையும் அதே வருகைப் பதிவேட்டைத்தான் திருப்பி

அனுப்பியது. தொழிலாளர்களுக்கு அளிக்கப்பட வேண்டிய ஊதியத்தில் எந்த மாற்றமும் செய்யப்பட வில்லை. எழுத்துப்பூர்வமான எதிர்ப்பைப் பதிவு செய்த தொழிலாளர்கள் நீர்ப்பாசனத் துறை வழங்கிய ஊதியத்தைப் பெற்றுக்கொண்டனர். சம்பளத்தை வாங்கிக் கொள்ளாமல், பொதுப்பணித்துறை வருகைப் பதிவேடுகள் திருப்பப்பட்டன.[41]

கோரிக்கை, மிகவும் அடிப்படையானது, மிகச் சிறியது. மிகவும் வறியவர்களான அவர்கள் குறைந்தபட்ச ஊதியம் பெறுவதற்கான சட்டப்பூர்வமான உரிமையை முன்வைத்தனர். பட்டினியிலிருந்து விடுதலை பெறவும் அடிப்படைச் சேவைகளைப் பெறவும் அவர்களுக்கு இது மிகவும் முக்கியம். அரசின் வறட்சி நிவாரண வேலைத் திட்டம் மூலம் அரசாங்கம் முன்னின்று நடத்தும் வேலைகளில் பதினைந்து நாட்களோ அல்லது அதற்குக் குறைவாகவோ இவர்களுக்கு வேலை அளிக்கிறது. தொழிலாளர்கள் குறைந்தபட்ச ஊதியத்தை உண்மையாகவே பெறுவதற்கான வழிமுறையை அரசாங்கம் ஏற்படுத்தவேண்டும் என்பது மக்களின் கோரிக்கை; நேர அடிப்படையிலோ அல்லது வேலை அடிப்படையிலோ அவர்களால் பணிபுரிய முடியும். அதாவது, எட்டு மணி நேரம் வேலைத் தளத்தில் இருந்து வேலை செய்வது அல்லது அளந்து ஒதுக்கப்பட்ட அளவு வேலையை முடித்துத் தருவது.

சட்டப்பூர்வமாகப் பார்த்தால் ஒரு தொழிலாளியை இரு நியமங்களிலும் உட்படுத்த முடியாது; அது அநியாயம். முடிவில், கோரிக்கை இவ்வாறு வடிவம் பெற்றது. நிர்வாக அமைப்பின் தோல்வியால் உண்டாகும் பாதகமான விளைவைத் தொழிலாளியின் மீது சுமத்தக்கூடாது. தர்க்கத்தின் அடிப்படையிலும் நியாயமாகவும் வேலையை அளக்க முடியவில்லை என்றால் வேலைத்தளத்தில் எட்டு மணி நேரமும் இருந்த தொழிலாளிக்குக் குறைந்தபட்ச ஊதியம் முழுமையாக அளிக்கப்பட வேண்டும். இது 'நேர அடிப்படையிலான ஊதியம்'. அதாவது தொழிலாளி எட்டு மணி நேரம் வேலைத் தளத்தில் இருப்பதன் அடிப்படையில் முடிவு செய்யப்படுவது. போராட்டத்தின் ஆரம்ப ஆண்டுகளைப் பதிவுசெய்திருந்த ரஜ்னி கூறுவது:

பட்டினிப்போர்: பாடல்களால் நிறைந்த தர்ணா

தாசில்தார் அலுவலகத்திற்குள் அனைவரும் வேகமாக நுழைவதால் நிச்சயமாக எந்த ஆபத்தும் ஏற்படப்போவ தில்லை. ஆனால், எதுவும் கைமீறிப் போய்விடக்கூடாது

என்று து.கோ. மாஜிஸ்ட்ரேட் நினைத்தார். தாசில்தார் அலுவலகத்தின் கனமான இரும்புக் கதவுகள் இரவில் நன்றாகப் பூட்டப்பட்டன. சங்கதனின் தர்ணாவிற்கு இரவுமுழுவதும் விழிப்புடன் பாதுகாப்பு அளிக்க இரண்டு போலிஸ்காரர்கள் வந்திருந்தனர். தீங்கு விளைவிக்காத மனிதர்களாய்த் தோன்றிய அவர்களை, இரவில் கூடாரத்தில் பார்க்க முடியவில்லை. மதுபோதையில் பின்னிரவு வரை அவர்களின் உற்சாகப் பாட்டு தொடர்ந்தது. நள்ளிரவு வரை நடக்கும் சாதாரண பஜன்மண்டலி அல்ல இந்த தர்ணா. மிகப்பழமையான பெரியமரம் ஒன்றை ஒட்டி கூடாரம் போடப்பட்டிருந்தது. சங்கதனின் பதினான்கு ஆண்களும் மூன்று பெண்களும் ஐந்தாவது நாளாகப் பட்டினிப்போரில் ஈடுபட்டிருந்தனர். பல்வேறு வயதினர், இளைஞன் தேவிலால் தொடங்கி தோல் சுருங்கிப்போன பூரியா வரை அதில் இருந்தனர். நிகில் தவிர்த்து மற்ற அனைவரும் ஏதாவது ஒரு பஞ்ச நிவாரண வேலைத் திட்டத்தில் பணிபுரிந்தவர்கள்; முழுமையான குறைந்த பட்ச ஊதியம் மறுக்கப்பட்டவர்கள். முழுமையான ஊதியம் கொடுக்கப்படும் வரை உண்ணக் கூடாது, அந்த இடத்தைவிட்டு நகரக் கூடாது என்ற தீர்மானத்துடன் அவர்கள் இருந்தனர்.

பொதுமக்களின் கவனம் தர்ணாவின் மீது இருக்க வேண்டும் என்பதற்காகப் பகல் நேரத்தில் யாராவது உரையாற்றுவார்கள்; புரட்சிகரப் பாடல்கள் பாடப்படும். பொதுவாக எல்லா இடங்களிலும் மக்கள் பார்க்கக் கூடிய தூங்கி வழியும் தர்ணா அல்ல இது. அங்குப் போராட்டக்காரர்கள் நேரத்தைப் போக்கச் சீட்டு விளையாடுவார்கள், சுற்றி வரும் ஈக்களையும் மீறி அரைத்தூக்கத்தில் ஆழ்ந்திருப்பார்கள். செய்திகள் சொல்லவும், தகவல் தெரிவிக்கவும், மற்றவர்களை ஈர்க்கவும் சங்கதனின் ஆர்வலர்கள் அவர்களது கூட்டுத் திறமைகளைப் பயன்படுத்தினர். தர்ணா பந்தலை உயிர்ப்புடன் வைத்திருந்தனர். தர்ணாவின் செயல்பாடுகளில், தகவல் சொல்லும் வலிமையான வழிமுறைகள் சிலவும் அனுபவங்களும் ஒன்றிணைந்தன. இன்றும பாடப்படும் திறன் மிக்க பாடல்கள் சிலவும் நகைச்சுவை மிக்க குறு நாடகங்களும் இத்தகைய தர்ணாக்களில் தான் உருவாகின.

சங்கதனின் துண்டறிக்கை ஒன்று 'ஏன் இந்தப் போராட்டம்?' என்று கொட்டை எழுத்துகளில் கேட்டது.

விலை மலிவான வெளிர் சிவப்புக் காகிதத்தில் அச்சிடப் பட்ட மெலிதான துண்டறிக்கைகள் பீம் நகர் முழுவதும் விநியோகிக்கப்பட்டன. அவர்களுக்கு எவ்வளவு சம்பளம் கிடைக்கும் என்பது தெரியாமலேயே நாள் முழுவதும் தொழிலாளர்கள் எப்படிக் கடினமாக உழைக்கிறார்கள் என்ற கேள்வியுடன் சுருக்கமான, செறிவான அறிக்கையும் விடையாக அதில் இருந்தது. தர்ணா மூன்று கோரிக்கைகளை முன்வைத்திருந்தது: முழுமையான குறைந்தபட்ச ஊதியம். ஊதியம் அளிக்கும் முறை நேர அடிப்படையிலோ அல்லது வேலை-அளவு அடிப்படையிலோ இருக்க வேண்டும்; தனிநபர் அடிப்படையில்தான் வேலையை அளக்கவேண்டும், குழு அடிப்படையில் கூடாது.

ஒவ்வொரு நாளும் கடந்து செல்லச்செல்ல சங்கர் மிகவும் உணர்ச்சிவசப்பட்டார். பட்டினிப்போரில் தானும் கலந்து கொண்டு இருந்திருக்கலாம் என்று நினைக்கத் தொடங்கினார். தர்ணா தொடர்பான வேலைகளை ஓடியாடிச் செய்வதைக் காட்டிலும் அவருக்கு நிகிலும், பூரியாவும் மற்றவர்களும் பட்டினி யால் வாடுவது மிகவும் வேதனையாக இருந்தது. தேவ்துங்ரி வீட்டின் சொந்தக்காரரான ஜெய்த் சிங் வேறு எந்தச் சந்தர்ப்பத்திலும் சங்கதனின் நடவடிக்கைகளில் தன்னை ஈடுபடுத்திக் கொண்டதில்லை. ஆனால், இந்த மக்கள் பட்டினி கிடப்பதை அவரால் தாங்கிக்கொள்ள முடியவில்லை. மூன்றாவது நாளிலிருந்து தர்ணா பந்தலில் நாள் முழுவதும் அவரும் வந்து உட்கார்ந்து கொண்டார். சாப்பிடுவதை நிறுத்திவிட்டார்.

பீம் நகரில் வசிப்போர் இந்த நிகழ்வைக் கூர்மையாகப் பார்த்துக்கொண்டிருந்தனர்; நிச்சயமாக, போராட்டக் காரர்கள் யாருக்கும் தெரியாமல் ஓரமாக அமர்ந்து சாப்பிடுகிறார்களா என்று பார்க்கத்தான். தர்ணாவின் நோக்கத்தால் வெளிப்படையாக ஈர்க்கப்பட்ட சில மருத்துவர்கள், போலியாகச் சான்றிதழ் தருகிறோம் என்று சொல்லி, போராட்டக்காரர்களை நல்ல உணவு எடுத்துக்கொள்ள வற்புறுத்தினர். இந்தத் தொழிலாளர்கள் உண்மையாகவே பட்டினி கிடக்கிறார்கள், சும்மா ஏமாற்ற வில்லை என்று தெளிவுபடத் தொடங்கியதும் நகரத்து மக்கள் மத்தியில் உணர்வுகள் கிளர்ந்தெழத் தொடங்கின.

பீம் நகரத்துடன் சங்கதனுக்கு இருந்த உறவை, மெதுவாக, வெளியில் புலப்படாத வகையில் பட்டினிப்போர்

மாற்றிக்கொண்டிருந்தது. சில மாதங்களுக்கு முன் நடந்த மே தினப் பேரணிஅந்த மக்களை அதிகம் வசீகரிக்க வில்லை. இப்போது அவர்கள் கண்களில், பட்டினி கிடக்கும் போராட்டக்காரர்களின் மன உறுதியும் விடா முயற்சியும் சங்கதனுக்கு அதிக மதிப்பைப் பெற்றுத் தந்தது. மிகக் குறைவான ஊதியம், மிகக்குறைவான வாங்கும் சக்தி என்பதை வலியுறுத்தி, பிரச்சினையை விரிவாகப் பரப்புவதில் சங்கதன் வெற்றிபெற்றது.

பட்டினிப்போரின் ஆறாவதுநாள். பீம்நகரின் கடைக் காரர்களும் வணிகர்களும் கூட்டம் ஒன்றை நடத்தினர். சங்கதனின் தர்ணாவுக்குத் தங்களது ஆதரவைத் தெரிவித்தனர். அடுத்த நாள் பந்த் ஒன்றை நடத்தப் போவதாக அறிவித்த அவர்களது அச்சுறுத்தலுக்கு எதிர்பார்த்த பலன் கிடைத்தது. போராட்டக்காரர்களின் பிரதிநிதிகளை, து.கோ. மாஜிஸ்ட்ரேட் உடனடியாகச் சந்தித்தார். இரண்டு நாட்களில் அனைத்துத் தொழிலாளர்களுக்கும் முழுமையான ஊதியம் வழங்கப் படும் என்று ஒப்புக்கொண்டார். அதன்பின் அதிக உற்சாகமான கொண்டாட்டத்திற்கு மத்தியில் போராட்டம் வாபஸ் பெறப்பட்டது. அனைத்துப் போராட்டக்காரர்களுக்கும் மிகுந்த எதிர்பார்ப்புடன் காத்திருந்த அவர்களது ‘சாத்திகளின்’ (தோழர்களின்) கைகளால் பழச்சாறு அளிக்கப்பட்டது. எனினும், கொடுத்த வாக்குறுதி நிறைவேற்றப்படவில்லை. சங்கதன் முக்கியமான பாடம் ஒன்றைக் கற்றுக்கொண்டது.[42]

முடிவு, சங்கதனைச் சங்கடத்தில் ஆழ்த்தியது. பந்தலுக்கு வந்த மாவட்ட ஆட்சியர் பழச்சாறு கொடுத்து போராட்டத் தில் இருந்தோரின் உண்ணாவிரதத்தைச் சடங்குபூர்வமாக முடித்துவைத்துக் கொடுத்த உறுதிமொழியின் அடிப்படையில் தான் தர்ணா முடிவுற்றது. ஆனால், ஆட்சியர், அளித்த வாக்குறுதியை நிறைவேற்றவில்லை. எந்தவித மாற்றமுமின்றி வருகைப் பதிவேடுகள் திரும்பி வந்ததும், போராட்டத்தைத் தீவிரப்படுத்த சங்கதன் முடிவு செய்தது. அடுத்தகட்டப் போராட்டத்திற்கான தயாரிப்பில் இறங்கியது.

தொழிலாளர்களின் துயரநிலையை விளக்கியும், பேச்சு வார்த்தையில் அது அளித்த வாக்குறுதியை நிறைவேற்றாத மாநில அரசின் துரோகம் குறித்தும் உரையாடல் ஒன்றை ஏற்பாடு செய்வதற்குச் சங்கதன் இப்போது தயாராக இருந்தது. அரசு மேற்பார்வை செய்யும் அமைப்பை மேம்படுத்தவும் இல்லை; சட்டப்பூர்வமான ஊதியமும் கொடுக்கவில்லை. சமூக

அடுக்கின் அடியில் கிடக்கும் தொழிலாளி முதல் பணியாக, உயிர்வாழ்வதற்கான குறைந்தபட்ச ஊதியம் என்ற புனிதத்தை அடையப் போராடிக்கொண்டிருக்கும் இதுபோன்ற மற்ற அமைப்புகளுடன் ஒருமைப்பாட்டைக் கட்டமைக்க வேண்டி இருக்கிறது. அத்தகைய முதல்நிலை கூட்டு விவாதங்கள் நடைபெற்ற அரங்கமாக பீம் நகரம் அமைந்தது.

அதன் பின்னர், கொள்கை மற்றும் சட்டம் சார்ந்த சூழலில் இந்த விஷயம் ஆய்வு செய்யப்படவேண்டும். முறையான அமைப்பொன்றில் இதன் அறிவுசார்ந்த, பொருளாதாரம் சார்ந்த, சட்டம் சார்ந்த வடிவ அமைப்புகள் விவாதிக்கப்பட வேண்டும். அக்கறை கொண்ட பலரும் இந்தப் பிரச்சினையை அறிவு சார்ந்த கோணத்தில் ஆய்வதற்குத் தங்கள் விருப்பத்தைத் தெரிவித்தனர். பீம் நகரில் நடக்கவிருக்கும் மாநாட்டிற்கு வருவதாகக் கூறினர். ஜெய்ப்பூர் வளர்ச்சி ஆய்வு நிறுவனமும் அதன் இயக்குநர் வி.எஸ். வியாஸ் அவர்களும் பயிலரங்கு ஒன்றை ஏற்பாடு செய்யலாம் என்றனர். பல்வேறு துறைகளிலிருந்து முக்கியமானவர்களை வரவழைத்து விவாதிக்கலாம்; அந்த மாநாடு முடிந்ததும் அரசாங்கத்தின் மூத்த அதிகாரிகளுடன் இப்பிரச்சினை குறித்து விவாதிக்கலாம் என்றும் ஒப்புக் கொண்டனர். கொள்கை வகுப்பாளர்களும், பொருளியல் வல்லுநர்களும் நுழைந்தவுடன் செயல் என்பதிலிருந்து விவாதக் களமாகக் காட்சி மாறியது. சங்கதனைப் பீம் நகரிலிருந்து ஜெய்ப்பூருக்கு அழைத்துச் சென்றது.

ஒருதலைபட்சமான ஊதிய முறையும் அதன் வெளிப்படையற்ற தன்மையும்

குறைந்தபட்ச ஊதியம் தொழிலாளர்களுக்கு மறுக்கப் படுவதால் தொடர்ந்து அவர்கள் வேதனைப்படும் நிலை நிலவுகிறது; இதை முறையான ஆய்வுக்கு உட்படுத்தியதன் மூலம் இந்தப் பட்டினிப்போர், அரசாங்க நிறுவனங்களில் வெளிப்படைத்தன்மை குறித்த விவாதங்கள் எழுவதற்குப் பங்களித்தது. அத்துடன், பிரச்சினையைப் பல்வேறு பகுதி களாகப் பிரித்துப் பார்க்கவும் வைத்தது; படிப்படியாக மொத்த செயல்முறையையும் ஆராய்ந்தது. ஒரு நிலையில் கொள்கையில் குறைபாடுகள் தெரிந்தன. உரிமைகள் வழங்குவதற்கு எதிர் நிலையாகத் தோன்றின. மற்றொரு நிலையில் வெளிப்படைத் தன்மையற்ற நிர்வாக அமைப்பு முறையால்தான் ஊழலும் மோசடிகளும் நிகழ்கின்றன என்பதை நடைமுறை ஆய்வுகள் தெளிவுபடுத்தின.

சேவைகளைப் பெறமுடியாமல் நிர்வாகம் தடுப்பது என்ற நோய்க்குறியின் இருபக்கங்களாக அதிகாரத்தை இஷ்டம்போல் பயன்படுத்துவதும் ஊழலும் இருக்கின்றன. ஏழைகளுக்குக் கிடைக்க வேண்டிய சலுகைகள் கிராமத்தின் மேல்தட்டு மனிதர்களுக்குச் செல்வதற்கு இந்த அதிகார துஷ்பிரயோகம் வழிவகுக்கிறது. பலன்களைப் பெறுவதில் வலிமை மிக்க மனிதர்களின் குடும்பமும் சமூகமும்தான் எப்போதும் நியாயமற்ற அனுகூலங்களைப் பெற்றிருப்பதாகத் தெரிகிறது. அரசாங்கத்தின் பராமரிப்பிலிருக்கும் ஆவணங்களைத் தாமாகவே முன்வந்து பார்க்க அனுமதிப்பதில் இருக்கும் முக்கியத்துவத்தை இந்த அவலநிலை மீண்டும் அடிக்கோடிட்டுக் காட்டியது. அரசாங்க ஆவணங்களுக்கும் நடைமுறைக்கும் இடையில் தொடர்ந்து நீடிக்கும் முரண்பாடுகள் வெளிப்படைத்தன்மையின் தேவையை மீண்டும் வலியுறுத்தின. ஆகவே, வெளிப்படைத்தன்மை கோருவதின் நியாயம், சங்கதன் நடத்திய ஒவ்வொரு போராட்டத்தாலும் வலுப்பெற்றது.

5

குறைந்தபட்ச ஊதிய மாநாடு-பீம்

பீம் நகரில் நடந்த குறைந்தபட்ச ஊதியத்திற்கான முதல் பட்டினிப்போர் முடிவேது மின்றி முடிவுற்றது. ஆட்சியரின் உறுதிமொழி, வேலை நிறுத்தத்தை முடிவுக்குக் கொண்டுவருவதற்கான உத்திகளில் ஒன்று, அவ்வளவே. ஆகவே, சட்டப் பூர்வமான உரிமைகள் மற்றும் அவை தொடர்பான கொள்கையின் விவரங்களை ஆராய்வது அவசியம் என்பது தெளிவாயிற்று.

தொழிலாளர்க்கு நீதி கேட்டு மீண்டும் மீண்டும் மேற்கொள்ளப்பட்ட முயற்சிகள் ஏன் தடுக்கப்படுகின்றன என்பதைப் புரிந்துகொள்ள உரையாடல்களும், தீவிரமான ஆய்வுகளும் மிகவும் முக்கியம். ஆகவே விவசாயிகள் மற்றும் தொழிலாளர்களின் மாநில அளவிலான மாநாடு ஒன்றைச் சங்கதன் 1990, அக்டோபர் 24 மற்றும் 25 தேதிகளில் ஏற்பாடு செய்தது.

இருபத்து நான்காம் தேதி தேசிய அளவில் பந்த் ஒன்று நடைபெற்றது. பேருந்துகள் ஓடவில்லை. எனினும், காலை முதலே தொழிலாளர்கள் கூடத் தொடங்கினர். பல்வேறுவிதமான போக்குவரத்து வசதிகளையும் பயன்படுத்தி, பலரும் தொலை தூரத்திலிருந்து வந்தனர். குறைந்தபட்ச ஊதியம்

கிடைக்காமல் துயருறும் தொழிலாளர்களும் அவர்களது பிரதிநிதிகளும் ராஜஸ்தானின் பல பகுதிகளிலும் இருந்து பீம் நகரில் கூடினர். அஜ்மீர், உதய்பூர் (ராஜ்சமந்த் உள்ளடங்கியது), பில்வாரா, பாலி, சித்தோர், கோட்டா, பிகானீர், ஜெய்ப்பூர், துங்கார்ப்பூர், பன்ஸ்வாரா, சவாய் மாதோப்பூர் போன்ற ராஜஸ்தானின் மாவட்டங்களில் இயங்கும் தொழிற்சங்கங் களையும் தொழிலாளர் அமைப்புகளையும் சேர்ந்தவர்கள் அவர்கள். டில்லியிலிருந்தும் மத்தியப்பிரதேசத்தின் ஜப்புவா நகரிலிருந்தும் மாநாட்டில் தொழிலாளர்கள் கலந்துகொண்டனர்.

பிரச்சினைகளில் உடனிருக்கிறோம் என்று ஒற்றுமையைப் பறைசாற்றுவதாகவும், கூட்டாக விவாதிப்பதில் இருக்கும் முக்கியத்துவத்தை எடுத்துக்காட்டுவதாகவும் சங்கதனின் முழக்கங்கள் ஒலித்தன. வீதிநாடகங்கள் நடத்தப்பட்டன. பல பாடல்கள் பகிர்ந்துகொள்ளப்பட்டன; சேர்ந்திசை பாடப் பட்டது. தகவல் தொடர்பிற்கான செயலுத்திகளும் மாநாட்டின்போது விவாதிக்கப்பட்டன. பிரச்சினைகளைப் புரியவைப்பதற்குப் படைப்புத்திறன் மிக்கப் பண்பாட்டு வடிவங் களைப் பயன்படுத்துவது சங்கதனுடைய பாரம்பரியத்தின் பகுதி. அந்த முயற்சியின் முகமாக சங்கர் இருந்தார்.

பீம் நகரிலிருந்தும் வேறு இடங்களிலிருந்தும் வந்திருந்த 2000 விவசாயிகளும் தொழிலாளர்களும் அங்குக் கூடினார்கள். மாநாட்டின் முதல் நாளான அக்டோபர் 24 அன்று, அந்நகரின் தெருக்கள், கடைவீதிகள் வழியாக முழக்கங்களுடன் அவர்கள் பேரணியாகச்சென்றனர். கடைத்தெருவின் நடுவில், பேரணி, கூட்டமாக உருமாறியது. செருப்புத் தைக்கும் தொழிலாளி ஒருவரின் உயரமான தளம், பேச்சாளர் மேடையானது. கடை களின் முன்பக்கச் சார்ப்புகளில், கட்டிட நிழல்களில் பார்வை யாளர்கள் அமர்ந்துகொண்டனர். அந்த நாற்சந்தியின் மத்தியில் நவீன மயத்தின் சிறு முயற்சியாக அமைந்திருந்த சிறிய மண்டபம் போன்ற 'ச்சாட்ரி' வயதானவர்கள் உட்கார வசதியான இடமாக உதவியது. அன்று பேசப்பட்ட விஷயங்களில் ஒன்றாக மாநிலத்தின், தேசத்தின் பல பகுதிகளிலும் ஊதியப்பட்டு வாடாவில் நிலவும் வேறுபாடு இருந்தது. பேச்சாளர்களின் கருத்துகளைப் பார்வையாளர்கள் மிகக் கவனமாகக் கேட்டனர். பிகானீரில் செய்தித்தாள் ஒன்றை நடத்தி வந்த அசோக் மாத்தூர், வழக்கறிஞரும் தோழருமான மகேஷ் போரா, 'சங்கல்ப்'பிலிருந்து வந்திருந்த ஆதரவாளரும், சக பயணியுமான மோதி, சேவா மந்திரின் சந்திரா பண்டாரி, ஹர்மாராவிலிருந்து வந்திருந்த நவ்ருதி, ச்சுன்னி சிங் ஆகியோரும் மற்றும் பலரும் பேசினர்.

மறுநாள் நிகழ்வில் இந்திய அரசின் எஸ்.சி. & எஸ்.டி. கமிஷனர் பி.டி. சர்மா, இ.ஆ.ப., கிராமப்புற மேம்பாட்டு அமைச்சகத்தின் இணைச் செயலர், கே.பி. சக்ஸேனா இ.ஆ.ப. ஆகியோர் கூடியிருந்தோர் மத்தியில் உரை நிகழ்த்தினர்.

சங்கதனின் லால் சிங் விவாதத்தைத் தொடங்கி வைத்தார். பட்டினிப்போரைப் பற்றியும், மக்கள் எதிர்கொள்ளும் அவல நிலைமைகளையும் விளக்கினார். பிரச்சினையை மேல்நிலைக்கு எடுத்துச்செல்ல வேண்டும் என்பதில் தொழிலாளர்களிடம் இருக்கும் உறுதியை எடுத்துரைத்தார். அவர் ஆற்றல்மிக்க, எழுச்சியூட்டும் பேச்சாளர். உரிமைகள் பெற்றிருக்கும் அரசுப் பணியாளர்களுக்கும், கூடியிருந்த தன்னைப் போன்ற இந்தத் தொழிலாளர்களுக்கும் இடையில் காணப்படும் பெரும் வேறுபாட்டைக் கூட்டத்தின் கவனத்திற்குக் கொண்டுவந்தார். வேலையின் அளவு மற்றும் முடிக்கப்படும் அளவு ஆகியன பற்றி அவர் கேள்வி எழுப்பினார். 'பாபு'க்களுக்கு விதிமுறைகள் ஏதுமில்லாததால், வேலை செய்யாமல் அவர்கள் தப்பித்துவிட முடியும். எனினும் தொழிலாளர்களுக்கு அளிக்கப்படும் சிறிய தொகை குறித்துஅவர்கள் எரிச்சலடைகிறார்கள். வேலை குறைவாக முடிக்கப்படுகிறது என்றால், ஒதுக்கப்பட்ட வேலை முழுமையாகச் செய்து முடிக்கப்படுவதற்கு ஏதுவாக, வேலைத் தளத்தில் வேலைநிலைமையும் அளவீட்டுக் கருவிகளும் சரியாக இருப்பதை உறுதிப்படுத்த வேண்டும் என்றார்.

அவரது உரை அரசாங்கத்தை எச்சரிப்பதுபோல் இருந்தது:' தாடி ராபட்டில், தரையை வெறுமனே சுரண்டியவர்களைக் காட்டிலும் வேலையை முழுமையாகச் செய்து முடித்தவர் களுக்குக் குறைவாக ஊதியம் அளித்தது போல் திரும்பவும் செய்யாதீர்கள். நாங்கள் பட்டினியால் சாகாமலிருக்க இந்த ஊதியம் உதவும்'என்றார். அவர் பேச்சுக்கு எதிர்வினையாகச் சில தொழிலாளர்கள் முழக்கமிட்டனர். 'நமக்கு உண்மையில் என்ன வேண்டும்? மஸ்தூரி, ரொட்டி, கப்டா, ஷிக்ஷா, ஸ்வஸ்த்யா அவுர் மக்கான்' (வேலை, உணவு, உடை, கல்வி, சுகாதாரம், தங்குமிடம்) குறைந்தபட்ச அடிப்படைத் தேவைகள்தானே இவை'. கலந்துகொண்டோர் அனைவரும் இதை ஏற்றுக்கொண்டனர். அரசாங்கம், குறைந்தபட்ச ஊதியம் அளிக்கவேண்டும் என்பதே ஒருமனதான கோரிக்கை. எந்தச் சூழலிலும் அதைக்காட்டிலும் குறைவாக அளிக்கக்கூடாது. ஏனெனில், விதிமுறைகளை அதுதான் உருவாக்குகிறது; அதை நிறைவேற்றவும் கடமைப்பட்டிருக்கிறது.

மாநாட்டில் பேசிய பி.டி. சர்மா இவ்வாறு கூறினார்: 'நான் உங்களுடன் இருக்கிறேன். ஆனால், உங்கள் கோரிக்கைகள்

போதுமானவையல்ல என்பது என் கருத்து; நீங்கள் இன்னும் அதிகமாகக் கேட்க வேண்டும்'. இயற்கை வளங்கள் மீது ஏழைகள் முழுஉரிமை பெற வேண்டும்; போராட்டம் இல்லாமல் இவை மீதான உரிமை அவர்களுக்குக் கிடைக்காது என்றார். விவசாயி களும் தொழிலாளர்களும் ஒன்றிணைந்து போராட்டத்தில் வெற்றி பெற வேண்டும் என்று வலியுறுத்தினார்.

பிகானீரின் அசோக் மாத்தூரும், ஜோத்பூரின் மகேஷ் போராவும் மற்றும் பலரும் ஆக்ரோஷமாகப் பேசினர். ஜனநாயக அமைப்பில், அரசாங்கம் அது அளித்த வாக்குறுதிகளை நிறைவேற்றவேண்டும் என்றனர். ஏழை, யாருக்கும் இளைத்தவ னல்ல; கண்ணியத்துடனும், பட்டினியின்றியும் வாழ்வதற்கு அவனுக்கு உரிமை இருக்கிறது. குறைந்தபட்ச ஊதியம் என்பது அடிப்படை உத்தரவாதம். வாக்குறுதிகள் நிறைவேற்றப்பட வேண்டும் என்றனர்.

சங்கதன் பதிவுகளிலிருந்து:

> *அரசாங்கம் நியாயமாக நடந்துகொள்ள வேண்டும் என்பதில் நாங்கள் உறுதியாக இருந்தோம். பீம் நகரில் ஐந்து மாதங்களுக்கு முன் சங்கதனின் தோற்றம் அறிவிக்கப் பட்டது; அதே பாட்டியா கா சவ்டா வில், அக்டோபர் 1990ல்உறுதிமிக்க தொழிலாளர்களும் ஆதரவாளர்களும் 1000 பேர் கூடினர். எஸ்.சி. & எஸ்.டி. கமிஷனர் பி.டி. சர்மா ஒரு சிறந்த குடிமைப்பணி அதிகாரி; கிராமப்புற மேம்பாட்டு அமைச்சகத்தின் இணைச் செயலர் கே.பி. சக்ஸேனா. இருவரும் எங்கள் வாதங்களைக் கேட்டனர். கொள்கையளவில் அவற்றை ஏற்றுக் கொண்டனர். எங்களுக்கு அது ஒரு முக்கியமான நாள். ஆனால், வந்திருந்த சி. ஐ. டிக்கோ அது மிகவும் குழப்பமான நாள்.*
>
> *பி.டி. சர்மா வேட்டி குர்தாவில் இருந்தார்; கே.பி. சக்ஸேனா, சரியாக வாரப்படாத நீண்ட தலைமுடி யுடன், கால்களில் ஸ்லிப்பர்களுடன் நின்றிருந்தார். 'சூட்டும் பூட்டும் போட்ட கலெக்டர் சாஹிப்' போல அவர்கள் தெரியவில்லை. போலிஸார் எங்களிடம், 'இவர்கள் யார்' என்று கேட்டனர். எங்களது பதில் அவர்களுக்குத் திருப்தியளிக்கவில்லை. சந்தேகத்துடன் நின்றிருந்தனர். ஆர்வத்தைக் கட்டுப்படுத்த முடியாமல் மீண்டும் கேட்டனர். 'உண்மையைச் சொல்லுங்கள், அவர்கள் புரட்சிக்காரர்கள் தானே?' நாங்கள் சிரித்தோம். உண்மையில், அவர்கள் கவலையில் ஆழ்ந்துவிட்டனர்.*

இறுதியில் பி.டி. சர்மாவுக்கும் கே.பி. சக்ஸேனாவுக்கும் து.கோ. மாஜிஸ்ட்ரேட் தயங்கியபடி மரியாதை நிமித்தம் வணக்கம் செலுத்தியதைப் பார்த்ததும்தான் அவர்கள் நம்பினர். எங்கள் வாதம் வெல்வதற்கு சம்பிரதாயம் தான் உதவியது.[43]

பஞ்ச நிவாரணத் திட்டப் பணிகளை நடைமுறைப் படுத்துவதில் எழக்கூடிய பிரச்சினைகளின் தீர்வுக்கு, அந்தப் பகுதியின் மக்களை அரசாங்கம் கலந்தாலோசிப்பது அவசியம்; அவர்களது பங்களிப்பைக் கோரவேண்டும் என்ற ஒரு தீர்மானத்தையும் மாநாடு நிறைவேற்றியது. அப்போதுதான், வெறுமனே வேலை மற்றும் ஊதியம் மட்டுமின்றி, கிராமத்திற்குத் தேவையான சொத்துக்களை உருவாக்குவதும் தேவை என்பதை அந்தச் சமூகம் அறிந்து கொள்ள முடியும்.

ஆவணப்படுத்தப்பட்ட வளர்ச்சி ஆய்வு நிறுவனத்தின் அறிக்கை:

தீர்மானங்களுடன் மாநாடு முடிவுற்றது. தொழிலாளர்களும் அவர்களின் பிரதிநிதிகளும், சர்மாவும், சக்ஸேனாவும் அவற்றிற்கு ஒப்புதல் அளித்தனர். அனைத்துத் தொழிலாளர்களுக்கும் குறைந்தபட்ச ஊதியத்தை அரசாங்கம் உறுதிப்படுத்த வேண்டும்; நேரக் கணக்கில் அல்லது ஒதுக்கப்பட்ட வேலை அடிப்படையில்தான் தொழிலாளர்கள் பணியமர்த்தப்பட வேண்டும். இரண்டின் அடிப்படையிலும் அல்ல என்பது ஒருமித்த கருத்து. ஒதுக்கப்பட்ட வேலை அடிப்படையில் அளவீடு என்பது பின்பற்றப்பட்டால், ஒவ்வொரு தனிநபருக்கும் முடித்திருக்கும் வேலையின் படி ஊதியம தரப்பட வேண்டும்; மாறாக, குழுவாக அல்ல'.[44]

இந்தியாவில் இன்றைக்கு நடக்கும் குறைந்தபட்ச ஊதிய விவாதம், போதிய தகவல்களின்றி நடக்கிறது. வசதி படைத்தவர்கள் தமது பாரபட்சமான, நியாயமற்ற செயல்களால் அதில் ஆதிக்கம் செலுத்துகிறார்கள். குறைந்தபட்ச ஊதியம் என்ற உத்தரவாதத்திலிருந்து இந்தியா தன்னை விலக்கிக் கொள்ள முடியாது. (01–03–2017இல் ரூ. 201 என்பது அன்றைய மதிப்புக்கு மூன்று யு.எஸ் டாலரைக் காட்டிலும் சிறிது அதிகம்). இந்தியாவில் வறுமை அதிகரிக்கிறது; வருமானத்திலும் சேவை களைப் பெறுவதிலும் வேறுபாடுகள் அதிகரித்துக்கொண்டிருக் கின்றன. வேதனை தரும் விஷயம் இது. எனினும், இந்தியாவின் ஒரு சதவீத பணக்காரார்கள்,தேசத்தின் 58 சதவீத வளத்திற்குச் சொந்தக்காரர்களாக இருக்கிறார்கள்; இது, உலகளவில் நிலவும்

ஏற்றத்தாழ்வு குறித்து ஆராயும் ஆக்ஸ்ஃபேம் இன்டர்நேஷனல் என்ற லாப நோக்கற்ற அமைப்பு கூறும் தகவல். இந்த அறிக்கையை 'லிவ் மின்ட்' ஜனவரி 16, 2017 அன்று வெளியிட் டுள்ளது. வேலை கிடைக்காமல் இருப்போர் மற்றும் பட்டினியின் விளிம்பில் வாழ்வோருக்கு இருக்கும் பாதுகாப்பற்ற நிலையை மாத வருமானம் பெறுவோர் புரிந்துகொள்வதில்லை. மாத வருமானம் பெறும் தொழிலாளி, கூலித்தொழிலாளியை அரசாங்க வளங்களை அழிக்கும் போட்டியாளனாகத்தான் எப்போதும் பார்க்கிறான். சுதந்திர இந்தியாவின் குடிமக்களான, வாக்காளர் களான இந்தத் தொழிலாளர்கள் தேசத்தின் ஒருங்கிணைக்கப் படாத 93 சதவீத உழைக்கும் சக்தியாக இருக்கிறார்கள்; அவர்களது குரல் கேட்கப்பட வேண்டிய தேவை எழுந்துள்ளது.

சங்கதன் நாட்குறிப்பின் ஒரு கேள்வி:

குறைந்தபட்ச ஊதியம் வேண்டும் என்பதன் முக்கியத்துவம், இப்போது ஏன் எழுகிறது? தொழிலதிபர்களும் பெரு விவசாயிகளும் போல, பணக்காரர்களும் இதை ஏன் விரும்பவில்லை? அத்துடன் அரசாங்கமும், சில நேரங்களில் நீதிமன்றங்களும் ஏன் எதிர்மறை நிலையை எடுக்கின்றன? தொழிலாளிக்குக் கொடுக்கவேண்டிய மிகக் குறைவான பணத்தை, குறைந்தபட்ச ஊதியம் வரையறுக்கிறது. சுதந்திரத்திற்குப் பின், 1948இல் தொழிலாளிக்குக் குறைந்தபட்ச ஊதியம் உத்தரவாதம் செய்யப்பட வேண்டும் என்று ஒரு சட்டம் நிறைவேற்றப்பட்டது. சுதந்திர இந்தியாவில் ஒரு தொழிலாளி, சுதந்திரக் குடிமகன். ஆனால், வசதிக்குறைவான சூழல்களில் அவளோ அல்லது அவனோ பிறந்துவிடுவது அவர்களின் கட்டுப்பாட்டில் இல்லை. நல்லதொரு வாழ்க்கையின் பலன்களை அனுபவிக்க முடியாமல், குறைந்தபட்ச ஊதிய உத்தரவாத மின்றி சுதந்தரதேசத்தில் இனியும் அவர்கள் சுரண்டப் படக்கூடாது.

உண்மையில், ஊட்டச்சத்துத் தேவையின் அடிப்படையில் நிர்ணயிக்கப்பட்ட குறைந்தபட்ச ஊதியம், தினசரி உணவுத் தேவையான கோதுமை, அரிசி போன்றவைக்கு மட்டுமே சரியாக இருக்கிறது: 1975இல் அது மூன்று ரூபாயாக இருந்தது, 1987ல் ரூ. 11 ஆக உயர்ந்தது. இருந்தும் எந்தத் தொழிலாளிக்கும் தினமும் வேலை கிடைப்ப தில்லை. உண்மையில், உயிர் வாழ்வதற்கு அவசியமான ஊதியம் ஒருவருக்குத் தேவை. குறைந்தபட்ச ஊதியம் அல்ல. சங்கதன் பார்வையில் சமமான உரிமைகளையும்

அவற்றைப் பெறுவதையும் நீங்கள் பார்க்கவில்லை என்றால், அது மனிதப் பண்பற்ற செயல். பெரும்பாலும், கடவுளுக்கு அஞ்சும் மனிதர்களே இவற்றை எதிர்க்கிறார்கள்! அனைத்து மதங்களும் கூறும் தருமம் ஈகையிலிருந்தும் பரிவிலிருந்துமே தொடங்குகிறது. இந்த மனிதர்களின் குழந்தைகள் பிச்சை எடுப்பதில்லை. ஆனால், உணவு விடுதிகளில், வசதி மிக்கவர்களின் இல்லங்களில் வேலை செய்கிறார்கள். அற்ப சம்பளத்திற்கு, ஒரு நாளைக்குப் பன்னிரண்டு மணி நேரம் உழைக்கிறார்கள்![45]

ஜெய்ப்பூரில், கொள்கை வகுப்பவர்கள், பொருளாதார நிபுணர்கள், வழக்கறிஞர்களுடனும் சந்திப்பு ஒன்றைச் சாத்தியப் படுத்தும் அடித்தளத்தைப் பீம் மாநாடு உருவாக்கித் தந்தது.

சில மாதங்களுக்கு முன் இந்திய அரசாங்கத்தின் கிராமப்புற மேம்பாட்டு அமைச்சகத்தின் செயலர் எஸ்.ஆர். சங்கரன் தேவ்துங்ரிக்கு வந்திருந்தார். அரசுத் திட்டங்கள் எவ்வாறு நிறைவேற்றப்படுகின்றன என்பதை அவர் தலைமையில் வந்த குழுவினர் ஆய்வு செய்தனர். கோரிக்கை மனு ஒன்றைக் குழுவிடம் சங்கதன் அளித்தது. பொதுப்பணித்துறை வேலைகள் தொடர்பான அனைத்துப்பதிவேடுகளும் வெளிப்படையாக வைக்கப்பட வேண்டும் என்பது முதல் கோரிக்கை. இறுதிக் கோரிக்கை, வேலை உத்தரவாதச் சட்டம்வேண்டும் என்பதாக இருந்தது. இரண்டு கோரிக்கைகளுக்கும் எதிர்வினை சாதகமாக இருந்தது. மக்களிடமிருந்து தகவல்களை மறைப்பதற்குக் காரணம் ஏதுமில்லை; முழுமையான தொலைப்பார்வையுடன் அரசாங்கம் செயல்பட வேண்டும்; அப்போதுதான் முறையான ஆய்வு சாத்தியப்படும்; அதிகாரிகள் எப்போதும் ஒரு 'கண்ணாடி அறையாக' இருக்க வேண்டும்; இந்தப் பிரச்சினைகளை மேலும் விரிவாக ஆய்வதற்கு ஜெய்ப்பூரில் ஒரு கூட்டம் ஏற்பாடு செய்யலாம் என்றும் அவர் யோசனை தெரிவித்தார்.

ஜெய்ப்பூர் வளர்ச்சி ஆய்வு நிறுவனம் – மாநாடும், பயிலரங்கும்

குறைந்தபட்ச ஊதியம் சிக்கலற்ற ஒரு பிரச்சினை; அது அடிப்படை உரிமை என்று பொதுவாகக் கருதப்பட்டது. ஊதியத்தின் அளவு, குறிப்பிட்ட கால இடைவெளியில் அதை உயர்த்துவது, வேலை வழங்குபவரின் ஊதியம் அளிக்கும் திறன் ஆகியவற்றை மையப்படுத்தி விவாதம் நடந்தது. குறைந்தபட்ச ஊதியப் பட்டுவாடாவில் நிலவிய தன்னிச்சைப்போக்கும், வெளிப்படைத்தன்மையற்ற நிலையும் சங்கதனின் ஆர்டிஐ கோரிக்கையுடன் அதிகம் தொடர்புள்ளவை. வேலை

அளிப்பவர்கள், அறநெறியற்ற காரணங்களைக் கூறிக் குறைந்தபட்ச ஊதிய கோரிக்கையை மறுக்கிறார்கள்; நியாயமான ஊதியம், முழுமையான வெளிப்படைத்தன்மையைச் சார்ந்துள்ளது. இது அடைந்தே ஆகவேண்டிய உரிமை; அதனால், இதைப் பேச்சுவார்த்தைக்கும் அப்பாற்பட்டதாகத் தொழிலாளர்கள் பார்க்கின்றனர். குறைந்தபட்ச ஊதியம் என்பது பட்டினி, நோய், தேவை ஆகியவற்றிலிருந்து பாதுகாத்துக்கொள்வதற்கான குறைந்தபட்ச உத்தரவாதம்.

அடிக்கடி உள்ளூர் சொலவடை ஒன்றைச் சொல்லி சங்கர் இதை விளக்குவார். பல் இறுக்கிக்கொண்டால், மூக்கை இறுகப் பிடிக்கவேண்டும். வலுக்கட்டாயமாக அது வாயைத் திறக்க வைக்கும். இங்கு மூக்கு, வருகைப் பதிவேட்டில் வெளிப்படைத் தன்மை; நழுவி ஓடும் அதிகாரிகளைஅது ஊதியம் வழங்க வைக்கிறது.

தொடக்க ஆண்டுகளிலிருந்தே ஆழமாக விவாதிப்பதையும், எழுதுவதையும் சங்கதன் வழக்கமாகப் பின்பற்றி வருகிறது. தேவ்துங்ரியின் புவிப்பரப்பிற்கு வெளியிலும் சில நேரங்களில் ராஜஸ்தானுக்கு வெளியிலும், இந்தப் பிரச்சினை குறித்துச் சிறப்புக் குழுக்களுடன் உரையாடுவதற்கு இந்த வழக்கம் உதவியது. இந்த ஆழ்ந்த சிந்தனைகள் ஹிந்தியிலும் ஆங்கிலத்திலும் எழுதப்பட்டன. ஜெய்ப்பூர் வளர்ச்சி ஆய்வுநிறுவனத்திற்கு அளிக்கப்பட்டு, விவாதிக்கப்பட்ட அறிக்கை ஒன்றிலிருந்து எடுக்கப்பட்ட பகுதி இது.

குறைந்தபட்ச ஊதிய மாநாடு, வளர்ச்சி ஆய்வு நிறுவனம், ஜெய்ப்பூர்

கிராமப்புற ராஜஸ்தானில் ஏற்கனவே எங்களுக்குக் கிடைத்திருந்த அனுபவம் குறைந்தபட்ச ஊதியத்தின் முக்கியத்துவத்தை அடிக்கோடிட்டுக் காட்டியிருந்தது. ஊரடங்குக் கட்டுப்பாட்டையும் தேசிய அளவில் நடந்த 'பந்த்'தையும் பொருட்படுத்தாது பீம் மாநாட்டில் மாநிலம் முழுவதுமிருந்து கலந்துகொண்ட மக்கள் இந்த அனுமானத்தை உறுதிசெய்தனர். பெரும்பாலான மாவட்டங்களிலிருந்து மட்டுமின்றி, பல்வேறு அமைப்புகளிலிருந்தும் வந்திருந்தனர். குறைந்தபட்ச ஊதியம் என்ற சட்டப்பூர்வமான உரிமையை நடைமுறைப் படுத்தக் கோருவதற்கு அனைத்து தொழிலாளர்களும் ஒன்றுசேர வேண்டும் என்பதில் இணக்கமும் ஒருமித்த கருத்தும் இருந்தன.

அத்துடன், பரவலான ஆதரவைத் திரட்டவேண்டும் என்பதையும் அந்த மாநாடு வலியுறுத்தியது. தலமட்ட அளவில் தொழிலாளர்கள், ஒப்பந்தக்காரருடனும், உள்ளூர் கூட்டாளியுடனும் (mate) இளநிலைப் பொறியாளருடனும், சர்பஞ்சுடனும் போராட வேண்டியுள்ளது. அவர்களைத் துன்புறுத்தும் மனிதர்களுக்கு ஜெய்ப்பூரிலும் டில்லி யிலும் வலிமையான தொடர்புகள் இருப்பது அந்த ஏழை களுக்குத் தெரியும். உள்ளூரில் நடக்கும் போராட்டங்களில் வெற்றியும் கிட்டும், தோல்வியும் ஏற்படும். ஆனால், தொழிலாளர்களைப் பிரதிநிதித்துவம் செய்யவும், அவர்களுக்காகப் பேசுவதற்கும் எவரும் இல்லாத தூரத்துக் களங்களில் போராட்டங்கள் தோற்கத்தான் செய்தன.[46]

இது ஒரு தலமட்ட பிரச்சினை அல்ல; அல்லது து.கோ. மாஜிஸ்ட்ரேட்டோ அல்லது ஆட்சியரோ தீர்க்க முடிகிற பிரச்சினையும் அல்ல என்பதைச் சங்கதன் அறிந்திருந்தது. இவர்களது அதிகார எல்லைக்குள் அவர்களால் ஏராளமாகச் செய்யமுடியும். ஆனால், கொள்கை வகுப்பது அவர்களது அதிகாரத்திற்கு அப்பாற்பட்டது. நவம்பர் 1990இல் ஜெய்ப்பூர் வளர்ச்சி ஆய்வு நிறுவனம் இரண்டு நாள் மாநாடு/பயிற்சி வகுப்பு ஒன்றை ஏற்பாடு செய்தது. கொள்கை வகுப்பாளர்கள், அரசாங்கத்தின் உயர் அதிகாரிகள், கல்வியாளர்கள், பொருளாதார வல்லுநர்கள், சட்ட வல்லுநர்கள், தன்னார்வ அமைப்புகளின் பிரதிநிதிகள் மாநாட்டிற்கு அழைக்கப்பட்டனர். அரசாங்கத்தின் கிராமப்புற வேலைவாய்ப்புத் திட்டங்களில்' குறைந்தபட்ச ஊதிய'ப் பிரச்சினை குறித்து வெளிப்படையான, விரிவான விவாதங்களுக்கு ஏற்பாடு செய்தது.

பொருளியல் வல்லுநரும், அகமதாபாத் ஐ.ஐ.எம். இயக்குநராகவும் இருந்த பேராசிரியர் விஜய் சங்கர் வியாஸ், புகழ்பெற்ற நீதிபதியும், பின்னாளில் டில்லிப் பல்கலைக்கழகத் தின் துணை வேந்தராகப் பதவி வகித்தவருமான உபேந்திரா பக்ஸி, வளர்ச்சி ஆய்வு நிறுவனத்தின் இயக்குநர் பேராசிரியர் நாருல்லா, கிராமப்புற வளர்ச்சி அமைச்சகத்தின் செயலர் எஸ். ஆர். சங்கரன், மனிதவள மேம்பாட்டு அமைச்சகத்தின் செயலர் அனில் போர்டியா, ராஜஸ்தான் மாநிலஅரசின் செயலர் எம்.எல். மேத்தா, பொருளாதார வல்லுநரும், பின்னாளில் அஜ்மீர் எம். டி. பல்கலைக்கழகத்தின் துணை வேந்தராகவும் பதவி வகித்த முனைவர் காந்தா அஹுஜா, காந்தி தொழிலாளர் நிறுவனத்தின் முனைவர் இந்திரா ஹிர்வே, முனைவர் சாரதா ஜெயின் மற்றும் ஆட்சிப்பணி அதிகாரிகள் சிலரும், ராஜஸ்தானிலிருந்தும்,

பல மாநிலங்களிலிருந்தும் மூத்த சமூக ஆர்வலர்கள் பலரும் மாநாட்டில் கலந்துகொண்டனர்; பீம் சம்மேளனத்தில் எடுக்கப் பட்ட முடிவுகள் மீது விவாதங்களை நடத்தினர்.

கிராமப்புற ஏழைகளுக்கான வறுமை ஒழிப்புத் திட்டங் களின் விநியோக அமைப்புகள் குறித்த அறிக்கையிலிருந்து சில பகுதிகள் இங்குக் கொடுக்கப்படுகின்றன:

பேராசிரியர் வி.எஸ். வியாஸ் அவர்களின் தலைமையில் நடந்த மாநாட்டின் இறுதி அமர்வு ஒருமித்த உணர்வுடனும் முக்கிய தீர்மானங்களுடனும் முடிந்தது: 1. பஞ்ச நிவாரணப் பணிகள் உட்பட அரசாங்கத்தின் சார்பாக நடக்கும் அனைத்து வேலைகளுக்கும் குறைந்தபட்ச ஊதியம் வழங்கவேண்டும். 2. வருகைப் பதிவேடு முடிக்கப்பட்ட ஒரு வாரத்திற்குள் ஊதியம் பட்டுவாடா செய்யப்பட வேண்டும். 3. பொதுவாக, அனைத்து அரசாங்க வேலை களிலும் ஊதியம் வழங்குவதற்கான அடிப்படையாக வேலை நேரம் அல்லது வேலை அளவு இருக்க வேண்டும்; விதி விலக்குகள் அரிதாகவே இருக்கவேண்டும்; அதுவும், இவை குறித்துத் திட்டவட்டமான முடிவைத் தொழிலாளர்களே எடுக்கும் சந்தர்ப்பங்களில் மட்டுமே. 4. அத்தகைய வேலைகளில் உற்பத்தித்திறனை உறுதி செய்வதில் தன்னார்வ அமைப்புகளும், தொழிற்சங்கங் களும், கள-மட்டத்தில் இயங்கும் ஏனைய அமைப்பு களும் தமது அக்கறையை வெளிப்படுத்த வேண்டும். 5. ஒட்டுமொத்த (மேக்ரோ) அளவில் வளங்கள் ஒதுக்கப் படும்போது, தேவையிருப்பவர்கள் / ஏழைகளைக் கருத்தில் கொண்டு மறு ஆய்வுக்கு உட்படுத்தப்பட வேண்டும். வேலைகள் உருவாக வாய்ப்பிருக்கும் திட்டங்களுக்கு வளங்கள் ஒதுக்கப்படும் அளவு கணிசமாக உயர்த்தப்பட வேண்டும். செல்வந்தர்களுக்கும், வசதியாக வாழ்வோரின் நலன்களுக்கு மட்டுமே சாதகமாக அமையும் வளர்ச்சித் திட்டங்களை ஊக்கப்படுத்தாமல் இருப்பதில் கவனம் செலுத்த வேண்டும். 6. ஒன்றை வற்புறுத்திச் செயல்படுத்து வதற்குத் தகவல் மிகவும் முக்கியமானது. பின் குறிப்பிடப் படுவன மீது சிறப்புக் கவனம் செலுத்தப்பட்டது:

- வேலைத் தளங்கள் அனைத்திலும், அந்த வேலையை எடுத்துச் செய்யப்போகும் அமைப்பின் பெயர், வேலை யின் கால அளவு, வேலைவாய்ப்பு அளிக்கப்படும் விவரம் உள்ளிட்ட நடை பெறும் வேலை குறித்த விவரங்களும்,

கொடுக்கப்படப்போகும் ஊதியமும் பார்வையில் படும்படி எழுதிவைக்கப்பட வேண்டும்,

- கிராமப்புறத் தொழிலாளர் குறித்த தேசியக் கமிஷன், குறைந்தபட்ச ஊதியம் குறித்த அதன் பரிந்துரைகளை இறுதி செய்வதற்குமுன், அந்த மாநிலத்தைச் சேர்ந்த இதில் தொடர்புடைய குழுவொன்றை அழைத்துப் பேசவேண்டும் என்று கேட்டுக்கொள்ளப்படுகிறது.

- சமூகத்தின் சொத்துக்களுடன் சேர்க்கப்படும் வகையில், வேலைகளைத் தேர்வு செய்வதிலும், அவற்றைச் செயல் படுத்துவதிலும் சிறப்புக் கவனம் செலுத்த வேண்டும்.

அந்தக் கூட்டம் தொழிலாளர்களின் கோரிக்கை களுக்குப் பல்துறை வல்லுநர்களின் – வெளிப்படையான ஒப்புதலை வழங்கியது; அத்துடன், அடுத்த போராட்டம் நடக்கையில் முறையானஆதரவு அளிப்பதையும் உறுதிசெய்தது.[47]

பீம் நகர் சம்மேளனத்தின் முடிவுகளுக்கு மாநாடு ஒப்புதல் அளித்தது. அத்துடன் பஞ்ச நிவாரணத் திட்டங்கள் உள்ளிட்ட அரசாங்கத்தின் அனைத்துக் கட்டுமானப் பணிகளிலும், குறைந்த பட்ச ஊதியம் கட்டாயம் அளிக்கப்பட வேண்டும். வேலை நேரத்தின் அடிப்படையில்தான் ஊதியம் வழங்கப்பட வேண்டும்; தொழிலாளர்கள் இதற்கு மாற்றாக முடிவு எடுக்கும்போது தான் விதிவிலக்குகள் அளிக்க வேண்டும் என்பதில் ஒருமித்த கருத்து இருந்தது.

வறுமை ஒழிப்பு குறித்த அறிக்கை தொடர்ந்து இவ்வாறு கூறுகிறது: ஜனவரி 1991இல் ஜவஹர் ரோஜ்கர் யோஜ்னா திட்டத்தைச் செயல்படுத்துவது குறித்து வழிகாட்டும் நெறிமுறைகள் சிலவற்றை ராஜஸ்தான் அரசாங்கம் வெளியிட்டது. இந்த மாநாட்டில்/ பயிலரங்கில் கலந்து கொண்ட அரசு சாரா நிறுவனங்களின் பிரதிநிதிகள் மற்றும் இதர பங்கேற்பாளர்களின் கருத்துகளும் அந்த வழிகாட்டலில் சேர்க்கப்பட்டிருந்தன.[48]

இந்த நிகழ்வுகளின் மீளாய்வு, அமைப்பு ஒன்று வடிவம் பெறுவதைக் காட்டுகிறது. ஒரு ஜனநாயகத்தில், சமத்துவத்திற்கும் நீதிக்குமான போராட்டத்தில் அரசாங்கத்துடன் பேச்சுவார்த்தை என்பது மிகவும் முக்கியம். தொடர்ந்து பேசுவது என்பது கோரிக்கைக்கு ஆதரவாக வாதிடுவதே. செயல்பாடுகளும்

அதையொட்டிய சிந்தனைகளும் அரசு நிர்வாகத்தையும் உள்ளடக்குவதை மக்களுக்கான மாற்று அரசியல் கவனத்தில் கொள்ளவேண்டிய முக்கிய விஷயமாக வரையறுத்தன. 2005இல் இந்தச் சட்டம் நிறைவேறியதுடன் அரசாங்கத்துடன் பேச்சுவார்த்தை முடிந்துவிடவில்லை. அரசு நிர்வாகம் குறித்தும், குடியுரிமை குறித்தும் தொடர்ந்து நடைபெறும் அடிப்படையான உரையாடலின் பகுதி இது. அதன் கடமை என்ற வகையில் அரசாங்கம் குடிமக்களுடன் தொடர்ந்து பேசவேண்டும். சட்ட மன்றத்திற்கும் பாராளுமன்றத்திற்கும் செல்லும் பிரதிநிதிகள், ஐந்து ஆண்டுகள் ஆட்சி செய்வதற்காக மக்களிடம் அவர்களது இறையாண்மையைக் கடன் வாங்குகிறார்கள். அந்தச் சமுதாய ஒப்பந்தத்திற்கு அவர்கள் துரோகம் செய்யக்கூடாது.

ஆனால், இந்த நடைமுறைகள் ஏற்கனவே, மிகவும் குறிப்பாக ஆர்டிஐக்கான வாதங்கள் எடுத்துப் பேசப்படுவதற்கு முன்பாகவே தொடங்கப்பட்டன: துறைகளுக்கு இடையிலான கலந்துரையாடல்களையும் நிறுவனங்களுடன் பேசுவதையும் சங்கதன் எதிர்நோக்கியிருந்தது. இந்தப் பிரச்சினையின் சிக்கல் களை அவிழ்க்கவும், அதன் முக்கியத்துவத்தைச் சூழல்சார்ந்து ஆய்வதற்கும் விவாதங்களையும் கலந்துரையாடல்களையும் ஊக்குவிக்கத் தேவையான களங்களை சங்கதன் தேடிக்கொண் டிருந்தது. தெருவில் இறங்கிப் போராடுதல், வன்முறையற்ற ஒத்துழையாமையாகச் சத்தியாக்கிரகம் என்ற உண்மையான காந்தியஉணர்வின் அடிப்படையில் பார்க்கப்பட்டது. ஆனால், அம்பேத்கர் கருதியதுபோல் அரசியலமைப்புக் கூறும் உறுதிகளை நிறைவேற்றவேண்டிய அமைப்பாக அரசு பார்க்கப் பட்டது. அரசாங்கத்துடனும், கருத்து மற்றும் கொள்கை உருவாக்கும் மனிதர்களுடனும் பேச்சு வார்த்தை நடத்தலாம் என்ற எண்ணம் வடிவம் பெறத் தொடங்கியது.

இந்த முக்கியமான கலந்துரையாடல் மூலம் அடிப்படை யான ஒன்றைக் கற்றுக்கொள்ள முடிந்தது. வளர்ச்சியையும், நிர்வாகத்தையும், ஆட்சியையும் நேர்மையான மற்றும் சமமான முறையில் விளிம்புநிலை மக்களும் பயன்படுத்திக்கொள்ள இயலவேண்டும்; இதற்குச் சமுதாயத்தின் பல்வேறு துறைகளும் ஒன்றாக அமர்ந்து விவாதிக்க வேண்டும். பரஸ்பரம் ஒருவரை யொருவர் மதிப்பதும், ஜனநாயகமும் அரசியலமைப்பும் அளிக்கும் உறுதிமொழிகளைப் பின்பற்றுவதும் இருந்தால், ஜனநாயக முறையிலான விவாதம் ஆக்கப் பூர்வமானதாகவும், தாக்கம் ஏற்படுத்துவதாகவும் இருக்கும்; நீதியையும் வழங்க முடியும்.

பீம் நகரில் கூடிய தொழிலாளர்கள் அவை முன்வைத்த கோரிக்கைகள், தகவல் பெறும் உரிமையையும் வேலை உரிமையையும் பேசின. இந்த உரிமைகள் இரண்டும் முதன்முறையாக உணர்வுப்பூர்வமாக ஒன்றாக முன்மொழியப்பட்டன. தொழிலாளர்களின் கோரிக்கைகள், நீதிபதி உபேந்திரா பக்ஸி போன்ற புகழ்பெற்ற நீதிபதிகளின் எண்ணங்களைப் பிரதிபலித்தன: இந்தியன் எக்ஸ்பிரஸ் செய்தித்தாளில் (15–09–90) வெளியான 'The making of the Right to Work' என்ற அவரது கட்டுரையில் இது நன்கு புலப்படும்.

6

இரண்டாவது பட்டினிப் போர் – 1991: ஒரு திருப்புமுனை

1990இல் நடந்த முதல் பட்டினிப்போர், தொழிலாளர்களையும் சங்கதனையும் விரக்தியில் ஆழ்த்தியது.

1991இல் நடைபெற்ற இரண்டாவது பட்டினிப் போராட்டம் கடினமானது. ஆனால், பிரபலமானது; பீம் நகர மக்களின் நினைவுகளில் செதுக்கப்பட்டுள்ளது. இப்போது, அப்பிரதேசத்து நாட்டுப்புறக் கதைகளின் பேசு பொருளாகியிருக்கிறது. அதில் நாடகம் இருந்தது; மறக்கமுடியா பாடல்கள் இருந்தன. மிகச்சரியான அரசியலையும் கொண்டிருந்தது. துணிவையும் உறுதியையும் பேசும் கதைகளும், அனைத்திற்கும் மேலாக, பெரும் நகைச்சுவைத் தருணங்களும் நிறைந்த போராட்டம். ராஜஸ்தானில் சங்கதனின் அரசியலில் ஒரு திருப்பு முனையாக இது அமைந்தது.

பட்டினிப் போராட்டத்திற்குச் சற்று முன்னதாக, பீம் நகரிலும் ஜெய்ப்பூரிலும் நடந்த மாநாடுகளுக்குப் பின் உதய்பூர் மாவட்டம் பிரிக்கப்பட்டது. ராஜ்சமந்த் என்ற அந்தப் புதியமாவட்டம் 10-04-1991ல் உருவானது. வடக்கு தெற்காக நீளும், நீண்ட புவிப் பரப்பு. பீம் நகர் அதன் வடகோடியில் அமைந்திருந்தது. பீம் நகருக்குத் தென்மேற்கிலிருக்கும் ராஜ்சமந்த் அதன் மாவட்டத் தலைநகர் ஆனது. உதய்பூரைக் காட்டிலும்

அருகிலிருந்தது என்றாலும், அந்நகரம் பீம் நகரிலிருந்தும், தேவ்துங்ரியில் இருந்தும் மிகத்தொலைவில் தான் இருந்தது.

தேவ்துங்ரி இல்லத்தின் (இப்போதுஅலுவலகம்) வெளியில் மண் முற்றத்தில் வழக்கமான கூட்டங்கள் நடந்துகொண்டிருந்தன. அதிகரித்துவிட்ட சங்கதனின் உறுப்பினர்களுக்கு அந்தச் சிறிய குடிசையில் இடம் போதவில்லை. நிகில், அருணா, சங்கர், அன்ஷி ஆகியோர் மிகச் சிக்கனமாக இருந்து சேமித்த, குறைந்த பட்ச ஊதிய ஆய்வுப்பணியில் கிடைத்த மதிப்பூதியத்தைப் பயன்படுத்தி அந்தக் குடிசைக்கு அடுத்திருந்த ஜம்னா பாய் மற்றும் ரூப் சிங்கின் மண் குடிசையையும் அதற்கு வெளிப்புறம் இருந்த வெற்றிடத்தையும் வாங்கினர். தேவ்துங்ரியின் மிகப் பெரிய வேப்ப மரத்தை வளர்க்கும் வீடு என்ற பெரும் மதிப்பு அந்த வீட்டிற்கு இருந்தது. கிராமத்தினர் வேண்டிக் கொண்டதால், இப்போதும் அந்த மரம் கிராமத்தின் பொதுச் சொத்துதான் என்று காண்பிக்கும் விதத்தில் ‘அலுவலகத்தின்’ எல்லைக்கு வெளியில்தான் நிற்கிறது.

எதிர்ப்பு ஆர்ப்பாட்டங்கள் ஏற்பாடு செய்யப்பட்டன. மனுக்கள் தொடர்ந்து அளிக்கப்பட்டன. சோஹன்கார்க், தலாய் மற்றும் மேலும் பல கிராமங்களைச் சேர்ந்த மனிதர்கள் ஒன்று கூடிச் சிந்தித்தனர், திட்டங்கள் தீட்டினர். ராஜஸ்தானில் குறைந்தபட்ச ஊதியக் கோரிக்கையை முன்வைக்கத் தொலை தூர மாவட்டங்களான கோட்டா, ஜெய்ப்பூர், அண்டை மாவட்டங்களான அஜ்மீர், பில்வாரா, பாலி போன்றவையும் ஒன்றிணைய ஒப்புதல் அளித்தன. எழுத்தாளரும், பெண்ணுரிமைப் போராளியும் பத்திரிகையாளருமான மம்தா ஜெட்லி இதற்கு முந்தைய போராட்டங்கள் குறித்து எழுதினார், ஆதரவளித்தார். பின்னாளில் சங்கதனின் குறைந்தபட்ச ஊதியப் போராட்டங் களையும் ஆதரித்தவர். கிஷென் கார்க்கைத் தலைமையிடமாகக் கொண்டு செயல்பட்ட ராஜஸ்தான் மஸ்தூர் கிஸான் மோர்ச்சாவும் இந்த விஷயத்தில் தீவிரமாக இருந்தது.

அருணாவின் குருவும் தோழருமான நவ்ருதியும், அருணா வின் *SWRC* நாட்களில் அவரது சக ஊழியராக இருந்த இளைஞர் ராம்கரணும் கூட்டங்களில் கலந்துகொண்டனர். ராம்கரண் இப்போது தீவிரமான ஆதரவாளர். ‘சங்கல்ப்’பைச் சேர்ந்த மோதியும் கூட்டங்களுக்கு வந்தார். ஜோத்பூர் மற்றும் உதய்பூரின் வழக்கறிஞர் நண்பர்கள் மகேஷ் போராவும் ரமேஷ் நந்த்வானாவும் ஆலோசனைக்குழுவில் அங்கம் வகித்தனர். எழுத்தாளர்களும் விமர்சகர்களுமான பாரத் டோக்ரா ரஜ்னி பக்ஷி, ஜெரோமி சீபுரூக் ஆகியோர், சிறகு முளைக்கத்

தொடங்கியிருந்த சங்கதனை அவர்களது வருகையாலும் எழுத்துகளாலும் ஊக்குவித்தனர். வளர்ச்சி ஆய்வுநிறுவனத்தின் ஆய்வாளரான மறைந்த தீபக் கியான்சந்தானி பல வழிகளிலும் உதவினார். ராஜஸ்தானின் தன்னார்வக் குழுக்களான சங்கல்ப், *SWRC*, சேவா மந்திர் ஆகியவற்றைச் சேர்ந்த ஆதரவாளர்களும், தோழமை உள்ளங்கொண்ட ஏராளமான ஆதரவாளர்களும் உதவி செய்ய முன்வந்தனர்.

சங்கதன் செயலுத்தி ஒன்றை முயன்றுபார்த்தது. நண்பர்களாகத் தொடரும் முதுநிலைப் பட்டதாரிகளான நாராயணனும் தேவிலாலும் அப்போது விடுமுறையிலிருந்தனர்; ராஜ்சமந்த் மாவட்டத்தின் பரார் பஞ்சாயத்தில் நடந்த ஜவஹர் ரோஜ்கர் யோஜ்னா வேலைத்தளத்தில் வேலை செய்ய முன்வந்தனர். அங்கு நிர்வாகத்தைச் சரியாக வேலைசெய்ய வைக்க அவர்கள் முயற்சிப்பார்கள். விதிகள் சரியாகப் பின்பற்றப்பட வேண்டும் என்று வலியுறுத்துவார்கள். வேலை நெறிமுறைகள் செயல்படுத்தப்படுவதை உறுதிசெய்வார்கள்.

நாராயண் கூறுவது:

> ஜவஹர் ரோஜ்கர் யோஜ்னா திட்டத்தின் கீழ் தேவ்துங்ரியில் இருந்து தேஜாஜி கா தான் வரையில் சாலை அமைக்கும் பணி1991இல் தொடங்கியது. நானும் நண்பன் தேவிலாலும் அத்திட்டத்தில் வேலை செய்தோம். இந்த வேலைத்தளத்தில் இருபது தொழிலாளர்கள் வேலை பார்த்தனர். சங்கதனின் ஊழியர்களை நாங்கள் தொடர்ந்து சந்தித்தோம். சர்பஞ்சுக்கும், பிரதானுக்கும், வட்டார வளர்ச்சி அதிகாரிக்கும் எழுத்து மூலமாகவே அனைத்தையும் தருவது என்று முடிவு செய்தோம்.
>
> சர்பஞ்ச் தனது அதிகாரத்தைக் காட்ட முடிவு செய்தார். அனைத்துத் தொழிலாளர்க்கும் சமமாக ஒரு நாளைக்கு ரூ. 11 ஊதியம் அளிக்கப்படும் என்று பஞ்சாயத்தில் தீர்மானம் ஒன்றை முறைப்படியாக நிறைவேற்றினார். அது சட்ட விரோதமானது. உண்மையில் பஞ்சாயத்தைக் கலைப்பதற்குப் போதுமான காரணம் இதில் இருக்கிறது. தீர்மானம் செல்லாது என்று அறிவிக்கப்பட்டிருக்க வேண்டும்.
>
> நடந்த நிகழ்வுகள் அனைத்தும் செய்துமுடிக்கப்பட்ட வேலைக்கும் கொடுக்கப்பட்ட ஊதியத்திற்கும் உண்மையில் தொடர்பு எதுவும் இல்லை என்பதைப் புரியவைத்தன. நடைமுறைகள் என்று சொல்லப்படும் இவையனைத்தும் கேலிக்கூத்தே. இருந்தபோதிலும்,

தொழிலாளிகளின் கோரிக்கைகளைக் கையிலெடுத்துக் கொண்டு தனிப்பட்ட ஒவ்வொரு தொழிலாளியும் முடிக்கவேண்டிய வேலை அளவீடுகளுக்கு மட்டும் நிர்வாகம் விதிமுறைகளைத் தந்தது. கொடுக்க வேண்டிய ஊதியத்தை அதன் அடிப்படையில்தான் அரசாங்கம் முடிவு செய்யும் என்று கூறியது.

அனைவருக்கும் ஒரே மாதிரியான ஊதியம் கொடுப்பது என்ற முடிவு முன்னதாகவே எடுக்கப்பட்ட ஒன்று; எனினும், வேலைத்தளத்தில் வேலையை எண்ணற்ற முறைகள் அவர்கள் அளந்தனர். வெளிப்படைத்தன்மை எவ்வளவு முக்கியம் என்பதைச் சங்கதன் புரிந்து கொண்டிருந்தது. இந்த வேலை தொடர்பான வருகைப் பதிவேடும் அளவைப் புத்தகமும் பொதுவெளியில் வைக்கப்பட்டன. இந்த ஆவணங்களைப் பார்க்க முடிவதில்தான் நியாயம் இணைந்திருக்கிறது என்பது அக்கறையுள்ள அனைவரது மனத்திலும் உதயமானது.

உண்மையில், மேற்பார்வையாளர்தான் வேலை சரியாகச் செய்யப்படுகிறதா என்பதைக் கண்காணிக்க வேண்டும்; முடிக்கப்பட்ட வேலை குறைவாக இருந்தால் அவர்தான் தண்டிக்கப்பட வேண்டும்.[49]

நாராயணும் தேவிலாலும் தமது நியாயமான கோரிக்கைகளை எழுத்துப்பூர்வமாக அளித்தனர். வேலை ஒதுக்கப்படும் போது, மேற்பார்வையாளர் தினமும் சரியாக அளந்து அளிக்க வேண்டும்; முடிக்கப்பட்ட பின்னும் அளக்கப்பட வேண்டும் என்பதே அந்த கோரிக்கைகள். வேலைக்குறைவு ஏதேனும் இருந்தால் தொழிலாளியிடம் தெரிவிக்கவேண்டும். அப்போதுதான், முழுமையான குறைந்தபட்ச ஊதியம் கொடுக்கப்படுவதை உறுதிசெய்ய, அவர்கள் அதிகப்படியாக வேலை செய்து, குறையை நிரப்பமுடியும். நாராயண் தொடர்ந்து கூறுகிறார்:

இது குறித்து வட்டார வளர்ச்சி அதிகாரிக்கும் சர்பஞ்சிற்கும் கடிதம் ஒன்றை அளித்தோம். அந்த வேண்டுகோளுக்கு எதிராக, உறுப்பினர்கள் முழுமையாகக் கலந்துகொண்ட கிராமப் பஞ்சாயத்தில் தீர்மானம் ஒன்றைச் சர்பஞ்ச் நிறைவேற்றினார். அதாவது, ஜவஹர் ரோஜ்கர் யோஜ்னா அல்லது பஞ்ச நிவாரணப்பணி அல்லது சம்பூர்ண கிராமிய ரோஸ்கர் யோஜ்னா என்று எந்த வேலையாக இருந்தாலும் அனைத்து தொழிலாளர் களுக்கும் ஒரு நாளைக்கு ரூ. 11தான் ஊதியம். வேலையை

முடிப்பதை வலியுறுத்தும், வேலையில் குறைவு இருந்தால் மட்டுமே அபராதம் விதிக்கப்படும் என்று கூறும் அனைத்து விதிமுறைகளுக்கும் எதிராக இத்தீர்மானம் இருந்தது. ஒதுக்கப்பட்ட வேலையை முடிக்காவிட்டால், கொடுக்கப் பட வேண்டிய குறைந்தபட்ச ஊதியம் குறைத்து அளிக்கப்படும் என்பதே அபராதம் என்று கூறப்படு கிறது. வேலையின் அளவு எவ்வளவாக இருந்தாலும், ரூ. 22 அல்லது ரூ. 17 மதிப்புடைய வேலையைச் செய்திருந்தாலும் அனைவருக்கும் ஒரே மாதிரியாக ரூ. 11 என்பது விநோத மானது.

ஊதியப் பட்டுவாடா தொடங்கியதும் தேவிலாலும் நானும் எதிர்ப்புத் தெரிவித்தோம். முழுமையான குறைந்தபட்ச ஊதியம் தரவேண்டும் என்று பல முறை எழுதியிருக்கிறோம்; இருந்தும் வருகைப் பதிவேட்டில் அந்தப் பதினோரு ரூபாயைத்தான் எழுதியிருக்கிறீர்கள் என்று அவர்களிடம் கூறினோம். ஊதியத்தை ஏற்க மறுத்து பணத்தைத் திருப்பிக் கொடுத்துவிட்டோம்.[50]

நாராயணும் தேவிலாலும் நண்பர்கள். பெரும் நிதி நெருக்கடிகளுக்கு இடையில் முதுகலைப் பட்டத்திற்குப் படித்துக்கொண்டிருந்தனர். விடுமுறைக் காலத்தைப் பயன்படுத்தி ஜவஹர் ரோஜ்கர் யோஜ்னாவில் வேலை செய்து அடுத்த ஆண்டிற்கான கல்விக்கட்டணத்தை ஈட்டு வதற்கு முயன்றனர். சங்கதனுடன் வளர்ந்தவர்கள் என்பதால் 1991ஆம் ஆண்டில் அவர்கள் இந்த முடிவை எடுத்தனர்: அதாவது, தமக்கிருக்கும் உரிமையைப் பயன் படுத்தி வேலைத்தளத்தில் அனைத்துப் பதிவேடுகளும் கறாராகவும் தவறில்லாமலும் பராமரிக்கப்படுகிறதா என்று சரிபார்க்க விரும்பினர்; குறைந்தபட்ச ஊதியத்தை வலியுறுத்தினர். பதினைந்து நாட்களில் அவர்களது விழிப்பு மிக்க கண்காணிப்பிற்கு உரிய பலன் கிடைத்தது. பதிவேடுகளைப் பார்க்க வேண்டும் என்ற அவர்களது விடாப்பிடியான வேண்டுகோள், ஊழலில் திளைத்த சர்பஞ்சையும் பஞ்சாயத்தையும் அச்சுறுத்தியது. வேண்டா வெறுப்பாகக் கூட்டம் ஒன்றை அவர்கள் நடத்தினர்; சட்டப்பூர்வமான குறைந்தபட்ச ஊதியமான ரூ. 22க்குப் பதிலாக அனைவருக்கும் சமமாக ரூ. 11 அளிக்கத் தீர்மானம் ஒன்றை நிறைவேற்றினர்.[51]

பராரில் இருக்கும் பஞ்சாயத்திற்குப் பிரச்சினையை எடுத்துச் செல்வதெனச் சங்கதன் முடிவெடுத்தது. ஆனால், எந்தப்

பதிலும் கிடைக்கவில்லை. வட்டார வளர்ச்சி அதிகாரிக்கும் பிரதானுக்கும் கோரிக்கை மனு அளிக்கப்பட்டது. அங்கும் ஒன்றும் நடக்கவில்லை. பராரில் ஒரு சிறிய தர்ணா நடத்தப் பட்டது; அதனால் நிர்ப்பந்தத்திற்கு ஆளான உதவி வட்டார வளர்ச்சி அதிகாரி, தர்ணாவிற்கு வந்து வாக்குறுதிகள் அளித்தார். ஆனால், வட்டார வளர்ச்சி அதிகாரியும் பிரதானும் அந்த வாக்குறுதிகளை நிறைவேற்றவில்லை. மே தினக் கொண்டாட்டம் நெருங்கிக் கொண்டிருந்தது. அதேநாளில் எதிர்ப்பு ஆர்ப்பாட்டம் ஒன்றை நடத்த சங்கதன் முடிவு செய்தது.

மே தினம் வழக்கமாகப் பாட்டியா கா சவ்டாவில் தான் நடக்கும். இந்த முறை பீம் தாசில்தார் அலுவலகத்திற்கும் து.கோ. மாஜிஸ்ட்ரேட் அலுவலகத்திற்கும் எதிரிலிருந்த திறந்த வெளிக்கு மாற்றப்பட்டது. தர்ணாவாக அது நடந்தது. தொடக்கத்தில், தேவ்துங்ரியிலிருந்து போடப்படும் ஜவஹர் ரோஜ்கர் யோஜ்னா சாலைப்பணியில் வேலை செய்த இருபது தொழிலாளர்கள் சம்பந்தப்பட்டதாகத் தர்ணா இருந்தது. விரைவில் அனைத்துப் பகுதிகளிலிருந்தும் ஆதரவாளர்கள் குழுமத் தொடங்கினர். தொழிலாளர்களுக்குக் குறைந்தபட்ச ஊதியத்தை முழுமையாக அளிக்க வேண்டும் என்ற கோரிக்கைக்குப் பொதுமக்கள் மத்தியில் நல்ல ஆதரவு. உதவி வட்டார வளர்ச்சி அதிகாரி கோரிக்கைகளை ஏற்க மீண்டும் மறுத்துவிட்டார். எனவே, காலவரையற்றப் பட்டினிப் போராட்டத்தில் இறங்குவதெனச் சங்கதன்முடிவு செய்தது.

இந்தக் காலவரையற்ற பட்டினிப்போரில் ஐந்து வெவ்வேறு மாவட்டங்களில் இருந்தும், பல்வேறு அமைப்புகளிலிருந்தும் போராளிகள் கலந்துகொண்டனர். தொழிலாளர்களுக்கு முழுமையான ஊதியம் வேண்டினர். அத்துடன் விதிமுறைகள் சார்ந்த கொள்கை மாற்றங்கள் வேண்டும்; ராஜஸ்தான் முழுமையும் விதிகளைக் கறாராகச் செயல்படுத்த வேண்டும் என்று கோரினர். பீம் நகரிலும் வளர்ச்சி ஆய்வு நிறுவன மாநாடுகளிலும் குறைந்தபட்ச ஊதியம் தொடர்பாக நிறைவேற்றப்பட்ட தீர்மானங்கள் வலியுறுத்தப்பட்டன.

தர்ணா

தர்ணாவிற்குக் கூடாரம் போடப்பட்டது. இப்போது பீம் நகர் சங்கதனுக்கு மிகவும் பழக்கப்பட்ட இடம். விறுவிறுப்பான செயல்கள் நிறைந்த நாட்களுக்கு அந்த நகரம் தயாராக இருந்தது. பீம் நகரைச் சுற்றியிருந்த ராஜ்சமந்த், பாலி, பில்வாரா, அஜ்மீர் மாவட்டங்களிலிருந்து தினந்தோறும் 600க்கும் மேற்பட்டோர் வந்தனர்; சிலநேரங்களில் ஆயிரம் தொழிலாளர்கள்

வந்தனர். பேச்சுவார்த்தைகளுக்கு இடையில் உரைகளும் பாடல்களும் நிறைந்திருந்தன.

ஜவஹர் ரோஜ்கர் யோஜ்னா வேலைத்தளத்தில் குறைந்த பட்ச ஊதியம் அளிக்கவேண்டும் என்பதுதான் கோரிக்கை. அது மத்திய அரசாங்கத்தின் திட்டம்; ஒவ்வொரு ஆண்டும் ஒவ்வொரு தொழிலாளிக்கும் குறைந்தபட்ச ஊதியத்தில் சில நாட்கள் வேலையை அது உறுதியளிக்கிறது. சங்கதன் மாநில அரசை அணுகியது. அத்துடன் இந்திய அரசாங்கத்திற்கும் எழுதியது. வேலையும் அதற்கான ஊதியமும் அளிக்கப்படும் என்ற தனது வாக்குறுதியை நிறைவேற்றும் பொறுப்பு அரசாங்கத்திற்கும் இருக்கிறது. மத்தியஅரசின் குழு ஒன்று பேச்சுவார்த்தை நடத்த பீம் நகருக்கு வந்தது. பிரச்சினைகளை விவாதிப்பதற்காக அரசு விருந்தினர் இல்லமான 'டாக் பங்களா' வில் தங்கியது. தொழிலாளரின் சம்பளம் குறித்து மத்திய, மாநில அரசுகளுக்கு இடையில் ஒருமித்த கருத்து எட்டப்படவில்லை என்ற செய்திதான் அங்கிருந்து எங்களுக்குக் கிடைத்தது.

மே மாதம். கடுமையான வெப்பமும் நீண்ட பகல் பொழுதும் கொண்ட நாட்கள். தர்ணாவில் கலந்துகொண்ட மனிதர்கள் வெட்டவெளியில்தான் உறங்கினார்கள். மாலைப்பொழுது களில் பாடல்களும் வேடிக்கை விமர்சனங்கள் நிறைந்த சிறு நாடகங்களும் இருந்தன. குரலும் தாளமும், வசனமும் நடனமும் இணைந்தசெயலும் எதிர்வினையும் கொண்ட பாரம்பரியமான 'சாக்கி'நாடகம் மிகவும் பிரபலமானது. முன் கூட்டி எழுதி ஒத்திகை பார்க்கப்படாதது. சமகாலப் பிரச்சினைகளையும் உள்ளடக்கி எழுதப்பட்ட வசனம். கேள்வியும் பதிலும், உற்சாகமூட்டிய தாளமும் நடனமும் பந்தலை நோக்கி மக்களை இழுத்து வந்தன. பீம் கிளைச்சிறையில் வேலை பார்த்த மதுப்பிரியரான ஒரு ஜெயிலர் தான் நட்சத்திர நிகழ்த்துக் கலைஞர். அவர் தர்ணாவிற்கு நிதியுதவியும் தானியமும் வழங்கினார்; ஆனால், தன் பெயரை வெளியில் சொல்லிவிடக் கூடாது என்று வேண்டிக்கொண்டார்.

தர்ணாவில் மோகன் பா பாடிய, 'ஓ. . . இது திருடர்களின் காலம்'என்ற பாடல் இன்றும் நிலைத்து நிற்கும் ஒன்று. அது ஆர்டிஐ போராட்டத்திலும் முக்கியமானதாக அமைந்த பாடல். மோகன் பாடலின் வரிகளை எழுதினார். அவரே பாடினார். பிரியத்தாலும் மரியாதையாலும் மோகன் ஜி என்றும் மோகன் பா என்றும் அவர் அழைக்கப்பட்டார். அந்தப் பிரதேசத்தில் பிரபலமானவர். அவர் ஒரு தலித்–கபீர் பாடகர். கபீர் பாடல்கள் அனைத்தையும் அவரால் பாட முடியும். அப்பாடல்களின் மிகப்பெரும் தொகுப்பு அவரிடம் இருந்தது. படிப்பறிவில்லாத

கவிஞர். அவரது பாடல் வரிகள் அரசியல் செய்திகளைச் சிரமமின்றி எளிதாகப் பரப்பின. சங்கதனின் எதிர்ப்புணர்வு தளர்ந்துபோகாமல் காத்தன. எல்லையற்ற சக்தி கொண்டவர்; குறை காணமுடியாத உறுதிப்பாடு உடையவர். '*உடே சே பாய், உடே சே, தர்ணா டிடோ ரே, ஆ சோரன் கோ முண்டோ பாலோ* (தர்ணாவைப் பார் சகோதரா, தர்ணாவைப் பார், இந்தத் திருடர்களின் முகத்திரையைக் கிழிப்போம்). *ஹாலத் சரி பிகாட் கயி, ல்டாய் வோட்டன் கி, துனியா உல்டி ரீட் படாவே ரே, ப்ரஷாசன் கோ புத்தி டோ பகவான்* (நிலைமை கெட்டுவிட்டது, சண்டை சம்பளத்திற்காக, பகவானே நிர்வாகத்திற்குப் புத்தி கொடு).'[52]

பீம் நகரில் பதற்றமும் இறுக்கமுமான சூழல் நிலவியது. ராஜஸ்தானின் அப்போதைய முதல்வர் பைரோன்சிங் ஷெகாவத் அந்த மாவட்டத்திற்கு வருகைதர இருந்தார். அதனால் ஒட்டுமொத்த அதிகார வர்க்கமும் பதற்றப்பட்டது. பட்டினிப்போராட்டம் தொடங்கிவிட்டது. போராளிகள் எலுமிச்சைச் சாறு கலந்த நீரால் நாட்களைக் கடத்தினர். சோர்ந்து போயிருந்தனர். ராஜ்சமந்த் மாவட்டத்தின் பிரதிநிதியாகக் கங்கா சிங் இருந்தார். பாலியிலிருந்து கேலி பாய், கோட்டாவிலிருந்து மோதி, அஜ்மீரிலிருந்து கிஷோர், ஜெய்ப்பூர் மாவட்டப் பிரதிநிதி ருக்மா மா. மோதி தவிர்த்து அனைவரும் பலவீனமானவர்கள், பலமற்றவர்கள். அவர்களைச் சுற்றியிருந்த மற்றவர்களுக்கும் பசி மரத்துப்போகத் தொடங்கியது. என்ன செய்வதெனத் தெரியாமல் பட்டினிகிடக்கும் தோழர்களைப் பார்த்தபடி நின்றிருந்தனர். அதேநேரத்தில் புதிய மாவட்டத் தின் தலைநகரில் பேச்சுவார்த்தை நடந்துகொண்டிருந்தது. சங்கல்ப் அமைப்பின் மகேஷ் பிண்டாலும் வளர்ச்சிஆய்வு நிறுவனத்தின் தீபக் கியான்சந்தானியும் மாநில அரசின் பிரதிநிதிகளைத் தொடர்ந்து சந்தித்தனர்; பிரச்சினைகளை விவாதித்தனர். தலமட்ட அதிகாரிகள் பதட்டத்துடன் பீம் நகரைச் சுற்றி வந்தனர்.

ராஜஸ்தானில் பிரபலமான 'டோல்' (*dhol*) ஒரு பெரிய ட்ரம் போன்ற இசைக்கருவி. பலவிதங்களில் பயன்படுத்தப்படும் ஒன்று. நடனத்தின்போது பக்கவாத்தியமாக, அபாயத்தை எச்சரிக்க, மக்களை எச்சரிக்க ஒரு சமிக்ஞை ஒலியாக டோலின் ஒலியைப் பயன்படுத்தலாம். ராஜஸ்தானியர்கள் நடனப் பிரியர்கள். ட்ரம்ஸ் ஒலிக்கத் தொடங்கியவுடன் பலரது கால்களும் அசைந்தாடத் தொடங்கும். தர்ணாவில், பாடல்களும் முழக்கங் களும், டிரம்ஸ் ஒலியுமாக நாட்கள் தொடங்கும். உரைகளும், ஊதியம் தரப்படாதது குறித்தும், பட்டினி குறித்த கதைகளும்

அவற்றைத் தொடரும். மாலைநேரங்கள் ராஜஸ்தான் தொழிலாளர் வர்க்கத்தின் கொண்டாட்டங்களால் நிறையும்.

சங்கதன் நாட்குறிப்பிலிருந்து:

> து.கோ. மாஜிஸ்ட்ரேட் மற்றும் துணை காவல் கண்காணிப்பாளரின் அலுவலகங்களும் வீடுகளும் அருகருகே இருந்தன. இருவரும் சங்கதனுக்கு நன்கு பரிச்சயமானவர்களே. அவ்வப்போது சில மகிழ்வான சந்தர்ப்பங்களில் சந்திப்பதும் உண்டு. ஆனால், இது சமூக – பொருளாதார பிரச்சினைகளை ஒட்டி நடக்கும் போராட்டம். உணர்வுகள் மதிக்கப்பட்டன. பிரச்சினை தீர்க்கப்பட வேண்டும் என்று நிர்வாகம் ஆவலுடன் இருந்தது. பட்டினிப்போராட்டம் பீம் நகரை ஆக்கிரமித்து விட்டது. செயல்படவேண்டிய நேரத்தில் து.கோ. மாஜிஸ்ட்ரேட் செயல்படவில்லை. அசம்பாவிதம் எதுவும் நடந்துவிடக் கூடாது என்று மட்டும் காவல்துறை கவலைப் பட்டது.
>
> துணை காவல் கண்காணிப்பாளரின் தந்தை ஒரு நேர்மையான தெய்வபக்தி மிக்க மனிதர். மகனின் சம்பாத்தியத்தில் உணவு உண்ண விரும்பாதவர். ஒரு போலிஸ்காரனுக்குப் பணம் எங்கிருந்தும் வரும் என்று அவர் கூறியதாகப் பேசுகிறார்கள். அவரது எளிமையான உணவிற்கான தானியம் அவரது கிராமத்து வீட்டிலிருந்து வருகிறது. தர்ணா நடைபெறும் இடத்திற்குத் துணை காவல் கண்காணிப்பாளர் அவ்வப்போது வருவார்; தந்தை தியானம் செய்ய முடியவில்லை;சப்தம் போடாமல் இருக்கும்படிவேண்டுவார். அந்த நேரத்திற்குச் சப்தம் கொஞ்சம் குறைக்கப்படும்.
>
> து.கோ. மாஜிஸ்ட்ரேட்டிற்கு இரண்டு வயதிலும் நான்கு வயதிலும் இரண்டு குழந்தைகள். தினந்தோறும் அவர்களது காதில் விழும் பாடல்களையும் முழக்கங்களை யும் அந்தக் குழந்தைகள் வீட்டிற்குள் பாடி, முழங்கி, அவரைப் பைத்தியமாக்கிக் கொண்டிருந்தனர். குறிப்பாக ஒரு முழக்கத்தைச் சொல்ல வேண்டும். 'கியாரா ருப்யா லேலோ பாய், நஹின லெங்கே, நஹின் லெங்கே' ஒவ்வொரு ரூபாயாக உயர்ந்து, பதினொன்றி லிருந்து இருபத்திரண்டு ரூபாய்க்கு அது செல்லும். அதன் உச்சம் இப்படி முடியும்: 'பாயிஸ் ரூப்யா லேலோ பாய்'. அதற்குப் பதில் முழக்கம், 'பூரா லெங்கே, பூரா லெங்கே.' தர்ணாவில் இருப்போர் பதிலைத் திருப்பி

உரக்கச் சொல்வார்கள். ஒரு நாளைக்குப் பலமுறை இந்த முழக்கங்கள் எழுப்பப்படும். இந்த உரத்த முழக்கம் குழந்தைகளுக்குக் கிளர்ச்சியூட்டியது. அவர்கள் வீட்டிற்குள் விளையாடியபடி இந்த முழக்கங்களை உரக்கச் சொல்லித் திரிந்தனர். எரிச்சலுக்கு ஆளான அவர் மனைவி, இதற்கு ஏன் இன்னமும் ஒரு முடிவும் வரவில்லை என்று கத்தினாராம்.[53]

தர்ணா ஐந்து நாளாகத் தொடர்ந்து நடந்துகொண்டிருந்தது. அப்போது முதல்வர் பைரோன் சிங் ஷெகாவத் பீம் நகருக்கு வருகை தந்தார். தூதுக்குழு ஒன்று அவரைச் சென்று சந்தித்தது. தர்ணா பந்தலுக்கு வந்த அவர் முழுமையான ஊதியம் கொடுக்கப்படும் என்று கூடியிருந்தோருக்கு உறுதி மொழி அளித்தார். இந்தப் பிரச்சினையை எப்படித் தீர்க்கலாம் என்பது குறித்து விவாதிக்க தாசில்தாரையும் து.கோ. மாஜிஸ்ட்ரேட்டையும் தன்னுடன் நத்துவாராவுக்கு அழைத்துச் சென்றார். போராடுபவர்களையும் அவர்களுக்கு ஆதரவளிப்பவர்களையும் தர்ணா நடக்கும் இடத்திலிருந்து கலைப்பதற்குக் காவல்துறை நடவடிக்கை எடுக்கவேண்டும் என்ற முடிவை அவர்களிடம் முதல்வர் தெரிவித்தார். ஜெய்ப்பூரில் பேச்சு வார்த்தை நடத்திக்கொண்டிருந்த நண்பர்கள் தொலைபேசி மூலம் இந்தத் தகவலைத் தெரிவித்தனர்; அன்றிரவோ அல்லது மறுநாளோ போராடுபவர்கள் அங்கிருந்து வலுக்கட்டாயமாக அகற்றப்படுவதற்குச் சாத்தியம் உள்ளது என்றனர்.

அன்றைய இரவு மிகவும் சாதாரணமாகத்தான் தொடங்கியது. பட்டினிப்போரில் இருந்த தோழர்களைப் பத்திரமாக பல்வேறு இடங்களுக்கு அனுப்பிவிட்டு, எளிய உணவைச் சாப்பிட்டுவிட்டு நண்பர்கள் உறங்குவதற்குச் சென்றனர். நள்ளிரவில் திடீரென்று மனித நடமாட்டம். காவல் துறையின் சிறை வேன்கள் இரண்டு காவலர்களுடன் வந்தன. அவர்களுக்கே உரித்தான பாணியில் 'தட், தட்' என்ற காலணிகள் எழுப்பிய சப்தங்களுடன் இறங்கி அமைதியாக அணிவகுத்து நின்றனர். பந்தலுக்கு வந்த து.கோ. மாஜிஸ்ட்ரேட் போராளிகளை நீதிமன்றத்திற்கு மருத்துவப் பரிசோதனைக்கு வரும்படி கூறினார். நடு இரவில், அவர்களை ஏதோவொரு அலுவலகத் திற்கு அனுப்பிவைப்பதில் சங்கதனுக்கு விருப்பமில்லை. அதனால், மருத்துவர்களைப் பந்தலுக்கு அழைத்து வரும்படி தர்ணாக்காரர்கள் து.கோ. மாஜிஸ்ட்ரேட்டைக் கேட்டுக் கொண்டனர். சிறிது நேரம் பேச்சுவார்த்தை நடத்திப் பார்த்து விட்டு, தர்ணா பந்தலைச் சூழ்ந்து நிற்கும்படி போலிஸ்காரர் களுக்கு அவர் உத்தரவு போட்டார்.

சங்கதன் தாக்குதலுக்குத் தயாராக இருந்தது. அடையாளம் தெரியக்கூடாது என்பதற்காகப் புஜங்களில் கட்டியிருந்த கறுப்புப் பட்டையைப் போராட்டக்காரர்கள் கழற்றி எறிந்தனர். போலிஸார் தாக்கத் தொடங்கினால், வெளிப்புற வளையமாக பெண்கள் சூழ்ந்து நிற்கவேண்டும் என்று முடிவு செய்யப் பட்டது. ஆபத்தை அறிவிக்கும் SOS ஒலியை அதாவது ஆபத்தைக் குறிப்பிடும் 'வரு டோல்' என்ற 'அடியை' டோலில் வாசிக்க வேண்டும் என்று சொல்லியிருந்தோம். உடனே பெண்கள், மைக்கை ஆன் செய்யவேண்டும். யாராவது ஒருவர் இறந்தால் எழுப்பும் புலம்பல் ஒலியைப் பெண்கள் சத்தமாக எழுப்ப வேண்டும். பாரம்பரியமாகப் பயன்படுத்தப்படும் மற்றுமொரு எச்சரிக்கும் முறை இது. எவரும் வன்முறையைப் பயன்படுத்தக் கூடாது; போலிஸார் தாக்கினால் பெண்கள் அடிபடாமல் ஆண்கள் அவர்களைப் பாதுகாக்க வேண்டும் என்பது முடிவு.

இராணுவ நடவடிக்கைபோல் மிகத் துல்லியமாக அது நடந்தது. போலிஸ்காரர்கள் எதிர்நடவடிக்கையில் இறங்கினர். மைக்கை உடைத்தனர். பல்பை உடைத்து அந்த இடத்தை இருட்டாக்கினர். இறுதியில் டோலை உடைத்து அதன் தோலைக் கிழித்தனர். பந்தலில் குவிந்திருந்த ஏறத்தாழ 100இலிருந்து 150 போலிஸ்காரர்கள் தர்ணா பந்தலில் தூங்கிக்கொண்டிருந்த மனிதர்களை அடிக்கத்தொடங்கினர். பட்டினிப்போராட்டத்தில் இருப்பதாகக் கருதி அவர்களில் சிலரைப் பிடித்துக்கொண்டனர். ஆனால், அவர்களில் பலரும் பட்டினிப்போராட்டத்தில் இருப்பவர்கள் இல்லை. அங்கு இல்லாத சங்கர், நவ்ருதி, ராம் லால் ஆகியோரைக் கைது செய்தனர். ஆனால், போராட்டத்தி லிருந்த கேலி பாயையும் கிஷோரையும் விட்டுவிட்டனர்.

உறங்கிக்கொண்டிருந்த பீம் நகரம் முரட்டுத்தனமாக எழுப்பப்பட்டது. டோலும் பெண்களின் புலம்பலும் அதைச் செய்தன. நகர மக்களும், அரசியல்வாதிகளும், கடைக்காரர்களும் மேலும் பலரும் தாசில்தார் அலுவலகத்திற்கு வெளியில் கூடி விட்டனர். நடுஇரவில், அமைதியாக, மிக விரைவாக நடத்தி முடிக்கப்பட்ட கைது நடவடிக்கையாக அது அமையவில்லை. மாறாக, பீம் நகரின் குடிமக்களும், அரசியல்வாதிகளும் எழுப்பிய பல்வேறு கேள்விகளுக்குத் து.கோ. மாஜிஸ்ட்ரேட்டும், துணை காவல் கண்காணிப்பாளரும் பதில் சொல்லவேண்டிய நிலை ஏற்பட்டது. பொதுவில், போலிஸ் நடவடிக்கை குறித்து அனைவர் மத்தியிலும் வலிமையான விமர்சனம் இருந்தது. தலமட்ட நிர்வாகம் எதிர்கொள்ள வேண்டிய விஷயத்தை விட்டுச் சென்றது.

இதற்கிடையில், வேன்களில் பிடித்துச் செல்லப்பட்டோரின் நிலை வேதனையாக இருந்தது. தரையில் மல்லாக்க படுக்க வைக்கப்பட்ட மோதியின் வயிற்றில் ஒரு போலிஸ்காரர் பூட்ஸ் காலால் அழுத்தினார். பொதுநடவடிக்கையில் இறங்குவோம் என்று அச்சுறுத்திய பின்னர் தான் அவர் காலை அகற்றினார். அவரது கேள்வி இதுதான்: 'அரே யார்... நீங்கள் கள்ளக்கடத்தல் செய்பவர்களா? நீங்கள் ஆபத்தானவர்கள் இல்லையென்றால், அரசாங்கம் எங்களைப் படுக்கையிலிருந்து எழுப்பி ஏன் இங்கு அனுப்ப வேண்டும்?' ஓர் உரையாடலுக்கு இது வழிவகுத்தது. தாங்கள் ஆபத்தானவர்கள் இல்லை என்று சங்கர் அவர்களை நம்பவைத்தார். 'எங்களுக்கு வேண்டியதெல்லாம், குறைந்தபட்ச ஊதியம்தான்' என்றார். கேட்டுக்கொண்டிருந்த போலிசார் குழம்பிப்போயினர். பட்டினிப்போராட்டத்தில் இல்லாத நவ்ருதி அவர்களை நோக்கிக் கத்தினார். தன்னைத் தூக்கிச் செல்லக்கூடாதென்று எதிர்த்தார்.

நவ்ருதியின் நினைவிலிருந்து...

போராட்டத்தில் இருந்தவர்களைத் தூக்கிச்செல்லத் தொடங்கிய அவர்கள், எங்களைச் சுற்றிவளைத்து நின்று விலங்கிட்டனர். யார் உண்மையில் பட்டினிப்போரில் இருந்தது என்று அவர்களால் கண்டுபிடிக்க முடியவில்லை. போலிஸ்காரர்களில் ஒருவர் என்னை போலிஸ் வேனை நோக்கி உந்தித் தள்ளினார். வேனுக்கு அருகில் வந்ததும் என்னைத் தூக்கி வேனுக்குள் போட்டார். வேனுக்குள் இருந்த போலிஸ்காரர்கள் என்னை உள்ளே இழுத்தனர். கைகலப்புகளும் முரட்டுத்தனமான செயல்களும் ஏராளம் நடந்தன. என்னைப் போல் சங்கர்ஜியையும் தூக்கி வந்து வேனுக்குள் திணித்தனர். இரண்டு பேரில் யாருமே பட்டினிப் போராளி இல்லை. இப்படி எங்களில் பதினைந்து நபர்களை வேனிற்குள் ஏற்றி முதலில் நத்துவாராவுக்கு அழைத்துச் சென்றனர். போகும் வழியில் நானும் போராட்டத்தில் இருந்தேனா என்று கேட்டனர். இல்லை என்றாலும் நான் 'ஆமாம்' என்று கூறினேன். மாற்றிச் சொல்லியிருந்தால் இருட்டில் நெடுஞ்சாலை யில் ஏதோ ஓரிடத்தில் என்னை இறக்கிவிட்டிருப்பார்கள்.

நத்துவாராவில் இறக்கிவிடப்பட்டதும் நாங்கள் முழக்கங் களை எழுப்பத் தொடங்கினோம். 'சங்கதன் ஸிந்தாபாத்!' '22 ரூபாய்க்கு ஒரு பைசா குறையக்கூடாது" எங்கள் உரிமையைத்தான் கேட்கிறோம், நாங்கள் பிச்சை எடுக்க வரவில்லை!' முழக்கம் எழுப்பிக்கொண்டிருந்த

எங்களைப் போலிஸார் மருத்துவமனைக்குள் அழைத்துச் சென்றனர். என்ன நடக்கிறது என்று மருத்துவர்களுக்கும் அங்கிருந்த நோயாளிகளுக்கும் புரியவில்லை. போலிஸ் என் தோள்பட்டையில் ஊசி போட முயன்றது. நான் எதிர்த்தேன். என் கையைப் பிடித்துக்கொண்டிருந்த ஒருவரது விரல்களைக் கடித்தேன். அதைத் தொடர்ந்து நடந்த விலங்கு போடும் நடவடிக்கையில் சிலருக்குக் காயம்பட்டது. என்ன காரணமென்று தெரியவில்லை, அங்கிருந்து உதய்பூருக்கு, இதைவிடப் பெரிய மருத்துவமனைக்கு எங்களை அழைத்துச் சென்றனர். பட்டினியை முறிப்பதற்காகப் பழங்களும், பழச்சாறும், பாலும் கொண்டு வந்தனர். சங்கர், தான் உடனடியாக டாய்லெட் போகவேண்டும் என்றார். நான் எதிர்த்துக் கொண்டே இருந்ததைப் பார்த்து விரக்தியுற்ற போலிஸ்காரர் ஒருவர் என் கையில் தனது லத்தியைக் கொடுத்தார். 'என்ன அடிக்க வேண்டுமா, இந்தா எவ்வளவு வேண்டுமோ என்னை அடித்துக்கொள்' என்றார். சங்கர், சேவா மந்திரின் அஜய் மேத்தாவைத் தொடர்பு கொண்டார். எப்படி என்று எனக்குத் தெரியவில்லை. மருத்துவமனைக்கு வந்த அவர் எங்களுக்கு உதவினார். அவரது வீட்டுக்குச் சென்ற நாங்கள், அங்கு சாப்பிட்டு விட்டு பீம் நகருக்குத் திரும்பினோம். அன்றிரவு அமைதி நிலவிய பீம் நகருக்குள் முழக்கங்களுடன் நாங்கள் நுழைந்தோம்.[54]

பீம் நகரிலிருந்து 30 கி.மீ. தொலைவில் நடுவழியில் ராம் லால் இறக்கிவிடப்பட்டார். இறுக்கமான சூழல்நிலவிய பீம் நகருக்குள், 'எம்.கே.எஸ்.எஸ். ஸிந்தாபாத்' என்ற முழக்கத்துடன் தனியாக அச்சமின்றித் திரும்பி வந்தார்.

அடுத்த நாள் காலை, ஆயிரக்கணக்கான ஆதரவாளர் களைப் பார்த்தது. தொழிலாளர்களின் தாய்மார்களும், பாட்டி களும், குழந்தைகளும் பந்தலருகே குவியத் தொடங்கினர். 'யா' என்றும் 'பாட்டி' என்றும் அழைக்கப்படும் சங்கரின் தாய் நோஜி மறக்கமுடியாத, ஆவேசமான உரை ஒன்றை நிகழ்த்தினார். அச்சமோ மிரட்டும் தொனியோ அதில் இல்லை; மாறாக, தங்களது பங்கு உணவையும், வீட்டு வசதியும், மற்ற குறைந்தபட்சத் தேவைகளையும் கேட்கும் மனிதர்களின் துணிவு மிக்கக் குரல் அது. பாலியல்ரீதியாகத் தவறாக நடந்துகொண்ட துணை காவல் கண்காணிப்பாளர் ஒருவரின் உடைகளைக் களைந்து அவரை அண்டர் வேருடன் ஓட ஓட விரட்டியதைக் கூட்டம் நினைவு கூர்ந்தது. உடனே, மக்களின் வலிமையை அங்கீகரிக்கும் பெரும் ஆரவாரம் எழுந்தது. மதியத்திற்குப் பின் பந்தலுக்குத்

திரும்பிய தர்ணாக்காரர்கள், அருணாவும் மம்தா ஜெட்லியும் 55 பட்டினிப்போரில் அமர்ந்திருந்ததைப் பார்த்தனர்.

இதற்கிடையில் ஜவஹர் ரோஜ்கர் யோஜ்னா திட்டப் பணிகளின் சம்பளப் பட்டுவாடாவிற்கு ராஜஸ்தான் அரசுக்கு விடுவிக்க வேண்டிய ரூ. 100 கோடி தவணையை மத்திய அரசு நிறுத்தி வைத்தது. பீம் நகருக்கு வருகை தந்த குழு அளித்த அறிக்கையின்படி இந்த முடிவு எடுக்கப்பட்டது. பீம் நகருக்கு அருகிலிருந்த வேலைத்தளம் ஒன்றில்கொடுக்கப்பட்ட 0.95 பைசாவும், நாராயணும் தேவிலாலும் வேலை செய்த இடத்தில் பட்டுவாடா செய்யப்பட்ட ரூ. 11 (குறைந்தபட்ச ஊதிய விகிதத்தில் பாதி) ஊதியமும் தொடர்ச்சியான பல அடிப்படைக் கேள்விகளை எழுப்பின. குறைந்தபட்ச ஊதியம் மீண்டும் கவனத்திற்கு வந்தது. மாநில அரசை உடனடியாக நடவடிக்கையில் இறங்கவைத்தது. விரைந்து, தர்ணா பந்தலி லேயே ஊதியத்தை அவர்கள் பட்டுவாடா செய்தனர். முதன் முறையாக தொழிலாளர் பட்டியல் கொண்டுவரப்பட்டது. அந்த இருபது பேருக்கும் ரூ. 11க்குப் பதிலாக ரூ. 22 ஊதிய மாகக் கொடுக்கப்பட்டது. இந்த அசாதாரண வெற்றி, கொள்கைக்குக் கிடைத்த வெற்றி. கோரப்பட்ட மொத்த ஊதியமும் ரூ. 2000க்கும் குறைவுதான். ஊழலையும், தவறான நிர்வாகத்தையும், திறமையற்ற செயல்பாட்டையும் காப்பாற்ற ராஜஸ்தான் அரசு மிக அதிகமானபணத்தைச் செலவு செய்தது. என்ன ஒரு கேலிக்கூத்தான நிர்வாகம்! உரிமைகளும், மக்களுக்குக் கொடுத்த வாக்குறுதிகளும்!

தேவ்துங்ரியில் அந்தக் குடிசை வீட்டையும் போலிஸ் காராகள சுற்றி வளைத்திருந்தது பின்னர்தான் எங்களுக்குத் தெரியவந்தது. பீம் நகரிலிருந்து வெளியில் செல்லும் அனைத்துச் சாலைகளும் அன்றிரவு அடைக்கப்பட்டன. சங்கதன் ஒரு ‘நக்ஸலைட் அமைப்பு’என்ற கட்டுக்கதை உருவாக்கப்பட்டது. உண்மையில் பைரோன் சிங் முன்னிலையில் நடந்த ஒரு பேச்சுவார்த்தையின்போது, அவர் அருணாவை நோக்கி, ‘நக்ஸலைட்டாக மாறுவதற்குத் தேவையான பாடத்தைக் கற்க உங்களை ஏன் ஆந்திரப்பிரதேசத்திற்கு அனுப்பக்கூடாது’ என்று நேருக்கு நேர் கேட்டார். பின்னொரு சமயம், ராஜசமந்த் மாவட்ட ஆட்சியர் அலுவலகத்திலிருந்து அவர்களுக்கு வந்த கடிதம் ஒன்றில் *CPI-ML* என்ற பின்னொட்டு இருந்தது. தர்ணாவைக் கலைக்க வந்திருந்த போலிஸ்காரர்களும் பீம் நகருக்கு வெளியில் செல்லும் சாலைகள் அனைத்திலும் காவலர்களை நிறுத்தியிருந்தனர். தேவ்துங்ரி வீட்டிற்கு வெளியிலும் போலிஸ் காவல்! பீம் நகரில் நடந்த தர்ணாவுக்கு

ஆதரவு தெரிவிக்க வந்த இளைஞர்கள் இதனால் கலக்க மடைந்தனர். பயந்துபோன அவர்கள் ஆர்.என். மிஸ்ராவின் இல்லத்தில் தஞ்சமடைந்தனர். நண்பரும் ஆதரவாளருமான அவர் பீம் நகரில் வசிக்கிறார். முதுநிலை மேல்நிலைப் பள்ளி ஒன்றில் ஆங்கிலம் கற்பிக்கிறார். அவரது வீட்டைச்சுற்றியும் இப்போது காவலர்கள்!

ஒரு முடிவும் ஒரு தொடக்கமும்

குறைந்தபட்ச ஊதியப் போராட்டத்திற்கும் ஆர்டிஐ சட்டத்திற்கும் என்ன தொடர்பு? 'படிக்காத' கிராமத்து மனிதர்கள் என்று சொல்லப்படும் இந்தக் கூட்டம், 'படிப்பறிவற்ற' 'சிந்திப்பதற்கு' திராணியற்ற, அல்லது 'புரிதலற்ற' மனிதர்கள் என்று உள்நோக்கத்துடன் அடிக்கடிக் குறிப்பிடப் படும் இந்த மனிதர்கள், ஆர்டிஐக்கு மிகப் புத்திசாலித்தன மான, அரசியல் ரீதியில் மிகக் கூர்மையான விளக்கம் ஒன்றை எப்படிக் கண்டடைந்தார்கள்? குறைந்தபட்ச ஊதியம், உயிர்வாழ்தலுடன் தொடர்புடைய அவசியத்தேவை. தொடர்ச்சியான பொய்களின் மூலம் ஊதியத்தைத் தடை செய்வது, அந்தப் பொய்களை நிறுத்தவேண்டிய அவசியத்தை ஏற்படுத்தியது. அதை எப்படி முன்னெடுத்துச் செய்வது? இந்த எளிய, கூர்மையான யோசனை, ஆகச்சிறந்த மனிதர்களால் இயல்பான அறிவுடனும், புரிதலுடனும் மிகத் திறமையாக நடத்தி முடிக்கப்பட்டது: உயிர்வாழ்வதற்காக உழைக்கும் சாதாரண இந்தியர்கள் அவர்கள்.

அருணாவிற்கு டைம்ஸ் ஆஃப் இந்தியா ஃபெலோஷிப் கிடைத்தது. 'கண்ணியத்துடனும், சமூக நீதியுடனும் வாழ்வதற்கு'த் தேவையான தலமட்ட சூழ்நிலைகள் குறித்து விரிவாக ஆய்வதற்கு இது உதவியது. சங்கதன் பதிவு கூறுவது:

> *அரசாங்கத்தின் வளர்ச்சிப் பணிகளில் குறைந்தபட்ச ஊதியப் பிரச்சினை தொடர்ச்சியாக எழுப்பப்பட்டு வந்தது; அந்தக் குறைந்தபட்ச ஊதியத்தைக் கொடுக்க வைக்க, ஒருங்கிணைந்து நடத்தப்பட்ட எண்ணற்ற முயற்சிகள் தோல்வியில்தான் முடிந்தன. எனினும் முயற்சிகள் விடாப்பிடியாகத் தொடர்ந்தன. ஓராண்டு நடந்த நெடிய பிரச்சாரம், தர்ணாவில் முடிந்தது... தகராறு ஒன்றை, ஒரு முக்கியமான கொள்கைப் பிரச்சினையாகச் சங்கதன் மாற்றியது. வலிமையான அறநெறிப் பண்புகளை அடித்தளமாகக் கொண்டிருக்கும் உறுதிமிக்க மனிதர்களால், அவர்களைக் காட்டிலும் பெரிய சக்திகளை எதிர்த்து நிற்க முடியும்; அந்தத் திறன்*

அவர்களுக்கு உண்டு என்பது நிரூபணமானது. இது போன்ற செயல்பாடுகள் மூலம் கோரிக்கைகளை வென்றெடுப்பது சாத்தியமானதே; கவனத்தையும் ஈர்க்க முடிகிற ஒன்றே என்பதை எடுத்துக்காட்ட இந்தப் போராட்டம் போதுமான ஊக்கத்தை அளித்தது. ஊதியப் பட்டுவாடாவை எதிர்க்கும் தனது நோக்கத்தை மாநில அரசு மிகத் தெளிவாக அறிவித்தது; ஆனாலும், ஒரு நகராட்சி அளவு கூட இல்லாத பஞ்சாயத்தான பீம் போன்ற சிறிய நகரில், சங்கதன் போன்ற சிறிய அமைப்பால் கொள்கை மாற்றத்தை ஏற்படுத்த முடிந்தது. அதன்மூலம், இதைப்போன்ற முயற்சிகளின் நம்பகத் தன்மை பன்மடங்கு உயர்ந்துவிடுகிறது.[56]

ஒன்றிணைந்த போராட்டம் செயல்திறன் மிக்கது என்பதும், அதுபோல் போராடுவோருக்கும் அரசாங்கத் திற்கும் இடையில் ஒரு உரையாடல் தேவை என்பதும் நிரூபிக்கப்பட்டது. நிர்வாகத்துடன் பேச்சுவார்த்தையில் ஈடுபடுவது முக்கியமானது என்று ஆர்வலர்களை ஏற்க வைப்பதும், வாதிடுவதும் இனியும் தேவையில்லை. அரசியல் வாதங்களும் விவாதங்களும் தொடர்ந்து நடந்தன. அவற்றில் சில, பொதுமக்களின் நடவடிக்கை எப்படி இருக்கவேண்டும் என்பதற்கான வழிமுறைகளாக உருப்பெற்றன. தொடர்ச்சி யான உரையாடல்களும் அச்சு ஊடகத்தின் ஆதரவும் அங்கீகரிக்கப்பட்டன, புரிந்துகொள்ளப்பட்டன.

'டைம்ஸ் ஆஃப் இந்தியா'வின் முதல் பக்கத்தில் உஷா ராய் எழுதிய கட்டுரை ராஜஸ்தான் அரசைச் சங்கடத்தில் ஆழ்த்தியது. ஜவஹர் ரோஜ்கர் யோஜ்னா திட்டத்தில் ரூ. 100 கோடி வெட்டப்பட்டதை மாநில அரசை ஒப்புக்கொள்ள வைத்த கட்டுரை அது. இந்தக் கட்டுரை வெளிவந்த செய்தித் தாள், சங்கதனின் காப்பகத்தில் இன்றும் இருக்கிறது. ஒரு நேர்மையான பத்திரிகையாளரின் செய்தியாகப் போற்றிப் பாதுகாக்கப்படுகிறது. லட்சக்கணக்கான ஏழை ராஜஸ்தானியர் களின் வாழ்வாதாரத்திற்குப் பெரும் பங்களித்த அக்கட்டுரை, ஊடகத்துறையின் ஆதரவு எப்படி இருக்கவேண்டும் என்பதற் கான தொனியையும், தரநிலையையும் அமைத்தது.

ஆர்டிஐ இயக்கம் பாடம் கற்றுக்கொண்டது...

ஊதியப் பட்டுவாடாவில் நியாயம் கிடைப்பதற்கும், அதைத் தொடர்ந்து உணவு உரிமை மற்றும் உயிர்வாழும் உரிமைக்கும் அரசாங்க ஆவணங்களைப் பெறுவது எவ்வளவு முக்கியம் என்பதை இந்தத் தர்ணா சங்கதனுக்குக் கற்பித்தது.

கொள்கை மாற்றம் வேண்டும் என்பதைப் பட்டினிப்போர் வெளிப்படுத்தியது. ஒரு நிகழ்வால், எப்படி, ஏன் என்பதை வெளிப்படுத்த முடிந்தது. எண்ணற்ற வேலைத்தளங்களில், லட்சக்கணக்கான தொழிலாளர்கள் நியாயமானதை அடைவதற்கும், அதிகாரத்தைப் பெறுவதற்கும் கொள்கை மாற்றம் உதவ முடியும். தன்னிச்சைப் போக்கையும், அநீதியையும் ஒவ்வொரு நிலையிலும் ஆவணப்படுத்த வேண்டும். அதை மக்களிடம் பகிர்ந்துகொள்வதன் மூலம், வெளிப்படையான நிர்வாகத்தின் தேவையை அவர்கள் புரிந்துகொள்ள முடியும். திறனற்ற நிர்வாகத்தின் நியாயமற்ற செயல்களை வெளிப்படுத்துவது வாதங்களுக்கு வலுவூட்டுகிறது. ஊழலால் நிறைந்த, தன்னிச்சையாகச் செயல்படும் அமைப்பின் பாரபட்சமான போக்கை வெளிப்படுத்துகிறது. தொழிலாளி என்றைக்கும் குறைந்த பட்ச ஊதியம் பெற்றுவிடக்கூடாது என்ற, தொழிலாளிக்கு எதிரானபோக்கு நிர்வாகத்திற்கு இருக்கிறது என்பது வெளிப்படை. பிரச்சினைக்குக் காரணமான அதிகார மையத்தில் ஆவணங்கள் இருந்தன. குறிப்பாக, தொழிலாளர் பட்டியலைப் பார்வையிட முடிந்தது ஊழலை வெளிப்படுத்தும் திறவு கோலாக அமைந்தது.

7

சுதந்திரச் சந்தை, திறந்த சந்தை என்ற கட்டுக்கதையை அம்பலப்படுத்துதல்

மஸ்தூர் கிஸான் கிரானா ஸ்டோர்ஸ் என்ற பெயரில், சங்கதன் அங்காடிகளை நடத்தத் தொடங்கியது. பெரும்பான்மை மக்களை இது வியப்பில் ஆழ்த்தியது. ஆனால், சங்கதனுக்கு ஒரு வலிமையான உள்ளூர் அடையாளமாக இது அமைந்துவிட்டது.

ஏழைத் தொழிலாளியால் ஊதியம் பெற முடியாத நிலை; அத்தியாவசியப் பொருட்கள் வாங்க போதிய பணம் இல்லை; இவற்றிற்கும் அப்பால் பல பிரச்சினைகள் இருந்தன: அது சுரண்டல் அடிப்படையிலான சந்தை. பாரம்பரிய மாக இந்தத் தொழிலில் இருக்கும் 'சேத்' அல்லது கடைக்காரர்கள் என்ன செய்கிறார்கள் என்பது இந்தியாவிலிருக்கும் அனைவருக்கும் தெரியும்; பசியால் வாடும் குடும்பத்திற்கு உணவு வாங்க அவர்கள் கடன் தரமாட்டார்கள்; ஆனால், அந்தக் குடும்பத்தில் நடக்கும் திருமணம், இறுதிச் சடங்குகள், தவறாமல் செய்யவேண்டிய பாரம்பரியச் சமூகக்கடமைகள் ஆகியவற்றை நிறைவேற்ற அந்தச் செலவுகளுக்கு கடன்

வழங்குவார்கள். நிலம் அல்லது நகைகள் அல்லது வேறு ஏதாவது ஒன்றை அடமானம் வைத்துத்தான் ஒரு ஏழை கடன் வாங்க முடியும். வட்டிக்கு வட்டி என்று கூடிக்கொண்டே போகும். கடனை ஒருபோதும் திருப்பிச் செலுத்தமுடியாது. குடும்பங்கள் அழிவுக்கு ஆளாகும். நிலத்தின் ஒரு பகுதியையோ, வெள்ளி நகைகள் உட்பட அவர்களது சொற்ப சேமிப்பையோ இழந்து விடுகின்றனர். கடனளித்த கடைக்காரரிடம் இருந்து எதையும் அவர்களால் திரும்பப் பெறமுடியாது. அவர்களால் முடிந்தது, வட்டியை மட்டுமே செலுத்திக்கொண்டிருப்பதுதான்.

இந்தியாவெங்கும் ராஜஸ்தானியர்கள் கடைகள் நடத்துவதைப் பார்க்க முடியும். சில பகுதிகளில் நாம் அடகு வியாபாரிகளையும் பார்க்கமுடியும். அதிக விலைக்கு விற்றுக் கொள்ளையடிக்கும் வியாபாரிகள் போல இவர்களும் செயல்படுகிறார்கள். அவர்களது 'சொந்த' கிராமங்களிலிருந்து தொழிலாளர்களை அழைத்து வருவார்கள்; அவர்களுக்கு மிகக் குறைவான ஊதியமே கொடுப்பார்கள். பலர் உடல்நலம் சீர்குலைந்து ஊர் திரும்புவார்கள். சிலர் வாங்கிய கடனைத் திருப்பிக் கொடுக்கமுடியாமல் கொத்தடிமையாகின்றனர். ஆனால், கடைகளை எப்படி நடத்துவது என்பதைக் கற்றுக் கொள்கிறார்கள்.

இந்த அத்தியாயம், சந்தை மற்றும் தொழிலாளி குறித்தும், சந்தையின் புதிய முகம் மற்றும் அதற்குள் இருக்கும் கட்டுப்பாடுகள் குறித்தும் பேசுகிறது. நிஜத்தில், எந்தச் சந்தையும் சுதந்திரமானதல்ல; மற்ற அமைப்புகளைப் போலவே ஊழல் நடைமுறைகளும் ஒடுக்குமுறைக் கூறுகளும் அதில் இருக்கின்றன. தனி நபர் லாபம் என்பதன் மீது கட்டமைக்கப்பட்டிருக்கும் இந்த அமைப்பு, சமத்துவமின்மையும் அநீதியும் நிறைந்த ஒரு சமூகத்தில், அனைவருக்கும் சமமான நீதி கிடைப்பதற்காக உருவாக்கப்பட்ட கட்டமைப்புகளை எப்படி இடப்பெயர்ப்பு செய்ய முடியும்?

டங்கல் வரைவுடன் சேர்ந்துதான் சந்தை தாராளமயம் அதாவது 'சுதந்திரச் சந்தை' என்ற விஷயம் முதலில் அறிமுகமாகியது. அடிப்படையில், ஐரோப்பிய காப்புரிமை மாநாட்டில் நிறைவேற்றப்பட்ட விதிகளின் நகல்தான் டங்கல் வரைவு; பின்னர், டிசம்பர் 1991இல் உலக வர்த்தக அமைப்பின் அடித்தளமாக அது மாறியது. புதிய பொருளாதாரக் கோட்பாட்டின் தொலைநோக்குப் பார்வையைச் சுட்டிக் காட்டும் இந்த ஆவணம் மிகப் பரவலாக விவாதிக்கப்பட்ட ஒன்று. அந்தக் கருத்தோட்டத்தின் கருவாக சந்தை இருக்கிறது.

ஆனால் கிராமப்புற இந்தியாவில் எவ்வித உணர்வுத் தாக்கத்தையும் இதனால் ஏற்படுத்த முடியவில்லை. 1990களின் தொடக்கத்தில் இந்தியா சந்தையைத் தாராளமயமாக்க முடிவு செய்தது. இந்தியாவிற்குள் இறக்குமதிகளையும் வெளிநாட்டு முதலீட்டையும் அனுமதித்தது.

சந்தை மீது வைக்கப்படும் எந்த விமர்சனத்திற்கும் 'சந்தை எதிர்ப்பு' என்ற பெயர் வழங்கப்படுகிறது. ஆனால், முதலீடும் மூலதனமும் வசதி படைத்த மனிதர்களுக்குத்தான் என்பதை நாம் அறிவோம். அனைத்துப் பிரச்சினைகளுக்கும் சந்தைதான் தீர்வு என்ற கட்டுக்கதையை ஆராய வேண்டும்; விவாதத்திற்கு உட்படுத்த வேண்டும்.

மற்றவர்களைப்போலவே ஏழைகளுக்கும் விழைவுகள் கொண்ட மத்தியதர வர்க்கத்திற்கும் சந்தை தேவையானதுதான். சாதாரண மக்களின் தேவைகளை எந்த வகையான சந்தை நிறைவேற்றக்கூடும் என்பதுதான் கேள்வி.

1990களின் தொடக்கத்தில் சங்கதனை இரண்டு விஷயங்கள் கவலைப்பட வைத்தன. ஒன்று, அறிவுசார் சொத்துரிமை; தனிநபர்கள் பாரம்பரியமாகவும் கூட்டாகவும் சேகரித்திருக்கும் அறிவுக்குக் காப்புரிமை பெறுவதை இந்த உரிமை அனுமதித்தது. அதை ஒன்றுதிரட்டி, தொகுத்துக் காப்புரிமைக்கு விண்ணப்பிக்கும் புத்திசாலிகளாக அவர்கள் இருந்தனர். மற்றொன்று, பல்வேறுபட்ட நிதி நிறுவனங்கள் அரசாங்கங்களுக்கு நிதிக்கடன் அளிப்பது. ஒரு உள்ளூர் கடைக்காரர் ஏழை விவசாயிகளுக்குக் கடன் கொடுப்பது போன்ற அதே தர்க்கத்தின் அடிப்படையில் நடப்பது. ஆனால், சர்வதேச அளவில் கடன் வாங்கும் சூழல். பெரும்பாலும, அதிக விகிதத்தில் விதிக்கப்படும் வட்டியை மட்டுமே ஒரு தேசத்தால் செலுத்தமுடியும். முதல், பெரும்பாலும் திருப்பிச் செலுத்தப்படாமல்தான் உள்ளது. படிப்பறிவு சிறிதுமற்ற, சுயமாகவே – கற்றுக்கொண்ட ச்சுன்னி சிங்கால் இதை உடனடியாகப் புரிந்துகொள்ள முடிந்தது. அத்துடன், பீம் நகரத்தின் சந்தையில் நடந்த நிகழ்வுகளில் பேசியபோது இதைப் பற்றி அவர் சரளமாகப் பேசினார்.

சுதந்திரச் சந்தை மற்றும் ஏகபோகம் ஆகியவற்றின் இயல்பும் (இரண்டும் முரண்பாடான கொள்கைகள்), விலையை யார் நிர்ணயிப்பது என்ற கேள்வியும், ஜனநாயக உரிமைகளுடன் சந்தைக்கு இருக்கும் உறவும் தொழிலாளர்களுக்கும் சிறு விவசாயிகளுக்கும் பெரும் ஆர்வத்தை ஏற்படுத்தின. நிகழ்வுகளிலிருந்து சற்று ஓய்வு எடுத்துக்கொண்ட சங்கதன்,

ராஜ்சமந்த் மாவட்டத்திலிருந்த'சாப்லி டாக்' பங்களாவில் மூன்று நாட்கள் கூடி விவாதித்தது. அந்தப் பகுதியில் வசிக்கும் சங்கதன் உறுப்பினர்களுக்கு அரசாங்கத்தின் நான்காம் நிலை ஊழியர்கள் சிலர் உறவினர்களாக இருந்தனர்; அத்துடன் அரசுக்குச் சொந்தமான இந்த 'டாக்' பங்களாவில் அவர்கள் பணிபுரிந்தும் உள்ளனர். அந்த இடத்திற்குரிய விதிகள் பின்பற்றப்பட்டன; உரிய கட்டணமும் செலுத்தப்பட்டது. சில நேரங்களில் மாவட்ட ஆட்சியர் வளாகத்தை இலவசமாகவும் வழங்குவார்.

கிரானா ஸ்டோர்ஸ் (மளிகைப் பொருட்கள் விற்கும் அங்காடி) தொடங்கப்பட்ட வரலாற்றைச் சங்கதன் நினைவு கூர்கிறது:

> சங்கதனின் ஆரம்ப நாட்கள் அவை. டங்கல் முன்மொழிவு உட்பட பல்வேறு விஷயங்கள் குறித்தும் விவாதங்கள் நடைபெற்றன. இந்த உரையாடல்கள் வழியாகக் கிராமங்களில் வசிக்கும் சங்கதனின் உறுப்பினர்கள், உலக வர்த்தக அமைப்பு, சர்வதேச நாணய நிதியம், உலக வங்கி போன்ற அமைப்புகள் குறித்து அறிந்து கொண்டனர். உலக வர்த்தக அமைப்பின் கொள்கை களைப் புரிந்துகொள்ள வேண்டும்; ஆனால், சாதாரண, முக்கியத்துவமற்ற சிறிய அமைப்பான சங்கதன் தேசிய அளவில் அல்லது சர்வதேசிய அளவில் இவ்விஷயத்தில் எப்படித் தலையிட முடியும்? எனினும், பிரச்சினை அப்படியே இருந்தது; அதற்கான தீர்வு பற்றி பேச வேண்டும். உலக வர்த்தக அமைப்பிலிருக்கும் பெரு நிறுவனங்கள் பலவும் உலகம் முழுவதும் வியாபாரத்தை விரிவுபடுத்த விரும்பின; வணிக ரீதியாக உலகத்தைக் கட்டுப்படுத்த நினைத்தன. இந்தச் சூழல் குறித்த கவலைகள் பகிர்ந்துகொள்ளப்பட்டன. கிழக்கிந்திய கம்பெனியும் அவ்வாறு வியாபாரம் செய்யத்தான் இந்தியாவிற்கு வந்தது; பின்னாளில் தேசத்தை ஆட்சி செய்யத் தொடங்கியது.
>
> வெளிப்படையான பொது நடவடிக்கை மூலம் இந்தப் பிரச்சினைக்கு எப்படித் தீர்வு காண்பது என்று சங்கதன் யோசித்துக்கொண்டிருந்தது. எப்படித் தலையிடுவது என்ற கேள்விக்கு ஸ்டோர் ஒன்றைத் திறக்கலாம் என்ற பதில் கிடைத்தது. உலக வர்த்தக அமைப்பைப் போல், ஒவ்வொரு நகரத்திலும் வர்த்தக நிறுவனங்கள் உள்ளன. வாங்குவோரை எப்படிக் கொள்ளையடிக்கலாம் என்று இந்த வர்த்தக நிறுவனங்கள் இரகசியமாகத்

திட்டமிடுகின்றன. இந்தக் கொள்ளையிலிருந்து நம்மை நாம் எப்படிக் காப்பாற்றிக்கொள்வது? குறைந்தபட்சம் சங்கதன் இந்தச் சிறிய, ஆனால், முக்கியமான பிரச்சினைக்குத் தீர்வுகாண முயலலாம். வேலை மற்றும் ஊதியத்தால் ஒரு தொழிலாளி பாதிக்கப்பட்டுள்ளான். அத்துடன் அவனது சொற்ப ஊதியத்தையும், சந்தை ஏமாற்றிப் பறித்துக்கொள்கிறது. பெரும்பாலும், கொத்தடிமையாகவே வைத்திருக்கிறது. 'இடைத்தரகர்களை அகற்றுவோம், சந்தைச் சுரண்டலை முடிவுக்குக் கொண்டுவருவோம்' என்பதுதான் ஆழ்ந்த ஆலோசனைக்குப் பின் எடுத்த முடிவு. பீம் நகரில் சங்கதன் மளிகைஅங்காடியைத் தொடங்கலாம் என்று முடிவு செய்யப்பட்டது.[57]

மஸ்தூர் கிஸான் கிரானா ஸ்டோர் தொடங்கலாம் என்று 1992ஆம் ஆண்டில் விவாதம் நடந்தபோது, அந்தப் பகுதியின் உறுப்பினர்கள் அதை வரவேற்றனர், ஆனால், ஆபத்தான, முட்டாள்தனமான நடவடிக்கை என்று ஆதரவாளர் பலர் கருத்துத் தெரிவித்தனர். போராட்டங்களில் ஈடுபட்டுவரும் சங்கதனுக்கு வியாபாரத்தை நடத்தும் திறமை கிடையாது. அவ்வாறு இறங்குவது சங்கதனின் இருப்பிற்கே அச்சுறுத்தலாக அமையும் என்று பெரும்பாலான நண்பர்கள் நம்பினர். வர்த்தகம் சார்ந்த விதிகளும் போராட்டத்திற்கான விதிகளும் வேறுபட்டவை. ஒரு சிறந்த சந்தை முறை, பணம், லாபம், சமமற்ற நிலை ஆகியவற்றை அடிப்படையாகக் கொண்டது. மிக மோசமான சந்தைமுறை, பதுக்கல், கறுப்புப்பணப் புழக்கம், ஏமாற்றுதல் போன்ற செயல்களில் வேரூன்றியிருக்கிறது. ஆகவே, இந்த முயற்சியால் எதிர்விளைவுகள் ஏற்படும் என்று அனைவரும் அஞ்சினர். வணிகம் சார்ந்த கொள்கைகளுக்காகச் சங்கதனின் விழுமியங்கள் விட்டுக்கொடுக்கப்படும். அல்லது, அங்காடி திவாலாகிவிடும் என்றனர். நெடுநாள் நண்பர்களும் நலம் விரும்பிகளும் கூறிய எச்சரிக்கைகள் இவை.

சங்கதனின் நாட்குறிப்பு:

போராட்டத்தையும் வணிகத்தையும் இணைப்பதற்கு எதிரான அருணாவின் வாதங்கள் கைவினைப் பொருட்கள் மையத்துடன் அவர் பணிபுரிந்த அனுபவத்தை அடிப்படையாகக் கொண்டவை. 1974–75ஆம் நிதி ஆண்டில் SWRCஇல் அவர் கைவினைப் பொருள் மையம் ஒன்றைத் துவக்கி மேம்படுத்தினார். அந்த நேரத்தில் கூட்டுப் பொருளாதாரம் சார்ந்த செயல்பாடுகளில் அவருக்கு அனுபவக் கல்வி கிடைத்தது. தலித்துகள்,

ஏழை நெசவாளர்கள், தோல் கைவினைப் பொருட்கள் உருவாக்குவோருடன் அவர் பணியாற்றி இருக்கிறார். ஏழைக் கைவினைஞர்கள் சந்திக்கும் சிரமங்கள் மிகவும் பெரியவை. வங்கிகள் அவர்களை வியாபாரம் செய்பவர்களாகவே கருதின. ஆனால், கொத்தடிமை முறையும், கடன் சுமையும், லாபத்திற்காக மற்றவரைக் கொள்ளையடிக்கும் சந்தை முறையும் அவர்களை அழுத்திக்கொண்டிருந்தன. இந்த நிலைமை, வணிகத்திற்கும் மற்றும் கைவினைஞர்களை மேம்படுத்தும் செயல்களுக்கும் இடையில் பொதிந்திருந்த முரண்களைக் கேள்வி கேட்க வைத்தது. நஷ்டம் நிலையானது என்ற உணர்வுடன், குறைந்த ஊதியத்திற்கு அவர்கள் உழைத்தனர். உற்பத்தித் தேவைகளுக்கும் சந்தைப்படுத்துதலில் நிலவும் நிர்ப்பந்தங்களுக்கும் இடையில் விளைந்தது இந்த இக்கட்டான நிலை.[58]

ரஜ்னி பக்ஷியின் 'பாபு குடில்' பதிவைச் சுட்டிக்காட்டலாம்:

முதலாளித்துவ சந்தையை எதிர்த்துப் போராட ஏழைகள் கூட்டுறவு அமைப்புகளை உருவாக்கலாம் என்பது குறித்து நாம் ஏன் பேசுகிறோம்? அதிகம் பெரிதான சந்தையில் தனிநபர் லாபத்திற்கும் ஆதாயத்திற்கும் அழுத்தம் அதிகம். தோல்பொருள் தொழிலாளர்களின் கூட்டுறவு அமைப்புக்குச் சில நன்மைகள் கிடைத்தவுடன், அதன் உள்ளார்ந்த வலிமை விரிசலடையத் தொடங்கியது. இந்தத் தடுமாற்றமான சூழலுக்குத் தீர்வு காணாமல், கிராமப்புறத்தில் பாரம்பரியமாக நடந்துவரும் வருவாய் உற்பத்தி நடவடிக்கையை உயர்த்த முடியாது என்பதை அறிந்துகொண்டேன். கைவினைஞர்கள் பொருட்களை மறு – வடிவமைப்புடன் உற்பத்தி செய்தால், வெளிச் சந்தையைத்தான் அவர்கள் தேட வேண்டியிருக்கும்.

வெளிச்சந்தைக்கான முதலீடு, சந்தைப்படுத்தல் மற்றும் கடன் என்ற முறையில்தான் தேவைப்படுகிறது. இதில் தேவைப்படும் தனிநபர் முதலீட்டுத்தொகை மிக அதிகம். பிணையாக அளிப்பதற்கு ஏழைக் கைவினைஞர்களிடம் எப்போதும் போதுமானவை இருந்ததில்லை. அனைத்திற்கும் மேலாக, இந்த வகையான வருவாய் உற்பத்தி நடவடிக்கைகள் தனிநபர் லாபத்தையோ அல்லது நிறுவனத்தின் வருமானத்தையோ வலியுறுத்துகின்றன. வருவாய், தனிநபர் சார்ந்ததாக ஆகும்போது தனிநபரின் லாபத்தைக் கூட்டுப்பலனுக்கு மேலானதாகக்

கைவினைஞர் கருதுவார். உண்மையில் எப்போதும் பாதிக்கப்படக் கூடியவர்கள் தன்னார்வத் தொண்டு நிறுவனம் மூலமாக சந்தைக்குப் பொருட்களை விநியோகிக்கும் தொழிலாளர்களே. லாபம் திரும்பப் பெறப்படுகிறது, ஆனால் பகிர்ந்துகொள்ளப்படுவதில்லை.

ஹர்மாரா தோல் தொழிலாளர்கள் வளம் பெற்றனர். ஆனால், கூட்டு நடவடிக்கைக்கான அவர்களது சமுதாய உணர்வும், கூட்டியக்கத் தன்மையும், அப்படி ஏதாவது இருந்திருந்தால், அது கீழிறங்கிவிட்டது. தருமச் சிந்தை யுடன் ஏதாவது செய்வதற்கு இப்போது அவர்கள் தயார். ஆனால், கிராமத்தில் நிஜமான மாற்றத்தைக் கொண்டு வருவதற்குத் தங்கள் வசமிருக்கும்பொருளாதாரச் சக்தியைப் பயன்படுத்த அவர்கள் நினைக்கவில்லை.[59]

அருணாவின் அச்சங்கள் விவாதிக்கப்பட்டன; தீர்வுகள் யோசிக்கப்பட்டன. அங்காடிக்கும் கைவினைப்பொருள் விற்பனை நிலையத்திற்கும் இடையிலுள்ள வேறுபாட்டை அவர் புரிந்துகொண்டார். எனினும், வேறுபட்ட வாடிக்கை யாளர்களும், விற்பவருக்கும் வாங்குபவருக்கும் இடையிலான தூரமும், அவருக்குத் தயக்கங்களையும் சந்தேகங்களையும் தந்தன. ஒரே அமைப்பு, போராட்டம் மற்றும் வணிகத்தில் ஈடுபடுவது சாத்தியமற்றது என்ற அவரது தயக்கங்கள் ஏற்றுக் கொள்ளப்பட்டன. ஆகவே அங்காடியை நிர்வகிக்க புதிய நிறுவனம் ஒன்றைத் தோற்றுவிக்க முடிவுசெய்யப்பட்டது. பெரும்பான்மை உறுப்பினர்கள் அங்காடி திறக்கும் யோசனையையும் சந்தைச் செயல்பாடுகளில் சங்கதன் தலையிடுவதையும் ஆதரித்தனர். விளைவாக மஸ்தூர் கிஸான் கிரானா ஸ்டோர் தோன்றியது.

மறுபுறத்தில், பீம் நகரில் இயங்கிய சந்தையும், மளிகை வணிகத்திலிருந்த போட்டியாளர்களும் வேறொரு காரணத்திற் காக இந்த முயற்சி பயன்தராது என்றனர். இந்த வியாபாரத்தை நிர்வகிப்பதில் தொழிலாளர்களுக்குத் திறன் போதாது என்று அவர்கள் கூறினர். அவர்களுக்குத் தகுந்த பதிலைக் கொடுப்பதற்கு ஒரே வழி, வெளிச்சந்தையில் கடை ஒன்றைச் சிறப்பாக நிர்வகிப்பதே என்று சங்கதன் உறுதியாகக் கருதியது. தர்க்கரீதியான அல்லது கொள்கைரீதியான வாதங்களைக் காட்டிலும், நடைமுறைச் செயல்பாட்டின் மூலமே சவாலை எதிர்கொள்ள வேண்டியிருந்தது; செயல் மூலம்தான் விடைகள் கிடைக்கவேண்டும். சந்தை நடைமுறைகள் பற்றிச் சங்கதன் விரிவாக விவாதித்தது; உள்ளூர் சந்தையின் கூறுகளையும்,

வர்த்தகர்களுக்கும் கடைகளை நிர்வகிப்பவர்களுக்கும் இடையிலான தொடர்புகளையும் லாடு சிங்கும் துல்சா சிங்கும் நன்கு அறிந்துகொண்டனர்.

கல்லாப் பெட்டி மீதான கட்டுப்பாடு, பணம் வாங்கும்/ கொடுக்கும் இடம், தொழிலாளர்கள் சுரண்டப்படுதல் ஆகியன திரும்பத் திரும்பப் பேசப்படும் பொருளாக அமைந்தன. சந்தையில் தாக்கம் ஏற்படுத்தும் வகையில், மளிகை அங்காடி ஒன்றைச் சங்கதன் நடத்துவதற்கான சாத்தியங்கள் குறித்து லட்டு சிங்கும் துல்சா சிங்கும் விவாதிக்கத் தொடங்கினர். பொருட்களின் அதிகப்படியான விலையால் கடனுக்கு ஆட்படுவதையும் கொத்தடிமை நிலைக்கு ஆளாவதையும் ஓரளவுக்குக் கட்டுப்படுத்த முடியும் என்று அவர்கள் நம்பினர். இவற்றைப் பின்னணியாகக் கொண்டு, பீம் நகரில் அங்காடி ஒன்றைத் திறப்பதற்குச் சங்கதன் திட்டமிடத் தொடங்கியது.

மக்களிடம் வசூல் செய்வதன் மூலம் நிதி திரட்டப் பட்டது. சாதாரணத் தொழிலாளர்களிடம் ரூ. 10, மாதச் சம்பளம் வாங்கும் தொழிலாளர்களிடம் 100 ரூபாய். பாத யாத்திரைகள் ஏற்பாடு செய்யப்பட்டன. ஏராளமான மக்கள் ரூ. 10 நிதி அளித்தனர். அவர்களுக்கு ரசீதுகள் வழங்கப்பட்டன. இரண்டு ஆண்டுகளில் அந்தக் கடன் வட்டி இல்லாமல் திரும்ப அளிக்கப் படும் என்று உறுதியளிக்கப்பட்டது. இவ்வாறாக ரூ. 65,000 அளவுக்குத் நிதி திரட்டப்பட்டது. இந்த முயற்சியில் நம்பிக்கை கொண்ட நண்பர்கள் சிறிய அளவில் பங்களித்தனர். நிறுவனங் களிடமிருந்து நன்கொடைகளைச் சங்கதன் ஏன் ஏற்கவில்லை என்ற கேள்விகள் எழுந்தன. இதற்கான காரணங்களும் விவாதிக்கப்பட்டன. அடிப்படையில் அந்தக் கடையை, இந்த மனிதர்கள் பொருளாதார ரீதியாக நிலைநிறுத்த வேண்டும். அது நீடித்திருக்க வேண்டுமானால், கடை தமக்குச் சொந்த மானது என்று அவர்கள் கருதவேண்டும். பீம் நகர் கடைத் தெருவின் மத்தியில் சாந்தி லால் என்பவருக்குச் சொந்தமான கடை இருந்தது. அந்தக் கடை மிக எளிதாக வாடகைக்குக் கிடைத்தது. ஏனென்றால், அந்த இடம் ராசியில்லாத இடம் என்று பலரும் நம்பினர். அதை வாடகைக்கு எடுக்க யாரும் இல்லை என்பதால் மூன்று ஆண்டுகள் குத்தகைக்குக் கிடைததது. சாதாரண நேரங்களில், பொதுவாக பதினொரு மாதங்களுக்கு மட்டுமே கடைகள் வாடகைக்கு விடப்படும்.

பீம் நகரின் கடைத் தெருவில் 16–11–1992 அன்று அங்காடி திறக்கப்பட்டது. பொருட்களின் விலையை ஒலிபெருக்கியில் அறிவிக்கலாம் என்று இவர்கள் முடிவெடுத்தபோது ஒட்டு

மொத்த கடைத்தெருவும் கோபம் கொண்டது. ஒன்று முதல் 2 சதவீதம் நிகரலாபம் கிடைக்கும் வகையில் விற்பனை விலையை நிர்ணயிக்கலாம் என்று அமைப்பு கூட்டாக முடிவு செய்தது; அதனால், மற்ற கடைகளைக் காட்டிலும் பொருட்களின் விலை மலிவாக இருந்தது. வழக்கமாக மற்றவர்கள் நிர்ணயிக்கும் சதவீதம் 25 சதவீதம் வரையிலும் செல்லும்.

வாடகை, மின்சாரக் கட்டணம், போக்குவரத்துச் செலவு, தொழிலாளர்களின் சம்பளம் மற்றும் சிறிய அளவிலான தற்செயல் செலவுகள் போகக் கடைகளுக்கு நிகர லாபம் ஒரு சதவீதம் இருக்கும். சந்தை லாபம் ஈட்டும் நடைமுறையின் மூலவேரை அது துண்டித்துவிடுகிறது என்பதால் சந்தைச் செயல்பாடுகள் வெளிப்படையாக இருக்கமுடியாது என்ற வாதத்தைச் சங்கதனின் அங்காடி சோதித்துப்பார்த்தது; அது தவறு என்றும் நிரூபித்தது. விலை நிர்ணயம் செய்வதை ரகசிய மாக வைப்பதும், தரம் குறைந்த பொருட்களை விற்பதும் அதிக லாபம் ஈட்டுவதற்கு மற்றொரு வழிமுறை. அடிப்படையில் இந்த வாதங்கள் அனைத்தும் வணிகத்திலிருந்து, அறநெறி சார்ந்த செயல்பாடுகளைப் பிரிக்கின்றன. பின்னாளில், ஆர்டிஐ சட்டம் 'வர்த்தக ரகசியங்கள்' என்பதற்கு விலக்கு அளித்தது; அனைத்து வணிக நடவடிக்கைகளையும் அந்தச் சட்டத்தின் பிரிவு 8இல் கொண்டு வந்தது. ஆனால், அது காலவரிசைப்படி அமையாத ஒன்று.

முதல் நாள் எச்சரிக்கையும் மன எழுச்சியும் நிறைந்த நாளாக இருந்தது. கடையில் பொருட்கள் வைக்கப்பட்டிருந் தன; ஆனால் முழுமையாக இல்லை. எவ்வளவு விற்பனை யாகும் என்று யாராலும் கணிக்க முடியாத நிலை. பீம் நகரின் சதர் பஜாரில் கிரானா ஸ்டோர் திறக்கப்பட்டது. மதிப்பும் மரியாதையும் நிறைந்த பள்ளி ஆசிரியரும், சங்கதனின் நல்ல நண்பருமான ஆர்.என். மிஸ்ரா சிறு பிரார்த்தனையுடன் கடையைத் தொடங்கி வைத்தார். மிக எளிமையான நிகழ்வு. பல்வேறு போராட்டங்களில் பாடப்பட்ட சங்கதனின் பாடல்கள் இங்கும் பாடப்பட்டன. முழக்கங்கள் எழுப்பப்பட்டன. வந்திருந்த அனைவருக்கும், வெல்லம் விநியோகம். பல்வேறு போராட்டங்களுக்குப் பயன்பட்ட ஒலிபெருக்கி மூலம் பொருட்களின் அன்றைய விலை அறிவிக்கப்பட்டது.

அறிவிப்புகளுக்குக் கிடைத்த எதிர்வினை வியப்பை அளித்தது. பொருட்களை வாங்க வந்தவர்கள் மற்ற கடைகளில் வாங்குவதைக் கைவிட்டு, கிரானா ஸ்டோரில் குவிந்தனர். மூன்று நாட்கள் விற்பனைக்கான கையிருப்பு முதல் நாள்

பிற்பகலிலேயே தீர்ந்துபோய்விட்டது. மற்ற கடைகளின் விலைக்கும் கிரானா ஸ்டோரின் விலைக்கும் பெரும் வித்தியாசம் இருந்தது. வெல்லம், எண்ணெய், சர்க்கரை போன்ற பொருட்களின் விலையைக் கேட்ட மக்கள் சங்கதனின் கிரானா ஸ்டோரில் குழுமினர். இதன் காரணமாக மற்ற வியாபாரிகளும் போட்டியைச் சந்திக்கும் அளவுக்கு விலைகளைக் குறைக்க வேண்டிய கட்டாயம் ஏற்பட்டது. அவர்கள் இக்கட்டான சூழலில் இருந்தனர். மற்றொரு கடை நன்றாகச் செயல்படுவது, லாபம் இவர்களுக்குக் குறையக் கூடாது என்ற ஆர்வம். இந்த இரண்டிற்கு இடையில் அவர்கள் இழுபட்டனர்.

வெளிப்படையான செயல்பாட்டிற்கான முக்கியக் கொள்கைகளைச் சங்கதன் சேகரித்தது. சுதந்திரச் சந்தை என்ற கட்டுக்கதையை ஒரேயொரு கடை எப்படி உடைக்க முடியும் என்பதை மஸ்தூர் அங்காடி நிரூபித்தது. மிகச் சாதாரணமாக வெளிப்படையாகச் செயல்பட்டது; விற்பனை விலையை நிர்ணயிக்க லாப சதவீதம் உயர்த்தப்படுவதையும், மக்களைச் சுரண்டி லாபம் ஈட்டுவதற்காக அறநெறிகளைக் கடைக் காரர்கள் கைவிட்டதையும் அது அம்பலப்படுத்தியது; பிரபல மான ராஜஸ்தானி பாடல் ஒன்றில் இது எதிரொலித்தது:

> வியாபாரிகள் (லாபமெனும்) ரத்தம் குடிக்கிறார்கள்
> பட்டப்பகலில் சட்டைப் பைகளைக் கத்தரிக்கிறார்கள்
> கறுப்பு பணத்தைப் பதுக்குகிறார்கள் - இனிப்பாய்ப் பேசும்
> அவர்கள் கறுப்பு இதயம் கொண்டவர்கள்
> ஏமாற்றுக்காரர்கள், கொள்ளைக்காரர்கள் – அவர்கள்
> தேசத்தின் உயிரைக் குடிக்கிறார்கள்.

வழக்கமான சந்தையில், கொள்ளையடித்தல், அதிக விலை, எடையில் ஏமாற்றுதல், கலப்படம், பொய்கள் ஆகியன தினசரி நடக்கக்கூடியவை. சொலவடை ஒன்று சொல்வதுபோல், 'வியாபாரத்தில் எல்லாமே நியாயமானது'. கூடிய விரைவில், வர்த்தகர்கள் அனைவரும் ஒன்றிணைந்து சங்கதனின் அங்காடிக்கு வந்தனர்; ஒலிபெருக்கியை நிறுத்துமாறு கோரிக்கை வைத்தனர். சங்கதனால் சமரசம் செய்துகொள்ள முடியாத விஷயம் இது; ஒரு நாளைக்குப் பல முறை விலைகள் அறிவிக்கப் [illegible]ன பீம் நகர வியாபாரிகளின் பிரதிநிதிகள் மாவட்ட ஆட்சியரிடம் சென்றனர்; புதிதாகக் கடை திறந்திருப்பவர் ஒலிபெருக்கியைப் பயன்படுத்திச் சூழலைக் குலைக்கிறார் என்று புகார் தெரிவித்தனர். ஆட்சியர், 'அவர்கள் மைக்கில் என்ன சொல்கிறார்கள்?' என்று கேட்டிருக்கிறார். விலைகள் என்று வியாபாரிகள் பதில் அளித்தனர். 'அப்படிச் சொல்லக்கூடாது

என்று தடுக்கக் காரணம் எதுவும் இல்லையே; அதிகாரப்பூர்வ வானொலி ஆகாஷ்வாணியும் பொருட்களின் விலையை அறிவிக்கிறதே' என்று ஆட்சியர் பதிலளித்தார். நியாயமான செயலை அவரால் தடுக்கமுடியவில்லை. 'நீங்களும் அவ்வாறே செய்யலாமே' என்று அவர்களுக்கு பரிந்துரைத்துள்ளார்.

வியாபாரிகள் திசைதிருப்பும் தந்திரங்களைத் தொடங்கினர். சங்கதனின் ஸ்டோருக்கு எதிரே இருந்த மளிகைக்கடையில் ஒலிபெருக்கியில் பாடல்களைச் சத்தமாக வைத்தனர்; திரைப்படங்கள் காட்டத்தொடங்கினர். அனைத்தும், விலை–அறிவிப்பு மக்களுக்குக் கேட்காமல் இருப்பதற்குத்தான். மக்கள் அந்தக் கடைக்குக் கூட்டமாக வந்தனர். ஆனால், படம் பார்க்க மட்டுமே. ஆனால், மளிகைச் சாமான்களை சங்கதனின் கடையில்தான் வாங்கினர். உண்மை யில் இந்தத் தந்திரங்களால் தங்களுக்குத் தீங்குதான் என்பதை உணர்ந்த வியாபாரிகள், அதன்பின் திரைப்படங்கள் காட்டுவதை நிறுத்தினர்.

அடுத்த முயற்சியாக மொத்த வியாபாரிகள் சங்கதனின் கடைக்குப் பொருட்கள் வழங்குவதைத் தடைசெய்ய வற்புறுத்தினர். சங்கதனின் கடைக்கும் பொருட்களை விற்பவர்களுக்கும் அபராதம் விதிக்கப்படும் என்று மொத்த வியாபாரிகள் மிரட்டப்பட்டனர். அதனால், சங்கதன் ஸ்டோர் பியாவர் நகரிலிருந்து பொருட்களை வாங்கத் தொடங்கியது. பீம் வியாபாரிகள் சிலரும் ரகசியமாகப் பொருட்களைக் கொடுக்கத் தொடங்கினர். இந்தப் பதற்றம் சில நாட்களுக்குத் தொடர்ந்தது, ஆனால், விரைவில் அனைத்தும் இயல்பு நிலைக்குத் திரும்பின.

இது நிகழ்ந்த 1992இல், பீகாருக்குள் நுழைந்த எல்.கே. அத்வானியின் ரத யாத்திரையை லாலு பிரசாத் நிறுத்தி விட்டார். இதற்கு எதிர்ப்புத் தெரிவித்துப் பாரத் பந்த் ஒன்றுக்கு அழைப்பு விடுக்கப்பட்டது. இந்த பந்த் கட்டாயப்படுத்தப் பட்டது; பீம் நகரிலும் அதன் கடைத்தெருவிலும் அரசியல் நுழைந்தது. வர்த்தகர்கள் சங்கதனின் கடையை வலுக்கட்டாய மாக மூட முயன்றனர், ஆனால், முடியவில்லை. பந்த்தின் கோரிக்கைகளுடன் சங்கதன் உடன்படவில்லை; அதனால் அங்காடியின் கதவுகளை மூடவில்லை. கடையை மூடச் சொல்லி குண்டர் கும்பல் ஒன்று மிரட்டியது. கடைப் பணியாளர்கள் ஓரமாக ஒதுங்கி நின்றனர்: 'உங்கள் விருப்பம் போல் செய்ய வேண்டியதைச் செய்துகொள்ளுங்கள்;ஆனால் இந்தக் கடைக்குப் பணம் போட்டவர்கள் 2,000 பேர் என்பதை நினைவில் வையுங்கள்; அவர்கள் நாளைக்குத் திரண்டு வந்து

உங்களைக் கணக்குக் கேட்கும்போது பதில் சொல்லுங்கள்'. அவமதிக்கவும் சண்டைபோடவும் வந்த கும்பல் பின்வாங்கியது. வியாபாரத்தை இழப்பதில் கடைக்காரர்களுக்கும் வெறுப்பு தான்; அத்துடன் சங்கதன் அங்காடியின் விறுவிறுப்பான வியாபாரத்தை அவர்களால் தடுக்கமுடியவில்லை. ஷட்டர்கள் மெதுவாக உயரத் தொடங்கின; ஒரு மணி நேரத்திற்குள், காலை 11.00 மணியளவில் அனைத்துக் கடைகளும் திறந்துவிட்டன.

மஸ்தூர் கிசான் அங்காடியில் வெறுமனே மளிகைப் பொருட்கள் மட்டும் விற்கவில்லை. அந்தக் கடை அமைந்துள்ள சமூக அரசியல் சூழலில் அதற்கென்ற கண்ணோட்டத்தை அது முன்வைத்தது. பாபர் மசூதி இடிப்பைத் தொடர்ந்து, 1993ஆம் ஆண்டு குடியரசு தினத்தன்று பீம் நகரின் மத்தியிலிருந்த கடைக்கு வெளியில் இந்திய அரசியலமைப்பின் முகப்புரையை உயர்த்திப் பிடிக்கும் வகையில், பொது உறுதிமொழி எடுப்பதில் அங்காடியுடன்சங்கதனும் இணைந்தது. வெறுப்புகளுக்கு அப்பால், இதில் பலரும் அவர்களுடன் இணைந்தனர்.

மெல்ல மெல்ல சங்கதன் கடைகளின் எண்ணிக்கை அதிகரித்தது. ரூ. 65,000 முதலீட்டில் தொடங்கப்பட்ட பீம் நகர் கடையின் முதலாண்டான 1992-93இல் மொத்த விற்பனை ரூ. 36 லட்சம்.

2015ஆம் ஆண்டில் இதுபோன்ற ஐந்து கடைகள், பீம், ஜவாஜா, சூரஜ்புரா, டோட்கார்க், விஜய்புரா ஆகிய இடங்களில் நடந்துகொண்டிருந்தன. 2013-14இல் ஐந்து கடைகளின் மொத்த விற்பனை ஏறத்தாழ ரூ. 4,93,00,000. கடைகளின் அனைத்துச் செலவுகளும் போக, தொழிலாளர்கள் சிலருக்கும் சங்கதன் உதவிசெய்கிறது.

மஸ்தூர் அங்காடியைச் சிறப்பானதாக்குவது எது? தொழிலாளர்களுக்காக அது செயல்படுகிறது; தொழிலாளர் களின் அடிப்படைத் தேவைகள் மற்றும் உள்ளூர் சந்தை யின் யதார்த்தச் சூழலுக்குள் இயங்குகிறது. சந்தையில் தொழிலாளர்களை ஆக்கிரமிக்கும் இரண்டு விஷயங்கள்: சரியான விலையும் சரியான எடையும். அங்காடியைத் தொழிலாளர்கள் நிர்வகிப்பதால், பொறுப்புடனும் வெளிப்படையாகவும் இருக்க முடிகிறது. சங்கதனின் அங்காடியில் வேலை செய்பவரும் அவர்களில் ஒருவர்தான். சங்கதன் தொழிலாளர்கள் பெறும் அதே குறைந்தபட்ச ஊதியத்தைத்தான் அவரும் பெற்றார். சமமான ஒருவருடன் உரையாடுவது எளிதாக இருந்தது. தொழிலாளர்களின் தேவைகளை அவதானித்ததன் காரணமாக, பொருட்களின் விலை குறித்த அக்கறைக்கும்

அப்பால் கடைத்தெருவில் புழக்கத்திலிருந்த வழக்கங்களையும் அங்காடி கேள்வி கேட்கத் தொடங்கியது. உள்ளூர் சந்தையில் மாதத்தில் ஒரே நாள், அதாவது அமாவாசை அன்றுதான் கடைகள் மூடப்படும்; கடைத் தொழிலாளிகளுக்கு அன்று ஓய்வு நாள். மாறாக, சங்கதனின் கடை அன்றும் திறக்கப்பட்டது. தொழிலாளர்களுக்குப் பாரம்பரியமாக உத்தரவாதமான ஒரே விடுமுறை அன்று மட்டுமே. அவர்களும் அன்று பொருட்கள் வாங்க சுதந்திரமாகக் கடைத்தெருவிற்குச் செல்ல முடியும். வணிகர்கள் கூட்டமைப்பு கடையைக் கட்டாயமாக மூடவைக்க முயற்சித்தது. ஆனால், அதில் தோல்வியுற்றது.

மசாலா தூள் அரைப்பதற்கான மசாலாப் பொருட்களை வாங்க பியாவருக்குத் தொழிலாளர்கள் சென்றனர். நொறுக்கப் பட்ட மசாலா பொருட்களின் மிச்சங்கள் அவர்களுக்குக் காட்டப்பட்டன. அவற்றைப் பயன்படுத்தித்தான் பாரம்பரிய மாக மசாலா தூள் அரைக்கப்படுகிறதாம். தரமான மசாலா பொருட்கள் மொத்தமாகத்தான் விற்பனை செய்யப்படும் என்று அவர்களிடம் கூறியிருக்கிறார்கள். எவ்விதமான கலப்படத்தையும் அனுமதிக்கக் கூடாது; சிறந்த தரமான மசாலா பொருட்களை வாங்கிஅரைப்பது என்று சங்கதன் முடிவுசெய்தது. கடைத்தெருவில் மற்ற கடைகளைக் காட்டிலும் சங்கதனின் அங்காடியில் இந்தப் பொருள்தான் அதிக விலையில் விற்கப்பட்டன.

அங்காடியின் கணக்கு வழக்குகளில் முழுமையான வெளிப்படைத்தன்மை இருக்கிறது. வாங்கும் அல்லது விற்கும் எந்தப் பொருளுக்கும் பில்களையும் வவுச்சர்களையும் எவராலும் பார்க்கமுடியும். ஒவ்வொரு மாதத்தின் கடைசி நாளன்று இருப்புகளைக் கணக்குப் பார்க்கும் வேலை நடக்கும். கடும் உழைப்பை அளித்து ஒவ்வொரு பொருளும் எண்ணப்படும், எடை சரிபார்க்கப்படும். அதனுடைய இருபத்தைந்து ஆண்டுப் பயணத்தில் சங்கதனின் அங்காடி மேற்கொண்ட பல்வேறு சோதனை முயற்சிகள், சந்தை விதிகளை எதிர்த்து நின்றிருக் கின்றன. உண்மையில், மஸ்தூர் கிஸான் அங்காடியின் கதை, அதன் வழியில் தனித்துக் குறிப்பிட வேண்டிய ஒரு முயற்சி. அத்துடன் கற்றுக்கொள்வதற்கும் புரிதலுக்கும் ஒரு பெரும் எடுத்துக்காட்டும் ஆகும்.

> மஸ்தூர் கிசான் அங்காடிகள் வெறும் கடைகள் அல்ல; அவை ஒரு இயக்கமாக மாறக்கூடும். வேறு எதைப் பற்றி யும் பேசாமல் மொத்த உலகமும் சந்தையையும் பெரு வணிகம் பற்றியும்தான் பேசுகிறது. பெரிய நிறுவனங் களின் லாபத்திற்காக அவை நடத்தப்படுகின்றன. வர்த்தகம்

செய்வோரும் நிறுவனங்களும் ஒட்டுமொத்த நாடுகளின் இயக்கத்தையும் முற்றிலும் கட்டுப்படுத்துகின்றனர். அரசாங்கங்களின் கொள்கை உருவாக்கத்தில் அவர்கள் முக்கியப் பங்கு வகிக்கின்றனர். சிறிய நகரமொன்றில் ‘வியாபாரிகள் சங்கம்’ தொடங்கி உலக வர்த்தக அமைப்பு வரையிலும், சிறிய மற்றும் பெரும் வணிகப் பேரரசுகளுக்கு உதவிபுரியும் சங்கிலித்தொடராக அவை அமைந்துள்ளன. அமெரிக்கா போன்ற நாடுகளும், பெரும் நிறுவனங்களின் கைகளில் வெறும் பொம்மைகளாக ஆகிவிட்டன. மூலதனம் உலக அரசியலில் இப்போது பெரும் தாக்கத்தை ஏற்படுத்தியிருக்கிறது.

ஏழை மக்கள் வெறும் வாடிக்கையாளர்கள் / நுகர்வோர்கள் மட்டுமே; அதேநேரத்தில் பெருநிறுவனங்களின் உரிமையாளர்களிடமும் அவற்றின் மேல்நிலை நிர்வாகத்தின் கைகளிலும்தான் நிஜமான கட்டுப்பாடு இருக்கிறது. சிறிய உள்ளூர் சந்தைகளில், ஓரிடத்திலிருந்து எதையாவது வாங்கி வேறு இடத்தில் விற்கும் இடைத்தரகர்கள் இதே மாதிரியான நோக்கங்களின் அடிப்படையில்தான் இயங்குகிறார்கள். பல்வேறு பொருட்களை உற்பத்தி செய்பவர்களைக் காட்டிலும் இவர்கள் உண்மையில் அதிகம் சம்பாதிக்கிறார்கள். சங்கதனால் பெரு நிறுவனங்களை எதிர்த்து நிற்கமுடியாது, ஆனால் சிறிய நகரங்களில் சிறிய அளவில் வணிகம் செய்ய முடியும்; அங்கு நடவடிக்கைகளைக் கட்டுப்படுத்தவும் முடியும். இதுபோன்ற பல்வேறு முயற்சிகள், பெரும் தாக்கத்தை ஏற்படுத்தக்கூடும். சிறிய முயற்சிகள் சேர்ந்ததுதான் பெரிது என்பது அனைவருக்கும் தெரிந்ததே. நமது மொழிகளில் இதற்கான பழமொழி ஒன்று உள்ளது: ‘சிறு துளி பெருவெள்ளம்’. வாக்கு அரசியலில் தலையிடுவது மட்டும் போதாது. பொருளாதார வடிவங்களிலும் நாம் தலையிட வேண்டும்.[60]

நண்பர் பாரத் டோக்ரா பிரபலமான பத்திரிகையாளர். கடந்த இருபத்தைந்து ஆண்டுகளாக ஒவ்வொரு ஆண்டும் சங்கதன் அலுவலகத்திற்கு வந்து போகிறார். 1993ஆம் ஆண்டு மே மாதம் வந்தவர், எழுதியது:

அடிமட்ட அளவில் பணவீக்கத்தை எதிர்த்துப் போராடுவது

ராஜஸ்தானைத் தளமாகக் கொண்டு விவசாயிகள் மற்றும் தொழிலாளர்களின் அமைப்பு ஒன்று இயங்கி வருகிறது. பணவீக்கத்திற்கு எதிரான போராட்டத்தில்

முக்கியமான, ஆனால், புறக்கணிக்கப்பட்ட அம்சம் ஒன்றைச் சமீபத்தில் அது எடுத்துக்காட்டியது... அதாவது, பருப்பொருள் – பொருளாதாரக் கொள்கைகள் போன்றே குடிமக்கள் எடுக்கும் முன்முயற்சிகளும் முக்கியம் வாய்ந்தவை... சில்லறை விற்பனை விலையைக் குறைப்பதிலும், குறைந்த விலையில் பொருட்களை அளிப்பதில் தரக்கட்டுப்பாட்டிலும் அந்த முயற்சி கவனம் செலுத்தியது. அந்த அங்காடிகளை நிர்வகிப்பவர்கள் அர்ப்பணிப்புள்ள சங்கதன் ஆர்வலர்கள் என்பதால், ஒரு நாளைக்கு ரூ. 22 என்ற சட்டப்பூர்வமான குறைந்தபட்ச ஊதியத்திற்கு மேல் எடுத்துக்கொள்ளக் கூடாது என்று முடிவு எடுக்கப்பட்டது. பொருட்களை அரவைக்கு உட்படுத்தும்போதும் சுத்தம் செய்யும்போதும் அந்தப் பணியைக் கவனத்துடன் மேற்பார்வை செய்வதன் மூலம் உயர்ந்த தரத்தை உறுதிப்படுத்த சங்கதன் உதவியது.

எதிர்பார்த்தபடி, நுகர்வோரின் ஆதரவு மிகவும் சாதகமாக இருந்தது. நல்ல தரமான பொருட்கள், குறைந்த விலை என்ற செய்தி முதலில் சங்கதனின் அனுதாபிகள் மத்தியிலும், பின்னர் ஏனைய பொதுமக்கள் மத்தியிலும் வேகமாகப் பரவியது. குறுகிய காலத்தில் அதிக அளவிலான விற்பனை. அதன் இலக்கான வெறும் ஒரு சதவீத லாபத்தில் இயங்குவது என்ற நிலையை இந்தப் புதிய முயற்சி எட்டுவதற்கு இந்தச் சாதனை உதவியது. சந்தையில் பொருட்களின் விலையைக் குறைப்பதில் சங்கதனின் முயற்சி ஓரளவுக்கு வெற்றிபெற்றது. இவர்களது போட்டியை எதிர்கொள்ள வேண்டிய கட்டாயம் மற்ற சில்லறை வியாபாரிகளுக்கு ஏற்பட்டது. அதிக லாபத்தில் விலைநிர்ணயம் செய்வதைக் குறைக்கவேண்டிய கட்டாயம் அவர்களுக்கு ஏற்பட்டது. புதிய கடையின் மூலம் பொருட்கள் நேரடியாக விற்கப்படுகின்றன என்பதைத் தாண்டி, பணவீக்கத்தின் போக்குகளில் சாதகமான தாக்கத்தையும் அது ஏற்படுத்தியது.

லக்ஷ்மண் சிங் தனது தாபாவிற்காகத் தினமும் ரூ. 20க்கு மசாலா பொருட்களை வாங்குகிறார். இப்போது புதிய கடையில் வாங்குவதால் தினமும் 5 ரூபாய் சேமிப்பதாகக் கூறுகிறார். இந்த மசாலாப் பொருட்களின் தரமும் மிகச் சிறப்பானது என்கிறார். ஏறத்தாழ 10 கி.மீ. தொலைவி லிருக்கும் கிராமங்களைச் சேர்ந்தவர்களும் இந்தப் புதிய கடையில் மளிகைப் பொருட்களை வாங்க விரும்பு கிறார்கள் என்கிறார் லால் சிங் என்ற விவசாயி. சுமார்

ஐந்து மாதங்களுக்கு முன்பு இந்தச் சோதனை முயற்சி தொடங்கியதிலிருந்து சுமார் 15 சதவீதம் அளவுக்கு விலைகள் குறைந்திருப்பதாகச் சங்கதனின் முன்னணி ஆர்வலர்களில் ஒருவரான நிகில் தேய் கூறுகிறார்.

பீம் நகரின் மஸ்தூர் கிசான் கிரானா ஸ்டோர் ஒரு முன்னோடி முயற்சியாகும். நேர்மையும், அர்ப்பணிப்பும் நிறைந்த முயற்சியின் ஆதரவுடன் செயல்படுத்தப்படும் கவனமான திட்டமிடல் பணவீக்கத்தைக் கீழ்மட்ட அளவிலேயே வீழ்த்தமுடியும்; தரத்தையும் உயர்த்த முடியும் என்பதை நிரூபித்தது. இந்த முயற்சியைத் (பிற பகுதிகளின் இதுபோன்ற முயற்சிகளையும்) தலமட்ட நிர்வாகம் முடிந்த அனைத்தையும் செய்து அப்பகுதியின் சுயநலமிகளிடமிருந்து பாதுகாக்கும் என்று நம்புகிறோம்.[61]

சந்தையைக் கையகப்படுத்துவது நோக்கம் அல்ல. மாறாக இந்த அங்காடியின் மூலம் விலைகளைக் கட்டுப்படுத்துதல், நியாயமாகவும் மற்றும் ஒளிவுமறைவின்றி வியாபாரம் செய்வதும் சாத்தியமே என்பதை நிரூபித்துக் காட்டுவதே நோக்கம். முதல் கடைக்காகப் பெற்ற கடன், இரண்டு ஆண்டு களுக்குப் பிறகு பகிரங்கமாகத் திருப்பி அளிக்கப்பட்டது. இரண்டு முறை கடைக்கு வந்து பொருட்கள் வாங்கியதில், சரியான விலையின் காரணமாக அந்தப் பத்து ரூபாயைச் சேமிப்பாக ஏற்கனவே பெற்றுவிட்டதாகப் பல தொழிலாளர்கள் கூறினர். சந்தை எப்படி வேலை செய்கிறது என்ற புதிரைக் களைவதற்கு இந்த அங்காடி உதவியது; அந்த வகையில் இம்முயற்சி கற்றுக் கொள்வதில் பெரும் வெற்றி.

சங்கதன் நாட்குறிப்பு கூறுவது போல்:

‘சுதந்திர’ச் சந்தையை வலுவாக ஆதரித்துப் பேசிய அதே மனிதர்கள்தான், சமவாய்ப்பு தரப்படுவதை விரும்பாத வர்கள். சந்தை ஒவ்வொன்றும் எவ்வாறு சாமர்த்தியமாக நடத்தப்படுகிறது என்பதைப் பார்த்திருக்கிறோம். விவசாயிக்கும் சில்லறை விற்பனையாளருக்கும் இடையில் இடைத்தரகர்கள் சங்கிலியாக இயங்குவதையும் அறிவோம். சிறுவிவசாயிகளும் குறுவிவசாயிகளும் இரண்டு இடங்களிலும் மோசமானதைத்தான் சந்திக்கின்றனர். விவசாயி மலிவாக விற்க வேண்டியுள்ளது, மிக அதிக விலைக்கு வாங்க வேண்டியுள்ளது. தொழிலாளர்களுக்கு உள்ளூர் சந்தை மிகவும் பரிச்சயமானது; அத்துடன் சங்கதனுக்கும் பலம் வாய்ந்த பகுதி. எனவே உள்ளூர் வர்த்தகர்களை எதிர்கொள்வதும், சமாளிப்பதும்,

> அவர்களை விஞ்சுவதும் ஒப்பீட்டளவில் எளிதாக இருந்தது. உண்மையில், சில பொருட்களின் சில்லறை விற்பனை விலையைக் குறைத்ததன் மூலம் சங்கதனின் அங்காடியால் சந்தையைக் கட்டுப்படுத்த முடிந்தது. அதனால், சில நேரங்களில் பியாவர் நகரின் மொத்த விலைக்கு இணையாகப் பீம் நகரில் விலைகள் குறைவாக இருந்தன.
>
> எனினும், பெரிய அளவிலான மொத்த விற்பனைச் சந்தை சங்கதனின் திறமைக்கு அப்பாற்பட்டது. பீம் நகரின் சந்தையைக் காட்டிலும் பெரிய சந்தைகள் தந்திரச் செயல்பாடுகள் அதிகம் கொண்டவை. ஆனால், சுதந்திரச் சந்தை என்று சொல்லப்படும் அதற்குள்ளிருக்கும் முரண்பாடுகளை அம்பலப்படுத்துவது, சுரண்டப்படும் அதன் நுகர்வோருக்கு அதிகப் பங்கு கிடைப்பதற்கு உதவும் மிகப் பயனுள்ள பாதையாகும்.[62]

சங்கதனின் அங்காடி தொழிலாளர்களால் நிர்வகிக்கப் படுவது. நிர்வாகம் என்பது வணிகக்கல்லூரிகளின் கண்டுபிடிப்பு அல்ல என்பதையும் சந்தேகத்திற்கு இடமின்றி நிரூபித்தது. பல நூற்றாண்டுகளாக மக்களுக்குத் தெரிந்திருந்த முறைப்படுத்தப் பட்ட வழிமுறை அது. மிகத்திறமையாகவும் நேர்மையாகவும் தொழிலாளர்கள் அங்காடியை நிர்வகித்தனர்.

கடைகளின் வெற்றி சங்கதனின் வலிமை, சங்கதனை ஆதரிப்போரின் எண்ணிக்கை மற்றும் அதனிடமிருந்த நிபுணத்துவம் என்ற இரண்டையும் சார்ந்திருந்தது. ஒரு முக்கிய விஷயத்தையும் அது கற்றுக்கொண்டது. பாபத்தைத் தவிர்த்து, கருத்தில் கொள்ளவேண்டிய வேறு விஷயங்களும் உள்ளன. அவற்றின் மூலம் மக்களை ஊக்குவிக்க முடியும் என்பதே. கடைகளில் பணிபுரிபவர்களின் அறம் சார்ந்த அர்ப்பணிப்புதான் அவர்களுக்குத் தொடர்ச்சியான வெற்றியை உறுதி செய்தது. சங்கதனிலும் அதனுடைய அங்காடிகளிலும் பணிபுரிந்தவர் அனைவரும் குறைந்தபட்ச ஊதியம் பெறுகிறார்கள். அதிக ஊதியம் மற்றும் சிறந்த பணி நிலைமை என்பவை தரும் சலனங்களால் தொழிலாளர்களை வசியப்படுத்த முடியவில்லை.

வலிமையான சர்வதேச வர்த்தக அமைப்பின் வலைப் பின்னலை எதிர்த்து நிற்பது நடைமுறை சாத்தியமற்றது. அனுமானங்களைக் கேள்வி கேட்பதற்கும், எதிர்–சித்தாந்தங் களை வரையறுப்பதற்கும் தேவையான இடத்தைத் தலமட்ட முயற்சிகள் அளிக்கின்றன. பயிற்சியும், கிடைக்கும் வெற்றியும் தான் ஒரு கொள்கைக்கு உறுதியான ஆதரவு வாதங்களை

அளிக்கின்றன. ஸ்தாபனத்தின் அடிப்படை விழுமியங்களைக் கேள்வி கேட்கும் ஆக்கப்பூர்வமான செயல்பாடுதான், மிகப் பெரும்பாலும் ஸ்தாபனத்தின் குறைகளை அம்பலப்படுத்தும் திறமையான வழியாகும். எதிர்த்துப் போராடும், தொடர்ச்சியாக அழுத்தம் தரும் குழுவாக இயங்கும் சங்கதனுடைய பங்களிப்பில் உள்ளார்ந்திருக்கும் கொள்கைகள் அதனுடைய புதிய நோக்கத்திற்கு மாற்றப்பட வேண்டும்; ஒரு சுதந்திரச்சந்தையின் கூறுகளான அனைத்துச் சக்திகளுக்கும் உட்பட்டு இயங்கும் ஒரு வழக்கமான சந்தையில் தலையிடும் பொருளாதாரக் கூட்டமைப்பாக அது செயல்பட வேண்டும்.

சங்கதனின் அங்காடி ஒரு அறப்பணி அமைப்பு அல்ல. தியாகம் செய்வதாகவோ தொண்டு செய்வதாகவோ தன்னை அது பார்க்கவில்லை. பொருளாதார ரீதியாக அதற்கும் லாபச்சமநிலை தேவை. வெறும் லாபத்திற்காக மட்டும் சந்தையைப் பயன்படுத்தாமல், பயன் மிக்க அறம் சார்ந்த சேவையை வழங்கவும் சந்தையைப் பயன்படுத்தலாம். அதன் மூலம் பொருளாதார உறவுகளை இயக்கவும் கட்டுப்படுத்தவும் ஒரு மாற்று விழுமியத்தளத்தைக் கிரானா ஸ்டோர் முன்வைக்கிறது. சந்தை அமைப்புமுறைக்குப் புதிய கொள்கைகளை கிரானா ஸ்டோர் நிறுவியது. பொதுவாக நிலவும் புரிதலுக்கு மாறாக, வெளிப்படைத்தன்மை மற்றும் கூட்டியக்கச் செயல்பாடு என்ற கொள்கைகளின் மீது அவை உருவாக்கப்பட்டன. சந்தைக்கு விரோதமானவையாகக் கருதப்பட்ட இவை, பலவிதமான ரகசியங்களைப் போல் மறைத்து வைக்கப்பட்டிருந்தன. சங்கதனின் ஒட்டுமொத்தச் செயல்பாடும், அறம்சார் செயல்களுக்குத் தகவல்களைப் பயன்படுத்தலாம் என்ற பரவலான புரிதலுக்குப் பங்களித்தது. இது ஆர்டிஐ இயக்கத்திற்கு வடிவம் தந்தது. ச்சுன்னிபாய் கூறுகிறார்:

> என் நகைகளை அடகு வைக்கக் கூடாது, நிலத்தை அடமானம் வைக்கக் கூடாது என்று என்னிடம் நீங்கள் கூறினீர்கள். முழுமையான கொத்தடிமை நிலைக்கும் பொருளாதார அடிமைத்தனத்திற்கும் அது வழிவகுக்கிறது என்பது எனக்கும் உங்களுக்கும் தெரியும். ஆனால், 'புத்திசாலித்தனமான' தலைவர்கள் இந்த நாட்டிற்கு எப்படி இதைச் செய்தார்கள்? அத்தகையச செயலுக்கு நீங்கள் எப்படி விளக்கமளிப்பீர்கள் அல்லது விளக்கம் அளிக்க முடியுமா? இது தொலைநோக்குப் பார்வையின்மையா அல்லது சந்தர்ப்பவாதமா?

ச்சுன்னி சிங், சங்கதன் உறுப்பினர். 1992இல் பீம் நகரில் நடந்த மே தினப் பேரணியில் அவர் உரையாற்றினார்; அங்காடியின்

முக்கியத்துவத்தை எடுத்துரைத்தார்; நகரில் அதனால் விலையைக் கட்டுப்படுத்த முடிந்தது; அத்துடன் பணவீக்கத்திலும் தாக்கம் ஏற்படுத்த முடிந்ததை விளக்கினார். மஸ்தூர்களால் நடத்தப் படும் இந்தக் கடையை அச்சுறுத்தலாகப் பார்க்க வேண்டாம் என்று உள்ளூர் வியாபாரிகளை அவர் கேட்டுக்கொண்டார். சிறு வியாபாரிகளை அழித்துவிட்டு, 'பெரிய சேத்களை' செழிக்க வைக்கப்போகிற ஓர் அமைப்புக்கு அவர்கள் பலியாகிவிட்டதாக எச்சரித்தார். அப்போதைய பாரத் பந்த் பற்றியும் பேசினார். வகுப்புவாதம் என்றைக்கும் ஆரோக்கியமான வாழ்க்கைக்கு அச்சுறுத்தல் என்றார். மதச் சண்டைகள் என்ற பயங்கர வீழ்ச்சி ஒரு தீவிரமான எடுத்துக்காட்டு; சாதிகளுக்கிடையில் ஒடுக்கு முறையும், சாதிகளுக்குள் இருக்கும் பிரிவினையும் மனித இனத்தில் காணப்படும் அடக்கி வைக்கும், சுரண்டும், ஒடுக்கு முறைத் தன்மையின் வெளிப்பாடுகளே.

உடைக்கப்பட்ட கட்டுக்கதைகள் (சங்கதன் நாட்குறிப்பின் பதிவு)

சந்தை முன்வைத்த வாதம்: ஒரு தொழிலாளி தொழிலாளி யாகத்தான் இருக்க முடியும்; ஒரு கடையை நடத்த முடியாது; ஒரு வணிகரால்தான் வியாபாரம் செய்ய முடியும்.

எமது அனுபவம்: பீம் நகரில் அங்காடி துவங்கப்பட்டதும், வியாபாரிகளிடம் பணியாளர்களாக வேலை பார்த்த, முழக்கங்கள் எழுப்பிய அந்த நபர்கள் கடை நடத்து வதையும், முடிவுகள் எடுப்பதையும், அக்கம்பக்கத்து வியாபாரிகளும், கடைத்தெரு மனிதர்களும் பார்த்தனர். வியாபாரம் செய்வது என்பது பாரம்பரியமாக வரும் ஒன்றல்ல. சங்கதனின் தொழிலாளர்கள் இந்த அங்காடிகளை வெற்றிகரமாக நடத்தினர்; அத்துடன் இதிலிருந்து விலகிய சிலரும் பின்னாளில் தங்களுக்குச் சொந்தமான கடைகளையும் திறந்தனர். சிறிது பயிற்சியின் மூலம் ஒரு கடையை நடத்த எவரும் கற்றுக்கொள்ளலாம். அனுபவத்திலிருந்து நாங்கள் கற்றுக்கொண்டது இது.

சந்தை முன்வைத்த வாதம்: ஒரு கடைக்கு ஒருவர்தான் உரிமையாளராக இருக்கமுடியும்; கூட்டுரிமை என்பது வளர்வதற்கு உதவாது.

எமது அனுபவம்: அங்காடி கூட்டுரிமை அடிப்படையில் நடந்தது என்பதுடன் அற்புதமாகவும் செயல்பட்டது. எங்களை வர்த்தகர்கள் எதிர்த்தபோது, பொருட்களை வழங்குவதைத் தடைசெய்தபோது, கடைகளை மூட கட்டாயப்படுத்த முயன்றபோது, ஒரு உரிமையாளரை

மட்டும் அவர்கள் எதிர்கொள்ளவில்லை. அந்தப் பகுதியின் அனைத்து தொழிலாளர்களையும் விவசாயிகளையும் எதிர்கொண்டனர். அச்சுறுத்தலையும் எதிர்ப்பையும் எதிர்கொள்ள தொழிலாளர்கள் நேரம் அளித்தனர். சுமைகளைத் தூக்குவது போன்ற உடலுழைப்பை அளித்தனர். அச்சுறுத்தல்களை எண்ணிக்கையின்மூலம் எதிர்கொண்டனர், மூலதனம் சேகரித்தனர். கண்காணிப்பில் ஈடுபட்டனர், வகுப்புவாத அடிப்படை யிலும், அரசியல்ரீதியிலும் நடந்த தாக்குதல்களை எதிர் கொண்டனர். சங்கதன் அறைகூவல் விடும்போ தெல்லாம் அவர்கள் கூடினர்; ஒற்றுமையுணர்வைக் காட்டினர்; கூட்டுரிமையை எடுத்துக்காட்டினர். இன்றைக்கு அதுபோல் ஐந்து கடைகள் செயல்படு கின்றன; பல இடங்களிலிருந்து திறக்கச் சொல்லி கோரிக்கைகள் வந்துள்ளன. மக்கள் இவற்றை மதிக் கிறார்கள். ஏனெனில், இந்தக் கடைகள் சாமானியர்களுக்கு உபயோகமாக இருக்கின்றன.

சந்தையுடன் பரிவர்த்தனைகளில் ஈடுபட்ட நபரைத் தொந்தரவு செய்த கேள்வி இதுதான்: ‘இந்தச் சந்தை எந்த அளவுக்குத் தடையற்றது? சந்தையின் திறவுகோல் லாபம் என்று சந்தைக்கு ஆதரவான வாதம் தொடர்ந்து சொல்லிக்கொண்டே இருக்கிறது. லாபம் என்பதன் மீது அங்காடிக்குக்கொள்கை சார்ந்த அவநம்பிக்கை இருக்கிறது; ஆகவே, நன்கு செயல்பட முடியாது; இழப்பைச் சந்திக்கும்’.

எமது அனுபவம்: ஸ்டோர் திறக்கப்பட்ட முதல் நாள் வர்த்தகர் ஒருவர் கடைக்கு வந்தார். ‘நாங்கள் இன்று வெல்லத்தை இந்த விலைக்கு விற்பதென்று முடிவு செய்துள்ளோம்’ என்று கூறினார். எங்கள் ஒப்புதலைக் கேட்டார். அந்த விலைக்கு விற்க முடியாதென்று சங்கதன் கூறியது. சந்தை அமைப்பு முறையில் ஒருதலைபட்சமான கட்டுப்பாடு எந்த அளவுக்குச் செயல்படுகிறது என்பதை இது எங்களுக்கு உணர்த்தியது. கட்டுப்பாடுதான் அவர்களது அடிப்படை மந்திரம்; லாபம் ஈட்டுவதன் மூலமாக, சுதந்திரச் சந்தை ஒரு ஏமாற்றும் அமைப்பாக மாறுகிறது.

முதல் ஆண்டில் (1992-93) விற்றுமுதலாக ரூ. 36 லட்சம் எப்படி நாங்கள் பெறமுடிந்தது? ஏனென்றால், நாங்கள் ஏகபோகங்களை உடைத்து உள்ளே நுழைந்தோம்; அச்சுறுத்தியபோது துணிவுடன் எதிர்த்து நின்றோம்.

அனைத்து விழாக்கள் மற்றும் முக்கியப் பண்டிகை நாட்களிலும் அடக்கவிலைக்கு விற்றோம். எனினும் எங்களுக்கு நஷ்டம் ஏற்படவில்லை. சாதாரண வர்த்தகர்கள் தவறான எடைகளாலும் கலப்படத்தாலும் ஏமாற்று கிறார்கள்; அத்துடன் திருட்டுத்தனமான சந்தைச் செயல்கள் மூலம் பலமடங்கு லாபம் அவர்களுக்குக் கிடைக்கிறது; சந்தை என்பது வெறும் ஊடகம் மட்டுமே; அதைச் செயல்படும் ஒன்றாக எவராலும் மாற்றமுடியும் என்பதை நாங்கள் புரிந்துகொண்டோம். அதற்கென்று தனி விருப்பம் கொண்ட, சுதந்திரமாகச் செயல்படும் அமைப்பு அல்ல அது. லாபத்திற்கான மந்திரம் வணிகர்களுக்கு உரியது; இந்த சந்தை-அமைப்பில் உழலும் மக்களுக்கான மந்திரம் என்ன? அது நேர்மையும் சேவையும்.[63]

தகவல் அறியும் உரிமை? இங்கேயுமா? ஆர்டிஐக்கான அனுமானங்களை இங்கேயும் பயன்படுத்த முடியும் என்றதும் சந்தை அதிர்ச்சிக்குள்ளானது. மறைவான அதன் செயல்பாடு களால்தான் வியாபார உலகம் செழித்துள்ளது. வெளிப்படை யாக அபத்தமான ஒரு இடத்தில் கடையைத் தொடங்கி வியாபாரம் செய்து, லாபச் சமநிலையை அடைய முடியுமா?

சந்தை முன்வைக்கும் வாதம்: வணிகத்தில் வெளிப்படைத் தன்மை சாத்தியமற்றது.

எமது அனுபவம்: தொடக்கத்தில், அங்காடிகளும் அவற்றின் கணக்குவழக்குகளும் நம்பிக்கையின் அடிப்படையில் நடந்தன. ஆனால், சங்கதன் வெளிப்படையாக இயங்கும் என்றும் மக்களிடமும் அவர்களது பணத்தைப் பயன் படுத்துவதிலும் பொறுப்புடன் நடந்துகொள்ளும் என்றும் உறுதி கூறியிருந்தது. இந்தக் கடைகளிலும் சிலநேரங் களில் கணக்குகளில் வேறுபாடுகள் வெளிப்பட்டன; இதைப்போன்ற சிறு ஊழலையும் தீர்ப்பதற்கான வழி ஆர்டிஐயில் கிடைத்தது: 'கணக்குகளைத் தெளிவாக வைத்துக்கொள். வாங்கும் விலையையும் விற்கும் விலையையும் தெரியப்படுத்து, வெளிப்படையாக நடந்து கொள். ஒவ்வொரு பைசாவிற்கும் கணக்கு எழுது. ஏதேனும் முறைகேடு இருந்தால் யார் அதற்குப் பொறுப்பு என்று கூறு'. இந்த அடிப்படையில், ஒன்றல்ல, ஐந்தல்ல, ஆயிரக்கணக்கான கடைகளை இயக்க முடியும்.[64]

பின்குறிப்பு: சங்கதன் கிரானா ஸ்டோரின் முயற்சி பல அம்சங்களில் பெரும் வெற்றிதான். ஆர்டிஐக்கான பிரச்சாரம் மற்ற சங்கதன் தொழிலாளர்களின் அதிக

நேரத்தையும் கவனத்தையும் எடுத்துக்கொண்டது. அத்துடன் மேற்பார்வையிடும் பொறுப்புகள் புறக்கணிக்கப் பட்டன. இதன் விளைவாக இழப்பு ஏற்பட்டதுடன், சில முறைகேடுகளும் நடந்தன; சங்கதன் சில முடிவுகளை எடுக்க வேண்டியிருந்தது; விரிவுபடுத்தும் நடவடிக்கைகள் நிறுத்தப்பட்டன. நகரில் திறக்கப்பட்ட இரண்டாவது கடையும், பராரில் இயங்கிய கடையும் மூடப்பட்டன. கண்காணிப்பு முறையும் கணக்கு எழுதும் முறையும் பலப்படுத்தப்பட்டன. நிர்வாகமும், கண்காணிப்பும் கணக்கியல் முறைகளும் ஸ்திரமானதாக, திறன்மிக்கதாக ஆக்கப்படும் வரையிலும் மேலும் புதிய கடைகளைத் திறப்பதில்லை என்று முடிவு எடுக்கப்பட்டது.

அங்காடியின் பரிவர்த்தனைகளை வெளிப்படையாக நடத்தவேண்டும்; கடைகளில் ஆர்டிஐயைப் பயன்படுத்த அப்பகுதி மக்களுக்குக் கற்றுத்தரலாம் என்ற முக்கிய முடிவும் எடுக்கப்பட்டது. அதன் வழியாக அதன் செயபாட்டைக் கண்காணிக்க முடியும்; முறைகேடு ஏதேனும் நடந்தாலோ நிர்வாகக் குறைபாடு இருந்தாலோ அவர்களாகவே அதைத் தடுக்கமுடியும். ஆர்டிஐ பிரச்சாரம் மூலம் கற்றுக்கொண்டதைக் கடைகளின் செயல்பாடுகளுக்குப் பயன்படுத்தலாம் என முடிவு செய்யப்பட்டது; வேறுபட்டவை என்று வெளிப்படை யாகத் தெரியும் இரண்டு நடைமுறைகளையும் நடவடிக்கைகளையும் ஒருங்கிணைக்க அது உதவியது; அத்துடன் புதிய செயல்முனைகளைத் திறக்கும், ஆர்டிஐ பிரச்சாரத்தின் நோக்கத்தை விரிவுபடுத்தும் ஏராளமான ஆற்றலையும் பெற்றிருந்தது. எப்படியும் நிலைபெறாத இந்தக் காலகட்டம் முழுவதும் நுகர்வோர் நேரடியாகப் பாதிக்கப்படவில்லை. கடன்கள் உரிய காலத்தில் திருப்பிச் செலுத்தப்பட்டன. விலைகள் குறைவாகவே நிர்ணயிக்கப்பட்டன. தரம் தொடர்ந்து பராமரிக்கப்பட்டது.[65]

1994ஆம் ஆண்டு சங்கதன் நடத்திய யாத்திரையின்போது நடத்திய நாடகம், கடைகள் என்ற இந்த லென்ஸ்களின் மூலமாகத்தான் சந்தைச் சக்திகளின் முன்னேற்றத்தைப் பார்த்தது. அந்த நாடகத்திற்கு வைக்கப்பட்ட பொருத்தமான பெயர்: 'அவுர் ராஜ் கரேன் வியாபாரி', வணிகர் ஆட்சி செய்கிறார்.

இந்தப் பயணம் எங்களுக்கு நிறைய கற்றுக் கொடுத்தது. அனைவரது வாழ்க்கையின் பகுதியாகவும் சந்தை இருக்கிறது. லாபம் ஈட்டுபவர்களை எதிர்கொள்வதற்கு

அவர்களது சட்டங்களையும் தந்திரங்களையும் நாம் புரிந்துகொள்ள வேண்டும். மஸ்தூர் கிஸான் கிரானா ஸ்டோர் ஒரு வெற்றிகரமான முன்முயற்சி; ஆரம்பக்கட்ட முயற்சி. அது வியாபாரம் அல்ல, ஒரு இயக்கம். வர்த்தகர்கள், வியாபாரத்தில் திறமையானவர்கள் என்றால், நாங்கள் இயக்கங்களில் வல்லுநர்கள். வெறும் முழக்கங்களால் மட்டும் எந்த இயக்கமும் இயங்காது. மக்களின் பங்கேற்பால்தான் இயக்கம், இயங்குகிறது. இந்த இயக்கத்தில், பலர் ஒருங்கிணைந்துள்ளனர். அதன் எதிர்காலம், சமுதாயத்தின், மஸ்தூர் கிஸான் சக்தி சங்கதனின் முயற்சியைச் சார்ந்துள்ளது.[66]

8

வெளிப்படைத்தன்மைக்கான கோரிக்கை

மக்களுடன் இணைந்து போராடுவதை அடிப்படையாகக் கொண்ட பெரும்பாலான அமைப்புகள் மக்கள் மத்தியில் தம்மை இருத்திக் கொள்கின்றன. அப்போதுதான் அவர்களுடன் இணைந்து பணியாற்ற முடியும். சங்கதன் உறுப்பினர்கள், தொடர்ந்து தேவ்துங்ரியில் வசித்து வந்தனர். ஆனால், அனைத்துக் கிராமங்களையும் போல், தேவ்துங்ரியும் அருகிலிருந்த நகரத்துடன் தினசரித் தொடர்பை வைத்திருந்தது. அங்குதான் கிராமத்திற்கான அனைத்துச் சேவைகளும் இருந்தன; தலமட்ட அரசாங்க அலுவலகங்களும் இயங்கின. சந்தை எனும் பஜாரைக் குறிப்பிடத் தேவையில்லை.

சங்கதனுக்கும், தேவ்துங்ரியின் துணைக் கோட்டத் தலைமையகமான பீம் நகருக்கும் இடையிலான உறவு சுவாரஸ்யமான ஒரு கதை. 1987இல் பெரும் விரோதத்துடன் இது தொடங்கியது. நிர்வாக அமைப்புகள் மீது சங்கதன் வைத்த எந்த வொரு விமர்சனத்தையும் நகரத்தின் மேல்தட்டு மக்கள் ஒவ்வாமையுடன் பார்த்தனர். சங்கர் எங்களுடன் இருந்தது ஒரு வலிமையான ஆதரவாக இருந்தது. தேவ்துங்ரி குடும்பத்தினர்

மீது மற்றவர்களுக்கு இருந்த விரோதத்தை அது நீர்த்துப்போகச் செய்தது. வெறுப்பைக் காட்டும் அறிவுக்கு ஒவ்வாத பாரம்பரிய மான வழிமுறைகள் பயன்படுத்தப்பட்டன என்றாலும் சங்கதனுக்கு ஏதாவது ஒரு முத்திரை குத்தவேண்டும் என்ற முயற்சிகளான அவை தோல்வியடைந்தன. சங்கரின் குடும்பத்தால் – அவரது அத்தை, தந்தைவழி உறவுகள், ஏனைய உறவினர்கள் உள்ளிட்ட சங்கரின் குடும்பத்தினரால் சங்கதனுக்கு உள்ளூரில் மரியாதை கிடைத்தது.

அரட்டையடிப்பதற்காக உள்ளூர் கடைக்காரர்கள் சங்கரை அழைப்பார்கள்; அப்போது தவறாமல் அவரைஏன் விபீஷணனாக மாறிவிட்டாய் என்று கேட்பார்கள். இராமாயணத்தில் அண்ணன் ராவணனை விட்டு விலகிய விபீஷணன் சீதையை மீட்க இராமனுடன் இணைந்தான். உள்ளூர் ஒடுக்குமுறையில் நிலவும் வசதியான ஏற்பாடுகளை அச்சுறுத்த இந்தியாவின் வேறு ஏதோ பகுதியிலிருந்து வெளியாட்கள் அருணாவையும் நிகிலையும் சங்கர் அழைத்து வந்தது இந்த இடத்தில் சுட்டிக்காட்டப்படுகிறது. இந்தியாவின் மற்றும் உலகின் பிற பகுதிகளையும் போலவே தொன்மக்கதைகளும் நாட்டுப்புறக் கதைகளும் பீம் நகரின் அரசியல் நிகழ்வுகளை விளக்கப் பயன்பட்டன. இந்த ஊருக்கு இருக்கும் 'பீம்' என்ற பெயரும் மகாபாரதத்தில் வரும் கதாபாத்திரத்தை ஒட்டியோ, அல்லது உள்ளூரின் புகழ்பெற்ற முக்கியப் பிரமுகரை ஒட்டியோ வைக்கப்பட்டிருக்கலாம்!

பட்டினிப் போராட்டங்களும், அங்காடிகள் திறந்ததும், சங்கதனுக்கும் பீம் நகருக்கும் இடையில் அன்றாடம் செயல்படும் உறவுகளை ஏற்படுத்தின. முதலில் அது சுமுகமான உறவாக இல்லை; நிச்சயம் என்றும் அவ்வாறு இருக்க வாய்ப்பிருந்தது. ஏனெனில் அம்மக்களுக்கு எப்போதும் உள்ளார்ந்த ஒரு சந்தேகம் இருந்தது. ஆனால், நாளடைவில் அந்த உறவு தவிர்க்க முடியாத ஒன்றாகப் பார்க்கப்பட்டது. சங்கதன் தொடர்ந்து இருக்கப்போகிற அமைப்பாக ஏற்றுக்கொள்ளப்பட்டது.

குறைந்தபட்ச ஊதியப் பிரச்சினைக்காகச் சங்கதன் தொடர்ந்து போராடியது. கிடைக்கப்போகிற தினசரி ஊதியத்தைச் சார்ந்தே தொழிலாளர்கள் உயிர்வாழ்வதும் அவர்களது நல்வாழ்வும் இருந்தது. நிர்வாகம் மற்றும் தேவை களை அடைதல், விதிகள், அலுவலக உத்தரவுகள், ஏன் சட்டவரைவுகள் போன்ற விநியோக அமைப்புகள்அவர்களது அடிப்படை இருப்பிற்கான தொடர்புகள். பீம் நகரில் இருந்த துணைக் கோட்ட அளவிலான அரசு அலுவலகங்களுடன்

அடிக்கடி மோதல் சூழல் தவிர்க்க முடியாததாக அமைந்தது. வேலை கேட்கவோ அல்லது ஊதியம் கேட்டோ தொழிலாளர்களும் சங்கதனும் பீம் நகரின் அரசு அலுவலகங்களுக்கு அடிக்கடி செல்லவேண்டி இருந்தது. தொடக்கத்தில் அலுவலகங்கள் மிகவும் விரோதமாகத்தான் நடந்துகொண்டன, ஆனால், அவை சுய-செல்வாக்கைப் பெருக்கிக்கொள்வதற்கான வெறும் அதிகார மையங்கள் மட்டுமல்ல; மக்களுக்குச் சேவை செய்வதற்காக உருவாக்கப்பட்ட நிறுவனங்கள் என்பதை விரைவில் அங்கீகரிக்க வேண்டிய கட்டாயம் ஏற்பட்டது.

சங்கதன் நாட்குறிப்புப் பதிவு இவ்வாறு கூறுகிறது:

சங்கதனின் தொடக்க ஆண்டுகளில், அதாவது 1991இல், பீம் நகரின் வட்டார வளர்ச்சி அலுவலகத்திற்கு அருணா சென்றார். வறுமைக்கோட்டிற்குக் கீழே இருப்பவர்களின் பட்டியலின் நகல் ஒன்றைப் பெறுவதற்குச் சென்றிருந்தார். அப்போதிருந்த வட்டார வளர்ச்சி அதிகாரி ஒரு பெண். அதிகாரி, ஒரு பெண் என்பது உதவியாக அமைந்தது. அருணாவின் வேண்டுகோளை அனுதாபத்துடன் அணுகிய காரணம் அருணா பெண் என்பதால்தான் என்றார் வட்டார வளர்ச்சி அதிகாரி. வறுமைக்கோட்டிற்குக் கீழே இருப்போரின் பட்டியலின் நகல் திருட்டுத்தனமாக அலுவலகத்திற்கு வெளியே எடுத்துவரப்பட்டு அருணாவிடம் காட்டப்பட்டது. பதற்றமடைந்து அந்த அதிகாரி, திரைச்சீலைகளை இழுத்து அறை ஜன்னல்களை மூடினார். அரசு ஆவணம் ஒன்றைப் பகிர்ந்துகொண்டதற்காக விதிகளின்படி அவரை விசாரிக்கப்போகிறார்கள் என்பதுபோல் அந்த அதிகாரி நடந்துகொண்டார். காரணம் என்னவென்று எவராலும் புரிந்துகொள்ள முடியவில்லை. இறுதியில், அவரிடமிருந்த நல்ல குணம் அவரது பயத்தைப் போக்கியது. அருணா, அந்தப் பிரதியை எடுத்துச்சென்று அன்று இரவு படித்துவிட்டு, திருப்பிக் கொடுத்துவிட அனுமதி தந்தார். ஆனால், மாலையில் அந்த அதிகாரியின் வீட்டிற்கு வந்து நகலை வாங்கிச்செல்லும்படி அருணாவிடம் கூறினார்!

அருணாவுக்கும் சங்கதனுக்கும் இது ஒரு முக்கியப் பாடமாக அமைந்தது. அதிகாரப்பூர்வ இரகசியப் பாதுகாப்புச் சட்டம் எவ்வாறு துஷ்பிரயோகம் செய்யப்படுகிறது என்பதையும், இளநிலை அதிகாரிகளின் அச்சத்தையும் அவர்களால் புரிந்துகொள்ள முடியவில்லை.

தகவல் அறியும் உரிமை

இந்தியாவின் 'பாபுக்கள்' மூலம் அரசாங்க அலுவலகங் களிலிருந்து தகவல்கள் கசிந்து வெளியில் போவதைத் தடுக்க, பிரிட்டிஷ் இந்திய நிர்வாகம் இயற்றிய சட்டம் அது. வெளிப்படையாக இருந்தால் ஆபத்து என்ற எண்ணம் அதிகார வர்க்கத்தில் உள்ளார்ந்திருக்கிறது; கபடமற்ற அதிகாரிகளும் அலுவலக விஷயங்களை வெளிப்படுத்தும் செயலுக்கு அஞ்சினர். ஆனால், பொது மக்களிடம் கொண்டுசெல்லும் நோக்கத்துடன்தான் இந்தப் பட்டியல் வெளியிடப்பட்டிருந்தது என்பது இதில் உள்ள முரண்!

பொதுமக்கள் பார்வையிலிருந்து பட்டியல் மறைக்கப் படுவதற்குக் காரணம் இருந்தது; அதாவது அந்தப் பட்டியலில் போலியான, தகுதியற்ற நபர்களின் எண்ணிக்கை அதிகமாக இருந்தது. வறுமைக்கோட்டிற்குக் கீழே இருப்பவர்கள் என்ற பிரிவை, பணக்காரர்கள் ஆதாயத்திற்காகத் தவறாகப் பயன்படுத்தினர். அரசாங்கத்தின் செயல்பாட்டில் பார்க்கமுடிகிற மிகவும் மனிதாபிமானமற்ற, ஊழல் நிறைந்த நிகழ்வு ஒன்றின் நடைமுறை எடுத்துக்காட்டு இது.[67]

அலுவலக இரகசியக் காப்புச் சட்டத்தால், பொதுவான ஆவணங்கள் 'ரகசியம்' என்று புனிதப்படுத்தப்பட்டு ஏன் மூடி மறைக்கப்பட்டன என்பதை இந்தச் சம்பவம் விளக்குகிறது. ஒவ்வொரு போராட்டத்திற்குப் பிறகும் அவர்கள் முன்வைத்த கருத்து சரி என்பதை விளக்குவதற்குத் தொழிலாளர்கள் கூண்டில் நிறுத்தப்பட்டனர். ஆனால், அந்த ஆவணங்களில் தான் 'உண்மை' இருக்கிறது என்று தொழிலாளர்கள் நம்பிய வற்றைப் பார்ப்பதற்கான அனுமதி அவர்களுக்கு ஒருபோதும் வழங்கப்படவில்லை. 'உண்மையான' தகவலின் அடிப்படையில் தான் பேசுகிறோம் என்ற வாதங்கள் உள்ளொன்று வைத்துப் பேசின. தொழிலாளர்கள் தங்கள் வாதங்கள் அனைத்தை யும் பொதுவெளியில் வைத்தனர். ஆனால், அவற்றிற்கான எதிர்வினைகள், பதில், பொதுமக்களால் சரிபார்க்க முடியாத ஆவணங்களில் மறைந்திருந்தன. சங்கதனின் நாட்குறிப்பு, 'உண்மையை' அடிப்படையாகக் கொண்ட வாதத்திற்கு உறுப்பினர்களின் உடனடி எதிர்வினைகளைப் பதிவு செய்துள்ளது:

அறம் சார்ந்தவை என்று சொல்லி எங்களுக்கு எதிராக வைக்கப்பட்ட வாதங்களால் அனைவரும் சோர்வடைந் தோம். ஒவ்வொரு போராட்டத்திற்குப் பின்னும், போராட்டத்தின் போதும் நாங்கள் கூண்டில் நிறுத்தப் பட்டோம். எங்கள் தரப்பு உண்மையை நாங்கள்

நிரூபிக்க வேண்டியிருந்தது. அடக்குமுறையாளர்கள் சொல்வது எப்போதும் சரி, நாங்கள் எப்போதும் தவறு: அது நிலம் தொடர்பான போராட்டமாக இருக்கலாம், ரேஷன் கடை சரியாக செயல்படவில்லை என்பதற்காக இருக்கலாம், பள்ளிக்கு ஆசிரியர் வராமலிருந்ததற்காக இருக்கலாம், அத்தியாவசிய மருந்துகள் மருத்துவமனையில் கிடைக்காமல் இருந்ததற்காக இருக்கலாம், அல்லது பல்வேறு நிலையில் அரசு ஊழியர்கள் லஞ்சம் கேட்டதற் காகவும் இருக்கலாம்.

ஒரு குளிர்ச்சியான மாலைப் பொழுதில், எங்கள் மண் குடிசைக்கு வெளியில் 'சபுத்ராவில்' (மேடையில்) அமர்ந்திருந்தோம்: மோகன்ஜி, நாராயண், லால் சிங், கீமு,ச் சுன்னி பாய், அன்ஷி, ஷங்கர், காலு,ச் சுன்னி சிங், ஹன்ஸ்வரூப், சுசீலா, நிகில் மற்றும் நானும் மற்றவர்களும் கூடியிருந்தோம். ஊழல் நிறைந்த, அந்நியப்பட்டு நிற்கும் நிர்வாகத்திடம் அறம் சார்ந்த நடவடிக்கையின் சாயலை எதிர்பார்ப்பது பயனற்ற செயல் என்பது போன்று விவாதத்தில் இருந்தோம்.

என்னால் அந்த மாலைப்பொழுதை மறக்கமுடியாது. ஆண்டுகளாக நடத்தப்படும் போராட்டத்தின் காரண மாக, தகவல் முக்கியமானது என்பதற்கு அங்கீகாரம் உயர்ந்து வருவது குறித்து அனைவரும் பேசினர். பின்னாளில், அது ஆர்டிஐ என்பதாக வரையறுக்கப்பட இருக்கிறது. அற்புதத் தெளிவுடனும் எளிமையுடனும் முன்வைக்கப்பட்ட ஒட்டுமொத்தப் புரிதல் இதுதான்: 'இந்த ஆவணங்கள் மறைத்து வைக்கப்பட்டிருக்கும் வரையிலும், எப்போதும் நாம் பொய்யர்கள் என்றுதான் அழைக்கப்படுவோம். நாம் உண்மையை நிரூபிக்க வேண்டும் என்றால், உயிர்த்திருக்க வேண்டும் என்றால் இந்த ஆவணங்கள் பார்வைக்கு உட்பட்டதாக இருக்க வேண்டும்.'

பாதை ஒன்றை வகுப்பதற்கு ஒற்றைக் கதைநாயகர்கள் எழுச்சி பெறும் விதத்தைப் பொதுமக்கள் மத்தியில் உலவும் பிரபலமான கதைகள் கூறுகின்றன; மாறாக, ஏழை விவசாயிகளும் தொழிலாளர்களும் போராட்டங் களை மட்டும் வடிவமைப்பதில்லை; கருத்தாக்கத்தையும், அதற்கொரு வடிவத்தையும் உருவாக்குவதிலும் பங்களிக்கின்றனர். ஏழைகள் சிந்திக்கிறார்கள், படித்தவர் களைப் போலவே சிந்திக்கிறார்கள் என்று நம்புகிறோம். உண்மையில், ஏழைகளின் கருத்துக்கள் அவர்களது

இயல்பான அறிவில் வேரூன்றியுள்ளன; இந்தப் பட்டறிவு பொதுவாகப் பள்ளி சென்றவர்களிடம் இருப்பதில்லை. ஏனெனில், கோட்பாடு சில நேரங்களில் யதார்த்தத்தை உட்படுத்திக் கொள்கிறது. இந்த இயல்பான அறிவின், விவேகத்தின் மீதான நம்பிக்கைதான் பிரச்சார இயக்கத்தை வலுப்படுத்தியது மற்றும் வரையறுக்கவும் செய்தது.

இந்த உரிமைக்கான அடிப்படை அரசியல் போராட்டத்தில் தேர்ந்தெடுக்கப்பட்ட வழிமுறைகள் அனைத்தும், இந்த சூழலில்தான் பிறந்தன. ஒவ்வொரு மேடையும் வடிவமும் விவாதிக்கப்பட்டன; ஆர்டிஐ போராட்டம் வரையறுக்கத் தொடங்கியிருந்த வெளிப்படைத்தன்மை மற்றும் பொறுப்புணர்விற்குமான அறநெறி சார்ந்த கட்டமைப்பிற்குள் அவை இருக்கவேண்டும். பொது நடவடிக்கையில் காந்திஜி நடைமுறையில் எடுத்துக் காட்டிய அறம் சார்ந்த விவேகத்தால் நாங்கள் எழுச்சி பெற்றோம்; இலக்குகளுக்கு இணையானதாக, அவற்றை அடையத் தேர்ந்தெடுக்கும் வழிகளும் இருக்கவேண்டும் என்பதை எல்லா நேரங்களிலும் நாங்கள் அறிந்திருந்தோம்.[68]

எதிர்ப்பைக் காட்டும் வழிமுறையான பட்டினிப்போரும் விமர்சனத்திற்கு ஆளானது. அறநெறியற்ற, பொறுப்பற்ற அமைப்பை எதிர்கொள்ளும்போது பட்டினிப்போரில் ஈடுபடுவோர் பின்னடைவைச் சந்திக்கவேண்டிய சூழல் ஏற்படுகிறது என்று சங்கதனின் உறுப்பினர்களில் பெரும்பாலானோர் கருதினர். முதலாவதாக, இந்த உரிமைகளை அளிப்பதில் நம்பிக்கையற்ற அமைப்பிடம் இந்த கோரிக்கை வைக்கப்படுகிறது. நிர்வாக அமைப்பு தண்டனையிலிருந்து தப்பிவிடுகிறது. அத்துடன் சட்டத்தின் கட்டமைப்பிற்குள் செயல்பட வேண்டும் என்ற கட்டாயமும் அதற்கில்லை. சட்டத்தின் முன் அனைவரும் சமம் என்பது அங்கு ஒரு பிரச்சினையாகவும் இல்லை. வலிமையானவர் சொல்வதுதான் சரி. அதிகாரத்தைத் துஷ்பிரயோகம் செய்யும் அடக்குமுறையாளராக அரசாங்கம் பார்க்கப்பட்டது, நலன்களை உத்தரவாதம் செய்பவராக அல்ல.

சங்கதன் நாட்குறிப்புப் பதிவு:

மேம்பட்ட வேலை நிலைமைகளுக்காகவும் ஊதியத் திற்காகவும் வாதாட நாங்கள் பயன்படுத்திய உத்திகளை இந்த அறிதல் கேள்விக்குள்ளாக்கியது. உணர்ச்சியற்ற அரசாங்கத்துடன் இணைந்து பணியாற்ற முயல்வதில் பயனில்லையே என்ற கவலை அதிகரித்தது; அரசாங்கத்தைச் செயல்பட வைப்பதற்கோ அல்லது

எதிர்வினையாற்ற வைப்பதற்கோ தேவையான உத்திகள் குறித்த விவாதங்களை அது தொடங்கி வைத்தது. உள்ளார்ந்த முரண்பாடுகள் இருந்தன. அதிகாரத் துஷ்பிரயோகம் செய்த அதே நிர்வாகத்திடம் குறைகளுக் கான தீர்வு வேண்டி மக்கள் திரும்பவும் செல்ல வேண்டிய நிலை. கேளாச் செவிகளில், எதையும் பார்க்க விருப்பமற்ற நிர்வாக அமைப்பிடம் கோரிக்கைகள் சொல்லப்பட்டன. புதிய உத்திகள் தேவை என்பது எங்களுக்குத் தெளிவாகத் தெரிந்தது.

தொடக்கத்தில் நடந்த குறைந்தபட்ச ஊதியத்திற்கான போராட்டத்தில் இருந்தும் அதையொட்டி நடந்த தர்ணாவி லிருந்தும் சங்கதனுக்கு ஒரு படிப்பினை கிடைத்தது: இனிவரும் காலங்களில் பட்டினிப்போர் பயன்மிக்க உத்தியாக இருக்காது என்பது புரிந்தது. 1990 மற்றும் 1991ஆம் ஆண்டுகளில் நடந்த பட்டினிப் போராட்டங் களில் தொழிலாளிகளின் உயிர்கள் குறித்து அரசாங்கம் கவலைப்படவில்லை. அலட்சியமாக நடந்து கொண்டது. சட்டமன்றத்திற்கான மக்கள் பிரதிநிதி மந்ததா சிங், 'அவர்கள் இறந்து போகட்டுமே. மக்கட்தொகை நெருக்கமாக இருக்கும் நாட்டில் பதினேழு பேர் குறைவது நல்லதுதான்!' என்றார்.

சில நாட்களுக்குப்பின் பட்டினிப்போரில் இருந்தவர்களின் உடல்நிலை மோசமடைந்ததால் அழுத்தம் அதிகரிக்கத் தொடங்கியது. சகாக்களின் உடல்நிலை மோசமாகிக் கொண்டிருப்பதைப் பார்த்து மற்ற உறுப்பினர்கள் வேதனையடைந்தனர். அத்துடன் போராட்ட உணர்வும் குறைந்துகொண்டிருந்தது. இக்கட்டான நிலை ஏற்பட் டிருப்பதை உணர்ந்தோம்: பட்டினிப்போர் காலவரை யற்றுத் தொடர்ந்தால், போராடுபவர்களின் உயிரைக் காப்பாற்ற, யாரை எதிர்த்து நாங்கள் போராடுகிறோமோ அதே நிர்வாகத்திடம் சங்கதன் வேண்டுகோள் வைக்கும் நிலை ஏற்பட்டிருக்கும்.[69]

இந்த நிலையில்தான், 1994இல் அம்னர் கிராமத்திலிருந்து மோட்டா பா என்ற அந்தக் கிராமத்தின் மூத்தவர் சங்கதனைத் தேடி வந்தார்; அந்தக் கிராமம் தேவ்துங்ரியிலிருந்து வெகு தொலைவில் இருக்கிறது என்று சொல்லமுடியாது. அங்குக் குறைந்தபட்ச ஊதியம் முழுமையாக வழங்கப்படவில்லை என்ற புகாருடன் வந்தார். ஆனால், மற்றவர்களைப் போலன்றி அவரிடம் கூடுதல் தகவல்கள் இருந்தன. அதாவது அவரால் வருகைப் பதிவேட்டைப் பார்க்கமுடிந்திருக்கிறது. பதிவில்

நாளொன்றுக்கு ரூ. 22 என்று இருந்தாலும், தொழிலாளர்கள் அனைவருக்கும் ஊதியம் ரூ. 11தான் அளிக்கப்பட்டது. பதிவேட்டில் இருப்பதைக் காட்டிலும் ஏன் குறைவாகச் சம்பளம் கொடுக்கிறீர்கள் என்று கண்காணிப்பாளரிடம் கேட்டிருக்கிறார். அதற்கு, உங்களுக்கு மட்டும் ரூ. 22 ஊதியம் கொடுக்கிறோம், ஆனால், மற்ற தொழிலாளர்களிடம் இதைச் சொல்லாமல் இருக்கவேண்டும் என்று அவரிடம் கூறியிருக் கிறார்கள்: அதாவது அவர்களைக் காட்டிலும் அதிக ஊதியம் பெற்றதை வெளியில் சொல்லக்கூடாதாம்.

அவரது தகவலின் அடிப்படையில் உள்ளூர் நிர்வாகத் திடம் புகார் ஒன்று அளிக்கப்பட்டது. விசாரணை நடந்தது; வேலை முழுமை அடைந்துவிட்டதாகப் பட்டியலிடப்பட்டுள்ள கட்டிடங்கள் குறித்த பதிவுகளைச் சங்கதன் உறுப்பினர்களால் அதிகாரப்பூர்வமற்ற முறையில் பார்க்க முடிந்தது; ஆய்வில், அவை முடிக்கப்படாமல் இருந்தது தெரியவந்தது. நிதி முறைகேடு களில் ஒன்றாக பைரோன் நாத் அண்ட் சன்ஸ் என்ற மோசடி நிறுவனத்திற்குரூ. 36 லட்சம் பணம் கொடுக்கப்பட்டது தெரிய வந்தது.

விசாரணையின் முடிவில் அதிகாரம் மிக்கவர்களின், செல்வாக்கு மிக்கவர்களின் அதிகாரத் துஷ்பிரயோகத்தை எதிர்க்க பதிவேடுகளைப் பெறுவதுதான் சிறந்த வழி என்பதைச் சங்கதன் மீண்டும் தெளிவாக அறிந்தது. கேள்விகேட்கும் உரிமையையும், சமத்துவம் மற்றும் பொறுப்புடைமைக்கான உரிமையையும் பெறுவதற்குத் தகவலைக் கேட்பது பயனுள்ள வழிமுறை. அந்தத் தருணம்வரையிலும், வறுமை, சாதி, மதம், பாலினத்தின் அடிப்படையில் அவர்களிடம் பாகுபாடு காட்டும் அமைப்புக்கு எதிராக மக்கள் போராடிவந்தனர். தகவல்களைப் பகிர்ந்துகொள்ள மறுக்கும் அமைப்பிடம், வெளிப்படையான செயல்பாடு என்ற அடிப்படை உரிமையைப் பெறுவதற்கு ஏழைகள் பயன்படுத்தக்கூடிய கருவி இதோ இருக்கிறது. உரிமைகளைக் கேட்கும் ஏழைகள், அமைப்புக்குப் பலியா கின்றனர்; சில நேரங்களில் அவர்களுக்கு எதிராகப் பொய் வழக்குகள் போடப்படுகின்றன. தகவல் என்பது அதிகாரம்; ஆகவே, அதைப் பகிர்வதால், அதன் மீதான அவர்களது கட்டுப்பாடுகள் குறைந்துவிடும் என்பதும் நிர்வாக அமைப்புக்குத் தெரியும். மக்கள் அதை இப்போது நன்கு புரிந்துகொண்டனர். அத்துடன் நிர்வாகமும் மிகப்பெரும் அச்சுறுத்தலை உணர்ந்தது.

ஆர்டிஐக்கான சங்கதனின் போராட்ட வரலாற்றில் மற்றொரு திருப்புமுனையாகப் போராட்ட வழிமுறைகள் குறித்த விவாதங்கள் இருந்தன. டில்லியில் சுற்றுச்சூழல்

குழு ஒன்று ஏற்பாடு செய்த பொதுவிசாரணையில் கலந்து கொள்ளும்படி சங்கதனுக்கு அழைப்பு வந்தது. இந்த அழைப்பு குறித்துத் தேவ்துங்ரி அலுவலகத்தில் விவாதம் நடந்தது; பொதுவிசாரணையின் வழிமுறை குறித்தும், பொதுத் தளத்தில் தகவல்களை வெளியிடுவது என்ற கோரிக்கைக்கு சங்கதன் எவ்வாறு பங்களிக்கமுடியும் என்பது குறித்தும் ஆர்வமூட்டும் விவாதமாக அது மாறியது. ஊழல் மற்றும் அதன் பரவல், குறைந்தபட்ச ஊதியம் வழங்கப்படாதது, ஒதுக்கீடு செய்யப் பட்ட நிதி செலவழிக்கப்படாமல் அரசாங்கத்திற்குத் திருப்பி அனுப்பப்படுவது, மோசடிகள், முழுமையடையாத பணிகள் போன்றவை குறித்துப் பொதுவிடத்தில் பொது விசாரணை ஒன்று நடத்தப்படுகிறது என்றால், அது எப்படி நடக்கும்? தகவல் ஏதும் இல்லாமல் பொது விசாரணை சாத்தியமா? குறைந்த பட்சம் சில ஆவணங்களாவது தேவையில்லையா? சங்கதன் இந்த ஆவணங்களை எப்படி அணுகிப் பெற முடியும்?

தொடக்கப் போராட்டங்கள் நடந்த ஆண்டுகள் குறித்து, நீலப் மிஸ்ரா கூறுகிறார்:

> *மத்திய ராஜஸ்தான் கிராமங்களில் நடைபெற்ற அரசாங்கத்தின் வேலைவாய்ப்புத் திட்டங்களில் பணிபுரிந்த தொழிலாளர்கள், அங்கீகரிக்கப்பட்ட குறைந்தபட்ச ஊதியம் வழங்கப்படாததை எதிர்த்தனர்; செலவினங்கள் அதிகரிக்கப்பட்டன என்றாலும், கிராமப்புறத்தில் உள்கட்டமைப்புகள் வரவில்லை; அல்லது அவை தரமற்றதாக இருக்கின்றன என்பதையும் கண்டறிந்தனர்; எனவே, அவர்கள் பெயரிலோ அல்லது உள்கட்டமைப்பின் பேரிலோ செலவழிக்கப்பட்ட பணத்தின் கணக்குகளின் நகல்களைக் கேட்பதென்று முடிவுசெய்தனர். 1990களின் மத்தியில் தகவல் அறிவதற் கான மக்களின் உரிமைக்கான சங்கதனின் இயக்கம் என்று பொதுவாக அறியப்பட்ட இயக்கத்தின் தொடக்கமாக இது அமைந்தது. 'ஹமாரா பைசா, ஹமாரா ஹிசாப்' என்ற முழக்கத்துடன் மத்திய ராஜஸ்தானின் விவசாயிகள் மற்றும் கிராமப்புறத் தொழிலாளர்களுடன் இணைந்து இயக்கம் ஒன்றைச் சங்கதன் தொடங்கியது. நமது தேசத்தின் வளர்ச்சி அமைப்பை அரித்துக்கொண்டிருந்த, மந்தமான, ஊழல் நிறைந்த செயல்பாடுகளில் நேரடித் தாக்கத்தை அது உண்டாக்கியது.*[70]

பல குரல்களும் சிந்தனைகளும் இந்தப் புரிதலுக்குச் சாராம்சத்தைத் தந்தன:

மோசடிக்கு முதல் காரணமாக இருக்கும் நிர்வாகத்திடம் நியாயம் கேட்பது பலன் தராது என்பது வெளிப்படை. உண்மையான நடவடிக்கை எதுவும் எடுக்கப்படாத நிலையில் புகார்களின் பட்டியல் நீளும்போது, விரக்தியின் அளவும் வெறுப்பும் கூடுகிறது.[71]

செயலிழந்து போய்விட்ட, முறைகேடுகளில் ஈடுபடும் அந்த அமைப்பிடம் இருந்துதான் நியாயத்தைக் கேட்க வேண்டியுள்ளது; அந்தச் சங்கடமான நிலைதான், பொது விசாரணைக்கான வழிமுறையை ஆராய எங்களை இட்டுச்சென்றது; அந்தப் பொதுமேடைக்கான வலிமை மக்களிடமிருந்து வெளிப்பட்டது. வேறுவிதத்தில் சொல்வதென்றால், பொதுமக்களும் பங்கேற்கும் நிர்வாகம் என்ற பயணம், தகவல்களைக் கோருவதிலிருந்து தொடங்க வேண்டும். ஆனால், நடைமுறையில் அதைச் சாத்தியப் படுத்த நிறுவனமயமான அமைப்புமுறைகளை உருவாக்குவது இணையாகத் தேவையானது. இது சிக்கல் தன்மை கொண்ட, அதிகம் சர்ச்சைக்குரிய ஒரு பிரச்சினை.[72]

எதிர்ப்பைக் காட்டும் வழிமுறையாகப் பட்டினிப் போராட்டத்தைப் பயன்படுத்துவதைப் படிப்படியாக சங்கதன் கைவிட்டது, ஏனெனில், நம்பிக்கையிழந்த நிலையில், ஒரு உடன்படிக்கையை எட்டவேண்டிய அவசரத்தை அது உருவாக்கியது. வேறு எந்த அமைதியான வழிகளும் பயன்படாத நிலையில், நிர்வாகமும் முற்றிலும் பிடிவாதமாக இருக்கையில் பட்டினிப்போரை நாடலாம் என்ற எண்ணம் ஏற்பட்டது. பட்டினிப் போராட்டத்தில் அதில் பங்கேற்போர்தார் மீக வலிமை கொண்டவராக இருக்கவேண்டும். அப்போதுதான் நிர்வாகத்தின் மீதும் பொதுமக்கள் மீதும் அவர்களால் தாக்கத்தை ஏற்படுத்த முடியும்.[73]

தொடர்ந்து நடந்த விவாதங்களும் எடுக்கப்பட்ட முடிவுகளும் உண்மையில் மிகவும் முக்கியமானவை. எதிர்ப்பைக் காட்டும் வழிமுறைகளில் மாற்றங்களுக்கு வழிவகுத்த சிந்தனை யிலும் உத்தியிலும் இது ஒரு திருப்புமுனையாகும். எதிர்காலப் போராட்ட உத்திகள் மற்றும் போராட்டங்களை ஒருங்கிணைத்தல் போன்ற திட்டமிடலுக்கான வெளிக்கோடு களை இது அளித்தது. அத்துடன் அரசாங்கத்தின் செயல்பாடு களில் கட்டமைப்பு மாற்றங்களை உருவாக்கவேண்டியதன் தொடக்கமாகவும் இது இருந்தது.

9

சங்கதனும் பொது விசாரணைகளும்

எதிர்ப்பை வேறுவழிகளில் எப்படித் தெரிவிக்கலாம் என்பதை மறுசிந்தனைக்கு உட்படுத்தினோம். ஒடுக்குமுறைகள் மற்றும் அநீதி சார்ந்த பிரச்சினைகளை விவாதிக்கவும், மக்கள் முன்வைக்கவும் சங்கதன் பொது இடங் களைப் பயன்படுத்தத் தொடங்கியது; 1994இல் குறைந்தபட்ச ஊதிய உரிமைக்காகச் சங்கதன் அப்போதும் போராடிக்கொண்டுதான் இருந்தது. வேலைகொடுக்கும் முதலாளிக்கும், அதாவது அரசாங்கத்திற்கும் தொழிலாளிக்கும் இடையி லான ஒரு நேரடிப் பரிவர்த்தனையாக அது இருந்திருக்கவேண்டும். அரசியலமைப்பிலிருந்தும், நாடாளுமன்றம் நிறைவேற்றிய குறைந்தபட்ச ஊதிய சட்டத்திலிருந்தும்தான் இந்த ஊதிய உரிமை பெறப்படுகிறது.

ஊழல் நிறைந்த மேல்தட்டு அதிகார வர்க்கம் தடைசெய்வதால் இந்த உரிமையைப் பெறுவது தொடர்ந்து இயலாத ஒன்றாக இருக்கிறது. தேவ்துங்ரியிலும் அல்லது அதற்குவெளியிலும் சங்கதன் தொடர்ச்சியாக இந்தப் பிரச்சினையை விவாதித்தது. இதுபோன்ற எண்ணற்ற விவாதங் களும் வாதங்களும் சங்கதனை ஒரே முடிவுக்குத் தான் இட்டுச்சென்றன: திட்டமிட்டு இரகசியம் போல் இதைப் பாதுகாக்கும் சுவரும் தவறான நிர்வாகமும் எப்படியாவது உடைக்கப்பட வேண்டும். பதிவேடுகளின் அடிப்படையில் என்று கூறப்படும் உண்மைக்கும், அரசாங்கத்தின்

நிலைபாட்டிற்கும் இடையிலான முரண்பாடு வெளியில் சொல்லப்பட வேண்டும். அம்பலப்படுத்தப்பட வேண்டும்.

தகவல்களைப் பெறமுடியவில்லை என்றால், சாதாரண குடிமகனுக்கு 'ரொட்டி, கப்டா, மக்கான்' (கூலி, உணவு, உடை மற்றும் வசிப்பிடம்) ஆகியன கிடைக்காது என்பதை சங்கதன் உணர்ந்திருந்தது. வளர்ச்சிப் பணிகளுக்கு வந்த பணத்தை அதிகாரவர்க்கமும், அரசியல்வாதிகளும் உறிஞ்சிவிட்டனர்; ஏழைகளை, அவர்கள் இருந்த இடத்திலேயே வைத்துவிட்டனர். நீதித்துறை அமைப்பையும் காவல்துறை போன்ற நிறுவனங் களையும் தவறாகப் பயன்படுத்துகின்றனர். மேல்தட்டு அதிகார வர்க்கத்தைக் கேள்வி கேட்கவிடாமல் தடுத்துவிடுகின்றனர். பாதிக்கப்பட்டவர்களைக் காவல்துறை அடிக்கிறது. பொய் வழக்குகளில் சிறையில் அடைக்கிறது; குற்றவாளிகளைச் சுதந்திரமாக உலாவ அனுமதிக்கிறது. ஊழலும் தன்னிச்சை யான அதிகாரப் பயன்பாடும் கைகோத்துச் செல்கின்றன.

குறைந்தபட்ச ஊதியம் பெறுவது என்ற எளிய கோரிக்கை சங்கதனை ஒரு நெடிய போராட்டப் பயணத்தில் ஈடுபடுத்தியது. அறிந்துகொள்ளும் உரிமையை வரையறுக்கச் செய்தது. உணவு, வாழ்வாதாரம் மற்றும் வசிப்பிடம் என்ற அடிப்படை உரிமைகளைப் பெறுவதற்கு, பொதுப் பதிவேடுகளைப் பெறுதல் என்ற கோரிக்கையில் இது தொடங்கியது. மெத்தனமான நிர்வாகம் இதை மறுத்ததன் விளைவாக எழுந்த பட்டினிப் போராட்டங் களை அது வடிவமைத்தது. தாராளமயப் பொருளாதாரக் கொள்கையும், அனைத்தையும் தனியார்மயமாக்குவது போன்ற அரசாங்கத்தின் முயற்சிகளும் சங்கதனைச் சந்தையில் தலையிட மையத்தை; வணிகம் என்ற, வழக்கத்திற்கு மாறான பகுதியில் தகவலின் முக்கியத்துவத்தைச் சங்கதன் இணைத்தது. இந்தக் கலந்துரையாடல்கள் அஜ்மீர், பில்வாரா, ராஜசமந்த், பாலி ஆகிய நான்கு மாவட்டங்களிலும் பரவின. மெல்ல மெல்ல ராஜஸ்தானில் ஒரு விவாதப் பொருளாகியது. நண்பர்களும், ஆர்வலர்களும், பத்திரிகையாளர்களும், அரசு சாரா அமைப்பு களும் மற்றும் இந்த வெளியில் இயங்கும் மற்றவர்களும் உரையாடல் மூலமாக அல்லது பங்கேற்பதன் மூலமாக விவாதத்திற்குள் ஈர்க்கப்பட்டனர்.

கவிதா ஸ்ரீவாஸ்தவா, தொடக்கநாளிலிருந்தே தோழி, சக பணியாளர்; சசெக்ஸ் (*Sussex*) வளர்ச்சி ஆய்வு நிறுவனத்தி லிருந்து அப்போதுதான் வெளியில்வந்தவர். பெண்களுக்கான போராட்டங்களில் பிரசித்தமானவர். அவர் இந்தச் செயல் முறையின் அங்கமாக மாறினார். கனோரியா கல்லூரியில் இளநிலைப் பட்டப்படிப்பு மாணவியாக இருந்தபோது

அருணாவைக் கவிதா சந்தித்தார். 1984இல் ஜாப்னர் பகுதியில் பெண்கள் மேம்பாட்டுத் திட்டத்தில் வட்டார மேற்பார்வை யாளர்களுக்கான பயிற்சியின் செயல்முறையைப் பதிவு செய்ய 'உஜாலா சாடி' என்ற ராஜஸ்தானி மொழிச் சிறு பத்திரிகையை அருணாவும் மம்தாவும் வெளியிட்டனர். அப்போது கவிதா அவர்களுக்கு உதவினார்; அவர்களுக்கு இடையிலான நட்பு வளர்ந்தது. ராஜஸ்தான் அரசாங்கத்தில் அனில் போர்டியா வளர்ச்சி ஆணையராக இருந்தபோது அவர் தொடங்கிய லட்சியத் திட்டம் இது. ஆரம்பத்தில் ஜெய்ப்பூர் வளர்ச்சி ஆய்வு நிறுவனத்தில் சிறிது காலம் கவிதா பணிபுரிந்தார்; பிறகு, சசெக்ஸ் வளர்ச்சி ஆய்வு நிறுவனத்திற்குச் சென்றார். இப்போது ராஜஸ்தானில் பணிபுரியத் திரும்பியிருக்கிறார். நண்பராகவும், ஆர்வலராகவும், அனுதாபியாகவும் பிரச்சினை களுக்குள் அவர் ஈர்க்கப்பட்டார்.

கனோரியா கல்லூரியின் அரசியல் விஞ்ஞானப் பேராசிரியை ரேணுகா பமேச்சாவும்; மாமோனியில் இயங்கும் சங்கல்பிலிருந்து மோதியும் மகேஷும்; SWRCஇலிருந்து ராம்கரணும் மற்றும் பங்கர் ராயும்; பலரும் நன்கு அறிந்த சர்வோதயா சேவகர் சவாய் சிங்கும்; ஜெய்ப்பூர் வளர்ச்சி ஆய்வு நிறுவனத்தின் தீபக் கியான்சந்தானியும் ராமநாதனும் ஆதரவு அளித்தனர்; ஊர்முலிலிருந்து சஞ்சய் கோஷ்; சேவா மந்திரிலிருந்து அஜய் மேத்தா; ஜெய்ப்பூர் வளர்ச்சி ஆய்வு நிறுவனத்திலிருந்து சாரதா ஜெயின்; இந்திய அரசாங்கத்தின் கல்வித் துறைச் செயலாளர் அனில் போர்டியா; ஜெய்ப்பூர் வளர்ச்சி ஆய்வு நிறுவனத்தின் இயக்குநர் பேராசிரியர் வி.எஸ். வியாஸ் போன்ற அனுதாபிகளும், நண்பர்களும், சக போராட்டக்காரர்களும் இன்னும் பலரும் ஆதரவளித்தனர். மிகப் பரவலான ஆதரவு வட்டத்தின் பகுதியாக சமத்துவம் மற்றும் நீதி சார்ந்த பிரச்சினைகளில் அக்கறை கொண்டிருந்த பலரும் இணைந்துகொண்டனர். உஜாலா சாடிக்குப் பின், மாற்று ஊடக மையமாக விவிதா ஃபீச்சர்ஸ் (Vividha Features) என்பதை மம்தா அமைத்தார். அத்துடன், சோஹன்கார்க் போராட்ட நாட்களிலிருந்தும் இந்தக் குழுவின் அங்கமாக அவர் இருந்துவருகிறார். வழக்கறிஞர்களான உதய்பூரின் ரமேஷ் நந்த்வானாவும், ஜோத்பூரின் மகேஷ் போஹ்ராவும் விலைமதிக்க முடியாத ஆதரவை வழங்கினர்.

ஊதியத்திற்கான தொடர்ச்சியான போராட்டம்: பதிவேடுகளும் மோசடியும்

ராஜ்சமந்த் மாவட்டம், பீம் வட்டாரத்தின் பீம் பஞ்சாயத்தைச் சேர்ந்த அம்னர் கிராமத்தில் குறைந்தபட்ச

ஊதியம் வழங்கப்படவில்லை என்ற புகாரின் பேரில் து.கோ. மாஜிஸ்ட்ரேட் விசாரணை நடத்தினார். சங்கரும் நிகிலும் அவரது தோளின் பின்புறமாகத் தற்செயலாக எட்டிப் பார்த்தனர்; பைரோன் நாத் அண்ட் சன்ஸ் கொடுத்த பில் ஒன்று அவரிடம் இருந்தது. உண்மையில், அந்த நிறுவனத்திற்குப் பணம் கொடுக்கப்பட்டது விசாரணையில் உறுதி செய்யப் பட்டது. அதன் அலுவலகம் பீம் பேருந்து நிலையத்திலிருப்பது எல்லோருக்கும் தெரியும். கட்டுமானப் பணிக்காக ரூ. 36 லட்சம் மதிப்புள்ள சிமெண்டும் இதர மூலப்பொருட்களும் பஞ்சாயத்துச் சமிதிக்குச் சப்ளை செய்யப்பட்டதாகக் கூறப்பட்டது. சங்கதன் ஒரு புலனாய்வைக் கோரியது. உதவி வட்டார வளர்ச்சி அதிகாரி அதை நடத்த வேண்டும் என்று நிர்ப்பந்திக்கப்பட்டது. எந்தப் பொருளும் வழங்கப்படவில்லை என்பதைச் சாட்சியங்கள் வெளிப்படுத்தின. கணக்குகள் தணிக்கை செய்யப்பட்டிருந்தன என்றாலும் பெரிய மோசடி ஒன்று கண்டுபிடிக்கப்படாமல் போய்விட்டதை நிர்வாகம் ஒப்புக்கொள்ள வேண்டியிருந்தது.

வட்டார வளர்ச்சி அலுவலகத்தில் பணிபுரியும் மூன்று நபர்களும் ஒரு அதிகாரியின் மனைவியும் ஒன்றிணைந்து மறைமுக மாக இந்த நிறுவனத்தை உருவாக்கியுள்ளனர். காகிதத்தில் மட்டுமே வழங்கப்பட்ட பொருட்களுக்குக் காசோலைகள் அளிக்கப்பட்டு அவை பணமாக்கப்பட்டுள்ளன. அந்த நிறுவனத் திற்கு அலுவலகம் இல்லை; வருமான வரி அல்லது விற்பனை வரி எண்கள் கிடையாது. நிறுவனம், எங்கும் பதிவு செய்யப்படவும் இல்லை. அரசு நடத்திய விசாரணையின் விளைவாகச் சிலர் இடைநீக்கம் செய்யப்பட்டனர்; நடவடிக்கைகளும் எடுக்கப் பட்டன. இதுபோல் முரட்டுத்துணிச்சலுடன் செய்யப்படும் மோசடிகளை வெளிப்படையான செயல்பாட்டால், பொது/ சமூகத் தணிக்கையால் மட்டுமே தடுத்து நிறுத்தமுடியும்.

விசாரணை நடத்தவும், சாட்சியம் அளிப்பதற்குமான இந்தப் பொது விசாரணைகள், அரசாங்கம் அளிக்கும் அறிக்கைகளிலும் மக்கள் கண்டறிந்த முரண்பாடுகளிலும் உண்மையைக் கூட்டாகத் தேடுவதை அனுமதிக்கின்றன. யார் சரி, எது தவறு என்பதை அரசாங்கத்தின் உள்மதிப்பீட்டிற்கு விட்டுவிட முடியாது; குற்றம் சுமத்தப்பட்டவர் மற்றும் மத்தியஸ்தம் செய்பவர் என இரண்டாகவும் நிர்வாக அமைப்பு இருக்கமுடியாது. அனைத்து நேர்வுகளிலும், திருட்டையும், மோசடியையும் மறைப்பதில் நிர்வாகம் பெயர் பெற்றது. ஒரு ஜனநாயகத்தில், மக்கள் சேவகர்களும், மக்கள் பிரதிநிதிகளும் அரசியலமைப்புச் சட்டத்தைக் கட்டாயம் மதிக்கவேண்டும் என்ற அடிப்படை உத்தரவாதத்தைத்தான் மக்கள் முன்வைக்கும்

தொடர்ச்சியான வாதங்கள் கோருகின்றன. சட்டங்கள், விதிகள் மற்றும் ஒழுங்குமுறைகள் கூறும் தரப் படிநிலைக்குள், உண்மைத்தன்மை நிறைந்த கோரிக்கைகளை நிறைவேற்றும் கடமை அவர்களுக்கு இருக்கிறது.

பொது விசாரணை: பொருத்தமான மேடையைத் தேடுதல்

பொதுமக்களின் சரிபார்ப்பு என்ற செயல்முறையை நடத்த பொதுமேடை ஒன்று தேவை. அந்த இடத்தையும் தேவையான கட்டமைப்பையும் பொதுவிசாரணைகள் தந்தன. சுற்றுச்சூழல் பாதுகாப்புச் சட்டத்தின் கீழ், பொது விசாரணைகள் பரிந்துரைக்கப்படுகின்றன; எனினும், அவை கட்டாயமில்லை; அதனால் அவை அரிதாகவே ஏற்பாடு செய்யப்பட்டன. எனவே, இந்த வழிமுறையைப் பயன்படுத்திப் பொதுத்துறை பணிகள் தொடர்பான ஆவணங்களைச் சரிபார்க்கலாம் என்று சங்கதன் முடிவுசெய்தது. இந்த வழிமுறையைத் தொடர்ச்சியாகவும் திறனுடனும் பயன்படுத்த சங்கதனின் பங்களிப்பு உதவியது.

ஒரு பிரச்சினையில் இருக்கும் கருத்தியல் சார்ந்த உறுதிப்பாடும், உடன்பாடும் மக்களை ஒன்று திரட்டுகிறது. ஆனால், அணிதிரட்டலுக்கான வழிமுறைகளும் மேடைகளும் முக்கியமானவை. பல்வகைக் கருத்துகளையும் வெவ்வேறு அணுகுமுறைகளையும் தெரிவுசெய்யப்பட்ட ஒரு குழுவிற்கு முன் வெளிப்படுத்த அனுமதிக்கும் திறன் பெற்றதாக அந்த வழிமுறை இருக்க வேண்டும். மிகவும் முக்கியமாக, அனைவரும் பங்கேற்பதை அது அனுமதிக்க வேண்டும். சங்கதன்போன்ற குழுக்கள் அதிகாரிகளுடன் தொடர்ந்து ஒரு விரோதமான நிலைபாட்டில்தான் உள்ளன. அவை கொண்டிருக்கும் மோதல் போக்கும் எதிர்ப்பு நடவடிக்கைகளும் புரிதலையும் கோரிக்கை களையும் அவற்றின் பார்வையில் வெளிப்படுத்த உதவும் மேடைகளை வழங்குகின்றன. தீர்விற்காக அந்தப் பிரச்சினையை மேலும் முன்னெடுத்துச் செல்லத் தேவையான பிடிவாதத்தைத் தக்கவைத்துக் கொள்ளும் உணர்வையும்ஆற்றலையும் எதிர்ப்பு நடவடிக்கைகள் உற்பத்தி செய்கின்றன. எனினும், எதிர்ப்பைக் காட்டும் வழிமுறை ஒவ்வொன்றுக்கும் அதற்கான வரம்பு இருக்கிறது. பெரும்பாலும் அவை தெரிந்தெடுக்கப்பட்ட குழுவுடன் மட்டுமே உரையாடுகின்றன. அத்துடன், இந்த உடனடிக்கோரிக்கைகளால் நேரடியாகப் பாதிக்கப்படாதவர் களை உரையாடலுக்குள் இழுக்கத் தவறிவிட்டன. கருத்து வேறுபாடுகளை வெளிப்படுத்த அங்கு இடமில்லை.

முந்தைய எதிர்ப்புப் போராட்டங்களைப் போல அல்ல இவை. ஊழலும் தன்னிச்சையான அதிகாரப் பயன்பாடும்

தொடர்புடைய இந்தப் பிரச்சினைகளில் சாட்சியங்கள் கேட்கப்பட வேண்டும்; உண்மைத் தகவல்கள் வேண்டும். அவை பொதுத் தளத்தில், மாறுபட்ட கருத்துள்ளவர்கள் அங்கு வந்து தமது எண்ணங்களை எடுத்துரைக்க ஏதுவான பொது விடத்தில் வைக்கப்பட வேண்டும். இரு தரப்பினரின் சான்று களையும் ஆய்வு செய்தபின் விசாரணைக் குழு ஒரு முடிவுக்கு வரும். இறுதி முடிவு உண்மைத் தகவல்களை அடிப்படையாகக் கொண்டதாக இருக்கவேண்டும் என்பது கட்டாயம். அத்தகைய மேடையொன்றைத் தேடும்போதுதான் கிராம அளவில் பொது விசாரணை ஒன்றை நடத்தலாமே என்ற யோசனை சங்கதனுக்குத் தோன்றியது.

ஜன் சுன்வாய் (பொது விசாரணை) மூலம் பொதுத் தளத்தில் தகவல்களைப் பகிர்ந்துகொள்வது கிளர்ச்சியூட்டுவது. ஏனெனில் ஒவ்வொரு கூற்றும் ஆவணத்துடன் தொடர்புப் படுத்திப் பார்க்கப்படுகிறது. அதிகாரத்தைத் தன்னிச்சையாகப் பயன்படுத்திய அல்லது ஊழலுக்குப் பொறுப்பான நபரின் முன்னிலையில் சரிபார்க்கப்படுகிறது. மக்கள் மனந்திறந்து பேசினர்; கணித்துவிட முடிகிற இரசாயன எதிர்வினை போல் விளைவு பெருகக்கூடியதாக இருந்தது. தூண்டப்பட்டு, பரந்த நிகழ்வுடன் இணைக்கப்படும் வரை ஒவ்வொரு உட்கூறும் செயலற்றதாகவே இருக்கும். கலந்துகொள்ள விரும்பும் விவரமறிந்த குழுவினரை விசாரணை ஒன்று சேர்க்கிறது. அவர்கள் விரிவாக, பல விதமான கருத்துகளை எடுத்துரைக்க வைக்கிறது. பரவலான விஷயங்களைப் பரிசீலனைக்கு முன்வைக்கும் வழிமுறைக்கு இது இட்டுச்சென்றது.

சங்கதனைப் பொறுத்தவரை பொது விசாரணை ஒன்றை ஏற்பாடு செய்வது என்பது ஒரு புதிய தளத்தை உருவாக்குவது. இதுவரையிலும் இந்த அமைப்பு பொதுக்கூட்டங்கள், பேரணிகள், போராட்டங்களை மட்டுமே நடத்தி இருக்கிறது. ஆகவே, இந்தப் புது வழிமுறையை மக்கள் எவ்வாறு ஏற்றுக் கொள்வார்கள்; புரிந்துகொள்வார்கள் என்ற அச்சம் ஓரளவு இருந்தது. மக்கள், முன் வருவார்களா, கலந்துகொண்டு, சாட்சிய மளிப்பார்களா என்பதே மிக அடிப்படையான கேள்வி. ஊழல் விவரங்கள் உட்பட, மோதலை உருவாக்கும் சர்ச்சைக்குரிய உள்ளூர் பிரச்சினைகளை அவர்கள் அம்பலப்படுத்துவார்களா? அவற்றை எதிர்கொள்வார்களா? இந்தப் பொது விசாரணைக்குத் தேவையான சட்டப்பூர்வத் தன்மை கிடைக்குமா? ஒடுக்கு முறையாளர்களின் முன்னிலையில், வன்முறையைப் பயன் படுத்தும் சாத்தியம் நிறைந்த அதிகாரக் கட்டமைப்பை

வெளிப்படையாக எதிர்ப்பதற்கு மக்களுக்குத் துணிவு தேவை. பழிவாங்கும் வன்முறை நடவடிக்கையிலிருந்து அவர்களுக்குப் பாதுகாப்பு தேவை.

ஜன் சுன்வாய் மிகவும் சக்திவாய்ந்த வழிமுறையாக அமைந்தது. அனைவருக்கும் சௌகரியமான, இயல்பான மொழியில் அமைந்த உரையாடலாக, பரிமாற்றமாக அது நடந்தது. எனினும், நீதிமன்ற நடவடிக்கைகளில் இருக்கும் தீவிரத்தன்மையும் பாரபட்சமற்ற அணுகுமுறையும் இதில் இருந்தது. ஒவ்வொரு ஜன் சுன்வாயிலும் சுதந்திரமாகச் செயல்படும் மனிதர்கள் என்று நற்சான்றிதழ் பெற்ற மனிதர்கள் விசாரணைக் குழுவில்இருந்தனர். நடவடிக்கைகள் நியாயமாக நடைபெறுவதையும், அனைவரும் தம் கருத்தைத் தெரிவிப்பதையும் அவர்கள் உறுதிசெய்தனர். தகவல்களுடன் தொடர்புடைய, மக்கள்தாம் இங்கு 'ஜூரி'. அவர்களை ஏமாற்ற முடியாது என்பதற்கான காரணங்கள் தெளிவானவை. ஸ்தூலமான ஏற்பாடுகள் மிக எளிமையாக நடந்தன; ஒரு கூடாரம், குழு உறுப்பினர்களுக்கு சில நாற்காலிகளும் மேஜைகளும், சில துரிகள் (ஜமக்காளம்) ஒரு மைக் செட், ஒலிபெருக்கிகள், ஒரு வீடியோ ரெக்கார்டர் மட்டுமே தேவையான தளவாடச் சாமான்கள். இவற்றிற்கு வாடகை குறைவு என்பதுடன் அமைப்பதற்கும் எளிதானவை.

சங்கதன் நாட்குறிப்பிலிருந்து:

அனைத்து செயலுத்திகளும் உபாயங்களும் ஒரு பெரிய அரசியல் மற்றும் கருத்தியல் பார்வையுடன் உணர்வு பூர்வமாகத் தொடர்புடையவை. ஒரு பிரச்சாரத்திற்கோ அல்லது இயக்கத்திற்கோ அடிப்படைத் தேவை ஒருமனதான புரிதலுணர்வு; அனைவரும் பங்கேற்கும் வெளிப்படையான, பொதுவெளியில் நடத்தப்படும் உரையாடல் வடிவங்களை ஏற்பாடு செய்ய சங்கதனை இந்தப் புரிதல்தான் வழிகாட்டியது. ஜனநாயகத்தின் அடிப்படையில் அரசாங்கங்கள் எப்படி இயங்குகின்றன என்பதை அறிந்துகொள்ள மக்களின் உடனடியான, வெளிப்படையான தேவைகளை, அனைவரும் புரிந்து கொள்ளும் வகையில் ஒன்றுதிரட்டுவது தேவையான, முக்கியமான ஒன்று. சங்கதன் தேர்ந்தெடுத்த வடிவங்கள் ஒவ்வொன்றும், பொதுநடவடிக்கைகளுக்கு மக்களின் ஆதரவைத் திரட்டியது; அதே அளவிற்குக் கற்பிக்கவும் செய்தது.[74]

தகவல் அறியும் உரிமை

முதல் தொகுதி பொது விசாரணைகள்: 1994–95

சங்கதன், அதன் கருத்தை நடைமுறைப்படுத்தும் வகையில் சவால் ஒன்றைச் சந்திக்கும் நிலை விரைவில் ஏற்பட்டது. பாலி மாவட்டத்தின் கோட் கிரானாவில் அந்தப் பிரச்சினை தோன்றியது. உதய்பூரிலிருந்து ஒருவர் காரில் வடதிசையில் அஜ்மீர் நோக்கி வருகையில் பீம் நகரைத் தாண்டியதும் சில கி.மீ.களில் இடதுபுறத்தில் கோட் கிரானா அமைந்திருக்கிறது. ஆரவல்லியின் இதயப்பகுதியில்அமைந்திருக்கும் கண்ணுக் கினிய கிராமம், அந்தப் பஞ்சாயத்து.

சங்கதனின் நாட்குறிப்பிலிருந்து:

> அந்த நேரத்தில், பார்சா காகா என்ற வயதானவர் சங்கதன் அலுவலகத்திற்கு வந்தார். பாலி மாவட்டத்தின் கோட் கிரானா பஞ்சாயத்து செயல்படுத்திய ஒரு வேலையில் குறைந்தபட்ச ஊதியம் கொடுக்கவில்லை என்பது அவர் கொண்டுவந்த புகார். அவரது வழக்கு ராய்ப்பூர் வட்டார வளர்ச்சி அலுவலகப் பதிவேடுகளை ஆராயவேண்டிய நிலையை ஏற்படுத்தியது. இதனை யொட்டி, பாலி மாவட்டத்தின் ராய்ப்பூர் பஞ்சாயத்துச் சமிதியைச் சேர்ந்த கோட் கிரானா கிராமத்தில் நடந்த பொது விசாரணையில் பஞ்சாயத்தின் அனைத்துப் பதிவேடுகள் தொடர்பான விவரங்களையும் தெரிவிக்க வேண்டிய சூழல் உருவானது.[75]

கோட் கிரானாவில் நடந்தவை அதிர்ச்சியளித்தன. வெளியான உண்மைத்தகவல்கள், அப்பட்டமான, திமிர் பிடித்த, வெட்கமற்ற அதிகார அமைப்பின், ஆணவம் நிறைந்த ஊழல்களை வெளிப்படுத்தின. போலியான பெயர்கள், முடிந்து விட்டது என்று சொல்லி பில் அனுப்பப்பட்ட முடிக்கப்படாத கட்டிடங்கள், கட்டிடப் பொருட்கள் வாங்கியதாகப் பொய்யான பில்கள் என்று அனைத்தும் உள்ளூரின் மோசடிக் கதைகளை அம்பலப்படுத்தின.

பிரபலமான, செழுமையான பழங்கதைகளும் தொன்மங் களும் நிறைந்த கிராமப்புறப் பாரம்பரியங்கள் சங்கதனின் பிரச்சாரங்களை வளப்படுத்தின. விஜய்தன் தேத்தா பிரபலமான எழுத்தாளர். நாட்டுப்புறவியலாளர். ராஜஸ்தானின் நாட்டுப்புறக் கதைகளைச் சேகரித்து, அவற்றைப் புதிய வடிவில் மக்களிடம் கொண்டு சேர்த்தவர். ஜோத்பூர், பிகானீர், நாகாவூர், ஜெய்சால்மர் பகுதிகளடங்கிய மார்வார் பிரதேசத்தில் பேசப்படும், ராஜஸ்தானி

மொழிகளில் ஒன்றான அழகிய மார்வாரியில் அவற்றை எழுதினார். கதை சொல்லும் கலையிலிருக்கும் அழகையும், நகைச்சுவையையும், நேருக்கு நேர் பேசுவதில் இருக்கும் வலிமையையும் தனது படைப்புகளில் அவர் படம் பிடித்தார். பின்வரும் கதை, அத்தகைய கதைகளின் ஒரு தொகுப்பான 'பேட்டன் ரி புல்வாரி'யில் இருப்பது. செய்தி சொல்லும் பணி எப்போதும் சங்கருடையது. விஜய்தன் தேத்தாவின் கதைகளையும் விவரித்துச் சொல்பவர். இந்த முறை, சூதுவாதற்ற தன்மையும் முரட்டுத் துணிச்சலான ஏமாற்றுத்தனமும் நிறைந்த கோட் கிரானா சம்பவத்தின் காரணமாக மீண்டும் அந்தக் கதையைச் சொல்லத் தூண்டப்பட்டார்.

> தாக்கூர் ஒருவன் இருந்தான். அவன், சாராயத்திற்கு அடிமை. அவனுடைய உடல்நிலை மோசமாகிக் கொண்டு வந்தது. விரைவில் இறந்துவிடும் நிலையிலிருந்தான். தனது நிலையை எண்ணி அவன் கவலை அடைந்தான். எனவே தினந்தோறும் இரவு தூங்கும்முன் ஒரு குவளை பால் அருந்த நினைத்தான். அதற்கு உதவ வேலையாள் ஒருவனை நியமித்தான். அந்த வேலையாள் சிறிதும் கடமை தவறாது உத்தரவுகளைப் பின்பற்றினான். அந்தத் தாக்கூர் கண்காணிப்பைச் சிறிது தளர்த்திய சில நாட்களில், வேலையாள் கால் பங்கு பாலை தான் அருந்தி விட்டு, அதை ஈடுகட்ட நீரைச் சேர்த்தான். தாக்கூருக்குச் சந்தேகம் வந்துவிட்டது. மற்றொரு வேலையாளை அமர்த்தினான்; இரவில் சூடாகத் தனக்குப் பானம் கிடைப்பதை உறுதிசெய்துகொண்டான். திட்டமிட்டபடி சில வாரங்களுக்கு அவனால் பால் அருந்த முடிந்தது.
>
> மெதுவாகவும், படிப்படியாகவும் முதல் வேலைக்காரன் இரண்டாவது வேலைக்காரனையும் நீரைக் கலப்பதற்கு ஒப்புக்கொள்ள வைத்துவிட்டான். தாக்கூர் மீண்டும் தன் உடல் பலவீனமடைவதை உணர்ந்தான். மூன்றாவது வேலைக்காரன் ஒருவனை ஏற்பாடு செய்து, முதல் இருவரும் சரியாக வேலை செய்கிறார்களா என்று பார்க்கச் சொன்னான். மீண்டும், தாக்கூரால் சில நாட்கள் நல்ல பாலை அருந்த முடிந்தது. ஆனால், மூன்று வேலைக் காரர்களும் கூட்டுச் சேர்ந்தனர்; மூன்றில் இரண்டு பங்கு பாலை அருந்திவிட்டு, தாக்கூருக்குக் கால் பங்கு பாலை மட்டுமே கொடுத்தனர். தாக்கூரின் உடல்நிலை மிகவும் மோசமாகிவிட்டது. இப்போது அவன் நான்காவது வேலைக்காரன் ஒருவனை அமர்த்தினான், மற்ற மூவரையும் கண்காணிக்கச் சொன்னான். இந்த முறை நான்கு

பேரும் கூட்டுச் சேர்ந்துவிட்டனர். பாலை முழுவதுமாக அருந்திவிட்டு தாக்கூருக்கு வெறும் நீரைப் பருகத் தந்தனர்.

அவன் பசிக்கிறது என்று அவர்களைப் பார்த்துக் கத்தினான். நான்கு வேலையாட்களையும் கேள்வி கேட்டான். அவர்கள் அவனிடம் முந்தைய நாள் இரவு அவனுக்குப் பால் கொடுத்ததாகவும், அவனது பசிக்குக் காரணம் வேறு ஏதாவதாக இருக்கலாம் என்றும் கூறினர். அடுத்த நாள் இரவும், அவர்கள் பாலை முழுவதும் குடித்துவிட்டனர். குடி போதையிலிருந்த தாக்கூரின் மீசை மீது பால் நுரையைக் கொஞ்சம் தடவினர். காலையில் கண்விழித்த அவன் இவர்களைப் பார்த்து மீண்டும் புகார் கூறினான். அவன் முகத்தைக் கண்ணாடியில் காட்டிய அவர்கள், ‘நாங்கள் உங்களுக்குப் பால் கொடுத்தோம். பாருங்கள், இப்போதும் அந்த நுரை ஒட்டிக்கொண்டிருப்பதை’ என்றனர். தாக்கூருக்குச் சந்தேகம் வந்தது என்றாலும் அவர்களது பதிலைக் கேட்டு தன்னைக் கட்டுப்படுத்திக்கொண்டான். தான் ஏமாற்றப் படுகிறோம் என்பது அவனுக்குத் தெரிந்தது. ஆனால், அவனால் என்ன செய்ய முடியும்?

இந்தக் கதையின் சூழலும், மறைபொருளாக அது என்ன சொல்கிறது என்பதையும் அந்தப் பகுதியில் வசிப்பவர்களுக்கு விளக்கவேண்டிய தேவையில்லை. வளர்ச்சித் திட்டங்களின் ஒவ்வொரு நிலையிலும் அதற்காக ஒதுக்கப்பட்ட பணம் திருட்டுத்தனமாக உறிஞ்சப்பட்டதை இந்தக் கதை சிறப்புடன் வெளிப்படுத்தியது. வரிசையாகப் பல்வேறு அமைப்புகள், லஞ்ச ஒழிப்புத் துறை, ஊழல் தடுப்புத் துறை என்று மேலும் பல்வேறு அமைப்புகள் தங்களது பங்கைப் பெற்றிருக்கின்றன. கதையில் வரும் வேலைக்காரர்கள் போல் அவர்கள் கூட்டுச் சேர்ந்து முறைகேட்டில் ஈடுபட்டனர். முட்டாள் தாக்கூரைப்போல் பொதுமக்களும் மீசையில் ஒட்டியிருக்கும் நுரையால் ஏமாற்றப் பட்டனர். அவர்கள் தம் நம்பிக்கையைத் தவறான இடத்தில் வைத்துவிட்டனர். நேர்மையற்ற ஏமாற்றுக்காரர்களால் முட்டாளாக்கப்பட்டனர். தாமதம் ஆவதற்குமுன் செயல்பட வேண்டும் என்று எச்சரிக்கப்பட்டனர். கண்ணில் தெரிவதையும் தாண்டி, அதற்கும் அப்பால் அவர்கள் செல்லவேண்டும். இந்த நேர்வில் அவர்கள் பால் கணக்கை அல்லது விவரங்களைக் கேட்கவேண்டும். வெறுமனே கேள்விகளை எழுப்புவதும் அரசாங்கத்தைப் பதற்றத்திலும் அச்சத்திலும் கொண்டுதள்ளும்.

ஒரு ரூபாயின் 100 காசுகளில் பதினைந்து காசுதான் மக்களைச் சென்றடைகிறது என்று மறைந்த பிரதமர் ராஜீவ்

காந்தி ஒருமுறை சொன்னார். மீதிக் காசுகளை இடைத்தரகர்கள் விழுங்கிவிடுகின்றனர். மக்கள் தரும் தகவல்களையும் அவர்களது பங்கேற்பையும் வைத்துக் காணாமல் போன 85 காசுகளின் நிலைமையைக் கண்டறியப் பொது விசாரணை முயன்றது.

பொது விசாரணைக்கான அறைகூவலே எச்சரிக்கை மணியை அடித்தது என்பதில் வியப்பில்லை; வழக்கமான அதிகாரவர்க்கத்தின் பாணியில் நிர்வாகம் எதிர்வினை யாற்றியது. அது பயந்துவிட்டது என்பதை உணர்த்திய எதிர் வினையையே இந்த முயற்சிக்குக் கிடைத்த பாராட்டாகக் கொள்ளலாம். பி.வி. நாராயணரெட்டி நினைவு சொற்பொழிவின் இந்தப் பகுதி பொது விசாரணைகளின் தாக்கத்திற்கான சாட்சியமாக இருக்கிறது.

> பொது விசாரணைகள் வரிசையாக டிசம்பர் 1994, ஜனவரி மற்றும் ஏப்ரல் 1995இல் நடந்தன. அவை உருவாக்கிய உற்சாகத்தையும் ஆற்றலையும் மீண்டும் விவரித்துக் கூறுவது மிகவும் கடினம். முன்வைக்கப்பட்ட கோரிக்கைகளில் இருந்த தீவிரத்தன்மையும், விளைவிக்க இருந்த சாத்தியமான தாக்கமும், பஞ்சாயத்துச் செயலர் அல்லது கிராம சேவகர் போன்ற கடைமட்ட ஊழியருக்கு மிகவிரைவில் புரிந்து போயிற்று. தகவல்களை வெளிப்படுத்த செய்யப்படும் எந்த முயற்சியும் அவர்களது எதிர்ப்பைச் சந்திக்க வேண்டியிருக்கும் என்று மாநில அரசை எச்சரிக்கும் வகையில் அவர்களது சங்கம் வேலை நிறுத்தம் செய்தது...[76]

பொது விசாரணையும் கோரிக்கைகளும்

ஜன் சுன்வாய் எப்படி நடத்தலாம் என்று அதன் வழி முறைகள் கவனமாகச் சிந்திக்கப்பட்டன. தகவல்களை எப்படி முன்வைப்பது, எப்படிச் சாட்சியமளிப்பது என்பன பல்வேறு குழுக்களுடன் விவாதிக்கப்பட்டன. அரசாங்கத்திலிருக்கும் நண்பர்கள் உட்பட பல்வேறு இடங்களிலிருந்தும் உதவிகள் கிடைத்தன. அடிப்படையான கோரிக்கைகள் உருவாக்கப் பட்டன. அவை எளிமையானவை, தெளிவானவை. ஒவ்வொரு ஜன் சுன்வாயும் பின்வருவனவற்றைக் கோரின:

- அனைத்துப் பஞ்சாயத்துப் பதிவேடுகளும் வெளிப்படை யாக இருக்க வேண்டும்.
- மோசடிகளில் ஈடுபட்டதாகக் குற்றம் சாட்டப்பட்டிருக்கும் பஞ்சாயத்து அதிகாரிகளும், மக்கள் பிரதிநிதிகளும் தம் செயல்களுக்குப் பொறுப்பேற்க வேண்டும்.

- மக்கள் நடத்தும் பொதுத்தணிக்கை அல்லது சமூகத் தணிக்கை முறையை நிறுவனப்படுத்த வேண்டும். மக்கள் தணிக்கை என்பது ஒரு 'சரிபார்ப்புச் செயல்முறை'; அல்லது அமல்படுத்தும் ஏஜென்ஸி தவிர்த்த சிவில் சமூகக் குழுக்கள் நடத்தும் 'தணிக்கை'. கண்டறியப்பட்டவை, உறுதிசெய்யப்படும் நோக்கத்தில் பொது வெளியில் வைக்கப்படுகின்றன. சமூகத்தணிக்கையும், சரிபார்ப்புச் செயல்முறை போன்ற ஒன்றுதான். ஆனால், அரசாங்கம் இதற்கு முன்முயற்சி எடுக்கும்; கட்டமைப்பு வசதிகளைச் செய்து தரும்; ஆனால், அங்கு நிஜமான சரிபார்ப்பு பொதுமக்களால் நடத்தப்படும்.
- தீர்வு: கையாடல் செய்யப்பட்ட வளர்ச்சிப்பணி நிதி மீட்கப்பட வேண்டும்; முற்றுப்பெறாமல் இருக்கும் அல்லது இல்லாத வேலைக்கு அந்த நிதி திருப்பப்பட்டு செலவு செய்யப்பட வேண்டும்.

முதல் கட்டம் பொது விசாரணை நிகழ்வுகள், தகவல் களைப் பெறுவதற்கான சட்டப்பூர்வ உரிமை கிடைப்பதற்கு முன்பு நடத்தப்பட்டன. அனைத்திற்கும் தகவல்கள் அதிகாரப் பூர்வமற்ற முறையில் திரட்டப்பட்டன. முதல் ஐந்து பொது விசாரணைகள்: கோட் கிரானா (டிசம்பர் 2, 1994), பீம் (டிசம்பர் 7, 1994), விஜய்புரா (டிசம்பர் 17, 1994), ஜவாஜா (ஜனவரி 7, 1995), தானா (ஏப்ரல் 25, 1995) ஆகிய இடங்களில் நடத்தப்பட்டன. அனைத்தும் முற்றிலும் நாடகத்தனமான நிகழ்வுகளுடன் நடந்தன; மக்களின் ஆதரவு பிரமிப்பூட்டுவதாக இருந்தது. பி. வி. நாராயண ரெட்டி நினைவுச் சொற்பொழிவு இதைத் திறம்பட விவரிக்கிறது:

> நடந்த ஐந்து பொது விசாரணைகள்ஒவ்வொன்றின் முடிவிலும் வெளிப்படைத்தன்மைக்கான அழுத்தம் அதிகரித்தது. ஜன் சுன்வாய்கள் நடந்து முடிந்தபின், மக்களுக்குத் தகவலறியும் உரிமையை வழங்குவேன் என்று எழுத்துப்பூர்வமாக முதல்வர் தெரிவித்தார்; மக்கள் கோருவதுபோல் மஸ்டர் ரோல்கள், பில்கள், வவுச்சர்களின் ஜெராக்ஸ் நகல்கள் தொழிலாளர்க்குக் கிடைக்க ஏற்பாடு செய்யப்படும் என்றார்.[77]

கோட் கிரானா பொது விசாரணை – டிசம்பர் 2, 1994

பாலி மாவட்டம் கோட் கிரானாவில் டிசம்பர் 2, 1994 அன்று முதல் பொது விசாரணை நடந்தது; பல்வேறு நிகழ்வு களின் தொடக்கம் அது. ஆர்டிஐக்கு ஒரு சட்டம் வேண்டும்

என்ற கோரிக்கை முதன்முதலாக, கோட் கிரானாவில் தான் விவாதிக்கப்பட்டது. பொதுத் தணிக்கை மேடையாக அமைந்த இந்த ஜன் சுன்வாயில் தான் சமூகத் தணிக்கை நடைமுறைக் கான விதைகள் ஊன்றப்பட்டன. கோரிக்கைகளுக்கும் அவற்றிற்கான தீர்வுகளுக்கும் இடையிலான தொடர்பு தெளிவாகியது. அரசாங்கத்தின் வளர்ச்சித்திட்டப் பதிவேடு களில் வெளிப்படைத்தன்மை, தீர்வுகள், பொறுப்புடைமை, சமூகத் தணிக்கைக்குச் சட்டப்பூர்வ அங்கீகாரம் போன்ற கருத்துக்கள் பொது விசாரணைகளில் வெளிவந்தன. போராட்டப் பிரச்சினைகளின் கருவாக அவை மாறின. இந்தப் பிரச்சினைகள் அனைத்தும், தனித்தனியாகவும் சில நேரங்களில் ஒன்றாகவும் மாநில அளவிலும், அகில இந்திய அளவிலும் பிரச்சாரங்களாக வளர்ச்சியுற்றன.

கோட் கிரானாவில் நடந்த பொது விசாரணை நிகழ்வின் ஒருபகுதி திரு. நிர்மல் வத்வாணியைச் சந்தித்த தருணத்தி லிருந்து தொடங்குகிறது. அவர் இ.ஆ.ப. தகுதிகாண் பயிற்சியில் இருந்தார். லால் பகதூர் சாஸ்திரி தேசிய நிர்வாக அகாதமியில் பயிற்சியில் இருந்தபோது அருணாவையும் நிகிலையும் அங்குச் சந்தித்திருக்கிறார். அங்கு அப்போது பயிற்சிப் பாடத்திட்ட இயக்குநராக ஹர்ஷ் மந்தர்இருந்தார். பயிற்சி அதிகாரியாகப் பாலி மாவட்டத்தில் சேர்ந்த நிர்மல், ஒரு மாதத்திற்கு ராய்ப்பூரின் வட்டார வளர்ச்சி அதிகாரியாக நியமிக்கப் பட்டார். பார்சா காகா அளித்த புகார், இவரது அதிகார வரம்பிற்கு உட்பட்டது. அவர் அப்போதுதான் பயிற்சி முடித்து வந்திருந்தார்; அறம்சார் நிர்வாகத்திற்கு வெளிப்படைத்தன்மை முக்கியம் என்பதை அடிக்கோடிட்டுக் காட்டிய பயிற்சி அது; ஆகவே பொதுப்பணித் துறை வேலைகளின் மஸ்டர் ரோல்கள், பில்கள், வவுச்சர்களைப் பார்ப்பதற்குச் சங்கதன் கோரிய உரிமையை அவரால் மறுக்க முடியவில்லை.

அவை ரகசிய ஆவணங்கள் இல்லை என்பது அவருக்குத் தெரியும். சங்கரை மிகவும் தயக்கத்துடன்தான் தனது அலுவலகத்தில் அவர் அனுமதித்தார். ஆனால், பில்களையும், வவுச்சர்களையும், மஸ்டர் ரோல்களையும் பென்சிலைப் பயன்படுத்தி நகலெடுத்துக் கொள்ளும்படி சங்கரிடம் கூறினார். அலுவலகம் பரபரப்படைந்துவிட்டது; கொந்தளித்தது, கவலைப்பட்டது. ஆனால், ஒரு இ.ஆ.ப. அதிகாரியை அவர் களால் புறந்தள்ள முடியவில்லை. வெளிப்படையான, பொறுப்புணர்வுமிக்க நிர்வாகத்திற்கான வரலாற்றுப் பயணத்தின் தயக்கம் நிறைந்த முதல் அடி எடுத்து வைக்கப்பட்டது. சங்கர் அலுவலகத்திற்குச் சென்றதை நினைவுகூர்கிறார்:

ராய்ப்பூரிலிருந்த வட்டார வளர்ச்சி அலுவலகத்திற்கு நான் சென்றபோது, பொதுவில் அங்கு பீதியும் கவலையும் நிலவியது. இரகசியப் பதிவேடுகள் (மஸ்டர் ரோல்கள், பில்கள், வவுச்சர்கள்) என்று சொல்லப்படும் ஆவணங்களைப் பார்ப்பது ஒருபுறம் இருக்கட்டும்; அலுவலகத்தில் நுழைவதற்கு நான் எப்படி அனுமதிக்கப்பட்டேன் என்பதையே அவர்களால் புரிந்துகொள்ள முடியவில்லை. பில்களையும், வவுச்சர்களையும், மஸ்டர் ரோல்களையும் சிரமத்துடன் நகலெடுத்ததை, திறந்திருந்த ஜன்னல் வழியாக அவர்கள் பார்த்துக்கொண்டிருந்தனர்; அவர்களின் கண்களை அவர்களால் நம்ப முடியவில்லை. என் தந்தை ஒரு பட்வாரி என்பதால், இந்த ஆவணங்களுடன் எனக்கு ஓரளவு பரிச்சயம் இருந்தது; அதற்கு நான் அவருக்கு நன்றி கூறவேண்டும். ஆனால், என்னால் நிறைய தவறுகளையும் முரண்பாடுகளையும் கண்டறிய முடிந்தது என்பதால் மிகவும் உற்சாகமாக இருந்தேன்.

சங்கதனின் மற்ற சகாக்களும் நானும் இந்த ஆவணங்களைப் பட்டியலிலிருந்த நபர்களுடன் சரிபார்க்க எடுத்துச் சென்றோம். வாதங்களும் விவாதங்களும் தொடங்கின. மக்கள் சீற்றமடைந்தனர். தகவல்களை வெளிவராமல் செய்யவும், டிசம்பர் 2ஆம் தேதி நடைபெறவிருந்த பொது விசாரணையை எப்படியாவது நடைபெறவிடாமல் தடுக்கவும் உள்ளூர் மாஃபியா கும்பல் தயாராகிவிட்டது.

நிர்வாகமும், உள்ளூர் அரசியல்வாதிகளும், காவல்துறையும், சாராய மாஃபியாவும் ஒன்று சேர்ந்துவிட்டனர்; ஜன் சுன்வாய் நடைபெறாமல் தடுக்க முயன்றனர். இதற்கு இணையாக, கோபமும் எதிர்வினையும் உள்ளூர் மக்களிடம் நிலவியது; அவர்கள் ஏமாற்றப்பட்டவர்கள்; அத்துடன் அவர்களில் பலர் சக்திமிக்க உள்ளூர் குடிமக்கள்.

பொதுவாக நாங்கள் கிராமத்தின் பள்ளிக்கூடத்தில்தான் தூங்குவோம். ஆனால், முதல்நாள் இரவு தமது வீடுகளில்தான் தூங்கவேண்டும் என்று கிராமத்தினர் எங்களை வலியுறுத்தினர். முன்னாள் துணை சபாநாயகர் (பா.ஜ.க) ஹீரா சிங் எங்களை அடிப்பதற்கு உள்ளூர் மாஃபியாவை ஏற்பாடு செய்திருந்தார். உண்மையில், வட்டார வளர்ச்சி அதிகாரியாகத் தற்காலிகப் பொறுப்பு வகித்த நிர்மல் வத்வாணியின் முன், சாட்சியம் அளித்த பலரை, வலுக்கட்டாயமாக ராய்ப்பூருக்குத் தூக்கிச்

சென்றார்; எதிர் வாக்குமூலங்களில் அவர்களைக் கையெழுத்திட வைத்தார். சூழ்நிலை மிகவும் பதற்றமாக இருந்தது.[78]

குடிமக்கள் (விசாரணைக்) குழுவில் இருந்தவர்கள்: ஒரு கல்வியாளர் (ரேணுகா பமேச்சா), ஒரு சமூக ஆர்வலர் (சவாய் சிங்), திட்டக் கமிஷன் ஆலோசகர்கள் (சஞ்சித்/பங்கர் ராய்). பொது விசாரணையில் கலந்துகொள்ள இவர்கள் நீண்ட தூரம் பயணித்து வந்திருந்தனர். பத்திரிகையாளர்களைத் தொடர்பு கொண்டு, விசாரணையில் கலந்துகொள்ளும்படி பலமுறை கேட்டுக்கொண்டிருந்தோம். ஆனால், நவ்பாரத் டைம்ஸ் சார்பாக அஜ்மீரிலிருந்து பிரதீப் லோதா என்ற ஒரு நிருபர் மட்டும் மிகவும் தயக்கத்துடன் வந்திருந்தார். எந்தவொரு செல்வாக்கோ அல்லது அந்தஸ்தோ இல்லாத சாதாரண மக்கள், தங்களருகில் வசிக்கும் மிகவும் சக்திவாய்ந்த மனிதர்களுக்கு எதிராகப் பொது விசாரணையில் பேசினர். தவறு செய்தவர்களின் பெயர்களைக் குறிப்பிட்டனர். குற்றங்களை விவரித்துக் கூறினர். பொது விசாரணைக்கு அழைக்கப்பட்டிருந்த வட்டார வளர்ச்சி அதிகாரியின் பிரதிநிதிகளான அரசாங்க அதிகாரிகளும் குற்றப் புலனாய்வுத் துறை அதிகாரியும் 500 கெஜ தூரத்திற்கு அப்பால் அமர்ந்து நடவடிக்கைகளை விரோதத்துடனும் அவநம்பிக்கையுடனும் பார்த்துக்கொண் டிருந்தனர். அதில் வியப்பேதுமில்லை.

ஜன் சுன்வாயில் பிரச்சினைகள் தெளிவாகவும், உறுதி யுடனும் எடுத்துரைக்கப்பட வேண்டும். சளசளவென்ற, ஆர்வம் தூண்டாத பேச்சும், சம்பந்தமில்லாத பிரச்சினைகளை எழுப்புவதும் மக்களால் கூச்சல் போடப்பட்டு நிறுத்தப்படும். பொருத்தமற்ற பேச்சுக்களுக்கு மக்கள் அளிக்கும் இறுதித் தீர்ப்பாக ஜன் சுன்வாயை விட்டு மக்கள் எழுந்து போகத் தொடங்குவது அமைந்துவிடும். கேட்பதற்கும் பங்கேற்பதற்கும் பொறுமையுடன் மக்கள் காத்திருந்தால், பிரச்சினை அவர்களது ஆர்வத்தைத் தக்கவைத்தால், நடவடிக்கைகளை அவர்கள் முக்கியமாகக் கருதுகிறார்கள் எனக் கொள்ளலாம். பொது வெளியில் நம்பகமான ஆவணங்களை வைப்பதன்மூலம், ஜன் சுன்வாய் நடத்துபவர்கள் பொதுமக்களுக்கு வெளிப்படை யாகப் பொறுப்புடையவர்கள் ஆகிறார்கள். நடவடிக்கைகளைக் கட்டுப்பாட்டுடன் நடத்துவதன் மூலம் மறுப்புகளையும், வேறுபாடுகளையும் வெளிப்படுத்த அனைவருக்கும் சம வாய்ப்பு அளிப்பதையும் அது உறுதி செய்கிறது.

குடிமக்கள் குழுவில் ஒருவராக இருந்த ரேணுகா பமேச்சா இவ்வாறு விவரிக்கிறார்:

ஆக, சரிபார்ப்பு எப்படி நடத்தப்படுகிறது என்பதை மக்கள் புரிந்துகொண்டது இப்படித்தான்: மக்களின் பார்வைக்கு பில்களையும் வவுச்சர்களையும் வைப்பது. முதல்நடவடிக்கையில் இதைத்தான் கூறினோம். நாங்கள் (விவரங்களை) படிப்போம்; மக்கள் பேசுவார்கள் (முன்வைக்கப்பட்ட விவரங்களை ஏற்பதாகவோ அல்லது நிராகரிப்பதாகவோ கூறுவார்கள்).[79]

மற்றொரு முறையான ஆய்வு இப்படிக் குறிப்பிடுகிறது: கோட் கிரானா பொது விசாரணையின்போது, மஸ்டர் ரோலில் (குறிப்பிட்ட வேலைத்தளத்தில் பணியமர்த்தப் பட்டவர்களின் பெயர்கள் எழுதப்பட்ட அதிகாரப்பூர்வ ஆவணம்) இருந்த நூறு பெயர்களும் படிக்கப்பட்டன. தொடர்புடைய மக்கள் ஆத்திரமடைந்தனர்; அந்த வேலைத்தளத்திற்கு ஒருபோதும் சென்றதில்லை என்று சிலர் சாட்சியம் அளித்தனர். கையொப்பங்கள் தவறானவை; இறந்தவர்கள், அந்த இடத்தை விட்டு சென்றவர்கள், கேள்விப்பட்டிராத மனிதர்களின் பெயர்கள் மஸ்டர் ரோலில் இருப்பதாகவும் கூறினர். பதிவேட்டில் பெயர்களை எழுதிய ஓய்வுபெற்ற ஆசிரியர் மோத் சிங், பணம் பட்டுவாடா செய்த கிராம சேவகர், வேலை முழுமையடைந்தது என்றும் அவர் முன்னிலையில்தான் ஊதியம் பட்டுவாடா செய்யப் பட்டது என்றும் சான்றளித்த இளநிலைப் பொறியாளர் ஆகிய மூவரும்தான் இந்த முரண்பாடுகளுக்கும் தவறு களுக்கும் பொறுப்பு.

ராஜஸ்தான் விதான் சபாவின் முன்னாள் துணைச் சபாநாயகர், பொது விசாரணைக்கு முன்னதாகக் கிராமத்தில் முகாமிட்டிருந்தார். கிராம மக்களை அவர் மிரட்டினர். மோசடி செய்தனர், ஊழல் புரிந்தனர் என்று குற்றம் சாட்டப்பட்ட அதிகாரிகளுக்கு எதிரான வாக்குமூலங்களை மாற்றி எழுதித் தருமாறு அவர் களிடம் கூறினார். ஆனால், மக்கள் அவருக்கு எதிராக அச்சமின்றிப் பேசினர். முடிக்கப்படாத 'பட்வார் கர்' தொடர்பான வவுச்சர்கள் படிக்கப்பட்டன; 'முழுமையடைந்த' பட்வார் கர் காகிதத்தில் மட்டுமே இருப்பதை மக்கள் அறிந்துகொண்டனர்; ஏனெனில் அந்தக் (முடிவடையாத) கட்டிடத்தை நோக்கியபடிதான் அவர்கள் அமர்ந்திருந்தனர். கட்டி முடிக்கப்படாத 'பட்வார் கர்' தொடர்பான பில்களும் வவுச்சர்களும் கிராமத்தில் படிக்கப்பட்டபோது கூட்டத்தில் சிரிப்பலை

எழுந்தது. கூரைப் பொருட்கள், கதவுகள், ஜன்னல் களுக்குப் பணம் பட்டுவாடா செய்யப்பட்டிருப்பதைக் கோப்புகள் காட்டின; அதே நேரத்தில் அவர்களுக்கு எதிரில் அந்தக் கட்டிடம் கூரையின்றி, சுவர்களில் ஜன்னல்கள், கதவுகள் ஆகியவை பொருத்தப்படு வதற்கான இடைவெளிகளுடன் நின்றிருந்தது. அவை ஏடுகளில் மட்டுமே இருந்தன. சிரிப்பு அடங்கிய அதே நேரத்தில் கோபம் தலைக்கேறியது. விசாரணைக்குப் பின் இ.ஆ.ப. அதிகாரியான தற்காலிக வட்டார வளர்ச்சி அதிகாரி, இளநிலைப் பொறியாளருக்கும் கிராம சேவக்கிற்கும் எதிராக முதல் தகவல் அறிக்கையைப் பதிவு செய்தார்.[80]

சவாய் சிங், ஜூரிகளில் ஒருவராகவும், பொது விசாரணைக் குழுவிலும் இருந்தவர். இதற்குமுன் பொதுமக்கள் முன்னிலையில் இப்படி ஒரு பொது விசாரணை மாநிலத்தில் நடந்ததில்லை என்று அவர் கூறினார்.

பொது விசாரணைக் குழு உறுப்பினர்களில் நாங்களும் இருந்தோம். கிராமத்திலும், அந்தப் பகுதியிலும் சர்பஞ்ச் குறித்து அச்சம் நிலவுவதாகச் சிலர் எங்களிடம் தெரிவித்தனர். பஞ்சாயத்தில் ஊழல் குறித்த பிரச்சினை களை யாராவது எழுப்பினால், அவர்களுக்கு ஆபத்து ஏற்படும். பொது விசாரணைக்கு முதல் நாள், யாரும் நிகழ்வில் பங்கேற்க வேண்டாம் என்று கிராம மக்களைப் பொதுவெளியில் சர்பஞ்ச் எச்சரித்தார் என்று கேள்விப் பட்டிருந்தோம். பேசினால் விளைவுகளைச் சந்திக்கத் தயாராக இருக்க வேண்டும் என்றும் அவர் கூறியிருக் கிறார். ஆனால், அச்சத்திலிருந்து ஒருவன் விடுபட்டு விட்டால், அவனை/அவளை எதுவும் நிறுத்தமுடியாது. சுதந்திரப் போராட்டத்தின் போது, காந்திஜியும் இதைத்தான் செய்தார். அச்சத்திலிருந்து மக்களை அவர் விடுவித்தார். அகிம்சையைப் பின்பற்றிய மக்கள் வலிமைமிக்க பிரிட்டிஷ் சாம்ராஜ்யத்தை எதிர்த்து நின்றனர். ஆர்டிஐக்கான இயக்கத்தின்போது சங்கதன் இதைத்தான் செய்தது.

கோட் கிரானாவில் நடந்த முதல் பொது விசாரணை நிகழ்வு, ஆர்டிஐ இயக்கத்திற்கு அடித்தளம்போல் அமைந்தது. இந்தப் பொது விசாரணையில், கிராமத்தின் வளர்ச்சிக்காக ஒதுக்கப்பட்ட நிதியில் நடந்த மிகக் கடுமையான ஊழலை, காரியகர்த்தாக்களும் (சமூக

ஆர்வலர்களும்) கிராமத்தினரும் சேர்ந்து அம்பலப் படுத்தினர். இந்தப் பொது விசாரணைக்குப் பிறகு, மாநிலம் முழுவதும் ஆர்டிஐ இயக்கம் வேகம் பிடித்தது. கிராமங்களிலிருந்து மட்டுமின்றி நகரங்களிலிருந்தும் ஊழலுக்கு எதிரான குரல்கள் மெல்ல மெல்ல எழுச்சிபெற ஆரம்பித்தன. மாநிலம் முழுவதுமிருந்து சமூக ஆர்வலர்கள் சங்கதனுடன் இணைந்து கிளர்ந்தெழுந்தனர். அனைத்து இடங்களிலும் தர்ணாக்களும் போராட்டங்களும் நடக்கத் தொடங்கின; ஆர்டிஐக்கான கோரிக்கைகள் பல இடங்களிலிருந்தும் எழுந்தன. ஆர்டிஐயின் உதவியினால் ஊழலைத் துடைத்தெறிய முடியும் என்று மக்கள் கருதினர். மக்கள் சக்தி, தன்னிச்சையாக எழுச்சி பெற்றது. ஊழலை எதிர்த்துப் போராடுவதற்கு வல்லமை மிக்கக் கருவியாக ஆர்டிஐ எங்களுக்கு அமைந்தது, கோட் கிரானாவில் எழுந்த குரல்கள் நாடு முழுவதும் பரவின; மக்களுக்கு அதிகாரம் அளித்தன என்று கூறமுடியும்.[81]

கலக்கமும் கோபமும் கிராமத்தில் நிலவின; இளநிலைப் பொறியாளருக்கும் கிராம சேவக்கிற்கும் எதிராக அதிகாரப் பூர்வமாக முதல் தகவல் அறிக்கை பதிவானது. ஓய்வுபெற்ற ஆசிரியரின் மகன் செய்த மோசடி அம்பலமானதால், ஒரு மாதத்திற்குப்பின் நடைபெற்ற சர்பஞ்ச் தேர்தலில் அவன் தோல்வியைத் தழுவினான். வெற்றி பெறுவான் என்று எதிர்பார்க்கப்பட்ட பிரபலமான வேட்பாளர் அவன்.

பீம் (ராஜ்சமந்த் மாவட்டம்) ஜன் சுன்வாய், டிசம்பர் 7, 1994

எந்த வேலையையும் செய்துமுடிக்காமல் நிர்வாகம் மோசடி செய்ததை பீம் நகர் ஜன் சுன்வாய் மிகவும் வியத்தகு முறையில் அம்பலப்படுத்தியது. குறைந்தபட்ச ஊதியம் வழங்கப்பட வில்லை என்று மோத் சிங் கொடுத்த புகாரின் அடிப்படையில் அம்னேர் கிராமத்தில் விசாரணை நடந்தது; நிகில், சங்கர், நாராயண், லால் சிங் மேலும் பலரும் அங்கு இருந்தனர். சிறிய ஆனால், குறிப்பிடத்தக்கப் போராட்டங்கள் பல நடத்தப் பட்டன; அதனால் து.கோ. மாஜிஸ்ட்ரேட் அழுத்தத்திற்கு ஆட்பட்டார். கிராமத்தில் விசாரணை நடத்துவதற்கு ஒப்புக் கொள்ள வைக்கப்பட்டார். பதிவேடுகளை அவர் ஆய்வு செய்து கொண்டிருந்தபோது தற்செயலாக சங்கதன் நண்பர்கள் அவரது தோளுக்கு மேலாகப் பார்க்க நேர்ந்தது. பீம் நகர் பேருந்து நிலைய முகவரியில் பைரோன் நாத் அண்ட் கோ தொடர்ச்சியாகப் பல பில்களை வழங்கியிருந்தனர். அவர்களுக்கு ஆர்வம் எழுந்து, தொடர்ந்து விசாரணை நடத்தினர். பீம் நகர்

பேருந்து நிலையத்தில் ஒரு தேநீர்க் கடையும் ஒரு டிக்கெட் கவுன்டரும் தான் இருந்தன. அது, சுவரிலிருந்து நீட்டிக்கொண் டிருக்கும் ஒரு தகரக் கூரை.

நகரம் முழுவதும் தேடினர். பில்களில் குறிப்பிடப்பட் டிருக்கும் அந்த நிறுவனம் அங்கு இல்லை என்பதை நண்பர்கள் சரிபார்த்துவிட்டனர். அதன் பின் சங்கதன் விசாரணையைக் கோரியது. விசாரணை நடத்தப்பட்டது; பல லட்சம் ரூபாய் மோசடி செய்திருப்பது உறுதியானது. மோசடியான நிறுவனம் நடத்திய இந்த ஊழல் பொதுமக்கள் முன்னிலையில் அம்பல மானது பீம் நகர் பொது விசாரணையின் மையப் புள்ளியாக இருந்தது. ஒரே நிதியாண்டில் அந்த நிறுவனம், சட்டவிரோதப் பணப் பட்டுவாடா மூலம் வட்டார அலுவலகத்தில் ரூ. 36 லட்சத்தை, அரசாங்கத்தையும் மக்களையும் ஏமாற்றிப் பெற்றிருக்கிறது. வட்டார வளர்ச்சி அலுவலக அதிகாரிகளின் குடும்ப உறுப்பினர்களுக்கும் மனைவிகளுக்கும் நிறுவனம் சொந்தமானது என்பது தெரியவந்ததில் வியப்பேதுமில்லை. வட்டார அலுவலகத்திற்கு முன்னால் தான் அந்த ஜன் சுன்வாய் நடைபெற்றது; பொதுமக்கள் அச்சமின்றியும் விவரமாகவும் சாட்சியமளித்தனர். அவை உண்மை என்பதற்கு அதுவே சான்றாக அமைந்தது. அழைக்கப்பட்டிருந்தும், அரசு அதிகாரிகள் எவரும் கலந்துகொள்ளவில்லை. ஆனால், லஞ்ச ஒழிப்புத் துறையில் முதல் தகவல் அறிக்கை ஒன்று பதிவு செய்யப்பட்டது.

சங்கதன் நாட்குறிப்பு விவரிக்கிறது...

...மாபெரும் மக்கள் கவிஞர் ஹரிஷ் பதானி. பிரபலமான கவிதை ஒன்றைப் படைத்திருக்கிறார், தொழிலாளர்கள் மத்தியிலும் சமத்துவமின்மைக்கு எதிராகப் போராடு பவர்கள் மத்தியிலும் மிகவும் பிரபலமானது: ரொட்டி நாம் சட் ஹை (பசியின் இறுதி உண்மை). அந்தக் கவிதை எங்களை நெகிழவைத்தது; பல நாட்கள் எங்களுக்குக் கிளர்ச்சியைத் தந்தது.[82]

பீம் பொது விசாரணைக் குழுவில் குஜராத் உயர்நீதி மன்றத்தின் முன்னாள் தலைமை நீதிபதி வி.எஸ்.தேவ் இருந்தார். ராஜஸ்தான் சட்ட ஆணையத்தின் தலைவராக இருந்தவர். ஆர்டிஐ கோரிக்கைக்குத் தொடர்ந்து அவர் வலுவான ஆதரவாளராக இருந்தார்; கவிஞரும் ஜன்வாடி லேகாக் சங்கத்தின் துணைத் தலைவருமான ஹரிஷ் பதானி மற்றும் ஏனைய முக்கியமான குடிமக்கள் அதில் இருந்தனர். பீம் பஞ்சாயத்துச் சமிதியில் நடந்திருந்த பல லட்சம் ரூபாய் ஊழலுக்கான ஆதாரங்கள் வெளிக்கொணரப்பட்டன. வெறும்

ஆறு மாத ஆய்வில் வெளிவந்தவை இவை. தர்ணாக்கள் நிகழ்ந்தன. விசாரணைகள் நடத்தப்பட்டன, அதிகாரிகள் இடைநீக்கம் செய்யப்பட்டனர்; ஆனால் சில முக்கியமான கேள்விகளுக்கு இன்னமும் விடை கிடைக்கவில்லை. சூறையாடப்பட்ட பணம் எப்போது திரும்பவும் மீட்கப்படும்?

விஜய்புரா (ராஜ் சமந்த் மாவட்டம்) ஜன் சுன்வாய், டிசம்பர் 17, 1994

விஜய்புராவில் நடந்த ஜன் சுன்வாயின் மையப்புள்ளியாக, நெடுஞ்சாலையில் இருந்த நல்ல நிலத்தைப் பஞ்சாயத்து சட்ட விரோதமாகப் பங்குபோட்டுக் கொடுத்து இருந்தது. இந்த விசாரணையில் பொது ஏலத்தில் நடந்த மோசடி வெளியில் கொண்டுவரப்பட்டது; 70 லட்சம் ரூபாய் மதிப்புள்ள பஞ்சாயத்து மேய்ச்சல் நிலம் மிகக் குறைந்த விலைக்கு விற்கப் பட்டிருந்தது. பொது ஏலம் நடந்தபோது அந்த ஊரிலிருந்த 800 பேரில் ஒருவரும் கலந்துகொள்ளவில்லை என்பது தெளிவு. எனினும் அவர்களில் பலரது கையெழுத்துகள் பொய்யாகப் போடப்பட்டிருந்தன. இங்கும், அரசு அதிகாரிகள் எவரும் கலந்துகொள்ளவில்லை, ஆனால், அந்த நில வழக்கில் முதல் தகவல் அறிக்கை ஒன்று பதிவு செய்யப்பட்டது.

இரண்டு மேற்பார்வையாளர்கள் மீதான புகார்கள் குறித்தும், பணம் பட்டுவாடா செய்ததில் முறைகேடு என்ற சந்தேகம் குறித்தும் அங்கன்வாடிப் பணியாளர்கள் விரிவாகச் சாட்சியம் அளித்தனர். மேற்பார்வையாளர் லஞ்சம் வாங்கியது, ரேஷன் பொருட்களைத் திருடியது, பஞ்சுப் பொதி, வாளிகள், நாற்காலிகள், மேசைகள், துரிகள் (ஜமக்காளம்), சமூகத்தினருக்கு அளிக்கப்பட்ட பாரசிட்டமால் மாத்திரைகள் எப்படித் திருடப்பட்டன என்பது விசாரணையில் தெரிவிக்கப்பட்ட போது மக்கள் மிகுந்த கவனத்துடன் கேட்டனர். பொதுமக்கள் விரைந்து ஒரு கணக்குப் போட்டதில் நான்கு ஆண்டுகளில் மொத்தமாக ரூ. 14 லட்சத்திற்குக் குறைவில்லாமல் ஊழல் நடந்திருப்பது தெரியவந்தது.

ஜவாஜா (அஜ்மீர் மாவட்டம்) ஜன் சுன்வாய், ஜனவரி 7, 1995

இதற்கு முன் நடந்த மூன்று ஜன் சுன்வாய் நிகழ்வுகளின் உற்சாகமும்ஆர்வமும் ஜவாஜா நிகழ்விலும் தொடர்ந்தன. குற்றம் புரிந்தவர்கள் என்று கூறப்பட்ட ஊழல் புரிந்த அரசு அதிகாரிகள், மக்கள் பிரதிநிதிகள், அரசாங்க வேலைகளில் பணத்தைச் சுருட்டியவர்கள் மத்தியில் அச்சம் அதிகரித்துக்

கொண்டிருந்தது. அந்தக் குளிர் நிறைந்த ஜனவரி நாளில் பருவம் தவறி மழை பெய்தது; அதனால், ஜன் சுன்வாய் நிறுத்தப் பட்டிருக்கும். அது மக்களின் பங்கேற்பைத் தடுத்திருக்கும்; ஆனாலும், இவற்றை மீறி நடந்த ஜவாஜா ஜன் சுன்வாயில் ஏராளமான பொதுமக்கள் கலந்துகொண்டனர்.

ஜோத்பூரின் பிரபல வழக்கறிஞர் மருதர் மிருதுல்;பல ஆண்டுகளாக நாடகங்களை எழுதி, இயக்கும், தில்லி தேசிய நாடகப்பள்ளி பேராசிரியர் திரிபுராரி சர்மா; ஜோத்பூர் வழக்கறிஞர் மகேஷ் போரா, உதய்பூர் வழக்கறிஞர் ரமேஷ் நந்த்வானா ஆகியோர் குழுவில் இருந்தனர். அனைத்துக் குடிமக்களும், மக்கள் பிரதிநிதிகளும் வளர்ச்சிப் பணிகள் தொடர்பான அனைத்துப் பதிவேடுகளையும் பார்க்கமுடியும் என்று சட்டமன்றத்தில் முதல்வர் அறிவித்த அதே நாளில் இந்தப் பொது விசாரணை நடந்தது. 06-04-1993 தேதியிட்ட 'டைனிக் நவ்ஜோதி'யில் இந்தச் செய்தி வெளிவந்திருந்தது.

இதற்குமுன் நடந்த மூன்று பொது விசாரணைகளைப் போலன்றி ஜவாஜாவில் அரசாங்கப் பதிவேடுகளை அணுக முடியவில்லை. ஜவாஜா பொது விசாரணையில் தகவல்களுக்குச் சான்றாக பொதுமக்களே இருந்தனர். அங்கீகரிக்கப்பட்ட அரசாங்கப் பதிவேடுகள் எதுவும் இல்லை; ஆகவே, பாக்மலில் இருந்து வந்திருந்த கேசர் சிங் எடுத்துரைத்த அவரது அனுபவங் களே விவாதத்தின் மையப் புள்ளியாக இருந்தன. சங்கதனின் நாட்குறிப்பு விவரிக்கிறது:

> கேசர் சிங், முன்னாள் ராணுவ வீரர், அஜ்மீர் மாவட்டத் தின் ஜவாஜா பஞ்சாயத்துச் சமிதியில் இருக்கும் ஆசன் பஞ்சாயத்தில் நடந்த வேலைகளுக்கு அனைத்துப் பொருட்களையும் (தனது டிராக்டர் மூலம்) அவர் சப்ளை செய்தார். தனது நாட்குறிப்பில் அவர் எழுதி வைத்திருந்த பதிவுகளின் அடிப்படையில் கேசர் சிங் (பஞ்சாயத்திலிருந்து) தனக்குக் கொடுக்க வேண்டிய பணத்தைக் கேட்டார். சர்பஞ்ச் அவருக்குப் பாதித் தொகை மட்டும் கொடுத்தார்; மீதம் நிலுவையிலிருந்த தொகை சுமார் ரூ. 16,000. சர்பஞ்சின் கணவரான மீத்து சிங்கிடம் தனது பணத்தை கேசர் சிங் தொடர்ந்து கேட்டுக்கொண்டே இருந்தார். கேசர் சிங்கிற்குப் பணம் கொடுக்க வேண்டும் என்பதை மூன்று ஆண்டுகள் வரையிலும் மீத்து சிங் மறுக்கவில்லை. ஆனால் பணமும் கொடுக்கவில்லை. இறுதியில் கேசர் சிங் சங்கதனுக்கு எழுத்துப்பூர்வமாகப் புகார் ஒன்றை அளித்தார்.

அந்தக் கட்டுமான வேலைகளின் (கேசர் சிங் பொருட்கள் சப்ளை செய்த) கணக்குகள் அடங்கிய அனைத்துப் பதிவேடுகளையும் (பில்கள் மற்றும் மஸ்டர் ரோல்கள்) பார்க்கவும் நகல்களைப் பெறவும் சங்கதன் பஞ்சாயத்துச் சமிதியிடம் (ஜவாஜா) விண்ணப்பம் கொடுத்தது. விண்ணப்பம், சமிதியை உணர்ச்சிவசப்பட வைத்து விட்டது. ஊழியர்கள் மிகவும் கவலையடைந்தனர். அதனால் அன்று மாலையே கேசர் சிங்கின் வீட்டிற்குத் துணைப் பிரதானும், காசாளரும் செயலாளரும் சென்றனர். இவர்களுடன் மேலும் ஆறு அல்லது ஏழு பேர் அரசு வாகனத்தில் அவர் வீட்டிற்கு வந்தனர்.

மறுநாளே பணம் கொடுப்பதாக அவர்கள் உறுதி யளித்தனர். ஏன், அந்த ரூ. 16,000க்கும் வட்டி கொடுக்கவும் தயாராக இருப்பதாகக் கூறினர். கணக்குப் புத்தகங்களின் படி கேசர் சிங்குக்குக் கொடுக்கவேண்டிய ரூ. 16,000 ரூபாயை முறையாகக் கொடுக்காதவர்கள் சட்ட விரோதமாக ரூ. 20,000 கொடுக்கத் தயாராக இருந்தது வியப்பளித்தது. அவர்களுக்கு வேண்டியதெல்லாம் சங்கதனுக்கு அவர் கொடுத்த புகாரைத் திரும்பப் பெற வேண்டும்; சங்கதனை இந்த விசாரணைச் செயல் முறையிலிருந்து விலக்கிவைக்க வேண்டும். பணத்திற்கு உறுதியளித்த அவர்கள், ஆவணங்களையும், பதிவேடு களையும் கேட்கவேண்டாம் என்று கெஞ்சினார்கள். கேசர் சிங், 'எனக்கு கொடுக்கவேண்டிய ரூ. 16,000 ரூபாய் மட்டும் போதும். பதிவேடுகளைப் பார்த்த பின்னர்தான், சங்கதன் மூலம் கணக்கு சரிபார்க்கப்படும் என்று கூறியிருக்கிறார்.[83]

கேசர் சிங் பெரும் அழுத்தத்திற்கு உள்ளானார். அவரது ஜாதி மொத்தமும் (ஜாதி சமிதி) சுமார் 500 பேர், அவரைக் கண்டிக்கவும் தண்டிக்கவும் கூடினர். அவர்களும் சர்பஞ்சும், ரூ. 16,000க்குப் பதிலாக ரூ. 50,000 வாங்கிக்கொள்ள கேசர் சிங்கை வற்புறுத்தினர். ஒரே நிபந்தனை, புகாரைத் திரும்பப்பெற வேண்டும். ஆனால், அவர் மறுத்துவிட்டார். சங்கதன் இல்லாமல், பதிவேடுகள் இல்லாமல் எந்த சமரசமும் இல்லை என்று கூறி விட்டார்.

ஜாதி சமிதியின் ஒற்றுமை, சுவாரஸ்யமான ஒரு வார்த்தைப் பரிமாற்றத்தில் சிதைந்தது. சமூகப் புறக்கணிப்பு செய்யப் படுவார் என்று கேசர் சிங் அச்சுறுத்தப்பட்டார். ஏனெனில், அவரது நடவடிக்கை, அவரது சமூகத்தைச் சேர்ந்த, 'பாய்' அல்லது சகோதரர் என்று அலங்காரமாக அவர்கள் அழைக்கும்

ஒருவரைச் சிறையில் அடைத்துவிடும் என்றனர். அவரது பதில் அன்றைய பிரச்சினையைத் தீர்த்துவைத்தது! 'என்னை ஏமாற்றியபோது அவன் என் சகோதரன் இல்லையா? சமூகத் திற்கு இப்போது எழும் அதே உணர்வு ஏன் அப்போது என்னைப் பாதுகாக்கவில்லை? இது சமூகத்தின் பிரச்சினை அல்ல, அறநெறி' என்றார் அவர். அவரது துணிவு, பதிவேடுகளைத் திறக்க வேண்டும் என்ற கோரிக்கையைத் தக்கவைத்தது.

இறுதியில் பியாவரின் து.கோ. மாஜிஸ்ட்ரேட் அனுமதி அளித்தார்; பதிவேடுகளுக்கான ஜெராக்ஸ் நகல்களை அவர் வழங்கவில்லை; எனினும், பதிவுகளைக் கையால் நகல் எடுத்துக் கொள்ள அனுமதி தந்தார். சங்கதன் அந்தப் பணியைச் செய்தது. கிராமத்தினர் முன்னிலையில் மஸ்டர் ரோல்கள், பில்கள், வவுச்சர்கள் போன்றவை படிக்கப்பட்டன; பதிவேடு களில் உள்ளவற்றிற்கும் நடைமுறை உண்மைக்கும் இடையில் முரண்பாடுகள் இருந்தன. இறந்தவர்களின் பெயர்கள், கிராமத்தில் வசிக்காதவர்களின் பெயர்கள், எந்த வேலைத் தளத்திலும் வேலை செய்யாதவர்களின் பெயர்கள் அவற்றி லிருந்தன. பதினெட்டு நபர்களின் பெயர்கள், ஒரேநாளில் இரண்டு வெவ்வேறு இடங்களில் வேலை செய்ததுபோல் குறிப்பிடப் பட்டிருந்தது. கேசர் சிங் பெயரில் பில்கள் எதுவும் இல்லை. ஆனால், என்றுமே வேலை செய்யாத ஒருவரது பில்கள் காணப் பட்டன.

அனைத்தும் வெளிச்சத்திற்கு வந்ததும், புகாரை ஆராய் வதற்கு ஒரு விசாரணைக்குழு அமைக்கப்பட்டது. விசாரணை நடந்த அன்று ஆசன் கிராமத்திற்குப் பியாவர் து.கோ. மாஜிஸ்ட்ரேட் திரு. நெஹ்ரா வந்தார். நீக்கப்படுவதற்காக, மஸ்டர் ரோல்களில் இருந்த பொய்யான பெயர்கள் படிக்கப்பட்டு அழைக்கப்பட்டனர். து.கோ. மாஜிஸ்ட்ரேட் வருகைக்காக 20–25 சங்கதன் உறுப்பினர்கள் காத்திருந்தனர், வியப்பைத் தரும் வகையில், மோட்டார் சைக்கிள்களிலும், ஜீப்புகளிலும், கார்களிலும் வந்த சிலர் தொலைவில் கூட்டமாக நின்றனர். ஜவாஜா பஞ்சாயத்துச் சமிதியின் பிரதானும், அருகிலிருந்த கிராமங்களின் சர்பஞ்சுகள் சிலரும் அதில் இருந்தனர். அனைவரும் ஆசன் சர்பஞ்ச் நர்மதா தேவிக்கும் அவரது கணவர் மீத்து சிங்கிற்கும் உதவுவதற்காக வந்திருந்தனர்.

துணைக் கோட்ட மாஜிஸ்ட்ரேட் வந்ததும், அனைவரும் அவர் அருகில் கூடினர். ஜவாஜா பிரதானின் தலைமையில் அனைத்துச் சர்பஞ்சுகளும் சங்கதன் உறுப்பினர்களை நோக்கி அச்சுறுத்தும் வகையில் முன்னகர்ந்து வந்தனர். குறைந்தது முப்பது பேர் இருப்பார்கள். ஏறத்தாழ அவர்கள் சங்கதன்

தொழிலாளர்களை 'கெரோ' செய்தார்கள். து.கோ. மாஜிஸ்ட்ரேட் கேள்விகள் கேட்கத் தொடங்கினார். ச்சுன்னி சிங் பேசத் தொடங்கினார். அவர் ஒரு வாக்கியத்தை முடிக்கவில்லை. அதற்குள் 'அவர்களைத் தாக்கு, அவர்களைக் கொல்' என்று குரல்கள் சத்தமாக எழுந்தன. சர்பஞ்ச் நர்மதா தேவி, ச்சுன்னி சிங்கின் காலரைப் பிடித்து இழுத்து சட்டையைக் கிழித்தார்

சங்கதனும் சத்தம் போட்டு இதை எதிர்த்தது. து.கோ. மாஜிஸ்ட்ரேட் விசாரணையை நிறுத்தினார். என்ன விலை கொடுத்தாவது விசாரணையைச் சீர்குலைக்கும் நோக்கத்தில் சர்பஞ்சுகள் கூடியிருந்தனர். அன்றே விசாரணையை முடிக்க வேண்டும் என்று சங்கதன் வற்புறுத்தியது. பள்ளியின் அறை ஒன்றில் வாக்குமூலங்களை, து.கோ. மாஜிஸ்ட்ரேட் பதிவு செய்தார். இரு தரப்பிலிருந்தும் ஒரு நேரத்தில் ஒருவர் உள்ளே அழைக்கப்பட்டார். சங்கதன் சார்பில் சங்கர் சென்றார், பிக்கம் சந்த் (பாரக்கான் பஞ்சாயத்து) எதிர்த்தரப்பிலிருந்து வந்தார். வாக்குமூலம் பதிவு செய்ய வந்திருந்த கிராமத்தினரை ஏனைய சர்பஞ்சுகள் கலைந்துபோக வைக்க முயன்றனர். 'உனக்கு ஏன் பிரச்சினையை வரவழைத்துக் கொள்கிறாய்? நீதிமன்றத்தை நீ சுற்ற வேண்டியிருக்கும். இந்த ஆட்கள் (சங்கதன்) சில நாட்களில் போய்விடுவார்கள், ஆனால் நீங்களும் நாங்களும் இங்குதான் தொடர்ந்து வசிக்கவேண்டும். நாம் ஒரே சாதியைச் சேர்ந்த சகோதரர்கள். உங்கள் சாதிச் சகோதரர்களை நீங்கள் காப்பாற்ற வேண்டாமா?'

இதன் நடுவில், விசாரணையும் தொடர்ந்து நடந்துகொண்டிருந்தது. து.கோ. மாஜிஸ்ட்ரேட் வாக்குமூலங்களைப் பதிவு செய்தார். 'போலி' வருகைப் பதிவுகள் வாக்குமூலங்களில் அம்பலமாகின. பிக்கம் சந்த் பொறுமை இழந்துவிட்டார். 'தேர்தலில் நாங்கள் அதிகமாகச் செலவு செய்கிறோம். அதை ஈடுசெய்ய நாங்கள் சில வேலைகளில் (ஊழலில்) இறங்க வேண்டியுள்ளது. இல்லையேல் எங்கிருந்து பணத்தைத் திரட்டுவோம்?' என்று சத்தம் போட்டார். பதிவான முதல் தகவல்அறிக்கையின் அடிப்படையில் விசாரணை நடந்தது. ஆனால், காவல்துறைக்கு லஞ்சம் கொடுக்கப்பட்டது. இறுதி அறிக்கை ஒன்றை எழுதி, புகாரை அவர்கள் மூடிவிட்டனர். கேசர் சிங்கிற்குப் பணம் கிடைக்கவில்லை. ஆனால் அவருக்கு இருந்த மன உறுதி அசாதாரணமானது. 'எனக்கு வரவேண்டிய பணம், நான் உழைத்த பணம் மட்டும் எனக்குக் கிடைத்தால் போதும், அதற்கு மேல் வேறெதுவும் தேவை இல்லை.' விடாமல் போராடிய அவர் இறுதியில் தனது ரூ. 16,000த்தை சட்டப்பூர்வமாகப் பெற்றார்.

பிரதம மந்திரி அலுவலகத்தில் செயலர் பதவியை அப்போதுதான் ராஜினாமா செய்திருந்த கே.ஆர். வேணுகோபால், சாதாரண வேட்டி, சட்டையில் விசாரணை நடவடிக்கைகளை அமைதியாகப் பார்த்துக்கொண்டிருந்தார்.

விசாரணை நடந்து, இரு நாட்களுக்குப்பின், கையாடல் செய்யப்பட்ட பணம், சம்பந்தப்பட்ட தனிநபர்களுக்கும் சமூகத்திற்கும் கிடைக்கத் தொடங்கியது. அவர்கள் அளித்த தகவல்களிலிருந்த நம்பகத்தன்மை இதன்மூலம் நிரூபண மானது. எடுத்துக்காட்டாக, பட்டியல் இனத்தைச் சேர்ந்த ஐந்து குடும்பங்கள் அளித்த சாட்சியம் இது: இந்திரா ஆவாஸ் யோஜ்னா திட்டத்தில் அவர்களுக்கு நிதி உதவி வழங்கப்பட்டது. அந்த மானியத்திலிருந்து, குடும்பம் ஒவ்வொன்றிடம் இருந்தும் கிராம சேவகர் ரூ. 1,500 பிடித்துக்கொண்டார் என்று அவர்கள் கூறினர். நாற்பத்தெட்டு மணி நேரத்திற்குள் அவர்களது வீடுதேடி வந்த கிராம சேவகர் பணத்தைத் திருப்பிக் கொடுத்தார்.

விசாரணையின்போது, வளர்ச்சித்திட்டப் பணிகள் குறித்த தகவல்களைப் பெறுவதில் இருந்த சிக்கல் வடிவம் பெறத் தொடங்கியது. பதிவேடுகளை அளிப்பது குறித்து கிராம சேவகர்களின் சங்கமும் சங்கதனும் மாவட்ட நிர்வாகத்தின் மீது அழுத்தம் கொடுக்கத் தொடங்கின. அதனால் அஜ்மீர் மாவட்ட ஆட்சியர் பிரச்சினையை மாநில அரசுக்குக் கொண்டு சென்றார்.

கிராம சேவகர்களின் கடுமையான எதிர்ப்பு

அவர்களது முறைகேடுகள் வெளியில் வந்துவிடும் என்ற அச்சத்தில், பஞ்சாயத்துகளின் செயலர்களான அனைத்து கிராம சேவகர்களும் ஒன்று திரண்டனர். 22–12–1994 அன்று வேண்டு கோள் மனு ஒன்றை அளித்தனர். வேறுசில கோரிக்கைகளுடன், அரசாங்க ஊழியர்கள் தவிர்த்து வேறு எவருக்கும் தகவல்கள் மறுக்கப்பட வேண்டும் என்று அவர்கள் கோரினர். அதன்பின் 02–01–1995 அன்று ஆட்சியர் அலுவலகம் முன்பு தங்கள் கோரிக்கை களை வலியுறுத்தித் தர்ணா நடத்தினர். சங்கதன், மஸ்டர் ரோல்கள் உள்ளிட்ட அனைத்து ஆவணங்களின் நகல்களையும் கேட்கிறது என்பதால், அவர்கள் மீது குற்றப்பத்திரிகை தாக்கல் செய்யப்பட்டு வழக்குகள் பதிவு செய்யப்படும் என்று கிராம சேவகர்கள் அச்சம் கொண்டனர்.

கிராம சேவகர்களின் புறக்கணிப்பையும் எதிர்ப்பையும் மீறி, ஜவாஜா பொது விசாரணை அரசாங்க வளர்ச்சித் திட்டங் களில் நடைபெற்றிருந்த மோசடியை அம்பலப்படுத்தியது. திட்டங்கள் முழுமையடைந்ததாகப் பதிவேடுகளில் காட்டப் பட்டிருந்தன; ஆனால், ரவத்மாலின் சாக்ஷர்தா பவனைப் போல்

இன்னமும் பல முழுமையடையாமல் நிற்கின்றன. ஆண்டுகள் தான் கடந்தன. ஆனால், தொழிலாளர்களுக்குச் சம்பளம் வழங்கப்படவில்லை. பழைய செக்–டேம் ஒன்று, புதிதாகக் கட்டப்பட்டது என்று பில்லுக்குப் பணம் கொடுக்கப்பட்டிருந்தது. பள்ளிக் கட்டிடம் முடிந்துவிட்டது என்று பதிவேடுகளில் இருந்தது, ஆனால், குழந்தைகள் திறந்த வெளியில் வானத்தின் கீழ் அமர்ந்து படித்தனர். விசாரணையில் கலந்துகொண்ட நூற்றுக்கணக்கான மக்கள், கிராமத்தில் நடந்த வளர்ச்சிப் பணிகள் குறித்த தகவல்களை வெளிப்படுத்த இயக்கம் ஒன்றைத் தொடங்க முடிவுசெய்தனர். ஒரு கசப்பான நகைச்சுவையைக் குறிப்பிட வேண்டும். ஊதியம் கொடுக்கவில்லை என்று கிராம சேவகர் மீது குற்றம் சாட்டியபோது மஸ்டர் ரோலை ஆடுகள் தின்றுவிட்டதாக அவர் சொன்னாராம்.

சங்கதன் பணிபுரியும் பகுதியின் சமூக, அரசியல் சூழலைப் புரிந்து கொள்வதற்காகப் பல ஆய்வுகளை அது நடத்தியது. அவற்றில் ஒன்று, 1995 இல் இளைஞர்களுக்கான கற்றல் முறைகள் குறித்துச் சங்கதன் நடத்திய ஆய்வு. இதன் முடிவு ஜெய்ப்பூர் வளர்ச்சி ஆய்வு நிறுவனத்திடம் அளிக்கப்பட்டது.

> வட்டார வளர்ச்சி அலுவலகங்கள் அச்ச உணர்வில் ஆழ்ந்திருந்தன. அந்தப் பகுதியிலிருந்து வேறு இடத்திற்கு மாற்றலில் செல்வதற்குப் பலரும் முயன்றதால் சலசலப்பு எழுந்தது. இந்த நிகழ்வுகளில் அக்கறை கொண்ட, அருகிலிருந்த நகரங்களில் வசித்த கிராமப்புற நடுத்தர வர்க்கத்தினர், வள ஆதாரங்கள் மீதும் செலவினங்களின் மீதும் குடிமக்களின் கட்டுப்பாடு தேவை என்பதை வலியுறுத்தத் தொடங்கினர். ஜவாஜாவில் (அஜ்மீர்) விசாரணை நடைபெறுவதற்கு மூன்று நாட்களுக்கு முன், 04–01–1995 அன்று மாவட்டத்தின் கிராம சேவகர்கள் வேலைநிறுத்தம் செய்ய முடிவு செய்தனர். பில்களையும் மஸ்டர் ரோல்களையும் பார்ப்பதற்கு அவர்கள் அனுமதிக்கவில்லை.[84]

நேரடியாகப் பதிவேடுகளைச் சரிபார்க்கும் சமூக தணிக்கை உட்பட்ட பொதுத் தணிக்கைக்கு, அவர்களது பணிகளை உட்படுத்துவதைப் பார்த்துக் கிராம சேவகர்கள் அஞ்சினர்; தங்கள் வேலைகளை, அரசாங்கத் தணிக்கைக்கு மட்டுமே உட்படுத்த வேண்டும் என்று கிராம சேவகர்கள் வேண்டுகோள் விடுத்தனர். இதற்கு ஏளனமாக, விமர்சனம் செய்வதுபோல் மக்கள் பதில் கூறினர்: கிராம சேவகர்கள் இவ்வாறு தயங்குவதும், மக்களிடம் இருந்து உண்மைகளை மறைக்கமுயல்வதும் குற்றத்தை அவர்கள் ஒப்புக்கொள்கிறார்கள் என்பதைத்தான் காட்டுகிறது

என்றனர். அந்த வட்டாரத்தின் ஏழு பஞ்சாயத்துகளை மட்டும் உள்ளடக்கி விசாரணை நடந்தது. எனினும், ராஜஸ்தான் மாநிலம் முழுவதும் இருந்த கிராம சேவகர் சமூகத்தை இது அச்சுறுத்தியது, மாநில வளர்ச்சி ஆணையரை, இந்தக் கிராம சேவகர் சங்கத்தின் பிரதிநிதிகள் குழு சென்று சந்தித்தது; முதலாவதாக, தகவல்களை அளிக்க வற்புறுத்துவதில் அவர்களது எதிர்ப்பைப் பதிவு செய்தனர். இவ்வாறாக, முன்வைக்கப்பட்ட முறையிலும், கிடைத்த எதிர்வினை அடிப்படையிலும், பிரதேச அளவில் தகவல்கள் வேண்டி நடந்த ஒரு எதிர்ப்புப் போராட்டம் மாநில அளவிலான பிரச்சாரமாக மாறியது.

இந்த உத்தியால் ஏற்படும் தாக்கம், அதன் தினசரி செயல்பாட்டில் பாதிப்பை ஏற்படுத்தும் என்று நிர்வாகம் உணர்ந்தவுடன் ஆத்திரமும் எதிர்வினையும் உண்டாகியது. அமைப்பு ரீதியான முதல் எதிர்ப்பாக, கிராம சேவகர்கள் ஜனவரி 1995இல் காட்டிய எதிர்ப்பு அமைந்தது: நிர்வாகத்தில் அவர்களுக்கு மேலுள்ளவர்களுக்கும் தணிக்கையாளர்களுக்கு மட்டுமே பதிவேட்டுத் தகவல்களை அளிப்பதென்று அவர்கள் முடிவு செய்தனர்.

சங்கதன் பணியாளர்களின் சொற்களில்:

பொது விசாரணை ஏற்பாடு செய்வதற்கு முன்னால், நாங்கள் முடிந்தவரை தகவல்களைத் திரட்ட முனைவோம், ஆனால் தந்திரமாகப் பெறமுயல்வது, தகவல்களை ஓரளவு திரட்டமட்டுமே உதவியது. 1995இல் நடந்த ஜவாஜாஜன் சுன்வாய் ஒப்பீட்டு அளவில் அரசாங்கப் பதிவேடுகள் இல்லாமல் நடந்தது; மக்கள் அளித்த தகவல்கள் அடிப்படையில் நடந்தது. ஆனால், பொது மக்களின் அபிப்ராயங்களைத் திரட்டுவதிலும், தம் கருத்தில் அவர்களை உறுதியாக இருக்கவைத்த விதத்திலும் இதற்குமுன் நடந்த மூன்று ஜன் சுன்வாய்களைப் போலவே இதுவும் திறன்மிக்கதாக இருந்தது.

இந்தப் பொது விசாரணையின் விளைவுகளில் முக்கியமான ஒன்றைக் குறிப்பிட வேண்டும்; அது, ஆசன் பஞ்சாயத்தைச் சேர்ந்த பாக்மல் கிராமத்திலிருந்து எழுந்த தொடர்ச்சியான கோரிக்கைகள்; ஆர்டிஐ பிரச்சாரத்தை இவை மேலும் முன்னெடுத்துச் சென்றன; பலர் சங்கதனில் உறுப்பினர்களாகச் சேர்ந்தனர். இந்த நேர்வில் நடந்த மற்றொரு விஷயம்; வீட்டு வசதிக்கான நிதி உதவியில் இரண்டாவது தவணை மறுக்கப்பட்ட பலருக்கும் பணம் உடனடியாகக் கொடுக்கப்பட்டது. ஒவ்வொரு பொது

விசாரணையைத் தொடர்ந்தும் இவ்வாறு பல சம்பவங்கள் நடந்தன.

பொது விசாரணையின் காரணமாகவும் உள்ளிருப்புப் போராட்டங்கள் ஏற்படுத்திய தாக்கத்தின் விளைவாகவும், பஞ்சாயத்துத் தேர்தல்களுக்கு வாக்கு சேகரிக்கும் சுற்றுப் பயணத்தில் இருந்த முதல்வர், ஜவாஜாவில் இது குறித்துத் தேர்தல் வாக்குறுதிகள் அளித்தார். பதிவேடுகளின், அங்கீகரிக்கப்பட்ட ஜெராக்ஸ் நகல்கள் அளிக்கப்படும்; அதன் மூலம் பில்கள், வவுச்சர்கள், மஸ்டர் ரோல்களில் வெளிப்படைத்தன்மை நிலவும் என்று உறுதிகூறினார். மாநிலச் சட்டமன்றத்திலும் இதுபோன்ற அறிவிப்பு ஒன்றை அவர் அளித்தார். அஜ்மீரிலிருந்து வெளிவரும் 'டைனிக் நவ்ஜோதி' என்ற இந்தி நாளிதழ் இந்தச் செய்தியை முறையாக வெளியிட்டது.[85]

தானா (பில்வாரா மாவட்டம்) ஜன் சுன்வாய், ஏப்ரல் 5, 1995

ஏறத்தாழ மூன்று மாதங்களுக்குப் பின் நடந்த இந்த ஜன் சுன்வாய் நிகழ்ந்த சூழல் முன்னர் நடந்தவற்றிலிருந்து வேறுபட்டது. ஒருவிதத்தில், முந்தைய ஜன் சுன்வாய்களின் அனுபவங்களை உள்வாங்கியதாக இருந்தது. பஞ்சாயத்தின் புதிய மக்கள் பிரதிநிதிகளுடன் இணைந்து நடந்த முதல் பொது விசாரணை. மாவட்ட ஆட்சியரின் உத்தரவினால், பஞ்சாயத்துப் பதிவேடுகளை அதிகாரப்பூர்வமாக பெறுவது சாத்தியமானபின் நடந்த முதல் ஜன் சுன்வாய் இது.

தகவலைப் பெறுவதற்கான வழிமுறை மிகவும் சுவாரஸ்ய மாக இருந்தது. நிர்வாகம் ஒருபடித்தானதல்ல, ஒரே மாதிரியாக இயங்குவதுமில்லை என்பதை அது வெளிப்படுத்தியது. இடங்கள் அடையாளம் காணப்பட வேண்டும்; அதன்பின் பயன்படுத்தப்பட வேண்டும். நடந்திருந்த நான்கு ஜன் சுன்வாய்களும் பொதுமக்களின் உரையாடல்களில் குறிப்பிடத் தக்க தாக்கத்தை ஏற்படுத்தியிருந்தன. அரசாங்கப் பதிவேடுகளை அணுகுவது குறித்துச் சட்டமன்றத்தில் முதல்வரின் அறிவிப்பு பரவலாகப் பேசப்பட்டது. ஆராய வேண்டிய பஞ்சாயத்து களின் பதிவேடுகளை அணுகிப் பெறுவதற்கு முதல்வரின் அறிவிப்பைப் பயன்படுத்தவும், அதற்காக மாவட்ட நிர்வாகத்தை அணுகவும் சங்கதன்முடிவு செய்தது

நிகில் நினைவு கூர்கிறார்:

மாவட்ட ஆட்சியர் யதுவேந்திர மாத்தூரைச் சந்திக்கச் சென்றேன். தானாவில் ஜன் சுன்வாய் ஒன்றை நடத்த

சங்கதன் முடிவு செய்திருப்பதைத் தெரிவித்தேன். முந்தைய சுன்வாய்கள் பற்றி அவருக்குக் கூறினேன்; சட்டமன்றத்தில் முதல்வர் செய்த அறிவிப்பு 'டைனிக் நவ்ஜோதி'யில் செய்தியாக வெளிவந்திருப்பதைத் தெரிவித்து, அதன் நகல் ஒன்றையும் கொடுத்தேன்.

உற்சாகமடைந்த அவர், ஆதரவு அளிப்பதாக உறுதி கூறினார். ஜன் சுன்வாயில் கலந்துகொள்வதாகவும் உறுதி யளித்தார். விசாரணைக்கு இரண்டு நாட்கள் முன்னதாகத் தகவல்களும், பதிவேடுகளின் நகல்களும் சங்கதனுக்கு அளிக்கப்பட வேண்டும் என்று ஒரு உத்தரவும் வெளியிட்டார். மண்டல் பஞ்சாயத்துசமிதி அலுவலகம் சென்று அவற்றை அங்கே பெற்றுக்கொள்ளலாம் என்றும் கூறினார்.

மண்டலில் இருந்த அலுவலகத்திற்குச் சென்றேன். அலுவலகம் திறந்திருந்தது. என்னிடம் ஆட்சியரின் உத்தரவு என்ற ஆயுதம் இருந்தது. அலுவலகத்திற்குள் நுழையும்போதே அனைத்து ஊழியர்களும் வட்டார வளர்ச்சி அதிகாரியின் அறைக்குள் கூடி நின்று சத்தமாக ஏதோ விவாதிப்பது தெரிந்தது. ஆட்சியரின் உத்தரவைப் பற்றி அவர்கள் பேசுவது காதில் விழுந்தது. அவர்களில் ஒருவர், 'ஒரு "ஆட்டன்க்வாடி" சங்கதனுக்குப் (தீவிரவாத அமைப்பு?) பதிவேடுகளைக் கொடுக்கச் சொல்லி நமக்கு எப்படி உத்தரவு போடமுடியும்?' என்றார். அதற்கு இன்னொருவர், 'இது ஆட்சியரின் உத்தரவு. நாம் கீழ்ப்படிந்துதான் ஆகவேண்டும்' என்றார். பதில் உடனடியாக வந்தது. 'நாம் எல்லோரும் அலுவலகத்தி லிருந்து வெளியேறிவிடுவோம். அந்த நிகில் தேய் வரும்போது, எல்லோரும் வேலை விஷயமாக வெளியில் சென்றுவிட்டதாகச் சொல்லச் சொல்வோம். அவனுக்கு எப்படிப் பதிவேடுகள் கிடைக்கிறது என்று பார்த்து விடுவோம். இந்தப் பாழாப்போன நிகில் யாராக இருக்கும்?'

நான் அப்போது கதவருகே நின்றிருந்தேன். ஆட்சியரின் கடிதத்தைக் கையில் ஆட்டியவாறு, 'இதோ வந்து விட்டேன்' என்றுஉள்ளே நுழைந்தேன். புறாக்களுக்கு மத்தியில் பூனை நுழைந்தது. அனைவரும் நாற்காலிகளி லிருந்து துள்ளி எழுந்தனர். காலியான ஒன்றில் நான் அமர்ந்தேன். சரமாரியாக, அக்கறை மிகுந்த உபசாரங் களை என்மீது பொழிந்தனர். 'தேநீர் அல்லது பால், என்ன சாப்பிடுகிறீர்கள்? நீங்கள் பசியோடு இருப்பீர்கள். பாலும், திராட்சையும் கொண்டு வாருங்கள்!' என்னுடைய

பதில் இதுதான், 'பதிவேடுகளின் நகல்களை மட்டும் கொடுங்கள் போதும்'. என் முன்னிருந்த மேஜை பால், மிக்சர், திராட்சை மற்றும் வேறு பொருட்களால் நிரம்பியது. அவர்கள் அப்படி வைத்துக்கொண்டு இருக்கும்போது உள்ளே வந்த ஒரு நபர், நிரம்பியிருந்த மேஜையை பார்த்து விட்டு, 'JE சாப், BDO சாப், இன்றைக்கு எந்த ஆடிட் வந்திருக்கிறது?' என்று கேட்டார்.

பல இடங்களிலும் ஆட்சியரின் உதவியால் பதிவேடுகள் கிடைத்தன. ஆனால், ஜன சுன்வாய்க்கு முதல் நாள் உறுதி யளித்தபடி ஆட்சியர் கலந்துகொள்ள இயலாது என்று செய்தி கிடைத்தது. பின்னர் தான், உற்சாகத்தில் முதல்வர் அலுவலகத்திற்கு அவர் தொலைபேசிய விவரம் தெரிந்தது. முதல்வரின் செயலர் கடுமையாக அவரை எச்சரித்திருக்கிறார். அதன் பின்னர் சட்டமன்றத்தின் பகிரங்க அறிவிப்பிற்கும் நிர்வாகத்தின் நோக்கத்திற்கும் முரண்பாடு இருக்கிறது என்பதை அவர் உணர்ந்துகொண்டார்.

தானாவில் நடந்த ஜன் சுன்வாயும் அரைகுறைத் தகவல் களுடன்தான் நடந்தது. ஆனால், லாடு சிங் என்ற சர்பஞ்ச் சங்கதனின் உறுப்பினர்; அதனால், தகவல்களைக் கிடைக்கச் செய்யவேண்டிய கட்டாயம் அவருக்கு இருந்தது. இந்த ஜன் சுன்வாய்கள், ராஜஸ்தானின் வேறு பகுதிகளைச் சேர்ந்த சர்பஞ்ச்களின் கவனத்தை ஈர்த்தன; அத்துடன் பிரச்சாரமும் அதிகமாகப் பரவியது. 86 பில்வாரா மாவட்டத்தின் தானா பஞ்சாயத்தின் சர்பஞ்சான லாடு சிங் ராவத், சங்கதனின் மையக் குழு உறுப்பினர்களில் ஒருவர். அருகிலிருக்கும் ஐந்து பஞ்சாயத்துகளை ஒன்றுசேர்த்து, பொது விசாரணை ஒன்றை ஏற்பாடு செய்ய முடிவு செய்தார்.

தானா தவிர்த்து அந்தப் பஞ்சாயத்துகள்: க்யான்கர், நரேலி, மோட்டா கேடா, ஷிவ்பூர் மற்றும் கிடிமல். இதற்குமுன் மார்ச் 1995இல் அவர் கிராம சபையைக் கூட்டியிருந்தார். முந்தைய ஆண்டு நடந்து முடிந்த வேலைகள் தொடர்பான பில்கள், வவுச்சர்கள், மஸ்டர் ரோல்களைஅனைவருக்கும் திறந்து காட்டினார்; அதன்மூலம், எந்த அளவுக்கு மோசடி நடந்திருக்கிறது என்பதை மக்கள் அவர்களாகவே தெரிந்து கொள்ளட்டும் என்று நினைத்தார். முதன் முறையாக ஒரு சர்பஞ்ச் தனது கிராம சபையில் சமூகத் தணிக்கை ஒன்றிற்கு வசதி செய்து கொடுத்த நிகழ்வு இது.

கடந்த இரண்டு அல்லது மூன்று ஆண்டுகளின் வேலை களைப் பொதுமக்கள் தணிக்கை செய்ய ஏதுவாக ஒரு

வழிமுறையைத் தொடங்க லாடு சிங் முயன்றார். அதனால், மேலும் ஆறு சர்பஞ்சுகளுடன் இணைந்து பொது விசாரணையை நடத்தினார். இந்தச் சோதனை முயற்சியைச் சங்கதன் ஆதரித்தது. ஒரு சமூகத் தணிக்கைக்கு மிகவும் அவசியமானவை, வளர்ச்சித் திட்டங்களுக்கான செலவுகள் தொடர்பான தகவல்களைப் பெறுவது. முதல்வரின் அறிவிப்பை ஒட்டி மாறியிருந்த சூழலில் பொது விசாரணை ஏற்பாடு செய்யப்பட்டிருந்தது. எனினும், வட்டார அலுவலகத்திலிருந்து கடந்த ஐந்தாண்டுகளின் பதிவேடுகளின் தகவல்களைப் பெறுவது இயலாத காரியம் என்று சர்பஞ்ச் கண்டறிந்தார். *1992–95* காலகட்டத்திற்கான தகவல்களைக் கொடுக்கச் சொல்லி வட்டார அதிகாரிகளுக்கு பில்வாரா ஆட்சியர் உத்தரவு போட்டிருந்தும் இந்த நிலைதான்.

சர்பஞ்சும் சங்கதன் உறுப்பினர்களும் பத்துக்கும் மேற்பட்ட முறை மண்டல் பஞ்சாயத்து சமிதி அலுவலகத் திற்குச் சென்றனர். ஊழியர்கள் தகவல்கள் அளிக்கவில்லை; மாவட்ட ஆட்சியருக்கும் ஏனைய மாவட்ட அதிகாரிகளுக்கும் இது தெரிவிக்கப்பட்டது. பெரும் முயற்சிகளுக்குப் பிறகு இரண்டு பஞ்சாயத்துகளின் அதாவது தானா மற்றும் கியான்கார் பஞ்சாயத்துகளின் தகவல்கள் மட்டுமே கிடைத்தன. அதுவும் பொது விசாரணைக்கு முதல் நாள் இரவு. இதன் விளைவாக, பொது விசாரணை தானா மற்றும் கியான்கார் பஞ்சாயத்து களுக்கு மட்டும் நடத்தப்பட்டது.

பொதுக்கூட்டங்கள் நடத்துவதில் ரேணுகா பமேச்சா அனுபவம் மிக்கவர். பில்வாரா மாவட்டம் தானா கிராமத்தில் *25–04–1996* அன்று நடைபெற்ற ஐந்தாவது ஜன் சுன்வாயின் தலைவராக அவர்தான் இருந்தார். ஜெய்ப்பூர் கல்லூரியின் பேராசிரியர்; திறமையானவர், பெண்கள் நல ஆர்வலர். இருபது ஆண்டுகளுக்கும் மேலாகப் பெண்களின் உரிமைகளுக்காகப் போராடியவர்; நீதிக்கான பல்வேறு போராட்டங்களில் உதவியவர். அவரது பூர்வீக வீடு பில்வாராவில் இருந்தது. ஜன் சுன்வாய்க்கு நம்பகமான தலைவர் தேவை. அதற்குத் தேவையான நற்தகுதிகள் அனைத்தும் அவரிடம் இருந்தன. அவரது செயல் முறை உறுதியானது. தேவையெனில் சப்தமாகப் பேசுவார். ஆனால், ஒருபோதும் கடுமையாக இருக்காது. முற்றிலும் செயல்முனைப்பு நிறைந்தவர். எனினும் அவருக்குள் இருந்த நகைச்சுவை உணர்வு, அவரது அச்சுறுத்தலான தோற்றத்தை மறைத்தது. 'ஆமாம், நமக்குக் கோபமூட்ட இங்கே ஏராளம் உள்ளன' என்பார். 'ஆனால், வெறுமனே சத்தம் போடுவது விஷயங்களை மோசமாக்கும். அனைத்து விவரங்களையும் ஒவ்வொன்றாக எடுத்து வைப்போம். என்ன நடவடிக்கை

என்பதை அதன்பின் முடிவு செய்வோம். ஜன் சுன்வாய் என்பது உடனடியாகத் தண்டனை அளிக்கக்கூடிய சுருக்கமான விசாரணை இல்லையே.'

அங்கு வருகை தந்திருந்த வட்டார வளர்ச்சி அதிகாரியும், கிராம சேவகர்களும் இந்த உறுதிமொழியால் நிம்மதியடைந் தனர். அவர்களின் தலைவர், அதாவது வழக்கத்திற்கு மாறான, இரக்ககுணம் மிகுந்த ஆட்சியர், இவர்களை ஜன் சுன்வாய் நிகழ்ச்சியில் கலந்துகொள்ள உத்தரவிட்டிருந்தார். உள்ளாட்சி அலுவலர்கள் முழுமையாகக் கலந்துகொண்டது இதுவே முதல் முறை. தானாவில் நடந்த ஜன் சுன்வாய் குறிப்பிடும்படியாக மன எழுச்சி ஏற்படுத்திய ஒன்று என்பதற்கான பல காரணங் களில் இதுவும் ஒன்று. சுமார் மூன்று வாரங்களுக்கு முன்புதான் அனைத்து ஆவணங்களின் நகல்களையும் உள்ளாட்சி நிர்வாகிகள் மக்களுக்கு வழங்க வேண்டும் என்று ராஜஸ்தான் முதல்வர் பைரோன் சிங் ஷெகாவத் சட்டமன்றத்தில் ஒரு அறிவிப்பைச் செய்திருந்தார்.

வட்டார வளர்ச்சி அதிகாரியும் அவருக்குக் கீழ் வேலை செய்பவர்களும் அங்கு வருகை தந்ததற்கு இதுவும் ஒருவிதத்தில் காரணம். தானாசர்பஞ்ச் லாடு சிங்கிற்கு இது உதவியது. தேர்தலில் போட்டியிட்டு வெற்றி பெற்ற சங்கதனின் செயலூக்க முள்ள முதல் உறுப்பினர் லாடு சிங். வீட்டுக்குத் திரும்பிக் கொண்டிருந்த விவசாயி பாலு லால், பள்ளிக்கூடத்திலிருந்து வெளிவந்த உற்சாகமான குரல்களால் ஈர்க்கப்பட்டார். ஜன் சுன்வாய்க்குள் அவர் நுழைந்தார். அப்போது முற்றிலும் தெளிவற்ற குழப்பமான பதிவுகள் படிக்கப்படுவதை அறிந்தார். துணிவுடன் மைக்கிற்கு முன்னால் வந்த அவர் மோசடி நடந்த தற்கு ஆதாரத்துடன் சாட்சியமளித்தார். அவரது துணிவு மேலும் பலரின் பங்கேற்பை உறுதிப்படுத்தியது. சங்கதனுடன் அவரது உறவும், மக்கள் தணிக்கையாளராக, செயற்பாட்டாளராக அவரது பயணமும் இதன் மூலம் தொடர்ந்தது.

ஐந்தாவது ஜன் சுன்வாய் நடந்தவிதத்தில் ஒரு முதிர்ச்சியைக் காணமுடிந்தது. சங்கதனுக்கு இந்தப் பொது விசாரணைகள் பெருமளவிற்குச் சோதனை முயற்சிகளாகவே இருந்தன. ஆனால், அதன் அடித்தளமாக அமைந்த கொள்கைகள் தெளிவாக இருந்தன:

- பொது விசாரணைகளின் அதிகாரமும், சட்டப்பூர்வத் தன்மையும் புனிதத்தன்மையும் மக்களிடமிருந்துதான் வெளிப்பட வேண்டும்; அதன் நீதிபதியிடமிருந்தோ அல்லது விசாரணைக் குழுவிடமிருந்தோ அல்ல. அத்துடன்,

- அந்தக் கூடுகை உண்மையில் விசாரணைக்காகத்தான்; ஒரு நீதித்துறை அமைப்போ அல்லது எதிர்ப்பைக் காட்டும் அமைப்போ அல்ல. அங்குக் கூடியிருக்கும் மக்கள் திரள் எழுப்பும் கேள்விகள்தான் விசாரணையின் முன்னுரிமைகளை அமைக்கின்றன.

ரஜ்னி பக்ஷி இவ்வாறு விவரிக்கிறார்:

இந்த இரண்டு நோக்கங்களிலும், சங்கதன் வெற்றி பெற்றது என்று பாதுகாப்பாகச் சொல்லமுடியும். எனினும், தானா ஜன் சுன்வாய் நிகழ்வுடன், விசாரணை நடத்தும் நடைமுறையில் குறிப்பிட்ட கட்டத்தில் அதன் வரம்புகளை அடைந்துவிட்டது எனலாம். பரவலாக அறிந்தவிதத்தில் ஐந்து விசாரணைகளும் வெற்றி பெற்றன. ஜெய்ப்பூர், உதய்பூர், டெல்லி, மும்பையிலிருந்து வந்திருந்த பத்திரிகையாளர்களுக்கு நன்றி. சட்ட மன்றத்தில் முதல்வர் அந்த அறிவிப்பை வெளியிட நிர்ப்பந்திக்கப்பட்டதற்கு ஒருவிதத்தில் இதுவும் காரணம். இதற்கிடையில், உள்ளாட்சி நிர்வாகிகளும் அதிகாரவர்க்கத்தினரும் ஆவணங்களைக் காட்டுவதற்கு எழுந்த அழுத்தத்திற்குத் தங்களது எதிர்ப்பை அனைத்து மட்டங்களிலும், வலுப்படுத்திக்கொண்டனர். சர்பஞ்ச் லாடு சிங், கிராமத்தின் தேர்ந்தெடுக்கப்பட்ட பிரதிநிதி; அவராலும் பஞ்சாயத்தின் அனைத்து நிர்வாகிகளிடமிருந்தும் தகவல்களைப் பெறமுடியவில்லை. முதல்வரின் அறிவிப்பு மட்டும் போதாது. அனைத்து மட்டங்களிலும், அரசாங்கப் பணியாளர்கள் தகவல் பெற விரும்புவோர்களுடன் ஒத்துழைக்க, அவர்களுக்கு ஒரு முறையான எழுத்துப்பூர்வமான உத்தரவு அவசியம். ஓர் ஆண்டு சென்றபின்னும், ஏப்ரல் 1996இலும், ராஜஸ்தான் அரசு இன்னமும் அந்த உத்தரவை வெளியிடவில்லை. இதைத் தொடர்ந்துதான் பியாவரில் தர்ணா நடந்தது.[87]

தானா ஜன் சுன்வாய் – ஒரு பின் குறிப்பு

ஆட்சியர் உத்தரவிட்ட பிறகும், பெறுவதற்கு ஏதுவாகத் தணிக்கை செய்யப்பட்ட தகவல்கள் ஏன் வைக்கப்படுவதில்லை? தகவல்களை, மக்கள் பிரதிநிதிகளுடன் கூடப் பகிர்ந்துகொள்வதற்கு ஏன் இந்த எதிர்ப்பு? இதற்கான காரணங்கள் தானாவில் நடந்த விசாரணையில் தெளிவாக வெளிவந்தன. அந்த விசாரணையில் முதல்முறையாக அரசு ஊழியர்கள் கலந்துகொண்டனர். மேடையேறிய கிராம மக்கள் சிலர், திட்டத்தின் பயனாளிகளாக இருந்த அவர்களிடம் லஞ்சம் வாங்கிய கிராம சேவகரையும்

இளநிலைப் பொறியாளரையும் சுட்டிக்காட்டிப் பேசினர். கடந்த ஆண்டுகளில் கிராமத்தில் நடந்த பல்வேறு கட்டுமானப் பணிகளில் பொருட்கள் வாங்கியதில் போலியான பில்களும் வவுச்சர்களும் பதிவேடுகளில் இருப்பதை அவர்கள் அம்பலப்படுத்தினர். பள்ளி ஆசிரியர், டிஸ்பென்சரியின் சப்ராசி, பட்வாரி போன்ற அரசு ஊழியர்களும் பின்விளைவுகளுக்கு அஞ்சாமல், வட்டார வளர்ச்சி அதிகாரியின் முன்னிலையில் வளர்ச்சித் திட்டப் பணிகளின் நிதி தவறாகப் பயன்படுத்தப்பட்டிருப்பதையும், கையாடலையும் வெளிப்படையாக உறுதிப்படுத்தினர்.

மிகவும் சுவாரஸ்யமானது "*adjustments*" என்று சொல்லப் பட்ட ஒன்றின்மீது நடந்த விவாதம். இப்போது ஆவணப் படுத்தப்பட்டிருக்கும் ஊழல் நிகழ்வுகளை ஊழியர்கள் நியாயப்படுத்த முயன்றனர்; அதாவது, அரசாங்கம் நிர்ணயம் செய்திருக்கும் தொழிலாளர் – பொருட்கள் விகிதத்தை நடைமுறையில் பின்பற்றவேண்டும்; அதனால் தான் பதிவேடுகள் மாற்றப்பட்டு, தவறாக எழுதப்பட்டன என்றனர். அந்த. வாதத்தின் பொய்மையை அம்பலப் படுத்தத் தொழிலாளர்களுக்கு ஒரு சாட்சியம் மட்டுமே தேவைப்பட்டது. அது குறித்துப் பேசியவர் சுட்டிக்காட்டிய படி, பொருட்கள் தொடர்பான தவறான பில்களும், பொய்யாக எழுதுவதும், வகுக்கப்பட்ட விதிமுறை களைப் பயனற்றதாக்கிவிடும்.

நெருக்கப்பட்ட கிராம சேவகர், '*adjustments*' அடிக்கடி நடக்கின்ற ஒரு செயல். பணத்தைத் திருடவே அவ்வாறு செய்யப்படுகிறது; அந்த மோசடியில் அவருக்கும் பங்கு உண்டு என்று அமைதியாக ஒப்புக்கொண்டார். எடுத்ததைத் திருப்பித் தரவும் முன்வந்தார். அனைத்து விசாரணைகளிலும் மக்கள் கோரிக்கை ஒன்றை முன்வைத்தனர். அதாவது, கிராம நிதியிலிருந்தோ அல்லது தனிநபரிடமிருந்தோ திருடப்பட்ட பணம் உடனடியாகத் திருப்பித் தரப்பட வேண்டும்.

இந்தப் பொது விசாரணை, அதை ஏற்பாடு செய்த அமைப்பாளர்களின் பார்வையில் மட்டுமல்ல, வட்டார அலுவலகத்தைச் சேர்ந்தவர்கள் முழுமையாகப் பங்கேற்ற முதல் நிகழ்வாகும். ஆர்வம் காட்டிய ஆட்சியர், வட்டார வளர்ச்சி அலுவலகம் மற்றும் பஞ்சாயத்து ராஜ் நிறுவனங்களின் அனைத்து அதிகாரிகளும் இந்த முயற்சியில் பங்கேற்க வேண்டும் என்று முறையான

கடிதம் எழுதியிருந்தார். அவர்களைத் தவிர்த்து, ஜவாஜா, கிஷன்கார்க், அஜ்மீர் மாவட்டத்தின் அரைன் மற்றும் ஜெய்ப்பூர் மாவட்டத்திலிருந்து தேர்ந்தெடுக்கப்பட்ட மக்கள் பிரதிநிதிகள் அதிக அளவில் பங்கேற்றனர்.[88]

உருப்பெறும் நிர்வாகக் கருத்தியல் – அரசியல் மற்றும் அரசியல்வாதிகள் மீதான அதன் தாக்கம்

அந்தப் பகுதி கிராமத்தவர்கள் மட்டுமல்ல, என்ன நடக்கிறது என்பதைக் காணத் தொலைதூரக் கிராமங்களிலிருந்தும் மக்கள் வந்தனர். பாதிக்கப்பட்ட கிராம மக்கள் சாட்சியம் அளித்தனர். ஆரம்பத்தில் அவர்கள் குறைந்த எண்ணிக்கையில் இருந்தனர், ஆனால், சுதந்திரமான விசாரணைக் குழு இருந்ததும் பொதுமக்களின் மகத்தான ஆதரவும் மேலும் பலரைப் பேசுவதற்கு ஊக்கமளித்தது. சங்கதனின் உறுப்பினர்கள் கடந்த காலத்தில் பெரும் பொதுக் கூட்டங்களை ஏற்பாடு செய்தவர்கள். ஆனால், இந்தப் பொது விசாரணைகள் வித்தியாசமானவை. இவை சுதந்திரமாகவும் பொறுப்புடனும் கருத்துகளை வெளிப்படுத்துவதற்கு உருவாக்கப்பட்ட மேடைகள். ஜனநாயக அடிப்படையில் அதிகாரம் பெறுவது குறித்த பொதுவான புரிதலையும் அனுபவத்தையும் இவை தந்தன.

இந்த அணுகுமுறை மக்களிடம் அதிகமாகப் பிரபலமானது; பொது விசாரணையில் பங்கேற்கும் கிராமவாசிகளின் எண்ணிக்கையும் பெருகியது. டிசம்பர் 1994க்கும் 1995 ஏப்ரல் இறுதிக்கும் இடைப்பட்ட காலத்தில் நடந்த ஐந்து பொது விசாரணைகளின் மூலம் கற்றவை, ஒன்றை விளக்குகின்றன: அதாவது ஜனநாயக உரிமைகளை அடைவதற்கு, தகவல்களில் வெளிப்படைத் தன்மையும், அரசாங்கப் பதிவேடுகளை அணுகிப் பெறுவதற்கான உரிமையும் முற்றிலும் அவசியம் என்பது மேலும் மேலும் தெளிவாகியது. அத்துடன், சட்டப்பூர்வமான உரிமை வேண்டும் என்பதும், சட்ட வரைவு ஒன்றைத் தயார் செய்து, அதை அதிகாரம் பெற்றதாக்கப் பிரச்சார இயக்கம் தேவை என்பதும் புரிந்தது; இல்லையெனில் பிரச்சினை அந்தப் பிரதேசம் சார்ந்த ஒன்றாகவே நீடிக்கும் என்பது தெளிவாகியது.

பொது விசாரணை – விமர்சனப்பூர்வமான ஆய்வு

நீலப் மிஸ்ரா எழுதுகிறார்:

ஊழலை எதிர்த்துப் போராடுவதிலும், அரசாங்க ஊழியர்களிடம் பொறுப்புடைமையை உறுதிசெய்வதிலும், கிராமங்களில் தொடர்ந்து நடந்த பொது விசாரணைகள் அல்லது ஜன் சுன்வாய்கள் தகவல்களின் ஆற்றலை

நிரூபித்தன. தகவல்களைப் பகிர்வதில் அரசு ஊழியர்கள் மத்தியில் வேரூன்றியிருக்கும் எதிர்ப்பையும் அவை அம்பலப்படுத்தின. இந்தக் கோரிக்கை, முழுமையான மக்கள் திரட்சியின் போராட்டமாக வளர்ந்திருக்கிறது. இதன் விளைவாக, ராஜஸ்தான் பஞ்சாயத்து ராஜ் சட்ட விதிகளில், 1996இல் இதற்கான உரிமை சேர்க்கப்பட்டது. அன்றிலிருந்து, தொடர்ச்சியான பொது விசாரணைகளின் வழியாக, சங்கதனும் ராஜஸ்தானின் கிராமவாசிகளும் ஜனநாயக அடிப்படையில் திறமையான நிர்வாகம் நடப்பதற்கு மக்களை அணிதிரட்டுவதற்கு இந்த உரிமையை விரிவாகப் பயன்படுத்தினர். இந்த அனுபவத்திலிருந்து ஒரு தெளிவான பாடம் கிடைத்தது. மக்கள் நடத்திய போராட்டத்தாலும் கொடுத்த அழுத்தத்தின் உதவியால் மட்டுமே இந்த விதிகள் நடைமுறைப்படுத்தப்பட்டன.

ஒன்றிணைந்த போராட்டத்தின் மூலம் ஆர்டிஐயைப் பயன்படுத்தித் திருட்டுத்தனத்தைத் தடுப்பதன் வழியாக வளர்ச்சிப்பணிகளில் தாக்கத்தை ஏற்படுத்த முடியும் என்பதை ஜன் சுன்வாய்கள் வெளிப்படுத்தின. பஞ்சாயத்து ராஜ் நிறுவனங்களின் மீது மக்களின் கட்டுப்பாட்டை உறுதிசெய்யும் ஆற்றல் அதற்கு இருக்கிறது. குறிப்பாக, வார்டு சபாக்கள் மூலமும் சமூகத் தணிக்கை நடவடிக்கைகள் மூலமும் அந்த உரிமை நிறுவனமயமாகும்போது இதைச் செய்ய இயலும். ஒரு வழக்கமான ஜன் சுன்வாய் எவ்வாறு நடைபெறுகிறது? பொது விசாரணைக்கு முன்னர் சங்கதனும் கிராமமக்களும் பஞ்சாயத்தின் வளர்ச்சிப்பணிகள் தொடர்பான அனைத்துக் கணக்கு வழக்குகளின் ஜெராக்ஸ் நகல்களையும் பெற்றனா. இதறகு, பஞ்சாயத்துகளில் இருக்கும் அதிகாரப்பூர்வப் பதிவேடு களை ஆய்வுசெய்யவும், சான்றளிக்கப்பட்ட அவற்றின் நகல்களைப் பெறவும் அரசு அளித்த உரிமையைப் பயன்படுத்துகின்றனர். ராஜஸ்தான் பஞ்சாயத்து ராஜ் விதிகளின் பிரிவுகள் 321–328 இதற்கு அனுமதி அளிக்கின்றன.

தொடர்புடைய இடங்களுக்கு விஜயம் செய்தும், கிராமவாசிகளுடன் கலந்துரையாடியும், வளர்ச்சித் திட்டப் பணிகளில் பணிபுரிந்த தொழிலாளர்களிடம் விசாரணைகள் செய்தும் கணக்குகள் கவனமாகச் சரி பார்க்கப்படுகின்றன. பொதுவாக இந்த நடவடிக்கைகள், பல்வேறு வேலைகளிலும் நடந்திருக்கும் முறைகேடுகள் பலவற்றை வெளிக்கொணரும். தொடர்ந்து இவை கிராமசபைக் கூட்டத்தில் விரிவாக விவரிக்கப்படும்.

இதைத் தொடர்ந்து இந்த வேலைகளில் பணியமர்த்தப் பட்ட தொழிலாளர்களும், ஏனைய சாட்சிகளும் அவர்களது பிரமாணங்களை அளிப்பார்கள். அதன்பின் பொதுமக்கள் கேள்விகள் கேட்பார்கள்; வாக்குமூலங்கள் அளிப்பார்கள்; விசாரணக் குழுவினர் குறுக்கு விசாரணை செய்வார்கள்.

சிலநேரங்களில் அரசுஊழியர்களும் கலந்துகொண்டிருப் பார்கள்; கண்டுபிடிக்கப்பட்ட முறைகேடுகளை நிர்வாக அளவிலும் சட்டம் சார்ந்தும் சரிசெய்வதற்கு ஒரு முயற்சி எடுக்கப்படுகிறது. ஜன் சுன்வாய்களில் வழக்கமாகக் கண்டறியப்படும் சில வகை மோசடிகள்: கொள்முதல் செய்யப்படும் பொருளுக்கும், அதுபோல் விற்பனை செய்யப்படும் பொருளுக்கும் அதிகமான விலையில் பில்போடுவது; போலியான மஸ்டர் ரோல்கள், ஊதியத்தைக் குறைத்து அளிப்பது, வளர்ச்சித்திட்டப் பணிகளில் தொழிலாளர் – பொருள் விகிதத்தைத் திருட்டுத்தனமாகச் சரி செய்தல் போன்றவை. நாம் பார்ப்பது போல், இந்த 'மாதிரி'யை, வார்டு சபைகள் வழியாகச் சமூகத் தணிக்கைமுறையாக மிக எளிதாக நிறுவனமயமாக்க முடியும். ராஜஸ்தான் அரசாங்கம், இப்போது வார்டுசபைகளுக்குச் சமூகத் தணிக்கை செய்வதற்கான அதிகாரம் அளித்துள்ளது; எனினும், சங்கதன் நடத்திய வழக்கமான ஜன் சுன்வாயில் பார்க்க முடிந்த வழிமுறைகளை நிறுவனமயமாக்கப்பட்டிருக்கும் சமூகத் தணிக்கைமுறையின் நடைமுறைகளுக்குள் சேர்க்கப்பட வேண்டிய தேவை இருக்கிறது.[89]

10

அரசியல் உறுதிமொழிகளும் பொறுப்புடைமையும்

முதல்வர் பைரோன் சிங் ஷெகாவத் எதிர்வினை யாற்ற வேண்டிய கட்டாயத்தைப் பிரச்சாரம் உண்டாக்கியது.

தொடர்ச்சியாக நடந்த ஜன் சுன்வாய்களுக்கும், அவை கண்டறிந்தவற்றிற்கும் எதிர்வினையாற்ற வேண்டிய கட்டாயம் ராஜஸ்தான் முதல்வருக்கு ஏற்பட்டது. அதற்குப் பல காரணிகளின் சேர்க்கை, காரணமாக அமைந்தது. முதலாவது, மத்திய ராஜஸ்தான் முழுவதும் எழுச்சி பெற்றுக்கொண் டிருந்த பொதுவான புரிதல். இதன் பின்புலமாக, வெளிப்படைத்தன்மை இல்லாத காரணத்தால் தான் ஊழல் நடக்கிறது என்பதற்கு முன்வைக்கப் பட்ட மறுக்க முடியாத ஆதாரங்கள் இருந்தன. இரகசியத்திற்கும் மற்றும் ஊதிய மறுப்பிற்கும், வாழ்வாதாரத்திற்கும் மற்றும் வளர்ச்சியைப் பெறுவதற்கும் இடையிலான தொடர்பு தெளிவா கியது.

சமுதாயத்தின் பல்வேறு பகுதிகளைச் சார்ந்த மக்கள் நடத்திய சக்திவாய்ந்த கூட்டியக்க ஆய்வு முயற்சிக்கு நிர்வாக அமைப்பு பதில்சொல்ல வேண்டியிருந்தது. வெளிப்படைத்தன்மை மற்றும் பொறுப்புடைமை என்ற வலிமையான கருவி களின் உதவியால் ஊழலை எதிர்த்துப் போராட எளிமையான, ஆனால், திறமையான வழிமுறையை

மக்கள் கண்டறிந்தனர். மக்கள் அமைப்புகளும், பிரச்சாரங்களும், அரசியலமைப்பின் அடிப்படை உரிமைகளைப் பெறுவதற்குப் போராடும் இந்தியர்களும் நிர்வாகத்தில் வெளிப்படைத் தன்மை அவசியம் என்பதைப் புரிந்துகொண்டனர்: இரகசியப் பாதுகாப்புச் சட்டத்தாலும் காலனிய நிர்வாக முறையாலும் ஆளப்படும், ஊடுருவ முடியாத இந்த அரசாங்கம் தகர்க்கப்பட வேண்டும்.

அரசியல் அமைப்பும், முதல்வரும் இந்த கோரிக்கையின் சக்தியைப் புரிந்துகொண்டனர். ஆனால் அவர்கள் உருவாக்கிய இக்கட்டில் அவர்களே சிக்கிக்கொண்டனர். அரசாங்கத்தால். வெளிப்படைத்தன்மையை அனுமதிக்கவும் முடியவில்லை அல்லது மறுக்கவும் இயலவில்லை. அமைப்புரீதியான ஊழலுடனும் தன்னிச்சையான அதிகாரப் பயன்பாட்டுடனும் அரசிற்கு இருக்கும் கூட்டுறவின் காரணமாக இதை ஒப்புக் கொள்ள முடியவில்லை. அடிமடியிலேயே நடக்கும் ஊழலை அது பாதுகாக்கிறது என்று விமர்சிக்கப்படும் என்பதால் கோரிக்கையை அதனால் மறுக்கவும் முடியவில்லை.

பாரபட்சமாகச் சலுகைகள் வழங்கும், ஊழல் நிலவும் உலகில் மக்களின் கோரிக்கைகளைப் பிரதிபலிக்கும் அரசியல் அறிக்கை வியப்பிற்குரியது. இயங்கும் ஜனநாயகம் என்ற மாயையை அது ஏற்படுத்துகிறது. பிரச்சாரம் முன்னகர்ந்து செல்லச் செல்ல மக்களின் புரிதலும் வளர்ந்தது. அதிகார மையங்களில் உரையாடல்களின் சப்தம் அதிகரித்ததும் வியப்பாகத்தான் இருந்தது. சங்கதனின் மிதமான எதிர்பார்ப்பு களுக்கு அப்பாலும் அது சென்றது. கிராமப்புற இந்தியாவில், தலமட்ட அளவில் நடக்கும் உரையாடல்களின் சலசலப்பு, பெரும்பாலும் பிரபலமான உரையாடல்களின் தலைப்புகளைத் தாம் பிரதிபலிக்கின்றன. மக்கள் மாதக்கணக்கில் பேசுவதற்கும் சிந்தனை செய்வதற்கும் போதுமான விவரங்களை ஜன் சுன்வாய்கள் கொண்டு வந்தன.

அந்தப் பகுதிக்குள் நுழையும் எந்த அரசியல்வாதியும் அந்தப் பிரச்சினையைத் தவிர்க்கவோ புறந்தள்ளவோ முடியாது. பதிவேடுகளில் வெளிப்படைத்தன்மை என்ற அரசியல் உரையாடல்தான், சங்கதன் பணியாற்றிய மத்திய ராஜஸ்தானின் நான்கு மாவட்டங்களிலும் ஆதிக்கம் செலுத்தியது. பஞ்சாயத்துத் தேர்தல் பிரச்சாரத்தின்போது முதல்வர் பைரோன் சிங், தயக்கத்துடன் தான் கூறினார். என்றாலும், மக்களுக்கு ஆர்டிஐயை அளிப்பதாக அறிவிக்க வேண்டிய தாயிற்று. ஜவாஜாவில் நடந்த கூட்டமொன்றில், மக்களுக்குப்

பதிவேடுகளை அணுகும் உரிமையைத் தர அவரது அரசு உறுதியேற்றிருப்பதாகக் கூறினார்.

ஆசிய இதழியல் கல்லூரியில், அவரது பட்டமளிப்பு உரையில் அருணா ராய் பேசியது:

ஜவாஜா, ஜன் சுன்வாய் நிகழ்ச்சியில் கலந்துகொண்ட மக்கள் அவர் பேசுவதைக் கேட்கச் சென்றனர். விரைவில் பதிவேடுகளைப் பார்க்கலாம் என்ற எதிர்பார்ப்புடன் அவர்கள் திரும்பிவந்தனர். பைரோன் சிங் தனது நோக்கத்தைத் தொடர்ந்து அறிவித்துக்கொண்டிருந்தார்; அதில் மிக முக்கியமானது, சட்டமன்றத்தில் அவர் அளித்த உறுதிமொழி. 'டைனிக் நவ்ஜோதி'யின் முதல் பக்கத்தில் இது வெளியாகி இருந்தது. சூடுபிடிக்கத் தொடங்கியிருந்த பிரச்சாரம், செய்தித்தாளில் வெளியாகியிருந்த அவரது உறுதிமொழியின் நகல்களை விநியோகித்து அதைச் செயல்படுத்தக் கோரியது.[90]

ராஜஸ்தான் முதல்வர் பைரோன் சிங் ஷெகாவத் அளித்த உறுதிமொழிகள், வாக்குறுதிகள், அறிக்கைகள்

ஆட்சி நிர்வாகம் குறித்த விவாதம் பெரிதுபடுத்தப்பட்டு, அதன் இயல்பான எல்லைகளுக்கு அப்பாலும் பரவியது. பி.வி. நாராயண ரெட்டி நினைவு சொற்பொழிவிருந்து எடுக்கப்பட்ட பகுதி இவ்வாறு விவரிக்கிறது:

மூடிவைக்கப்பட்டிருந்த நிர்வாகம் குறித்த உரையாடல், பொதுவெளிக்குக் கொண்டுவரப்பட்டது. இந்த முறை விவாதம் வெறுமனே வாக்களிப்பது என்பதற்கும் அப்பால் சென்றது. மக்களைச் சமாதானப்படுத்தும் வகையில் அதிரடியாக ஏதாவது ஒன்றைச் செய்யலாம் என்று அந்த உறுதிமொழியை முதல்வர் நம்பிக்கையுடன் அளித்தார். அதை நடைமுறைப்படுத்த வேண்டிய தேவை எப்போதும் இருக்காது என்று ஒருவேளை அவர் நினைத்திருக்கலாம். ஆனால், நீண்டகாலத்திற்கு முன்பே, சங்கதனும், பரவிக்கொண்டிருந்த ஆர்டிஐ பிரச்சார இயக்கமும் இதைச் செயல்படுத்துமாறு கேட்கத் தொடங்கிவிட்டனர்.

வெளிப்படைத்தன்மை மற்றும் பொறுப்புடைமை குறித்த கருத்தியல்கள் இயக்கம் பெறத்தொடங்கின. அந்த நான்கு மாவட்டங்களிலும் இருந்த தேநீர்க்கடைகள், பேருந்துகள், பொது இடங்கள், ஏன் ஜெய்ப்பூரிலும் அவை உரையாடல்களின் பேசுபொருளாகின.

ஏதையும் சாதாரணமாக எடுத்துக்கொள்ளும், பொருட்டாகக் கருதாமல் புறக்கணிக்கும் ஆளும் மேல்தட்டினரின் நிலப்பிரபுத்துவ இயல்பைக் கேள்வி கேட்கத் தொடங்கினர். மற்றவர்களைக் காட்டிலும் நன்கு அறிந்திருக்க வேண்டிய அரசு ஊழியர்களும், 'இது ஒரு உறுதிமொழி மட்டுமே' என்று சொல்லத் தொடங்கினர். சட்டமன்றத்தில் அளிக்கப்பட்ட உறுதி மொழி புனிதமானது என்று சங்கதன் இயக்கம் நம்பியது. மக்கள் பிரதிநிதியான முதல்வர் சட்டமன்றத்தில் அறிவிப்பு செய்வதும், அதன்பின் அதை மதியாமல் இருப்பதும் முற்றிலும் ஏற்றுக்கொள்ள முடியாதது. தலைமைச் செயலரும் ஏனைய அதிகாரிகளும் ஜனநாயக நடைமுறைகளைச் சாதாரணமாக எடுத்துக்கொண்டு, அதைச் சிறுமைப்படுத்தும் செயல்களைத் திரும்பத் திரும்பச் செய்தனர்: சட்டமன்றத்தில் அளிக்கப்படும் உறுதிமொழிகள், சாதாரண குடிமக்கள் அக்கறை கொள்ள வேண்டியவையாக ஏன் இருக்கவேண்டும் என்பது அவர்கள் கருத்து. உறுதிமொழிகள் பல அளிக்கப்படு கின்றன. எனினும் அவற்றில் எத்தனை சதவீதம் நடைமுறைப்படுத்த முடியும்?

அரசியல் மற்றும் ஜனநாயகத்தில் பொறுப்புணர்வு குறித்து சாதாரணக் குடிமகனுக்கு இருக்கும் புரிதலுக்கும், தன்னிச்சையான அதிகாரப் பயன்பாட்டுடன் இந்தக் கோரிக்கையைத் தொடர்புபடுத்தியதிலும் இது ஒரு பெரும் பாய்ச்சல். தன்னிச்சையான அதிகாரப் பயன்பாடும் ஊழலும் இரட்டைக் கருத்துகள்; கருத்தியல் ரீதியாகவும் நடைமுறையிலும் அவை ஒன்றையொன்று சார்ந்திருப்பவை என்பதை ஒருவர் புரிந்துகொள்ளவேண்டும். இவை ஆட்சி நிர்வாகத்தையும், மக்கள் சேவைகளுக்காக உருவாக்கப் பட்டிருக்கும் நிர்வாக எந்திரத்தையும் சிதைத்துவிடும். நிதிப் பயன்பாட்டில் நேர்மை என்பதையும் தாண்டி அரசியலமைப்பின் விழுமியங்களாக ஜனநாயகப் பொறுப்புகளையும் பொறுப்புணர்வையும் வரையறுப்பது ஒரு தார்மீகக் கடமை. தொடர்ந்து நடந்த விவாதம், நிர்வாக எந்திரங்கள் குறித்த புரிதலை மேலும் ஆழப்படுத்தியது.[21]

மாநில சட்டமன்றத்தில் முதல்வர் அறிவிப்பின் மொழிபெயர்ப்பு

ஏப்ரல் 5, 1995: தகவல் அறியும் உரிமை குறித்துச் சட்ட மன்றத்தில் முதல்வர் பைரோன் சிங் ஷெகாவத்தின் அறிவிப்பு:

'ராஜஸ்தான் குடிமக்களுக்கு நாம் அளிக்க முடியாத உரிமை ஒன்றுள்ளது: அது தகவல் அறியும் உரிமை. இந்தியாவின் எந்த மாநிலத்திலும் அது நடைமுறையில் இல்லை, ஆனால், நான் அதைப் பற்றி யோசித்தேன்; அப்படிச் சிந்திக்கையில், 1990இலிருந்து 1994-95 வரையிலும், இந்தத் தேர்தல் வரையிலும், இந்தத் தேர்தலிலும் குற்றம் சாட்டுவதை வழக்கமாகக் கொண்டவர்கள் என்ன சொல்கிறார்கள்? மதிப்பிற்குரிய உறுப்பினர்கள் கூறியது போல், கிராம சேவகர்கள் கையாடல் செய்துவிட்டனர், பட்வாரிகள் திருடிவிட்டனர், அதிகாரிகள் கையாடல் செய்துவிட்டனர், பஞ்சுகளும் சர்பஞ்சுகளும் திருடிவிட்டனர் என்கிறார்கள்.

'இன்று இந்த சட்டமன்றத்தில் ஒன்றைக் கூற விரும்புகிறேன்; 1990 முதல் 1995 வரை பஞ்சாயத்துகளில் அல்லது கிராமப்புறங்களில் நடந்திருக்கும் அனைத்து வளர்ச்சித் திட்டப் பணிகள் தொடர்பான தகவல் எதையும், பஞ்ச், சர்பஞ்ச், அல்லது பஞ்சாயத்திடமிருந்து யாராவது பெறவிரும்பினால், ஜெராக்ஸ் எடுப்பதற்கு உரிய கட்டணத்தைச் செலுத்தியபின் அவற்றைப் பெற்றுக்கொள்ள முடியும். அத்துடன், ஏதேனும் முரண்பாடுகள் வெளிப்பட்டால், அந்த முரண்பாடுகளை மாநில அரசோ அல்லது அரசாங்கம் அமைக்கும் அமைப்போ விசாரிக்கும். இதைவிடச் சிறந்த தருணம் வரப்போவதில்லை என்று நான் நம்புகிறேன் (அவையில் கூச்சலும் குழப்பமும்).

'உண்மையில் உங்களுக்கு, பஞ்சாயத்துகளில் எவ்வளவு பணம் கையாடல் செய்யப்பட்டுள்ளது, எவ்வளவு வேலை நடந்திருக்கிறது என்பதைக் கண்டுபிடிக்க ஒரு வாய்ப்பை நான் தருகிறேன். அந்தத் தகவல்கள் அனைத்தையும் உங்களுக்குத் தருகிறேன். நீங்கள் அதைப் பார்ப்பதற்குத் தான் உங்களுக்குத் தருகிறேன். நிஜத்தை நீங்கள் பார்க்க முடியும், பார்த்தபின் நீங்கள் புகார் அளியுங்கள்; வழக்குகளைப் பதிவு செய்யுங்கள்.' 1990இல் கையாடல் செய்திருந்தால், இப்போது யாராலும் எங்களைப் பிடிக்க முடியாது' என்று நினைக்கவேண்டாம் என்று அந்த மக்களிடம் சொல்லுங்கள். இந்த நம்பிக்கையை அவர்களுக்கு அளியுங்கள். '1990இல் நீங்கள் கையாடல் செய்திருந்தாலும், 1995இல் அதை உங்களிடமிருந்து மீண்டும் கைப்பற்ற அமைப்புகள் அமைக்கப்பட்டுள்ளன.' இதற்கான

தேவை எழுந்துள்ளது. அதனால்தான் மதிப்பிற்குரிய உறுப்பினர்கள் இதைப்பற்றி தீவிரமாகச் சிந்திப்பார்கள் என்று நம்புகிறேன்."[92]

தலமட்ட விவாதங்கள் நேரடியானவை, வண்ணமய மானவை. சம்பவங்களும் கதைகளும் நிரம்பியவை. உள்ளூரில் உலவும் பிரபலமான சொலவடை ஒன்றை மோகன் ஜி நினைவு கூர்ந்தார்: அரசாங்கத்தின் நிலை இப்போது பாம்பும் கீரியும் போலத்தான். பாம்பு கீரியைப் பிடித்துவிட்டால், கீரி செத்து விடும். கீரியை விட்டுவிட்டால் அது பாம்பைக் கொன்றுவிடும். பாம்பு கீரியை விழுங்கினாலும் அது எப்படியும் இறந்துவிடும். ராஜஸ்தான் அரசாங்கத்தின் நிலை இப்போது அந்தக் கீரியைப் போலத்தான்.

படிப்பறிவற்ற ஆனால், அறிவு படைத்த தலித் பாடகரான மோகன் ஜி தனது சிந்தனைகளை வலிமையான சொற்களில் வெளிப்படுத்தினார்:

படு கயோ ரே ஷெகாவத் சக்கர் மே
பாத் ஹோரி யோ சாரா ராஜஸ்தான் மே
ராஜஸ்தான் மே, பூரா பாரத் மே
பஹ்லா பஹ்லா ஜூத் ஜவாஜா மே போல்யோ
பாத் பைலி பூரா கவன் மே
படு கயோ ரே ஷெகாவத் சக்கர் மே
தூஜி வாலி ஜூத் மந்திர் மே போல்யோ
பாத் பைலி பூரா ராஜஸ்தான் மே
படு கயோ ரே ஷெகாவத் சக்கர் மே
மீத்தாலால் கே சக்கர் மே
பைரோன் சிங் ஆயோ
தூல் படு கயி டோலோ மே
படு கயோ ரே ஷெகாவத் சக்கர் மே

(ஷெகாவத் சுழலில் விழுந்துவிட்டார்
ராஜஸ்தான் முழுவதும் செய்தி பரவிவிட்டது
ராஜஸ்தானிலும் பின் இந்தியா முழுவதும்
ஜவாஜாவில் முதல் பொய்யைச் சொன்னாய்
செய்தி கிராமம் முழுவதும் பரவியது
ஷெகாவத் சுழலில் விழுந்துவிட்டார்
இரண்டாவது பொய்யைக் கோவிலில் சொன்னாய்
செய்தி ராஜஸ்தான் முழுவதும் பரவியது
ஷெகாவத் சுழலில் விழுந்துவிட்டார்
மீத்தாலாலும் சுழலில் விழுந்துவிட்டார்
பைரோன் சிங் வந்தார்
கூட்டணி மீது சேற்றை அள்ளி வீசினார்
ஷெகாவத் சுழலில் விழுந்துவிட்டார்.)

அரசின் பொய்கள் எப்படி நகரத்து மக்களின் பேசுபொருள் ஆகிவிட்டன என்பதைச் சொல்லும் மோகன்ஜியின் பாடல் 'வைரலாகியது'. பிரச்சார இயக்கம் குறித்து மக்கள் கேள்விப் படுவதற்கு முன்னரே, வெளிப்படைத்தன்மை மற்றும் பொறுப்புடைமை குறித்த விவாதச்சூழலை அந்தப் பாடல் ஏற்படுத்திவிட்டது. பல சந்தர்ப்பங்களில் முதல்வரும் தலைமைச் செயலரும் உதிர்த்த வெற்று வாக்குறுதிகளையும் பொய்களை யும் அது பேசியது.

இதற்கிடையில் கூட்டங்கள் தொடர்ந்து நடந்துகொண் டிருந்தன. மிகவும் முக்கியமான ஒன்று, ஆர்டிஐ கேட்டு பியாவரில் நடந்த மாநில அளவிலான கூட்டம். இந்தப் பொதுக் கூட்டத்தில் பிரதம அலுவலகத்தின் முன்னாள் செயலர் கே.ஆர். வேணுகோபால் கலந்துகொண்டார். சட்டமன்றத்தில் ஏப்ரல் 1995இல் முதல்வர் அளித்த வாக்குறுதி மதிக்கப்பட வேண்டும் என்று அங்கு வலியுறுத்தப்பட்டது. உள்ளூர் செய்தித்தாள்களில் இந்தக் கூட்டம் குறித்துப் பரவலாகச் செய்திகள் வந்திருந்தன; அடுத்து ராஜஸ்தான் முதல்வராகிய அசோக் கெலாட் (காங்கிரஸ்) உள்ளிட்ட பல மனிதர்களின் கவனத்தை ஈர்த்தது. பின் வந்த ஆண்டுகளில் அவர் இவ்வாறு கூறினார்: பிரதமர் அலுவலகத்தின் முன்னாள் செயலர் இந்தப் பிரச்சினைக்கு அளித்த தளராத ஆதரவு அதற்குப் பெரும் நம்பகத்தன்மையை அளித்ததாகத் தோன்றியது. பிரபலமான மனிதர்களின் இது போன்ற, சிறிய. ஆனால் முக்கியமான தலையீடுகள் அதிகாரம் படைத்த மனிதர்களின் கண்களில் இந்த உரையாடலுக்கு முக்கியத்துவத்தையும் நம்பகத்தன்மையையும் அதிகரிக்கச் செய்தன.

11

ஹமாரா பைசா ஹமாரா ஹிசாப்: பியாவர் மற்றும் ஜெய்ப்பூர் தர்ணாக்கள் – 1996

சட்டமன்றத்தில் முதல்வர் உறுதிமொழி அளித்து ஓராண்டு கழிந்தது; பியாவரில் காலவரை யற்ற போராட்டம் ஒன்றை நடத்துவது என்று சங்கதன் முடிவு எடுத்தது. தேர்ந்தெடுக்கப்பட்ட அரசாங்கமும், அதிகாரிகளும், முதல்வர் அளித்த உறுதிமொழியைப் புறக்கணித்தனர். அல்லது அதை எளிதாக எடுத்துக்கொண்டனர். சட்டமன்றத்தில் அளித்த உறுதிமொழி நிறைவேற்றப்படாமல் ஓராண்டு முடிந்த, அந்த நாளில் தர்ணா நடத்து வதெனத் திட்டமிடப்பட்டது.

பியாவர் தர்ணாவிற்குச் சங்கதன் விரிவான ஏற்பாடுகளைச் செய்தது. அது ஒரு நெடிய போராட்டமாகத்தான் இருக்கப்போகிறது. அடிப்படைத் தயாரிப்பின் ஒரு பகுதியாகப் பாத யாத்திரை இருந்தது; கிராமந்தோறும் ஊர்வல மாகச் சென்று ஜன் சுன்வாய்கள் குறித்தும், ஆர்டிஐ ஏன் தேவை என்பதும் மக்களிடம் எடுத்துரைக்கப் பட்டது. தர்ணாவில் அமர்வதற்குமுன் சங்கதன் ஆர்வலர்கள் ஏறக்குறைய 300 கிராமங்களுக்குச் சென்றிருப்பார்கள்; அவர்களது திட்டம் என்ன என்று தெரிவித்தனர்; இரண்டு வேண்டுகோள் களை முன்வைத்தனர்: முதலாவது, மக்கள் தர்ணாவில்

நான்கு நாட்கள் கலந்துகொள்ள வேண்டும்; இரண்டாவது, ஒவ்வொரு வீடும் குறைந்தபட்சம் ஒன்றரை கிலோ தானியம் நன்கொடையாக அளிக்கவேண்டும். இந்த நம்பிக்கையுடன், முன்வைத்த வேண்டுகோளுக்கு அரசாங்கம் என்ன பதில் சொல்லப்போகிறது என்று சங்கதன் காத்திருக்கத் தயாராக இருந்தது.

ஏற்பாடுகள், நடக்கப்போவதை நிரூபிக்கும் விதத்தில் இருந்தன. அடுத்த நாற்பது நாட்களும், தொழில்முறை வல்லுநர்களும், தொழிற்சங்கத்தினரும், பத்திரிகையாளர்கள் உள்ளிட்ட அனைத்து சமூகத்தையும் அரசியல் வர்க்கத்தையும் சேர்ந்த நூற்றுக்கணக்கான மனிதர்களும் தர்ணாவில் கலந்து கொள்வதற்காகப் பியாவரில் வந்திறங்கினர். கூடாரத்தில் அமர்ந்து, வெப்பத்தைத் தாங்கிக்கொண்டு உரைகளைக் கேட்டனர்; முழக்கங்கள் எழுப்பும்போதும், பாடல்கள் பாடும் போதும் இணைந்துகொண்டனர். பியாவரின் மக்கள் பணமும் உணவும் நன்கொடையாக அளித்தனர்; போராட்டத்தில் ஈடுபட்டிருப்போர் குளிப்பதற்குத் தமது தர்மசாலைகளைத் திறந்துவைத்தனர். சிறு வியாபாரிகள் காய்கறிகளும் பாலும் தந்தனர்; அருகிலிருந்த கிராமத்தவர் சாக்குகளில் கோதுமை யுடன் வந்து கலந்துகொண்டனர். தன்னார்வலர்கள் சமையல் வேலை செய்தனர், தண்ணீர் கொடுத்தனர்; வீடியோக்களும் புகைப்படங்களும் எடுத்தனர். மிக வறியநிலையிலிருந்த கிராமத்தவரும் தங்களால் இயன்றதை அளித்தனர்.

அரசியல் பேச்சுகள், கவிதை வாசித்தல், விவாதங்கள் நிறைந்த பலவிதக் கருத்து வெளிப்பாடுகள் என்று சூழல் ஒரு கண்காட்சி போலிருந்தது. ஆர்டிஐயைத் தரக்கூடிய ஒரு சட்டத்தை அடைவதற்கான விடாப்பிடியான கோரிக்கையுடன் அவர்கள் கூடினர். இவ்வளவு நாட்களாக அந்த உரிமை ஏன் மறுக்கப்படுகிறது; அரசாங்கம் உடனடியாகச் செயல்பட வேண்டும் என்று கோரும் சாமானியர்களின் கதைகளைச் செய்தித்தாள்கள் வெளியிட்டன

இந்தக் கிராமத்து ஏழைகள் உணவோ, ஊதியமோ, நிலமோ கேட்காமல் ஏதோ ஆர்டிஐ என்ற அரூபமான ஒன்றைக் கேட்கிறார்களே எனப் பியாவர் மக்கள் திகைத்தனர். நிச்சயம் அவையும் முக்கியமான பிரச்சினைகள் தாம். எனினும் ஊதியம் அல்லது நிலம் சார்ந்த பிரச்சினைகளில் உடனடி நியாயம் வேண்டி நடத்தப்பட்ட ஆண்டுக்கணக்கான போராட்டங்கள் வழியாக சங்கதன் ஒன்றைப் புரிந்துகொள்ள முடிந்தது; அநீதி நிறுவனமயமாகிவிட்டது; நிர்வாகப் பிரச்சினைகளுக்குத்

தீர்வுகாண முயலவில்லை என்ற குறைபாடுதான் அது. இந்த இக்கட்டான சூழலின் மத்தியில் சங்கதன் மாட்டிக்கொண்டது. தேவ்துங்ரியில் பல விவாதங்களுக்கும் வாதங்களுக்கும் இது வழிவகுத்தது.

சிறிது காலம் வரை விவாதங்கள் அதிகக் கவனத்துடன் நடந்தன. சிறு விவசாயியும், பாடல் எழுதுபவரும், பாடகரும், தலித்துமான மோகன்ஜி, ‘அந்த ஆவணங்களை வெளியில் கொண்டுவரும்வரை, எப்போதும் நாம் பொய்யர்களாகவே இருப்போம்’ என்று கூறினார். நாராயண், லால் சிங், சங்கர் மற்றும் மொத்தக் குழுவினருக்கும் இந்த அபிப்பிராயம் தான்: ‘மஸ்டர் ரோல், பில்கள், வவுச்சர்கள் வெளிப்படையாக இருக்கவேண்டும். எத்தனை தர்ணாக்களை, பேரணிகளை நாம் நடத்துவது? வேலைக்குச் செல்லும் ஒவ்வொரு முறையும் நாம் ஏமாற்றப்படுகிறோம். உள்ளூர் அரசு அதிகாரியின் பதில் என்னவாக இருக்குமென நமக்குத் தெரிந்ததுதானே: ‘மக்கள் வேலை செய்வதில்லை, நீங்கள் சொல்வதைப் பதிவேடு உறுதிப் படுத்தவில்லை.’

பியாவரில் தர்ணாவில் அமர்வது என்ற முடிவு, அளவிலும் நடக்குமிடத்திலும் மாற்றத்தைத் தெளிவுபடுத்தியது. தேவதுங்ரியிலிருந்து 60 கிலோமீட்டர் தொலைவில் பியாவர் உள்ளது. மருத்துவமனைகள், கல்லூரிகள், நீதிமன்றங்கள் போன்றவை அமைந்திருக்கும் மிக அருகிலிருக்கும் பெரிய நகரம் அது. ஜெய்ப்பூர், அகமதாபாத், மும்பை, டெல்லி செல்வதற்கான ரயில் இணைப்புள்ள இடம். முதலில் நடந்த ஜன் சுன்வாய்களுக்குப் பிறகு சங்கதனைச் சந்திக்கப் பலரும் வந்தனர். அவர்களில் ஒருவர் ஹர்ஷ் மந்தர்; தோழர், நண்பர். இ.ஆ.ப. அதிகாரியான அவர் முசோரி இ.ஆ.ப. . அகாதெமியில் பாடநெறி இயக்குநராக நியமிக்கப்பட்டார்.

தீர்வுக்கான வழிமுறை என்ற முறையில் ஜன் சுன்வாய் மீது அவருக்கு ஆர்வம் ஏற்பட்டது; அத்துடன் பொதுமக்களின் பங்கேற்பைத் தூண்டியது எது என்பதையும் அறிந்துகொள்ள விரும்பினார். முற்போக்குச் சிந்தனையுள்ள, நேர்மையான அதிகாரிகளுக்கும் ஆர்டிஐ சட்டம் ஒரு திருப்புமுனையாக அமையும் என்பதை அவர் புரிந்துகொண்டார். தேவ்துங்ரியில் ஓரிரு நாட்கள் அவர் தங்கினார். தீவிரமான, பரபரப்பான உரையாடல்களில், தனது பொதுவெளிப் போராட்டங்களை பீம் நகரைக் காட்டிலும் சற்றே பெரிய இடத்திற்குப் பிரச்சார இயக்கம் மாற்றவேண்டும் என்ற கருத்துகள் இடம்பெற்றன. பியாவர் வெளிப்படையான தேர்வாக இருந்தது.

பியாவர் தர்ணா தொடக்கம்: ஏப்ரல் 1996

நூற்றுக்கணக்கான கிராம மக்கள் ஏப்ரல் 6, 1996 அன்று பியாவர் நகரின் ஒருமுனையில் கூடினர். முதல்வரின் உறுதிமொழி நிறைவேற்றப்படும் என்று காத்திருந்து மிகச் சரியாக ஒரு காலண்டர் ஆண்டு முடிந்துவிட்டது. கூடுவோரின் எண்ணிக்கை தொடர்ந்து பெருகியது; ஓராயிரத்தைத் தொட்டிருக்கும். சங்கதனின் பேரணி துணைக் கோட்ட மாஜிஸ்ட்ரேட் அலுவலகம் நோக்கிச் சென்றது. முதல்வரின் வாக்குறுதி நிறைவேற்றப்படாவிட்டால் காலவரையற்ற தர்ணா நடைபெறும் என்று அவரிடம் அறிவிப்பு கொடுக்கப்பட்டது. தொலைவிலிருந்த ஜெய்ப்பூரில் பரபரப்பான நடவடிக்கைகள் தென்பட்டன. தலைமைச் செயலருடன் அவசரக் கூட்டம் ஒன்றை முதலமைச்சர் கூட்ட வேண்டிய கட்டாயம் ஏற்பட்டது. கோரிக்கைகள் நிறைவேற்றப்படும்; அதனால் தர்ணாவை நிறுத்தி வைக்குமாறு சங்கதனைத் துணைக்கோட்ட மாஜிஸ்ட்ரேட் கேட்டுக்கொண்டார். ஆனால், சங்கதனுக்குக் கடந்தகால அனுபவம் இருந்தது; அரசாங்கம் உத்தரவை எழுத்துப்பூர்வமாக அளித்தால்தான் தர்ணா கைவிடப்படும் என்று கூறிவிட்டது.

ஒதுக்கமாக இருந்த துணைக் கோட்ட மாஜிஸ்ட்ரேட் அலுவலகத்திலிருந்து தர்ணா இடம் மாற்றப்பட்டது. பரபரப் பான சந்தையின் முச்சந்தியில் மக்கள் நெரிசல் மிகுந்த சாங் கேட் என்ற இடத்தில் நடந்தது. அதற்கு நடைமுறைக் காரணங்கள் இருந்தன. அந்த நகரத்தின் முந்தைய போராட்டங்கள் பலவும் அந்த இடத்தில்தான் நடந்திருந்தன. கூடாரத்தை அங்கு அமைத்து, புதியதொரு சிந்தனையைப் பரப்புவதற்குப் பாரம்பரியமான அந்த இடத்தைச் சங்கதன் பயன்படுத்தியது. எதிர்ப்பைத் தெரிவிக்கும் போராட்டங்களாக, செய்திகள் சொல்லும் ஊடகமாக தர்ணாக்கள் இருக்கின்றன. அரசாங்கத் தின் பதிலுக்காகக் காத்திருக்க சங்கதன் முடிவு செய்தது. அரசாங்கம் உத்தரவுகளைத் தொலைநகல் மூலம் அனுப்பு வதற்கு அதிக நேரம் ஆகிவிட்டது; மாலையாகிவிட்டது.

தர்ணா உடனடியாக நிறுத்தப்படும் என்ற நம்பிக்கை யுடன் துணைக் கோட்ட மாஜிஸ்ட்ரேட் தர்ணா பந்தலுக்கு அதை எடுத்துக்கொண்டு வந்தார். ஆனால், உத்தரவுகள் ஆவணங்களை ஆய்வு செய்ய மட்டுமே மக்களுக்கு உரிமை வழங்கின; சான்றளிக்கப்பட்ட நகல்களைப் பெறுவதற்கு அல்ல. சங்கதனும் தர்ணாவில் இருந்தவர்களும் முதல்வரின் வாக்குறுதி நீர்த்துப்போவதை ஏற்கத் தயாராக இல்லை.

சான்றளிக்கப்பட்ட நகல்களுக்குக் குறைவான எதையும் ஏற்றுக்கொள்ள முடியாது என்று அவர்கள் தெளிவுபடுத்தினர்.

ஆர்டிஐக்கான தர்ணா: மக்களின் விவாதம்

முதல்வரின் உறுதிமொழியைச் செயல்படுத்த மாநில அரசுக்கு இந்தத் தர்ணா அதிக அழுத்தம் கொடுத்தது. அத்துடன் பியாவர் குடிமக்களைப் பொது விவாதத்தில் ஈடுபட வைத்தது. தகவலைப் பெறுவதில் இருக்கும் தொடர்பும் புரிந்துகொள்ளப்பட்டது; கோரிக்கைக்குப் பொதுமக்கள் அங்கீகாரம் மற்றும் ஆதரவு என்ற முதல் விதையை இயக்கம் ஊன்றியது. முதல் மூன்று நாட்கள், பார்வையாளர்கள் குழம்பித் திகைத்தனர்; பெரும் எண்ணிக்கையில் மக்கள் தர்ணாவை நோக்கி வந்தனர். உணவு, தங்குமிடம் அல்லது வீடு போன்றவற்றைக் கேட்காமல், விரக்தியுற்ற இந்த ஏழைகள் ஆர்டிஐ கேட்டு இங்கு வரவேண்டிய தேவை என்ன என்பதை அவர்களால் புரிந்துகொள்ள முடியவில்லை. 'காக்ரா பல்டோன்', 'முட்டாள்கள்' என்று ஏளனமான விமர்சனங்கள் அதிகம் குவிந்தன. ஆனால், கோரிக்கையின் முக்கியத்துவம் மக்களுக்குப் புலப்பட்டதும், பொதுமக்கள் தம் கருத்துகளை வெளிப்படுத்தும் மேடையாகத் தர்ணா மாறியது.

பியாவரின் மக்களும் பிரச்சார இயக்கத்தினரும் இணைந்து தர்ணா பந்தலிலேயே அம்பேத்கர் பிறந்தநாள் கொண்டாடினர். அனைத்துத் தொழிற்சங்கங்களும் தொழிலாளர் அமைப்புகளும் மே தினத்தைக் கொண்டாடுவதற்காக ஒற்றுமையுடன் இணைந்தனர். இந்த நிகழ்வு சங்கதனுக்கு ஒன்றை உணர்த்தியது; ஆர்டிஐ என்பதைக் காட்டிலும் பெரிதான ஒன்றிற்கு, முக்கியமான ஒரு பெரும் இயக்கத்தின் தொடக்கமாக இந்தத் தர்ணா இருக்கக்கூடும்: ஆட்சி நிர்வாகத்தில் பொறுப்புணர்வைக் கோரும் ஒரு ஜனநாயகப் போராட்டம்.

தர்ணாவின் ஆறாவது நாளில் நிகில் சக்ரவர்த்தி[93] குல்தீப் நய்யாருடன்[94] வந்து கலந்துகொண்டார். அனுபவமிக்க இந்த இரண்டு மூத்தவர்கள் பந்தலில் இருந்ததும், ஊக்கமளித்த அவர்களது சொற்களும், பிரச்சினையின் முக்கியத்துவத்தை அதிகரித்தன. அந்த ஏழைகளின் கோரிக்கைகளுக்குப் பெரும் கண்ணியத்தையும் பெற்றுத் தந்தன.

> தர்ணாவிற்கு வருகை தந்த சுவாமி அக்னிவேஷ் கூறிய சொற்கள்: 'ராஜஸ்தான் கிராமங்களில் தொடங்கிய இந்தப் போராட்ட நெருப்பு, ஜெய்ப்பூர் வழியாக டெல்லியை

அடையும். வளர்ச்சி என்ற பெயரில் திருடப்பட்ட பணத்தை மீட்பதில் மக்கள் நிச்சயம் வெற்றி பெறுவார்கள்.'[95]

மனிதர்கள் படும் பாட்டை விளக்குவதற்குச் சங்கதன் பிரபலமான கதைகளைத் தொடர்ந்து பயன்படுத்தியது. இயல்பில் பெரும் திறமை வாய்ந்த சங்கர் கதை சொல்லும் வேலையைத் தான் எடுத்துக்கொண்டார்.

பணக்கார வணிகன் ஒருவன் கடுமையான கோடைக் கால இரவில் தரையில் விரிக்கப்பட்டிருந்த பாயில் தூங்கிக்கொண்டிருந்தான். திடீரென்று, அவனது பெரிய வயிற்றில் கூர்மையாக ஏதோ துளைப்பது போல் உணர்ந்தான். மேலும் வயிற்றின் குறுக்கே ஒரு எலி விரைந்து ஓடியதையும் பார்த்தான். விழித்துக்கொண்ட அவன் உரத்துச் சத்தமிட்டான். ஒட்டுமொத்தக் குடும்ப மும் விழித்துக்கொண்டு அலறியடித்து ஓடிவந்தது; குடும்பத் தலைவனுக்கு ஏதோ விபரீதம் நேர்ந்துவிட்டது என்று அவர்கள் அஞ்சினர். பாம்பு கடித்துவிட்டதோ என்று பயந்தனர். அவனைக் கேள்விகளால் துளைத்தனர். அவன், 'ஒன்றுமில்லை. ஒரு எலி என் வயிற்றின் மீது ஏறி ஓடியது.' குடும்பத்தினர் நிம்மதியும் ஆனாலும் எரிச்சலும் அடைந்தனர். ஆரவாரம் செய்யாமல் தூங்கும்படி அவனிடம் கூறினர். வணிகன் சொன்னான், 'இல்லை, உங்களுக்குப் புரியவில்லை. கவனமாக இருக்க நான் கற்றுக்கொள்ள வேண்டும். யாருக்குத் தெரியும், இன்று எலியாக இருப்பது, நாளைக்கு எலியைத் துரத்தி வரும் பாம்பாகவும் இருக்கலாம்.'[96]

அதன் பின்னர் சங்கர் கதையின் பொருத்தப்பாட்டைப் பார்வையாளர்களுக்கு விளக்கினார். ஜன் சுன்வாய்களில் சங்கதனும் கிராமத்து மக்களும் பஞ்சாயத்தின் கணக்குகளை மட்டும் பார்த்தனர். அவர்கள் எலியைக் கண்டுபிடித்தனர், ஆனால், கொள்ளையடிக்கும் பெரும் பாம்பு அவர்களை அச்சுறுத்தியது: ரேஷன், வீட்டுவசதி, அரசாங்கப் பணிகளில் மறுக்கப்பட்ட வேலைவாய்ப்பு, பெரும் மோசடிகள் போன்றவை வெகு தூரத்தில் இல்லை. முதல் எச்சரிக்கைக்கு எதிர்வினை யாற்றும் போதே மக்கள் நன்குசெயல்பட வேண்டும். இல்லை யெனில் கொடிய பாம்புக் கடி போன்ற பெரும் ஆபத்து அவர்களது வாழ்வுரிமையைப் பறித்துவிடும்.

நிகில் சக்கரவர்த்தி, குல்தீப் நய்யார், சுவாமி அக்னிவேஷ் வருகைக்குப்பின் பிரபாஷ் ஜோஷி[97] அந்த நகரத்தின் வழியாகப் பயணிக்கப் போவதாக சங்கதன் கேள்விப்பட்டது. இந்தியன்

எக்ஸ்பிரஸ் நிறுவனம் வெளியிடும் ஜன்சட்டா நாளிதழின் ஆசிரியராகப் பல பத்தாண்டுகள் பணிபுரிந்து ஓய்வுபெற்றவர்; ஹிந்தி இதழியலைத் தொடங்கியவர்களில் ஒருவர். இடைவிடாத முயற்சிகளுக்குப்பின் அவருடன் தொடர்பு கொள்ள முடிந்தது. ஜோத்பூரிலிருந்து திரும்பும் வழியில் பியாவரில் நிற்பதாகக் கூறினார், இரவு உணவு உண்ணவும் விவரங்களைக் கேட்கவும் ஒப்புக்கொண்டார். அருணாவும் சங்கரும் தர்ணா பந்தலில் அமர்ந்திருக்கையில் நிகில் அவரைச் சந்தித்தார்.

நிகில் கூறுகிறார்:

'பிரபாஷ்ஜி மிகவும் பொறுமையாகக் கேட்பவர். ஹோட்டல் வினோதில் சாப்பிட்டுக்கொண்டே, இடையிடையே சாப்பிடுவதை நிறுத்தி விளக்கங்கள் கேட்டார்; மேலும் விவரங்களைத் தெரிந்துகொண்டார். நான் சொல்லி முடித்ததும், இரவு தங்கிவிட்டு மறுநாள் கூட்டத்தில் பேசவும் ஒப்புக்கொண்டார். மேதா பட்கரும் வரவிருந்தார். அவரைச் சந்திக்க விரும்புவதாகக் கூறினார். அவரும், பின்னர் வந்த மேதாவும் குப்தாஜியின் வீட்டில் தங்கினர். தர்ணாவுக்கு அவரது வீடு முக்கியமானது. தர்ணாவிற்குத் திட்டமிடவும் வியூகம் வகுப்பதற்கும் அமைதியான இடமாக அது அமைந்தது.[98]

டில்லிக்குத் திரும்பிய பிரபாஷ்ஜி, நாளிதழில் 'ககட் கரே' என்ற அவரது பத்தியில் தாக்கம் மிகுந்த கட்டுரை ஒன்றை 'ஹம் ஜானேங்கே, ஹம் ஜியென்கே' (நமக்குத் தெரிய வேண்டும், நாம் வாழவேண்டும்) என்ற தலைப்பில் எழுதினார். பிரச்சார இயக்கத்தை விளக்கும் முழக்கங்களில் ஒன்றாக இது மாறியது.

பிரபாஷ் ஜோஷியின் சொற்களில்:

தகவல் அறியும் உரிமைக்கான போராட்டத்தின் முதல் தர்ணா இங்கு, பியாவரில், ஏற்பாடு செய்யப்பட்டிருந்தது. அருகிலிருந்த கிராமங்களில் பல பொது விசாரணைகள் நடத்தப்பட்டிருந்தன; வழக்கமாக அரசு ஊழியர்கள் வெளிப்படுத்த மறுக்கும், அரசு அலுவலகங்களில் புதைந்து கிடந்த தகவல்கள் அனைத்தும் வெளியில் வந்தன. சிறு வணிகம் செய்யும் காய்கறி வியாபாரிகளும், மளிகைக்கடை உரிமையாளர்களும், ஏன், வசதியான விவசாயிகளும் இந்த தர்ணாவுக்கு உதவினார்கள். போராட்டம் தீவிரமடைந்து, கோரிக்கைகளுக்கு

தகவல் அறியும் உரிமை

அரசாங்கம் செவிசாய்க்காமல் இருந்த நிலையில் தர்ணா ஜெய்ப்பூருக்கு இடம் பெயர்ந்தது; அங்கும் தொடர்ந்தது.

எவ்விதமான வசதிகளும் இல்லாத தொழிலாளர்களும் விவசாயிகளும் அங்கும் இந்தத் தர்ணாவை நடத்தினர். இது போன்ற பங்கேற்பும் உதவியும் இந்த மக்களிடமிருந்து கிடைத்ததற்குக் காரணம், அருணா ராயும், ஷங்கர் சிங்கும், நிகில் தேயும் மற்றவர்களும் அந்த ராஜ்சமந்த் தாலுகாவின் ஏனைய தொழிலாளர்களையும் விவசாயி களையும் போலவே ஆரவாரமற்ற, எளிய வாழ்க்கை வாழ்வதே. சங்கதனின் அங்கமாகவோ, தொழிற்சங்கங் களின் தலைவர்களாகவோ அல்லது தன்னார்வலர்க ளாகவோ இந்தப் போரில் அவர்கள் ஈடுபடவில்லை. அவர்கள் ஒரு நிறுவனத்தின் அல்லது தொழிற்சாலையின் திரட்டப்பட்ட தொழிலாளர்களும் அல்ல. யாருக்காகப் போரிடுகிறார்களோ, அவர்களைப் போல் வாழ்கிறார்கள்.[99]

சாங் கேட் என்ற அந்த இடத்தைக் காட்டிலும் ஒரு சிறந்த இடத்தைத் தர்ணாவுக்காக சங்கதன் தேர்ந்தெடுத்திருக்க முடியாது. அது ஒரு பரபரப்பான இடம். தினந்தோறும் ஆயிரக்கணக்கானவர் அந்த இடத்தைக் கடந்துசெல்கின்றனர். நடந்துசெல்லும் எவராவது ஒரு பாடலின் சொற்களால் ஈர்க்கப்பட்டால் அநேகமாகத் திரும்பி வருவார். ஆனால், துண்டுப்பிரசுரம் ஒன்றை வாங்குவதற்காக நிற்கும் அல்லது உரையாடலில் ஈடுபடும் எவரும் தர்ணாவுக்குத் தினமும் வருவதை வழக்கமாக்கிக்கொண்டனர். இறுதியில், அறிந்துகொள் வதற்கான உரிமை, அந்த மக்களின் இடைவிடாத விவாதப் பொருளாகியது.

அம்பேத்கர் மற்றும் காந்தி சிலைகளுக்குச் சற்றுதள்ளிப் பிரபலமான இந்திய கம்யூனிஸ்ட் கட்சியின் தலைவர் சுவாமி குமாரானந்தின் சிலை இருக்கிறது; அவர் பார்த்துக்கொண் டிருக்க, தர்ணா தொடர்ந்து நடந்தது. கரும்பலகை ஒன்றில் ஒவ்வொரு நாளும் தேதி மாற்றி எழுதப்பட்டது. ஒரு டஜன், இரண்டு டஜன் என நாட்கள் கடந்தன. சுற்றித் திரியும் பன்றி களை விரட்டியபடி சாப்பிடுவதும், தூங்குவதும் சாலையில்தான்.

கேலிக்கும் வேடிக்கைகளுக்கும் தர்ணாவில் பஞ்சமில்லை. ச்சுன்னி சிங்கும் இன்னும் சிலரும் தினந்தோறும் இரவில் தர்ணா பந்தலுக்கு அருகில் நிறுத்தி வைக்கப்படும், பொருட்கள் விற்கப் பயன்படும் தேலாக்களில் (கை வண்டிகளில்) தூங்கு வார்கள். தூசி நிறைந்த சாலையுடன் ஒப்பிடுகையில் அது சிறந்த தூங்குமிடம். ச்சுன்னி சிங் எப்போதும் தாமதமாக

எழுந்திருப்பார். ஒருநாள், வேடிக்கை விரும்பும் சங்கதன் உறுப்பினர்கள் சிலர் சங்கரின் தலைமையில் ச்சுன்னி சிங் தூங்கிக்கொண்டிருந்த வண்டியை இழுத்துச்சென்று தர்ணா பந்தலுக்கு நேர் எதிராக இருந்த பரபரப்பான தெருவின் நடுவில் நிறுத்திவிட்டனர். ச்சுன்னி சிங் விழித்துக்கொள்ளாமல் தொடர்ந்து தூங்கினார். கண்விழித்தவர், கூச்சலிடும் வியாபாரிகள் மத்தியில் இருப்பதைப் பார்த்துத் திகைத்தார். தூக்கக் கலக்கத்துடன், அதிகம் நேரம் தூங்குவதற்குத் தனக்கிருக்கும் உரிமைக்காக அவர் வாதிட்டார்.

பிரச்சினையை மக்கள் புரிந்துகொள்ளத் தொடங்கியவுடன் சொற்களாலும் செயல்களாலும் ஆதரவு தந்தனர். உதவிகளும் நடவடிக்கையும் என்று அவர்களது தன்னிச்சையான ஆதரவு பெருகியது. ரஞ்சித் என்ற சிறுவன் ஒரு பள்ளியில் படிக்கிறான். தர்ணா பந்தலுக்கு எதிரிலிருந்த மருந்துக் கடையில் தினமும் சில மணிநேரம் வேலை செய்கிறான். அவனுக்குத் தினக்கூலி ரூ. 5 அதில் இரண்டு ரூபாயைத் தர்ணாவுக்கு நன்கொடையாக அளித்தான். ஃபதேபுரியாவிலிருந்து வரும் ஒரு ஊனமுற்ற நபர், நாள் முழுவதும் தர்ணா பந்தலில் அமர்ந்திருப்பார். அவர் தினமும் 10 ரூபாய் நன்கொடையாக வழங்கினார்.

ஒரு சஃபாய் கரம்சாரி – தெருப் பெருக்குபவர் – தூங்கு வதற்கும் அமர்வதற்கும் எங்களுக்குப் பயன்பட்ட சாலையைத் தினமும் சுத்தம் செய்து, துடைப்பார்; அவரும் தினமும் 10 ரூபாய் நன்கொடை அளித்தார். காய்கறி வியாபாரிகள் இலவசமாகக் காய்கறிகளை வழங்கினர். உள்ளூர் வியாபாரிகள் இலவச மாகத் தண்ணீர் கொடுத்தனர். பூ விற்பனையாளர்களும் நன்கொடை அளித்தனர். சாய்வாலா தொடர்ந்து மானிய விலையில் தேநீர் வழங்கினார். கிராமங்களிலிருந்து கூட்டமாக வரும் மக்கள் தங்கள் பங்காக 2 கிலோ கோதுமை எடுத்து வருவார்கள். தர்ணாவுக்குச் சுமார் 25 குவிண்டால் கோதுமை கிடைத்தது. தர்ணா நடந்த முழு காலத்திற்குமான உணவுத் தேவையை அது பூர்த்திசெய்தது.

அருகில் சப்ஜி மண்டி (காய்கறிச் சந்தை) ஒன்று இருந்தது, அங்கிருந்த வியாபாரிகள் தர்ணாவுக்கு உதவ முடிவுசெய்தனர். தினமும் மண்டிக்கு ஒரு கைவண்டியை எடுத்துச் சென்று அதில் காய்கறிகளைக் கொண்டு வருவார்கள். ஆரம்பத்தில் தர்ணாவிற்கு முதன்மைக் காய்கறிகளான உருளைக்கிழங்கு, வெங்காயம் போன்றவை கிடைத்தன. நீண்ட நாட்களுக்கு அவை பயன்படும். ஒருநாள் சங்கர் பச்சைக் காய்கறிகள் வேண்டும் என்ற வேண்டுகோளை மைக்கில் அறிவித்தார்.

காய்கறிச் சந்தை அனுப்பிய பெருமளவு காய்கறிகள், தர்ணா அந்த மனிதர்களுக்குள் ஏற்படுத்திய அக்கறையை வெளிப்படுத்தின.

சாங் கேட்டுக்கு முன்னால் நாவல்ஜி சௌஹான் ஒரு கடை வைத்திருந்தார். தர்ணா நீடிக்கும் வரை அனைவருக்கும் அவரே பணம் கொடுத்துக் குடிநீர் ஏற்பாடு செய்ய முன்வந்தார். ஓவியர் ஹரி சங்கர், தர்ணாவுக்குப் பலகை ஒன்றைத் தயாரித்து அளித்தார். சங்கதனுக்குத் தினசரி எவ்வளவு நிதிவருகிறது, தர்ணா எவ்வளவு நாட்களைக் கடந்திருக்கிறது என்பது அதில் பதிவு செய்யப்பட்டது. வணிகர் ஒருவர், காலியாக இருந்த தன் வீட்டு முன்முற்றத்தில் உணவு சமைத்துக்கொள்ளவும், அமர்ந்துண்ணவும் சங்கதனுக்கு அனுமதி அளித்தார். பெண்கள் குளிப்பதற்கும் கழிப்பறைகளைப் பயன்படுத்தவும் அனைத்துச் சமூகங்களின் ஓய்வு இல்லங்களும் தர்மசாலைகளும் திறந்துவிடப்பட்டன. உணவு எண்ணெய் வியாபாரம் செய்த வணிகர் ஒருவர் தண்ணீருக்குப் பணம் கொடுத்தார். தன்னிடமிருந்த கூடாரங்கள் மிக மோசமானதாக இருந்த போதும், டென்ட்வாலா, தனிப்பட்ட இழப்பைத் தாங்கிக் கொண்டு தர்ணாவுக்குக் கூடாரங்கள் அமைத்துத் தந்தார்; போராட்டத்திற்குத் தொடர்ந்து ஆதரவளித்தார்.

சாலையில் வசிப்பவர்கள் வசதிகளை ஏற்பாடு செய்து கொள்வதில் சிக்கல்கள் உள்ளன; இந்தியாவில் போராட்டங்கள் நடத்துபவர்களுக்கு இது நன்றாகவே தெரியும். ஒருநாள் மாலையில் தொலை அழைப்பு ஒன்றைப் பேசிவிட்டு, பூத்திலிருந்து கவிதாவும் அருணாவும் திரும்பிக்கொண்டிருந்தனர். குப்தாஜி தனது பான் கடையில் அப்போது இருந்தார். இவர்களைத் தடுத்து நிறுத்தியவர், தர்ணாவைக் குறித்து வழக்கமாக விசாரித்தார்; அதன்பின் இரவில் தூங்குவதற்கு அவர்கள் என்ன செய்கிறார்கள் என்று கேட்டார். அவர்களைச் சிறிது நேரம் காத்திருக்கச் சொல்லிவிட்டு, எதையோ எடுத்துவரச் சென்றார். காலியாகஇருக்கும் தனக்குச் சொந்தமான வீட்டின் சாவியுடன் திரும்பி வந்தார், தர்ணா நடந்துமுடியும் வரையில் வீட்டை அவர்கள் முழுமையாகப் பயன்படுத்திக்கொள்ளலாம் என்றார். வால்மீகி சமூகத்தைச் சேர்ந்த பேண்டு இசைக் குழுவினரும் ஆதரவளித்தனர். அம்பேத்கர் ஜெயந்தியில் கலந்துகொண்டு இசைத்தனர்.

ஆதரவு அளப்பரியதாக இருந்தது. இதனுடன், நலம் விரும்பிகளின் பட்டியல் நெடியது; அதில் மிக முக்கிய மானவர்கள் பலர் இருந்தனர். தர்ணாவுக்கு நன்கொடையாக ரூ. 86,000 கிடைத்தது. இத்தொகை பெருமளவிற்குச் சிறிய பங்களிப்புகளின் மூலமே சேர்ந்தது. வரவும் செலவினங்களும்

பலகையில் வெளிப்படையாக அறிவிக்கப்பட்டன. 150க்கும் மேற்பட்ட கிராமங்களைச் சேர்ந்த மக்கள் ஒவ்வொரு நாளும் அவர்கள் வரும்போது 1 முதல் 2 கிலோ அளவுக்குத் தானியம் கொண்டுவந்து தந்தனர். விவரங்களை அறிந்துகொள்ள விரும்பும் அனைவரும் அங்கு வரவேற்கப்பட்டனர்.

ஓம் மஹாவார், பியாவரின் பிரபலச் செய்தித் தொடர்பாளர், கவிஞர். உற்சாகமூட்டும் வகையில் கதைகள் சொல்வார்; சுவாரஸ்யமான நகைச்சுவைகளையும் பாடல்களையும் தகவல் அறியும் உரிமைக்கோரிக்கையுடன் இணைத்து விவரிப்பார். கவிஞர் சுரேந்திரநாத் துபே இந்த இயக்கம் குறித்துக்கவிதை ஒன்றை எழுதினார். பியாவரின் பிரபலமான பஜன் குழுவினர் கோரிக்கைகளுக்கு ஆதரவாக பஜன் ஒன்றைப் பாடினர்: தர்ணாவில் பங்கேற்றவர்களுக்காக 'கனுடோ மகான் காக்யோ ரே' என்ற பாடலைப் பாடினர். இது பின்னர் மிகவும் பிரபலமான, சற்றே சர்ச்சைக்குரியதாகிவிட்ட 'சோரிவாடோ கானோ ஹோக்யோ ரே கோயி தோ முண்டே போலோ' பாடலின் மெட்டாக அமைந்தது. பாடும்போதே பாடல்களை இயற்றிக் கொள்ளும் திறன் பாரம்பரியமாகப் பெண்களிடம் இருந்தது. இப்போது பிரபலமாகியிருக்கும் சில பாடல்களைப் பெண்கள் இங்கு இயற்றிப் பாடினர். அவர்களில் சுசீலா, ஷோபா, பூரி பாய், ச் சுன்னி பாய், கோயாலி பாய், சீதா பாய் என்று மேலும் பலர் இந்தப் போராட்டத்திற்காகப் பாடல்களை இயற்றினர்.

தர்ணா சமயத்தில் உருவான மிகப் பிரபலமான மற்றொரு பாடல், 'மெயின் நஹின் மங்கா'. இது இரண்டுபேர் பரஸ்பரம் பேசிக்கொள்வது போன்ற பாடல். நகைச்சுவையும், அரசியல் நையாண்டியும் நிறைந்த, நடப்பு நிகழ்வுகளைக் குறிப்பாகப் பேசும் அந்தப் பாடல் ஒட்டுமொத்தப் பார்வையாளர்களையும் ஈர்த்தது. ஒவ்வொருவரும் பாடலுக்கு எதிர்வினையாற்றினர். பாடகர் ஒரு நாடகத்தையும், உரையாடல்களில் நடிப்பையும் மேடைக்குக் கொண்டுவந்தார். பாடலின் கருத்திற்கு, இயல்பைக் காட்டிலும் அதிகப் பரிமாணங்களை அளித்தார். இந்தப் பாடல் வேறு சில இந்திய மொழிகளிலும் மொழிபெயர்க்கப் பட்டுள்ளது.

எளிய வரிகளில் அமைந்த இந்தப் பாடல், பெண்கள் ஏன் இந்தப் போராட்டத்திற்கு வந்திருக்கிறார்கள், அரசாங்கத்திடம் அவர்கள் என்ன எதிர்பார்க்கிறார்கள் என்பதை விளக்கியது. மோகன் ராமின் (மோகன்ஜி அல்லது பா என்று இவர் அன்புடன் அழைக்கப்படுவார்) பாடல் வரிகள் மிகவும் வலிமையானவை; மெட்டுகள் எளிமையானவை. அவர் அப்பகுதியில் நன்கு அறியப்பட்ட கபீர் பாடகர். மிகவும்

ஆழமான விஷயங்களைக் கொண்டு சேர்க்க இசையை வாகனமாகப் பயன்படுத்தும் திறனை நன்கு பயன்படுத்தினார். அவரது பாடல்கள் மிகவும் பிரபலமாகின. பியாவரின் பொது மக்கள் அக்கறை கொண்ட விஷயமாகத் தர்ணா கவனம் பெற்றது. அதேநேரம் தர்ணா நடத்துபவர்களுக்கும் நகர மக்களுக்கும் இடையில் ஒரு பிணைப்பும் வளர்ந்துகொண்டிருந்தது.

நகராட்சி உறுப்பினர் கமலா தக்டி தர்ணாவுக்கு வந்து, 'நீங்கள் வெற்றி பெறவேண்டும். எனக்கும் அதில் பங்கு இருக்கிறது' என்றார். அவளது ஆர்வத்தைப் பார்த்து சங்கதன் உறுப்பினர்கள் வியந்தனர்; அவர்களால் எதிர்ப்புக்காட்டுவது தவிர்த்து வேறெதுவும் செய்யமுடியாது; எனவே முதல்வரிடம் மனு கொடுக்கும்படி அவரைக் கேட்டுக்கொண்டனர். குழு உறுப்பினர்களில் ஒருவர், ஏன் இவ்வளவு ஆர்வமாக இருக்கிறீர்கள் என்று அவரைக் கேட்டார். அதற்கு அவர் சொன்ன பதில் வியப்பாக இருந்தது: 'நாங்கள் 'சட்டா' விளையாடினோம், நீங்கள் வெற்றி பெறுவீர்கள் என்று பந்தயம் கட்டினேன்.' சிலர் அரசாங்கம் ஒருபோதும் விட்டுக்கொடுக்காது என்றனர். பல முறை தர்ணாவுக்கு வந்த ஒரு வழக்கறிஞர், 'இது நல்லதொரு பிரச்சினை. ஆனால், இந்த அழுகிப்போன அமைப்பில் பொதுநலன் கருதி யார் இதயத்தைத் திறப்பார்கள்?'

ஒரு தர்ணாவின் பலம், குறிப்பாக அதைச் சங்கதன் ஏற்பாடு செய்தால், அது நடத்தப்படும் விதத்தில் இருக்கிறது. தர்ணாக்களில் வழக்கமாக நீங்கள் சிலவற்றைப் பார்க்க முடியும். அமைக்கப்பட்டிருக்கும் கூடாரத்தில் சிலர் சீட்டு ஆடுவது தொடங்கி, அதன் பெரிய நிகழ்வான கூடியிருப்போர் மத்தியில் மனிதர்கள் உரை நிகழ்த்துவது வரை நீங்கள் அனைத்தையும் பார்க்கலாம். ஆனால், இந்தத் தர்ணாவில் ஒவ்வொரு நாளும் மாறுபட்ட நிகழ்வுகள் இருக்கவேண்டும் என்று சங்கதன் உணர்வுப்பூர்வமாக முடிவு செய்திருந்தது. நகரத்தின் பல்வேறு சமூகத்தைச் சேர்ந்த மக்களையும் தர்ணாவில் பங்கேற்கச் செய்ய வேண்டும்; பிரச்சினையில் அவர்களுக்கு ஆர்வம் உண்டாக்க வேண்டும் என்று முடிவு செய்தது.

ஒவ்வொரு நாளும் தர்ணா நடக்கும் இடத்திலிருந்து ஒரு 'பிரபாத் பேரி' (ஊர்வலம் / பேரணி) பாடிக்கொண்டே செல்லும். *'உத்ஹ் ஜாக் பிரஷாசன் போர் பாயி, அப் வக்ட் கஹான் ஜோ சாவத் ஹை'* (நிர்வாகமே, விடிந்துவிட்டது. உறக்கத்திலிருந்து விழி. தூங்குவதற்கான நேரமில்லை இது). தூங்கும் நிர்வாகத்தை எழுப்புவதற்கான பாடல் அது. ஊர்வலம் நகரத்தின் வெவ்வேறு 'மொகல்லா'க்களுக்கும் செல்லும். பிரபாத் பேரி நடந்து முடிந்தபின், பேரணி சென்ற மொகல்லாக்களில்

இருந்து மக்கள் தர்ணா பந்தலுக்கு வருவார்கள்; ஆதரவு அளிப்பார்கள். பத்திரிகையாளர்கள், அறிவாளிகள், சமூக ஆர்வலர்கள் இயக்கத்தை வலிமைப்படுத்தும் வகையில் எழுதவும், பாடவும், பேசவும் கூடும் மையமாக தர்ணா பந்தல் இருந்தது.

இந்தியாவின் பிற பகுதிகளுக்கும் இந்தச் செய்தி பரவியது; பிரபலமான, முக்கிய மனிதர்களின் சிந்தனையைக் கவ்வியது; அவர்களில் மேதா பட்கர், சுவாமி அக்னிவேஷ், கைர்னார் போன்ற சமூக ஆர்வலர்களும், நிகில் சக்ரவர்த்தி, குல்தீப் நய்யார், பிரபாஷ் ஜோஷி, பாரத் டோக்ரா போன்ற பத்திரிகை யாளர்களும் உண்டு. ஆர்டிஐக்கான இயக்கம் கிராமப்புற ராஜஸ்தானில் சிறிய இயக்கமாகத் தொடங்கிய நாளிலிருந்தே அதை ஆதரித்தவர்கள் இவர்கள்; அதன் கூடவே பயணித்தவர்கள். ஏப்ரல் 9ஆம் தேதி, அந்த வெப்பம் மிகுந்த மதிய நேரத்தில் நிகில் சக்ரவர்த்தியின் உரை பியாவரில் இருந்தவர்களுக்குப் புதிய தொடக்கம் ஒன்றை முன்கூட்டியே அறிவிப்பதாக அமைந்தது:

'நீங்கள் ஈடுபட்டிருக்கும் இந்தப் போராட்டம் வரலாற்றுச் சிறப்புமிக்கது. ஆர்டிஐயும் வரலாற்றுச் சிறப்பு மிக்கது. மிகவும் முக்கியத்துவம் வாய்ந்தது. உங்கள் பகுதிக்கு அல்லது மாநிலத்திற்கு மட்டுமல்ல, ஒட்டுமொத்த நாட்டிற்கும் முக்கியமானது. இது மிகப் பெரிய போராட்டம். அதனால்தான் டெல்லியிலிருந்து இங்கு வந்துள்ளோம். இன்னும் சில நாட்களில் எங்களைப்போல் இன்னும் பலரும் வருவார்கள்; இந்தப் போராட்டத்தில் கலந்துகொள்வார்கள். நான் மிக வயதானவன் என்பதை அறிவீர்கள். ஆனால், வயதானவனாக இருப்பதால் சில நன்மைகளும் உள்ளன. இந்த நெடிய வாழ்க்கையில் பல காலகட்டங்களை, பல வளர்ச்சி நிலைகளைப் பார்த்திருக்கிறேன்.

'தேசத் தலைவர்களிடம் இராணுவமோ, காவல் துறையோ, தகவல் தொடர்புச் சாதனமோ, எதுவுமே இல்லாதிருந்த காலகட்டத்தின் சாட்சியாக இருக்கிறேன். எனினும் உலகின் வலிமையான சக்திக்கு எதிராகப் போராடும் வலிமையை மக்களுக்கு அளிக்கும் ஆற்றல் அவர்களுக்குள் இருந்தது. இந்த வலிமைக்குப் பின்னிருந்த ரகசியம் இதுதான். நாடு எப்படிக் கொள்ளையடிக்கப் படுகிறது என்பதை அறிந்துகொள்ளும் உரிமை மக்களுக்கு இருக்கிறது என்பதை அன்றைய தலைவர்கள் மக்களிடம் கூறினார்கள். பிரிட்டிஷ் ஆட்சியாளர்கள் எவ்வளவு கொள்ளையடிக்கிறார்களோ அந்த அளவு தெரிந்துகொள்ளும் உரிமையும் மக்களுக்கு இருந்தது.

அதன் விளைவாக இந்தக் கொள்ளையை நாங்கள் பொறுத்துக்கொள்ள மாட்டோம்; எங்கள் நிர்வாகத்தை நாங்களே பார்த்துக்கொள்வோம் என்று மக்கள் கூறினர்.

'காந்திஜியும் பிற தலைவர்களும் சிறிய நகரங்கள் பலவற்றில் இத்தகைய கூட்டங்களை ஏற்பாடு செய்தனர்; பின்னர் அவற்றை வெகுஜன இயக்கங்களாக மாற்றினர்; இந்த அளவு பெரிய கூட்டங்களை, இந்த அளவுக்கு அதிகமான மக்களுடன் பார்த்திருக்கிறேன். இறுதியில் வேறுவழியின்றி ஆட்சி செய்த பிரிட்டிஷ்காரர்கள் வெளியேற வேண்டியதாயிற்று. கடந்த ஐம்பது ஆண்டுகளில் நாம் பார்த்தவை நம்மை வருத்தத்தில் ஆழ்த்தியிருக்கின்றன. குல்தீப் ஜி சொன்னது போல், கடந்த ஐம்பது ஆண்டுகளில் நாடு வறுமையிலிருந்து விடுபடும் என்பது நம் கனவாக இருந்தது, ஆனால், இன்று வறுமை ஒழிவதற்குப் பதிலாக, அரசாங்கத்தின் நிதி முழுமையாகக் கொள்ளையடிக்கப்படும் அளவுக்கு மிக அதிகமாக ஊழல் நிலவுவது வருத்தமாக இருக்கிறது; உண்மையில் அவமானமாக இருக்கிறது.

'இடைத்தரகர்களால் / அதிகாரிகளால் அரசாங்கத்தின் நிதி கையாடல் செய்யப்படுவது வெட்கக்கேடானது. இதில் முக்கியமானது, அனைத்தும் ரகசியமாக, திரைமறைவில் நடப்பதுதான். ஒரு போதும் இவை மக்களுக்கு முன் கொண்டுவரப்படுவதில்லை. இவ்வாறாகக் கொள்ளை தொடர்ந்து நடக்கிறது; இதில் மிகவும் வேதனையானது, ஒரு சிலரால் கையாடல் செய்யப்படும் இந்தப் பணம் நாட்டின் மிகவும் வறிய மக்களுக்குச் சொந்தமானது என்பதுதான்.

'இது போன்ற இயக்கங்கள் தான் நமக்கு வழி காட்ட முடியும். இந்த இயக்கம் இன்றைக்கு மிகச் சிறியதாகத் தோன்றலாம்; ஆனால் சிறிய நகரங்களிலிருந்து புறப்படும் சிறிய இயக்கங்கள், மக்கள் இயக்கங்களாகப் பெருகும்; அப்போது அவற்றை ஒடுக்குவது மிகவும் கடினம். அவை பரவத் தொடங்கிவிட்டன: சிறிய தீப்பொறி, பெரிய தீப்பொறியாகவும், அதன்பின்பெரிய தீச்சுவாலையாகவும் மாறும். அத்தகைய புதிய துணிவைப் பார்க்கும் போது மக்களை மையமாகக் கொண்ட அதிகாரத்துடன் புதிய இந்தியா உருவாவதைக் காணமுடியும். தூய்மையான நிர்வாகம் நிலவும் தேசமாக இந்தியா இருக்கும்; அதில் மக்கள் பங்கேற்பார்கள்.

'பியாவரில் நாம் காணும் இந்த இயக்கம் இந்த நகரத்திற்கு மட்டுமின்றி ஒட்டுமொத்த நாட்டிற்கும் முக்கியமான இயக்கம் என்பதைச் சொல்ல விரும்புகிறேன். அந்த இயக்கம் தொடங்கும்போதே அதில் நாம் பங்கேற்க இங்குக் கூடியிருக்கிறோம் என்பது நமக்குப் பெருமை யளிக்கும் விஷயம்.

'இந்த இயக்கத்தின் துவக்க நிகழ்வில் இணைந்துகொள்ள இவ்வளவு தொலைவு நாங்கள் வந்துள்ளோம், இதன் மூலம், இந்த இயக்கம் குறித்துப் பல இடங்களில் நாங்கள் பேசமுடியும்; எழுத முடியும். நாங்கள் பத்திரிகையாளர்கள். பொதுத் தேர்தல்களில் நாடு இன்று மும்முரமாக இருக்கிறது. ஆனால், இந்தத் தேர்தல்கள், தமக்குள் எந்த ஆற்றலையும் பெற்றிருப்பதாகத் தெரியவில்லை. ஏனெனில், அந்தச் செயல்முறையில், சிலர் அவர்களைப் போன்ற வேறு சிலரால் மாற்றப்படுகிறார்கள். அவ்வளவே. தீர்வுக்கான வழியை நாங்களே கண்டுபிடிப்போம் என்று மக்கள் சொல்லக்கூடிய இதைப் போன்ற இயக்கங்கள் முக்கியமானவை.

'இந்த இயக்கம் மேலும் பரவுவதைக் காணப்போகிறோம். அத்துடன் ஒரு புதிய இந்தியாவுக்கான விதைகள் விதைக்கப்பட்டபோது, நாங்கள் அங்கே இருந்தோம்; பத்திரிகையாளர்களாக வந்திருந்தோம், நாங்களும் பங்கேற்றோம் என்று சொல்லலாம். உங்களுக்கும், இந்த இயக்கத்திற்கும் வணக்கம் செலுத்துகிறோம். போராட்டத்தைத் தொடர்ந்து நடத்துங்கள்; உங்களுடன் இருக்கிறோம்.[100]

சங்கதனுக்கு வலுச்சேர்த்த ஹர்ஷ் மாந்தர் பியாவருக்கு வருவதெனத் தீர்மானித்தார். தர்ணாவிற்கு ஆதரவளித்தார். தர்ணா தொடங்கிய நேரம் அவர் சீனப் பயணத்தில் இருந்தார். திரும்பி வந்ததும் விரைந்து முசோரியின் லால்பகதூர் சாஸ்திரி தேசிய நிர்வாக அகாதெமி திரும்பினார். அதன்பின் தர்ணாவில் கலந்துகொள்ள விடுப்பு எடுத்து வந்தார். அவருக்குச் சங்கடத்தை ஏற்படுத்தக் கூடாதென்று போராட்டம் நடக்கும் இடத்திற்கு அருகில் அவருக்காக அறை ஒன்றை ஏற்பாடு செய்திருந்தோம். ஆனால், போராட்டக்காரர்களுடன் அமர்ந்து போராட்டத்தில் கலந்துகொள்ள அவர் முன்வந்தார். அதன்பின் சிறிது நேரத்தில் கோரிக்கையை ஏற்பதற்கான பதிவேட்டில் கையெழுத்திட்டார். பொதுவெளிச் செயல்பாட்டில் கலந்துகொள்வதில் வெட்கப்படும் வழக்கமான இ.ஆ.ப

அதிகாரிகளைப் போலன்றி, ஹர்ஷ், அரசாங்கத்திடம் விடுப்பு எடுத்துக்கொண்டு இங்கு வருகை தந்தார். பியாவரில் நாள் முழுவதும் அமர்ந்திருந்தார்.

போராட்டத்திற்கு மகத்தான வலிமை தந்த நல்லதொரு செயல் அது. மைக்கில் பேசப்போவதாக அவர் கூறியதும் பெரும் வியப்பு நிலவியது. இயக்கத்தினர் வெளிப்படுத்திய விசாரங்கள் ஒதுக்கித் தள்ளப்பட்டன. அவர் பேசினார்:

> 'பணியிலிருக்கும் அதிகாரியான நான் எப்படி இந்தத் தர்ணாவை ஆதரிக்க முடியும் என்று கேட்டார்கள். நான் ஒன்றைத் தெளிவுபடுத்த விரும்புகிறேன். அரசியலமைப்பின் வழியில், நியாயமான கோரிக்கையை நீங்கள் அனைவரும் எழுப்புகிறீர்கள். நான் ஒரு பொது ஊழியன், எனவே முதலில் நான் மக்கள்சேவகன், அதன்பின் அரசியலமைப்பிற்குக் கட்டுப்பட்டவன், அதன் பிறகே நான் ஒரு அரசாங்க ஊழியன்.

> 'ஆர்டிஐ மூலம் வளர்ச்சிப் பணிகளில் ஊழலுக்கு முற்றுப்புள்ளி வைக்க முடியும். அரசாங்கத்திற்கு எதிரான செயலாக இந்தத் தர்ணாவைக் கருதக்கூடாது. ஊழலை ஒழிப்பதே அரசின் கொள்கையாக இருக்க வேண்டும். வளர்ச்சிப் பணிகள் குறித்த விவரங்கள் மக்களிடம் பகிர்ந்துகொள்ளப்படும்போது, மக்கள் விழிப்படைவார்கள்; ஊழல் தானாகவே குறையும்.[101]

மேதா பட்கர் தர்ணாவுக்கு வந்தது குறிப்பிடத்தக்க ஒன்று. இந்தியாவில் நடக்கும் இயக்கங்களின் கணிசமான பகுதியினரின், ஆதரவையும் ஒப்புதலையும் தன்னுடன் அவர் கொண்டுவந்தார். முக்கியமான சமூக ஆர்வலர் என்ற முறையில், அவரது ஆதரவு விலைமதிப்பற்றது. அவருடைய சொற்கள் இவை:

> 'தேசத்தில் அடிப்படை மாற்றங்கள் கொண்டுவர வேண்டிய தேவைக்கான நேரம் வந்துவிட்டது. தேசத்தின் சில அரசியல்வாதிகள் நடத்தும் அரசியலுக்கு மாற்றாக, கிராமத்திலும் நகரத்திலுமிருக்கும் மக்கள் அவர்களுக்கான அரசியலை முன்னெடுத்தால்தான் இது சாத்தியமாகும். இல்லையென்றால் நாட்டில் நிலவும் ஊழலை ஒழிக்க முடியாது. கிராமங்கள், தானிகள் (குக்கிராமம்), சாவ்பால்கள் (பொது இடங்கள்), கடைத்தெருக்கள் என்று எல்லா இடங்களிலும் மக்கள் தகவல்களைக் கேட்கத் தொடங்கினால்தான், ஆர்டிஐயை அவர்கள் பெற முடியும். தாசில்களின் பதிவேடுகளும், அவற்றில் புதைந்திருக்கும் தகவல்களும் மக்களின் கைகளுக்குக்

கிடைத்தால், போலியான கணக்குகளுக்கு அவர்கள் ஆட்சேபனை எழுப்புவார்கள், எதிர்ப்புத் தெரிவிப்பார்கள் என்பது நிர்வாகத்திற்குத் தெரியும்.'[102]

நிரந்தரின் பங்களிப்பு

சங்கதன் நாட்குறிப்பின் பதிவு:

முதல் சில நாட்கள் நாங்கள் சாலையில் தூங்கினோம்; சத்தமும், வாகன நெரிசலும் கொஞ்சம் கொஞ்சமாகக் குறைந்து, அசௌகரியமான அமைதி சந்தை மீது கவிந்தது. அந்த நேரத்தில் 'நிரந்தர்' என்ற உள்ளூர் நாளிதழின் முற்போக்கான ஆசிரியர் ராம்பிரசாத் தர்ணாவிற்கு வருகைதந்தார். சங்கதன் தனது வாழ்க்கையைத் தொடங்கிய அதே நேரத்தில்தான் அந்த நாளிதழும் தொடங்கப்பட்டது. கொள்கை உறுதி மிக்க அந்த ஆசிரியர் இரவு முழுவதும் அமர்ந்திருந்தார். பல விஷயங்களைப் பேசிக்கொண்டிருந்தார். அவரது அலுவலகமும் அச்சகமும் சந்தையின் தலைப்பகுதியில் அமைந்திருந்தன. செங்குத்தான படிக்கட்டுகள். கடைசிப் படியில் ஏறும் போது நீங்கள் நிச்சயம் மூச்சுவிடச் சிரமப்படுவீர்கள்.

இந்தத் தர்ணா ராம் பிரசாத்தின் கவனத்தை ஈர்த்தது. அதன் காரணமாக ஆர்.டி.ஐக்கான இயக்கத்தில் முதலில் தன்னை இணைத்துக்கொண்டவர்களில் ஒருவரானார். அவருடன் ஃப்ரீலான்ஸ் புகைப்படக் கலைஞர் அசோக் சைன் என்பவரும் வந்தார். தர்ணாவில் எடுக்கப்பட்ட அரிதான, சுவாரஸ்யமான புகைப்படங்கள் சில அவரிடம் இப்போதும் இருக்கின்றன. தர்ணாவில் இருந்தவர்களிடம் அவர்கள் நண்பர்களாகிவிட்டனர். தர்ணா நடந்த நாற்பது நாட்களும் விமர்சனப்பூர்வமான ஆதரவை அளித்தனர். ம.கி.ச. சங்கதனுக்கும் ஆர்.டி.ஐ இயக்கத்திற்கும் அவர்கள் இன்னமும் நண்பர்களாகவும் விமர்சகர்களாகவும் இருக்கின்றனர்.[103]

ஆனால், நிரந்தருடன் மட்டும் இது நின்றுவிடவில்லை. ராஜஸ்தான் மட்டுமின்றி அதற்கு வெளியிலும் செய்திகளைக் கொண்டு சென்ற அறிக்கைகளுக்குச் சொந்தக்காரர்களாக மையநீரோட்டத்திலிருந்த முதன்மைச் செய்தித்தாள்களின் நிருபர்கள் இருந்தனர். செய்திகளைக் கொண்டு சேர்ப்பதற்கு, 'ராஜஸ்தான் பத்ரிகா'வின் சித்தார்த் ஜெயினும், 'பாஸ்கரின்' விமல் சௌஹானும், 'டைனிக் நவ்ஜோதி'யின் ராஜேந்திர குன்ஜைலும் சிறப்பான பங்களித்தனர். எத்திசைகளுக்கும்

செய்திகளைக் கொண்டு சென்ற பொறுப்புணர்வு மிக்க பத்திரிகையாளர்களுக்கு இயக்கம் பெருமளவிற்குக் கடமைப் பட்டுள்ளது.

ஓய்வு பெற்ற நீதிபதிகளும், தொழிற்சங்கங்களும், மக்கள் இயக்கங்களும் தர்ணாவிற்கு ஆதரவளித்தன. ஒட்டு மொத்தமாக 400 அமைப்புகள் ஆதரவளிப்பதாகப் பதிவேட்டில் கையெழுத்திட்டிருந்தன. நிகழ்வு குறித்துச் செய்தி வெளியிடு வதில் உள்ளூர் செய்தித்தாள்கள் முக்கியப் பங்காற்றின. பெரிய நாளேடுகளின் நிருபர்களும், பத்திகள் எழுதுவோரும் ஒருநாளும் தர்ணாவைத் தவறவிட்டதில்லை. மக்கள் சிவில் உரிமைக் கழகத்தின் (PUCL) இப்போதைய பொதுச்செயலர் கவிதா ஸ்ரீவத்சவா, ராஜஸ்தானின் பிரபலமான மக்கள் உரிமைப் போராளி; அவர் சங்கதனின் உறுப்பினராக, இயக்கத்தின் முக்கிய அங்கமாக, அதற்கான ஆதரவு திரட்டி உதவி புரிந்தார்.

சங்கதன் நாட்குறிப்பு:

> பியாவர் தர்ணா சங்கதனுக்கு மிகப்பெரும் பாடம் ஒன்றைக் கற்றுத் தந்தது: அதாவது மக்கள் இயக்கத்திற்கு, நிலையான, திறந்த, பொது மன்றம் ஒன்று தேவை. மக்களிடமிருந்து எதிர்வினையையும், ஈடுபாட்டையும், பங்கேற்பையும் அது வெளிக்கொணரும். திரும்பத் திரும்ப தர்ணாவுக்கு வந்த சாதாரணக் குடிமக்கள் எங்களைப் பார்த்துக் கேட்டது இதுதான்: 'நீங்கள் ஏன் பியாவரிலேயே தங்கி, இந்த மேடையை நிரந்தரமான ஒன்றாக்கக் கூடாது? இந்த அமைப்பு எங்களுக்குக் கண்ணியத்தையும் குரலையும் தந்துள்ளது'. தொடக்கத் தில் நாங்கள், கீழ்த்தரமான தெருச் சண்டைக்காரன் களின் கூட்டமாக, இழிவாகப் பார்க்கப்பட்டோம். மேற்குடியினர் எங்களைப் பார்த்து முகத்தைத் திருப்பிக் கொண்டு சென்றனர். ஆனால், பின்னர், முக்கியப் பிரமுகர்கள் போராட்டத்திற்கு ஆதரவாக வருகை தந்ததும், பிரச்சினை அதன் சூழலைத் தெளிவாக வரையறுத்துக்கொண்டது; அமைப்பு விரிவடைந்தது; பல வகையான குழுக்களின், தனிநபர்களின் உற்சாகம் நிரம்பிய ஆதரவைப் பெற்றது. அந்த நாற்பது நாட்களும், பியாவரின் அனைத்து உரையாடல்களும் நடக்கும் மையமாக அது மாறியது.[104]

அஜ்மீர் மற்றும் ஜெய்ப்பூர்

அருகிலிருந்த அஜ்மீரிலிருந்து தர்ணா பெரும் எண்ணிக்கை யில் குடிமக்களை வரவழைத்தது. எல்.ஐ.சி தொழிற்சங்கமும்

அதன் தலைவர் டி.எல். திரிபாதியும் அஜ்மீருக்கு ஆர்டிஐ இயக்கத்தைக் கொண்டு சென்றனர். அஜ்மீரில் தர்ணாவுக்கு ஆதரவையும் பெற்றுத் தந்தனர். சட்டமன்றத்தில் முதல்வரது பேச்சின், உறுதிமொழியின் முக்கியப் பகுதியை 'டைனிக் நவ்ஜோதி' மட்டுமே வெளியிட்டது. இதனால் அந்த இதழுடன் ஒரு பந்தம் ஏற்பட்டது. அந்த நாளேட்டின் உரிமையாளரும், ஆசிரியருமான தீனபந்து சௌதிரியும் நிருபர் ராஜேந்திரா குன்ஜைலும் இயக்கத்தின் ஆதரவாளர்களாக மாறினர். ஜெய்ப்பூர் ஆகாஷ்வாணியில் செய்தி வாசிப்பவரும், நண்பருமான வேத வியாஸ் இதழ்களில் பத்தியும் எழுதுவார்; வாரந்தோறும் தானெழுதும் பத்திகளில் தகவல் அறிவதற்கான கோரிக்கையை ஆதரித்து எழுதினார். குல்தீப் நய்யாரும் டைனிக் 'நவ்ஜோதி'க்குப் பத்தி ஒன்றை எழுதினார். அவரும் அவரது கட்டுரைகளும் பியாவர் நிகழ்வுகளின் மீதான ஆர்வத்தைத் தக்கவைத்தன.

இதனிடையில், ஊழலுக்கு எதிரான போராளி கைர்னார், தர்ணாவுக்கு ஆதரவளிக்க மும்பையிலிருந்து வந்திருந்தார். அன்னா ஹசாரே போல், கைர்நாரும் ஊழல் எதிர்க்கப்பட வேண்டும் என்பதை விளக்கிப்பேசினார். அவர் பம்பாய் முனிசிபல் கார்ப்பரேஷனின் முன்னாள் ஊழியர்; ஆகவே, அவருக்குப் பெரும் ஆதரவு இருந்தது. ஜெய்ப்பூருக்கும் பியாவருக்கும் வருகை தந்த அவர், பொதுக்கூட்டங்களில் உரையாற்றினார். பழுத்த காந்தியவாதியும் சர்வோதயத் தலைவருமான சித்திராஜ் தாதா ஜெய்ப்பூர் கூட்டத்திற்குத் தலைமை வகித்தார்; பிரச்சாரத்தில் இணைந்துகொண்டார். கைர்னார் பேசியது:

> 'வரியாகக் கொடுத்த பணம் எப்படிச் செலவழிக்கப்பட்டது என்பதை அறிந்துகொள்ள அனைத்துக் குடிமக்களுக்கும் உரிமை உண்டு. அரசாங்கம் எம்மாதிரியான வளர்ச்சிப் பணிகளை மேற்கொள்கிறது; பன்னாட்டு நிறுவனங்கள் மற்றும் அவர்களது முகவர்களின் வாய்க்குள் ஏழை மக்களை ஏன் திணிக்கிறது என்பதை அறிந்துகொள்ளவும் உரிமை உள்ளது. இந்தப் போராட்டம் செய்ய வேண்டிய பணிகளையும், பரவவேண்டிய புவியியல் பரப்பையும் நீங்கள் விரிவுபடுத்த வேண்டும்.'[105]

முப்பதாம் நாளோ அல்லது அதையொட்டியோ, தர்ணாவின் ஒரு பகுதியை ஜெய்ப்பூர் செல்லும் வழியில் அஜ்மீரில் நடத்தலாம் என்று சங்கதன் முடிவு செய்தது. அஜ்மீர் தர்ணா, ஆட்சியர் அலுவலகத்திற்கு வெளியில், வழக்கமான இடத்தில் நடைபெறவில்லை. மாறாக, சந்தைப்பகுதியில் –

மதார் கேட் என்ற இடத்தில் நடந்தது. அஜ்மீர் தர்ணாவுக்கும் மக்கள் ஆதரவு கிடைத்தது; நோக்கத்தை உயர்வாகப் பேசிய நகர மக்களின் ஒரு பகுதியினர் கோரிக்கையை ஆதரிக்க முன் வந்தனர். இரண்டு நாட்களுக்குப் பின், தர்ணாவின் செயல்பாடு ஜெய்ப்பூருக்கு மாற்றப்பட்டது.

ஜெய்ப்பூரில், செயலகத்திலிருந்து சில நூறு அடி தூரத்தில், ஸ்டேச்சு சர்க்கிள் *(Statue Circle)* அருகில் தர்ணா பந்தல் போடப்பட்டது. மிக அழகிய அந்த இடத்தில் கூடும்கூட்டம் வேறுபட்டதாக இருக்கலாம், ஆனால், அதிகார மையத்திற்கு அருகில் நடந்ததால், தர்ணாவில் இருந்தவர்களைப் புறக்கணிப்பது அரசுக்குக் கடினமாக இருந்தது. ஜெய்ப்பூரின் பிரபலமான மனிதர்கள் தர்ணாவிற்கு வருகை தந்தனர்.[106] பேராசிரியர் வி.எஸ். வியாஸ், ஜெய்ப்பூர் வளர்ச்சி ஆய்வு நிறுவனத்தின் தலைவர்; குறைந்தபட்ச ஊதியத்திற்காக ம.கி.ச. சங்கதன் போராடிய நாட்களில் இருந்தே அறிமுகமானவர், ஜெய்ப்பூரின் பிற பிரபலமான மனிதர்களைப் போல் மகத்தான ஆதரவு அளித்தவர். நீதிபதி தேவ், நீதிபதி தின்கர்லால் மேத்தா மற்றும் பலரும் கோரிக்கையை ஆதரிக்க முன்வந்தனர். பிரபல வழக்கறிஞரும், மக்கள் சிவில் உரிமைக் கழகத்தின் உறுப்பினரு மான பிரேம் கிஷண் சர்மா போராட்டத்திற்குத் தொடர்ந்து ஆதரவளித்தார்; ஆலோசகராகவும் செயல்பட்டார். பிரச்சார இயக்கத்தின் நண்பரான முகுலிகா சென் அவரே முன்வந்து தனது இல்லத்தைப் பயன்படுத்திக்கொள்ள அனுமதித்தார். இயக்கத்தை மேலும் முன்னெடுத்துச் செல்வதற்கான உத்திகளை முடிவு செய்த அனைத்துக் கூட்டங்களும் அங்குதான் நடந்தன.

அந்த நேரத்தில் ஹிந்துவில் பணிபுரிந்த சன்னி செபாஸ்டியன், என்.டி.டி.வி.யின் ராஜன் மகான், ஹிந்துஸ்தான் டைம்ஸின் நாராயண் பரேத், பால், சாம், சம்சுத் ஜோ, விஜய் வித்ரோஹி, அனில் லோதா, பிரதீப் லோதா, ஸ்ரீபிரகாஷ் ஜி, லோக்பால் சேத்தி, UNI நிறுவனத்தின் கோவிந்த் சதுர்வேதி, சதீஷ் சர்மா, பி.டி.ஐ நிறுவனத்தின் மேனன், எச்.கே. சாஸ்திரி, இந்தியன் எக்ஸ்பிரஸின் ராஜேந்திர போதா, சுரேஷ் பரீக், அபா ஷர்மா, பிரசன்னா மொஹந்தி, பிரகாஷ் பண்டாரி, ராம்குமார் மிஸ்ரா, அனந்த் கிருஷ்ண், ஆஜ் தக் தொலைக்காட்சியின் ராஜேஷ் சின்ஹா, டி.கே.சிங், விபுல் முட்கல், பியூஷ் மேத்தா, இந்தியன் எக்ஸ்பிரஸின் ஆஷா படேல், மார்க் துல்லி, சந்தீப் ஸ்ரீவாஸ்தவா, ஹிந்துவின் முகமது இக்பால், இந்தியா டுடேவின் வேத வியாஸ்ஜி, அனுராக் வாஜ்பேயி, வைமல் சௌஹான், ராஜேந்திர குஞ்சால், பிரக்யா பாலிவால், ஓம் தன்வி, ஷூபு பட்வா, ரமேஷ் வியாஸ், அசோக் மாத்தூர், குஞ்சால், ரோஹித்

பரிஹார் ஆகிய பத்திரிகையாளர்களும், ஷிகா திரிவேதி, ராஜீவ் மல்ஹோத்ரா, பாரத் தோக்ரா, ராதிகா கவுல்பத்ரா, ரஜ்னி பாஸ்கி, சுமித் சதுர்வேதி, சீமா ச்சிஷ்டி, ரகு ராய், பாப்லோ பார்தெலோமியூ, சபா நக்வி, வினோத் மேத்தா, நிர்மலா லக்ஷ்மண், மாலினி பார்த்தசாரதி, தினேஷ் ஸ்ரீமாலி, திரிபுவன், ராம்பிரசாத், நீலப் மிஸ்ரா ஆகியோரும் மேலும் பலரும் இயக்கம் குறித்து எழுதினர்; கோரிக்கையில் ஆத்மார்த்த மாக இணைந்துகொண்டனர்.

பியாவர் தர்ணாவில் ரேணுகா பமேச்சாவின் உரை:

'விசாரணைக் குழு ஒன்று அமைக்கப்படும் என்று பியாவர் தர்ணாவுக்குப் பின் எங்களுக்கு உறுதியளிக்கப் பட்டது. குழு அமைக்கப்பட்டது. அது வேலையும் செய்தது. ஆனால் குழுவின் அறிக்கை வெளியிடப்படவில்லை; அல்லது அதன் பரிந்துரைகளைச் செயல்படுத்த அக்கறை கொள்ளவில்லை. அதன் பின்னர் பாதயாத்திரை ஒன்று நடந்தது; ஜெய்ப்பூரில் தர்ணா ஒன்றும் நடத்தப்பட்டது. அந்த நேரத்தில் மீத்தா லால் மேத்தா தலைமைச் செயலராக இருந்தார், முற்போக்கானவர் என்று தன்னை அவர் சொல்லிக்கொண்டாலும், (தகவல்களை வெளியிட) அவரும் ஆதரவாக இல்லை. ஆனால், அசோக் கெலாட் (முதல்வராக வந்தபின்) மாநில அளவில் இதற்குச் சட்டம் இயற்றுவோம் என்று கூறினார். மிக நீண்ட ஆலோசனைகள் நடந்தன. அத்தகைய ஆலோசனை களில் ஒன்று வளர்ச்சி ஆய்வு நிறுவனத்தில் நடை பெற்றது. ஒரு கூட்டத்தில் பைரோன் சிங் ஜி என் முன்னால் எனக்கு நேராக அமர்ந்திருந்தார்;' எனக்கும் வெளிப்படைத்தன்மை தேவைதான்' என்று கூறினார்; அதைக் கேட்ட நான், 'ஏன் பொய் சொல்கிறீர்கள்? நீங்கள் ஒன்றை உறுதியளிக்கிறீர்கள், ஆனால், அதிலிருந்து மிகவும் வேறுபட்ட ஏதோ ஒன்றைச் செய்கிறீர்கள்' என்றேன். அங்கு எல்லாருமே அமர்ந்திருந்தனர். அனைவருக்கும் முன்னால்தான் இதைச் சொன்னேன். வெறும் சொற்களை உதிர்ப்பது உதவாது என்று எப்பொழுதும் சொல்வேன். உறுதியாக ஒன்றைச் செய்தால் மட்டுமே பொருட்படுத்தப்படும்.'[107]

அரசுப் பதிவேடுகளை வெளிப்படுத்த அளித்த உறுதி மொழி நிறைவேற்றப்படும் என்று முதல்வர் உறுதியளித்தார்; இந்தப் பிரச்சினை குறித்து ஆராய்வதற்குப் பேராசிரியர் வி.எஸ். வியாஸ் தலைமையில் குழு ஒன்று அமைத்ததும் தர்ணா விலக்கிக் கொள்ளப்பட்டது. முனைவர் வியாஸ் கூறுகிறார்:

'கடந்த ஐம்பது ஆண்டுகளில் கிராமப்புற வளர்ச்சிக்காக பில்லியன், ட்ரில்லியன் கணக்கில் ரூபாய்கள் செலவழிக்கப் பட்டுள்ளன. ஆனால், நமது கிராமங்களின் நிலைமை மாறவில்லை. இத்தகைய சூழலில் அந்தப் பணம் என்னவாயிற்று என்று கேட்க மக்களுக்கு அனைத்து உரிமையும் உண்டு. இந்த தெய்வீகப் போர், நிச்சயம் வெற்றியடையும்.'[108]

இதற்கிடையில் டில்லியில், பிரபாஷ் ஜோஷி, குல்திப் நய்யார், நிகில் சக்கரவர்த்தி ஆகியோர் எழுதிய கட்டுரைகள், பொதுமக்களின் அபிப்பிராயத்தை இதற்கு ஆதரவாக மெதுவாகத் திரட்டின. பிரபாஷ் ஜோஷி இவ்வாறு எழுதினார்:

'ஒரு முதலாளி புதிய வேலை ஒன்றைத் தொடங்கினால் (கட்டுமானப் பணியோ அல்லது ஏதோ ஒன்று) ஒவ்வொரு நாள் மாலையும் தனது முனீமிடம் (கணக்காளன்) கணக்கு வழக்குகளைக் கேட்பான். அவ்வாறு கேட்பதற்குக் காரணம், செலவிடப்படும் பணம் அவனுடையது. அதுபோல்தான், தேசத்தின் ஒவ்வொரு கிராமத்திலும் நடக்கும் வேலைகள், மக்களின் பணத்தைக் கொண்டு நடைபெறுகின்றன. இந்த (அரசாங்க) வேலைகளில் பணிபுரியும் மனிதர்கள், தேசத்தின் மக்களால் நியமிக்கப்படுகிறார்கள். பிறகு ஏன், இந்த நாட்டின் மக்கள், தேசத்தின் அரசாங்கத்திடம் பொறுப்புடைமையைக் கோரிக்கையாக வைப்பதில்லை?

'முதலாளிக்கு அவருடைய முனீம் (கணக்காளர்) அனைத்துத் தகவல்களையும் கொடுக்க வேண்டும் என்று இருக்கையில், அரசாங்கம் இந்தத் தேசத்தின் பொது மக்களுக்கு ஏன் அளிப்பதில்லை? பொது மக்கள் அனைவரும் ஆர்டிஐக்கான போராட்டத்தில் தங்களை இணைத்துக்கொண்டால், 'காகிதத்தில் இருக்கும் விதி' '(மக்களுக்கான) நிஜமான விதியாக' ஆகும். அந்த நாள் வெகுதூரத்தில் இல்லை.'[109]

ஏப்ரல் 1996இல் கூட்டமொன்றில் குல்திப் நய்யார் பேசியது:

'ஒட்டுமொத்த தேசமும் ஊழலின் பிடியில் இருக்கிறது. வளர்ச்சிப் பணிகளுக்காக ஒதுக்கப்படும் பணம் பெரும்பாலும் ஊழியர்களின் பைகளுக்குச் சென்று விடுகிறது. பாலங்களும் சாலைகளும் 'காகிதத்தில்' மட்டுமே இருக்கின்றன; உயரதிகாரிகளும் வலிமையானவர்களும் பணத்தைத் திருடுகின்றனர். அதனால்தான், நாடு

விடுதலை அடைந்த பின்னும், சாதாரண மனிதனின் பொருளாதார நிலை மேம்படவில்லை. நாட்டின் இப்போதைய நிலைமையை நாம் மேம்படுத்த நினைத்தால், ஆர்டிஐ கட்டாயம் வேண்டும். விடுதலை கிடைத்தவுடன், முதல் நாளே அமெரிக்கா தனது அரசியலமைப்பை மாற்றிவிட்டது.'

'ஒரு சாதாரணக் குடிமகன் அரசாங்கத்திடம் எந்தத் தகவலையும் கோருவதற்கு உரிமை அளிக்கப்பட்டுள்ளது. இந்திய–சீனப் போரில் இந்தியா தோற்றது. தோல்விக்கான காரணத்தைக் கண்டறிய அரசாங்கம் விசாரணைக் குழு ஒன்றை அமைத்தது. விசாரணை நடைபெற்றது. ஆனால், இன்றைய தேதி வரையில் அதன் அறிக்கை வெளியிடப்படவில்லை. ஒருமுறை டெல்லியில் எலிகளை ஒழிப்பதற்கான முன்முயற்சி ஒன்றை அரசாங்கம் எடுத்தது. எலிப்பொறிகள், எலிகளைக் கொல்லும் மருந்துகள் வாங்கிய விவரம் 'காகிதத்தில்' காட்டப்பட்டது; ஆனால், நடைமுறையில், அப்படி எதுவும் நடக்கவில்லை.[110]

இதழியலில் முதிர்ந்தவர்கள் அளித்த ஆதரவு, இந்தப் பிரச்சினைக்கு அரசியல் மற்றும் தார்மீகம் சார்ந்த நம்பகத் தன்மையை அளித்தது. சுதந்திரத்திற்குப் பிந்தைய இந்தியாவில் ஆங்காங்கே நடைபெற்ற முயற்சிகளின் வரலாறு, ஆர்டிஐ பிரச்சார இயக்கத்தால் ஒன்றாக இணைக்கப்பட்டது. பிரதமராக இருந்த வி.பி.சிங் சட்டம் ஒன்றைக் கொண்டு வர எடுத்த முயற்சிகளில் தடங்கல் ஏற்பட்டது. இந்திய அரசியலமைப்பின் 19ஆவது பிரிவு தகவல் பெறுவதற்கான உரிமையை அளிக்கிறது; உறுதியான, பொறுப்புணர்வு மிக்க ஜனநாயகத்திற்கு அடிப்படையாக அது இருக்கிறது என்று உச்ச நீதிமன்றம் அளித்த பல்வேறு தீர்ப்புகள் மக்களின் கவனத்தை ஈர்த்தவை.

தலமட்ட அளவிலான போராட்டம், மாநில மற்றும் தேசிய அளவிலான இயக்கமாகக் குறிப்பிடும்படியாக மாற்றம் பெற்றது பியாவர் நகரில். இந்த இடமாற்றமும் திட்டமிட்டுச் செய்யப்பட்டதே. ஆர்டிஐ பிரச்சினையின் அசாதாரணத் தாக்கத்தைச் சங்கதன் உணரத் தொடங்கியிருந்தது; மட்டுமின்றி ஒரு குறிப்பிட்ட புவிப் பரப்பிற்குள் அந்தப் போராட்டத்தை நடத்துவதிலிருக்கும் வரம்புகளையும் அறிந்திருந்தது. சட்ட மன்றத்தில் முதல்வர் அளித்த உறுதிமொழிக்கும் தர்ணாவின் தொடக்கத்திற்குமான இந்த இடைப்பட்ட ஆண்டில், தலமட்டப் பிரச்சினைகளைப் பொருத்தமான வழிகளில் பேசித் தீர்வு காண சங்கதனின் உறுப்பினர்களுக்குப் போதுமான நேரம்

கிடைத்தது. அதேநேரம் இவற்றைக் காட்டிலும் பெரிய பிரச்சினைகளை, இந்திய ஜனநாயகத்திற்கு தேவையான வெளிப்படைத்தன்மை மற்றும் பொறுப்புடைமையை இப் பிரச்சினைகளில் இணைக்கவும் செய்தனர்.

ஆர்டிஐ சட்டத்திற்கான விரிவான கோரிக்கைக்கு ஒரு எடுத்துக்காட்டாக, பில்கள், வவுச்சர்கள், மஸ்டர் ரோல்களின் ஜெராக்ஸ் நகல்களைப் பெறுவதற்கான உரிமையைச் சங்கதன் கோரியது. அடுத்து மேற்கொள்ள வேண்டிய நடவடிக்கைகளுக்குச் சான்றளிக்கப்பட்ட நகல்கள் எவ்வளவு முக்கியமானவை என்பதை அந்த ஆண்டில் செய்யப்பட்டமுயற்சிகள் நிரூபித்தன. பதிவேடுகளின் நகல்களை வழங்குவதில் அதிகார வர்க்கம் காட்டிய விடாப்பிடியான எதிர்ப்பு, சட்டப்பூர்வமான உரிமையைப் பெறுவதற்கு அவை எவ்வளவு முக்கியம் என்பதைப் புரியவைத்தது; முன்னாலிருந்த நெடிய யுத்தத்திற்கு அது எங்களைத் தயார்செய்தது.

பியாவரில் 1996இல் நடைபெற்ற தர்ணா மூன்று அடிப்படைக் கொள்கைகளைத் தெளிவுபடுத்தியது. அவை அறிந்துகொள்வதற்கான உரிமையின் அவசியத்தை வரையறுத்தன. முதலாவது கணக்குகள் மற்றும் பதிவேடுகளில் வெளிப்படைத்தன்மை கோரும் உரிமை; அரசாங்கம் அதன் மக்களிடம் பொறுப்புடன் நடந்துகொள்ள வேண்டும்; 'எங்கள் பணம், எங்கள் கணக்கு' என்ற முழக்கம் இந்த உரிமைக்கான கோரிக்கையைச் சுருக்கமாக விளக்குகிறது. இரண்டாவது, ஒரு பொதுவிவாதத்திற்குப் பின், அதற்கான சட்டப்பூர்வ உரிமை வரைவு செய்யப்பட்டு, வடிவமைக்கப்பட்டு மக்களுக்குச் சொந்தமாக வேண்டும் என்பதை அங்கீகரித்தல். அனைத்திற்கும் மேலாக, அத்தகைய உரிமையின் அவசியத்தை மக்கள் தானே அங்கீகரிக்கவேண்டும்.

மூன்றாவது, மிக முக்கியமானது, தேர்ந்தெடுக்கப்பட்ட அரசாங்கம் அதன் மக்களுக்கு ஜனநாயகப் பொறுப்புடன் செயலாற்ற வேண்டும் என்பதை அங்கீகரித்தல். தேர்தல் அறிக்கையிலோ அல்லது அவையிலோ அவர்கள் அளித்த வாக்குறுதிகளை நிறைவேற்ற வேண்டிய கடமை அவர்களுக்கு உள்ளது. அரசியல் அதிகாரத்தில் இருப்பவர்கள் பொறுப்புடன் இயங்குவதற்குக் கொடுக்கப்படும் தொடர்ச்சியான அழுத்தம், மக்கள், ஜனநாயகத்தில் அவர்களது பங்கு எவ்வளவு முக்கியம் என்பதையும், அமைப்பை இயங்கவைப்பதில் அவர்களுக்கிருக்கும் பொறுப்பையும் புரிந்துகொள்ள வைத்துள்ளது. மக்களவைத் தேர்தல் பிரச்சாரங்களுக்கு மத்தியில் பியாவர் தர்ணா நடந்தது. அத்துடன் தேர்தல் கூட்டங்களுக்கும், பரப்புரைகளுக்கும்

பிரபலமான இடமாகச்சாங் கேட் இருந்தது. இந்த இரண்டு காரணிகளும் பிரச்சினையை எடுத்துரைக்க உதவின.

ஊழல், அதில் அரசின் கடமை, குடிமக்களின் பாத்திரம் போன்ற பிரச்சினைகள் குறித்து விவாதங்களை உருவாக்கவும், கலந்துரையாடல்களைத் துவக்கவும் பியாவர், அஜ்மீர், ஜெய்ப்பூரில் நடந்த தர்ணா மேடைகள் பயன்பட்டன. சாதாரணக் குடிமகனும் பொதுமேடையில் பேச முடிந்தது. பொதுவாழ்வில் வெளிப்படையாகத் தொலைந்து போய்விட்ட அறநெறியை, அது எங்கும் முக்கியமான ஒன்றாக ஆர்டிஐ ஆக்கியது.

பிரச்சார இயக்கத்தின் நோக்கம் பியாவரில் பிறந்தது. சட்டப்படியான உரிமையின் தேவையும், அதிகாரப்பூர்வ ரகசியப் பாதுகாப்புச் சட்டத்தைத் தள்ளிவைக்கச் சட்டம் ஒன்று தேவை என்பதும் அங்கு உருவானது. போராட்டத்திலும் பிரச்சார இயக்கத்திலும் மக்களின் பங்கேற்பு அந்த நாற்பது நாட்களில் மேலும் உறுதிப்பட்டது. அவர்களது தார்மீக ஒப்புதலையும் ஆதரவையும் தெரிவிக்க தேசம் முழுவதிலும் இருந்து பலரும் கூடிய இந்தத் தர்ணாவில் ஆர்டிஐ இயக்கம் தொடங்கியது.

12

NCPRI உருவாக்கமும் சட்டம் இயற்றுதலும்

NCPRI: தேசியப் பிரச்சார இயக்கமும் சட்டமியற்றுவதற்கான கோரிக்கையும்

பியாவர் தர்ணா, ஆர்டிஐக்கான பிரச்சார இயக்கத்தைத் தேசிய அளவில் கொண்டு சென்றது. அதற்கெனஒரு வலுவான சட்டம் வேண்டும் என்ற கோரிக்கையுடன் நாடு தழுவிய இயக்கத்திற்கு அடித்தளம் அமைத்தது. எளிமையான, உடனடித் தீர்வு வேண்டிய ஒரு கோரிக்கையுடன் பியாவர் தர்ணா கூட்டப்பட்டது. பஞ்சாயத்துப் பதிவேடுகள் அனைத்தையும் மக்கள் பெறலாம் என்று சட்டமன்றத்தில் முதல்வர் ஷெகாவத் அளித்த உறுதிமொழியை, வெளிப்படையாகவும் அரசியல் பொறுப்புணர்வுடனும் செயல்படுத்த தர்ணா கோரியது. அவரது சொற்களில், 'பில்கள், வவுச்சர்கள், மஸ்டர் ரோல்களுக்கான ஜெராக்ஸ் நகல்கள்' மக்களுக்குக் கிடைக்க வழிசெய்யப்படும். ஆனால் இந்தத் தர்ணா, அதிகாரப்பூர்வ ரகசியப் பாதுகாப்புச் சட்டத்தை மீறக்கூடிய, வெளிப்படையான செயல்பாட்டை உத்தரவாதப்படுத்தும் சட்டமொன்றை இயற்றவேண்டிய உள்ளார்ந்த, முக்கியமான தேவையைக் கவனத்தில் கொண்டுவந்தது.

பியாவர் தர்ணா முடிவுக்கு வந்த நேரத்தில், மாநில அல்லது மத்திய அரசின் ஒரு சட்டம் இருந்தால் மட்டுமே பதிவேடுகளை வேறுபாடின்றி மக்கள் பெறமுடியும் என்பது தெளிவாகியது.

ஆர்டிஐ சட்டத்திற்கான கொள்கைகள் நன்கு விவாதிக்கப்பட வேண்டும்; அவை அனைத்து மக்களுடைய போராட்டங்கள் மற்றும் இயக்கங்கள் முன்வைக்கும் கோரிக்கைகளின் பகுதியாக மாறவேண்டும். பிரபாஷ் ஜோஷியும் அஜித் பட்டாச்சார்ஜியும் சங்கதனுடன் இணைந்து தேசிய அளவில் ஓர் இயக்கத்தை இதற்கு உருவாக்கினர். தகவல் அறியும் மக்கள் உரிமைக்கான தேசிய இயக்கம் (NCPRI) இவ்வாறு இரண்டு நோக்கங்களுடன் உருவாக்கப்பட்டது: சட்டம் ஒன்றின் வரைவும் அந்தச் சட்டத்திற்காக நாடு தழுவிய இயக்கம் ஒன்றைத் தொடங்குவதுமே அவை.

லால்பகதூர் சாஸ்திரி தேசிய நிர்வாக அகாதெமியின் இயக்குநர் என்.சி. சாக்ஸேனா ஆர்டிஐக்கான சட்டம் குறித்த தேசிய அளவிலான கலந்துரையாடல் ஒன்றை ஏற்பாடு செய்தார்; அந்த நேரத்தில், ஹர்ஷ் மந்தர் அந்த அகாதெமிக்குத் திரும்பிச் சென்றிருந்தார். பிரபாஷ் ஜோஷியும், அஜித் பட்டாச்சார்ஜியும் முன்னாள் உச்சநீதிமன்ற நீதிபதியும் இந்திய பிரஸ் கவுன்சிலின் தலைவருமான பி.பி. சாவந்தை டில்லியில் சந்தித்தனர். ஆர்டிஐக்கான மாதிரிச் சட்டம் ஒன்றைத் தயாரிப்பதை முன்னெடுத்துச் செல்வதற்குத் தேசிய அளவிலான கலந்துரையாடல் ஒன்றை நடத்துவது குறித்துப் பேசினர்.

விரைவான, அடுத்தடுத்து மூன்று முக்கிய முன்னேற்றங்கள் இதனால் விளைந்தன. முதலாவது, லால்பகதூர் சாஸ்திரி தேசிய நிர்வாக அகாதெமியில் நடந்த இரண்டுநாள் கலந்தாய்வு. இரண்டாவது, நீதிபதி சாவந்த் தலைமையில் பிரஸ் கவுன்சிலில் நடந்த கூட்டம். மூன்றாவது காந்தி அமைதி அறக்கட்டளை வளாகத்தில் நடைபெற்ற கூட்டம். இக்கூட்டத் தில் பல்வேறு இயக்கங்களையும், துறைகளையும் சேர்ந்த முக்கிய மனிதர்கள் அதிக எண்ணிக்கையில் கலந்துகொண்டனர்; NCPRI உருவாக்கத்தில் ஒன்றிணைந்தனர்.

பிரபாஷ் ஜோஷி, 1996இல் பியாவர் தர்ணாவுக்கு வந்திருந்தார். தகவல்களைப் பெறும் உரிமைக்கு இந்திய அளவில் ஆதரவுக்குழு ஒன்றை விரைவில் உருவாக்க வேண்டும் என்ற யோசனையைக் கூறினார். தகவல் உரிமைக்கான சட்டப்படியான போராட்டத்தை எளிதாக்கவும், அந்த உரிமையை வரையறுக்கவும் முதல்படியாக, ரகசியப் பாதுகாப்புச் சட்டம் தள்ளிவைக்கப்பட வேண்டும் அல்லது மீறப்பட வேண்டும் என்ற பரவலான அபிப்பிராயத்தை அவரும் ஏற்றுக்கொண்டார். தகவல் பெறுவதைத் தடுக்கும் சட்டங் களை விஞ்சும் அதிகாரம் கொண்ட, அதற்குத் துணைபுரியும் வகையில் சட்டங்கள் இயற்றும் அமைப்பு ஒன்றை வரையறுத்து

உருவாக்க வேண்டியதன் அவசியத்தை ஹர்ஷ் மந்தர் அடிக்கோடிட்டுக் காட்டினார்.

சங்கதன் 1996ஆம் ஆண்டு நடத்திய தர்ணா, வெளிப்படையான ஆட்சி நிர்வாகத்தின் அவசியத்தைப் பிரபலமாக்கியது. உண்மையில் இது குடிமக்களுக்கான மிகப்பெரிய கற்பித்தல் திட்டமாகும். ஊழலையும் தன்னிச்சையான அதிகாரப் பயன்பாட்டையும் எதிர்த்துப் போராடுவதற்கு மட்டுமின்றி, ஜனநாயக நிறுவனங்களைச் செயல்பட வைக்கக் குடிமக்களுக்கு அதிகாரமளிக்கவும் தகவல்கள் அவசியம் என்பதை விளக்கியது. அத்துடன் இரகசியப் பாதுகாப்புச் சட்டம் ஏன் ஒதுக்கி வைக்கப்பட வேண்டும் அல்லது குறைந்தபட்சம் எதற்காக மீறப்பட வேண்டும் என்பதையும் மக்கள் புரிந்துகொள்ளத் தொடங்கினர். சட்டம் ஒன்றின் தேவைக்கான இயக்கத்திற்குப் பொதுமக்களின் ஆதரவைத் திரட்டுவதை இது சாத்தியமாக்கியது. தகவல்களைப் பெற ஏதுவான சட்ட வடிவமைப்பு ஒன்றைக் கோருவதற்காக உருவாகிக்கொண்டிருந்த இயக்கத்தை வரையறுப்பதில் இந்தப் பல்வேறு இழைகளும் பின்னி இணைந்தன.

சட்டங்களுக்கு அதற்கே உரிய வரம்புகள் இருக்கின்றன. ஆனால் அவையின்றி நமது உரிமைகளைத் தெளிவாக விளக்க முடியாது; எதையும் அணுகக் கூடியதாகச் செய்யவும் இயலாது. ஒரு சட்டம் இல்லாமல், அரசியலமைப்பு தரும் உரிமைகளை நீதியைப் பெறும் உரிமைகளாக எப்போதும் மாற்றவும் முடியாது.

தகவல் அறியும் உரிமைக்கான தேசிய இயக்கத்தின் உருவாக்கம்

ஒரு தேசிய இயக்கத்தை உருவாக்குவதற்கான முதல் கூட்டம் முசோரியில் லால்பகதூர் சாஸ்திரி தேசிய நிர்வாக அகாதெமியில் நன்னோக்கில் நடைபெற்றது. நிர்வாகத்தின் இயல்பையும், அமைப்பின் தோல்விகளையும் அவற்றிற்கான தீர்வுகளையும் சிறந்த முறையில் அடையாளம் காணும் திறமை நேர்மையான அரசு ஊழியர்களிடம் உண்டு. அந்தக் கலந்துரையாடலில் முன்வைக்கப்பட்ட பரிந்துரைகள் சில, 2005ஆம் ஆண்டில் நிறைவேறிய சட்டத்தின் பகுதியாக மாறின. முக்கியமான கருத்துரைகளில் ஒன்று என்.சி. சக்சேனாவிடமிருந்து வந்தது. அவரது புத்திசாலித்தனமான பரிந்துரை, ஆர்டிஐ சட்டம் 2005இன் பிரிவு 8இல் ஒரு விதியாக இடம் பெற்றுள்ளது: '... நாடாளுமன்றத்திற்கோ அல்லது மாநில சட்டமன்றத்திற்கோ அளிப்பதை மறுக்க முடியாத தகவல்கள் எந்த மனிதருக்கும் மறுக்கப்படக் கூடாது.'

வரைவை நீதிபதி சாவந்த் மறுவரைவுக்கு உட்படுத்திய போது, இந்த மதிப்புமிக்க உள்முகப் பார்வை நல்லதொரு நீதித்துறை அறிவுடன் மேலும் கூர்மைப்படுத்தப்பட்டது.

இந்த வரைவின் செயல்பாட்டைத் திரும்பிப் பார்க்கையில், அந்தக் கூட்டத்தில் கலந்துகொண்ட பிரபல வழக்கறிஞரும் சிவில் உரிமை ஆர்வலருமான நித்யா ராமகிருஷ்ணன் கூறியதைப் பார்க்கலாம்:

> ‘சமூக ஆர்வலர்களும், அரசு ஊழியர்களும், வழக்கறிஞர்களும் மேலும் பலரும்அடங்கிய குழுவினர் அக்டோபர் ’96இல் லால்பகதூர் சாஸ்திரி தேசிய நிர்வாக அகாதெமியில் கூடினர். ஆர்டிஐ சட்டத்தின் வரைவைத் தயாரிக்கத் தொடங்கினர். இந்த இரண்டு வரைவுகளின் கூறுகளையும் உள்ளடக்கிய ‘தகவல் அறியும் உரிமை மசோதாவின் மெலிதான வரைவு’ ஒன்றை ‘பிரஸ் கவுன்சில்’ தலைவர், ‘பிரஸ் கவுன்சிலின்’ ஆதரவில் அமைக்கப்பட்ட வரைவுக் குழுவின் ஆய்விற்கு அனுப்பினார். அதனுடைய இறுதி வடிவத்திற்கான கூர்மையான விவாதத்தையும் விரைவான முன்னேற்றத்தையும் பெருமளவிற்கு இது எளிதாக்கியது.’[111]

ஹர்ஷ் மந்தர், இயக்கத்தின் ஒருங்கிணைந்த அங்கமாக இருந்தவர். அதுவரையிலான செயல்முறையின் சுருக்கமான வரலாற்றை அவர் எழுதுகிறார்:

> இந்த இயக்கம். . . ஊழல் நிறைந்த, பொறுப்பற்ற அதிகார வர்க்கத்துடன் அவர்கள் மேற்கொள்ளும் முடிவில்லாத பரிவர்த்தனைகளின் காரணமாக நடுத்தர வர்க்கத்திடமும், ஏழைகளிடமும் தாக்கத்தை ஏற்படுத்தியுள்ளது. நுகர்வோர் அமைப்புகள் மற்றும் சுற்றுச்சூழல் இயக்கங்கள் மூலமும் நடுத்தர வர்க்கத்தினரைச் சென்றடைந்துள்ளது. ஆர்டிஐ இயக்கத்தில் ஊடகங்களுக்குப் பெரிய தொழில்முறைப் பங்கு இருக்கிறது; ஏனெனில் நிர்வாகச் செயல்பாடுகள் குறித்த புலனாய்வு நடவடிக்கைகளுக்கு அவர்களுக்கு இது பெரிதும் உதவக்கூடும்.
>
> அத்தகைய ஒரு சட்டம் நிறைவேற வேண்டும்; அதற்காக, தொடர்ந்து, விவரங்களுடன், விழிப்புடன் வாதிடுவதற்காக, தகவல் அறியும் மக்கள் உரிமைக்கான தேசிய இயக்கத்திற்காகக் குழு அமைக்கப்பட்டது. தொடக்கத்தில் இதற்கான முன்முயற்சி ராஜஸ்தானின் அடிமட்ட ஆர்வலர்களிடம் இருந்து வந்தது; குறிப்பாக சங்கதனிடமிருந்து. பிரதேச அளவில் நடக்கும் இந்த இயக்கத்திற்கு

அகில இந்திய அளவில் வலிமையான ஆதரவு தேவை என்பதையும், பரவலான சட்டம் சார்ந்த ஆதரவு தேவை என்பதையும் அது தீவிரமாக உணர்ந்தது. ஒன்றிணைந்த தொடக்கநிலைக் குழுவில் மூத்த செயல்பாட்டாளர் களும், ஊடக நபர்களும், கல்வியாளர்களும், பணியி லிருக்கும் மற்றும் ஓய்வுபெற்ற அரசு அதிகாரிகளும் இருந்தனர். வெளிப்படையான, பொறுப்புணர்வுள்ள, மக்கள் சார்ந்த நிர்வாகம் தேவை என்ற தீவிரமான உறுதியுடன் அவர்கள் இருந்தனர்.

ஒரு குழுவாக அவர்களின் முக்கிய பங்களிப்பு, முதலில் 'பிரஸ் கவுன்சில்' வரைவைத் தயாரிப்பதில் துணை புரிவதும், ஆர்டிஐக்காக முன்மொழியப்பட்ட சட்டத்தின் பல்வேறு மாதிரி வரைவுகளைத் திரட்டி ஆராய்வதும், சட்டத்தைச் செயல்படுத்துவதற்கு விரிவானஒரு வரைபடத்தைத் தயாரிப்பதும் என்பதாக இருந்தது. பணியிலிருக்கும் அரசு அதிகாரிகளும் சமூக ஆர்வலர்களாகச் செயல்படும் வழக்கறிஞர்களும் இதில் முக்கியப் பங்கு வகித்தனர் என்பது குறிப்பிட வேண்டிய ஒன்று. தேசிய நாளிதழ்களில் ஆசிரியர்களாகப் பணிபுரிந்த மூத்த பத்திரிகையாளர்கள் இதில் பெரும்பங்கு வகித்தனர்; ஓய்வுபெற்றாலும் அவர்கள் தொடர்ந்து எழுதுகிறார்கள்; தொடர்ந்து வாசிக்கப்படுகிறார்கள்; அவர்கள் பேசுவதைப் போதிய மரியாதையுடன் மக்கள் கேட்கிறார்கள். பிரச்சினை குறித்தும், தலமட்ட இயக்கம் குறித்தும் ஊடகங்களில் பொதுஅபிப்பிராயத்தை உருவாக்க அவர்கள் உதவினர். அறிவார்ந்த மனிதர்கள் பிரச்சினையை ஆய்வுசெய்தனர்; ஜனநாயக வெளியை விரிவுபடுத்தும்வகையில் பரவலான கண்ணோட்டத்திற்கு எடுத்துச் சென்றார்கள். இந்த பல்வேறுபட்ட குழுக்கள் அனைத்தும் ஆர்டிஐ இயக்கம் சார்ந்த அடிமட்ட இயக்கங்களுக்கு, குறிப்பாக சங்கதனுக்கு தமதுஆதரவை வழங்கி உதவின.

மக்களுக்கு ஆர்டிஐயை வெளிப்படையாக உத்தரவாதப் படுத்தும் ஒரு திருப்புமுனைச் சட்டத்தை இயற்றும் நிலையை இறுதியில் இந்தியா அடைந்துவிட்டதா என்று கணிப்பது கடினமானது. எவ்வாறாயினும், இந்த இயக்கத்தைத் தொடர்ந்து நிலைநிறுத்துவது அதைக் காட்டிலும் பெரிய சவால். இந்திய மண்ணில் மிகவும் பாதுகாப்பற்று, பரிதாப நிலையில் இருப்பவர்கள் உயிர் வாழ்வதற்கும், அவர்களது நீதிக்காகவும் நடக்கும் போராட்டங்களில் இந்த உரிமையைப் பயன்படுத்துவதும் இதில் இருக்கிறது. சமத்துவத்திற்காகவும், மக்களுக்கு

அதிகாரமளிக்கவும் நடக்கும் பெரிய இயக்கத்தின் முக்கியப் பகுதியாக இது அமையும்.[112]

நீதிபதி சாவந்தைச் சந்தித்த ஜோஷியும் பட்டாச்சார்ஜியும், இந்திய மக்களுக்கு ஆர்டிஐ சட்டம் எவ்வளவு பயன் தருமோ அதே அளவுக்கு ஊடகங்களுக்கும் பயனளிக்கும் என்று அவரை ஏற்கவைத்தனர். இந்தச் சட்டத்தை வடிவமைக்க சிறந்த வசதிகளை / சாதனங்களைக் கொண்ட நிறுவனம் அதைக் காட்டிலும் வேறு எதுவும் இல்லை என்று அவர்கள் வாதிட்டனர்.

இந்தச் சட்டத்தின் முறைப்படியான முதல் வரைவுக்குப் பொறுப்பேற்க நீதிபதி பி.பி. சாவந்தைத் தலைவராக கொண்ட 'இந்திய பிரஸ் கவுன்சில்', ஒப்புக்கொள்ள வைக்கப்பட்டது. முசோரியில் இயங்கும் லால்பகதூர் சாஸ்திரி தேசிய நிர்வாக அகாடமி (முன்னரே நித்யா குறிப்பிட்ட) தயாரித்த வரைவை பிரஸ் கவுன்சில் மேம்படுத்தியது. சட்டத்தை உருவாக்குபவர்கள், சமூக ஆர்வலர்கள், பார் கவுன்சில் உறுப்பினர்கள் மற்றும் ஓய்வுபெற்ற நீதிபதிகளுடன் இணைந்து பல ஆலோசனை களுக்குப் பின் 'பிரஸ் கவுன்சில்' மசோதாவை உருவாக்கி யது; செப்டம்பர் 1996இல் அரசாங்கத்திடம் அளித்தது.[113]

வரைவு மசோதாவில் 'தகவல்' என்பதன் வரையறை அனைத்தையும் உள்ளடக்கியதாக இருந்தது. பெற முடிகிற அல்லது பெறவேண்டிய தகவல்களின் வகைகளை மிகவும் விரிவாக ஒருவரால் எப்படியும் எழுதமுடியாது. இரகசியம் என்பதிலிருந்து, வெளிப்படைத்தன்மைக்குக் கொள்கை மாற்றம் வேண்டும். குறைந்தபட்சம் என்றில்லாமல், அதிக பட்சமாக வெளிப்படுத்துவது. (தகவல் என்பதின்) வரையறை, இங்குப் பழமைவாத மற்றும் வழக்கமான பொருளில் உணர்வுபூர்வமாகப் பதிவேடுகளை மட்டும் குறிப்பிடவில்லை. தகவலைப் பெறுவதற்கு முன்நிபந்தனையாக, பதிவேடுகள் சரியான முறையில் அட்டவணையிடப்பட்டுப் பராமரிக்கப்பட வேண்டும் என்பது இருக்கிறது. இந்தத் தகவல் உஜாலா சாடி வழியாக, ராஜஸ்தானின் படிப்பறிவற்ற, விளிம்புநிலை மக்களுக்கு அவர்கள் புரிந்துகொள்ளும் மொழியில் பரப்பப்பட்டது; பெரும் ஆர்வத்தைத் தூண்டியது.

தகவல், அதனளவில் அதிகாரம் என்று கூறப்படுகிறது. ஆர்டிஐ குடிமக்களின் அடிப்படை உரிமை என்று நமது அரசியலமைப்பு கருதுகிறது. தேசிய ஜனநாயக முன்னணி அரசும், அதன் பொதுத் திட்டத்தில் தகவல் அறியும் உரிமையை யும் அறிவித்துள்ளது.

இந்தப் பிரச்சார இயக்கம் இரண்டு முக்கிய நோக்கங் களைக் கொண்டிருக்கிறது.

1. (தகவல் அறியும் உரிமைக்காக) ஒரு புதிய சட்டத் திற்கான வரைவுப் பணியை தொடங்குதல். 'இந்திய பிரஸ் கவுன்சிலுடன்' இணைந்து சட்ட வரைவு ஒன்றைத் தேசியப் பிரச்சார இயக்கக் குழு தயாரித்தது. வெளிப்படையான விவாதத்திற்காகப் பல்வேறு குழுக்களுக்கும் அமைப்புகளுக்கும் அந்த வரைவு அனுப்பப்படுகிறது.

2. இந்தப் பிரச்சார இயக்கத்துடன் மக்களைத் தொடர்புப் படுத்த நாடு முழுவதும் பொதுவிசாரணைகள் ஏற்பாடு செய்யப்படும். அந்தந்தப் பகுதி மக்களின் முக்கியப் பிரச்சினைகள் சார்ந்து இந்தக் கூட்டங்கள் நடைபெறும்.

இந்தப் பொது விசாரணைகள், இருவிதக் கற்பித்தலாக உதவின. பிரச்சார இயக்கத்தை நாட்டின் பல்வேறு பகுதி களைச் சென்றடைய வைத்தன. வெவ்வேறான, ஆனால், சமமான முக்கியம் வாய்ந்த பரவலான பிரச்சினைகளில் உரிமைகளைப் பெறுவதற்கு முன்னோடியாக அறிந்துகொள்ளும் உரிமையைப் பிரயோகிக்கும் வகையில் பிரச்சார இயக்கத்தை அவை உந்தித் தள்ளின.

முதல் இரண்டு பொதுவிசாரணைகளும் 'உஜாலா சாடி'யில் அறிவிக்கப்பட்டன: அவை செப்டம்பர் 26இல் ஆல்வாரில் நடைபெறும். பன்னாட்டு நிறுவனங்களும், பொதுமக்களின் நலன்களும் என்பதுதான் பேசப்படும் பிரச்சினை. இரண்டாவது விசாரணை மத்திய பிரதேசத்தின் பிலாஸ்பூரில் அக்டோபர் 1–2 தேதிகளில் நடைபெறும். பேசப்படப் போகிற பிரச்சினை பொது விநியோக அமைப்பு.

இவையன்றி, தொடர்ந்து வரும் மாதங்களில், பொது விசாரணைகள் போபாலிலும் (போபால் விஷவாயு விபத்து), ஒரிஸாவின் காஷிப்பூரிலும் நடைபெறும்.[114]

எளிமையான கோரிக்கைகளின் பட்டியலை 'உஜாலா சாடி' வெளியிட்டது; பிரச்சார இயக்கத்தை ஆதரிக்குமாறு பொதுமக்களைக் கோரியது. NCPRI க்கு ஆதரவு அளிக்கும் வகையில் பின்வரும் பிரகடனக் கடிதத்திற்கு ஒப்புதல் அளிக்கு மாறு வாசகர்களை வேண்டிக்கொண்டது:

'இந்த அடிப்படை உரிமையைச் சட்டமாக்குவதற்கு, ஒரு புதிய சட்டத்தை உருவாக்கும் முயற்சியில் தேசிய பிரச்சார இயக்கமும் பிரஸ் கவுன்சில் ஆஃப் இந்தியாவும் ஈடுபட்டுள்ளன. இந்த முன்முயற்சியை நாங்கள் வரவேற் கிறோம். இந்தப் புதிய சட்டத்தின் மூலம், பொதுநலன் சார்ந்த விஷயங்கள் அனைத்திலும் தகவல்களில் வெளிப்படைத்தன்மை அதிகரிக்கும் என்று நம்புகிறோம். அரசாங்கமோ, அரசாங்க நிறுவனங்களோ பல்வேறு பரிவர்த்தனைகளில் ஈடுபடும்போது, மக்கள் நலனைக் கருத்தில் கொள்ளவேண்டும்; இச்செயல்பாடுகளில் தகவல் பரிமாற்றம் வெளிப்படையாக நடைபெறவேண்டும்.

'இந்தச் சட்டத்திற்கு எங்கள் ஆதரவை அளிப்பதற்கு நாங்கள் உறுதி கூறுகிறோம். இந்தச் சட்டத்தைப் பெறவும், நிறைவேற்றவும் அனைத்து முயற்சிகளையும் செய்வோம். இதைப் புரிந்துகொண்டு, விவாதித்து, உங்கள் ஆதரவை இதற்கு அளியுங்கள். நீங்கள் விரும்பினால், இந்தப் பகுதியைக் கத்தரித்து, ஒரு காகிதத்தில் ஒட்டி கையெழுத்திடுங்கள், மற்றவர்களிடமும் கையெழுத்து வாங்குங்கள்.'[115]

கொள்கையையும் வேலைத்திட்டம் குறித்த தகவல்களை யும் மக்கள் பிரச்சார இயக்கம் தொடர்ந்து பரப்பிக்கொண் டிருந்தது. செய்தி மடலின் விவரங்களை வெகு தொலைவிற்கும், பரவலாகவும் கொண்டு சென்றது. ராஜஸ்தானின் சாதாரணக் குடிமக்களுடன் தொடர்புகொள்வதற்கு மிகவும் பயனுள்ள வழிமுறையாகவும் இது அமைந்தது:

ஜனநாயகம் என்பது மக்களின் ஆட்சி என்று இந்தப் பிரச்சார இயக்கம் நம்புகிறது. மக்கள் பிரதிநிதிகள், அவர்களைத் தேர்ந்தெடுத்தவர்களின் நலனுக்காக ஆட்சி செய்கிறார்கள். அரசாங்கத்தின் பணம், மக்களுடையது. அதனால் அரசாங்கம் எடுக்கும் முடிவுகள் அனைத்தையும் அறிந்துகொள்ள நாட்டு மக்களுக்கு முழு உரிமை உள்ளது. பிறகு ஏன், அனைத்துக் கணக்குவழக்குகளும் முடிவுகளும் மக்களிடமிருந்து மறைக்கப்படுகின்றன? இன்று நாட்டில் எத்தனையோ மோசடிகளும் ஊழல் களும் நடக்கின்றன. ஏனெனில், அனைத்து முடிவுகளும் சுயநலத்துடன், மூடப்பட்ட கதவுகளுக்குப் பின் எடுக்கப்படுகின்றன. இவை குறித்த பதிவேடுகள் அனைத்தையும் பார்க்கவும், அவற்றின் நகல்களைப் பெறவும், இவை தொடர்பாக அரசாங்கத்திடம் கேள்வி

கேட்கவும் மக்களுக்கு உரிமை உள்ளது. அரசாங்கத்தின் செயல்பாடுகளில் வெளிப்படைத்தன்மை இருந்தால் மட்டுமே ஊழல் முடிவுக்கு வரும்.

இந்தப் பிரச்சார இயக்கத்தை நாடு முழுவதும் கொண்டு செல்வதற்கான உத்வேகம் உருவாகிவருகிறது. பல பத்திரிகை யாளர்களும், வழக்கறிஞர்களும், சமூக ஆர்வலர்களும், அரசியல்வாதிகளும் இயக்கத்தில் தம்மை இணைத்துக் கொண்டுள்ளனர். பல அரசியல் கட்சிகளும் தத்தமது தேர்தல் அறிக்கைகளில் இந்தக் கோரிக்கையைச் சேர்த்துள்ளன.

ஆர்டிஐக்கான சட்டம் ஒன்றை உருவாக்கும் பணியை மத்தியப் பிரதேச அரசாங்கம் தொடங்கியுள்ளது. அந்த மாநிலத்தின் பிலாஸ்பூர் பிரதேசத்தில் பொதுவிநியோகத் திட்டத்தில் தகவல் அறியும் உரிமையை அரசாங்கம் அளித்துள்ளது. அரசாங்கத்தின் இந்த முடிவால், பொது விநியோகக் கடைகளில் சர்க்கரை, கோதுமை, மண்ணெண்ணெய் போன்றவை கள்ளச் சந்தையில் விற்கப்படுவது கட்டுப்படுத்தப்பட்டுள்ளது.

இந்த இயக்கத்தின் கோரிக்கைகள்:

1. ராஜஸ்தான் முதல்வர், மாநில சட்ட மன்றத்தில் 05-04-95 அன்று மக்களுக்குத் தகவல் அறியும் உரிமை அளிப்பதாக அறிவித்தார். அது, உடனடியாகச் சட்டமாக்கப்பட வேண்டும்.

2. ஆர்டிஐயைச் சட்டமாக்குவது குறித்த விஷயத்தில் ராஜஸ்தான் அரசாங்கம் நியமித்த குழுவின் அறிக்கை வெளியிடப்பட வேண்டும்; அதுவும் சட்ட மாக்கப்பட வேண்டும்.

3. பணவீக்க விகிதத்துடன் இணைத்துக் குறைந்தபட்ச ஊதியம் நிர்ணயம் செய்யப்படுவதற்கு மூன்று ஆண்டுகளுக்கு முன் அமைக்கப்பட்ட முத்தரப்புக் குழுவின் அறிக்கை வெளியிடப்பட வேண்டும். அதுவும் வெகுவிரைவில் சட்டமாக்கப்பட வேண்டும்.

4. பொதுவிநியோக முறையை ஊழலிலிருந்தும் கள்ளச் சந்தையிலிருந்தும் விடுவிக்க, அது தொடர்பான அனைத்து அத்தியாவசிய ஆவணங்களும் (ரேஷன் அட்டைகள், பதிவேடுகள் முதலியன) ஏனைய தகவல் களும் மக்கள் பார்க்கும் வகையில் வைக்கப்பட

வேண்டும். அனைத்துத் தகவல்களின் நகல்களையும் பெறும் உரிமையும் மக்களுக்கு வழங்கப்பட வேண்டும்.[116]

டெல்லியில் 01-08-1996 அன்று NCPRI கூட்டப்பட்டது. ஆர்டிஐக்கான சட்டத்தை உருவாக்குவது குறித்து விவாதிக்க உயர் அதிகாரம் கொண்ட கூட்டத்தை 10-08-1996 அன்று 'பிரஸ் கவுன்சில்' ஏற்பாடு செய்தது.

மக்களுடன் இணைந்து சட்டம் ஒன்றை உருவாக்கும் செயல்முறையே ஒரு சிறந்த கற்றல் ஆகும். கொள்கைகளையும், பேச்சுவார்த்தைக்கு அப்பாற்பட்ட ஷரத்துகளையும் சேர்ப்பதில் சாதாரணக் குடிமக்களும் இதில் பங்குகொண்டனர். சட்ட நிபுணத்துவமும் திறன்களும் கொண்ட சிறப்புக் குழு ஒன்று சட்டத்தின் வரைவைத் தயாரித்தது. பலரது ஆலோசனைகளை யும் 'பிரஸ் கவுன்சில்' கேட்டது, கூட்டங்களை நடத்தியது. ஆனால், இறுதி வரைவு நீதிபதி சாவந்த்தின் நேரடியான தலைமையின் கீழ் தயாரிக்கப்பட்டது.[117] நித்யா ராமகிருஷ்ணன் அதைத் தொகுத்துச் சுருக்கமாகக் கூறினார்:

'குறிப்பிடும் அளவுக்கு மாறுபட்ட கருத்துகளைக் கொண்ட தனிநபர்களின் அமர்வில் ஒருமித்தக் கருத்து வெளிப்படுவது அரிதான நிகழ்வு. தெளிவும், மென்மையும், உறுதிப்பாடும் கொண்ட நீதியரசர் சாவந்த் இதைச் (தகவல் அறியும் சட்டத்தின் உருவாக்கத்தை) சாதித்தார்.'[118]

'பிரஸ் கவுன்சில் வரைவு' என்று அழைக்கப்பட்ட தகவல் அறியும் உரிமைக்கான மெலிதான வரைவு மசோதா, நீதிபதி சாவந்தால் 30-09-1996 அன்று சுற்றுக்கு வெளியிடப் பட்டது. பிரதமர் ஹெச்.டி. தேவகவுடா, அவரது அமைச்சரவை, மக்களவை மற்றும் ராஜ்யசபா உறுப்பினர்களுக்கும், அனைத்து மாநில முதல்வர்களுக்கும் அனுப்பினார். செய்தியாளர் சந்திப்பு ஒன்றையும் கூட்டிய நீதிபதி சாவந்த் அதில் வரைவுச் சட்டத்தை வெளியிட்டார். அந்த முக்கியமான நாளில், சங்கதனின் சுசீலா தகவல் அறியும் உரிமையின் நோக்கம் குறித்து ஒரு எளிமையான, ஆனால் வலிமையான உரையொன்றை நிகழ்த்தினார். ஊடகங்கள் அவரைப் பேட்டி கண்டன. ஒரு கிராமப்புற இளம் பெண் இவ்வாறு சட்டத்தை ஆதரித்துப் பேசுவது கண்டு அவை வியந்தன. எவ்வளவு படித்திருக்கிறார் என்று அவரிடம் கேட்டனர்; நான்காம் வகுப்பு தேர்ச்சி என்று அவர் பதிலளித்தார். உடனே ஏளனம் நிறைந்த விமர்சனக் கேள்வி வெளிவந்தது: 'உலகனுபவம் கொண்ட, கல்வியாளர் களும் இதன் முக்கியத்துவத்தைப் புரிந்துகொள்ளத் தவறி விட்டனர்; உங்களுக்கு என்ன தெரியும்? வெற்றியடைய

முடியும் என்று நினைக்கிறீர்களா?' அவர் அளித்த, இப்போது பிரபலமாகியிருக்கும் பதில் இது: 'என் மகனிடம் 10 ரூபாய் கொடுத்து சந்தைக்கு அனுப்பினேன்; அவன் திரும்பி வந்ததும், நான் கணக்குக் கேட்கிறேன். என் பெயரில் இந்த அரசாங்கம் பல கோடி ரூபாய் செலவு செய்கிறது. எனக்கான கணக்குகளை நான் கேட்க வேண்டாமா?'

அவர் ஹிந்தியில், 'ஹமாரா பைசா, ஹமாரா ஹிசாப்' (இது, எங்கள் பணம், எங்கள் கணக்கு) என்றார். ஒரு ஜனநாயகத் தில் தகவலைப் பெறுவதில் இருக்கும் பெரும்பாலும் முரண் பாடான புரிதலில், ஒன்றின்மீது ஒன்றுபோல் படிந்திருக்கும் துர்நாற்றத்தை ஒதுக்கித்தள்ளிய அவரது தர்க்கம் அத்தியாவசியங்களின் முக்கியத்துவத்தைப் பேசுகிறது. இந்த நான்கு சொற்களும் அனைத்து இந்திய மொழிகளிலும், வெளிநாட்டு எழுத்துகள் பலவற்றிலும் மொழிபெயர்க்கப்பட்டன. ஏனெனில், ஒரு ஜனநாயகத்தின் வெளிப்படைத்தன்மையை, பொறுப்புணர்வை மிகச்சுருக்கமாகவும், தெளிவாகவும் இது வெளிப்படுத்துகிறது. இந்த நான்கு சொற்களைச் சுற்றி ஒரு ஆய்வறிக்கையே எழுதலாம்.

ஹெச்.டி. தேவகவுடாவின் கீழ் ஆட்சி செய்த ஐக்கிய முன்னணி அரசாங்கம் ஹெச்.டி. ஷோரி தலைமையில் ஒரு குழுவை அமைத்து எதிர்வினையாற்றியது. மாநில அரசுகளின் எதிர்வினைகள் பின்வரும் அத்தியாயங்களின் பகுதியாக அமைந்துள்ளன. NCPRIயும் பல பிரச்சார இயக்கங்களும் தயாரித்த அடுத்தடுத்த வரைவுகள் அனைத்தும், இந்தச் சிறந்த முதல் வரைவை அடிப்படையாகக் கொண்டு உருவாகியவையே.

13

செயல்முறையும் பிரச்சார இயக்கத்தின் பயணமும்: பொது விசாரணைகள்

முதல்வர் அளித்த வாக்குறுதி நிறைவேற்றப் படும் என்று மாநில அரசு உறுதிமொழி அளித்ததால் ராஜஸ்தானில் நாற்பது நாள் நடந்த தர்ணா மே 16, 1996 அன்று நிறுத்தப்பட்டது. தகவல்களைப் பெறுவதற்கான வழிமுறைகளை ஆய்வுசெய்து முன்மொழிய மூத்த குடிமைப்பணி அதிகாரி அருண்குமார் தலைமையில் குழு ஒன்று அமைக்கப் பட்டது; அறிக்கையை 60 நாட்களில் சமர்ப்பிக்கக் குழுவிற்கு அறிவுறுத்தப்பட்டது. அந்தக் குழுவின் பதவி-சார் உறுப்பினர்களாகப் பேராசிரியர் வி.எஸ். வியாஸ் மற்றும் பாலியின் சுஷில்குமாரி பிரதான் ஆகியோர் இருந்தனர்.

அஜித் பட்டாச்சார்ஜி, இந்தியன் எக்ஸ்பிரஸ், ஹிந்துஸ்தான் டைம்ஸ் ஆகியவற்றில் ஆசிரிய ராகப் பணிபுரிந்தவர். ஜெயப்பிரகாஷ் நாராயணன் நடத்திய சர்வோதய இயக்கத்தின் வெளியீடான Everyman இதழிலும் ஆசிரியராக இருந்தவர். அவர் தலைமையில் இயங்கிய பிரஸ் இன்ஸ்டிட்யூட்டும் சங்கதனும் இணைந்து 20-07-1996 அன்று பியாவரில் ஜன் சுன்வாய் ஒன்றை நடத்தினர். பொதுத்துறை வேலைகளிலும்,

அஜ்மீர், ராஜ்சமந்த், பில்வாரா மாவட்டங்களில் மக்கள் சேவைகள் வழங்குவதிலும் நிலவும் ஊழல் குறித்து அதில் பேசப்பட்டது. டெல்லியிலிருந்தும் நேபாளத்திலிருந்தும் ஊடகவியலாளர்கள் அதில் கலந்துகொண்டனர்.

அதைத் தொடர்ந்து ஜெய்ப்பூர் பிங்க் சிட்டி பிரஸ் கிளப், ஆர்டிஐ மீதான கூட்டம் ஒன்றிற்கு அழைப்பு விடுத்தது. இந்தக் கூட்டம் நீதிபதி சாவந்த் தலைமையில் நடந்தது. முதல்வர் பைரோன் சிங் ஷெகாவத், மூத்த குடிமைப்பணி அதிகாரிகள், மூத்த பத்திரிகையாளர்கள், சமூக ஆர்வலர்கள், பல பிரபல நபர்கள் அதில் பங்கேற்றனர். அரசியல் சாசன விதிகளின்படி ஆர்டிஐ மீறமுடியாத உரிமை; சட்டமன்றத்தில் அளித்த வாக்குறுதியிலிருந்து பின்வாங்குதல் என்பதே இல்லை என்று குறைந்தபட்சம் அந்த நேரத்திற்காவது முதல்வர் அந்தக் கூட்டத்தில், ஒப்புக்கொள்ள வேண்டியதாயிற்று.

வெளிப்படைத்தன்மையால் ஏற்படலாம் என்று அவர் கருதிய அபாயங்களை எடுத்துரைக்க அசாதாரணமான அவரது அறிக்கையில், ஏற்றுக்கொள்ள முடியாத சில வாதங்களை முதல்வர் முன்வைத்தார். தனக்கே உரித்தான, தனித்த, உணர்ச்சி வசப்படாத நீதித்துறை பாணியில் நீதிபதி சாவந்த் பேசினார். ஆர்டிஐ என்பது சட்டப்பூர்வமானது; வெளிப்படைத் தன்மைக்கு எதிராகப் பேசுவதற்குக் கோட்பாட்டு அளவிலான அல்லது சட்டரீதியான வாதங்கள் எதுவும் இல்லை என்று வலியுறுத்தினார். உடனே முதல்வர் தனக்கு இதில் மாற்றுக் கருத்து இருக்கிறது என்றார்; பொருத்தமற்ற எடுத்துக்காட்டு ஒன்றையும் கூறினார். பாகிஸ்தான் எல்லைக்கு அருகிலிருக்கும் மாவட்டமான பார்மரில் பாலம் ஒன்று இருக்கிறது; அந்தப் பாலத்தின் கட்டுமானம் குறித்த பதிவேடுகளை வெளியிட்டால், அதில் ஊழலும் மோசமான கட்டுமானமும் இருக்கிறது என்று நிரூபணமானால், நாட்டின் பலவீனத்தைப் பாகிஸ்தான் அறிந்துகொள்ளாதா? தேசத்தின் பாதுகாப்புக்கு அச்சுறுத்தலான விஷயம் இல்லையா இது என்று வாதிட்டார். அவரது வாதம் பரிகாசத்தைத் தூண்டியது. ரேணுகா பமேச்சா மிகக் கடுமை யாக அவரது பேச்சை விமர்சித்தார். நீதிபதி சாவந்த் இது பொருத்தமற்றது என்று நிராகரித்தார். ஆனால், இந்த விஷயம் ராஜஸ்தானில் ஆர்டிஐ குறித்துப் புழங்கும் நாட்டுப்புறக் கதைகளில் பேசப்படும் விஷயமாக மாறியது, ஊழல் நிறைந்த நிர்வாகத்தின், அரசாங்கத்தின் அபத்தத்தையும் பதற்றத்தையும் இது வெளிப்படுத்தியது.

தொடர்ந்து நடந்த பொதுவிசாரணைகள்

ராஜஸ்தானில், 1996இல் நடைபெற்ற தர்ணாவுக்குப்பின் செப்டம்பர் 25, 1996இல் ராஜஸ்தான் ஆல்வார் மாவட்டத்தில் உள்ள சரேகுர்த் கிராமத்தில் ஜன் சுன்வாய் ஒன்று நடந்தது. ராஜஸ்தானின் பாரத் ஞான விஞ்ஞான் சமிதி, சங்கதன் மற்றும் NCPRIயுடன் இணைந்து மேவ் இனத்தவரும் அப்பிரதேசத்தின் ஏனைய சமூகங்களும் இதை ஏற்பாடு செய்தனர். ராஜஸ்தான் தொழில்துறை மற்றும் முதலீட்டு நிறுவனமும், மாநிலத்தின் மிகப் பெரிய ரியல் எஸ்டேட் நிறுவனமுமான கேடியா குழுமமும் சேர்ந்து வலுக்கட்டாயமாக நிலங்களைக் கையகப்படுத்தி இருப்பது பிரச்சினை. நிலங்களைக் கையகப்படுத்துவதில் தற்போதைய நடைமுறை விதிகள் மீறப்பட்டுள்ளன; மக்களின் விருப்பத்திற்கு முற்றிலும் எதிராக நடந்துள்ளதாக அவர்கள் கூறினர். இந்தப் பகுதியில் வசிப்பவர்கள் ஏற்கனவே பிரிவினையின்போது இடம்பெயர்ந்து வந்தவர்கள்; அவர்களுக்கு அப்போது ஆல்வாரில் நிலம் ஒதுக்கப்பட்டது. இவ்வாறு, இரண்டு முறை இடம் பெயர்வதை அவர்களது இருப்பிற்கான தண்டனையாகவே அவர்கள் கருதினர். மக்களிடம் மிகுந்த வெறுப்பும் கோபமும் நிலவியது. உள்ளூர் மக்கள் அவர்களது நிலத்தைக் கோருவதற்கான உரிமையை ஜன் சுன்வாய் ஏற்படுத்தித் தந்தது.

மத்தியப்பிரதேசத்தின் பிலாஸ்பூர் கோட்டத்தின் ஆணையராக இருந்த ஹர்ஷ் மந்தர், 1996ஆம் ஆண்டு பியாவரில் நடைபெற்ற தர்ணாவிற்கு வந்திருந்தார்; தர்ணாவின் கோரிக்கைகளை வெளிப்படையாக அவர் ஆதரித்தார். ஆட்சிப் பணியிலிருக்கும் சிலருக்கு மட்டுமே பொதுவெளியில் நேரடியாக, தெளிவான அறிக்கை விடும் துணிவு உண்டு. ஆகவே, முசோரி இ.ஆ.ப. அகாடமியில் ஓராண்டு பணி முடித்து அந்த மாநிலத்தில் மீண்டும் பணியில் சேர்ந்ததும் இந்தப் பிரச்சினையை அவர் மீண்டும் கையிலெடுத்ததில் வியப்பில்லை. மத்தியப் பிரதேசத்தின் பாரத் ஞான விஞ்ஞான் சமிதியும் NCPRIயும் பிலாஸ்பூரில் ஏற்பாடு செய்த ஜன் சுன்வாய் 02–10–1996 அன்று நடந்தது. கோட்ட ஆணையரின் ஆதரவுடன் நடந்த அதற்குச் சங்கதனையும் ஹர்ஷ் மந்தா வரவழைத்திருந்தார். ஒரு வாரம் அங்குத் தங்கி, ஜன் சுன்வாய்கள் குறித்துப் பயிற்சி அளிக்கவும், விசாரணை ஒன்றை ஏற்பாடு செய்யவும் கேட்டுக்கொண்டார். இந்திய அரசாங்கத்தின் கிராமப்புற வளர்ச்சி அமைச்சகத்தின் முன்னாள் செயலரும் இ.ஆ.ப. அதிகாரியுமான எஸ்.ஆர். சங்கரன்

மற்றும் இந்தியப் பொது நிர்வாகக் கழகத்தில் அப்போது கற்பிக்கும் பணியிலிருந்த சேகர் சிங் மற்றும் பலர் நடைமுறைகளில் பங்கேற்க பிலாஸ்பூருக்கு வருகை தந்தனர். சங்கதனின் அறிக்கையொன்று இவ்வாறு கூறுகிறது:

> மத்தியப் பிரதேசம் பிலாஸ்பூர் கோட்டத்தில் 1996–97ஆம் ஆண்டில் நிர்வாகத்தின் முன்முயற்சியின் வழியாக, அந்தப் பகுதியிலிருக்கும் குடிமக்களுக்குச் சில சூழல்களில் ஆர்டிஐ நீட்டிக்கப்பட்டது:
>
> **பொது விநியோக அமைப்பு:** பொது விநியோக அமைப்பு, குறிப்பாகப் பழங்குடியினர் பகுதிகளில் மானிய விலையில் தானியங்களை அளிக்கிறது. அந்த அமைப்பின் விலைக்கும் சந்தைவிலைகளுக்கும் இடையில் குறிப்பிடத்தக்க இடைவெளி இருக்கிறது; விளைவாகப் பெரும்பாலான பகுதிகளில் கள்ளச்சந்தை செழித்தோங்குகிறது; இதனால் பழங்குடி மக்களின் உணவுப் பாதுகாப்பிற்காக இந்த அமைப்பு வழங்கும் பெருமளவிலான மானியம் நடைமுறையில் நேர்மையற்ற வணிகர்களுக்கும் அதிகாரிகளுக்கும் சென்றுவிடுகிறது. பிலாஸ்பூரில், மக்கள் ஆர்டிஐயைப் பிரயோகிக்கும் முதல் இடமாகப் பொதுவிநியோக அமைப்பு தேர்ந்தெடுக்கப்பட்டது. கள்ளச் சந்தைக்குத் திருப்பிவிடப்படும் உணவு தானியங்கள் அனைத்தும், கடைகளின் பதிவேடுகளில் ஏழை நுகர்வோர்களுக்கு வழக்கமாக விநியோகிக்கப் பட்டதாகக் காட்டப்படும்.
>
> பிலாஸ்பூர் ஆட்சியர் நிர்வாக உத்தரவு ஒன்றை வெளியிட்டார். பொது விநியோக அமைப்பின் அனைத்து விற்பனை மையங்களிலும் தானிய ஒதுக்கீடு மற்றும் விநியோகப் பதிவேடுகளின் நகல்களைக் குடிமக்கள் பெறுவதற்கு அது வகைசெய்தது. இதன் மூலம் முதன் முறையாக, தங்கள் பெயர்களுக்கு எதிராக அளிக்கப் பட்டதாகக் குறிப்பிடப்பட்டிருக்கும் தானியங்கள் அவர்களை வந்தடையவில்லை என்பதற்கான ஆவணச் சான்றை நுகர்வோர் பெறமுடிந்தது. இந்த உத்தரவு வியத்தகு தாக்கத்தை ஏற்படுத்தியது. இதற்குப்பின் சில மாதங்களில் பிலாஸ்பூரின் பொதுவிநியோகக் கடைகளில் விற்பனை பாதியாகக் குறைந்தது. அந்த அளவு, இதற்குமுன் கள்ளச் சந்தைக்குத் திருப்பிவிடப்பட்ட தானியத்தின் அளவைக் குறிக்கிறது.

வேலைவாய்ப்பு: கிராமங்களிலும் நகரங்களிலும் இருக்கும் இளைஞர் பலரின் இறுதிக்கனவு ஓர் அரசுப்பணி. வேலைவாய்ப்பு அலுவலகத்தில் அவர்கள் தங்களைப் பதிவுசெய்துகொள்கிறார்கள்; நேர்காணலுக்கு அழைப்புக் கடிதங்கள் வருமென்று காத்திருக்கிறார்கள். அவை அரிதாகவே வரும்; அப்படி அவை வந்தாலும், தகுதியையும் திறமையையும் காட்டிலும் உறவுமுறைகளுக்குக் காட்டப்படும் பாரபட்சமும், நிலவும் ஊழலும்தான் விண்ணப்பதாரரின் தேர்வை முடிவு செய்கின்றன. பிலாஸ்பூர் ஆணையர் முதலாவதாக உத்தரவு ஒன்றை வெளியிட்டார். பதிவு செய்திருப்போரின் பட்டியலுடன், நேர்காணல் அழைப்பின் வழியாக விண்ணப்பதாரர்கள் எப்படி (சுழற்சி முறையில்) தேர்ந்தெடுக்கப்படுகிறார்கள் என்பது குறித்த விரிவான விதிகளை வேலைவாய்ப்பு அலுவலகத்திலிருந்து ஒருவர் பெற்றுக்கொள்ள முடியும். பதிவுசெய்தவர்கள், இந்தத் தேர்வுகள் நியாயமாக, வெளிப்படையாக நடைபெறுவதை முதன்முறையாக உறுதிசெய்ய முடிந்தது.

இரண்டாவது உத்தரவு, அரசுப் பணிக்கு நடக்கும் எந்தவொரு தேர்விலும், உரிய தகுதிகளுடன் விண்ணப்பித்தவர்களின் பட்டியலையும் தேர்வுக்கான நடைமுறையையும் விதிகளையும் யார் வேண்டுமானாலும் கேட்டுப் பெறலாம். இங்கு, குறைந்த தகுதியுள்ளவர்களைத் தேர்ந்தெடுக்கும் ஊழல் செயல்பாடுகள் மக்களது தலையீட்டால் கட்டுப்படுத்தப்படுகின்றன.

பொதுப்பணி வேலைகள்: கிராமப்புறங்களிலும், நகர்ப்புறங்களிலும் உள்ளாட்சி அமைப்புகளும், அதிகாரிகளும் செயல்படுத்தும் பொதுப் பணிகள் தொடர்பான அனைத்துப் பதிவேடுகளின் நகல்களையும் குடிமக்கள் பெறுவதற்கு உரிமை உண்டு. வேலைகளின் அளவும் வழங்கப்பட்ட ஊதியம் எவ்வளவு என்றும் எழுதப்பட்டிருக்கும் மஸ்டர்-ரோல்களும் இதில் அடங்கும். அது போல், பொருட்கள் வாங்கியது, அவற்றின் பயன்பாடு குறித்த விவரங்கள் அடங்கிய பில்களும், அளவைப் புத்தகங்களும், வவுச்சர்களும் அடங்கும்.

அரசு ஒப்பந்தங்கள்: ஒப்பந்தங்களை வழங்குவது தொடர்பான உரிமை குறிப்பிடத்தக்கது; ஊழல் ஊறிப் போயிருக்கும் மற்றொரு பகுதி இது என்பது அனைவரும்

அறிந்தது. ஆர்டிஐக்கான நிர்வாக உத்தரவுகள் மூலம், ஒப்பந்தம் கோரி விண்ணப்பம் செய்திருப்போர் பட்டியலை, அவர்களது தகுதிகள் மற்றும் ஏலத்தொகை விவரங்களுடன் பெறுவதற்குக் குடிமக்களுக்கு அதிகாரம் அளிக்கப்படுகிறது. எந்த ஒப்பந்தத்தையும் வழங்குவதற்கு முன், அந்த நபரைத் தேர்ந்தெடுக்கும் அடிப்படையையும், நடைமுறைகளையும் அவற்றைக் கோருபவருக்கு அரசாங்க அதிகாரி அளிக்கவேண்டும். தொடர்புடைய தகவல்களைப் பெறுவதற்கான இந்த உரிமைகள், மீண்டும் ஒருமுறை பொது ஒப்பந்தங்களை வழங்குவதில் நிலவும் ஊழலைக் கட்டுப்படுத்த உதவின.

மாசு கட்டுப்பாடு: கோர்பா நகரியத்தில் இயங்கிவரும் தொழிற்சாலைகளால் காற்றிலும் நீரிலும் ஏற்படும் மாசு அளவைக் கட்டுப்படுத்த பிலாஸ்பூர் கோட்ட ஆணையர் எடுத்த முக்கியமான நடவடிக்கை இது. தொழிற்சாலைகள் காற்றின் மூலமாகவும் நீரிலும் வெளியேற்றும் மாசுபடுத்தும் கழிவுகளின் விவரங்களைத் தினமும் செய்தித்தாள்களில் வெளியிட வேண்டும் என்ற உத்தரவை அவர் வெளியிட்டார். காற்றிலும் நீரிலும் இருக்கவேண்டிய இந்தக் கழிவுகளின் அனுமதிக்கப்பட்ட தரநிலை வரம்புகளையும், அந்தத் தொழிற்சாலைகள் உண்மையில் வெளியேற்றியிருக்கும் அளவுகளையும் பத்திரிகை விவரங்கள் குறிப்பிடவேண்டும்.[119]

சங்கதன், நடைமுறைகளைப் பெரும் ஆர்வத்துடன் கவனித்தது. அவர்கள் பின்பற்றிய நடைமுறை பெரிதும் வேறுபட்டிருக்கவில்லை. ஒவ்வொரு நேர்விலும் மக்களின் எதிர்வினைகள் ஏறத்தாழ ஊகிக்கக்கூடியதாக இருந்தன. ராஜஸ்தானில் கிராம சேவகர்கள் செய்ததுபோல், இங்கும் கீழ்நிலை அதிகார வர்க்கம் எதிர்க்கத் தொடங்கியது, இந்தச் செயல்முறை வேலைசெய்கிறது என்பதற்கான உற்சாகமூட்டும் சான்று அது என்று அருணா எழுதுகிறார். அவர்கள் உள்ளூர் சொலவடையில் சொல்வதுபோல், 'நீங்கள் தீயை அணைக்க முயல்கையில், நீர், தீச்சுடர்களைச் சந்திக்கும்போது நெருப்புப் பொறிகள் பறக்கத்தான் செய்யும்.'

பிலாஸ்பூரில் கிடைத்த எதிர்வினைகள் குறித்து ஆவலுடன் இருந்தேன்; அங்கு எடுக்கப்பட்ட முன்முயற்சி ஒரு சமூக ஆர்வலர் குழு செய்ததல்ல; அதைச் செய்தது கோட்ட ஆணையராகப் பணிபுரிந்த ஒரு மூத்த இ.ஆ.ப. அதிகாரி; நலிவுற்றவர்கள் மீது அவருக்கு இருந்த

> அனுதாபமும், அவரது நேர்மையும், விவரங்களில் கவனம் செலுத்தும் தன்மையும் அனைவரும் அறிந்ததே. ஒரு மாவட்டத்தில் அவர் பணியில் சேர்வதற்கு முன்னரே, அவரது புகழ் அவரை முந்திச் சென்றுவிடுகிறது. இப்போது அவர் நான்கு மாவட்டங்களுக்குப் பொறுப்பாளராக, கோட்ட ஆணையராக இருக்கிறார். *NCPRI*இலிருந்து சென்ற குழுவில் இரண்டு முன்னாள் இ.ஆ.ப. அதிகாரிகள், அதாவது கிராமப்புற வளர்ச்சி அமைச்சகத்தின் ஓய்வு பெற்ற முன்னாள் செயலர் எஸ்.ஆர். சங்கரனும் நானும் இருந்தோம். ஏழு ஆண்டுகள் ஆட்சிப்பணிக்குப்பின் நான் ராஜினாமா செய்திருந்தேன். இந்தியப் பொது நிர்வாக நிறுவனத்தில் இ.ஆ.ப. அதிகாரிகளுக்கு வகுப்புகள் எடுத்த சேகர் சிங்கும் அக்குழுவில் இருந்தார். நாங்கள் அனைவரும் அங்கு வலிமைமிக்க சக்தியாக இருந்தோம்; எனினும், நிர்வாகம் கொண்டிருந்த சந்தேகமும் எச்சரிக்கையும் தெளிவாகத் தெரிந்தது. வெளிப்படைத் தன்மை, கண்காணிப்பு, பொறுப்புடைமை குறித்து அவர்களுக்கு இருந்த சந்தேகத்தின், அச்சத்தின் அறிகுறியாக நிர்வாக அமைப்பின் எதிர்வினை இருந்தது. தகவல்கள் அடிப்படையில் உண்மையை நிறுவுவதற்கு இந்தச் செயல்முறையைப் பயன்படுத்தும் மகத்தான சாத்தியக்கூறுகளை அது அழுத்தமாகக் கூறுகிறது. அது ஏற்றுக்கொள்ளப்பட வேண்டும்; ஏனெனில், பிரமாணங்களும், அரசாங்கத்திடமிருந்து பெற்ற பதிவேடுகளும் இவற்றிற்குச் சான்றாக இருக்கின்றன.[120]

தொடக்கத்தில் நடந்த இந்த அதிகாரப்பூர்வமான ஜன் சுன்வாய்கள் இந்த வழிமுறை ஏற்றுக்கொள்ளப்படுவதற்குப் பங்களித்தன. இந்த வழிமுறை பின்னர் தன்னைச் சமூகத்தணிக்கை முறையாக உருமாற்றம் செய்துகொண்டது. அரசாங்கத்தின் பல்வேறு நிறுவனங்கள் நடத்தும் நிதித்தணிக்கைகளுடன் இணைந்துசெல்லும் வழிமுறையாகச் சமூகத் தணிக்கை வரையறுக்கப்பட்டது. இப்போது ஏற்றுக்கொள்ளப்பட்டுள்ளது. இந்தியாவின் உச்சத் தணிக்கை நிறுவனமான *CAG*யும் இதில் அடங்கும். வெளிப்படையான, பொறுப்புமிருந்த செயல்முறையின் தவிர்க்கமுடியாத பகுதியாகச் சமூகத் தணிக்கை ஆகியிருக்கிறது. எடுத்துக்காட்டாக, மகாத்மா காந்தி தேசிய ஊரக வேலை உத்தரவாதச் சட்டத்தில் இது நடைமுறையில் இருக்கிறது.

இருப்பினும், மாவட்ட ஆட்சியர்களும் மக்கள் பிரதிநிதிகளும் ஒரேமாதிரியாக, வழக்கம் போலத்தான் எதிர்வினை

ஆற்றினர். நிர்வாக அமைப்பை வெளிப்படைத்தன்மையும் பொறுப்பும் மிகுந்ததாக மாற்றும் முயற்சிகளை அவர்கள் அச்சத்துடனும் எச்சரிக்கையுடனும் பார்த்தனர். அரசியலமைப்பு மற்றும் ஆட்சிநிர்வாகத்தின் சொற்களிலும் ஆன்மாவிலும் வெளிப்படைத்தன்மை கோரிக்கை எழுதப்பட்டுள்ளது. எனினும், நிலைமை 'மோதல்' போக்கு நிறைந்ததாக இருக்கிறது என்று கூறப்பட்டது முரணாகத் தோன்றியது. அமைப்பைப் பாதுகாக்க வேண்டியவர்களே, அதன் உரிமையாளர் ஆகிவிட்டனர். இறையாண்மையுள்ள மக்கள் மனுக்கள் போடுகிறார்கள்; ஒவ்வொரு செயலும் அவர்களுக்கு அளிக்கப்படும் சலுகையாகப் பார்க்கப்படுகிறது. மறைவான, இரகசியமான செயல்பாடுகளே ஊழலுக்கும், தன்னிச்சையான அதிகாரப் பயன்பாட்டிற்கும் அடிப்படைக் காரணங்களாக இருக்கின்றன. எனவேதான், அடக்கி ஒடுக்க, அதிகாரம் தவறாகப் பயன்படுவதைத் தகர்க்கும் வெளிப்படையான, பொறுப்புணர்வுடன் கூடிய செயல்பாட்டை இந்த நிர்வாகம் தீவிரமாக எதிர்க்கிறது. இந்தச் செயல்முறை எவ்வளவு பொருத்தமானது, திறன் மிக்கது என்பதை அவர்களது எதிர்ப்பு நிரூபிக்கிறது.

ராஜஸ்தானில் பெண்களுக்கு எதிரான கொடுமைகள் மற்றும் மனித உரிமை மீறல்கள் குறித்த தகவல்களைப் பகிர்ந்து கொள்ளுதல்

மேலே குறிப்பிட்ட சூழல்கள் தொடர்பாகப் பிலாஸ்பூரில் கிடைத்த எதிர்வினைகள் பதிவுசெய்யப்பட்டன. அத்துடன், பெண்களுக்கு எதிரான கொடுமைகள் மற்றும் பொதுவான மனித உரிமை மீறல்கள் குறித்த பிரச்சினைகளில் வெளிப்படைத் தன்மை வேண்டும் என்ற கோரிக்கையும் போராட்டத்தில் இணைக்கப்பட்டது. பெண்களுக்கு எதிரான குற்றங்கள் அதிகரித்து வருவதை ராஜஸ்தான் அரசு வெளிப்படையாக மறுத்தது. விசாரணைகள் பெரும்பாலும் சாமர்த்தியமாக, திரித்து நடத்தப்படுகின்றன; பலாத்காரம், பாலியல் வன்கொடுமை, அடிப்பது, குடும்ப வன்முறை போன்ற கடுமையான குற்றங ்களில் நடவடிக்கை எடுப்பதில் காவல்துறை தாமதமாக, மெத்தனமாகச் செயல்படுகிறது; முறைகேடுகள் நிகழ்கின்றன என்பதை நிரூபிப்பது, பெண்கள் உரிமைகள் மற்றும் மனித உரிமைக் குழுக்களுக்கு மிகவும் சிரமமாக இருந்தது. புகார் அளிப்பவர் உட்பட குடிமக்கள் எவரிடமும் காவல்துறை பொறுப்புடன் நடந்துகொள்வதில்லை. கொடுத்த வழக்கில் என்ன நடந்துகொண்டிருக்கிறது என்பதை அறிந்துகொள்ளும்

உரிமை புகார் அளித்தவருக்கு இல்லை. காவல்துறையோ அல்லது உள்துறையோ இந்தப் பிரச்சினையில் எந்த உரையாடலும் நடத்தத் தயாராக இல்லை.

பெண்கள் நீதிக்காகப் பாடுபடும் அமைப்புகள் ராஜஸ்தானின் 'மகிளா அத்யாச்சார் விரோதி ஜன் அந்தோலன்' என்ற பதாகையின் கீழ் 1996ஆம் ஆண்டு ஒன்று திரண்டன. அரசின் அணுகுமுறைக்கு எதிராக மக்கள் பல போராட்டங்களை நடத்தினர். உள்துறை செயலர் தலைமையில் மாநில அரசு அமைப்பு ஒன்றை நியமித்தது. பெண்கள் உரிமைகள் மற்றும் மனித உரிமைக் குழுக்களுடன் பேச்சுவார்த்தை நடத்தவும், தகவல் பகிர்வுக்கும் அது தோற்றுவிக்கப்பட்டது இந்த அமைப்பு மாதந்தோறும் கூடியது. காவல்துறையின் கூடுதல் இயக்குநர் ஜெனரல் மற்றும் காவல் கண்காணிப்பாளர் (பெண்கள் கொடுமைகள்) மற்றும் இளநிலை அதிகாரிகள் உள்ளிட்டோர் கலந்துகொண்டனர்.

சமூக ஆர்வலர்களுடனும் புகார் அளித்திருக்கும் உறவினர்களுடனும் அவர்கள் அமர்ந்து பேசினர், ஒவ்வொரு வழக்கிலும், காவல்துறை தரப்பில் முறைகேடுகளோ அல்லது புறக்கணிப்புகளோ இருக்கிறதா என்று ஆய்வுசெய்தனர். இந்த அமைப்பு வெளிப்படையான செயல்பாட்டிற்கு வழிவகுத்தது; அத்துடன் எந்தவொரு வழக்கும் பொது-ஆய்வுக்கு உட்படுத்தப்படலாம் என்பதும் காவல்துறையை மேலதிகப் பொறுப்புணர்வு கொண்டதாக்கியது. பெண்களுக்கு எதிராக இழைக்கப்படும் குற்றங்கள் தொடர்பான தகவல்கள் திரட்டப்பட்டு, மாவட்ட அளவில் பதினைந்து நாட்களுக்கு ஒரு முறையும், மாநில அளவில் மாதாமாதமும் அனுப்பப்பட வேண்டும் என்றும் உள்துறை அமைச்சகம் உத்தரவு பிறப்பித்தது. இதன் விளைவாக அனைத்துக் காவல் நிலையப் பொறுப்பாளர்களும், அனைத்து மாவட்ட காவல்கண்காணிப்பாளர்களும் பதிவான வழக்குகளில் விரைந்து நடவடிக்கைகள் எடுப்பதைத் தெரியப்படுத்தக் கடுமையாக உழைத்தனர்; அத்துடன், உள்துறை ஆணையர் அலுவலகத்திலிருந்தும், காவல் கண்காணிப்பாளர்கள் அலுவலகங்களிலிருந்தும் ஆர்வலர்களுக்குத் தகவல்கள் தொடர்ந்து கிடைத்துக் கொண்டிருந்தன.

இந்த அமைப்பிற்குக் கிடைத்த வெற்றியால் மாவட்ட அளவில் இதுபோன்ற மேடைகள் ஏற்படுத்தப்பட்டன. காவல்துறையும், காவல் நிலையங்களும் வெளிப்படையாகவும், பொறுப்புணர்வுடன் நடக்கவேண்டும்; பொதுமக்களுக்குத் தகவல்கள் வழங்கவேண்டும் என்பது

இன்று தெளிவாகியுள்ளது. இது நல்ல தாக்கத்தை ஏற்படுத்தியது; இதன் விளைவாகப், பொதுவான மனித உரிமை மீறல்களிலும், போலிஸ் காவலில் நடக்கும் குற்றங்கள் தொடர்பான வழக்குகளிலும் காவல்துறையின் பொறுப்புணர்வு அதிகரித்துள்ளது.[121]

மத்திய ராஜஸ்தானிலிருந்து மத்தியப் பிரதேசத்திற்குச் சென்ற இந்தச் செயல்முறைக்குக் கிடைத்த வெற்றி, நடைமுறைகளில் ஒரு நிலைத்த தன்மையை, பொருத்தப்பாட்டை நிறுவ உதவியது. மத்தியப் பிரதேசத்தின் விநியோக முறையில் இது தாக்கத்தை ஏற்படுத்தும் என்று கருதப்பட்டது, மைல்களுக்கு அப்பால் நடந்தது போலவே, இங்கும் முடிவுகள் வியக்கத் தக்கவையாக, மறுக்க முடியாதவையாக இருந்தன. கிராமப்புறங்களின் அநீதி சார்ந்த பிரச்சினைகளோ அல்லது பெண்களின் பணியிட வன்முறை குறித்ததோ, அனைத்து இடங்களிலும் பிரயோகிக்க கூடியதாக இந்தச் செயல்முறை தன்னை நிறுவிக் கொண்டது.

அணைகள், இடப்பெயர்வு: ‘ஜல், ஜங்கிள், ஜமீன்’, பசியும் வறட்சியும்

இடப்பெயர்வுகளை ஒட்டி வெவ்வேறு ஜன் சுன்வாய்கள் நடத்தப்பட்டன: ராஜஸ்தானின் பிஸால்பூர் அணை கட்டுமானத்தின்போது நிலங்களிலிருந்து வெளியேற்றப்பட்ட மக்களுக்காக ஒன்று; மற்றொன்று, மகேஷ்வர் அணை கட்டுமானத்தில் வெளியேற்றப்பட்ட மக்களுக்காக போபாலில் நர்மதா பச்சாவ் அந்தோலன் கூட்டியது. உதய்பூரின் ஜல் ஜங்கிள் ஜமீன் அந்தோலனும் ஜன் சுன்வாய்களை நடத்தியது. உணவு–உரிமை பிரச்சார இயக்கத்தின் முன்னோடியாக அகல் சங்கர்ஷ் சமிதி பிறந்தது. கொள்கை வகுப்பதிலும் நிர்வாகத்திலும் பங்குபெறும் உரிமையை மக்கள் இயக்கங்களும் அவற்றின் அரசியலும் வலியுறுத்தத் தொடங்கின. திட்டங்களைச் செயல்படுத்துவதில் அமைப்பின் தவறான செயல்பாடுகளைச் சரிசெய்யும் முயற்சியில் பல்வேறு கருத்துக்கள் ஒன்றுகூடுவதற்கு ஜன் சுன்வாய் உதவியது.

விதிகளிலும் கட்டுப்பாடுகளிலும் பார்க்கும் அற்பமான திருப்திக்கு அப்பால், மிகவும் அடிப்படை விஷயங்களான நீதி, சமத்துவம், அறநெறிமுறைகளை நோக்கி நிர்வாக எந்திரம் செல்வதற்கு இந்தச் செயல்முறை அனுமதித்தது. பொது இடம் ஒன்றில் ஏற்பாடு செய்யப்படும் ஜன் சுன்வாய், ஊழலையும் மோசடிகளையும் அகற்றுவதில் வெளிப்படையான செயல்பாட்டிற்கும் பொறுப்புணர்விற்கும் இருக்கும்

முக்கியமான பங்கை வலியுறுத்துகிறது. இரகசியம், ஊழலுக்கு இடமளிக்கிறது என்று கூறும் மக்களின் புரிதல் சரி என்பதை மீண்டும் உறுதிப்படுத்தியது. ஏனெனில், வறுமையைப் போக்க உருவாக்கப்பட்ட விநியோக முறையில் ஊழல் பாதிப்பை ஏற்படுத்துகிறது, ஆர்டிஐ என்பது ஒரு கருவி என்ற புரிதல் ஒவ்வொரு ஜன் சுன்வாயிலும் உள்வாங்கிக்கொள்ளப்பட்டது. நிர்வாக அமைப்பிலிருக்கும் அறநெறி கொண்ட மனிதர்கள், நெறிமுறை சார்ந்த அரசாங்கச் செயல்பாடுகளுக்குச் சட்டம் ஒன்றின் அவசியத்தை உணரத் தொடங்கியுள்ளனர். அறிந்து கொள்வதற்கான உரிமை என்பது வாழ்வுரிமை, வாழ்வாதாரம் மற்றும் கருத்துச் சுதந்திரத்திற்கான உரிமை ஆகியவற்றுடன் அடையாளபூர்வமாக இணைந்திருக்கிறது.

14

ராஜஸ்தான் கோட்டத் தர்ணாக்கள்

பியாவரில் நடந்த தர்ணாவுக்குப் பின் சங்கதனுக்கு முன்னால் பெரும்பணி காத்திருந்தது. சங்கதன் இயங்கிய நிலப்பரப்பு அந்த நான்கு மாவட்டங்களுடன் மட்டும் அடங்கிவிடவில்லை; அதற்கு அப்பாலும் பிரச்சினைகள் இருந்தன. புவிப்பரப்பின் அடிப்படையில் மட்டுமின்றி அதிக எண்ணிக்கையில் பல துறைகளையும் மக்களையும் பங்கேற்க வைக்கவும், உரையாடல் நடத்த அழைக்கவும் பணியாற்ற வேண்டியிருந்தது. வெளிப்படைத்தன்மை மற்றும் பொறுப்புடைமைப் பிரச்சினையை எடுத்துப் பேசக்கூடிய நடைமுறையையும் செயலுத்தியையும் உருவாக்குவதுதான் சவாலாக இருந்தது. தவிர்க்க முடியாமல், ராஜஸ்தான் மாநில மக்களுக்குச் சிறந்த நிர்வாகத்தை அளிப்பதுடன் இது சம்பந்தப்பட்டுள்ளது. தர்ணா வெளிப்படுத்தும் ஆற்றலும், ஆக்கப்பூர்வமான தீவிரத்தன்மையும் மக்களிடம் பரவவேண்டும், கேட்கப்பட வேண்டும், புரிந்துகொள்ளவும் உணரப்படவும் வேண்டும். அரசாங்கத்தின் ஏமாற்றுப்பேச்சிற்கும் வெற்றுப்பேச்சுக்கும் எதிராக, போராட்டம் சீற்றத்தை உண்டாக்குகிறது. ஒருங்கிணைக்கப்பட்ட அமைப்பு மூலம் அந்தக் கோபம் வழிப்படுத்தப்பட வேண்டும். சங்கதன் நாட்குறிப்பு கூறுகிறது:

அதனடிப்படியில், பிப்ரவரி 1997இல், ஏழைகளின் வாழ்வாதாரத்திற்கு அவசியமான தகவல்களில் வெளிப்படைத்தன்மை வேண்டும் என்ற ஆர்டிஐ பிரச்சார இயக்கத்தின் கோரிக்கையை ராஜஸ்தான் மக்களிடம் சங்கதன் கொண்டுசெல்லத் தொடங்கியது. மக்களுடன் உரையாட, 'ஹம் ஜானெங்கே, ஹம் ஜியேங்கே', 'ஹமாரா பைசா, ஹமாரா ஹிசாப்' போன்ற முழக்கங்கள் உதவின; கோரிக்கையின் சாரத்தை அவை சுருக்கமாக வெளிப்படுத்தின. ஒவ்வொரு மனக் குறையும் செயலற்றதன்மையும் ஜனநாயகத்தில் பொறுப்புணர்வு இன்மையை ஆராய்வதற்கு வழி வகுத்தன. மாநில அரசாங்கம், தான் அளித்த வாக்குறுதியைச் செயல்படுத்தத் தவறியதன் மூலம், அதன் மக்களுக்குப் பொறுப்புணர்வு சார்ந்து அளித்த உறுதிமொழியை மறுக்கிறது.

மக்களுக்கும் மக்கள் பிரதிநிதி மற்றும் அரசு அதிகாரிக்கும் இடையிலான சமூக ஒப்பந்தம் தவறாகப் பயன்படுத்தப் படுவதுதான் அடிப்படைப் பிரச்சினை. இரகசியமும், மறைவான செயல்பாடும் இதை அனுமதித்தன; இதனுடைய அடிப்படையான, வெளிப்படையான குறியீடாக ஊழல் இருந்தது. அரசியல்வாதிகளும் அரசாங்கங்களும் மக்களுக்காக உழைப்போம் என்று இந்திய அரசியலமைப்புச் சட்டத்தின்படி உறுதியேற் கின்றனர். பஞ்சாயத்துகளுக்கும், சட்டமன்றங்களுக்கும், பாராளுமன்றத்திற்கும் பிரதிநிதிகளை அனுப்புவதற்காக நாம் வாக்களிக்கும்போதே ஜனநாயகத்தில் பங்கேற்பது என்ற நடைமுறை தொடங்குகிறது. ஜனநாயகத்தில் வாக்கு என்பது அதிகாரப் பரிமாற்றம் என்பதை மக்கள் உணரவேண்டும். உறுதிமொழிகளை நிறைவேற்றவேண்டி, அவர்களது பிரதிநிதிக்கு மக்கள் தமது இறையாண்மையை மாற்றித்தரும் ஒப்பந்தம். முதல்வர் ஓர் உறுதிமொழி அளித்தால், அவர் அதை நிறைவேற்றத்தான் வேண்டும்![122]

பியாவர் தர்ணாவுக்குப் பின்னர் முதல்வரின் உறுதி மொழியை அமல்படுத்துவதற்கு அருண்குமார் கமிட்டி அமைக்கப்பட்டது; அதாவது மக்களுக்குத் தகவல்களை அளிக்கும் வழிமுறைகளைக் கண்டறிய அமைக்கப்பட்ட குழு அது. தனது அறிக்கையை 30-08-1996 அன்று அது அளித்தது. அந்தக்குழுவின் உறுப்பினர்களில் ஒருவராகப் பலரும் அறிந்த கல்வியாளரும், பொருளாதார நிபுணருமான முனைவர் வி.எஸ். வியாஸ் இருந்தார். பஞ்சாயத்துப் பதிவேடுகள்

வெளிப்படையாக இருக்க வேண்டியதன் முக்கியத்துவத்தை அந்தக் கமிட்டி அங்கீகரித்திருப்பதை, பிரச்சார இயக்கத்திற்குக் கிடைத்த அதிகாரப்பூர்வமற்ற தகவல்கள் உறுதிசெய்தன.

உண்மையில், இதைச் செய்து முடிக்கப்படுவதை உறுதிசெய்ய முறையான மாற்றங்கள் செய்யவேண்டும் என்றும் கமிட்டி பரிந்துரைத்தது. ஆனால், வெளிப்படையான செயல்பாடு எப்படி நிகழமுடியும் என்பதற்கான அறிக்கை ஒரு ரகசிய ஆவணம் ஆகிவிட்டது! அரசாங்கத்திற்குக் கசப்பாக இருக்கும் முடிவுகளை கமிட்டி எடுத்திருக்கலாம் என்று பிரச்சார இயக்கம் யூகித்தது. அரசாங்கம் மீண்டும் ஒருமுறை, தன்னிச்சையான, செருக்கான பாணியில் அளித்த உறுதி மொழியை நிறைவேற்றுவதிலிருந்து பின்வாங்கியது.

ஜெய்ப்பூரில் 26–05–1997 அன்று தொடங்கிய தர்ணா முதல்வரின் உறுதிமொழியைச் செயல்படுத்தும் வழிமுறையை ஆராய அமைக்கப்பட்ட குழுவின் அறிக்கையை வெளியிட வேண்டும் என்று கோரியது. அரசியல் சார்ந்த உறுதிமொழிகள் பொறுப்புடன் நிறைவேற்றப்பட வேண்டும் என்ற கோரிக்கையும் அதற்குள் இருந்தது. ஒரு முதல்வர் வெற்று உறுதிமொழிகளை அளிக்கமுடியாது: பொறுப்புடைமை என்ற கருத்து தனது வேர்களை மேலும் பரப்பிக்கொண்டு இருந்தது. பஞ்சாயத்துகளின் பதிவேடுகள் வெளிப்படையாக இருக்க வேண்டும். இந்த ஆவணங்களின் நகல்களை, கட்டணத்தின் அடிப்படையில் மக்களுக்கு அளிக்கவேண்டும் என்பதுதான் உண்மையான கோரிக்கை.

நேரத்தின் முடிவெடுக்கும் நடைமுறையில், நாட்டின் சாமானியனுக்கும் பங்கு இருப்பதாகச் சங்கதன் கருதியது. கொள்கையையும் சட்டம் இயற்றுவதையும் கோடிட்டுக் காட்டும் கொள்கைகளைத் தீர்மானிப்பதும் இதில் அடங்கும். மக்கள் இந்த வாதத்தைப் புரிந்துகொண்டார்கள்; பொது நடவடிக்கைக்கு ஆதரவாக அந்தப் புரிதலை மாற்றுவதற்கும் தயாராக இருக்கிறார்கள் என்பதைப் பியாவர் தர்ணா உறுதியாக நிரூபித்தது. சாதாரணக் குடிமகன் பொது விவகாரங்களில் அலட்சியமாக இருப்பதற்கு, தகவல் போதாமையும், அரசாங்கத்தின் செயல்பாடுகள் பற்றிய புரிதல் இல்லாமையும் காரணமாக இருக்கலாம். மக்களுக்குப் பிரச்சினை புரிந்து விட்டால், ஆதரவு அளிக்கத் தொடங்குவார்கள்; இதை வளர்ந்துகொண்டிருந்த ஆர்டிஐ கோரிக்கைக்கான இயக்கம் நிரூபித்தது. நிதியையும் அதிகாரத்தையும் அரசாங்கம் எப்படிப் பயன்படுத்துகிறது என்பதைத் தெரிந்துகொள்வது அடிப்படை

ஜனநாயக உரிமை என்று உணரப்பட்டது. வாக்காளர் ஒவ்வொருவரும் விவரங்களறிந்து தேர்வுசெய்வதற்கு இது உதவுகிறது.

அதற்கிருந்த ஆதரவின் அடிப்படையில், போராட்டம் மக்களுடன் அற்புதமான தொடர்பை ஏற்படுத்திக்கொண் டுள்ளது என்பதைப் பியாவர் நிரூபித்தது. வழிமுறைகள், பண்பாட்டு ரீதியாக உணர்வெழுச்சி தரக்கூடியதாக, பரிச்சயமானதாக இருக்க வேண்டும் என்ற புரிதலைச் சங்கதன் மீண்டும் நிறுவியது. பிரச்சினையை விவாதிக்கவும் கருத்து களைப் பரிமாறிக்கொள்ளவும் போதுமான நேரம் இருக்க வேண்டும். கருத்துவேறுபாடுகளை, அரசின் தயக்கங்களைக் கேட்க வேண்டும். மொழியும், சொற்றொடர்களும் மக்களுக்கு மிகவும் பரிச்சயமானதாக இருக்க வேண்டும். நகைச்சுவை நிறைந்த முழக்கங்களும் பாடல்களும், கதைகளும், அதிகமான மக்களுடன் உடனடித் தொடர்பை ஏற்படுத்துகின்றன.

ஒரு பாடலோ அல்லது பஜனோ, ஈர்க்கக்கூடிய ஒரு 'ட்யூனோ' அல்லது உரையாடலோ, கடந்து செல்வோரின் காதில் விழுந்தால் அவர்களை நின்றுகேட்டுவிட்டுச் செல்ல வைக்கும். பரிச்சயமான வழிமுறையில், சிந்தனை நுணுக்கத்தைப் பாதிக்காமல் எளிமையாக ஒரு பிரச்சினையை வரையறுப்பது சவாலானது. பெரும்பாலும் இது கேட்பவரை, அவள் அல்லது அவருக்கே உரிய சூழலில் செய்தியை விளங்கிக்கொள்ள அழைக்கிறது. எப்போதும் மாறிக்கொண்டேயிருக்கும் பண்பாட்டு வழிமுறைகள் மற்றும் பேச்சு வழக்குகளுக்கு ஊடாகத் தகவல் களைக் கொண்டு சேர்ப்பது எப்போதும் பெரும் சவாலாகும்.

இருப்பினும், இது ஒரு புதிய ஞானம் அல்ல. பாடல், முழக்கம், நாடகம் போன்ற பண்பாட்டு வடிவங்கள் – நூற்றாண்டுகளாக மக்களுக்குச் செய்திகளைக் கொண்டுசெல்வதற்கான சிறந்த வழிகளாக நிரூபிக்கப்பட்டுள்ளன. மதங்களும் நம்பிக்கைகளும் காலங்காலமாக அவற்றை மிகத் திறமையுடன் பயன்படுத்தி வந்துள்ளன. நாட்டுப்புறக் கதைசொல்லிகளும் ராஜஸ்தானின் பட் (Bhatt) இனத்தவர்கள் போன்ற வாய்மொழி வரலாற் றாசிரியர்களும் அதைச் செய்தனர். பாடல்கள், தொலை தூரத்திற்கும் செய்திகளைக் கொண்டுசெல்கின்றன. சொலலும செய்தியுடன் உடன்படாவிட்டாலும், பாடகரும் கேட்பவரும் பாடலின் சந்தத்தாலோ தாளத்தாலோ ஈர்க்கப்பட்டு வரிகளின் முக்கியத்துவத்தை உள்வாங்கிக்கொள்கிறார்கள். நவீன விளம்பரங்களுக்கான 'ஜிங்கிள்' இந்தப் பாரம்பரியத்தில் தொடர்ந்து பயணிக்கிறது.

நிர்வாக அமைப்பில் நிலவும் அநீதியும் ஊழலும் வறுமையை, கையறுநிலையை, ஒடுக்குமுறையைத் தூண்டு கின்றன; அதனால் மக்களிடையே பதற்றமும் கோபமும் எழுந்துள்ளது. இந்த முறை, இதுபோன்ற பரிச்சயமான உரையாடலுக்கு அப்பால் சங்கதன் செல்ல வேண்டியிருந்தது: சட்டத்தின் மூலமான தீர்வு ஒன்றை இயக்கம் அறிமுகம் செய்யவேண்டியிருந்தது; அதைச் சாமானியமக்களின் வாழ்க்கை யுடன் இணைக்கவேண்டும்; குடிமக்கள் கண்காணிக்கும் வகையில் சட்ட வடிவம் ஒன்றை அளிக்கவேண்டும். குறைகள், அடிப்படைச் சேவைகள் மறுக்கப்படுதல் என்ற பரிச்சயமான விஷயங்களிலிருந்து, கொள்கை மற்றும் சட்ட உருவாக்கம் என்ற பரிச்சயமற்ற தளத்திற்குச் சங்கதன் பயணிக்க வேண்டி யிருந்தது. பொதுவாக இவை சிறப்புக்குழுவிடம் விடப்படுகிறது. மக்களின் நம்பிக்கை ஏமாற்றப்பட்டுவிட்டது; வாக்களித்ததன் மூலம் உருவான சமூக ஒப்பந்தம் மீறப்பட்டது என்பது உணரப்பட்டது. இதன் தர்க்கரீதியான தொடர்ச்சியாகத் திருட்டு, கொள்ளை, உயிர்களின் அழிவு ஆகியன உண்டா கின்றன. அதிகாரத்தைத் தவறாகப் பயன்படுத்துதல் மற்றும் தன்னிச்சையான அதிகாரப் பயன்பாட்டின் விளைவுகள் இவை. கேள்விகளுக்குப் பதில் சொல்லும் பொறுப்பற்ற அல்லது விளைவுகளுக்குப் பொறுப்பேற்கத் தயாரற்ற நபர்கள் இதைச் செய்கின்றனர். ஒடிசாவில் இ.ஆ.ப. அதிகாரி ஒருவர், 'நீங்கள் ஏழ்மை போன்றவை பற்றிப் பேசலாம்; ஆனால், ஏழைகளுக்கும் தகவலுக்கும் என்ன தொடர்பிருக்கிறது?' என்று கேட்டதுபோல், நன்கு படித்த நண்பர்களும் கேட்கிறார்கள்.[123]

பண்பாட்டுத் தளத்தின் வழியாகச் சட்டத்தையும் அதன் கொள்கைகள் குறித்தும் பேசுவது ஒரு புதிய சவால். சட்டம் ஒன்றின் தேவை கிரகித்துக் கொள்ளப்பட வேண்டிய ஒன்று. சட்டத்தின் அடிப்படைக் கொள்கைகள் புரிந்துகொள்ளப்பட வேண்டும்;விமர்சிக்கப்பட வேண்டும்; எளிமையான பாடல் வரிகளாக, உரையாடலாக மாற்றப்பட வேண்டும். சங்கதன் விஷயத்தில், சங்கரின் மேதைமை, தூண்டுதலாகவும், இணைக்கும் புள்ளியாகவும் இருந்தது.

ராஜஸ்தான் ஒரு பெரிய மாநிலம். சில மாவட்டங்களின் பணிகளை மேற்பார்வையிட ஆறு கோட்டங்கள் இருக்கின்றன. தலைமைப் பொறுப்பில் கோட்ட ஆணையர் இருப்பார். அஜ்மீர், ஜோத்பூர், உதய்பூர், பிகானீர், கோட்டா, ஜெய்ப்பூர் ஆகிய ராஜஸ்தானின் அனைத்துக் கோட்டங்களுக்கும் செல்வதெனச் சங்கதன் முடிவு செய்தது.

மாநிலத்தின் வடபகுதியில், தொலைதூரத்திலிருக்கும் இடத்திற்கான பயண நேரம் ரயிலிலும் சாலை வழியாகவும் பயணித்தால் ஏறத்தாழ ஒருநாள் ஆகும். குறிப்பிட்ட கால வரம்பிற்குள் அடைய வேண்டும் என்றால் தொடர்ந்து பயணம் செய்ய வேண்டியிருக்கும். இன்னொருபுறத்தில், ஒதுக்குப் புறமாக, தொலைவிலிருக்கும் இடங்களுக்கும், எளிதாகப் போக முடிகிற இடங்களுக்கும் செல்ல உதவுவதாகப் பயணத்திட்டம் இருக்கவேண்டும். நீண்ட விவாதத்திற்குப் பின், பயணத்திற்கு டிரக் ஒன்றை வாடகைக்கு எடுக்கலாம் என்று சங்கதன் முடிவுசெய்தது. பிரச்சினைகளைப் பிரபலப்படுத்தும் நோக்கத் துடன் டிரக் யாத்திரை தொடங்கியது. நிர்வாகத்தில் மக்களும் பங்கேற்பது குறித்த உரையாடலைத் துவங்குவதற்கு யாத்திரை கவனக்குவிப்புடன் செய்திகளைச் சுமந்துசென்றது. பிரச்சினைகள் குறித்து மக்களுடன் நடத்திய உரையாடல்களுடன் அவை தொடங்கின: அவர்கள் ஊழலுக்கு எதிராகப் பேசுவார்கள். அல்லது அடிப்படைச் சேவைகளைப் பெறுவதை ஊழல் நடவடிக்கைகள் தடுக்கின்றன, நிறுத்துகின்றன, பொய்களால் மறைக்கப்படுகின்றன என்பது குறித்தும் பேசுவார்கள்; ஆவணங்களில், பதிவேடுகளில், மஸ்டர் ரோல்களில், பொது விநியோக அமைப்பு ரிஜிஸ்டர்களில், ரேஷன் அட்டைகளில் இருக்கும் தவறான தகவல்கள் குறித்துப் பேசுவார்கள்; மருந்துகள் கிடைக்காதது, ஆசிரியர்கள் பள்ளிகளுக்கு வராமலிருத்தல் போன்றவை குறித்தும் உரையாடுவார்கள். அத்துடன், பஞ்சாயத்து களிலும் நகராட்சி அமைப்புகளிலும் முடிவெடுக்கும் நடைமுறைகள் குறித்துத் தகவல்கள் பெறுவது என்ற மிக அடிப்படையான அம்சம் குறித்தும் உரையாடுவார்கள்.

ட்ரக் யாத்திரை

ஒரு நோக்கத்திற்காக நடத்தப்படும் நடைப்பயணத்தை யாத்திரை, ஜாதா, அல்லது பிரதேசம் சார்ந்த வேறு சொற்கள் விவரிக்கின்றன. எண்ணங்களை வெளிப்படுத்தவும் தகவல் தொடர்பிற்கும் பின்பற்றப்படும் தெற்காசியப் பாரம்பரியத்தின் ஒருபகுதி இது. மக்களை ஒன்றுதிரட்டி, அவர்களைக் கேட்கவும், பார்க்கவும் வைத்து, உணர்வுகளின் அடிப்படையில் எதிர்வினையாற்ற வைக்க மதம், அரசியல் அல்லது வேறு விஷயங்களில் இந்த வழிமுறை பயன்படுகிறது. இந்தியாவில் இந்த நடைப்பயணத்தை அல்லது யாத்திரையை அனைத்து வகையான அமைப்புகளும் பல்வேறு நோக்கங்களுக்காகப் பயன்படுத்துகின்றன.

ராஜஸ்தானில் அஜ்மீரின் குவாஜா மொய்னுதீன் ச்சிஸ்தி தர்காவில் ஆண்டுதோறும் பாரம்பரியமாக நடைபெறும் புகழ்பெற்ற உர்ஸ் கொண்டாட்டத்திலும், பிகானீரில் ராம்தியோரியா கொண்டாட்டத்திலும் யாத்திரை பயன்பாடு இருக்கிறது. தமது இலக்கை அடைவதற்கு ஆயிரக்கணக்கானோர் பல நாட்கள் நடந்தே செல்கின்றனர். நாடு முழுவதிலும் சமூக ஆர்வலர்கள், மக்களைச் சந்திக்கவும், அவர்களுடன் உரையாடவும், ஒரு நோக்கத்திற்காக அவர்களை அணிதிரட்டவும் பாத யாத்திரையைப் பயன்படுத்தினர். சங்கதன் அது இயங்கும் பகுதியில் பிரச்சார இயக்கத்தை மேலும் முன்னெடுத்துச் செல்வதற்கு ஒவ்வொரு ஆண்டும் யாத்திரையைப் பயன்படுத்துகிறது.

கிராமம் கிராமமாகக் கால்நடையாகவே செல்லும் பாத யாத்திரை மிகவும் பயன்மிக்க ஒரு வழிமுறை; எனினும் குறுகிய காலத்திற்குள் அதிகத் தூரம் பயணிக்க வேண்டும் என்பதால் டிரக் யாத்திரையைப் பயன்படுத்தினோம். குறைவான காலத்தில் மக்களைச் சென்றடைய டிரக் யாத்திரை பயன்பட்டது. கிராமப்புற இந்தியாவில் ஏழைகளுக்கான மிக மலிவான, மிகவும் எளிதாக அடையக்கூடிய போக்குவரத்தாக டிரக்குகள் உள்ளன. அரசியல்வாதிகள் தேர்தல்களின்போது பிரச்சாரத்திற்குப் பொதுவாகப் பயன்படுத்தும் – ஏ.சி. ஜீப்புகள் மற்றும் டிரக்குகளுக்கு நேர்மாறாக இங்கு யாத்திரை வாகனமாக, டிரக் அமைந்தது.

சமூகசேவை மற்றும் ஆய்வு மையத்திடம் (SWRC) ஒரு சாதாரண ட்ரக் இருந்தது; ஓட்டுநரை அமர்த்திக் கொள்வதென்றால் அதைக் கடனாகத் தரத் தயாராக இருந்தார்கள். டீசல் மற்றும் வேறு செலவுகளைச் சங்கதன் ஏற்க வேண்டும். அந்த டிரக் ஓட்டுநர் ஜீவன், சங்கதனின் அனைத்து நிகழ்வுகளிலும் பங்கேற்றவர். ஆர்டிஐ இயக்கத்தின் விரிவடைந்த குடும்பத்தின் உறுப்பினர். அந்த டிரக்கில் நாற்பது பேர் தம்மைத் திணித்துக்கொண்டனர்; ஆர்டிஐ குறித்துப் பேசுவதற்கு ஒவ்வொரு இடமாகச் சென்றனர்.

முன்பக்க கேபினில் ஓட்டுநரும் வேறு இருவரும் சென்றனர். மீதிப்பேர் பின்புறத்தில் குவிந்தனர். கொஞ்சம் வசதிக்காகப் பழைய ஜமக்காளங்கள் போடப்பட்டன. உணவுப்பொருட்களும், சமையலுக்கான விறகும், கூடாரமும் எந்தச் சிரமமும் இல்லாமல் தத்தமக்கு வேண்டிய இடத்தை எடுத்துக்கொண்டன. அதனால் இட நெருக்கடி அதிகமாகிவிட்டது. எனினும், நிஜமான

செயல்களின் இடமாக, வேடிக்கைகளுக்கான இடமாக அதுதான் இருந்தது! கேபினில் இருந்தவர்கள் பின்னாலிருந்து வரும் சத்தங்களையும் மகிழ்ச்சிக் குரல்களையும் கேட்டுப் பொறாமைகொண்டனர். தனது பாடல்களாலும், அரசியல் நகைச்சுவையாலும் எப்போதும்போல் சங்கர் அனைவருக்கும் சக்தியளித்துக் கொண்டிருந்தார். சிரிப்பொலிகளும் கைதட்டல்களும் அனைவரையும் தொற்றிக்கொண்டன. மற்றவர்களின் சிறந்த திறமைகளையும் அவர் வெளிக்கொணர்ந்தார். பயணம் ஒருபோதும் சோர்வைத் தரவில்லை. 'நடைமுறை' நகைச்சுவைகள், டிரக்கின் பின்புறமிருந்து இடைவிடாத கேலிச்சிரிப்புகளையும், சிரிப்பொலிகளையும் அதிகரிக்கச் செய்தன.[124]

கித்தானால் மூடிய டிரக் யாத்திரை பெரும் வெற்றியை, சாகசத்தை உறுதிசெய்த பயணமாக அமைந்தது. முன் வைத்திருக்கும் பிரச்சினைகள் குறித்தும் ஆட்சி நிர்வாகத்தில் அறநெறி குறித்தும் பொதுமக்களின் பரவலான அபிப்பிராயங் களுடன் ஊடாடவும், விவாதிக்கவும், பொதுவெளியை உருவாக்கவும் இது உதவியது

அரசியல் யாத்திரைகள் இன்று மற்றொரு வடிவமாக மாறிவிட்டன; அளவுக்கதிகமாக அலங்கரிக்கப்பட்ட வாகனங் களில் நடத்தப்படுகின்றன; இரைச்சல் நிறைந்து, தேவையற்ற வீண் பணச்செலவாக, உயர்ந்த அளவிலான ஆக்கிரமிப்பாக அவை நடக்கின்றன. 'ரோட் ஷோ' என்ற இரவல் பெயரில் இந்தியர்கள் மத்தியில் இப்போது பிரபலமாக உள்ளன. தேர்தலுக்கு முன்பு ஏற்பாடு செய்யப்படும் மாபெரும் அரசியல் யாத்திரைகள் அல்லது வகுப்புவாத உணர்வைத் தூண்டு வதற்கு நடக்கும் யாத்திரைகள் மீதான முரண் விமர்சனமாக இந்த 'டிரக் யாத்திரையை' எடுத்துக்கொள்ளலாம். அரசியல் யாத்திரைகள் இந்தியப் பண்பாட்டில் ஆழமாகப் பதிந்துள்ளன.

நோக்கம் ஒன்றிற்காக நடைப்பயணம் மேற்கொள்வது பெரும் புனிதச் செயலாகவும், உறுதிப்பாட்டின் அடையாள மாகவும் பார்க்கப்படுகிறது காந்தியின் உப்பு யாத்திரை (தண்டி யாத்திரை) போன்று மக்களைச் சென்றடைவதற்கான வழியாகப் பார்க்கப்பட்டது. சங்கதன் ஏற்பாடு செய்த யாத்திரைகள் என்றும் ஒருவழிச் செயல் நோக்கத்துடன் அமைந்ததில்லை. மாறாக, அவை மக்களிடமிருந்து கற்றுக்கொள்ளும் செயலின் இன்றியமையாத பகுதி. சென்ற வழியெல்லாம் யாத்திரை ஆலோசனைகளையும் வரவேற்றது. ஏனெனில், வெளிப்படைத் தன்மை கோரிக்கையை வடிவமைப்பதற்கு, தீர்வுகள் எதுவும்

ஆயத்தமாக கையிலில்லை. புதிய அணுகுமுறைகளைக் கண்டடைவதற்கான பயன்மிக்கக் கருவியாக யாத்திரையைச் சங்கதன் உணர்ந்தது; அல்லது கடந்தகாலத்தில் பயன்படுத்தப் பட்டு, காலப்போக்கில் மறந்துபோனவற்றை மீண்டும் கண்டு பிடிப்பதற்கான கருவியாக. இயக்கத்திற்கு நிஜமான பங்களிக்கும் வகையில் மக்களைத் திரட்டுவதற்கு யாத்திரைகள் மிகவும் திறன்மிக்க வழியாகும்.

அரசியல் யாத்திரையின் தன்மையை மறுவரையறை செய்ய சங்கதனின் யாத்திரை முயற்சி செய்தது; ஓரளவுக்கு வெற்றியும் பெற்றது. ஏற்கனவே பதிவு செய்த இசையை அலற விடுவதற்குப் பதிலாக, யாத்திரையில் தெருநாடகங்களும், நாட்டுப்புற இசையும், பண்பாட்டை வெளிப்படுத்தும் சிலவகை நிகழ்வுகளும் இருந்தன. அனைத்தும் ஜனநாயகம் குறித்தும், நிர்வாகத்தில் பங்கேற்பது தொடர்பான விவாதங்களையும் மக்களின் மொழியில் ஆக்கப்பூர்வமாக விளக்கின. சங்கதன் நாட்குறிப்பு கூறுகிறது:

> அதன்பின் இதுபோல் பல யாத்திரைகள் ஏற்பாடு செய்யப்பட்டன; சில ஆண்டுகளுக்குப் பின் இதுபோல் நடந்த யாத்திரை ஒன்று, மாநிலத்திலிருந்த வெவ்வேறு கோட்டத் தலைமையகங்களுக்கும் வரைவு மசோதாவை எடுத்துச் சென்றது.
>
> தர்ணாக்களின் வடிவங்கள் ஒரே மாதிரியாகத்தான் இருந்தன. ஒவ்வொரு கோட்டத்திற்கும் சங்கதன் மூன்று நாட்களை ஒதுக்கியது. செய்தி செல்லும் பலவகைக் குழுக்களுக்கும் நேரம் ஒதுக்கப்பட்டது. பியாவரில் சங்கதன் நடத்திய குறுநாடகங்களும் பாடல்களும் இப்போது பெரும் உதவியாய் அமைந்தன. கோட்ட ஆணையர் அலுவலகம் நோக்கிய நெடிய பேரணிகள், பொது மக்களின் ஆர்ப்பாட்டங்கள், சிறப்புக் குழுக்கள் நடத்திய பயிலரங்குகள், கருத்தரங்குகள், பொறுப்புடைமைக் கோரிக்கையின் விவரங்களை எடுத்துரைக்க நடந்த கூட்டங்கள் என்று அனைத்தும் ஒரு புள்ளியில், அருண்குமார் குழுவின் அறிக்கையைப் பொதுமக்கள் பார்வைக்கு வைக்கவேண்டும் என்ற கோரிக்கையில் ஒன்றிணைந்தன.
>
> பிகானீர் நகரில், தர்ணா இரு இடங்களில் நடைபெற்றது. ஒரு தர்ணா கோட்டத் தலைமையகத்திற்கு வெளியில் நடந்தது. மிகவும் உணர்ச்சிகரமான மற்றொன்று சாது சர்க்கிளில் நடந்தது. அங்கு நடந்த பண்பாட்டு நிகழ்வுகள்

டோலி சமூகத்தைச் சேர்ந்த டிரம் வாசிப்பவர்களை ஈர்த்தன. அசாதாரண நிகழ்வாக அமைந்த தாள வாத்திய அமர்வு குறிப்பிடத்தக்கது. லோகாயான் பிரசுரித்த *'Footnotes to a Dharna'* என்ற கட்டுரையில், அத்தகைய நிகழ்ச்சிகளின் மதிப்பீடுகள் குறித்த சமகால ஆய்வு ஒன்றை அருணாவும் நிகிலும் அளித்திருந்தனர்.[125]

ராம்கரண்[126] ஓர் அற்புதமான வரலாற்றுப் பதிவாளர்; 1991இல் அமைக்கப்பட்ட மஸ்தூர் கிஸான் மோர்ச்சாவின் உறுப்பினர். அவரது நாட்குறிப்புகளில் பலவற்றைப் புரட்டிப் பார்த்து, எங்களது பலவீனமான நினைவுகளைச் சரிசெய்வார். அவர் நினைவிலிருந்து:

> அஜ்மீர் கோட்டத்திலிருந்து யாத்திரை தொடங்கியது, இந்தமுறை பிரச்சார இயக்கத்தில் இரண்டு ஒருங்கிணைப்பாளர்கள்: NCPRIயும் ம.கி.ச. சங்கதனும். குறிப்பாக, ரேஷன் கடைகளிலும் பஞ்சாயத்தின் அனைத்துக் கட்டுமானப் பணிகளிலும் பதிவேடுகளைப் பெற அனுமதிக்க வேண்டும் என்பது கோரிக்கை. அஜ்மீரைச் சுற்றியிருக்கும் பகுதிகளிலிருந்து சங்கதனின் ஆதரவாளர்களும், கிஷன்கார்க் தாசிலிலிருந்து ராஜஸ்தான் மஸ்தூர் கிசான் மோர்ச்சாவின் உறுப்பினர்களும் பெருமளவில் வந்தனர்.
>
> பிரபல தொழிற்சங்கவாதி டி.எல். திரிபாதி அவர்களின் முன்முயற்சியால் பியாவரில் நடந்த போராட்டத்தில், பல்வேறு தொழிற்சங்கங்கள் கலந்துகொண்டன. டி.எல். திரிபாதியும் அவரது சகாக்களும், டைனிக் நவ்ஜோதியின் ஆசிரியர் தீனபந்து சௌத்ரி உள்ளிட்ட அஜ்மீர் குடிமக்களும் யாத்திரையை வரவேற்றனர். பியாவரில் ஆர்டிஐக்காக நடந்த வரலாற்றுப் போராட்டத்தின் பகுதியாக இருந்தவர்கள் அவர்கள்; ஜெய்ப்பூர் தர்ணாவுக்கும் ஆதரவளிப்பதாக உறுதியளித்தனர். பல்வேறு குழுக்களுடன் உரையாடுவதிலும், கோட்டத் தலைமையகத்திற்கு வெளியில் அருண்குமார் கமிட்டி அறிக்கையை வெளியிடக் கோரி நடந்த எதிர்ப்பு ஆர்ப்பாட்டத்திலும் அன்றைய தினம் சென்றது. அந்த அறிக்கை ஒரு ரகசிய ஆவணமாக மாறிவிட்டது. அதை வெளியிடும் நோக்கம் ராஜஸ்தான் அரசிற்கு இல்லை என்பது தெளிவாகத் தெரிந்தது. முன்னால் இருந்த பயணத்திற்கு, உறுதியான, வண்ணமயமான கொடியசைப்புடன் நடந்த தொடக்கமாக அது அமைந்தது.

டிரக் யாத்திரை அதன்பின் பாரான் மாவட்டத்திற்குப் பயணித்தது. பழைய கோட்டா மாவட்டத்திலிருந்து புதிதாக உருவாக்கப்பட்ட மாவட்டம் அது. ராஜஸ்தானில் மிகவும் புறக்கணிக்கப்பட்ட பழங்குடியினக் குழுக்களில் ஒன்றான சஹேரியாக்கள் பாரானில் உள்ளனர். மக்கள் தொகை மிகவும் பெரியது. பீம் நகரில் குறைந்தபட்ச ஊதியத்திற்காக நடந்த தர்ணாவில் கலந்துகொண்டவர் மோதி; சங்கல்ப் என்ற அமைப்பை ஒருங்கிணைத்து நடத்தி வந்தார்; பள்ளிக்கு அனுப்புதல் மற்றும் கல்வி சார்ந்த விஷயங்கள் தொடர்பாக இயங்கிய வலுவான அமைப்பு அது. மோதியுடன் பணிபுரிந்த சாரு, பெண் களையும் இளைஞர்களையும் ஒருங்கிணைத்தார். ஏப்ரல் 12 முதல் 14 வரை மூன்று மிகவும் பயனுள்ள நாட்கள்; தர்ணாக்களும், கிஷென்கஞ்ச் தாசிலின் ஷாபாத்தில் நடந்த பேரணிகளும் ஆட்சியர் அலுவலகத்திற்கு வெளியில் தர்ணாவில்முடிந்தன.

கோட்டாவிலிருந்து சாருவும், சங்கல்ப்பில் இருக்கும் நண்பர்களும், மாமோனியில் இருந்து மோதியும் வந்தனர். 1991இல் பீம் நகரில் நடந்த பட்டினிப் போராட்டத்தில் கலந்துகொண்டு யாத்திரைக்குத் தேவையான உதவி களை அவர்கள் செய்தனர். மோதி பல ஆண்டுகளாக சங்கதனின் ஆதரவாளராக இருக்கிறார். 1991இல் நடைபெற்ற பீம்நகர் பட்டினிப் போராட்டத்தில் அவர் பங்கேற்றது நாட்டுப்புற வரலாற்றின் பகுதியாகிவிட்டது. பல்வேறு விஷயங்களில் அவரது ஆதரவு சங்கதனுக்குத் தொடர்ந்து கிடைத்துவருகிறது. கோட்டா நகரில் அவர் நன்கு அறியப்பட்டவர்; பல்வேறு நிறுவனங்களுடனும தொழில்முறைக் குழுக்களுடனும் அவர் தகவல் தொடர்பை ஏற்படுத்தித் தந்தார். ஊடகங்களும் ஆர்டிஐ கோரும் மக்களுடன் உரையாடல் நடத்தின.

சாலையும் பயணத் தேவைகளும் எங்களைக் கோட்டா விற்குக் கொண்டு சேர்த்தன. கோட்டாவில் புதியதளங் களை ஏற்படுத்த வேண்டியிருந்தது. மோதி, சாரு, மற்றும் சங்கல்ப் சன்ஸ்தான்ஆகியோர் எங்களுடன் இருந்தனர்; தீவிரமாகவும் அர்ப்பணிப்புடனும் நடந்த பிரச்சாரம் என்ற முத்திரையைப் பிரச்சார இயக்கத்திற்கு அது அளித்தது. பள்ளிகளுக்கும், கல்லூரிகளுக்கும் சென்றோம். பத்திரிகையாளர் குழுக்களைச் சந்தித்தோம். அரசியல்வாதி களையும், கல்வியாளர்களையும், மருத்துவர்களையும் சந்தித்தோம். சட்டம் ஒன்றை உருவாக்கத் தேவையான

அடிப்படையை நிறுவுவதில் வெளிப்படையான விவாதங்கள் பெரும் உதவியாக இருந்தன. சங்கல்ப் குழு மட்டுமின்றி, எல்.ஐ.சி யூனியனும், பியாவர் தர்ணாவில் கலந்து கொள்வதாகக் கையெழுத்திட்டு இணைந்து கொண்ட குழுக்களும் தளராத ஆதரவை வழங்கின.

டிரக் உதய்பூருக்குள் நுழைந்ததும், பழக்கமான அமைப்பு களும் நண்பர்களும் அங்கு எங்களது மூன்று நாட்கள் தங்கலை வடிவமைத்தன. வழக்கறிஞர் ரமேஷ் நந்த்வானா சோஹன்கார்க் தொடங்கி எமது ஆதரவாளர். அவரும் அவரது வழக்கறிஞர் குழுக்களும், சேவா மந்திரும், அஸ்தா மற்றும் உபேஷ்வர் விகாஸ் மண்டலும் போக்கு வரத்திற்குத் தேவையான உதவிகளும் மற்ற உதவிகளும் செய்தனர். அஸ்தாவின் சுதந்திரமான பழங்குடிக் குழுக்கள் பிரச்சார இயக்கத்தில் இணைந்துகொண்டன. எங்களைப் பத்திரிகைகளுக்கு இந்த அமைப்புகள் அறிமுகம் செய்துவைத்தன; தேவ்துங்ரியில் நாங்கள் வேலை செய்யத் தொடங்கியதிலிருந்து அறிமுகமான பழைய நண்பர்களுடன் தொடர்புகளை மீண்டும் உறுதிப் படுத்திக்கொண்டோம். பழைய உதய்பூர் மாவட்டத்தி லிருந்து ராஜ்சமந்த் 1991இல் உருவாக்கப்பட்டது.

உதய்பூரில், யாத்திரை அஸ்தா வளாகத்தில் தங்கியது; உபேஷ்வர் விகாஸ்மண்டலுக்கும், சேவாமந்திருக்கும் சென்று பார்வையிட்டது. பழைய நண்பர்கள் அனைவரும் பிரச்சாரத்தை வெவ்வேறு வழிகளில் ஆதரித்தனர். சேவா மந்திர், அதன் வளாகத்தில் கூட்டம் ஒன்றிற்கு ஏற்பாடு செய்தது; பொதுமக்களும் ஊடகங்களும் அளித்த ஆதர வுடன் அஸ்தா ஆர்ப்பாட்டம் ஒன்றை ஒருங்கிணைத்தது. அதில் தன்னை இணைத்துக்கொண்ட ரமேஷ் நந்தவானா ஆர்ப்பாட்டத்திற்குப் பல வழிகளிலும் உதவினார்.

பாரான் மாவட்டம் போல், உதய்பூர் மாவட்டத்திலும் பிரச்சார இயக்கம் கிராமங்களுக்குச் சென்றது. கோட்ட ஆணையர் அலுவலகத்திற்கு வெளியில் தர்ணாவில் அது முடிவடைந்தது. செய்திகளைப் பரப்பவும் ஆதரவு கேட்கவும் சிறந்த மேடைகளாகத் தர்ணாக்கள் அமைகின்றன என்ற எங்கள் அனுமானம் மீண்டும் உறுதிப்பட்டது. நெடிய தொரு பயணமாக அமையப்போகிறது என்று நாங்கள் ஊகித்த பிரச்சார இயக்கத்திற்கு ஆதரவு தொடர்ந்து கிடைக்கும் என்ற நம்பிக்கையுடன், உதய்பூரிலிருந்து ஜெய்ப்பூர் நோக்கிப் பயணித்தோம்.[127]

அந்த நேரத்தில் ஒரு வாரமோ அல்லது அதற்கு மேலோ ஓய்வு கிடைத்தது. ஜெய்ப்பூரில் 15–05–1997 அன்று ஸ்டேச்சு சர்க்கிளில் பொதுக்கூட்டம் ஒன்று நடைபெற்றது. அடுத்துப் பின்பற்றப்போகும் செயலுத்திகள் பற்றிய முதல் பொது அறிவிப்பு அதில் வெளிப்பட்டது அருண்குமார் அறிக்கையின் உள்ளடக்கத்தை வெளியிடவும், பொதுத்தளத்தில் அதை வெளியிடவும் மாநில அரசுக்குக் கொடுக்கப்பட்டநோட்டீஸ் அது.

> அடுத்த இலக்கு பிகானீர். டிரக்கில் இருந்தோர் முதலில் லுங்கரன்சருக்குச் சென்றனர். ஊழலுக்கும் ஊழல் நடவடிக்கைகளுக்கும் எதிராகப் போராடும் நாகரிக் சங்கதன் என்ற அமைப்பை ஊர்முல் ஜோதி அங்குத் தோற்றுவித்திருந்தார். ஆர்ப்பாட்டங்களும் பொதுக் கூட்டங்களும் நடந்தன. அனைத்து மாவட்டங்களிலும் செய்ததுபோல் பிரச்சார இயக்கம் அந்தப் பகுதி மக்களுடன் இணைந்து முதல்வருக்கு அளிக்கவிருக்கும் மனுக்களில் கையெழுத்திட்டது.
>
> பிகானீரில், அசோக் மாத்தூரும் சஞ்சாய் கோஷும் எங்களின் முதன்மைத் தொடர்புகள். அசோக் சிறிய பத்திரிகை ஒன்றின் வெளியீட்டாளர். சஞ்சய், ஊர்முல் டிரஸ்ட்டை நல்லதொரு வளர்ச்சி அமைப்பாக மாற்றியவர். இருவரும் எங்களது முக்கியமான ஆதரவாளர்கள். தொடர்புகளை ஏற்படுத்திக்கொள்ள அவர்கள் உதவினர்; எதிர்ப்புப் போராட்டங்கள் நடத்துவதற்கான இடங்களையும் பரிந்துரைத்தனர். போக்குவரத்திற்கான உதவிகளையும் வேறு உதவிகளையும் அஜித் அறக் கட்டளையினர் அளித்தனர்.[128]

சாதுல் சிங் சர்க்கிளில் லக்ஷ்மண் நில்வாவிடம் ஒரு 'குட்டி' அரசியல்வாதி மிரட்டல் தொனியில் இந்தப் பிரச்சார இயக்கத்தின் தலைவர் (நேத்தா) யார் என்று கேட்டிருக்கிறான். சங்கதன் ஒரு கூட்டியக்கம் என்பதால், லக்ஷ்மண், 'நான்தான்!' என்று கூறியிருக்கிறார். அந்த மனிதன் அதிர்ச்சி அடைந்து விட்டான். நம்பிக்கையில்லாத அவனது எதிர்வினை இதுதான்:

> 'நல்ல திறமையும் துணிவும், நல்ல தொடர்பும் இருக்கும் தலைவர்களாலும் ஊழலுக்கு எதிராகப் போராடவும், அமைப்பை மாற்றவும் இயலவில்லை. உங்களைப் போன்ற ஒருவருக்கொருவர் தொடர்பற்ற முட்டாள்களால் என்ன செய்ய முடியும்? மறந்துவிட்டு, வேறு வேலையைப் பார், நண்பா!' என்று அவன் ஆணவத்துடன் கூறிவிட்டு நடந்து போய்விட்டான். பல மாதங்களுக்குப் பின்

1997இல் அந்தப் போராட்டம் வெற்றி பெற்றபோது, ஜெய்ப்பூரின் பாடி–சௌபாடில் ஒலித்த வெற்றி முழக்கம், 'தட்புஞ்சூன் கி ஜீத்' (முட்டாள்கள் வென்றார்கள் !)[129]

பிகானீரிலிருந்து இந்த யாத்திரை ஜோத்பூருக்குச் சென்றது. மே 22 முதல் 24ஆம் தேதி வரை யாத்திரை அங்கு இருந்தது; நகரிலும், சுற்றுப்புறங்களிலும், துண்டுப் பிரசுரங்களை விநியோகித்தது; மக்களிடம் பேசியது, வாதம் செய்தது, விவாதித்தது. அனைத்து அவசரத் தேவைகளையும் சமாளிக்க முஸ்தீபுகளுடன் இருந்தது. ஆங்காங்கே டிரக் நிறுத்தப்பட்டது. கூடாரம் அமைத்து, சமைத்துச் சாப்பிட்டபின் பயணம் தொடர்ந்தது. இந்த முயற்சி முழுவதற்கும் தேவையான நிதியுதவியைப் பொதுமக்களும் அனுதாபிகளும் அளித்தனர். அனுதாபிகளில் பெரும்பான்மையினர் இரக்க மனதுள்ள NGOக்கள். தங்குமிட ஏற்பாடுகள், உணவு என்றுஅவர்கள் பொருளாக அளித்தனர். மிகப் பலவீனமானவர்களான ஏழைகளுடன் அடையாளப்படுத்திக்கொள்ளும் காந்திய / சோசலிசக் கொள்கைகளுடன், மத யாத்திரை ஒன்றின் எளிமையும் இணைந்ததாக நடந்த இந்த யாத்திரை குறைந்த செலவில் நடத்தப்படும் இயக்கங்களுக்கான வாதத்திற்கு மேலும் வலுச்சேர்த்தது.

> ஜோத்பூரில் பார்வையற்றோருக்கான பள்ளி ஒன்றைச் சுசீலா போரா நடத்திவருகிறார், அரசாங்கம் நடத்தும் மகளிர் மேம்பாட்டுத் திட்டத்தின் மூலம் தோழியானவர். 'யாத்திரை' தங்குவதற்குப் பள்ளி வளாகத்தை அளித்தார். டிரக் பயணிகள் பள்ளியில் தங்கினர். கூடாரம் டிரக்கிலேயே வைக்கப்பட்டது. போக்குவரத்து சார்ந்த பல்வேறு விவரங்களைத் தந்து டாக்டர் பத்வா உதவினார். பலரும் சிறந்த ஆலோசனைகளை வழங்கினர். மகேஷ் போராவும் சுமித்ராவும்ஆரம்பத்திலிருந்தே, சோஹன் கார்க் நாட்கள் தொடங்கி ஆதரவாளர்கள். சமூகச் செயல்பாடுகள், அவர்கள் பார்க்கும் சட்டம் மற்றும் மருத்துவத் தொழில்கள் மூலம் ஏற்பட்ட அவர்களது தொடர்பு விலைமதிப்பற்றது.
>
> பிரபல வழக்கறிஞர் மருதர் மிருதுல், புகழ்பெற்ற, குறிப்பிடத்தக்கப் பண்பாட்டு வரலாற்றாளர் கோமல் கோத்தாரி, பிரபல எழுத்தாளரும், கதைசொல்லியும், நண்பருமான விஜய்தன் தேத்தா ஆகியோர் அளித்த ஆதரவு பிரச்சார இயக்கத்திற்கு வலுச்சேர்த்தது. சமூகம், சட்டம் மற்றும் அரசியல் அடிப்படையில் ஏற்கும் வகையிலான கட்டமைப்பிற்குள் அவர்கள் கோரிக்கையைப் பொருத்தித் தந்தனர். கோட்டத் தலைமையகத்திலும்,

தெருக்களிலும் நடத்தப்பட்ட ஆர்ப்பாட்டங்கள் பொது மக்களின் ஆதரவைத் திரட்டின; தகவல் பெறும் உரிமை மற்றும் (அமைப்பு) தாமாகவே முன்வந்து தகவல்களை அளிக்கவேண்டியதன் அவசியத்தைப் புரிந்துகொள் வோரின் எண்ணிக்கை படிப்படியாக அதிகரித்தது.[130]

வரலாற்று முக்கியத்துவம் வாய்ந்த ஐம்பத்துமூன்று நாட்கள் தர்ணாவின் தொடக்கத்திற்காக யாத்திரை ஜெய்ப்பூரில் முடிவடைந்தது. 26-05-1997 அன்று ஜெய்ப்பூரில் தர்ணா உண்மையான முனைப்புடன் தொடங்கியது.

இந்தியாவில் அரசியல் கல்வியின் முக்கியப் பகுதியாக, மக்களிடம் கட்டாயம் செல்ல வேண்டும் என்பது இருக்கிறது. மக்கள் மேல் அதற்கிருந்த கரிசனத்தாலும், மக்களுடன் தொடர்பேற்படுத்திக் கொள்வதில் அதற்கிருந்த திறமையாலும் ஆர்டிஐக்கான பிரச்சார இயக்கத்திற்கு வெற்றி கிடைத்தது. யாத்திரை பல விஷயங்களை உள்ளடக்கியிருந்தது: தொடர்ந்து பயிலரங்குகளும் கருத்தரங்குகளும் பொது இடங்களில் கூட்டங் களும் நடந்தன; ஆங்காங்கே சிறப்புக் குழுக்களின் கூட்டங்கள் நடந்தன. அவை எதிர்ப்பு ஆர்ப்பாட்டமாகவும், அதேநேரத்தில் அதிகாரிகளிடம் மனுக்கள் அளிக்கும் நிகழ்வுகளாகவும் இருந்தன. அறநெறிகளுடன் வெற்றிகரமாக ஜனநாயகத்தை இயங்கச் செய்வதற்கு தேவையான பலவிதமான ஜனநாயக நடவடிக்கைகளையும் கல்வியையும் பிரச்சார இயக்கம் ஒன்றிணைத்தது. இதன்மூலம் மக்கள் தமது தெரிவுகளை விவரமறிந்து செய்வதற்கு அவர்களைப் பயிற்றுவித்தது.

15

ஜெய்ப்பூர் தர்ணா:
மே – ஆகஸ்ட், 1997

ஏற்ற இறக்கமான சாலைகளில் டிரக்கில் பயணிப்பதும், வாகனத்தின் வேகமும் பிரச்சாரத்தில் இருந்தவர்களைச் சோர்வடையச் செய்திருக்கும்; ஊக்கமிழக்கச் செய்திருக்கும் என்று பொதுவாகக் கருதலாம். ஆனால் பயணித்தவர்கள் உற்சாகம் நிரம்பியவர்களாய் இருந்தனர்; யாத்திரையில் அவர்கள் சந்தித்த ஆயிரக்கணக்கான மக்களின் தளராத ஆதரவைப் பெற்றுத் திரும்பியிருந்தனர். ஸ்டேச்சு சர்க்கிளில் (Statue Circle) கூடிய நூற்றுக் கணக்கான நபர்கள் ஒரு உறுதிமிக்க திரட்சி. டெல்லியில் இந்தியா கேட் போல் ஜெய்ப்பூரில் மாலைநேரத்தில் பொழுதுபோக்குவதற்கு நாகரீக மான கூடுமிடம் அது. அருணா ராய் நினைவு கூர்கிறார்:

> நிச்சயமாகத் திரும்பிவருவோம் என்று சொல்லி மாலையில் அங்கிருந்து புறப்பட்ட பலருக்கும் விடையளித்துக்கொண்டிருந் தேன். திடீரென்று இரண்டு பெண்கள் சண்டைபோடத் தொடங்கினர். அவர்க ளிடையே சமாதானம் செய்துவைக்க முயன்றேன்; அப்போது பனேர் என்ற இடத்திலிருந்து வந்திருந்த கல்கு மா பாசத்துடன் என் தோள்களில் கைகளைப் போட்டார். 'பேட்டா, நீ இங்கே இருக்கும் வரை நான் உன்னோடுதான் இருப்பேன்.

நான் உன்னையோ, இந்தப் பிரச்சினையையோ விட்டு விடப்போவதில்லை' என்றார். சொன்ன சொல்லை கல்கு மா காப்பாற்றினார்; ஏதோ அவசரத்திற்காக அவர் சென்ற ஒரு சில நாட்கள் தவிர்த்து நாங்கள் அங்கு இருந்த ஐம்பத்து மூன்று நாட்களும் எங்களுடன் தங்கினார். இப்படிப்பட்ட அர்ப்பணிப்புதான் ஆர்டிஐ கோரிக்கைக்கு ஆதரவாக இருந்தது என்று எனக்கும் மற்றும் பலருக்கும் தோன்றியது. போராட்டத்திற்கு முக்கியமான அடித்தளமாக, தெருமுனைப் போராட்ட மும் தொடர் முயற்சிகளும் அமைந்தன. இல்லையெனில், சட்டமியற்றும் செயல்முறையும் பேச்சுவார்த்தைகளும், அரசியல் உறுதிப்பாட்டுடன் நகர்ந்திருக்காது.[131]

ஜெய்ப்பூரின் இந்த ஸ்டேச்சு சர்க்கிள் மாநகரத்தின் பிரபலமான இடம். சமூகத்தின் அனைத்து அடுக்குகளைச் சேர்ந்த மக்களும் அங்கு ஒரு நடையுலாவை அனுபவிக்க வருவர். நகர மக்கள் கடுமையான தண்ணீர்ப் பற்றாக்குறையால் அவதிப்படுவார்கள்; அந்தப் பாலைவன மாநிலத்தைச் சுற்றியிருப்பவர்கள் சில குடங்கள் குடிநீரும் கிடைக்காமல் வாடி வதங்குவார்கள்; ஆனால், கோடையின் உச்சத்திலும் இங்கு அமைந்திருக்கும் புல்வெளி பசுமையாகவும், ஈரமாகவும் இருக்கும்படி பராமரிக்கப்படும். ராஜஸ்தானின் கிராமப்புறப் பெண்கள் இரண்டு பானை குடிநீருக்காக அடிக்கடி பல மைல்கள் நடக்கவேண்டும். வறட்சி என்பது தொடர்ந்து நிகழ்கிற, ஏற்றுக்கொள்ளப்பட்ட சூழலாக அமைந்துவிட்டது. கைபம்புகளுக்கும் குடிநீர் குழாய்களுக்கும் அரசாங்கம் அளிக்கும் வாக்குறுதிகளும், அதற்காக ஒதுக்கப்படும் லட்சக் கணக்கான ரூபாய்களும் பாலைவனக் கானல் நீர் போல் மறைந்துவிடுகின்றன. இந்த மெத்தென்ற புல்வெளியில் அமர்ந்திருந்த மக்களுக்கு, சிலையைச் சுற்றிக் காலையில் நடைப்பயிற்சியும், மாலையில் 'ஜாகிங்'கும் போகும் செல்வந்தர் களைப் பார்க்கையில், ஒரு நீடித்தமுரணும், ஆட்சி நிர்வாகத்தின் மீதான விமர்சனமும் தோன்றியது.

தர்ணாவின் பார்வையாளர்களில், அலுவலகங்களில் அமர்ந்தபடி, ஒலிபெருக்கியின் வழியாக எதிர்ப்புப் பாடல் களையும், முழக்கங்களையும் உரைகளையும் கேட்டவர்கள் உண்டு. போராட்டக்காரர்களைப் பகல் நேரத்தில் அவர்களது அலுவலகங்களில் எதிர்கொள்ளும் அச்சமேற்படுத்திய சந்தர்ப்பங்களும் பலருக்கு வாய்த்தது. தலைமைச் செயலகம், அரை கிலோமீட்டர் தொலைவில்தான். மறைவாகச் செயல் படும் நிர்வாகம் கோரிக்கைகள் குறித்து கவலைகொள்ளப்

போதிய நெருக்கமான தொலைவில் இருந்தது; அக்கறையுள்ள பலதரப்புக் குடிமக்களை அதிக அளவில் பங்கேற்பதற்கு ஈர்க்கும் அளவிற்குப் போதுமான தூரத்தில் இருந்தது.

அருண்குமார் கமிட்டி அறிக்கையின் கண்டுபிடிப்புகளை அரசாங்கம் வெளியிடும் என்று சங்கதன் ஓராண்டுக்கும்மேல் காத்திருந்தது. பியாவரில் நடந்த முதல் தர்ணாவின் உச்சத்தில் அமைக்கப்பட்ட குழு அது. இந்தப் பின்னணியில்தான் இரண்டாவது நீண்ட தர்ணா தொடங்கியது. 1997ஆம் ஆண்டு இந்திய விடுதலையின் பொன்விழா ஆண்டு. அதற்காக முடிவு செய்யப்பட்டிருந்த கொண்டாட்டங்கள் மீதான ஒரு முரண் விமர்சனமாகவும் ஒரு பின்குறிப்பாகவும் உரிமை கோரிய அந்தப் போராட்டம் அமைந்தது.

சங்கதனும் NCPRIயும் இணைந்து தர்ணாவை 26–05–1997 அன்று தொடங்கின. மாநில அளவிலான பிரதிநிதிகள் குழு ஒன்று முதல்வரைச் சந்திக்கச் சென்றது. பலரும் நன்கறிந்த பத்திரிகையாளர் குல்தீப் நய்யார் குழுவின் தலைவர். எமர்ஜென்சியின்போது மேலும் பலருடன் சிறைவாசமிருந்த முதல்வர் நியாயத்தை ஏற்பார் என்ற நம்பிக்கை குல்திப்ஜிக்கு இருந்தது. அரசாங்கத்தின் மீது எங்களுக்கு இருந்த அவ நம்பிக்கை அவருக்குத் தவறாகத் தோன்றியது. ராஜஸ்தானில், பஞ்சாயத்து அளவில் ஆவணங்களைச் சரிபார்க்க அனுமதிக்கும் உத்தரவுகள் ஜூன் 3ஆம் தேதி வாக்கில் வெளியிடப்படும் என்று முதல்வர் உறுதியளித்தார். கலவையான உணர்வு களுடன் தூதுக்குழுவினர் திரும்பினர். உத்தரவாதத்தை முற்றிலும் நம்பமுடியாது என்று உறுப்பினர்கள் கருதினர்; இருப்பினும், குல்திப்ஜி வாக்குறுதியை நம்பினார். ஆனால், நலம்விரும்பிகள் பலரும் வற்புறுத்திய போதும், உத்தரவுகள் நிஜமாகப் பிறப்பிக்கப்படும் வரை தர்ணா நிறுத்தப்படாது என்று அனைவரும் கூறினர். தர்ணா தொடர்ந்தது; உறுதி யளிக்கப்பட்ட அந்தத் தேதியில் மற்றொரு உத்தரவாதத்தை எதிர்கொள்ள நேரிடுமோ என்று சந்தேகத்துடன் காத்திருந்தோம்.

வெளியில் போராட்டம் நடந்துகொண்டிருக்க, அரசாங்கத் திற்குள் பதற்றம் அதிகரித்தது. ஆங்கிலேயர் விட்டுச்சென்ற பல விஷயங்களில் ஒன்றான, காலாவதியாகிவிட்ட காலனிய மரபான 1923ஆம் ஆண்டின் ரகசியப் பாதுகாப்புச் சட்டம் இப்போதும் நடைமுறையில் இருக்கிறது. அதைச் சுட்டிக்காட்டி தனது நிலைபாட்டை அரசாங்கத்தால் நியாயப்படுத்த முடிய வில்லை. விடுதலை பெற்ற இந்தியா, இந்த ரகசியப் பாதுகாப்புச் சட்டத்தை ரத்து செய்யவில்லை. எதையும் அணுகுவதற்கு அனைவருக்கும் சமஉரிமை உண்டு என்று விடுதலையின்போது

அளித்த உறுதிமொழியை மதிக்காத மற்றொரு துரோகக் குறிப்பு இது. ஒப்புக்கொண்டதை ராஜஸ்தான் அரசு செய்ய மறுத்தது. தகவல்களை மறைப்பதற்கும், மறுப்பதற்கும் இந்தச் சட்டத்தைத் தொடர்ந்து பயன்படுத்தியது. இன்னும் சில நேர்வுகளில், மாநிலத்தின் பாதுகாப்பு என்று சொல்லி ஏற்கனவே வெளியான தகவல்களை மறுக்கும் அபத்தமான முயற்சிகளிலும் இறங்கியது.

ஜூன் மூன்றாம் தேதி வந்தது, சென்றது, முதல்வர் அளித்த உத்தரவாதத்தை நிறைவேற்றும் உத்தரவின் அறிகுறி எதுவும் தென்படவில்லை. அதாவது குழுவின் அறிக்கை வெளியாக வில்லை. ஜூன் 7 அன்று ‘வாத கிலாஃபி திவஸ்’ (வாக்குறுதி நிறைவேற்றாத நாள்) நடத்த ஏற்பாடு செய்யப்பட்டது. குல்தீப் நய்யார், கே.ஆர். வேணுகோபால், ஹேமலதா பிரபு, முகுலிகா சென், சவாய் சிங், பிரேம் கிருஷ்ண் சர்மா, சுரேந்திர மோகன், வகர் பாய் (சிபிஐ–எம்), தாமோதர் தன்வி, மருதர் மிருதுல், தான் சிங், வேத வியாஸ், சித்திராஜ் தத்தா, பிரதீப் பார்கவா, பேராசிரியர் பாரதியா, பேராசிரியர் ஓ.பி. மாத்தூர், விக்ரம் வியாஸ், பேராசிரியர் வி.எஸ். வியாஸ், ரேணுகா பமேச்சா, மம்தா ஜேட்லி, சாரதா ஜெயின், லட் குமாரி, சுமித்ரா சோப்ரா, ராதாகாந்த் சக்சேனா, பிரகாஷ் சதுர்வேதி, சுஷ்மிதா பானர்ஜி ஆகியோரும் மேலும் பலரும் அந்தக் கூட்டத்தில் கலந்துகொண்டனர். தோள்பட்டையில் கறுப்பு ரிப்பன்களை கட்டிக்கொண்டு எதிர்ப்பைப் பதியவும், காது கேளாத அரசைக் கேட்க வைக்கவும் ஆயிரக்கணக்கில் மக்கள் திரண்டனர்.

தன்னிச்சையாகக் கவிதைகளும் பாடல்களும் உருவாகின. சங்கரும் அவரது நண்பர்களும் பாடினர்:

> ஜெய்ப்பூர் கி சர்கார் து போலே கியோன் நி ரே,
> முண்டோ கோலே கியூன் நி ரே.
>
> *(ஜெய்ப்பூர் சர்க்காரே ஏன் பேச மறுக்கிறாய்,*
> *அறிவை ஏன் பயன்படுத்த மறுக்கிறாய்)*

பாடல் இவ்வாறு நீண்டுகொண்டே சென்றது. ‘யானையைப் போன்ற காதுகள் உங்களுக்கு, அத்துடன் பெரிய கண்களும். ஆனால் பார்க்கவோ கேட்கவோ நீங்கள் விரும்பவில்லை’. ஒரு சமூக ஆர்வலரின், கவிஞரின் இதயத்திலிருந்து மனத்தி லிருந்து வெளிவந்த உணர்வுகள். நேரடியாகப் பிரச்சினையின் மையத்தைத் தொட்டன. அந்தக் காலகட்டத்தின் ஏனைய பாடல்களையும் போல், இதுவும் ராஜஸ்தானில் மிகவும் பிரபலம் அடைந்தது.

அதேநேரத்தில் அரசாங்கத்தின் பல்வேறு மட்டங்களிலும் ஆதரவு திரட்டுவது, உரையாடுவது, விவாதங்கள் நடத்துவது என்று அனைத்து வழிமுறைகளையும் சங்கதன் பயன்படுத்தியது. அமைச்சர்களையும் செயலர்களையும் சந்திக்க ஒவ்வொரு நாளும் பிரதிநிதிகள் சென்றனர். இந்தச் சந்திப்புகளுக்குக் காவல்துறை வசதி செய்து தந்தது. போராட்டக்காரர்கள் தடுப்பரண்களுக்கு அருகில் நின்று, செயலகம் நோக்கி அவர்கள் செல்வதைத் தடுத்தனர். காந்திஜியின் புகழ்பெற்ற பிரார்த்தனைப் பாடலை அந்தச் சூழலுக்கேற்ப மாற்றிப் பாடினர்: 'ரகுபதி ராகவ் ராஜா ராம், சர்க்கார் கோ புத்தி தே பகவான், சிஎம் கோ அகல் தே பகவான், டிஎம் கோ புத்தி தே பகவான். . .' என்று பாடினர். மேளங்களும் தாளங்களும் பாடலுக்குத்துணை செய்தன. போலிசார் எரிச்சல் அடைந்தாலும், இந்த வேடிக்கைகளை ரசிக்கவும் செய்தனர். கார்களின் மேல் சிவப்பு விளக்குகளுடன் சென்ற அதிகார வர்க்கத்தினர் பெரும்பாலும் கோபமாகவும், என்ன நடக்கிறது என்பது தெரியாமல் ஏளனமாகப் பார்த்தபடியும் கடந்துசென்றனர், அதேசமயம் சிலர் வேடிக்கைகளை ரசித்தபடி சென்றனர். . . . காவல்துறை அவர்கள் தெரிந்தெடுக்கும் அமைச்சரையோ, துறை சார்ந்தவரையோ சந்திக்க ஏற்பாடு செய்வதற்கு உறுதியளித்தனர். ஆனால், போராட்டக்காரர்கள் ஒவ்வொரு நாளும் அதை வேண்டாமென்று மறுத்தனர்.

    யே பஞ்சாயத் ஹமாரே ஆப் கி,
    நஹின் கிஸி கே பாப் கி

தர்ணா பந்தலில் முழக்கங்கள் உணர்வெழுச்சியை உண்டாக்கின. பிரச்சினையை மையப்படுத்தி அவை உருவாக்கப்பட்டன. 'யே பைசா ஹமாரே ஆப் கா, நஹின் கிஸி கே பாப் கா... யே தேஷ் ஹமாரே ஆப் கா, நஹின் கிஸி கே பாப் கா... யே சர்க்கார் ஹமாரே ஆப் கி, நஹின் கிஸி கே பாப் கி'. அனைவரும் சேர்ந்து இந்த முழக்கங்களை எழுப்பினர்; 'மக்கள் தேர்ந்தெடுத்த இந்த அரசாங்கத்திற்கு நீ எஜமான் இல்லை; சேவை செய்யவும், நல்ல நிர்வாகத்தை அளிக்கவும் உருவான அமைப்பின் அங்கமே' என்ற எழுச்சியான உணர்வுப் புரிதலை அவை வெளிப்படுத்தின. மக்களிடம் தான் இறையாண்மை அளிக்கப்பட்டுள்ளது; மக்களிடமிருந்துதான் அடிப்படை அதிகாரம் ஆள்வோருக்குச் செல்கிறது என்ற உண்மையை இந்த முழக்கங்கள் அடிக்கோடிட்டுக் காட்டின.

தர்ணா குறித்த நல்லெண்ணம் மக்களிடையே அதிகரிக்கத் தொடங்கியது. பியாவரைப் போல், ஜெய்ப்பூர்

ஊடகங்களையும் ஈர்த்தது. ஆர்டிஐ பிரச்சார இயக்கம் குறித்துப் பரவலாகப் பத்திரிகைகளில் செய்திகள் வந்தன. மாநிலச் செய்தித்தாள்களிலும் தேசிய நாளிதழ்களிலும் செய்திகள் வெளியாகின. காட்சி ஊடகங்களும் இந்நிகழ்வுகள் குறித்துத் தொடர்ந்து பேசின. சிவில் சமூகமும் ஊடக வெளியும் கொடுத்த ஒருங்கிணைந்த அழுத்தத்தால் மாநில அரசாங்கம் எதிர்வினை ஆற்றத் தொடங்கியது. வழக்கமான ஆணவ நிலைப்பாட்டுடன் பொய்களைச் சொல்லி இந்தப் பிரச்சினையை ஒதுக்கித் தள்ளமுடியாது என்பதை அரசாங்கம் கண்டுகொண்டது.

கோட்டாலா ரதம் அல்லது 'ஊழல்களின் தேர்': அரசியல் இரட்டைப்பேச்சையும் கபடநாடகத்தையும் அம்பலப்படுத்துதல்

நினைவிலிருக்கும் வரலாற்றின் தொடக்கத்திலிருந்தே, உணர்வுமிக்க இந்தியர்களுக்குத் தொடரும் கவலையாக வறுமை யும் ஊழலும் இருக்கின்றன. வீட்டையும் குடும்பத்தையும் விட்டு வெளியேறிய கௌதம புத்தராக இருந்தாலும், இகவுலகம் தவிர்த்துப் பரவுலக தத்துவம் பேசிய பெரும் கவிஞர் களான கபீர் அல்லது வேறுபல ஸூஃபி துறவிகளின் கவலையாக இருந்தாலும், ஒடுக்கப்பட்டவர்களுக்காகப் பேசிய தென்னகத்துக் கவிஞர்களின் வசனங்களாக இருந்தாலும் அல்லது சுப்ரமணிய பாரதியாகட்டும், வக்கற்ற நிலையும் வறுமையும்தான் அவர்களின் முக்கியக் கவலையாக அமைந்தன.

ராஜஸ்தானில் 1996இல் ஆளும் கட்சியாகப் பாரதிய ஜனதா கட்சிதான் இருந்தது; அது தகவல்களைப் பெற குடிமக்களை அனுமதிக்கும் பிரச்சினையை எடுத்துப்பேசித் தீர்க்கவோ அல்லது சட்டத்தைத் திருத்தவோ மறுத்து வந்தது. அதே நேரம் அதனுடைய அகில இந்தியக் கட்சி, தேசியத் தலைவர் எல்.கே. அத்வானியின் தலைமையில் மாபெரும் ரத யாத்திரை ஒன்றை ஏற்பாடு செய்தது ஒரு முரண்: அதனுடைய பிரச்சார இயக்கம், *'பாய், பூக் அவுர் பிரஸ்டாச்சார்'* (பயம், பசி மற்றும் ஊழல்) பரவுவதை முன்னிலைப்படுத்திப் பேசியது; ஒழிக்க முடியவில்லை என்றால், அவற்றை எப்படிக் குறைக்கலாம் என்பதற்கான வழிமுறைகளையும் கூறியது.

அத்வானியின் ரத யாத்திரை ராஜஸ்தான் மாநிலம் வழியாக செல்லவிருந்தது. ரத யாத்திரையைச் சந்திக்க தூதுக் குழுவை அனுப்பலாம் என்று தர்ணா முடிவு செய்தது. ஆனால், அவர்களைச் சந்திக்க அந்த யாத்திரைக் குழுவினர் மறுத்து விட்டனர். கைகளில் கறுப்புப் பட்டைகள் அணிந்து கருப்புக் கொடிகளை அசைத்து கோட்டாவில் தங்கள் ஏமாற்றத்தை அவர்கள் வெளிப்படுத்தினர்; கோபத்துடன் திரும்பிவந்தனர்.

தூதுக்குழுவுடன் சென்றிருந்த சங்கர், 'ரதத்திற்கு' முன்னதாக நமது பிரச்சார இயக்கம் செல்லவேண்டும்; அதன் பொய்களையும், கபடத்தையும் அம்பலப்படுத்த வேண்டும் என்று கூறினார். ஆனால், நல்லவர்களின் அறிவுரை மேலோங்கி நின்றது; அவரும், பன்வர் கோபால் (பூர்ஜி), கஜானந்த் மற்றும் ராஜஸ்தான் முழுவதிலுமிருந்து வந்திருந்த பல இளம் பெண்கள் உட்பட படைப்பாற்றல் மிக்க நண்பர்களும் சேர்ந்து 'கோடாலா ரதத்தை' உருவாக்கி அதன் யாத்திரையையும் முடிவு செய்தனர்.

ரதத்தின் உருவாக்கமே அற்புதமாக இருந்தது. அது 'தேலா' என்று அழைக்கப்படும் கையால் இழுக்கக்கூடிய தள்ளு வண்டி அல்லது கை வண்டி. நன்கு அலங்கரிக்கப்பட்ட நாற்காலி ஒன்று வண்டியின் மேல் அமைக்கப்பட்டு, அதன்மேல் குடை ஒன்று பொருத்தப்பட்டது. ஒரு விதானமாக அந்தக் குடை செயல்பட்டது. கடந்த பத்தாண்டுகளில் நடந்த மோசமான ஊழல்களின் பெயர்கள் கார்டுபோர்டில் எழுதப்பட்டு, குடையிலிருந்து தொங்கவிடப்பட்டன. என்ரான், யூனியன் கார்பைடு போன்ற பன்னாட்டு நிறுவனங்களால், அரசாங்க நிறுவனங்களால் மக்கள் சித்திரவதைக்கு ஆளாகித் துன்புறுகின்றனர். இவை தவிர்த்து பெட்ரோல் பம்புகள், யூரியா, தீவனம் போன்ற பல்வேறு ஊழல்களாலும் துயருறுகின்றனர்.

ராஜஸ்தானின் நிலப்பிரபுத்துவக் கடந்தகாலத்தை நினைவு படுத்தும் வகையில் துணிச்சல் மிக்க ஒரு 'காம்தார்' (அரசு ஊழியர்) ஊர்வலத்திற்கு முன்னால் சென்றார். வெள்ளை குர்தா-பைஜாமாவும் காவித்துண்டும் அணிந்து நாற்காலியில் 'நேத்தா' (குட்டி அரசியல்வாதி) அமர்ந்திருந்தார். கோட்டாலா ரத யாத்திரை மக்களுக்கு அதிர்ச்சியளித்தது. அவர்கள் களிப்புற்றனர்; யாத்திரை அவர்களைச் சிந்திக்கவைத்தது. வரலாற்றுச் சிறப்புமிக்க இந்த ஊர்வலத்தைப் பார்க்க மக்கள் பெருமளவில் கூடினர். பாடல்கள், பேச்சுக்கள், அவற்றுடன் இணைந்து குறுநாடகம் என்று மக்களுக்குச் செய்தி சொல்லவும் முடிந்தது.

செய்திகளைப் பரப்பவும் உரையாடலுக்கான வெளியை உருவாக்கவும் மிகப்பயனுள்ள வழிமுறைகளில் ஒன்றாக கோட்டாலா ரதம் அமைந்தது. இந்தியா சுதந்திரமடைந்த இந்த ஐம்பது ஆண்டுகளில் ஊழல் அரசாங்கங்களின் பொய்யான வாக்குறுதிகளைத்தான் அது கொண்டாடியது. அதனால், இந்த யாத்திரையின் கருத்து அதன் வடிவத்திலும் உள்ளடக்கத்திலும் அன்றைய நிகழ்வுகளின் அடிப்படையில் மத-அரசியல் ரத யாத்திரைகளைக் கூர்மையாகவும் ஏளனமாகவும் ஒப்பிட்டுப் பார்க்க வைத்தது. பண்பாட்டுரீதியிலான

உரைவீச்சுகள் பெரும்பாலும் பலவிதமான அதிருப்திகளை உள்ளடக்கியவை. இந்தக் கோட்டாலா ரத யாத்திரை பல்வேறு வகையான கேள்விகளை ஒன்றிணைத்தது. அதன்மூலம், அரசாங்கத்தைக் கேள்விக்கு உட்படுத்தியது. பாடல்களும் இயல்பாக அமைந்த நாடகங்களும் இணைந்து, யாத்திரை மிகவும் பிரபலமான ஒன்றாகியது.

சங்கதன் அமைப்பின் ஆர்வலர்கள் நடத்த முடிவு செய்த 'ஸ்வர்ண ஜெயந்தி கே உப்லக்ஷ்ய மேன் கோட்டாலா ரத் யாத்ரா', அரசியல் கட்சிகளின் வெற்று வாக்குறுதிகளையும், பிரச்சாரங்களையும் அரசியல் சார்ந்து வசைபாடுவதாக இருந்தது; ஏசி ரதங்களில் அவர்கள் நடத்தும் யாத்திரைகளி லிருந்து கூர்மையாக இது மாறுபட்டிருந்தது. கோட்டாலா ரத யாத்திரையின் அரசியல் நையாண்டி அதன் 'தேலாவிலேயே' வெளிப்படையாகத் தெரிந்தது. இது மிகப் பெருமளவுக்குப் பிரபலம் அடைந்தது என்பதுடன் சிறந்த பொதுநிகழ்வாகவும் அமைந்தது.

பிரபலமான பொதுமக்கள் தலைவரான ஸ்ரீராஜ்வானி ரத யாத்திரை செய்கிறார்; டெல்லியிலிருந்து ஜெய்ப்பூருக்கு வருகிறார்; கூட்டத்தில் உரையாற்றப் போகிறார் என்ற செய்தி பல நாட்களாக தர்ணாவில் அறிவிக்கப்பட்டது. தர்ணாவில் என்ன நடக்கிறது என்பது குறித்து நிர்வாகத்துக்குத் தினமும் தகவல் கொடுக்கவேண்டிய மத்திய உளவுத்துறையினர் தங்கள் அறிக்கைகளில் இதுபற்றிக் குறிப்பிடத் தொடங்கினர். 'வரப் போவது யார், எங்கிருந்து, ஏன்?' என்று மக்கள் கேள்விகேட்கத் தொடங்கினர். சங்கதன் இதைப் பயன்படுத்திக்கொண்டது. நடைபெறப்போகிற வருகையைப் பற்றி அடிக்கடிக் குறிப்பிட்டது. ஸ்ரீராஜ்வானி அரசு விருந்தினராக வருகிறார் என்பதால், அவர் வி.ஐ.பி. களுக்கான விருந்தினர் மாளிகையில்தான் தங்குவார் என்று சிறப்பு அறிவிப்புகளும் அவ்வப்போது செய்யப்பட்டன. இந்த நபர் யார் என்று யாராலும் கண்டுபிடிக்க முடியவில்லை. ஆர்வம் அதிகரித்தது.

இறுதியாக, குறிப்பிட்ட அந்தத் தேதியில் விருந்தினர் வந்து சேர்ந்துவிட்டதாகச் சங்கதன் அறிவித்தது. ரத ஊர்வலம் தொடங்கப்போகிறது என்றும் அறிவித்தது. சங்கதனின் ஒட்டுமொத்தக் குழுவும், போராட்டத்தில் ஈடுபட்டிருந்தவர்களும் ரதத்தின் பின்னால் அணிவகுத்து நிற்கத்தொடங்கினர். விருந்தினருக்காக அரசும் காவல்துறையும் ஏற்பாடுகளை நன்றாகச் செய்திருந்தனர். இரண்டு வேன்களில் போலிஸ்காரர் களும், பெண் காவலர்களும் வந்திருந்தனர்; குதிரைப்படை யுடன் இணைந்து செல்ல மோட்டார் சைக்கிள்களும் தயாராக

இருந்தன! திடீரென்று, கூடாரத்தின் பின்னாலிருந்து பிரபல மான அரசியல்வாதி ஸ்ரீராஜ்வானியின் உடையில் வெளிப்பட்ட சங்கர் ரதத்தில் ஏறினார், ஊர்வலம் தொடங்கியது. போதிய ஏற்பாடுகள் செய்ய உத்தரவிடப்பட்டிருந்த போலிசாரும் விரைந்து செயலில் இறங்கினர்.

ரதத்தின் இருபுறமும் மோட்டார் சைக்கிள்களில் போலிஸ் காரர்கள் வந்தனர். அந்தக் கேலியை அவர்களால் புரிந்து கொள்ள முடியவில்லை; அல்லது அவர்கள்தான் கேலிக்கு உள்ளாகியிருக்கிறார்கள் என்பதும் அவர்களுக்கு முற்றிலும் தெரியவில்லை. பிரபலமான ஹிந்து பஜன் அல்லது பக்திப் பாடலை அடிப்படையாகக் கொண்ட பாடல் ஒன்று ஊழல் ரதத்திலிருந்து ஒலிபரப்பானது. ஊர்வலத்திற்கு எப்படி எதிர்வினையாற்றுவது என்று தெருக்களின் பெரும்பாலான மக்களுக்குத் தெரியவில்லை. மத ஊர்வலம் என்று நினைத்து அதனுடன் இணைந்து நடந்தவர்கள், பாடலின் சொற்களைக் கேட்ட பின்னர்தான் ஊர்வலத்தை உற்று நோக்கினர், வசதியற்ற வேட்பாளரின் அரசியல் பேரணி என்றும் சிலர் நினைத்தனர்.

ஊர்வலம் ஓரிடத்தில் நிறுத்தப்பட்டு ஸ்ரீராஜ்வானி கூட்டத்தில் உரையாற்றிய சில நிமிடங்களில் பெரும்பாலான தவறான அனுமானங்கள் விலகின. இந்தியாவின் உண்மை நிலையை விவரிக்கும் அரசியல் நையாண்டியும் நகைச்சுவை யும் நிறைந்த அவரது பேச்சை மக்கள் ரசித்தனர். அமைதியுடன் கேட்டு, கைதட்டினர், பெரும்பாலான சந்தர்ப்பங்களில் மக்கள் ஊர்வலத்தில் கலந்துகொண்டனர், ரதத்தைத் தொடர்ந்து, தர்ணா பந்தலுக்கும் வந்தனர். கோட்டாலா ரத யாத்திரை நன்கொடையாகப் பணம் வசூல் செய்தது. அந்த நையாண்டியை நிறுத்த அரசாங்கத்தால் எதுவும் செய்யமுடியவில்லை. யாத்திரை போக்குவரத்தைத் தடுக்கவில்லை; அல்லது அது விதிகளை மீறிய வன்முறை நிறைந்த அரசியல் எதிர்ப்புப் போராட்டமும் அல்லவே! எல்லாவற்றிற்கும் மேலாக, அவர்களால் என்ன செய்ய முடியும்?

ஊடகத்தினருக்கு இந்தப் போராட்ட முறை மிகவும் பிடித்துப் போயிற்று. சாமானிய மனிதன் இதனால் பரவசப் பட்டுப் போனான். இதை எப்படி எதிர்கொள்வது என்று தெரியாமலும், ஏற்பட்டிருக்கும் பெரும் தாக்கத்தை நிறுத்துவது எப்படி என்று தெரியாமலும் நிர்வாகம் கொதித்துப்போனது.

ஸ்ரீராஜ்வானியும் (அரசின் குரல்), நேத்தாவும் (ஒரு உள்ளூர் அரசியல்வாதியின் முழு பரிமாணத்தையும் சங்கர் நடித்துக் காட்டினார்), குறிப்பிடத்தக்கச் சாதனைகளின் முடிவற்ற

பட்டியலுடன், ஊழல்கள் நிறைந்த ஐம்பதாவது ஆண்டைக் கொண்டாடினர்!

அந்த ரதத்திலிருந்த அரசியல்வாதி ஸ்ரீராஜ்வானி, ராஜ்ஜியத்தின் (நிர்வாகம்/அரசாங்கம்) மொழியைப் பேசினார். ஜனநாயகத்தின் ஆன்மா லஞ்சம் என்றும், ஊழல்கள் அதன் உணவு என்றும் விவரித்தார். ரதத்திலும், அந்த அரசியல்வாதியின் தலைக்கு மேலிருந்த குடையிலும், பல்வேறு ஊழல்கள் (யூரியா, சிமென்ட், பீரங்கி, தார், தீவனம் போன்றவை) சுதந்திரத்தின் ஐம்பதாண்டு காலச் 'சாதனைகள்' என்று எழுதித் தொங்கவிடப்பட்டிருந்தன.

யாத்திரையின் மகத்தான வெற்றி, மாநில அரசு சொன்னதைச் செய்யவில்லை என்று அதைத் தர்மசங்கடத்தில் ஆழ்த்தியதில் மட்டும் இல்லை. மக்களின், அச்சு ஊடகங்களின் கற்பனையில் அதனால் இடம்பிடிக்க முடிந்தது என்பதிலும் இருந்தது. ரத யாத்திரையில் வேறு சில பண்பாட்டுக் குழுக்களும் பங்கேற்றன. ஆதரித்தன. தர்ணா மேடையின் தன்மையை மாற்றியமைத்தன. தகவல்களின் இயல்பு மற்றும் ஜனநாயகக் கொள்கைகள் மீதும் தர்ணா விவாதம் ஒன்றை அறிமுகப் படுத்தியது. மக்களின் பங்களிப்பை வலியுறுத்தியது, இரட்டை நிலைப் பேச்சைக் கேலி செய்தது.

பியாவர் போலன்றி, ஜெய்ப்பூர் பெரிய மாநகரம்; அதன் அதிகாரப்பூர்வ மையத்திற்கு அருகில் தர்ணா நடைபெற்றது, ஆனால், சாமானியர்களின் நிலை என்ன? ஊழல்களின் ரதம் ஒவ்வொரு நாளும் வெவ்வேறு இடங்களுக்குச் சென்றது. ஐம்பத்து மூன்று நாட்கள் நடந்த தர்ணாவின் முடிவில் ஏழைகள், பணக்காரர்கள், நடுத்தர வர்க்கத்தினர் வசிக்கும் அறுபத்து மூன்று வளாகங்களுக்கும், குடியிருப்புப் பகுதி களுக்கும், பரபரப்பான பழைய நகரப் பகுதிகளுக்கும் சந்தைப் பகுதிகளுக்கும் ரதம் சென்றிருந்தது.

கோட்டாலா ரத யாத்திரை சாமானிய மக்களை விவாதம் செய்ய வைத்தது. அவர்களது வாழ்க்கையில் பாதிப்பை ஏற்படுத்துகிறது என்பதால்தான், இந்தியர்கள் ஊழல் மற்றும் மோசடிகள் குறித்து அக்கறை கொள்கிறார்கள். எளிய, அடிப்படையான சேவைகள் பெறுவதை லஞ்சம் தடுக்கிறது, மறுக்கிறது. நிர்வாகத்தின் மீது நடத்தப்பட்ட அங்கதம் நிறைந்த விமர்சனத்திற்கு வலிமையான எதிர்வினை கிடைத்தது. கூர்மையான விமர்சனத்துடன் சாதாரணக் குடிமக்களின் வாழ்க்கையில் அது இடையோடியது; முக்கியமாக, பகுத்தாய்வுக்குட்பட்ட, தர்க்கரீதியான, முறையான தீர்வுடன்

அவர்களை அணுகியது. தெருக்களிலும் தெருமுனைகளிலும் உரையாடல்கள் தொடங்குவதற்கு அது உதவியது. எழுந்த மனக்கவலைகளால் உடனடி பதில் அளிக்க உணர்வெழுச்சி கொண்டது. சமகால அரசியல் ரதயாத்திரைகளை விமர்சித்தது, கேலி செய்தது. வாக்குகளைத் திரட்டுவதற்காகப் பாரம்பரியப் பண்பாட்டுக் குறியீடுகள்மீது மதத்திற்கும் அரசியலுக்கும் இடையிலான தொடர்புகள் ஆதிக்கம் செலுத்த முனைகின்றன. அவற்றைத் தவறாகப் பயன்படுத்துகின்றன; இத்தகைய திட்டத்துடன் நடைபெறும் பல அரசியல் ரத யாத்திரைகள் மீதான விமர்சனமாக இது இருந்தது.

சங்கதன் நாட்குறிப்பு

யாத்திரை சென்ற இடமெல்லாம் திரண்ட நூற்றுக்கணக்கான மக்கள் முதலில் ஆர்வத்தின் காரணமாக வந்தனர். பின்னர் பகடியையும் வசைபாடுதலையும் பார்த்து வியந்தனர். நகைச்சுவையின் பொருள் புரிந்தவுடன் முகத்தில் புன்னகை பரவியது, அவர்களை அது கடுமையாகச் சிந்திக்க வைத்தது. மோசடிகள், மோசடி – அரசு, ஊழல்கள் குறித்து அவர்களுக்குள் உறங்கிக்கிடந்த கோபம் பேசத்தொடங்கியது.

ஸ்ரீராஜ்வானி பேச்சை இப்படித் தொடங்குவார்: 'குடிமக்கள் நண்பர்களே! நீங்கள் இங்கு பார்ப்பவை (குடையை சுட்டிக்காட்டி) மோசடிகள் அல்ல; அவை உண்மையில் ஜனநாயகத்தின் ஆன்மா. அதிகாரிகளின் அரசியல்வாதிகளின் உணவே இதுதான். இந்த உணவு குறைவதற்கு ஒருபோதும் அனுமதிக்காதீர்கள்; பெருக அனுமதியுங்கள். அதனால் நாடு வலிமை பெறும். நாட்டின் தலைவர்கள் பலவீனமாக இருந்தால், நாடும் பலவீனமாகிவிடும் இல்லையா? எனவே, உங்கள் தலைவர்களுக்கு உணவளித்துக்கொண்டேயிருங்கள். அவர்கள் பலவீனமடைய அனுமதிக்காதீர்கள்.'

ரதயாத்திரையின் போது பாடப்பட்ட ஒவ்வொரு பாடலும் மற்றொன்றைப் போல் நையாண்டி நிறைந்து இருந்தது; மதம் சார்ந்த பாடல்களில் காணப்படும் மிகையுணர்வை பாடலின் மெட்டு எடுத்துக்கொண்டது. எனினும், பாடல் வரிகள் மிகவும் வேறுபட்டவை.

கோட்டாலா ராஜ் கி, ஜெய்–ஜெய் போலோ!
ஜெய்–ஜெய் போலோ, ஜெய்–ஜெய் போலோ!
பிரஷ்டாச்சார் கார், ஹரி–ஹரி போலோ!

[ஊழல் அரசைப் போற்றுங்கள், ஊழலைப் புகழ்ந்து பாடுங்கள்]

கோட்டாலா ரதயாத்திரை ஜெய்ப்பூரின் அனைத்துப் பகுதிகளுக்கும் சென்றது, ராஜஸ்தான் முழுவதும் பயணித்தது. அத்துடன் டெல்லி உட்பட நாட்டின் பிற பகுதிகளுக்கும் சென்றது, செய்தியைப் பரவலாக எடுத்துச்சென்றது.

அன்றைய அரசியல் தந்திரங்களான ரதங்கள், யாத்திரைகள், பொய்யான வாக்குறுதிகள் போன்றவற்றைக் கேலி செய்வது மக்களிடம் உடனடித் தொடர்பை ஏற்படுத்துகின்றது; பிரச்சினைகளுடன் உடனடியாக இணைக்கப்பட்டதாக மக்கள் உணர்கிறார்கள்; முழுமையான புரிதலுடன் எதிர்வினையாற்றுகிறார்கள். சாமானிய மக்கள் ஏமாற்றப்படுவதற்கும், அத்தியாவசிய சேவைகளும்தேவைகளும் அவர்களுக்கு மறுக்கப்படுவதற்கும் காரணமாக ஊழலும், பாரபட்சம் காட்டுவதும், ஜனநாயக நிறுவனங்களைத் தவறாகப் பயன்படுத்துவதும் இருக்கின்றன. இவை குறித்து ரத யாத்திரையால் உடனடி எதிர்வினையைப் பெற முடிந்தது.

ரதயாத்திரையும், தர்ணாவும், ஊடகங்களில் வந்த செய்திகளும், பலதரப்பு மக்களும் பெருமளவிற்குத் தர்ணாவிற்கு வந்து சென்றதும், 'ஷாமியானா'வின் நீளத்திற்குச் சுமிர் உருவாக்கி வைத்திருந்த 'தேஷ் கி ஐந்தா மங் ரஹி சரே பைசோன் கா ஹிசாப்' என்று கூறும் பெரும் பேனரும் தர்ணாவுக்கு அதிக எண்ணிக்கையில் மக்களை அழைத்து வந்தன. பா.ஜ.க. ஆளும் மாநிலங்களின் முதல்வர்கள் ஜெய்ப்பூரில் கூடி நிர்வாகம் குறித்து விவாதித்தனர்; அரசாங்கத்தின் ஏமாற்றும் போக்கைக் கண்டிக்கும் வகையில் அன்றைய தினம் 'பகந்த் திவஸ்' – அதாவது பாசாங்கு தினம் ஏற்பாடு செய்யப்பட்டது. அவர்கள் பரிந்துரைத்த பட்டியலில் ஒன்றாக ஆர்டிஐ இருந்தது! தர்ணா 'பகந்த் திவஸ்' (ஜூன் 25) ஏற்பாடு செய்த அன்று, அங்குக் கூடியிருந்த ஆயிரக்கணக்கானோருக்கு ஓர் ஆச்சரியம் காத்திருந்தது. அந்த ஜூன் மாதத்தில் சமையல்காரர்கள் அவர்களுக்கு 'மட்டர்–பனீர்' சாப்பாடு ஏற்பாடு செய்திருந்தனர்!

இந்த விலையுயர்ந்த உணவு ஏழைகளுக்கு மிகவும் அரிதான ஒன்று. அருகிலிருந்த 'தாபா'களுக்கு சங்கதன் அனைவரையும் அனுப்பியது. 'மிஸ்ட்ரிஸ்' என்று அழைக்கப்படும் இவர்கள் உள்ளூர் உணவு வகைகள் சமைக்கும் 'தலைமை சமையல்காரர்கள்'. அன்றாடம் அவர்கள் பரிமாறும் வி.ஐ.பி.க்களைக் காட்டிலும் இந்தத் தொழிலாளர்கள் குறைந்தவர்கள் இல்லை என்று அந்த 'செஃப்'கள் முடிவு செய்தனர்! இவ்வகையான தொடர்புகளை, அணிதிரட்டலைக் கண்டறிந்தது ஆர்டிஐ பிரச்சார இயக்கத்திற்கு விலைமதிப்பற்ற ஒன்று. எங்களது ஒட்டுமொத்த முயற்சிகளையும் ஆதரிக்கும் ஒரு உத்தியாக அது

இருந்தது என்பதுடன், பலவித பாணிகளின் சிறந்த கலவை யாகவும் இருந்தது. எந்த இடத்திலும் தரையிறங்க முடியும், உடனடியாகத் தொடர்பை ஏற்படுத்தி, செய்திகளைச் சொல்லமுடிகிற திறன் கோட்டாலா ரத யாத்திரைக்கு இருந்தது; அந்த அளவில் ஆர்டிஐ பிரச்சார இயக்கம் பயன்படுத்திய உத்திகளில் மிகச் சிறந்ததாக அது கருதப்பட்டது.

ஜெய்ப்பூரில் தர்ணா நடந்த ஐம்பத்து மூன்று நாட்களில், பொது வசூல் மொத்தம் ரூ. 1,25,000. இது தவிர்த்துப் பொருட் களாக நன்கொடைகள் கிடைத்தன. கரும்பலகை ஒன்று வைக்கப்பட்டு, பெறப்பட்ட நன்கொடைகளும் செலவழித்த சரியான தொகைகளும் எழுதிவைக்கப்பட்டன. எவரும் கணக்குகளை ஆய்வு செய்துகொள்ளலாம் என்று கூறியதுடன், அனைத்திற்கும் ஜெராக்ஸ் நகல்களையும் தர்ணா கொடுத்தது.

சந்திப்பிற்கு நேரம் கேட்டு இடைவிடாத வேட்டை தொடர்ந்தது. ரகுபதி ராகவ் ஆரத்தி பாடல் தொடர்ந்து பாடப்பட்டது. குழுவினருடன் போலிசார் தொடர்ந்து வன்னெஞ்சத்துடனும், சகிப்புத்தன்மையுடனும் நடந்து கொண்டனர். எரிச்சலடைந்த மாநிலச் செயலகம் இதை உடனடியாக நிறுத்த வேண்டும் என்று ஒருநாள் உத்தரவு போட்டது. பணியிலிருந்த போலிசார் பாடியவர்களை விலக்கித் தள்ளி, ஆரத்தியைத் தடுக்க முயன்றனர். போராட்டக்காரர்கள் 'ஷாமியானா'விற்குள் வந்தமர்ந்து பாடத்தொடங்கினர். போலிஸ்காரார்கள் அவமானப்படும் வகையில் கதைகள் கூறத்தொடங்கினர். கல்கு மா அன்று தன் திறமையின் உச்சத்தில் இருந்தாள்.

ஒரு நாள் சென்றபின், ஞாயிற்றுக்கிழமை காலை, ஏராளமான போலிசார் ஷாமியானாவுக்குள் வந்தனர். தோழர்கள், 'வெளியில் போங்கள். ஷாமியானா எங்கள் இடம். உள்ளே நுழைய உங்களுக்கு எவ்வளவு துணிவு?' என்று கேட்டனர். கைகூப்பி வணக்கம் சொன்ன போலிஸ்காரர்கள் ஏதோ பேச முயன்றனர். கூட்டத்தினர், 'உள்ளே வராதே' என்று கூச்சலிட்டனர். பதிலுக்குப் போலிஸ்காரர்கள் தங்கள் பெல்ட்டுகளைக் கழற்றி புல்வெளி மீது கிடத்தினர். 'சமாதானம் செய்துகொண்டு மன்னிப்புக்கேட்க வந்திருக்கிறோம். நாங்கள் கட்டளைகளுக்குக் கீழ்ப்படிய வேண்டியவர்கள். தயவுசெய்து எங்களை மன்னித்துவிடுங்கள்.'

இந்த அத்தியாயத்தின் தொடக்கத்தில் தோன்றிய, கல்கு மா சாமானிய மனிதர்களுக்கு ஆதரவளிப்போரின் உறுதியான பிரதிநிதி. உண்மையில் அசாதாரணமான நபர். வலிமையான

பெண்மணி, அவரது சூழலில் மிகவும் முற்போக்கானவர். ஒரு தலைசிறந்த கதைசொல்லி. ஒவ்வொரு நாளும் ஒரு கதையை எங்களிடம் அவர் கூறியிருக்கக் கூடும். தெளிவிலும், உருவகத்திலும் நையாண்டியிலும் அவை கூர்மையானவை. அக்கதைகள் பெரும்பாலும் பறவைகள், புராண மிருகங்கள் குறித்தும், விலங்குகளின் ராஜ்ஜியத்திலிருந்தும் வெளிவருபவை. ஒவ்வொரு கதையும் சமகால அரசியலின் வலுவான விமர்சனமாக இருக்கும்.

ஒடுக்க நினைக்கும் முதலமைச்சரும், தலைமைச் செயலரும், அரசாங்கமும் தந்திர நரி போல் கொள்ளையடிக்கும் விலங்குகளாக வருவார்கள். மக்களிடம் ஆர்வத்தை உருவாக்குவதில் அவர் குறிப்பிடத்தக்க வெற்றிபெற்றார். சலிப்புடன், விறைப்பாக நின்று பணியாற்றும் காவலர்கள், அவர் கதைகள் சொல்வதற்காக எதிர்பார்த்துக் காத்திருப்பார்கள்: அத்துடன், அவரை 'மைக்' கில் பேசும்படியும் கேட்கத் தொடங்கினர். போலிஸ்காரர்களும் தர்ணாவில் இருந்தவர்களும் ஒரே வர்க்கத்தினர்; பொதுவான கலாச்சாரம் கொண்டவர்கள். அனைவருக்கும் பாட்டியம்மாவாக, தர்ணாவின் அடையாளமாக கல்கு மா மாறினார்.

பரிவுமிகுந்த தவ்பா மற்றும் கல்கு மா இருவரும் அனைவரையும் கவனித்துக்கொண்டனர். உணவு கொடுக்கப்படுகிறதா என்று பார்த்துக்கொண்டனர். 'ஷாமியானா'வுக்குப் பின்புறம் வழிப்போக்கர்களின் பார்வையில் படாதவாறு சமையல் நடந்தது. பருப்பும், ரொட்டியும் ஒவ்வொரு நாளும் சமைக்கப்பட்டன; உணவு இன்றியமையாதது. ஆனால், என்ன உணவு என்பது இங்கே பிரச்சினை அல்ல. நண்பர்கள் சாரதா ஜெயின், டாக்டர் நீலிமா தார், கவிதா ஸ்ரீவாஸ்தவா குடும்பத்தினர், சவாய் சிங், சமக்ரா சேவா சங்கம் மற்றும் எண்ணற்ற பலரும் பல வழிகளில் தர்ணாதிகளுக்கு ஆதரவாக இருந்தனர். அவர்களது உணவையும் தங்குமிடத்தையும் கவனித்துக்கொண்டனர்.

போராட்டத்தில் அது இருப்பதால், வழக்கமான பாணியில் சங்கதனுக்கு வெளிநாட்டுநிதி வருகிறது என்று தாக்க முடியாது என்று தலைமைச் செயலர் எம்.எல். மேத்தா நினைத்தார். அதனால் சமூக சேவை மற்றும் ஆய்வு மையம் (SWRC) என்ற தன்னார்வத் தொண்டு நிறுவனத்தை மறைமுகமாக அச்சுறுத்திப் போராடுவோரை எதிர்கொள்ளப் பார்த்தார். அந்த மையத்தின் இயக்குநர் சஞ்சித் (பங்கர்) ராய் அருணாவின் கணவர்.

தூதுக்குழு ஒன்றிற்குத் தலைமையேற்று ரேணுகா பமேச்சா தலைமைச் செயலரைச் சந்திக்கச் சென்றார்;

அருண் குமார் கமிட்டி அறிக்கை வெளியிடப்படும் என்ற உத்தரவாதம் மதிக்கப்பட வேண்டும் என்று எடுத்துரைத்தார். மூன்றடி அளவு உயரமிருந்த கோப்புக் குவியலைச் சுட்டிக்காட்டிய அவர், 'அருணாவிடம் தர்ணாவை நிறுத்தச் சொல்லுங்கள்; SWRCக்கு எதிராக நடவடிக்கை எடுக்க எல்லாம் தயாராக இருக்கின்றன' என்றார். ரேணுகா அவர் பாணியில் நேரிடையாகப் பதில் அளித்தார்: 'இந்த வேலையால் எல்லாம் எங்கள் கோரிக்கையை நிறுத்திவிட முடியாது; கைகளை முறுக்கும் தந்திரங்கள் எங்களிடம் செல்லாது'.

திரும்பி வந்த அவர்கள் பேச்சுவார்த்தை விவரங்களை 'மைக்'கில் கூறினார்கள்; செய்தி அனைவரையும் அதிர்ச்சிக்குள்ளாக்கியது. இப்படி வெளிப்படையாக அச்சுறுத்துவார்கள் என்று அவர்கள் நம்பவில்லை. அருணா 'மைக்' கின் அருகில் சென்று கூறினார்: 'சட்டத் துக்கு மேலானவர்கள் என்று எவரும் இல்லை. ஏதேனும் தவறு இருந்தால், சட்டம் அதன் கடமையைச் செய்யட்டும்.'[132]

அந்த வாரம், 'ஆய்வுக் குழுக்கள்' SWRCக்கு மூன்று முறை சென்றன. வரலாற்று முக்கியத்துவம் வாய்ந்த, அறநெறி சார்ந்த முயற்சி ஒன்றைச் செய்வதென்று SWRCயினர் துணிவுடன் முடிவெடுத்தனர். 13-07-1997 அன்று இப்போது 'வெளிப்படைத் தன்மை மேளா' என்றுகூறப்படும் கூட்டம் ஒன்றிற்கு அழைப்பு விடுத்தனர். 1996க்கு முந்தைய பத்து ஆண்டுகளின் பதிவேடுகள், வங்கி பாஸ்புக்குகள், கணக்குகள், கோப்புகள், பங்கர் ராயின் தனிப்பட்ட ஆவணங்கள், பயண ஆவணங்கள் உட்பட அனைத்தையும் புஹாரு பஞ்சாயத்தில் பொதுமக்கள் பார்வைக்கு வைத்தனர்.

நீதிபதி தின்கர்லால் மேத்தா, சட்டமன்ற உறுப்பினர் கக்தீப் தன்கட், டாக்டர் சாரதா ஜெயின், பாரத் தோக்ரா, எல்.சி. குப்தா, சவாய் சிங், டி.எல். திரிபாதி, வேத வியாஸ், கே.எஸ். சுப்பிரமணியன், மருதர் மிருதுல் ஆகியோர் அடங்கிய குழுவினர் மற்றும் ஆயிரக்கணக்கான கிராம மக்கள் வாக்கு மூலங்களைக் கேட்டனர். பொதுமக்களும் சாட்சியமளித்தனர். அரசாங்கத்திற்கு அதற்கான பதில் கிடைத்தது. வெளிப்படைத் தன்மைக் கூட்டங்களை நடத்துவதற்கு SWRC உடன் சேர்ந்து பிரச்சார இயக்கம் மற்றொரு வழிமுறையைக் கண்டுபிடித்தது. அறம்சார்ந்த இந்த முயற்சியின் அங்கமாக இருக்க விரும்பும் எந்தவொரு அமைப்பும் பதிவேடுகளை ஆய்வுசெய்வதற்குத் தாமாகவே முன்வந்து மக்களை அழைக்கலாம். இது ஒரு முக்கியமான அறம்சார் வெற்றி.

அனைத்து அறம்சார் இயக்கங்கள் போல், மற்றவரிடம் அது எதிர்பார்த்த அதே கொள்கைகளையும் நடைமுறையை யும் அதன் ஆதரவாளர்களிடமும் ஆர்டிஐ பிரச்சாரமும் கோரியது. இயக்கத்தின் முக்கிய அம்சமாக இது அமைந்தது. 'வெளிப்படைத்தன்மை மேளா' மிக முக்கியமான படி என்பதுடன், அதன் வகையில் அது முதலாவது. நிதியுதவியால் இயங்கிவரும் SWRC, அதன் துணிவால், நேர்மையால் இயக்கத்தின் வரலாற்றில் மிக முக்கிய இடத்தைப் பெற்றிருந்தது. தொடர்ந்து பெற்றிருக்கும். அனைவருக்கும் ஒரு முக்கியமான தருணமாக அது அமைந்தது.

தர்ணா தொடர் கருத்தரங்குகளையும் பயிலரங்குகளை யும் ஏற்பாடு செய்தது, அவற்றில் சில தர்ணா பந்தலிலும், சில வேறு இடங்களிலும் நடந்தன. இத்தகைய முக்கியத்துவம் வாய்ந்த பிரச்சினையில் தத்துவார்த்த மற்றும் ஆராய்ச்சித் தேவை களுக்கு ஜெய்ப்பூர் வளர்ச்சி ஆய்வு நிறுவனம் தொடர்ந்து ஆதரவளித்து வந்தது. முக்கியமான பல கருத்தரங்குகளை அவர்கள் ஏற்பாடு செய்தனர். மகாராஷ்டிரத்தின் கிராமப்புற வேலை உத்தரவாதத் திட்டம் குறித்தும் நாடு முழுவதும் அதை விரிவுபடுத்த வேண்டிய தேவை குறித்தும் நடந்த கருத்தரங்கு மிக முக்கியமானது. வேலை மற்றும் ஊதியத்திற்கான உரையாடலை மற்றொரு விவாதத்தின் மையக் கருவாக இது வைத்தது. ஏற்கனவே இருக்கும் கோரிக்கையான தேசிய கிராமப்புற வேலை உத்தரவாதச் சட்டத்துடன் இதையும் சேர்த்தது. தகவல்கள் திரட்டப்பட வேண்டிய மிக முக்கிய மான பகுதிகளில் ஒன்று இது. ரேஷன்கள், காவல்துறையின் பாத்திரம், சுற்றுச்சூழல், பெண்கள் உரிமைகள் மற்றும் தொழிலாளர் குறித்த கருத்தரங்குகளையும் அவர்கள் நடத்தினர்.

தேவைப்பட்டால் ஆகஸ்ட் 15ஆம் தேதி வரை தர்ணாவை நிறுத்திவைக்கலாம் என்று முடிவு செய்யப்பட்டது. மழை பெய்வதால் தர்ணா நிறுத்தப்படும் என நிர்வாகம் எதிர் பார்த்தது. ஆனால், அவர்கள் பேரம் பேசவில்லை; போராட்டக்காரர்களின் விடாமுயற்சிக்கும் அவர்களை ஆதரவளித்தவர்களின் பெருந்தன்மைக்கும் நன்றி சொல்ல வேண்டும். அனோகியின் ஜான் சிங் பெருந்தன்மையுடன் 'பார்சாட்டி' (தகரம்) கூடாரம் ஒன்றை நன்கொடையாக வழங்கினார். பருவமழையைத் தாக்குப்பிடித்துப் போராளி களை நனையாமல் அது பாதுகாக்க முடியும். புயல் மேகங்கள் திரண்டன. கிராமப்புறப் போராட்டக்காரர்கள் கூடாரத்தை மாற்றியமைக்கும் சுவாரஸ்யமான காட்சியைப் பார்க்க முடிந்தது. மழைநீர் தர்ணா பந்தல் பக்கம் வராமல் தடுப்பதற்கு

முயன்றனர். அக்கவுண்டண்ட் ஜெனரல் தனது அலுவலக வளாகத்திலும், சைக்கிள் ஸ்டாண்டிலும் தங்குவதற்கும், பெண்கள் கழிவறைகளைப் பயன்படுத்திக் கொள்ளவும் அனுமதி வழங்கினார். உண்மையில், புகைப்படங்கள் சித்திரிப்பதுபோல், போராட்டக்காரர்கள் ஏ.ஜி. அலுவலகத்தில் தஞ்சம் அடைந்தபோதுதான் அரசாங்கத்தின் செய்தி அவர்களுக்கு அளிக்கப்பட்டது. பா.ஜ.க. தலைமையிலான ராஜஸ்தான் அரசின் செயல்பாடு மீதான சிறந்த விமர்சனமாக, ஸ்டேச்சு சர்க்கிளில் அமைந்த 'பந்தலை'க் காட்டிலும் வேறு எதுவும் இருக்கமுடியாது.

இந்தக் காலவரிசைப் பதிவில், ஆட்சிப்பணி அதிகாரி களின் பங்கு பற்றிய சிறிய செய்தி கூட இல்லாவிட்டால் அது நியாயமான பதிவாக இருக்காது. முன்னாள் இ.ஆ.ப. அதிகாரி யான அருணா உட்பட தர்ணாவில் இருப்பவர்களுடன் அவர்களை யாரும் பார்த்துவிடக் கூடாது என்று ஆட்சிப்பணி நண்பர்கள் பயந்தனர். சிலர் மட்டுமே பந்தலுக்கு வந்தனர். பஜ்ரங் லால் ஒரு பழைய நண்பர். செயலிலோ அல்லது கோட்பாடாகவோ அறநெறிகளை எங்குப் பார்த்தாலும் ஆதரிப்பவர். ஸ்ரீனிவாஸ் முழுமையாக எல்லோரும் பார்க்கும் வகையில் எங்களுடன் நின்று பேசுவார். வேறு சிலர், பார்க்கப்படுவதைத் தவிர்ப்பதற்காக ஐஸ்கிரீம் சாப்பிடலாம் என்று அருணாவை எதிர்புறத்திற்கு அழைத்தனர். இவற்றை ராஜஸ்தான் துணைப்பணி அதிகாரிகளுக்குப் பொருத்திப் பார்க்க முடியாது. அவர்கள் அவ்வப்போது பந்தலுக்கு வந்து, சிறிதுநேரம் இருந்துவிட்டுச் செல்வார்கள். ஊடகங்களின் ஆதரவுடன், பத்திகளும் செய்திகளும் திரும்பத் திரும்ப நுணுக்கமான விஷயங்களுடன் பிரச்சினையை எழுப்பிக் கொண்டிருந்தன. வேத வியாஸ் எழுதியது:

ஜெய்ப்பூர் அரசாங்கமே! ஏன் பேச மறுக்கிறாய்?

ஆர்டிஐ பெறுவதற்கான இந்தப் போராட்டம் எந்த வொரு மாநகரத்திலோ அல்லது செயலகத்திலோ தொடங்கவில்லை; அல்லது சில எழுத்தாளர்கள், பத்திரிகையாளர்கள் அல்லது வழக்கறிஞர்கள் வீட்டி லிருந்தும் தொடங்கவில்லை. ராஜஸ்தான் போன்ற பின்தங்கிய, கல்வியறிவற்ற, ஏழ்மை நிறைந்த மாநிலத்தின் சிறிய கிராமங்களில் இருந்து தொடங்கியது. ஜனநாயகத் தின் 'பாக்ய விதாதா' (விதியை உருவாக்குபவர்) கிராமங் களில் இரவும் பகலும் கடுமையாக உழைக்கிறார்; பஞ்சாயத்து ஒப்பந்தக்காரர்களின், அதிகாரிகளின், நிர்வாகத்தின் பாவங்களைத் தனது தலையில் சுமக்கிறார்.

ஊழலை அகற்றுவது பற்றி அனைத்து அரசியல் கட்சிகளும் பேசுகின்றன; அதைத் தேர்தல் பிரச்சினையாகவும் ஆக்குகின்றன. ஆனால், ஜனநாயகத்தை நம்பக்கூடிய ஒன்றாக ஆக்குவதற்கு, தங்கள் கைகளை எரித்துக்கொள்ள யாரும் விரும்பவில்லை.

நாட்டிலேயே முதன்முறையாக, கிராமப்புற ராஜஸ்தானில் ஆர்டிஐ கேட்டு இயக்கம் ஒன்று இந்த முழக்கத்துடன் எழுந்துள்ளது: *'பிரஷாசன் கி க்யா மஜ்பூரி, கியோன் நஹின் கர்தே மாங் பூரி!'* என்ற (நிர்வாகத்திற்கு இருக்கும் நிர்ப்பந்தம் என்ன? எங்கள் கோரிக்கைகளை அவர்கள் ஏன் நிறைவேற்றவில்லை!). இவை அனைத்தும் பொருள் பொதிந்தவை என்பதால், என்னால் பேச முடியவில்லை. தலைநகருக்குள் ஒருமுறை அவர்கள் பயணித்தனர்; கிராமப்புறத் தொழிலாளர்கள் மற்றும் விவசாயிகள் மத்தியில் பன்வர் கோபால், மோகன் ஜி, ஃசுன்னி பாய், கஜானன், பாலுலால், ஷங்கர் சிங், கேலி பாய் போன்ற பலரும் அந்த ஒரு பாடலைத்தான் பாடுகிறார்கள் – *ஜெய்ப்பூர் கி சர்கார் து போலே கியூன் நி ரே, முண்டோ கோலே கியூன் நி ரீ.* (ஜெய்ப்பூர் சர்க்காரே ஏன் பேச மறுக்கிறாய், அறிவைப் பயன்படுத்த ஏன் மறுக்கிறாய்).[133]

பிரதிநிதிகள் குழு தொடர்ந்து அரசாங்கத்தைச் சந்தித்தது; அழுத்தம் அதிகரித்தது. துணைமுதல்வர் ஹரி சங்கர் பாப்ரா ஒரு தூதுக்குழுவை ஜூன் மாதம் சந்தித்தார். துணைக்குழுவின் கூட்டத்தைக் கூட்டிய அவர், ஜூலை மாதம் உத்தரவு வரும் என்று உறுதியளித்தார்

பஞ்சாயத்து ராஜ் சட்டம் மற்றும் விதிகளில் திருத்தத்துடன் 1996ஆம் ஆண்டு டிசம்பர் 30ஆம் தேதி தகவல் அறியும் உரிமை வழங்கப்பட்டிருப்பதாக ஜூலை 1ஆம் தேதி துணை முதல்வர் அறிவித்தார். வியப்பைத் தந்தது நகர்த்தல். ஆவணங்களைப் பெற மக்களுக்கிருக்கும் உரிமை குறித்து ஐம்பதுக்கும் மேற்பட்ட துறைகளுக்கு உத்தரவு பிறப்பிக்கப்பட்டுள்ளதாக அரசாங்கம் கூறியது. பஞ்சாயத்து ராஜ் விதிகள் உண்மையில் திருத்தப்பட்டுவிட்டன என்று அறிவிப்பதற்காகப் பழைய அரசிதழ் அறிவிப்பு ஒன்றைத் தேடி எடுத்து ஜூலை 13 அன்று அரசாங்கம் வெளியிட்டது.

அசாதாரண அரசிதழ் பதிவு குறித்து, பத்திரிகையாளர் சந்திப்பு

ஜெய்ப்பூரில் சங்கதனின் போராட்டம் 52ஆவது நாளை எட்டியபோது, அரசாங்கம் தோல்வியை ஒப்புக்கொண்டது.

ஆனால், பஞ்சாயத்து ராஜ் விதிகளின் 12ஆவது பிரிவை மாற்றும்/ மாற்றிய ஆறு மாதத்திற்கு முந்தைய ஆணையைக் காட்டியது. பஞ்சாயத்துகளின் பதிவேடுகளை ஆய்வு செய்து, பக்கத்திற்கு ரூ. 2 பணம் செலுத்தி அதன் ஜெராக்ஸ் நகல்களை நான்கு நாட்களுக்குள் மக்கள் பெற்றுக்கொள்ளலாம் என்று இந்தத் திருத்தம், உறுதி செய்தது. அந்த உத்தரவு, பின் தேதியிடப்பட்ட ஒன்று. சங்கதனின் தர்ணாவுக்கு முன்னதாகவே அரசாங்கம் உத்தரவை வெளியிட்டுவிட்டது; இந்தத் தர்ணா அரசாங்கத்தை இழிவுபடுத்தும் முயற்சி என்று சொல்லி இயக்கத்தை அவமானப்படுத்த அரசாங்கம் முயன்றது.

எவரும் முற்றிலும் அறியாதவகையில், விதிகளைத் திருத்தி யமைக்கும் செயல் பஞ்சாயத்துராஜ் துறையில் உள்ளுக்குள் நடந்திருக்கிறது. நடந்தது இதுதான். பியாவரில் சங்கதன் போராட்டத்தில் ஈடுபட்டிருந்தபோது, தலைமைச் செயலர் எம்.எல். மேத்தாவின் 06–04–1996 தேதியிட்ட உத்தரவு, முதல்வர் உறுதியளித்தபடி நகல்களைக் கோரும் ஆவணங்களை ஆய்வு செய்யும் உரிமையை வழங்கியது. ஆனால், பஞ்சாயத்து ராஜ் விதிகளில் இணைக்கப்பட்ட இந்த உத்தரவு நகலெடுத்துக் கொள்ளும் உரிமையை மட்டும் வழங்கியது – இந்த அரசிதழ் அறிவிப்பு, எவரும் பார்க்காதது அல்லது அறிந்திராதது. ஜெய்ப்பூரில் நடைபெற்ற தர்ணாவில் முன்வைக்கப்பட்ட பிரச்சினைகளுக்குத் தீர்வு காண அரசாங்கம் முயன்றபோது, அந்தப் பழைய அரசிதழ் அறிவிப்பு கண்டுபிடிக்கப்பட்டது, பொது வெளியில் ஏற்கனவே கிடைக்கக்கூடிய அறிவிப்பு குறித்து தெரிந்துகொள்ளாமல், இந்தப் பிரச்சார இயக்கம் போலியாக நடத்தப்படுகிறது என்று அரசாங்கம் அறிவித்தது.

இப்படி அரசிதழில் அறிவிப்பது, பொது மக்களுக்குப் பரவலாக தகவல் தெரிவிக்க காலனியம் பயன்படுத்திய செயல்முறை. ஆனால் அவை பெரும்பாலும் மக்கள் அறியாத, மறைவான பொதுஅறிவிப்புகளாகவே இருக்கின்றன, இந்த விஷயத்தில் அதிகாரிகளுக்குமே இதைப் பற்றித் தெரியவில்லை! உண்மையில், இந்த அறிவிப்பை அரசாங்கத்திற்கு உள்ளோ அல்லது வெளியிலோ இருக்கும் பெரும்பான்மையான மக்கள் பார்த்திருக்கவில்லை. செய்கையைப் பார்த்து சொற்களைச் சொல்லும் விளையாட்டு போல இருந்தது. செயல்பட்டு இருக்கிறோம் என்று கூறிக்கொண்டு, இன்னமும் எதுவும் செய்யாமலிருப்பது!

இப்போதிருக்கும் விதிகள் பஞ்சாயத்து ராஜ் தகவல்களை நான்கு நாட்களில் அணுகுவதற்கு ஏற்கனவே அனுமதித் துள்ளன. புதிதாக இணைக்கப்பட்டுள்ள திருத்தங்களுடன்

சேர்த்துப் படிக்கும்போது, பொதுவெளியில் இருக்கும் ஆவணங் களின் நகல்களுக்கும் இவை தானாகவே பொருந்துகின்றன. நிர்வாகக் குளறுபடியாக இது இருந்தது என்பதுடன், அதிலிருந்து முரண்பாடான சூழல் ஒன்றும் பிறந்தது. ஆனால், அரசாங்கத் தால் அதைப் புறக்கணிக்க முடியவில்லை. மறுத்தல் என்ற அதன் நிலைபாட்டிலிருந்து பின்வாங்க வேண்டியிருந்தது. அரசாங்கம் பின்வாங்கியது மட்டுமின்றி, போராட்டக்காரர்கள் மீது பழியையும் சுமத்தியது. அறிவிப்பு பற்றி அவர்களுக்கு ஏற்கனவே தெரியுமெனக் குற்றம் சொல்லியது. தர்ணா நடத்தி, அரசியல் லாபம் பெற, நற்பெயர் சம்பாதிக்க சங்கதன் திட்ட மிட்டு முயற்சி செய்தது என்றது அரசாங்கம்.

பின்னோக்கிப் பார்க்கையில், ஒருவேளை முன்னதாகவே இப்படி நடந்திருக்குமென்றால், அந்த அறிவிப்பு அதிகம் வரம்பிற்குட்பட்ட ஒன்றாக இருந்திருக்கக்கூடும்; பிரச்சார இயக்கத்திற்குக் கொஞ்சம் குறைவான சலுகைகளே கிடைத் திருக்கும். பொது ஆவணங்கள் பெறுவதை அரசாங்கம் விரிவு படுத்த வேண்டும், நான்கு நாட்களில் நகல்களை அளிக்க வேண்டும் என்பதைத்தான் தர்ணா அரசாங்கத்திடம் வலியுறுத்தியது.

பிரச்சார இயக்கத்திற்கு இது, பின்னர்தான் தெரிந்தது; ராஜஸ்தானின் சட்ட ஆணையத்திற்குத் தலைவராக இருந்த நீதிபதி வி.எஸ்.தேவ், முதல்வரின் இல்லத்துக்கு ஒருநாள் மாலை அழைக்கப்பட்டிருந்தார். வெளியில் ஏராளமான வாகனங்கள் நிறுத்தப்பட்டிருப்பதைக் கண்டு நீதிபதி ஆச்சரியமடைந்தார், அங்கு அமைச்சரவை கூடியிருந்தது. முதல்வர் அவரிடம் கேள்வி ஒன்றைக் கேட்டார்: 'அறிந்துகொள்வதற்கு உரிமை கோரும் 'தர்ணாதிகளின்' கோரிக்கை குறித்தும், பில்கள், வவுச்சர்கள், மஸ்டர் ரோல்களின் நகல்களை அவர்களுக்கு வழங்குவதும் குறித்து உங்கள் கருத்து என்ன?' நீதிபதி தேவ் சந்தேகத்திற்கு இடமின்றிப் பதிலளித்தார்: 'நான் அந்தத் தர்ணாவை ஆதரிக்கிறேன்... தகவல் அறியும் உரிமை அரசியல் சாசனத்தில் உள்ளீடாக இருப்பது...' (அருணா ராயுடன் நிகில் தேயின் பதிவு செய்யப்பட்ட உரையாடல்—11. 6. 2016)

அசாதாரண அரசிதழ் குறித்த பத்திரிகையாளர் சந்திப்பு: ஜூலை 15 அன்று ஒரு செய்தியாளர் சந்திப்பு நடைபெற்றது. கலந்து கொண்டோர் அனைவருக்கும் இடையிலான கருத்துக்களின் கேள்விகளின் பரிமாற்றமாக அது நிகழ்ந்தது. முன் தேதியிட்ட அறிவிப்பிலிருந்த புதிரும், திடீரென்று அது வெளிப்பட்ட விதமும் அனைவருக்கும் மர்மமாக இருந்தது. ஆனால், கோரிக்கை நிறைவேற்றப்பட்டதால் பொதுவில் மகிழ்ச்சியான உணர்வு நிலவியது. பஞ்சாயத்து ராஜ் விதிகள் திருத்தப்பட்டன;

தலமட்ட அளவில் ஆவணங்களைப் பார்க்கவும் பெறவும் முடிந்தது. 1994இல் தொடங்கிய போர், பாதி வெற்றியை, பகுதி யளவு வெற்றியின் வாசலை எட்டியிருக்கிறது. ஆனால், இந்த வெற்றியில், எதிர்காலத்தில் நடத்த வேண்டிய யுத்தங்கள் தெளிவாகத் தெரிந்தன. தமிழ்நாடு, ஏப்ரல் 1997இல் தகவல் அறியும் உரிமைச் சட்டத்தை இயற்றியது, கோவா, சட்டத்தை 30-07-1997இல் நிறைவேற்றியது. எனினும், போராட்டத்தைத் தொடங்கிய மாநிலம் இன்னமும் போராடிக்கொண்டுதான் இருந்தது;பஞ்சாயத்து ராஜ் விதிகளை மட்டும் திருத்த முடிந்தது. செல்ல வேண்டிய பாதை முன்னால் தெளிவாகத் தெரிந்தது.

ஜூலை 16, விஜய் திவஸ்: மகிழ்ச்சியான நாள். வந்து போய்க் கொண்டிருந்த ஆயிரக்கணக்கானவர்கள் மீண்டும் ஜெய்ப்பூருக்கு வந்தனர்; பழைய மாநகரின் மையப்பகுதியில் இருந்த பாடி சௌபாத் வரை பேரணியாக வந்தனர்; அங்கிருந்து, விதான் சௌதாவுக்கு வந்தனர். பேரணியின் முழக்கம் 'தட்புஞ்சாஸ் வெற்றி பெற்றது' என்பதே. பிகானீரில்கேலியாகப் பேசிய அந்தக் குட்டி அரசியல்வாதிக்கு, நேத்தாவிற்குப் பதிலாக அது இருந்தது. ஹர்ஷ் மந்தரும் நீதிபதி தின்கர்லால் மேத்தாவும் பாடி சௌபாத்தில் கூடியிருந்தோர் மத்தியில் உரையாற்றினர். தெலா குழு இதற்கென ஒரு சிறப்புப் பாடலை எழுதியிருந்தது: தர்க்கம் மேலோங்கி நிற்கும் நிலையில் ஏற்படும் மனநிறைந்த உணர்வு அங்கு நிலவியது.

நினைத்துப் பார்க்கும்போதும், அனுபவத்திலிருந்தும் ஒன்று தெரிகிறது. வெளிப்படைத்தன்மை குறித்தும் பொறுப்புடைமை பற்றியும் குறைந்தபட்சம் சிந்திக்கும் திறன்கொண்டதாக இந்தியாவின் ஜனநாயக அமைப்பு இருக்கிறது; அத்துடன் அதற்கு அழுத்தம் கொடுக்கப்பட்டால், ஆட்சி நிர்வாகத்தின் பகுதியாக இவற்றை ஏற்க வைக்க முடியும் என்பதை இந்தக் காலகட்டம் நிறுவியிருக்கிறது.

ஆர்டிஐ பிரச்சாரத்திலும் இயக்கத்திலும் முக்கியமான காலகட்டம் இத்துடன் முடிவுக்கு வந்தது. ஜெய்ப்பூரில் அந்த ஐம்பத்து மூன்று நாட்கள், பிரச்சினையின் மீது மீண்டும் ஒரு கவனக்குவிப்பை அனுமதித்தது. ராஜஸ்தானிலும், ஏனைய மாநிலங்களிலும் உள்ள மக்களுக்கு இது ஒரு அரசியல் கல்வியாக இருந்தது. தினசரி எண்ணற்ற கதைகளையும், சம்பவங்களையும் ஊடகங்களுக்கு அது வழங்கியது. வேலை வாய்ப்பு குறித்துத் தொடர்ந்து கருத்தரங்குகளையும் பயிலரங்கு களையும் (புதுப்பிக்கப்பட்ட தேசிய ஊரக வேலை உத்தரவாதச் சட்டத்திற்கான கோரிக்கை இங்குதான் தொடங்கியது) நடத்தியது; வறட்சி குறித்த விவாதங்களையும் (அகால் சங்கர்ஷ்

சமிதியின் பிறப்பும், உணவுக்கான உரிமை பிரச்சார இயக்கத்தின் தொடக்கமும்) மற்றும் பலவற்றையும் ஆதரித்தது.

இந்த ஐம்பத்து மூன்று நாள் தர்ணா ஒரு முக்கியக் கடமையை நிறைவேற்றியுள்ளது: கொள்கை வகுப்பதில், சட்டம் இயற்றுவதில் மற்றும் நிர்வாகத்தின் அனைத்து அம்சங்களிலும் செல்வாக்கு செலுத்துவதில் வெளிப்படைத்தன்மைக்கும் பொறுப்புடைமைக்கும் இருக்கும் பங்கின் அடிப்படை இயல்பு குறித்துச் சங்கதன் கற்றுக்கொண்டது; மக்களுக்குக் கற்பிக்கவும் செய்தது. உண்மையான சுதந்திரம் மற்றும் இறையாண்மையை அடைவதற்கான கருவியாக ஆர்டிஐ கேட்டு பியாவரில் எழுந்த அறைகூவலை இது எதிரொலித்தது. நிகில் சக்ரவர்த்தி இது உண்மையான இரண்டாவது சுதந்திரப் போர் என்று குறிப்பிட்டார். சமகால இந்தியாவில், 'ஹம் பூக் சே மாங்கே ஆசாதி, பிரஷ்டாச்சார் சே மாங்கே ஆசாதி' (பட்டினியிலிருந்து விடுதலையே எங்கள் கோரிக்கை, ஊழலிலிருந்து விடுதலையே எங்கள் கோரிக்கை) போன்ற முழக்கங்கள், இந்த விஷயங்களைப் பிரபலமான நாட்டுப்புறக் கதைகளின் கோஷங்களுக்கும், மக்கள் போராட்டங்களுக்கும் எடுத்துச் சென்றன.

16

NCPRIயும் மாநிலச் சட்டங்களும்

பிரச்சார இயக்கம் இயல்பாக வளர்ந்தது. அதன் பரவலும், ஒரு சிக்கலான சட்டமாக இருந்திருக்கக்கூடிய ஒன்றைப் புரிந்துகொள்வதில் மக்களிடம் தென்பட்ட முதிர்ச்சியும் அதன் உறுப்பினர்களையே வியப்படைய வைத்தன. இந்தப் புரிதலை மக்களின் மொழியில் மாற்று வதற்குப் பாடல்களும் குறுநாடகங்களும் உதவின.

ஜனநாயக நிர்வாகம் என்றால் என்ன என்பது பற்றிய புரிதலை ஏழைகள் மத்தியில் சங்கதனின் போராட்டம் தோற்றுவித்தது; வளர்ந்து கொண்டிருந்த புரிதலை, வரையறுத்தது; அந்த விஷயம் குறித்துப் பேசவும் செய்தது. அனைத்துச் சேவைகளையும் வழங்குவதும் வெளிப்படையான நிர்வாகமும் நேரடித் தொடர்பும் கொண்டவை. வெளிப்படையான நிர்வாகம் ஜனநாயகப் பங்கேற்பை ஊக்குவிக்கும்; விவரங்களறிந்து தேர்வு செய்வதற்கு உதவும். இந்தப் போராட்டத்தின் மூலம் கிடைத்த மிகத் தெளிவான செய்தி இதுதான். மற்றொன்று, இந்த நடைமுறைகளை அங்கீகரிப்பது. இவற்றின் மூலம்தான் சட்டப்பூர்வமான கருவி களான சட்டங்கள் போன்றவை வடிவம் பெறுகின்றன; குடிமக்களின் ஆய்வுக்கு உள்ளாக்கப் பட்டு, உருவாக்கப்படுகின்றன. சாமானியர்கள் சட்டத்தையும் சட்டமியற்றும் நடைமுறையையும் மரியாதையுடனும் பிரமிப்புடனும் பார்க்கிறார்கள், ஆனால், அதிலிருந்து அந்நியப்பட்டிருப்பதாக உணர்கிறார்கள்.

சட்டத்தின் மொழியும், சொற்றொடர்களும் சாதாரண அறிவுள்ளவர்களின் புரிதலுக்கு அப்பாற்பட்டவை. சட்டத்தி லிருக்கும் விவரங்களின் முக்கியத்துவம் பெரும்பாலான பாமர மக்களால் புரிந்துகொள்ள முடியாத ஒன்று. உயரடுக்கில் உள்ளவர்கள், அதன் தாக்கத்தை அறிந்திருக்கிறார்கள்; அவற்றுடன் பரிச்சயப்படுத்திக்கொள்கிறார்கள்; அல்லது சட்டமியற்றும் நடைமுறையைக் கட்டுப்படுத்தவும் அதன் உள்ளடக்கத்தை வரையறுக்கவும் திறமையானவர்களை வேலைக்கு அமர்த்திக்கொள்கிறார்கள். மக்களுக்கு இவ்விஷயங் களில் ஈடுபாடு இல்லாத காரணத்தால், அதன் நடைமுறை மீதும் உள்ளடக்கத்தின் மீதும் இருக்கும் கட்டுப்பாட்டை விட்டுக் கொடுக்கிறார்கள்; பெரும்பாலும் அதன் தயவை நம்பி இருக்கிறார்கள்.

கூட்டிணைவின் நாட்குறிப்பில் அருணா ராய் நினைவு கூர்கிறார்:

என் இளம்பருவத்தில், சட்டத்தைச் சலிப்பூட்டும் தேவையாகப் பார்த்தேன். வழக்கறிஞர்கள் நிறைந்த குடும்பம் என்னுடையது; கேட்பவர்கள், விஷயத்திற்குள் ஈர்க்கப்படாத அளவிற்கு, அவர்களுக்குத்தான் தெரியும் என்பது போல் பிரச்சினைகளை விவாதிப்பார்கள். எனக்கு முந்தைய மூன்று தலைமுறையினர் இந்தத் தொழிலில் முனைந்திருந்தனர். 'எனது உரிமைகள்' அடங்கிய 'கனமான சட்டத் தொகுதிகள்' அவற்றுடன் உரையாட என்னை அழைக்கவில்லை. முதலில் அரசாங்கப் பணியிலிருந்த போதும் அதன்பின் வெளியில் மக்களுடன் இணைந்து பணியாற்றத் தொடங்கியபிறகுதான் சட்டம் குறித்தும், சட்ட நடைமுறைகளின் உண்மையான முக்கியத்துவமும் எனக்கு மெதுவாகத் தெரிய ஆரம்பித்தன. நாங்கள் தகவல்களைக் கேட்கத் தொடங்கியபோது, எங்கள் உரிமைகளை மறுப்பதற்காகச் சிக்கலான சட்டங்களும் விதிமுறைகளும் (அவற்றில் சில பிரிட்டிஷ் இந்தியாவி லிருந்து சுவீகரிக்கப்பட்டவை) அடிக்கடி மேற்கோள் காட்டப்பட்டன. அத்தருணங்கள் மிகவும் முக்கிய மானவை என்பதையும், நான் அவற்றைப் பொருட்படுத் தாமல் இருந்தது சிறுபிள்ளைத்தனமானது என்பதையும் இவை எனக்கு உணர்த்தின.

எடுத்துக்காட்டாக, (அதிகாரப்பூர்வ) ரகசியப் பாதுகாப்புச் சட்டம், சுதந்திர இந்தியாவில் எந்த அரசாங்கத்தாலும் ரத்து செய்யப்படவில்லை. அதன்பின் சந்தித்த அனைவரிடமும் இந்தப் புரிதலைப் பகிர்ந்துகொண்டேன்.

கல்வியறிவும், 'சிறந்த கல்வி'யைப் பெறும் வசதியும் கொண்ட நபருக்கே இம்மாதிரியான சங்கடமான நிலை (இந்தச் சொற்றொடரின் உண்மையான பொருளில்) எனும்போது சாதாரணக் குடிமகனை இந்த நடைமுறையின் பகுதியாக எப்படி ஆக்க முடியும்?[134]

நிர்வாகம் வெளிப்படையாக, பொறுப்புணர்வுடன் நடக்க வேண்டும் என்ற கோரிக்கை வரலாற்றில் புதிதான ஒன்றல்ல; அல்லது இந்தப் பிரச்சினையை முன்வைத்து சங்கதன் உரையாடியதும் முதல் முறையல்ல. சிலர் மட்டுமே புரிந்து கொள்ள முடிந்த ஒரு புதிரான பிரச்சினையை, பொதுவான சொற்றொடரில் சங்கதன் மொழிபெயர்த்தது; அத்துடன் பிரச்சார இயக்கத்தின் முக்கியமான, கவனம்கொள்ள வேண்டிய ஒரே பிரச்சினையாக இந்தக் கோரிக்கையை ஆக்கியது. தொடரும் இரட்டைத் தீமைகளான ஊழல் மற்றும் தன்னிச்சையான அதிகாரப் பிரயோகம் ஆகியவற்றின் தீர்வை நோக்கி சாதாரண மனிதனின் பார்வையைத் திருப்பியது. திரிபுராரி சர்மாவின் உதவியுடன் 1997ஆம் ஆண்டின் பிற்பகுதியில் 'கஜானா' என்ற வீதி நாடகத்தைச் சங்கதன் தயாரித்தது. கோட்டாலா ரத யாத்திரை அறிமுகப்படுத்திய கருப்பொருளை இந்த நாடகம் விரிவுபடுத்திப் பேசியது. சமகால இந்திய ஆட்சிமுறை பற்றிய உருவக நாடகம் அது.

'கஜானா' – பொக்கிஷம்: ம.கி.ச. சங்கதன் நாட்குறிப்பு விவரிப்பது:

எளிமையான, ஆனால் வலிமையான, செய்தியை வெற்றிகரமாகச் சொல்லிய மிகச்சிறந்த நாடகம் அது. நாடகம் முழுமையாக மக்களைக் கவனத்துடன் பார்க்க வைத்தது. புதையல் இருக்கும் பெட்டியொன்றைச் சில நபர்கள் கண்டுபிடிக்கிறார்கள். அவர்களது மகிழ்ச்சிக்கும் மனவெழுச்சிக்கும் எல்லை இல்லை; பெட்டியைத் திறந்து ஆராயத் தொடங்கினார்கள். அவர்களது பேராசையும் அறநெறியற்ற தன்மையும்தான் நிர்வாகம் குறித்த அந்தக் கதையின் உருவகம். பொக்கிஷம் மக்களுக்குச் சொந்தமானது; ஆனால், நேர்மையற்ற அந்த மூன்று நபர்களும் – பொறுப்புமிக்க, விவரங்களறிந்த, பாதுகாவலர்களான அந்த மனிதர்கள் மக்களின் புதையலைக் கொள்ளையடிக்கவும், தவறாகப் பயன்படுத்தவும் தொடங்குகிறார்கள்.

துயரமான நேரத்தில் புதையலிடம் உதவி கேட்டுக் குடிமக்கள் வருகிறார்கள். ஆளுகின்ற மேல்தட்டு மனிதர்களான அந்த மூன்று நேர்மையற்ற நபர்களும் இப்போது

அவர்களை வஞ்சகமாக ஏமாற்ற நினைக்கிறார்கள். அவர்களுக்குக் கொடுக்காமலிருக்க மூட்டை மூட்டை யாக பொய்களைச் சொல்கிறார்கள்; புதிதாகப் பொய் களை உருவாக்கினார்கள். மக்கள் பொக்கிஷத்தைப் பார்க்க வேண்டும் என்கிறார்கள். இந்த மகத்தான பொக்கிஷம் எப்படிக் காலியானது என்ற விவரங்களை யும் அறிய விரும்பினார்கள். மக்கள் பிரதிநிதிகளான தலைவர்களின், அதிகாரவர்க்கத்தின் சூழ்ச்சிகள் அம்பல மாகின்றன. உண்மையை அறிந்துகொள்ளவும், போலி யான சொற்களுக்கும், புள்ளிவிவரங்களுக்கும் பின்னால் மறைந்திருக்கும் விவரங்களை அறிவதற்கும் குடிமக்கள் இப்போது அணிதிரள்கிறார்கள்.

குடிமக்களுக்கும் அதிகாரத்திலிருக்கும் மேல்தட்டின ருக்கும் இடையிலான மோதலே இறுதிப் பகுதி. அரசாங்கம் என்ன செய்கிறது என்ற கேள்வி, 'உங்களுக்கு உரிமை இல்லை' என்ற பதிலால் அடக்கப்படுகிறது. 'எங்களுக்குத் தகவல் வேண்டும்' என்று மக்கள் விடாப் பிடியாக நிற்கிறார்கள். 'நாங்கள் அதை வெளியிட மாட்டோம்' என்பதே பதில். குடிமக்கள் பதில்களைக் கோருகிறார்கள்; 'அதை மறந்துவிடு, உனக்குக் கிடைக்காது' என்பதுதான் பிடிவாதமான பதில். இறுதியாக, குடிமக்கள் ஆர்டிஐ உரிமையைக் கோருகின்றனர். இறுதிக் காட்சி, 'அதிகாரப்பூர்வ ரகசியப் பாதுகாப்புச் சட்டம் எங்களைத் தடுக்கிறது'. நடிகர்கள் பார்வையாளர் பக்கம் திரும்பி, 'நமக்கு என்ன வேண்டும்?' என்று கேட்கிறார்கள். கோட்டாலா ரத யாத்திரையின்போது ஆங்காங்கே கூடிய மக்கள் கூட்டத்துடன் நடத்திய உரையாடல்களுகது எங்களை இது இட்டுச் சென்றது.[135]

பல ஆண்டுகளாக நடந்துகொண்டிருக்கும் விவாதங் களை இப்போது பார்க்கலாம். ஊழலைச் சமாளிக்க 1960களில் அரசாங்கம் ஒரு குழுவை அமைத்தது.

லால் பகதூர் சாஸ்திரி ஊழல் தடுப்பிற்காக 1962இல் சந்தானம் கமிட்டியை அமைத்தார். வருமான வரி மதிப்பீடு களையும் தனிப்பட்ட சொத்துக்களையும் வெளியிடுவது குறித்து 1950களில் நடந்த விவாதங்களை மீண்டும் வலியுறுத்தினார், அதிகாரவர்க்கத்திற்கும் அதை நீட்டித்தார். 'குடிமக்களுக்கு அவர்களது தினசரி வாழ்க்கையில் முக்கியம் வாய்ந்த' விஷயங் களில், எந்தத் தகவலை 'ரகசியம்' என்று கருதவேண்டும், எவற்றைக் குடிமக்களுக்கு இலவசமாகக் கிடைக்கச் செய்ய

வேண்டும் என்பதை அரசாங்கம் தெளிவாக வேறுபடுத்திக் காட்ட வேண்டும் என்று அந்தக் குழு பரிந்துரைத்தது. இருப்பினும், பீகார் இயக்கத்தின் போதும் முழுமையான புரட்சிக்கான போராட்டத்தின் (1973–74) போதும் மூத்த காந்திய சோசலிஸ்டான ஜெயப்பிரகாஷ் நாராயணன் 'தினசரி வாழ்க்கை நடைமுறையிலும் அரசியலிலும் ஊழலை ஒழிக்க வேண்டும்' என்று தேசத்திற்குத் தெளிவான அறைகூவலை விடுத்தவர் (பிபின் சந்திரா, 2003: 2). முதன்முறையாக, ஊழலும் செயல்படாத அரசாங்கமும் தேசிய அளவில் முக்கிய விவாதப் பொருளாகின. அதன்பின், மிக விரைவில் இந்திரா காந்தி எமர்ஜென்சியை அறிவிக்கிறார்.

நீதித்துறையின் பல அறிவிப்புகள் சாதாரணக் குடிமக்களின் அறிந்துகொள்ளும் உரிமை பற்றிப் பேசின. அரசியல் வெளியிலும் அதிகாரவர்க்க அரங்கிலும் விவாதங்கள் நடந்தன. அத்துடன், 1970களின் மத்தியில் உச்ச நீதிமன்றம், ஆர்டிஐ உரிமை, 'பிரிவு 19(1)(a) இன் கீழ் காணப்படும் பேச்சு மற்றும் கருத்து சுதந்திரத்தின் பகுதி' என்று விளக்கியது.

தேர்தலில் முறைகேடுகள் நடந்தன என்று அப்போதைய பிரதமர் இந்திரா காந்தி தேர்ந்தெடுக்கப்பட்டதை எதிர்த்து தொடரப்பட்ட மனுவை விசாரித்த நீதிபதி கே.கே. மேத்யூ, 'பேச்சு மற்றும் கருத்துச் சுதந்திரத்திற்கான அடிப்படை உரிமை'யைப் பின்வரும் சொற்களில் விளக்கினார்:

> இந்த நாட்டின் மக்களுக்கு, அவர்களுக்காகப் பணியாற்றுவோர் செய்யும் ஒவ்வொரு பொது நடவடிக்கையையும், பொதுவான வழிமுறைகளில் செய்யப்படும் அனைத்தையும், அறிந்துகொள்வதற்கு உரிமை உள்ளது. அறிந்து கொள்வதற்கான உரிமை... பேச்சுச் சுதந்திரம் என்ற கருத்திலிருந்து பெறப்பட்டது.

நீதிபதிகள் நியமனங்கள் தொடர்பான வழக்கு ஒன்றை உச்சநீதிமன்றம் 1982இல் விசாரிக்கும்போது மீண்டும் ஒருமுறை இவ்வாறு கூறியது:

> வெளிப்படையான அரசாங்கம் என்பதன் கருத்து என்பது, 19(1)(a)இன் கீழ் உத்தரவாதம் அளிக்கப்பட்டிருக்கும் பேச்சு மற்றும் கருத்துச் சுதந்திரத்திற்கான உரிமையில் உள்ளார்ந்திருக்கும் அறிந்துகொள்வதற்கான உரிமையிலிருந்து வெளிப்படுவது...

போபால் நிகழ்விற்குப் பின், தில்லியில் உள்ள உரத் தொழிற்சாலையில் அதுபோல் நிகழுமோ என்று அஞ்சி,

‘கல்பவிருக்ஷ்’ என்ற சுற்றுச்சூழல் நடவடிக்கைக் குழு உச்ச நீதிமன்றத்தை அணுகியது; ‘தகவல் அறியும் உரிமையை அடிப்படை உரிமையாக அறிவிக்கக் கோரியது. 1984இல் நடந்த போபால் விஷவாயு பேரழிவைத் தொடர்ந்து, அபாயகரமான தொழில்களை ஒழுங்குபடுத்துவதில் வெளிப்படைத்தன்மை இல்லை என்பது குறித்த கவலை பெருகியது; பொதுமக்களுக்கு ஆர்டிஐ உரிமை வேண்டி இந்தியாவின் சுற்றுச்சூழல் இயக்கங்கள் வாதிட்ட செயல்முறைகளில் இது குறிப்பிடத்தக்க ஒன்று. அதுபோல், சர்தார் சரோவர் போன்ற அணைத் திட்டங்களால் நர்மதா பள்ளத்தாக்குக் கிராமங்களில் ஏற்படக்கூடிய பாதிப்புகள் குறித்து அரசாங்கத்திடமிருந்து தகவல்களைப் பெறுவதற்கு ஆதிவாசி (பழங்குடி) சமூகங்களுடன் இணைந்து செயல்படும் அணை எதிர்ப்பு இயக்கம் தவறிவிட்டது. அதுபோல், வறட்சி நிவாரணப் பணிகளில் ஈடுபட்டுள்ள தொழிலாளர்கள் அரசாங்கப் பதிவேடுகளைப் பார்ப்பதற்குப் பலமுறை மறுக்கப்பட்டனர்.

அரசுக்கு எதிரான பல்வேறு ஜனநாயகப் போராட்டங்களில், தகவல்களைப் பெற முடியாத நிலைதான் பெரிய தடையாக அமைகிறது என்பதை அவர்கள் விரைவில் கண்டறிந்தனர். ஜன் சுன்வாய்களும், உரிமை கேட்டு நடந்த ஏனைய பிரச்சாரங்களும், தலமட்ட அளவிலான போராட்டங்களும் அரசாங்கத்திடம் இருக்கும் தகவல்களுக்கு இருக்கும் தொடர்பையும் தேவையையும் விரக்தி ஏற்படும் அளவுக்கு வெளிப்படுத்தின. குறைந்தபட்ச ஊதியம், காணாமல் போனவர்களைத் தேடுதல், அல்லது பெரிய அணைகள் கட்டுவதால் உடைமை இழத்தல் மற்றும் இடம்பெயர்தல் போன்ற பிரச்சினைகளை ஒட்டி நடக்கும் போராட்டம் எதுவாக இருந்தாலும் அரசாங்கத்தின் அதிகாரம் தன்னிச்சையாக, குறியீடாகவோ அல்லது நேரடியாகவோ வலுக்கட்டாயமாகப் பயன்படுத்தப்படுகிறது. அதை எதிர்க்கும் போராட்டத்தின் ஒருங்கிணைந்த பகுதியாகத் தகவல் அமைகிறது.

சமூக நீதிக்காகவும் சமத்துவத்திற்காகவும் நடக்கும் முற்போக்கான பிரச்சாரங்கள் அனைத்திலும் உள்ளார்ந்ததாக ஆர்டிஐக்கான சட்டத்தின் கோரிக்கை இருந்தது. எனினும், இறுதியில் NCPRI தான் இந்தக் கோரிக்கையை எடுத்துரைத்தது, அதற்காக ஒரு பிரச்சார இயக்கத்தை ஊக்குவித்தது. 1990இல், ஐக்கிய முன்னணி அரசாங்கத்தின் பிரதமர் வி.பி.சிங், சட்டவடிவிலான ஆர்டிஐ உரிமையின் முக்கியத்துவத்தை வலியுறுத்தினார்; அதற்கான சட்டத்தை உருவாக்கும் நடைமுறையைத் தொடங்கினார்.

உருவாகும் செயலுத்தி: ஆதரவு திரட்டலும் சட்டமும்

ஆர்டிஐக்கான இயக்கத்தில் மக்களை ஈடுபடுத்துவதற்குச் சங்கதன் இத்தனை ஆண்டுகளும் ஆக்கப்பூர்வமான தந்திரங்களை முயற்சி செய்தது. கீழடுக்கில் இருக்கும் மக்களை ஈடுபடுத்துவதும், அவர்களது ஆர்வத்தைத் திரட்டுவதும், இயக்கத்தை முன்னெடுத்துச் செல்வதற்கான சட்டபூர்வத் தன்மையை, வலிமையை அதற்கு அளித்தன. தகவல்களை மக்கள் பெறுவதற்கும், அவர்கள் முன்வைக்கும் பொறுப்புடைமைக் கோரிக்கையை நிறைவேற்றவும் ஒரு தேசியச் சட்டத்தால் மட்டுமே உதவ முடியும்; அசலான மாற்றத்தைக் கொண்டு வரமுடியும் என்பதைச் சங்கதன் தொடக்கத்திலிருந்தே அறிந்திருந்தது. பிரபாஷ் ஜோஷி, ஹர்ஷ் மாந்தர், அஜித் பட்டாச்சார்ஜி ஆகியோரும் மற்றும் பலரும் இந்தியாவின் அதிகார மையங்கள் அமைந்திருக்கும் நகர்ப்புறங்களுக்கு அவர்களால் இயன்ற வழிகளில் இதைக் கொண்டுசென்றனர்; விவாதிக்க வைத்தனர்.

சங்கதன் போராட்டத்திற்கும், ஒரு சட்டத்திற்காக NCPRI முன்வைக்கும் வாதத்திற்கும் இடையிலான உரையாடல் தெளிவானது. உண்மையானது. ஏற்றுக்கொண்ட கொள்கை களையும் நடைமுறைகளையும் அடிப்படையாகக் கொண்டது. இயக்கம் வேகம் பெறத் தொடங்கியவுடன், சட்டத்தை உருவாக்கும் அடிப்படை செயல்முறையைப் புரிந்துகொள்ள வும், புதிய செயலுத்தியைக் கற்றுக்கொள்ளவும் இந்த உறவு அடிப்படையாக அமைந்தது. ஜனநாயகத்தில் மக்களுக்கு இருக்கும் நிஜமான கவலைகளுடன் தொடர்புப்படுத்தியது. அந்தச் சட்டம் அவர்களது கவலைகள் குறித்துச் சிந்திக்கவும், கவலைகளுக்கான காரணங்களை ஆராயவும் வேண்டும். இது ஒரு முக்கியமான செயல்முறை. சட்டம் அப்போதுதான் மக்களுக்கு உரியதாக இருக்கும். சட்டத்தை நீர்த்துப்போகச் செய்ய அரசாங்கம் செய்த முயற்சிகளுக்கு எதிராக நடந்த பல போராட்டங்களில் மக்களின் பங்களிப்பு நீடித்ததற்கு அடிப்படையாகச் சட்டமியற்றும் நடைமுறையில் அவர்களின் ஈடுபாடு இருந்தது.

அடிமட்ட அளவில் நடந்த அரசியல் போராட்டம் ஆர்டிஐ பிரச்சாரத்தை வரையறுத்து, முன்னெடுத்துச் சென்றது. ஒரு சட்டம் வேண்டி, சட்டப்படியான உரிமை வேண்டி குறிப்பிட்ட பிரதேசம் சார்ந்து நடந்த போராட்டம் என்பதி லிருந்து ஒரு பெரும் பாய்ச்சல் இந்தப் போராட்டத்திற்குத் தேவைப்பட்டது. பஞ்சாயத்துச் சட்டத்தில் திருத்தம் கொண்டு

வரும் அளவிற்கு ராஜஸ்தானில் சங்கதனால் வேலை செய்ய முடிந்தது. ஆனால், இந்தியாவின் பிற பகுதிகளுக்கு என்ன செய்வது? குறிப்பிட்ட பகுதி என்பதிலிருந்து உலகளாவியதாக, தேசம் தழுவியதாக இந்த உருமாற்றம் இருக்கவேண்டும். பிரச்சார இயக்கத்தின் சொற்களும், வழிமுறையும், ஈடுபாடும் பரந்ததாக இருக்க வேண்டும். வழக்கறிஞர்கள், வரைவாளர்கள், சட்டத்தின் உதவி, ஊடகங்கள் மற்றும் பிற குழுக்களின் தேவை முக்கியமாக அமைந்தது.

சட்டமியற்றுபவர்களும் கீழ்மட்ட அளவில் நடந்த போராட்டங்களும் புதுமையான முறையிலும் ஆக்கப்பூர்வமாகவும் தொடர்ந்து உரையாடினர். சட்டம் ஒன்றின் தேவையையும், அதிலிருக்க வேண்டிய மாறுதலுக்கு உட்படாதவை குறித்து மக்களுக்கு விளக்க முடியும்; ஆனால், அந்தச் சட்டத்தை உருவாக்கும் திறன்களுக்கு, சிறப்பு நிபுணத்துவம் தேவைப்படுகிறது. ஆயினும், சட்டத்தைப் பயன்படுத்துபவர்கள் மக்கள்தான்; ஆகவே, சட்டத்தை உருவாக்கும் நடைமுறையில் அவர்களைப் பங்கேற்கச் செய்யவேண்டும் என்ற புரிதல் நிலவியது. அத்துடன் உந்துவிசையும் ஆற்றலும் மக்களிடம் இருந்துதான் கிடைத்தது. சங்கதனின் பிரச்சார இயக்கம் தர்ணாவையும் தெருமுனைக் கூட்டத்தையும் பயன்படுத்தி இந்தச் சட்டத்தை மக்களிடம் எடுத்துச் சென்றது; அவர்களது கருத்துக்களைப் பெற முயன்றது. ஒவ்வொரு நகரத்திலும், திறன்பெற்ற சிறப்புக் குழுக்களை—வழக்கறிஞர்கள், கல்வியாளர்கள், வெளிப்படைத்தன்மை மற்றும் ஊழல் குறித்த பிரச்சினையில் அக்கறை கொண்ட மனிதர்களைப் பிரச்சார இயக்கத்தினர் சந்தித்தனர். வரைவு மசோதா மிக விரிவாக விவாதிக்கப்பட்டது; உட்கூறுகளில் திருத்தங்கள் பல செய்யப்பட்டன. அதனபின சிறப்புக் குழுக்களிடம் அது ஒப்படைக்கப்பட்டது. சட்ட வடிவமைப்பில் அவர்கள் அவற்றைப் பொருத்தினர்.

சட்டத்திற்கான அறிமுகம்

*NCPRI, 1996*இல் உருவானது என்பது முன்னரே பதிவு செய்யப்பட்டுள்ளது. அதன் முதன்மை நோக்கங்களில் ஒன்று சட்டத்தை உருவாக்குவது. மத்தியிலும் (பாராளுமன்றத்தில்) மற்றும் மாநிலங்களிலும் இயற்றப்படும் வகையில் திறன்மிக்க சட்ட வரைவை உருவாக்குவதும், அதற்காகப் பிரச்சாரம் செய்வதுமே *NCPRI*க்கு அளிக்கப்பட்ட பணி. மக்களின் போராட்டங்களையும், தேவையான தகவல்களையும் பதிவேடுகளையும் பெறுவதற்காகப் போராடும் குழுக்களையும் ஆதரிக்க *NCPRI* உறுதிபூண்டிருந்தது. தமிழ்நாட்டில் *(1996)*, கோவாவில்

(1997), மத்தியப் பிரதேசத்தில் (1998) ஆர்டிஐக்கான சட்டங்கள் இயற்றப்பட்டன.

அதிகாரப்பூர்வ ரகசிய பாதுகாப்பு சட்டம்

சுச்சி பாண்டேவின் பிஎச்.டி. ஆய்வறிக்கையின்படி, அறிந்துகொள்வதற்கான உரிமையும் உயிர்வாழ்வதற்கான உரிமையும் இந்தியாவில் தகவல்களைப் பெறுவதற்கும், வேலைக்காகவும் அடிமட்ட அளவில் நடக்கும் போராட்டங்களுடன் தொடர்புடையவை:

> 1962இல் சீனாவுடன் போர் நடந்தது; அதற்கு முப்பது ஆண்டுகளுக்குப் பின்னரும், அரசு அதிகாரிகளின் கைகளில் அதிகாரப்பூர்வ ரகசியப் பாதுகாப்புச் சட்டம் முக்கியக் கருவியாக இருந்தது, அனைத்து மட்டங்களிலும் இரகசியத்தைக் காக்க அது பயன்பட்டது. எடுத்துக்காட்டு ஒன்றை இங்குக் கூறலாம்; போபால் விஷவாயுப் பேரழிவில் பாதிக்கப்பட்டவர்களுக்கு இழப்பீடு வழங்குவது குறித்து அரசாங்கம் ஒரு பயிலரங்கை ஏற்பாடு செய்தது: 'அதில் பங்கேற்றவர்கள் பயிலரங்கில் குறிப்புகள் எடுத்தனர்; அவர்கள் ரகசியப் பாதுகாப்புச் சட்டத்தின் கீழ் கைதுசெய்யப்பட்டனர்' (லக்ஷ்மண், மேண்டர் மற்றும் ஜோஷி). கிளர்ச்சியால் பாதிக்கப்பட்ட காஷ்மீரிலும் வடகிழக்கு மாநிலங்களிலும் 'காணாமல் போனவர்கள்' இருக்கிறார்கள். காணாமல் போனவர்கள் பெரும்பாலும் இளைஞர்கள்; அவர்களின் போக்கிடம் பற்றிய தகவலை இந்திய அரசின் ஆயுதப் படைகளிடம் இருந்து அந்த நபர்களின் குடும்பத்தினரால் பெற முடியவில்லை.[136]

அனைத்திற்கும் மேலாக, 1947இல் இந்தியா விடுதலை பெற்ற பிறகு, அதிகாரப்பூர்வ ரகசியப் பாதுகாப்புச் சட்டம் தேவையில்லை; அதை ஒதுக்கி வைக்க வேண்டிய தேவை எழுந்துள்ளதைப் பிரச்சார இயக்கம் உணர்ந்திருந்தது. வெளிப்படைத்தன்மை முயற்சிகளை நசுக்க அடுத்தடுத்து இந்தியாவை ஆட்சி செய்த அரசாங்கங்கள் இந்தச் சட்டத்தைப் பயன்படுத்தின. இந்தியாவின் பிற பகுதிகளில் இயங்கிய முற்போக்கான, அர்ப்பணிப்புள்ள மனிதர்களையும், இதுபோன்ற ஏனைய அமைப்புகளையும் ஒன்றிணைத்து NCPRI உருவாவதற்கான வாய்ப்பைச் சங்கதனின் செயல்பாடு அளித்தது. இந்த வரைவுச்சட்டத்தை உருவாக்குவதற்கான முதல் முயற்சி, லால்பகதூர் சாஸ்திரி தேசிய நிர்வாக இன்ஸ்டிடியூட்டில், அதிகாரிகளுக்கான பயிற்சி பள்ளியில்தான் தொடங்கியது

என்பது ஒரு முரண்நகை. இந்த வரைவு நடவடிக்கையை மேலும் முன்னெடுத்துச் செல்லும் முயற்சியை, உச்சநீதிமன்றத்தின் முன்னாள் நீதிபதி பி.பி. சாவந்த் தலைமையில் 'பிரஸ் கவுன்சில் ஆஃப் இந்தியா' செய்தது.

மாநில அரசுகளுக்கு அனுப்பப்பட்ட 'பிரஸ் கவுன்சில்' மசோதா பல்வேறு திருத்தங்களைச் சந்தித்தது. தமிழ்நாடு, கோவா மாநிலங்கள் இந்தச் சட்டத்தை நிறைவேற்றின. கோவா நிறைவேற்றிய சட்டம், 'பிரஸ் கவுன்சிலின்' அசல் வரைவுக்கு மிக நெருக்கமாகவும், மக்கள் சார்ந்ததாகவும் இருந்தது.

மத்தியப் பிரதேச அரசு தனது மசோதாவைக் குடியரசுத் தலைவரின் ஒப்புதலுக்காக அனுப்பியது. அப்போது அட்டார்னி ஜெனரலாக இருந்த சோலி சொராப்ஜி, இது மத்திய அரசிற்கு உட்பட்ட விஷயம்; அதனால் இது மாநில சட்டமன்றத்தின் வரம்புக்குள் வராது என்ற உறுதியான எண்ணத்தில் மசோதாவில் கையெழுத்திட வேண்டாம் என்று ஜனாதிபதிக்கு அறிவுறுத்தினார்.

ராஜஸ்தானில், 1998ஆம் ஆண்டின் இறுதியில் அமைந்த காங்கிரஸ் அரசாங்கம், வரைவு மசோதா ஒன்றை உருவாக்க பிரச்சார இயக்கத்தினரைக் கோரியது. பிரச்சார இயக்கம் கோட்டத் தலைமையகங்களுக்குச் சென்றது; ஒவ்வொரு இடத்திலும் இரண்டு நாட்கள் தங்கி, விவாதித்து, மசோதாவில் திருத்தங்கள் செய்தது. மசோதா மாநிலம் சார்ந்த விஷயங்களை மட்டுமே பேசுகிறது; ஆகவே, இந்த மசோதாவை நிறைவேற்று வது மாநில அரசாங்கத்தின் தகுதிக்குள்தான் இருக்கிறது என்று பிரச்சார இயக்கம் கருதியது. அட்டார்னி ஜெனரல் முன்வைத்த அபிப்பிராயமும் தொடர்ந்து விவாதத்தில் இருந்தது.

பிலாஸ்பூர் கோட்ட ஆணையரின் முயற்சியைத் தொடர்ந்து 1997ஆம் ஆண்டில், மத்தியப்பிரதேச அரசாங்கம் தொடர்ச்சியான பல உத்தரவுகளின் வழியாக இந்த உரிமையை நடைமுறைப்படுத்தியது. அவை இப்போதும் நடைமுறையில் உள்ளன; இதன் மூலம் நாற்பதுக்கும் மேற்பட்ட துறைகளில், மக்கள் தகவல்களைப் பெறமுடியும். இது சர்குஜா மாவட்ட ஆட்சியரது அறிக்கை: பொது விநியோகத் திட்டத்தில் சாதாரணமாக ரேஷன் அட்டையுடன் பதிவேடுகளை ஒப்பிட்டுப் பார்ப்பதன் மூலமே கள்ளச் சந்தையில் பொருட்கள் விற்கப்படுவதைத் தடுக்கமுடிந்தது; அதன் பயனாக நிர்வாகம் நுகர்வோருக்கான ரேஷன் ஒதுக்கீட்டை இரண்டு மடங்காக்க முடிந்தது.

சர்வதேச நிதிநிறுவனங்களின் அழுத்தம்

பொருளாதாரக் கட்டுப்பாடுகளைத் தளர்த்தும் வியத்தகு மாற்றம் 1991இல் ஏற்பட்டது; உலக வங்கி, சர்வதேச நாணய நிதியம், ஆசிய வளர்ச்சி வங்கி போன்ற சர்வதேச நிதி நிறுவனங்கள் 'சிறந்த நிர்வாகம்' என்பதற்குக் கூடுதல் அழுத்தம் தந்தன. கடன் அளிப்பதற்கான நிபந்தனைகளில் வெளிப்படைத்தன்மையையும் பொறுப்புடைமையையும் சர்வதேச நிதி நிறுவனங்கள் அறிவித்தன; வளரும் நாடுகள் பலவற்றில் வெளிப்படைத்தன்மையை விவாதப்பொருளாக்கின. அந்த நேரத்தில், தகவல்களைச் சுதந்திரமாகப் பெறுவதற்கான சட்டங்களை இயற்றுவது சர்வதேச அளவில் ஒரு புதிய போக்காக எழுச்சி பெற்றது (Florini, 2007; Banisar, 2006).[137]

1990களில் தகவல்களை பெறுவதற்கான சட்டங்களை நடைமுறைப்படுத்துதல்

ஆர்டிஐக்கான சட்டம் ஒன்றை இயற்றுவதற்கான சாத்தியக்கூறுகள் குறித்து ஆய்வுசெய்வதற்கு அமைச்சகங்களுக்கு இடையிலான பணிக்குழு 1991ஆம் ஆண்டு அமைக்கப்பட்டது. இங்கிலாந்து, கனடா, ஸ்வீடன், அமெரிக்கா ஆகிய நாடுகளுக்குப் பணிக்குழு சென்றது. தகவல்களைச் சுதந்திரமாகப் பெறுவதற்கான சட்டங்களை வடிவமைப்பதில் நடைமுறைப்படுத்துவதில் அவர்களது அனுபவங்களிலிருந்து கற்றுக்கொள்ள முயன்றது. 1990களின் பிற்பகுதியில், பல மாநில அரசாங்கங்கள் ஆர்டிஐக்கான சட்டங்களை இயற்றுவதன் மூலம் அரசாங்கத்தின் செயல்பாட்டில் வெளிப்படைத்தன்மையை மேம்படுத்த ஒப்புக்கொண்டன. 1997வாக்கில், கடன் வழங்கும் நிதி நிறுவனங்களின் அழுத்தம் அதிகரித்ததன் காரணமாக, ஆர்டிஐக்கான சட்டங்களை இயற்றவேண்டிய கட்டாயம் மாநில அரசுகளுக்கு ஏற்பட்டது. எடுத்துக்காட்டாக, ஆர்டிஐக்கான சட்டம் ஒன்றை உருவாக்குவதை ஆதரித்து, அதிகாரப்பூர்வமற்ற செய்தியொன்று ஆசிய வளர்ச்சி வங்கியிடமிருந்து கர்நாடகா மாநிலத்திற்கு வந்ததாக NCPRI ஆர்வலர்கள் கூறினார்கள்.[138]

தமிழ்நாடு

ஆர்டிஐக்கான சட்டத்தைக் கொண்டு வருவதில் ஆசிய வளர்ச்சி வங்கி கொடுத்தஅழுத்தம் தமிழ்நாட்டின் மீதும்

இருந்தது; 'குறிப்பிட்ட துறை சார்ந்த செலவினங்களுக்கு அளிக்கப்படும் கடன்களுக்கான முன்நிபந்தனை'யாகச் சட்டம் ஒன்றை இயற்றுவதை ஆசிய வளர்ச்சி வங்கி குறிப்பிட்டது. தமிழ்நாட்டைப் பொறுத்தவரை, மெட்ராஸ் வளர்ச்சி ஆய்வு நிறுவனத்தைச் சார்ந்த திரு எஸ். குகன் தமிழக முதல்வருக்கு முக்கிய ஆலோசகராக இருந்தார். பியாவர் தர்ணாவிற்குப் பிறகு (1996இல்) சங்கதன் செயற்பாட்டாளர்களைச் சென்னைக்கு வரவழைத்தார். 'ஆர்டிஐக்கானசட்டம் இயற்றப்படுவதை உறுதிப்படுத்த முயல்வேன்'என்றார். மாநில அளவிலான ஆர்டிஐ சட்டம் ஒன்றை இயற்றிய முதல் மாநிலம் தமிழ்நாடுதான். ஆனால், அரசியல் சந்தர்ப்பவாதத்தால் பலவீனமான சட்டமாக அது நிறைவேறியது. எஸ். குகன் போன்ற அக்கறையுள்ள குடிமக்களின் முயற்சிகள் இருந்தன; எனினும், தமிழ்நாட்டின் முன்னாள் தலைமைத் தகவல் ஆணையரின் அறிக்கை சட்டத்தின் செயல்திறன் இன்மையை வெளிப்படுத்துகிறது. 1996ஆம் ஆண்டில் நிறைவேறிய தமிழ்நாடு ஆர்டிஐ சட்டம் குறித்து அவர் இவ்வாறு கருத்து தெரிவித்தார்:

"(அந்தச் சட்டம்) நிறைவேற்றப்பட்ட உடனே ஏறத்தாழ ஒரு ரகசியமாகிவிட்டது (மாநில அரசாங்கத்தால் சட்டத்திற்குப் போதுமான அளவு அல்லது சரியான முறையில் விளம்பரம் கொடுக்கப்படவில்லை)... அது தவிர்த்து, சம்பந்தப்பட்ட அரசுத் துறையின் செயலர், தகவல் கேட்டு வைக்கப்படும் எந்த கோரிக்கையையும் பொதுநலன் என்று சொல்லி மறுக்கலாம்; விஷயங்களை ரகசியமாக மறைத்து வைக்கலாம்.'[139]

இந்திய அரசாங்கம்

இருப்பினும், 'சிறந்த நிர்வாகம்' என்பதையொட்டி, முக்கியமற்ற சில நடவடிக்கைகளை அறிமுகப்படுத்தினால் போதுமானது என்று மத்திய அரசாங்கம் நினைத்தது. தகவல்களைச் சுதந்திரமாகப் பெறும் ஒரு மசோதா குறித்து விவாதிக்கலாம் என்று 2000ஆம் ஆண்டில் நாடாளுமன்ற நிலைக்குழு முன்வைத்த கோரிக்கையும் செவிடன் காதில் ஊதிய சங்கு போலாயிற்று. ஆர்டிஐ சட்டங்களுக்கு ஆதரவாக சர்வதேச நிதி நிறுவனங்கள் பரிந்துரைத்தன; அதனால் 'வெளிப்படைத்தன்மை' மற்றும் 'பொறுப்புடைமை' ஆகியன அரசின் நிர்வாக அலுவலகங்களின் முணுமுணுக்கப்படும் சொற்களாகி விட்டன.

ஆனால், அரசாங்கத்திற்குள் நடக்கும் உரையாடல்களின் தன்மை, வெளியில் நடக்கும் போராட்டங்கள் எழுப்பும் கோரிக்கையிலிருந்து குறிப்பிடும்படியாக வேறுபட்டிருந்தது. பொதுவெளியில் வெளிப்படையாகச் சொல்வது அல்லது தகவல்களைப் 'பெறுதல்' ஆகிய வற்றிற்குப் புதிய தாராளவாதத்தின் அடிப்படையில் 'சிறந்த நிர்வாகம்' என்றநிகழ்ச்சிநிரலை மட்டுமே அரசு உச்சரித்தது. ஆனால், சிவில் சமூகமோ சட்டத்திலிருக்கும், தகவலைச் சட்டப்படியாகப் பெறும் உரிமை போன்ற உறுதியான ஒன்றை வேண்டியது.[140]

வரையறைகள்

NCPRIஇன் செயலராகப் பணியாற்றியவர் சுச்சி பாண்டே; ஆர்டிஐ உரிமைக்காக நடந்த போராட்டத்தின் பல கட்டங்களில் அதனுடன்வாழ்ந்தவர். இந்த செயல்முறையை மதிப்பீடு செய்து அவர் முனைவர் பட்டம் பெற்றார். இந்தப் புத்தகம் அவரது அனுபவத்திலிருந்தும் பகுப்பாய்வுகளிலிருந்தும் உருவானது.

சர்வதேச நிதிநிறுவனங்களின் அறிவுரையின் பேரில் அரசாங்கம் முன்னெடுத்த திறனற்ற 'சிறந்த நிர்வாக' சீர்திருத்தங்களுக்கும், சிவில் சமூகத்திலிருந்து எழுந்த தீவிரமான, அதிகஅளவு சமூகநீதி சார்ந்த வெளிப்படைத் தன்மைக் கோரிக்கைகளுக்கும் இடையில் கணிசமான வேறுபாடு இருந்ததை உணர்வது முக்கியம். NCPRI பிந்தையதைப் பிரதிபலித்தது: அரசு அதிகாரிகள் பயனுள்ள வழியில் தினசரி செயல்பாடுகளில் பொறுப்புடன் செயலாற்ற வைக்கும் திறனைக் குடிமக்கள் அனைவருக்கும் உத்தரவாதப்படுத்த பொதுமக்களிடையே வளர்ந்து வரும்கோரிக்கையை நிறைவேற்ற இது உருவானது. இவ்வாறான, அடிப்படையில் மாறுபடும் வாக்குறுதிகள் NCPRIஇன் அக்கறைகளை ஆர்டிஐ சட்டத்தில் இடம்பெறச் செய்தன. உண்மையில், பவிஸ்கர் (2007:20) கூறுவதுபோல், உலக வங்கியும் மற்ற சர்வதேச நிதிநிறுவனங்களும் 'உயரதிகாரிகளின் பொறுப்புடைமைக்கான' வழிமுறைகளைப் பிரச்சாரம் செய்தன. ஆனால், அந்த அரசுகள் மிகவும் ஏழ்மையான தம் குடிமக்களிடம் பொறுப்புடன் நடக்க எதையும் செய்யவில்லை. NCPRI தலைமை 'வெளிப்படைத் தன்மைக்கான புதிய தாராளவாதக் கோரிக்கையிலிருந்து தன்னைத் தள்ளிவைத்துக் கொள்வதில் கவனமாக இருந்தது' என்று குறிப்பிடுகிறார் (2007:20).[141]

வளர்ந்து கொண்டிருந்த சர்வதேச நிதிநிறுவனங்களின் பாத்திரத்தை அந்தச் சூழலில் வைத்துப் பார்ப்பது முக்கிய மானது. 1991ஆம் ஆண்டின் பொருளாதாரத் தாராளமயம், ஏனைய பிற விஷயங்களுடன் 'சிறந்த நிர்வாகத்திற்கு' சர்வதேச நிதி நிறுவனங்கள், உலக வங்கி, சர்வதேச நாணய நிதியம், ஆசிய வளர்ச்சி வங்கி, கொடுத்த அதிகப்படி அழுத்தத்தையும் கொண்டு வந்தது. வெளிப்படையான செயல்பாட்டிற்கான சட்டங்களை இயற்றுவதற்குச் சர்வதேச அளவில் புதிய போக்கு உருவாகிக்கொண்டிருந்தது; பல வளரும் நாடுகளில் இந்த விவாதங்கள் சர்வதேச நிதிநிறுவனங்களால் வடிவம் பெற்றன. கடன் அளிப்பதற்கான நிபந்தனைகளில் ஒன்றாக அவற்றை வைத்தன. இவை பெரும்பாலும் அரசின் மக்கள் நலன் சார்ந்த செயற்பாடுகளைக் குறைக்கத்தான்; அத்துடன், அரசின் முக்கிய செயற்பாடுகளையும் அடிப்படைச் சேவைகள் அளிப்பதையும் தனியாரையும், அரசு சாரா நிறுவனங்களையும் கொண்டு வழங்க வைப்பதற்குமே.

பொதுஆய்வுகளிலிருந்து அரசு சாரா நிறுவனங்களுக்கு விலக்கு அளிக்கப்பட்டிருந்தது; ஆனால், இந்த சர்வதேச நிதி நிறுவனங்கள் இறையாண்மை மிக்க தேசிய அரசாங்கங்களிடம் எதிர்பார்க்கும் அளவிற்கு இணையான தர நிலையில் தம்மை வைத்திருக்கவில்லை. உலக வங்கி பின்பற்றும் வெளிப்படுத்தல் கொள்கை, தகவல்களை வெளியிடுவது அல்லது அவற்றைப் பெறும் விஷயங்களில் அதன் உள்ளடக்கத்திலும், நோக்கத் திலும் மிகவும் குறைபாடு உடையதாக இருந்தது. சர்வதேச நிதி நிறுவனங்கள், பொறுப்புணர்வு வழிமுறைகள் பலவற்றை உயரதிகாரிகள் மட்டத்தில் திணித்தன; இவற்றால் பெரும்பா லான வளரும் நாடுகளில் ஜனநாயக முறைப்படித் தேர்ந்தெடுக்கப்பட்ட அரசாங்கங்களின் கொள்கை வகுக்கும் செயல்முறைகள் மாற்றியமைக்கப்பட்டன, ஆனால், அந்த நிதி நிறுவனங்கள் பாசாங்குத்தனம் நிறைந்தவை. அந்த நிறுவனங்கள் அவை எதிர்பார்க்கும் தரநிலைக்குச் சமமாக வெளிப்படையாகவோ, பொறுப்புடனோ நடந்துகொள்வ தில்லை.

உலகளவில் விரும்பப்படும் உரிமையாக ஆர்டிஐ தென்படு கிறது. பொருளாதாரத் தாராளமயத்தின் அறிமுகத்தால் 'வெளிப்படைத்தன்மை', 'பொறுப்புடைமை' ஆகியன அதிகார மையங்களின் தாழ்வாரங்களில் முணுமுணுக்கப்படும் சொற்களாகிவிட்டன; எனினும், அடிமட்ட அளவிலான மக்கள் போராட்டங்கள் முன்வைக்கும் கோரிக்கைகளுக்கும் சர்வதேச நிதிநிறுவனங்களின் அழுத்தம் காரணமாக அரசாங்கத்திற்குள்

பேசப்படும் வெளிப்படைத்தன்மைக் கோரிக்கைகளுக்கும் இடையில் அடிப்படையிலும், பொருள் சார்ந்தும் வேறுபாடு இருக்கிறது. சர்வதேச நிதிநிறுவனங்களின் செல்வாக்கால் தேசிய அரசுகளும், மாநில அரசுகளும் ஆர்டிஐயைச் சிறந்த நிர்வாகத்திற்கான வழியாக மதித்தன. ஆனால், NCPRI இதைவிட அதிகமான, உறுதியான ஒன்றை வேண்டுகிறது: தகவல் பெறுவதைச் சட்டப்படியான உரிமையாக வேண்டுகிறது. பிரச்சார இயக்கத்தை ஆதரவு திரட்டும், சட்டத்தை உருவாக்கும் அரங்கிற்கு NCPRI எடுத்துச் சென்றது. 'பிரஸ் கவுன்சில்' வரைவான இந்த மசோதா மக்களவைக்கும், அனைத்து மாநில அரசுகளுக்கும் பரிசீலனைக்காக அனுப்பப்பட்டது.

சர்வதேச நிதி நிறுவனங்களின் அழுத்தத்தைத் தாங்க முடியாமல் மாநிலங்கள் சட்டங்களை இயற்றின. இந்தச் சட்டங்கள் அரசு நிர்வாகத்தில் அதிக அளவில் ஜனநாயகச் செயல்பாடுகளுக்கும், மக்கள், அவர்களது நலனை அவர்களே கண்காணித்துக்கொள்வதற்கான உரிமைக்காகவும் இந்தியாவில் நடந்த ஒரு போராக ஆர்டிஐ இயக்கத்தை மாற்றின. 'அறிந்துகொள்வதற்கான உரிமை', 'வாழ்வதற்கான உரிமை', 'எங்கள் பணம், எங்கள் கணக்கு' போன்ற முழக்கங்கள், சீர்திருத்தத்தைத் திணிக்க முனைந்த உலக நிறுவனங்களின் நோக்கத்தைப் பொய்யாக்கின.

17

ஜன் சுன்வாய்களின் இரண்டாவது தொகுப்பு

தகவல்களைப் பெறுவதிலும், அரசாங்க ஆவணங்களை வெளியிடுவதிலும் கிடைத்த வரம்புக்குட்பட்ட வெற்றிக்குப்பின் இரண்டாவது தொகுப் புஜன் சுன்வாய்கள் நடத்தப்பட்டன. ஒரு வகையில் சொல்லப்போனால் அசல்நிலைக்குத் திரும்பி, விஷயங்களை ஒருவர் தன் கைகளில் எடுத்துக்கொள்ளும் நேரம்.

பஞ்சாயத்து ராஜ் விதிகளில் திருத்தம் என்ற குறிப்பிடத்தக்க வெற்றியுடன் இந்த ஜன் சுன்வாய்கள் ஜனவரி 1998இல் ராஜஸ்தானில் தொடங்கின. இந்தத் திருத்தத்தின் மூலம் பொதுப் பணிகள் உள்ளிட்ட அனைத்துப் பணிகளின் பில்கள், வவுச்சர்கள், மஸ்டர் ரோல்கள் உள்ளிட்ட அனைத்து தகவல்களையும் கிராமத்தின் சாதாரணக் குடிமக்கள், பஞ்சாயத்திலிருந்து பெறமுடியும். பஞ்சாயத்து ராஜ் சட்டத்தில் செய்யப்பட்ட மாற்றங்களுக்குப்பின் 1997ஆம் ஆண்டு நடந்த தர்ணாவுக்குப்பின் நடைபெற்ற ஜன் சுன்வாயில் நிர்வாகத் தரப்பிலிருந்து அதிகாரிகளும் கலந்து கொண்டனர். அங்கீகரிக்கப்பட்ட தகவல்கள் மிகச்சிரமத்துடன் சேகரிக்கப்பட்டன. அத்துடன், வெளிப்படைத்தன்மை நிலவத் தொடங்கியுள்ளது என்பதை ஏற்றுக்கொள்வதிலும் அதிகாரிகளிடம் தயக்கம் இருந்தது.

தொடக்க அத்தியாயங்களில் நாம் சந்தித்த சங்கதனின் நாராயண் குறிப்பிடத்தக்கக் காரியமாற்றினார். அவர் தேவ்துங்ரியில் வசிப்பவர்; அந்தக் கிராமத்திற்கு அருகிலுள்ள மூன்று பஞ்சாயத்துகளில் பொதுப்பணிச் செலவுகள் குறித்த தகவல்கள் கேட்டு விண்ணப்பம் அளித்தார். அவர் எழுதுகிறார்:

> குகர்கேடா, பரார், புதிதாக உருவான குஷால்புரா ஆகிய மூன்று பஞ்சாயத்துகளிலிருந்து தகவல்கள் கோரி நாங்கள் (சங்கதன்) விண்ணப்பித்தது எனக்கு நினைவிலிருக்கிறது. தேவ்துங்ரி கிராமம் குஷால்புராவில் உள்ளது. அங்கு எங்களுக்கு மிக எளிதாகத் தகவல் கிடைத்துவிட்டது. முடிந்துவிட்டதாகக் கூறப்படும் வேலைகளைச் சரிபார்த்தோம்; தணிக்கை செய்தோம்; நேரடியாகச் சென்று பார்த்தோம், உறுதியாகத் தெரியக் கூடிய விவரங்களையும் ஆய்வுசெய்தோம். பரார் பஞ்சாயத்தில், தூத்தலாவ் என்ற இடத்தில் நடைபெற்ற தடுப்பணைப் பணிக்கு, அந்த வேலைத்தளத்திற்கு அருகிலிருந்த பழைய கற்கள் பயன்படுத்தப்பட்டிருப் பதைக் கண்டுபிடித்தோம், ஆனால், பொய் பில்கள் வைக்கப்பட்டிருந்தன. நாற்பது மூட்டை சிமென்ட் சப்ளை செய்யப்பட்டதாகக் கூறப்படுவதும் உண்மை யில்லை என்பதைக் கண்டறிந்தோம். அது ‘ஃபார்ஸி’ (போலி). ஹம்மாலோன் கி வெர் என்ற இடத்தில் நடந்த சாலை அமைக்கும் பணியின் மஸ்டர் ரோலில் மூன்று மாணவர்கள் பெயர் இருந்தது; அத்துடன் அவர்கள் பள்ளிக்குச் சென்றுகொண்டிருப்பதாகவும் குறிக்கப் பட்டிருந்தது.
>
> குகர்கேடா பஞ்சாயத்தில் எனக்குத் தனிப்பட்ட முறையில் பிரச்சினை இருந்தது. அதன் சர்பஞ்ச் வசந்தி தேவி என் வகுப்புத் தோழி. அவரும் என்னைப் போல் ‘கோத்ரா’ என்ற உபசாதியைச் சேர்ந்தவர். இருவரும் அபாவத் என்ற ராவத்களின் துணைக்குழுவைச் சேர்ந்தவர்கள். நான் தகவல் பெற முயல்வதையும் சங்கதனுடன் இணைந்து ஜன் சுன்வாய் ஏற்பாடு செய்ய முயல்வதையும் அவர் தடுக்கப்பார்த்தார். அதற்கு என்னை இணங்க வைக்க முயன்று முடியவில்லை என்றதும், அவர் ஜாதி பஞ்சாயத்தை அணுகினார். ‘சாலிஸ் மைல் கா சௌராஹாவில்’ கூட்டம் ஒன்று ஏற்பாடானது. இந்த இடம் பியாவரிலிருந்து 40 மைல் என்று குறிக்கப்பட்டிருக்கும் மைல்கல் அருகிலிருந்த

சாலை சந்திப்பைக் குறிக்கிறது. தேவ்துங்ரிக்கு மிக அருகில் இருக்கும் இடம்.

சுமார் 400 பேர் அங்குக் கூடிவிட்டனர். என்னையும், சங்கரின் உறவினரான ஜெய்த் சிங்கையும் சாதி விலக்கல் செய்வதுதான் அவர்களின் நோக்கம். ஜெய்த்சிங்கின் வீட்டில்தான் சங்கர், நிகில், அருணா ஆகியோர் வசித்தனர். கூட்டத்தில் 'கலேத்ரா' பஞ்சாயத்துக் குழுவினர் எங்களை ஆதரித்தனர் என்பதால் கூட்டம் இரண்டாகப் பிரிந்தது, அவர்களின் முயற்சி தோல்வியடைந்தது. எனினும், நாங்கள் அவர்கள் செய்த கையாடல்களையும் செயலற்ற தன்மையையும் பஞ்சாயத்துகளின் முன்னால் வைத்தோம்.

குகர்கேடாவில் சுவாரஸ்யமான சம்பவம் ஒன்று நடந்தது. வாய்க்கால்கள் அல்லது 'நாலிஸ்' கட்டுமானப் பணியில், மணலையும் பிற கட்டுமானப் பொருட்களை யும் கொண்டுசெல்ல மாட்டுவண்டி ஒன்று ஏற்பாடு செய்யப்பட்டிருந்தது. பதிவேடுகளைச் சரிபார்த்த போது, மாட்டுவண்டிக்குச் சொந்தக்காரர் தூரத்தில், குஜராத்தின் கத்தியவாரில் ஆழ்துளைக் கிணறுகளில் பல ஆண்டுகளாக வேலை செய்வதைக் கண்டறிந்தோம். அவரது வாக்குமூலத்தை அனுராக் தயாரித்த குறும்படம் ஒன்றில் நீங்கள் காணமுடியும்; நாடாளுமன்ற நிலைக்குழுவிடம் நாங்கள் அதைக் காண்பித்தோம். பவ்தியாவில், மேம்பாலம் ஏற்கனவே மக்களால் கட்டப் பட்டு, சிமெண்ட் பூச்சும் முடிந்திருந்தது. ஆனால், அந்த வேலை முழுமைக்கும் பில் தயாரிக்கப்பட்டிருந்தது. கான்க்ரீட் வேலையும் அதில் நடக்கவில்லை. கலேத்ராவில், காணாமல் போன வேலை, மணற்புயலில் புதையுண்ட தாகக் கூறப்பட்டது. ஆனால், எவ்விதமான ஆதாரமும் இல்லை. நாங்களோ அல்லது பின்னால் இந்த வழக்கை விசாரிக்க வந்த லஞ்ச ஒழிப்புத் துறையோ எந்தத் தடயத்தையும் கண்டுபிடிக்க முடியவில்லை. சந்தேக மின்றி அப்படிஒன்று கட்டப்படவே இல்லை.[142]

இந்த வாக்குமூலங்கள் அனைத்தும் 09–01–1998இல் நடைபெற்ற குகர்கேடா ஜன் சுன்வாயின் பகுதியாக அமைந்தன. ராஜ்சமந்த் மாவட்டத்தின் குகர்கேடா பஞ்சாயத் தின் சர்பஞ்ச் வசந்திதேவி ரூ. 50,000 திருப்பி அளித்தார். கடந்த மூன்று ஆண்டுகளின் வளர்ச்சிப் பணிகளை மக்கள் மதிப்பீடு செய்ததில் ஒரு லட்சம் ரூபாய் மோசடி செய்யப்பட்டதாக

ஜன் சுன்வாயில் மக்கள் உறுதிசெய்தனர். மீதி 50,000 ரூபாயை அடுத்த இரண்டு மாதங்களில் இரண்டு தவணைகளாகத் திருப்பித் தருவதாக அவர் கூறினார்.

விசாரணைக் குழுவில் புகழ்பெற்ற மனிதர்களான ஜெய்ப்பூர் வளர்ச்சி ஆய்வு நிறுவனத்தின் இயக்குநர் பேராசிரியர் வி.எஸ். வியாஸ், பெங்களூர் நிம்ஹான்ஸ் நிறுவனத்தின் மருத்துவர் டாக்டர் நாராயணமூர்த்தி, டெல்லி இந்தியப் பொது நிர்வாக மையத்தின் பேராசிரியரும் சுற்றுப்புறச் சூழல் ஆர்வலருமான சேகர் சிங், புகழ்பெற்ற சர்வோதய ஆர்வலர் சாவாய் சிங் ஆகியோர் இருந்தனர்.

ரஜ்னி பக்ஷி, 'பாபு குடிலில்' எழுதுகிறார்:

இறுதியில், இரு ஆண்டுகளுக்கும் மேலாக நடைபெற்ற போராட்டத்திற்குப் பின், ராஜஸ்தான் அரசு 15–07–1997 அன்று, இறுதியாக அறிவிப்பை வெளியிட்டது: பஞ்சாயத்து அளவிலான பதிவேடுகளின் நகல்களைப் பெற மக்களுக்கு அனுமதி வழங்கியது. ஆனால், அதன்பிறகு பல மாதங்கள் ஆன பின்னரும், உத்தரவு கிடைக்கவில்லை என்று மாவட்ட அதிகாரிகள் தகவல் தர மறுத்தனர். எனவே, சங்கதன் மேலும் ஆறு மாதங்கள் காத்திருந்தது. ஜனவரி 1998இல் அது இரண்டு பொதுக்கூட்டங்களை நடத்தியது. ஒன்று குகர்கேடாவிலும், மற்றொன்று சூரஜ்புராவிலும்.

சம்பந்தப்பட்ட வளர்ச்சிப் பணிகள் குறித்த பதிவேடு களின் ஜெராக்ஸ் நகல்களை ஆயுதமாக ஏந்தியபடி மக்கள் இந்தப் பொதுவிசாரணைகளில் கலந்து கொண்டனர் என்பது மட்டும் சங்கதனின் வெற்றியாக இல்லை. அந்தச் சோதனையின் உண்மையான வெற்றி, மென்மையான, கண்ணியமான, பழிவாங்கும்தன்மையற்ற அதன் நடைமுறைகளில் இருந்தது. பல்வேறு மோசடிகள் வெளியில் வந்தன; எனினும் குற்றம் சாட்டப்பட்ட சர்பஞ்சுகள் கேலி செய்யப்படாமல் பதிலளிக்க அனுமதிக்கப்பட்டனர். ஒரு லட்சம் ரூபாய் மோசடி செய்ததை ஒப்புக்கொள்ள வேண்டிய கட்டாயம் வசந்தி தேவிக்கு ஏற்பட்டது; மன்னிப்பும் கேட்க வேண்டியதாகி விட்டது. பணத்தைப் பஞ்சாயத்து கஜானாவில் திருப்பிச் செலுத்த அவர் ஒப்புக்கொண்டார்.[143]

சங்கர் பிறந்து வளர்ந்த லோத்தியானா பஞ்சாயத்தில் இரண்டாவது ஜன் சுன்வாய் நடைபெற்றது. பொது

விசாரணைக்காக சுராஜ்புரா கிராமத்தில் கூடாரம் அமைக்கப் பட்டது; அந்த இடத்திலிருந்து வெறும் 500 கெஜம் தொலைவில் தான் அவர் படித்த பள்ளி இருந்தது. பொதுப்பணிகள் குறித்த தகவல்கள் லோத்தியானா, சுராஜ்புரா, ரவத்மால் ஆகிய மூன்று பஞ்சாயத்துகளிலிருந்து பெறப்பட்டன. குகர்கேடா விசாரணையும் இறுதியில் காந்தியத் தன்மையுடன் அசாதாரணமாக முடிந்தது. அந்த நினைவேக்கத்துடன் இந்த ஜன் சுன்வாய் நடைபெற்றது.

சங்கதன் நாட்குறிப்பிலிருந்து:

அந்த ஜன் சுன்வாய், அவ்வாறு முடியும் என்று நாங்கள் எவரும் முற்றிலும் எதிர்பார்க்கவில்லை. குகர்கேடா வுக்குக் கொடுக்கப்பட்ட அழுத்தத்தைக் கருத்தில் கொள்ளும்போது, மோதலும் வன்முறையும் நிறைந்ததாக அது மாறியிருக்கக்கூடும். அதற்குப் பதிலாக சர்பஞ்ச் பொதுமக்கள் முன்னிலையில் குற்றத்தை ஏற்றுக் கொண்டார். மோசடி செய்யப்பட்ட தொகையில் பாதி ரூ. 50,000ஐ திருப்பிக்கொடுத்தார். இவ்வாறு அது முடிந்தது. ஜனவரி மாதத்தில், காந்தியத் தன்மையுடன் ஒரு முடிவு.[144]

சுராஜ்புரா ஜன் சுன்வாய், அதிக அளவில் கவனத்தையும் ஆர்வத்தையும் ஏற்படுத்தியது. முந்தைய தர்ணாக்கள் குறித்தும், போராட்டங்கள் பற்றியும் கேள்விப்பட்டு முக்கியமான மனிதர்கள் வெகு தொலைவிலிருந்து – மும்பையிலிருந்தும் விசாரணைக் குழுவில் உறுப்பினர்களாகப் பங்கேற்க வந்தனர். பலரும் அது எப்படி நடக்கிறது என்று பார்ப்பதற்கு வந்தனர். பொது விசாரணையில் இ.ஆ.ப. அதிகாரிகள் இருவர், சந்தோஷ் மேத்யூவும் ஹர்ஷ் மந்தரும் கலந்துகொண்டனர். புகழ்பெற்ற கல்வியாளர் அஜித் பட்டாச்சார்ஜி, சமூக ஆர்வலர் புஷ்பா பாவே ஆகியோருடன், வளர்ச்சி ஆய்வு நிறுவனத்தின் முனைவர் சாரதா ஜெயின், எழுத்தாளரும் பத்திரிகையாளருமான வேத வியாஸ், அஜ்மீரின் சமூக ஆர்வலர் டி.எல். திரிபாதி, மூத்த தொழிற்சங்கவாதியான பியாவரின் கேஸ்ரிமால் மேலும் பலரும் கலந்துகொண்டனர். பியாவர் குடிமக்களும், ராஜஸ்தான் முழுவதிலுமிருந்து பலரும் நடவடிக்கைகளைக் கவனிக்க வந்திருந்தனர். பொது விசாரணையில் பார்வையாளர்களாக ஜீன் ட்ரேஸ் (Jean Dreze) மற்றும் பேலா பாட்டியாவும் கலந்துகொண்டனர்.

தகவல்களைப் பெறுவதிலும் அவற்றைத் தொகுப்பதிலும் சங்கதனும் மிகவும் திறமை பெற்றுவிட்டது. ஜன் சுன்வாய் வெளிக்கொணர்ந்த உண்மைகள், வளர்ச்சித் திட்டங்களில்

மக்களின் உரிமைகளைப் பறிக்கப் பயன்பட்ட பல்வேறு முறைகளைப் பதிவுசெய்தன. எடுத்துக்காட்டாக, அருகிலிருந்த பஞ்சாயத்துகளின் பட்டியல்களுடன், அதே காலகட்டத்தில் பணிபுரிந்த நபர்களின் பெயர்கள் ஒப்பிட்டுச் சரிபார்க்கப்படும் வரை மஸ்டர் ரோல்களின் தகவல்களால் எந்தப் பயனும் இல்லை. மூன்று பஞ்சாயத்துகளின் மூன்று வெவ்வேறு மஸ்டர் ரோல்களில், ஒரே காலகட்டத்தில், அதே நாட்களில் ஆறு கொத்தனார்களின் பெயர்கள் பதிவாகியிருந்தது கண்டுபிடிக்கப் பட்டது. மோசடி செய்யப்பட்டதற்கான மறுக்கமுடியாத ஆதாரம் இது. கொத்தனார்கள் எட்டு மணி நேர ஷிப்டுகளில் வேலை செய்ததாகவும், ஒரு பஞ்சாயத்தில் வேலையை முடித்த பின் மற்றொரு பஞ்சாயத்துக்குச் சென்றதாகவும் சர்பஞ்சுகள் வாதிட்டனர். அவர்கள் கூற்றுப்படி கொத்தனார்கள் இருபத்தி நான்கு மணி நேரமும் தொடர்ந்து வேலை செய்திருக்க வேண்டும்; நிச்சயமாக இது சாத்தியமற்ற செயலாகும். தீவிரமாகப் பேசப்பட்ட விஷயமாக இது இருந்தது; இல்லையெனில், ஒரு கேலிக்கூத்துக்கான வசனத்தை இங்கே நாம் பார்த்திருக்கலாம்.

ரவத்மாலில், பாசன வாய்க்கால் காகிதத்தில் மட்டுமே கட்டப்பட்டிருந்தது. அந்த வேலை முழுவதும் ஒரு மோசடி. பஞ்சாயத்தும் நீர்ப்பாசனத்துறையும் அது அவர்களுடைய வேலை என்று கூறி பரஸ்பரம் தங்களுக்குள் சண்டையிட்டுக் கொண்டனர்.

குகர்கேடாவில் நடந்தது போல், சுராஜ்புராவின் சர்பஞ்ச் ஓம் பிரகாஷ் டார்ஸியும் கையாடலை ஒப்புக்கொண்டார். ரூ.1,14,000ஐ திருப்பிச் செலுத்தினார். லோத்தியானா சர்பஞ்சான கங்கு தேவி துணை காவல் கண்காணிப்பாளர் ஒருவரின் மனைவி. (சங்கருக்கு இவர் தூரத்து உறவினர், சங்கரின் நடவடிக்கைகளை எதிர்த்தவர் அவர்). கங்குதேவி மீண்டும் தேர்தலில் நிற்பதிலிருந்து தடைவிதிக்கப்பட்டார். ரவத்மாலின் சர்பஞ்ச் சக்கன் சிங்கிற்கு எதிராக லஞ்ச ஒழிப்புத் துறை நடவடிக்கை எடுத்தது. அஜ்மீர் மாவட்டத்திலிருந்த அவரது பஞ்சாயத்தில் 1.5 லட்சம் ரூபாய் மோசடி நிரூபிக்கப்பட்டது. கையாடல் செய்த பணத்தைத் திருப்பித் தர அவர் ஒப்புக் கொண்டார். அஜ்மீரின் சுராஜ் புராவில் 5 லட்சம் ரூபாய் மோசடி என்பது நிரூபணமானது.

பொதுத் தணிக்கைச் செயல்முறை இவ்வாறு தொடர்ந்து முன்னேற்றம் அடைந்துகொண்டிருந்தது. மக்கள் ஏமாற்றப் படும் பல்வேறு வழிமுறைகளைப் புரிந்துகொள்வதில் புதிய பரிமாணங்களை அது சேர்த்துக்கொண்டது. விவரங்களில்

சாத்தான் உறைகிறது என்பது பிரிட்டிஷாரின் பழமொழி. அது அப்படித்தான் இருந்தது. ஆனால் அதைக் கண்டுபிடிக்க, ஆவணங்களையும் பதிவேடுகளையும் படித்துப் புரிந்து கொள்வதும், அவற்றை ஒப்பிட்டுப்பார்ப்பதும் அவசியமானது. சங்கதன் இந்த வழிமுறையைச் சவாலாக எடுத்துக்கொண்டது; அத்துடன் இந்தச் செயல்முறையை எப்படிப் பகிர்ந்துகொள்ள லாம் என்று அதற்கான வழிகளைத் தொடர்ந்து உருவாக்கியது, பதிவுசெய்து வைத்தது. பின்னாட்களில், இந்தப் புரிதலிலிருந்தும், துல்லியமாகப் பதிவு செய்யப்பட்ட நடைமுறைகளிலிருந்தும் சமூகத்தணிக்கைச் செயல்முறை அதிகம் கற்றுக்கொண்டது.

வெளியிலிருந்து பங்கேற்பாளர்களை வரவழைப்பதிலும், அனைவரும் மதிக்கக்கூடியவர்களாக விசாரணைக்குழு உறுப்பினர்களை ஏற்பாடு செய்வதிலும் நிகிலும் கவிதாவும் 24 மணி நேரமும் உழைத்தார்கள். சங்கர், நாராயண், லால் சிங், மற்றும் சங்கதனைச் சேர்ந்த ஏனையோரும் தகவல்களைத் திரட்டுவது, அவற்றைத் தொகுப்பது என்ற மிகப்பெரும் பணியை ஒருங்கிணைத்தார்கள். கலந்துகொண்ட முக்கியஸ்தர் களில் இந்தியாவின் முன்னாள் பிரதமர் வி.பி. சிங்கும் ஒருவர். ராஜ்சமந்த் மாவட்டத்தில் அவரது மனைவியின் பெற்றோர் களைப் பார்ப்பதற்கு அவர் வரப்போகிறார்; பொதுவிசாரணை நடைபெறவிருந்த சுராஜ்புரா வழியாக 19ஆம் தேதி அஜ்மீருக்கு காரில் செல்கிறார் என்ற தகவலும் சங்கதனுக்குக் கிடைத்தது. அந்த இடம் NH–8இல் இருந்தது. அவரது மனைவியின் பெற்றோர்கள் வசிக்கும் தியோகார் என்ற இடத்தை அஜ்மீருடனும், அதற்கப்பால் டில்லியுடனும் இந்தத் தேசிய நெடுஞ்சாலை இணைக்கிறது.

தகவல்களைப் பெறுவதற்கு அல்லது ஆர்டிஐக்கான சட்டத்தைக் கொண்டுவர முயன்ற ஒரே பிரதமர் வி.பி. சிங் மட்டுமே. சங்கதன் குறித்தும் NCPRI மீதும் அவருக்குச் சிறப்பு அக்கறை இருந்தது. வி.பி. சிங்கின் மைத்துனர் நஹர் சிங்கைத் தொலைபேசியில் அழைத்த அருணா, முன்னாள் பிரதமர் 'சில நிமிடங்கள்' அங்கு நின்று செல்லமுடியுமா என்று கேட்பதென முடிவு செய்யப்பட்டது. உள்ளூர் மொழியில் 'தோ மினிட் கே லியே பதரேயின்' என்பது அந்தக் கோரிக்கை. நின்று செல்வதற்கு ஒப்புக்கொண்டு, அந்த ஜன் சுன்வாய்க்கு மேலும் ஒரு பரிமாணத்தை அவர் சேர்த்தார். காலப்போக்கில், பிரச்சார இயக்கத்தின் மீது அக்கறை கொண்ட, வலுவான ஆதரவாள ராக மாறினார், மேலும் சட்டத்திற்கான இறுதிப் பேச்சுவார்த்தை களில் மிகவும் பயன் மிக்கவராக இருந்தார்.

அம்பாசிடர் காரில் மனைவியைக் காத்திருக்கச் சொல்லி விட்டு அவர்கீழே இறங்கினார்; நடந்து வரும்போதே, *'ஜன் சுன்வாய், பஹுத் அச்சா நாம் ஹை. இஸ் தேஷ் மேன் சுன்வாய் ஹி தோ நஹின் ஹோதி ஹை'* (ஜன் சுன்வாய் நல்ல பெயர்; இதுவரை இந்த நாட்டில் இப்படி ஒன்று நடந்ததில்லை) என்று சொல்லிக்கொண்டே வந்தார். 1996ஆம் ஆண்டு பியாவர் தர்ணாவிலிருந்து பிரச்சார இயக்கத்தின் ஆதரவாளராக இருக்கும் சேவா ராம் அவருக்கு மாலை அணிவிக்க முயன்றார். இவையெல்லாம் தேவையற்ற மரியாதைகள் என்று அவர் மறுத்துவிட்டார். 'ராஜஸ்தான் பத்திரிகா'வின் முதல் பக்கத்தில் இந்த செய்தி வெளியானது. மேலும், *'ராஜா மகாராஜாவோன் கே டைம் பார், ராஜா பிரஜா பர் நிக்ரானி ரக்தே தி அவுர் பூச்தே தி கி காம் கைசா ஹுவா அவுர் கியா ஹுவா. ஆஜ் ராஜ் கா தரீக்கா பாதல் கயா ஹை. பிரஜா ராஜா ஹை தோ கர்ம்சாரியோன் சே சவல் கர்னா ஹி படேகா'* என்றார் அவர். (ராஜா மகாராஜாக்களின் காலத்தில் பிரஜை களின் நலனைப் பார்த்துக்கொள்வார். அவர்களது நலன்கள் பற்றி விசாரித்து அறிவார்; இப்போது விஷயங்கள் மாறிவிட்டன. பிரஜைகள் தான் இப்போது ராஜாக்கள்; ஆகவே, நாம் முதலாளிகளைக் கேள்வி கேட்போம்').

மம்தா ஜெட்லி, சோஹன்கார்க் நாட்களில் இருந்தே நீண்டகால நண்பர், தோழியுமாக இருக்கிறார். குடிசைப்பகுதி யில் வாழ்வோருக்கும், விளிம்புநிலை மனிதர்களுக்கும் அறிவு புகட்டும் 'உஜாலா சாடியின்' ஆசிரியராகவும் இருக்கிறார். அவர் கூறுவது:

ராஜஸ்தானின் மக்ரா (ஜவாஜா, பீம்) பகுதியில் ஒரு புதிய வரலாறொன்று படைக்கப்பட்டது. ஜனவரி 9இலும், 19இலும் இரண்டு பொது விசாரணைகள் இங்கு நடத்தப்பட்டன. வளர்ச்சிப் பணிகளுக்கு ஒதுக்கப் பட்ட பணத்தைக் கையாடல் செய்ததைச் சர்பஞ்கள் ஒப்புக்கொண்டனர். மக்களிடம் அவர்கள் மன்னிப்புக் கேட்டனர். தவறை ஏற்றுக்கொண்ட மூன்று சர்பஞ் களும் பணத்தைத் திருப்பிக்கொடுத்தனர். குகர்கேடாவின் வசந்திதேவி, பொதுவிசாரணை கூடாரத்திலேயே ஒரு லட்சம் ரூபாயை பஞ்சாயத்து நிதியில் செலுத்தினார். ரவத்மாலின் சர்பஞ்ச் சக்கன் சிங், பொது விசாரணை முடிந்த சில நாட்களில் 1,50,000/– ரூபாயைப் பஞ்சாயத்து நிதியில் செலுத்தினார். சுராஜ்புராவில் ஐந்து லட்சம்

ரூபாய் மோசடி செய்யப்பட்டிருந்தது. பன்னிரண்டு கட்டுமானப் பணிகளில் ஊழல் நடந்ததற்கு, தான் பொறுப்பு என்று சர்பஞ்ச் ஓம் பிரகாஷ் டார்ஸி ஒப்புக் கொண்டார்; அவரும் 1,14,000/- ரூபாயைப் பஞ்சாயத்து நிதியில் செலுத்தினார்.

சில ஆண்டுகளாக வளர்ச்சிப் பணிகளில் முறைகேடுகள் நடைபெற்று வந்தன; ஆனால், கடந்த ஆண்டு மக்கள் ஒரு நீண்ட போராட்டத்தை முன்னெடுத்தனர். பஞ்சாயத்து ராஜ் சட்டத்தைத் திருத்தியதன் மூலம் பில்கள், வவுச்சர்கள் மற்றும் மஸ்டர் ரோல்களில் வெளிப்படைத் தன்மையை ராஜஸ்தான் அரசாங்கம் சட்டப்பூர்வ உரிமையாக ஆக்கியது. பெற்ற இந்த உரிமையால், முதன்முறையாக மோசடிகள் நடைபெற்றதற்கான ஆதாரங்கள் வெளியில் வந்தன. பஞ்சாயத்துகளுக்குச் சென்ற சங்கதனின் பிரதிநிதிகள் பில்களுக்கும் வவுச்சர் களுக்கும் நகல்கள் எடுத்துக்கொண்டனர். இவற்றைப் பெற்றபிறகு, அனைத்து வேலைகளையும் ஒப்பிட்டு, சரிபார்த்தனர்; தொழிலாளர்களிடம் விசாரித்து அறிந்தனர்; கட்டுமானப் பொருட்கள் வழங்கியவர்களிடம் பேசினர்; அனைத்துச் சான்றுகளையும் அவர்கள் சேகரித்தனர், அதனால்தான் இந்த முறைகேடுகளைச் சர்பஞ்சுகள் ஏற்றுக்கொள்ள வேண்டியிருந்தது.[145]

இந்தப் பொதுவிசாரணைகள் மூலம் குறிப்பிடத்தக்கப் பல விஷயங்களைக் கற்றுக்கொள்ள முடிந்தது; அது தவிர்த்து, பொதுவாழ்வில் அறம் சார்ந்த செயல்களுக்கு மிகப்பெரும் தடையாக அடையாள அரசியல் இருக்கிறது என்ற அனுமானத் திற்கு அவை சவால் விடுத்தன. நாராயணைப் போல், கேசர் சிங்கும் இந்த ஜாதி பஞ்சாயத்தை எதிர்கொண்டார். இருவரும் அதிலிருந்து பாதிப்பேதுமின்றி மீண்டனர். அத்துடன் ஜாதியும் சமூகத்தில் அவர்களது பாத்திரமும் கொடுக்கும் அழுத்தத்தையும் முறியடிக்கும் அடிப்படையான அறம்சார்ந்த பிரச்சினை யையும் விஷயத்தையும் அவர்களால் முன்வைக்க முடிந்தது. சங்கருக்கு குடும்பம் தான், ஜாதி முக்கியமில்லை. கங்கு தேவியின் குடும்பத்தினரும், துணை காவல் கண்காணிப்பாளரும், லோத்தியானாவின் 'குட்டி' அதிகார உயர் குடியினரும் மேலும் சில ஆண்டுகள் சங்கரின் குடும்பத்திற்குத் தொடர்ந்து தொல்லை கொடுத்து வந்தனர்.

பட்டினி, இடப்பெயர்வு மற்றும் நாடு முழுவதிலும் நிலவும் ஏனைய உரிமைகள் தொடர்பான பெரிய பிரச்சினைகளின் தீர்விற்கு இந்த விசாரணை ஒரு பொது வழிமுறையாக அமைந்துபோனது. குறிப்பாக, அந்தச் செயலில் ஈடுபடுபவர்கள் முற்றிலும் மாறுபட்ட முன்னுதாரணங்களைப் பயன்படுத்துகிறார்கள் என்பதால் சரிபார்ப்புகள் என்றைக்கும் தூய்மையான, நேர்த்தியான செயல்முறையாக அமைவதில்லை. குறுகிய பிரதேச அக்கறைகளைக் கடந்துசெல்ல உண்மைத் தகவல்கள் உதவுகின்றன. ஆயினும், குழப்பத்தைத் தெளிவாக்குவதற்கும் அப்பால், தகவல்கள் தேடுவதற்கும் அப்பால், பங்கேற்பு ஜனநாயகத்தை நோக்கிச் செல்ல வேண்டிய தேவை இருக்கிறது.

18

ராஜஸ்தான் மாநிலச் சட்டம் – ஓர் இடைக்கால வெற்றி

1998ஆம் ஆண்டு ராஜஸ்தான் மாநிலத் தேர்தலின்போது காங்கிரஸ் எதிர்க்கட்சியாக இருந்தது; ஆட்சிக்கு வந்தால், ஆர்டிஐ சட்டத்தை இயற்றுவோம் என்று தேர்தல் அறிக்கையில் அது வாக்குறுதி அளித்திருந்தது. காங்கிரஸ் தேர்தலில் வெற்றிபெற்றது; 1999இல் புதிய அரசாங்கம் பதவி யேற்றது. சங்கதனும் NCPRIயும் புதிய முதல்வர் அசோக் கெலாட்டைச் சந்தித்தன; அளித்த வாக்குறுதியை நிறைவேற்றும்படியும், ஆர்டிஐ சட்டத்தைக் கொண்டுவரும்படியும் வேண்டின; NCPRIயின்உறுப்பினர்களான பிரபாஷ் ஜோஷியும் அஜித் பட்டாச்சார்ஜியும் முதல்வரைப் பலமுறை சந்தித்து, கோரிக்கையை வலியுறுத்தினர்.

மாநிலத்தின் புதிய தலைவரை NCPRI பிரதிநிதிகள் 11–01–1999 அன்று சந்தித்தனர். ஆர்டிஐக்கான ஆலோசனைக் குழுவை அமைப்பதற்கும் அதற்குத் தலைமையேற்கவும் பேராசிரியர் வி.எஸ். வியாஸை அவர் அழைத்தார், எனினும், மார்ச் 26அன்று அரசாங்கம் ஓர் அறிவிப்பை வெளியிட்டது: ஆர்டிஐ சட்டம் அல்லது அதன் விதிகளுக்கான வரைவு ஒன்றை உருவாக்க ராஜஸ்தான் அரசின் கூடுதல் தலைமைச் செயலாளர் பி.என் பண்டாரி இ.ஆ.ப., தலைமை யில் எட்டு செயலர்கள் கொண்ட குழுவை அமைப்பதாக அறிவித்தது. பேராசிரியர் வியாஸ்

மட்டுமே இந்தக் குழுவின் அதிகாரப்பூர்வமற்ற உறுப்பினர்; ஆனால், அவர் அதற்கு மறுத்துவிட்டார்.

பி.என். பண்டாரி குழுவில் பதினொரு உறுப்பினர்கள் இருந்தனர்; அனைவரும் அதிகாரிகள். கோரிக்கையை இவர்கள் ஆய்வு செய்யவேண்டும். NCPRI பிரதிநிதிகள் குழு 29-03-1999 அன்று மீண்டும் முதலமைச்சரைச் சந்தித்தது. பொதுப்பிரதி நிதிகளும் கல்வியாளர்களும், இயக்கங்களின் தன்னார்வலர்களும், குடிமக்களும் குழுவில் இருக்கவேண்டும் என்று கோரியது. குழுவின் உறுப்பினர் அமைப்பை மாற்றுவதற்கு முதல்வர் மறுத்துவிட்டார், ஆனால் 'பொதுமக்களின்' குரல் கேட்கப் படுவதை அரசாங்கம் உறுதி செய்யும் என்றார். 06-04-1999ஆம் தேதியன்று அனைத்துச் செய்தித்தாள்களிலும் ஆர்டிஐ குழு அறிவிப்பு ஒன்றை வெளியிட்டது. ஆர்டிஐ குறித்த பரிந்துரை களை அனுப்புமாறு பொதுமக்களைக் கேட்டுக்கொண்டது.

குழுவின் நோக்கமும் வரம்புகளும் விவாதிக்கப்பட்டன; முதல் விஷயமாக, அறிக்கையின் உறுதிமொழி சட்ட வடிவில் இருக்க வேண்டுமா அல்லது நிர்வாக உத்தரவாக இருக்க வேண்டுமா என்பதை முடிவு செய்வது இருந்தது. அபரிமிதமான ஒருமித்த கருத்தாகச் சட்டம் என்பது இருந்தது. இந்தக் கால கட்டத்தில், பிரபாஷ் ஜோஷி முதல்வரைப் பலமுறை சந்தித்துப் பேசினார். புதிதாக உருவாகும் சட்டம் அளிக்கும் உறுதிமொழி நிறைவேற்றப்பட வேண்டும் என்பதை வலியுறுத்தினார். அரசாங்கத்தின் செயலர்கள் குழு நிர்வாக ஆணைகள் போது மானது; புதிய சட்டம் தேவையில்லை என்று பரிந்துரைத்தது. சட்டம் அளித்த (பொறுப்புடைமை) உறுதிமொழியிலிருந்து அரசாங்கம் பின்வாங்கியதற்கும், அதிகாரிகள் குழுவின் நடவடிக்கைகளில் வெளிப்படைத்தன்மை இல்லாமைக்கும் உரத்த எதிர்ப்புக்குரல் எழுந்தது.

அரசாங்கம் தயக்கத்துடன் நடவடிக்கைகளைத் தொடங்கி யது; வரைவு குறித்த விவாதத்தில் 'பொதுமக்களின்' ஆலோசனை களையும் சேர்த்துக் கொண்டது. சங்கதனும் NCPRI குழுவினரும் 12-04-1999 அன்று அழுக்குப் படிந்த சமூக ஆர்வலர்களாக வெறுப்புடன் வரவேற்கப்பட்டனர்! ஆர்டிஐ என்பது மத்திய அரசின் வரம்பிற்குள் வருவதால், இதற்காக மாநில அரசாங்கம் சட்டம் இயற்ற முடியாது என்பது குழுவின் கருத்து. இதற்கு ஆதரவாக அவர்கள் அட்டார்னி ஜெனரல் சோலி சொராப்ஜியை மேற்கோள் காட்டினர். அழுக்காகத் தெரிந்த இந்தக் குழுவினருக்குத் தெரிந்திருக்கும் தகவல்களின் அளவும், சட்ட வரைவுக்குப் பின்புலமாக அமைந்திருந்த அவர்களது

முழுமையான ஆய்வும், புரிதலும் அதிகாரிகளை வியப்பி லாழ்த்தின; மாசு படிந்த இந்தக் கும்பலை வியப்புடனும், தயக்கமும் சங்கடமும் நிறைந்த மரியாதையுடன் பார்க்கத் தொடங்கினர்.

இரண்டு மணி நேரம் விவாதத்தில் சென்றது. ஆவணங்கள் கருத்துக் கேட்பிற்காக வைக்கப்பட்டன; இதற்கிடையில் செயலர்கள் தமக்குள் கலந்துரையாடல் ஒன்றை நடத்தினர்; திரும்பி வந்த அவர்களின் பரிந்துரை வியப்பைத் தந்தது: 'எங்களைக் காட்டிலும் உங்களுக்கு இதில் அதிக அனுபவம் உள்ளது. இந்த உத்தரவின் முதல் வரைவை நீங்கள் ஏன் தயாரிக்கக் கூடாது?' பின்னர், அவர்கள் NCPRIயிடம் நிர்வாக ஆணையின் வரைவு ஒன்றைத் தயாரித்துத் தருமாறு முறையாகக் கேட்டுக் கொண்டனர். ஆனால், இயக்கத்தினர் இதை மறுத்துவிட்டனர். சங்கதனும் பிரச்சார இயக்கமும் இந்த விஷயத்தைப் பொது வெளிக்குக் கொண்டு செல்ல முடிவுசெய்தனர்.

சங்கதனும் NCPRIயும் மற்றொரு டிரக் யாத்திரையை நடத்தினர். அனைத்துக் கோட்டத் தலைமையகங்களுக்கும் சென்றனர். சங்கதன் பணியாற்றிய அனைத்து மாவட்டங் களுக்கும், பஞ்சாபின் எல்லையருகில், தொலைவிலிருந்த கங்கா நகர் மற்றும் ஹனுமன் கார்க் மாவட்டங்களுக்கும் பயணித் தனர்; வரைவுச் சட்டத்துடன் சென்ற அவர்களின் பயணம், அதற்கு மக்களின் எதிர்வினைகளையும் விமர்சனங்களையும் திரட்டியது. இந்த யாத்திரை ஏப்ரல் 19 அன்று தொடங்கியது. ராஜஸ்தான் NCPRI, மாநிலம் முழுவதும் கூட்டங்கள் நடத்தவும், அதன்பின் வரைவு சட்டத்தை முன்வைக்கவும் ஒப்புக் கொண்டது. ஜெய்ப்பூரில் மே மாதம் நடந்த கூட்டத்தில் யாத்திரை முடிவடைந்தது. வரைவு மசோதா ஒன்றைத் தயாரித் திருந்த NCPRI, அதை பி.என். பண்டாரி கமிட்டியின் பரிசீலனைக்கும் விமர்சனத்திற்கும் அளித்தது.

> இந்தக் கலந்துரையாடல்கள் மாறுபட்டவையாக இருந்தன; அத்துடன் சுவாரஸ்யமான எதிர்வினைகள் வெளிப்படத் தூண்டுதலாகவும் இருந்தன. எடுத்துக் காட்டாக, உதய்பூரில் நடந்த கூட்டத்தில் ஆராய்ச்சியாளர் ஒருவர் சங்கதன் / NCPRI உறுப்பினர்களைச் சந்தித்தார். வரைபடங்களைப் பெறுவதற்கான சாதாரணத் தகவல் களைப் பகிர்ந்துகொள்வதில் இருக்கும் ஒளிவுமறைவு பற்றி அவர் பேசினார். பாதுகாப்பு ஆவணங்கள்போல் வரைபடங்களும், மறைவாக வைக்கப்பட்டிருந்தன. இது அபத்தமானது; ஏனென்றால், வரைபடங்கள், அப்போதே

செயற்கைக்கோள் படங்களின் மூலம் அணுகக்கூடியவை யாக இருந்தன. வரைபடங்கள் ஆராய்ச்சிக்கான அடிப்படைத் தேவை.

ஜோத்பூர் பயணத்தின் முக்கிய அம்சமாக, பார் கவுன்சிலுட னான சந்திப்பு அமைந்தது. மருதர் மிருதுல் மற்றும் மகேஷ் போரா என்ற இரு வழக்கறிஞர்களும் கூட்டம் நடத்து வதில் அமைப்புக்கு உதவியாக இருந்தனர்; அவர்கள் சங்கதனுக்கும் NCPRIக்கும் ஆதரவாளர்கள். 1994–95 முதல் பிரச்சார இயக்கத்தின் பாதையுடன் இணைந்து பயணிக் கின்றனர். சட்டம் வேண்டுமென்று சமரசமேதுமின்றி பார்கவுன்சில் கோரியது. சட்டம் உருவாக்கப்படும் என்ற உறுதிமொழியிலிருந்து மாநில அரசு பின்வாங்கினால் போராட்டத்தின் பகுதியாக இருப்போம் என்று அது உறுதியளித்தது. யாத்திரை உறுப்பினர்களுக்கு கோமல் கோத்தாரி தன் வீட்டில் ஒரு சிறப்பு விருந்து அளித்தார்; நிர்வாகத்தின் தன்மை குறித்தும், பண்பாட்டின் மீதான அதன் தாக்கம் பற்றியும் விவாதம் ஒன்றும் அப்போது நடந்தது. நகரத்தின் சிவில் சமூகத்தில் செல்வாக்கு மிக்க உறுப்பினர் அவர். அதனால், பிரச்சார இயக்கத்திற்கு அவர் அளித்த ஆதரவு முக்கியமானது. ஜோத்பூரில் 'ராஜஸ்தான் பத்ரிகா'வுடன் கலந்துரையாடல் ஒன்றை நடத்தவும் அவர் உதவினார். பயணத்திற்கான ஏற்பாடுகளுக்கு உதவிய டாக்டர் பட்வா, அக்கறையுள்ள வேறு சில குழுக்களுடன் ஒரு சந்திப்பிற்கு ஏற்பாடு செய்தார்.

கங்கா நகருக்கும் ஹனுமன்கார்க்கும் யாத்திரை மேற்கொண்டது ஊக்கமளிப்பதாக இருந்தது. இந்த இரு மாவட்டங்களின் பண்பாட்டுத் தளத்தில் பஞ்சாப் மாநிலத்தின் செல்வாக்கு அதிகம். இது ராஜஸ்தானின் மிகுந்த செல்வவளம் மிக்க பகுதி. வெளிப்படைத்தன்மைக் கோரிக்கையில் பிடிப்புடன் இருக்கும் தொழிலாளர் குழுக்களையும் இப்பகுதியினர் திரட்டியிருந்தனர். சிறந்த வேலை நிலைமைகளுக்கும் ஊதியத்திற்குமான அவர்களது கோரிக்கைகளை அடைவதற்கு அந்த அணிதிரட்டல் ஒருங்கிணைக்கப்பட்டது. ஆர்டிஐ போராட்டத்திற்கான மக்கள் அளித்த ஆதரவில் வேறு சில நுணுக்கங்களையும் இயக்கம் புரிந்துகொள்ள இது உதவியது.

தலித் பிரச்சினைகளையும், தேவையான தகவல்களை அவர்களால் பெற இயலாத நிலைமையையும் பிகானீரில் நடந்த விவாதங்கள் புரிந்துகொள்ள வழிவகுத்தன.

யாத்திரைக்கு அப்பகுதியின் வால்மீகி இனத்தவர் உணவளித்தனர், தீண்டாமையை முறியடிப்பதில் இது மற்றொரு படியாக அமைந்தது.[146]

இந்த முறை டிரக் யாத்திரையுடன் இணைந்து கோட்டாலா ரதமும் பயணித்தது. மடித்து எடுத்துச் செல்லும் வகையில் தேலா (பந்தல்) ஒன்றும் தயாரிக்கப்பட்டது, அதற்கான முட்டுக்கால்களும் டிரக்கில் எடுத்துச் செல்லப்பட்டன. யாத்திரை சென்ற இடங்களிலெல்லாம், கோட்டாலா ரதம் பலதரப்பட்ட மக்களையும் விவாதத்திற்குள் இழுத்து வந்தது. தெருமுனைக் கூட்டங்களுக்கும் மக்களுடன் உரையாடுவதற்கும் துணையாக மக்களுடன் நடந்த சிறு கலந்துரையாடல்கள் இருந்தன; துண்டுப்பிரசுரங்கள் கடைக்காரர்களுக்கும் பார்வையாளர்களுக்கும் விநியோகிக்கப்பட்டன. சட்டம் ஒன்றின் தேவை எங்கும் பரவியது. யாத்திரை பயணித்த வேகம், வரைவு குறித்து அறிந்துகொள்ளவும், கேள்வி கேட்கவும் பிரச்சார இயக்கத்திற்குள் அவர்களை இழுக்கவும் உறுப்பினர்களுக்குப் போதுமான நேரத்தைக் கொடுத்தது.

இத்தகைய கலந்துரையாடல்கள் மூலம் கிடைத்த கருத்துகளைக் கொண்டு, சிவில் சமூகத்தின் சார்பில் ஆர்டிஐ மசோதாவிற்கான வரைவு ஒன்று தயாரிக்கப்பட்டது. பின்னர் வரைவுக்குழுவிடம் அது சமர்ப்பிக்கப்பட்டது. குடிமக்களின் வரைவு மசோதாவிலிருந்து சிலவற்றை, குழு தனது பரிந்துரைகளாக எடுத்துக்கொண்டது. ஆனால், குழுவின் இறுதி வரைவு பலவீனமானதாக, போதிய திறனின்றி இருந்தது. தகவல்களை வழங்காத நிலையில் அபராதம் விதிக்கப்படுவதற்கு விதிகள் ஏதும் அதில் இல்லை என்பது முக்கியக் குறைபாடுகளில் ஒன்று. டெல்லியில் நடந்ததை, இந்திய அரசாங்கம் எச்.டி. ஷோரி குழுவை அமைத்து 'பிரஸ் கவுன்சில்' வரைவை நீர்த்துப்போகச் செய்ததை, இது எதிரொலித்தது.

மம்தா ஜெட்லி ஏழை மற்றும் விளிம்புநிலை மக்களுக்காக நடத்தி வரும் 'உஜாலா சாடி' இப்படி எழுதியது:

நமக்கு என்ன கிடைக்கவில்லை?

இவ்வளவுக்குப் பிறகும் இந்தச் சட்டத்தில் பல குறைகள் இருக்கின்றன; மூன்று பிரச்சினைகள் முற்றிலும் ஆட்சேபனைக்குரியவை:

- மத்திய, மாநில அரசுகளுக்கு இடையிலான உறவுகளில் மோசமான பாதிப்பை ஏற்படுத்தக்கூடிய தகவல்கள் மறுக்கப்படலாம்.

- முடிவு எப்படி எடுக்கப்பட்டது; எந்தத் துறையைச் சார்ந்த, எந்த அதிகாரி, என்ன கருத்தைத் (சில குறிப்பிட்ட கோப்புகளில்) தெரிவித்தார் என்பது கோப்பின் இடது புறம் எழுதப்படுகின்றன. இந்தக் கோப்புக் குறிப்புகள் வெளியிடப்பட வேண்டிய தகவல்களின் எல்லைக்கு வெளியில் வைக்கப்படுகின்றன. அத்தகைய தகவல்கள் மறைத்து வைக்கப்படுவதால்தான் உண்மையில் ஊழல் பரவுகிறது.

- அரசாங்கம் பின்வருவன போன்று பல காரணங்களைக் கூறி தகவலை மறுக்கலாம்: 1. கேட்கப்படும் தகவல் மிகவும் பொதுவான ஒன்று. 2. தகவலைத் தேடித் திரட்டுவது மிகவும் செலவு பிடிக்கும் செயல். 3. அந்தத் தகவலை உருவாக்குவதற்கு / திரட்டுவதற்கு அதிக நேரம் விரய மாகும்.

- இந்தச் சட்டம் அமல்படுத்தப்படுவதைக் கண்காணிக்க வும், சரிபார்க்கவும் மாநில அளவிலும், மாவட்ட அளவிலும் ஆர்டிஐ கவுன்சில்கள் அமைக்கப்பட வேண்டும்;

- குற்றவாளி என்று நிரூபிக்கப்பட்டவர்கள், அரசாங்கச் சேவை விதிகளின் படி தண்டிக்கப்பட வேண்டும். இந்த வழிமுறை மிகவும் தளர்வாக, தாமதம் ஆவதாக இருக்கிறது; தவறு செய்த அதிகாரிகளுக்கு / ஊழியர் களுக்கு அபராதம் விதிப்பதற்கு சட்டத்தில் விதிகள் இருக்க வேண்டும் (தினசரி நிகழ்வுகள் அடிப்படையில்).

- வாழ்வதற்கும் மற்றும் சுதந்திரத்திற்குமான உரிமை தொடர்புடைய பிரச்சினையில் இருபத்தி நான்கு மணி நேரத்திற்குள் தகவல்கள் வழங்கும் ஏற்பாடு வெளிப்படை யாக ஏற்றுக்கொள்ளப்படவில்லை. நகல்களைப் பெறுவதற்கான கட்டணம், நகல் எடுப்பதற்கான செலவைக் காட்டிலும் அதிகமாக இருக்கக் கூடாது என்பது தெளிவாகக் குறிப்பிடப்படவில்லை. அரசாங்கம் விரும்பினால், தகவலை வழங்க அதிகக் கட்டணம் வசூலிக்கலாம்; இந்த உரிமையைப் பயன்படுத்த முடியாமல் மக்களை அது தடுக்கலாம.

இவ்வளவு குறைகள் இருப்பினும், இதைப்போன்ற ஒரு சட்டம் இந்த நாட்டில் இல்லை என்றநிலையில், இத்தகைய ஒரு சட்டம் இயற்றப்படுவது என்பது பெரும் சாதனையே.

அருணா ராய் கூறுகிறார்:

இந்த உரிமை என்பது, வெறும் ரயில் நிலையம் போலத்தான். செல்ல வேண்டிய இடம் அல்ல. வருங்காலத்தில், சங்கதனும் NCPRIயும் இந்தச் சட்டத்தைப் பரிசீலனை செய்யும். மேலும் தகவல்களை பெறுவார்கள்; அவர்கள் சட்டத்தின் பலங்களையும் பலவீனங்களையும் கண்டறிவார்கள்.[147]

முதல்வர் பல மாதங்கள் சட்டமன்றத்தில் இந்த வரைவை வைக்கவில்லை. NCPRI உறுப்பினர்கள் பிரபாஷ் ஜோஷியும் அஜித் பட்டாச்சார்ஜியும் பலமுறை கொடுத்த அழுத்தம் காரணமாகத்தான் மசோதா தாக்கல் செய்யப்பட்டது. இறுதியில் 01–05–2000இல், ராஜஸ்தான் தகவல் அறியும் உரிமைச் சட்டம்–2000 நிறைவேற்றப்பட்டது. ஆனால், விதிகள் உருவாக்கப்பட்டபின், 26–01–2001இல் தான் நடைமுறைக்கு வந்தது. சட்டத்தின் இறுதி வடிவத்தில் ஆர்டிஐ இயக்கத்தின் பரிந்துரைகள் சில சேர்க்கப்பட்டிருந்தன. ஆனால், ஏனைய வற்றை நீர்த்துப்போகச் செய்தது. தமிழ்நாடு போன்ற பிற மாநிலங்களின் சட்டங்களைக் காட்டிலும் வலிமையானது என்று மாநிலத்தின் செயற்பாட்டாளர்கள் கூறினர்; ஆனால், கோவா, கர்நாடகா, டெல்லி ஆகிய மாநிலங்களின் சட்டங்களைக் காட்டிலும் பின்தங்கியிருப்பதாகக் கருத்து தெரிவித்தனர்.

'உஜாலா சாடி'யில் வெளிவந்த செய்தி:

ஆர்டிஐ சட்டத்திற்கு ராஜஸ்தான் சட்டமன்றம் ஒப்புதல் அளித்துள்ளது. இந்த உரிமையைப் பெறுவதற்கு இம்மாநில மக்கள் ஐந்து ஆண்டுகளுக்கும் மேலாகப் போராடினர். இந்தச் சட்டம் இயற்றப்பட்டது மாநில மக்களுக்குக் கிடைத்த வெற்றி. இந்தச் சட்டத்தை இயற்றி யதன் மூலம் மக்களின் உரிமைகளையும் உணர்வுகளையும் சட்டமன்றம் மதித்துள்ளது. இந்தச் சட்டத்திற்கு ஆளுநர் இன்னும் ஒப்புதல் அளிக்கவில்லை. இந்தச் சட்டம் மிகவும் முக்கியமானது. ஏனெனில்:

1. அரசாங்கம் செய்த அல்லது அரசாங்கத்தின் ஆதர வுடன் நடக்கும் எந்தவொரு வேலை தொடர்பான தகவல்களையும் கேட்டுப்பெறுவதற்கு ஒவ்வொரு குடிமகனுக்கும் உரிமை அளிக்கப்பட்டுள்ளது.

2. பெற விரும்பும் தகவலின் ஜெராக்ஸ் நகல்கள் (அதற்காக விண்ணப்பித்த) முப்பது நாட்களுக்குள் அளிக்கப்பட வேண்டும். அவசரத் தேவை எனும்போது தகவல் இருபத்துநான்கு மணி நேரத்தில் அல்லது நாற்பத் தெட்டு மணி நேரத்தில் அளிக்கப்படும் என்றும் சட்ட மன்றத்தில் அரசாங்கம் உறுதியளித்தது.

3. வேண்டுமென்றே தகவல்களை மறைக்கும் அதிகாரிகள் / அலுவலர்கள் அரசாங்க விதிகளின்படி தண்டிக்கப் படுவதற்கான விதிகள் சட்டத்தில் சேர்க்கப்பட்டிருந்தன.

4. மாநில அளவில் மக்களின் புகார்களைக் கேட்டறிய, ஏறத்தாழ சுதந்திரமான அமைப்பு ஒன்று, ராஜஸ்தான் பணிகள் மேல்முறையீட்டுத் தீர்ப்பாயம் என்ற பெயரில் அமைக்கப்பட்டது.

5. மக்கள் நலன் சார்ந்த விஷயங்களில் அரசாங்கம் தானே முன்வந்து தகவல்களை வெளியிடுவதற்கும் கொள்கை யளவில் அது ஒப்புக்கொண்டுள்ளது.

சட்டமன்றத்தில் முன்வைக்கப்பட்ட வரைவு மசோதா விற்குக் சங்கதனும், *NCPRI*யும், இதழியலாளர்களும் பல பரிந்துரைகளை அளித்திருந்தனர். நான்கு ஆலோசனை களில் மூன்று, சட்டத்தில் சேர்க்கப்பட்டது மகிழ்ச்சிக் குரிய விஷயம். நான்காவதையும் விதிகளில் சேர்த்து விடலாம் என்று அரசாங்கம் உறுதியளித்துள்ளது.[148]

வெளிப்படைத்தன்மைக்கு அடுத்த நிலை என்று பொதுவாகக் கருதப்படும் பொறுப்புணர்வை இணையான செயல்முறை யாகப் பிரச்சார இயக்கம் பார்த்தது. ஆகவே, நிகழ்வின் வரிசைப் படி இது பேசித் தீர்க்கப்படவில்லை; ஆனால், அது குறித்த அக்கறை இணையாகத்தான் சென்றது. இணையான அக்கறை களை உருவாக்கி, வலுப்படுத்திய இந்த விவாதம், எழுப்பப்பட்ட கேள்விகளுக்குச் சாரமூட்டவும் பதிலளிக்கவும் செய்தது. ஊழலுக்கும் தன்னிச்சையான அதிகாரப் பயன்பாட்டிற்கும் இடையில் அடிப்படைத் தொடர்பு இருப்பது தெளிவு. எனவே, பிரச்சார இயக்கம் ஏனைய அரசு அதிகாரத் துஷ்பிரயோகங் களிலிருந்து ஊழலைப் பிரித்துப் பார்க்கவில்லை. ஊழல் தொடர்பாக நடந்த உள்விவாதங்களின் பலவீனங்களுக்கு ஆளாகிவிடாமல் பிரச்சாரத்தை இது பாதுகாத்தது; அரசியலமைப்பு விழுமியங்களை மீறும் 'பாகுபாடு காட்டுதல்' அதிகாரத்தைத் தவறாகப் பயன்படுத்துதல் போன்ற கொள்கை களையும் மதிப்பீடுகளையும் கண்டுகொள்ளாமல் இருப்பதி லிருந்தும் இயக்கத்தைப் பாதுகாத்தது;

பஞ்சாயத்துகளில் வார்டு சபாக்களை அமைப்பதற்கு சங்கதன் கடினமாக முயன்றது. திட்டமிடுவதற்கும், பொதுப்பணி களின் கணக்குவழக்குகளைப் பார்வையிடுவதற்கும் உதவும் அமைப்பாக அவை இருக்கும் என்று சங்கதன் கருதியது. பெரும்பாலும் பஞ்சாயத்துகள் மிகப் பெரியதாகவும் பரந்து பட்டும் இருப்பன. மக்கள் தாங்கள் கவனித்தவை, தவறு

என்று அறிந்தவை குறித்து மட்டுமே சாட்சியமளிக்க முடியும். ராஜ்சமந்த் மாவட்டத்தின் குஷால்புராவிலும், அஜ்மீரின் பாக்மல் பஞ்சாயத்திலும் பரிசோதனை முயற்சியாக நடைபெற்ற இரு வார்டு சபாக்களில் இந்தக் கருத்து நடைமுறையில் நிரூபிக்கப் பட்டது.

சங்கதன் எப்படிப் பணிகளைக் கண்காணிக்கிறது என்பதைப் பார்வையிட கேரள சாஸ்திர சாகித்ய பரிஷத், வந்திருந்தது. கே.சா.சா.ப.வும், சமாஜ் பரிவர்தன் சஹ்யோக் உள்ளிட்ட ஐந்து மாநிலங்களைச் சேர்ந்த மேலும் பல அமைப்பு களும் பீம் நகரில் நடைபெற்ற சிறப்பு ஜன் சுன்வாய் நிகழ்வில் கலந்துகொண்டன. இவை அனைத்தும் எதிர்காலத்தில் நடைபெறும் பொது விசாரணைகளின் செயல்முறைகளை வலிமைப்படுத்த சங்கதனுக்குக் கற்றுத் தந்தன. (இரண்டாவது தொகுப்பு ஜன் சுன்வாய்களில் இவை பயன்பட்டன).

ராஜஸ்தான் ஆர்டிஐ சட்டத்தை நிறைவேற்றிய சட்ட மன்றம், பொதுத் தணிக்கை / சமூகத் தணிக்கையின் பகுதியாக, முடிவுகள் எடுப்பதை வார்டு சபாக்களுக்குப் பிரித்தளிக்கும் வகையில் பஞ்சாயத்து ராஜ் சட்டத்தைத் திருத்தியது. அப்போதைய கிராமப்புற வளர்ச்சி அமைச்சராக இருந்த சி.பி. ஜோஷி இதை ஏற்றுக்கொண்டார்; முடிவெடுக்கும் நடைமுறையைப் பகிர்ந்தளிப்பதற்கும் ஆதரவளித்தார்.

ஆர்டிஐக்கான பிரச்சார இயக்கமும், ம.கி.ச. சங்கதனும் புதிய ஆர்டிஐ சட்டத்தைப் பயன்படுத்தவும், அதைப் பரிசோதிக்கவும் தயார் நிலையில் இருந்தன.

19

தேர்தல் சவால்கள்

ராஜஸ்தான் பஞ்சாயத்துத் தேர்தல்களில் சங்கதனின் பங்கேற்பு

மும்பை, டாடா சமூக அறிவியல் நிறுவனத்தில் முதுநிலைப் படிப்பை முடித்த விஜய் நாகராஜ் சங்கதனில் இணைந்தார். சங்கதனுடன் இணைந்து வேலை செய்த மூன்று ஆண்டுகளில் உள்ளூர் தேர்தல்களையும் அதன் சிக்கல் தன்மையையும் கவனித்துக்கொண்டிருந்தார். அவர் எழுதுகிறார்:

இந்தியாவில் பஞ்சாயத்து அமைப்புகளுக்கு[149] நடக்கும் தேர்தல்களின் வீச்சும் முக்கியத்துவமும் அதிகம்; எனினும் அவற்றிற்குக் கொடுக்கப்பட வேண்டிய முக்கியத்துவம் கொடுக்கப்படுவதில்லை. இந்த நாட்டில் பஞ்சாயத்து ராஜ் அமைப்பின் மூன்று அடுக்குகளுக்கும் நடக்கும் தேர்தல்களின் வீச்சை மட்டும் கணக்கில் கொண்டால் மக்கள் அவற்றில் அதிக எண்ணிக்கையில் பங்கேற்கிறார்கள் எனலாம். வேட்பாளர்கள் மற்றும் வாக்காளர்களின் கணக்கு மட்டும் இது. இந்திய அரசியலமைப்பின் 73 ஆவது திருத்தத்தின்படி, இந்திய மக்கள் தமது இறையாண்மைக்கான ஜனநாயக அதிகாரத்தைப் பயன்படுத்தும் அடிப்படை நிறுவனங்களாக இந்தத் தலமட்டச் சுயச் சார்பு அரசாங்கங்கள் உள்ளன. இதற்கான

> முக்கியத்துவத்தை மக்கள் நன்கு மதிக்கிறார்கள்; பஞ்சாயத்து அமைப்புகளுக்கான தேர்தல்களுக்கு வாக்களிக்க வருவோரின் எண்ணிக்கையே இதற்கான சான்றாகும். சட்டமன்றத் தேர்தல்களிலும் அல்லது நாடாளுமன்றத் தேர்தல்களிலும் வாக்களிப்போரின் எண்ணிக்கையைக் காட்டிலும், குறிப்பாக, பஞ்சாயத்துத் தேர்தல்களில் வாக்களிப்போர் மிகவும் அதிகம்.[150]

இந்த அமைப்புடன் ஊழலும், அதிகாரத் துஷ்பிரயோகமும் பிணைந்துள்ளன; இந்த அடிப்படையில் ஊழலுக்கு எதிரான பிரச்சாரத்திற்கு இன்றியமையாத முதல்படியாக ஏதோ ஒருவிதத்தில் வெளிப்படைத்தன்மை இருக்க வேண்டும் என்று மக்கள் கேட்கத் தொடங்குவது தவிர்க்கமுடியாதது. அதைத் தொடர்ந்து 'நீங்கள் ஏன் தேர்தலில் நிற்கக் கூடாது?' என்ற சங்கடமான கேள்வியும், 'யாருக்கு வாக்களிக்க வேண்டும்?' என்ற மிகவும் அடிப்படையான கேள்வியும் உடனே எழும். இந்தக் கேள்விகளுக்குச் சங்கதனுடைய விவரிப்பில் பகுதியாகவும், தேர்தல்களில் அதன் பங்கேற்பின் வழியாகவும் பதில் சொல்லப் பட்டன. ஆம் ஆத்மி கட்சி போன்ற ஒன்று உருவான போதிலும், இந்தச் சங்கடங்களில் சில இன்னும் இருக்கின்றன.

அரசியல் நிலைபாடுகளின் சிக்கல் தன்மையைச் சுருக்கமாக விவரிக்க நாட்டுப்புறக் கதைகள் பெரும்பாலும் பயன்படுகின்றன. அறநெறியற்ற அரசியல் அமைப்பின் சங்கட மான நிலையை விளக்க சங்கதன் 'கந்தாவும் ஜூட்டியும்' என்ற நாட்டுப்புறக் கதையை பயன்படுத்தியது. இந்தக் கதையை விஜய்தன் தேத்தா தன் பாணியில் அற்புதமாக மீண்டும் கூறியிருப்பார். ஆனால், இதற்கான தீர்வு வெகு தொலைவில் இருந்தது.

> ஒருகாலத்தில் நியாயமாக நடந்துகொள்ளும் ஒரு தாக்கூர் இருந்தார், நீதி வழங்குவதை வெளிப்படையாகச் செய்ய வேண்டும்; என்ன தண்டனை அவனுக்கு வழங்கப் பட வேண்டும் என்று முடிவு செய்யும் வாய்ப்பைக் குற்றவாளிக்கு அளிக்க வேண்டும் என்று கூறினார். ஒருநாள் குற்றம் சாட்டப்பட்ட ஒருவனை அழைத்து வந்தனர்; அவன் குற்றவாளி என்று தீர்ப்பாகியது. பெருந்தன்மையுடன் தாக்கூர் அவனுக்கு ஒரு வாய்ப்பை நல்கினார். அவன் 100 வெங்காயம் சாப்பிடலாம் அல்லது அனைவரின் முன்னிலையில் தன்னைத்தலையில் செருப்பால் 100 முறை அடித்துக்கொள்ளலாம். வெங்காயம் சாப்பிடுவது மற்றவர்கள் முன்னால் குறைவான அவமானம் என்று

அந்த மனிதன் நினைத்தான். வெங்காயம் சாப்பிடத் தொடங்கினான்; ஒரு டஜன் சாப்பிட்டுவிட்டான். அவனது வாய் உறைக்கத் தொடங்கியது, கண்களில் நீர் வழிந்தது. இனியும் தாங்கமுடியாது என்று நினைத்தவன், தலையில் அடிக்கச் சொல்லிக் கேட்டுக்கொண்டான். அரை டஜனோ அல்லது அதற்கு மேலோ அடிகள் விழுந்திருக்கும் உச்சந்தலை மென்மையாகிக் கூழ் போலாகிவிட்டது. இப்போது, வெங்காயம் சாப்பிட அனுமதிக்குமாறு கெஞ்சினான். இப்படியாக, இறுதியில் அவன் இரட்டிப்புத் தண்டனை பெற்றதுபோல் ஆகி விட்டது. 100 வெங்காயத்தையும் தின்றான்; தலையிலும் பலமுறை அடி வாங்கிக்கொண்டான்!

இந்தக் கதை தேர்தல்களில் வாக்களிப்பதில் இருக்கும் சங்கடமான தெரிவுகளை விவரிக்கிறது. ஒரு வரலாற்றுப் பார்வையில் பல்வேறு தலையீடுகளின் காரண, காரியத்தாலும், இயல்பில் அவை பன்மையாக இருப்பதாலும் மாற்றத்தை உண்டாக்குகின்றன; சமூக மாற்றத்தில், சட்டப்படியான உரிமைகளில் பொருளாதார நிலையில் பாதிப்பை ஏற்படுத்து கிறது. விஜய் இது குறித்து நினைவுகூர்கிறார்:

ஒரு பிரச்சார வழிமுறையாக, 1999ஆம் ஆண்டில் பஞ்சாயத்துத் தேர்தல்களில் ஈடுபடுவது எனச் சங்கதன் முதலில் முடிவு செய்தது. பஞ்சாயத்துத் தேர்தல்களில் வெற்றிபெறுவது சாத்தியமில்லை; எங்கும் பரவலாகப் பேசப்படும், 'விட்டுக்கொடுத்தல்' என்ற அறநெறி மீறலில் அல்லது ஊழலில் ஈடுபடாமல் பஞ்சாயத்தை நிர்வகிப்பது கடினம் என்று அமைப்பை விமர்சித்தவர்களுக்குப் பதிலடி கொடுக்கும் வகையில் இந்த முடிவு எடுக்கப் பட்டது. மூன்று பஞ்சாயத்துகளில் சர்பஞ்ச் பதவிக்குச் சங்கதன் வேட்பாளர்களை நிறுத்தியது, அவர்களில் இருவர் வெற்றி பெற்றனர். வேட்பாளர்கள் தங்களது வைப்புத் தொகையையும் சேர்த்து ரூ.1,500க்கும் குறைவாகவே தேர்தலுக்குச் செலவிட்டனர்;

வேட்பாளர்கள் கால்நடையாகவே சென்று பிரச்சாரம் செய்தனர்; முற்றிலும் வெளிப்படையான செயல்பாடும், பொறுப்புணர்வும், முடிவெடுப்பதில் மக்கள் பங்கேற்பும் இருக்கும் என்று அவர்கள் கூறினர்; அவர்களது பணிகள் சமூகத் தணிக்கைக்கு உட்படுத்தப்படும் என்பதுடன் ஊழலற்ற மக்கள் ஆட்சியும் அளிப்போம் என்று வேட்பாளர்கள் உறுதியளித்தனர். உதிர்த்த சொற்களுக்கு

உண்மையாக, சொன்னதை மக்களுக்கு அவர்கள் வழங்கினர். எடுத்துக்காட்டாக, முதன்முறையாக மஸ்டர் ரோல்கள் பஞ்சாயத்து அலுவலகத்தில் பொதுமக்கள் பார்வைக்கு வைக்கப்பட்ட அனுபவம் மக்களுக்குக் கிடைத்தது. ஊதிய விகிதங்களையும் வேலைசெய்தவர் விவரங்களையும் அதில் பார்க்கமுடிந்தது. பஞ்சாயத்துக் கூட்டங்களில் பொதுமக்களும் கலந்துகொள்வது; அல்லது பயனுள்ள கிராம சபைகளை நடத்தியது போன்ற தனித்துவமான அனுபவம் மக்களுக்குக் கிடைத்தது.

தேர்தல் அரசியலில் அடுத்தடுத்துப் பங்கேற்பு

தேர்தல்கள் நெருங்கிவிட்டன; நாட்டுப்புறக் கதையில், வெங்காயத்துக்கும் செருப்புக்கும் இடையே மாட்டிக் கொண்டவன் போல் சங்கதனின் நிலை அமைந்துவிட்டது! சர்பஞ்ச் தேர்தலில் நின்ற வேட்பாளர்களுக்கு இடையில் வெளிப்படையான தெரிவு ஏதும் இருக்கவில்லை. ஏறத்தாழ அவர்கள் அனைவரும் அதிகார உயரடுக்கிற்குச் சொந்தமான வர்கள், அல்லது அவர்களால் நிறுத்தப்பட்ட போலி வேட்பாளர்கள். வெற்றி பெறுவதற்காக ஆடம்பரமாகச் செலவு செய்வது; அதன்பிறகு தண்டனை பயம் ஏதுமின்றி அரசு பொக்கிஷத்திலிருந்து பணத்தை எடுத்துக்கொள்வது; ஒரு பாணியாகவே இதை அவர்கள் பின்பற்றினர். செய்த குற்றத்திற்கு மன்னிப்புக் கேட்பதோ அல்லது குற்ற உணர்வோ இல்லாத நிலையே எங்கும் நிலவியது. இந்த அவல நிலையைத் தனிநபர் களும் ஒட்டுமொத்தச் சமூகமும் மிகத் தீவிரமாகவே உணர்ந்திருந்தனர்.

ஒரு நேர்மையான, மக்களுக்கான கட்சி சார்பற்ற அரசியல் அமைப்பாகச் சங்கதன் பார்க்கப்பட்டது; ஒரு வேட்பாளரை அது நிறுத்தவேண்டும் என்று அடிக்கடிக் கேட்டுக் கொள்ளப் பட்டது. அறம்சார்ந்த பிரச்சினைகளின் சிக்கல்தன்மை காரணமாக தேவ்துங்ரியில் நடந்த தீவிரமான விவாதங்கள் பெரும்பாலும் முடிவுகள் எட்டப்படாமலே முடிந்தன. அடையாள அரசியல் மற்றும் பணத்தின் தலையீடு இருந்தது. அமைப்பின் சார்பாக நிற்பதில்லை என்று சங்கதன் முடிவு செய்தது. சாத்தியங்கள் இருக்கிறதாக நினைத்து'லால் சிங்கை யும் காலுவையும் சோதனை அடிப்படையில் முதல் அணி வேட்பாளர்களாக 1995இல் சங்கதன் நிறுத்தியது. 1999–2000இல், நாராயண், காலு மற்றும் தேஜ் சிங் ஆகியோர் சவாலை எதிர்கொள்ள விரும்பினர்.

பியாவரிலும் ஜெய்ப்பூரிலும் நடந்த ஆர்டிஐக்கான போராட்டம், NCPRI உருவாக்கம் ஆகியவற்றால் சூழல் மாறி யிருக்கிறது என்று அவர்கள் கருதினர். வெற்றியின் சாத்தியம் குறித்துச் சந்தேகம் எழுப்புவதாக சங்கதன் குழுவினரின் மிகப் பரவலான எதிர்வினைகள் இருந்தன; தெளிவற்றும் இருந்தன. எனினும் வேட்பாளர்கள் களத்தில் இறங்கினர். இவ்வாறாக, சங்கதனுடனும் ஆர்டிஐ இயக்கத்துடனும் மேலுமொரு அத்தியாயம் சேர்க்கப்பட்டது, இந்த முறை, தேர்தல் அரசியலில் பங்கேற்பதன் மூலம், பிரச்சினைகளின் சிக்கல் தன்மையைப் புரிந்துகொள்ள முயன்றது; அந்த அரசியலில் தலையிடுவதற்கான சாத்தியக்கூறுகளை அறிந்துகொள்ளவும் முயன்றது. அடுத்துச் சொல்லப்படும் விவரிப்பு, கதையை மேலும் கொண்டுசெல்கிறது.

ஆர்டிஐ பிரச்சாரம் முழுவீச்சில் தொடங்குவதற்கு முன், 1995இல் சோதனை முயற்சியாக லால்சிங்கை ராஜ்சமந்த் ஜில்லா பரிஷத் உறுப்பினராகவும், ராஜ்சமந்தின், விஜய்புரா பஞ்சாயத்தின் சர்பஞ்ச் பதவிக்குக் காலுவையும் போட்டியிடச் சங்கதன் இணங்கவைத்தது. பொதுத்தொகுதியில் நின்ற தலித் இனத்தவரான காலு 125 வாக்குகள் வித்தியாசத்தில் தோல்வி யடைந்தார். 460 வாக்குகள் பெற்ற அவருக்கு இரண்டாம் இடம் கிடைத்தது. நிலபேரங்களில் வெளிப்படையான செயல்பாடும், பொறுப்புணர்வும் தேவை என்ற புரிதலின் காரணம் தலைமை குறித்தும் கட்டுப்பாடுகள் பற்றியும் விஜய்புரா மக்களின் பார்வைகள் மாறிக்கொண்டிருந்தன. தலைமை மாற்றம் சிந்திக்கப்பட்டது. இத்தகைய போராட்ட மனநிலையில் காலுவின் தோல்வி கண்ணியமானது. சக்தி வாய்ந்த வழக்கறிஞர் சங்கர்லாலுக்கு எதிராக நின்ற லால் சிங்ஜி வைப்புத் தொகையை இழந்தார். துண்டுப் பிரசுரங்களுடன் சைக்கிளில் தொகுதி முழுவதும் சென்று லால் சிங்ஜி பிரச்சாரம் செய்திருந்தார்.

பிரச்சாரத்திற்கு 500 ரூபாய்க்கு மேல் அவர் செலவு செய்ய வில்லை, லஞ்சம் கொடுக்கவில்லை! கிராமப்புற வாக்காளர் ஒருவரால் அதன் விவரங்களைப் புரிந்துகொள்ள முடியாத அளவுக்கு ஜில்லா பரிஷத் இன்னமும் தூரத்தில்தான் இருக்கிறது. போட்டியாளரின் பெயர் பரிச்சயமானதாக இருக்கலாம்; ஒருவேளை பெரும்பாலும் அப்படி இல்லாமலும் இருக்கலாம். ஆனால், ஒரு கட்சியின் உறுப்பினர் என்பதும் அதன் தொடர்பான அரசியலும் முடிவெடுப்பதில் தலையிட்டன. ஜில்லா மட்டத்தில் ஒரு கட்சியில் உறுப்பினரல்லாத வேட்பாளருக்குத் தனித்த, தெளிவான பாதகமான நிலைதான் இருக்கிறது. அதிகார

அரசியலின் சட்டகமாக, பணபலமும் சாதியின் சூழ்ச்சியும் மற்ற அடையாளங்களும் இருந்தன. சோதனை முயற்சியாக நின்று தோற்றுப்போன லால் சிங்ஜி இந்தக் கருத்தை நிரூபித்தார். காலு அவர் பணி செய்திருந்த, நன்கு அறியப்பட்ட இடத்தில் போட்டியிட்டார். லால் சிங் தனது பிரச்சார வலையைப் பரவலாக வீசினார்; அவர் அடையாளம், பாரபட்சம், அந்நியத் தன்மை ஆகியவற்றிற்கு எதிராகப் போராட வேண்டியிருந்தது. பஞ்சாயத்துத் தேர்தல்களுக்கு இது நம்பிக்கையை அளித்தது. மாவட்டப் பிரதிநிதித் தேர்தலுக்கு அல்ல.

சங்கதன் புரிந்துகொண்டது, எளிமையானது, நேரடி யானது. மக்களின் எதிர்பார்ப்புகளும் அவர்களின் உணர்வு களும் பெரும்பாலும் ஒருங்கிணைந்தே இருப்பவை. சங்கதன், சூழ்ந்திருக்கும் விஷயங்களில் மாற்றத்திற்கு முயலும் நேர்மை யான அமைப்பு. உரிமைகள் சார்ந்த நடவடிக்கைகளில் அது செயல்பட்டது. ஊழலுக்கும் அதிகாரத் துஷ்பிரயோகத்திற்கும் துணைபோகும் இந்த அமைப்புமுறையில் வெற்றிபெற முடியுமா என்பது உறுதியாக அவர்களுக்குத் தெரியவில்லை; உண்மை யில் அவர்களுக்கு அதில் சந்தேகமே.

கிராம பஞ்சாயத்துத் தேர்தல்கள் குறிப்பிட்டுச் சொல்ல வேண்டிய அளவிற்குச் சுவாரஸ்யமானவை; கட்சி அடிப்படையில் அங்குப் போட்டி நடைபெறுவதில்லை... தலமட்ட இயல்புகளுடன் இணைந்துபோகும் தேர்தல் களாக அவை நடைபெறுகின்றன. தனி நபர்களுக்கு, குறிப்பிட்ட சமூகத்திற்கு, அக்கறையுள்ள குழுக்களுக்கு, சங்கதன் போன்ற மக்கள் அமைப்புகளுக்கு நிச்சயம் அங்கு வாய்ப்பிருக்கிறது. தேர்தல் நடைமுறைகளில், முடிவு களில் குறிப்பிடும்படியான தாக்கத்தை இவர்களால் ஏற்படுத்த இயலும். இந்தத் தேர்தல் நாட்டின் ஜனநாயக அரசியலின் அடித்தளம். தேர்தல் அரசியலின் ஏனைய தளங்களில் மிகக் கணிசமான செல்வாக்கு செலுத்தவோ அல்லது பங்கு வகிக்கவோ விரும்பும் ஒரு மக்கள் அமைப்பு, இந்த மட்டத்திலான அரசியல் நடைமுறையில் திறம் படப் பங்கேற்பது ஒரு தர்க்கரீதியான முதல்படியாக அமையக்கூடும்.[151]

இரண்டாவது சுற்று தேர்தல் பங்கேற்பு, 1999–2000

சங்கதன் 1999–2000ஆம் ஆண்டில், மீண்டும் அதே கேள்விகளுக்கு விடை தேடமுயன்றது. ஆனால், அந்தப் பகுதியில் தனது ஆதரவுத் தளத்தை ஒன்றுதிரட்டிக்கொண்ட

பிறகுதான் அதைச் செய்தது. ஆர்டிஐக்கான பிரச்சார இயக்கத்தைத் தொடங்கியது: பியாவர் தர்ணா, சட்ட வரைவு, டிரக் யாத்திரை, NCPRI உருவாக்கம் ஆகியன அவை. நெடிய விவாதங்களுக்குப் பின் வேட்பாளர்கள் சுயேச்சையாக நிற்பார்கள் என்று சங்கதன் முடிவுசெய்தது; ஆனால், அமைப்பு அவர்களுக்கு ஆதரவளிக்கும். சங்கதனுடன் இணைந்திருப்பதால் வேட்பாளர்கள் தகுதிநீக்கம் செய்யப்படாமல் இருப்பதைச் செயலுத்தி அடிப்படையில் உறுதிப்படுத்தவும் சங்கதன் விரும்பியது. அதன் உறுப்பினர்கள் உள்ளாட்சித் தேர்தலில் போட்டியிட்டாலும், தொடர்ந்து போராடும் உரிமையைத் தக்க வைத்துக்கொள்ளவும் விரும்பியது. ஒரு தேர்தல் அறிக்கை அல்லது 'கோஷ்னா பத்திரம்' வெளியிடப்பட்டது. மக்களுக்கு வெளிப்படையான செயல்பாட்டையும், பொறுப்புடைமையையும் அவ்வறிக்கை உறுதியளித்தது. அவை மாற்றத்திற்கு உட்படாதவை என்றும் அறிவிக்கப்பட்டது.

சங்கதனின் தேர்தல் அறிக்கை, வெறும் 21 பைசா மதிப்புள்ள மெலிந்த மஞ்சள் தாளின் ஒரு பக்கத்தில் அச்சிடப் பட்டு அளிக்கப்பட்டது. ஒருபுறம் இந்த அறிக்கை, சொத்து மற்றும் வேட்கையைத் தூண்டும் அரசியலுக்கும் பெரும் அச்சுறுத்தலாக பார்க்கப்பட்டது, மறுபுறத்தில், விழுமியம் சார்ந்த அரசியலும், நிர்வாகமும் சாத்தியம் என்பதை மக்கள் ஏற்றுக்கொள்ள வைக்கமுயன்றது. அப்படிக் கட்டாயப்படுத்து வதன் மூலம் வேரூன்றியிருக்கும் நம்பிக்கையின்மையை உடைத்தது. எடுத்துக்காட்டாக தேர்தல் பிரச்சாரங்களுக்கு ரூ. 1,000க்கும் குறைவாகவே அவர்கள் செலவழித்தனர். சமகாலத்துச் சொற்களில் சொல்லப் போனால், பணத்தின் ஒரு பகுதி 'மக்களின் நன்கொடை.'

> தலமட்டஅரசாங்கத்தின் கையிலிருக்கும் கட்டுப்பாடு களை மக்களிடம் ஒப்படைக்கும் காரியத்தை 'கோஷ்னா பத்திரம்' கோடிட்டுக் காட்டியது. செய்யப்போவதாக 24 அம்சங்கள்அறிக்கையில் கூறப்பட்டிருந்தன; அவற்றில் முக்கியமானவை குறைந்தபட்ச ஊதியம், தகவல் அறிவதற் கான மக்களின் உரிமை, பொறுப்புடைமை, ஜனநாயகத் தில் மக்கள்பங்கேற்பு ஆகிய பிரச்சினைகளுடன் தொடர்புடையன. இறுதியாக, தேர்தல் பிரச்சாரம் அறநெறியுடன், குறைந்தசெலவில் நடத்தப்படும் என்ற உறுதியும் அளிக்கப்பட்டிருந்தது.
>
> இந்தப் பிரச்சினைகள் அனைத்தும் பஞ்சாயத்துத் தேர்தல் பிரச்சாரத்திற்குத் தொடர்பற்றவை, நடைமுறைச்

சாத்தியமற்றவை என்று பெரிதும் கருதப்பட்டன. மற்ற வேட்பாளர்கள் விநியோகித்த துண்டுப்பிரசுரங்கள் அனைத்தும், 'நேர்மையான, கடின உழைப்பாளியான, விடாமுயற்சி கொண்ட, பிரபலமான, பக்தியுள்ள, திறமையான... மக்கள் வேட்பாளர்களுக்கு...' வாக்குகள் கேட்டன. அனைத்தும் அவர்களே கூறிக்கொள்ளும் முன்னொட்டுகள். பிரச்சினைகளோ, செய்யப்போகிற காரியங்களோ, எதிர்காலத்திற்கான இலக்கோ அவற்றில் குறிப்பிடப்படவில்லை. சில பிரசுரங்கள் சாலைகளை, கைபம்புகளை அல்லது பள்ளிகளை வாக்குறுதியாக அளித்தன; நிறைவேற்றப்படாது என்பதை முன்கூட்டி அறிந்தே அவை அளிக்கப்பட்டிருந்தன.

குஷால்புராவின் நாராயணும் (பீம், பிளாக் ராஜ்சமந்த்), ராம் சிங்கும் (பட்கோச்ரா, ஜவாஜா பிளாக், அஜ்மீர்), தேஜுவும் (டோட்கார்க், அஜ்மீர்), கேசர் சிங்கும் (அசன் பஞ்சாயத்து, ஜவாஜா பிளாக்) அவர்களது பஞ்சாயத்துகளிலிருந்து சர்பஞ்ச் பதவிக்குப் போட்டியிட முடிவுசெய்தனர். காலு பஞ்சாயத்து உறுப்பினர் பதவிக்குப் (விஜய்புரா பஞ்சாயத்து, தியோகார், ராஜ்சமந்த்) போட்டியிட்டார். நாராயண் தேர்தலுக்கு ரூ. 1,200 செலவு செய்தார்; 200 வாக்குகள் வித்தியாசத்தில் வெற்றிபெற்றார். தேவ்துங்ரி கிராமம் அமைந்திருக்கும் பஞ்சாயத்திற்கு அவர் சர்பஞ்ச் ஆனார். 1991இல் குறைந்தபட்ச ஊதியத்திற்காகப் போராடிய தொழிலாளியான நாராயண், முதுகலைப் பட்டதாரி. அரசியல் முதிர்ச்சிபெற்றவர், ஆனால் வயதில் இளையவர். தனது இருபத்தி ஏழாவது வயதில் சர்பஞ்ச் ஆனார்.

சங்கதனின் பிரச்சாரங்கள் நாடகங்கள் நிரம்பியவையாக இருந்தன. சுற்றியிருந்த பகுதிகளின் நாட்டுப்புறக்கதைகள் கூறப்பட்டன. இவை தவிர தேவ்துங்ரி சமையலறையில் அடிக்கடி விவாதிக்கப்படும் விஷயங்கள், வெற்றிக்கான சாத்தியக்கூறுகள் இருப்பதாகத் தெரிந்த நான்கு மாவட்டங்களிலும் நிலவிய நிகழ்வுகளும் மேடைகளில் பேசப்பட்டன; போதாதற்குச் சங்கதன் செயற்பாட்டாளர்களும் சிறு நாடகங்களை எழுதினர். நிகிலும், சங்கரும் பிரச்சார இயக்கங்களை நினைவுகூர்ந்து பேசினார்கள். அந்தக் கதைகளில் எதிர்காலத் திட்டங்களுக்கும் செல்லவேண்டிய திசைக்குமான விதைகள் பொதிந்திருந்தன. அவை அமைப்பிற்குத் தேவையானவை மட்டுமல்ல, தலமட்ட அரசியலுக்கும் அரசு நிர்வாகத்திற்கும் உதவக்கூடியன. அவை வெளிப்படையான செயல்பாடு எப்படி இருக்கமுடியும் என்பதை விவரித்தன. எனவே, சட்ட வடிவத்திற்கான கட்டுமானத்தையும் விளக்கின.

சங்கதனின் வேட்பாளருக்குப் பிரச்சாரம் செய்துவிட்டு, களத்திலிருந்து வந்த அவர்கள் இவ்வாறு எழுதினார்கள்: பத்து கி.மீ. இடைவெளியில்... எதிரெதிர்திசைகளில்... இரண்டு பிரச்சாரங்கள். சங்கதனைச் சேர்ந்தவர்கள் அந்த இடங்களில் தேர்தலில் நிற்கின்றனர். அருகிலிருக்கும் ராஜ்சமந்த் மாவட்டத்தின் குஷால்புரா பஞ்சாயத்தில்தான் சங்கதன் அலுவலகம் இருக்கும் தேவ்துங்ரி இருக்கிறது. அங்குதான் சங்கதனின் முழுநேர ஊழியரான இளைஞர் நாராயண், முன்னாள் சர்பஞ்ச் தேஜ் சிங் ராவத்தையும், வருவாய்த் துறையிலிருந்து சமீபத்தில் ஓய்வுபெற்ற அதிகாரியான சங்கர் சிங்கையும் எதிர்த்து நின்றார்.

அதிகாரத் தரகர்களின் சிறிய, ஆனால், அழுத்தமான லாபி ஒன்று அங்கு செயல்பட்டது. நாராயணுக்குப் போடும் ஓட்டு தற்கொலைக்குச் சமமானது என்றனர்; வட்டார வளர்ச்சி அலுவலகத்திலோ, மாவட்ட அலுவலகங்களிலோ பில்கள் பட்டுவாடா செய்யப்படும் போது அவர்களுக்கான சதவீதத்தைச் சங்கதன் தராது; அதனால் வேலைகள் எதுவும் சாங்ஷன் ஆகாது என்று கூறினர். சங்கதனும் நாராயணும் கடந்த பத்தாண்டு களில் போராட்டங்கள் மூலமாக ஏழைகளுக்காகப் பல முக்கியப் பிரச்சினைகளை எடுத்திருக்கிறார்கள். ஆனால், இப்போது மக்கள் நாராயணின் திறமையை ஊழல் நிறைந்த, ஊழல் செய்துகொண்டிருந்த அமைப்பின் பின்னணியில் விவாதித்தனர். அவரது சிக்கனமான பிரச்சாரப்பாணி யால், ஏனைய இரு வேட்பாளர்களும் அவர்களது பிரச்சாரத்தை நாகரிகத்துடன் நடத்தவேண்டிய கட்டாயம் ஏற்பட்டது. ஆனால், தேர்தல் தேதி நெருங்கிய சமயத்தில் நாராயணின் ஆதரவாளர்கள் அஞ்சியது 'காடல் கி ராத்'திற்காக.[152]

அஜ்மீர் மாவட்டத்தின் ஆசன் பஞ்சாயத்தில், மற்றொரு சங்கதன்ஆதரவாளர் கேசர் சிங் போட்டியிட்டார். அவரது பஞ்சாயத்தில் ஏனைய வேட்பாளர்கள் பாரம்பரிய முறை களில் பொய்ப் பிரச்சாரத்தில் ஈடுபட்டிருந்தனர். 'சங்கதனின்' தேர்தல் அறிக்கையின் மூலம் தாக்கத்தை ஏற்படுத்த அவர் போராடினார். பஞ்சாயத்துப் பதிவேடுகளைப் பெறுவதறகாக இந்தப் பஞ்சாயத்தில்தான் சங்கதன் நெடிய போராட்டங்களை நடத்தியது. அத்துடன் நிதி முறைகேடு குற்றச்சாட்டின் பேரில் சர்பஞ்ச் இடைநீக்கம் செய்யப்பட்டதும் இங்குதான். முன்னாள் சர்பஞ்சும், பிரபலமான சில்லறை மோசடிக்காரர்கள் பலரும் மதுபானமும் பணமும் விநியோகம் செய்தனர்; அவர்களது

பிரச்சாரப் பாணியால் வாக்காளர்களை ஈர்க்க முயன்றனர். போட்டியிட்ட எட்டு வேட்பாளர்களில் கேசர் சிங்கும் ஒருவர். அவரது வாக்குகளைப் பிரிப்பதற்காக, பணம் கொடுக்கப் பட்டுச் சிலர் நிற்க வைக்கப்பட்டிருந்தனர்.

ஒட்டுமொத்தப் பகுதியும் சங்கதனின் பிரச்சாரத்தை உன்னிப்பாகப் பார்த்துக்கொண்டிருந்தது, ஆனால், பல பஞ்சாயத்துகளில் மாற்று இல்லை; அதனால், பாரம்பரியக் காட்சிகளின் பழங்கலவையைத்தான் பார்க்க முடிந்தது. எடுத்துக்காட்டாக, குகர்கேடா பஞ்சாயத்தில் ஊழல் திருவிழா சூழல்தான் நிலவியது. விரும்பியவர்களுக்கு வரம்பில்லாமல் மதுபானஏற்பாடு. வாக்குப்பதிவு தேதி நெருங்கிய நேரத்தில், இது போன்ற செயல்கள் பெருமளவில் தீவிரமாக நடந்தன.

பட்கோச்ரா பஞ்சாயத்தில் (அஜ்மீர் மாவட்டம்) முன்னணி வேட்பாளர்களில் ஒருவரான கூப் சிங் கிராமத்து மக்களுக்கு விருந்தளித்தார்; மக்களைப் பெருந்திரளாகக் கோவிலுக்கு அழைத்துச் சென்றார். கூப் சிங்கின் வெற்றிக்கு அனைவரும் உதவுவோம் என்று அர்ச்சரைக் கொண்டு தெய்வத்தின் பெயரால் சத்தியம் செய்யவைத்தார். சங்கவாஸ் என்ற இடத்தில் முன்னாள் சர்பஞ்ச் கிரிதாரி சிங் பிரதானப் பாதையில் நுழைவாயில் ஒன்றை அமைத்தார்; போலி மந்திரவாதி ஒருவரை அழைத்துப் பூஜை செய்ய வைத்தார். அந்த நுழைவாயில் வழியாகச் செல்லும் எவரும் அமானுஷ்யச் சக்திகளின் கட்டாயத்தால் அவருக்கு வாக்களிப்பார்கள் என்று விளம்பரம் செய்தார்.

அவர்களது பெயர்களை அகரவரிசையில் பார்த்து என்ன சின்னம் அவர்களுக்கு ஒதுக்கப்படக்கூடும் என்று வேட்பாளர்கள் அனுமானம் செய்கிறார்கள். ஒரு மோசமான சின்னத்தை மற்றொருவர் பெறவேண்டும் என்பதற்காக 'போலி' வேட்பாளர்கள் நிறுத்தப்பட்டனர். பட்டியலில் மூன்றாவதாகவும் நான்காவதாகவும் – அலமாரியும் வானொலிப் பெட்டியும் இருந்தன. குழப்பம் ஏற்படும் வகையில் அவை ஒரே மாதிரி யாக இருந்தன. ஆறாவதாக இருந்த சின்னம் – படகு. இது ராஜஸ்தானுக்கு முற்றிலும் அந்நியமானது, ஜவாஜாவில் இந்தச் சின்னம் வழங்கப்பட்ட பன்வர் சிங், அருகிலிருந்த 'தலாப்பில்' இருந்து படகு ஒன்றைக் கொண்டுவந்து பிரச்சார ஜீப்பில் ஏற்றி இரவும் பகலும் சுற்ற வைத்தார்; படகை மக்களுக்கு அறிமுகப்படுத்த வேண்டியிருந்தது.

சின்னம் மிகவும் முக்கியமானது; வாக்களிப்பதற்குப் பதினைந்து மணி நேரத்திற்கு முன்னதாக முதல்நாள் மாலை

நான்கு மணிக்குத்தான் அது வழங்கப்படுகிறது. வேட்பாளர்களுக்கு, சூரிய வெளிச்சம் இருக்கும் இரண்டு மணி நேரமும் ஒரு இரவும்தான் கிடைக்கிறது. அதிக எண்ணிக்கையிலான வாக்காளர்களில், ஆண்களும் பெண்களும், படிப்பறிவு இல்லாதவர்களே. அவர்களை எழுப்பி, சந்தித்து, முத்திரையை அவர்கள் எங்குப் பதிக்கவேண்டும் என்பதை அவர்களுக்கு விளக்க வேண்டும். சில வாக்காளர்கள் வெவ்வேறு வேட்பாளர்களால் பலமுறை எழுப்பப்படுவார்கள்; இந்த நேரத்தில்தான் பெருமளவில் பணமும் மதுபான விநியோகமும் நடைபெறுகின்றன. இதுதான் 'காடல் கி ராத்.'

டோட்கார்க் என்ற இடத்தில் சின்னங்கள் வழங்கப்பட்டவுடன், நேமி சந்தின் ஜீப்புகள் வெவ்வேறு திசைகளுக்குப் பறந்தன. அவரது சின்னமான ஆப்பிள் படத்துடன் பெரிய பதாகைகள் அவற்றில் பொருத்தப்பட்டிருந்தன. தேஜு (தேஜ் சிங்)வுக்கு ஒரு நண்பர் கிடைத்தார். அவரது மோட்டார் சைக்கிளில் கிராமம் கிராமமாகச் சென்றார், ஆதரவாளர்களிடம் தனது சின்னம் விமானம் என்ற செய்தியைக் கூறினார். இரவு 8.30 மணியளவில் வீடு திரும்பிய அவர் தூங்கச் சென்றார். அதேநேரத்தில் நேமி சந்தின் வாகனங்கள் தொடர்ந்து சுற்றிக் கொண்டிருந்தன. சின்னங்கள் வழங்கப்பட்டவுடன் தேஜுவின் ஆதரவாளர்கள் மிகத் தெளிவாக முழக்கங்களை எழுப்பினர்: 'தேஜு விமானத்தில் பறப்பார் – மக்கள் எரிபொருள் நிரப்புவார்கள்','தேஜு சர்பஞ்ச் ஆவார் – மக்கள் பஞ்சாயத்தை ஆளுவார்கள்'. 'போர் ஒன்றுதான். அது பணக்காரருக்கும் ஏழைக்கும் இடையில்'. அன்றிரவின் கேள்வி இதுதான்: ஏழைகளுக்கான இந்தக் கூட்டணி தாக்குப்பிடிக்குமா? இரவு முழுவதும் சுற்றிக்கொண்டிருக்கும் நேமி சந்த் வாகனங்களின் முயற்சியை முறியடிக்குமா?

சங்கதன் பிரச்சாரத்தின் மிகவும் கடினமான பகுதியாக, வாக்காளர்களை, அவர்களாகவே வாக்குச்சாவடிக்கு வந்து வாக்களிக்கும்படி செய்வது இருந்தது. வாக்காளர்கள், சாவடிகளுக்கு அழைத்துச்செல்லப்பட்டு, திரும்பவும் கொண்டுவந்து விடவேண்டும் என்று எதிர்பார்க்கின்றனர். சிலர் 10 கி.மீ. தொலைவில் வாழ்ந்தனர். நேமி சந்தின் வாகனங்கள் அங்குமிங்கும் ஓடிக்கொண்டிருந்தன, தன்னிடம் பணமும் இல்லை, வாகனமும் இல்லை; அப்படி ஒன்றை வழங்கும் எண்ணமும் இல்லை என்று தேஜு தெளிவாகச் சொல்லிவிட்டார். பார்த்துக்கொண்டிருந்த பலரும் இந்த யோசனை அவருக்குப் பாதகமாக முடியும் என்று கூறினார். இதுவே வாக்காளர்களின் உந்துதலுக்கான இறுதிச் சோதனையாகவும், அவரது பிரச்சாரத்தின் தாக்கத்தின்

அளவை மதிப்பிடும் ஒரு சந்தர்ப்பமாகவும் இருக்கலாம். ஆண்களும் பெண்களும் தாங்களாகவே வாக்களிக்க வருவார்களா?

தேர்தல் முடிவுகளுக்காகக் காத்திருந்த கூட்டம், முன்பைவிட அதிகமாக இருந்தது. இறுக்கம் வெளிப்படையாகத் தெரிந்தது; 'தேஜு ஜெயிக்க வேண்டும். ஆனால் வெற்றிபெறுவாரா?' என்று மக்கள் திரும்பத் திரும்பக் கேட்டுக்கொண்டிருந்தனர். இரவு 9.30க்குப் பின் முடிவுகள் அறிவிக்கப்பட்டன. தேஜு தேர்ந்தெடுக்கப்பட்டதாக அறிவிக்கப்பட்டார். பஞ்சாயத்துத் தேர்தல்களில் சௌகரியமான, மிகக் கணிசமான 175 வாக்குகள் வித்தியாசத்தில் வெற்றி பெற்றிருந்தார்; கூட்டம் உற்சாகமாகக் கூச்சலிட்டது, அந்தக் கடுங்குளிர் இரவில் தேர்தல் முடிவுகளுக்காக ஆவலுடன் காத்திருந்தவர்களில் பெரும்பாலானோர் தேஜுவின் ஆதரவாளர்கள் என்பது தெளிவாகத் தெரிந்தது. வரலாற்றில் பதியவேண்டிய முடிவு இது. தேஜு சுருக்கமாக உரையாற்றினார்; பெரும்பாலான விஷயங்களில் அவற்றை எளிதாக முடிக்க உதவும் வகையில் செயல்படுவேன் என்றார்; உண்மையான அதிகாரம் மக்களிடம் இருப்பதை உறுதி செய்வேன் என்றும் வலியுறுத்தினார்.

குஷால்புராவில் 200 வாக்குகள் வித்தியாசத்தில் நாராயண் பெரும் வெற்றி பெற்றார். கேசர் சிங் ஆசன் பஞ்சாயத்தில் தோற்றார். எனினும், இந்த மூன்று வேட்பாளர்களும் ஏற்படுத்திய உண்மையான தாக்கம், அவர்களின் அறநெறி சார்ந்த, மிகக்குறைந்த செலவில் செய்த பிரச்சாரப் பாணி. தேஜு மொத்தம் ரூ. 850 மட்டுமே அவரது பிரச்சாரத்திற்குச் செலவிட்டார்; நாராயணும் கேசர் சிங்கும் தலா ஆயிரம் ரூபாய்க்குக் கொஞ்சம் அதிகமாக செலவு செய்திருந்தனர். வேட்பாளர்கள் பலரும் லட்ச ரூபாய்க்கு மேல் செலவழிக்கும் தேர்தலில் நம்பமுடியாத அளவிற்கு மிகக் குறைவான பணச்செலவு இது. அவர்களிலும் இருவர் தேர்ந்தெடுக்கப்பட்டனர்; அறநெறி சார்ந்த மாற்று முயற்சிகளை ஆதரிக்க மக்கள் தயாராக இருப்பதை இது வெளிப்படுத்தியது.

சங்கதன் செய்த தேர்தல் பிரச்சாரம் அந்தப் பகுதி முழுவதும் பெரும் தாக்கத்தை ஏற்படுத்தியது. இருப்பினும், அதிக எதிர்பார்ப்புகள் இருந்ததைப் போல், பல கேள்விகளும் இருந்தன. பரிவுமிக்க வாக்காளர்கள் ஆதரவு அளித்தனர். ஆனால், அப்பகுதியில் உள்ள பலர் கேட்டதுபோல், 'நிர்வாகத்திலிருக்கும் மிகவும் விரோதம் நிறைந்த, சக்திவாய்ந்த நபர்களுடன் தவிர்க்க இயலாத சண்டைகளை இந்த சர்பஞ்சுகள் எவ்வாறு எதிர்கொள்ளப்போகிறார்கள்? நாராயணும் தேஜுவும் அவர்களுடன் கூட்டு சேர்ந்துவிடுவார்களா? அல்லது அப்பகுதியில்

பஞ்சாயத்து மற்றும் தேர்தல் அரசியலிலும் நேர்மையான மாற்று ஒன்று உருவாகியிருப்பதைக் காட்டும் 'கரு நிலை'யா இது?'[153]

ராஜஸ்தானில் 2000ல் நடந்த பஞ்சாயத்துத் தேர்தல்களில் 71 சதவீதம் பேர் வாக்களித்தனர்; 2004 சட்டமன்ற மற்றும் பாராளுமன்றத் தேர்தல்களில் முறையே 58 மற்றும் 51 சதவீதம் பேர்தான் வாக்களித்தனர் என்று விஜய் எழுதுகிறார். சங்கதனின் பிரச்சாரம், ஆதரவளித்த வேட்பாளர்களுக்கு வாக்குகளைச் சேகரிப்பதைக் காட்டிலும், பெரிய அளவில் நடக்கும் இந்தத் தேர்தல் அரசியலின் நடைமுறையில் தாக்கம் ஏற்படுத்துவதில் கவனம் செலுத்தியது. இதைச் சாக்காக வைத்து, வேட்பாளர்களின் தொகுதிகளுக்கு வெளியே உள்ள இடங்களிலும் தேர்தல் கூட்டங்களைச் சங்கதன் ஏற்பாடு செய்தது, மேலும் பல பிரச்சினைகள் குறித்துப் பேசவும் முயன்றது. மற்ற வேட்பாளர்களைப் போல் வாக்குறுதிகளில் கவனம் செலுத்துவதற்குப் பதிலாக சங்கதன் பொறுப்புடைமையில் கவனம் செலுத்தியது.

வேட்பாளர்களை எவ்விதமான வழிகளில் பொறுப்புணர்வுடன் நடந்துகொள்ள வைக்கமுடியும் என்று குறிப்பாக அவற்றை விளக்கியது: அனைத்து ஆவணங்களையும் முடிவெடுக்கும் வழிமுறைகளையும் பகிரங்கப்படுத்துவது, அனைவரும் பார்க்கும் வகையில்அவற்றை வைப்பது, சமூகத் தணிக்கை முறைகள், வார்டு சபைகள் மூலம் மக்களின் பங்கேற்பு, மக்கள் குழுக்களின் மூலம் பொதுப் பணிகளைச் செயல்படுத்துதல், கண்காணிப்புக் குழுவை உருவாக்குதல் ஆகியன. மிக முக்கியமாக, இந்த நடைமுறைகளில் கடைப்பிடிக்கப்படும் அறநெறித் தரநிலைகளை வெளியிடுதல். இவை அனைத்தும் பின்னர் 'ஜண்டா கா கோஷ்னா' பத்திரத்தில் (மக்கள் அறிக்கை) சேர்க்கப்பட்டன, துண்டுப்பிரசுரங்கள் வடிவில் அவை மக்களுக்கு விநியோகிக்கப்பட்டன.

மூன்றாவது சுற்று: 2005 (போரி மற்றும் ஜானவாத் ஜன்சுன்வாய்களுக்குப் பின்)

1999ஆம் ஆண்டு பஞ்சாயத்துத் தேர்தல்களில் சங்கதன் பங்கேற்றது, ஒரு கருத்தை நிரூபிக்கச் செய்த 'சோதனை முயற்சி'. எனில், இந்த முறை சங்கதனின் பங்கேற்பு ஒரு சவாலை எதிர்கொண்டதுபோல் அமைந்தது: தேர்தல்களில் எப்படிப் போட்டியிட வேண்டும் என்பதுடன் அதில் எவ்வாறு போட்டியிடுவது / எப்படி நடத்துவது என்பதையொட்டி

வியாபித்திருக்கும் நடைமுறைக்கு எதிராகவும், அதுபோல் பொதுமக்களின் கருத்துக்கு எதிராகவும்.

ராஜஸ்தானில் பஞ்சாயத்துத் தேர்தல்கள் 2005 ஜனவரி இறுதி வாரத்திலும் பிப்ரவரி முதல் வாரத்திலும் நடைபெறவிருந்தன. 9,000க்கும் மேற்பட்ட சர்பஞ்சுகளுக்கும் 1,10,000 வார்டு பஞ்சுகளுக்கும் ஜனவரி 31 மற்றும் பிப்ரவரி 4 ஆகிய தேதிகளில் வாக்குப்பதிவு நடைபெற இருந்தது. ஜில்லா பரிஷத் மற்றும் பஞ்சாயத்து சமிதி தேர்தல்கள் ஜனவரி 29 மற்றும் பிப்ரவரி 2 ஆகிய தேதிகளில் நடைபெற இருந்தன. சங்கதன் இப்போது மத்திய/தெற்கு ராஜஸ்தானின் சில மாவட்டங்களில் பதினைந்து ஆண்டுகளுக்கும் மேலாகப் பணியாற்றிவருகிறது.

ஏழைகளுக்கும் விளிம்புநிலை மக்களுக்கும் பயன்தரும் வகையில் ஜனநாயக நிறுவனங்கள் திறம்படச் செயலாற்ற, செயல்பாடுகள் வெளிப்படையாகவும், பொறுப்புடனும் இருப்பதை உறுதிப்படுத்த அப்பகுதி மக்கள் போராடினர். இந்த முயற்சிகள், தூய்மையான மற்றும் பொறுப்புணர்வு மிக்க அரசாங்கத்திற்காக ஆர்டிஐ பிரச்சாரத்தில் அவர்களை கவனம் செலுத்தவைத்தன. இந்த அடிப்படையில் பஞ்சாயத்துத் தேர்தலில் போட்டியிடுவதன் மூலம், அரசியல் நடைமுறையில் அறம்சார்ந்த பங்கேற்பிற்கான அடித்தளத்தை அமைக்கும் முயற்சி மேற்கொள்ளப்பட்டது.

பிரச்சாரப் பாதையில்

பிப்ரவரி 2004இல் நடந்த கூட்டத்தில் முந்தைய முயற்சிகளை மேலும் முன்னெடுத்துச் செல்வது என்றும், அந்த அடிப்படையில் பஞ்சாயத்துத் தேர்தல்களில் மேலும் அதிக வேட்பாளர்களை நிறுத்துவது என்றும் சங்கதன்முடிவு செய்தது. இந்த ஆண்டு போட்டியிட்டவர்களில் சிலர் சங்கதனில் பணியாற்றுவோர். மற்றவர்கள் அதன் ஆதரவு பெற்றவர்கள்; ராஜ்சமந்த், அஜ்மீர், பில்வாரா, பாலி ஆகிய மாவட்டங்களில் பன்னிரண்டு சர்பஞ்ச் பதவிகளுக்கும், அஜ்மீர் மாவட்டத்தில் ஒரு பஞ்சாயத்து சமிதி உறுப்பினர் பதவிக்கும் அவர்கள் போட்டியிட்டனர். வாக்காளர்களை ‘மக்களுக்கான அறிக்கை’ ஒன்றுடன் எதிர்கொள்வது என்றும் முடிவு செய்யப்பட்டது. அவர்களது பகுதியை ஒட்டிய பல்வேறு பிரச்சினைகள் குறித்து ஓராண்டுக்கால விவாதத்திற்குப் பின் கூட்டாக முடிவு செய்யப்பட்ட வாக்குறுதிகளின் தொகுப்பு அது.

குழந்தைத் திருமணங்கள், ஒருவர் இறந்துவிட்டால் அதையொட்டி சமூகத்தினர் அனைவருக்கும் உணவளிக்கும்

வழக்கம், சாராயம், ஊழல் போன்ற சமூகப் பிரச்சினைகளில் சங்கதன் தனது நிலை பாட்டை இதில் வெளிப்படுத்தியது. சங்கதன் வேட்பாளர்களும் அதன் ஆதரவு பெற்ற வேட்பாளர் களும் பிரச்சாரத்திற்கு ரூ. 2, 000க்கு மேல் செலவுசெய்ய மாட்டார்கள் என்றும் 'ஜன் கோஷ்னா பத்திரம்' கூறியது. செலவு செய்வதற்கான அதிகாரப்பூர்வ வரம்பு ரூ. 5,000ஆக இருந்தாலும், சங்கதன் இவ்வாறு வரம்பு நிர்ணயம் செய்ததற்குக் காரணம் ஏழைகளும் தேர்தலில் பங்கேற்கும் சாத்தியத்தை உறுதிசெய்யவே. தலமட்ட அமைப்புகளில் அவர்களது பங்கேற்பு, வளர்ச்சி நோக்கிய திசைவழியைக் கட்டுப்படுத்து வதற்கு இன்றியமையாத படியாக அமையும்.

ராஜ்சமந்த் மாவட்டத்தின் தியோகர் தாசில், விஜய்புராவின் சர்பஞ்சாக காலு கணிசமான பெரும்பான்மையுடன் வெற்றி பெற்றார். விஜய்புராவின் நிகழ்வு மிகவும் நாடகத்தன மாகத்தான் இருந்தது. சங்கதனால் ஆதரிக்கப்பட்ட இளம் தலித் காலுராம் பஞ்சாயத்தின் பொதுவேட்பாளராக 808 வாக்குகள் பெற்று சாதனை படைத்தார். தேர்தல் பிரச்சாரம் முழுவதற்கும் வெறும் ரூ. 695 மட்டுமே அவர் செலவு செய்திருந்தார். அவருக்கு அடுத்ததாக வந்த போட்டியாளர் குறைந்தபட்சம் ரூ. 50,000 செலவழித்ததாகக் கூறப்பட்டது. அவர் 441 வாக்குகள் மட்டுமே பெற்று இரண்டாவது இடத்தைப் பெற்றார்.

விஜய்புரா பஞ்சாயத்தில், தேர்தலுக்கு முதல் நாள் 'இரவுத் தாக்குதலை' திட்டமிடும் வேட்பாளருக்கு எதிராக சங்கதன் ஆர்வலர்கள் பகிரங்கமாகச் சவால் விடுத்தனர். கிராமம் கிராமமாகச்சென்று அவர்களது 'திட்டங்கள்' தோல்வியடைய அனைத்து ஏற்பாடுகளும் செய்யப்பட்டுள்ளதாக அறிவித்தனர். கிராமங்களில் மதுவோ, பணத்துடன் ஏஜெண்டுகளோ உள்ளே வராமல் தடுக்க இரவுநேரக் கண்காணிப்பிற்காக இளைஞர்கள் அடங்கிய பெரிய குழுக்கள் திரட்டப்பட்டன. இது போன்ற மக்கள் கண்காணிப்பால்தான் சங்கராம்புரா (விஜய்புரா பஞ்சாயத்தில் பெரிய கிராமங்களில் ஒன்று) போன்ற கிராமங்களில் தேர்தலுக்கு முந்தைய நாள் இரவில் மதுவோ பணமோ விநியோகிக்கப்படாமல் இருப்பதை உறுதி செய்ய முடிந்தது.

2000ஆம் ஆண்டு பஞ்சாயத்துத் தேர்தல்களில் நாராயண் சிங் (சர்பஞ்ச், குஷால்புரா) மற்றும் தேஜ் சிங் (சர்பஞ்ச், டோட்கார்க்) ஆகியோர் பெற்ற வெற்றியின் அடிப்படையில், இந்தத் தேர்தல்களில் வெற்றிபெறும் சாத்தியங்கள் ஓரளவு மட்டுமே கைகூடின. வாக்குகள் இரட்டிப்பாகவோ அல்லது கூடவோ இல்லை. குறிப்பாகத் தேர்தலுக்கு முந்தைய இறுதி வாரத்தில்,

மதுபானம் விநியோகம் செய்வோர், பணம் கொடுப்பவர்கள் ஆகியோரிடம் பிரச்சாரம் தாக்கத்தை ஏற்படுத்தியது.ஐம்பதாண்டு களுக்கும் மேலாகப் பணத்தால் மக்களைக் கட்டுப்படுத்தி, புதிய பாணிகளை உருவாக்கி வைத்திருந்த மனிதர்களையும் பாதித்தது. ஏற்பட்ட பின்னடைவு வியப்பை அளித்தது. பல தேர்தல் பிரச்சாரங்கள் ஜீப்பையும் டிராக்டரையும் கைவிட்டு விட்டன; பாத யாத்திரை மேற்கொண்டன; பிரச்சாரத்தை ரூ. 2,000க்குள் முடிப்பது மற்றும் தேர்தல் நடத்தை விதிகளை முழுமையாகக் கடைப்பிடிப்பது என்ற சங்கதனின் உரிமை கோரலுக்கு அவை சவால் விட்டன.

இப்போது உறுதியாக நாங்கள் அறிந்திருப்பது, அடிப்படை ஜனநாயகக் கல்வி தேவை என்பதுதான். தேர்தல் அரசிய லும், அதனுடன் இணைந்த சாதி அடிப்படையில் வாக்களிப்பதும் நிலவும் சூழலின் பின்னணியில் அறநெறிக் கும், ஜனநாயகம் சார்ந்த விவாதத்திற்கும் தேவையான அடித்தளத்தைப் பேணி வளர்க்க வேண்டும். நிச்சயமாகச் சமூக சீர்திருத்தத்திற்கு இது நம்மை அழைத்துச் செல்லும்; அத்துடன், மைய நீரோட்ட வழக்கங்கள் என்று இப்போது சொல்லப்படும் பிரச்சினைகளைப் பேசவும் மாற்றவும் இயலும்.

தேர்தலில் போட்டியிடுவதில், சங்கதன் மூன்று முயற்சி களை மேற்கொண்டது. ஆரம்பத்தில், ஆர்டிஐக்கான போராட்டம் தொடங்குவதற்கு முன் மேற்கொண்ட சோதனை முயற்சி தோல்வியில் முடிந்தது. இரண்டாவது சுற்றில், நாராயணும் தேஜ் சிங்கும் முறையே குஷால்புரா மற்றும் டோட்கார்க் பஞ்சாயத்துகளின் சர்பஞ்சுகள் ஆனார்கள்; காலு விஜய்புராவின் வார்டு பஞ்ச் ஆனார். மூன்றாவது சுற்றில் விஜய்புராவின் சர்பஞ்சாக காலு வெற்றி பெற்றார்.

நிலப்பிரபுத்துவமும் காலனியக் கட்டமைப்புகளும் இருக்கும் பழமையான மரபுகளில் நவீனத்தேர்தல் முறைகளை அறிமுகப்படுத்துவதற்குத் தொடர்ச்சியான மறு ஆய்வுகள் தேவை. பஞ்சாயத்து ராஜ் அமைப்பு 50களில் அறிமுகம் செய்யப்பட்டது. அந்தச் சட்டம் 26. 07. 1994 அன்று திருத்தப்பட்டது. அதுவரையிலும் சக்தி வாய்ந்த நிலப்பிரபுத்துவ அமைப்பைச் சேர்ந்த, ஏனைய உயர் தட்டு மனிதர்களே ஒவ்வொரு ஆண்டும், கிட்டத்தட்ட நிரந்தரம் என்பதுபோல் தேர்ந்தெடுக்கப்பட்டனர், 'ஜனம், ஜாதி, சர்பஞ்ச்' (நிரந்தரமாக ஒரு சர்பஞ்ச்) என்ற கேலியான

விமர்சனமும் எழுந்தது. ராஜஸ்தானில், பஞ்சாயத்துத் தேர்தலுக்கான இடங்கள் இப்போது ஜாதி மற்றும் பாலின அடிப்படையில் சுழற்சி முறையில் ஒதுக்கீடு செய்யப்படுகின்றன. 2000ஆம் ஆண்டிலிருந்து ஐம்பது சதவீத இடங்கள் பெண்களுக்கு ஒதுக்கப்பட்டுள்ளன. இந்தச் சுழற்சி முறையில் யாரும் நிரந்தரமாகச் சர்பஞ்ச் ஆக முடியாது.[154]

சங்கதன் பிரச்சாரத்தின் முக்கிய அம்சமாக, வேட்பாளர்கள் தேர்தல் நடைமுறையை நேர்மையாகப் பின்பற்றுவது இருந்தது: பணம் அல்லது வேறுவிதமான ஊக்குவிப்புகள் எதையும் பயன்படுத்தாமல் இருப்பதை உறுதி செய்வது; தனிமனிதராக அல்லது ஒரு அமைப்பாக (கிராமம், சமூகம் அல்லது குழு) இத்தகைய ஊக்குவிப்புகளை மறுக்க வேண்டும் என்று மக்களிடம் சொல்வது; சுதந்திரமாகவும், நியாயமாகவும் அச்சமின்றியும் வாக்களிக்கச் சொல்வது. சங்கதனின் தர்க்கம் தெளிவாக இருந்தது. வேட்பாளர்கள் வழங்கும் ஒவ்வொன்றும், மதுபானமோ, உணவோ, இறைச்சியோ, அல்லது வாகனங்கள் ஏற்பாடு செய்வதோ எதுவும் பரிசு அல்ல; மாறாக எதிர்காலத்தை அடமானம் வைப்பது. அத்துடன் இவ்வாறு செலவு செய்யும் பணத்தைக் கிராமத்தின் வளர்ச்சிக்காக ஒதுக்கப்படும் பொதுநிதியிலிருந்து அவர்கள் திரும்பவும் எடுத்துக்கொள்கிறார்கள். வாக்காளர்கள் தம் எதிர்காலத்தை அடகு வைக்கிறார்கள். இது ஊழலுக்கு வழிவகுக்கிறது.

இரண்டாவதாக, ஒருவரின் வாக்கிற்கு ஈடாக மதுவோ, உணவோ அல்லது போக்குவரத்தோ அது எந்த வகையான ஊக்குவிப்பாக இருந்தாலும், இன்று அதை ஏற்றுக்கொள்வது என்பது நாளை அந்தச் சர்பஞ்சைப் பொறுப்புடன் நடப்பதிலிருந்து விலக்கிவைக்க அளிக்கும் பண்டமாற்றாகும். தேர்தல் பிரச்சாரத்திற்கும் தேர்ந்தெடுக்கப்படும் பிரதிநிதியின் பதவிக்காலத்திற்கும் மற்றும் அவரது ஊழல் நடவடிக்கைகளுக்கும் இடையிலான தொடர்பு அனைவரும் அறிந்ததும், வெளித்தெரியக்கூடியதும் ஆகும். அடுத்ததாக தேர்தல் பிரகடனம் வெறும் சொற்பிரயோகம் கிடையாது; அது, மதிப்பீடுகளின் அடிப்படையிலான மக்கள்நிர்வாகத்திற்கு முக்கியத்துவம் அளிப்பது. கடைபிடிக்கப்படப் போகிற தரநிலைகளைத் தெளிவாகச் சொல்கிறது. வெளிப்படைத்தன்மை, பொறுப்புணர்வு, பங்கேற்பு, அறம்சார் செயல் ஆகியன எடைபோடப்படும் அல்லது உணரப்படும் வழிமுறைகளைத் தெளிவாகக் குறிப்பிடுகின்றன. மக்களின் மனத்தில் ஆழ்ந்த தாக்கத்தை இது ஏற்படுத்துகிறது; அரசியல் உரையாடல்களை, அடிப்படையில் மாற்றியமைக்கிறது.

மூன்றாவதாக, அனைத்துப் பஞ்சாயத்துகளிலும் ஏராளமான ஆண்களையும் பெண்களையும், குறிப்பாக இளைஞர்களை அணிதிரட்டும் செயலுக்கு இத்தேர்தல்கள் உதவின. சங்கதன் முன்வைத்த அறம் சார்ந்த, பொறுப்புணர்வு மிக்க அரசியல் என்ற அறைகூவலுக்கு அவர்கள் செவிசாய்த்தனர், எவ்விதமான வெகுமானமும் எதிர்பார்க்காமல் குறிப்பிட்டுச் சொல்லத்தக்க எண்ணிக்கையில் திரண்டு தம் நேரத்தை வழங்கினர். சுத்தமான, பொறுப்புணர்வு மிக்க, திறமையான பஞ்சாயத்து நிர்வாகத்தை மட்டுமே எதிர்பார்த்தனர். தினசரி கூலிக்கான வேலை உட்பட வேலைகள் அனைத்தையும் தள்ளிவைத்து, ஆற்றவேண்டிய வீட்டுப் பொறுப்புகளையும் ஏனைய கடமைகளையும் ஒதுக்கிவைத்து, தம் முயற்சிகளுக்கு ஈடாக ஒருவேளை உணவும் எதிர்பார்க்காமல் நாள் கணக்கில் கிராமம் கிராமமாக இந்த மக்கள் பிரச்சாரம் செய்தார்கள். சங்கதனின் அறிக்கையும், பின்பற்றிய நடைமுறைகளில் அவர்கள் கண்ட மாறாத தன்மையும் தேர்தல் அரசியலில் பலருக்கும் இருந்த நம்பிக்கையின்மையைக் கடக்க உதவின. அத்துடன், அவர்களைச் செயல்பட வைக்கவும் உதவின. தோல்வி அடைந்திருந்தும், பல பஞ்சாயத்துகளில் சங்கதனுக்குப் புதிய ஆதரவாளர்கள் கிடைத்தனர்; பற்றுறுதி மிக்க மனிதர்கள் கிடைத்தனர்.

அறம் சார்ந்த நடத்தை, பங்கேற்பு, வெளிப்படைத்தன்மை மற்றும் பொறுப்புடைமை ஆகியவற்றிற்குக் கொடுத்த அழுத்தம், நடைமுறையில் ஏழைகளை மட்டும் ஈர்க்கவில்லை. பணக்கார, உயர்சாதிப் பெண்மணி ஒருவரது செயல்பாடு, அனைவரையும் நோக்கிச் சங்கதன் வைத்த வேண்டுகோளின் தன்மையைச் சிறப்பாக வெளிப்படுத்தியது. திரளாக வாக்கு சேகரித்த பிற்படுத்தப்பட்ட வகுப்பைச் சேர்ந்த மற்றும் தலித் இனத்தின் ஆண்களுடனும் பெண்களுடனும் வாழ்நாளில் முதல்முறையாக நாள் முழுவதும் நடந்து அவர் பிரச்சாரம் செய்தார். அதுவும் ஒரு பிற்படுத்தப்பட்ட வகுப்பைச் சேர்ந்த வேட்பாளருக்கு வாக்குக் கேட்டார். சாதி, வர்க்கம், பாலினம் போன்ற மிகக் கடினமான தடைகளை அறம் சார்ந்த அரசியல் எப்படி உடைக்க முடியும் என்பதை இந்த நிகழ்வு சொல்கிறது.

நான்காவது பெரிய பலன், பெண்கள் வெற்றிகரமாக அணிதிரட்டப் பட்டது. அனைத்துத் தேர்தல் கூட்டங்களிலும் அடிச்சரடாக ஓடிய பொதுவான அம்சம் பெண்களைத் திரட்டுவது. வாக்களிக்க மட்டும் அவர்களைத் திரட்டவில்லை; மாறாக, ஆண் குடும்ப உறுப்பினர்கள் அல்லது சமூகத் தலைவர் களின் அழுத்தத்திற்கு அடிபணியாமல், அவர்களது சுதந்திர

விருப்பம் மற்றும் முடிவின்படி வாக்குச்சீட்டை ரகசியமாக எப்படிப் பயன்படுத்துவது என்பதை அவர்களுக்குச் சொல்லித் தரவும். தேர்தல் அரசியல் சூழலில், பணத்தாலோ அல்லது வெல்லம் விநியோகம் செய்வதன் மூலமோ பெற்றுவிடக்கூடிய வாக்கு வங்கிகளாகத்தான் அவர்கள் பார்க்கப்படுகிறார்கள்; அல்லது ஒதுக்கப்பட்ட இடங்களின் பலன்களை அமைதியாக அனுபவிப்பவர்களாகத்தான் கருதப்படுகிறார்கள்.

சங்கதன் பிரச்சாரத்தின் முக்கியச் செய்திகளில் ஒன்று வாக்களித்த பின் தொடங்கும் குடிமகனின் கடமையை வலியுறுத்துவது, தேர்ந்தெடுக்கப்பட்ட பிரதிநிதிகள் தங்கள் கடமைகளையும் வாக்குறுதிகளையும் நிறைவேற்ற பொறுப்புடன் அவர்களைச் செயலாற்ற வைப்பது; அதன் மூலம் கண்காணிப்புடன் இருத்தல் மற்றும் ஜனநாயகம் நேர்மையுடன் இயங்குவதை உறுதி செய்தல். காலா கோட் *(Kala Kot)* ஹுக்கம் சிங் அவதானித்தது போல்: 'நாம் ஒவ்வொருவரும் ஒரு சர்பஞ்சாகச் செயல்பட்டு பஞ்சாயத்தைக் கட்டுப்படுத்த வேண்டும்'. இறுதியானது, ஆனால், முக்கியமானது ஒன்று உண்டு. அவை, சங்கதன் கற்றுக்கொண்ட பாடங்கள். தேர்தல் நடைமுறையையும் தேர்தல் அபிப்பிராயங்களையும் வடிவமைப்பதில் இருக்கும் நடைமுறை சிக்கல்களை நிர்வகிப்பதை அது அறிந்துகொண்டது மிகப்பெரிய ஆதாயமாகும்.

அரசியல் நெருக்கடியைத் தாங்கும் ஏழைகள்

வெளிப்படைத்தன்மை மற்றும் சாத்தியப்பட்ட பொறுப்புணர்வின் உதவியால் உள்ளாட்சி அமைப்புகளின் சில அதிகாரங்கள் மக்களுக்கு மாற்றப்பட்டன. அறிந்து கொள்வதற்கான உரிமை, சுய–நிர்வாகத்திற்கான உரிமையின் அடிப்படையாகவும் இருக்கிறது என்ற உண்மை புலனாகியது. இந்திய ஜனநாயகத்திற்காக கொடி ஏந்தி நின்ற சாதாரண வாக்காளர்களும், மக்களும்தான் ஜனநாயக முறைகளையும் நடைமுறைகளையும் அமல்படுத்த முயலவேண்டும். அதற்காக தம் உரிமைகளைப் பயன்படுத்துவதைப் பற்றி மனத்தளவில் அவர்கள் சிந்திக்க வேண்டும்; எப்படிச் செயல்படுத்துவது என்பதற்கான கருவிகள் குறித்து யோசிப்பதும் தேவையாகிறது.

உறுதியான விதிகள் அறிமுகமானதன் காரணமாக சங்கதன் போன்ற மக்கள் அமைப்புகள் தேர்தல் அரசியலில் வலுவான தாக்கத்தை ஏற்படுத்தின. வேட்பாளர்களைக் கண்காணிக்கக்கூடிய சுத்தமான, வெளிப்படையான தேர்தல் நடைமுறையை உறுதிசெய்யக்கூடிய, திறன்மிக்கச் செயல்படுத்தும் அமைப்புடன் இவை இணைக்கப்பட்டுள்ளன. பின்னர் இது,

அரசு நிர்வாகத்தில் பங்கேற்பது குறித்துச் சிந்தனைக்கு இயக்கத்தை இட்டுச் சென்றது. இந்தப் புரிதலுக்கு ஒரு அடிப்படைப் பங்களிப்பை ஆர்டிஐ இயக்கம் செய்துள்ளது.

சங்கதனின் தேர்தல் பிரச்சாரமும் ஆர்டிஐக்கான பிரச்சாரமும் ஒருவகையில் இணையாகத்தான் நடந்தன எனலாம்; ஒன்றின் சாத்தியக்கூறுகளும் சவால்களும் மற்றொன்றிற்கு ஊட்டமளித்தன, வடிவமைத்தன; சங்கதன் புதிய தளத்தை உருவாக்க அனுமதித்தன. முக்கியமான வெற்றிகள் கிடைத்தன; எனினும், நிர்வாகத்தில் மக்களும் பங்கேற்கும் உண்மையான நிறுவனங்களாக உள்ளூர் பஞ்சாயத்துகளை மாற்றுவதற்கு நீண்ட தூரம் செல்ல வேண்டியுள்ளது.

20

பொது விசாரணை – உமர்வாஸ்

பொது விசாரணை – போரி, ராஜ்சமந்த் மாவட்டம்

வெளிப்படையான மற்றும் பொறுப்புணர் வுடன் கூடிய பஞ்சாயத்து நிர்வாகத்தின் அவசியம் குறித்துச் சர்பஞ்சுகளை இணங்க வைக்க சங்கதன் கடுமையாக உழைத்தது. முந்தைய அத்தியாயங்களில் நாம் பார்த்தது போல், கிராம சேவக்கும் அல்லது பஞ்சாயத்துச் செயலரும் பதிவேடுகளைப் பொது வெளியில் வைப்பதற்கு எதிராக உறுதியாகப் போராடினர். தவறுகள் செய்யத் தூண்டும் கருவி யாகக் கீழ்நிலை அதிகார வர்க்கத்தினர் தொடர்ந்து இயங்குகின்றனர்; தேர்ந்தெடுக்கப்பட்ட தலைவர் களை முதலில் சிறிய தவறுகளைச் செய்ய வைத்துச் சிக்க வைப்பார்கள்; அதன்பின் அதை வைத்துப் பதிவேடுகளில் கையெழுத்துப் போட அவர்களை மிரட்டுவார்கள்; பின்னர்; வளர்ச்சிக்கான செலவின நிதியிலிருந்து அதிகமாகக் கையாடல் செய்ய வைப்பார்கள். சர்பஞ்சின் கையெழுத்து இருப்பதால், அவர் ஆணோ பெண்ணோ, வழக்கைச் சந்திக்க வேண்டியவர் ஆகிறார். அதிகார வர்க்கத்தின் மிகவும் கீழடுக்கில் இருக்கும் கிராம சேவக்கும், மற்ற பணியாளர்களும் தண்டனையின்றித் தப்பிவிடு கிறார்கள்.

எந்த அமைச்சரும் அல்லது மக்கள் பிரதிநிதியும் காசோலைகளில் கையெழுத்திடுவதில்லை; எனினும் அவர்களின் முக்கியத்துவம் குறைவ தில்லை என்று திரும்பத் திரும்ப அவர்களிடம் சொல்லப்படுகிறது. எனினும், ராஜஸ்தானில்

சர்பஞ்சுகள், காசோலையில் கையெழுத்திடுவது அவர்களது அந்தஸ்தையும் முக்கியத்துவத்தையும் தீர்மானிக்கிறது என்று எண்ணி மயங்கிப்போகிறார்கள். காசோலையில் கையொப்பமிடும் உரிமையை உடைமைத்தன்மையுடன் அவர்கள் தொடர்ந்து தக்கவைக்க விரும்புகிறார்கள். யாருக்குக் காசோலை என்ற முடிவைப் பெரும்பாலும் பிறர்தான் எடுக்கிறார்கள். செய்யப்பட வேண்டிய செலவும் உள்ளூர் மாஃபியாவால் தீர்மானிக்கப்படுகிறது. ராஜஸ்தான் ஆர்டிஐ போராட்டத்திலும் பிரச்சாரத்திலும் தொடர்ந்து கலந்துகொண்டவர் சன்னி செபாஸ்டியன் (சிறப்பு நிருபர், 'தி இந்து'). டிசம்பர் 1999இல் தனது அறிக்கை ஒன்றில் இவ்வாறு எழுதுகிறார்:

உமர்வாஸ் (ராஜ்சமந்த்) டிசம்பர், 23

தலித்துகளுக்கும் பெண்களுக்கும் சில பதவிகள் ஒதுக்கி வைக்கப்படுவதற்குச் சட்டம் உதவியுள்ளது. எனினும், ராஜஸ்தானில் நிலப்பிரபுத்துவம் நீடித்த காலத்தில் அவர்கள் செய்தது போல், கிராமங்களில் உயர் சாதியினர் தங்கள் பிடியைத் தக்கவைக்கப் பல வழிகள் உள்ளன.

பஞ்சாயத்துச் சமிதிகளின் தலித் சர்பஞ்சுகளிலிருந்து தமக்கான 'பொம்மைகளை' நிச்சயமாக அவர்கள் உருவாக்கிக் கொள்கிறார்கள்; இதுதான் வருத்தம் தரும் விஷயம். அமலாக்கத்துறையிடம் மாட்டிக் கொள்வோமோ என்ற பயமின்றிப் பாதுகாப்புடன் செயல்பட்டு, தமது காரியங்களைச் செய்து முடித்துக்கொள்கிறார்கள். அரசியல் சாசனத்தின் 73ஆவது திருத்தத்தை, கிராமத்துக் கொடுங்கோலர்களும் நிலப்பிரபுத்துவச் சக்திகளும் கேலி செய்தார்கள்; அந்த உயர்ந்த நிகழ்வு, கடந்த வார இறுதியில், சமூக ஈடுபாடு கொண்ட நபர்களும் கிராமத்தவரும் கூடியிருந்த ஜன் சுன்வாய் நிகழ்வில் வெளிச்சத்திற்கு கொண்டுவரப்பட்டது. (ராஜ்சமந்த் மாவட்டத்தின் உமர்வாஸ் பஞ்சாயத்துச் சமிதியில் உள்ள போரி கிராமத்தில் சங்கதன் ஏற்பாடு செய்த பொது விசாரணை இது).[155]

பியார்ஜியைப் பார்த்தால் ஒரு சர்பஞ்ச் என்று சொல்வதைக் காட்டிலும் தகவல் தேடும் எளிய மனிதர் போல் தோற்றமளித்தார் என்று சொல்லலாம். ஆச்சரியமாக அவர் அப்படித்தான்! தேவ்துங்ரி வீட்டின் முற்றத்திற்குக் கூச்சத்துடன் வந்து நின்ற அவர் சங்கதனின் 'முக்கியா'வை (தலைவர்) சந்திக்க முடியுமா என்று கேட்டார். என்ன வேண்டும் என்று கேட்டதும். தனது பஞ்சாயத்தில் ஜன் சுன்வாய் ஒன்று நடத்த வேண்டும் என்றார்.

தயக்கம், பயம். ஆக்ரோஷமான சர்பஞ்சுகளைப் பார்த்துப் பழக்கப்பட்ட சங்கதனுக்கு இந்தக் கோரிக்கை வியப்பை அளித்தது!

பியார்ஜியின் கதை வழக்கமானது, அதிர்ச்சியளிப்பது. அவர்களில் பலரையும் போலவே, ஜாதியும் தேர்தல் ஜனநாயகமும் இடைமறிக்கும் அரசியலில் உள்ளூர் அதிகார மேல்தட்டு மனிதர்களின் வசமிருக்கும் பேரளவான அதிகாரத்தில் அவர் சிக்கிக் கொண்டார். முரண்பாடுகள் அல்லது சூழ்நிலைகள் எதுவாக இருந்தாலும், உயர் ஜாதியினரும் அதிகாரம் படைத்தவர்களும் தம் நல்னுக்கு அதைப் பயன்படுத்திக் கொள்கிறார்கள். ராஜஸ்தானில் 1994 முதல், தலித்துகள், பிற்படுத்தப்பட்ட சாதிகள் மற்றும் பிறருக்குப் பஞ்சாயத்துகளில் இடஒதுக்கீடு உள்ளது. ராஜஸ்தானின் பிற பகுதிகளில் நடந்ததுபோல் உமர்வாஸிலும் 1995 இல் பஞ்சாயத்திற்குத் தேர்தல் நடந்தது.

அந்த இடம் தலித்திற்கு (ஆண்) ஒதுக்கப்பட்டிருந்தது. பியார்சந்த் காடிக் ஒரு தலித். ஆனால், பாரம்பரிய, அதிகார மேல்தட்டு மனிதர்கள் ஒரு மேக்வால் போட்டி யிடுவதை விரும்பவில்லை, ஏனெனில் மேக்வால் இனத்தவர்கள் அங்குக் கணிசமான பெரும்பான்மையினர்; அத்துடன் வெற்றி பெற்றால் பாரம்பரியமாக அதிகாரம் செலுத்துவோரிடமிருந்து விலகி சுயாதீனமாக அவர்கள் இயங்குவார்கள் என்று கருதினர். அங்கு ஒரு தலித் காடிக் குடும்பம் இருந்தது. அந்தக் குடும்பத்தைச் சேர்ந்த பியார்ஜி சூரத்தில் வேலை செய்து வந்தார். நைன் சிங் ராஜ்புத், சூரத்திற்குச் சென்று அவரை தேர்தலில் போட்டியிடு வதற்கு அழைத்து வந்தார்.[156]

கிராமத்தின் தாக்கூரான நைன் சிங் சோலங்கி, ஜனநாயக நடைமுறைகள் அதிகம் நிலவிய காலத்திலும் எதிராளி இல்லாத நிலப்பிரபுத்துவ எஜமானர். வலிமைமிக்க தனது கூட்டாளிகளுடன் அமர்ந்து 73வது அரசியலமைப்புத் திருத்தத்தை எப்படிச் சிறந்தமுறையில் கையாள்வது என்று நீண்ட ஆலோசனை நடத்தினார். 1995ஆம் ஆண்டில் நடந்த இந்தத் திருத்தத்தின் மூலம் பட்டியல் சாதியினர் அல்லது முன்னாள் தீண்டத்தகாதவர்களுக்குச் சர்பஞ்ச் பதவிகளில் இடஒதுக்கீடு அளிக்கப்பட்டது. எனவே, அவரது கூட்டாளிகளில் எவரும் தேர்தலில் நிற்க முடியாது. ஆனால், அதிகாரத்தை அவர்கள் கைகளிலிருந்து நழுவவிடவும் கூடாது; பஞ்சாயத்தில் முன்னாள் தீண்டத்தகாதவர் ஒருவர் அதிகாரத்தைச் சுழற்றும் இழிவுக்கு அடிபணியவும் அவர்களால் இயலவில்லை.

மெக்வால் இனத்தவர்தான் கிராமத்தில் ஆதிக்கம் செலுத்தும் பட்டியல் சாதியினர். எண்ணிக்கைப் பலத்தால் தூண்டப்பட்டு, உறுதியாகவும் நம்பிக்கையுடனும் அவர்கள் இயங்கினர்.

இதற்கு மாறாக, கிராமத்தில் காடிக் இனத்தவர் இல்லங்கள் ஒரு சிலவே இருந்தன. நைன் சிங்கும் அவரது குழுவினரும் விசாரணை நடத்தியதில் கட்டிக் ஆண்களில் மிகவும் பயந்தவர், பணிந்து போகிறவர் பியார்ஜி என்பது உறுதியானது. பல ஆண்டுகளுக்கு முன்பே தொலைதூரத்திலிருக்கும் சூரத்திற்கு அவர் குடிபெயர்ந்துவிட்டார், மண்ணெண்ணெய் விற்று வாழ்க்கை நடத்துகிறார் என்பதை அறிந்தனர். அப்போது அவர்களுக்கு முன்னிருந்த சிறந்த வாய்ப்பு, பியார்ஜியைப் புதிய சர்பஞ்சாக நியமிப்பது, அவர் மூலமாக அவர்களது பாரம்பரியப் பிடியைத் தக்கவைத்துக் கொள்வது. அவரைத் தேர்தலில் போட்டியிட இணங்க வைக்க உடனடியாகச் சூரத்துக்கு ஒரு தூதுக்குழு சென்றது. வேட்புமனு தாக்கல் செய்ய இன்னும் சில நாட்களே இருந்தன. எனவே, நேரம் மிகவும் குறைவாகவேஇருந்தது.[157]

பியார்ஜி மிகவும் எளிமையானவர். அவர் எதிர்ப்புத் தெரிவித்தார்; தன்னால் 'சரபஞ்ச்' பதவியை நிர்வகிக்க முடியாது என்றார்; அவர் செய்ய வேண்டியது எல்லாம் தேர்தலில் வெற்றி பெறுவதுதான். வெற்றி பெறுவதற்கு அவர்கள் உதவுவார்கள் என்று கூறப்பட்டது.

பியார்ஜி முற்றிலும் குழம்பிப்போனார். கனவிலும்கூட தன்னை ஒரு கிராமத்தலைவராக அவர் நினைத்துப் பார்த்திருக்கவில்லை. அவர் மறுப்பு தெரிவித்தார் – 'நான்காம் வகுப்புக்கு மேல் நான் படிக்கவில்லை. பஞ்சாயத்து எப்படிச் செயல்படுகிறது என்பது பற்றி எனக்குச் சிறிதும் தெரியாது. இங்கு சூரத்தில் எனது மண்ணெண்ணெய் வியாபாரம் மிகச் சிறியது, எனினும் அதன்மூலம் எனக்கு நிலையான வருமானம் வருகிறது. பல ஆண்டுகள் போராட்டங்களுக்குப் பிறகே வாழ்க்கையில் நிலைத்திருக்கிறேன்; தேர்தல்களுக்கு நிறையப் பணம் செலவாகும்; என்னிடம் செலவழிக்கப் பணம் இல்லை.'[158]

அதன் பின்னர் அவர்கள் அவரிடம், செய்ய வேண்டிய தெல்லாம் பேப்பர்களில் முத்திரையிட்டு, கையெழுத்துப் போடுவது மட்டுமே என்று கூறினர். அவர் சொற்களில்: 'அவ்வப்போது ஒரு ரப்பர் ஸ்டாம்ப் கொடுக்கப்படும். செய்ய வேண்டியதெல்லாம் 'டப்பாடுப்' என்றார்கள்.

அதாவது காகிதங்களில் முத்திரையிட்டுக் கையெழுத்திடு. கேள்விகள் எதுவும் கேட்கக்கூடாது. நான் செய்ததெல்லாம் அதுதான்.'[159] தேர்தலுக்குப்பின் பதற்றமான சூழலில், லக்ஷ்மண் தாஸ் செலவுக்கான சில பில்களைக் கொண்டு வந்து கையெழுத்திடச் சொன்னார். அவை அவரது தேர்தலுக்குச் செலவு செய்யப்பட்டவை என்று கூறினார். பியார்ஜி தடுமாறி தரையில் விழுந்துவிட்டார். பியார்ஜி யின் எதிர்ப்பு பயன் தரவில்லை. தேர்தல் செலவுகளை எல்லாம் ஏற்கவேண்டியதில்லை என்று தன்னிடம் உறுதியளிக்கப்பட்டதாகக் கூறியிருக்கிறார். ஆனால், இப்போது அந்த வாக்குறுதியை யாரும் நினைவுகூர வில்லை. ஜீப் வாடகைக்கும், டீசலுக்கும், சாராயத்திற்கும் ரூ. 35,000 செலவு என்று அவரிடம் கூறியிருக்கிறார்கள். மேலும், ஆடு வாங்குவதற்காகப் பியார்ஜி வாங்கிய பழைய கடன் ஒன்றிற்காக ரூ. 2,400 திருப்பிச் செலுத்தியதையும் அவர் மறந்துவிடக் கூடாது; செலுத்தாத வங்கிக் கடன் ஏதும் இல்லை என்பதால்தான், வேட்பாளராக நிற்க அவர் சட்டப்பூர்வமாக தகுதி பெற முடிந்தது என்றனர்.

சூரத்தில் பல ஆண்டுகள் தனியே இருந்து பாடுபட்டு உழைத்து மொத்தம் ரூ. 18,000 பியார்ஜி சேமித்து வைத்திருந்தார், அதை இப்போது லக்ஷ்மண் தாஸிடம் கொடுத்தார். ஆனால், அதன்பிறகும் ரூ. 17,000 மீதம் இருந்தது. இதைத் தீர்க்க லட்சுமண் தாஸ் கடன் தருவதாகக் கூறினார். பியார்ஜி மிகவும் வேதனைப்பட்டார்: இந்தக் கடனை எப்படி நான் திருப்பிச் செலுத்தமுடியும்? ஆனால், லக்ஷ்மண் தாஸ், பஞ்சாயத்தில் பணம் சம்பாதிப்பதற்குப் பல வழிகள் இருப்பதாகச் சொன்னார்; பியார்ஜி தனது கடனைத் திருப்பிச் செலுத்த அதிக நாள் ஆகாது; கொடுத்த பிறகும் அவரிடத்தில் பணம் மிச்சமிருக்கும் என்று அவருக்கு உறுதியளித்தார். எல்லாவற்றுக்கும் மேல், பியார்ஜிதானே அங்குச் சர்பஞ்ச்.

மாதங்கள் கடந்து சென்றன; கட்டளைபோல் அவருக்கு முன்வைக்கப்பட்ட ஒவ்வொரு காகிதத்திலும் முத்திரை பதித்து, கையொப்பமிட்டார் அவரது கழுத்தில் மெல்ல மெல்லக் கயிறு இறுகிக்கொண்டிருப்பது அவருக்குப் புரிந்தது. பலவீனமாக, தாமதமாக அவர் எதிர்க்க முயன்றார், ஆனால் அவர் நேரடியாகப் பயமுறுத்தப் பட்டார். அந்தக் கூட்டணியால் அச்சுறுத்தப்பட்டார். தனிமைப்படுத்தப்பட்டார். பயந்துபோன அவர், செய்யச் சொன்னதைத் தொடர்ந்து செய்துகொண்டிருந்தார்.[160]

‘ஆனால், மக்கள் திருடுகிறார்கள் என்று எனக்கு இப்போது தெரிகிறது; மாட்டப்போவது நான்தான். எனவே தயவு செய்து ஒரு ஜன் சுன்வாய் ஏற்பாடு செய்யுங்கள்’ என்று பியார்ஜி கூறினார்! சங்கதனின் சுமிர் ஹிந்துஜா தகவல் அனுப்பும் பொறுப்பை ஏற்றுக்கொண்டார். பியார்ஜியிடம் அளவுக்கு அதிகமாக இருந்த சூதறியாத தன்மையை யும், எதிர்க்க முடியாமல் அவர் செய்த தவறுகளையும் கையாண்டார்.[161]

அவரது இக்கட்டான நிலை அசாதாரணமாகவும் பரிதாப மாகவும் இருந்தது. ஜன் சுன்வாய் பியார்ஜிக்கு எதிராகத்தான் செல்லும், ஆனால், அவர் ஜன் சுன்வாய் நடத்தப்பட வேண்டும் என்று வற்புறுத்தினார். அவரது விடாமுயற்சி இறுதியில் வென்றது, பொது விசாரணை நடத்துவதென்று சங்கதன் முடிவு செய்தது. அசாதாரணமான விளைவுகளை அது சமாளிக்க வேண்டியிருந்தது, செய்யாத குற்றங்களுக்கு அங்கு அந்த அப்பாவி பொறுப்பாளி ஆக்கப்படுவார்; அவரது கையொப்பம், உடந்தையாக இருந்ததற்குச் சான்றாக இருக்கப்போகிறது. அவருக்குக் கருணை காட்டப்பட வேண்டும் என்று கேட்பதற்கு சங்கதன் முடிவு செய்தது; பதிவேடுகளைத் தொடர்ந்து ஆய்வு செய்தது, பொதுவிசாரணைக்கான தேதியை நிர்ணயித்தது.

ஹிந்து செய்தித்தாளின் சன்னி செபாஸ்டியன் ராஜஸ்தானில் ஆர்டிஐக்கான பிரச்சாரம் குறித்து செய்திகளைத் தொடர்ந்து வெளியிட்டு வந்தார். தகவல்களை உறுதிப்படுத்திக் கொள்ளப் பத்திரிகையாளர் சங்கங்கள் பிரச்சார இயக்கத்தின் ஒரு பகுதியாக இணைந்துகொண்டனர்; அந்த நடைமுறையின் ஒரு அங்கமாகவும் அவர் இருந்தார். போரி பொது விசாரணை குறித்த அவரது அறிக்கை இப்படித் தொடங்குகிறது:

எந்தக் குற்றமும் செய்யாத பியார்சந்த் இப்போது சர்பஞ்ச் பதவியிலிருந்து நீக்கப்பட்டார், திட்டமிடாமல், அறியாமல் அனுமதி அளித்த ரூ. 1.60 லட்சத்தைஅவரிடமிருந்து மீட்பதற்கான நடவடிக்கையை அவர் எதிர்கொள்ள வேண்டியதாயிற்று. வங்கிகளிலிருந்து அவர் பெயரில் பணம் எடுக்கப்பட்டதை அறிந்த பியார்சந்த் சங்கதனை அணுகினார். பியார்சந்தின் விளக்கத்தை நிராகரித்த மாவட்டத் தலைமை நிர்வாகி அக்டோபர் 1998இல் அவரை இடைநீக்கம் செய்தார். ஜூலை 1999இல் அவரை பதவி நீக்கம் செய்தார். இப்போது மீட்பு நடவடிக்கைகள் என்ற பெயரில் சொத்துகள் கட்டாயமாக விற்கப்படும் நிலையைப்பியார்சந்த் எதிர்கொள்கிறார்.

எட்டு மாதங்கள் முழுமையாகவும் சிரமமான முறையிலும் புலனாய்வு நடந்த, பாராட்டத்தக்க இந்த வழக்கில், திருமதி அருணா ராய், திரு நிகில் தேய், திரு சமீர், திரு. சங்கர் சிங் ஆகியோரால் வழிநடத்தப்பட்ட சங்கதன் குழுவினர், ஆறு மணிநேரம் நடந்த விசாரணையில் பியார்சந்தின் பரிதாபகரமான கதையின் சிக்கலை விடுவித்தனர்.

ஆர்டிஐ பிரச்சாரத்தின் ஒரு பகுதியாக ஜன் சுன்வாயைச் சங்கதன் தொடங்கிய பின், முதல் முறையாக மாவட்ட ஆட்சியரும், காவல் கண்காணிப்பாளரும், வட்டார வளர்ச்சி அதிகாரியும், உதவி வட்டார வளர்ச்சி அதிகாரியும் தாசில்தாரும் நிகழ்வில் கலந்து கொண்டனர். நைன் சிங்கும் அங்கு வந்திருந்தார். அவ்வப்போது சத்தமாக, தன் சார்பாக வாதிட்டார்.

இறுதியில், குற்றவாளிகள் மீது முதல் தகவல் அறிக்கை பதிவு செய்யப்படும் என்றும், இந்த வழக்கில் புதிய விசாரணை தொடங்கப்படும் என்றும் ஆட்சியர் திரு. நிர்மல் வத்வாணி அறிவித்தார். பொது விசாரணையின் நீதிபதிகள், வெளிப்படையான நிர்வாகத்தின் அவசியத்தையும் வெகுஜனங்களுக்கு அதிகாரமளிக்கும் ஆர்டிஐ உரிமையை வழங்குவதையும் வலியுறுத்தினர். சற்று நேரம் கழித்து அந்த இடத்திற்கு வந்து பொது விசாரணையின் முடிவை அறிந்துகொள்வதாக அருந்ததி ராய் உறுதி கூறினார். [162]

அருந்ததி ராய் (எழுத்தாளர்), பிரசாந்த் பூஷன் (வழக்கறிஞர்), மது கிஷ்வர் (ஆசிரியர், மனுஷி), அமிதாப் முகோபாத்யாயா (அக்கவுண்டண்ட் ஜெனரல்), சஞ்சீவ் குமார், மம்தா ஜெட்லி (ஆசிரியர் உஜாலா சாடி), ரவீந்திர ஷா (ரெசிடெண்ட் ஆசிரியர், பாஸ்கர்–உதய்பூர்), நிர்மல் வத்வாணி (ஆட்சியர், ராஜ்சமந்த்) ஆகியோர் பியார்ஜியின் தலைவிதியை நிர்ணயிக்கப்போகும் உமர்வாஸ் ஜன் சுன்வாயின் குழு உறுப்பினர்களாக இருந்தனர்.

ஆர்டிஐ இயக்கத்திற்கு ராஜஸ்தான் அளித்த வியத்தகு ஆதரவிற்கும் அர்ப்பணிப்பிற்கும், மக்களின் சொற்களில் தகவல்களைப் பரப்பிய உஜாலா சாடிக்கு நிச்சயம் பங்கு உண்டு. மிகவும் குறிப்பிடத்தக்க, முக்கியமான செயலாக அது இருந்தது உஜாலா சாடியின் அறிக்கை:

உமர்வாஸில் நடந்த மோசடி

உமர்வாஸ் பஞ்சாயத்தின் அனைத்து உயர்சாதி மக்களும் அந்தப் பஞ்சாயத்தின் வறுமைக்கோட்டிற்குக்

கீழிருப்போர் பட்டியலில் இடம் பெற்றுள்ளனர், எனினும், பில் இனத்தை சேர்ந்த ஓர் ஏழை அந்தப் பட்டியலில் சேர்க்கப்படவில்லை. இந்த ஊராட்சியின் போரி கிராமத்தில் நடந்த பொது விசாரணையில் இதை அறிய நேர்ந்தது. பொது விசாரணையின்போது சங்கதன் ஊழியர்கள் கிராமத்தில் நடந்த வளர்ச்சிப் பணிகள் குறித்த பதிவேடுகளை வாசித்தனர்; மக்கள் தாமே முன்வந்து வாக்குமூலம் அளித்தனர். ஆவணங்களைப் படித்த பிறகு, வெளிப்படையாக நடந்த இந்த விசாரணையில் மிக எளிதாக, இயல்பாக உண்மை வெளிப்பட்டது. பெரும்பாலான மோசடிகள் இந்திரா ஆவாஸ் அல்லது ஏழைகளுக்கு வீடுகள் ஒதுக்கீடு தொடர்பானவை.[163]

'உஜாலா சாடி'யில் வெளியான விவரங்கள் அனைத்தும் கிராமப்புற மக்கள் நன்கு அறிந்தவை. இருப்பினும், அவற்றை அச்சில் பார்ப்பதும், முறையாக நடத்தப்பட்ட கொள்ளை எப்படி நடந்தது என்று அதன் தடத்தை அறிவதும் கவர்ச்சியாக இருந்தது. ஜாதியும்–வர்க்கமும் இணைந்திருந்த குழுவின் சக்தி வாய்ந்த உறுப்பினரும் பஞ்சாயத்து உறுப்பினருமான நைன் சிங் தேர்தலில் போட்டியிடுவதற்காகப் பியார்ஜியை சூரத்திலிருந்து அழைத்து வந்தது நம் நினைவுக்கு வரலாம். ஏழைகளுக்குச் சேரவேண்டிய பலன்கள் பலவற்றையும் அவர் மடக்கிக் கொண்டார். பலன்களைத் திருடியது குறித்து அவர் வெட்கப்படவில்லை என்பதுடன் சங்கதனுடன் மிகவும் கோபத்துடன் நடந்துகொண்டார். (பாராளுமன்ற நிலைக்குழுவில் சமர்ப்பிக்கப்பட்ட, சுற்றுக்கு விடப்பட்ட ஆர்டிஐக்கான திரைப்படத்தில் இவை நன்கு பதிவு செய்யப்பட்டுள்ளன).

இந்திரா ஆவாஸ் யோஜ்னா

பாசா கிராமத்தின் வார்டு பஞ்ச் நைன் சிங்குக்கு அவரது மனைவி பெயரில் ரூ. 12,300 அளிக்கப்பட்டிருந்தது. கிராமத்தில் நைன் சிங்கிற்குப் பாரம்பரியமாக ஒரு ராவ்லா (ஹவேலி) இருக்கிறது. அவர் பணக்காரர்; சக்தி வாய்ந்த குடும்பத்தைச் சேர்ந்தவர். அவர்கள் வீட்டில் இரு அறைகள் கட்டிக்கொண்டார்கள். ஆனால், அவர்கள் இந்தத் திட்டத்தின் முறையான பயனாளிகள் இல்லை.

நைன் சிங்கின் பணக்காரச் சகோதரர் பன்வர் சிங்கும் அவரது மனைவியின் பெயரில் ரூ. 10,800 ரூபாயை எடுத்துக்கொண்டார். ஆனால், அப்பணத்திலிருந்து அவர் வீடு எதையும் கட்டவில்லை. பெரும் பணக்காரரான

அவருக்குக் கிராமத்தில், முழுமையான வசதிகளுடன் ஒரு வீடு இருக்கிறது.

மற்றொரு சகோதரர் ராம் சிங்கும் அவரது மனைவியின் பெயரில் இரு முறை (ஒருமுறை ரூப் கன்வர் பெயரிலும் ஒரு முறை ராஜ் கன்வர் என்ற பெயரிலும்) பணம் எடுத்திருந்தார்; அவர்களில் ஒருவர் இறந்துவிட்டார். கிராமத்தில் அவர் வீடு எதுவும் கட்டவில்லை.

மோதி பாய், (வணிகர் லக்ஷ்மண் தாஸின் மனைவி), கிதேலா கிராமத்தின் கிஷன் தாஸ், துளசி தாஸ் ஆகியோரும் மோசடியாகப் பணத்தை எடுத்திருந்தனர். அவர்கள் மிகவும் வசதி படைத்தவர்கள், வலிமை மிக்கவர்கள்.

வார்டு பஞ்ச் பிரபு தாஸும் (உமர்வாஸ் கிராமம்) மனைவியின் பெயரில் பணம் எடுத்துக்கொண்டிருந்தார்.[164]

விவரங்களில் சாத்தான் உறைந்திருக்கும் என்பது பிரிட்டிஷாரின் கூற்று. ஒவ்வொரு பொது விசாரணையும் இந்தப் பழமொழியை நிரூபிப்பதுபோல் அமைந்தது. 'உஜாலா சாடி' இதைப் பற்றி எழுதியது:

> இந்தத் திட்டத்தின் மூலம் கிராமத்தில் 30 பேர் பயனடைந்துள்ளதாகப் போரி ஜன் சுன்வாய் கண்டுபிடித்தது. அத்துடன் அனைவரும் இந்த நிதியை மோசடியாகத்தான் பெற்றுள்ளனர். அரசு அதிகாரிகள், வங்கி அதிகாரிகள் உடந்தை இல்லாமல் இவ்வளவு பெரிய மோசடி நடந்திருக்க முடியாது. கட்டுமானத்தை ஒவ்வொரு கட்டத்திலும் இளநிலைப் பொறியாளர் ஆய்வு செய்திருக்க வேண்டும்; பயனடையும் நபருக்குக் கணக்கு இருக்கிறதா என்றும் வங்கி மேலாளர் அடையாளம் காணவேண்டும்; இப்படிப் பல விஷயங்கள். வீடு கட்டப்படவில்லை எனும்போது அது எவ்வாறு பதிவேடுகளின் மூலம் ஆய்வு செய்து, சரிபார்க்கப்பட்டது? இறந்த நபர் ஒருவர் வங்கிக் கணக்கு தொடங்க முடியுமா?[165]

சமுதாய மையங்களும் சபூத்ராக்களும் (நடைபாதைகள்) கட்டுவதில் மேலும் பல ஊழல்கள் நடைபெற்றிருந்தன. கிராம வாழ்க்கைக்குத் தேவையான, ஒப்பீட்டளவில் சிறிய உள்கட்டமைப்பிற்கான பங்களிப்பு என்று இந்தத் திட்டத்தை டெல்லியிலும் ஜெய்ப்பூரிலும் இருக்கும் திட்டமிடுபவர்கள் பார்க்கிறார்கள். ஆனால், உள்ளூரின் உயர்தட்டு மனிதர்களுக்கோ, அது அவர்களது சொந்த நலனுக்காகவும் மகிழ்ச்சிக்காகவும்

கட்டிக்கொள்ளும் கூடுதல் இடம். 'உஜாலா சாடி' வெளியிட்ட செய்தி:

சமுதாய மையம்

உமர்வாஸ் பஞ்சாயத்தைச் சேர்ந்த ஆசன் கிராமத்தின் சமூக மையம் உண்மையில் பஞ்சாயத்துச் சமிதி உறுப்பினர் கமலா பாயின் வீட்டில் கட்டப்பட்டிருந்தது! அதன் கதவுகள் அவர் வீட்டிற்குள்தான் திறக்கும்; அதை அவர் பூட்டி வைத்துக்கொண்டு, தனது சொத்தாகப் பயன்படுத்துகிறார்! அதேபோல், பாசா கிராமத்தில் வார்டு பஞ்ச் நைன் சிங் வீட்டில் ஒரு சமுதாயக்கூடம் இயங்குகிறது.

பாசா கிராமத்தில் சிறிய குளம் ஒன்றிலிருந்து நீர் வெளியேறக் கால்வாய் ஒன்று வெட்டப்பட்டது. இதற்கான செலவு இரண்டரை லட்சம் ரூபாய். ஆனால், இந்தக் கால்வாயை வார்டு பஞ்ச் நைன் சிங்கும் அவரது உறவினர்கள் மட்டுமே பயன்படுத்தி வருகின்றனர். இது குறித்து ஆய்வு செய்த தாசில்தார், அப்படி நடப்பது உண்மை எனக் கண்டறிந்து அறிக்கை சமர்ப்பித்தப் பிறகும், இந்த நடைமுறை நிறுத்தப்படாமல் தொடர்கிறது.

உமர்வாஸில் நடைபாதைகள் அமைக்கிறோம் என்ற பெயரில் ஆயிரக்கணக்கான ரூபாய் திருடப்பட்டது. நடைபாதைகள் பல ஏற்கனவே அங்கு இருக்கின்றன. நடந்த பல வேலைகளில், மோசடியாகப் பணம் பெறுவதற்காகப் போலியான பில்களும் மஸ்டர் – ரோல்களும் பயன்பட்டன.

இந்தப் பஞ்சாயத்தில் மட்டும் இருபத்து இரண்டு லட்சம் ரூபாய் கையாடல் செய்யப்பட்டிருப்பது பொது விசாரணையில் தெரியவந்தது.

கேலிக்கூத்தான நீதி!

மீண்டும் ஒருமுறை, இந்தப் பஞ்சாயத்தில் நடந்த மோசடிகளுக்கான முழுப் பொறுப்பும் பியார்சந்த் காடிக்(சர்பஞ்ச்) மீது சுமத்தப்பட்டது. கும்பல்கார்கின் வட்டார வளர்ச்சி அதிகாரி... ஜனவரி 7ஆம் தேதி முதல் தகவல் அறிக்கை ஒன்றைப் பதிவு செய்தார்... அந்தப் பஞ்சாயத்தின் வளர்ச்சிப் பணிகளில் பெருமளவில் முறைகேடுகள் நடந்துள்ளன. பதிவேடுகளில் தவறான வருகைப் பதிவும்... காணப்படுகின்றன. இந்த சுன்வாயில், ராஜ்சமந்த் ஆட்சியர், தலைமை நிர்வாக அதிகாரியின் அறிக்கையைக் குறிப்பிட்டுப் பேசினார், பஞ்சாயத்துத்

தலைவர் என்ற முறையில் மோசடிகளுக்குஅவர் ஓரளவு மட்டுமே பொறுப்பு என்று அதில் கண்டறியப்பட்டிருந்தது. விசாரணையில் அளிக்கப்பட்ட சாட்சியங்கள் குறித்த அறிக்கை ஒன்றைக் கொடுக்கும்படி ஆட்சியர் கேட்டார், டிசம்பர் 24ஆம் தேதி அந்த அறிக்கையை (அனைத்து ஆதாரங்களுடன்) சங்கதன் சமர்ப்பித்தது.

தவறு செய்த அதிகாரிகளைக் காப்பாற்றும் முயற்சி நடந்திருப்பது முதல் தகவல் அறிக்கையில் தெளிவாகத் தெரிகிறது. ரூ. 4,71,000 மோசடிக்குப் பதிலாக, புகார் ரூ. 1,10,000 மோசடியை மட்டுமே பேசுகிறது. இந்திரா ஆவாஸ் யோஜ்னா திட்டத்தில் நடந்த மோசடி முதல் தகவல் அறிக்கையில் முற்றிலும் காணப்படவில்லை.

கோபிலால் ராய்கர், மோதி சிங், நிர்தேஷ் குமார் யாதவ் ஆகிய மூன்று கிராம சேவக்குகளும் மோசடிக்குப் பொறுப்பானவர்கள் என தலைமை நிர்வாக அதிகாரி (அவரது அறிக்கையில்) கண்டறிந்து குறித்திருந்தார், ஆனால், முதல் தகவல் அறிக்கையில் அவர்கள் பெயர் இல்லை. இளநிலைப் பொறியாளர் வி.கே. அரோரா, வட்டார வளர்ச்சி அதிகாரி பன்வர் லால் ஜெயின், வங்கி மேலாளர் ஆகியோரும் முதல் தகவல் அறிக்கையில் இடம்பெறவில்லை. மேலும் இவர்களுக்கு (அதிகாரி களுக்கு) எதிராக விசாரணை தொடங்கவும் மாவட்ட நிர்வாகம் கடிதம் எதுவும் எழுதியிருக்கவில்லை.

சங்கதனின் கோரிக்கைகள்

இந்த விவகாரத்தில் புதிதாக முதல் தகவல் அறிக்கை பதிவு செய்யப்பட வேண்டும். அனைத்து முறைகேடுகளும் அதில் சேர்க்கப்பட வேண்டும். அரசு அதிகாரிகளோ அல்லது மற்றவர்களோ அவர்கள் யாராக இருந்தாலும், தவறிழைத்தவர்களிடம் இரக்கம் எதுவும் காட்டக்கூடாது.

குறிப்பிட்ட கால வரையறைக்குள் தவறிழைத்த அதிகாரிகள் அனைவரின் மீதும் கடுமையான நடவடிக்கைகள் எடுக்கப்பட வேண்டும்.

தலைமை நிர்வாகஅதிகாரியின் அறிக்கை புனராய்விற் காகக் காவல் துறையிடம் கட்டாயம் அளிக்கப்பட வேண்டும்.

அரசியல்வாதிகளாலும் அதிகாரிகளாலும் மோசடி செய்யப்பட்ட பணம் அனைத்தும் அவர்களிடமிருந்து கைப்பற்றப்பட வேண்டும்.

அவர்களுக்கு எதிராகப் பேசிய கிராமத்தவர்களை அச்சுறுத்தி எச்சரித்த சக்தி வாய்ந்த வார்டு பஞ்சுகளின் மீது கட்டாயம் நடவடிக்கை எடுக்க வேண்டும்.

கும்பல்கார்க் இந்திரா ஆவாஸ் யோஜ்னா மோசடி குறித்து ஆராய புலனாய்வுக் குழு அமைக்கப்பட வேண்டும்; பொது நிதியைக் களவாடிய செயலில் தொடர்புடைய அனைவரின் மீதும் கட்டாயம் நடவடிக்கை எடுக்கப்பட வேண்டும்.[166]

பல சர்ச்சைகளுக்கு இடையில் சிக்கிக்கொண்டிருந்த பியார்ஜி, இன்னமும் தனது நிதானத்தையும் உறுதியையும் இழக்காமல் இருந்தார். ஜன் சுன்வாய் பற்றிக் கேட்டபோது அவர் இவ்வாறு கூறினார்:

'கணக்குகள் ஆய்வு செய்யப்பட்டுச் சரிபார்க்கப் படுவது குறித்து மிகவும் மகிழ்ச்சியாக உணர்கிறேன். லட்சக்கணக்கான ரூபாய் முறைகேடுகள் நடந்திருப்பது இப்போது வெளிச்சத்துக்கு வந்துள்ளது. நான் யாருக்கும் முறையற்ற வகையில் சாதகம் எதுவும் செய்ததில்லை. ஏதாவது தவறு செய்திருந்தால் மட்டுமே எனக்குக் கொஞ்சம் பயம் இருந்திருக்கும்...[167]

'ஹிந்து'வில் சன்னி செபாஸ்டியன் மேலும் விரிவாக எழுதுகிறார்:

இந்த ஜன் சுன்வாய்கள் மூலமாக நிர்வாகம் பொறுப்புணர் வுடன் நடக்க வேண்டும் என்று மக்கள் அதனிடம் கோருவதற்கான ஒரு வாய்ப்பை சங்கதன் அளித்தது; ஊழலை எதிர்க்கவும், சில விஷயங்களில் அதிகாரப் பரவலாக்கத்தை வேண்டுவதற்கும், அதன் வழியாக உண்மையான ஜனநாயகத்தைக் கட்டமைப்பதற்கும் அது வாய்ப்பளிக்கிறது.

பொது விசாரணைக்கான கருப்பொருளை அறிமுகப் படுத்திய, பிரபலமான பொம்மலாட்டக்காரரும் சங்கதன் ஆர்வலருமான சங்கர், '*பைன்ஸ் மாங்கே கக்ரே, சர்க்கார் மாங்கே அக்ரே* (எருமைக்குப் பருத்திக் கொட்டை தேவை, ஆனால், அரசாங்கத்திற்கோ புள்ளிவிவரங்கள் வேண்டும்)' என்று கத்தினார்: வெறும் காகிதப் புள்ளிவிவரங்கள் அர்த்தமற்றவை. அவற்றால் அரசாங்கத் துறைகளை மட்டுமே திருப்திப்படுத்த முடியும், மக்களை அல்ல.[168]

ஆதிக்கச் சாதியினருக்கும் வர்க்கப் படிநிலைகளுக்கும் ஏற்றவாறு தன்னைத் திரித்துக் கொள்வதற்கு அமைப்பு எப்படித்

திறந்திருக்கிறது என்பது பற்றிய ஒரு பாடமாகப் போரியில் நடந்த ஜன் சுன்வாய் இருந்தது.

டிசம்பர் 1999இல், ராஜஸ்தான் ஆர்டிஐ சட்டத்தின் கீழ் அதிகாரப்பூர்வப் பதிவேடுகளை வரம்பிற்கு உட்பட்டு பெறுவதற்குக் கிடைத்த வசதியைச் சங்கதன் பயன்படுத்திக் கொண்டது; உதய்ப்பூர் மாவட்டம், உமர்வாஸ் கிராமத்தில் பொதுப் பணிகளில் நடந்த ஊழல்களை அப்பட்டமாக வெளிக்கொணர்ந்தது (ஃபிரண்ட்லைன், மார்ச் 17, 2000). உள்ளாட்சி அமைப்பில் ஆதிக்கம் செலுத்திய தனிநபர்களின் சந்தேகப்படும்படியான நடவடிக்கைகளையும், அரசு அதிகாரிகளும் ஒப்பந்தக்காரர்களும் அதற்கு உடந்தையாக இருந்ததையும், ஏழைகளும் நிலமற்றவர்களும் உற்சாகமாகப் பங்கேற்ற, சங்கதன் முயற்சி எடுத்த, வியத்தகு முறையில் நடந்த அந்தப் பொது விசாரணை அவிழ்த்தது. பொது மக்களின் முன்னால் இவை நிரூபிக்கப்பட்டு விட்டன; எனினும், உமர்வாஸின் ஆதிக்கக் கூட்டம் செய்த ஊழலுக்கு அதிகாரப்பூர்வமான பதில் இன்னமும் கிடைக்கவில்லை.[169]

ஜன் சுன்வாய்க்குப் பின் பியார்ஜி தன் பதவியை ராஜினாமா செய்தார்; கிராமத்தின் சர்பஞ்சாக இருக்க தனக்கு விருப்பமில்லை; அதற்கான போதுமான திறனும் இல்லை என்று கூறினார்.

பொதுவாழ்வில் அறநெறிப் போராட்டம் ஒரு நெடிய பயணம். அந்தப் பயணத்திற்கு இந்தியமக்கள் நிறைய கற்க வேண்டும். பிரபலமான ஒரு ஊடகச் சொற்றொடரின் படி, ‘ஒரு சமூகமாக, ஓர் அரசாங்கமாக, ஓர் ஊடகமாக, ஒரு தேசமாக, சொல்வதைச் செய்வதற்குக் கற்க வேண்டும்.’

21

ஜானவாத் ஜன் சுன்வாய்

போரி பஞ்சாயத்துக்கு அருகில், ராஜ்சமந்தின் கும்பல்கார்க் பிளாக், ஜானவாத் கிராமத்தில் மற்றொரு சர்ச்சை வெடித்தது.

நாடாளுமன்றத்தின் கூட்டுத் தேர்வுக் குழு (தேசிய ஜனநாயகக் கூட்டணி ஆட்சியில்) தகவல் பெறும் சுதந்திரச் சட்டத்தை *(Freedom of Information Legislation)* ஆய்வு செய்துகொண்டிருந்த நேரம் அது. அந்த முக்கியத் தருணத்தில் ஜானவாத் பொது விசாரணை நடந்தது. திருத்தப்பட்ட பஞ்சாயத்து ராஜ் விதிகளாலும் ராஜஸ்தான் ஆர்டிஐ சட்டத்தாலும் விசாரணை மேலும் வலுப்பெற்றது. ஆனால், சமமாக, அந்தச் சட்டங்களின் பலவீனத்தையும் விசாரணை வெளிப்படுத்தியது, மேலும் அதிகப் பயன் தரும் சட்டப்படியான உரிமை முக்கிய மாகத் தேவைப்படுகிறது என்பதையும் அது அடிக்கோடிட்டுக் காட்டியது.

போரியின் பிரச்சினைகளை பியார்ஜி வெளிச்சத்திற்குக் கொண்டுவந்ததுபோல், ஜானவாத் பிரச்சினைகளை சங்கதனின் கவனத்திற்குச் சிமன்லால் கொண்டு வந்தார். அவருக்கு லச்சுபா என்ற தலித் ஆதரவாக இருந்தார். இந்த இரண்டு முதியவர்களும் ஜானவாத் போராட்டத்தின் முன்னணிப் படையாக வழிநடத்தினர். சிமன்பா, என்று அன்புடன் அழைக்கப்பட்ட அவர் சங்கதனின் உறுப்பினரானார்; வயதில் முதிர்ந்தவராக இருந்தும் வெளிப்படைத்தன்மைக்கும் பொறுப்புடைமைக்கும் தொடர்ந்து போராடினார்.

சிமன்பா, ஜானவாத் பஞ்சாயத்தில் முக்கிய உறுப்பினர்; அவர் யாரை அம்பலப்படுத்த முயன்றாரோ, அந்தச் சர்பஞ்ச் ராம் லாலின் சமூகத்தைச் சேர்ந்தவர். தகவல்களைப் பெறுவதிலும், தர்க்கரீதியான அதன் முடிவுவரை பிரச்சினையை எடுத்துச் செல்வதிலும் அவருக்கிருந்த உறுதிப்பாடு செயல்முறையின் தொடக்கத்தைக் குறிப்பதாக அமைந்தது. இதற்குச் சமமான உறுதியுடன் சங்கதன் சிமன்பாவுக்கு ஆதரவை வழங்கியது; அத்துடன் இதை ஜன் சுன்வாய் நடைமுறைக்கான விஷயமாகவும் எடுத்துக்கொண்டது. அங்கிருந்து, கொள்கை வகுப்பதற்கான, சட்டப்படியான கோரிக்கைகளுக்கான பாதையில் சங்கதன் பயணித்தது.

இந்தப் பொது விசாரணை பரவலாக அறியப்பட்ட ஒன்று; பத்திரிகைகளில் விரிவாக எழுதப்பட்ட பலரும் பார்வையிட்ட விசாரணை. பொதுமக்களின் ஆதரவைக் கோரிக்கைக்கு பெற்றுத் தந்தது. விசாரணையில் பிரபல மனிதர்கள் நீதிபதிகளாக இருந்தனர்; விசாரணையில் வெளிப்பட்ட தகவல்களின் உண்மைத்தன்மையையும் நம்பகத்தன்மையை யும் அந்தக் குழுவினர், அடிக்கோடிட்டுக் காட்டினர்; முடிவெடுப்பவர்கள் மனத்தில் அது தாக்கத்தை ஏற்படுத்தியது. இதுவரையிலும் இல்லாத அளவில் ஜானவாத் பொது விசாரணை மிகப் பெரும் மனிதர்களை, புகழ் வாய்ந்த மனிதர்களைக் குழுவில் பெற்றிருந்தது: நீதிபதி சாவந்த், நீதிபதி ராஜீந்தர் சச்சார், நீதிபதி வி.எஸ். தேவ் ஆகியோரும் பிரபல பத்திரிகையாளர்கள் கல்பனா ஷர்மா, அஜித் பட்டாச்சார்ஜி, பிரபாஷ் ஜோஷி, பாரத் டோக்ரா, மீனா மேனன், சன்னி செபாஸ்டியன், ராதிகா கவுல் பத்ரா, நாராயண் பாரெத், சுகுமார் முரளிதரன், நீலப் மிஸ்ரா, பிரேம் கிருஷண் சர்மா, வந்தனா சிவா, பாபா ஆதவ், எம்.பி. பரமேஸ்வரன், சுரேந்திர மோகன், நெல்சன் பெர்னாண்டஸ் ஆகியோரும் அதில் அங்கம் வகித்தனர்.

ஜானவாத் பிரச்சினை குறித்துப் பரவலாகச் செய்தித்தாள் களில் எழுதப்பட்டன; அரசாங்கமும், அரசியல் ஸ்தாபனங்களும் இதில் அக்கறை கொள்ளவும், ஈடுபடவும் அவை உதவின; ஊடகங்களும், ஊழலுக்கு எதிராகவும் தன்னிச்சையான அதிகாரப் பயன்பாட்டிற்கு எதிராகவும் இடைவிடாத போராட்டத்தில் ஈடுபட்டோரையும் இதில் அக்கறை கொள்ள வைத்தது.

ஜானவாத் ஜன் சுன்வாய் குறித்து எண்ணற்ற கட்டுரை களும் அறிக்கைகளும் எழுதப்பட்டன. சங்கதன் இதுகுறித்து நாட்குறிப்பு ஒன்றை எழுதி வைத்திருந்தது, எனினும், அதன் உறுப்பினர்கள் பலரும் செய்தித்தாள்களில் எழுதினர். கட்டுரைகள்

வெளியிட்டனர். இந்த விவரிப்பை முழுமையானதாக உருவாக்க, அந்த வித்தியாசமான குரல்களில் சிலவற்றையாவது மீண்டும் இங்கே கொண்டுவரத் தவறினால், இந்த அத்தியாயம் நியாயமாக எழுதப்பட்டதாக இருக்காது.

ஜானவாத் பொது விசாரணை, ஆர்டிஐ உரையாடலில் இருந்த தர்க்கத்தின் முக்கியமான இடத்தை ஆக்கிரமித்தது. இது நடந்த நேரத்தில், சங்கதனும் ராஜஸ்தான் *NCPRI*யும் அரசாங்கத்திடம் ஒரு விஷயத்தை வலியுறுத்தின; பஞ்சாயத்து அலுவலகங்களுக்கு வெளியில், அங்கு நடைபெறும் / நடைபெற்ற வேலை, அதற்குச் செலவிட்ட தொகை போன்ற விவரங்களைக் குறிப்பிடும் ‘வெளிப்படைத்தன்மை’ பலகைகளை வைக்கும்படி அவை கோரின. கிராமத்தினருக்கும் சிமன்பாவுக்கும் இந்தப் பலகை களைப் படித்த பின்னர்தான் இது குறித்துஆர்வம் ஏற்பட்டது. அவர்கள் மோசடி என்று அறிந்தவை, அதில் எழுதப்பட்டிருந்தன; அது அவர்களைக் கோபமடையச் செய்தது. முழுமையான பொது விசாரணையை அவர்கள் விரும்பினர்.

பலகையில் செய்யத் தொடங்கிய ‘திருத்தங்கள்’ அவர் களை மேலும் திகைக்க வைத்தன; அதற்குப் பலத்த எதிர்ப்பு எழுந்தது. இதைக்காட்டிலும் மேலும் அதிர்ச்சியளித்தது வேறொரு விஷயம். பயமும் கவலையும் அடைந்த நிர்வாகம், முழுமையடையாத அல்லது இல்லாத பணிகளை விரைந்து முடிப்பதற்கு எடுத்த முயற்சிகள் அவை. எடுத்துக்காட்டாக, ஏற்கனவே இருந்த பஞ்சாயத்துக் கட்டிடத்தில் திடீரென ஒரு கால்நடை மருத்துவமனை கட்டி முடிக்கப்பட்டது!

> *மூன்றாண்டு கால நெடிய போராட்டத்திற்குப் பின், 1997ஆம் ஆண்டில் பஞ்சாயத்து ராஜ் தொடர்பான அனைத்து ஆவணங்களின் நகல்களையும் பெறும் உரிமையை ராஜஸ்தான் குடிமக்கள் பெற்றனர்; வருகைப் பதிவேடுகள், வளர்ச்சித் திட்டச் செலவினங்களின் வவுச்சர்களின் நகல்கள் உள்ளிட்ட அனைத்தையும் விண்ணப்பம் அளித்த நான்கு நாட்களுக்குள் அளிக்க வேண்டும். மே 1, 2000 அன்று, மிகுந்த ஆரவாரத்திற்கு மத்தியில் மக்களுக்கு ஆட்சியின் அனைத்துத் துறை களிலும் தகவல் அறியும் உரிமையை வழங்கும் சட்டத்தை மாநில சட்டமன்றம் இயற்றியது. ஆனால், ஜானவாத்தில் தொடர்ச்சியாக முயன்றபிறகும், அழுத்தங்கள் கொடுக்கப் பட்ட போதிலும், தேவையான தகவல்களைப் பெறு வதற்கு ஓராண்டுக் காலமும், உயர் நீதிமன்ற ஆணையும் தேவைப்பட்டது.*[170]

தகவல்கள் அல்ல, அந்தத் தகவலைப் பெறுவதற்கான வழிமுறைகள், இங்கு நினைவுரும் அளவுக்கு முக்கியமானவை.

அருகிலிருந்த உமர்வாஸ் பஞ்சாயத்தில் டிசம்பர் 1999இல் நடைபெற்ற பொது விசாரணையில் வெளிப்பட்ட முடிவுகளால் உற்சாகமடைந்த 70க்கும் மேற்பட்ட ஜானவாத் குடிமக்கள் கூட்டாக அவர்களது பஞ்சாயத்தில் முந்தைய ஐந்து ஆண்டுகளில் நடந்திருக்கும் பணிகளின் பதிவேடுகளின் நகல்களுக்கு விண்ணப்பிக்க முடிவு செய்தனர். ராஜஸ்தான் பஞ்சாயத்து ராஜ் விதிகளை அதற்குப் பயன்படுத்தினர். பஞ்சாயத்துச் சுவரில் வரையப் பட்டிருந்த பலகையில் எழுதப்பட்டிருந்த, பணிக்கு அனுமதிக்கப்பட்ட மொத்த நிதி, ஒவ்வொரு பணிக்கும் செலவழிக்கப்பட்ட தொகை ஆகியன அதிர்ச்சியளிக்கும் முறைகேடுகளை வெளிப்படுத்தின. 'ஆவி வேலைகள்' போன்ற நிகழ்வுகளும் அதில் காணப்பட்டன: ஆனால், உண்மையில் நடந்த ஒரே வேலை, பணத்தைச் சட்டைப்பை யில் போட்டுக்கொள்வது மட்டுமே.

மோசடியை நிரூபிக்கவும், குற்றவாளிகளைக் கண்டறிய வும், பதிவேடுகளின் நகல்கள் தேவைப்பட்டன. கிராமத்தில் வசிப்பவர்கள் பிப்ரவரி 16,2000 அன்று தகவல் கோரி முதல் விண்ணப்பத்தை அளித்தனர். ஒரு மாதம் கடந்தும் பஞ்சாயத்து சர்பஞ்ச் அல்லது செயலரிடம் இருந்து பதிலேதும் வராததால், விண்ணப்பதாரர்கள் மாவட்ட ஆட்சியரை அணுகினர்.[171]

ஜானவாத்தில் தகவல் உரிமையின் கதை

கொள்கையும் நடைமுறையும் வேறுபடுவது என்பது இந்தியாவில் சாதாரணமான ஒன்று. பஞ்சாயத்து ராஜ் சட்டத்தின் கீழ் தகவல் கோரப்பட்ட நான்கு நாட்களுக்குள் தகவல் அளிக்கப்பட வேண்டும் என்ற நிலையில், ஓராண்டுக்குப் பிறகுதான் தகவல் கிடைத்தது.

ஜானவாதில் வசிப்போர் 1999 டிசம்பரில் உமர்வாஸ் பஞ்சாயத்தில் நடைபெற்ற பொது விசாரணையால் எழுச்சியுற்றனர்; ஜானவாத் கிராமப் பஞ்சாயத்தில் தகவல் பலகை ஒன்று வைக்கப்பட்டிருப்பதையும் அவர்கள் பாத்தனர்; ஆகவே அவர்கள், பிப்ரவரி 16,2000 அன்று தகவல் அளிக்கக் கோரி விண்ணப்பம் தாக்கல் செய்தனர்

ஜானவாதில் தகவல் பலகை ஒன்றை வைப்பதற்கான விதியை பஞ்சாயத்து ராஜ் சட்டம் கூறுகிறது. பலகைக்கு வர்ணம் பூசப்படும்போது, அதையொட்டி ஒவ்வொரு

முறையும் புள்ளிவிவரங்கள் மாற்றி எழுதப்பட்டன. பலகையில் எழுதப்பட்டிருக்கும் தகவல்களுடன் ஒத்துப் போகும் பதிவேடுகள் எங்களுக்கு இன்னமும் கிடைக்க வில்லை. ஜானவாதின் தகவல் பலகை பலவிதமான நடவடிக்கைகளைக் குறிப்பிட்டது என்றாலும், அதற்கான சட்டம் இருந்தபோதிலும், ராஜஸ்தானின் எந்தக் கிராமங்களிலும் தகவல் பலகைகள் இல்லை.

பெறப்பட்ட தகவல்கள் இப்போதும் முழுமையானவை அல்ல.

வளர்ச்சிப் பணிகளின் செலவினங்கள் குறித்த மொத்தப் புள்ளிவிவரங்களை உறுதிசெய்ய, பின்வரும் ஆவணங்கள் தேவை: அனுமதிக் கடிதங்கள், தொழில்நுட்ப அனுமதி, வருகைப் பதிவேடுகள், பில்கள், அளவைப் புத்தகம், பயன்பாட்டுச் சான்றிதழ், தணிக்கை அறிக்கை ஆகியன. ஆனால், ஜானவாத் பஞ்சாயத்து ஆவணங்களை நகல் எடுத்த பிறகு பார்த்தால், பெரும்பாலான கோப்புகளில் வருகைப் பதிவேடுகள் இருந்தால், பில்கள் இல்லை; பில்கள் இருந்தால், அளவை புத்தகங்கள் இல்லை, அளவைப் புத்தகங்கள் இருந்தால், பயன்பாட்டுச் சான்றிதழ் இல்லை. பஞ்சாயத்து அலுவலகத்திற்கு பலமுறை அலைந்த பிறகே இந்தத் தகவல்கள் கிடைத்திருந்தன. இறுதி நிமிடம் வரை அனைத்துப் பதிவேடுகளும் கிடைக்கவில்லை. சில பதிவேடுகள் இப்போதும் காணப்படவில்லை.

கேட்கப்பட்ட தகவல் முன்னாள் சர்பஞ்ச் ஸ்ரீராம் லாலின் பதவிக்காலத்தைச் சேர்ந்தது. எனினும், தற்போதைய சர்பஞ்ச் பூரி பாய் (ஒதுக்கீட்டு வேட்பாளர் – பட்டியல் இனத்தவர், பெண்) தகவல் அளிக்க மறுத்துவிட்டார். பூரி பாயை முன்னால் நிறுத்திக்கொண்டு அதிகாரிகள் விளையாடுவதைக் கண்டறிந்தோம். (பியார்ஜியைப் போலவே) கையெழுத்துக்கு மட்டுமே அவர் தேவைப் பட்டார். இறுதியில் வெற்றுக் காகிதங்களில் அவரது கையெழுத்து வாங்கப்பட்டது; உயர் நீதிமன்றத்தில் மனு ஒன்று தாக்கல் செய்யப்பட்டது.[172]

தகவல்கள் மறுக்கப்படும் பட்சத்தில் அபராதம் விதிக்கப் படும் என்பதற்கான விதியை உள்ளடக்கிய சட்டம் அவசியம் என்பதை ஜானவாத் நேர்வுகள் வலியுறுத்தின. ஜானவாதில் தகவல்கள் அளிப்பதைத் தாமதப்படுத்துவதற்காக, திரிக்கப் பட்ட, ஒருங்கிணைந்து செய்யப்பட்ட நிகழ்வுகளின் வரிசையை ஒருவர் தடம்பற்றிக் கவனித்தால், இந்திய அதிகார வர்க்க

நிர்வாக முறையின் அடிப்படை என்று அடிக்கடிக் கூறப்படும் 'இரும்புச் சட்டகத்தின்' ஆழமற்ற தன்மையை வரைபடம் போல் அது விவரிப்பதைப் பார்க்கமுடியும். இ.ஆ.ப. என்ற சொற்கள், அந்த முதன்மையான சேவையின் மதிப்பிற்கு மந்திரத் தன்மையை அளிக்கின்றன; ஆனால், அந்தக் கட்டமைப்பு, ஒன்றின்மீது ஒன்றாக அடுக்கப்பட்ட, வேரூன்றிய அதிகாரத்துவத்தின் மீது நிற்கிறது. ஆனால், இந்த அதிகாரத்துவம் சில அற்பமான அரசியல் கட்டமைப்புடன் இணைந்துகொண்டு, அரசாங்கத்தின் சேவைகளைப் பயன்படுத்தக் காத்திருக்கும் சாமானியர்களின் நலன்களுக்குக் கேடு விளைவிக்கிறது. அந்த நேரத்தில் வெளியான கட்டுரையிலிருந்து எடுக்கப்பட்ட இந்த நீண்ட பகுதி, தகவல்கள் மறுக்கப்பட்ட நிலையைப் படிப்படியாக தடம்பிடித்துக் காட்டும் முக்கிய ஆவணம். அபராதத்திற்கான விதி சேர்க்கப்பட்ட ஆர்டிஐ சட்டத்திற்குப்பின் (2005) இந்த முறை மாற்றப்பட்டது. எனினும், நிர்வாகம் குறித்து வாசகர்களே அவர்களுக்கான அனுமானங்களை உருவாக்கிக் கொள்ள இது அனுமதிக்கிறது.

> வளர்ச்சிப் பணிகளுக்கு அதிக அளவில் நிதி செலவிடப் பட்டிருப்பதாகப் பலகை குறிப்பிட்டது. அப்பணிகள் கிராமத்தில் நடந்ததாகக் கூறப்படுபவை. ஆனால், பலகையில் பட்டியலிடப்பட்ட பணிகள் நிஜத்தில் நடந்திருக்கவில்லை. குடிமக்கள் சிலர், ராஜஸ்தான் பஞ்சாயத்து ராஜ் சட்ட விதிகள், 1996, பிரிவு 321–328 இன் கீழ், பிப்ரவரி 2000இல் தகவல் கேட்டு விண்ணப்பம் அளித்தனர். மாவட்டத்தின் பஞ்சாயத்து ராஜ் தலைமை நிர்வாக அதிகாரி, மே 2000இல் பஞ்சாயத்துச் செயலருக்குக் கடிதம் ஒன்று அனுப்பினார்; எனினும், மூன்று மாதங்கள் வரை மக்களுக்குத் தகவல் அளிக்கப்பட வில்லை. புதிய சர்பஞ்ச் பிப்ரவரியில் பதவியேற்றார்; எனினும் பஞ்சாயத்துச் செயலர் அப்படியேதான் இருந்தார். தகவல் கொடுக்காமல் இருக்க புதிய சர்பஞ்சிற்கு முந்தைய சர்பஞ்சால் போதிய அழுத்தம் கொடுக்க முடிந்தது. பெயருக்கு மட்டுமே கூடிய கிராம சபையிலும், கிராமப் பஞ்சாயத்திலும், தகவல்கள் அளிக்கப்பட்டால் சட்டம். ஒழுங்குப் பிரச்சினை ஏற்படும் என்று சட்ட விரோதத் தீர்மானங்களை நிறைவேற்ற வைத்தார்.[173]

இதுகுறித்து உள்ளாட்சி நிர்வாகத்திடம் எடுத்துரைத்த சங்கதன், தகவல் அளிக்கக் கோரி மீண்டும் விண்ணப்பித்தது. சட்ட விரோதத் தீர்மானங்களை ரத்து செய்வதற்கு அமைச்சரும், பஞ்சாயத்து ராஜ் துறையும் வரவேண்டியிருந்தது. சட்டத்தை நடைமுறைப்படுத்துவது இன்னமும் நடக்கவில்லை.

இதற்காக ஜானவாத் குடிமக்களும் சங்கதனும் போராட்டத்தைத் தொடங்கினர். இரண்டு மாதங்களுக்குத் தகவல் எதுவும் அளிக்க வேண்டாம் என்று வட்டாரத்தின் பிரதான் ஒரு உத்தரவு பிறப்பித்தார். வட்டார வளர்ச்சி அதிகாரியின் தலைமையில் அவர் அமைத்த குழு இந்தப் பிரச்சினை குறித்து விசாரிக்கும் என்றார். ஆனால், நடந்திருக்கும் மோசடி அம்பலமாகும்போது குற்றம் சாட்டப்பட்டவர்களில் ஒருவராக அந்த வட்டார வளர்ச்சி அதிகாரியும் இருப்பார். மக்களுக்குத் தகவல்களை அளிக்கச் சொல்லி நவம்பர் 2000இல் மாநில அரசு மீண்டும் வட்டார வளர்ச்சி அதிகாரிக்கு உத்தரவு பிறப்பித்தது. இந்த உத்தரவையும் பஞ்சாயத்துச் செயலர் மீறினார்; மாறாகச் சட்டத்திற்குப் புதிய விளக்கம் ஒன்றையும் அளித்தார்; குடிமக்களுக்கு ஆய்வு செய்யும் உரிமை மட்டுமே உண்டு, நகல்கள் பெறமுடியாது என்றார். மாநில அரசு பதிவேடுகளை அனுப்பச் சொல்லி உத்தரவிட்டது; சங்கதனுக்கு அவர்கள் மூலமாக நகல்களை வழங்க அரசு முடிவெடுத்தது; ஆனால், கிராம சேவக் பதிவேடுகளுடன் காணாமல் போய்விட்டார்; இந்த உத்தரவுக்கு எதிராக ஜோத்பூர் உயர் நீதிமன்றத்தில் தடை ஒன்றையும் பெற்றார்.[174]

நெடிய போராட்டத்திற்குப்பின் மக்களிடம் தகவல் அளிக்கப் பட்டது; ஏப்ரல் 4, 2001இல் ஜன் சுன்வாய் நடைபெற்றது.

ஜானவாத்தில் சட்டத்தை நடைமுறைப்படுத்த மாவட்ட அதிகாரிகள் தலையிட வேண்டுமென்று மே 17 அன்று முதலில் சங்கதன் அவர்களை அணுகியது; நகல்களை வழங்கப் பஞ்சாயத்துக்கு உத்தரவிடும் கடிதங்கள் முறை யாக உடனடியாக வழங்கப்பட்டன. அடுத்த மூன்று மாதங்களுக்குக் கிராம சேவக் பாலு ராம் சைனி கண்ணாமூச்சி விளையாடினார்; வரச் சொல்லித் தேதிகள் கொடுப்பார், ஆனால், வராமல் இருந்துவிடுவார். பதிவேடுகள் தணிக்கைக்குப் போயிருப்பதாகக் கூறுவார்; தகவல்களைக் கொடுக்காமல் மறுப்பதற்குத் தொழில்நுட்பம் சார்ந்த அம்சங்களையும் விதிகளில் உள்ள ஓட்டைகளை யும் தேடுவார்.[175]

சர்பஞ்ச் ராம்லால் 1995 முதல் 2000 ஆண்டு வரை பதவி யிலிருந்தார். பொது விசாரணை நடந்தபோது பூரி பாய்தான் சர்பஞ்ச். கேட்கப்படும் பதிவேடுகளும் அந்த ஆண்டுகளுக்கு உரியவை. 2000ஆம் ஆண்டில் வார்டு உறுப்பினராக மீண்டும் அவர் தேர்ந்தெடுக்கப்படாமல் இருந்தாலும், ராம்லால்

இப்போதும் அதிகாரம் செலுத்தினார்; பதிவேடுகள் கொடுக்கப் படாமல் இருப்பதை உறுதி செய்தார்.

> பஞ்சாயத்து ராஜ் துறையின் செயலரின் நேர்மையான, உறுதியான முயற்சியாலும் சட்டம் செயல்படுத்தப்படுவதை உறுதிசெய்ய முடியவில்லை. மோசமானவை என்று கூறப்பட்ட தீர்மானங்களை ரத்து செய்து துறை உத்தரவு பிறப்பித்தது; கிராம சேவக்கிடமும் சர்பஞ்சிடமும் விளக்கம் கேட்டது; விண்ணப்பம் செய்தவர்களுக்கு உடனடியாக நகல்களை வழங்குமாறு உத்தரவிட்டது. இந்த உத்தரவுகள் பஞ்சாயத்து மற்றும் வட்டார அலுவலகங் களுக்கு வந்து சேர்ந்தன; நவம்பர் மாதத் துவக்கத்தில் சேகரித்துக்கொள்ளலாம் என்று சங்கதனுக்கு மற்றொரு தேதி கூறப்பட்டது. நகல்களைச் சேகரிக்கச் செல்வதற்கு ஒருநாள் முன்பு உத்தரவு ஒன்றின் நகல் சங்கதனுக்குக் கிடைத்தது; ஜானவாத் பஞ்சாயத்தில் நடந்திருக்கலாம் என்று சொல்லப்படும் ஊழலை விசாரிக்க ‘உயர்நிலை விசாரணைக் குழுவை’ அமைத்து வட்டாரத்தின் பிரதான் கிஷண் லால் குஜ்ஜார் உத்தரவிட்டிருந்தார். வட்டார வளர்ச்சி அதிகாரிதான் குழுவின் தலைவர்; அவருக்கு இளநிலைப் பொறியாளரும் கணக்காளரும் விசாரணை யில் உதவி செய்வார்கள். (பஞ்சாயத்துத் தொடர்பான ஊழல் வழக்குகளில், இந்த மூன்று பதவிகளை வகிக்கும் நபர்கள் தான் கூட்டுச் செயல்பாடு என்று பெரும்பாலும் குற்றம் சாட்டப்படுபவர்கள்). பதிவேடுகளின் நகல்களைப் பெறுவதற்கு சங்கதனின் தொடர்முயற்சிகள் உத்தரவில் குறிப்பிடப்பட்டிருந்தன. எனினும், பதிவேடுகளின் நகல்களை வழங்குவது ‘அமைதியைச் சீர்குலைக்கும்’ என்ற கிராம சேவக்கின் / சர்பஞ்சின் கருத்தை பிரதானும் ஆமோதித்திருந்தார்.[176]

சங்கதன், மீண்டும் ஜெய்ப்பூருக்குச் செல்ல வேண்டியதுதான் என்று தோன்றியது.

> பஞ்சாயத்து ராஜ் துறைச்செயலாளர் பதிவேடுகள் வழங்கப்படுவதை உறுதி செய்ய வட்டார வளர்ச்சி அதிகாரிக்கு உத்தரவு பிறப்பித்தவுடன், சங்கதன் ஆர்வலர்களையும் கிராம மக்களையும் சந்திப்பதை வட்டார அதிகாரிகள் தவிர்க்கத் தொடங்கினர். நீண்ட போராட்டத்தின் மூலம் கிடைத்த உரிமையின் மூலமாக மக்கள் பயனடைய வேண்டுமெனில் அதற்கு மற்றொரு போராட்டம் தேவை என்பது தெளிவாகத் தெரிந்தது.

நவம்பர் 22 அன்று ராஜ்சமந்த் மாவட்டத் தலைமையகத்தில் ஒருநாள் தர்ணாவை சங்கதன் நடத்தியது. ஆயிரத்திற்கும் மேற்பட்ட மக்கள் கூடினர்; சட்டத்தை அமல்படுத்த வேண்டும், ஜானவாத் பஞ்சாயத்து பதிவேடுகளை வழங்க வேண்டும் என்று கோரினர். இரண்டு நாட்களுக்குப் பின் பதிவேடுகள் வழங்கப்படும் என்று கூடியிருந்தவர்களின் முன்னால் ஆட்சியர் உறுதியளித்தார். நிகழ்வின்போது அந்த இடத்திலிருந்த வட்டார வளர்ச்சி அதிகாரி இதற்கு உறுதி அளித்திருப்பதாகவும் கூறினார்.

கிராம அளவிலான அதிகாரிகள் எடுக்க வேண்டிய நடவடிக்கைக்குத் தேவையான அதிகாரப்பூர்வ இறுதி முத்திரையை ஆட்சியரின் உத்தரவு பதித்திருக்கும் என்று ஒருவர் நினைத்திருக்கலாம். ஆனால், விவகாரத்தின் முடிவு அவ்வளவு நெருக்கத்தில் இல்லை.

... அடுத்த நாள் செய்தித்தாள்கள், ஜானவாத்தின் கிராம சேவக் கொடுத்த செய்தியை வெளியிட்டிருந்தது பெரும் ஆர்வத்தை உண்டாக்கியது. சட்டத்தை அவர் ஆய்வு செய்ததாகவும், அவரது புரிதலின் அடிப்படை யில் பதிவேடுகளின் நகல்களை வழங்க அவர் கட்டுப்பட்டவரில்லை என்றும் அதில் கூறியிருந்தார். சட்டத்திற்கு எதிராகவும் பொதுவெளியில் ஆட்சியர் அளித்த உறுதிமொழிக்கு எதிராகவும் பத்திரிகையில் செய்தி வெளியிடுவது முட்டாள்தனமான செயல். ஆட்சியரின் உறுதிமொழி காப்பாற்றப்படுமா என்பதைப் பார்க்க ஒட்டுமொத்தக் கிராமமும் உள்ளூர் பத்திரிகை யாளர்களும் குறிப்பிட்ட நேரத்தில் பஞ்சாயத்து பவனில் கூடினர். பதிவேடுகளின் நகல்களைத் தரமறுத்த கிராம சேவக், முகத்தில் நம்பிக்கை ததும்ப வட்டார வளர்ச்சி அதிகாரியிடம் கடிதம் ஒன்றைத் தந்தார்.

கடிதத்தில் அவர் தனது மேலதிகாரிகளிடம் இருந்து மேலும் வழிகாட்டுதல்களைக் கோரியிருந்தார். எனினும், உரையாடலின்போது, அத்தகைய வழிகாட்டுதல்கள் ஏற்கனவே அவருக்குக் கிடைத்துவிட்டதைத் தெளிவு படுத்தினார். ஆட்சியரின் உத்தரவுக்குக் கீழ்ப்படியாமல், சட்ட விதிகளைப் பின்பற்ற மறுப்பதன் மூலம் கிராம சேவக் தொடர்ந்து தவறு செய்வதாக அவரை உரத்த குரலில் வட்டார வளர்ச்சி அதிகாரி எச்சரித்துக் கொண்டிருந்தார். தொடர்ந்து சத்தமாகப் பேசினார். எனினும், சங்கதன் அவரிடம் எழுத்துப்பூர்வமான மனு ஒன்றை அளித்தது; அவர்தான் கிராம சேவக்கின் உயரதிகாரி மற்றும் அந்த

இடத்தில் அவர் இருக்கிறார் என்பதாலும் இந்த விஷயத்தில் அவர் தலையிட வேண்டும்; பதிவேடுகளின் நகல்களை அளிக்க ஏற்பாடு செய்ய வேண்டும் என்றும் அதில் கேட்கப்பட்டிருந்தது. உடனடியாக, அவர் அதற்கு ஒரு பதில் அளித்தார்; காலையிலிருந்து நடந்த போலி நாடகத்திற்கு இறுதிக் காட்சியாய் அது அரங்கேறியது. தனது உயர் அதிகாரிகளின் ஆலோசனையைப் பெற்று, பஞ்சாயத்து ராஜ் விதிகள் குறித்த கிராம சேவகரின் புதிய விளக்கம் செல்லுபடியாகுமா இல்லையா என்பதை 15 நாட்களில் சங்கதனுக்குத் தெரியப்படுத்துவதாகக் கூறினார்.[177]

ராஜஸ்தானில் காங்கிரஸ் அரசு 2000இல் இரண்டு ஆண்டுகளை நிறைவு செய்தது.

பல பேட்டிகளில் அரசாங்கத்தின் தலைசிறந்த சாதனைகளில் ஒன்று, ஆர்டிஐக்கான சட்டம் இயற்றியது என்று முதல்வர் கூறினார். தலமட்ட அளவில் இந்தச் செய்தி எப்படிக் கொண்டுசெல்லப்பட்டது என்பதை மக்களுக்குத் தெரிவிக்க வேண்டிய நேரம் வந்தது.

ஜெய்ப்பூரில் நவம்பர் 28இல் செய்தியாளர் சந்திப்பு ஒன்றைச் சங்கதன் நடத்தியது, ஆர்டிஐக்கான சட்டம் நடைமுறைக்கு வராதது குறித்து அதில் கூறப்பட்டது. நிர்வாகம் எவ்வகையில் ஒத்துழைக்கவில்லை என்பதற்கு நன்கு ஆவணப்படுத்தப்பட்ட எடுத்துக்காட்டுகளை அளித்தது... அதனால், ஜானவாத்தில் தொடர்ச்சியாக நடந்த அசாதாரண நிகழ்வுகள் செய்தியாளர் சந்திப்பில் கவனம் பெற்றன.[178]

மாநில அரசு இதனால் கவலைகொண்டது; ஆவணங்கள் சமர்ப்பிக்கப்பட வேண்டும் என்று உத்தரவு ஒன்று ஜெய்ப்பூரில் வெளியானது.

நகல்கள் நேரடியாக அளிக்கப்படும் என்று மாவட்ட நிர்வாகம் உறுதியளித்தது, சங்கதனின் ஆர்வலர்கள் ஊர் திரும்பியவுடன் அவர்களது அலுவலகத்தில் இவை வழங்கப்படும் என்றும் அவர்களிடம் கூறப்பட்டது. இருப்பினும், அதற்கு இன்னும் நீண்ட தூரம் செல்ல வேண்டியிருந்தது.

அடுத்த நாள் முழுவதும், பதிவேடுகள் வந்து சேர்ந்ததா என்பதை அறிந்துகொள்ள ராஜ்சமந்த் மாவட்ட அதிகாரிகள் சங்கதன் அலுவலகத்திற்குத் தொலைபேசியில் விசாரித்தனர்; நேரடியாகவும் வந்தனர். முரண்நகையாக,

கிராம சேவக் எங்கே? சங்கதன் அலுவலகத்தில் கொடுக்கச் சொல்லி சிலமணி நேரங்களுக்கு முன்பே அவரிடம் கொடுத்தனுப்பிய பதிவேடுகள் ஏன் இன்னும் வந்து சேரவில்லை என்றும் அந்த அதிகாரிகள் சங்கதனிடம் தொடர்ந்து கேட்டுக்கொண்டே இருந்தனர். அந்தக் கிராம சேவக்கிடம் ஜெராக்ஸ் நகல்கள் மட்டுமின்றி, பஞ்சாயத்தின் அசல் பதிவேடுகளும் ஒப்படைக்கப்பட்டிருந்தன; ஆனால், அவருடன் பதிவேடுகளும் மாயமாகிவிட்டன![179]

மாயமாகிப் போன இந்த விஷயம் குறித்துச் சங்கதன் பெருங் கவலை கொண்டது. ஆனால், மாவட்ட நிர்வாகமோ அவர் வருவார், பதிவேடுகளும் நிச்சயமாக திரும்ப வரும் என்றது.

ஜோத்பூரின் உயர்நீதிமன்ற அமர்வில் தடை உத்தரவு பெறுவதற்குத்தான் அவர் சென்றிருந்தார் என்று ஜானவாத் கிராமத்தில் வதந்திகள் உலவின. எந்த நீதிமன்றமும் தடை உத்தரவு தராது என்று ஜானவாத் குடிமக்களுக்குச் சங்கதன் ஆர்வலர்கள் உறுதியளித்தனர். நீதிமன்றம் எப்போதுமே வெளிப்படைத்தன்மையை வலியுறுத்துவது; குறிப்பாக, தகவல் அளிக்கும் வசதியை எளிதாக்கும் சட்டம் இருக்கும் நிலையில் வளர்ச்சிப் பணிச் செலவினங்கள் குறித்த விவரங்களின் நகல்களை வெளியிடுவதை அது தடை செய்யாது என்றும் கூறினார்கள்; ஆனால், சங்கதனின் மதிப்பீடு தவறாகிவிட்டது.

மூன்று நாட்களுக்குப் பின், பதிவேடுகளுடனும் உயர் நீதிமன்றத் தடை உத்தரவுடனும் கிராம சேவக் ஊர் திரும்பினார். நவம்பர் 29 முதல், அந்த வழக்கு பிப்ரவரி 20, 2001 அன்று முடியும் வரையிலும் தடை உத்தரவு தொடர்ந்து அமலில் இருந்தது. எதிரவர் இல்லாத நிலையில் (ஒருதலைப் பட்சமாக) தடை உத்தரவு வழங்கப்பட்ட வழக்குகளில், பாதிக்கப்பட்ட தரப்பின் நியாயத்தை 14 நாட்களுக்குள் கேட்பதற்கு நீதிமன்றத்தில் மனு அளிக்க சட்ட விதிகளில் இடமிருந்தது; எனினும், தொடர்ச்சியான விசாரணை ஒத்திவைப்புகள், தடை உத்தரவு நீடித்திருப்பதை உறுதி செய்தன. ராம் லாலின் பலவிதமான அழுத்தங்களுக்கு எதிராக ஜானவாத் மக்கள் தளராமல் நிற்க வேண்டிய நிலை ஏற்பட்டது, இந்தத் தடை உத்தரவு, நீதி வழங்கும் அமைப்புகள் குறித்து வியப்படைய வேண்டிய நிலைக்கு மக்களை மீண்டும் தள்ளியது.[180]

நடந்துகொண்டிருக்கும் ஊழல் செயல்பாடுகள் குறித்து ஜானவாத் மக்கள் அறியாதவர்கள் அல்ல. இத்தகைய அனைவரும்

அறிந்த ரகசியங்களுக்கு ஆதாரத்தை உருவாக்கும் வழியை, ஆர்டிஐ இயக்கம் தொடங்கியதுபோல் தோன்றியது.

ஊராட்சி அலுவலகச் சுவரில் உள்ள பலகை, கடந்த ஐந்து ஆண்டுகளில் ஊராட்சியில் நடந்த வளர்ச்சிப் பணிகள் குறித்த விவரங்களைத் தெரியப்படுத்தும் நோக்கத்துடன் வைக்கப்பட்டிருக்கிறது. எனினும், இதுவரை வளர்ச்சிப் பணிகள் நடைபெறாததற்கு ஒரு கதையையும் கூறியது. ஐந்தாண்டுகளில் 80 இலட்சம் ரூபாய்க்கும் மேல் செலவழிக்கப்பட்டுள்ளது; கணிசமான தொகை சிலரது சட்டைப் பைகளுக்குள் சென்றுள்ளது என்பது தெளிவான ஒன்று.

எளிமையாகச் சொன்னால், இல்லாத பணிகள் குறித்த விவரங்கள் அதில் எழுதப்பட்டிருந்தன ... சில ஆயிரக் கணக்கான ரூபாய்கள் செலவழிக்கப்பட்ட வேறு சில பணிகளும் இருந்தன; ஆனால், அதைவிடப் பல மடங்கு தொகை அவற்றிற்கான செலவாகக் காட்டப்பட்டிருந்தது... பதிவேடுகளுடன் கிராம சேவக் வெற்றிகரமாக வெளியேறியதும் அதைத் தொடர்ந்து வழங்கப்பட்ட தடை உத்தரவும், அவரது வலிமையை நிரூபிக்க இப்போது ராம் லாலுக்கு நன்கு பயன்பட்டன.[181]

ஆனால், கிராம சேவக் நடந்துகொண்ட முறையில் ஓட்டைகள் இல்லாமல் இல்லை.

ஊராட்சி அலுவலகத்தை விட்டுப் பதிவேடுகளுடன் வெளியேறிய கிராம சேவக், பழைய ஏடுகளுக்கும் கோப்புகளுக்கும் இடையில் கோப்பு ஒன்றை மறைத்து வைத்திருந்தார். சங்கடத்தில் ஆழ்த்தப்பட்ட மாநில நிர்வாகம் நகல்களை வழங்கக் கூறியதால் அழுத்தம் மேலும் அதிகரித்தது; துன்பத்திற்கு ஆளான மாவட்ட கூடுதல் ஆட்சியரும் ஜில்லா பரிஷத்தின் தலைமைச் செயல் அதிகாரியும், கிராம சேவக் அவருடன் எடுத்துச் செல்லாமல் விட்டுச் சென்ற சில பழைய பதிவேடுகளின் நகல்களுடன் வந்தனர். கேட்கப்படாத இந்த நகல்களை வாங்கிக்கொண்டு, சில ஆவணங்கள் அளிக்கப்பட்டதாக அறிக்கை அளிக்கும்படி சங்கதனை அவர்கள் வற்புறுத்தினர். ஒப்படைக்கப்பட்ட இந்த ஆவணங்களில், ஜானவாத்தில் 1998இல் மருந்தகம் ஒன்று கட்டுவது தொடர்பான ஆவணங்களின் நகல்களும் கவனக்குறைவாகச் சேர்ந்திருந்தன; அதன் மதிப்பு ரூ. 1,36,973.

சங்கதன் அந்தக் கோப்பை டிசம்பர் 10ஆம் தேதி கிராமத்திற்கு எடுத்துச் சென்றது. ஜானவாத் மருந்தகத்தி லிருந்து சுமார் 100 மீட்டர் தொலைவில் ஒரு பொது விசாரணை திடீரென்று ஏற்பாடு செய்யப்பட்டது. மருந்தகம் ஒன்று உண்மையில் கட்டப்பட்டிருந்தது; ஆனால், 30 ஆண்டுகளுக்கு முன்பு கட்டப்பட்ட கட்டிடம் அது. அங்குப் பணிபுரியும் நர்ஸ், கட்டிடத்தின் ரிப்பேர் செலவுகளுக்காகப் பணங்கேட்டு ஊராட்சியை எண்ணற்ற முறை அணுகியிருக்கிறார்; ஆனால், பணம் இல்லை என்ற பதிலையே ஊராட்சி திரும்பத் திரும்பக் கூறியிருக்கிறது. அவர் அங்கு வேலை பார்க்கும் இந்த ஏழு ஆண்டுகளில் ஊராட்சியிலிருந்து ஒரு ரூபாய் கூட அவருக்குக் கிடைக்கவில்லை. இந்த நிலையில், நடைபெற்றி ராத இந்த வேலைக்கு இளநிலைப் பொறியாளர் எழுதிய முழுமையான அளவைப் புத்தகத்தை ஆவணங்கள் காட்டின.[182]

இப்போது ராம்லால், இளநிலைப் பொறியாளர், வட்டார வளர்ச்சி அதிகாரி, கிராம சேவக் ஆகியோருக்கு எதிராகப் போதிய ஆதாரங்கள் இருக்கின்றன.

சங்கதனின் முன்முயற்சியின் காரணமாக அதிகாரப்பூர்வ விசாரணை ஒன்று நடத்தப்பட்டது, போலியான வேலை என்பது உறுதியானதால், காவல் நிலையத்தில் வட்டார வளர்ச்சி அதிகாரி முதல் தகவல் அறிக்கை ஒன்றைப் பதிவு செய்தார்... இறுதியில், ஆதாரங்கள் கிடைத்துவிட்டது போல் தோன்றின. ஆனால், எவரும் கைது செய்யப்பட வில்லை.

...நீதிமன்ற வழக்கு தொடர்ந்து நடந்தது. ஊராட்சியும் அதன் சர்பஞ்சும் உயர் நீதிமன்றத்தில் ஐந்து அரசாங்க அதிகாரிகளையும், சங்கதனையும் பிரதிவாதிகளாக்கினர். தொலைக்காட்சிப் பத்திரிகையாளர் ஒருவரிடம் நீதிமன்ற வழக்குகள் பற்றி தனக்கு எதுவும் தெரியாது என்று பூரி பாய் கூறியது பதிவாகியுள்ளது. வட்டார வளர்ச்சி அதிகாரியும் கிராம சேவக்கும் போடச் சொன்ன இடங்களில் கையெழுத்து மட்டுமே தான் போட்டதாகக் கூறினார். தடையை விரைந்து நீக்குவதற்குத் தேவையான அனைத்து முயற்சிகளையும் மேற்கொள்வதாக மாநில அரசாங்கம் உறுதியளித்தது. எனினும் வட்டார வளர்ச்சி அதிகாரியின் உத்தரவின் மீதான நீதிமன்றத் தடையால் மேலிருந்து கீழ் வரையிலும் தான் கட்டுப்பட்டிருப்பதையே அரசு தேர்ந்தெடுத்தது.[183]

ராம்லாலும் ஏனைய அவரது கூட்டாளிகளும் தேவையான மூடிமறைக்கும் வேலைகள் அனைத்தையும் செய்வதற்கு இது வாய்ப்பைத் தந்தது.

> *சங்கதன்அளித்த மனுவின் பேரில் அவருக்கு எதிராக வட்டார வளர்ச்சி அதிகாரி கிரிமினல் புகார் கொடுத்தார்; துணை ஆரம்பச் சுகாதார நிலையமும் வேறு சில போலி யான வேலைகளும் வெளிச்சத்திற்கு வந்தன; எனினும் அவை இன்னமும் புலனாய்வில்தான் உள்ளன. எவரும் கைது செய்யப்படவில்லை. பதிவேடுகள் போலியானவை என்பதை, தான் உறுதி செய்துவிட்டதாக காவல் நிலைய அதிகாரி சங்கதனிடம் தெரிவித்தார். எனினும், அந்தப் போலி மஸ்டர் ரோல்கள், கைரேகை ஆய்வு போன்ற வற்றிற்காக அனுப்பப்பட வேண்டும்; அதற்கு கால அவகாசம் தேவைப்படும் என்றும் கூறினார்... ஆனால், இறுதியில் ஜானவாதில் அலையின் திசை மாறத் தொடங்கி விட்டது. ஜனவரி 26 அன்று, ஜில்லா பரிஷத்தின் தலைமைச் செயல் அதிகாரி முன்னிலையில் கிராம சபையில் நடந்த சமூகத் தணிக்கையில் ரூ. 8 லட்சத்திற்கும் மேல் மதிப்புள்ள ஏழு போலியான வேலைகளை கிராம மக்கள் அடையாளம் கண்டனர்.*
>
> *புதிதாக நியமிக்கப்பட்ட வட்டார வளர்ச்சி அதிகாரி, மேலும் இரண்டு முதல் தகவல் அறிக்கைகளைப் பதிவு செய்தார். இதுவரையிலும் ராம் லாலை வெளிப்படையாக ஆதரித்த அரசியல்வாதிகளும், அதிகாரிகளும் இப்போது அவரிடமிருந்து விலக ஆரம்பித்தனர். உயர்நீதிமன்றத்தின் முடிவு வெளியான நாளுக்கு மறுநாள் அதாவது பிப்ரவரி 21 அன்று பதிவேடுகளின் நகல்கள் சங்கதனிடம் ஒப்படைக்கப்பட்டன. சங்கதன் ஜானவாதில் 03–04–2001 அன்று ஜன் சுன்வாய் நடத்தப்படும் என்று உடனடியாக அறிவித்தது.*[184]

வெளிவந்துள்ள ஆதாரங்களின் அடிப்படையில் நடவடிக்கை எடுக்க மாநில அரசாங்கத்திற்கு அழுத்தம் கொடுக்கும் நோக்கத்தில்தான் பொது விசாரணை நடத்தப்பட்டது.

> *மூன்று முதல் தகவல் அறிக்கைகள் மீதும் காவல்துறை இன்னமும் நடவடிக்கை எடுக்கவில்லை. கையாடல் செய்யப்பட்ட நிதியை நிர்வாகம் உடனடியாக மீட்க வேண்டும்; இதைப் போன்ற மோசடிகளைத் தடுக்க வேண்டிய பணியிலிருக்கும் அதிகாரிகளுக்கு எதிராக உறுதியான நடவடிக்கை எடுக்க வேண்டும் என்றும்*

சங்கதன் கோரிக்கை வைத்தது… வளர்ச்சி சார்ந்த நிர்வாக எந்திரத்திலிருக்கும் ஊழல்களை விரிவாக வெளிப்படுத்தி யதற்காக ஏப்ரல் மூன்றாம் தேதிக்குப் பின், ஜானவாத் நினைவுகூரப்பட வாய்ப்பு இருக்கிறது. எனினும் தீர்வுகளைக் கண்டறிய விரும்பும் மக்கள், ஊழலை வெளிப் படுத்த நடத்தவேண்டியிருந்த போராட்டங்களுக்காக ஜானவாதை நினைவில் கொள்ள வேண்டும்…

ஜானவாத் கதை நமக்கு சில படிப்பினைகளைத் தந்துள்ளது. முதலாவதாக, அதிகாரவர்க்கத்தின் வலுவான எதிர்ப்பை ஆர்டிஐ இயக்கத்தால் எதிர்கொள்ள முடியும். இணங்காதவர்க்குக் கடுமையான அபராதங்கள் விதிப்பது மட்டுமே அந்தச் சட்டத்திற்குத் தேவையான வலுவைத் தரும்.

இரண்டாவது, தகவலைத் தராமல் மறுப்பதற்காக அதிகார வர்க்கம் எந்தவொரு காரணத்தையும் கூறும். எனவே, விதிவிலக்கு விதிகள், மிகவும் குறுகிய வரம்பிற்கு உட்பட்டதாக இருக்க வேண்டும்; அத்துடன் தவறான விளக்கமளிக்கவும் இடந்தரக்கூடாது.

மூன்றாவது, ஒரு தகவலை ஒரு அதிகாரி மறுக்கிறார் என்றால், அந்த அதிகாரிக்கு அவரது மேலதிகாரிகளின் ஆதரவு இருப்பதற்கு வாய்ப்பு அதிகம். குறைந்தபட்சம் சுதந்திரமான ஒரு மேல்முறையீடு செய்வதற்காவது அனுமதிப்பதுதான் ஒரே பாதுகாப்பு

இறுதியாக, ஜானவாத் ஊராட்சியில் வைக்கப்பட்டிருக்கும் பலகை வெளிப்படுத்துவது போல், சில மிக முக்கியமான தகவல்களைக் கேட்காமலேயே எளிதாக அளிக்கப்படும் வாய்ப்புகள் உள்ளன. அத்தகைய தகவல்கள் குடிமக்களுக்கு வழங்கப்படுகையில், பல ஜனநாயக நடவடிக்கைகளில் அவர்கள் பங்கேற்பதற்கான அடித்தளத்தை அது உருவாக்கக்கூடும். தகவல்களைத் தாமாகவே முன்வந்து வெளியிடுவதையும் அவற்றைப் பரப்புவதையும் சட்டம் கட்டாயமாக்க வேண்டும். அதன் மூலமாக 'வெளிப்படை யான நிர்வாகம்' என்பது மற்றொரு வெற்றுமுழக்கமாக மாறாமல் இருக்கும்.[185]

இந்த முக்கியமான அனுபவத்தில் ஆர்டிஐ சட்டம் பிரிவு நான்கின் முக்கியத்துவம் பொதிந்திருக்கிறது. அதனால்தான், வெளிப்படைத்தன்மை விதிகளுடன், தகவல் காலக்கெடுவிற்குள் வழங்கப்பட வேண்டும் என்ற அறிவுறுத்தலுடன் சுதந்திரமான மேல்முறையீட்டு வழிமுறைகளுடன் ஆர்டிஐ சட்டம் (2005)

உருவாக்கப்பட்டது. பொது நடவடிக்கைகளுக்கும் பொருத்தமான மற்றும் பொறுப்பு மிக்க சட்டமொன்றை உருவாக்குவதற்கும் இடையிலான தொடர்பை இது சுட்டிக் காட்டுகிறது. சங்கதனின் போராட்டமும், NCPRIன் பிரச்சார இயக்கமும், அதன் ஆதரவும் ஒரு நல்ல சட்டம் உருவாவதற்கு இயக்கரீதியாகப் பங்களித்தன.

கடந்த காலத்தில் நடைபெற்ற ஜன் சுன்வாய்களில், ஒரு குறிப்பிட்ட வேலையில் நடந்த மோசடியின் சதவீதம் எவ்வளவு என்பதை சங்கதன் கண்டறிய முயன்றது. ஜானவாதில் மிகவும் திடுக்கிட வைத்த விஷயம் என்னவென்றால், அந்த ஊராட்சியில் 35க்கும் மேற்பட்டவை போலியான வேலைகள். *(அதாவது, அவை காகிதத்தில் மட்டுமே உள்ளன).*

வளர்ச்சிப் பணி எந்திரம் முற்றிலும் செயலிழந்து போயிருப்பதை விசாரணை வெளிப்படுத்தியது. திட்டமிடுதல், செயல்படுத்துதல், கண்காணித்தல், மதிப்பீடு செய்தல் போன்ற செய்திருக்கப்பட வேண்டியன குறித்த கேள்விகளையும் எழுப்புகிறது.

நடந்தவற்றிற்கு, ஊராட்சியையும் ஊராட்சி மட்டத்திலான அதிகாரிகளையும் மட்டும் குறைசொல்வது தவறு. நிர்வாகத்திலிருக்கும் அதிகாரிகள், அரசியல்வாதிகளின் துணை இருந்தால் மட்டுமே சாத்தியம் என்பது தெளிவு.

தணிக்கை அறிக்கைகள், பயன்பாட்டுச் சான்றிதழ்கள், அளவைப் புத்தகங்கள், வருகைப் பதிவேடுகள், பில்கள், வவுச்சர்கள் ஆகிய அனைத்தும் முறையாகப் பூர்த்தி செய்யப்பட்டுள்ளன; கையெழுத்திடப்பட்டு, உயர் அதிகாரிகள் ஒப்புதல் கையெழுத்தும் இட்டுள்ளனர். எனினும் எந்த வேலையும் நடைபெற்றிருக்கவில்லை. ஜானவாத் மக்கள் பெரும் சிரமத்திற்கு ஆளாயினர். பிரம்மாண்டமான செலவில் நடத்தப்படும் நமது வறுமை ஒழிப்புத் திட்டங்கள் ஏன் தோல்வியைச் சந்தித்தன என்பதையும் இது குறிப்பாக நமக்கு உணர்த்துகிறது.

இந்த ஜன் சுன்வாய் சதிவலையை உடைக்கும்; மக்கள், அவர்களது வழிகளில் வளர்ச்சி குறித்துத் திட்டமிடவும் செயல்படுத்தவும், கண்காணிக்கவும் அதிகாரம் அளிக்கும் என்று நம்புகிறோம்.[186]

நிதி தணிக்கைக்குப் பிறகு வெளிப்பட்ட தொடர்ச்சியான மோசடி அனுபவங்கள் கணக்குகளைச் சரிசெய்ய

உதவுகின்றன. பொதுத் தணிக்கை அவசியம் என்பதைச் சட்டம் கட்டாயமாக்க வேண்டும் என்பதை மீண்டும் வலியுறுத்தின. அதன்பின், பிரச்சார இயக்கம் போராடிய விஷயங்களில் ஒன்றாகச் சமூக தணிக்கைமுறை மாறியது; நடைமுறைக்கும் வந்தது. வருங்காலத்தில் வேறெங்கும் என்பதைக் காட்டிலும், கிராமப்புறத்தில் நடக்கும் பொதுப்பணிகளில் இவை மிகவும் அவசியமாக இருக்கப்போகின்றன. ஆகவே, தேசிய கிராமப்புற வேலை உத்தரவாதச் சட்டத்தின் பகுதியாக இது அமைந்தது. அனைத்தையும் விழுங்கிய பின்னும், மேலும் எவ்வளவு அதிக மாக இந்தக் கொள்ளை அமைப்பு கையாடல் செய்திருக்கிறது என்பதை வேலை உத்தரவாதச் சட்டம் வெளிச்சத்திற்குக் கொண்டுவந்த ஊழலின் அளவு எடுத்துக்காட்டியது. தேசிய ஊரக வேலை உத்தரவாதச் சட்டத்தை விமர்சிப்பதைக் காட்டிலும், வறுமை எதிர்ப்புப் பிரச்சாரங்கள் அதன் முக்கியத்துவத்தை அங்கீகரிக்க வேண்டும்.

பலரும் நன்கு அறிந்த ஹிந்தி மொழி பத்திரிகையாளர், பிரகாஷ் சர்மா இயக்கத்திற்கு ஆதரவளிக்கத் தொடங்கினார். மைய நீரோட்டத்திலிருந்து விலகி 'ராஜ் திருஷ்டி' என்ற சொந்தப் பத்திரிகையைத் தொடங்கும்போதுஆர்டிஐ இயக்கத்திற்கு ஆதரவு திரட்டுவது குறித்து அறிவுரை வழங்கினார். ஆர்வத்தைத் தூண்டும் சக்திவாய்ந்த ஹிந்தி மொழியில் 'வளர்ச்சிக் கடலில் முதலைகளைக் கையாளுதல்' என்ற கட்டுரையை எழுதினார்.

> மாநிலத்தில் வளர்ச்சி எனும் நதி எவ்வாறு பாய்கிறது என்பதை ஆராய்வதற்குக் கிராமம் ஒன்றைத் தேர்ந்தெடுத்தோம், அந்தக் கிராமத்தின் பெயர் ஜானவாத்...
>
> நாங்கள் இந்த கிராமத்தைத் தேர்ந்தெடுத்ததற்குக் காரணம் உண்டு. இந்தக் கிராமத்தில் பணிபுரியும் இளநிலைப் பொறியாளருக்கு (வளர்ச்சித் திட்டப் பணிகளை அவர் மேற்பார்வை செய்கிறார்) அவரது நாணயம், நேர்மை, தேசபக்தி, கடமை உணர்விற்காகக் குடியரசு தினத்தன்று அரசாங்கம் விருது வழங்கியிருந்தது...
>
> மற்றொரு காரணம், அதன்சர்பஞ்ச் ஸ்ரீராம் லால். செல்வாக்கு மிக்க தலைவரும், முன்னாள் முதலமைச்சரு மான ஹீராலால் தேவ்புராவின் நெருங்கிய உதவியாளர் என்று கருதப்படுபவர்...[187]

ஜானவாதில் நடந்த போராட்டம், அங்கு நடந்த ஊழலை யும் தவறான நடவடிக்கைகளையும் மிகச்சிறந்த முறையில் வெளிக்கொணர்ந்தது; பல அறிக்கைகள் வெளிவரக் காரணமாக அமைந்தது. அறிக்கை ஒன்று இவ்வாறு கூறுகிறது:

ஆர்டிஐ உரிமைக்காக நடந்த மிகச் சிரமமான ஜானவாத் போராட்டம் அப்பகுதியிலும், அதற்கு வெளியிலும் மறக்கவியலாத கதையாக மாறியது. 03–04–2001 அன்று ஜன் சுன்வாய் நடந்த மைதானம் 3000க்கும் மேற்பட்ட மக்களால் நிரம்பியிருந்தது. [188]

மற்றொரு அறிக்கை இவ்வாறு கூறியது:

உதய்ப்பூரிலிருந்து 90கிமீ தொலைவிலிருக்கும் ஜானவாதின் கோமதி சௌரஹாவில் ஜன் சுன்வாய்க்காகப் பெரிய, வண்ணமயமான பந்தல் போடப்பட்டிருந்தது. பந்தலில் எழுதி வைக்கப்பட்டிருந்த பல 'போலி வேலைகள்' கிராமத்தவரின் கவனத்தை ஈர்த்தன. இவை முடிக்கப் பட்டதாகக் கூறப்பட்ட திட்டங்கள். ஆனால் அவை காகிதத்தில் மட்டுமே இருந்தன. அரசாங்க அதிகாரி களும், சமூக ஆர்வலர்களும், பத்திரிகையாளர்களும், உள்ளூர்வாசிகளும் அவர்களது கண்முன்னே அவிழ்க்கப்பட்டு விரிந்த ஊழலின் பரிமாணத்தை வியப்புடன் கேட்டுக் கொண்டிருந்தனர்.

ஜானவாதில் 1994 முதல் 98 வளர்ச்சிப் பணிகள் மேற்கொள்ளப்பட்டன; சங்கதன் செயற்பாட்டாளர் நிகில் தேயின் கூற்றுப்படி அவற்றில் 38 போலியான வேலைகள்; ஊராட்சியில் ரூ1.33 கோடி மதிப்பிலான பணிகள் நடைபெற்றதாகக் கூறப்பட்டன; ஆனால், சங்கதனின் ஆய்வின் மூலம் ரூ. 65 லட்சத்திற்கான செலவுகள் மட்டுமே சரிபார்க்க முடிந்தது. சில பதிவேடு களைக் காணவில்லை; சங்கதனும் மக்களும் சேர்ந்து ரூ. 45 லட்சம் அளவிற்கு ஊழல் நடந்திருப்பதை வெளிக்கொணர்ந்தனர். அப்போதைய சர்பஞ்ச் ராம்லால் பிடிபடாமல் இன்றும் சுற்றித் திரிகிறார். ஏழைகளுக்கு இலவச வீடு என்ற திட்டத்தின் கீழ் 1994–1995இல் நிதி ஒதுக்கீடுசெய்யப்பட்டு, பதிவேடுகளின்படி வங்கியிலும் பணம் செலுத்தப்பட்டது, ஆனால், மக்களுக்கு அது குறித்து எதுவும் தெரியாது. ஏழைகளுக்கான வீட்டு வசதித் திட்டத்தின் கீழ் (இந்திரா ஆவாஸ் யோஜ்னா) கடன் கேட்டு விண்ணப்பித்த அமர் சிங்கிற்கு வீடு கிடைக்க வில்லை.[189]

ஜானவாத் ஜன் சுன்வாய் நடந்துகொண்டு இருக்கையில், ஆர்டிஐ சட்டம் குறித்துப்பேசுவதற்குப் பாராளுமன்றத்தில் கூட்டுத் தெரிவுக்குழு கூடியது. அருணாவும் நிகிலும் இது குறித்து நினைவு கூர்ந்தனர். ('ஃபிரண்ட்லைன்' இதழில் வெளியான அறிக்கை):

ஆர்டிஐ தொடர்பான மத்திய அரசாங்கத்தின் மசோதாவை நாடாளுமன்றத்தின் கூட்டுத் தேர்வுக்குழு ஆய்வு செய்து கொண்டிருந்தது; இந்நிலையில், ஆர்டிஐ தொடர்பான சட்டங்களை இயற்றியிருக்கும் சில மாநிலங்களில் அவற்றிற்குக் கிடைத்த அனுபவங்களை எடுத்துரைப்பது அவசியம். இந்தச் சட்டத்தின் மூலம், சாமானிய மக்களுக்கு உண்மையான உரிமை அளிக்க விருப்பம் இருந்தால் அதற்கு வலுவான, செயல்படுத்தப்படக்கூடிய சட்டம் முக்கியத் தேவை; ராஜஸ்தானின் ராஜ்சமந்த் மாவட்டத்தின் ஜானவாத் ஊராட்சியில் கிடைத்த அனுபவம் இதை வரைபடம்போல், மனத்தில் பதிவது போல் விளக்குகிறது.[190]

அரசு நிர்வாகத்தை சாமானிய மக்கள் புரிந்துகொள்வதற்கு ஜானவாத் உதவியது. அடிப்படையான முறையில் அதற்குப் பங்களித்துள்ளது. அந்தஸ்தைச் சூழ்ந்திருக்கும் மதிப்பு என்ற திரையைக் களைந்ததன் மூலம் ஊழல் எப்படி நடந்தது என்பதை மக்களுக்கு முழுமையாகக் காட்சிப்படுத்தியது.

மக்களின் சம்மதத்துடன்தான் நாடாளுமன்றமும் சட்டமன்றங்களும் ஒப்புதல் அளித்துச் சட்டங்களும் விதிகளும், உருவாக்கப்படுகின்றன; ஆனால், அவற்றைச் செயல்படுத்தும்போது, ஊழல் நிறைந்த அமைப்பு அவற்றை அதற்குச் சாதகமாக எப்படித் திரித்துக் கொள்கிறது, பயனற்றதாக்குகிறது என்பது தெளிவாக வெளிப்பட்டது. வரிசையாக நடந்த நிகழ்வுகள் வெளிப்படையானவை. வெகுஜன பங்கேற்புடன் அவை நடந்தன. இந்தப் போக்கு, பொது நடவடிக்கைக்கான சாத்தியமான இருவேறு விஷயங்களைக் கற்பித்தது முதலாவது, சட்டம் மக்களால் கண்காணிக்கப்பட வேண்டும்; இரண்டாவது, அந்தச் சட்டத்தை நடைமுறைப்படுத்துவது; அல்லது அருணாவும் நிகிலும் தங்கள் கட்டுரையில் கூறியது போல், ‘உரிமையைத் துரத்திச் செல்வது’, இந்தத் தொடர்ச்சியான இயக்கத்தின் பகுதி.

உண்மையான வளர்ச்சி என்பதன் அடிப்படையில் எதையாவது சுட்டுவதாக ஜனநாயக ஆட்சி நிர்வாகம் இருக்க வேண்டும் என்றால், அது அனைவரும் பங்கேற்பதாக இருக்க வேண்டும் என்பதைப் பலரும் புரிந்துகொண்டனர். அமைப்பு மட்டுமே சரிபார்த்தலையும் பொறுப்புடன் செயல்படுவதையும் செய்ய முடியாது. செய்யவும் இயலாது. இறுதியாக ஒன்று. வளர்ச்சித்திட்டப் பலன்களில் குடிமக்களின் பங்கை அளிக்காமல், நேர்மையான அந்த குடிமக்களை ஆட்சியாளர்கள் துணிந்து முட்டாளாக்குவதையும் தண்டனையின்றித் தப்பிவிடுவதையும்

அறிந்து போரியிலும் ஜானவாதிலும் மக்கள் வெளிப்படுத்திய எதிர்வினைகள், கோபமும் வருத்தமும்தான்!

'ஃப்ரண்ட்லைன்' கட்டுரை ஒன்று இவ்வாறு கூறுகிறது:

... அவர்களுடைய ஊராட்சியில் ஏற்பட்டிருக்கும் இத்தகைய நிலைமைக்கு காரணமான குற்றவாளி யார் என்பதை மிகத் தெளிவாக ஜானவாத் ஜன் சுன்வாய் வெளிப்படுத்தியது.

பொது விசாரணையில் அடையாளம் காணப்பட்ட நபர்களில் மூன்று பேரை மாநில காவல்துறை ஏப்ரல் 9ஆம் தேதி கைது செய்தது; கிரிமினல் சதி வேலை, மோசடி, ஊழல் செய்ததாக அவர்கள் மீது வழக்குகள் பதிவு செய்யப்பட்டன. சங்கதனால் ஆறாண்டுக்கால அதிகாரப்பூர்வப் பதிவேடுகளை மட்டுமே தணிக்கை செய்ய முடிந்தது; அதன்படி, பெரும் மோசடிகளில் ஈடுபட்ட, குறிப்பிடத்தக்க மனிதர் ஜானவாதின் சர்பஞ்ச் ராம் லால். மேலும், இரண்டு மாநில அரசு அதிகாரிகள் மீதும் வழக்குப் பதிவானது; ஒருவர் அடா முகமது; ஊராட்சி அமைப்புகள் மாநில அரசாங்கத்தின் நேரடி நிர்வாகத்தில் இருந்தபோது இரண்டாண்டு காலம் ஊராட்சிச் செயலராகப் பணியாற்றியவர். மற்றொருவர், மாநிலப் பஞ்சாயத்து ராஜ் துறையின் இளநிலைப் பொறியாளர் சவன்சந்த் சந்தேல். இந்த மூவருக்கும் எதிராக நடவடிக்கைகள் தாமதமாகத்தான் எடுக்கப் பட்டன; எனினும், இதுபோன்ற செயல்களில் ஈடுபட்டு வரும் மற்றவர்களை இது தடுக்கக்கூடும் என்று சங்கதன் நம்புகிறது.[191]

22

ஜானவாத் பொது விசாரணையை அங்கீகரித்த அரசாங்க விசாரணைகள்

முதல் தொகுப்பு ஜன் சுன்வாய்கள் 1994இல் நடந்தன. அப்போதிலிருந்தே வெளிப்படையாகவும், பொறுப்புணர்வுடனும் இயங்குவது ஜனநாயகத்தின் இரட்டைச் செயல்முறைகள் என்று சங்கதன் கூறி வந்தது. வெளிப்படைத்தன்மை கோரிக்கைதான் ஜானவாதில் நடந்த மிகப்பெரிய ஊழலை வெளிச்சத்திற்குக் கொண்டுவந்தது. முறையாகவும், வெளிப்படையாகவும் பொறுப்புடனும் நடந்து கொள்வதற்கு இது வழிவகுத்தது. உயர்தகுதி படைத்த ஜூரியினரும், முன்னாள் சர்பஞ்ச் ராம் லாலின் அச்சுறுத்தலை மீறி இதுவரை இல்லாத அளவுக்கு ஆயிரக்கணக்கில் திரண்ட மக்களும், விசாரணை நிகழ்வில் கலந்துகொண்ட சிவில் சமூகமும் அங்கு நடந்திருந்த வெட்கக்கேடான நிதி மோசடியைக் கண்டு திகைத்துப் போயினர்.[192]

விரிவான அறிக்கை அப்போதைய முதல்வர் அசோக் கெலாட் பார்வைக்குச் சென்றது. மாநில அரசின் பொறுப்புணர்வு குறித்து விவாதிப்பதற்கு இயங்கக்கூடிய அமைப்பொன்றை அமைக்க வேண்டிய கட்டாயம் அவருக்கு ஏற்பட்டது. வழக்கமான எதிர்வினையாக, 'கமிட்டி' ஒன்று

அமைப்பதாகக் கூறினார். கமிட்டியின் தலைவராக நேர்மையும் திறமையும் கொண்ட ஒருவர் இருந்தாலொழிய தீர்வு சாத்தியமில்லை என்று சங்கதன் கருதியது. குழு ஒன்றை அமைப்பது பெரும்பாலும் முடிவு எடுப்பதைத் தள்ளிப்போடத்தான்; இயக்கங்களுக்கும், சங்கதன் உள்ளிட்ட பிரச்சாரங்களுக்கும் கிடைத்த கூட்டு அனுபவம் இதைப் புரியவைத்தது. அல்லது எளிமையான, சாமானியர்களின் மொழியில் சொன்னால் செயலைத் தாமதப்படுத்துவது; பொறுப்பை வேறொருவர் மீது சுமத்துவது.

'ராஜ் திருஷ்டி'யின் ஆசிரியர், ஸ்ரீ பிரகாஷ்ஜி எழுதுகிறார்:

ஏறக்குறைய ஓராண்டுப் போராட்டத்திற்குப் பின், உண்மை இறுதியில் வெற்றி பெற்றது. நிர்வாகம், வளர்ச்சிப் பணிகள் தொடர்பான தகவல்களை (அவை முழுமையற்றவை என்றாலும்) மக்களுக்கு வழங்கியாக வேண்டும். கிடைத்த ஆவணங்களின் அடிப்படையில், 03-04-2001 அன்று ஜானவாதில் பொது விசாரணை ஏற்பாடு செய்யப்பட்டது. ரூ. 65 லட்சம் மதிப்பிலான பணிகள் மட்டுமே நடந்திருந்தன; ரூ. 44 லட்சம் மோசடி செய்யப்பட்டிருப்பது தெரிய வந்தது.

இந்த விவகாரத்தின் தீவிரத்தன்மையை உணர்ந்த ராஜஸ்தான் முதல்வர் சிறப்பு விசாரணைக் குழு ஒன்றை அமைத்தார். நிதித்துறையின் துணைச் செயலர் பன்னாலால் அதன் தலைவர்; அவரும் ராஜஸ்தான் தணிக்கைத் துறையின் அதிகாரிகளில் ஒருவரும், 1994 முதல் 2000ஆம் ஆண்டு வரை நடந்த 141 வளர்ச்சிப் பணிகளின் பதிவேடுகளை நேரடியாக சரிபார்த்தனர். சரிபார்ப்பிற்குப் பின் வெளிச்சத்திற்கு வந்த ஊழலின் அளவு அதிர்ச்சி அளித்தது; குறிப்பாக, பஞ்ச நிவாரணப் பணிகளிலும் அல்லது வளர்ச்சிப் பணிகளிலும் ஊழல் ஏதும் நடைபெறவில்லை என்று கூறியவர்கள் வெட்கித் தலைகுனிய வேண்டியிருந்தது. ஒரு சிறிய ஊராட்சியில், ரூ. 1.25 கோடி (ஆறு ஆண்டுகளில்) செலவு செய்யப்பட்டதாகக் காட்டப்பட்டிருந்தது. ஆனால், உண்மையான செலவு ரூ. 55 லட்சம் மட்டுமே என்பதும் மீதியை (70 லட்சம்) அரசியல்வாதிகளும், அதிகாரிகளும் ஒப்பந்தக்காரர்களும் கொள்ளையடித்துள்ளனர். இதை என்னவென்று சொல்வது?

சிறப்புப் புலனாய்வுக் குழுவை நியமித்து விசாரணைக்கு உத்தரவிட்ட முதல்வரை மாநில மக்கள் பாராட்ட வேண்டும்.[193]

ராஜஸ்தான் மாநிலத் தணிக்கைத் துறை அதிகாரி பன்னாலாலின் நியமனம், விசாரணையின் நடைமுறைக்கு ஓர் ஆரோக்கியமான தொடக்கமாக இருந்தது. அவர் நேர்மைக்காகவும் முழுமைத்தன்மைக்காகவும் நன்கு மதிக்கப்படுபவர். சங்கதனும் பிரச்சார இயக்கமும் அவரது நியமனத்தை நிம்மதியாக வரவேற்றன.

> 'ராஜ் திருஷ்டி'யில் வெளிவந்த அறிக்கை இவ்வாறு தொடர்கிறது: எந்தவிதப் பயமுமின்றி யாருக்கும் சாதகமுமின்றி, கடமையை மிகுந்த நேர்மையுடன் ஆற்றிய பன்னாலால்ஜியையும் அவரது குழுவினரையும் மக்கள் பாராட்ட வேண்டும். அவர்கள் உண்மைக்கு ஆதரவளித்தனர். நம்பிக்கையின்மை என்ற இருளில் அவர்கள் நம்பிக்கையெனும் மெழுகுவர்த்தியை ஏற்றி வைத்ததை நாங்கள் பார்த்தோம்.[194]

பன்னாலால், கும்பல்கார்க் வட்டாரத்திலும், ஜானவாதிலும் சுமார் ஒரு மாதம் செலவிட்டார். அவர் கடின உழைப்பாளி, விடாமுயற்சி கொண்டவர்; விசாரணையை முழுமையாகச் செய்பவர். மிகத் துணிச்சலாக நடத்தப்பட்ட ஊழலின் சுவாரஸ்யமான நிகழ்வுகள் சில இங்கு விளக்கப்பட்டுள்ளன. சங்கதன் நாட்குறிப்பில் இவை பதிவாகியுள்ளன:

> தடுப்பணைகளைப் பார்ப்பதற்கு பன்னாலால்ஜி சென்றார். சங்கதன் அமைப்பிலிருந்து சிமன்பா, சங்கர், சௌமியா, நாராயண் மற்றும் பலர் அவருடன் சென்றனர். அதுபோல் பஞ்சாயத்துச் சமிதியிலிருந்தும் ஊராட்சியிலிருந்தும் பொறியாளர்களும் பிற ஊழியர்களும் அடங்கிய பரிவாரங்களும் அவருடன் சென்றனர். அவர்கள் மூன்று அணைக்கட்டுகளைப் பார்க்கவிருந்தனா. ஒனறு, வேலை உத்தரவாதத் திட்டத்தின் கீழ் கட்டப்பட்ட ஜதோன் கா கெத் அணைக்கட்டு, இரண்டாவது, பஞ்ச நிவாரணப் பணிகளின் கீழ் கட்டப்பட்ட அமர்த்யா அணைக்கட்டு, மற்றொன்று நீர்ப்பாசனத் துறை அதாவது ஜீவன் தாராவால் கட்டப்பட்ட ஆடவாலா அணைக்கட்டு. அனைத்தும் அமர்த்யா என்ற கிராமத்தின் வருவாய் எல்லைக்குள் அமைந்துள்ளன. முதலில் ஒரு துறையும், அடுத்தது மற்றொரு துறையும், இறுதியாக மூன்றாவதும் பன்னாலாலைத் தனித்தனி வழித்தடங்களில் ஒரே அணைக்கட்டுக்கு அழைத்துச் சென்றனர்! மேலும், அவர்கள்தான் அதைக் கட்டியதாக அனைவரும் கூறினர்! முரண், நகைச்சுவை தவிர்த்து இதிலிருக்கும் சோகம் என்னவென்றால், இந்தப் பணிகள் அனைத்தும் தணிக்கை செய்யப்பட்டுக் கணக்கில் சேர்க்கப்பட்டுள்ளன என்பதே!

தொடர்ச்சியான இந்த அசாதாரண நிகழ்வுகளால் கிராமவாசிகளின் சந்தேகம் உறுதி செய்யப்பட்டது.

சங்கதன் மற்றும் NCPRI உடனும் இணைந்து திரிபுராரி சர்மா உருவாக்கிய 'தஸ்தக்' என்ற மிகவும் சக்திவாய்ந்த நாடகத்திற்கு வளமான கருப்பொருளாக இது அமைந்தது. மிகவும் பிரபலமாகிவிட்ட இந்த நாடகம் டெல்லியிலும் ராஜஸ்தானிலும் பலமுறை மேடையேற்றப்பட்டது.

இந்த அணைக்கட்டுகள் குறித்த செய்தியும், ஆணவம் நிறைந்த அரசாங்க அதிகாரிகளின் போக்கும் காட்டுத்தீ போல் பரவியது. அரசியல் கிசுகிசுக்கள் பேசுவதற்குக் கோமதி சௌராஹாவில் மக்கள் கூடுவார்கள்: இந்தச் செய்திகள் அறிந்து எதிர்ப்பைப் பதிவுசெய்யத் திரண்டவர்களின் எண்ணிக்கையால் அந்த இடம் நிரம்பி வழிந்தது.

ஆனால், இன்னும் வெளிவர வேண்டியவை இருந்தன. ஜானவாதில், ஒரு கிணறு குறித்த வழக்கும் இருந்தது. மீண்டும், இதையும் மூன்று போட்டியாளர்கள் உரிமை கோரினர்! பஞ்ச நிவாரணப் பணியின் கீழ் 'சர்வஜனிக் புதிய கிணறு' அமைக்கும் திட்டத்தில் இந்தக் கிணறு தோண்டப்பட்டிருந்தது. இந்த வேலையைத் தாங்கள்தான் செய்ததாக அனைவரும் கூறினர். கோமதி சௌராஹாவில் தோண்டப்பட்டதாகக் கூறப்படும் அந்தக் கிணற்றைப் பார்க்க முடியவில்லை. அது ஒரு 'போலி' வேலை; அந்தப் பகுதியில் எங்கேயும் அது இல்லை!

கிராமத்தில் பஞ்சாயத்துப் பவன் ஒன்றை ஊராட்சி கட்டியது. அதைப் பார்க்க முடிந்தது; கட்டப்படுவதை மக்கள் பார்த்திருந்தனர். இதற்கு மட்டுமே அவர்கள் அதற்கு உரிமை கோர முடியும் என்று நினைத்தார்கள். வெளிப்படைத்தன்மை பலகை வைக்கப்பட்டதும் தீவிரச் சந்தேகம் எழுந்தது. கால்நடை மருத்துவமனையை, துணை ஆரம்பச் சுகாதார நிலையத்தை எங்கும் பார்க்க முடியவில்லை; உண்மையில், பழைய துணை ஆரம்பச் சுகாதார நிலையம் ஒன்று அங்கு இருந்தது. 20 ஆண்டுகளுக்கு முன், அப்போதைய முதல்வர் மோகன்லால் சுகாடியா, ஜானவாதிற்கு வருகைதந்து மிகுந்த பகட்டுடனும் ஆடம்பரத்துடனும் அதைத் திறந்து வைத்தார்.

பன்னாலால்ஜி மோசடியை வெளிக்கொணர்ந்தார். நாடாளுமன்ற உறுப்பினரின் தொகுதி வளர்ச்சித் திட்டம் மற்றும் 'யுனைடெட்' ஃபண்ட்ஸ் 'திட்டத்தின் கீழ்' கால்நடை மருத்துவமனைக்கு நிதி கிடைத்தது. 'யுனைடெட்

ஃபண்ட்ஸ்' 'திட்டத்தின் கீழ்' துணை ஆரம்பச் சுகாதார நிலையத்திற்கு நிதி அனுமதிக்கப்பட்டது. நாங்கள்தான் இதைக் கட்டினோம் என்று உரிமை கோரப்பட்ட மூன்று செலவுகளுக்கும் விடையாக, ஒரேயொரு கிராமப் பஞ்சாயத்துக் கட்டிடம் மட்டுமே அந்த நிலப்பரப்பில் நின்றது!

இப்போது, விசாரணை நடந்துகொண்டு இருக்கும்போதே ஊராட்சிக் கட்டிடத்திலேயே கால்நடை மருத்துவமனை யும் கட்டப்பட்டது! இதையொட்டி ஹெலா குழுவினர் பாடல் ஒன்றை உருவாக்கிப் பாடினர்; பிரபலமான பாடல் அது:

போலி ஜனநாயகத்தில் போலி தலைவர்கள்
போலி பேச்சுகளை உருவாக்குகிறார்கள்,
மக்களுக்கு அவர்கள் கணக்குக் காட்டுவதில்லை
அவர்கள் செய்த பணிக்கிணையாக
இந்தப் பூமியில் எதுவுமேயில்லை

கால்நடை மருத்துவமனையை
இரண்டாம் தளத்தில் திறக்கிறார்கள்
சிகிச்சை பெற கால்நடைகள்
படியேறி மேலே செல்வது எப்படி ?!
ராஜஸ்தானில் நாம்
பொறுத்துக் கொண்டிருப்பது
எப்படிப்பட்ட வெறுமையான ஆட்சி![195]

பொது விசாரணையுடன் இந்தப் பிரச்சினை முடிவடைய வில்லை என்பதால், ஊடகங்களின் ஆர்வம் தொடர்ந்தது. அறிவுக்கு ஏற்புடையதாகப்பதில் வேண்டும் என்று கருதப்பட்ட பல கணக்குகள் குறித்து ஊடகங்களில் தொடர்ந்து செய்திகள் வெளியாகின. *'ராஜ் திருஷ்டி' 15–08–2001* இதழில் வெளியானது:

ஜூலை 24ஆம் தேதி அறிக்கை அளிக்கப்பட்ட பின்னரும், நடவடிக்கை எடுக்காமல் 20 நாட்களாக அதன்மேல் அமர்ந்திருப்பவர்களை என்ன செய்வது? இந்தப் பிரச்சினை குறித்து அரசாங்கம் இதுவரையிலும் ஒன்றும் சொல்லவில்லை. அவர்கள் எப்படிப் பேசுவார்கள்? அனைவரது நாக்கும் கட்டப்பட்டிருக்க வேண்டும்! அனைத்திற்கும் மேலாக, ஒருவர் இருவர் அல்ல, நாற்பத்தொன்பது அதிகாரிகள் இந்த விவகாரத்தில் ஈடுபட்டுள்ளனர்! முன்னாள் முதல்வர் தேவ்புராவின் நெருங்கிய உதவியாளர் ராம் லால் சம்பந்தப்பட்ட பிரச்சினை இது! அனைவரும் உயர் பதவிகளில் இருக்கும்

மற்றும் வலிமையான மனிதர்களுடன், ஏதோவொரு விதத்தில் தொடர்பு வைத்திருந்தனர். இந்தச் சிக்கலான இணைப்பு ஜெய்ப்பூர் வரை பரவியிருந்தது. வெளிப்படையான, உணர்வுமிக்க ஓர் அரசாங்கம் இந்த அறிக்கை மீது என்ன நடவடிக்கை எடுக்கப் போகிறது? அல்லது இந்த அறிக்கை எங்கு முடியப் போகிறது என்பதை இப்போது பார்க்கவேண்டும்![196]

'அறிந்துகொள்வதற்கான உரிமை – முடிவெடுக்கும் உரிமை' என்ற மற்றொரு கட்டுரை இவ்வாறு எழுதுகிறது:

2001ஆம் ஆண்டு: ஜானவாத் கிராமத்தில் சங்கதன் தலைமையில் நடந்த பொது விசாரணை, கற்பனை செய்யமுடியாத அளவுக்கு, ஊரக வளர்ச்சிப் பணிகளில் நடந்திருந்த பலவகையான ஊழல்களை வெளிச்சத்திற்குக் கொண்டுவந்தது. இதற்கு எதிராக எழுந்த பொதுமக்களின் கூக்குரல் காரணமாக, தணிக்கைத் துறை துணைச் செயலர் பன்னாலால் தலைமையில் முழுமையான விசாரணை ஒன்றை ராஜஸ்தான் அரசாங்கம் அறிவித்தது. ஊராட்சியில் ஐந்து ஆண்டுகளில் நடந்த மொத்த வளர்ச்சிப் பணிக்கான 1.25 கோடி ரூபாயில் ரூ. 70 லட்சம் மோசடி செய்யப்பட்டிருப்பதைப் பன்னாலால் கமிட்டி வெளிக்கொணர்ந்தது. ஊராட்சி செயல்படுத்திய பெரும்பாலான பணிகள் 'போலி' வேலைகள் என்றும் பெரும்பாலான வருகைப்பதிவேடுகளில் 'போலியான பதிவுகள்' இருந்தன என்றும் அந்தக் குழு கூறியது.

உறுதி செய்யப்பட்டு, நிரூபிக்கப்பட்ட மொத்த மோசடி ரூ. 70,44,000. ஊராட்சி செய்திருக்கும் மொத்தச் செலவில் இது 55.19 சதவீதம்[197] என்று பன்னாலால் கமிட்டி அறிக்கை தெளிவாகக் கூறியது.

நீலப் மிஸ்ரா, 'இந்தியாவில் தகவல் அறியும் உரிமை குறித்த உரையாடல்' என்ற நூலில் எழுதுகிறார்:

அரசாங்க வேலைகளில் மிகப் பெருமளவில் மோசடியும், கையாடலும் நடந்திருப்பதை ஜன் சுன்வாய் வெளிப்படுத்தியது. அதைத் தொடர்ந்து நடந்த அரசாங்கத்தின் விசாரணை, ஐந்து ஆண்டுகளுக்கும் மேலாக நடந்த ரூ. 1.25 கோடி மதிப்புள்ள வளர்ச்சிப் பணிகளில் ரூ. 70 லட்சம் ஊழல் நடந்திருப்பதை நிரூபித்தது. ஒன்பது அரசு அதிகாரிகள் மீதும், தொடர்புடைய மக்கள் பிரதிநிதிகள் மீதும் காவல்துறையில் முதல் தகவல் அறிக்கைகள் பதிவு

செய்யப்பட்டன. நீதி கிடைக்க எவ்வளவு காலம் ஆகும் என்று பொறுத்திருந்து பார்ப்போம்.[198]

பன்னாலால் குழு அதன் அறிக்கையை அளித்ததும், ஏற்பட்ட அழுத்தம் காரணமாக மாநில அரசாங்கம் ஒப்பீட்டளவில் ஒரு விரைவான நடவடிக்கை எடுத்தது எனலாம்.

பன்னாலால் குழுவின் பரிந்துரையின்படி எடுக்கப்பட்ட நடவடிக்கை: (கட்டாயம் நடவடிக்கை எடுக்க வேண்டும் என 50 பெயர்களை அவர் பட்டியலிட்டிருந்தார். அரசாங்கம் பின்வரும் நேர்வுகளில் நடவடிக்கை எடுத்தது).

1. ராம்லால் குஜ்ஜார்: முன்னாள் சர்பஞ்ச். கைது செய்யப் பட்டுத் தேர்தல்களில் போட்டியிடத் தடைவிதிக்கப் பட்டார்.

2. பூரி பாய்: சர்பஞ்ச். பதவியில் இருக்கத் தகுதியற்றவர் என அறிவிப்பதற்கு நடவடிக்கை எடுக்கப்பட்டு வருகிறது.

3. ஜமுனா லால் லாவட்டி: முன்னாள் வளர்ச்சிப் பணி அதிகாரி. 'இடை நீக்கம் செய்யப்பட்டார்'. துறை சார்ந்த நடவடிக்கை தொடங்கப்பட்டுள்ளது.

4. தன்வீர் சிங்: முன்னாள் வளர்ச்சிப் பணி அதிகாரி. 'துறை சார்ந்த நடவடிக்கை தொடங்கப்பட்டுள்ளது.

5. அட்டா முகமது: முன்னாள் கிராம சேவக். 'கைது செய்யப்பட்டார்.' இடைநீக்கம் செய்யப்பட்டார்.

6. பாலு ராம் சைனி: முன்னாள் கிராம சேவக். 'இடை நீக்கம் செய்யப்பட்டார்.' துறை சார்ந்த நடவடிக்கை தொடங்கப்பட்டுள்ளது.

7. ஹேமந்த் பலிவால்: முன்னாள் கிராம சேவக். இடை நீக்கம் செய்யப்பட்டார். துறை சார்ந்த நடவடிக்கை தொடங்கப்பட்டுள்ளது.

8. சாவர் லால் சந்தேல்: முன்னாள் இளநிலைப் பொறியாளர்: 'கைதுசெய்யப்பட்டார்'. துறை சார்ந்த நடவடிக்கை தொடங்கப்பட்டுள்ளது.

9. விநோத அரோரா: முன்னாள் இளநிலைப் பொறியாளர், துறை சார்ந்த நடவடிக்கை தொடங்கப்பட்டுள்ளது.[199]

ஒரு பஞ்சாயத்துச் சமிதியில் இருக்கும் ஊராட்சிகளுக்குச் சமமற்ற முறையில் நிதி ஒதுக்கீடு செய்யப்பட்டதும், மோசடியின் அளவும் அரசாங்கத்தை வெளிப்படையாக அதிர்ச்சியடைய

வைத்தது. பணிகளைச் செயல்படுத்தும்போது தகுதிகளும், நல்லுணர்வும், அறநெறிகளும் வெட்கப்படும் அளவுக்குப் புறக்கணிக்கப்பட்டது இங்குக் குறிப்பிடப்படவில்லை. ராஜஸ்தானில் வளர்ச்சிப் பணிகள் நடைபெறும் வட்டாரங்களிலும் அல்லது பஞ்சாயத்துச் சமிதிகளிலும் அதிகமாகச் செலவு செய்யும் ஊராட்சிகளிலும் சிறப்புத் தணிக்கையை மேற்கொள்ள அரசாங்கம் உத்தரவிட்டது. சங்கதனைப் பொறுத்தமட்டில் ஜானவாத் ஜன் சுன்வாய் பல வழிகளில் ஒரு மைல்கல்லாக அமைந்தது.

முன்னோக்கிச் செல்வதற்கான தடத்தைச் சுட்டிக் காட்டுகிற ஒரு பின்குறிப்பாக இங்குக் குறிப்பிடப்படுவதை எடுத்துக்கொள்ளலாம். அனைத்து ஜன் சுன்வாய்களிலும், வெளிப்படைத்தன்மைக்கான முயற்சிகளிலும், மக்கள் பங்கேற்கும் தணிக்கை முறையின் முக்கியத்துவம் வலியுறுத்தப்பட்டது. அரசு நிர்வாகம், ஊழல், வளர்ச்சி மறுக்கப்படுவது, மக்களின் வாழ்வும் வாழ்வாதாரமும் குறித்து வலுவான கருத்தைத் தெரிவிக்கும் வகையில், இழைகளையும் இது ஒன்றுசேர்த்தது. இறுக்கிப் பிணைத்தது. ஜானவாத் பொதுவிசாரணையுடன் இணைந்து மக்கள் தணிக்கை முறையும் முக்கியத்துவம் பெற்றது. அளவுக்கதிகமான பலன்களைப் பெற அதிகாரத்தைத் தன்னிச்சையாகப் பயன்படுத்தியதை அம்பலப்படுத்தியது. ஊழல் செயல்களுக்கு வழிவகுத்த மறைவான செயல்களை வெளிச்சத்திற்குக் கொண்டுவந்தது. நாடாளுமன்றம் கூறும் கடமைகளை மக்களுக்கு அளிக்கக் கடமைப்பட்டிருக்கும் மனிதர்களின் இந்த வெட்கக்கேடான செயல்கள் அவமான உணர்வைத்தான் ஏற்படுத்தின.

சங்கதனும் NCPRIயும், ஊழலை வெளிப்படுத்துதல் என்ற ஒரு தனித்த, முக்கியமான சேவையைச் செய்தன. அத்துடன் இந்தத் தனிப்பட்ட செயல்கள் அனைத்தையும் அமைப்புக் குறைபாடுகள் குறித்த முறையான ஆய்வுடன் இணைத்தனர்; தீர்வுகளையும் பரிந்துரைத்தனர். உண்மையில் ஜனநாயகச் செயல்முறை வளர்ந்துகொண்டு இருந்தது. ஒன்றுபட்ட மக்கள் எழுச்சியின் துணையுடன் போர் ஒன்றைத் தொடங்கிய சிமன் பாவும் லச்சு பாவும் இந்த மாபெரும் சாதனையின் முன்னோடிகள். பொதுவெளி அறநெறிகள் மீது இந்த நாட்டிற்கு உண்மையிலேயே தீவிரமான கவலை இருந்தால் பிரிவினை களுக்கு ஊடாக பணியாற்ற வேண்டியது அவசியம்; அதற்குத் தொடர்ச்சியான மனித முயற்சியும், அரசாங்க ஊழியரான பன்னாலால் உள்ளிட்ட மக்களின், அவர்களது குரல்களின்

மாபெரும் ஒன்றிணைவு தேவை என்பது திரும்பவும் ஒருமுறை வலியுறுத்திக் கூறப்பட்டது.

அந்த நிகழ்வில் பங்குபெற்ற ஒவ்வொருவரின் மனத்தையும் தொட்ட ஒரு சம்பவமாக, ஒரு நிகழ்வாக, ஒரு நடைமுறையாக ஜானவாத் நிலைத்திருக்கிறது. சமூகத் தணிக்கையை அவசியமானதாகப் பார்க்கத் தொடங்கியிருக்கிறார்கள். அத்துடன் இந்த ஒட்டுமொத்த அனுபவங்களின் பின்னணியில், ஒரு கொள்கையின் தர்க்கமாகவும் செயல் விளக்கமாகவும் தேசிய ஊரக வேலை உத்தரவாதச் சட்டத்திற்குள் தன்னை அது பொதிந்து கொண்டது.

23

NCPRI மாநாடு, பியாவர் 2001

வேறுபட்ட, பன்முகச் சமூகக் குழுக்களுடன் கலந்துரையாடுவதற்குப் பயன் மிக்கத் தளமாக மாநாடுகளைச் சங்கதன் கருதியது. கூட்டாக விவாதம் நடத்த பயனுள்ள இடமாகவும் இருந்தது. பியாவரின் குடிமக்கள் மாநாட்டு நிர்வாகத்தின் ஒருங்கிணைந்த பகுதியாகச் செயல்பட்டனர்; பியாவர்–2001 மாநாட்டைக் குறிப்பிடத்தக்கதாக, சற்று வித்தியாசமானதாக ஆக்கியது இந்த அம்சம்தான்.

NCPRI கன்வீனர் பாரத் டோக்ரா குறிப்பிடுவது:

ஐந்தாண்டுகள் சென்றபின் 2001இல் பியாவரில் NCPRIன் தேசிய மாநாடு ஏற்பாடு செய்யப்பட்டது; பல்வேறு நிகழ்வுகளிலும் கலந்துகொண்ட பிரச்சார இயக்கத்தின் நண்பர்கள் இதில் பங்கேற்றனர்; நட்பை உறுதிப்படுத்தினர். கடைக்காரர்கள், வியாபாரிகள், தொழிலாளர்கள், ஆசிரியர்கள், மாணவர்கள், தர்ம சாலைகளின் மேலாளர்கள், பத்திரிகையாளர்கள் போன்ற பியாவரின் குடிமக்கள் மாநாட்டிற்கு ஆதரவளித்த விதம், நாட்டின் பல்வேறு பகுதிகளிலிருந்து வந்திருந்த விருந்தினர்களை மிகவும் கவர்ந்தது. டெல்லியிலிருந்து வந்திருந்த பிரதிநிதி, 'தேசத்தின் தலைநகரிலிருந்து வந்துள்ளோம். தலைநகரில் இதுபோன்ற (அற்புதமான) மாநாட்டை எங்களால் ஏற்பாடு செய்ய முடியாது!' என்று கூறியதைக் கேட்க முடிந்தது.

பல்வேறு பிரச்சினைகள் சார்ந்து இயங்கிவரும் (நாட்டின் பல்வேறு பகுதிகளைச் சேர்ந்த) அறிஞர்களும் ஆர்வலர்களும் மாநாட்டில் கலந்துகொண்டிருந்தனர். அதுவும் மிகக் குறுகிய கால அறிவிப்பில் நடந்த மாநாடு இது. அவர்கள் இயங்கும் வெளிகளிலும், பொதுவான சமூக விழிப்புணர்வுக்கும் இந்த உரிமை மிகவும் முக்கியமானது என்பதை அவர்கள் உணர்ந்ததுபோல் தோன்றியது.[200]

பிரதிநிதித்துவ ஜனநாயகம் என்பதிலிருந்து மாற்றம் பெறவேண்டும் என்ற கருத்தைச் சங்கதனின் போராட்டம் வலுப்படுத்தியது. மக்கள், அரசு நிர்வாகத்தில் ஈடுபடுவதாலும், பங்கேற்பதாலும் அந்தப் பிரதிநிதித்துவம் உறுதி செய்யப்படும், கண்காணிக்கப்படும் அமைப்பாக அது மாறவேண்டும். பெரும் உறுதிமொழியை மதிப்பீடாகச் சங்கதன் உயர்த்திப் பிடித்தது; அது ஜனநாயக நிர்வாகக் கட்டமைப்பின் பகுதியாகவும் புரிந்து கொள்ளப்பட்டது.

வெளிப்படைத்தன்மை மற்றும் பொறுப்புடைமை குறித்த கருத்துகள் மிக இயல்பாக ஏற்றுக் கொள்ளப்பட்டன; அதற்கான காரணங்களில் ஒன்றைச் சங்கதன் போராட்டத்தின் ஆரம்ப நாட்கள் தொடங்கி தடம் காண முடியும். போராட்டத்தின் ஒவ்வொரு கட்டத்திலும் – சிந்தனையிலும், செயலுத்தி வகுப்பதிலும், செயலிலும் விடாப்பிடியாகவும் தொடர்ச்சியாகவும் மக்களை அது ஈடுபடுத்தியது. சேவைகளும் வளங்களும் தொடர்ச்சியாக மறுக்கப்படுவது குறித்தும், வாய்ப்புகள் கிடைக்காதது பற்றியும் மக்கள் தொடர்ந்து பேசினர். ஆர்டிஐக்கான கோரிக்கை இந்த உரையாடல்களில் இருந்துதான் முளைத்தெழுந்தது. அத்தகைய மனிதர்கள்தான், தீர்வைத் தேடும் மனிதத் திரளின் அங்கமாக இருக்க வேண்டும் என்ற தர்க்கம் இதைத் தொடர்ந்தது.

கொண்டாட்டங்களுக்கு முன்னதாக பியாவர் அருகில் ராஜ்சமந்த் மாவட்டத்தின் கும்பல்கார்க் வட்டத்தில் ஜானவாத் ஊராட்சியில் ஏப்ரல் 3ஆம் தேதி 'ஜன் சுன்வாய்' ஒன்று நடைபெற இருந்தது. சங்கதனின் நிகில் தேய், 'ஜானவாத் ஜன் சுன்வாய், இந்த ராஜஸ்தான் சட்டத்தின் செயல்திறனை விமர்சன ரீதியாக ஆய்வு செய்யும்; பியாவர் மாநாட்டில் தனது கண்டறிதலை முன்வைக்கும்' என்று குறிப்பிடுகிறார்.[201]

ஜானவாதில் ஏப்ரல் 3ஆம் தேதி நடக்கவிருக்கும் பொது விசாரணைக்குப் பின்னர் கூடும் வகையில் மாநாடு திட்டமிடப்பட்டது. ஒரு கொள்கையின், செயல்பாட்டின்

மீதான தமது ஆய்வைச் செயலின் மூலமாகத்தான் மக்கள் வெளிப்படுத்துகிறார்கள். மறுக்க முடியாத தரவுகளையும், சட்டம் ஒன்று வேண்டும் என்ற வாதத்தை முன்வைக்கத் தர்க்கரீதியான கட்டமைப்பையும் பொது விசாரணை வழங்கியது. கொள்கையையும், சட்டத்தை உருவாக்குவதையும் திட்டமிடுவதில் மக்களின் பங்கேற்பு வேண்டும் என்ற கோரிக்கையையும் அது வலியுறுத்தியது. அனைத்திற்கும் மேலாக, சட்டத்தை நடைமுறைப்படுத்துபவர்கள் அவர்கள்தான் என்பதால், அதன் தேவையை முழுமையாகவும் நடைமுறையிலும் அங்கீகரிப்பவர்களாக அவர்கள் இருந்தனர். எனவே, ஒரு வலுவான சட்டத்தின் அடித்தளமாக அவர்களது அனுபவம் இருக்க வேண்டும் என்ற கருத்தும் இதைத் தொடர்ந்தது.

எடுத்துக்காட்டாக, தகவல்கள் பெறுவதை வேண்டுமென்றே தடுப்பதற்கு அபராதம் வழங்கும் விதி, சட்டத்தில் இல்லை; சட்டப்பூர்வமான உரிமைகளை ஒட்டுமொத்தமாக இது ரத்து செய்துவிடும் என்பதை ஜானவாத் சந்தேகத்திற்கு இடமின்றி நிரூபித்தது. சங்கதனும் சிமன் பாவின் தலைமையில் ஜானவாத் குழுவும் இணைந்து கூட்டாக முயன்றும், அந்தத் தகவல்களைப் பெறுவதற்கு ஓராண்டுக் காலம் ஆயிற்று. பொதுத் தகவல்கள் பெறுவதை வேண்டுமென்றே தடுக்கும் அரசு ஊழியருக்கு அபராதம் விதிக்கப்பட வேண்டும் என்ற கோரிக்கைக்கு நாடாளுமன்றம் சென்றுதான் போராட வேண்டும்!

பியாவரின் நிகழ்வுகளைத் தெரிந்துகொள்ள மிக முக்கிய ஆதாரங்களில் ஒன்றாக உள்ளூர் நாளிதழ் 'நிரந்தர்' இருக்கிறது என்பது சுவாரஸ்யமானது. அதன் ஆவணக்காப்பகத்திற்கு திரும்பச் செல்வது சங்கதனுக்கு நினைவேக்கம் தருவது. சங்கதன் நாட்குறிப்பில் காணக்கிடக்கும் குறிப்பு:

> மாநாடு பியாவரில் ஏற்பாடு செய்யப்பட்டது: அங்கு 1996இல் நாற்பது நாட்கள் நடந்த தர்ணா ஆர்டிஐ இயக்கத்தை வடிவமைத்தது; NCPRI தோன்ற வழிவகுத்தது. முதன்முதலாக ஒரு பெரிய போராட்டம் நடந்த நகரம். உணர்வுப் பூர்வமாக அந்தப் போராட்டத்தில் ஈடுபட்ட நகரம் NCPRIன் முதல் மாநாட்டை நடத்துவது மிகவும் பொருத்தமானது. தினசரி விமர்சகராக 'நிரந்தர்' நாளிதழ், சமூகத்தின் ஆதரவுடன் அந்த நாட்களை மீண்டும் வாழ்ந்தது. வீதியில் நாற்பது நாட்கள் நடந்த போராட்டத்தை ஆவணப்படுத்தும் தவிர்க்கவியலாத கருவியாக அந்த நாளிதழ் அமைந்தது. இப்போதும், மாநாட்டின் ஒவ்வொரு நாள் நிகழ்வையும் 'நிரந்தர்' செய்தியாக வெளியிட்டது. அதன் ஆசிரியரான ராம்பிரசாத் குமாவத்,

தலையங்கக் கட்டுரைகளையும் எழுதினார். மாநாடு குறித்த முதல் விவரிப்பின் அடித்தளமாக அது அமைந்தது.[202]

ஏப்ரல் 2001இல் 'நிரந்தரில்' வெளியான கட்டுரையின் மொழிபெயர்ப்புகள்:

> ராஜஸ்தான் முதல்வர், மத்தியப் பிரதேசத்தின் முதல்வர் உள்ளிட்ட பல தரப்பு பிரமுகர்களும் ஆளுமைகளுமாக ஏறத்தாழ 400பேர் சங்கதன் / NCPRIன் மாநாட்டில் கலந்து கொள்கிறார்கள்; நிகழ்வைச் சிறப்பிக்க இருக்கிறார்கள். அதை பியாவர் நகரம் பார்க்கவிருக்கிறது. இந்திய உச்சநீதி மன்றத்தின் ஓய்வுபெற்ற நீதிபதியும், பிரஸ் கவுன்சிலின் தலைவருமான நீதிபதி சாவந்த் மாநாட்டுக்குத் தலைமை தாங்குகிறார். பியாவரில் போராட்டம் தொடங்கி மிகச் சரியாக ஐந்து ஆண்டுகளுக்குப் பின், ஏப்ரல் 5 மற்றும் 6 ஆகிய தேதிகளில் நடைபெறவிருக்கும் இரண்டு நாள் மாநாட்டின் 6ஆம் தேதி மாலை சுபாஷ் உத்யானில் தகவல் அறியும் மேளா ஒன்றும் நடைபெறுகிறது.
>
> ஏப்ரல் நான்காம் நாள், 'சாங் கேட்' எண்ணெய் விளக்குகளால் அலங்கரிக்கப்பட்டது. மாநாட்டிற்கு அழைக்கப்பட்டிருந்த பிரபலமான மனிதர்கள் அங்குக் கூடினர். ஒரு சட்டம் வேண்டும் என்று 1996இல் அங்குதான் நாற்பது நாட்கள் தர்ணா நடந்தது. பிரச்சார இயக்கத்தை மேலும் பரவலாக்க அங்கு முடிவு செய்யப்பட்டது. அரசு நிர்வாகம் குறித்த ஆவணங்களை மக்கள் பார்ப்பதற்கு அனுமதிக்கும் சட்டம் ஒன்றை இயற்ற அரசாங்கத்தை வற்புறுத்தவும் உறுதி ஏற்கப்பட்டது. அந்தத் தர்ணா ஓர் அடையாளம்
>
> அந்த ஆண்டு பேவாருக்குத் தீபாவளி இருமுறை வந்தது. தகவல் அறியும் மக்கள் உரிமைக்கான தேசியப் பிரச்சாரத்தின் (National Campaign of People's Right to Information -NCPRI) முதல் மாநாட்டின் தொடக்கத்தைக் குறிக்கும் வகையில், ஏப்ரல் 3ஆம் தேதி 'சாங் கேட்' வாயிலில் மெழுகுவர்த்திகளும் விளக்குகளும் ஏற்றப்பட்டன.[203]

திறன்மிக்க சட்டமொன்றை உருவாக்கும் நோக்கத்துடன் NCPRI தோன்றியது. இந்த நோக்கத்திற்காக அடிமட்ட அளவிலான முன்முயற்சிகளை ஊக்குவிப்பதும் ஆதரிப்பதும் NCPRIன் நோக்கமாக இருந்தது.

தமிழ்நாடு, கோவா, ராஜஸ்தான், கர்நாடகா, மகாராஷ்டிரா ஆகிய மாநிலங்களில் சட்டங்கள் இயற்றப்பட்டன. ஆனால்,

அனைத்திலும் ஒரு முக்கியமான குறை இருந்தது. அதிகார வர்க்கமும் இவற்றை எதிர்த்தது. ஆர்டிஐ இயக்கத்தைத் தங்களது போராட்டத்தின் பகுதியாகப் பயன்படுத்திக்கொள்ள பல்வேறு குழுக்களும் முயற்சிகள் செய்தன. இந்த அனுபவங் களைப் பகிர்ந்துகொள்வது அவசியம்; செயல்படுவதற்கான பொதுவான நிரல் ஒன்றை முடிவு செய்வதும் தேவை.

'பிரஸ் கவுன்சில் ஆஃப் இந்தியா'வின் தலைவர் நீதிபதி சாவந்த் கலந்துகொண்டது மாநாட்டின் முக்கியத்துவத்தை அடிக்கோடிட்டுக் காட்டுகிறது. மாநாடு தொடங்குவதற்குமுன் சாங் கேட்டில் அவர் உரையாற்றினார்; வலிமையான அந்த உரை சமநிலையுடன், நாடாளுமன்றம் மூலம் சட்டம் இயற்ற வேண்டிய உறுதியை எதிரொலித்தது. அதன் அடிப்படை முக்கியத்துவம் ஜனநாயகத்தில் ஏற்கப்படும் நிலை எழுச்சி பெற்று வருகிறது என்றார். கூட்டத்தில் அவரதுஉரை:

ஜனநாயகத்தில், குடிமகன்தான் இறையாண்மை மிக்கவன்; அவன் தகவல்களைப் பெறுவதை எவரும் தடுக்கமுடியாது. அரசியல் பிரதிநிதியும், குடிமைப்பணி அதிகாரிகளும் மக்களுக்குச் சேவை செய்யவேண்டும். மக்களுக்குச் செவிசாய்க்கவும், உழைக்கவும் கடமைப்பட்டவர்கள் அவர்கள். அவர்களின் கடமை அது. அதுபோல், மக்களும் தமது பங்கிற்குத் தாம் யார் என்பதைப் புரிந்துகொள்ள வேண்டும். அப்போதுதான் அவர்களுக்கான உரிமைகளை அடைய முடியும்.[204]

அவர் மேலும் பேசியது:

தகவல், மக்களின் சொத்து மற்றும் மூலதனம் ஆகும். அரசாங்கம் அறங்காவலர் மட்டுமே. காலனித்துவ முறையில் மக்களுக்குச் சுதந்திரமில்லாத நிலையில், விதிகளும் சட்டங்களும் வேறாக இருந்தன. ஆனால், 50 ஆண்டுகளாகச் சுதந்திர மனிதர்களாக நாம் இருக்கிறோம். ஆகவே நமது மனநிலையை மாற்றிக்கொள்ள வேண்டியது அவசியம். மக்கள், கற்றுக்கொள்ள வேண்டும்; அதன்பின், அவர்கள் தேர்ந்தெடுக்கும் அரசியல் பிரதிநிதிகளுக்குக் கற்றுக்கொடுக்க வேண்டும், அதன்பின் ஜனநாயக ஆட்சி நிர்வாகத்தில் அதிகாரிகள் மக்களுக்கு முதலிடம் கொடுப்பதை மக்கள் பிரதிநிதிகள் உறுதி செய்வார்கள்.

மக்கள் ஒன்றுபட்டால், அவர்களது உறுதிக்கு முன், அரசாங்கம் தலைவணங்க வேண்டியிருக்கும். மக்கள் அவர்களது சக்தியை அறிந்திருக்கவில்லை. அத்துடன், அவர்கள் தம்மைக் குடிமக்களாகவே பார்க்கிறார்கள்.

தமது சக்தியை அவர்கள் உணரவேண்டும்; ஒற்றுமையை வெளிப்படுத்துவதும், கூட்டிணைவின் வலிமையும், நிர்வாகத்தை நாணச் செய்யும்; உரிமைகளை வழங்க வைக்கும். சுதந்திரத்திற்குப் பிறகான இந்தியாவில் நாம் போராட மறந்துவிட்டோம். ஜனநாயகத்தில் எந்த ஒரு தனிமனிதனும் உதவியற்றவனாகத் தன்னை உணரக் கூடாது. ஆர்டிஐ, இந்திய அரசியலமைப்பின் அடிப்படை உரிமைகளில் பொதிந்துள்ள உரிமை.[205]

நாட்டு மக்களுக்கு நல்லதொரு ஆர்டிஐ சட்டத்தை வழங்குவதில் 'பிரஸ் கவுன்சிலின்' பங்கையும், அதன் முயற்சிகளை யும் அவர் வலியுறுத்தினார். இந்தியாவில் ஜனநாயகத்தைப் பாதுகாக்கும் வழிமுறையாக ஆர்டிஐ சட்டம் இருக்கும் என்ற அவரது கூற்று, ஒரு பாடலின் பல்லவிபோல் ஒலித்தது. தேசிய ஜனநாயகக் கூட்டணி உருவாக்கிய தகவல் பெறும் சுதந்திரச் சட்டம் ஒரு பலவீனமான சட்டம் என்றார். அதற்காக அந்த அரசாங்கத்தைக் கடுமையாக விமர்சித்தார்.

புனேவைச் சேர்ந்த சோசலிஸ்ட் தொழிற்சங்கத் தலைவர் பாபா ஆதவ்[206] சாங் கேட் கூட்டத்தில் உரையாற்றினார். பட்டினி கிடக்கும் மனிதர்களுடன் ஆர்டிஐயை இணைத்து அவர் பேசினார். ஊழல் மிகுந்த அமைப்பும், எங்கணும் பரவியிருக்கும் பட்டினியும் இணையாகச் செல்பவை என்றார். அலுவலகத்தையும் அதிகாரிகளையும் பாதுகாக்கிறோம் என்று சாக்குச் சொல்லி தகவல்களை வெளியிடாமல் இருக்கமுடியாது. மக்களின் வாழ்க்கையில் அவை தாக்கத்தை ஏற்படுத்துவன என்றார் அவர்.

'ஹிந்து' நாளிதழில் இந்த நிகழ்வு குறித்துச் சன்னி செபாஸ்டியன் எழுதியது:

வெளிப்படைத்தன்மை மற்றும் ஆர்டிஐ கோரும் இயக்கத்தின் பின்னணியில் இருக்கும் மனிதர்கள், அந்தப் போராட்டத்தின் ஐந்தாவது ஆண்டு நிறைவைக் கொண்டாடுகிறார்கள். ஒப்பீட்டளவில் அதிகம் அறியப்படாத ராஜஸ்தானின் பியாவர் நகரில் ஏப்ரல் 5ஆம் தேதி, இரண்டு நாட்கள் ஒன்று கூடுகிறார்கள். பியாவரின் தூசி நிறைந்த சாங் கேட் பகுதி, தொழிற்சங்க நடவடிக்கைகளுக்காக ஒருகாலத்தில் பெயர் பெற்றிருந்தது. கடந்தகாலத்தை ஆராய்வதற்கும், வருங்காலம் குறித்துப் பேசுவதற்கும் மகிழ்ச்சிக் கொண்டாட்டத்திற்கும் ஏற்ற இடமாக அது அமைந்தது.

சாங் கேட் என்ற அந்த இடத்தில்தான் 1996இல் பல்வேறு பட்ட கிராமத்தினர் மஸ்தூர் கிசான் சக்தி சங்கதன்

என்ற பதாகையின் கீழ் ஒன்றுதிரண்டு 40 நாட்களுக்குத் தர்ணா ஒன்றை நடத்தினர்; மேல்தட்டு மனிதர்களின் குரலாக ஒலித்த 'தகவல் அறியும் உரிமை' என்ற சொற்றொடரை 'அறிவதற்கான உரிமை என்பது வாழ்வதற்கான உரிமை' என்ற முழக்கமாக அந்தத் தர்ணா மாற்றியது.[207]

மத்தியப்பிரதேச முதல்வர் திக்விஜய் சிங் ஏப்ரல் 5ஆம் தேதி இந்த மாநாட்டைத் தொடங்கி வைத்தார். சாவ்னி சாலையில் இருக்கும் அரசு சீனியர் பெண்கள் பள்ளி வளாகத்தில் முறையான அமர்வுகள் தொடங்கின. தொடக்க அமர்வில் பாரத் டோக்ரா, நீதிபதி சாவந்த், பிரபாஷ் ஜோஷி மற்றும் அஜித் பட்டாச்சார்ஜி ஆகியோர் இருந்தனர்.

பாரத் டோக்ரா NCPRIன் கன்வீனர்; மக்களுக்கான ஆர்டிஐ மூலம் ஜனநாயகத்திற்கு மேலும் வலிமை சேர்க்கும் மாநாட்டுத் தீர்மானத்தின் கருப்பொருளை அறிமுகப்படுத்தி உரையாற்றினார். அந்த நகரத்து மக்கள் அளித்த ஆதரவிலிருந்து பிரச்சார இயக்கம் பெற்ற வலிமையை அங்கீகரித்து பேச்சைத் தொடங்கினார்:

'தகவல் அறியும் மக்கள் உரிமைக்கான தேசிய பிரச்சார இயக்கத்தின் (NCPRI) ஐந்தாவது ஆண்டு விழாவிற்காக நாட்டின் பல்வேறு பகுதிகளிலிருந்தும் இங்கு பியாவரில் கூடியுள்ளோம். வெளிப்படைத்தன்மை மற்றும் பொறுப்புடைமை கோரிக்கைக்கு பியாவர் மக்கள் தமது உறுதியான ஆதரவை வழங்கினர்; NCPRI தோன்றுவதற்கு அது வழிவகுத்தது. இது ஒரு வரலாற்றுத் தருணம். உண்மையான ஜனநாயகத்தில் மக்கள் தாம் எஜமானர்கள். ஆனால், யதார்த்தத்தில் அவர்கள் தம் இறையாண்மையை ஐந்தாண்டுகளுக்கு ஒருமுறை (வாக்களிக்கும்போது) மட்டுமே பயன்படுத்துகிறார்கள். மக்கள் அவர்களது இறையாண்மையைக் குறிப்பிட்ட காலஇடைவெளியில் தொடர்ந்து பயன்படுத்துவதற்கான வழிகளைக் கண்டு பிடிப்பதே மக்கள்முன்னிருக்கும் சவால்.

'கடுமையான பஞ்சம் மற்றும் பரவலான பட்டினி என்ற கண்ணுக்குப் புலப்படாத யதார்த்த நிலைக்கு இணையாக நமது ஜனநாயகத்தின் வரம்புகளையும் சாத்தியக் கூறுகளையும் தெளிவாகக் காணமுடியும். உயிர் வாழவே முடியாமல் மக்கள் போராடிக்கொண்டிருக்கும் வேளையில், 50 லட்சம் குவிண்டால் தானியத்தின் மீது இந்திய அரசாங்கம் அமர்ந்திருக்கிறது. பஞ்ச நிவாரணத்

திட்டம் புறக்கணிக்கப்படுகிறது; அது, தானாகவே மடிந்து போகும்படி விடப்பட்டுள்ளது. அரசாங்கம் மட்டுமல்ல, ஊடகங்களும், சிவில் சமூகமும் ஏதோ மௌனமாகச் சதி செய்வதுபோல் தோன்றுகிறது. அரசாங்கம் தன் பொறுப்புகளைத் தட்டிக்கழிக்கப் பிடிவாதமாக இருப்பது, இப்படியானதொரு மௌனமான சூழலில்தான்.

'தவறான பயன்பாடும், துஷ்பிரயோகமும் நிறைந்த இந்த அமைப்பில், வேரோடியிருக்கும் பரவலான ஊழலின் மீது மக்களுக்குக் கோபமிருக்கிறது. ஆனால் நிலைமையை மாற்ற வக்கற்றவர்களாகவே பெரும்பாலும் காணப்படுகின்றனர். இந்தியாவின் வலிமை அதனுடைய சாதாரண மக்களின் வாழ்க்கையிலும் ஜனநாயக அமைப்பு களிலும் இருக்கிறது. இந்த வலிமையைச் சேமிப்பதே நம் முன்னிற்கும் சவால்; மோசமான சூழல்கள் நிலவினாலும் ஜனநாயகத்திற்கான வெளியை உருவாக்குவதில் ஆர்டிஐ மட்டுமே முக்கியக் கருவியாக இருக்கும்.'

ஆர்டிஐ என்பது அதனளவில் முக்கியமானது; ஆனால், ஏனைய சில உரிமைகளைப் பெறுவதற்கும் அது உதவுகிறது; மக்கள் தங்கள் வாழ்வின் மீது ஓரளவு கட்டுப்பாட்டைப் பெறுவதற்கு இவை அவசியம். இந்த மாறுபட்ட சூழலில்தான், ஆர்டிஐ பயன்படப்போகும் பரவலான சாத்தியக்கூறுகள் குறித்து மாநாட்டில் விவாதிக்கப்பட்டது.

பின்வரும் பிரச்சினைகளில் ஆர்டிஐயைப் பயன்படுத்தி போராட்டத்தை முன்னெடுத்துச் செல்ல மாநாடு தீர்மானிக்கிறது: பஞ்சமும் பட்டினியும்; சுகாதாரமும் கல்வியும்; மனித உரிமைகள்; இடப்பெயர்ச்சி, தேர்தல் அரசியல்; நீதித்துறையின் பொறுப்புடைமை; ஊடகம்; தன்னார்வ அமைப்புகள் மற்றும் சிவில் சமூகம்; அணுசக்தி மற்றும் பாதுகாப்பு அமைப்புகள்; உலகமயமாக்கலும் பொருளாதார வளர்ச்சியும்; பெண்களும் மக்களின் ஆர்டிஐ தொடர்பான சட்டங்களும்.[208]

திக்விஜய் சிங், தொடக்க உரையில், இரண்டு முக்கிய விஷயங்களை எடுத்துரைத்தார்: 'மக்கள் பிரதிநிதிகள் அமைச்சர் களாகத் தமது அரசியல் வாழ்க்கையைத் தொடங்கும்போது, ரகசியம் காப்போம் என்று பிரமாணம் செய்வதைக் காட்டிலும் வெளிப்படைத்தன்மையைக் காப்போம் என்று சொல்லலாம்'. அத்துடன், 'ஜனநாயகத்தில், மக்களிடம் பொறுப்புணர்வுடன் நடக்க வேண்டும் என்பதைக் கேள்விக்கு உட்படுத்த முடியாது. என் வலிமை தகவல்களைப் பகிர்ந்துகொள்வதில் பொதிந்திருக் கிறது' என்றும் அவர் கூறினார். வெளிப்படையாகத் தகவல்களைப்

பகிர்ந்துகொள்வதால், அதன் காரணமாகப் புகார் அளிக்க மக்களிடம் குறைவான காரணங்களே இருக்கும் என்று அவர் வாதிட்டார். தர்க்கரீதியாக, அதற்குப்பின் பிரச்சினைகள் சிலவே ஏற்படக்கூடும். பிரச்சினைகள் இல்லையெனில், மக்கள் கோபப்பட மாட்டார்கள். அரசாங்கங்கள் அறம் சார்ந்து திறமையுடன் செயல்பட இது உதவும் என்றார்.

முதன்மை அமர்வைத் தொடர்ந்து நடந்த அமர்வுகளில் பங்கேற்பாளர்கள் தீவிரமாக விவாதித்தனர். பலதரப்பட்ட அமர்வுகள், அந்தச் சிறிய நகரத்தின் பல்வேறு பகுதிகளில் நடத்தப்பட்டன. மாநாட்டிற்காக, தமது கதவுகளைப் பொதுக் கட்டிடங்களும் தனியார் கட்டிடங்களும் திறந்துவைத்தன. அந்தந்தத் துறைகளில் மிகவும் புகழ்பெற்ற நிபுணர்களின் குழு ஒன்று, தொழிலாளர்கள், விவசாயிகள், சமூக ஆர்வலர்கள், சமூகப் பணியாளர்கள், பியாவர் குடிமக்கள், அரசியல்வாதிகள் மற்றும் பத்திரிகையாளர்களுடன் அமர்ந்து உரையாடியது; அவர்கள் சார்ந்த குறிப்பிட்ட மற்றும் சிறப்புத் துறைகளில் ஆர்டிஐ சட்டத்தின் பொருத்தப்பாடு குறித்து விவாதித்தது. தகவல்களைப் பெற வேண்டிய தேவை தொடர்பாக நாடு முழுவதும் நடந்த பல்வேறு போராட்டங்களிலும் நடவடிக்கைகளிலும் கிடைத்த அனுபவங்களுடன் இந்தப் பயிலரங்குகள் தொடங்கின. சட்டப்பூர்வமான உரிமைகளைப் பொருத்தமானதாக, பயன்படத்தக்கவையாக ஆக்குவதற்கு அவசியமான செயல்திட்டங்களை வடிவமைக்க இடையூறுகளும் தடைகளும் உதவின.

இந்தக் கலந்துரையாடல்கள் பரந்துபட்டதாக இருந்தன; பயிலரங்குகளில் பேசப்பட்ட கருப்பொருள்கள் அதைத் தெளிவுப்படுத்தக் கூடும்: சுகாதாரம், கல்வி, தொழிலாளர்களும் ஊதியமும், தன்னார்வ அமைப்புகள், மனித உரிமைகள், பெண்கள் மேம்பாட்டுத் திட்டங்கள், தேர்தல் செயல்முறைகள், பஞ்சமும் உணவுப் பாதுகாப்பும், நீதித்துறையின் பொறுப்புடைமை, மக்கள் தொடர்பு, இடப்பெயர்வும் மறுவாழ்வும், எரிசக்தி, கிராமப்புற மேம்பாடும் இயற்கை வள மேலாண்மையும், உலகமயமாக்கல், தொழில்துறையின் சூழல் மாசு, தகவல் தொழில்நுட்பம், அணுசக்தி, தகவல் உரிமை தொடர்பான சட்டங்கள் ஆகியன பேசப்பட்டன.

இந்தப் பயிலரங்குகளை ஒருங்கிணைக்கப் பல்வேறு துறைகளைச் சேர்ந்த நிபுணர்கள் பியாவருக்கு வந்திருந்தனர். மாநாட்டின் பங்கேற்பாளர்கள் பலதரப்பட்ட பயிலரங்கு களில் தாமாகவே பிரிந்து கலந்துகொண்டனர்; அனைத்து

விவாதங்களும் மாநாட்டில் சுருக்கமாக வாசிக்கப்பட்டன; பதினெட்டுப் பயிலரங்குகளில் எடுக்கப்பட்ட முக்கிய முடிவுகள் / தீர்மானங்களின் அடிப்படையில் 'பியாவர் பிரகடனம்'தயாரிக்கப்பட்டது.[209]

ஏறக்குறைய பதினெட்டு வெவ்வேறு பிரச்சினைகளின் மீதான பயிலரங்குகள், உருவாகப் போகும் சட்டம் எதைக் குறித்துப் பேசவேண்டும் என்பதற்கு உறுதியான சட்டகத்தை அமைத்துத்தந்தன. உயிர் வாழ்தலுக்கும் கண்ணியமான வாழ்விற்கும் திட்டவட்டமான தகவலின் முக்கியத்துவம் மற்றும் பொருத்தம் குறித்தும் கலந்துகொண்டவர்கள் கவனம் செலுத்தினர். சேவைகளையும் அடிப்படை உரிமைகளையும் பெறுவதில் அவர்கள் எதிர்கொள்ளும் சிரமங்களின் பின்னணியில் தமக்கான உரிமைகளைப் பற்றி அந்த மக்கள் பேசினார்கள்.

இரண்டாவது நாள் மாநாடு, கோட்டாலா ரத யாத்திரை யுடனும் ஹெலாவுடனும் தொடங்கியது. 'ஹெலா' என்பது சமூகத்தின் பலதரப்பு மனிதர்கள் ஒன்றுகூடிப் பாடும் பெரிய சேர்ந்திசைக் குழு. அவர்கள் சவாய் மாதோப்பூரின் கங்காபூர் நகரத்திலிருந்து வருகிறார்கள். சமகால அரசியலை உணர்வுபூர்வமான விமர்சனத்துடன் விவரிக்கும் ஒரு பகுதி யாக 'ஹெலா' அங்கு இயங்கிவருகிறது. 'நௌபட்' இசைக்கருவி, பெரிய பாரம்பரிய டிரம் மற்றும் சங்குகளின் துணையுடன் 'ஹெலா' பாடப்படுகிறது. ஒவ்வொரு பிரச்சார இயக்கத்தையும் அது செழுமைப்படுத்தியிருக்கிறது.

சங்கதனின் பெரும்பாலான முக்கியப் போராட்டங்களில் ஹெலா ஒரு அங்கமாகவே இருந்துள்ளது. ஹெலா நிகழ்விற்குப் பிறகு, ஊர்வலம் சாங் கேட்டிலிருந்து தொடங்கியது; சந்தையின் பிரதானத் தெரு வழியாக, பொதுக்கூட்டம் நடத்துவதற்காகத் திறந்துவிடப்பட்ட பெரிய பூங்காவில் சென்று முடிந்தது. [210] முந்தைய நாள் எடுக்கப்பட்ட முடிவுகளைத் 'தகவல் மேளா' குழுவினர் சுருக்கமாக விவரித்தனர். பொருத்தமானதும் உறுதி யும் மிக்க சட்டம் ஒன்றைப் பெறுவதற்கான உறுதிப்பாட்டை வலியுறுத்தினர்.

ஆர்டிஐ இயக்கத்தின் ஐந்தாண்டுகளை நினைவு கூர்வதாக பியாவர் மாநாடு அமைந்தது. மிகச்சரியாக, ஏப்ரல் 1996இல் அது தொடங்கப்பட்ட இடத்தில் மாநாடு நடந்தது. இந்தக் காலகட்டத்தில், செயல்படும் சட்டம் ஒன்றை இயற்ற வைக்க மாநில அரசாங்கத்திற்கு இயக்கத்தால் வெற்றிகரமாக அழுத்தம் கொடுக்க முடிந்தது. இருந்தும், பல அம்சங்களில் அது பலவீனமான

சட்டம். எடுத்துக்காட்டாக, தகவல்களைப் பெறுவதை வேண்டுமென்றே தாமதப்படுத்தும் அல்லது மறுக்கும் அதிகாரிகளுக்கு அபராதம் விதிப்பது குறித்த விதி ராஜஸ்தான் சட்டத்தில் இல்லை. பியாவரில் பேச்சாளர்கள் பலரும் 'பல் இல்லாத' இந்தச் சட்டத்தை, சட்டம் என்று சொல்லமுடியாது; மதிப்பற்றது என்று சுட்டிக்காட்டினர். ஆனால், போதுமான விடாமுயற்சி இருந்தால் அதிகம் குறைபாடுள்ள சட்டத்தையும், முக்கியமான பொது நடவடிக்கைக்கு உதவ வைக்க முடியும் என்பதைச் சங்கதனின் ஜானவாத் நடவடிக்கை நிரூபித்தது.

நகைச்சுவையும் ஏளனம் செய்தலும் ஆர்டிஐ இயக்கம் பயன்படுத்திய வேறு இரு சக்திவாய்ந்த பிரச்சாரக் கருவிகள். எடுத்துக்காட்டாக, கோட்டாலா ரத யாத்திரையின் மூலமாக மாநாட்டில் பங்கேற்பதற்குப் பியாவரின் பொதுமக்கள் தூண்டப்பட்டனர், ஊழல் உணர்வை முரண்நகையுடன் கொண்டாடும் யாத்திரை அது. அதிகாரத்தைப் பயன்படுத்தி அனைத்து வகை யிலும் பொறுப்புடன் செயல்படாமல் இருப்பதில் மகிழும் அரசியல்வாதிபோல் சங்கதனின் சங்கர் சிங், நடித்தார். ராஜஸ்தானின் கடுகடுப்பான சூழலில் நையாண்டிக்கு இடமில்லை என்று தோன்றும், ஆனால், போராட்டத்துடனும், தகவல்கள் பெறுவதை முறையாக அணுகுவதிலும் அந்தத் தகவலைச் சரிபார்ப்பதிலும் அது இணைந்து போனது; அவர்களது உரிமைகள் குறித்த விழிப்புணர்வை ஏழைகளுக்கும் வக்கற்றவர்களுக்கும் ஏற்படுத்தியது.[211]

மக்களவையில் தாக்கல் செய்யவிருக்கும் ஆர்டிஐ மசோதா ஒரு திறம்மிக்க மத்தியச் சட்டமாக இருக்க வேண்டும் என்ற வலுவான செய்தியை இந்த மாநாடு கொண்டுசெல்லும் என்று நம்பப்பட்டது. நடைமுறையில் இருக்கும் இரகசியக் கலாச்சாரத்தை அகற்றுவதற்கு ஒருமித்த குரலில் தீர்மான மொன்றை நிறைவேற்றும் என்று எதிர்பார்க்கப்பட்டது. ஆட்சி நிர்வாகத்தில் அரசியல்வாதிகளுக்கும் அதிகாரத்துவ அமைப்புகளுக்கும் இடையில் நிலவும் உறவை முறிக்க இந்த மாநாடு முடிவெடுக்கும் என்று கருதப்பட்டது. தன்னிச்சை யானஅதிகாரப் பயன்பாட்டிற்கு அதுதான் காரணம்.

இரண்டாவது நாளில் நடந்த பொதுக்கூட்டத்தில் பெரும் திரளாக மக்கள் கூடினர்; மாநில முதல்வர் அசோக் கெலாட் சில முக்கிய அறிவிப்புகளை வெளியிடுவார் என எதிர்பார்த்தனர். முன்னதாக ஏப்ரல் 4ஆம் தேதி மாலை சாங் கேட்டில் பேசிய

பிரபாஷ் ஜோஷி ஆர்டிஐயைத் தோற்றுவித்த பியாவர் நகரத்தின் மக்கள்தான் அதைச் செயல்பட வைக்கவும் போராட வேண்டும் என்று அறைகூவல் விடுத்தார்.

இரண்டாம் நாளில் கலந்துகொண்ட பல்வேறு அரசியல் தலைவர்களில் ஒருவர் சிபிஐ பொதுச் செயலர், ஏ.பி. பரதன். சட்டத்தை வெளிக்கொணர முயற்சிக்கும் சங்கதனுக்கு வாழ்த்துகள் தெரிவித்தார். அதைச் செயல்படுத்தினால் மட்டுமே ஊழலைத் தடுக்க முடியும் என்றார் அவர்.

கூட்டத்தில் பேசிய அசோக் கெலாட், மக்களின் தினசரி வாழ்விலும் வெளிப்படைத்தன்மையைக் கொண்டு வருவதற்கு அடிப்படை மாற்றங்கள் தேவை என்றார். ஊழலுக்கும் கருப்புப் பணத்துக்கும் எதிராகப் பேசும்போது, அதற்கு என்ன செய்வது என்ற கேள்வி எழுகிறது. அரசியல் அமைப்பு வலுவான முடிவுகளை எடுக்கவேண்டும். மக்களின் நம்பிக்கையைப் பெறவேண்டுமானால் அது மோசடிகளை நிறுத்த வேண்டும். மக்களின் நம்பிக்கையைத் தக்கவைத்துக் கொள்ள வேண்டும். அதற்கு, ஆர்டிஐ ஒரு முக்கியமான உரிமையாகும். அந்த முடிவை எட்டு வதற்குத் தேவையான நடைமுறையைத் தன் கையில் எடுத்துக்கொள்ள அரசாங்கம் உறுதிகொண்டுள்ளது. இந்தப் பிரச்சார இயக்கத்தை ராஜஸ்தானின் கிராமங் களுக்கும் கொண்டு செல்ல வேண்டியது அவசியம்... 2000ஆம் ஆண்டு ஆர்டிஐ சட்டத்தை இயற்றியதுபோல் தேர்தல் அறிக்கையில் கூறிய வாக்குறுதிகளை அரசாங்கம் நிறைவேற்றும் ... வறுமையும் படிப்பறிவின்மையும் தகவல் பெறுவதைத் தடுக்கக்கூடும். ஊழல் தடுப்புப் பிரிவு பலப்படுத்தப்பட வேண்டும். ஆர்டிஐ சட்டத்தை நடைமுறைப்படுத்துவது அதன் வெற்றிக்கு அடிப்படை யானது.

பியாவர் மாநாட்டின் அனைத்துத் தகவல்களையும் உள்ளடக்கிய விரிவான அறிக்கை ஒன்றை 'பிரண்ட்லைன் இதழில்' மாநாட்டில் பங்கேற்ற சுகுமார் முரளிதரன் எழுதினார்:

ராஜஸ்தானில், தகவல் அறியும் உரிமை என்பது ஏறத்தாழ வாழ்வதற்கான உரிமை என்பது போலாகிவிட்டது.

ஆர்டிஐ தொடர்பான மாநாடொன்றில் கௌரவ விருந்தினராக, ராஜஸ்தான் முதல்வர் அசோக் கெலாட் கலந்துகொண்டார்; வெளிப்படைத்தன்மையும் நேர்மை யும் நிறைந்தவராகத் தன்னைக் காட்டிக்கொள்ளும் முனைப்புடன் அவர் இருந்திருக்கலாம். ராஜஸ்தானின்

அஜ்மீர் மாவட்டத்திலிருக்கும் பியாவரில் ஏப்ரல் மாதத் தொடக்கத்தில் ஆர்வலர்களும், பிரச்சாரகர்களும் அரசியலில் பணிபுரிவோரும் கூடினர். மாநிலத்தின் சில பகுதிகளில் தொடர்ந்து மூன்றாவது ஆண்டாக மழைப்பொழிவு மிகக்குறைவாக இருந்த சூழல். இதன் காரணமாக மாநிலத்தின் சில பகுதிகளில் கடுமையான வாழ்வாதாரப் பிரச்சினைகள் எழுந்தன. பஞ்ச காலத்தின் நிலைமைகள் உருவாகும் வாய்ப்பு இருந்தது. மாநிலத்தின் சில பகுதிகளில் உணவுப் பற்றாக்குறையாலும் அதனை யொட்டி உண்டாகும் நோய்களாலும் ஏற்பட்ட இறப்புகள் ஏற்கனவே பதிவாகியிருந்தன.

இதன் காரணமாக எதிர்வரப்போகும் அவசர நிலையை மனிதாபிமான அடிப்படையில் சமாளிப்பதில் அரசாங்கத்தின் முயற்சிகள் குறித்து பியாவரில் நடந்த விவாதங்கள் கவனம் செலுத்தின. நடைமுறைச் சட்டங்கள் மற்றும் வழக்கம் சார்ந்து அவர்களுக்கு இருக்கும் உரிமைகள் குறித்த அறிவுடன் அந்த மக்கள் இருக்க வேண்டும்; அத்துடன் இதைப்போன்ற பற்றாக்குறை நிலைமைகளில் எடுக்கப்படும் சிறப்பு நடவடிக்கைகள் குறித்தும் அவர்கள் அறிந்திருக்க வேண்டும்; அப்போதுதான் நிவாரணப் பணிகள் திறம்பட நடைபெறுவதற்கு பாதிக்கப்பட்ட மக்கள் பங்களிக்க முடியும் என்று அந்தப் பேரவை கருதியது. இத்தகைய தகவல்கள் பரவலாக்கப்பட வேண்டும். இல்லையெனில், மக்களின் தேவைகளைக் கவனிப்பதில் வளர்ச்சித்துறை அதிகாரிகள் சுறுசுறுப்பின்றிச் செயலாற்றலாம். நிவாரண நடவடிக்கைகளின் பலன்கள் வரம்பிற்குரியதாக, குறைந்த பயன் தருவதாக அமைந்து விடும்.

மாநாட்டில் கூடியிருந்தவர்கள், முதல்வர் கவனமாகக் கேட்பார் என்ற நம்பிக்கையுடன், அவரிடம் பல கேள்வி களை முன்வைத்தனர்; பஞ்சம் போன்ற நிலைமைகளைச் சமாளிக்க எடுக்கப்படும் உடனடி நடவடிக்கைகள் குறித்த சில கேள்விகளை உறுப்பினர்கள் கேட்டனர்; குடிமக்களுக்கு ஆர்டிஐயை வழங்க அவரது அரசாங்கம் அறிமுகப்படுத்திய சட்டம் குறித்துச சில கேள்விகள். குறிப்பாக, மாநிலத்தில் பஞ்ச நிவாரணக் காலத்துச் சட்டங்கள் நடைமுறைக்கு வந்துவிட்டனவா என்றும், அதனால் உருவாகப்போகும் பொறுப்புகளை அரசாங்கம் எவ்வாறு எதிர்கொள்ளப் போகிறது என்பதற்கான முன்மொழிவுள் என்ன என்றும் கெலாட்டிடம் கேட்கப் பட்டது. அந்தச் சட்டங்களின் கீழ், பற்றாக்குறை –

பாதிப்புள்ள பகுதிகளில் பணிபுரிய விருப்பம் தெரிவிக்கும் ஒவ்வொரு நபரும், சிறப்புப் பொதுத்துறைப் பணிகளில் வேலைவாய்ப்பு பெறும் தகுதியுள்ளவர்கள்; அதேநேரத்தில் அவ்வாறு வேலை செய்ய இயலாதவர்கள் இலவச நிவாரணம் பெறத் தகுதியுடையவர்கள்.

அவசரக்கால வேலைத்திட்டங்களின் பயனாளிகள் எண்ணிக்கை அதிகபட்சமாக 8,00,000 இருக்கலாம் என்று அரசு முற்றிலும் தன்னிச்சையாக நிர்ணயம் செய்திருப்பது குறித்து மேலும் ஒரு கேள்வி எழுப்பப்பட்டது. பற்றாக்குறை நிலைமைகள் 20 மில்லியனுக்கும் அதிகமான மக்களைப் பாதிக்கக்கூடும் என்று அறியப்பட்டிருக்கும் போது இவ்வாறு உச்சவரம்பு நிர்ணயிப்பது துயரத்தைத் தணிக்க ஒருசிறிதும் உதவாது என்றும் முதல்வரிடம் கூறப்பட்டது,

வேலைவாய்ப்புத் திட்ட நிர்வாகத்தில் பகுத்தறிவுக்கு ஒவ்வாத சிலசெயல்களும் சுட்டிக்காட்டப்பட்டன. இவை அனைத்தும் தகவல்கள் போதிய அளவு பரவாத காரணத்தால் ஏற்பட்டவை. எடுத்துக்காட்டாக, வளர்ச்சிப்பணி நடைபெறும் வட்டங்களுக்கு இடையில், வேலைவாய்ப்பு ஒதுக்கீடு செய்யப்பட்ட இலக்குகள் அறிவிக்கப்பட்டதில் தாமதத்தைத் தவிர்த்திருக்கலாம். இதனால், தொழிலாளர்களை வேலையமர்த்துவதற்கு 'வருகைப் பதிவேடுகள்' எழுதப்படும் நாள் வரையிலும், வாய்ப்புக் கிடைத்திருக்கக்கூடிய பயனாளிகளுக்கு இது குறித்த தகவல்கள் கிடைக்கவில்லை. தகுதியான நபர்கள் பலர் விடுபட்டுப்போயினர். அத்துடன் சிறப்பு நிவாரணத் திட்டங்களின் பலன்கள் உகந்த அளவு சென்று சேர்வதைக் காட்டிலும், குறைவாகக் கிடைக்க இது வழிவகுக்கிறது.

பொதுத்துறைத் திட்டங்களின் வேலைகளில் வழங்கப் படும் ஊதிய விகிதங்கள், சட்டப்பூர்வமான குறைந்தபட்ச விகிதத்தைக்காட்டிலும் மிகக் குறைவாக இருக்கிறது என்றும் முதல்வரிடம் தெரிவிக்கப்பட்டது. இறுதியாக, வறுமை ஒழிப்புத் திட்டங்களைச் செயல்படுத்துவதில் காணப்படும் அனைத்துப் போதாமைகளுக்கும் வேர்க் காரணமாக மாநில அரசாங்கத்தின் அலட்சியம் இருக்கிறது: வறுமைக் கோட்டிற்குக் கீழுள்ள மக்களுக்கான உணவு தானியத்தைப் பெறுவதில், அதற்கிருக்கும் முழுமை யான உரிமையில் மத்தியத்தொகுதியிலிருந்து வெறும் 60 சதவீதத்தை மட்டுமே அரசாங்கம் எடுத்துக் கொள்கிறது என்றும் சுட்டிக்காட்டப்பட்டது.

இந்தக் கேள்விகளுக்கு கெலாட் நீண்டதொரு பதிலளித்தார். அவரது கட்சி ஆர்டிஐயை எப்போதும் ஆதரித்தது என்பதாகப் பேசினார். சட்டப் புத்தகத்தில் அந்த உரிமையைப் பொறிப்பதற்காக அதைச் சட்டமாக்கு வதற்கு மிகவும் ஆரம்பத்திலேயே அவரது அரசாங்கம் எடுத்த முயற்சியின் காரணமாக இந்த உறுதிப்பாடு நிறைவேறியது. என்றார். மாநிலத்தின் சில பகுதிகளில் நிலவும் பஞ்சகால நிலைமைகள் குறித்துச் சிலர் கவலை களை வெளிப்படுத்தினார்கள். அவற்றைப் பொறுத்த வரை அரசாங்கத்தின் பதிவேடுகள் எப்போதும் ஆய்வுக்குத் திறந்தேயிருக்கும் என்றார். பொதுமக்களின் அவநம்பிக்கையைப் போக்க அது உதவும் என்றால், பியாவர் மாநாட்டை ஒருங்கிணைத்து நடத்திக்கொண்டிருக்கும் அமைப்பான NCPRI பதிவேடுகளை ஆய்வு செய்வதற்கு அது எவரையும் பரிந்துரைக்கலாம் என்று கூறினார்.

கெலாட் அரசியலில் நீண்டகால அனுபவம் பெற்றவர் என்றாலும், விரிவாக பேசப்பட வேண்டிய விஷயங்களில் அக்கறை காட்டாமல், இந்தக் கருத்துக்களைக் கூறிவிட்டு விடைபெற்றுக்கொண்டார். மாநாட்டை ஏற்பாடு செய்து ஒருங்கிணைத்து நடத்திக்கொண்டிருந்த சங்கதனின் ஆர்வலர்கள் திரும்பி வரும்படி அவரிடம் பலமுறை வேண்டினர்: அவருக்கு முன் வைக்கப்பட்டிருக்கும் குறிப்பிட்ட சில கவலை தரும் அம்சங்கள் மீது பேசும்படி வேண்டினர். ஆனால், கெலாட் வேறு சில நிகழ்வுகளுக்கு விரைந்து செல்ல வேண்டியிருந்தது, அத்துடன் ஓர் அரசியல்வாதியாக, கட்டாயப்படுத்தினால் மட்டுமே எதுவும் கொடுக்கப்படும் என்ற பழக்கப்பட்ட நடைமுறைக் கொள்கையிலிருந்து அவர் விலகிவரப் போவதில்லை.

சங்கதனின் நிறுவனர் அருணா ராய்... தகுந்த பதிலுடன் மேடையேறினார். மில்லியன் கணக்கான மக்களின் வாழ்வும், வாழ்வாதாரமும் சம்பந்தப்பட்ட ஒரு விஷயம் குறித்து விவாதம் செய்வதற்கு இணங்க முடியாது என்று அரசு நிர்வாகம் நிரூபித்திருக்கிறது; ஆகவே, அதற்கான போராட்டங்கள் முடுக்கிவிடப்பட வேண்டும் என்றார். இந்திய உணவுக் கழகத்தின் கிடங்குகளில் உணவுப் பொருட்களின் இருப்பு நாளுக்கு நாள் பெருகுகிறது; ஆனால் விநியோகிக்கப்படாமல் வீணாகத் தொடங்கியுள்ளது. அந்தக் கிடங்குகளை முற்றுகையிடும் போராட்டத்திலிருந்து இது தொடங்கும்; தானியக் கிடங்குகளைத் திறந்து, நலிந்த பிரிவினரின் துன்பத்தைப் போக்கும் நலத்திட்டங் களை அரசாங்கம் தொடங்கும் வரை அந்தப் போராட்டம் தொடரும் என்றார் ராய்.[212]

பியாவர் பிரகடனம்

ஒரு பிரகடனத்துடன் முடிவடைய மாநாடு முடிவு செய்தது. கூட்டாக எடுத்த முடிவுகளை மக்களுடன் பகிர்ந்து கொள்ளும் வழிமுறையாகப் பிரகடனங்கள் உள்ளன. அத்துடன் பொறுப்புணர்வின் அளவுகோலாகவும் அமைகின்றன.

பியாவர் பிரகடனம் ஆர்டிஐயை அதற்கான ஜனநாயகச் சூழலில் பொருத்தியது. வறுமைக்கும், அநீதிக்கும் சமத்துவமின்மைக்கும் எதிரான போரில் வெற்றிபெற தகவல்களைப் பெறுதல் அவசியம். மக்களுக்கு உத்தரவாதம் அளிக்கப்பட்ட இறையாண்மை நழுவிக்கொண்டிருக்கிறது; அது உட்பட, அரசியலமைப்பில் பொதிந்திருக்கும் முக்கிய உரிமைகளையும், இதர அடிப்படை உரிமைகளையும் பெறுவதற்கு ஆர்டிஐ தேவை. இந்தப் பின்னணியில் ஆர்டிஐ உரிமையைப் பிரகடனம் பார்த்தது. 'மாற்றம் கொணரும்' சட்டமாக அதன் முக்கியத்துவத்தை வலியுறுத்திப் பேசியது, அரசியலமைப்பு அளிக்கும் ஏனைய உரிமைகளை அடைவதற்கும் இந்தச் சட்டம் உதவக்கூடும். இந்தப் பிரகடனம், வறட்சி மற்றும் நீடித்திருக்கும் பட்டினி, இடப்பெயர்வு, சுகாதாரம், கல்வி, மனித உரிமைகள், தேர்தல் அரசியல், நீதித்துறையின் பொறுப்புடைமை, ஊடகங்கள், தன்னார்வத் தொண்டு நிறுவனங்கள் / சிவில் சமூக அமைப்புகள், அணுசக்தி மற்றும் பாதுகாப்பு நிறுவனங்கள், உலகமயமாக்கல் மற்றும் பொருளாதார மேம்பாடு, பெண்கள், தகவல் அறிவதில் மக்களின் உரிமை குறித்த சட்டங்கள் – போன்ற சில குறிப்பிட்ட பகுதிகளை உள்ளடக்கியிருந்தது. (பியாவர் பிரகடனத்தின் முழுமையான வரைவு, பிற்சேர்க்கை I, பக்கம் 493)[213]

முக்கிய அடிக்குறிப்பு:

சில நாட்களுக்குப்பின், ஏழ்மைக்கு மத்தியில் பெரும் பணக்காரர்கள் என்ற வெளிப்படையான முரணுக்கு எதிராக ஆர்ப்பாட்டம் ஒன்று உதய்ப்பூரில் நடந்தது. ராஜஸ்தானில் நிலவும் கடும் வறட்சியால் உதய்ப்பூரின் பழங்குடியினப் பகுதிகள்தான் மிக மோசமாகப் பாதிக்கப் பட்டிருந்தன. உணவுப் பற்றாக்குறைக் காலங்களில் பரவிய நோய்களால் அங்குப்பல இறப்புகளைப் பார்க்க முடிந்தது. பியாவரில், பொதுமக்களுக்குப் பதில் கூறாமல் கெலாட் அமைதியாக இருந்ததற்கு முன்னதாகவே, இரண்டு முக்கிய இடதுசாரி கட்சிகளும் ஜனதா தளமும் (மதச்சார்பற்ற) கிடங்குகளில் சோதனை செய்ய முடிவு

செய்திருந்தன. அந்த நிகழ்வைத் தொடர்ந்து நடந்த உதய்ப்பூர் ஆர்ப்பாட்டத்தில் சங்கதனிலிருந்து கணிசமான நபர்கள் கலந்துகொண்டனர்.

உதய்ப்பூர் மாவட்ட ஆட்சியர் அலுவலகம் அருகே ஏப்ரல் 12இல் மக்கள் பெருந்திரளாகக் கூடினர்; முன்னாள் பிரதமர் வி.பி.சிங், இந்திய கம்யூனிஸ்ட் கட்சி (மார்க்சிஸ்ட்) அரசியல் குழு உறுப்பினர் சீதாராம் யெச்சூரி மற்றும் சிபிஐ மாநில செயலாளர் தாரா சிங் சித்து ஆகியோர் உரையாற்ற இருந்தனர். உணவுப் பாதுகாப்பிற்குத் தடையாக இருப்பதாகக் கருதப்படும் பூட்டுகளை உடைக்க இருப்பதுபோல் அடையாளப்பூர்வமாக வி.பி. சிங்கும், யெச்சூரியும் தம் கைகளில் சுத்தியல்களை ஏந்தியிருந்தனர். இந்திய உணவுக் கார்ப்பரேஷன் கிடங்கை நோக்கி மக்கள் திரட்சி ஊர்வலமாகப் புறப்பட்டது. ஒரு கிலோமீட்டர் முன்னதாக அவர்கள் நிறுத்தப்பட்டனர்; ஆர்ப்பாட்டக்காரர்கள் போலிஸ் தடுப்பரண்களை உடைத்து முன்னேறிக் கைதாகினர். கலைந்து சென்ற அவர்கள், இது போன்ற நடவடிக்கைகள் தொடரும் என்று உறுதிகூறிச் சென்றனர்.

இளைஞர்களுக்கு வேலை வாய்ப்புகள் வேண்டும் என்ற முழக்கம் உதய்ப்ரிபூரில் எழுப்பப்பட்டது. ஒரு நாளுக்கு எட்டு மணிநேரம் செய்யும் வேலைக்கு ஈடாக அளிக்கப்படும் சரியான அளவு உணவுப்பொருள், உணவுப் பற்றாக்குறையால் பாதிக்கப்பட்டிருக்கும் குடும்பத்தைச் சென்றுசேரும்; உயிர்வாழ வேண்டும் என்று அவர்களுக்கு இருக்கும் அந்த மெல்லிய பிடிமானத்தைத் தக்கவைத்துக்கொள்ள உதவும். ஆனால், மாநில அரசோ நிதி நெருக்கடி என்ற காரணத்தைச் சொல்லி இயலாது என்று கெஞ்சுகிறது. மத்திய அரசோ, தானியங்களை மாநிலத்திற்கு ஒதுக்கீடு செய்யும் தனது பங்கைச் சரியாகச் செய்வதாக வெறுமனே வாதிடுகிறது. ஆனால், மாநில அரசு அதைச் சரியாகப் பயன்படுத்துவது இல்லை என்பதையும் கண்டறிகிறது.

கிராமப்புற வேலைவாய்ப்புத் திட்டங்களில் மத்திய அரசின் ஒதுக்கீடுகள் இந்தக் காட்சியை வெளிப்படுத்துகின்றன. மக்கள், பெரும் எண்ணிக்கையில் பற்றாக்குறை நிலைமைகளால் பாதிக்கப்பட்டுள்ளனர். இந்தச் சூழல் நாட்டைத் தொடர்ந்து அச்சுறுத்திக் கொண்டிருக்கிறது என்ற நிலையில் 50 மில்லியன் டன் தானியங்கள் கிடங்குகளில் வீணாகின்றன என்ற செய்தி உலவுகிறது. கிராமப்புற

வேலைவாய்ப்புத் திட்டங்களுக்காக 1999–2000ஆம் ஆண்டில், மொத்தச் செலவு ரூ. 3,729 கோடி; பட்ஜெட் இலக்கைக் காட்டிலும் சற்றே குறைவு. 2000–01ஆம் ஆண்டிற்கான பட்ஜெட் செலவினங்கள் முன்வைக்கப் பட்டபோது, குறிப்பிட்ட சில பகுதிகளில் முதலாண்டுப் பருவமழை மிகவும் குறைவு என்பதற்கு ஏராளமான சான்றுகள் இருந்தன. ஆயினும், நிதியமைச்சர் யஷ்வந்த் சின்ஹா, கிராமப்புற வேலைவாய்ப்புத் திட்டத்திற்கான செலவின ஒதுக்கீட்டை, ரூ. 2,655 கோடியாகக் கடுமை யாக குறைத்திருந்தார். அதே நேரத்தில், கிராமப்புற நீர் வழங்கல் திட்டங்களுக்கு முந்தைய ஆண்டு ஒதுக்கீட்டு அளவான ரூ. 1,890 கோடியை நிர்ணயித்தார்.

இரண்டு மாதங்களுக்குள்ளாகவே, காட்சிகள் திடீரென்று மாறின; அரசாங்கம் வெளிப்படையாக அவற்றை எதிர் கொண்டது. கோடை தொடங்கிவிட்டது; மழைப்பொழிவு இல்லாத பகுதிகளில் வாழ்வாதாரங்கள் மீதான அழுத்தம் தீவிரமாக அதிகரிக்கும்; இது எப்பொழுதும் வெளிப்படையாகத் தெரியும் ஒன்று. எனினும், கொளுத்தும் வெப்பம், மனிதர்களது துன்பத்தின் அளவை அதிகரிக்கத் தொடங்கும் வரை அரசாங்கம் காத்திருந்தது. அதைத் தொடர்ந்து நிவாரண முயற்சிகளுக்குப் பொதுமக்களின் ஆதரவைத் திரட்டும் முகமாகப் புதிய சொற்களில் அமைச்சர்கள் உரை நிகழ்த்திய பெரும்காட்சிகள் பொது வெளியில் அரங்கேறின.

இன்னும் உறுதியாகக் கூறப்போனால் அரசின் செயல்பாடு படுமோசமாக இருந்தது. கிராமப்புற வேலைவாய்ப்பிற்கும் நீர் வழங்கல் திட்டங்களுக்குமான செலவு மாறாமல் இருந்தது. கூடுதல் நிதி ஒதுக்கீடுகள் அனைத்தும் இயற்கைப் பேரிடர்களைச் சமாளிக்க உருவாக்கப்பட்ட சிறப்பு அவசர நிதி ஒதுக்கீடு மூலமாகவே சென்றன. அத்துடன் இந்தச் சிறப்பு ஒதுக்கீடுகள் அனைத்தும் மக்களால் அவற்றை ஆய்வுசெய்ய முடியாத தடங்களின் வழியாகச் செலவு செய்யப்பட்டன.

எதிர்பார்த்ததுபோலவே அந்த ஆண்டு கிராமப்புற வேலை வாய்ப்பு மற்றும் குடிநீர் வழங்கல் திட்டங்களுக்கு மத்திய அரசு கஞ்சத்தனத்துடன் ஒதுக்கீடு செய்தது. இரண்டிற்கும் ஒதுக்கீட்டு அதிகரிப்பின் அளவு 10 சதவீதத்திற்குச் சற்றே அதிகம். மத்திய அரசு இவ்வாறு விருப்பமற்று இருந்தது; வறுமைக்கோட்டிற்கு கீழிருக்கும் மக்களுக்கு அளிப்பதற்கு,

அவர்களுக்கு உரிமையுள்ள உணவு தானிய ஒதுக்கீட்டை மத்திய அரசிடம் இருந்து மாநில அரசுகள் எடுக்கவில்லை. அவற்றின் திறமையற்றத் தன்மை வெளிப்பட்டதில் ஆச்சரியம் ஏதுமில்லை. பிரச்சினையின் பெரும்பகுதி கிராமப்புற வேலைகளுக்கு எவ்வளவு அதிகமாகச் செலவிடப்படுகிறது என்பதில் இருக்கிறது; எனினும், முக்கியப் பிரச்சினையாக அந்தத் திட்டங்கள் மோசமாகச் செயல்படுத்தப்படுவது இருக்கிறது; அத்துடன் வளர்ச்சிப் பணி நிர்வாகம் பொறுப்புணர்வுடன் வெளிப்படையாகச் செயல்படாத நிலையும் நீடிக்கிறது.

ராஜஸ்தானில் நிலவும் தற்போதைய பற்றாக்குறை நிலைமை களைப் பார்க்கையில், கிராமப்புறப் பணிகளுக்காக பல ஆண்டுகளாக 'பட்ஜெட்டில் நிதி' ஒதுக்கப்பட்டும் அந்த மக்களுக்குப் பயனேதும் இல்லை என்பது விரும்பத்தகாத யதார்த்தமாக இருக்கிறது. ஆனால், ஒப்பந்தக்காரர்கள், இடைத்தரகர்கள், நிலப்பிரபுக்கள் போன்ற ஆதிக்கம் செலுத்தும் கூட்டங்களைச் செழிப்படைய வைத்திருக் கிறது. இது குறித்து ஆதாரப்பூர்வமாகச் சங்கதன் பேசியது. அதுபோல், NCPRI தொடர்ந்து கவனம் செலுத்தும் மற்றொரு விஷயமாக கிராமப்புற ஏழைகளுக்கு நியாயமான உரிமைகள் மறுக்கப்படுவது இருக்கிறது.[214]

24

ஜானவாதிற்குப் பின்: ராஜஸ்தான் அரசின் எதிர்வினை

ஜானவாத் பொது விசாரணை ராஜஸ்தானில் ஒரு திருப்புமுனை; ஆர்டிஐ இயக்கத்திற்கு மட்டுமல்ல, அரசாங்கத்திற்கும். மாநில அரசின் மெத்தனப்போக்கை அது உலுக்கியது. தவறான நிர்வாகத்தையும், மோசடியையும் வெட்கக்கேடான ஊழலையும் வெளிச்சத்திற்குக் கொண்டு வந்தது. அவற்றை நிரூபிக்கவும் செய்தது. இது குறித்து ஆராய்ந்து நடவடிக்கை எடுக்கவேண்டிய கட்டாயம் அரசாங்கத்திற்கு ஏற்பட்டது. ஜானவாதின் ஊராட்சிகளுக்குச் சரிவிகிதமற்ற முறையில் செய்யப்பட்ட ஒதுக்கீடுகள் குறித்தும் மேற்பார்வை செய்ததில் இருந்த அலட்சியம் பற்றியும் மாவட்ட மற்றும் மாநில நிர்வாகங்களை நோக்கிச் சங்கடமான கேள்விகள் முன்வைக்கப்பட்டன. இப்படிப்பட்ட நிதி மோசடி ஒன்றைச் செய்துவிட்டு சர்பஞ்ச் தப்பிக்க முடியும் என்பதை நினைத்துப்பார்க்கவே முடியவில்லை. ஜானவாத் பொது விசாரணை யில் பிரபலமான முக்கிய மனிதர்கள் கலந்து கொண்டபோது ஆட்சியரும், காவல்துறை கண்காணிப்பாளரும் கலந்து கொள்ளவில்லை; இச்செயல் அவர்கள் மீது மட்டுமல்ல, மாநில அரசாங்கத்தின் மீதும் கேள்விகளை எழுப்பியது. நிர்வாகத்தின் ஒட்டுமொத்த முறைகேடுகளையும் ஊழலையும் கண்டுகொள்ளாமல் அவற்றை மறைக்கச் செய்த முயற்சியே அது.

ராஜ்சமந்த் மாவட்டத்தின் கும்பல் கார்க் வட்டாரத்திலிருக்கும் முப்பத்தேழு ஊராட்சிகளில் ஜானவாதும் ஒன்று. எனினும் அந்த வட்டாரத்திற்கு அல்லது பஞ்சாயத்துச் சமிதிக்கான பட்ஜெட் ஒதுக்கீட்டில் மூன்றில் ஒரு பங்கு ஜானவாதிற்குக் கிடைத்தது. மாவட்ட அதிகாரிகளும், மாநில அரசும் இதைப் பற்றி அறியாதவர்களாக அல்லது அதற்கு உறுதுணையாகவோ இருந்தனர். எப்படியிருப்பினும், இந்தச் செயல் பொதுப் பணத்தைத் திட்டமிட்டுத் தவறாகப் பயன்படுத்தியதே.

பொது விசாரணையிலிருந்து பொதுத் தணிக்கை நோக்கி

ராஜஸ்தான் அரசுக்கு பொது விசாரணையின் கண்டறிதல்களைக் கணக்கில் எடுத்துக்கொள்வதைத் தவிர்த்து வேறு வழியில்லை. வழக்கத்திற்கு மாறான தணிக்கைச் செயல்முறைகள் மூலம் மோசடிகள் உண்மை என்று நிரூபிக்கப்பட்டன, சரிபார்க்கப்பட்டன. ஒவ்வொரு கல்லாக வைத்துக் கட்டப்படுவதுபோல் ஒவ்வொரு நிகழ்வாக வாதம் முன்வைக்கப்பட்டது. வரிசையாக வெளிப்படுத்தப்பட்ட விஷயங்களிலிருந்த தர்க்கத்தையும் உண்மையையும் வழக்கமான போலி வாதங்களாலும் கட்டுக்கதைகளாலும் மறுப்பது சாத்தியமற்றது. போலி ஆவணங்களும் பதிவேடுகளும் பொது ஆய்வில் செல்லுபடியாகாது என்பதை அதிகாரப்பூர்வமாக வெளியான தரவுகள் உறுதியாக நிரூபித்தன. ஆதாரப்பூர்வமான நிரூபணங்களில் இருந்த நியாயமும், உறுதித்தன்மையும் ஊழல் செயல்பாடுகளுக்கு இடையில் இருந்த உறவைத் துடைத்தெறிந்தன.

அரசே பொது விசாரணைகள் நடத்தலாம் என்று அரசாங்கம் முடிவு செய்தது; நிர்வாகத்தைக் கண்காணிப்பதிலும் அதைப் பொறுப்புடன் நடந்துகொள்ள வைப்பதிலும் குடிமக்களுக்கும் அரசாங்கத்திற்கும் இடையில் இணைவும் ஒத்துழைப்பும் தேவை எனும் கருத்தை ராஜஸ்தான் அரசாங்கம் ஏற்றுக்கொண்டது. ஒவ்வொரு பஞ்சாயத்துச் சமிதியிலும் அதிகமாகச் செலவு செய்யும் ஊராட்சி, பொது விசாரணையை/தணிக்கையை ஏற்பாடு செய்யும் என்று மாநில அரசு உத்தரவு பிறப்பித்தது. எதிர்பார்த்ததுபோல், ஊழல் நிறைந்த நிர்வாகமும் நபர்களும் அச்சத்துடனும், அவநம்பிக்கையுடனும் இதை ஏற்றுக்கொண்டனர்.

அப்பட்டமான அதிகாரத் துஷ்பிரயோகம் குறித்து விவாதித்துத் தீர்வு காண்பதில் பொதுத் தணிக்கை முறைக்கு இருக்கும் அதிகாரத்தையும், அது ஏற்கப்பட்டதையும் ஜன் சுன்வாய்கள் எடுத்துக்காட்டின. NCPRI உடன் இணைந்து பல துறைகளையும் சார்ந்த புகழ்பெற்ற இந்தியர்களை விசாரணைக்குழு

உறுப்பினர்களாக அவர்கள் அழைத்து வந்தனர். மக்களது பங்கேற்பின் வலிமையால் ஊழலை எதிர்த்துப் போரிடவும், முறைப்படியான சீர்திருத்தத்தை வடிவமைக்கவும் அதன்மூலம் நிர்வாகத்தில் தாக்கத்தை ஏற்படுத்தவும் முடியும் என்பதை அவை வெளிப்படுத்தின.

அரசாங்கம் வெளியிட்டிருக்கும் வறுமைக் கோட்டிற்குக் கீழிருப்போர் பட்டியலைக் கொடுக்க பீம் நகரத்தின் வட்டார வளர்ச்சி அதிகாரி மிகவும் பயந்துபோன நிகழ்வு சங்கதனின் ஆரம்ப நாட்களிலிருந்தே சொல்லப்பட்டு வருகிறது. வருகைப் பதிவேடுகள் மறைந்துபோகிற புதிரும் நிச்சயமாக புனையப்பட்ட கதைதான் என்பதும் மறுக்கமுடியாமல் நிரூபிக்கப்பட்டது. அவற்றை ஆடுகள் தின்றுவிட்டன அல்லது காற்றில் அடித்துச் செல்லப்பட்டன என்பதுபோல் அற்புதமான கதைகள் தொடர்ந்து சொல்லப்பட்டன. நிதியை எப்படிக் கையாடல் செய்கிறார்கள் என்பது குறித்து உள்ளூர் மக்கள் திரும்பத்திரும்ப கூறிய செய்திகள் இப்போது நிரூபிக்கப்பட்டுவிட்டன.

இந்த விசாரணைகள் குறிப்பிடத்தக்கவை. செயல் முனைப்பற்ற கூட்டுச் சதியிலிருந்து, வெளிப்படையான பங்கேற்பிற்கு அமைப்பை முன்னகர்த்தின. நிர்வாகத் தரப்பைப் பொறுப்புடன் நடத்திச் செல்வதற்கு பொதுத் தணிக்கை முக்கியமான வழிமுறையாகியது; அதற்கு உரிய அங்கீகாரமும் மதிப்பும் கொடுக்கப்பட வேண்டும்; நிர்வாக அமைப்பில் இடம் கொடுக்கப்பட வேண்டும். ஊழலைத் தடுக்கும் முக்கிய மான முதல்படியாக வெளிப்படைத்தன்மை அங்கீகரிக்கப் பட்டது. அதனுடன், இப்போது வளர்ந்துவரும் சமூகத் தணிக்கை நடைமுறை, பொறுப்புணர்வை நிறுவும் வழிமுறையாக ஏற்றுக் கொள்ளப்பட்டது.

ஜானவாதில் நடந்த ஜன் சுன்வாயைத் தொடர்ந்து ராஜஸ்தான் அரசு தொடர்ச்சியாக அரசாங்கத் தணிக்கை நடவடிக்கைகளை மேற்கொண்டது; மக்கள் அளித்த வாக்கு மூலங்கள் மற்றும் நேரடியான சரிபார்ப்பின் காரணமாகப் பெருமளவிலான போலி சொத்துக்கள் கண்டறியப்பட்டன; போலி உரிமைகோரல்களும் உடைத்தெறியப்பட்டன. தகவல், சக்தி மிக்கது என்ற அனுமானம் வெல்லமுடியாததாக இன்னமும் இருக்கிறது; பொதுமக்கள் உரையாடலின் பகுதியாக ஏற்கப்பட்டது. ஊழலுக்கும் வறுமைக்கும் இடையிலான உறவையும், அதை நீடிக்கச் செய்யும் நிர்வாக அமைப்பில் நிலவும் ஊழல் நிறைந்த ஒடுக்குமுறைச் செயல்பாடுகளையும், வெளிப்படைத்தன்மை இல்லாமல் உடைக்க முடியாது.

அறிந்து கொள்வதற்கான மக்கள் உரிமை. இந்திய அரசியலமைப்பு சட்டத்தின் 19ஆவது பிரிவிலிருந்து பெறப் பட்டது. இத்தகைய மோசடிகளை அம்பலப்படுத்தவும், வாழ்க்கையையும் எதிர்காலத்தையும் மக்கள் தம் கட்டுப்பாட்டில் வைத்துக்கொள்ளவும் அவர்களின் உறுதிக்கு வலிமை சேர்க்கவும் அவசியமான முன்நிபந்தனையாக சட்டப்பூர்வமான உரிமை இருக்கிறது. ஊழல் நிறைந்த அரசாங்கத்திற்குள் மக்கள் சேவை அமைப்பை 'மேம்படுத்திச் சீர்திருத்த' இதுவரையிலும் மேற்கொண்ட முயற்சிகள் பெரிய அளவில் தோல்வியடைந்து விட்டன. அதிகமாகச் சொல்லப்போனால், நிர்வாகத்திற்குள் 'நல்ல அரசு ஊழியர்கள்' சிலர் இருக்கிறார்கள் என்ற விருப்பப் பட்டியல் தான் எஞ்சியது. நடைமுறைகள் வெளிப்படையாக வும் பொறுப்புணர்வுடன், பயனாளிகளின் மேற்பார்வையில் நடப்பதை உறுதிசெய்வது இதற்கான ஒரே தீர்வாக இருக்கும். ஜனநாயக வாக்குறுதிகளான அடிப்படைச் சேவைகள் முறையாக விநியோகிக்கப்படுவதை இது மட்டுமே உறுதி செய்யும்.

இந்தப் பஞ்சாயத்து எங்களுடையது
யார் அப்பனுடையதும் அல்ல
இந்தப் பைசா எங்களுடையது
யார் அப்பனுடையதும் அல்ல

இந்த இரண்டு முழக்கங்களும் மக்களுக்கு விடுக்கப்பட்ட அறைகூவலாக அமைந்தன. ஜனநாயக நிறுவனங்களையும் அரசையும் ஊழலிலிருந்து மீட்டெடுப்பதற்கான அறைகூவல் அது. அரசியல் பிரதிநிதிகளின், அதிகாரிகளின் ஒருதலைப்பட்ச மான, தன்னிச்சையான கட்டுப்பாட்டிலிருந்தும் அவற்றை விடுவிக்க வேண்டும். அரசாங்கம் நடத்தும் இந்த விசாரணை களில் கலந்துகொண்டு செயல்முறையில் பங்கேற்கச் சங்கதனுக்கு அழைப்பு வந்தது. சரியாகச் செயல்படாத அமைப்பிலிருந்து சாத்தியமானதை மீட்டெடுக்கவும் கண்காணிக்கவும் அந்த அழைப்பைச் சங்கதன் ஏற்றுக்கொண்டது.

'விவரங்களில் உறையும் சாத்தான்', மக்களின் தொடர்ச்சி யான சரிபார்ப்பை வேண்டியது. தகவல்களை முன்வைக்கவும் ஆய்வு செய்வதற்கும் தேவையான மேடைகளை ஏற்பாடு செய்வதை அரசாங்கத்தின் கடமையாக்கியது. ஆய்வு செய்து சரிபார்ப்பதற்கான கருவிகள் தொடர்ந்து தீட்டப்பட வேண்டும்; பொருத்தமானவையாக மாற்றியமைக்கப்பட வேண்டும் என்பதைச் சரிபார்ப்பு கோருகிறது. அதாவது, போராட்டமும் ஆதரவு தேடுவதும், அமல்படுத்தலையும் மக்களுக்கான சேவைகள்

வழங்கும் முறைகளையும் சரிபார்க்க தர்க்க ரீதியாக இட்டுச் சென்றன.

நிதர்சன உண்மையும் பொது விசாரணைகளும்

அரசாங்கம் ஒருங்கிணைத்த தொடர்ச்சியான பொது விசாரணைகள் / தணிக்கைகளின்போது வெளிப்பட்ட நிகழ்வுகளை நினைவுகூர்வதற்கு உள்ளூர் ஊடகங்களில் வெளியான பத்திரிகைச் செய்திகளை இந்தக் காலவரிசைப் பதிவு குறிப்பிட விழைகிறது.

> அரசாங்கம் பல பொது விசாரணைகளை ஏற்பாடு செய்தது; அதில் எட்டு விசாரணைகளில் சங்கதன் பங்கேற்றது. அவை, 16-02-2002 அன்று ரிச்சுடு கிராமப் பஞ்சாயத்து (கும்பல்கார்க் பஞ்சாயத்துச் சமிதி, ராஜ்சமந்த் மாவட்டம்), 18-02-2002 அன்று பனோடியா ஊராட்சி (ரயில்மக்ரா கிராமப் பஞ்சாயத்து), 20-02-2002 அன்று லசானி ஊராட்சி (தியோகார் பஞ்சாயத்துச் சமிதி), பிப்ரவரி 25-02-2002 அன்று ஜலோன் கி மதார் ஊராட்சி (கம்னோர் பஞ்சாயத்துச் சமிதி), 26-02-2002 அன்று ஃபராரா ஊராட்சி (ராஜ்சமந்த் பஞ்சாயத்துச் சமிதி), 27-02-2002 பாகானா ஊராட்சி (பீம் பஞ்சாயத்துச் சமிதி) ஆகியன. பிப்ரவரி 24இல் பகோர் ஊராட்சியிலும் (மண்டல் பஞ்சாயத்துச் சமிதி, பில்வாரா), மார்ச் 4இல் பஞ்சு ஊராட்சியில் (நோகா பஞ்சாயத்துச் சமிதி, பிகானீர்) விசாரணைகள் ஏற்பாடு செய்யப்பட்டன.[215]

விசாரணைகள்: விவரங்களில் உறையும் சாத்தானும் ஒப்புதல் உருவாக்கமும்

ஜன் சுன்வாயின் தரம் உள்ளூர் நிர்வாகத்தின் பண்புகளால் வரையறுக்கப்படுகிறது. ரிச்சுடு ஜன் சுன்வாய் 16-02-2002 அன்று நடைபெற்றது. அது நன்றாகவே நடந்தது. வழக்கமான மெத்தனமும் விரோதமும் வெளிப்படையாகத் தெரியவில்லை. ஆதலால், வட்டார வளர்ச்சி அதிகாரி மிகவும் உற்சாகத்துடன் கலந்துகொண்டார். பயனாளிக் குழுக்களுடன் முன்னதாக இணைந்து வேலைசெய்தது, தகவல்களைப் பரப்பியது என்ற முறையில் விசாரணையின் பொதுச்சூழலுக்குச் சங்கதன் பங்களித்தது. முறைகேடுகள் பற்றிய விவரங்களைப் பயனாளிகள் அறிந்திருந்தனர். பங்கேற்பதற்கும் விஷயங்கள் குறித்து முறையாகப் பேசுவதற்கும் இது ஊக்கமளித்தது.

ஊழல் குறித்த சங்கதனின் பிரபலமான பாடல்களில் ஒன்று 'சோரிவாடோ கானோ ஹோக்யோ ரே, கொய்தோ

முண்டே போலோ' (திருட்டும் ஊழலும் பெருகிவிட்டன; யாராவது முகத்திற்கு நேராகப் பேசுங்கள்). இந்தப் பாடலைச் சங்கர் அடிக்கடிப் பாடுவார்; கழிவறைகள், சாலைகள், மணல், சிமெண்ட் ஆகியவற்றை விழுங்கும் பேராசைக்காரர்களின் பெரும் பசியையும் முரண்பாட்டையும் அந்த வரிகள் விளக்குகின்றன. 'பின் வேறெங்கு அவை சென்றிருக்கும்; அவற்றை எங்கும் பார்க்கமுடியவில்லையே?' இந்தப் பட்டியலில் ரிச்சுடு விசாரணை மற்றொரு சாத்தியமற்ற விஷயத்தையும் சேர்த்தது. தண்ணீர் இறைக்கும் எஞ்சின். அங்கு அந்த சர்பஞ்ச் எஞ்சினை விழுங்கிவிட்டார்; அது காகிதத்தில் மட்டுமே இருந்தது.

வெளிப்பட்டுக்கொண்டிருக்கும் ஏமாற்றுதல், திருடுதல், மோசடி செய்தல் குறித்த சோகமான கதைகள் இரக்கமற்றவை, மனவேதனை தருபவை. ஆனால், விசித்திரமாக, இந்தக் கதைகளை விவரிப்பதால் ஏற்படும் அவலம் 'சோகம் நிரம்பிய நகைச்சுவை'யையும் முரணையும் உள்ளே கொண்டு வருகிறது; இவை பெரும்பாலும் ஏழைகள் தம் உணர்வுகளை வெளிப்படுத்தவும், விமர்சிக்கவும் பயன்படுத்தும் வலிமையான கருவிகளாக, இருக்கின்றன. அவர்களது உணர்வுகளுக்கு ஒருவித வடிகாலாகவும் அமைகின்றன.

ஊராட்சிகளுக்கு அளவுக்கதிகமான நிதி ஒதுக்கீடு எவ்வளவு ஆபத்தானது என்பதை ஜானவாத் எடுத்துக்காட்டியது. ஊழல் மற்றும் ஊழல் நடைமுறைகளைப் புரிந்துகொள்வதில், இந்த ஜன் சுன்வாய்கள் மேலும் விவரங்களைச் சேர்த்தன. எடுத்துக்காட்டாக, கணக்கில் காட்டமுடியாத மோசடிகளையும் ஊழலையும் தூண்டியவர்கள் ஒப்பந்தக்காரர்கள்தான் என்பதை அவை வலியுறுத்தின. விதிகள் அனுமதிக்கவில்லை என்றாலும், தண்டனைகள் இன்றி ஏமாற்றவும் மோசடி செய்யவும் தேவையான அதிகாரத்தை, அரசாங்கத்திற்கு வெளியில் இருக்கும் ஒரு நிறுவனத்திற்கு நிர்வாகம் மாற்றியது. எனவே வழக்கமான மேற்பார்வைக்குள் அவை வரமாட்டா. ஊழல் நடைமுறைகளின் ஒற்றைச் சாளரமாக ஒப்பந்ததாரர் இருக்கிறார்; உறவிலிருக்கும் அரசியல்வாதிகளும் அதிகாரிகளும் அவரை மிக எளிதாக தம் கட்டுப்பாட்டில் வைத்துக்கொள்கிறார்கள். இதில் முரண் என்னவென்றால், பொது விசாரணையின்போது ஒப்பந்தங்கள் அவருக்கு (நேர்மையற்ற முறையில்) எப்படிக் கிடைத்தன என்ற கதையைப் பெரும்பாலும் ஒப்பந்தக்காரரே கட்டாயமாக விவரிக்க வேண்டிய சூழல் ஏற்பட்டது!

பனோடியா ஜன் சுன்வாய் 18–02–2002 அன்று ராஜ்சமந்த் மாவட்டத்தின் ரயில்மக்ரா பஞ்சாயத்துச் சமிதியில் நடைபெற்றது.

அந்த ஊராட்சி, 42 வளர்ச்சிப் பணிகளில் ரூ. 28,53,084 செலவு செய்திருந்தது.

ஊராட்சிப் பணிகளை ஒப்பந்தத்தில் விடக்கூடாது என்பதற்குத் தெளிவான அரசு உத்தரவுகள் இருந்தன. உள்ளூர் ஒப்பந்ததாரருக்குப் பணிகளை விடுவதன் மூலம், சட்டவிரோதச் செயல்களிலும், புத்திசாலித்தனமான கையாடல்களிலும், ஊழலிலும் ஊராட்சி தன்னை ஈடுபடுத்திக் கொள்கிறது. பணிகளை ஊராட்சி நிர்வகிக்கும்போது, அந்தத் தொழிலாளி குறைந்தபட்ச ஊதியம் கோரும் உரிமை இருக்கிறது. அதை வழங்கவேண்டிய கடமை அரசாங்கத்திற்கு உள்ளது. ஆனால், ஒப்பந்ததாரர் மூலம் பணியைச் செயல்படுத்தும்போது, முதலில் அவர் குறைந்தபட்ச ஊதியம் அளிப்பதைத்தான் மீறுகிறார். ஏனெனில், தொழிலாளரை பணியமர்த்தும் அவர், வேண்டாம் எனில் வெளியில் அனுப்பமுடியும். இதனால். வேலையின் தரமும் பாதிக்கப்படுகிறது; தரமற்ற பொருட்கள் பயன்படுத்தப்படுவதும், அதிகமாக பில் செய்யப்படுவதும் நடக்கின்றன. பெரும்பாலும் மோசமான நிலைக்கு வழிவகுக்கிறது; ஒட்டுமொத்தக் கிராமத்தையும் பாதிக்கிறது.

ஏழைகளுக்கு ஆதரவான கொள்கைகளைப் பயனற்றதாக்க ஊழல் ஒரு காரணமாகப் பயன்படுகிறது. ஆனால், ஊழலால் பயனடைபவர்கள் உண்மையில், சமூகத்தின் உண்மையான ஒட்டுண்ணிகளான இடைத்தரகர்கள்தாம். அவர்கள் மிக எளிதாக மற்ற சுரண்டல் வழிமுறைகளுக்கு மாறிவிடுகிறார்கள். வறுமை ஒழிப்புத் திட்டங்களை இடையில் நிறுத்துவதால் பாதிக்கப்படுபவர்கள் மக்கள்தாம். செய்யாத குற்றங்களுக்காகப் பலன்கள் மறுக்கப்பட்டு அவர்கள் தண்டிக்கப்படுகிறார்கள்.

லசானி ஜன் சுன்வாய், 20-02-2002 அன்று நடைபெற்றது. லசானி, ராஜ்சமந்த் மாவட்டத்தின் தியோகர் பஞ்சாயத்து சமிதியின் உள்ள ஊராட்சி. ஜன் சுன்வாய்க்கு முந்தைய ஐந்து ஆண்டுகளில், 70 வளர்ச்சிப் பணிகளுக்கு 39 லட்சம் ரூபாய்க்கு மேல் செலவு செய்யப்பட்டிருந்தது. பொது விசாரணையின்போது பல்வேறு முறைகேடுகள் வெளியில் வந்தன. வழக்கம்போல், பெரும்பாலான வேலைகள் ஒப்பந்தத்திற்கு விடப்பட்டிருந்தன. அத்துடன், ஏழைகளுக்காகத் தொடங்கப்பட்ட இந்தப் பணிகளில் அவர்களுக்கு ஊதியத்தில் எந்தப் பலனும் கிடைக்கவில்லை. 'உஜாலா சாடி'யில் வெளியான அறிக்கை இவ்வாறு கூறுகிறது:

பொது விசாரணையின்போது, வட்டார வளர்ச்சி அதிகாரி ஒரு தடையாக இருந்தார்; வாக்குமூலம் அளிக்க விடாமல் மக்களைத் தடுக்க முயன்றார். அவரது

குறுக்கீடுகள் மக்களின் கோபத்தைக் கிளறின. மாவட்ட ஆட்சியர் குஞ்சிலால் மீனாவும் விசாரணையில் கலந்து கொண்டிருந்தார். அவர் இருக்கும்போதே ஊழல் அதிகாரிகளை வட்டார வளர்ச்சி அதிகாரி பாதுகாக்க முயன்றார். ஆனால், சர்பஞ்சோ, கிராமப் பஞ்சாயத்தோ இதற்கு ஆதரவாக இருக்கவில்லை.

இந்த ஜன் சுன்வாயின் சுவாரஸ்யமான அம்சமாக ஒரு முன்னாள் சர்பஞ்ச் முன்வைத்த ஒரு ஃபோர்ஜரி குற்றச்சாட்டு இருந்தது. அதனால் சிறிது பரபரப்பு ஏற்பட்டது. ஆனால், அவரது கையெழுத்து ஆவணங் களுடன் பொருந்தியதால் இது தள்ளுபடி செய்யப்பட்டது. தனது தோல்விகளையும், பாரபட்சமான செயல்களையும் நிர்வாகம் எப்போதும் மூடிமறைக்கவே முயல்கிறது. ஊழல் நடைமுறைக்கு மூத்த அதிகாரியான ஒரு டிவிஷனல் கமிஷனர் ஆதரவுக்குரல் எழுப்பியது ஆச்சரிய மாக இருந்தது. 'ஒப்பந்த முறையையும்' தொழிலாளர்–மூலப்பொருள் விகிதத்தையும் (பட்ஜெட் ஒதுக்கீடுகளில் 60 சதவீதம் தொழிலாளிக்கும் 40 சதவீதம் மூலப்பொருளுக்கும்) அவர் நியாயப்படுத்த முயன்றார்.[216]

பகாவூர்

ஒவ்வொரு ஊராட்சியிலும், கொத்தனார்களுக்குச் சந்தையில் சொல்லப்படும் ஊதியத்திற்கும், அனுமதிக்கப்படும் ஊதியத்திற்கும் இடையில் முரண்பாடு இருக்கிறது; அத்துடன் காலாவதியான ஊதிய விகிதங்கள் திருத்தி அமைக்கப்படாததும் ஊழலை நியாயப்படுத்துகிறது. ஊதியம் அளிப்பதில் ஏற்படும் பற்றாக்குறையைச் சமாளிக்க ஒவ்வொரு பஞ்சாயத்தும் பொய்யான வருகைப் பதிவேடுகளை அல்லது மிகைப்படுத்தப்பட்ட பில்களை வைத்திருக்கின்றன. நிர்வாகத்தின் ஆசீர்வாதத்துடன் இந்தப் பொய்யான கணக்குகள் ஊழலை ஆதரித்தன. நிர்வாகம் ஊழலை எதிர்க்க வேண்டுமானால், பொதுத்துறை வேலைகளில் அரசாங்கத்தின் ஊதிய விகிதங்களும், ஊதியப் பட்டுவாடா முறைகளும் சீரமைக்கப்பட வேண்டும் என்று சங்கதன் வாதிட்டது.

ஜலோன் கி மதார் (ராஜ்சமந்த் மாவட்டத்தின் கம்னூர் பஞ்சாயத்துச் சமிதி) ஜன் சுன்வாய் 25–02–2002 அன்று திட்டமிடப்பட்ட இடையூறுகளுடன் நடைபெற்றது. சலசலப்புக்கு மத்தியில், வட்டார வளர்ச்சி அதிகாரி 77 வளர்ச்சிப் பணிகளின் விவரங்கள் அனைத்தையும் படித்தார். அவை சரியானவை என்று உறுதி கூறினார். மக்களும் பேசுவதற்கு மிகவும் பயந்தனர்; சங்கதன் மட்டுமே அதனுடைய கண்டுபிடிப்புகளை முன்வைத்தது.

ஊழலை மறைப்பதற்காக, ரவுடிகளைப் போல் அவர்கள் நடந்துகொண்டனர். மிரட்டல் உத்திகளையும் பயன்படுத்தினர்!

சர்பஞ்சுகளின் அச்சுறுத்தல்கள்!

காலு (த/பெ டேகா) என்ற பழங்குடியினச் சிறுவன், வருகைப் பதிவேடுகளில் தனது பெயர் மோசடியாக எழுதப்பட்டு, ரூ. 7,000 கையாடல் செய்யப்பட்டுள்ளது என்றும் கூறினான். அதனால், கூச்சலும் எதிர்ப்பும் எழுந்தது. தாழ்த்தப்பட்ட பழங்குடியினத்தைச் சேர்ந்த ஏழைக்கு பேசுவதற்குத் துணிவு இருக்கிறதா என்று உயர் சாதியினரும் வசதி படைத்தவர்களும் கோபம் கொண்டனர்.

'உஜாலா சாடி' விரிவான செய்தியாக இதை வெளியிட்டது:

உண்மையைத் துணிந்து பேசிய அவனை மாவட்ட ஊரக வளர்ச்சிக் கவுன்சிலின் திட்ட இயக்குநர் ரோஹித் குமார் முன்னிலையில், ஐந்தாறு பேர் கேவலமாகப் பேசினர்; அத்துடன், அவனை அப்புறம் பார்த்துக் கொள்கிறோம் என்றும் மிரட்டினர். ஜலோன் கி மதார் ஊராட்சியில் ஏற்பாடு செய்யப்பட்ட விசாரணையில் பெரும் அமளி நடந்தது. நாற்பத்தொரு ஊராட்சி களின் சர்பஞ்சுகள் அங்கு கூடியிருந்தனர்; மக்களைப் பேசவிடாமல் தடுக்க முயன்றனர்.

கிராமப்புற வளர்ச்சித்துறையின் அமைச்சர் சி.பி. ஜோஷி, நிலைமையைக் கட்டுக்குள் கொண்டுவர, தனது அதிகாரத்தைப் பயன்படுத்த வேண்டியிருந்தது. அவர், "நீங்கள் விரும்பினாலும் விரும்பாவிட்டாலும், இந்த விசாரணை நிச்சயம் நடக்கும். இதனால் யாருக்கேனும் சிரமம் ஏற்படும் என்றால், அவர்கள் இதிலிருந்து விலகிக்கொள்ளும் சுதந்திரம் உண்டு, ஆனால், (வளர்ச்சிப் பணி செலவுகள் மீதான) இந்தச் சமூகத் தணிக்கை நிச்சயமாக நடக்கும்; இதை இப்போது நிறுத்தும் சாத்தியமில்லை' என்றார்.

ஆய்வுக்கு எடுக்கப்பட்ட காலகட்டத்தில், ஊராட்சியில் 77 பணிகள் நடந்துள்ளன; ரூ. 86,05,464 செலவிடப் பட்டுள்ளது. இந்த ஊராட்சியில் 22 ஆண்டுகள் சர்பஞ்சாக இருந்தவர் மங்கிலால். அவரை எதிர்ப்பது இருக்கட்டும் அவருக்கு எதிராகப் பேசுவதற்கும் மக்கள் பயப்படுவார்கள். இந்த ஊராட்சியின் மக்கட்தொகையில் குறைந்தது பாதிப் பேர் பழங்குடியினர். அவர்கள் மிகவும் ஒடுக்கப்பட்ட சமூகங்களிலிருந்து வந்தவர்கள்; தங்கள் உரிமைகளைப்

பற்றி அறியாதவர்கள்; ஏதாவது பேசினால் பழிவாங்கப்படு வோம் என்று அஞ்சுபவர்கள்.[217]

ஃபரார பொது விசாரணை

ராஜ்சமந்த் மாவட்டத்தில் ராஜ்சமந்த் பஞ்சாயத்துச் சமிதியில் ஃபரார ஊராட்சி உள்ளது. இங்கு ஜன் சுன்வாய் 26–02–2002 அன்று நடைபெற்றது. சங்கதன் கலந்துகொண்ட ஊராட்சிகளில், மறைமுக அச்சுறுத்தல்களையும் மிரட்டல் களையும் இந்தப் பஞ்சாயத்தில் எதிர்கொண்டது என்பதைக் குறிப்பிட்டுச் சொல்ல வேண்டும்.

இந்தப் பஞ்சாயத்து பல ஆண்டுகளாக நிலப்பிரபுத்துவ ஆதிக்கத்திலிருக்கிறது. நிர்வாகத்துக்கு உதவியாக அங்குச் சென்றிருந்த சங்கதன் குழுவினருக்கு, முதலில் எந்தத் தகவலும் வழங்கப்படவில்லை. மேலதிகாரிகளின் உத்தரவுகளுக்குப் பின் தகவல்கள் கொடுக்கப்பட்டன. சட்டம். ஒழுங்கு சீர்குலைந்து விடும்: அந்தத் தகவல்கள் பரவினால் பதிவேடுகளை அழிப்பது அல்லது சூறையாடுவது போன்றஅசம்பாவிதம் ஏதேனும் நடக்கும்; அதற்கு தாங்கள் பொறுப்பல்ல என்று பஞ்சாயத்து அச்சுறுத்தியது.

'உஜாலா சாடி'யில் வெளியான அறிக்கை:

> சர்பஞ்ச் பகதூர் சிங் ஒத்துழைக்கவில்லை. 'பஞ்சாயத்துப் பவனில் இடமில்லை. எனது உதவியாளரும் உங்களுக்கு உதவ வரமாட்டார். விசாரணை நடக்கும் அன்றுதான் அவர் வருவார்' என்று அவர் அறிவித்தார். அது எச்சரிக்கை. தகவல்களைப் பரப்பாதே; கிராமத்திலும் தங்காதே. தகவல்கள் அளிக்கப்படாத நிலையில், விசாரணையில் கலந்து கொள்வதில்லை என்று சங்கதன் முடிவு செய்தது. ஆனால், இரண்டு பார்வையாளர்களை அனுப்பியதுடன், விசாரணை முழுவதையும் வீடியோவில் பதிவு செய்தது.[218]

சீர்குலைவுத் தந்திரங்கள்

> விசாரணை நடைபெற்ற இடத்தில் நடவடிக்கை களை முடக்கவும், பேசுவதை வெளியில் கேட்காமல் செய்யவும் அதிக சப்தத்துடன் திரைப்படப் பாடல்கள் ஒலிபரப்பப்பட்டன; வளர்ச்சித் திட்டப் பணிகள் குறித்த விவரங்களை வட்டார வளர்ச்சி அதிகாரி படிக்கத் தொடங்கியதும், சில விவரங்கள் மீது ஆட்சேபனைகள் எழுந்தன. அந்தக் கேள்விகள், வேலையின் தரம் குறித்தும் மூலப்பொருள் தொடர்பாகவும் இருந்தன. சாலைப் பணி

ஒன்றைப் பற்றி விவாதம் நடந்தபோது, மோகன் சிங் வாக்குமூலம் அளித்தார்; அந்த சாலைப் பணியில் தான் வேலை செய்ததாகவும், ஆனால், என்றைக்குமே ஊதியம் பெறவில்லை என்றும் கூறினார். கையெழுத்து போலியாகப் போடப்பட்டு பணம் கையாடப்பட்டுள்ளது என்றார். அழுத்தம் தருவதற்குப் பாரம்பரியமாகப் பயன்படும் தந்திரத்தைச் சர்பஞ்ச் இங்கு பிரயோகித்தார்; உள்ளூர் தெய்வமான குண்டேஷ்வர் மகாதேவின் பெயரில் சத்தியம் செய்யச் சொன்னார்! மோகன் அப்படியே செய்தார்.[219]

பகானா ஜன் சுன்வாய் 27–02–2002 அன்று நடைபெற்றது. இந்த ஜன் சுன்வாயில் பெண்கள் அதிக எண்ணிக்கையில் கலந்துகொண்டனர். பங்கேற்றவர்களில் பாதிக்கும் மேல் அவர்களே. பந்தல் நிரம்பி வழிந்தது. விவரமாகப் பேசிய பெண்கள் வாக்குமூலங்களும் அளித்தனர். அடுத்ததை, சங்கதன் செய்யவேண்டி இருந்தது. பெண்கள் கலைந்து செல்லாமல் விசாரணை முழுவதும் ஏன் இருந்தனர்; தம் கவலைகளை வெளிப்படுத்தினர் என்பதை அது விளக்கியது.

விசாரணையின் போது, வளர்ச்சிப் பணிகள் குறித்த விவரங்களை ஊராட்சியின் இளநிலைப் பொறியாளர் வாசித்தார். ‘பீதகுடா ஹத்தாய்’ பணியின் தரம் தணிக்கை செய்யப்பட்டபோது, அப்பகுதியில் வசிப்பவர்கள் எதிர்ப்பு தெரிவித்தனர்; அந்த வேலை நடக்கவில்லை; பழைய ‘ஹதாயின்’ மீது சிமெண்ட் மட்டுமே போடப்பட்டது என்றனர். இளநிலைப் பொறியாளர் அவர்களை இடைமறித்துப் பேசினார்; ‘அந்த வேலை நடந்தது. நானே அதைப் பார்த்தேன்’ என்றார். மக்கள் அவருக்குச் சவால் விட்டனர்; வேலை நடந்திருந்தால், தொழிலாளர் பணியில் அமர்த்தப்பட்டிருப்பார்கள்; வருகைப் பதிவேட்டிலிருந்து அவர்களது பெயர்களைப் படிக்கும்படி கேட்டனர்! இறுதியில், அந்தப் பணி நடக்கவில்லை என்பதையும், வருகைப் பதிவேடு போலியாக எழுதப்பட்டதையும் பொறியாளர் ஒப்புக்கொள்ள வேண்டியதாயிற்று. நியாயமும் துணிவும் வென்றதற்கான நிரூபணம் அது. பொதுவெளியில் நடந்த மோதலில், மக்களின் அரசியல் புரிதலும், புத்திசாலித்தனமும் மேலோங்கி நின்றன.[220]

தாமதமான ஊதியப் பட்டுவாடா

ஊதியம் வழங்காமலிருப்பது ஏழைகளுக்கு எதிராக இழைக்கப்படும் குற்றம்; அவர்களது ஆரோக்கியத்தையும், வாழ்க்கையையும் வாழ்வாதாரத்தையும் அது பாதிக்கிறது. பாகனா

ஊராட்சியில், ஏறத்தாழ நான்கு ஆண்டுகளாகச் சில பணிகளுக்கு ஊதியம் வழங்கப்படாமல் உள்ளது. ஹனுமன் அணைக்கட்டு பணிக்கான ஊதியம் இன்னமும் வழங்கப்படவில்லை என்று பெண் தொழிலாளர்கள் ஆவேசமாகக் குரலெழுப்பினர். கனியனா என்ற இடத்திலிருக்கும் தொடக்கப்பள்ளியில் பணிபுரியும் தொழிலாளர்களுக்கும் சம்பளம் வழங்கப்படவில்லை. வீரம்குடா பள்ளியில் அறை ஒன்றைக் கட்டிய லாலு ராமுக்கு இன்னமும் ஊதியம் அளிக்கப்படவில்லை.

மிகவும் பின்தங்கியவர்களுக்கு உணவு வழங்கும் அன்னபூரணா திட்டத்தில், பில் பழங்குடியினத்தைச் சேர்ந்த ஏழை மனாவின் பெயர் சேர்க்கப்பட்டது இந்த விசாரணையின் ஒரே நேர்மறையான அம்சம்.

பாஞ்சு ஜன் சுன்வாய் 04-03-2002 அன்று நடைபெற்றது. அந்த ஊராட்சியில் அனைத்தும் நன்றாகவே இருக்கிறது என்ற உறுதிமொழிகளின் மத்தியில் விசாரணை தொடங்கியது. 'எல்லாம் ஓகே!' எனினும், அத்தகைய அப்பட்டமான மூடிமறைக்கும் வேலைக்கு எதிராக, எல்லோர் மனத்திலும் கோபமும் அதிருப்தியும் கொதித்துக்கொண்டிருந்தன.

பிகானீர் மாவட்டத்தின் நோகா பஞ்சாயத்துச் சமிதியில் பாஞ்சு ஊராட்சி இருந்தது. விசாரணையில் கிராமத்தைச் சேர்ந்தவர்கள் அதிகம் பங்கேற்கவில்லை; தண்டிக்கப்படுவோம் அல்லது ஒதுக்கிவைக்கப்படுவோம் என்ற பயம். கிராம மக்களைக் காட்டிலும், வெளியாட்களும் காவல்துறையினரும் அதிகமாக இருந்தனர். பலத்த போலிஸ் பாதுகாப்புடன் விசாரணை நடந்தது.

அந்த மாவட்டத்தின் அனைத்துச் சர்பஞ்சுகளும் விசாரணைக்குத் தங்களது எதிர்ப்பைப் பதிவு செய்திருந்தனர். நோகா சர்பஞ்சிற்கு ஆதரவாக, ஊராட்சிக்கு வெளியிலிருந்து பல சர்பஞ்சுகள் வந்திருந்தனர். தணிக்கைச் செயல்முறையில் அரசு சாரா நிறுவனங்கள் ஈடுபடுவதை அவர்கள் எதிர்த்தனர்; தேவையான உழைப்பு மற்றும் மூலப்பொருள் விகிதத்தை (60:40) தக்கவைக்க வேறு வழியின்றி, பதிவேடுகளை மாற்றி எழுதுகிறோம், போலி வருகைப் பதிவேடுகள் எழுதுகிறோம் என்று அவர்கள் குற்றஞ்சாட்டினர். ஜன் சுன்வாயையும் பங்கேற்றிருக்கும் அமைப்புகளையும் தாராளமாக அவர்கள் சாபமிட்டனர்.

வட்டார வளர்ச்சி அதிகாரி ஹனுமன் சௌத்ரி ஊராட்சியில் நடந்த வளர்ச்சிப் பணிகள் குறித்த பதிவேடுகளைப் படித்தார். மாவட்ட ஊரக வளர்ச்சி கவுன்சிலின் திட்ட இயக்குநர் எம்.எல். கீன்ச்சியும் மாவட்ட கவுன்சில் உறுப்பினர் அசோக் யாதவும்

உடன் இருந்தனர். காணாமல் போன அளவைப் புத்தகங்கள் குறித்தும் போலி 'வருகைப் பதிவேடு'கள் பற்றியும் மீண்டும் மீண்டும் கேள்விகள் எழுப்பப்பட்டன; ஆனால், அவை மறுக்கப்படவோ அல்லது பதிலளிக்கப்படவோ இல்லை.

கோபத்துடனும் சீர்குலைக்கும் திட்டத்துடனும் அவர்கள் இருந்தனர்; எனினும், துணை இன்ஸ்பெக்டர் ஜெனரல் (ஊழல் தடுப்பு) மற்றும் கூடுதல் மாஜிஸ்ட்ரேட் (வளர்ச்சி) ஆகியோர் இதில் தலையிட்டதால், நோகா மற்றும் பிகானீரின் பிரதான்கள் முறைகேடுகள் நடந்ததை ஒப்புக்கொண்டனர். நடைமுறைக்கு ஒவ்வாத விதிகளைக் கடைப்பிடிக்க வேண்டியிருப்பதுதான் அதற்குக் காரணம் என்றனர். தொடர்ந்து இவ்வாறு மக்கள் பிரதிநிதிகள் பொறுப்பாக்கப்பட்டால், அரசாங்கத்தைப் பகிஷ்கரிப்போம் என்று அவர்கள் மிரட்டினர்.

ராஜ்சமந்தின் மாவட்ட ஆட்சியர் பொது விசாரணைகள் நடத்தும் குழுவிற்குப் பயிற்சி அளிக்குமாறு சங்கதனைக் கேட்டுக்கொண்டது ஒரு முரண்நகை. பொது விசாரணையின் முழு நடவடிக்கைகளிலும் (விசாரணைக்கு முன்னதான தயாரிப்புகள் தொடங்கி நிஜமான ஒருங்கிணைப்பு வரை) சங்கதன் ஈடுபட வேண்டும் என்று எதிர்பார்க்கப்பட்டது. ராஜ்சமந்த், பில்வாரா, அஜ்மீர் மற்றும் பிகானீர் மாவட்டங்களில் நடத்தப்படும் அனைத்து விசாரணைகளிலும் பங்கேற்பது என்று சங்கதன் முடிவு செய்திருந்தது.[221]

வளர்ச்சி என்ற பெயரில் ஊராட்சியில் நடப்பது என்ன என்று அவர்களுக்குத் தெரியவேண்டும் என்று உள்ளூரில் வசிப்பவர்கள் கோரினர். அது ஜனநாயக உரிமை. அறிந்து கொள்வதற்கான அவர்களது உரிமை மதிக்கப்பட வேண்டும்; விவரங்கள் அளிக்கப்பட்டன.

மிக அதிகச் செலவு செய்திருந்த ஊராட்சிகளில் நடத்தப் பட்ட தணிக்கைகள் கற்றுத் தந்த பாடங்கள், ராஜஸ்தான் அரசாங்கத்தின் சமூகம் மற்றும் பொதுமக்கள் சார்ந்த கொள்கையைப் பயனுள்ள வகையில் மாற்றின.

தண்டனையின்றித் தப்பிப்பது குறித்துக் கேள்வி கேட்பதையும், விவரங்கள் அறிந்த மக்களது பங்கேற்புடன் விசாரணை பொதுவெளியில் நடத்த வேண்டும் என்பதையும் இந்தப் பொது விசாரணைகள் வெளிப்படுத்தின, நிரூபித்தன. பணத்தைக் கையாடல் செய்ய உதவும் போலி 'வருகைப் பதிவேடு'கள், பொய்யான பதிவேடுகளும் மக்கள் அளிக்கும்

எளிய வாக்குமூலங்களால் எதிர்கொள்ளப்படும்போது நிச்சயம் தாக்குப்பிடிக்க முடியாது.

மக்களுக்கான சேவைகளை முறையாக வழங்க வேண்டும் என்ற கோரிக்கை; பட்டினி, வறுமை, வேலையின்மை, மோசமாக இயங்கும் பள்ளிகள் மற்றும் மருத்துவமனைகளுக்கு எதிரான போராட்டம்; நிர்வாக எந்திரம் தண்டனை ஏதுமின்றி தப்பிக்கும் இழிவான செயல்; இவை அனைத்திற்கும் தர்க்கரீதியான இயல்பான பின்விளைவாக வெளிப்படையான செயல்பாடு இருக்க வேண்டும் என்பதாகப் பிரச்சார இயக்கம் அமைந்தது. காலனியக் கால அதிகாரத்தின் நீட்சியாகவே இந்த நிர்வாகம் அதிகார அமைப்பில் நீடித்திருக்கிறது; சாதி அடிப்படையிலும், பாலினம் சார்ந்தும் அதிகாரம் செலுத்தும் பாரம்பரிய நிலப்பிரபுத்துவ அமைப்பாகவும் செயல்படுகிறது. இந்த இரண்டிற்கும் இடையில் நிர்வாகம் புத்திசாலித்தனமாக விளையாடியது.

ஊழலை ஒழிப்பதில் அரசாங்கத்தின் முறையான முயற்சி களில் ஒன்றாக மக்கள் தணிக்கை என்ற கருதுகோள் ‘சமூக தணிக்கை’ வடிவில் உள்வாங்கிக் கொள்ளப்பட்டது. முழுமை யான, உறுதியான இந்த முயற்சிகளில் இருந்துதான் அது தொடங்கியது. உருவான அழுத்தங்களால் மாநில அரசு ஆடிப்போனாலும், விடாமல் தொடர்ந்து முன்னேறியது. மக்களின் கோரிக்கைகளுக்கு இணங்குவதன் மூலம், அரசாங்கம் தனது அரசியல் உறுதியை வெளிப்படுத்தியது. தமது அதிகாரத்தைப் பொறுப்புடன் பயன்படுத்தும் ஜனநாயகச் செயல்முறையைப் புரிந்துகொள்வதில் கிராமத்தினரும் வளர்ச்சி பெற்றனர்.

வறுமை ஒழிப்புத் தொடர்பான திட்டங்களின் தீர்வுக்கு வெளிப்படைத்தன்மை மற்றும் பொறுப்புடைமை தேவை என்பதுடன் அவற்றைப் பகுத்தறிவுடன் அணுக வேண்டும் என்பதும் உருவானது. இந்தத் தொடர்ச்சியான நிகழ்வுகளில் ஆர்டிஐ அடைவதில் சங்கதனுக்கு இருந்த உறுதிப்பாட்டைக் காணமுடியும்; அந்த உரிமையைச் சட்டப்பூர்வமாகப் பெற வேண்டிய அடிப்படைத் தேவைகள் என்ன என்பதும் புரியும்; மகாத்மா காந்தி தேசிய ஊரக வேலை உத்தரவாதச் சட்டத்தி லிருக்கும் பேச்சுவார்த்தைக்கு அப்பாற்பட்ட விஷயங்களையும் தடங்காண முடியும். மக்களுக்கும் அரசாங்கத்திற்கும் இடையி லான இடைமுகம் என்ன என்றபுரிதலை ஒட்டுமொத்தமாக அது முன்வைத்தது. இந்தத் தணிக்கைகள் மக்கள் நடவடிக்கை களுக்கு இருக்கும் ஆற்றலையும் எடுத்துக்காட்டின; இந்திய ஜனநாயகத்தின் தூண்களான சிம்னாராமின் (சிமன்பா), அவர்

போன்ற நூற்றுக்கணக்கான மனிதர்களின் அபரிமிதமான துணிவையும் எடுத்துக்காட்டியது.

ஒரு பின்குறிப்பு

மகாத்மா காந்தி தேசிய ஊரக வேலை உத்தரவாதச் சட்டமும் ஊழல்வாதிகளின் துரோகமும் சமகால இந்தியாவில் தொடர்ந்து செய்தியாக உள்ளது. ஆனால், ஊழல் வெளிக்கொணரப்பட்டது என்பது ஒரு பெரிய மாற்றம். வெளிப்படைத்தன்மையும், தகவல்களும் பொதுச் செலவினங்களைக் கண்காணிக்க உதவுகின்றன. ஆர்டிஐ சட்டத்திற்கு முன்னர், ஊராட்சிகளுக்கான ஒதுக்கீடுகள் பற்றிக் கிராமப்புற மக்களுக்கு எதுவும் தெரியாது. வெளிப்படைத் தன்மை என்ற அடிப்படைச் செயலால் ஊழல் அம்பலமானது. தகவலைப் பார்க்க முடிகிற காரணத்தால் ஒவ்வொரு ரூபாயும் எங்குச் செல்கிறது, எவ்வளவு காணாமல் போயிருக்கிறது என்பதைச் சாதாரணக் குடிமகனால் தெரிந்துகொள்ள முடிகிறது. அவர்களுக்காகக் கீழே அனுப்பப்படும் ஒவ்வொரு ரூபாயிலும் 1, 2 அல்லது அதிகபட்சம் 10 பைசா அவர்களுக்குக் கிடைத்தது; இப்போது 50 பைசா கிடைக்கிறது. மீதம் மோசடி செய்யப்பட்டுள்ளது என்பதை அவர்கள் அறிந்துகொண்டனர். மகாத்மா காந்தி தேசிய ஊரக வேலை உத்தரவாதச் சட்டம், மக்களுக்கான திட்டமிடல் என்ற கருத்தை அறிமுகப்படுத்தியது; மக்கள் அவர்களது வளர்ச்சியின் தன்மையை வரையறுத்துக் கொள்வதை உறுதிசெய்வதற்கும், அவர்களுக்கு அனுப்பப்பட்ட நிதி எவ்வளவு என்பதை அறிந்து கொள்வதற்கும், அதன் பின்னரான செலவினங்களைக் கண்காணிக்கவும் இது உதவக்கூடும்.

25

ஜன் நிதி அபியான் – மக்கள் கொள்கை யாத்திரை

சங்கதன், தலமட்ட ஜனநாயகத்திலும் தலமட்ட சுய-அரசாங்கத்திலும் வலுவான நம்பிக்கை கொண்ட தலமட்ட அமைப்பு. ஆகவே, இயல்பாகவே ஊராட்சிகளுடனும் அவற்றின் தேர்ந்தெடுக்கப்பட்ட பிரதிநிதிகளுடன் இணைந்து பணியாற்ற விரும்பியது. எனினும், ஆதிக்கம் செலுத்தும் அதிகார அமைப்பின் காரணமாக, ஊராட்சிகள் ஒரு செயல்படுத்தும் ஏஜென்சிகளாக மட்டுமே செயல்படுகின்றன என்பது தெளிவு; 'ஹமாரே காவ்ன் மே, ஹமாரா ராஜ்' (எங்கள் நிலத்தில், எங்கள் ராஜ்ஜியம்) என்று ஒரு பஞ்சாயத்து ராஜாக இருப்பதைக் காட்டிலும், அதிக அளவு 'சர்பஞ்ச் ராஜ்' ஆகவே இருக்கும். அடக்கு முறைக்கு எதிராக நடந்த பல போராட்டங்களில், நிலைத்திருக்கும் அதிகாரக் கட்டமைப்பின் பக்கமே சர்பஞ்ச் செல்வதைப் பார்க்கமுடியும்.

வளர்ச்சிப் பணிகளையும் ஊழலையும் பொறுத்தவரையில், ஊராட்சிகளின் நிர்வாகத் தலைமை மீது, அதாவது சர்பஞ்சுகள் மீது, நியாயமற்ற கட்டுப்பாடுகள் சுமத்தப்படுகின்றன. அதனால், தண்டனை இல்லாமல் தப்பித்து, ஊழல் செய்யும் ஒரு கட்டமைப்பிற்குள் அவர்களும் சேர்ந்து விடுகிறார்கள்; அமைப்பையோ, மேலிருந்து திணிக்கப்படும் முற்றிலும் நியாயமற்ற விதிமுறை களைக் கடைப்பிடிப்பது குறித்தோ அவர்களால்

கேள்விகேட்க இயலாது. சட்டமன்ற மற்றும் நாடாளுமன்ற உறுப்பினர்களுக்கு வாக்கு வங்கி மேலாளராக சர்பஞ்ச் மாறுகிறார். பதிலுக்கு, விசாரணைகளிலிருந்தும் புலனாய்வுகளிலிருந்தும் அவர்களுக்குப் பாதுகாப்பு வழங்கப்படுகிறது. சமூகத்தின் நடைமுறைகளில் இருந்து முற்றிலும் ஓரங்கட்டப்பட்ட இனத்தினருக்கு, சாதி மற்றும் பாலின அடிப்படையிலான இடஒதுக்கீடுகள் அவர்களின் பங்கேற்பை அதிகரித்துள்ளன. இது ஒரு முக்கியமான சாதகமான நேர்மறை முன்னேற்றம். இருப்பினும், ஓரங்கட்டப்பட்ட சமூகத்தைச் சேர்ந்த ஒருவர், தற்போதைய படிநிலையையும் அதிகார அமைப்புகளையும் எதிர்க்க முடியாது. அத்தகைய முயற்சிக்குச் சட்டத்தின் உதவியைத்தான் நாட வேண்டும் என்று சொல்வதற்கு சட்டத்தில் போதுமான கட்டுப்பாடுகள் உள்ளன.

கோட்டாலா ரத யாத்திரை, ஊழலையும் ஊழல் அமைப்புகளுடன் அரசியல்வாதிகளுக்கு இருக்கும் உறவையும் அம்பலப்படுத்திய சக்திவாய்ந்த கருவியாகத் தன்னை நிரூபித்துக் கொண்டது. நையாண்டி மற்றும் ஏளனம் செய்வதன் மூலமாக, தேர்தல்களில் போட்டியிட மட்டுமின்றி, அதைத் தடுக்கும் முறி–மருந்தாகவும் வெளிப்படைத்தன்மை பயன்படும் என்று எடுத்துரைக்கப்பட்டது. இதுவுமே, வெளிப்படைத்தன்மையும் ஆர்டிஐயும் என்ன சாதிக்கமுடியும் என்பதை எடுத்துரைக்கும் வரம்பிற்குட்பட்ட வெளிப்பாடுதான். சங்கதனும் மற்றவர்களும் ஆர்டிஐ கூறும் விதிகளைப் பயன்படுத்தத் தொடங்கியதிலிருந்து, ஆட்சி நிர்வாகத்தின் முழுப்பரப்பிலும் மக்கள் பங்கேற்பை நோக்கிய முதலாவது, முக்கியப் படியாகத் தகவலைப் பெறுவது இருக்கிறது என்பது தெளிவாகியது. திட்டங்களை மோசமாக அமல்படுத்துதல் அல்லது ஊழல் என்பது மட்டும் அல்ல இது. பெரும்பாலும் கொள்கையோ/சட்டமோ குறைபாடுடன் இருக்கிறது; அத்துடன் அதிகம் சமத்துவமற்ற, சுரண்டல் நிலவும் சமூகத்தை உருவாக்க உதவுகிறது. ஆட்சி நிர்வாகத்தின் ஒவ்வொரு நிலையிலும் மக்கள் பங்கேற்க வேண்டும்; இல்லையெனில், ஆளுகின்ற உயர் தட்டு மனிதர்கள் தமக்கான சட்டங்களை இயற்றிக்கொள்வார்கள். மற்றவர்களது இழப்பில், அவர்களுக்கு நலன் பயக்கும் கொள்கைகளை உருவாக்கிக் கொள்வார்கள் என்பது வெளிப்படை.

ஊழல் என்பதற்கும் அப்பால், ஜனநாயகத்தில் விவரமறிந்த குடிமக்கள் குழுவை உருவாக்க வேண்டும் என்ற செயல் முனைப்பை நோக்கி இந்த உரையாடல் விரிவடைய வேண்டும். ஆகவே, ‘ஜன் நிதி யாத்ரா’ அதாவது, மக்களின் கொள்கை யாத்திரை ஒன்றை நடத்த வேண்டும் என்ற எண்ணம் பிறந்தது.

கோட்டாலா ரத யாத்திரையின் நோக்கம் மக்களுக்குத் தகவலைக் கொண்டு செல்லுதல். வளர்ச்சி குறித்தும், பங்கேற்பு ஜனநாயகம் பற்றியும் பரந்துபட்ட உரையாடல் ஒன்றை அந்த யாத்திரை நடத்தியது; மக்களை அதிக அளவில் ஈர்த்த இயக்கமாக மாறியது. ஆர்டிஐயைப் பயன்படுத்தி, அதிகாரத்தில் உள்ளவர்களை அதிகப் பொறுப்புடன் நடந்துகொள்ள வைப்பதற்குத் தேவை யான வலிமையை உறுதியான பல நிகழ்வுகள் அளித்தன; பெருமளவிலான அனுபவங்களும் தந்தன.

யாத்திரை மாநிலம் முழுவதும், மீண்டும் ஒரு டிரக்கில் பயணித்தது. வெவ்வேறு கோட்டங்களுக்கும் மாவட்டங்களுக்கும் சென்றது. இம்முறை செய்தி மிகவும் விரிவானது. சட்டம் ஒன்று வேண்டும் என்பதுடன், ஆட்சி நிர்வாகத்தின் ஒவ்வொரு கட்டத்திலும் மக்களின் பங்கேற்பைச் சட்டப்பூர்வமாக்கும் கோரிக்கையும் அதில் இருந்தது. வேலை மற்றும் வேலை செய்யும் உரிமை, பள்ளிகளின் நிலை மற்றும் கல்வி உரிமை, மக்கள் சுகாதாரம் மற்றும் மருத்துவ நிறுவனங்களின் நிலைமை, விவசாயக் கொள்கை மற்றும் விவசாயிகளின் நிலைமை, வறட்சி மற்றும் வறட்சி நிவாரணம் அளித்தல், பாலினம், சாதி, ஜனநாயகத்தில் சிறுபான்மையினரை ஒதுக்கி வைத்தல்... போன்றவை குறித்த விவாதங்கள் நடந்தன.

சட்டமன்றத்திலும், நாடாளுமன்றத்திலும் நேரடியாக வேட்பாளர்களை அனுப்ப எந்த முயற்சியும் மேற்கொள்ளப்பட வில்லை; எனினும், அரசியல் கட்சிகளுடன் பேசுவதும் தேர்தல் செயல்முறைகளில் இவ்வாறான முறையில் பங்கேற்பது என்பதும் உணர்வுப்பூர்வமாக எடுக்கப்பட்ட முடிவு. 2004ஆம் ஆண்டு தேர்தலில் ஜன் நிதி அபியானுடன் தேர்தல் கண்காணிப்பு டிரக் யாத்திரை ஒன்றும் அதைப் பின்தொடர்ந்தது; கட்சிகள் மற்றும் அவற்றின் தலைவர்களுடன் ஒரு அடிப்படை விவாதத்திற்கு உதவும் வகையில் மக்கள் அறிக்கை ஒன்றை உருவாக்க அது முயன்றது.

ஜன் நிதி யாத்திரை, தேர்தல் கண்காணிப்பு யாத்திரை, ரோஸ்கர் அதிகார் யாத்திரை என்ற மூன்று யாத்திரைகள் குறித்து இங்கு விவரிக்கலாம். கோட்டாலா ரத யாத்திரை, டிரக் யாத்திரையின் ஒரு பகுதியாக அமைந்தது. நெரிசலான தெரு சந்திப்புகளில் டிரக்கை நிறுத்தி, இயக்கத்தின் செய்திகளை எடுத்துரைத்து, மக்களிடம் எதிர்வினைகளைப் பெறுவதற்கு அந்த யாத்திரை முயன்றது. மக்கள் தன்னிச்சையாக விரைந்து கூடினர். இந்தியாவில் மேலான ஒரு ஆர்டிஐ சட்டத்திற்கான ஆதரவைத் திரட்டவும், அரசியல் கட்சிகள் தேர்தல் அறிக்கைகளில் கூறியபடி வேலைவாய்ப்பைக் கோருவதற்கும் யாத்திரைதான்

சிறந்த வழி என்று ஆர்டிஐ மற்றும் வேலை உரிமைக்கான பிரச்சாரங்கள் கருதின. ராஜஸ்தான் சட்டமன்றத்திற்கும் மக்களவைக்கும் 2004இல் பொதுத் தேர்தல்கள் நடைபெறவிருந்தன.

ஜூலை 2003இன் முதல் பதினைந்து நாட்கள். ராஜஸ்தானின் தெற்கு மற்றும் மேற்குப் பிரதேசங்களில் இருக்கும் மாவட்டங்கள், அவை நீடித்த வறட்சியிலிருந்து மீள்வதற்கான உதவிகள் உட்பட சிறப்பு நடவடிக்கைகள் சிலவற்றைப் பார்த்தன. நான்கு ஆண்டுக்கால வறட்சியை, பெய்த கனமழை முடிவுக்குக் கொண்டுவந்தது. தற்காலிக நிவாரணங்கள் கிடைத்தபோதும், வாழ்வாதாரத்திற்கான அடிப்படை பிரச்சினைகளில் கவனம் செலுத்திய டிரக் யாத்திரையின் பக்கம் மக்கள் ஈர்க்கப்பட்டனர்.

புவியியல் அடிப்படையில், ராஜஸ்தான் மிகப் பெரிய மாநிலம். மாநிலத்தின் குறுக்கும் நெடுக்குமாக நடப்பதற்கு ஆண்டுக்கணக்கில் ஆகாதென்றாலும் பல மாதங்கள் ஆகும். முக்கியமான பிரச்சினைகளை அனைவருக்கும் கொண்டு செல்லவும் அவற்றிற்கான கோரிக்கைகளை உருவாக்கவும் ஒரு டிரக்கை வாடகைக்கு எடுக்கலாம்; பல்வேறு துறைகளைச் சார்ந்த மனிதர்களை அதில் அழைத்துச் செல்லலாம் என்று சங்கதன் மீண்டும் முடிவு செய்தது.

இதற்கிடையில், பல்வேறு பிரச்சார இயக்கங்களின் உறுப்பினர்கள் பலர் ‘ஜனநாயகத்திற்கான பள்ளி’ ஒன்றை (லோக் தந்த்ரஷாலா) உருவாக்கிக் கொண்டிருந்தனர். ஜனநாயகத்தில் தகவல், புரிதல் மற்றும் அதை விமர்சிப்பதில் இருக்கும் இடைவெளிகளை நிரப்புவதில் மக்களது பங்களிப்பின் தேவை, அதை அதிகரிப்பதன் முக்கியத்துவம் பற்றி இங்குப் பேசப்பட்டது. ஓர் உயர்நிலை ஜனநாயகக் கல்விக்கான இடமாக அது கருதப்பட்டது. இந்த நிறுவனம் ஏப்ரல் 2003இல் பதிவு செய்யப்பட்டது. ஜீன் டிரேஸ் (Jean Dreze) தலைவராகவும், அருணா ராய் துணைத் தலைவராகவும் இருந்தனர்.

சங்கதனுக்குச் சொந்தமான நான்கு பிகாக்கள் நிலம் 1990களின் முற்பகுதியில் ரூ. 5,000க்கு வாங்கப்பட்டது, பின்னர் பள்ளி அமைப்பதற்காக அந்த இடம் லோக் தந்த்ரஷாலாவுக்கு மாற்றப்பட்டது. புதிதாகப் பிறந்திருந்த லோக் தந்த்ரஷாலா யாத்திரையில் கலந்துகொள்ளவும், கற்றுக்கொள்வதில் பங்களிக்கவும், நடைமுறைகள் குறித்து விவாதிக்கவும் முடிவு செய்தது. வரவிருக்கும் மக்களவைத் தேர்தலில் தேசிய ஊரக வேலை உத்தரவாதச் சட்டத்தை ஒரு கோரிக்கையாக வைக்கலாம் என்று ஜன் நிதி அபியான் சிந்தித்துக்கொண்டிருந்தது.

சட்டப்பூர்வமான வேலை உத்தரவாதம் என்னும் கோரிக்கை புதிய வீரியத்துடனும் ஆர்வத்துடனும் பேசப்பட்டது; இணையாக மக்கள் சார்ந்த கொள்கைகள் மற்றும் சட்டங்களின் மீதும் மீண்டும் கவனம் செலுத்து வதற்குப் பொதுமக்களின் அபிப்பிராயங்களும் திரட்டப் பட்டன. இதற்கென அரசியல் சார்ந்த பேச்சுகள், செய்தியாளர் சந்திப்புகள், வீதி நாடகங்கள், மக்கள் சட்டமன்றங்கள், பயிலரங்குகள், கோட்டாலா ரத யாத்திரை போன்ற பிரச்சார உத்திகளும் விழிப்புணர்வை உருவாக்கும் செயல்களும் நடைபெற்றன. ஜனநாயகச் செயல்முறைகளிலும் கொள்கை உருவாக்கத்திலும் மக்களின் பங்களிப்பை ஊக்குவிக்கும் நோக்கத்துடன், உரிமைகள் கோரிப் போராடும் நபர்களுடனும் ஏனைய அமைப்புகளுடனும் இணைந்து சங்கதன் ஜன் நிதி அபியானைத் தொடங்கியது.

அருணா ராய், டிரக் யாத்திரையைத் துவக்கிவைத்தார். மக்களிடமிருந்து பெறப்பட்ட, கொள்கை சார்ந்த நடவடிக்கைக் குறிப்புகள் கொண்ட கோரிக்கை மனு ஒன்றைச் சமர்ப்பிப்பதே யாத்திரையின் நோக்கம் என்று அவர் குறிப்பிட்டார். இது, உயர்நிலை அதிகாரவர்க்கத் தால், கொள்கை வகுப்பாளர்களால் திணிக்கப்பட்ட செயல் நிரல் அல்ல என்றார். ஜன் நிதி அபியான் இரண்டு விஷயங்களில் கவனம் செலுத்தியது: ஒன்று, தேசிய ஊரக வேலை உத்தரவாதச் சட்டத்தை (இப்போது MGNREGA) நிறைவேற்ற வைப்பது, மற்றது, தேர்தல் சீர்திருத்தம் குறித்த உச்ச நீதிமன்றத் தீர்ப்பை அமல்படுத்துவதை உறுதிசெய்தல். இப்போது அது புதிதாக அமைக்கப்பட் டிருக்கும் ராஜஸ்தான் தேர்தல் கண்காணிப்பகத்தின் பொறுப்பாக உள்ளது. அத்துடன், ஜனநாயகம், மத சகிப்புத்தன்மை, சுதந்திரம், தகவல் அறியும் உரிமை மீதான எந்தத் தாக்குதலுக்கும், ஊழலுக்கும் எதிராக விழிப்புடன் இருங்கள் என்று மக்களை யாத்திரை கேட்டுக்கொண்டது. சாதாரணப் பெண்களும் ஆண் களும் அரசியல்வாதிகளால் விரக்திக்கு ஆளாவதை யாத்திரையில் பங்கேற்றவர்கள் கண்டனர், ஆனால், அவர்களுக்கான நம்பகமான மாற்று வேட்பாளர்கள் இல்லாததால், கையறு நிலையில் இருப்பதையும் உணர்ந்தனர். எனினும், யாத்திரைக்கு அனைத்துத் தரப்பின் பெண்களும் ஆண்களும் அளித்த ஆதரவைப் பார்த்த

போது, மக்கள் விரக்தியிலிருந்து விடுபட்டு செயலில் இறங்குவார்கள் என்று நம்பிக்கை எழுந்தது.[222]

பல பிரச்சார இயக்கங்களின் அங்கமாகச் சங்கதன் இயங்கியது. ஆர்டிஐ போராட்டத்துடன் அது முன்னெடுத்த பல்வேறு செயல்முறைகள் மிகச் சரியானவை என்ற எண்ணம் மீண்டும் உறுதிப்பட்டது. அரசியலில் பங்கேற்பு எவ்வாறு இருக்க வேண்டும் என்பது குறித்த உரையாடலையும் ஆர்டிஐ பிரச்சாரம் தொடங்கிவைத்தது. பழைய நிலைபாடுகளை அது மறுஆய்வு செய்தது; குறிப்பாக, மக்களின் தேவைகளுக்கும், அதை அளிக்க வேண்டிய அரசாங்கத்திற்கு இருக்கும் அரசியலமைப்புக் கடமைகளுக்கும் இடையில் ஒரு பாலமாக ஆட்சி நிர்வாகத்தில் பொது நலனை வைப்பதன் மூலம் அரசுக்கு ஆதரவு அல்லது எதிராக என்று வெளிப்படையான நிலை எடுப்பதை ஆய்வு செய்தது. இந்த வலிமையான, அடிப்படை அதிகாரம் பல்வேறு நிலைகளிலும் இடங்களிலும் நிர்வாகச் செயல்பாடுகளில் நேரடி உரையாடலை, கொள்கை மற்றும் சட்டமியற்றுதல் உள்ளிட்ட விஷயங்களிலும் ஏற்படுத்தித் தந்தது. அதன் இலக்குகளை அடைய முடியும் என்று அதிக அளவிலான நம்பிக்கையைப் பெற்றதாகப் போராட்டம் மாறியது. மக்களை, அவர்களது வாக்குகளை, அவர்களது விழைவுகளைத் திறமையாகப் பயன்படுத்திக் கொள்வதில் அவர்களது கட்டுப்பாடுகள் குறித்து அதிகாரவர்க்க மேல்தட்டினர் கவலைப்பட தொடங்கினர். தேர்தல் கால வாக்குறுதிகள் என்ற மிகப் பெரிய நீள்வட்டப் பாதை நோக்கி இந்த உரையாடல் நகர்ந்துகொண்டிருந்தது.

26

தகவல் பெறும் சுதந்திர மசோதா 2002

அரசாங்கம், நாடாளுமன்றம், மக்கள் இயக்கத்திற் கிடையில்

சட்டம் முறையாக நிறைவேற்றப்படுவதற் கான போராட்டம் டெல்லியில் தொடர்ந்தது; அதனுடைய சட்டப்பூர்வமான பாதை கட்டுரைகள் வழியாகவும் அறிக்கைகள் மூலமாகவும் நன்கு ஆவணப்படுத்தப்பட்டது. ஆனால், அதற்காக நடந்த பேச்சுவார்த்தைகளும், ஏற்றங்களும் இறக்கங் களும், சிறிய காரசாரமான நிகழ்வுகளும் பிரச்சார இயக்கத்தினரின் விவரிப்புகளில் இருக்கின்றன. நார்த் பிளாக்கிலும் சவுத் பிளாக்கிலும் அதிகாரத்தில் இருப்பவர்களின் நாடாளுமன்ற உறுப்பினர்களின் விமர்சனங்களை அவை சுமந்து வந்தன. பரந்துபட்ட பொது நன்மைக்காக அமைப்பை இயங்கவைக்க வேண்டிய கடமை இறையாண்மை பெற்றிருக்கும் மக்களுக்கும் அரசியலமைப்பின் காப்பாளர்களுக்கும் இடையில் தொடர்ந்து நடக்கும் விவாதங்களுக்கு இருக்கின்றன.

2002இல் ஒரு பலவீனமான மற்றும் பயனற்ற சட்டம் நிறைவேறியதற்குத் தூண்டுதலாக ராம் ஜெத்மலானி ஆத்திரமூட்டப்பட்டது இருந்தது; அந்த நேரத்தில் நகர்ப்புற மேம்பாட்டு அமைச்சராக அவர் இருந்தார். அமைச்சகத்தின் சில ஆவணங்களைப் பொது வெளியில் வைப்பதற்கான உத்தரவுகளை

அவர் வழங்கினார். உடனடியாகப் பெரும் பரபரப்பு ஏற்பட்டது. அமைச்சகத்திற்கும், அமைச்சரைப் பார்க்கவும் வார இறுதியில் அமைச்சரவைச் செயலர் விரைந்தார். அமைச்சருக்கும் மூத்த அதிகாரிகளுக்கும் இடையில் அரங்கேறிய மோதல் பொது நடவடிக்கை ஒன்றிற்கான வெளியை உருவாக்கியது. இது போன்ற சமயங்களில் வழக்கமாக ஊகங்களும் நிலவுவதுண்டு. ஆனால், இதில் மிகச் சுவாரஸ்யமானது நீதிமன்றத்தை அணுகு வதற்குப் போதுமான சட்டப்பூர்வமான ஓட்டைகளைக் NCPRI கண்டறிந்ததுதான்.

உச்ச நீதிமன்றத்தில் நடந்த வழக்கின் நடைமுறைகள், இந்திய அரசு அதன் நோக்கத்தை அறிவிக்க வேண்டிய கட்டாயத்தை ஏற்படுத்தின, அவர்கள் அதைக் கௌரவப் பிரச்சினையாகப் பார்த்தனர். அரசாங்கம் தனது எண்ணத்தை நிரூபிக்க, தகவல் பெறும் சுதந்திரம் சட்டத்தை நாடாளுமன்றத்தில் நிறைவேறு வதைத் துரிதப்படுத்தியது. சட்டம் விரைவில் இயற்றப்படும் என்ற உத்தரவாதத்தில் உச்சநீதிமன்றம் திருப்தி அடைந்தது. சட்டம் இயற்றப்பட்டது. ஆனால், பல விதத்தில், எதிர்பார்த்தது போல் சட்டம் இல்லை. சட்டமாக அது அறிவிக்கப்படவும் இல்லை; சட்டத்தைப் பயன்படுத்துவதைத் தடுக்க அரசாங்கம் செய்த சூழ்ச்சி இது. ‘பல் இல்லாத’ ஒரு சட்டம். சட்டத்தை அறிவிக்குமாறு இயக்கம் கோரிக்கை விடுத்தது. ‘இங்கிலாந்து, அவர்களது சட்டத்தை அறிவிக்க நான்கு ஆண்டுகளும் அதற்கு மேலும் எடுத்துக் கொண்டது; காத்திருங்கள் ... இன்னும் சில ஆண்டுகள் இருக்கின்றன ... ஒரு நாள் அறிவிக்கப்படும்’ என்று அவர்களுக்குப் பதில் அளிக்கப்பட்டது.

திருத்தங்களுக்கும், இதைவிடச் சிறந்த சட்டத்திற்குமான கோரிக்கை தொடர்ந்தது. மகாராஷ்டிராவின் இரண்டாவது ஆர்டிஐ சட்டம் போல், மாநில அரசுகள் இயற்றிய நல்ல சட்டங்கள் முன்மாதிரிகளாக இருந்தன. மகாராஷ்டிரத்தின் சட்டமன்றம் இயற்றிய முதல் சட்டம் பயனற்றது; திருத்தங்கள் வேண்டும் என்று அன்னா ஹசாரே தலைமையில் நடந்த போராட்டங்கள் நடந்தன. அதன்பின், மாதவ் காட்போல் முக்கிய வரைவாளராக இருந்து மறுவடிவம் தந்த சட்டம் அது. கோவாவின் சட்டமும் ‘பிரஸ் கவுன்சில்’ வரைவுக்கு நெருக்கமாக இருந்தது. ஆனால், உரிய காலக்கெடுவுக்குள் தகவல் அளிப்பதை உறுதி செய்யும் அபராத விதி எந்தச் சட்டத்திலும் இல்லை.

வெளிப்படைத்தன்மையும் பொறுப்புடைமையும் குறித்த இந்தியர்களின் உரையாடலில் தகவல் பெறும் சுதந்திரச் சட்டத்திற்கு மாறாக ஆர்டிஐ சட்டம் தான் பிரபலமாக இருந்தது.

கிழக்கு ஐரோப்பிய நாடுகளில் நடந்தது போலன்றி, இந்தியாவில், அரசாங்கத்தின் செயல்பாடுகளில் வெளிப்படைத் தன்மை வேண்டும் என்று நடந்த பிரச்சாரம், இந்திய அரசியலமைப்பின் 19ஆவது பிரிவின் கீழ், கருத்துச் சுதந்திரத்திற்கான உத்தரவாதத்தை ஏற்கனவே பெற்றிருந்தது. ஆகவே, இயக்கத்தினர் தீர்வு காணவேண்டிய பிரச்சினையாக, அவர்களது உரிமைகளை அடையும் உரிமையை மறுப்பது இருந்தது; தவறான ஆட்சி நிர்வாகமே அதற்குக் காரணம்; ஊழலும், தன்னிச்சையான அதிகாரப் பயன்பாடும் அதில் நிலவின. மனவலிமையற்ற அரசியல்வாதிகளும் அதிகாரவர்க்கத்தினரும் அடக்குமுறைச் செயல்களில் ஈடுபட்டனர். எனவே, அவர்களது கோரிக்கை ஆர்டிஐக்கான சட்டம் தானே தவிர, தகவல் பெறும் சுதந்திரச் சட்டம் அல்ல என்ற தர்க்கம் அதைத் தொடர்ந்தது. தேசிய ஜனநாயகக் கூட்டணி அரசாங்கம் மக்களுக்குத் தகவல் பெறும் சுதந்திரச் சட்டத்தை அளித்தது. அதன் மூலம், அரசாங்கத்திற்கும் அதன் மக்களுக்கும் இடையில் மிக அடிப்படையான உறவான பொறுப்புணர்வு குறித்து விவாதித்துத் தீர்வு காண்பதில் அதற்கு விருப்பமில்லை என்பதை வெளிப்படுத்தியது.

ஆர்டிஐ சட்டத்திற்கான பிரச்சார இயக்கத்தின் வரலாற்றுத் தடத்தைக் கண்டறியவும், தகவல் பெறும் சுதந்திரச் சட்டத்தின் குறைபாடுகள் ஒவ்வொன்றையும் பேசித் தீர்வு காண்பதற்கும், அதன் சமகாலத்தில் வெளிப்பட்ட விமர்சனக் கருத்துக்களை மேற்கோள் காட்டுவது முக்கியத்துவம் பெறுகிறது.

மத்தியச் சட்டம்: ஓட்டைகளை அடைத்தலும் இயங்கு வெளியை விரிவுபடுத்துதலும்

அரசியலமைப்பின் அடிப்படையில் நமக்கு இருக்கும் உரிமைகளான சட்டத்தின் முன் அனைவரும் சமம் மற்றும் தன்னிச்சைப் போக்கு இல்லாதிருத்தல் (விதி 14), பேசவும் கருத்தைத் தெரிவிக்கவும் சுதந்திரம் (விதி19 [1] [a]) மற்றும் வாழ்வதற்கும் சுதந்திரத்திற்கான உரிமை (விதி 21)ஆகியவற்றிலிருந்து ஆர்டிஐ பிறக்கிறது. (அதிகாரப்பூர்வ) ரகசியப் பாதுகாப்புச் சட்டம் போன்ற சட்டங்களின் நோக்கங்களில் குறுக்கிட்டாலும், அதிகாரம் பெறுவதற்கும் நீதிக்காகவும் மக்கள் நடத்திய போராட்டங்களிலிருந்து அது உருவானது; நேர்மையாகச் செயல்படும் ஜனநாயக அரசியலில் தகவல்களைப் பெறுவதன் முக்கியத்துவத்தை உறுதியாக நிறுவியுள்ளது. உச்ச நீதிமன்றம் அதனுடைய பல தீர்ப்புகளின் வழியாகக் குடிமக்களின் இந்த உரிமையை வலியுறுத்தியுள்ளது. எமர்ஜென்சிக்குப் பிந்தைய காலத்திலிருந்து தகவல் பெறும் சுதந்திர மசோதா இந்த நாட்டில்,

இருந்தாலும், குறிப்பாக அச்சு ஊடகத்திற்குச் சுதந்திரம் அளிப்பதை ஒட்டி உருவாக்கப்பட்டது. ஏனெனில், அவசரநிலைக் காலத்தின்போது அது மிகக் கடுமையான கட்டுப்பாட்டில் அது இருந்தது.

மக்களுக்கான ஆர்டிஐயைப் பேசும் முதல் வரைவு 1996ஆம் ஆண்டு நீதிபதி சாவந்த் தலைமையில் 'பிரஸ் கவுன்சில் ஆஃப் இந்தியா' மற்றும் NCPRIயால் தயாரிக்கப்பட்டது. பின்னர், தேசிய ஊரக வளர்ச்சி நிறுவனம் ஒருங்கிணைத்த பயிலரங்கில் அந்த வரைவு திருத்தி எழுதப்பட்டது. அதே ஆண்டில் அமைக்கப்பட்ட எச். டி. ஷோரி குழு, பிரஸ் கவுன்சில் வரைவில் திருத்தங்களைச் செய்தது; விதிகளைக் கணிசமாக நீர்த்துப் போகச் செய்தது; 2000இல் தகவல் பெறும் சுதந்திர மசோதாவை வரைவு செய்து, பரிந்துரைத்தது. இந்த மசோதா உள்துறை விவகாரங்களுக்கான நாடாளுமன்ற நிலைக்குழுவுக்கு அனுப்பப்பட்டது; NCPRI உள்ளிட்ட பல்வேறு அரசு சாரா அமைப்புகளிடமிருந்தும் அரசாங்கப் பிரதிநிதிகளிடமிருந்தும் 2001இல் அந்தக் குழு பரிந்துரைகளை வரவேற்றது. எனினும், பரிந்துரைகளில் மிகச் சிலவே அந்த மசோதாவில் எடுத்துக் கொள்ளப்பட்டன. டிசம்பர் 2002இல் மக்களவை இதை நிறைவேற்றியது.

எனினும், இந்த மசோதா காகிதத்தில் மட்டுமே இருந்தது; ஒருபோதும் அது அறிவிக்கப்படவில்லை; சட்டமாக மாறுவதற்கு, அறிவிக்கப்படுதல் ஒரு முன்நிபந்தனை. முக்கியமாக, அந்த மசோதாவில் மிக மோசமான குறைபாடுகள் இருந்தன. NCPRI அறிக்கையின்படி அந்தக் குறைகளில் சிலவற்றைப் பார்க்கலாம்:

> தகவல் கோரும் ஒரு தனிநபரின் வேண்டுகோள் பின்வரும் காரணங்களின் அடிப்படையில் மறுக்கப்படலாம்:
>
> 1. இந்தியாவின் இறையாண்மையை, ஒருமைப்பாட்டை, நாட்டின் பாதுகாப்பைப் பாதிக்கும் தகவல்; அல்லது முக்கியமான அறிவியல் அல்லது சர்வதேச உறவுகளின் நடப்பு குறித்த தகவல்.
> 2. ஒரு குற்றத்தைக் கண்டறிவதை அல்லது புலன் விசாரணையைப் பாரபட்சமாகப் பாதிக்கும் தகவல்.
> 3. மத்திய–மாநில உறவுகளைப் பாதிக்கும் தகவல்.
> 4. அமைச்சர்கள், செயலர்கள் மற்றும் பிற அதிகாரிகளின் கலந்துரையாடல் பதிவுகள்
> 5. நாடாளுமன்றம் அல்லது ஒரு மாநில சட்டமன்றத்தின் சிறப்புரிமைகளை மீறுகிற அல்லது நீதிமன்றத்தின் சட்டப்பூர்வமான உத்தரவை மீறும் தகவல்.[223]

மேல்முறையீடு செய்வதற்கு, சுதந்திரமாகச் செயல்படும் அமைப்பு, அதாவது குழு எதுவும் இல்லை; அத்துடன் மேல்முறையீட்டு விஷயங்கள் அனைத்தும் அரசாங்கத்திற்குள் ளாகவே இருந்தன.

தகவல் பெறும் சுதந்திர மசோதா 2002இல் காணப்படும் மிக வெளிப்படையாக விலக்கு அளிக்கப்பட்ட இராணுவ மும், பாதுகாப்பும் இறுதியில் குறிப்பிடப்பட்டிருந்தன. சட்டத்தின் வரம்புக்குள் அவை வைக்கப்படவில்லை. ஆனால், வாழும் உரிமை உள்ளிட்ட மனித உரிமைகளை மீறுவதாகக் குறிப்பிட்ட இந்த நிறுவனங்கள்தாம் பெரும்பாலும் குற்றம் சுமத்தப்படுகின்றன. அத்துடன், உத்தேசச் சட்டத்தின் செயல் வரம்பிலிருந்து கண்காணிப்பு மற்றும் ஊழல் தடுப்புத் துறை, அமலாக்கத் துறை போன்றவை விலக்கி வைக்கப்பட்டன. இரகசியப் பாதுகாப்பு என்ற பெயரில் பல்வேறு ஊழல் வழக்கு களின் போக்கைப் பாதுகாப்பதாக இது அமைந்துவிடும். கூடுதலாக, அரசாங்க அலுவலகத்தின் பணிகளுக்கு இடையூறாக அமைந்துவிடும் அல்லது தேவையற்ற அதிகப்படியான செலவு ஏற்படும் என்று சொல்லி 'அதிகாரம் படைத்த' எந்த அதிகாரியும் எந்தவொரு தகவலையும் நிறுத்தி வைக்கலாம் என்ற விதி, முழுமை யான விலக்கிற்கு இடமளிக்கிறது (மிஸ்ரா 2003).

நிறுவனங்கள், பெரு நிறுவனங்கள், தன்னார்வத் தொண்டு நிறுவனங்கள் போன்ற தனியார் அமைப்புகள் மசோதாவின் வரம்பிலிருந்து விலக்கிவைக்கப்பட்டது முக்கியமானதொரு விடுபடலாக அமைந்தது. தனியார்மயமாக்கல் அதிகரித்து வருகிறது; சுற்றுச்சூழல் சட்டங்கள் மீறப்படுகின்றன; சமூகம் சார்ந்த மற்றும் மனித உரிமை மீறல்களும் அதிகரித்து வருகின்றன; இந்தச் சூழலில், வெளிப்படையாக இயங்கும் மற்றும் குடிமக்களிடம் பொறுப்புடன் நடந்துகொள்ளும் அமைப்பு களாக இவை ஆக்கப்பட வேண்டும்.

விதிவிலக்குகளும் எவற்றிற்குப் பொருந்தும் என்ற காரணிகள் தவிர்த்து, தகவல் அளிக்க இணங்காத பட்சத்தில் அபராதம் விதிக்கப்படுவது பற்றி மசோதா குறிப்பிடவில்லை; மேல்முறையீடு செய்ய சுதந்திரமாகச் செயல்படும் வழிமுறையையும் கொண்டிருக்கவில்லை. முதல் முறையீடு, அடுத்த உயர் அதிகாரிக்கும், இரண்டாவது முறையீடு அந்த நேர்வைப் பொறுத்து மத்திய அல்லது மாநில அரசாங்கத்திற்கும் அளிக்கப்படலாம். அத்துடன்,

ஏற்கனவே ரகசியப் பாதுகாப்புக் கலாச்சாரம் செயலில் இருக்கும் பரவலான ஊழலால் பாதிப்படைந்திருக்கும் நிர்வாக அமைப்பில், நீதிமன்றங்கள் தலையிடவோ உள்நுழையவோ தடை இருக்கிறது. இணக்கமாக இல்லாத அதிகாரிகளுக்கு அபராதமாக அவர்களது சம்பளத்தின் ஒரு பகுதியும் (நிலையான அபராதத் தொகை என்பது குறிப்பிட்ட காலத்திற்குப் பின் அதன் மதிப்பை இழந்து விடும் என்பதால்), ஒழுங்கு நடவடிக்கையும், சுதந்திரமாக இயங்கும் மேல்முறையீட்டு அமைப்பு ஆகியனவும் சேர்க்கப்பட்டால் இந்த மசோதா அதிக நலன் பயப்பதாக இருந்திருக்கும்.

அரசு அதிகாரிகள் தாமாக முன்வந்தோ அல்லது செயல்முனைப்புடன் தகவல்களைப் பகிர்வதற்கான விதிகள் மசோதாவில் இருக்கின்றன; எனினும், உள்ளூர் மொழிகளில் எளிதில் புரிந்துகொள்ளும் விதமாக அந்தத் தகவல் வெளியிடப்பட வேண்டும் என்பது குறித்து மசோதா மௌனமாக இருக்கிறது. மேலும், இந்தச் சட்டம் தாமாகவே முன்வந்து வெளியிடப்பட வேண்டிய தகவல்களின் மிக விரிவான, விளக்கமான பட்டியல் ஒன்றை வழங்க வேண்டும்; சட்டத்தைச் செயல்படுத்தும் முனையில் மக்கள் எதிர்கொள்ளும் பிரச்சினைகளால் எழக்கூடியவற்றைச் சேர்க்கவும் அதில் இடமளித்திருக்க வேண்டும்.

ஒருவரது உயிர் மற்றும் அவரது சுதந்திரம் தொடர்பான தகவல்கள், மசோதா குறிப்பிடுவது போல் 48 மணி நேரத்திற்குள் என்பதற்கு மாறாக 24 மணி நேரத்திற்குள் கிடைக்க வேண்டும்,

காகிதத்திலும் மின்னணு முறையிலும் சேமிக்கப்பட்ட தகவல்கள் தவிர்த்து, 'பதிவேடு' என்பதன் வரையறையில் மூலப்பொருட்களும் மாதிரிகளும் (எடுத்துக்காட்டாக, உணவு தானியங்கள் எனும்போது) சேர்க்கப்பட வேண்டும். (இந்த விஷயம் பின்னர் ஆர்டிஐ சட்டம் 2005இல் விரிவாகக் குறிப்பிடப்பட்டது).

தகவலுக்கு விண்ணப்பம் செய்வதற்குப் படிவங்களின் ஒரு தொகுப்பும் அளிக்கப்பட வேண்டும். விண்ணப்பிக்கும் நபர்களுக்குச் சாத்தியமான அனைத்து உதவிகளையும் வழங்க வேண்டும்.

அனைத்து விண்ணப்பங்களும் ஒரு குறிப்பிட்ட பதிவேட்டில் பதிவு செய்யப்பட வேண்டும். அதைப்

பெற்றுக்கொண்டதற்கு, விண்ணப்பதாரருக்கு ஒப்புகைச் சீட்டு கட்டாயம் வழங்கப்பட்ட வேண்டும்.

ஆவணங்களை ஆய்வு செய்வதற்கான உரிமையும் கட்டாயம் வழங்கப்பட வேண்டும்.

தகவலை வழங்குவதற்கான கட்டணம், பதிவேட்டை நகல் எடுப்பதற்கு / அதை அளிப்பதற்கு ஆகும் செலவைக் காட்டிலும் அதிகமாக இருக்கக்கூடாது.

குறிப்பிட்ட காலக்கெடுவுக்குள் தகவல் வழங்கப்படா விட்டால், தகவல் மறுக்கப்பட்டதாகக் கருதப்பட வேண்டும். வேண்டுகோள் வெளிப்படையாக நிராகரிக்கப் படவில்லை என்றாலும், மேல்முறையீடு அனுமதிக்கப்பட வேண்டும்.

எந்தத் துறையில்தகவல் கோரப்படுகிறதோ அந்தத் துறையின் மூத்த அதிகாரி, கோரப்பட்டத் தகவல் வழங்கப்படாததற்குப் பொறுப்பாக வேண்டும். (பின்னாளில் இந்த விதி, குறிப்பிட்ட காலத்திற்குள் தகவல் வழங்கப்படாத தற்கு அபராதம் விதிக்கப்படும் என்பதாக மாற்றப்பட்டது).

நாடாளுமன்ற உறுப்பினர்களுக்கோ அல்லது மாநில சட்டமன்றங்களுக்கோ கிடைக்கும் எந்தத் தகவலும் குடிமகன் எவருக்கும் மறுக்கப்படக்கூடாது. (தகவல் அறியும் உரிமைச் சட்டம் 2005இன் பிரிவு 8இன் துணை விதிகளில் இது பிரதிபலித்தது).

இந்த மசோதாவிற்கு இடப்பட்ட பெயருமே சிக்கல் நிறைந்ததாக இருந்தது, ஏனெனில் இந்த சட்டம், தகவல் பெறும் சுதந்திரத்தை மட்டுமின்றி, தகவல் அறிவதற்கான மக்களின் உரிமையையும் பாதுகாக்க வேண்டும்; ஆகவே இந்தச் சட்டம், தகவல் அறியும் உரிமைச் சட்டம் என்று அழைக்கப்பட வேண்டும்.[224]

அமைச்சர் பதவியை ராம் ஜெத்மலானி ராஜினாமா செய்வதற்குமுன், உச்ச நீதிமன்றத்தில் *NCPRI* தாக்கல் செய்த மனு, வெளிப்படைத்தன்மை மற்றும் பொறுப்புடைமையைத் தொடர்ந்து வலியுறுத்தியது. நீதிமன்றம் கொடுத்த அழுத்தத்தால், இறுதியாக இந்தச் சட்டம் நிறைவேறியது. சுருக்கமாகச் சொல்லப்போனால், பிரச்சார இயக்கம், ஒரு மோசமான தகவல் பெறும் சுதந்திரச் சட்டத்தைப் பெற்றது: மேல்முறையீட்டிற்குச் சுதந்திரமான ஆணையம் இல்லை; அதாவது உண்மையான பொறுப்புடைமையோ அல்லது பரிகாரமோ இல்லை; உரிய நேரத்திற்குள் தகவலை வழங்காததற்கு அபராதம் விதிக்க விதிகள்

இல்லை; தாமாகவே முன்வந்து தகவல் அளிப்பதற்கு வழிமுறை மிகவும் குறைவு; அத்துடன் தகவல் என்பதன் வரையறை மிகப் போதுமானதாக இல்லை; குறுகியதாக, கட்டுப்படுத்தப்பட்ட தாக இருந்தது.

*NCPRI*இன்பிரச்சார இயக்கத்தில் சங்கதன் பெரும் அங்கமாகச் செயல்பட்டது. போராட்டத்திற்கான அதனுடைய செயலூக்கமும், ஆதரவு இயக்கமும், பங்கேற்பும் மக்கள் இயக்க அரசியலுடன் ஒன்றிணைவதைப் பார்த்தது. அநீதியையும், அதனுடைய பல்வேறு வடிவங்களையும் எதிர்த்துப் போராடும் ஒரு கருவி ஆர்டிஐ என்பதாக, அதன் நோக்கம் மிகச் சாதாரண மாகப் புரிந்துகொள்ளப்பட்டது. பின்னாளில் ‘மாற்றத்திற்கான’ சட்டம் என வரையறுக்கப்பட்ட ஆர்டிஐக்கான கோரிக்கையின் தன்மை, அரசியலமைப்பு அளிக்கும் மேலும் பல உத்தரவாதங் களைப் பெறுவதைச் சாத்தியப்படுத்தும் சட்டப்படியான கருவியாக அறிந்துகொள்ளப்பட்டது. ஏழைகளுக்கும் அநீதியால் துயரம் அடைபவர்களுக்கும் ஆர்டிஐ சட்டத்தால் பயனில்லை என்று சொல்லப்பட்ட பழைய வாதம் தவறானது என்று நிரூபிக்கப்பட்டது.

27

டில்லியிலுள்ள நண்பர்களும் சகாக்களும்

சங்கதன் டெல்லி வருவதற்கான ஒரேயொரு காரணம், மத்தியில் நல்லதொரு சட்டம் வேண்டும் என்பதற்குப் பிரச்சாரம் செய்யவே. 1996ஆம் ஆண்டு பியாவர் தர்ணா நாட்களிலிருந்து, பிரபாஷ் ஜோஷி, அஜித் பட்டாச்சார்ஜி, குல்தீப் நய்யார், நிகில் சக்ரவர்த்தி ஆகியோர் சங்கதனை டெல்லிக்கு அழைத்துக்கொண்டிருந்தனர்: தேசிய அளவில், ஆர்டிஐ சட்டத்திற்காக ஆதரவு திரட்டவும், பிரச்சார இயக்கத்தை இந்தியாவின் பிற மாநிலங்களுக்கும் கொண்டு செல்லவும்.

பியாவரிலும் ஜெய்ப்பூரிலும் காலனியக் காலத்து நிர்வாகக் அமைப்புகளுக்கு எதிராகச் சங்கதன் நடத்திய இணையற்ற போராட்டத்தின் போது மூத்த பத்திரிகையாளர்களும் பொது அறிவுஜீவிகளும் மகத்தான ஆதரவளித்தனர். அது சாதாரண தலமட்டப் போராட்டமோ அல்லது மாநில அளவிலான போராட்டமோ அல்ல; அதைக் காட்டிலும் பெரிதானது; மகத்தான தாக்கங்களைத் தேசிய அளவில் ஏற்படுத்தும் என்றனர்; சங்கதன் இதை உணரும்படி வற்புறுத்தியதில் அவர்களுக்கு முக்கியப் பங்குஉண்டு. ஊடகம் குறித்த பொது அறிவு அவர்களுக்கு இருந்தது. ராஜஸ்தானில் நடந்த இயக்கத்தின் மீது ஊடகங்கள் கவனம் செலுத்த வைக்கும் திறன்களும் அவர்களிடம் இருந்தன. ஒருதலைச் சார்பு என்ற கணக்கீடுகளுக்கு

அப்பாற்பட்ட நோக்கத்திற்காக இந்த இயக்கம் போராடுகிறது என்ற உண்மையைப் பாராட்டிப் பேசும் பலதரப்பு அரசியல்வாதிகளை அவர்கள் அறிந்திருந்தனர். மூத்த பத்திரிகையாளர்களான இவர்கள் அபிப்பிராயங்களை உருவாக்கும் நபர்களாகவும் இருந்தனர்; பிரச்சார இயக்கத்தின் அங்கமாக இருக்க முன்வந்தனர்; கூட்டங்களில் தவறாமல் கலந்துகொண்டனர். இயக்கத்திற்குத் துணையாக இருக்கக் கூடியவர்களை அடையாளம் கண்டு, ஒரு கூட்டணியை உருவாக்க இடைவிடா முயற்சிகள் மேற்கொண்டனர். ஆர்டிஐ பிரச்சாரம் வேரூன்றி, தொலைநோக்குப் பார்வையுடன் வளர்வதற்கு அனைத்துத் தரப்பினருடனும் அவர்களுக்கு இருந்த பரவலான தொடர்புகள் உதவின. இந்த நடவடிக்கைகள் பலவும் டெல்லியிலிருந்து ஒருங்கிணைக்கப்பட்டன; அதாவது, சங்கதனின் உறுப்பினர்கள் சிலர் முன்னைக் காட்டிலும் டெல்லியில் அதிகநேரம் செலவிட வேண்டியிருந்தது. சில நடவடிக்கைகள் டெல்லி நிலப்பரப்பைச் சார்ந்ததாகவும், சில மிகப் பரவலாக பொருந்தக் கூடியவையாக இருந்தன.

நீதிபதி பி.பி. சாவந்த், *1996*இல் எமக்குக் கிடைத்த ஒரு வலிமையான நண்பர். ‘இந்திய பிரஸ் கவுன்சில்’ தலைவராக இருந்தவர். சட்டப்பூர்வமான உரிமைகளுடன் அடித்தட்டு மக்களின் இயக்கங்களை ஒன்றிணைக்க முடியும்; அதன் மூலம் ஜனநாயகத்தை மிக வெளிப்படையாக இயங்க வைக்க முடியும் என்ற நோக்கில் வளர்ந்துகொண்டிருந்த இந்த இயக்கத்தின் முயற்சிகளை அவர் அங்கீகரித்தார். பொது வெளியில் மிகப் பரவலாக கலந்துரையாடல்களை நடத்த உடனடி முயற்சிகள் செய்ய முன்வந்தார்; பொருத்தமான, திறன்மிக்க ‘மாதிரி’ ஆர்டிஐ மசோதாவை உருவாக்குவதிலும் தன்னை ஈடுபடுத்திக் கொண்டார். மிக முக்கியமாக, வரைவைத் தயாரிப்பதில் *NCPRI* உடன் இணைந்து பணியாற்ற அவர் தலைவராக இருந்த ‘பிரஸ் கவுன்சில்’ அலுவலகத்தையும் ஈடுபட வைப்பதில் மகிழ்ச்சி அடைவதாகத் தெளிவாகக் கூறினார். உச்ச நீதிமன்றத்தின் முன்னாள் நீதிபதியாக இருந்த அவருக்கு, அரசியல் சாசனத்தின் கொள்கைகள் குறித்துக் கூர்மையான புரிதல் உண்டு. அச்சு ஊடகத்துறை நலன்கள் குறித்து அக்கறையுடன் வழிகாட்டும் பொறுப்பில் இருந்தார். சட்டப்படியான உரிமைகளுடன் கூடிய அதிகாரத்தை அது அவருக்கு வழங்கியது. ஒரு வலுவான மக்கள் சார்ந்த வரைவு மசோதா, அதைத் தொடர்ந்து நடக்கவிருக்கும் ஆர்டிஐ சட்டம் குறித்த அனைத்து விவாதங்களுக்கும் அடிப்படையாக அமையும் என்பதை நீதிபதி சாவந்த் உறுதி செய்தார். பிரதமருக்கும், நாடாளுமன்ற உறுப்பினர்களுக்கும், அனைத்து முதல்வர்களுக்கும் மற்றும் அதிகாரத்திலிருக்கும்

சம்பந்தப்பட்ட ஏனைய நபர்களுக்கும் இறுதி செய்யப்பட்ட அந்த மசோதாவை அவர் அனுப்பினார். உண்மையில், *NCPRI*/ பிரஸ் கவுன்சில் வரைவுடன் ஒப்பிடுகையில் எச்.டி. ஷோரி உருவாக்கிய தகவல் பெறும் சுதந்திர மசோதாவுக்கு அடிப்படையாக அமைந்த நீர்த்துப் போன வடிவம் பயனற்ற ஒன்று என்று விமர்சிக்கப்பட்டது.

மசோதா வரைவின்போது, கள அனுபவங்களிலிருந்து மேலும் கற்றுக்கொள்ள ராஜஸ்தான், கோவா, ஆந்திரப் பிரதேசம், மகாராஷ்டிரா மாநிலங்களுக்கு நீதிபதி சாவந்த் பயணம் மேற்கொண்டார். ஆர்டிஐ சட்டம் *2005*இல் இயற்றப்பட்டு தகவல் பெறும் சுதந்திரச் சட்டம் ரத்து செய்யப்படும் வரையிலும், *NCPRI*ஐச் சேர்ந்த சேகர் சிங், பிரசாந்த் பூஷன் போன்ற ஆர்வலர்கள் முதல் மாதிரி வரைவு மசோதா சார்ந்து தொடர்ந்து வேலை செய்தனர். டெல்லி சுந்தேர்நகரியில் வளர்ச்சிப் பணிகள் குறித்த முதல் பொது விசாரணையைப் பரிவர்த்தன் அமைப்பு ஒருங்கிணைத்தது. அந்த விசாரணைக் குழுவில் நீதிபதி சாவந்த்துடன், சேகர் சிங், பிரசாந்த் பூஷன், அருணா ராய், பாரத் டோக்ரா, பிரபாஷ் ஜோஷி, அஜித் பட்டாச்சார்ஜி ஆகியோரும் மற்றும் பலரும் உறுப்பினர்களாக இருந்தனர்.

சுந்தேர்நகரி பொது விசாரணை

இந்திய வருவாய்ப் பணியிலிருந்த அரவிந்த் கெஜ்ரிவால் கற்பதற்கான விடுமுறையில் இருக்கும்போது, டெல்லியில் 'பரிவர்த்தன்' அமைப்பை ஆரம்பித்தார்; ஆர்டிஐ பிரச்சார இயக்கம் பற்றி அறிந்துகொள்ள சங்கதன் அலுவலகத்திற்கும் வந்தார். பரிவர்த்தன், சாமானிய மனிதர்களைப் பாதிக்கும் ஊழலுக்கு எதிராக டெல்லியில் விறுவிறுப்பாகச் செயல்பட்டு வந்த தன்னார்வ அமைப்பு. வருமான வரித்துறையிலும் மின்சாரத் துறையிலும் லஞ்சம் வாங்கும் அதிகாரிகளுக்கு எதிராக அது இயக்கங்களை நடத்தியது. வெளிப்படைத்தன்மை மற்றும் பொறுப்புடைமை குறித்து விவாதிப்பதற்குக் கூடிய குழுவில் கெஜ்ரிவாலும் இருந்தார். *NCPRI* நடத்திய கூட்டங்களுக்கும் வரத் தொடங்கியிருந்தார். ஆர்டிஐக்காக சங்கதன் எழுப்பிய கோரிக்கை குறித்தும் ஜன் சுன்வாய் வழிமுறைகள் குறித்தும் அவர் கேள்விப்பட்டிருந்தார்; அதன் செயல்திறனைக் காண ஆர்வமாக இருந்தார்.

ஜானவாதைத் தொடர்ந்து *2001*ஆம் ஆண்டில் சமூகத் தணிக்கை ஒன்றை அரசாங்கம் ஒருங்கிணைத்தது. அதன் பகுதியாக, பியாவருக்குச் சற்றே வெளியில், பியாவர் காஸ் பஞ்சாயத்தில் நடந்த பொது விசாரணையைப் பார்வையிட

அவர் வந்தார். சங்கதனுக்கும் பரிவர்த்தனுக்கும் இடையிலான நெருக்கமான உறவிற்கு இதுதான் தொடக்கம். அதன் பின்னர் டெல்லியில் சமூகப் பிரச்சினைகளை ஒட்டிப் பணியாற்றிய பிற குழுக்களுடன் தொடர்பு ஏற்பட்டது. வளர்ச்சி மற்றும் உள்கட்டமைப்பு செலவினங்கள் குறித்து நகர்ப்புறங்களில், முதல் ஜன் சுன்வாயை நடத்தலாம் என்ற முடிவிலிருந்து இது தொடங்கியது. பொது விநியோக அமைப்பு, பொதுத்துறைப் பணிகள், சமூக நலத்திட்டங்கள், வருமான வரி மற்றும் மின்சாரம் தொடர்பான குடிமக்களின் குறைகளை நிவர்த்தி செய்வதிலும் பரிவர்த்தன் பணியாற்றியுள்ளது.

ஜன் சுன்வாயின் செயல்திறனைக் காண அதைப் பெருநகரத்திற்கும் கொண்டு செல்வதில் சங்கதன் மிகவும் ஆர்வமாக இருந்தது. டெல்லி ஆர்டிஐ சட்டம் அக்டோபர் 2, 2001இல் நடைமுறைக்கு வந்தது; அரசாங்கத்தின் கோப்புகளைப் பெறக் குடிமக்களுக்கு அதிகாரம் அளித்தது; சாதாரணமாகப் படிவம் ஒன்றைப் பூர்த்தி செய்து, சம்பந்தப்பட்ட துறைக்குச் சமர்ப்பித்தால் போதும். மக்களின் பிரச்சினைகளை அவர்கள் சார்பாக எடுத்துப் பேசுவதன் மூலம் அவர்களுக்கு உடனடி நிவாரணம் கிடைக்கிறது என்பதைப் பரிவர்த்தன் விரைவில் உணர்ந்தது; எனினும், குடிமக்கள் அவர்களது குறைகளை நேரடியாகத் தீர்த்துக்கொள்ளும் அதிகாரத்தை இந்தத் தலையீடு அளிக்கவில்லை; அத்துடன், முறையான மாற்றங்களை நிரந்தர மாகக் கொண்டுவரவும் அது உதவவில்லை. பொதுமக்களை ஈடுபடுத்தி அவர்களின் குறைகளைத் தீர்ப்பதற்கு டெல்லி ஆர்டிஐ சட்டம், 2001ஐப் பரிவர்த்தன் பயன்படுத்தத் தொடங்கியது.

ஜன் சுன்வாய்கள் மூலம் சங்கதன் நிகழ்த்திய சாதனை களால் பரிவர்த்தன் ஈர்க்கப்பட்டிருந்தது. வளர்ச்சி மற்றும் உள்கட்டமைப்புப் பணிகள் குறித்து ஜன் சுன்வாய் ஒன்றைச் சுந்தேர்நகரியில் நடத்தத் திட்டமிட்டது. சங்கதனிலிருந்து சங்கர், கீமா ராம், லக்ஷ்மி, சௌமியா கிடாம்பி, காமயானி ஸ்வாமி, மோகன்ஜி, நிகில் மற்றும் வேறு சிலரும் டெல்லிக்குச் சென்றனர்; பொது விசாரணையை நடத்தத் திட்டமிடுதல், தயாரித்தல், விளம்பரம் செய்தல் மற்றும் நடத்துவதில் அவர்கள் பங்கேற்றனர். சங்கதன் குழுவினர் சுந்தேர்நகரியில் முகாமிட்டனர்; பரிவர்த்தனைச் சேர்ந்த அரவிந்த், அஞ்சலி பரத்வாஜ், பாணினி ஆனந்த், ராஜீவ், சந்தோஷ், ரேகா மற்றும் சிலருடன் இணைந்து, ஆரம்பக்கட்ட வேலைகள் செய்தனர்; 'கஜானா' நாடகத்தை நிகழ்த்தினர்; தகவல்களைத் தொகுப்பதிலும் மற்றும் வடிவமைப்பதிலும் உதவினர்.

சுந்தேர்நகரி டெல்லியில் இருக்கும் மறுகுடியேற்றக் குடியிருப்பு. அங்கு நடக்கவிருந்த ஜன் சுன்வாயின் நோக்கம், குடிமை/பொதுத்துறைப் பணிகளில் செலவிடப்பட்ட பணத்திற்குக் கணக்குக் காட்டுமாறு டெல்லி மாநகராட்சியை வற்புறுத்துவது. சுந்தேர்நகரியில் பதினொரு பிளாக்குகளும், நியூ சீமாபுரியில் ஏழு பிளாக்குகளும் இருந்தன. ஒவ்வொரு பிளாக்கிற்கும் சென்ற பரிவர்த்தன் மற்றும் சங்கதன் குழுவினர் பாடல்கள் பாடினர்; சிறிய பொம்மலாட்ட நாடகங்கள் நிகழ்த்தினர்; தெரு முனைக் கூட்டங்கள் நடத்தினர். ஊழல் பரவியிருப்பதைப் புலம்பலாக 'காந்தி தேரே தேஷ் மே' என்ற பாடலைப் பாணினி ஆனந்த் பாடினார். தெருமுனைக் கூட்டங்கள் அனைத்திலும் வரிவிதிப்பைச் சுட்டிக்காட்டி அரவிந்த் கெஜ்ரிவால் பேசினார்; மிகவும் ஏழைகளுக்கும் அவர்கள் கட்டுகிற வரிக்குக் கணக்கு கேட்க உரிமை உண்டு என்றார். ஒவ்வொரு பிளாக்கிலும் டெல்லி மாநகராட்சி செய்திருக்கும் கட்டுமான மற்றும் பழுதுபார்க்கும் பணிகள் பற்றியும், ஒவ்வொன்றிற்கும் செலவிடப்பட்ட தொகை குறித்தும் மக்களுக்குத் தெரிவிக்கப்பட்டது. இன்னமும் தொடங்கப்படாத பல திட்டங்கள் இருப்பதும் வெளிப்பட்டது. அல்லது அவை முழுமையடையவில்லை, அல்லது அவை மிகவும் தரமற்றதாக இருந்தன. குடியிருப்போர்கள் வேலைத்தளத்திற்கு நேரடியாகச் சென்று, ஒப்பந்தங்களில் இருப்பவற்றிற்கும் நிஜத்திற்கும் இடையில் உள்ள பிறழ்வுகளைப் பார்த்தறிந்தனர்.

NCPRI மற்றும் சங்கதனுடன் இணைந்து சுந்தேர்நகரியில் 14-12-2002 அன்று பரிவர்த்தன் பொது விசாரணையை ஒருங்கிணைத்தது. பொதுப்பணிகள் குறித்தும் அவற்றின் கணக்குகள் பற்றியும் பகிரங்கமாக விவாதிக்க முடிவு செய்யப் பட்டது. ஒவ்வொரு திட்டத்திற்கான ஒப்பந்தமும் வாசிக்கப் பட்டது. அதனுடைய தற்போதைய நிலை குறித்து குடியிருப்போர் வாக்குமூலம் அளித்தனர். அன்று பொதுத்தணிக்கை செய்யப் பட்ட அறுபத்தெட்டுப் பணிகளில், அறுபத்து நான்கு பணிகளில் நிதி முறைகேடு நடந்ததாக மதிப்பிடப்பட்டது. மோசடி செய்யப்பட்ட மொத்தத் தொகை தோராயமாக ரூ. 70 லட்சம். போதிய நிதி இல்லாத நிலைமையால் பெரும்பாலும் வளர்ச்சி தடைபடுவதில்லை; இவை போன்ற 'கசிவுகள்' தாம் என்று ஜன் சுன்வாயில் வெளிப்பட்டது. பத்திரிகையாளர்கள், பிரபலங்கள் உட்பட அங்கு வசிப்பவர்களையும் சேர்த்து ஏறத்தாழ ஆயிரம் பேர் விசாரணையில் கலந்துகொண்டனர். பொது இடத்தில் நடந்த முழுமையான சரிபார்ப்பின் மூலமாக அரசாங்கத்தைப் பொறுப்பேற்க வைக்கமுடியும் என்பதை முதன்முறையாக மக்கள் உணர்ந்தனர். நீதிபதி சாவந்த், அஜித்

பட்டாச்சார்ஜி, பிரபாஷ் ஜோஷி மற்றும் ஊடகப் பிரதிநிதிகள் உள்ளிட்ட பிரபலங்கள் அடங்கிய குழு, புயலென வீசிய நடவடிக்கைகளைக் கண்ணுற்றது.

ஆயத்தக்கட்டப் பணிகள், ஏற்கனவே ஒரு உச்ச நாடகத்திற்கு இட்டுச்சென்றிருந்தன. எடுத்துக்காட்டாக, 2003 பிப்ரவரியின் பிற்பகுதியில் டெல்லி மாநகராட்சியின் குடிசை மற்றும் 'ஜுக்கி–ஜோப்டி' துறை சுந்தேரிநகரியின் ஜுக்கி பகுதியில் சாலை அமைக்கும் பணியைத் தொடங்கியது. பயன்படுத்தப்படும் மணல் தரமற்றது என்பதை அந்த மக்கள் கவனித்தனர். அத்துடன் சிமென்ட்டும் சரியான விகிதத்தில் கலக்கப்படவில்லை. வேலையை நிறுத்திய அவர்கள், பரிவர்த்தனுக்கும், மாநகராட்சி யின் இளநிலைப் பொறியாளருக்கும் தகவல் தெரிவித்தனர். குறைபாடுகளை ஒப்புக்கொண்ட பொறியாளர், அதைச் சரிசெய்வதாகக் கூறினார். ஆனால், மக்களோ இதற்குக் காரணமான மாநகராட்சி அதிகாரிகள் மீது ஒழுங்கு நடவடிக்கை எடுக்க வேண்டும் என வலியுறுத்தினர்.

சுமார் 30 நபர்கள் பரிவர்த்தன் ஊழியர்களுடன் இணைந்து அந்த மண்டலத்தின் செயற்பொறியாளர் அலுவலகத்துக்குச் சென்றனர்; இளநிலைப் பொறியாளரை இடைநீக்கம் செய்யவேண்டும் என்று கோரினர். பொறியாளர் இடமாற்றம் செய்யப்படுவார்; மூலப்பொருள் மாற்றப்பட்டு, சந்தின் சாலை மறுபடியும் போடப்படும் என்று செயற்பொறியாளர் உறுதியளித்தார். அவர் கொடுத்த மூன்று வாக்குறுதிகளும் நிறைவேற்றப்பட்டன.

வளாசசிப்பணி நிர்வாகத்தில் ஜன் சுன்வாய் வியத்தகு மாற்றத்தை ஏற்படுத்தியது; எனினும், பிரச்சினைகள் மீதும், கண்டுபிடிப்புகளின் அடிப்படையில் அதனுடைய சட்டரீதியான தாக்கங்கள் குறித்தும் நடவடிக்கை ஏதும் எடுக்கப்படவில்லை. இதனால் விரக்தியடைந்த அமைப்பிற்குப் பிரச்சினைகளை நீதிமன்றத்திற்குக் கொண்டு சென்று தீர்வு காண்பது தவிர்த்து வேறு வழி தென்படவில்லை.

பரிவர்த்தனின் அடுத்த முயற்சியாக சுந்தேர்நகரி பகுதியின் ரேஷன் கடைகளின் ஆவணங்களை ஆய்வு செய்வது இருந்தது. முறைகேடுகள் குறித்து குடியிருப்போர் புகார் அளித்தனர்; திரிவேணி என்ற ஏழைப் பெண்மணி, ரேஷன் கடைக்குச் செல்லும்போதெல்லாம், கடைக்காரர் 'ஸ்டாக் இல்லை' என்றே சொல்வதாகப் பரிவர்த்தனிடம் புகார் கூறினார். சில மாதங்களாக அவருக்குரிய அரிசி வழங்கப்படவில்லை. சுந்தேர்நகரி, வெல்கம் மற்றும் நியூ சீமாபுரியில் உள்ள பதினெட்டு

ரேஷன் கடைகளின், கடந்த நான்கு மாதங்களின் பதிவேடுகளைப் பரிவர்த்தனுக்கு அளிக்குமாறு டெல்லி உணவு மற்றும் சிவில் சப்ளைஸ் துறைக்கு, மக்கள் குறை தீர்ப்பு ஆணையம் உத்தர விட்டது. எனினும், சுந்தேர்நகரி ரேஷன் கடைக்காரர்கள் தாக்கல் செய்த விண்ணப்பத்தின் அடிப்படையில், பதிவேடுகளை அளிக்க டெல்லி உயர் நீதிமன்றம் ஜூலை 22 அன்று தடை விதித்தது. ஆனால், சரியான காரணங்கள் எதுவும் கூறப்படவில்லை.

நிர்வாகத்தில் நிலவும் ரகசியப் பாதுகாப்பு முறை ஊழலை வளர்த்தது. பொது விநியோக அமைப்பின் செயல்பாடு வெளிப்படையாக இருக்க வேண்டும் என்று பரிவர்த்தன் கோரிக்கை வைத்தது. அந்த அமைப்பின் பிரதிநிதிகள், ஆர்டிஐ இயக்கத்தின் ஆதரவாளர்களுடனும் ஆர்வலர்களுடனும் அப்போதைய டெல்லி முதல்வர் ஷீலா தீட்சித்தைச் சந்தித்தனர். உண்மைகளை அறிந்துகொள்வதற்கு உணவுத்துறை ஆணையரிடம் அவரிடம் பதிவேடுகளைக் காட்டும்படி முதல்வர் கேட்டார். அரசாங்கத்திற்கிருந்த ஒரே வாய்ப்பாகத் தடையை விலக்க மனுத் தாக்கல் செய்வது இருந்தது.

பரிவர்த்தன் 2003ஆம் ஆண்டில், பொது விநியோக முறையில் நடந்த ஒரு ஊழலை அம்பலப்படுத்தியது; ரேஷன் கடைப் பணியாளர்கள் மானிய விலையில் வழங்கப்பட்ட உணவு தானியங்களை, மாநகர அதிகாரிகளுடன் கூட்டுச் சேர்ந்து விற்று மோசடி செய்தனர்.

> ஆர்டிஐ சட்டத்தின் கீழ் தகவல்கள் பெறப்பட்டன; தினசரி விற்பனைப் பதிவேடுகள், இருப்பு நிலைப் பதிவேடுகள், ரசீதுகளின் நகல்கள் ஆய்வு செய்யப்பட்டன; நகல்கள் தொகுக்கப்பட்டு சரிபார்ப்பு நடவடிக்கை களும் மேற்கொள்ளப்பட்டன. ஆய்வு செய்யப்பட்ட 182 குடும்பங்களில், 142 குடும்பங்களுக்கு ஒரு மணி கோதுமையும் வழங்கப்படவில்லை; ஜூன், 2003இல் 167 குடும்பங்கள் அரிசி பெறவில்லை. பொது விநியோகத் திட்டத்தில் வரப்பெற்றதில் 87 சதவீதக் கோதுமையும் 94 சதவீத அரிசியும் திசைதிருப்பப்பட்டு வெளிச்சந்தையில் விற்கப்பட்டன. (எஸ். பாண்டே, 2008. தகவல் அறியும் உரிமையும் சமூகப் பொறுப்புடைமையும்: டெல்லி பொது விநியோகத் திட்ட பிரச்சார இயக்க நிகழ்வு. *IDS Bulleting 38(6)*. பக் 47–55).

சதார்க் நாகரிக் சங்கதன் (SNS)

மாளவியா நகரின் குடிசைப் பகுதிகளில் சீமா மிஸ்ராவுடனும் மற்றும் சிலருடனும் சேர்ந்து அஞ்சலி பரத்வாஜ் 2003ஆம்

ஆண்டில் பணியாற்றத் தொடங்கினார்; அப்போது சதார்க் நாகரிக் சங்கதனை *(Satark Nagarik Sangathan)* உருவாக்கினார். வளர்ச்சிப் பணி செலவினங்கள் குறித்த பதிவேடுகளையும் அவர்கள் பெறத் தொடங்கினர். ஆனாலும், ரேஷன் தொடர்பான செலவினங்களில் வெளிப்படைத்தன்மை மற்றும் பொறுப்புடைமை குறித்து அவர்கள் அதிகக் கவனம் செலுத்தினர். அவர்களது பணிகளில் நகர்ப்புறத்தன்மை பிரதிபலிப்பதைச் சங்கதன் கண்டறிந்தது. செலவின விவரங்களைத் தாமாகவே முன்வந்து வெளிப்படுத்தவும், சட்டமன்றத் தொகுதியில் சுவர் ஓவியங்கள் வரைவதற்கு நிதி ஒதுக்கீட்டுச் செலவினங்களின் விவரங்களை அளிக்கவும் அவர்கள் கோரிக்கை வைத்தனர். ரேஷன்கள் தொடர்பாகக் குறிப்பிட்ட சமூகப் பரப்பின் அளவிற்குப் பயன்மிக்க ஜன் சுன்வாய்களை நடத்தினர். பதிவேடுகளைப் பெறவும், பொதுமக்களுக்கான உரிமைகளை வழங்குவதை மேம்படுத்தவும், டெல்லி ஆர்டிஐ சட்டத்தைச் சதார்க் நாகரிக் சங்கதன் பயன்படுத்தியது.

சதார்க் நாகரிக் சங்கதன் இணையதளம் கூறும் செய்தி:

மாளவியா நகரில் உள்ள ரேஷன் கடைக்காரர்கள் பல ஆண்டுகளாக அரசிடம் இருந்து ரேஷன் பொருட்கள் வரவில்லை என்று கூறி மக்களுக்கு ரேஷன் வழங்க மறுத்துவந்தனர். ரேஷன் அட்டை வைத்திருப்பவர்கள் தங்களுக்குரிய ரேஷனைக் கேட்டால், கடைக்காரர்கள் அவர்களிடம் தவறாக நடந்துகொண்டனர். உணவுப் பொருட்கள் வழங்கு துறைக்குப் பலமுறை புகார் அளித்தும் செவிடன் காதில் ஊதிய சங்காயிற்று. சதார்க் நாகரிக் சங்கதன் ஊழியர்கள் 2003ஆம் ஆண்டில், குடிசைப்பகுதி மக்களிடம் துண்டுப் பிரசுரங்களை விநியோகித்தது, ஒரு புயலைக் கிளப்பியது. பொது விநியோகத் திட்டத்தின் கீழ் அவர்களுக்கு இருக்கும் சட்டப்பூர்வமான உரிமை களும், ஒவ்வொரு மாதமும் பெறவேண்டிய ரேஷனின் அளவும் விலையும் பிரசுரத்தில் குறிப்பிடப்பட்டிருந்தது. சதார்க் நாகரிக் சங்கதனைச் சேர்ந்த சூச்சனாவின் இல்லம் பரபரப்பான செயல்பாட்டின் காட்சிக் களமாகியது. பொது விநியோகத் திட்டத்தின் கீழ், சட்டப்பூர்வமான உரிமைகளை எவ்வாறு பெறுவது என்பது பற்றி முடிவு செய்ய அப்பகுதி ரேஷன் அட்டைதாரர்கள் அங்குதான் கலந்துரையாடினர்.

சதார்க் நாகரிக் சங்கதன் உதவியுடன் மக்கள் பிப்ரவரி 2004இல், டெல்லி ஆர்டிஐ சட்டத்தின் கீழ் மனுக்களை அளித்தனர். அவர்களது ரேஷன் கடைகளில், இருப்பு மற்றும்

விற்பனைப் பதிவுகள் உள்ளிட்ட அனைத்துப் பதிவேடுகளை யும் கோரினர். பொதுவிநியோகத் திட்டத்தின் கீழ் மேலதிக மானிய விலையில் மாதந்தோறும் தொடர்ந்து கோதுமையும், அரிசியும் சர்க்கரையும் கடைகளுக்கு வந்திருப்பதைக் கிடைத்த பதிவேடுகள் வெளிப்படுத்தின. ஆனால் வழங்கப்பட வேண்டிய பயனாளிகளுக்கு அப்பொருட்கள் விற்கப்படவில்லை. கடை களின் தினசரி விற்பனைப் பதிவேட்டில் இருக்கும் பதிவுகள், பொருட்கள் 'போலி' அட்டைதாரர்களுக்கு விற்கப்பட்டிருப்பதை வெளிக்காட்டின. சதார்க் நாகரிக் சங்கதன் உறுப்பினர்கள் கிடைத்த தகவல்களைத் தெருமுனைக் கூட்டங்கள் வழியாகவும் விவாதங்கள் மூலமாகவும் குடிசைவாசிகளுக்குப் புரியவைத்தனர்; இந்தக் கொள்ளை குறித்து ரேஷன் கடைக்காரர்களிடமும், சம்பந்தப்பட்ட அதிகாரிகளிடமும் வெளிப்படையாகக் கேள்வி கேட்க பொது மேடை ஒன்று வேண்டும் என்று மக்கள் கோரினர்.

ஜன் சுன்வாய் ஒன்று நடத்தலாம் என்ற கருத்து எழுந்தது. சதார்க் நாகரிக் சங்கதன் 25-07-2004 அன்று ஜன் சுன்வாய் ஏற்பாடு செய்தது. டெல்லியில் பொது விநியோகத் திட்டத்திற்காக இப்படி ஒன்று நடப்பது இதுவே முதல்முறை. அத்துடன் அரசாங்க அதிகாரிகளிடமும் கடை பொறுப்பாளர்களிடமும் பொதுவெளியில் பொறுப்புணர்வு குறித்து கேள்வி கேட்க ரேஷன் அட்டைதாரர்களுக்கு முதன்முறையாக ஒரு மேடை கிடைத்தது. அப்பகுதி ரேஷன் அட்டைதாரர்கள், உணவு மற்றும் வழங்கல் துறையின் பிரதிநிதிகள், ஊடகவியலாளர்கள் மற்றும் ஆர்வமுள்ள குடிமக்கள் உட்பட ஏறத்தாழ ஐந்நூறு பேர் விசாரணையில், கலந்து கொண்டனர். பிரபலங்களால் நிறைந்த விசாரணைக் குழு, சுன்வாய்க்குத் தலைமையேற்றது. பொது விசாரணையில், சதார்க் நாகரிக் சங்கதனும் ரேஷன் அட்டைதாரர்களும் பெற்ற பதிவேடுகள் சரிபார்க்கப்பட்டன. அவர்களுக்குக் கிடைக்க வேண்டிய ரேஷன் ஒதுக்கீட்டைப் பெறுவதில் எதிர்கொள்ளும் பல்வேறு பிரச்சினைகள் குறித்து அப்பகுதி அட்டைதாரர்கள் பகிரங்கமாக வாக்குமூலம் அளித்தனர்.

'தி ஹிந்து'வில் 26-07-2004 அன்றுவெளியான செய்தி:

பொது விசாரணையில், டெல்லி ஆர்டிஐ சட்டத்தைப் பயன்படுத்திச் சங்கதனால் பெறப்பட்ட அப்பகுதியிலிருந்த இரு ரேஷன் கடைகளின் பதிவேடுகள் ஆய்வு செய்யப் பட்டன. பொது விநியோகத் திட்டத்தின் கீழ் ரேஷன் பொருட்கள் எதுவும் வரவில்லை என்ற காரணத்தைச் சொல்லி அந்த இரண்டு கடைகளும் அட்டைதாரர் களுக்கு ஐந்து ஆண்டுகளுக்கும் மேலாக ரேஷனை

வழங்க மறுத்துள்ளன. இரண்டு கடைகளும், ஒவ்வொரு மாதமும் தொடர்ச்சியாக அதிக மானிய விலையில் அரசுக் கிடங்குகளிலிருந்து கோதுமையும், அரிசியும் சர்க்கரையும் பெற்றிருக்கின்றன; ஆனால், உரிய பயனாளிகளுக்கு அப்பொருட்களை விற்கவில்லை என்பதைப் பெறப்பட்ட பதிவேடுகள் வெளிப்படுத்தின.

அந்தப் பொருட்கள் 'போலி' அட்டைதாரர்களுக்கு விற்கப்பட்டிருப்பதைக் கடைகளின் தினசரி விற்பனைப் பதிவேட்டுப் பதிவுகள் காட்டின. ஜன் சுன்வாயில் கலந்துகொண்டிருந்த கடைக்காரரால் முரண்பாட்டை விளக்க முடியவில்லை; பகிரங்கமாக மன்னிப்பு கேட்டார். ஆனால், கடந்த மாதத்திலும் தங்களுக்கு ரேஷன் பொருள் வழங்கவில்லை என்று கூறிய பொதுமக்கள், அவர் மீது நடவடிக்கை எடுக்க வேண்டும் என்று கோரினர்.

உச்ச நீதிமன்றத்தின் உணவு ஆணையர்களின் மூத்த ஆலோசகர் ஹர்ஷ் மந்தர், ஆர்.டி.ஐக்கான டெல்லி மாநில கவுன்சிலின் முன்னாள் உறுப்பினரும் NCPRIஇன் நிறுவன உறுப்பினருமான சேகர் சிங், அதன் ஒருங்கிணைப்பாளர் பாரத் டோக்ரா உள்ளிட்ட பிரபலங்கள் விசாரணைக்குத் தலைமை தாங்கினர்.

பொது விசாரணையில் பொது விநியோகத் திட்டத்தின் செயல்பாடு விரிவாக ஆராயப்பட்டது. விசாரணைக்குப் பின், இரு கடைகளின் உரிமத்தை அரசு ரத்துசெய்ய வேண்டும்; அத்தியாவசியப் பொருட்கள் சட்டம் பிரிவு 7 மற்றும் 12 AA இன் கீழ் நியாய விலைக்கடை உரிமையாளர் மீது வழக்குப்பதிவு செய்யவேண்டும்; சம்பந்தப்பட்ட அதிகாரிகள் மீது நடவடிக்கை எடுக்க வேண்டும்; உதவி ஆணையர் அலுவலகத்தில், அனைத்து நியாய விலைக் கடைகளின் பதிவேடுகளும் பொது மக்கள் பார்வைக்கு வைக்கவேண்டும் என்று தீர்மானம் நிறைவேற்றப்பட்டது.

அத்துடன் ரேஷன் கடைகளில் பொருட்களின் விவரங்கள் அடங்கிய பலகைகள் வைக்கவேண்டும்; மண்டல அலுவலகங்களில், அட்டைதாரர்களின் பட்டியல் ஒன்றும் அனைவரும் பார்க்கும் வகையில் வைக்க வேண்டும்; ரேஷன் கடையில் தானியங்களின் மாதிரிகளை வெளிப்படையாக வைக்கவேண்டும்; அத்துடன் அப்பகுதியில் வசிப்பவர்கள் கண்காணிக்கவும் விழிப்புடன் இருப்பதற்கும் அமைப்பு ஒன்றை நிறுவ முயற்சி தொடங்கப்பட்டது.[225]

இத்தகைய மேடைகள் சாமானிய மனிதர்களுக்கு மிகவும் பயனுள்ளதாகவும் அதிகாரமளிப்பதாகவும் இருந்தன; ராஜஸ்தானிலும் நாட்டின் பிற பகுதிகளிலும் தொடர்ச்சியாக நடந்த ஜன் சுன்வாய்கள், சங்கதனுக்கும் ஏனைய குழுக்களுக்கும் இதைத் தெளிவுபடுத்தின. வெறுமனே பதிவேடுகளை ஆராய்வது என்பதாக மட்டும் அவை இருக்கவில்லை; எடுக்கப்பட்ட நடவடிக்கையின் அடிப்படையில் தாக்கத்தை ஏற்படுத்தின; அத்துடன், குறிப்பாக வெளிப்படைத்தன்மை மற்றும் பொறுப்புடைமை பிரச்சினைகள் தொடர்பான கொள்கையில் தாக்கம் விளைவித்தன.

சதார்க் நாகரிக் சங்கதன் இணையதளம் கூறுவது:

மக்களுக்கு அதிகாரம் அளிப்பதில் முதன்மையான எடுத்துக்காட்டாக ஜன் சுன்வாய் அமைந்தது; ஏழைகளின் உணவுப் பாதுகாப்பை உறுதி செய்யத் தொடங்கப் பட்ட பொது விநியோகத் திட்டத்தில், திட்டமிட்டு நடைபெற்ற ஊழலைத் துடைப்பதில் முதல் படியாக இது அமைந்தது. ஜன் சுன்வாய் நடந்ததன் விளைவாக, பல ரேஷன் கடைக்காரர்களுக்கு நோட்டீஸ் வழங்கப் பட்டது; அவர்கள் செலுத்தியிருந்த காப்புத்தொகை பறிமுதல் செய்யப்பட்டது; உரிமமும் தற்காலிகமாக நிறுத்தப்பட்டது. தொடர்புடைய அதிகாரிகள் மீது ஒழுங்கு நடவடிக்கை தொடங்கப்பட்டது. ஜன் சுன்வாய்க்குப் பின் தொடர்ச்சியாக ஆர்டிஐ பயன்படுத்தப்பட்டது. அதனால் உருவான அழுத்தம் நீடித்திருந்தது; விளைவாக, அப்பகுதி பொது விநியோகத் திட்டத்தின் செயல்பாட்டில் குறிப்பிடத்தக்க முன்னேற்றம் ஏற்பட்டது; பெரும்பாலான அட்டைதாரர்களுக்கு அவர்களது முழு ஒதுக்கீட்டின்படி தானியங்களும் எண்ணெயையும் கடைகள் வழங்க ஆரம்பித்தன; கடைகளையும் முன்னைக் காட்டிலும் தொடர்ந்து திறக்க ஆரம்பித்தனர்.

இந்த முயற்சிகளால், மாளவியா நகர் பகுதியில் மட்டுமின்றி தலைநகரின் மற்ற பகுதிகளிலும் பொது விநியோகத் திட்டத்தில் பொருள் வழங்குவது முறையாக நடைபெற்றன. உணவு மற்றும் வழங்கல் துறை, அனைத்துப் பொது விநியோகப் பதிவேடுகளையும் பொதுத் தணிக்கைக்காக மாதத்தின் குறிப்பிட்ட நாட்களில் காட்சிப்படுத்த முடிவு செய்தது. பொது விநியோகத்தில் வெளிப்படையான செயல்பாட்டை இச்செயல் அதிகரித்தது; அமைப்பில் ஊழல் நிலவாமல் தடுக்கும் ஒரு தடையாகவும் அது செயல்பட்டது.

இவ்வாறாகப் பொது விநியோகம், வாழ்வாதாரம், உயிர்வாழ்தல் பிரச்சினைகளுடன் ஆர்டிஐக்கு இருந்த தொடர்பு, கிராமப்புறத்திலும் நகர்ப்புறங்களிலும் அதை நடை முறைப்படுத்தும் செயல்பாடுகளுடன் இணைக்கப்பட்டது. ஏழைகளுடனும் விளிம்புநிலை சமூகங்களுடன் இணைந்து பணிபுரியும் மக்கள் அமைப்புகளால் அதனுடைய பொது நியதிகள் வரையறுக்கப்படும் பிரச்சார இயக்கமாக அது மாறியிருந்தது.

இதற்கிடையில், வலுவான தேசியச் சட்டம் வேண்டும் என்ற கோரிக்கைக்கு ஆதரவாக, மத்திய அரசிற்கும் பிற அரசியல் கட்சித் தலைவர்களுக்கும் அழுத்தம் கொடுப்பதற்கும் மற்ற குழுக்களுடன் இணைந்து செயல்படவும் தலைநகருக்குத் திட்டமிட்ட பயணங்களை சங்கதன் மேற்கொள்ள வேண்டி யிருந்தது. டெல்லியில் பல இடங்களில் கோட்டாலா ரத யாத்திரை நிகழ்வுகளும் சிறிய அளவில் ஆர்ப்பாட்டங்களும் நடந்தன: ராஜஸ்தான் அரசின் ஆணையர் அலுவலகம் அமைந்துள்ள பிகானீர் மாளிகை, இந்தியா கேட் புல்வெளி, முக்கியச் செய்தித்தாள்களின் அலுவலகங்கள் அமைந்திருக்கும் பகதூர் ஷா ஜாபர் மார்க், கன்னாட் பிளேஸின் சென்ட்ரல் பார்க் போன்ற இடங்களில் அவை நடந்தன. கைவண்டியின் மேல் அமர்ந்தவாறு குட்டி அரசியல்வாதி ஸ்ரீராஜ்வானி வழிப்போக்கர்களை நோக்கி கையசைத்தார்; இயக்கத்தின் துண்டுப்பிரசுரங்களை வாங்கிய மக்கள் அவற்றை ஆர்வத்துடன் வாசித்தனர். சவாய் மாதோபூரில் இருந்து வந்திருந்த 'ஹெலா' பாடகர்கள் அவர்களுக்கே உரிய நையாண்டி பாணியில், ஊழல் குறித்த பாடல்களைப் பாடினர், அப்பகுதியில் நிலவும் கலாச்சாரம் மற்றும் சூழலின் பின்னணியில் ஆர்டிஐயின் கதையைக் கூறினர். ராஜஸ்தானிலிருந்து வந்திருந்தவர்களும் டெல்லி மக்களும் இந்த நிகழ்வுகளில் கலந்துகொண்டனர்; மக்களுடன் தொடர்பு கொள்ள புதுமையான தளங்களை உருவாக்கினர். தலைநகரிலும், தேசம் முழுவதும் ஆர்டிஐ சட்டத்தின் செய்தி பரவத் தொடங்கியது.

தலமட்டத்திற்கும் உலக நாடுகளுக்கும் இடையிலான தொடர்புகளை உண்டாக்குவதில் டெல்லிக்குச் சிறப்பு முக்கியத்துவம் இருந்தது. வளர்ச்சிப் பணி சார்ந்த ஒப்பந்தங் களைப் பெறுவதில் ஆதாயங்கள் அதிகம்; அத்துடன், பெருநிறுவனங்களின் செறிவு தலைநகர்ப் பகுதியில் அதிகமாக இருந்தது. சங்கதன் தன்னை ஈடுபடுத்திக் கொண்ட, ஆதரவளித்த மற்றொரு பிரச்சினையாக டெல்லியின் குடிநீர் விநியோகம் இருந்தது. 2004ஆம் ஆண்டில், டெல்லியின் நீர் விநியோகத்தைத்

தனியார்மயமாக்கும் திட்டம் வெளிவந்தது; அது தொடர்பாக டெல்லி ஜல் போர்டு, மாநில அரசு மற்றும் உலக வங்கி ஆகியவற்றிற்கு இடையில் நடைபெற்ற தகவல் பரிமாற்ற ஆவணங்களைப் பெறுவதற்கு டெல்லி ஆர்டிஐ சட்டத்தைப் பரிவர்த்தன் பயன்படுத்தியது. நகரில் நீர் விநியோகத்தைத் தனியார் மயமாக்குவது தொடர்பான வதந்திகளையும் பத்திரிகை செய்திகளையும் ஆய்வு செய்வதற்கு, ஆர்டிஐ சட்டத்தின்அடிப்படையில் பரிவர்த்தன் டெல்லி ஜல் போர்டுக்கு தொடர்ச்சியாக விண்ணப்பங்களை அனுப்ப முடிவெடுத்தது.

அயல் பணியிலிருந்து சிறிது காலத்திற்கு முன்புதான் ஓய்வு பெற்றிருந்த மது பாதுரி, பரிவர்த்தன் சார்பில் விண்ணப்பம் தாக்கல் செய்ய முடிவுசெய்தார். அதைத் தொடர்ந்து கையாளச் சிரமப்பட்ட பூதாகரமான பிரச்சினைகள் வெளிவரத் தொடங்கின; பிரைஸ் வாட்டர்ஹவுஸ் கூப்பர்ஸ் (*PWC*) மூலமாக டெல்லியின் நீர் விநியோக அமைப்பை முதலில் மதிப்பீடு செய்ய வேண்டும்; அதன் அறிக்கையைப் பயன்படுத்தி தனியார்மயமாக்கும் திட்டத்தைத் தொடர்வது என்ற யோசனை விவாதத்தில் இருந்தது; இதற்கு அதிக அழுத்தம் தரப்பட்டது பதிவேடுகளிலிருந்து தெளிவாகியது. உலக வங்கி உட்பட அந்த ஆய்வுக்கு நிதியளித்தவர்கள் *PWC* தான் அந்த ஆய்வை மேற்கொள்ள வேண்டும்; வேறு யாரும் கூடாது என்பதில் மிகவும் ஆர்வமாக இருந்தனர். *PWC*க்கு ஒப்பந்தம் கிடைக்கப் போவதில்லை என்பது தெளிவாகத் தெரிந்தபிறகு போட்டிக்கான, ஏலத்தில் கலந்துகொள்வதற்கான விதிமுறைகள் இரண்டு முறை மாற்றப்பட்டன.

இதுவரை மக்களால் அணுக முடியாததாக இருந்த டெல்லி அரசு, ஜல் போர்டு மற்றும் உலக வங்கிக்கு இடையே யான தகவல் பரிவர்த்தனை ஆவணங்கள் வெளியில் வந்தன. குற்றச்சாட்டுகளால் திகைத்துப்போன, உலக வங்கியின் இந்திய இயக்குநர் அந்த வங்கியின் நிலையை 'விளக்க' அனைத்து ஆர்வலர்களையும் அலுவலகத்திற்கு அழைத்தார். நாடகத்தன மாக நடந்த அந்தக் கூட்டம், பரிவர்த்தனிடமிருந்து கோரிக்கை ஒன்றுடன் தொடங்கியது. அவர்களுக்கும், அரசாங்கம் மற்றும் ஜல் போர்டுக்கும் இடையில் நடந்த அனைத்துத் தகவல் பரிவர்த்தனைகளையும் வெளியிட வேண்டும் என்று அது கோரியது. அதை அவர்கள் மறுத்தனர்; வங்கியின் 'வெளிப்படுத்தல் கொள்கைக்கு' கட்டுப்பட்டவர்கள் என்று அவர்கள் கூறினர். டெல்லி ஆர்டிஐ சட்டத்தின் கீழ் ஏற்கனவே தகவலைப் பெற்று விட்டதாகப் பரிவர்த்தனின் ஆர்வலர்கள் கூறினர். உலக வங்கி முழுமையாகத் தகவல்களை வெளியிட விரும்பாத நிலையில்

விவாதங்களைத் தொடரமுடியாது என்று தெளிவுபடுத்திய அனைத்து ஆர்வலர்களும் வெளிநடப்புச் செய்தனர்.

திட்ட வடிவமைப்பையும் பெருஞ் செலவையும், கெஜ்ரிவாலும் ஏனைய ஆர்வலர்களும் கேள்வி கேட்டனர்; சர்வதேச அளவில் மோசமான செயல்பாட்டை வெளிப்படுத்தி யிருக்கும் நான்கு பன்னாட்டு நிறுவனங்களுக்கு டெல்லியின் நீர் விநியோக மண்டலங்களைப் பிரித்தளிக்கும் முன்மொழிவை யும் அவர்கள் கேள்வி கேட்டனர். புகழ்பெற்ற நிறுவனங்களான ஐ.ஐ.டி., டெல்லி, ஐ.ஐ.எம்., அகமதாபாத் மற்றும் பெங்களூரு ஆகியவற்றின் பேராசிரியர்கள் டெல்லி நீர் பிரச்சார இயக்கத் திற்கு உதவினர்; அரசாங்கத்தின் தனியார்மயமாக்கும் திட்ட முன்மொழிவு தண்ணீர் கட்டணத்தை, குறைந்தது பத்து மடங்காவது உயர்த்தும்; இதனால் நகரத்தின் ஏழைகளுக்கு நீர் வழங்குவது நிச்சயமாக வெட்டப்படும்; இருபத்தி நான்கு மணி நேரமும் நடுத்தர வர்க்கக் குடும்பங்களுக்கு நீர் வழங்குவதை உறுதி செய்யாது என்று அவர்கள் வாதிட்டனர். பிரச்சார இயக்கத்தின் முயற்சியின் விளைவாகத் திட்டம் இறுதியில் நிறுத்தப்பட்டது.

உலக வங்கியின் 'வெளிப்படுத்துதல்' கொள்கையை ஆய்வு செய்யவும், இந்தியாவின் ஆர்டிஐ சட்டத்துடன் அதை ஒப்பிட்டுப் பார்க்கும் வாய்ப்பையும் சங்கதனுக்கு இந்தப் போராட்டம் அளித்தது. சுச்சி பாண்டேயும் நிகில் தேயும் இணைந்து எழுதிய அறிக்கை ஒரு விஷயத்தை அம்பலப் படுத்தியது. வெளிப்படைத்தன்மை இல்லை என்று பல நாடு களுக்கு, உயர்ந்த அளவிலான அறநெறி சார்ந்த விரிவுரைகளை அளிக்க முயன்ற உலக வங்கி, தன் விஷயத்தில் ஒளிவுமறை வான போக்கைத்தான் கடைப்பிடித்தது; உலக வங்கியின் செயல்பாட்டில் வெளிப்படைத்தன்மை இல்லை என்பது அப்பட்டமாக வெளிப்பட்டது.

டெல்லி ஆர்டிஐ சட்டம் குறித்தும் அந்தச் சட்டத்தின் கீழ் இயங்கும் மேல்முறையீட்டு அமைப்பான பொதுமக்கள் குறை தீர்க்கும் ஆணையம் குறித்தும் டெல்லி அரசாங்கத்துடன் சங்கதன் விவாதங்களைத் தொடர்ந்தது. இந்த முயற்சியில் சமத்துவ ஆய்வு மையம், காமன்வெல்த் மனித உரிமைகள் முன்முயற்சி போன்ற ஏனைய அமைப்புகளுடனும் சேகர் சிங், ஹர்ஷ் மந்தர் போன்ற தனிநபர்களுடன் சங்கதன் இணைந்து இயங்கியது. ஒரு புதிய சட்டம் அமலுக்கு வரும்போது எழக்கூடிய நடைமுறைச் சிக்கல்களையும், என்ன மாதிரியான சவால்களை அது எதிர்கொள்ள வேண்டியிருக்கும் என்பதையும் சங்கதன் கற்றுக் கொள்வதற்கு இந்தக் கலந்துரையாடல்கள் உதவின. இந்த

அனுபவப் பாடங்களை, தொடர்ச்சியாக மேம்படுத்தப்பட்ட மாதிரிச் சட்டத்தின் பல்வேறு வரைவு வடிவங்களாக உருவாக்கிச் சேர்த்துக் கொள்ளும் பணியில் சேகர் சிங்கும், அவரது கணினியும், அவரது வீடும் தொடர்ச்சியான ஆதார மையமாக இருந்தனர்.

டெல்லி அதிகார மையத்தின் விரோதம் நிறைந்த இடங்களில் மிகவும் எளிதாகவும் திறமையாகவும் பேச்சுவார்த்தை நடத்துவதற்கு உதவிகரமாக இருந்த மூத்த பத்திரிகையாளர்கள் நிகில் சக்ரவர்த்தி, பிரபாஷ் ஜோஷி, அஜித் பட்டாச்சார்ஜி, குல்தீப் நய்யார் ஆகியோருக்கு நன்றி. இவர்கள் அனைவருக்கும் அறம்சார்ந்த பிரச்சினைகள் பேச்சுவார்த்தைக்கு அப்பாற்பட்டவை. ஆகவே, ஊடகங்களையும், தேசிய அரசியல் தலைமைகளையும் இயல்பாகவும் நேரடியான முறையிலும் கையாள சங்கதன் கற்றுக்கொண்டது. அவர்கள் அனைவரும் அச்சு ஊடகத்தின் அங்கமாக இருந்தவர்கள்; பத்திரிகைத் துறையின் அரசியலையும், அரசியலில் இருக்கும் பத்திரிகைத் தன்மையையும் புரிந்து பணியாற்றிய பத்திரிகை ஆசிரியர்கள். ஊடகங்களிலிருந்து வெட்கப்பட்டு ஒதுங்கிப்போகவோ, அல்லது அவர்களைச் சார்ந்து வளரவோ கூடாது என்று எங்களுக்குக் கற்றுக் கொடுத்தனர்.

பிரபாஷ் ஜோஷி திரும்பத் திரும்ப ஒன்றைச் சுட்டிக் காட்டுவார்; பல பத்தாண்டுகளுக்கு முன்பே ஊடகங்கள் போராடிப் பெற்றிருக்க வேண்டியதை, ராஜஸ்தானின் ஏழை விவசாயிகளும் தொழிலாளர்களும் சாதித்தனர். ஆர்டிஐ சட்டம் ஊடகங்களுக்குத் தினசரி உணவு போன்றது; ஆகவே, அந்தப் பிரச்சினையில் ஊடகம், நிருபராகவும் பங்கேற்பாளராகவும் இருக்கவேண்டிய கட்டாயம் உள்ளது என்றார் அவர். செய்தி ஊடகத்திற்கு ஆர்டிஐ சட்டத்தின் முக்கியத்துவம் காலப்போக்கில் தெளிவாகத் தெரிந்தது. நிகழ்வுச் செய்திகள் வெளியாகிறதோ இல்லையோ, தலையங்கங்கள் எழுதப்படுகிறதோ இல்லையோ, சங்கதனைச் செய்தியாளர்களுடன் தொடர்ந்து உரையாடுவதற்கு அனுமதித்தது. அரசியலையும், பத்திரிகைத் துறையையும், அவற்றில் ஏழைகள் மற்றும் விளிம்புநிலை மக்களின் பிரச்சினைகளுக்கு இ[illegible]ம் தேடும் போராட்டத்தையும் புரிந்துகொள்ளும் இடமாக டெல்லி, சங்கதனுக்கு இருந்தது. ஆனால், அவை பற்றி அரிதாகவே பேசப்படும், தொலைதூரக் கிராமங்களிலும் நகரங்களிலும் பிரச்சாரம் செய்யும்போது மனத்தில் இருத்திக்கொள்ள வேண்டிய முக்கியமான பாடங்கள் இவை. ஏனெனில் அங்குதான் இந்தியா வாழ்ந்து கொண்டிருக்கிறது.

28

இரண்டாவது NCPRI, 2004

ஆர்டிஐ சட்டம் தொடர்பான செய்திகளைச் சொல்வதற்கு வெற்றிகரமான, மிகப் பொருத்தமான மேடையைப் பியாவரில் 2001ஆம் ஆண்டு நடந்த மாநாடு அமைத்தது. ஆர்டிஐ என்ற லென்ஸ் வழியாக, அதன் சாத்தியங்களின் மூலமாக அனைவரையும் பாதிக்கக்கூடிய அதிக எண்ணிக்கையிலான பிரச்சினைகளைக் கண்டறிய முடிந்தது. வெளிப்படைத்தன்மைக்கான சட்டப்பூர்வமான கருவியாக தேசிய அளவிலான சட்டம் கருதப்பட்டது. சமுதாயத்தைப் பிரதிநிதித்துவம் செய்யும் பல துறை மனிதர்களும் குறிப்பிட்ட குழுக்கள் ஒவ்வொன்றிற்கும் பொருத்தப்பாடு உடையதாக இச்சட்டம் இருப்பதைப் புரிந்து கொண்டனர். அரசாங்கத்தில் வெளிப்படைத் தன்மையை ஏற்படுத்தும் சட்டம் ஒவ்வொரு குடிமகனுக்கும் பயனுடையதாக இருக்க வேண்டும். எனினும், அனைத்து விதத்திலும் பொருந்துவதாகவும் இருக்க வேண்டும். ‘ஹமாரா பைசா, ஹமாரா ஹிசாப்!’ என்பது எளிமையான, ஆனால் திறன்மிக்க முழக்கம்; பல்வேறு பிரச்சினைகளை உள்ளடக்கும் வகையில், தர்க்க ரீதியாக அது விரிவுபடுத்தப்பட்டது. மாநிலங்களில் இயற்றப்பட்ட சட்டங்கள், அந்தச் சட்டத்தின் தன்மையையும் நோக்கத்தையும் புரிந்துகொள்வதற்கு நடைமுறையில் அடிப்படைப் புரிதலை மக்களுக்கு வழங்கின. இந்தச் சட்டங்களின் குறைபாடுகளையும் தேசிய அளவிலான சட்டத்தில் அவை நிவர்த்தி செய்யப்படுவதற்கான தீர்வுகளையும் சுட்டிக்காட்டின.

இரண்டாவது NCPRI மாநாடு, இரு ஆண்டுகள் கழித்து டெல்லி பல்கலைக்கழகக் கலைத்துறை வளாகத்தில் அக்டோபர் 2004இல் நடைபெற்றது; ஆயிரம் பேர் பங்கேற்றனர்; ஆர்டிஐ சட்டத்தின் நிலை, சட்டப்பூர்வமான உரிமைகள், நடைமுறைப் பயன்பாடு குறித்து விவாதித்தனர். இருபது மாநிலங்களிலிருந்து 250 அமைப்புகள் இந்த மாநாட்டில் கலந்துகொண்டன.

2002இல் இயற்றப்பட்ட தகவல் பெறும் சுதந்திர சட்டத்தை மாநாடு விமர்சித்தது. தேசியப் பொது குறைந்தபட்ச வேலைத்திட்டத்தில் அது உறுதி கூறியிருப்பதுபோல் ஐக்கிய முற்போக்குக் கூட்டணி–1 அரசு வலுவான ஆர்டிஐ சட்டத்தைக் கோரியது.

ஆர்டிஐக்கான ஆதரவு பெருகியது; செயல் தொடர்புகளும் பரிமாற்றங்களும் பரவின. இதற்காக 1997இல் சட்டம் இயற்றிய முதல் இரு மாநிலங்களாகத் தமிழ்நாடும் கோவாவும் அமைந்தன. மத்தியப் பிரதேசத்திலும், அதன் உருவாக்கத்திற்குப் பின் சத்தீஸ்கரிலும் 50க்கும் மேற்பட்ட அரசுத் துறைகள், தகவல்அளிப்பதற்கான உத்தரவுகளை வெளியிட்டன. சத்தீஸ்கர், மத்தியப் பிரதேசத்தின் சட்ட வடிவைத் தக்கவைத்துக் கொண்டது. எனினும், மாநிலச் சட்டமன்றத்தில் நிறைவேற்றப்பட்ட இந்த மசோதா விற்குக் குடியரசுத் தலைவரின் ஒப்புதல் கிடைக்கவில்லை; அதனால் சட்டமாக்க இயலவில்லை.

பல தன்னார்வத் தொண்டு நிறுவனங்களின் முயற்சியால் மகாராஷ்டிராவில் மிகப் பலவீனமான ஆர்டிஐ சட்டம் உருவாக்கப்பட்டது. அதன்பின் புதிய சட்டம் வேண்டும் என்று குடிமக்கள் குழுக்கள் கோரிக்கை வைத்தன. ஆகவே, மிக விரிவான புதிய சட்டம் பின்னர் இயற்றப்பட்டது. எனினும், அது நடைமுறைக்கு வரவில்லை. அதை நடைமுறைப்படுத்தக் கோரி 2003 ஆகஸ்டில் அன்னா ஹசாரே பட்டினிப் போராட்டம் நடத்தினார். இறுதியில் சட்டம் நடைமுறைக்கு வந்தது. பத்திரிகையாளர்களும், அக்கறையுள்ள குடிமக்கள் குழுக்களும் முறையாக இதைச் செயல்படுத்த அரசாங்கத்திற்கு அழுத்தம் கொடுத்தனர்; அதன் விளைவாக, மக்கள் அமைப்பு களும், தனிநபர்களும் தற்போது ஆர்டிஐயைப் பரவலாகப் பயன்படுத்துகிறார்கள்.

குடிமக்கள் ஏற்படுத்திய அழுத்தத்தின் விளைவாக டெல்லியில் ஆர்டிஐ சட்டம் 2001இல் இயற்றப்பட்டது, ஆனால், சட்டம் அறிவிக்கப்பட்டு இரு மாதங்களான

பின்னரும், தகவல்களைப் பெறுவதில் ஆர்வலர்கள் கடும் சிரமங்களைச் சந்தித்தனர். பரிவர்த்தனும் வேறு சில குடிமக்கள் குழுக்களும் இணைந்து, 'அமைப்பை' திறனுடன் செயல்பட வைக்க ஆர்ப்பாட்டங்களை நடத்தின; குடியிருப்போர் நலச் சங்கங்கள் உட்பட குடிசைப் பகுதிகள் பலவற்றில் ஆர்டிஐ சட்டம் பயன்படுத்தப் பட்டது. பொது விநியோகத் திட்டம், சுகாதாரச் சேவைகள், நகர்ப்புற மேம்பாட்டுத் திட்டங்கள், குப்பைகளை அகற்றுதல் போன்ற குடிமைச் செயல்கள் மற்றும் அரசாங்கத்தின் சேவைகளைப் பெறுவதில் மக்கள் எதிர்கொண்ட முறைகேடுகளையும் ஊழலையும் வெளிக் கொணர இந்தச் சட்டத்தை அவர்கள் பயன்படுத்தினர். பொது நிதியிலும், உணவு தானியங்களிலும் நடந்த கையாடல்களை வெளிக்கொணர பொது விசாரணைகள் திறம்படப் பயன்பட்டன. எனினும், இந்தச் சட்டத்தைப் பயன்படுத்துபவர்களும் ஆர்வலர்களும் அரசியல்வாதிகள் அனுப்பும் குண்டர்களை எதிர்கொள்ள வேண்டி யிருந்தது. இவர்களுக்குப் போதிய பாதுகாப்பு இல்லை. தகவல்களைப் பெறமுயலும் இதுபோன்ற சூழ்நிலையில் ஆர்வலர்களுக்கும் 'விசிலூதி'களுக்கும் (குற்றங்களை அம்பலப்படுத்துவோர்க்கும்) பாதுகாப்பு மிக முக்கியமானது.

ஆர்டிஐ சட்டம் நடைமுறையில் இருக்கும் மாநிலங்களின் பட்டியலில் இப்போது புதிதாக அஸ்ஸாமும், ஜம்மு மற்றும் காஷ்மீர் மாநிலமும் சேர்ந்துள்ளன. இங்கு மிகச் சிரமமான நிலைகளில்தான் குடிமக்கள் குழுக்கள் ஆர்டிஐயைப் பயன்படுத்த முயல்கின்றன.[226]

பியாவரில் நடந்தது போலவே, மாநாட்டின் முன்னோடி யாக ஒரு ஜன் சுன்வாய் நடந்தது; பரிவர்த்தனும் சதார்க் நாகரிக் சங்கதனும் இதை ஏற்பாடு செய்தனர். மாநாட்டிற்கு வந்திருந்த பலரும் இந்த விசாரணையிலும் கலந்துகொண்டனர். ஆர்.கே. புரத்தின் ஏக்தா விஹாரில் இது நடைபெற்றது. பொது விநியோக முறையின் முறைகேடுகள் இதில் பேசப்பட்டன. ஜானவாத் போலவே, நடைமுறை அனுபவம் மிக்க மனிதர்கள், எண்ணங்களையும் கொள்கையையும் தலமட்ட யதார்த்தங் களுடன் சரியாக இணைத்தனர்.

களம் அமைத்தல்: ஆர்.கே. புரத்தில் பொது விநியோகம் குறித்த பொது விசாரணை

டெல்லி மாநாட்டிற்கு ஒரு அடையாளப்பூர்வமான, மிகப்பொருத்தமான தொடக்கமாக பொது விநியோக

அமைப்பு முறைகேடுகள் குறித்த ஜன் சுன்வாய் அமைந்தது. வறுமைக் கோட்டிற்குக் கீழிருக்கும் இந்த நாட்டு மக்களுக்கு உதவ விரிவான பொது விநியோக அமைப்பு முறை இருக்கிறது. எனினும், மிக ஏழ்மை நிலையில் இருப்பவர்க்கு, உணவுப் பாதுகாப்பு என்பது தூரத்துக் கனவாகவே இருக்கிறது. அரசியல்வாதிகள், அதிகாரிகள் மற்றும் ரேஷன் விநியோகம் செய்பவர்களுக்கு இடையில் நிலவும் கள்ள உறவு, அதை அவர்களுக்குக் கிடைக்காமல் செய்து விடுகிறது.

டெல்லி, ஆர்.கே. புரம் பகுதி ஏக்தா விஹாரில் வசிப்பவர்களும், மாநகரின் பிற பகுதிகளிலிருந்து வந்து கலந்துகொண்டவர்களும். குறிப்பிடும்படியான வாக்குமூலங்கள் அளித்தனர். ஒரிஸா, சத்தீஸ்கர், ஜார்கன்ட், கர்நாடகம், ஆந்திரம், மகாராஷ்டிரம் மற்றும் நாட்டின் பிற பகுதிகளிலிருந்து கலந்துகொண்டவர்களும் வாக்குமூலங்கள் தந்தனர். பிரச்சினைகளை முன்வைக்கும் நடைமுறை, பரவலாக நான்காகப் பிரிக்கப்பட்டது: 1. பொறுப்புடைமை, 2. தலித்துகளுக்குப் பொது விநியோகப் பொருட்கள், 3. நகர்ப்புறத்திற்குப் புலம்பெயர்ந்தோரும் வீடற்றவர்களும் மற்றும் அவர்களுக்கான பொதுவிநியோகமும். 4. விநியோக முறைக்கு மாற்று அணுகுமுறைகள்.

ஒரிஸாவின் போலங்கிரிலிருந்து கலந்துகொண்டோர் அளித்த சாட்சியங்கள் புலம்பெயர்ந்த தொழிலாளர்களின் அவல நிலையை எடுத்துக்காட்டின. உள்ளூர் மொழியைப் பேசமுடியாத நிலையும், அமைப்புடன் பேச்சுவார்த்தை நடத்தும் அதிகாரம் இல்லாத நிலையும், சுகாதாரச் சேவைகள் மற்றும் உணவுப்பொருட்களை அவர்கள் பெறமுடியாமல் தடுக்கின்றன. அதேபோல், நாட்டில் மிகவும் பின்தங்கிய சமூகங்களில் ஒன்றாக வீடற்றவர்கள் இருந்தாலும் அவர்களுக்கு ரேஷன் அட்டைகள் கிடையாது. பொது விநியோகம் போன்ற அடிப்படை வசதிகளை அவர்களால் பெறமுடியவில்லை.[227]

ஒரு 75 வயது மூதாட்டி நான்கு ஆண்டுகளாக முயன்றும் அவரால் ரேஷன் அட்டை பெறமுடியவில்லை; அவருக்கு நான்குபேரக்குழந்தைகள். அடிப்படை உரிமைகளைப் பெறுவதில் மக்கள் பிரச்சினைகளை எதிர்கொள்கிறார்கள் என்பதற்கு இவர் தெளிவான எடுத்துக்காட்டு. அதுபோல் பொது விநியோகக் கடைகளில் விநியோகிக்கப்படும் தானியங்கள் எந்த அளவுக்கு அழுகியதாக, சாப்பிட முடியாத நிலையில் இருக்கின்றன என்பதை விளக்க, அந்தத் தானிய மாதிரிகளை

மக்கள் கொண்டுவந்திருந்தனர். குடிசைப் பகுதிகளிலிருந்து[228] கலந்துகொண்ட பெண்கள், கடைக்காரர்கள் எண்ணெயை அதிக விலைக்கு விற்பதாகப் புகார் அளித்தனர். ஐந்து லிட்டர் எண்ணெய்க்கு ஏழு லிட்டருக்கான விலையை வசூலிப்பதாகக் கூறினர். மக்களின் பொதுவான, பெரும்பான்மையான புகார், கடைகள் பூட்டியே கிடக்கின்றன; திறந்திருந்தாலும் ரேஷன் பொருட்கள் கிடைப்பதில்லை என்பதே.

வழங்கப்படும் பொருட்களின் அளவில் மோசடி செய்தல், முகவரி மாற்றம், ரேஷன் அட்டைகளில் பெயர்களைச் சேர்த்தல்/நீக்குதல், ரேஷன் அட்டைகள் வழங்காதிருத்தல் போன்ற கோரிக்கைகளுடன் அவர்களை அணுகும்போது, டெல்லி மாநகராட்சி அதிகாரிகள் குடிமக்களுக்கு உதவுவதில் அக்கறை காட்டாத நிலை குறித்தும் வாக்குமூலங்கள் அளிக்கப் பட்டன. ஏமாற்றுதல் மற்றும் பொருட்கள் வழங்காமை ஆகிய குற்றச்சாட்டுகள் பதிவேடுகளின் அடிப்படையில் மூன்று கடைகளில் நிரூபிக்கப்பட்டன; அவற்றின் உரிமங்கள் உடனடியாக ரத்து செய்யப்பட்டன; பொது விசாரணையின் வெற்றியாக இது அமைந்தது.

தினசரி வாழ்வைப் பசியிலும் பட்டினியிலும் ஓட்டிக் கொண்டிருக்கும் எண்ணற்ற குடும்பங்களின் வாழ்வில் பொது விநியோக முறை முக்கிய இடம் பெற்றுள்ளது. தினசரி ஊதியத்தையும் நிச்சயமற்ற வேலைகளையும் நம்பியிருக்கும் குடும்பங்களுக்கும் இது முக்கியமானது.

முதன்மை அமர்வு

முதன்மை அமர்வில் நாடு முழுவதிலுமிருந்து ஆயிரம் பேர் கலந்துகொண்டனர். பல மாநிலங்களில் ஏற்கனவே சட்டங்கள் நடைமுறையில் இருப்பதால், கொள்கை சார்ந்தும், நடைமுறைப்படுத்துதல் தொடர்பாகவும் பிரச்சினைகளை எழுப்பியவர்கள் இவர்கள். டெல்லி பல்கலைக்கழக (வடக்கு வளாகம்) கலைத்துறையின் பட்டமளிப்பு விழா மண்டபத்தில் மாநாட்டின் முறையான நடவடிக்கைகள் 09–10–2004 அன்று தொடங்கின. முதல் அமர்வுக்கு மூத்த பத்திரிகையாளரும், நாடாளுமன்ற உறுப்பினரும், NCPRIஐ தோற்றுவித்த உறுப்பினர்களில் ஒருவருமான குல்தீப் நய்யார் தலைமை ஏற்றார். பல்வேறு அமைப்புகளின் பிரதிநிதிகளையும் அவர் வரவேற்றார். மாநிலங்களில் இருந்து பங்கேற்றிருக்கும் பிரதிநிதிகளை யும் அமைப்புகளையும் அறிமுகப்படுத்தும் செயல்

முடிந்தது; அதன்பின் ராஜஸ்தான் மாநிலம், சவாய் மாதோபூர் மாவட்டத்தின் கங்காப்பூர் நகரத்தைச் சேர்ந்த நாட்டுப்புறப் பாடகர்கள், பாரம்பரிய 'ஹெலா' பாணியில் சமகாலத்து அரசியலை நையாண்டி செய்யும் குறுநாடகம் ஒன்றை நடத்தி மாநாட்டைத் தொடங்கிவைத்தனர். அந்த நகரின் சேர்ந்திசைக்குழு, ஆர்டிஐக்காக மக்கள் நடத்திய போராட்டத்தின் வரலாற்றை விவரித்தது. அறிந்துகொள்ளும் உரிமையிலிருக்கும் பரவலான ஜனநாயகப் பொருத்தப்பாட்டை ஆராயும் வகையில் தொடர்ச்சியான அமர்வுகளை நடத்த ஏதுவாக மாநாடு வடிவமைக்கப்பட்டிருந்தது. மக்களுக்கான ஜனநாயகத்தை விவேகத்துடன் வலுப்படுத்தவும், அதை வேரூன்ற வைக்கும் வகையில் அனைவரும் பங்கேற்பதாக அமைய வேண்டியது குறித்தும் அந்த அமர்வுகளில் பேசப்பட்டன.[229]

தொடக்க அமர்வு

'ஏதாவது தவறு நிகழ்வதைக் காணும்போது, அதைப்பற்றிப் பேசாமல் இருந்தால், அன்று நீங்கள் இறக்கத் தொடங்குகிறீர்கள்.' மாநாட்டைத் தொடங்கிவைத்த குல்தீப் நய்யார், அமெரிக்கக் கவிஞரின் மேற்கோளுடன் உரையைத் தொடங்கினார். ஆர்டிஐ சட்டத்திற்கு இருக்கும் ஆற்றலைக் குறிப்பிட்டு மாநாட்டின் கவனத்தை ஈர்த்தார். தொலைதூரக் கிராமங்களிலும் அருகிலிருக்கும் பகுதிகளிலும் நடக்கும் பொதுப்பணிகளில் மக்களை நேரடியாகப் பாதிக்கும் அரசு செலவினங்களைக் கேள்விக்கு உட்படுத்த முடியும் என்றார்; ஒரு யுத்தம் தொடங்கப் போகிறது என்றால், அந்த முடிவில் ஒருமித்த கருத்து இருக்கிறதா என்றும், அதற்கான செலவு குறித்தும், அந்தச் செலவுக்குச் சட்டப்பூர்வமான தன்மை இருக்கிறதா என்பது போன்ற கொள்கை தொடர்பான கேள்விகளையும் எழுப்பலாம் என்றார். வாக்களிக்கையில் அடையாள அரசியலுக்கு நாம் பலியாகி விடுகிறோம். விவரங்களறிந்து தேர்வுகள் செய்வதற்கு நமக்கு உதவும் உறுதிப்பாட்டில்தான் தகவல் அறியும் உரிமைச் சட்டத்தின் ஆற்றல் பொதிந்திருக்கிறது என்று குறிப்பிட்டார்.

மூத்த பத்திரிக்கையாளரும் NCPRIஇன் கன்வீனருமான பாரத் டோக்ரா, பிஙாவர் பிரகடஙத்தைப படித்தார். (பிற்சேர்க்கை) ஆர்டிஐ பிரச்சார இயக்கத்தை ஊழலுக்கு எதிரான ஒரு போராட்டமாக ஊடகங்கள் முன்வைத்தன. 'கூர்ந்து கவனித்தால் அடிமட்ட நிலையில் ஜனநாயகத்தை வலுப்படுத்து வதில் அதற்கு முக்கியப் பங்கு இருப்பதைக் காண முடியும்' என்றார்.

அப்போது, அனைத்து மாநிலங்களில் இருந்தும் வந்திருந்தோர் தங்கள் மொழியில், 'அறியும் உரிமை, வாழும் உரிமை!' என்று முழக்கமிட்டனர்.

தொடக்க அமர்வு, ஜனநாயகம் மற்றும் ஆர்டிஐகுறித்த விவாதத்துடன் முறையாகத் தொடங்கியது. பல்வேறு, அடிமட்ட மக்கள் அமைப்புகளிலிருந்து வந்திருந்த பிரதிநிதிகள் ஜனநாயகத்திற்கும் ஆர்டிஐக்கும் இடையிலான தொடர்புகளை அவர்களது பரந்த அனுபவங்கள் மற்றும் இயங்கிய சூழல் அடிப்படையில் எடுத்துரைத்தனர். ராஜஸ்தான் சங்கதனின் சுசீலா, டெல்லி பரிவர்த்தனின் சந்தோஷ், மகாராஷ்டிராவின் சிவாஜி ராவ், ஆந்திராவின் தலித் அமைப்புகளின் பிரதிநிதி யான அஞ்சனா, உத்தரப்பிரதேசத்தில் இயங்கும் ஆஷாவின் சார்பாக ராம் சாகர், மூத்த பத்திரிகையாளரும் NCPRI உறுப்பினரு மான பிரபாஷ் ஜோஷி போன்றோர் அமர்வில் பேசினர்.

அமர்வுகள் விறுவிறுப்பாக இருந்தன. தகவலைப் பெறு வதற்கு இந்த உரிமை அளித்திருக்கும் வலிமையைக் குறித்து ஒவ்வொருவரும் கூறிய கதைகளால் அவை நிரம்பியது. பல புவியியல் பரப்புகளின் ஊடாக பல்வேறு பிரச்சினைகளையும் பல்வேறு சமூகங்களையும் தொடர்புப்படுத்துவதாக அக்கதைகள் இருந்தன. உள்ளூரில் நடந்த ஒரு சிறிய போராட்டத்திலிருந்து ஆர்டிஐ எப்படி உருவானது, பியாவரில் தன்னை எப்படி அது ஒரு பிரச்சார இயக்கமாக உருமாற்றிக் கொண்டது, இறுதி யாக இப்போது டெல்லியை அந்த இயக்கம் எவ்வாறு வந்து சேர்ந்திருக்கிறது என்பதுடன், சிறிய குழுக்களுக்கும் அந்த இயக்கம் நம்பிக்கை அளிப்பதையும் பலரும் குறிப்பிட்டுப் பேசினர்.

ஏழைகள் உயிர்வாழ்தலுக்கு ஆர்டிஐ யின் முக்கியப் பங்களிப்பு நோக்கி நிகழ்வுகளும் ஆய்வுகளும் கவனம் குவித்தன. தகவலைப் பெறுவதிலும், சட்டப்படியான உரிமைகள் குறித்தும் நடைபெறும் சர்வதேச உரையாடலில் இந்தியாவின் உள்முகப் பார்வையாக இது இருந்தது. 'படிப்பறிவற்ற விவசாயிகளுக்கும், தொழிலாளர்களுக்கும் பெண்களுக்கும் ஆர்டிஐ பற்றி என்ன தெரியும்?' என்றெழும் அவ்வப்போதான இழிவான, ஏளனமான கருத்துகளைப் பொருட்படுத்தாமல் பலரும் பேசினர்; அவர்களும் அவர்களது புரிதலும் எவ்வாறு போராட்டம் உருவாவதற்கு மையமாக இருந்தது என்பதையும், சட்டப்பூர்வமான உரிமை தொடர்பான கொள்கைகளுக்கு அவர்களது பங்களிப்பையும் வலியுறுத்திப் பேசினர்.

ஒவ்வொரு பேச்சாளரும், அவர்கள் எங்கிருந்து வந்திருந் தாலும், ஒருங்கிணைந்த மக்கள் நடவடிக்கை மட்டுமே

அரசியல் அமைப்பிலிருந்து ஊழலை வேரறுக்கும் செயலில் பெரும் மாற்றத்தை ஏற்படுத்தும் என்பதை ஒப்புக்கொண்டனர். அதாவது தாமாகவே வெளிப்படையாகச் செயல்படுதல் என்ற அளவில், அரசுப் பதிவேடுகளைத் தாமாகவே வெளியிடுவதை ஆர்டிஐயுடன் இணைப்பது ஊழலை ஒழிப்பதில் தர்க்கரீதியான முதல் படியாக அமையும் என்றனர். அரசாங்கத்திடம் நாம் அறநெறிகளைக் கோரும்போது பேச்சுவார்த்தைக்கு அப்பாற்பட்ட முதல் கொள்கையாக, இயக்கமும் வெளிப்படையாகவும், பொறுப்புடனும் நடந்துகொள்ள வேண்டும் என்றும் பேசியவர்கள் கூறினர். தீண்டாமை, பெண்களுக்கு எதிரான வன்முறை மற்றும் குழந்தைகள் மீதான தாக்குதல்கள் போன்ற சர்ச்சைக்குரிய பிரச்சினைகளின் தீர்வில் ஆர்டிஐயின் அணுகுமுறை விளக்கப்பட்டது.

மாநாட்டில் வெளிப்பட்ட மற்றொரு முக்கியமான அம்சம், கூட்டு நடவடிக்கையின் முக்கியப் பங்கு. நடைமுறையின் ஒரு பகுதியாக, ஒரு கொள்கையாக, அடைய வேண்டிய இலக்காக அது ஏற்றுக்கொள்ளப்பட்டது. அடிப்படையில் அதிகாரச் சமநிலையை, விளிம்புநிலையில் உள்ளவர்களுக்கு ஆதரவாக இது மாற்றுகிறது.

பலவீனமான, தகவல் பெறும் சுதந்திர மசோதா இன்னும் அறிவிக்கப்படவில்லை என்பது ஒரு நன்மையாகப் பார்க்கப்பட்டது. ஒரு சிறந்த சட்டம் வேண்டும் என்ற கோரிக்கை வைக்கவும், அதை வலியுறுத்தவும் மக்களுக்கு இது போதிய நேரத்தை அளிக்கிறது.

பிரபாஷ் ஜோஷி, 'இந்தியன் எக்ஸ்பிரஸ்' 'ஜன்சட்டா'வின் முன்னாள் ஆசிரியர்; NCPRI செயற்குழு உறுப்பினர். அவரது நிறைவுரை இவ்வாறு இருந்தது: "முதன்மை அமர்வில் கேட்ட வழக்கமான முழக்கங்கள், இயக்கத்தின் பரவலை வெளிப்படுத்தின. அந்த முழக்கங்கள், இந்தியாவின் முக்கிய மொழிகள் அனைத்திலும் எழுப்பப்பட்டன. ஒரு சுதந்திரமான அரசாங்கம் வெளிப்படையாக நடந்துகொள்ளாமல் இருக்கமுடியாது. சுதந்திரமும் அறிந்துகொள்ளும் உரிமையும் பிரிக்கமுடியாதவாறு இணைந்துள்ளன" என்றார்.

குல்தீப் நய்யார் உறுதிமொழி ஒன்றை வாசிக்க அந்த அமர்வு முடிந்தது. அதிக பங்கேற்புள்ள, அர்த்தமுள்ள ஜனநாயகத்தை உருவாக்க ஆர்டிஐயைப் பயன்படுத்துவோம் என்ற உறுதிமொழியைப் பங்கேற்ற அனைவரும் எடுத்துக் கொண்டனர்.

தகவல் அறியும் உரிமை, மக்களின் பிரச்சார இயக்கங்களும் ஜனநாயகமும் குறித்த அமர்வு

நாட்டின் பல்வேறு மக்கள் இயக்கங்களின் தலைவர்களும் பிரதிநிதிகளும் அந்த அமர்வில் பேசினர். ஜனநாயகச் சட்டகத் திற்குள் ஆர்டிஐ குறித்த பல்வேறு பார்வைகளின் அடிப்படை முக்கியத்துவத்தைச் சுட்டிக் காட்டிப் பேசினார்கள்.

> இந்த இரண்டாவது அமர்வில் பல்வேறு வகைப்பட்ட மக்களின் உரிமைகளுக்காகவும், சட்டப்பூர்வமான உரிமைகளுக்காகவும் நடந்த இயக்கங்களின் பிரதிநிதிகள் கலந்துகொண்டனர். உணவு உரிமைப் பிரச்சார இயக்கத்தின் ஜீன் டிரேஸ், மகாராஷ்டிர ஆர்டிஐ இயக்கத்தின் பிரகாஷ் கர்டாலே, 'ஏக்தா பரிஷத்'தின் பி.வி. ராஜகோபால், ஜார்க்கண்ட் ராஞ்சியின் சுயாதீனச் செய்தித்தாளான 'பிரபாத் காபாரின்' ஹரிவன்ஷ் பாய், ஜெனி பிரச்சார இயக்கத்தின் சுமன் சஹாய் ஆகியோர் இதில் முக்கியமானவர்கள். வகுப்புவாதச் சூழலிலும், மாற்றுத் திறனாளிகளும் நீதியை எப்படிப் பெறுவது என்பது குறித்து ஹர்ஷ் மந்தர் பேசினார். ஆதிவாசிகள் வெளியேற்றப்படுவது தொடர்பான கேள்விகளை பிரதீப் பிரபு எழுப்பினார், கேரள சாஸ்த்ர சாஹித்ய பரிஷத் சார்பாக எம்.பி. பரமேஸ்வரனும் நர்மதா பச்சாவ் அந்தோலனின் மேதா பட்கரும் கலந்துகொண்டனர்.[230]

வேளாண்மை, உணவு உரிமை, நிலம் மற்றும் தகவல் அறியும் உரிமை குறித்த அமர்வு

உணவு உரிமைக்கும் ஆர்டிஐக்கும் இடையிலான நெருங்கிய தொடர்பு குறித்து ஜீன் ட்ரேஸ் பேசினார். அவர், வளர்ச்சிப் பொருளாதார வல்லுநர் மற்றும் ஒரு சமூக ஆர்வலர். ஜனநாயகச் செயல்முறைகளில் பங்கேற்க விடாமல் பட்டினிதான் மக்களைத் தடுக்கிறது என்று அவர் வலியுறுத்தி னார். ஐக்கிய முற்போக்கு அரசாங்கம் தனது குறைந்தபட்ச பொதுத்திட்டத்தில் அளித்த வாக்குறுதியான வேலை உத்தரவாதச் சட்டத்தை 'உடனடியாக நிறைவேற்ற வேண்டும்' என்று அவர் கேட்டுக்கொண்டார்.

> இந்த அமர்வு குறித்து NCPRI அறிக்கை:
>
> 'சுதந்திரம் பெற்று 57 ஆண்டுகளாகிவிட்டன; எனினும் இந்திய மக்கட்தொகையில் 70 சதவீதப் பேருக்கு இருக்கும் நிலப் பிரச்சினை தீர்க்கப்படாமலே இருக்கிறது என்று

பி.வி. ராஜகோபால் வேதனை தெரிவித்தார். ஆர்டிஐ சட்டத்தின் தலையீடு இந்தப்பகுதியில் அவசரத்தேவை யாக இருக்கிறது' என்று அவர் சுட்டிக்காட்டினார். இந்த உணர்வுகளைப் பிரதிபலித்த சுமன் சஹாய், விதைகள் இறக்குமதி செய்யப்படுவதால் இந்திய விவசாயிகள் அழிந்துவிட்டதை விவரித்தார். 'உலக வர்த்தக அமைப்புத் தொடர்பான பிரச்சினைகளை ஆராய்வதற்கு ஆர்டிஐ சட்டத்தைப் பயன்படுத்தலாம். இதை விரைவாகச் செய்யவேண்டும்; ஏனென்றால், உள்நாட்டு விவசாயம் அழிக்கப்பட்டுவிட்டால், நாடு அதன் அடையாளத்தை இழந்துவிடும்' என்றும் கூறினார்.

ஏழைகள் உயிர்வாழ்தலுக்கும் ஆர்டிஐக்கும் இடையி லிருக்கும் நெருக்கமான தொடர்பையும், மக்களின் ஒருமுகப்பட்ட, ஒன்றுபட்ட செயல்பாடுகளையும் பன்முகப் பிரச்சார இயக்கங்கள் சுட்டிக்காட்டின. உரிமைகளை வழங்க அமைக்கப்பட்டிருக்கும் அனைத்து அமைப்புகளிலும் வெளிப்படைத்தன்மையும் பொறுப்புணர்வும் இல்லையெனில், மக்களுக்கு அவை கிடைக்காது என்று அவை கூறின. "அரசாங்கம் சுற்றுக்கு விடும் பொய்யான அல்லது முழுமையற்ற தகவல்களையும் கேள்வி கேட்க வேண்டும். இடப்பெயர்விற்கு ஆளாகும் மக்களுக்குக் கொடுக்க நிலம் ஏதும் இல்லை என்றால், பன்னாட்டு நிறுவனங்களுக்கும் பெரு நிறுவனங்களுக்கும் நிலங்கள் எப்படி அளிக்கமுடிகிறது? ஏழைகளுக்கு விநியோகிப்பதற்காக,'பூதான்' இயக்கத்தின் அறைகூவலை ஏற்று நன்கொடையாக அளிக்கப்பட்ட நிலங்களும், நில உச்சவரம்புச் சட்டத்தின் கீழ் கையகப்படுத்தப்பட்ட நிலங்களும் என்னவாயின?

பயோடெக் விதைகள் ஏற்படுத்தும் பேரழிவுகள் புரிந்துகொள்ளப்பட வேண்டும். இந்நாட்டு மக்களின் உயிர்வாழ்தல் விவசாயத்தைச் சார்ந்திருக்கிறது; விவசாயத்தின் மீதான மக்களின் கட்டுப்பாடு மிக முக்கிய மானது" என்றும் பேசப்பட்டது.[231]

நல்லாட்சி, வகுப்புவாதம், ஊனமுற்றோர் உரிமைகள், ஆர்டிஐ குறித்த அமர்வு

பத்திரிகையாளரான பிரகாஷ் கர்டாலே, வெளிப்படைத் தன்மைக்காகப் போராட உறுதிகொண்டவர். வெளிப்படைத் தன்மைப் பிரச்சினையில் மக்களுக்கும் ஒரு நிருபருக்கும் சமமான பங்கிருக்கிறது என்ற விஷயத்தின் மீது அவர் கவனம்

குவித்தார். அதற்கு மஹாராஷ்டிரத்தின் ஆர்டிஐ சட்டத்தை எடுத்துக்காட்டினார். 'ராஞ்சி', 'பிரபாத் காபார்' பத்திரிகை ஆசிரியர் ஹரிவன்ஷ் பாய், 'நான்காவது எஸ்டேட்' என்று சொல்லப்படும் ஊடகங்கள் ஆர்டிஐ சட்டத்தைப் பயன்படுத்த வேண்டும் என்று வாதிட்டார்.

பிரதீப் பிரபு, பழங்குடி மக்களிடையே இயங்கும் சமூக ஆர்வலர்; பிரச்சாரம் செய்பவர். 'பழங்குடி மக்களுக்கு அவர்கள் வாழ்வதற்கான உரிமை என்பது ஒரு கருத்தாக மட்டுமே இருக்கிறது; சட்டத்தையும் அரசியலமைப்பையும் பேசும் பருமனான புத்தகங்களுக்குள் தான் இன்னமும் அது இருக்கிறது' என்று சந்தேகத்திற்கு இடமின்றிக் கூறினார். ஆதிவாசிகள் விஷயத்தில் உச்ச நீதிமன்ற உத்தரவின் விளைவாக 15 லட்சம் குடும்பங்கள் வெளியேற்றப்படுவது வாழ்வதற்கான அவர்களது உரிமையைப் பறிக்கும் செயலாகும். மத்தியப் பிரதேசத்தில் 2002 மற்றும் 2003ஆம் ஆண்டுகளில் அறுபதுக்கும் மேல் காவல்துறையின் துப்பாக்கிச் சூடு நடந்திருக்கிறது. செஞ்சு கிராமங்கள் தேசியப் பூங்காவாக அறிவிக்கப்பட்டன; அதனால் அந்த ஆதிவாசிகள் நெடுஞ்சாலையில் பிச்சை எடுக்கும் நிலைக்கு ஆளாயினர். காலனியச் சட்டங்களான, இந்திய வனச்சட்டமும் நிலம் கையகப்படுத்தும் சட்டமும் இந்த நாட்டில் இன்னமும் ஏன் நடைமுறையில் உள்ளன என்று அவர் கேள்வி கேட்டார்.

எம்.பி. பரமேஸ்வரன் இன்னும் தீவிரமாக, 'நமக்கு யாரும் ஆர்டிஐயை அளிக்க மாட்டார்கள். நாம் அதை எடுத்துக் கொள்ள வேண்டும். தகவல்களை வழங்காமல் இருப்பது மக்களுக்கு எதிராக இழைக்கப்படும் குற்றம்' என்று பேசினார்.

அரசு, நீதியை மறுக்கும் சூழலில் ஆர்டிஐ ஒரு முக்கியமான கருவியாகும். குஜராத் சம்பவத்தின்போது, இனப்படுகொலை என்ற வன்முறைக்கும், அதன்பின் நீதி மறுக்கப்பட்டதற்கும் உடந்தையாக அரசு இருந்தது; குஜராத்தில் 300க்கும் மேற்பட்ட முஸ்லிம்களுக்கு எதிராக 'பொடா' சட்டம் பயன்படுத்தப்பட்டது; அதில் ஒரு ஹிந்துவும் இல்லை. தாக்கல் செய்யப்பட்ட 4,000 வழக்குகளில், 2,000 வழக்குகள் திரும்பப் பெறப்பட்டன. ஆர்டிஐ சட்டத்தைப் பயன்படுத்தி அரசியலமைப்பு கூறுவதுபோல் தேசத்தின் மதச்சார்பற்ற கட்டமைப்பைப் பாதுகாப்பதில் அரசைப் பொறுப்பாக்கியிருக்க முடியும். 2002ஆம் ஆண்டு படுகொலைக்குப் பின் குஜராத்தில் அரசாங்கத்தின் அலட்சியச் செயல்பாட்டிற்கு எதிராக ஆர்டிஐ எவ்வாறு வெற்றிகரமாகப் பயன்படுத்தப்பட்டது

என்பதை ஹர்ஷ் மந்தர் விவரித்தார். மாற்றுத்திறனாளிகள் போன்ற விளிம்புநிலை சமூகக் குழுக்களின் விஷயத்திலும் மாற்றுத்திறனாளிகளுக்குச் சட்டப்படியான உரிமைகள் வழங்குவதிலும் அரசு பொறுப்புடன் நடக்கவில்லை; அதை விட்டுத்தள்ளுங்கள், பாதிக்கப்பட்டவர்கள் எத்தனை பேர் என்ற அடிப்படை புள்ளிவிவரங்கள் கூட அரசிடம் தெளிவாக இல்லை.

மேதா பட்கர் தன் உரையில் ஆர்டியையும் அறிந்து கொள்வதற்கான உரிமையையும் வேறுபடுத்திக் காட்டிப் பேசினார். அறிவிற்காக, அறிவைத் தேடுதல் போதாது என்று அவர் குறிப்பிட்டார். பெண் சிசுக்கள் (கருவில் இருப்பது ஆணா பெண்ணா என்று தெரிந்து) கொலை செய்யப்படுவதை, எங்கு தகவல் தரப்படக்கூடாது என்பதற்கு எடுத்துக்காட்டாகக் கூறினார். அறிவையும் தகவல்களையும் மக்களின் உயிர்வாழ்தலுக்குப் பயன்படுத்த வேண்டும்; வேண்டிய மற்றும் வேண்டியிருக்காத தகவல்களுக்கு இடையில் வேறுபடுத்திப் பார்க்கவும் வேண்டும் என்றும் கூறினார்.

தலித்துகள் தலைமுறை தலைமுறையாக அறிவு உரிமை கேட்கிறார்கள்; ஆனால் நூற்றாண்டுகளாக அவர்களுக்கு அந்த உரிமை மறுக்கப்பட்டு வருகிறது.[232]

தகவல் அறியும் உரிமை, சட்டம், நடைமுறைப்படுத்துதல் மீதான அமர்வு

பங்கேற்பாளர்களில் பலரும் ஏற்கனவே நடைமுறையிலிருக்கும் சட்டத்தைப் பயன்படுத்துபவர்கள்; அதன் செயல்திறன் குறித்து தனித்த அனுபவத்தை, முதல் அனுபவத்தையும் பெற்றவர்கள். இந்த அமர்வில், ஆர்டிஐ சட்டங்கள் இயற்றியிருக்கிற, இயற்றும் முயற்சிகள் நடக்கும் பல்வேறு மாநிலங்களிலிருந்தும் வந்திருந்தவர்கள் உரையாற்றினர். அமர்விற்கு உச்ச நீதிமன்ற வழக்கறிஞர் பிரசாந்த் பூஷன் தலைமை வகித்தார். டெல்லி அரசின் செயலாளர் பிரகாஷ்குமார் டெல்லியில் தனது ஆர்டிஐ அனுபவம் குறித்துப் பேசினார். டெல்லி சட்டத்தில் சேர்க்கப்பட்ட சில புதிய கூறுகளாக அபராத விதிகளும் சமூகத் தணிக்கை முறையைப் பயன்படுத்துவதும் இருந்தன. அவர், 90 முதல் 100 விண்ணப்பங்கள் மட்டுமே வந்தன; ஆர்டிஐ சட்டம் போதுமான அளவு பயன்படுத்தப்படவில்லை என்று புகார் கூறினார். சதார்க் நாகரிக் சங்கதனின் அஞ்சலி பரத்வாஜ், தகவல்களைப் பெறுவதில் சந்திக்கும் இடையூறுகள் குறித்தும், தகவல் கொடுக்காமல் இருப்பதற்கு அதிகாரிகள் கூறும் பொய்ச்

சாக்குகள் குறித்தும் பேசினார். எனினும், ஆர்டிஐ விண்ணப்பம் ஒன்று தாக்கலாகப் போகிறது என்ற செய்தியே, அரசாங்க எந்திரத்தை, நடவடிக்கையை நோக்கி நகர்த்தப் போதுமானது என்று அவர் வலியுறுத்தினார். கர்நாடகாவின் அனு ராவும் இதையே வலியுறுத்தினார். நிறுவனங்கள் மட்டுமல்ல, இப்போது தனிநபர்களும் தகவல்களைப் பெற முடிகிறது என்றார் அவர்.

சத்தீஸ்கரிலிருந்து வந்திருந்த பிராஜ் பட்நாயக், சத்தீஸ்கரில் உணவுக்கான உரிமை அடிப்படையில் உச்ச நீதிமன்றத்தின் உத்தரவுகளை அமல்படுத்த முயற்சிக்கும் பொது விநியோகத் திட்டப் பணிகள் பலனை அளித்துள்ளன என்று சுட்டிக் காட்டினார். இருபத்தாறு உணவு ஆய்வாளர்கள் சத்தீஸ்கரில் 1,200 கடைகளில் தணிக்கை செய்தனர். தணிக்கையில் 1,100 கடைகளில் முறைகேடு நடந்திருப்பது அம்பலமானது; இவற்றின் உரிமங்கள் தற்காலிகமாக ரத்து செய்யப்பட்டன. இதைப் போன்ற ஓர் ஆய்வின் அடிப்படையில் பழங்குடியினர் பகுதிகளில் 3,000 முதல் 3,500 நியாயவிலைக் கடைகளின் உரிமங்கள் ரத்து செய்யப்பட்டன என்றார் அவர்.

தனக்கு முன்பேசியவர்களின் கருத்துகளுடன் உடன்படுவதாகக் கூறிய கேவல் செம்லானி, தகவல் தரும் அமைப்பு ஏற்கனவே அதிகச் சுமையுடன் இருப்பதாகக் குறிப்பிட்டார். ஆகவே, மேலும் அது சீர்குலைவிற்கு ஆளாகாமல் இருப்பதற்குத் தேவையான தகவலை மிகவும் குறிப்பாகக் கேட்டு கோரிக்கை வைக்க வேண்டிய தேவை இருக்கிறது என்று எச்சரித்தார். ஒரிஸாவின் ஓம்கார்நாத் திரிபாதியும் மேற்கு வங்கத்திலிருந்து வந்திருந்த அமிதாப் சௌத்ரியும் இந்தச் சட்டத்தை அமல்படுத்துவதில் இருக்கும் சிக்கல்களையும், நாட்டின் பல பகுதிகளில் ஏற்பட்டிருக்கும் சீரற்ற தாக்கத்தையும் எடுத்துரைத்தனர்.

'டைம்ஸ் ஆஃப் இந்தியா'வின் முன்னாள் ஆசிரியரும் NCPRI செயற்குழு உறுப்பினருமான அஜித் பட்டாச்சார்ஜி விவாதங்களை நிறைவு செய்து பேசினார். இந்தச் சட்டம் குறித்த விழிப்புணர்வைப் பரப்புவதில் ஊடகங்களின் பங்கை எடுத்துக்காட்டினார்; எனினும், ஊடகங்களின் ஈடுபாடு போதுமானதாக இல்லை என்று குறிப்பிட்டார். அக்டோபர் 16ஆம் தேதியைச் 'செயல் நாளாக' அனுசரிக்க வேண்டும் என்று அருணா ராய் அறைகூவல் விடுத்தார். நாடு முழுவதும் ஆர்டிஐ சட்டத்தின் கீழ் விண்ணப்பங்கள் அளிக்குமாறு வேண்டிக் கொண்டார். அக்டோபர் 19 அன்று நடைபெறவிருக்கும் வேலை உத்தரவாதச் சட்டம் குறித்த மாநாட்டில் கலந்து கொள்ளுமாறு அனைவரையும் அழைத்தார்.

நிறைவு அமர்வு

நிறைவு அமர்வு இரண்டு கட்டங்களாக நடந்தது. முதல் அமர்வில், எதிர்காலச் செயல்பாட்டிற்கான சில திட்டங்களும், தொலைநோக்குப் பார்வைகளும் விவாதிக்கப்பட்டன. இதில், அருணா ராய், அரவிந்த் கெஜ்ரிவால், பிரசாந்த் பூஷன், லால் சிங் ஆகியோர் கலந்துகொண்டனர். தீர்மானங்கள் பல நிறைவேற்றப்பட்டன.

இரண்டாவது அமர்வு முன்னாள் பிரதமர் வி.பி. சிங் தலைமையில் நடந்தது. அதன் சிறப்பம்சமாக, சாருல் மற்றும் வினய் இசையமைத்த 'ஜன்னே கா ஹக்' என்ற மாநாட்டுப் பாடல் இருந்தது. இப்போது இயக்கத்தின் மிகப் பிரபலமான பாடல்களில் ஒன்றாக அது இருக்கிறது. பல்வேறு வழிகளில் சாமானிய மனிதர்களுக்கு ஆர்டிஐ எவ்வாறு தேவையாக இருக்கிறது என்பதைச் சுருக்கமாக அப்பாடல் வெளிப்படுத்தியது. பிரச்சார இயக்கத்திற்குத் தொடர்ந்து ஆதரவு அளிப்பதாகக் கூறிய வி.பி. சிங், அறிந்து கொள்வதற்கானஉரிமை குறித்து நெகிழ்வுடன் பேசினார்.

தகவல் அறியும் உரிமை

என் கனவுகளுக்கு
அறிந்து கொள்ளும் உரிமை இருக்கிறது
நிறைவேறாமல், நூற்றாண்டுகளாக
அவை ஏன் உடைத்து நொறுக்கப்படுகின்றன ?

என் கைகளுக்கு
அறிந்துகொள்ளும் உரிமை இருக்கிறது
ஆண்டுகளாக அவை வேலையின்றி, ஏன்
இன்றைக்கும் வேலையின்றி இருக்கின்றன ?

என் பாதத்திற்கு
அறிந்துகொள்ளும் உரிமை இருக்கிறது
ஒரு கிராமத்திலிருந்து இன்னொன்றுக்கு
நானேன் நடக்க வேண்டும் –
பேருந்தின் அறிகுறியே தென்படவில்லையே ?

என் பட்டினிக்கு
அறிந்துகொள்ளும் உரிமைஇருக்கிறது
கிடங்குகளில் தானியங்கள்,
எனக்கு ஒரு பிடிகூட கிடைக்காமல்,
ஏன்அவை வீணாக வேண்டும் ?,

என் வயதான தாய்க்கு
அறிந்துகொள்ளும் உரிமை இருக்கிறது
மாத்திரைகள் இல்லை, ஊசி இல்லை,
மருத்துவமனையில்லை –
கட்டுப்போடவோ, தைக்கவோ எதுவுமில்லை?

என் குழந்தைகளுக்கு
அறிந்து கொள்ளும் உரிமை இருக்கிறது
பகலும் இரவும் அவர்கள் ஏன் பாடுபட வேண்டும் –
கிராமத்தில் ஏன் பள்ளிக்கூடமில்லை?

என் வயல்களுக்கு
அறிந்துகொள்ளும் உரிமை இருக்கிறது
பெரும் அணைகள் கட்டப்பட்டும்
என் பயிர்கள் ஏன் உயிரற்று இருக்கின்றன?

என் ஆறுகளுக்கு
அறிந்துகொள்ளும் உரிமை இருக்கிறது
ஆறுகளுக்கு உயிரில்லை என்பதுபோல்
ஏன் தொழிற்சாலைகள், நஞ்சைக் கொட்டுகின்றன?

என் வனங்களுக்கு
அறிந்துகொள்ளும் உரிமை இருக்கிறது
என் கிளைகள் எங்கே, இலைகள் எங்கே,
தண்டுகள் எங்கே, , நின்ற மண் எங்கே?
பார்வையில் வசந்தமே தென்படவில்லையே!

என் கிராமத்திற்கு
அறிந்துகொள்ளும் உரிமை இருக்கிறது
ஏன் மின்சாரமில்லை, சாலைகள் இல்லை,
நீரில்லை,
ரேஷன் கடைகள் ஏன் திறக்கவில்லை?

என் குடியிருப்பிற்கு
அறிந்துகொள்ளும் உரிமை இருக்கிறது
எங்கள் இல்லங்கள் ஏன் இடிக்கப்படுகின்றன,
தடமின்றி அழிக்கப்படுகின்றன!

எங்கள் வாக்குகளுக்கு
அறிந்துகொள்ளும் உரிமை இருக்கிறது
ஒரு நாள், பெரும் வாக்குறுதிகள், அதன்பின்
ஐந்து ஆண்டுகளுக்கு
ஒரு வேலையும் நடப்பதில்லை

என் ராமுக்கு
அறிந்துகொள்ளும் உரிமை இருக்கிறது
ரஹ்மானுக்கு

அருணா ராய்

அறிந்துகொள்ளும் உரிமை இருக்கிறது
தெருக்களில்
குருதி ஓடுவது எதனால்,
நாமெல்லாம் மனிதர்களில்லையா?

என் வாழ்க்கைக்கு
வாழுகின்ற உரிமை உண்டு
உரிமைகள் இல்லாமல், அது என்ன வாழ்க்கை,
அது வாழ்க்கையே இல்லை!

(மொழிபெயர்ப்பு: சுரேஷ் தேசாய்)

பயிலரங்குகள்

அதிக எண்ணிக்கையில் பலரும் கலந்துகொண்ட பல்வேறு பயிலரங்குகள், ஆர்டிஐ பயன்பாடு உருவாக்கியிருக்கும் ஆர்வத்தை நிரூபித்தன. அரசியலமைப்பு வழங்கும் உரிமைகள் மற்றும் அமைப்பு சார்ந்த சிக்கல்கள், நிலம், சமூகத் தணிக்கை, உலக வர்த்தக அமைப்பு மற்றும் உலக வங்கி, தொழில்துறை மாசு மற்றும் நகர்ப்புறத்தில் மக்களை வெளியேற்றுதல், அரசியலமைப்பு வழங்கும் மற்றும் சட்டப்பூர்வமான உரிமை களும் மற்றும் முன்னேற்றங்களும், மனித உரிமைகள், வகுப்புவாத வன்முறையையும் பாகுபாட்டையும் எதிர்த்துப் போராடுதல், சுகாதாரம், கிராமப்புற ஏழைகளுக்கான வேலை உத்தரவாதம், வனப்பகுதி வெளியேற்றங்கள், குடிமைச் செயல்பாடு, அதிகாரத்தை அறிதல் (அரசியலில், தகவல் குறித்த அரசியல் பொருளாதாரத்தின் ஆற்றலை அறிந்துகொள்ளுதல்), சந்தை, உணவுப் பாதுகாப்பு, வேறுபாடுகளின் அரசியல், ஆயுதப் படை (சிறப்பு அதிகாரங்கள்) சட்டம் நடைமுறையிலிருக்கும் பகுதிகளில் தகவலைப்பெறுதல் ஆகியன குறித்துப் பலரும் பேசினர்.

அடுத்த நாள், பின்வரும் தலைப்புகளில் பயிலரங்குகள் நடந்தன: பல்லுயிர்ப் பெருக்கம், சுற்றுச்சூழலும் நீரும், காணாமல் போதல், கல்வி, சமூக இயக்கங்கள், ஊடகம், மாற்றுத்திறனாளிகளின் உரிமைகளும் மனநலமும், வரவு செலவுத் திட்டம், சமூக அறிவியல், பொது விநியோகத் திட்டம், இன்றைய பொருளாதார உலகமயமாக்கல் போன்றவற்றில் ஏழைகளுக்கான நகர்ப்புறச் சேவைகள். விவரமறிந்து செயல்படும் வெளியைக் கண்டறிதல், அணுசக்திப் பிரச்சினைகள், திட்டங் களால் (அணைகள்) இடப்பெயர்வு, தொழிலாளர், தேர்தல்கள், குற்றவியல் நீதி தொடர்பான சூழலில் தகவலைப் பெறுதல், விசிலூதிகள் (முன்கூட்டி உரைப்போர்) குறித்தும் பேசப்பட்டன.

பொதுவான இழைகள்

மாநாட்டுப் பயிலரங்குகளில் விவாதிக்கப்பட்ட பிரச்சினைகளின் பரப்பு, தகவல்களைப் பெறுவதில் குடிமக்களுக்கு இருக்கும் பங்கை வலியுறுத்த உதவின. பன்முகத் துறைகள் சம்பந்தப்பட்டவை அவை. அரசின் மனித உரிமை மீறல்கள், கிராமப்புற மற்றும் நகர்ப்புற வளர்ச்சிப்பணிச் செலவுகள், சமூகத் தணிக்கைச் செயல்முறைகள், இராணுவச் செலவுகள், குற்றவியல் நீதித்துறை அமைப்பு அல்லது சமூக இயக்கங்கள், போன்றவை. பன்முகத்தன்மை கொண்ட பிரச்சினைகளாக இருந்தாலும், பயிலரங்குகளில் வெளிப்பட்ட கருத்துகள் ஒரு ஒன்றிணைவை வெளிப்படுத்தின; அவற்றில் சில விவாதிக்கப்பட்டுள்ளன.

சமூக ரீதியாக ஒதுக்கப்பட்ட பெண்கள், தலித்துகள், ஆதிவாசிகள் போன்ற சமூகக் குழுக்கள், ஒருபுறம் வறுமையால் துயரப்படுகிறார்கள்; மறுபுறம், படிப்பறிவு பெற்றவர்களாக அவர்கள் இருந்தாலும், குறிப்பிட்ட சூழல்களில், சமூகத் தளைகளின் காரணமாக பொது இடங்களுக்கு அவர்கள் வருவது தடுக்கப்படுகிறது. சமூக மாற்றத்திற்கான நடைமுறைகள், உள்ளார்ந்த ஜனநாயகம், மக்கள் இயக்கங்களுடனும், அமைப்புகளுடனும் தகவல்களைப் பகிர்ந்துகொள்ளுதல் ஆகியவற்றை ஆர்டிஐ தொடர்பான செயல்பாடுகளின் பார்வைக்குள் கொண்டு வருவதை இது கட்டாயமாக்குகிறது. இவையின்றி, ஒரு ஜனநாயக அரசில் குடியுரிமைக்கான பண்புகளை அடைவது சாத்தியமற்றது .

அத்துடன், தலமட்டத்தில் பேசப்படும், எளிதில் புரிந்துகொள்ளக்கூடிய மொழியில் தகவலை வழங்குவதும் தகவலைப் பெறுவதில் உள்ளார்ந்த விஷயமாகும். வேறுபாடுகளின் அரசியல், தகவலைப் பெறுவது, சமூக இயக்கங்கள், வனங்களில் இருந்து வெளியேற்றம் குறித்த பயிலரங்குகளில் நடந்த விவாதங்களில் தெளிவாக இது உறுதிப்படுத்தப்பட்டது.

பெரும்பாலும் மேல்தட்டு மனிதர்கள் இந்தச் சட்டத்தைப் பயன்படுத்துகிறார்கள். அவர்களது சொந்த நலன்களுக்கு நலம் பயக்கும்கொள்கைகளுக்கும் திட்டங்களுக்கும் ஆதரவாக ஓரங்கட்டப்பட்டவர்களை மேலும் ஒடுக்கிவைக்கப் பயன்படுத்துகிறார்கள். எடுத்துக்காட்டாக, நகர்ப்புற வெளியேற்றங்கள் குறித்த பயிலரங்கு, ஆர்டிஐயைப் பயன்படுத்திப் பெறப்பட்ட தகவல்கள் குடிசைவாசிகள் வெளியேற்றப்படுவதைச் சுட்டிக் காட்டியது. அவர்களின் வாழ்க்கையையும் வாழ்வாதாரங்களையும் கருத்தில் கொள்ளாமல் குடிசைப் பகுதிகளில்

வசிப்போரை வெளியேற்றும் நகர்ப்புற வளர்ச்சிக் கொள்கைகளுக்கு மேல்தட்டினர் பெரும்பாலும் ஒப்புதல் பெற்றுவிடுகிறார்கள்; ஏனெனில், அவர்களுக்குக் குடிசைப் பகுதிகள் அருவருப்பான காட்சிகள். ஆர்டிஐ சட்டம் வெளிப்படையாக ஏழைகளுக்கு ஆதரவாக இல்லாவிட்டால், மேல்தட்டினருக்கும் அரசியல்வாதிகளுக்கும் இடையிலான தொடர்பு மட்டுமே மேலும் வலுப்பெறும்.

குடிமக்களைக் கண்காணிக்கப் பல சட்டங்கள் உருவாக்கப்பட்டுள்ளன; ஆர்டிஐ, குடிமக்கள் கையிலிருக்கும் ஒரு திறன்மிக்க கருவியாகும். அதனால் அரசு மற்றும் தனியார் நிறுவனங்களைக் கண்காணிக்க முடியும்; அவர்களைப் பொறுப்புடன் செயல்படவைக்க முடியும். இருப்பினும், மக்கள் மத்தியில் அவர்களது உரிமைகள் குறித்து விழிப்புணர்வு இருந்தால் மட்டுமே அது சாத்தியமாகும். இதன் காரணமாகவே, அதிக விழிப்புணர்வுடனும் போராட்டம் மூலமாகவும் உரிமைகளைப் பெறுவதற்கு ஏழைகளையும் விளிம்புநிலை மக்களையும் வலிமை மிக்கவர்களாக்க ஒவ்வொரு பயிலரங்கும் சமூக இயக்கங்களின் பங்களிப்பை அடிக்கோடிட்டுக் காட்டியது.

தனியார் அமைப்புகள், அவை பெருநிறுவனங்களோ, தன்னார்வத் தொண்டு நிறுவனங்களோ அல்லது ஊடக நிறுவனங்களோ நாட்டின் குடிமக்களிடம் பொறுப்புடன் நடந்துகொள்ள வேண்டும் என்பதைப் புறக்கணிக்கமுடியாது. தனியார்மயத்திற்கு அதிக முக்கியத்துவம் கொடுக்கப்படும் சூழலில், சக்திவாய்ந்த சர்வதேச மற்றும் உள்நாட்டு நிறுவனங்கள், மக்களுக்கு உரிமைகள் அளிக்காமல் தண்டனையிலிருந்து தப்பித்துவிடும் சூழலில் இது மிகவும் முக்கியமானது. ஊடக நிறுவனங்களும் லாபத்தால் உந்தப்படும் தன்மை அதிகரித்துள்ளது; அவை விளிம்புநிலை மனிதர்களைக் காட்டிலும் மேல் தட்டு மனிதருடன் தம்மை இணைத்துக்கொள்கின்றன. எனவே, உண்மையான மற்றும் நேர்மையான தகவல்களை அவை அளிப்பதில்லை. அதேபோல், பல தன்னார்வத் தொண்டு நிறுவனங்கள், தவறாக வழிநடத்தப்படும் சந்தை மற்றும் லாபம் சார்ந்த அல்லது வகுப்புவாதச் சித்தாந்தங்கள் காரணமாக ஏழைகள் மற்றும் விளிம்புநிலை மக்களின் நலன்களுக்குப் பாதிப்பு ஏற்படுத்துகின்றன. அவற்றிற்கு நிறுவனங்களைப் பொறுப்பாக்க வேண்டும். தொழில்துறை மாசு, உணவுப் பாதுகாப்பு, சுகாதாரம், சுற்றுச்சூழல், நகர்ப்புற வெளியேற்றம் மற்றும் ஊடகங்கள் குறித்த பயிலரங்குகளில் இந்தப் பிரச்சினைகள் விரிவாக விவாதிக்கப்பட்டன. விரிவான ஆர்டிஐ சட்டம் தனியார்

அமைப்புகளையும் அதன் வரம்பிற்குள் கொண்டுவர வேண்டும். இல்லையெனில் அது மிகவும் பயனற்ற ஒன்றாகவே நீடித்திருக்கும்.

அரசாங்கமும், தனியார் அமைப்புகளும் அளிக்கும் தகவல் திறம்படப் பயன்படுத்தப்படுவதற்கு ஏதுவாகச் சரியான நேரத்தில் வழங்கப்படுவதை ஆர்டிஐ சட்டம் உறுதிசெய்ய வேண்டும். குறிப்பாக, காணாமல் போவது, குற்றவியல் நீதி, வகுப்புவாதம் குறித்து நடந்த செயலமர்வுகளில், உயிரைப் பாதுகாத்தல், குடிமக்கள் பாதுகாப்பு, நீதி வழங்குதல் குறித்த விஷயங்களில் சரியான நேரத்தில் தகவலை வழங்கவேண்டியதன் முக்கியத்துவம் பேசப்பட்டது. தாமதமாக தகவல் அளித்தல், முழுமையற்ற தகவல் அல்லது தவறாக வழிநடத்தும் தகவல்களை அளிப்பதற்கு அபராத விதிகள் சட்டத்தில் இருப்பது ஆர்டிஐயை மேம்படுத்தப் பெரிதும் உதவும்.

அரசாங்கத்திலும் தனியார் நிறுவனங்களில் இருக்கும் ஊழலை அம்பலப்படுத்தும் விசிலூதிகள்(முன்னறிவிப்பாளர்கள்) துன்புறுத்தப்படாமலும் அவர்கள் உயிருக்கு அச்சுறுத்தல் வராமலும் போதிய பாதுகாப்பு அளிப்பதை ஒரு திறன்மிக்கச் சட்டம் கணக்கில் கொள்ள வேண்டும். அறிந்து கொள்வதற்கான உரிமையைக் கோரும் அனைத்து குடிமக்களுக்கும் இதுபோன்ற பாதுகாப்பு நீட்டிக்கப்பட வேண்டும். விசிலூதிகள், நகர்ப்புறச் சேவைகள் மற்றும் குடிமைச் செயல்பாடுகள் குறித்த பயிலரங்குகள் இந்த அம்சத்தை விரிவாக விவாதித்தன.

ஒவ்வொரு துறையும், அரசாங்கமும், தனியார் துறையும் பொருத்தமான தடங்கள் வழியே தாமாகவே முன்வந்து தகவல் களை வெளிப்படுத்த வேண்டிய, தெளிவாக வேறுபடுத்தப்பட்ட பட்டியல் ஒன்றை வைத்திருக்க வேண்டும். தகவல் அதிகாரி களும், ஆணையர்களும் இந்தச் செயல்முறையில் அந்த நிறுவனங் களுக்குப் பெரிதும் உதவமுடியும். பொது அறிவிப்புப் பலகைகள், பரவலான துண்டுப் பிரசுரங்களின் விநியோகம், ஊடகங்களின் பங்கேற்பு போன்றவை மூலம் தகவல்கள் பரவலாகவும் விரிவாக வும் பரப்பப்படுவதற்கு அக்கறை எடுத்துக்கொள்ள வேண்டும்.

எதிர்வினை ஏதுமின்றி குடிமக்கள் சாதாரணமாக ஏற்றுக்கொள்வது தகவல் அல்ல; மக்களின் நலன்களுக்காகத் திறம்படச் செயலாற்ற அரசாங்கம் மக்களிடமிருந்து சுறுசுறுப்புடன் தகவல்களைச் சேகரிக்க வேண்டும். அரசாங்கத்தின் நடவடிக்கை களில் செல்வாக்கு செலுத்தும் நிர்வாக அமைப்புகளை ஆர்டிஐ உறுதி செய்யவேண்டும்; தவிரவும், மக்களது அனுபவத்தின் அடிப்படையில் நிர்வாகத்தை நடத்துவதையும் நீதியைப் பெறுவதையும் விரிவுபடுத்தவும்/அல்லது மாற்றுவதற்கும்

தேவையான இடமிருப்பதையும் உறுதிசெய்ய வேண்டும். உருவாக்கப்படும்போதே முழுமையானதாக அந்தச் சட்டம் இருக்கும் என்று கருதமுடியாது; நடைமுறைப்படுத்த மேற்கொள்ளும் முயற்சிகள் மற்றும் அவர்களது உரிமைகளைப் பெறுவதற்கு மக்கள் நடத்தும் போராட்டங்கள் மூலம் பெறப்படும் உள்ளார்ந்த பார்வையால் தொடர்ந்து மேம்படுத்தப்படும் ஒன்றாகச் சட்டத்தைப் பார்க்க வேண்டும்.

அனைத்துப் பிரதிநிதிகளும் இணைந்து உற்சாகத்துடன் டெல்லிப் பிரகடனத்தை நிறைவேற்றிய பின், மாநாடு இறுதி பெற்றது.

டெல்லி பிரகடனம்

பியாவரின் முதல் NCPRI பிரகடனம் ஆர்டிஐக்கான மக்கள் பிரச்சார இயக்கத்தின் ஒரு மைல்கல். அடுத்தடுத்த மாநாடுகளுக்கான முன்னுதாரணத்தை அது அமைத்தது. டெல்லியில் 2004இல் நடந்த மாநாடு மேலும் முன்னகர்ந்து ஆர்டிஐயின் நோக்கத்தை விரிவுபடுத்தியது. அந்தச் சட்டத்திற்கான திட்டவட்டமான கோரிக்கைகளை முன்வைத்தது. பங்கேற்பு ஜனநாயகம் குறித்த புரிதல், வெளிப்படையான மற்றும் பொறுப்புணர்வு மிக்க நிர்வாகத்தைப் பெறுவதில் மக்களுக்கு இருக்கும் உறுதியைத் தெளிவுபடுத்துகிறது. பியாவருக்கும் டெல்லிக்கும் இடையில் வெறும் மூன்று ஆண்டுகளே. ஆனால் இந்தக் குறுகிய காலத்தில் பிரச்சார இயக்கம் பல மாநிலங்களுக்குப் பரவியுள்ளது; மிகவும் குறிப்பாக, மாநில அளவில் சட்டங்கள் இயற்றப்பட்டன. அவற்றைப் பயன்படுத்துவதன் மூலம் இந்தச் சட்டம் குறித்தும் அதன் சாத்தியக்கூறுகள் குறித்தும் மக்களிடம் எடுத்துச் சொல்வதற்கான மேடைகளாகத் தகவலைப் பெறுவதற்குத் தலமட்ட அளவில் நடந்த பல போராட்டங்கள் அமைந்தன. இதன் விளைவாக, ஆர்டிஐ இயக்கமும் தேசிய அளவிலான பிரச்சார இயக்கமும் பெரிதும் வலுவடைந்தன. ஆர்டிஐக்கும் ஜனநாயகத்திற்கும் இடையிலான அடிப்படை உறவு மிகத் தெளிவாக வெளிப்பட்டுள்ளது.

இருபது மாநிலங்களிலிருந்து இருநூறு அமைப்புகள் மற்றும் இயக்கங்களிலிருந்தும் பிரதிநிதிகள் இந்த மாநாட்டில் பங்கேற்றனர்; தகவல் பெறும் சுதந்திரச் சட்டத்தை மத்திய அரசின் ஆர்டிஐ சட்டம் இடப்பெயர்ப்பு வேண்டும் என்று ஒரே குரலில் அவர்கள் கோரினர். அறிவிக்கப்படாமல் இருக்கும் திறனற்ற சட்டம் அது. தகவல் அளிப்பதில் இணக்கமற்றுச் செயல்படும் அதிகாரிகளுக்கு அபராதம் விதிக்கும் விதிகளும்,

‘தகவல்’ என்பதற்கு அனைத்தையும் உள்ளடக்கிய வரையறையும் வேண்டும் என்பதாகக் கோரிக்கைகள் இருந்தன.

சட்டப்படியான இந்த உரிமைகள் இல்லாவிட்டால் சட்டம் வெறும் காகிதப் புலிதான். வாக்களிக்கும் உரிமை ஐந்தாண்டுகளுக்கு ஒருமுறை பயன்படுகிறது. ஆனால், பதவியில் அவர்கள் இருக்கும் அந்த ஐந்தாண்டுகளும் அதற்குப் பிறகும் மக்கள் பிரதிநிதிகள் பொறுப்புடன் இருக்க வேண்டும் என்று கோரும், நீடித்திருக்கும் அந்தக் கோரிக்கை ஆர்டிஐ மூலமே வலிமை பெறும். கேள்விகள் பலவாக இருந்தன. அரசாங்கம் தனது நோக்கம் அதுவென்று அறிவித்தும், பணம் செலவழிக்கப்பட்டும், உழைக்கும் கைகள் பலவற்றிற்கு வேலை கிடைக்கவில்லை என்று அவர்கள் அரசாங்கத்தைக் கேட்டனர்; முறையான ஊதியம் கிடைக்காமல், மக்கள் இன்னமும் பாதுகாப்பின்றி உயிர் வாழ்கிறார்கள். கிடங்குகளில் தானியங்கள் அழுகிக்கொண்டு இருக்கையில், அனைத்து வளங்களும் பணக்காரர்களுக்கு விற்கப்படும் சூழலில், குழந்தைகள் பட்டினி கிடப்பது ஏன் என்று அவர்கள் கேட்டனர். இதற்கான பதில், தகவல்களை வெளியிடுவதிலும், ஊழலையும் தன்னிச்சையான அதிகாரப் பயன்பாட்டை அம்பலப்படுத்துவதிலும் பொதிந்திருக்கிறது.

பயிலரங்குத் தீர்மானங்கள்

ஆர்டிஐ மற்றும் தொழிலாளர் உரிமை குறித்த ஒரு பயிலரங்கில், டெல்லி பல்கலைக்கழகத்தின் சில மாணவர்கள் பிரச்சினை ஒன்றை எழுப்பினர், பல்கலைக்கழக வளாகத்தில் பல்வேறு கட்டுமானத் திட்டங்களில் பணிபுரியும் தொழிலாளர் களின் வேலை நிலைமைகள் மற்றும் வாழ்க்கை நிலைமைகள் குறித்து அவர்கள் கேள்வி எழுப்பினர். இந்திய அரசு நிர்ண யித்திருக்கும் குறைந்தபட்சத் தரநிலைகள் அங்குக் காணப்பட வில்லை என்றனர். அதைத் தொடர்ந்து, மாநாட்டின் நிறைவு அமர்வில் இந்தப் பிரச்சினை எழுப்பப்பட்டது; சுமார் 800 பிரதிநிதிகள் கூடியிருந்த அவையில் பின்வரும் தீர்மானம் நிறைவேற்றப்பட்டது:

> தேசிய அளவிலான இந்தமாநாடு அக்டோபர் 10, 2004 அன்று நடைபெற்ற அதன் அமர்வில், பல்கலைக்கழக வளாகக் கட்டுமானப் பணிகளில் பணிபுரியும் கூலித் தொழிலாளர்கள் குறைந்தபட்ச ஊதிய உரிமையோ, ஏனைய உரிமைகளோ அளிக்கப்படாமல், ஏன் தகவல் அறியும் உரிமையும் இன்றி அவதிப்படும் அவல நிலையை எடுத்துரைத்த டெல்லி பல்கலைக்கழக மாணவர்களின் முயற்சிகளை ஒருமனதாகப் பாராட்டுகிறது. டெல்லி

பல்கலைக்கழக அதிகாரிகளும் தொழிலாளர் துறையும், டெல்லி அரசாங்கமும் உடனடி நடவடிக்கைகள் எடுத்து, சம்பந்தப்பட்ட தொழிலாளர்களின் அடிப்படை உரிமைகள் பாதுகாக்கப்படுவதை உறுதி செய்யுமாறு அமர்வு வலியுறுத்துகிறது. அவர்களுக்கு உடனடி நிவாரணம் அளிக்கப்படுவதை, பொறுப்புணர்வுடன் நடப்பதை உறுதிப்படுத்த இம்மாநாட்டில் கலந்து கொண்டிருப்போர் வேண்டுகின்றனர்.[233]

இதைத் தொடர்ந்து, டெல்லி பல்கலைக்கழகத் துணை வேந்தர் தீபக் நய்யாருக்கும், டெல்லி தலைமைச்செயலர் எஸ். ரகுநாதனுக்கும் (நவம்பர் 24, 2004) கடிதம் எழுதப்பட்டது. இந்த விவகாரத்தை உடனடியாகப் பரிசீலித்து, தேவையான அனைத்து நடவடிக்கைகளும் விரைந்து எடுக்குமாறு வேண்டிக் கொள்ளப்பட்டது.

ஆர்டிஐ மற்றும் காணாமல் போனோர் குறித்த பயிலரங்கு

காஷ்மீரிலிருந்தும் மணிப்பூரிலிருந்தும் வந்திருந்த பாதிக்கப் பட்ட நபர்கள் விவரித்ததை ஆர்டிஐ மற்றும் காணாமல் போனோர் குறித்த பயிலரங்கு வேதனையுடன் கேட்டது; ஆழ்ந்த விவாதங்களுக்குப்பின், ஆயுதப்படைகள் சட்டம் (சிறப்பு அதிகாரம்) 1958 ஆதிக்கம் செலுத்தும் ஜம்மு & காஷ்மீர், மணிப்பூர், நாகாலாந்து, அசாம் போன்ற மாநிலங்களில் தகவல் பெறுவதை ஆதரிக்கும் தீர்மானம் ஒன்றை NCPRI நிறைவேற்ற வேண்டும் என்று பரிந்துரைத்தது. காஷ்மீரிலும், வடகிழக்கு மாநிலங்களிலும் பஞ்சாபிலும் 'காணாமல் போனோர்' தொடர்பான வழக்குகள் அனைத்தையும் விசாரிப்பதற்குச் சுதந்திரமாகச் செயல்படும் நீதித்துறை ஆணையம் ஒன்றை உருவாக்க NCPRI ஆதரவளிக்க வேண்டும் என்றும் கருதியது. 'காணாமல் போனவர்கள்' அல்லது 'மறைந்துவிட்டோர்' பற்றிய தகவல்கள் வெளியிடப்பட வேண்டும்; அவை பாதிக்கப்பட்ட குடும்பங்களுக்குக் கிடைக்க வழிசெய்ய வேண்டும். இந்த அடிப்படையில் பின்வரும் தீர்மானம் முன்மொழியப்பட்டது:

இந்தத் தேசிய மாநாடு, அக்டோபர் 10, 2004 அன்று நடந்த அதனுடைய ஆர்டிஐ மற்றும் காணாமல் போனோர் பயிலரங்கில் இந்த விஷயம் குறித்து விவாதித்தது: ஜம்மு & காஷ்மீர், மணிப்பூர், நாகாலாந்து மற்றும் அசாம் போன்ற மாநிலங்களில் ஆயுதப்படைகள் (சிறப்பு அதிகாரங்கள்) சட்டம், 1958 அதிகாரம் செலுத்துகிறது; பாதுகாப்புப் படைகளுக்குப் பரந்த அதிகாரங்கள் வழங்கப்பட்டுள்ளன. அதனால் மக்கள் தகவல் அறியும்

உரிமையைப் பயன்படுத்தவோ அனுபவிக்கவோ முடிய வில்லை என்பதாக மாநாடு கருதுகிறது. எனவே, பரிந்துரைக்கப்பட்ட திருத்தங்களுடன் கூடிய தேசியத் தகவல் உரிமைச் சட்டத்தை அரசாங்கம் உடனடியாக நிறைவேற்ற வேண்டும் என்று தீர்மானிக்கிறது. வேறு சட்டம் நடைமுறையிலிருந்தாலும், தனிநபர்களின் வாழ்க்கை மற்றும் சுதந்திரம் தொடர்பான தகவல்களும், மனித உரிமை மீறல்களும், ஊழல் தொடர்பான குற்றச்சாட்டு களும், ஜனநாயகத்தின் நலன் கருதி, எந்தவொரு பாதுகாப்புப்படையுடன் தொடர்புடையதாக அந்தத் தகவல் இருந்தாலும், அந்தத் தகவல் பெறக்கூடியதாகவும் பொதுமக்களுக்குக் கிடைக்கும்படியாகவும் இருக்க வேண்டும் என்று தீர்மானிக்கிறது.

அத்துடன் எந்தவொரு மாநிலம் இயற்றிய ஆர்டிஐ சட்டமும், தனிநபர்களின் வாழ்க்கை மற்றும் சுதந்திரம் தொடர்பான அனைத்துத் தகவல்களையும், அத்தகைய தகவல்கள் ஏதேனும் பாதுகாப்புப் படையுடன் தொடர்புடையதாக இருந்தாலும், விண்ணப்பம் செய்வோருக்குக் கிடைக்கும் வகையில் திருத்தப்பட வேண்டும்,

ஜம்மு & காஷ்மீரிலும், வடகிழக்கு மாநிலங்களிலும் பஞ்சாப்பிலும் 'காணாமல் போனோர்' தொடர்பான வழக்குகள் அனைத்தையும், குறிப்பிட்ட கால வரம்பிற்குள் விசாரிப்பதற்குச் சுதந்திரமாகச் செயல்படும் நீதித்துறை ஆணையம் ஒன்றை உடனடியாக அரசாங்கம் அமைக்க வேண்டும் என்று கோரும் தீர்மானம் ஒன்றும் நிறைவேற்றப்பட்டது. அத்துடன் 'காணாமல் போனவர்கள்' அல்லது 'மறைந்துபோனவர்கள்' குறித்த அனைத்துத் தகவல்களும் வெளியிடப்பட வேண்டும்; பாதிக்கப்பட்ட குடும்பங்களுக்குத் தாமாகவே முன்வந்து அவற்றை வழங்க வேண்டும்.

கலந்து கொண்ட ஆர்டிஐ சமூகத்தால் NCPRI மாநாடு ஒரு மேடையாக நிறுவப்பட்டது, ஏற்றுக்கொள்ளப்பட்டது. 2005இல் ஒரு தேசிய அளவிலான சட்டம் கொண்டுவரப்படுவதற்கு மற்ற அமைப்புகளுடன் ஒத்துழைப்பதிலும் ஒருங்கிணைப்ப திலும் நங்கூரம்போல் NCPRI பிரச்சார இயக்கம் செயல்பட்டது.

29

ஆர்டிஐ சட்டம் 2005 மற்றும் தேசிய ஆலோசனைக் கவுன்சில்

தேசியத் தகவல் அறியும் உரிமைச் சட்டத்தின் (2005) பரிணாம வளர்ச்சி, இந்திய ஜனநாயகத்தில் ஒரு வெற்றிக் கதை; அரசியலமைப்புக் கொள்கை களைப் புரிந்துகொண்டு, அதை நடைமுறைக்குக் கொண்டுவரப் போராடிய மக்களின் கொண்டாட்ட மும் ஆகும். ஒரு நெடிய, சுவையான பயணத்தைத் திரும்பிப் பார்க்கும் ஒரு சுருக்கமான தொகுப்பு இது.

NCPRIயும் சங்கதனும் ஆர்டிஐக்கான இயக்கத்தைக் கட்டுவதற்குப் போராட்ட வழிமுறைகளையும், ஆதரவு திரட்டும் செயல்களையும் பிரச்சார இயக்கத்தையும் பயன்படுத்தின. மாநில மற்றும் மத்திய சட்டங்களுக்கும் பின்னாளில் ஆர்டிஐ சட்டம் (2005) ஆக மாறிய, அறிவிக்கப்படாத தகவல் பெறும் சுதந்திரச் சட்டத்திற்கும் (2002) இடையில் உருவாகிக்கொண்டிருந்த விவாதங்கள் மக்களையும் விவாதத்திற்குள் இழுத்துவந்தன. குறிப்பிடத்தக்க இந்தக் கூடுதல் நடைமுறை, ஒருவருக்கொருவர் பரஸ்பரம் ஆதரவு அமைப்புகளை உருவாக்க வேண்டிய அவசியத்தை மக்களுக்குக் கற்பித்தன. கொள்கை உருவாக்கத்திலும் சட்டம் இயற்றுவதிலும் அரசாங்கத்துடனும் நாடாளுமன்றத்துடனும் தொடர்ந்து பேச்சுவார்த்தை நடத்த வேண்டும் என்பதையும் கற்பித்தன.

ஜனநாயகத்தில் பல பங்குதாரர்கள் உள்ளனர்; அவர்களின் உரிமைகளை ஒதுக்கிவைக்க முடியாது.

குறிக்கோளை நோக்கிய பாதை ஒருபோதும் நேராக இருக்காது. ஒருமித்தக் கருத்துள்ள பிரச்சினையாகத் தோன்றினாலும் அனைத்திலும் பிரச்சார இயக்கத்தினருக்கு வெவ்வேறு முன்னுரிமைகளும் கண்ணோட்டங்களும் இருப்பதற்குச் சாத்தியம் நிச்சயம் உள்ளது. சிக்கலான இந்தப் பேச்சுவார்த்தை வெற்றி பெறுவதற்கு, போராட்டமும், பிரச்சாரமும், ஆதரவும் மற்றும் இயக்கங்களும் வரையறுக்கப்பட வேண்டும்; சார்ந்து செயல்பட வேண்டும்.

ஆகையால், தேசிய அளவிலான ஆர்டிஐ சட்டம் என்ற கோரிக்கை, மாநில மற்றும் மத்தியச் சட்டங்களுடன் இணைந்து பேசி முடிவெடுக்க வேண்டிய ஒன்றாக இருந்தது; அத்துடன், இந்தியக் கூட்டாட்சி அமைப்பு முன் வைக்கும் கேள்விகளையும் கையாள வேண்டியிருந்தது; மாநிலச் சட்டங்களின் வலிமையையும் பலவீனத்தையும் கணக்கில் கொள்ள வேண்டியிருந்தது; இந்த அடிப்படையில் இறுதியாக வலுவான மற்றும் திறன்மிக்க தேசியச் சட்டம் ஒன்றின் அவசியத்தை விளக்க வேண்டியிருந்தது. பிரஸ் கவுன்சிலின் தலைவராக நீதிபதி சாவந்த் வரைவுச் சட்டத்தை உருவாக்கினார்; அதன்பின், நாடாளுமன்றத்திற்கும் மாநில முதல்வர்களுக்கும் அது அனுப்பப் பட்டது. சில முற்போக்கான மாநிலங்கள் அவர்களுக்கான சட்டங்களை இயற்றின. முதலில் சட்டம் இயற்றிய மாநிலங் களாகத் தமிழ்நாடு (1997) மற்றும் கோவா (1997) ஆகியன இருந்தன. பிற மாநிலங்கள் பின்னர் நிறைவேற்றின: ராஜஸ்தான் (2000), மகாராஷ்டிரம் (2000), கர்நாடகம் (2000), டெல்லி (2001), அசாம் (2002), ஜம்மு காஷ்மீர் (2003). மாநிலங்களில் பிரச்சாரத்தில் பெற்ற சுவாரஸ்யமான விளைவுகளில் ஒன்றாக அரசியல் கல்வி இருந்தது. அனுபவங்கள், ஒரு தேசியச் சட்டம் தேவை என்ற வாதத்தை முன்வைத்தன. மாநிலச் சட்டங்களைப் பயன்படுத்திய குடிமக்கள் அவற்றின் குறைபாடுகளை விமர்சித்தனர். மத்தியச் சட்டத்தில் சேர்க்க முடிந்த, பேச்சுவார்த்தைக்கு அப்பாற்பட்ட பல விஷயங்கள் இவற்றிலிருந்துதான் தோன்றின.

கோவா சட்டம், சாவந்த் வரைவின் பெரும்பகுதியை உள்ளடக்கி இருந்தது; ஒரு நாடாளுமன்ற உறுப்பினரோ அல்லது சட்டமன்ற உறுப்பினரோ என்ன தகவலைப் பார்க்க முடியும், ஒரு குடிமகன் பார்க்கக் கூடியவை என்ன என்பவை அதில் சேர்க்கப்பட்டிருந்தன. மகாராஷ்டிராவின் முதல் சட்டத்தைப் பலரும் எதிர்த்தனர்; அன்னா ஹசாரேவின் போராட்டத்தின் காரணமாகத் திருத்தப்பட்ட இரண்டாவது ஆர்டிஐ சட்டம் மாதவ் காட்போல் என்பவரால் உருவாக்கப்பட்டது. ராஜஸ்தானில் ஆர்டிஐ சட்டம் 2000இல் இயற்றப்பட்டாலும்,

மத்திய ராஜஸ்தான் ஜானவாதில் ஓராண்டாகத் தகவலைப் பெறமுடியாத அனுபவம் கிடைத்தது; குறிப்பிட்ட காலத்திற்குள் தகவலை வழங்க வலியுறுத்தும் விதிகளின் அவசியத்தையும், வழங்காததற்குத் தண்டனையையும் இந்த நிகழ்வு வலியுறுத்தியது. மாநிலச் சட்டங்களில் எதிர்மறை மற்றும் நேர்மறையான பாடங்கள் இருந்தன. மத்திய ஆர்டிஐ சட்டத்தின் வரைவு இந்த முயற்சிகளால் பெரும் பயன் அடைந்தது.

பிரச்சார இயக்கங்களும் மக்களும் இப்போது மனமாற்றம் ஒன்றை எதிர்கொள்ள வேண்டியிருந்தது. பாரம்பரிய முறையிலான அணிதிரட்டலும் கோரிக்கைகளும் சமத்துவமற்ற சூழலிலிருந்து தோன்றியவை – பாகுபாடும் பொருளாதாரச் சமமின்மையும் நிலவிய சூழல் அது; சாதி சார்ந்த, வர்க்கம் சார்ந்த அதிகாரம் பெற்ற மேல்தட்டு மனிதர்களால் ஆட்டுவிக்கப் பட்ட எதிரியாக அரசாங்கம் பார்க்கப்பட்ட சூழல் அது. அரசியலமைப்பு கூறும் உரிமைகளை எடுத்துரைப்பதன் மூலம் அரசை மீட்டெடுப்பதும், ஜனநாயக அமைப்புகளைத் திரும்பப் பெறுவதும் முக்கியமான முதல் மாற்றம். அரசாங்கத்தின் சில நிர்வாகப் பகுதிகளுடன் இணைந்து பணியாற்றுவது என்ற முதன்மையான காரியத்தை இது எடுத்துரைக்கிறது. மேலும், இந்தச் செயல்பாடு இணை விருப்பம் என்பது போல் அல்லாமல், முடிவெடுக்கும் நடைமுறையின் ஒரு அங்கமாக இருக்கும் உரிமையை உறுதி செய்வது என்ற புரிதலுடன் இயங்குவது. *யே பஞ்சாயத் ஹமாரா ஆப் கி/ நஹின் கிஸி கே பாப் கி /யேஷ் தேஷ் ஹமாரா ஆப் கி/ நஹின் கிஸி கே பாப் கி / யே பைசே ஹமாரா ஆப் கி நஹின் கிஸி கே பாப் கி.* (இந்தப் பஞ்சாயத்து நம்முடையது. யார் அப்பனுடையதும் இல்லை. இந்தத் தேசம் நம்முடையது. யார் அப்பனுடையதும் இல்லை. இந்தப் பைசா நம்முடையது. யார் அப்பனுடையதும் இல்லை).

இந்த முழக்கங்கள், மிகப்பெரும் அளவில் அனைவரும் பங்கேற்கும் நிலையை நோக்கி ஜனநாயகம் நகர வேண்டும் என்பதைப் புரிந்துகொள்வதில் ஏற்பட்டிருக்கும் வளர்ச்சியைத் தடம் காண்கின்றன. பிரதிநிதித்துவ ஜனநாயகம், மக்களுக்குச் சேவை செய்தல் என்ற அதன் வாக்குறுதியை நிறைவேற்றுவதில் பெருமளவிற்கு ஏமாற்றிவிட்டது. வாக்குகளுக்கு அப்பால்– மக்களிடம் பொறுப்புடன் நடந்துகொள்வதில் அதன் தோல்வி மீண்டும் மீண்டும் சுட்டிக் காட்டப்பட்டது. வினய்யும் சாருலும் பாடிய இப்போது பிரபலமாக இருக்கும் 'ஜான்னே கா ஹக்' (அறிந்துகொள்ளும் உரிமை இருக்கிறது) என்ற பாடல் இது: *'மேரே வோட் கோ யே ஜான்னே கா ஹக் ரே, கியோ ஏக் தின் படே– படே வாடே, அவுர் பாஞ்ச் சால் காம் நஹின்?'* (என்னுடைய

ஓட்டிற்கு இதைத் தெரிந்துகொள்ள உரிமை இருக்கிறது. ஒருநாள் பெரிய பெரிய வாக்குறுதிகள், அதன்பின் ஐந்து ஆண்டுகள் வேலையே இல்லையா?).

பல தரப்பிலிருந்தும் எழுப்பப்பட்ட குரல்களால் தேசிய மசோதா மீதான விவாதம் வேகம் பெற்றது.

> *அரசாங்கச் செயல்பாடுகளின் அனைத்து அம்சங்கள் குறித்தும் தகவல்களைப் பெறுவதற்குக் குடிமக்களுக்கு உரிமை உண்டு என்று உச்ச நீதிமன்ற அரசியல் சாசன அமர்வு அளித்த தீர்ப்புகளைப் பயன்படுத்தி நகர்ப்புற மேம்பாட்டுத்துறை அமைச்சர் ராம் ஜெத்மலானி உத்தரவு ஒன்றை வெளியிட்டார். அத்துடன், நாடாளுமன்ற உறுப்பினர்களுக்குக் கிடைக்கும் எதுவும் குடிமக்களுக்கும் கிடைக்க வேண்டும் என்றும் வலியுறுத்தினார். இதே விதியைத்தான் 1995இல் முசோரி இ.ஆ.ப. அகாதெமியில் நடந்த கூட்டம் ஒன்றில் இ. ஆ. ப. அதிகாரி என். சி. சக்சேனா பரிந்துரைத்தார்.*[234]

அரசாங்கத்திற்கு உள்ளும் வெளியிலும் இருக்கும் பல கமிட்டிகளுக்குச் சாவந்த் வரைவு அனுப்பப்பட்டது. அரசு சாராத நபர் ஒருவரைத் தலைவராகக் கொண்ட எச்.டி. ஷோரி கமிட்டி நீர்த்துப்போன அதன் பரிந்துரைகளை அனுப்பியது. ஹைதராபாத்தின் தேசிய ஊரக வளர்ச்சி மையத்தில் நடை பெற்ற மாநாடு ஒன்றில் நீதிபதி சாவந்த், அஜித் பட்டாச்சார்ஜி, அரசியல் பிரதிநிதிகள், மசோதாவின் முதல் வரைவுக் குழுவிலிருந்து சிலரும் பங்கேற்றனர். உச்ச நீதிமன்றத்தில் தாக்கல் செய்யப்பட்ட ரிட் மனு கொடுத்த அழுத்தம் காரணமாக, ஜூன், 2000இல் நாடாளுமன்றத்தில் இந்த மசோதா அவசரமாக வைக்கப்பட்டது. கட்டாயத்தின் பேரில், தகவல் பெறும் சுதந்திரச் சட்டமாக 2002இல் நிறைவேற்றப்பட்டது. பலவீனமானதாக, நீர்த்துப்போனதாகச் சட்டம் இருந்தது. எனினும் அந்தச் சட்டம் முறையாக அறிவிக்கப்படவில்லை. அதனால், குடிமக்களால் அதைப் பயன்படுத்த முடியவில்லை.

மாநிலச் சட்டங்கள்

மாநிலச் சட்டங்களும் அவற்றின் பயன்பாடும் இரண்டு விஷயங்களைச் செய்தன. ஆர்டிஐ குறித்து மக்களுக்கு அவை கற்பித்தன. அதன் கொள்கைகள் சார்ந்து நாடு முழுவதும் எதிரொலித்த கோரிக்கையாக அது இருந்தது, ஆனால், அதன் சட்டப்படியான உருவாக்கமும், அது அளித்த கருவியும் புரிந்துகொள்ளப்பட வேண்டும். மத்தியச் சட்டத்திற்கு

முன்பாகவே மாநிலச் சட்டங்கள் இயற்றப்பட்டன; அதனால் இந்த மாநிலச் சட்டங்களில் ஆபத்தான புள்ளிகள் எங்கு இருக்கின்றன என்பதை அறிந்துகொள்ள முடிந்தது. நாடு முழுவதும் மக்கள் வலுவான பரிந்துரைகளை அளித்தனர்; சட்டத்தின் மீது நல்ல விமர்சனத்தையும் வைத்தனர்.

ஆர்டிஐ (2005) சட்டத்தை வலுப்படுத்த வழிவகுத்த முக்கியமான விமர்சனம், அதில் அபராதம் விதிக்கும் விதி இல்லை என்பது. எனில், தகவல் கிடைப்பது காலவரையின்றித் தாமதமாகிவிடும் அல்லது சில சமயங்களில் மறுக்கப்படும். ராஜஸ்தானின் ஜானவாத் நேர்வு இதற்கான குறிப்பிட வேண்டிய எடுத்துக்காட்டு. எனினும், இந்த வாதத்தை வலுப்படுத்த இந்தியா முழுவதும் எண்ணற்ற எடுத்துக்காட்டுகள் இருந்தன.

> விதிவிலக்குகள் மற்றும் பொருத்தப்பாடு சார்ந்த காரணிகள் தவிர்த்து முன்மொழியப்பட்ட தகவல் பெறும் சுதந்திர மசோதா 2000இல் தகவல் வழங்காமல் இருப்பதற்கு அபராதம் விதித்தல் மற்றும் சுதந்திரமான மேல்முறையீட்டு ஆணையம் ஆகிய முக்கிய விஷயங்கள் இடம்பெறவில்லை. ராஜஸ்தான் பஞ்சாயத்து ராஜ் சட்ட விதிகள் 1996இன் கீழ், தகவல்களைப் பெற முயன்றதில் அடிமட்ட அளவில் எங்களுக்கு நல்ல அனுபவம் கிடைத்தது. அதாவது, தகவல் வழங்காமல் இருப்பதற்கு அபராதம் விதிக்கும் விதிகள் இல்லாத, அரசு/அதிகார வர்க்க அமைப்பிற்கு வெளியில் சுதந்திரமாக இயங்கும் மேல்முறையீட்டு அமைப்பு முறையும் இல்லாத சட்டத்தால், பிடிவாதமான அமைப்பிடமிருந்து தகவல் பெறுவதை உறுதிசெய்ய முடியாது. தமிழ்நாடு மற்றும் மகாராஷ்டிரா மாநில சட்டங்களைப் போலவே தகவல் பெறும் சுதந்திரச் சட்டத்திற்கான வரைவு மசோதாவும் அபராத விதிகள் எதையும் கொண்டிருக்கவில்லை என்பது வருத்தமளிப்பது. கோவா, கர்நாடகா, ராஜஸ்தான் போன்ற மற்ற மாநில சட்டங்களில் சிறிய அளவிலான அபராதத்திற்கு விதிகள் உள்ளன.
>
> ராஜஸ்தான் ஆர்டிஐ சட்டம், மாநிலச் சேவை விதிகளின் கீழ் ஒழுங்கு நடவடிக்கைக்கு வழி வகுக்கிறது, அதே சமயம் கோவா மற்றும் கர்நாடகா சட்டங்கள், தவறு செய்யும் அதிகாரிக்குப் பண அபராதமும் சேவை விதிகளின் கீழ் ஒழுங்கு நடவடிக்கைகளையும் குறிப்பிடுகின்றன. வழக்கமாகக் கடமை தவறும் அரசாங்க ஊழியர்களின் விஷயத்தில் மீண்டும் மீண்டும் நிரூபணம் ஆகியிருப்பதுபோல், தவறிழைக்கும் அதிகாரி மீது சேவை

விதிகளின் கீழ் வெறும் ஒழுங்கு நடவடிக்கை மட்டுமே எடுக்கப்படுகிறது, அது போதாது என்று முன்மொழிந்தோம். அத்துடன் அபராதமும் ஒரு நிலையான தொகையாக இருக்கக்கூடாது. தவறிழைத்த நபரின் சம்பளத்தின் ஒரு பகுதியாக இருக்க வேண்டும் என்று பரிந்துரைத்தோம். நிர்ணயிக்கப்பட்ட கால வரம்புக்கு அப்பால் தகவல் கொடுப்பதில் தாமதம் ஏற்படும் ஒவ்வொரு நாளுக்கும் அரை நாள் சம்பளம் என்று வைத்துக்கொள்ளலாம். ஒரு குறிப்பிட்ட காலத்திற்குப் பின் பணம் அதன் மதிப்பை இழந்துவிடும் என்பதால், அபராதம் நிலையான தொகையாக இருந்தால், அதன் மதிப்பு சில காலத்திற்கு பின் குறைந்துவிடும். அத்துடன், அபராதமாக ஒரு நிலையான தொகையை நிர்ணயிப்பது, வெவ்வேறு நிலைகளில் சம்பளம் பெறும் அதிகாரிகளுக்குச் சமமற்ற சுமையாக அமைந்துவிடும்.

வெளிப்படையான இரண்டாவது குறை, சுதந்திரமான மேல்முறையீட்டு அமைப்பு இல்லாதது. ஓர் அமைச்சகத்திலோ அல்லது துறையிலோ உள்ள எவரும் இயல்பான வழியில் தகவல்களைப் பகிர்ந்துகொள்ளும் மற்றொரு சக ஊழியரின் செயலைத் தடுக்கக்கூடாது என்பது தெளிவாக இருந்திருக்க வேண்டும். இந்த மேல்முறையீடு, அதிகாரப்பூர்வ அரசாங்க அமைப்புக்கு வெளியில் இருக்க வேண்டும். 'சுவோ மோட்டோ' அதாவது, தாமாகவே முன்வந்து வெளிப்படுத்துதல், வெளிப்படைத்தன்மை நடைமுறைகளில் முக்கியப் பகுதியாக இருக்கவேண்டும். ஆட்சிநிர்வாகத்தில் வெளிப்படைத் தன்மையை வெளிப்படுத்த பல அம்சங்கள் உள்ளன, ஆனால் இரண்டு முக்கியமான அணுகுமுறைகள் இங்கு உள்ளன: முதலாவது, தெரிவிக்க வேண்டியது கடமை என்பதிலிருந்தும், இரண்டாவது, அறிந்துகொள்ளும் உரிமை மற்றும் தகவல்களைக் கோருவது என்பதிலிருந்தும் எழுகின்றன. 1947 முதல் ஆட்சி நிர்வாகத்தின் ஒரு பகுதியாகத் தெரிவிக்க வேண்டியது கடமை என்ற முதல் அணுகுமுறை இருந்திருந்தால், இந்தியாவில் ஆட்சி நிர்வாகத்தின் தன்மை மிகவும் வேறுபட்டதாக இருந்திருக்கும்.

ஆனால், புதிய சுதந்திர இந்தியா பிரிட்டிஷ் காலனித்துவ முறையை முழுமையாக ஏற்றுக்கொண்டது. இறுதியாக, செய்த மகத்தான வேலைகளையும், பொதுமக்களின் அபிப்பிராயத்தையும் தொகுத்தும் சுருக்கமாகவும் பார்க்கையில், முதன்முறையாகச் சட்டம் ஒன்றை உருவாக்கும் நடைமுறை நீடித்த மற்றும் வித்தியாசமான முறையில் பொது வெளியில் வைக்கப்பட்டது என்று மட்டுமே ஒருவரால் சொல்லமுடியும். உரிமை கோரும்

ஒவ்வொரு குழுவும் அதன் பங்கைத் திறம்பட ஆற்றியது. பதிவேடுகளை ஆய்வு செய்வது ஒரு சிக்கலான வேலை; அதைக் கற்றுக்கொள்ள வேண்டும்; அதன் பின்னரே ஆய்வுக்கு உட்படுத்த வேண்டும். தகவலை மறைப்பது, அதிகார வர்க்கத்துடன் ஒட்டிப்பிறந்த விருப்பம். அதனால் ஏற்பட்ட இடையூறுகள் வெளிப்படையாகத் தெரிந்தன. அதற்கான தீர்வுகளும் வரையறுக்கப்பட்டு விவாதிக்கப்பட்டன. மாற்றுவழிகளைக் கருத்தில் கொள்வதற்கு மக்களுக்குப் போதுமான வாய்ப்பையும் நேரத்தையும் அளித்தன. இறுதியில், சட்டத்திலிருக்கும் பேச்சு வார்த்தைக்கு அப்பாற்பட்ட முக்கியமான விதிகள் அவர்களால் வரையறுக்கப்பட்டன.

அதிகார வர்க்கத்தில் இருந்த விவேகம் நிறைந்த மனிதர்கள் இந்தச் சட்டத்தில் அவர்களுக்கான விடுதலையைப் பார்த்தனர். அதிகாரிகளிடம் இருந்தோ அல்லது அரசியல் நிறுவனத்திடமிருந்தோ வரும் 'கட்டளையின்' காரணமாக சட்டத்திற்கு எதிராகச் செயல்படவேண்டிய கட்டாயத்திலிருந்து அவர்கள் விடுபட முடியும். நிர்வாக அமைப்புக்குள்ளேயே வெளிப்படைத்தன்மை விவாதத்திற்கு அனுதாபிகள் பெருகினர். இந்தக் குழு சிறியதாக இருந்தாலும், செயல்முனைப்பில் மிகவும் குறிப்பிடத்தக்கப் பங்காற்றியது. என்.சி. சக்சேனா, ஹர்ஷ் மந்தர், கே.பி. சக்சேனா என்று சிலரை இங்குக் குறிப்பிட முடியும்; எனினும் பணியிலிருக்கும், இன்னமும் அரசாங்கத்தில் வேலைசெய்யும் பல அதிகாரிகள் சட்டத்தை வடிவமைப்பதில் முக்கியப் பங்கு வகித்தனர். உண்மையான அர்த்தத்தில், சட்டத்தை இது பிரபலமாக்கியது எனலாம். அதன் பின்னர், சட்டத்தின் பயன்பாடு மிகவும் பரவலாக இருந்தது. பிரபலமான சொற்களில், 'சட்டம் மக்களுக்குச் சொந்தமாகியது' எனலாம்; அது அரசாங்கத்தின் சட்டம் என்பதிலிருந்து 'நமது சட்டம்' என்பதாக மாறியது. மக்களின் மொழிக்கு அது மாறியிருப்பது, அனைவரையும் சட்டம் ஈர்த்திருக்கிறது என்பதுடன், மக்கள் ஏற்றுக்கொண்டனர் என்பதைக் காட்டும் அறிகுறியாகும்.

இந்த நிகழ்வுகளுக்கு மத்தியில், தேசிய ஜனநாயகக் கூட்டணி அரசாங்கத்தின் 'இந்தியா ஒளிர்கிறது' வாக்குறுதிகள் தகர்ந்துபோயின. டாக்டர் மன்மோகன் சிங் தலைமையிலான ஐக்கிய முற்போக்குக் கூட்டணிக்கு நாடு வாக்களித்தது. அந்தக் கூட்டணியின் தேர்தல் வாக்குறுதிகள், தேசியக் குறைந்த பட்சப் பொதுத்திட்டம் என்றழைக்கப்படும் ஆவணத்தில் கூறப்பட்டிருந்தன. அந்த ஆவணத்தில் இந்திய மக்களுக்கு அளிக்கப்பட்டிருந்த வாக்குறுதிகளில் ஒன்றாக, சிறந்த மற்றும் வலுவான ஆர்டிஐ இருந்தது.

குறைந்தபட்சப் பொதுத்திட்டத்தில் அளிக்கப்பட்ட வாக்குறுதிகள் நிறைவேற்றப்படுவதைக் கண்காணிக்கவும் உறுதி செய்யவும் அரசாங்கம் தேசிய ஆலோசனைக் குழுவை (NAC) அமைத்தது. பங்கேற்பையும் பொறுப்புணர்வையும் உறுதி செய்ய புதிய அரசாங்கம் எடுத்த இந்த முயற்சி ஊக்கமளிப்பது. ஆர்டிஐக்கான பிரச்சார இயக்கத்தினரையும், வேலை உரிமை அல்லது தேசியக் கிராமப்புற வேலை உத்தரவாதத் திட்டத்தில் பணி புரிந்தவர்களையும் அதற்குள் கொண்டுவந்தது.

தேசியக் குறைந்தபட்சப் பொதுத்திட்டம் உத்தரவாதம் அளித்தவை:

ஐக்கிய முற்போக்குக் கூட்டணி அரசாங்கம், தேசிய வேலை உத்தரவாதச் சட்டத்தை உடனடியாக இயற்றும். சொத்து உருவாக்கும் பொதுப்பணித் துறை திட்டத்திலிருந்து இது தொடங்கும்; ஒவ்வொரு ஆண்டும் குறைந்தபட்சம் 100 நாட்கள் வேலைக்குச் சட்டப்பூர்வமான உத்தரவாதத்தை வழங்கும். நடுத்தர வர்க்கக் குடும்பங்களுக்குப் போதுமான குறைந்தபட்ச ஊதியம் அளிக்கப்படும். இதற்கிடையில், ஒரு பிரம்மாண்டமான உணவுக்கான – வேலைத் திட்டமும் தொடங்கப்படும்.[235]

தகவல் பெறும் சுதந்திர சட்டம் (2002) பலவீனமானது, பயனற்றது என்ற எதிர்ப்பிற்குப் பதிலளிக்கும் விதமாக, ஐக்கிய முற்போக்குக் கூட்டணி அரசாங்கம் குறைந்தபட்ச பொதுத் திட்டத்தில் சிறந்த ஆர்டிஐ சட்டத்திற்குஉறுதியளித்தது.

தேசிய குறைந்தபட்சப் பொதுத் திட்டத்தின் (NCMP) நிர்வாகச் சீர்திருத்தங்கள்

பொது நிர்வாக அமைப்பை மறுசீரமைப்பு செய்வதற்கான விரிவான வரைபடத்தைத் தயாரிப்பதற்கு நிர்வாக சீர்திருத்த ஆணையம் ஒன்றை ஐக்கிய முற்போக்குக் கூட்டணி அமைக்கும். மிகப் பெருமளவில் மின்-நிர்வாகம் ஊக்குவிக்கப்படும். ஆர்டிஐ சட்டம் மிகவும் முற்போக்கானதாகவும், அனைவரும் அதற்குப் பங்களிப்பதாக, அர்த்தமுள்ளதாக மாற்றப்படும். லோக்பால் மசோதா சட்டமாக இயற்றப்படும்.[236]

அதிகார வர்க்கத்தின் தந்திரங்கள் மற்றும் பல்வேறு தரப்பிலிருந்து வந்த எதிர்ப்புகள் அனைத்தையும் மீறி, குடிமக்கள் குழுக்களின் விழிப்புணர்வாலும் அளித்த ஆதரவாலும் ஒரு வலுவான ஆர்டிஐ சட்டம் ஜூன் 2005இல் இந்திய நாடாளுமன்றத்தில் நிறைவேற்றப்பட்டது. 12-10-2005 முதல்

அது நடைமுறைக்கு வந்தது. அது தொடங்கி, நாட்டின் பல்வேறு பகுதிகளிலும் குடிமக்கள் அந்தச் சட்டத்தைப் பயன்படுத்தி வருகின்றனர்; பல்வேறு அளவுகளில் வெற்றிகளையும் பெறுகின்றனர்.

தேசிய ஆலோசனைக் குழுவும் (NAC) ஆர்டிஐயும்

சிறந்த ஆர்டிஐ சட்டம் இயற்றப்படும் என்று அவர்களது குறைந்தபட்சப் பொதுத் திட்டத்தில் ஐக்கிய முற்போக்குக் கூட்டணி உறுதியளித்தது; தனது வாக்குறுதிகளைக் கண்காணிக்கத் தேசிய ஆலோசனைக் குழுவையும் அமைத்தது. அதன்பின் ஆர்டிஐ பிரச்சார இயக்கத்தினர் ஆலோசனைக் குழுவின் மீது கவனம் செலுத்தினர். முறையான ஒப்புதலுக்குச் செல்வதற்குமுன், அந்தச் சட்டத்தை உருவாக்கும் பணியில் அரசாங்கத்துடன் இணைந்து பணியாற்ற ஒரு நல்ல வாய்ப்பு கிடைத்தது. உண்மையில், அரசியல் நிறுவனங்களுடனும் அதிகாரிகளுடனும் பணிசார்ந்த கலந்துரையாடலுக்கான ஒரு மேடையாக தேசிய ஆலோசனைக் குழு அமைந்தது. அதிகார அமைப்புகள் ஒன்று கூடி ஆலோசிக்க முடிந்த அதன் தனித்துவத்தன்மை, அதை ஆற்றல்மிகு நிறுவனம் சார்ந்த அடித்தளமாக மாற்றியது.

NCPRI கன்வீனர் பாரத் டோக்ராவின் வார்த்தைகளில்:

> *இறுதிக் கட்டங்கள் வரை பிரச்சார இயக்கம் தொடர்ந்து நடந்தது; அது இல்லாமல், வலுவான மற்றும் திறன்மிக்க ஆர்டிஐ சட்டத்தை அடைவது சாத்தியமாக இருந்திருக்காது. இந்த நெடிய செயல்முறையில் பல தனிநபர்களும் நிறுவனங்களும் அளித்த பங்களிப்பு முக்கியமானது. இந்தியாவின் பரந்துபட்ட நிலப்பரப்பில் ஏராளமான மக்களும் குழுக்களும் தங்களை இணைத்துக் கொண்டு செயல்பட்ட ஒரு கூட்டு ஜனநாயக முயற்சி இது. இவை அனைத்திலும் சங்கதன் மற்றும் NCPRIயின் பங்களிப்பு மிகவும் குறிப்பிடத்தக்கது. தொழிலாளர்கள் மற்றும் வறட்சியால் பாதிக்கப்பட்ட சிறு மற்றும் குறு விவசாயிகளின் போராட்டங்களில் வேரூன்றியிருந்த ஆர்டிஐ கோரிக்கை என்ற இந்தத் தேசிய முயற்சிக்கு, தார்மீக நெறிமிக்கப் படை ஒன்றைச் சங்கதன் அளித்தது.*[237]

சட்டத்தை உருவாக்கிய செயல்முறையின்போது மக்களுடன் இணைந்து சட்டங்களை ஆராய்வதற்கு ஒரு கலந்துரையாடல் அமைப்புமுறையை உருவாக்கியதுதான் தேசிய ஆலோசனைக் குழுவின் தனித்த, முக்கியமான பங்களிப்பாகும். தேசிய ஆலோசனைக் குழுவின் தலைவரான சோனியா காந்தியின்

சமரசமற்ற அரசியல் உறுதியும், அதன் உறுப்பினர்களான ஜெய்ராம் ரமேஷ், ஜெய் பிரகாஷ் நரேன், என்.சி. சக்சேனா, ஏ.கே. சிவகுமார், பேராசிரியர் ஹனுமந்த ராவ், ஜீன் ட்ரேஸ் ஆகியோர் அளித்த ஆதரவும், அரசாங்கத்திற்கு வெளியில் இதற்கு ஆதரவாகச் செயல்பட்ட, மிகவும் சக்திவாய்ந்த அரசியல் 'லாபியும்' சட்டம் நிறைவேற உதவின. பிரதமர் மன்மோகன் சிங்கிற்கும் NCPRI உறுப்பினர்களுக்கும் இடையில் திரும்பத் திரும்ப நடந்த சந்திப்புகள், குல்தீப் நய்யார் போன்ற உறுப்பினர்கள் மாநிலங்களவையில் இருந்தது, இடதுசாரிக் கட்சிகளும் முன்னாள் பிரதமர் வி.பி. சிங்கும் அளித்த வலிமை யான ஆதரவும் ஆர்டிஐ பிரச்சார இயக்கத்தின் கோரிக்கையை நீடித்திருக்கச் செய்தன.

பிரச்சார இயக்கத்தின் பங்களிப்பாக சேகர் சிங், நிகில் தேய், பிரசாந்த் பூஷன் மற்றும் NCPRIஇன் பிற உறுப்பினர்களும், சார்மைன் ரோட்ரிக்ஸ், அரவிந்த் கெஜ்ரிவால் மற்றும் பிறரும், தகவல் பெறும் சுதந்திர சட்டம் 2002ஐ மீண்டும் அதன் அசலான நிலைக்கு, அதாவது 'பிரஸ் கவுன்சிலின்' வரைவுக்கு மீண்டும் கொண்டுவருவதற்கு முயன்றனர், மாநில சட்டங்களில் கிடைத்த உள்ளீடுகளுடன் அதன் வரைவுப்பணியில் தொடர்ச்சியாக உதவினர். தேசியக் கிராமப்புற வேலை உத்தரவாதச் சட்டத்திலும் ஆர்டிஐ யிலும் அரசாங்கத்தின் பின்னடைவு குறித்து வி.பி. சிங் இவ்வாறு கருத்து தெரிவித்தார்: 'ஏக் மே மணி நஹின் ஹை, அவுர் தூஸ்ரே மே மன் நஹின் ஹை' (ஒருவருக்குப் பணம் இல்லை, மற்றவருக்கோ விருப்பம் இல்லை!).

நாடாளுமன்றத்திற்கு அனுப்பப்படுவதற்கு முன் இந்த வரைவை அரசாங்கம் மாற்றியமைத்தது. மாற்றங்களைப் பிரச்சார இயக்கம் தொடர்ந்து விழிப்புடன் கண்காணித்தது. மக்களது வாக்குமூலங்களைக் கேட்டபின் அதற்கு அனுப்பப்பட்ட வரைவில் நாடாளுமன்ற நிலைக்குழு 158 மாற்றங்களைச் செய்தது. இறுதியில் மே 2005இல் சட்டம் நிறைவேற்றப்பட்டது. அதற்கு முந்தைய ஆண்டில் இருந்ததைக் காட்டிலும் அதன் உள்ளடக்கம் வியக்கத்தக்க வகையில் மிகச் சிறப்பாக இருந்தது. நாடாளுமன்றமும் இந்திய ஜனநாயகமும் முதிர்ச்சியடைந்து விட்டதாக நாங்கள் கருதினோம்.

30

ஆர்டிஐ சட்டத் திருத்தங்கள் 2006

நாடாளுமன்றத்தில் ஆர்டிஐ சட்டம் நிறைவேறிய பின்னர் பத்து மாதங்கள் நிலவிய சுணக்கம்

இந்திய நாடாளுமன்றம் ஆர்டிஐ சட்டத்தை மே 2005இல் ஏகமனதாக நிறைவேற்றியது. முறையாக அறிவிக்கப்பட்டு, அக்டோபர் 13, 2005 முதல் நடைமுறைக்கு வந்தது. தேசியக் குறைந்தபட்சப் பொதுத்திட்டம் செயல்படுத்தப்படுவதை மேற்பார்வை செய்ய 2004இல் கூடிய தேசிய ஆலோசனைக் குழு சில மாதங்களில் அதனுடைய வரைவை அரசாங்கத்திற்கு அனுப்பியது. பிரச்சார இயக்கத்தின் கைகளிலிருந்து தேசிய ஆலோசனைக் குழுவிற்கும் அதன் பின்னர் அரசாங்கத்திற்கும் திறமையாகவும் மிக விரைவாகவும் வரைவு மசோதா அனுப்பப்பட்டது. இந்தச் செயல், அரசியல் உறுதியும் மக்களின் உறுதிப்பாடும் ஒன்றிணைந்தால் அதிகார வர்க்கத்தின் ஒப்புதல் பெறமுடியும், விரைவாகவும் திறமையுடனும் சட்டம் நிறைவேறும் சாத்தியம் உள்ளது என்பதையும் வெளிப்படுத்தியது. ஆனால் அது நிறைவேற்றப்பட்ட பத்து மாதங்களுக்குள் சுணக்கத்திற்கு ஆளானது.

இந்திய ஆர்டிஐ சட்டம், தகவல் என்பதை மிக விரிவாக வரையறுத்துள்ளது. இரகசியப் பாதுகாப்பு முறை ஏற்படுத்தும் அச்சங்களில்

ஒன்றாக முடிவெடுக்கும் நடைமுறையில் வெளிப்படைத்தன்மை இல்லாதது இருக்கிறது. அதிகார வர்க்கச் சொற்றொடரில் அவை 'கோப்புக் குறிப்புகள்' என்று சொல்லப்படுகின்றன. வரைவு மசோதா அமைச்சரவைக்குச் சென்றபோது, 'தகவல்' வரையறை வரம்பிலிருந்து 'கோப்புக் குறிப்புகளை' நீக்கிவிட்டனர்; தங்களது அச்சத்திற்குத் தீர்வு கிடைத்ததாக அவர்கள் நினைத்தனர். இருப்பினும், சட்டத்தை அமல்படுத்தும் நடைமுறை தொடங்கிய வுடன், மத்திய தகவல் ஆணையரின் நீதிமன்றத்தில் மேல்முறையீடு ஒன்று செய்யப்பட்டது. பிரிவு 2 (f) இல் தகவல் குறித்த அதன் வரையறையில் 'பதிவேடுகள். ஆவணங்கள், குறிப்பாணைகள், மின்னஞ்சல்கள், அபிப்பிராயங்கள், அறிவுரைகள், பத்திரிகை அறிக்கைகள், சுற்றறிக்கைகள், உத்தரவுகள் ...' போன்றவை உள்ளதால் 'கோப்புக் குறிப்புகள்' என்பதையும் கவனத்தில் கொள்ள வேண்டும் என்று கோரப்பட்டது. மத்திய தகவல் ஆணையர், வஜாஹத் ஹபிபுல்லா, கோப்புக் குறிப்புகள் வரையறைக்கு உட்பட்டவை. எனவே, அவை கிடைக்கச்செய்ய வேண்டும் என்று தீர்ப்பளித்தார். அரசாங்கம் கோபமுற்றது; முடிவெடுக்கும் நடைமுறையைத் தடுக்கும் நோக்கத்துடன், சட்டத்தில் மேலும் திருத்தங்கள் செய்யும் நோக்கமிருப்பதாகத் தன் யோசனையைப் பதிலாக அளித்தது.

கோப்புக் குறிப்பு என்றால் என்ன?

கோப்புக் குறிப்பு என்பது, கோப்புகளின் இடது பக்கத்தில் ஒரு தனித்தாளில் (பொதுவாகப் பச்சைத் தாள்) எழுதப்படும் குறிப்பு. கோப்பின் வலது பக்கம், முன்மொழிவு இடம் பெற்றிருக்கும், இடதுபுறம் அதிகாரியின் பரிசீலனைக்குரிய கருத்துகள் எழுதப்படும். முன்மொழிவின் மீது கருத்துகள் தெரிவிக்கப்படுகின்றன. எடுக்கப்படக்கூடிய சாத்தியமான முடிவுகள் பரிந்துரைக்கப்படுகின்றன. இந்தக் குறிப்பு மூத்த அதிகாரிகளுக்கு அனுப்பப்படும்; அவர்களும் தங்கள் கருத்து களைப் பதிவு செய்கிறார்கள். சுருக்கமாகச் சொன்னால், முடிவெடுக்கும் நடைமுறைகள் எப்படி என்பதை இந்தப் பக்கத்தில் காணமுடியும். அதிகாரவர்க்கத்தின் மற்றும் ஆள்வோரின் உண்மையான எண்ணங்கள், முடிவுகள் மூலம் செயல்படுத்தப்படுகின்றன என்பதை அனைவரும் அறிவோம். முடிவெடுப்பது மூடிமறைக்கப்படும்போது, திரித்தல் களுக்கும் பொய்களுக்கும் குடிமகன் பலியாகிறான். எனவே வெளிப்படுத்தலுக்கும் பொறுப்புடைமைக்குமான முக்கியப் பகுதியாக இந்தக் குறிப்பு இருக்கிறது.

ஆர்டிஐ சட்டத்தில் பிற்போக்குத்தனமான திருத்தங்களை அரசாங்கம் கொண்டுவரப்போகிறது என்பது தெளிவாகத் தெரிந்ததும், *NCPRI* மற்ற அமைப்புகளின் உதவியுடன்அதைத் தடுப்பதற்கு வலுவான மற்றும் வெற்றிகரமான பிரச்சாரத்தைத் தொடங்கியது. (பாரத் டோக்ரா, *2011*).

மத்திய அமைச்சரவை ஜூலை *2006*இல் ஒருசில திருத்தங்களுக்கு ஒப்புதல் அளித்தது; அவற்றில் சில, சட்டத்தின் நோக்கத்தையும் அதிகாரத்தையும் மிக மோசமாகச் சேதப்படுத்தக் கூடியவை. அவற்றில் மிக முக்கியமானது ‘கோப்புக் குறிப்புகள்’ வெளியிடுவதைத் தடை செய்வது. இதுவரையிலும், முடிவெடுக்கப்பட்ட பின்னர் கிடைக்கப் பெறுவதாக அமைச்சரவைக் கோப்புகள் இருந்தன; இப்போது முடிவு எடுக்கப்பட்ட பின்னரும் அவற்றை வெளியிடுவது தடை செய்யப்பட்டது. இதன் விளைவாக, முடிவெடுக்கும் நடைமுறை பொதுவெளிக்கு வெளியில் வைக்கப்படுகிறது; அதனால் குடிமக்கள் இதில் பங்கேற்பது மேலும் மிகவும் கடினமாக இருக்கும்.

அம்பலப்படுத்தப்படுவோம் என்ற அச்சம் அதிகார எந்திரத்தைப் பற்றிக்கொண்டது. குறிப்பாக, ஆர்டிஐ சட்டத்தின் கீழ், கோப்புக் குறிப்புகள் வெளியிடப்பட வேண்டும் என்று மத்திய தகவல் ஆணையரின் தீர்ப்பிற்குப் பின், அதன் காரணமாகவே மத்திய அமைச்சரவை அவசர அவசரமாக, திருத்தங்களைச் செய்தது. அறிவிக்கப்பட்ட ஓராண்டிற்குள், சட்டத்தைப் பலவீனப்படுத்தவும் நீர்த்துப்போகச் செய்யவும் அரசாங்கம் வியூகம் வகுத்தது. எனினும், மகாராஷ்டிரம், ராஜஸ்தான், மத்தியப் பிரதேசம், மேகாலயா, ஆந்திரப் பிரதேசம், ஒடிசா, கர்நாடகம், தமிழ்நாடு, குஜராத், உத்தரப் பிரதேசம் ஆகிய மாநிலங்களிலும் டெல்லி ஜந்தர் மந்தரிலும் நாடு முழுவதும் இந்தச் சட்டத் திருத்தங்களுக்கு எதிராக ஏராளமான மக்கள் கூடினர். அரசாங்கத்தின் நோக்கத்திற்கு எதிராகச் சாமானிய மக்கள் தம் எதிர்ப்பைத் தெரிவிக்க பல்வேறு உத்திகளைப் பயன்படுத்தினர்: சிலர் உண்ணாவிரதப் போராட்டத்தில் அமர்ந்தனர், சிலர் பொது வாக்கெடுப்பு ஏற்பாடுசெய்தனர்; பத்திரிகைச் செய்திகள் வெளியிடப்பட்டன; பாடல்கள் எழுதப்பட்டு, பாடப்பட்டன; நாட்டின் பல இடங்களில் வீதி நாடகங்கள் நடத்தப்பட்டன.

டெல்லி ஜந்தர் மந்தரில் *07–08–2006* அன்று ஒரு வரலாற்றுச் சிறப்புமிக்க தர்ணா தொடங்கியது. சமூக உதவிக்கான கூட்டு நடவடிக்கை (ஜோஷ்) உதவியுடன், பிரபல ராக் இசைக்குழு

'யூபோரியா' ஆர்டிஐயைக் காக்க வீதிக்கு வந்திருந்த பெரும் இளைஞர் திரட்சியின் முன்பு இசை நிகழ்ச்சி நடத்தியது.

உச்ச நீதிமன்ற நீதிபதிகளான மறைந்த கிருஷ்ண ஐயரும் ஜே.எஸ். வர்மாவும் நீதிபதி சாவந்துடன் சேர்ந்து, முன்மொழியப் பட்ட திருத்தங்களுக்கு எதிராகக் கடுமையான அறிக்கை ஒன்றை வெளியிட்டனர்.

ஜனநாயகத்தின் பலம் மக்களின் பங்கேற்பில்தான் உள்ளது; எனவே, ஆர்டிஐக்கு முன்மொழியப்பட்டிருக்கும் இந்தத் திருத்தங்கள் அரசியலமைப்பிற்கு முரணானவை என்று ஆதரவு தெரிவித்த இந்த அறிக்கைகள் பதிவுசெய்தன.

எண்ணற்றோர் திருத்தங்களுக்கு எதிராக வாக்களித்தனர். கருத்துக்கணிப்பு அமோக வெற்றியை உடனடியாக வெளிப் படுத்தியது. பிரபல பத்திரிகையாளர்கள், எழுத்தாளர்கள் மற்றும் கலைஞர்கள் ஆர்வலர்களுடன் கைகோத்துத் தர்ணாவில் அமர்ந்து ஒற்றுமையை வெளிப்படுத்தினர். சந்தீப் பாண்டேவும் அன்னா ஹசாரேவும் வெவ்வேறு இடங்களில் உண்ணாவிரதப் போராட்டத்தில் ஈடுபட்டனர். அம்னெஸ்டி இன்டர்நேஷனலும் திருத்தங்கள் குறித்துத் தனது கவலையை வெளிப்படுத்தியது.

முன்னாள் பிரதமர் வி.பி. சிங், முக்கிய இடதுசாரித் தலைவர்களுடன் – சிபிஐ, சிபிஐ–எம், பார்வர்டு பிளாக் – தர்ணாவிற்கு வந்தார். திருத்தங்களைத் தடுப்பதற்கு அவர்களது ஒன்றுபட்ட செல்வாக்கைப் பயன்படுத்தினார். ஊடகங்கள் எதிர்ப்பை ஆதரித்தன; ஏறத்தாழ அனைத்து அச்சு ஊடகங்களும் வலிமையான தலையங்கங்களை வெளியிட்டன. மின்னணு ஊடகங்களும் கருத்துத் தெரிவிக்க இடமளித்தன, திருத்தங்களைத் திரும்பப் பெற வேண்டும் என்ற கோரிக்கையை ஆதரித்தன.

இறுதியில், ஒன்று திரண்ட, மேலோங்கி நின்ற பொது மக்களின் கோபமும் எதிர்ப்பும் முன்மொழியப்பட்ட திருத்த மசோதாவை இந்திய அரசாங்கம் திரும்பப்பெற வைத்தன. சட்டத் திருத்த மசோதா நாடாளுமன்றத்தில் தாக்கல் செய்யப்பட மாட்டாது என்று குறைதீர்ப்பு மற்றும் ஓய்வூதியத் துறை அமைச்சர் சுரேஷ் பச்சூரி உறுதியளித்தார்.

கோப்புக் குறிப்புகளைப் பெறவோ அல்லது வெளியிடவோ முடியாது என்ற தவறான தகவலை அதனுடைய அதிகாரப்பூர்வ இணையதளத்திலிருந்து பணியாளர்கள் மற்றும் பயிற்சித்துறை அகற்றத் தவறியது. அதனால், பெரும் சலசலப்பு ஏற்பட்டது. நீக்கச் சொல்லி மத்தியத் தகவல் ஆணையரிடமிருந்து பலமுறை அறிவுறுத்தல்கள் பெற்ற பின்னரும் இந்தத் தவறு நீடித்தது.

பல்வேறு பின்னணியைச் சேர்ந்த மக்களிடமிருந்து ஏராளமான எதிர்வினைகள் வந்தன. குடிமக்கள் கடினமாகப் போராடிப் பெற்ற உரிமையை நீர்த்துப்போக செய்யும் இந்தப் புறவழி முயற்சிக்கு எதிராகச் சமூகத்தின் பல பிரிவினரும் தீவிரமாக எதிர்ப்புத் தெரிவித்தனர். சாதாரண மனிதர்கள், சமூக ஆர்வலர்கள் அல்லது தகவல் தேடுவோர் மட்டும் இதைக் கூறவில்லை. குறிப்பிடத்தக்கச் சில பிரபலங்களும் தங்கள் எதிர்ப்புக் குரலை வெளிப்படுத்த வேண்டிய கட்டாயம் உண்டாயிற்று.

மத்திய உள்துறைச் செயலாளர் மாதவ் காட்போல் குடியரசுத் தலைவருக்கு எழுதிய கடிதத்தில், 'ஆர்டிஐ சட்டத்தில் திருத்தம் செய்வதற்கான இந்திய அரசாங்கத்தின் முடிவு மிகவும் பிற்போக்குத்தனமானது. சட்டத்தின் நோக்கத்தையே அதுமுற்றிலும் சிதைத்துவிடும்' என்று குறிப்பிட்டிருந்தார். இந்தியாவின் முன்னாள் தலைமை கணக்குத் தணிக்கையாளர் (சிஏஜி) சோமையா கூறியது:

'சில ஆண்டுகளுக்குமுன், நாடாளுமன்றத்தின் கூட்டுத் தெரிவுக்குழு, என்னைக் குழுவின் முன் ஆஜராகும்படி அழைத்தது; இந்த மசோதா குறித்து கருத்துத் தெரிவிக்கும்படி என்னைக் கேட்டது; ஒரு முடிவு எடுக்கப்பட்ட பின், செயலர்களின் குழுவிற்கும், அமைச்சரவைக்கும், அமைச்சரவைக் குழுக்களுக்கும் அனுப்பப்பட்ட குறிப்புகள் உட்படக் கோப்பில் உள்ள குறிப்புகளைப் பார்க்க மக்களுக்கு உரிமை இருக்க வேண்டும் என்று அழுத்தமாக வாதாடினேன். ஒரே விதிவிலக்காக, தேசியப் பாதுகாப்பும், இராணுவமும், வெளியுறவு தொடர்பானவை மட்டுமே இருக்கவேண்டும். ஆனால், விலக்குகள் தற்போது இருப்பதைக் காட்டிலும் மிகக் குறுகியதாக வரையறுக்கப்பட வேண்டும்' என்று கூறினேன்.

லால் பகதூர் சாஸ்திரி நிர்வாக அகாதெமியின் முன்னாள் இயக்குநர் பி.எஸ். அப்பு, 'கோப்பின் தகவல் தொடர்புப் பக்கத்தில் பொருத்தமான, குறைந்த அளவு தகவலே இருக்கும். சுவாரஸ்யமான விவரங்கள் குறிப்புகளில் தாம் இருக்கும். அந்தக் குறிப்புகளைப் பெறுவதற்கு அனுமதி மறுப்பது சட்டத்தின் உயிரைப் பறிப்பதாகும்' என்றார். ஈ.ஏ.எஸ். சர்மா, இ.ஆ.ப., எரிசக்தி துறையின் முன்னாள் செயலர் பிரதமருக்குக் கடிதம் எழுதினார். தனிப்பட்ட சிலரின் நலன்களுக்குத் துணைபோக வேண்டாம் என்று அன்னா ஹசாரேவும் வி.பி. சிங்கும் பிரதமரைக் கேட்டுக்கொண்டனர். முன்மொழியப்பட்ட திருத்தங்கள் மேலும் அதிகமான வெளிப்படைத் தன்மையை

உறுதி செய்யும் முற்போக்கான நகர்வு என்று பிரதமர் அலுவலகம் அவர்களுக்கு, சுருக்கமான புரிந்துகொள்ள முடியாத கடிதம் ஒன்றை எழுதியது; அத்துடன் திருத்தங்களை நியாயப்படுத்திய ஒரு பத்திரிகைக் குறிப்பையும் வெளியிட்டது. இந்தியாவில் வலிமையுடன் சுறுசுறுப்பாகவும் வேகமாகவும் வளர்ந்து வரும் ஆர்டிஐ இயக்கத்திற்கு இது பெரிய சவாலாக இருந்தது. இந்த அடிப்படை ஜனநாயக உரிமையைப் பலவீனமடையாமல் பாதுகாக்க முடியுமா என்று தோன்றியது.

பல சந்தர்ப்பங்களில், கோப்புக் குறிப்புகளிலிருக்கும் அரசாங்க ஊழியர்களின் அபிப்பிராயங்களும் கடிதங்களும்தான் ஒரு ஒப்பந்தத்திலிருக்கும் ஊழலை வெளிக்கொணர்கின்றன. பன்னா முக்தா ஆயில்ஃபீல்ட்ஸ் ஒப்பந்தத்தில், மும்பை சி.பி.ஐ. ஊழல் தடுப்புப் பிரிவின் துணைக் கண்காணிப்பாளரின் கோப்புக் குறிப்பு அம்பலமானதால், அந்த ஒப்பந்தத்தில், அதிகாரத் துஷ்பிரயோகத்தின் அளவைப் புரிந்துகொள்ள மிக முக்கிய மான சான்றாக அது அமைந்தது. சொற்பப் பணத்திற்கு ஓஎன்ஜிசியின் எண்ணெய்க் கிணறுகள் ரிலையன்ஸ்/என்ரான் கூட்டமைப்புக்கு எப்படி விற்கப்பட்டன என்பதை அது வெளிப்படுத்தியது. இந்த ஒப்பந்தத்தால் அரசுக் கருவூலத்திற்குக் குறைந்தது ரூ. 10,000 கோடி இழப்பு ஏற்பட்டுள்ளதை அந்தத் துணைக் கண்காணிப்பாளர் பதிவு செய்திருந்தார்.

முனைவர் பி.சி. அலெக்சாண்டர், தமிழகம் மற்றும் மகாராஷ்டிராவின் ஆளுநராகவும், மாநிலங்களவை உறுப்பினராகவும் இருந்தவர். அவர் கூறியது:

அரசு ஊழியர்கள், அவர்கள் அம்பலப்படுத்தப்படும் வாய்ப்பு இருக்கிறது என்ற எண்ணத்தில், அவர்களது கருத்துகளைக் கோப்புகளில் வெளிப்படையாகவோ அல்லது சுதந்திரமாகவோ வெளிப்படுத்த தயங்குவார்கள் என்ற வாதம், முடிவுகள் எடுப்பதில் நேர்மையுடனும் வெளிப்படையாகவும் நடந்துகொள்ள வேண்டும் என்று மிகவும் உறுதியுடன் இருக்கும் பெரும்பான்மை அரசு ஊழியர்களின் கருத்தை நியாயமாகப் பிரதிபலிக்கவில்லை. உண்மையில், கோப்புக் குறிப்புகளை வெளியிடுவதன் மூலம் சங்கடமாக உணரக்கூடிய நபர்கள் நேர்மையற்ற அமைச்சர்களாகத்தான் இருப்பார்கள்.

நாடாளுமன்றத்தில் ஒருமனதாக நிறைவேற்றப்பட்ட முற்போக்கான சட்டத்திற்கு அரசாங்கம் முன்வைக்கும் பிற்போக்குத்தனமான எதிர்வினையை, அபத்தத்தன்மையைப் பத்திரிகைத் தலையங்கங்களும் நியாயமாக விமர்சித்தன.

'டைம்ஸ் ஆஃப் இந்தியா,' 'ஐக்கிய முற்போக்கு கூட்டணி அரசாங்கம், தனது காலின் இயக்கம் குறித்து உறுதியாகத் தெரிந்திராத பேட்ஸ்மேனை அடிக்கடி நினைவுபடுத்துகிறது. எப்போது முன்னோக்கிச் சென்று பந்தை அடிப்பது அல்லது எப்போது பின்னங்காலில் நின்று தற்காத்துக்கொள்வது என்பது தெரியாத நிச்சயமற்ற நிலையில் இருக்கிறது... பாபுக்களிடையே நிலவும் பயத்திற்கான ஒரே நம்பத் தகுந்த விளக்கமாக வெளிப்படைத்தன்மை நிறைந்த சூழலில் பணியாற்ற அவர்கள் விரும்பவில்லை என்பது இருக்கிறது... அரசாங்கம் அவர்களிடம் வளைந்து போகத் தயாராக இருப்பதன் மூலம், குடிமக்களுக்கு அது உறுதியளித்த சீர்திருத்தங்களை முன்னெடுத்துச் செல்லும் துணிவு அதனிடம் இல்லை என்பதை வெளிப்படுத்துகிறது.' என்று எழுதியது.

ஆர்டிஐ சட்டத்தைத் திருத்தும் இந்த முயற்சி தொடர்ந்து ஒரு அச்சுறுத்தலாகவே இருக்கிறது. இந்த வரலாற்றை 2017இல் நாம் எழுதும்போது, மாநிலங்களவையின் உறுப்பினர்கள் மீண்டும் ஆதாரமற்ற அச்சங்களையும் மிரட்டல் குற்றச்சாட்டுகளையும் முன்வைத்தனர்; இது மிகவும் தவறாகப் பயன்படுத்தப்படும் சட்டம் என்று குற்றம்சாட்டினர். மீண்டும் மீண்டும் எழுப்பப்பட்ட அனைத்துக் குற்றச்சாட்டுகளும் தவறானவை என நிரூபிக்கப்பட்டுள்ளன. ஒவ்வொரு ஆண்டும் 60 முதல் 80 லட்சம் பேர் இந்தச் சட்டத்தைப் பயன்படுத்துவதாகக் கணக்கிடப்பட்டுள்ளது. 'Analysis Group (RaaG)' ஆய்வு உள்ளிட்ட ஆர்டிஐ குறித்த ஆய்வுகள், இத்தகைய குற்றச்செயலில் ஈடுபடுபவர்கள் சட்டத்தைப் பயன்படுத்துபவர்களில் மிகச்சிறிய சதவீதமும் இல்லை என்பதை நிரூபித்துள்ளன. ஆனால், நிரூபணமாயிருப்பது என்னவென்றால், பரந்த அளவில் குறைகளையும், ஊழல் நேர்வுகளையும் ஆர்டிஐ சட்டத்தால் தீர்வுகாண முடிந்திருக்கிறது என்பதே: ஒரு சிறிய குக்கிராமத்தின் ரேஷன் கடையிலிருந்து ஆதர்ஷ் ஊழல் வரையிலும், வியாபம் ஊழலிலிருந்து 2G ஊழல் வரையிலும். மாநிலங்களவை உறுப்பினர்கள் எழுப்பிய குரல் வெளிப்படைத்தன்மை, பொறுப்புடைமை மற்றும் நியாயம் குறித்து அவர்களுக்கு இருக்கும் பயத்திலிருந்து எழுந்தது.

இந்தியக் குடிமக்களுக்கு இது ஒரு நினைவூட்டல்; ஆர்டிஐ நமது இறையாண்மையையும் கண்ணியத்தையும் அனுபவிக்க நமக்கு உதவியுள்ளது. சமத்துவமற்ற, அநீதி நிலவும் சமுதாயத்தில், சமத்துவத்திற்கும் பங்கேற்பிற்குமான எந்தவொரு கோரிக்கையும், அது திறன்மிக்கதாக இருக்கு மென்றால், எப்போதும் ஒரு அச்சுறுத்தலாகவே பார்க்கப்படும்.

அதிகமானோர் சட்டத்தைப் பயன்படுத்துகின்றனர் என்பதால், அரசியல் சட்டமளிக்கும் அடிப்படை உரிமைகளில் துஷ்பிரயோகம் என்ற அச்சுறுத்தலுக்கு அவ்வப்போது வலிமையைக் காட்டுவதே அதற்குத் தடையாக அமையும்.

சமகால இந்தியாவில், 2017இன் ஆரம்ப மாதங்களில், அனைவரும் பங்கேற்காத மற்றும் விவரிக்கப்படாத ஏராளமான கொள்கைகளாலும் பிற முடிவுகளாலும் பாதிக்கப்பட்ட இந்திய அரசாங்கம், உரையாடலுக்கும் கலந்துரையாடலுக்கும் எதிராக உரைவீச்சுகளைப் பயன்படுத்தியது. விவரங்களுடன் விவாதம் நடத்தவும், மாற்றுக் கருத்து தெரிவிக்கவும் மேடைகள் இல்லை. இந்தியாவின் பொருளாதார மற்றும் சமூகச் சீர்கேடுகள் தொடர்பான பல தீவிரமான கேள்விகளுக்குப் பதில் இல்லை. கேள்விகள் கேட்கப்பட்டால், ஆர்டிஐயைப் பயன்படுத்துவோர் அழிக்கப்படுகிறார்கள். தகவலைத் தேடிச் சென்று, உண்மைக்காகப் பலியான தியாகிகளின் எண்ணிக்கை மொத்தம் ஐம்பத்தாறு. மேற்கு வங்கத்தின் முன்னாள் ஆளுநர் கோபாலகிருஷ்ண காந்தி 29–01–2017 அன்று, திருவனந்தபுரத்தில் நீதிபதி கிருஷ்ண ஐயர் நினைவு சொற்பொழிவாற்றினார். அவரது கேள்வி, 'இந்தியாவை ஆள்வது யார்? நாடாளுமன்றமா, சட்டமன்றமா, பஞ்சாயத்தா அல்லது 'நோட்டா'வா?' என்பது. 'பயமும், அவநம்பிக்கையும், பணமும்' தான் உண்மையான ஆட்சியாளர்கள் என்றார் அவர். இந்த மூன்று பலவான்களையும் எதிர்த்துப் போராடவும், அரசியலமைப்பு உறுதி செய்திருக்கும் சுதந்திரமான மற்றும் சமத்துவ இந்தியா என்ற கனவை நனவாக்குவதற்கும் ஆர்டிஐயைப் பயன்படுத்துவோர் மற்றும் ஆர்வலர்களின் சமூகம் தம் அர்ப்பணிப்பையும் உறுதிப்பாட்டையும் அளித்துவருகிறது.

இறுதியாக . . .

'லோக் ஜுட்டே ரஹே காரவன் பட்தா கயா'

அடிக்குறிப்பு

நீண்ட பயணத்தைத் திரும்பிப் பார்க்கையில், கூட்டிணைவின் வலிமை ஏக்கம் தரும் நினைவுகளாக இருக்கும். இந்த நூல் பல அடிமட்ட அளவிலான இயக்கங்களின் சந்திப்புகளை, செயல்பாடுகளை விவரிக்கிறது. பொது நடவடிக்கை குறித்த வரலாறுகள் பொதுவாக அவற்றைப் புறக்கணித்துவிடுகின்றன. இந்தக் கதைகள் மிகவும் முக்கியமானவை. அவற்றின் வெற்றிக்கு மக்களின் பங்கேற்பு எவ்வளவு முக்கியமானது என்பதை அவை எடுத்துரைக்கின்றன; அதுமட்டுமின்றி தனித்துவமான முறையில் கொள்கையை, சட்டத்தை, அதன் ஏற்புடைமையை, அதன் பயன்பாட்டை இவை வடிவமைத்தன; தாக்கத்தையும் ஏற்படுத்தின என்பதாலும் முக்கியம் பெற்றவை.

இந்தியாவில் ஆர்டிஐயின் இயங்குமுறையில் மக்களின் பங்கேற்பு குறிப்பிடத்தக்க தாக்கத்தை ஏற்படுத்தியது. அரசியல் நம்பகத்தன்மையுடன் ஓர் உரையாடலை அது உருவாக்கியது; ஏழைகளின் வாழ்க்கையை முடக்கிய ஊழல் குறித்துப் பொதுமக்கள் அக்கறை கொள்ளவேண்டும் என்றும் வலியுறுத்தியது. கணக்கிட முடியாத / விளக்க முடியாத அதிகாரக் குவிப்பை அது கேள்வி கேட்டது. ஏழைகளும் படிப்பறிவற்றோரும் பயன்படுத்த எளிதாகஇருக்கும் வகையில் சட்டத்தின் மீது செல்வாக்கு செலுத்தியது; நடைமுறையை விரிவாக விளக்கியது.

மிக முக்கியமாக, இந்த நடைமுறை ஆர்டிஐ சட்டம் குறித்து மக்களிடையே விழிப்புணர்வை ஏற்படுத்தியது.

தகவல், வாழ்வு, சாமானியர்கள் தமக்கான சேவைகளைப் பெறுதல் ஆகியவற்றிற்கு இடையில் பல ஆண்டுகளாக நடந்த போராட்டங்கள் ஒரு தொடர்பை நிறுவியுள்ளன. அரசாங்கத்தை ஒழுங்குபடுத்த மக்களுக்கு அதிகாரம் அளித்தல் என்ற அதனுடைய தனித்துவமான பண்பு, அதிகாரச் சமன்பாடுகளில் ஓர் அடிப்படை மாற்றமாகும். அதிக எண்ணிக்கையில் ஆர்டிஐ விண்ணப்பங்கள் அளிக்கப்பட்டதும், அந்தச் சட்டத்தை வலுவிழக்கச் செய்து, அதைத் திருத்த அரசாங்கம் செய்த முயற்சிகளுக்கு மில்லியன் கணக்கானவர்கள் வெளிப்படுத்திய கடுமையான எதிர்ப்பும், மக்களின் இந்தப் புரிதலுக்குச் சான்றாகும்.

இந்தக் காலவரிசைப் பதிவில் 1987 முதல் 2005 வரையிலான 18 ஆண்டுக்காலப் பயணம் பதிவு செய்யப்பட்டுள்ளது. கொஞ்சம் ஓய்வெடுத்தபின், மேலும் மக்களை ஒன்றுசேர்த்துக் கொண்டு போராட்டத்தைத் தொடர்ந்தது. 2005இல், முதல் பயணம் கொண்டாட்டத்திலும் ஆச்சரியத்திலும் முடிந்தது. சங்கதனைச் சுமந்துசென்ற ஆற்றல், விடாமுயற்சி, உற்சாகம், உறுதிப்பாடு மற்றும் நம்பிக்கை ஆகியன தளர்ச்சியடையவில்லை. 1987 முதல் 2005 வரை, NCPRIயுடனும் மற்றும் தொடர்ந்து வளர்ந்துகொண் டிருக்கும் ஆர்வலர் குடும்பங்களுடனும் இணைந்து மத்தியிலும், மாநிலங்கள் பலவற்றிலும் சட்டம் ஒன்றை இயற்றுவதற்கு அதன் வழியில் போராடியதை, வரைவு மேற்கொண்டதை, சிந்தித்ததை, திட்டமிட்டதை, பேசியதை, பாடியதை சங்கதன் எப்போதும் அறிந்திருந்தது.

ஆர்டிஐ, ஊழலை எதிர்த்துப் போராடும் கருவி என்பதை விடவும் மேலதிகமான ஒன்று என்பதைச் சங்கதன் எப்போதும் அங்கீகரித்தது, அதில் உறுதியாகவும் இருந்தது. அநீதிக்கும் தன்னிச்சையான அதிகாரப் பயன்பாட்டிற்கும் எதிரான அடிப்படையான, மாற்றத்தைக் கொணரும் உரிமை அது என்பது அதிக அளவிற்குத் தெளிவாகியது. போராட்டங்களும் பிரச்சாரங்களும் நடந்த ஆண்டுகளில் இயக்கத்திற்குள் பெரும் சக்தி பாய்ந்தது. இயக்கம் தொடர்ந்து முன்னேற ஆயிரக்கணக்கான மக்கள் பங்களித்தனர். இன்று, ஆண்டுதோறும் இந்தச் சட்டத்தைப் பயன்படுத்துவதாகக் கூறப்படும் 6 லட்சம் முதல் 8 லட்சம் ஆர்டிஐ பயனாளிகள் வரை ஒவ்வொருவரும் இயக்கத்தின் முக்கியமான வீரர்கள்.

அறிந்துகொள்ளும் உரிமை, வாழ்வின் அடிப்படைப் பகுதியாகும். ஜன் சத்தா (1996) தலையங்கத்தில் பிரபாஷ் ஜோஷி 'அறிந்துகொள்ளும் உரிமை, வாழ்வதற்கான உரிமை' என்று கூறுகிறார். இது வெறும் அரசு நிர்வாகம் என்பதையும் தாண்டிய விஷயம். இது தர்க்க ரீதியாக, ஜனநாயக உரிமைகள்,

சமாதானம் மற்றும் தேசிய எல்லைகளுக்குள் அடக்க முடியாத பிரச்சினைகளை நோக்கிச் செல்கிறது. அதற்கும் ஒரு படி மேலே செல்கிறது; இருப்புக்கான காரணங்களைத் தேடுவது தொடர்புடையதாக இருக்கிறது.

இந்தப் பயணத்தின் முடிவு, அடுத்த பயணத்தின் தொடக்கத்தைக் குறிக்கிறது. அடுத்து என்ன நிகழப்போகிறது என்பது குறித்த கேள்விகளையும் சவால்களையும் எழுப்புகிறது. மீண்டும் ஒருமுறை எதிர்மறைகளை எதிர்த்துப் போராடுவதற்கு, மற்றொரு நெடியதொரு போராட்டம் இருக்கும் என்பதும் தெளிவாகத் தெரிந்தது. சட்டம் இயற்றும்போது சுயநலமிகளும் அதிகார உயரடுக்கினரும் அதைத் தடுக்க முயன்றனர். இயற்றும்போது முடியாததைச் சட்டத்தை அமல்படுத்தும் போது தோற்கடிக்க முயன்றார்கள். சமத்துவமின்மையைக் கேள்விக்குள்ளாக்கிய, அனைத்திற்கும் மேலாகப் பகுத்தறிவை ஊக்குவித்த புத்தர் போன்ற சிந்தனையாளர்கள் தோன்றிய இந்தத் துணைக் கண்டத்தில் 'கேள்வி கேட்கும் உரிமை' புனிதத்தை அடைந்திருக்க வேண்டும்.

ஆனால், கட்டுப்படுத்துதல் என்பது, மேலாதிக்கம் மற்றும் அதிகாரத்தில் இயல்பாகவே இருக்கிறது. அதிகாரக் குவியல்களை எதிர்த்துப் போராடாவிட்டால், அனைத்து நிறுவனங்களும் அவற்றிற்குப் பலியாகி விழுந்துவிடும். ஜனநாயக அமைப்புகளும் இதற்கு விதிவிலக்கல்ல. 'அதிகாரம் கட்டுப்படுத்துகிறது; முழுமையான அதிகாரம், முழுமையாகக் கட்டுப்படுத்துகிறது' என்பது ஒரு முதுமொழி. இயல்பான பொதுஅறிவு மற்றும் மக்களது அறிவின் வழிகாட்டலில் தலைமுறைகளாகக் கிடைத்த அனுபவத்தில் தோன்றிய சிந்தனை இது. தகவல் மீதான கட்டுப்பாடும் அறிவின் மீதான ஆதிக்கமும் முழுமையான அதிகாரம்தான். கொடுங்கோலர்கள், சர்வாதிகாரிகள், சமத்துவமின்மையை நம்புகிறவர்கள், அதிகாரக் குவிப்பை அடக்கியாளுபவர்களுக்குக் கேள்வி கேட்கும் உரிமை என்பது புனிதத்தை மீறும் செயலாகும்.

இந்தத் தேசத்திற்கு இது நன்கு தெரியும். மற்ற எல்லா அமைப்புகளையும் போலவே, ஜனநாயகமும், அது அளித்திருக்கும் சமத்துவம், சகோதரத்துவம் மற்றும் சுதந்திரம் ஆகிய கொள்கைகளும் ஒரு பிரிவினருக்கான நலன்களாகக் குறுகிப்போய் விடாமல் உறுதிப்படுத்த வேண்டும். ஜனநாயகம், திறமையாகவும் நியாயமாகவும் செயல்படத் தேவைப்படும், தொடர்ச்சியான விழிப்புணர்விற்குப் பயன்படும் ஒரு வலிமையான கருவி ஆர்டிஐ. நெறிமுறைக்கான கொள்கைகள் பரஸ்பரம்

ஏற்றுக்கொள்ளப்பட்ட சூழலில், கேள்வி கேட்கும் உரிமை மறைமுகமாக அதிகாரப் பங்கேற்பைக் கோருகிறது. இந்த விஷயத்தில் அவை, இந்திய அரசியலமைப்பு வரையறுத்திருக்கும் நீதி மற்றும் பொதுச்சேவை அறநெறி என்ற உலகளாவிய கோட்பாடுகளாகும்.

அரசு நிர்வாகம் பற்றிய கேள்விகள், அவை ஏற்றுக்கொள்ளப் பட்டால், பதிலளிக்கப்பட வேண்டும். அதனால் அவை அச்சத்துடன் பார்க்கப்படுகின்றன. கேள்வி கேட்பது என்ற தர்க்கம் உலகளாவிய நிலையில் அனைத்துப் பண்பாடுகளிலும் ஏற்றுக்கொள்ளப்பட்டுள்ளது. எனில், வரலாற்றின் இந்தக் கட்டத்தில் கேள்விகேட்பதில் இருக்கும் நியாயத்தன்மைக்காக ஒருவர் வாதாடவேண்டும் என்பது முரணானது. 2014ஆம் ஆண்டு நிகில் சக்ரவர்த்தி நினைவு சொற்பொழிவை ஆற்றிய ரொமிலா தாப்பர் தனது உரைக்கு 'கேள்வி கேட்பதா, வேண்டாமா? அதுதான் கேள்வி' என்று தலைப்பிட்டார். யாருக்கும் பொறுப்பில்லாத அதிகாரத்தின் பெருகும் மேலாதிக்கத்தைக் கட்டுப்படுத்தும் தன்மை குறித்து அவர் பேசினார். ஆர்டிஐ, ஒவ்வொரு முறை அதைப் பயன்படுத்தும்போதும், அவ்வாறு செய்வதற்கான உரிமையை வலியுறுத்தும் ஒரு சக்திவாய்ந்த கருவி.

தொடர்ந்து இன்னும் விரிவடைந்து கொண்டிருக்கும் கதையின் கடைசிச் சொற்கள் இவை. லால் சிங் உதிர்த்தவை. சோஹன்கார்கில் இருந்து தேவ்துங்ரி வரையிலும், ஏன் அதற்கு மேலும் நடந்து, பயணித்தவர் அவர். நிலத்திற்கு நெருக்கமாகவே இருந்தவர். 2000ஆம் ஆண்டின் தொடக்கத்தில் ஹரிஷ் சந்திர மாத்தூர் பொது நிர்வாக நிறுவனத்திற்கு, அருணா, சங்கர் மற்றும் நிகில் ஆகியோர் சங்கதனின் சார்பாக அழைக்கப் பட்டனர். ஊழல் குறித்தும் ஆர்டிஐ குறித்தும் குடிமைப் பணி அதிகாரிகள் மத்தியில் பேசுமாறு கேட்டுக்கொள்ளப்பட்டனர். வழக்கம்போல், அனைவரையும் பிரதிநிதித்துவப்படுத்தும் வகையில் பெரிய குழுவுடன் சங்கதன் சென்றது. லால் சிங்கும், நாராயணும் வந்தனர். பேச அழைக்கப்பட்ட போது, 'மிக முக்கியமான' நபர்களுக்கு தலா 10 நிமிட நேரம் அளிக்கப்பட்டது. மதிய உணவு இடைவேளைக்குச் சில நிமிடங்கள்தான் இருந்தன என்பதால் 3 நிமிடத்தில் பேசி முடிக்குமாறு லால் சிங்கையும் நாராயணையும் பொறுமையிழந்து கேட்டுக்கொண்டனர். லால் சிங் இதைத்தான் கூறினார்:

> "எனக்கு மூன்று நிமிடம் தேவையில்லை, ஒரு நிமிடத்தில் எனது கருத்தை என்னால் தெரிவிக்கமுடியும்... தகவல் அறியும் உரிமை நமக்கு மறுக்கப்பட்டால், நம்மால் உயிர்

வாழ முடியுமா என்று வியக்கிறேன். தகவல் அறியும் உரிமை, ஒரு சட்டமாக மாறினால், உங்கள் அதிகார மையங்கள் நிலைத்திருக்குமா என்று நீங்கள் ஒருவேளை கவலைப்படலாம். ஆனால் நண்பர்களே, நாம் அனைவரும் ஒன்றாகக் கவலைப்பட வேண்டியது, நமது தேசம், நமது பூமி உயிர்த்திருக்குமா என்பதுதான்"

அதிகாரப் பகிர்வு எப்பொழுதும் போட்டி நிலவும் இடம்தான். ஊழலையும் தன்னிச்சையான அதிகாரப் பயன்பாட்டையும் கேள்வி கேட்டதால் தகவல் கோரிய எழுபதுக்கும் மேற்பட்டோர் தம் உயிரை இழந்துள்ளனர். ஆவணங்கள் மற்றும் சான்றுகளின் அடிப்படையில் அவர்கள் வெளிப்படுத்திய உண்மை வெளியில் தெரியாமலிருக்க அவர்கள் கொல்லப்பட்டனர். யுத்தங்கள் தொடர்ந்து நடக்கின்றன. ஆனால், நிறுவப்பட்டஜனநாயக உத்தரவாதமாக ஆர்டிஐ உயிர்ப்புடன் இருக்கிறது.

சர்வதேச மதிப்பீடு இந்தியச் சட்டத்தை 3ஆவது இடத்தில் வைத்துள்ளது; பல்வேறு நாடுகள் சமீபத்தில் சட்டங்கள் இயற்றியிருப்பதால் நாம் 4ஆவது இடத்திற்குச் சரிந்துள்ளோம். அனுபவத்திலிருந்து சிறந்த சட்டங்களை உருவாக்க கற்றிருக்கிறார்கள். எனினும், ஆர்டிஐக்கான மக்கள் நடத்திய கூட்டியக்கத்தின் இந்திய அனுபவத்திற்கு இணையாக எதுவும் இல்லை. அதிகாரக் கட்டமைப்புகள் எவ்வளவு எதிர்ப்புத் திறன் கொண்டதாக இருந்தாலும், வெளிப்படைத் தன்மையும் பொறுப்புடைமையும் இல்லாத அரசு நிர்வாகத்தைப் பற்றி இன்று சிந்திக்க இயலாது. விசிலூதிகள் சட்டம், குறைகள் தீர்வு, பொறுப்புடைமைச் சட்டங்கள் போன்ற, கட்டுமானத்திற்கான மேலும் புதிய சட்டங்கள் இந்தியாவின் ஊடாக அடுத்த அணிதிரட்டலுக்கு நம்மை அழைக்கின்றன. சமத்துவம் மற்றும் கருத்துச் சுதந்திரத்திற்கு அரசியலமைப்பு அளிக்கும் உத்தரவாதங்கள் மிகவும் கொடூரமாக மீறப்படும் நிகழ்வுகள் அதிகரித்து வருகின்றன. சட்டத்தின் ஆட்சியை மதிப்பிழக்கச் செய்கின்றன; அடிப்படை ஜனநாயக உத்தரவாதங்களுக்கு அச்சுறுத்தலாக இருக்கின்றன.

இணையாக நீதிக்கான தேடுதல் உறுதி தளராதது; கேள்வி கேட்பதும் எப்போதும் நீடித்திருக்கும். உண்மையின் குரலை அடக்கமுடியாது. தன்னை வெளிப்படுத்திக்கொள்ளவும் கேட்கவைக்கவும், வழிகளை அது கண்டுபிடித்துக்கொள்ளும். இந்தியாவில் மக்கள் பிரச்சார இயக்கங்கள் ஆர்டிஐயைத் தொடர்ந்து பயன்படுத்துகின்றன. அனைவரும், மேலதிகமான

வெளிப்படைத்தன்மையைத்தான் கோருகிறார்கள். குறை வானதை அல்ல. ஆர்டிஐ என்பது, உரிமைகளைப் பெறுவதற்கும், வஞ்சகத்தையும் மற்றும் உரிமைகள் மறுக்கப்படுவதை அம்பலப்படுத்தவும் சாதாரண, புத்திசாலித்தனமான இந்தியர் களால் உருவாக்கப்பட்ட கருவியாகும். இந்தச் சட்டத்தைப் பயன்படுத்தும் லட்சக்கணக்கான மக்கள், அப்படித்தான் என்று நிரூபிக்கிறார்கள். அன்றாட மோதல்களால் பாதிப்படைந்தாலும், ஆண்டுக்கணக்கில் பலர் அதிகாரத்தை நோக்கித் துணிவுடன் உண்மையை எடுத்துரைக்கிறார்கள். முன்னெப்போதையும் விட அதிகாரத்தை மேலும் உண்மையானதாக ஆக்குவதற்கான நேரம் இது.

கதை இவ்வாறு தொடர்கிறது...

சத்யமேவ ஜெயதே...!

பிற்சேர்க்கை I

பியாவர் பிரகடனம்

அறிமுகம்

மக்களின் தகவல் அறியும் உரிமைக்கான தேசியப் பிரச்சார இயக்கத்தின் ஐந்தாண்டுகளைக் குறிக்கும் வகையில், ஏப்ரல் 2001, இல் 5, 6 தேதிகளில் நாட்டின் பல பகுதிகளிலிருந்தும் பியாவர் நகரில் ஒன்றுகூடினோம். வெளிப்படைத்தன்மை மற்றும் பொறுப்புடைமைக்காக நடைபெற்ற வரலாற்று முக்கியத்துவம் வாய்ந்த இயக்கத்திலிருந்து இந்தப் பிரச்சார இயக்கம் எழுச்சி பெற்றது. பியாவர் மக்கள் இதை உறுதியுடன் ஆதரித்தனர். இந்த மாநாட்டில், ஜனநாயகத்தை மேலும் வலிமைப்படுத்தும் வகையில் இயக்கத்தை முன்னெடுத்துச் செல்வதற்கான வழிகளைப் பரிசீலித்தோம். உண்மையான ஜனநாயகத்தில், மக்கள்தாம் இறையாண்மை மிக்கவர்கள்; ஆனால், நடைமுறையில், வாக்களிக்கும்போது மட்டுமே இன்று அந்த இறையாண்மையைச் சிறப்புடன் செயல்படுத்துகிறார்கள். மக்கள், தங்கள் இறையாண்மையைத் தொடர்ச்சியாகச் செயல்படுத்தும் வழிகளைக் கண்டறிவதே அவர்கள் முன்னிருக்கும் சவால். கடுமையான வறட்சியும், பரவலாக நிலவும் தீர்வு காணாமல் இருக்கும் பட்டினியின் நிழலில், பியாவரில் கூடினோம். நம் ஜனநாயகத்திலிருக்கும் குறைகளும் அதன் சாத்தியக்கூறு களும் கூர்மையான கவனம் பெற்றன.

வாழ்வதற்காக மக்கள் போராடும் நிலையில், இந்திய அரசாங்கம் 50 மில்லியன் டன் உணவு தானியங்களைக் கிடங்கு களில் சேமித்து வைத்திருக்கிறது. பல காலமாகச் சோதிக்கப்பட்டு, நிரூபிக்கப்பட்டிருக்கும் வறட்சி நிவாரணப் பணிகள் முற்றிலு மாகப் புறக்கணிக்கப்பட்டுள்ளன. கடமையிலிருந்து அரசாங்கம்

மோசமாக விலகிவிட்டது. அரசை மட்டுமின்றி, ஊடகங்களையும் சிவில் சமூகத்தையும் மூழ்கடிக்கும் மௌனச் சதியில் உயிர்வாழ்கிறது. மக்கள் சீற்றம் கொண்டுள்ளனர், ஆனால், நீண்டகாலமாக நிலவும், எங்கும் பரவியிருக்கும் ஊழல் நிலைமையை மாற்ற வக்கற்றவர்களாகத் தம்மை உணர்கிறார்கள். தெஹல்கா டேப்கள் அம்பலப்படுத்திய பாதுகாப்புத்துறை ஊழல் முதல் உள்ளூரில் வளர்ச்சிப்பணி நிதியைத் தவறாகப் பயன்படுத்துதல் வரை அனைத்து மட்டங்களிலும் ஊழல் பரவியிருக்கிறது. சமீபத்தில், ஜன் சுன்வாய் மூலம் ஊழல் வெளிப்படுத்தப்பட்ட ஜானவாத் கிராமம் பியாவரிலிருந்து வெகு தொலைவில் இல்லை.

இந்தியாவின் பலம் அதன் மக்களின் உணர்விலும், அதன் ஜனநாயக அமைப்புகளின் நெகிழ்வுத்தன்மையிலும் தான் உள்ளது. இந்த வலிமையைப் பயன்படுத்தி, பெரும் மோசமான சூழல்களையும் மீறி ஜனநாயகச் செயல் வெளியை ஒருங்கிணைப்பதும், விரிவுபடுத்துவதும் ஒரு பெரும் சவால். அரசின் அடக்குமுறை, குறுங்குழுவாத இயக்கங்கள், பெருநிறுவனச் செல்வாக்கு மற்றும் இராணுவ அமைப்புகள் உள்ளிட்ட வளர்ந்துவரும் ஜனநாயக விரோதப் போக்குகளை எதிர்கொள்வதும் இதில் அடங்கும். ஜனநாயக செயல்பாட்டு வெளிக்கான இந்தப் போராட்டத்தில் இயங்குவதற்கான முக்கியமான வழிமுறையாக ஆர்டிஐ இருக்கிறது. இந்த உரிமை அதனளவில் மிகவும் முக்கியமானது என்பதுடன், மக்களின் வாழ்வையும், வாழ்க்கையை அவர்கள் தம் கட்டுப்பாட்டில் வைத்துக்கொள்வதையும் இயலச்செய்யும் பிற உரிமைகளையும் அடைவதற்கும் முக்கியமானது.

இந்த மாநாடு, ஆர்டிஐயைப் பல்வேறு சூழல்களில் பயன்படுத்துவதற்கான பரவலான வாய்ப்புகள் குறித்துப் பரிசீலித்தது.

1. வறட்சியும் நீடித்திருக்கும் பட்டினியும்:

பரவலாக, ஏராளமானோர் பட்டினி கிடக்கும் சூழல் நிலவுகிறது; ஆனால், இந்த நிலை எப்படி ஏற்பட்டது என்று மக்களுக்குத் தெரியவில்லை. அரசிடம் இருக்கும் வளங்கள் என்ன? அவை ஏன் மக்களுக்கு வழங்கப்படவில்லை? பஞ்ச காலத்தில் அரசின் பொறுப்புகள் என்னென்ன? ஒவ்வொரு வாரமும், ஒவ்வொரு மாதமும் ஒவ்வொரு கிராமத்திலும், ஒவ்வொரு மாவட்டத்திலும், ஒவ்வொரு மாநிலத்திலும் உணவு வழங்குவதற்கும் வேலைவாய்ப்பை உருவாக்குவதற்கும் அரசின் திட்டங்கள் என்ன, உண்மையில் அரசு என்ன செய்திருக்கிறது?

2. இடப்பெயர்ச்சி

பெரிய திட்டங்களாலும் நகர்ப்புற மேம்பாட்டுத் திட்டங்களாலும் மில்லியன் கணக்கான மக்கள் அகதிகளாக இடம்பெயர்ந்துள்ளனர். தொடர்பான தகவல்களைத் தர மறுப்பதும் தவறான தகவல்களை வேகமாகப் பரப்புவதும், பெரிய அளவிலான உரிமை மீறலுக்கு காரணமாக அமைந்திருக்கின்றன. அரசின் நோக்கத்தின் தன்மையும், கையகப்படுத்துதல் மற்றும் மறுவாழ்வு குறித்த விவரங்களும் பாதிக்கப்பட்ட மக்களுடன் கட்டாயம் பகிர்ந்துகொள்ளப்பட வேண்டும்; அதன்பின்னரே அவர்களது விவரமறிந்த, எழுத்துப்பூர்வமான ஒப்புதலைப் பெற முயலவேண்டும். கிராமப்புறங்களிலும் நகர்ப்புறக் குடிசைப் பகுதிகளிலும் நிலப் பதிவேடுகளின் மேலாண்மை வெளிப்படையாக இருப்பது அவசியம்.

3. சுகாதாரம்

சுகாதாரப் பணிகளை ஜனநாயகமயமாக்கல், மக்களுக்கு அவர்களது சுகாதாரத்தின் மீதான கட்டுப்பாடு, மக்களின் சுகாதாரம் மக்களின் கைகளில். தற்போது வறுமை என்ற கொடுமையான சுழற்சி மற்றும் மோசமான சுகாதாரம், பெண்களைக் கருத்தடை செய்துகொள்ள வலியுறுத்தல், சுகாதாரத்தில் தற்காப்பு மற்றும் ஊக்குவிக்கும் செயல்களுக்குப் பதிலாகச் செங்குத்தான திட்டங்கள், தரத்திலும் சேவைகளைப் பெறுவதிலும் நிலவும் பெரும் சமத்துவமின்மை, ஊழலும் மற்றும் சுகாதார நிர்வாகத்தில் முழுமையான பொறுப்பின்மையும், அந்தத் துறையின் வல்லுநர்களின் புதிர் நிறைந்த அணுகுமுறையால் மேலும் சிக்கலுக்கு ஆளாகும் நிலை நிலவுகிறது. மக்கள் தம் கட்டுப்பாட்டை மீண்டும் பெறுவதற்கு ஆர்டிஐ முக்கியமானது. புதிர் நீக்கப்பட்ட, ஒட்டுமொத்தமாக இல்லாமல் கிராமம், வட்டாரம், மாவட்ட அளவில் பிரித்தளிக்கப்படும் சுகாதார சேவைகள் குறித்த தகவல்களும், நிதி ஒதுக்கீட்டு ஆய்வும் சமூகத் தணிக்கைகளும் அவசியம்.

4. கல்வி

அதுபோல், கல்வி அமைப்பு முறையில் ஏற்றத்தாழ்வுகள் ஆழமாக வேரோடியிருக்கின்றன; இதற்கான காரணம் போதிய தகவல் இல்லாததும் பொறுப்பின்மையும். அரசின் செயல்பாட்டுத் திறனை மக்கள் அறிந்துகொள்ள வேண்டும்; அதைப் பொறுப்பேற்க வைக்கவும் வேண்டும்.

5. மனித உரிமைகள்

பெரும்பாலான மனித உரிமை மீறல்கள், குறிப்பாக ஏழை களுக்கும், விளிம்புநிலைப் பெண்கள் மற்றும் ஆண்களுக்கும், தலித்துகளுக்கும், பழங்குடியினருக்கும், சிறுபான்மையினருக்கும் எதிரானமீறல்கள் – காவல் நிலையங்கள் சிறைகளின் உறுதி யான, மறைவான சுவர்களுக்குப் பின்னால் நிகழ்கின்றன. காலனியக்காலத்து விதிகளின் படிக் கட்டமைக்கப்பட்டுள்ள ஒட்டுமொத்தக் குற்றவியல் நீதி அமைப்பும், இந்த அரசின் மிகவும் மறைவான, பொறுப்புணர்வற்ற பிரிவாக இயங்குகின்றன. மிகத் தீவிரமான அடக்குமுறை வடிவங்களையும், கட்டுப்பாடற்ற அதிகாரத்தையும் வளர்க்கிறது. ஒடுக்குமுறையாளர்களுக்குப் பாதுகாப்பு அளிக்கிறது. கடுமையான சட்டங்களாலும், ஒருதலைபட்சமான கைதுகளாலும், தடுப்புக்காவலாலும் இவை மேலும் வலுப்படுகின்றன. உண்மையான ஜனநாயகத்தில் சிறைச்சாலைகள் போன்ற இந்த அரண்கள் பொது ஆய்வுக்கும் பொறுப்புணர்வுப் பரிசீலனைக்கும் திறக்கப்பட வேண்டும். காவல் நிலையத்தில் அல்லது சிறையிலிருக்கும் ஒருவர் குறித்த தகவல் அவரது குடும்ப உறுப்பினர்களுக்கும், மனித உரிமைப் பாதுகாவலர்களுக்கும் மிகவும் முக்கியமானது.

6. தேர்தல் அரசியல்

தகவல்கள் மூலம் உண்மையான ஜனநாயக வெளிகளை வலுப்படுத்த வேண்டும்; அதற்குத் தேர்தல் முறை, சட்ட அமைப்பு, ஊடகம் போன்ற முக்கியமான ஜனநாயக நிறுவனங்களில் தீவிரமான சீர்திருத்தம் தேவையாகிறது. எடுத்துக்காட்டாக, அரசாங்கப் பதவிக்குத் தன்னைத் தேர்ந்தெடுக்கக் கோரும் அனைத்து வேட்பாளர்களுக்கும் எதிராகத் தாக்கல் செய்யப்பட் டிருக்கும் சொத்து மற்றும் குற்றவியல் வழக்குகள் தேர்தல் ஆணையத்திற்கும், மக்களுக்கும் கிடைக்கச் செய்யவேண்டும். அதன் மூலம் பிரதிநிதித்துவ ஜனநாயகத்தை, உண்மையான பிரதிநிதித்துவம் நிறைந்ததாக ஆக்க முடியும்.

7. நீதித்துறை பொறுப்பு

நீதித்துறை, பொதுமக்களிடம் பொறுப்புடன் நடத்தல், ஏழைகளும் அணுகக்கூடிய வழிமுறைகள் ஆகியவற்றை அமைப்பிற்குள் கொண்டிருக்க வேண்டும். வழக்குகளை விரைந்து தீர்ப்பது மற்றும் நீதிபதிகளின் சொத்து தொடர்பான வழக்குகள் உள்ளிட்ட, அனைத்து நிலைகளிலும் நீதிமன்றங் களின் செயல்பாடுகளின் விவரங்கள் மக்களுக்கு கிடைக்கும்படிச்

செய்ய வேண்டும். நீதித் துறையின் மொழியும் மற்றும் அந்த அமைப்பின் வழிமுறைகளுக்கான புதிர்களும் நீக்கப்பட வேண்டும்.

8. ஊடகம்

மற்ற நிறுவனங்களுக்கு இணையாக, அரசாங்கத்திடமிருந்து பெற்ற சொத்துகள், வணிகத்தொடர்புகள், நிலம் மற்றும் பிற வசதிகள் குறித்தும், ஊடக நிறுவனங்களுக்கும், பத்திரிகையாளர்களுக்கும் இருக்கும் அரசியல் தொடர்புகளையும், செய்தித்தாள் காகிதம் எவ்வளவு பயன்படுத்தப்படுகிறது, அதனுடைய சர்க்குலேஷன் எவ்வளவு போன்ற விவரங்களையும் மக்களுக்கு வழங்க வேண்டும். ஊடகங்களின் நன்னடத்தையையும் சார்பற்ற தன்மையையும் குறித்து விவரமறிந்து மதிப்பிடுவதற்கு மக்களுக்கு இவை உதவும். ஊடகத்துறையில் செயல்படுவோருக்கும் ஆர்டிஐக்கான வெளியில் இயங்கும் அடிமட்ட அமைப்புகளின் பிரதிநிதிகளுக்கும் இடையில் தொடர்ச்சியாகப் பரிமாற்றங்கள் இருக்கவேண்டும்.

9. அரசு சாரா நிறுவனங்கள்/சிவில் சமூக அமைப்புகள்

வெகுஜன அமைப்புகள் மற்றும் குடிமக்கள் அமைப்புகள் உள்ளிட்ட சிவில் சமூக அமைப்புகள், அவை பணிபுரியும் சமுதாயத்திற்கு நேர்மையான பொறுப்புடன் இருப்பது முக்கியம். பிரிவுவாரியான கணக்குகள், நிர்வாகக் குழுவினர் மற்றும் பணியாளர்களின் சொத்து விவரங்கள் ஆகியவற்றுடன் செயல்பாட்டு அறிக்கைகளையும் மக்கள்முன் அவை வைக்கவேண்டும். அமைப்பின் பணியையும் அரசியலையும் அப்போதுதான் அவர்கள் மதிப்பீடு செய்ய முடியும்.

10. அணுசக்தி மற்றும் இராணுவ அமைப்புகள்/ஸ்தாபனங்கள்

மற்ற நாடுகளைப் போலவே, இந்தியாவிலும் இராணுவம் மற்றும் அணுசக்தி ஸ்தாபனங்கள் தீவிரமான ஜனநாயக விரோத அமைப்புகளாக இருக்கின்றன. இரகசியம், பிரச்சாரம் மற்றும் தீவிரமான தேசியவாதத்தால் அவை செழிக்கின்றன. அவற்றிற்கான பட்ஜெட் ஒதுக்கீடுகள் மற்றும் செலவுகள், கொள்முதல் முடிவுகள், ராணுவம் மற்றும் அணுசக்திச் செயலுத்திகள், சுகாதாரப் பாதிப்புகள் மற்றும பாதுகாப்புத் தரநிலைகள் ஆகியன பொது வெளியில் நிச்சயமாகக் கொண்டுவரப்பட வேண்டும்; விவரங்கள் அறிந்து, சுதந்திரமாக விவாதிப்பதற்கு இவை தேவை. இது மிகவும் இன்றியமையாதது; ஏனெனில், இத்துறைகளில் எடுக்கப்படும் முடிவுகள் மனித இனத்தின் வாழ்வையும், முக்கியமான சமூகம் சார்ந்த மற்றும்

உயிர்ப்புடன் இருக்கும் துறைகளின் வளங்களையும் பாதிக்கின்றன; அமைதி மற்றும் மனிதநேய விழுமியங்கள் பின்பற்றப்படுவதைத் தடுக்கின்றன.

11. உலகமயமாக்கம் மற்றும் பொருளாதார வளர்ச்சி

தொடர்ச்சியான சர்வதேச உடன்படிக்கைகளின் காரணமாக ஏழை மக்களின் வாழ்வாதாரம், குறிப்பாக கிராமப்புறங்களில், தீவிரச் சமரசத்திற்கு ஆளாகியுள்ளது; அந்த ஒப்பந்தங்கள், முற்றிலும் பொது விவாதமோ அல்லது ஏன் ஒரு தகவல் கூடத் தெரிவிக்கப்படாமல் எட்டப்பட்டுள்ளன. அதுபோல், மின்சாரத் துறை உள்ளிட்ட பெரும் பொதுத்துறைகளின் சொத்துகள், குறைந்தபட்சப் பொது ஆய்வும் செய்யப்படாமல் விற்கப்பட்டுள்ளன; மறுசீரமைப்பு செய்யப்பட்டுள்ளன.

12. பெண்கள்

பெண்களின் ஒடுக்கப்பட்ட நிலைமை, பல மறுப்புகளுடன் தொடர்புடையது; தகவல் மறுப்பு அதில் மிகவும் முக்கியமானது. அவர்களுக்கான நில உரிமைகள், இனப்பெருக்கம் மற்றும் சுகாதார உரிமைகள், தகவல் அறியும் உரிமை, முன்னேற்றம் மற்றும் பிற முக்கியமான சட்டப்பூர்வமான உரிமைகள் குறித்துப் பெண்களுக்கு கட்டாயமாகத் தெரிவிக்க வேண்டியது அரசின் பொறுப்பாக இருக்க வேண்டும். பெண்களுக்கு அவர்களின் உரிமைகள் பற்றித் தெரிவிக்கும் பெண்கள் மேம்பாட்டுத் திட்டம் ஒரு வெற்றிகரமான முயற்சியாகும்; அது வலிமைப்படுத்தப்பட வேண்டும்.

13. மக்களுக்கான ஆர்டிஐ குறித்த சட்டங்கள்

மக்களின் தகவல் அறியும் உரிமை, அடிப்படையான உயிர்வாழ்தல், சுதந்திரம் மற்றும் கருத்துச் சுதந்திரம் போன்ற அடிப்படை உரிமைகளில் உட்கிடையாக இருக்கிறது. எனினும், ஆர்டிஐயை மேலும் பாதுகாக்கும் வகையில் மத்திய, மாநில அரசுகள் வலுவான சட்டங்களை இயற்ற வேண்டும் என்று இந்த மாநாடு கோருகிறது. இந்தச் சட்டங்கள் அரசை மட்டுமின்றி, பெரு நிறுவனங்கள், நீதித்துறை மற்றும் அரசு சாராத அமைப்புகளையும் கட்டுப்படுத்துவதாக இருக்க வேண்டும். சட்டத்தில், குறைவான விலக்கிற்கு மட்டுமே அனுமதி இருக்க வேண்டும்; வேண்டுமென்றே தவறிழைப்பவர்க்குத் தண்டனை அளிப்பதற்கான விதிகளும், சுதந்திரமான மேல்முறையீட்டு வழிமுறைகளும் இருக்கவேண்டும். அத்துடன், அவர்கள்

கோரும்போது மக்களுக்குத் தகவல்களை அளிக்கவேண்டிய கடமை அரசுக்கு இருக்கிறது என்பதுடன், மக்களின் உயிர்வாழ்தலுக்கும் நல்வாழ்வுக்கும் பயன்படும் தகவல்களை நேர்மறையுடன் தாமாகவே பகிர்ந்துகொள்ளவும் வேண்டும்.

பியாவர் பிரகடனம், வாசிக்கப்பட்டு ஏற்கப்பட்டது. கீழே குறிப்பிடப்படும் பிரச்சினைகளில், மக்கள் மனத்திலிருக்கும் பதிலளிக்க வேண்டிய கேள்விகளை இது வெளிப்படுத்துகிறது:

- **வறட்சியும் நீடித்திருக்கும் பட்டினியும்**

பரவலாக ஏராளமானோர் பட்டினி கிடக்கும் சூழலில், இந்த நிலை எப்படி ஏற்பட்டது என்று மக்களுக்குத் தெரிய வில்லை. அரசிடம் இருக்கும் வளங்கள் என்ன? அவை ஏன் மக்களுக்கு வழங்கப்படவில்லை? பஞ்ச காலத்தில் அரசின் பொறுப்புகள் என்னென்ன? உணவு வழங்குவதற்கும் வேலைவாய்ப்பை உருவாக்குவதற்கும் அரசின் திட்டங்கள் என்ன, உண்மையில் அரசு என்ன செய்திருக்கிறது?

- **இடப்பெயர்ச்சி**

பெரிய திட்டங்களாலும் நகர்ப்புற மேம்பாட்டுத் திட்டங்களாலும் மில்லியன் கணக்கான மக்கள் அகதிகளாக இடம்பெயர்ந்துள்ளனர். அரசின் நோக்கத்தின் தன்மையும், கையகப்படுத்துதல் மற்றும் மறுவாழ்வு குறித்த விவரங்கள் பாதிக்கப்பட்ட மக்களுடன் கட்டாயம் பகிர்ந்து கொள்ளப்பட வேண்டும்;

- **சுகாதாரம்**

தரத்திலும், சுகாதாரச் சேவைகளைப் பெறுவதிலும் நிலவும் பெரும் சமத்துவமின்மையும், ஊழலும் சுகாதார நிர்வாகத்தில் முழுமையான பொறுப்பின்மையும், அந்தத் துறையின் தொழில் வல்லுநர்களின் புதிரான அணுகுமுறையால் மேலும் சிக்கலுக்கு ஆளாகும் நிலை. சுகாதாரச் சேவைகளுக்கான தகவல்கள் கிராமம், வட்டாரம், மாவட்ட அளவில் கிடைக்க வேண்டும்.

- **கல்வி**

கல்வி அமைப்பில் ஆழமாக வேரோடியிருக்கும் ஏற்றத்தாழ்வுகள், தகவல் பற்றாக்குறையாலும் பொறுப்புணர்வு இல்லாததாலும் ஏற்பட்டிருக்கின்றன. இத்துறையில் அரசின் செயல்பாடுகளை மக்கள் அவசியம் தெரிந்துகொள்ள வேண்டும்.

- **மனித உரிமைகள்**

    பெரும்பாலான மனித உரிமை மீறல்கள், குறிப்பாக ஏழைகளுக்கும், விளிம்புநிலைப் பெண்களுக்கும் மற்றும் ஆண்களுக்கும், தலித்துகளுக்கும், பழங்குடியினருக்கும், சிறுபான்மையினருக்கும் எதிரான மீறல்கள் காவல் நிலையங்கள் மற்றும் சிறைகளின் உறுதியான, மறைவான சுவர்களுக்குப் பின்னால் நிகழ்கின்றன. இந்த அரண்கள் பொதுமக்களின் ஆய்வுக்கும் பொறுப்புடைமைப் பரிசீலனைக்கும் திறக்கப்பட வேண்டும்.

- **தேர்தல் அரசியல்**

    தேர்தல் நடத்தும் அமைப்புகள் தகவல்கள் வைத்திருக்க வேண்டும்; இவற்றைப் பொதுமக்களுக்கு அளிக்க வேண்டும். எடுத்துக்காட்டாக, அரசாங்கப் பதவிக்குத் தன்னைத் தேர்ந்தெடுக்க கோரும் அனைத்து வேட்பாளர்களுக்கும் எதிராகத் தாக்கல் செய்யப்பட்டிருக்கும் சொத்து மற்றும் குற்றவியல் வழக்கு விவரங்கள் மக்களுக்குக் கொடுக்கப்பட வேண்டும்.

- **நீதித்துறை பொறுப்புடைமை**

    நீதித்துறை மொழியும் சட்டத் துறையும் மக்கள் சார்ந்த தாக இருக்கவேண்டும். விரைந்து தீர்ப்புகள் அளிக்கப்பட வேண்டிய வழக்குகள், நீதிபதிகளின் சொத்து குறித்த வழக்குகள் உள்ளிட்ட அனைத்து நிலைகளிலும் நீதிமன்றங்களின் செயல்பாடுகள் குறித்த விவரங்கள் மக்களுக்குக் கிடைக்க வேண்டும்.

- **ஊடகம்:**

    அரசாங்கத்திடமிருந்தும் அல்லது பெருநிறுவனங்களிடம் இருந்தும் அரசியல் சார்ந்த அமைப்புகளிடமிருந்தும் பெற்ற சொத்துக்களையும், வணிகத்தொடர்புகளையும், நிலம் மற்றும் பிற வசதிகள் குறித்தும், ஊடக நிறுவனங்களுக்கும், பத்திரிகையாளர் களுக்கும் இருக்கும் அரசியல் தொடர்புகளையும், செய்தித்தாள் காகிதம் எவ்வளவு பயன்படுத்தப்படுகிறது, அதனுடைய சர்க்குலேஷன் எவ்வளவு போன்ற விவரங்களையும் மக்களுக்கு வழங்க வேண்டும்.

- **அரசு சாரா நிறுவனங்கள்/சிவில் சமூக அமைப்புகள்**

    அரசு சாரா அமைப்புகள் அவை பணிபுரியும் சமுதாயத் திற்கு நேர்மையான பொறுப்புடன் இருப்பது முக்கியம்.

எடுத்துக்காட்டாக நிர்வாகக்குழுவினர் மற்றும் பணியாளர்களின் கணக்கு வழக்குகள் சொத்து விவரங்களை அவை அளிக்க வேண்டும்.

- **அணுசக்தி மற்றும் இராணுவ அமைப்புகள்/ஸ்தாபனங்கள்**

  இவற்றிற்கான பட்ஜெட் ஒதுக்கீடுகள் மற்றும் செலவுகள், கொள்முதல் முடிவுகள், ராணுவம் மற்றும் அணுசக்தி செயலுத்திகள், சுகாதார பாதிப்புகள் மற்றும் பாதுகாப்புத் தரநிலைகள் ஆகியன பொதுவெளிக்குக் கொண்டு வரப்பட வேண்டும்;

- **உலகமயமாக்கம் மற்றும் பொருளாதார வளர்ச்சி**

  தொடர்ச்சியான சர்வதேச உடன்படிக்கைகளின் காரணமாக ஏழை மக்களின் வாழ்வாதாரம், குறிப்பாக கிராமப்புறங்களில் தீவிர சமரசத்திற்கு ஆளாகியுள்ளது; அந்த ஒப்பந்தங்கள், முற்றிலும் பொது விவாதமோ அல்லது ஏன் ஒரு தகவல் கூடத் தெரிவிக்கப்படாமல் எட்டப்பட்டுள்ளன. அதுபோல், மின்சாரத்துறை உள்ளிட்ட பெரும் பொதுத்துறைகளின் சொத்துகள், குறைந்தபட்சப் பொது ஆய்வும் செய்யப்படாமல் விற்கப்பட்டுள்ளன; மறுசீரமைப்பு செய்யப்பட்டுள்ளன.

- **பெண்கள்**

  அவர்களுக்கான நில உரிமைகள், இனப்பெருக்கம் மற்றும் சுகாதார உரிமைகள், தகவல் அறியும் உரிமை மற்றும் பிற முக்கியமான சட்டப்பூர்வமான உரிமைகள் குறித்துப் பெண்களுக்குக் கட்டயமாகத் தெரிவிக்க வேண்டியது அரசின் பொறுப்பு. அவர்களின் உரிமைகள் பற்றிப் பெண்களுக்குத் தெரிவிக்கப்பட வேண்டும்; அவர்களது உரிமைகள் மேலும் வலிமைப்படுத்தப்பட வேண்டும்.

- **மக்களுக்கான தகவல் அறியும் உரிமைச் சட்டங்கள்**

  வலுவான சட்டங்களை இயற்றுவதன் மூலம் மத்திய, மாநில அரசுகள் ஆர்.டி.ஐயை மேலும் பாதுகாக்க வேண்டும் என்று இந்த மாநாடு கோருகிறது. இந்தச் சட்டங்கள் அரசை மட்டுமின்றி, பெரு நிறுவனங்கள், நீதித்துறை மற்றும் அரசு சாராத அமைப்புகளையும் கட்டுப்படுத்த வேண்டும். குறைவான விலக்கிற்கான விதிகளைக் கொண்டிருக்க வேண்டும்; வேண்டுமென்றே தகவல் தராதவர்க்கு அபராதம் அளிப்பதற்கான விதிகளும், சுதந்திரமான மேல்முறையீட்டு வழிமுறைகளும் இருக்கவேண்டும். அத்துடன், அவர்கள்

கோரும்போது மக்களுக்குத் தகவல் அளிக்க வேண்டிய கடமை அரசுக்கு இருக்கிறது என்பதுடன், மக்களின் உயிர்வாழ்தலுக்கும் நல்வாழ்வுக்கும் பயன்படும் தகவல்களை நேர்மறையுடன் தாமாகவே பகிர்ந்துகொள்ளவும் வேண்டும்.

ஏப்ரல் 9 அன்று, ஜன் சுன்வாயும் மாநாடும் முடிந்த பிறகு குற்றவாளிகளில் மூன்று பேர் கைது செய்யப்பட்டனர்: முன்னாள் சர்பஞ்ச், கிராமப் பஞ்சாயத்து சேவக் மற்றும் ஒரு இளநிலைப் பொறியாளர். **பொது விசாரணை முடிந்த உடனேயே இதுபோன்ற நடவடிக்கை எடுக்கப்படுவது இதுவே முதல்முறை.** விரிவான விசாரணை நடத்த ஒரு சிறப்புக் குழு அமைக்கப்படும் என்று சங்கதனுக்கு ராஜஸ்தான் அரசு உறுதியளித்துள்ளது.

பிற்சேர்க்கை II

பின்வரும் பாராளுமன்றச் சட்டம், ஜூன் 15, 2005 அன்று குடியரசுத் தலைவரின் ஒப்புதலைப் பெற்றது. பொதுமக்களின் தகவலுக்காக இப்போது வெளியிடப்படுகிறது:

தகவல் அறியும் உரிமைச் சட்டம், 2005
எண் 22/2005

ஒவ்வொரு பொது அதிகார அமைப்பின் செயல்பாட்டிலும் வெளிப்படைத்தன்மையையும் பொறுப்புடைமையையும் ஊக்குவிப்பதற்காக, பொது அதிகார அமைப்பின் கட்டுப்பாட்டில் உள்ள தகவலைப் பெறுவதற்காக, குடிமக்களுக்குத் தகவல் அறியும் உரிமை என்ற நடைமுறை அதிகாரத்தை அளிப்பதற்கும், மத்தியத் தகவல் ஆணையம், மாநிலத் தகவல் ஆணையங்கள் அமைப்பதற்கும் இதனுடன் தொடர்புடைய அல்லது விளைவாக எழக்கூடிய விஷயங்களின் தீர்வுக்கான சட்டம்.

இந்திய அரசியலமைப்பு ஜனநாயகக் குடியரசை நிறுவியிருக்கிறது என்பதாலும்;

ஜனநாயகத்தின் செயல்பாட்டிற்குத் தகவலறிந்த குடிமக்களும் தகவல்களில் வெளிப்படைத்தன்மையும் மிகவும் அவசியம். ஊழலைக் கட்டுப்படுத்தவும், தங்களால் ஆளப்படுபவர்களுக்கு அரசாங்கங்களும், அவர்களது துணை அமைப்புகளும் பொறுப்புடைமையுடன் இருப்பதற்கும் தேவைப்படுகிறது என்பதாலும்;

வழக்கமான நடைமுறைச் செயல்பாடுகளில் தகவல்களை வெளிப்படுத்துவது என்பது அரசாங்கங்களின் திறமையான

செயல்பாடுகள், வரம்பிற்குட்பட்ட நிதி ஆதாரங்களை உகந்த அளவில் பயன்படுத்துதல், முக்கியமான தகவல்களின் ரகசியத்தன்மையைப் பாதுகாத்தல் உள்ளிட்ட ஏனைய பொது நலன்களுடன் அச்செயல் முரண்படக்கூடும் என்பதாலும்;

ஜனநாயகத்தின் இலட்சியத்தின் முக்கியத்துவத்தைப் பாதுகாக்கும் அதே வேளையில், முரண்படும் இந்தப் பொது நலன்களுக்கு இடையில் ஒத்திசைவை ஏற்படுத்துவது தேவை என்பதாலும்;

எனவே, இப்போது, அவற்றைப் பெற விரும்பும் குடிமக்களுக்குத் தகவல்கள் சிலவற்றை வழங்குவது பொருத்த மானது என்பதாலும்;

இந்தியக் குடியரசின் ஐம்பத்தாறாவது ஆண்டில் நாடாளுமன்றத்தால் பின்வருமாறு சட்டமாக இயற்றப்படுகிறது:

இயல் I
தொடக்கம்

1. (1) இந்தச் சட்டம் தகவல் அறியும் உரிமைச் சட்டம், 2005 என்று அழைக்கப்படும்.

    (2) ஜம்மு & காஷ்மீர் மாநிலம் தவிர்த்து, இந்தியா முழுமைக்கும் பொருந்தும்

    (3) பிரிவு 4இன் துணைப்பிரிவு (1), பிரிவு 5இன் துணைப் பிரிவுகள் (1) மற்றும் (2), பிரிவுகள் 12, 13, 15,16, 24, 27, 28 ஆகிய விதிகள் உடனடியாக நடைமுறைக்கு வரும்; இந்தச் சட்டத்தின் இதர விதிகள், சட்டம் நிறைவேறிய நூற்றிருபதாம் நாளிலிருந்து நடைமுறைக்கு வரும்.

2. இந்தச் சட்டத்தில், சூழல் சார்ந்து வேறு தேவை இல்லாத வரையில்:

    (a). 'உரிய அரசாங்கம்' என்பது (i) மத்திய அரசாங்கம் அல்லது யூனியன் பிரதேச நிர்வாகத்தால், மத்திய அரசாங்கத்தால்; (ii) மாநில அரசாங்கம் மற்றும் மாநில அரசாங்கத்தால் நிறுவப்பட்ட, அமைக்கப்பட்ட, சொந்தமான, கட்டுப்படுத்தப்படும், அல்லது நேரடியாகவோ அல்லது மறைமுகமாகவோ கணிசமாக நிதியளிக்கப்படும் ஓர் அரசங்க அதிகார அமைப்பு என்ற பொருள்படும்;

(b) 'மத்தியத் தகவல் ஆணையம்' என்பது, சட்டத்தின் பிரிவு 12 துணைப்பிரிவு (1) கீழ் அமைக்கப்படும் மத்தியத் தகவல் ஆணையம்;

(c) 'மத்தியப் பொதுத் தகவல் அதிகாரி' என்பவர், பிரிவு 5ன் துணைப்பிரிவு (2)இன் கீழ் நியமிக்கப்படும் மத்திய உதவிப் பொதுத் தகவல் அதிகாரி ஒருவர் உள்ளிட்ட துணைப்பிரிவு (1) கீழ் நியமிக்கப்படும் மத்தியப் பொதுத் தகவல் அதிகாரி;

(d) 'முதன்மைத் தகவல் ஆணையர்' மற்றும் 'தகவல் ஆணையர்' என்பவர், பிரிவு 12இன் துணைப்பிரிவு (3)இன் கீழ் நியமிக்கப்படும் முதன்மை தகவல் ஆணையர் மற்றும் தகவல் ஆணையர்;

(e) 'உரிய அதிகார அமைப்பு' என்பது

(i) மக்களவை அல்லது மாநிலம் அல்லது யூனியன் பிரதேசத்தின் சட்டமன்றத்தைப் பொறுத்தவரை அவைத்தலைவர்; மாநிலங்களவை அல்லது சட்ட மன்ற மேலவையைப் பொறுத்தவரை அதன் தலைவர்;

(ii) உச்ச நீதிமன்றத்தைப் பொறுத்தவரை இந்தியாவின் தலைமை நீதிபதி;

(iii) உயர் நீதிமன்றத்தைப் பொறுத்தவரை அந்த உயர் நீதிமன்றத்தின் தலைமை நீதிபதி;

(iv) அரசியலமைப்பால் நிறுவப்பட்ட, உருவாக்கப் பட்ட அல்லது அதன் கட்டுப்பாட்டில் உள்ள பிற அதிகார அமைப்புகளைப் பொறுத்தவரையில், அந்தந்த அமைப்புகளைப் பொறுத்து குடியரசுத் தலைவர் அல்லது ஆளுநர்;

(v) அரசியலமைப்பின் பிரிவு 239இன் கீழ் நியமிக்கப் பட்டிருக்கும் நிர்வாகி;

(f) 'தகவல்' என்பது, பதிவேடுகள், ஆவணங்கள், குறிப்புகள், மின்னஞ்சல்கள், கருத்துகள், அறிவுரைகள், ஊடகச் செய்தி வெளியீடுகள், சுற்றறிக்கைகள், ஆணைகள், நிகழ்வுப் பதிவேடுகள், ஒப்பந்தங்கள், அறிக்கைகள், ஆவணக் காகிதங்கள், மாதிரிகள், மாதிரி உருவங்கள், மின்னணு வடிவில் சேகரிக்கப்பட்டிருக்கும் தரவுகள் ஆகியவற்றுடன் அப்போது நடைமுறையில் இருக்கின்ற வேறு ஒரு சட்டத்தின் மூலம் ஒரு பொது அதிகார

அமைப்பு அணுகிப்பெறக்கூடிய எந்தவொரு தனியார் அமைப்புடனும் தொடர்புடைய தகவல் உள்ளடங்கிய ஏதேனுமொரு வடிவத்தில் இருக்கும் தகவல் என்று பொருள்படும்;

(g) '**வகுத்துரைக்கப்படுவது**' என்பது, சந்தர்ப்பத்தைப் பொறுத்து இந்தச் சட்டத்தின் கீழ் உருவாக்கப்பட்டுள்ள விதிகளின்படி, உரிய அரசு அல்லது அதிகார அமைப்பால் வகுத்துரைக்கப்படுவது;

(h) '**அரசாங்க / பொது அதிகார அமைப்பு**' என்பது,

    (a) அரசியலமைப்பால் அல்லது அதன் மூலமாகவோ;

    (b) நாடாளுமன்றத்தால் உருவாக்கப்பட்ட எந்தவொரு சட்டத்தின் மூலமாகவோ,

    (c) மாநில சட்டமன்றத்தால் உருவாக்கப்பட்ட எந்தவொரு சட்டத்தின் மூலமாகவோ,

    (d) உரிய அரசாங்கத்தால் அறிவிப்பின் மூலமாக அல்லது ஆணையின் மூலமாக.

நிறுவப்பட்ட அல்லது அமைக்கப்பட்ட ஓர் அதிகார அமைப்பு அல்லது குழுமம் அல்லது தன்னாட்சி நிறுவனம் என்று பொருள்படும்.

அத்துடன், உரிய அரசாங்கத்திற்கு

    (i) சொந்தமான, அதன் கட்டுப்பாட்டில் இருக்கும் அல்லது கணிசமாக நிதியளிக்கப்படும்

    (ii) உரிய அரசாங்கத்தால் கணிசமாக நிதியளிக்கப்படும், நேரடியாக அல்லது மறைமுகமாக நிதியளிக்கப்படும் அரசு சாரா அமைப்புகளையும் உள்ளடக்கும்.

(i) '**பதிவேடு**' என்பதில்

    (a) ஓர் ஆவணம், கையெழுத்துப் பிரதி மற்றும் கோப்பு;

    (b) ஒரு மைக்ரோ ஃபிலிம், மைக்ரோஃபிச் மற்றும் ஓர் ஆவணத்தின் தொலைநகல் பிரதி

    (c) அத்தகைய மைக்ரோஃபிலிமில் பதிவாகியிருக்கும் படம் அல்லது படங்களின் பிரதிகள் பெரிதாக்கப் பட்டதோ அல்லது அப்படி இல்லாமலோ,

    (d) கணினி அல்லது வேறு ஏதேனும் சாதனம் மூலம் உருவாக்கப்பட்ட ஏதேனும் தகவல் ஆகியன அடங்கும்;

(j) **'தகவலறியும் உரிமை'** என்பது இந்தச் சட்டத்தின் மூலம், அரசாங்க அதிகார அமைப்பு வைத்திருக்கும் அல்லது அந்த அமைப்பின் கட்டுப்பாட்டில் இருக்கும் அமைப்பிடமிருந்து தகவலறியும் உரிமை. கீழ்க் காண்பவையும் இதில் அடங்கும்:

(i) பணி, ஆவணங்கள், பதிவேடுகள் ஆகியவற்றை ஆய்வு செய்தல்;

(ii) ஆவணங்கள் அல்லது பதிவேடுகளின் குறிப்புகளை, முக்கியமான பகுதிகளை அல்லது சான்றளிக்கப் பட்ட பிரதிகளை எடுத்துக்கொள்ளல்;

(iii) பொருள்களின் சான்றளிக்கப்பட்ட மாதிரிகள்

(iv) கணினியிலோ அல்லது வேறு ஏதேனும் சாதனத்திலோ சேமிக்கப்பட்டுள்ள தகவல்களை, வட்டுகள், ஃப்ளாப்பிகள், டேப்புகள், வீடியோ கேஸட்டுகள் அல்லது வேறு ஏதேனும் மின்னணு முறையில் அல்லது அச்சுப் பிரதிகள் மூலம் பெறுதல்;

(k) **'மாநிலத் தகவல் ஆணையம்'** என்பது இந்தச் சட்டத்தின் பிரிவு 15 துணைப்பிரிவு *(1)*இன் கீழ் அமைக்கப்படும் மாநிலத் தகவல் ஆணையம்;

(l) **'மாநிலத் தலைமைத் தகவல் ஆணையர்'**, 'மாநிலத் தகவல் ஆணையர்' என்பவர், பிரிவு 15இன் துணைப் பிரிவு *(3)*இன் கீழ் நியமிக்கப்படும் மாநில தலைமைத் தகவல் ஆணையர், 'மாநிலத் தகவல் ஆணையர் ஆகியோர்;

(m) **'மாநிலப் பொதுத் தகவல் அதிகாரி'** என்பவர், பிரிவு 5இன் துணைப்பிரிவு *(1)*இன் கீழ் நியமிக்கப்படும் மாநிலப் பொதுத் தகவல் அதிகாரி; இதில் துணைப்பிரிவு *(2)*இன் கீழ் நியமிக்கப்படும் மாநில உதவிப் பொதுத் தகவல் அதிகாரி ஒருவரும் அடங்குவார்;

(n) **'மூன்றாம் நபர்'** என்பவர், தகவலுக்காகக் கோரிக்கை விடுக்கும் நபரைத் தவிர்த்த மற்றவர்; இதில், ஓர் அரசாங்க அதிகார அமைப்பும் அடங்கும்.

இயல் II
தகவல் பெறும் உரிமையும் அரசாங்க அதிகார அமைப்புகளின் கடமைகளும்

3. தகவல் அறியும் உரிமை: இந்தச் சட்டத்தின் விதிமுறை களுக்குக் கட்டுப்பட்டு, அனைத்துக் குடிமக்களும் தகவல் அறியும் உரிமை உடையவர்கள்.

4. (1) ஒவ்வொரு அதிகார அமைப்பும்:

   (a) இந்தச் சட்டத்தின் கீழ் தகவல் அறியும் உரிமையை எளிதாக்கும் வகையில் படிவத்திலும் அனைத்துப் பதிவேடுகளையும் முறையாகப் பட்டியலிட்டு, அட்டவணைப்படுத்திப் பராமரிக்க வேண்டும்; கணினிமயம் ஆக்கப்படுவதற்குப் பொருத்தமான அனைத்துப் பதிவேடுகளையும் நியாயமான நேரத் திற்குள் நிதி ஆதாரத்தைப் பொறுத்து கணினிமயமாக்க வேண்டும்; அத்தகைய பதிவுகளை அணுகுவது எளிதான தாக இருப்பதை உறுதிசெய்ய நாடு முழுவதிலும் உள்ள பல்வேறு அமைப்புகளில் ஒரு வலைப்பின்னல் இணைக்க வேண்டும்.

   (b) ஒவ்வொரு அதிகார அமைப்பும் இந்தச் சட்டம் இயற்றப் பட்டதிலிருந்து நூற்றிருபது நாட்களுக்குள் பின் குறிப்பிடுவனவற்றை வெளியிட வேண்டும்:

   (i) அதன் அமைப்புகள் குறித்த விவரங்கள், பணிகள், கடமைகள்;

   (ii) அதன் அதிகாரிகள், பணியாளர்களின் அதிகாரங்கள், கடமைகள்;

   (iii) மேற்பார்வை வழிமுறைகள், பொறுப்புடைமை உள்ளிட்ட, அதன் முடிவெடுக்கும் நடைமுறை களில் பின்பற்றப்பட்ட வழிமுறைகள்;

   (iv) பணிகளை நிறைவேற்ற அது நிர்ணயித்திருக்கும் நெறிமுறைகள்;

   (v) பணிகளை நிறைவேற்ற அதனிடமிருக்கும், அல்லது அதன் கட்டுப்பாட்டிலிருக்கும், அல்லது அதன் பணியாளர்கள் பயன்படுத்தும் விதிகள், ஒழுங்கு முறைகள், அறிவுறுத்தல்கள், கையேடுகள், பதிவேடுகள்;

(vi) அதனிடமிருக்கும் அல்லது அதன் கட்டுப்பாட்டில் இருக்கும் ஆவணங்களின் வகைகள் குறித்த ஓர் அறிக்கை;

(vii) அதன் கொள்கைகளை வகுப்பதிலும் அல்லது அவற்றை நடைமுறைப்படுத்துவதிலும் தொடர்புடைய விஷயங்களில் பொதுமக்கள் பிரதிநிதிகளை கலந்துகொள்வது அல்லது அவர்களது பிரதிநிதித்துவத்தை ஏற்பது குறித்து ஏதேனும் ஏற்பாடுகள் இருப்பின் அவை குறித்த விவரங்கள்;

(viii) அதன் அங்கமாகவோ அல்லது ஆலோசனையின் நோக்கத்திற்காக அமைக்கப்பட்ட இரண்டு அல்லது அதற்கு மேற்பட்ட நபர்களைக் கொண்ட வாரியங்கள், கவுன்சில்கள், குழுக்கள், பிற குழுமங்கள் அமைக்கப்பட்டது தொடர்பான ஓர் அறிக்கை; அந்த வாரியங்கள், கவுன்சில்கள், குழுக்கள், ஏனைய குழுமங்களின் கூட்டங்கள் பொதுமக்களும் கலந்துகொள்ளக் கூடியவையா அல்லது அந்தக் கூட்டங்களின் நடவடிக்கைக் குறிப்புகள் பொதுமக்களால் அணுகக் கூடியவையா என்பது குறித்த விவரங்கள்;

(ix) அதன் அதிகாரிகள், ஊழியர்கள் குறித்த தகவல் தொகுப்பு;

(x) அதன் விதிமுறைகளில் குறிப்பிடப்பட்டுள்ள இழப்பீட்டு முறை உள்ளிட்ட, அதன் அதிகாரிகள், ஊழியர்கள் ஒவ்வொருவரும் பெறும் மாத ஊதியம்;

(xi) அதன் துணை அமைப்பு ஒவ்வொன்றிற்கும் ஒதுக்கப்பட்டிருக்கும் நிதி, அனைத்துத் திட்டங்கள் குறித்த விவரங்கள், திட்டமிடப்பட்டிருக்கும் செலவினங்கள், இதுவரை பட்டுவாடா செய்யப்பட்டவை குறித்த அறிக்கைகள்;

(xii) மானியத் திட்டங்களுக்கு ஒதுக்கப்பட்ட தொகை, அத்தகைய திட்டங்களின் பயனாளிகளின் விவரங்கள் உள்ளிட்ட அந்தத் திட்டங்கள் செயல்படுத்தப்படும் முறை;

(xiii) அது வழங்கிய சலுகைகள், அனுமதிகளைப் பெற்றவர்கள் அல்லது அதிகாரம் அளிக்கப்பட்டவர்களின் விவரங்கள்;

(xiv) மின்னணுவடிவில் சுருக்கப்பட்டு அந்த அமைப்பிடம் இருக்கும், அதன் கட்டுப்பாட்டில் இருக்கும் தகவல் தொடர்பான விவரங்கள்;

(xv) பொதுப் பயன்பாட்டிற்காகப் பராமரிக்கப்படும் ஒரு நூலகம் அல்லது படிப்பகத்தின் வேலை நேரம் உள்ளிட்ட, குடிமக்கள் தகவல் பெறும் வகையில் அங்கு இருக்கும் வசதிகளின் விவரங்கள்;

(xvi) பொதுத் தகவல் அதிகாரிகளின் பெயர்கள், பதவிகள், பிற விவரங்கள்;

(xvii) வகுத்துரைக்கப்படக்கூடிய பிற தகவல்கள்; அதன் பிறகு ஒவ்வொரு ஆண்டும் இந்த வெளியீடுகளைப் புதுப்பித்தல்;

(c) முக்கியமான கொள்கைகளை உருவாக்கும்போது அல்லது முடிவுகளை அறிவிக்கும்போது பொது மக்களைப் பாதிக்கக்கூடிய அனைத்துத் தகவல்களையும் வெளியிட வேண்டும்;

(d) பாதிக்கப்பட்ட நபர்களுக்கு, அதன் நிர்வாக அல்லது நீதித்துறை சார்புடைய முடிவுகளுக்கான காரணங்களை அளிக்க வேண்டும்.

(2) துணைப்பிரிவு (1)இன் ஷரத்து (b)இன் தேவைகளுக்கு இணங்க, தாமாக முன்வந்து போதுமான தகவல்களைப் பொதுமக்களுக்கு வழக்கமான கால இடைவெளியில், இணைய தளம் உட்பட, பல்வேறு தகவல்தொடர்பு வழிமுறைகள் மூலம் வழங்க நடவடிக்கைகள் எடுக்க வேண்டியது ஒவ்வொரு பொது அதிகாரியின் தொடர்ச்சியான முயற்சியாக இருக்க வேண்டும்; இதனால், பொதுமக்கள் தகவல்களைப் பெறுவதற்கு இந்தச் சட்டத்தைப் பயன்படுத்துவதற்கான வாய்ப்பு குறையும்.

(3) துணைப்பிரிவு (1)இன் நோக்கங்களுக்காக, ஒவ்வொரு தகவலும் பரவலாகவும், பொதுமக்கள் அதை எளிதில் அணுகிப்பெறக்கூடிய வடிவத்திலும் முறையிலும் வெளியிடப்பட வேண்டும்.

(4) அனைத்துத் தகவல்களும் தகவல் அளிப்பதற்கு ஆகும் செலவு, வட்டார மொழி, தலமட்டத்தில் செயலில் இருக்கும் மிகவும் பயனுள்ள தகவல் தொடர்பு முறை ஆகியவற்றைக் கருத்தில் கொண்டு வெளியிடப்பட வேண்டும்; தகவல் எளிதில் அணுகிப் பெறக்கூடியதாக இருக்க வேண்டும். அத்துடன் குறிப்பிட்ட தேவையைப் பொறுத்து அந்த மத்தியப் பொதுத் தகவல் அதிகாரி அல்லது மாநில பொதுத் தகவல் அதிகாரியோ முடிந்தவரை மின்னணு வடிவத்தில், இலவசமாகவோ அல்லது பரிந்துரைக்கப்படும் சாதனத்திற்கு ஆகக்கூடிய செலவில் அல்லது அச்சுப் பிரதியின் செலவில் அளிக்கலாம்.

விளக்கம்: துணைப் பிரிவுகள் (3), (4) ஆகியவற்றின் நோக்கங்களின் அடிப்படையில், இங்கு 'வெளியிடப்படுவது' என்பது அறிவிப்புப் பலகைகள், செய்தித்தாள்கள், பொது அறிவிப்புகள், ஊடக ஒளிபரப்புகள், இணையம் அல்லது வேறு ஏதேனும் வழிகள் மூலம் பொதுமக்களுக்குத் தகவல்களைத் தெரியப்படுத்துதல் அல்லது பரிமாற்றம் செய்தல். அரசாங்க அதிகார அமைப்பின் அலுவலகங்களை ஆய்வு செய்வதும் இதில் அடங்கும்.

5 (1) ஒவ்வொரு அரசாங்க அதிகார அமைப்பும் இந்தச் சட்டம் இயற்றப்பட்ட நூறு நாட்களுக்குள், அதன் கீழ் இயங்கும் அனைத்து நிர்வாக அமைப்புகளுக்கும் அல்லது அலுவலகங்களுக்கும் இந்தச் சட்டத்தின் கீழ் தகவல்களைக் கோரும் நபர்களுக்குத் தகவல்களை வழங்குவதற்குத் தேவையான மத்தியப் பொதுத் தகவல் அதிகாரிகளை அல்லது மாநிலப் பொதுத் தகவல் அதிகாரிகளைப் போதுமான அளவில் நியமிக்க வேண்டும்.

(2). இந்தச் சட்டத்தின் கீழ் தகவல் அல்லது மேல்முறையீடுகளுக்கான விண்ணப்பங்களைப் பெறவும், அவற்றை உடனடியாக மத்தியப் பொதுத் தகவல் அதிகாரிக்கோ அல்லது மாநிலப் பொதுத் தகவல் அதிகாரிக்கோ அல்லது சட்டத்தின் பிரிவு 19இன் துணைப்பிரிவு (1இன் கீழ் குறிப்பிடப்படும் மூத்த அதிகாரிக்கோ அல்லது மத்தியத் தகவல் ஆணையத்திற்கோ அல்லது மாநிலத் தகவல் ஆணையத்திற்கோ அனுப்பவும், துணைப்பிரிவு (1) இன் கீழான விதிகளுக்குப் பாதகமின்றி, ஒவ்வொரு அரசாங்க அதிகார அமைப்பும் இந்தச் சட்டம் இயற்றப்பட்ட நூறு நாட்களுக்குள்,

ஒவ்வொரு துணைக் கோட்ட மட்டத்திலோ அல்லது துணை மாவட்ட மட்டத்திலோ, மத்திய உதவிப் பொதுத் தகவல் அதிகாரியாக அல்லது மாநில உதவிப் பொதுத் தகவல் அதிகாரியாக ஓர் அதிகாரியை நியமிக்க வேண்டும்.

மத்திய உதவிப் பொதுத் தகவல் அதிகாரியிடமோ அல்லது மாநில உதவிப் பொதுத் தகவல் அதிகாரி யிடமோ, தகவல் கேட்டோ அல்லது மேல்முறை யீட்டிற்கோ விண்ணப்பமோ அளிக்கப்பட்டால், கோரிக்கையின் தேவையைப் பொறுத்து, பிரிவு 7இன் துணைப்பிரிவு (1)இன் கீழ் குறிப்பிடப்பட்டுள்ள பதில் அளிக்க வேண்டிய கால வரம்பைக் கணக்கிடும் போது, மேலும் ஐந்து நாட்கள் சேர்த்துக்கொள்ளப்படலாம்.

(3) ஒவ்வொரு மத்தியப் பொதுத் தகவல் அதிகாரியும் அல்லது மாநிலப் பொதுத் தகவல் அதிகாரியும், சூழலைப் பொறுத்து, தகவல் கோரும் நபர்களின் கோரிக்கைகள்மீது நடவடிக்கை எடுக்க வேண்டும்; அத்தகைய தகவல் கோரும் நபர்களுக்கு நியாயமான உதவியை வழங்க வேண்டும்.

(4) மத்தியப் பொதுத் தகவல் அதிகாரியோ அல்லது மாநிலப் பொதுத் தகவல் அதிகாரியோ தனது கடமை களைச் சரியாக நிறைவேற்றுவதற்குத் தேவை என்று கருதினால், வேறு எந்த அதிகாரியின் உதவியையும் நாடலாம்.

(5) துணைப்பிரிவு (4)இன் கீழ் உதவி கோரப்பட்ட எந்தவொரு அதிகாரியும், நேர்வைப் பொறுத்து அவருடைய உதவியை கோரும் மத்தியப் பொதுத் தகவல் அதிகாரிக்கு அல்லது மாநிலப் பொதுத் தகவல் அதிகாரிக்கு அனைத்து உதவிகளையும் வழங்க வேண்டும். அத்துடன் இந்தச் சட்டத்தின் விதிகளை மீறும் நோக்கங்கள் எதையும் பொறுத்தவரையிலும் அந்த மற்ற அதிகாரி, மத்தியப் பொதுத் தகவல் அதிகாரி யாக அல்லது மாநில பொதுத் தகவல் அதிகாரியாகக் கருதப்பட வேண்டும்.

6 (1) இந்தச் சட்டத்தின் கீழ் ஏதேனும் தகவலைப் பெற விரும்பும் ஒரு நபர், எழுத்து மூலமாகவோ அல்லது மின்னணு சாதனம் மூலமாகவோ ஆங்கிலம் அல்லது இந்தியில் அல்லது விண்ணப்பம் செய்யப்படும் பிரதேசத்தின் அலுவல் மொழியில், நிர்ணயிக்கப்பட்ட

கட்டணமும் சேர்த்துக் கீழே குறிப்பிடப்படும் அதிகாரி களிடம், அவரோ அல்லது அவளோ கோரும் தகவலின் விவரங்களைக் குறிப்பிட்டு, வேண்டுகோள் அளிக்க வேண்டும்:

(a) கோரிக்கையைப் பொறுத்து, அரசாங்க அதிகார அமைப்புடன் தொடர்புடைய மத்தியப் பொதுத் தகவல் அதிகாரி அல்லது மாநிலப் பொதுத் தகவல் அதிகாரி;

(b) கேள்வியைப் பொறுத்து, மத்திய உதவிப் பொதுத் தகவல் அதிகாரி அல்லது மாநில உதவிப் பொதுத் தகவல் அதிகாரி;

அத்தகைய கோரிக்கை எழுத்துப்பூர்வமாக அளிக்க முடியாத நிலையில், மத்தியப் பொதுத் தகவல் அதிகாரியோ அல்லது மாநிலப் பொதுத் தகவல் அதிகாரியோ, வாய்மொழியாக வேண்டு கோள் அளிக்கும் நபருக்கு அதை எழுத்துப்பூர்வமாக அளிப்பதற்குத் தேவையான அனைத்து நியாயமான உதவிகளையும் வழங்க வேண்டும்.

(2) தகவல் கோரும் விண்ணப்பதாரர் அந்தத் தகவல் கோருவதற்குக் காரணம் எதையும் அளிக்கத் தேவை யில்லை; அவரைத் தொடர்புகொள்வதற்குத் தேவை யான விவரங்கள் தவிர்த்து, வேறு தனிப்பட்ட விவரங்களை அளிக்கவும் தேவையில்லை.

(3) தகவல் கோரி அரசாங்க அதிகார அமைப்பிற்கு விண்ணப்பம் அளிக்கப்படும்போது, (i) அது மற்றொரு அரசாங்க அதிகார அமைப்பின் கட்டுப்பாட்டில் இருக்கிறது எனும்போது, அல்லது (ii) தொடர்புடைய விஷயம் மற்றொரு அரசாங்க அதிகார அமைப்பின் செயல்முறைகளுடன் அதிகம் தொடர்புடையதாக இருக்கும்போது,

அத்தகைய விண்ணப்பம் அளிக்கப்பட்ட அரசாங்க அதிகார அமைப்பு, விண்ணப்பத்தை அல்லது பொருத்த மானது என்று அது கருதும் வேண்டுகோளின் பகுதியை, அந்த அரசாங்க அதிகார அமைப்பிற்கு மாற்ற வேண்டும்; அத்துடன், அத்தகைய மாற்றல் குறித்து விண்ணப்பதாரருக்கு உடனடியாகத் தெரிவிக்கவும் வேண்டும்:

இந்தத் துணைப்பிரிவுக்கு இணங்க, அந்த விண்ணப்பத்தை மாற்றித் தருவது நடைமுறை சாத்திய மான அளவில் விரைந்து செய்யப்பட வேண்டும்; ஆனால், எந்தவொரு சந்தர்ப்பத்திலும் விண்ணப்பம் பெறப்பட்ட நாளிலிருந்து ஐந்து நாட்களைத் தாண்டு வதாக இருக்கக் கூடாது.

7 (1) சட்டத்தின் பிரிவு 5இன் துணைப் பிரிவு (2) அல்லது பிரிவு 6இன் துணைப்பிரிவு (3)இன் விதிமுறைகளுக்கு உட்பட்டு, பிரிவு 6இன் கீழ் ஒரு விண்ணப்பத்தைப் பெறும்போது, கேட்கப்படும் கேள்வியைப் பொறுத்து, மத்தியப் பொதுத் தகவல் அதிகாரியோ அல்லது மாநில பொதுத் தகவல் அதிகாரியோ எவ்வளவு விரைவாக முடியுமோ, அவ்வளவு விரைவாக தகவலை வழங்க வேண்டும். விண்ணப்பத்தை பெற்ற முப்பது நாட்களுக்குள், பரிந்துரைக்கப்பட்ட கட்டணத்தை விண்ணப்பதாரர் செலுத்தியவுடன் அந்தத் தகவலை வழங்க வேண்டும், அல்லது பிரிவு 8, 9 ஆகியவற்றில் குறிப்பிடப்படும் காரணங்களின் அடிப்படையில் விண்ணப்பத்தை நிராகரிக்க வேண்டும்:

கோரப்படும் அந்தத் தகவல் ஒரு நபரின் உயிருடன் அல்லது அவரது சுதந்திரம் தொடர்பானதாக இருந்தால், விண்ணப்பம் பெறப்பட்ட நாற்பத்தெட்டு மணி நேரத்திற்குள் அந்தத் தகவல் வழங்கப்பட வேண்டும்.

(2) மத்தியப் பொதுத் தகவல் அதிகாரி அல்லது மாநிலப் பொதுத் தகவல் அதிகாரி, தகவல் கோரும் வேண்டுகோளின் மீது, துணைப்பிரிவு (1)இன் கீழ் குறிப்பிட்ட காலத்திற்குள் மீது முடிவெடுக்கத் தவறினால், மத்தியப் பொதுத் தகவல் அதிகாரி அல்லது மாநிலப் பொதுத் தகவல் அதிகாரி, அந்த விண்ணப்பத்தை நிராகரித்ததாகக் கருதப்படும்.

(3) தகவலை வழங்குவதற்கு ஆகும் அதிகப்படியான செலவை, கூடுதல் கட்டணமாகச் செலுத்திய பின், அந்தத் தகவலை வழங்குவதென முடிவு எடுக்கப் பட்டால், மத்திய அல்லது மாநிலப் பொதுத் தகவல் அதிகாரி விண்ணப்பம் அளிக்கும் அந்த நபருக்கு,

(a) தகவலை வழங்குவதற்கு ஏற்படும் செலவு சார்ந்து அவர் நிர்ணயித்த கூடுதல் கட்டண விவரங்களும், துணைப்பிரிவு (1)இன் கீழ் நிர்ணயிக்கப்பட்ட

அந்தக் கட்டணம் முடிவு செய்யப்பட்டதற்கான கணக்கீடுகளுடன், கட்டணத்தைச் செலுத்தும்படி தகவல் அனுப்ப வேண்டும்.

அத்துடன் துணைப்பிரிவில் குறிப்பிடப்படும் முப்பது நாட்கள் காலத்தைக் கணக்கிடும் செயல்முறையில், விண்ணப்பதாரருக்குத் தகவல் அனுப்பிய நாளிலிருந்து, கட்டணம் செலுத்தப்பட்ட நாள் வரையிலான இடைப்பட்ட நாட்கள் விலக்கப்பட வேண்டும்;

(b) விதிக்கப்பட்ட கட்டணம் எவ்வளவு என்ற முடிவையோ அல்லது தகவலை அணுகிப் பெறுவதற்கு அளிக்கப்பட்டிருக்கும் படிவத்தையோ மறுபரிசீலனை செய்வது தொடர்பாக அவருக்கோ அல்லது அவளுக்கோ இருக்கும் உரிமை குறித்த தகவல்களும், மேல்முறையீடு செய்வதற்கான அதிகார அமைப்பு, கால வரம்பு, செயல்முறை மற்றும் பிற படிவங்கள் உள்ளிட்ட தகவல்களும் அளிக்கப்பட வேண்டும்.

(4) இந்தச் சட்டத்தின் கீழ் ஒரு பதிவேடோ அல்லது அதன் ஒரு பகுதியோ அளிக்கப்பட வேண்டிய தேவையிருக்கும் நிலையில், தகவல் அளிக்கப்பட வேண்டியவர் புலன் சார்ந்த ஊனமுற்ற நபராக இருந்தால், மத்தியப் பொதுத் தகவல் அதிகாரி அல்லது மாநில பொதுத் தகவல் அதிகாரி, தகவலை ஆய்வு செய்வதற்குப் பொருத்தமான உதவி செய்வது உள்ளிட்ட, அந்த நபர் தகவலைப் பெறுவதற்குத் தேவையான உதவியை அளிக்க வேண்டும்.

(5) கோரப்படும் தகவல் அச்சிடப்பட்ட வடிவத்திலோ அல்லது ஏதேனும் ஒரு மின்னணு வடிவத்திலோ வழங்கப்பட வேண்டும் என்ற நிலையில், துணைப் பிரிவு (6)இன் விதிகளுக்கு உட்பட்டு, நிர்ணயிக்கப்படும் கட்டணத்தை விண்ணப்பதாரர் செலுத்த வேண்டும்:

பிரிவு 6இன துணைப்பிரிவு (1), பிரிவு 7இன் துணைப் பிரிவுகள் (1), (5) ஆகியவற்றின் கீழ் நிர்ணயிக்கப்படும் கட்டணம் நியாயமானதாக இருக்க வேண்டும்; அத்தகைய கட்டணத்தை உரிய அரசாங்கம் தீர்மானித்திருக்கும் வறுமைக் கோட்டிற்குக் கீழ் உள்ள நபர்களிடமிருந்து வசூலிக்கப்படக் கூடாது.

(6) துணைப்பிரிவு (5)இல் கூறப்பட்டிருப்பவற்றின் அடிப்படையில், துணைப் பிரிவு (1)இல் குறிப்பிடப் பட்டுள்ள கால வரம்பிற்குள் அரசாங்க அதிகார அமைப்பு தகவல் அளிக்கத் தவறினால், கோரப்படும் தகவல் அந்த நபருக்கு இலவசமாக வழங்கப்படும்.

(7) துணைப்பிரிவு (1)இன் கீழ் முடிவு எதையும் எடுப்பதற்கு முன், மத்தியப் பொதுத் தகவல் அதிகாரி அல்லது மாநில பொதுத் தகவல் அதிகாரி, பிரிவு 11 இன் கீழ் மூன்றாம் நபர் கொடுத்திருக்கும் கோரிக்கை மனுவைக் கவனத்தில் கொள்ள வேண்டும்.

(8) துணைப்பிரிவு (1)இன் கீழ் விண்ணப்பம் ஒன்று நிராகரிக்கப்பட்டால், மத்தியப் பொதுத் தகவல் அதிகாரி அல்லது மாநில பொதுத் தகவல் அதிகாரி, அந்த விண்ணப்பத்தை அளிக்கும் நபருக்குக் கீழ்க்காணும் விவரங்களைத் தெரிவிக்க வேண்டும்,

  (i) நிராகரிப்புக்கான காரணங்கள்

  (ii) நிராகரிப்புக்கு எதிரான மேல்முறையீடு ஏற்றுக்கொள்ளப்படும் கால வரம்பு

  (iii) மேல்முறையீடு செய்ய வேண்டிய அதிகார அமைப்பு குறித்த விவரங்கள்.

(9) அரசாங்க அதிகார அமைப்பின் நிதி ஆதாரத்தைத் தேவைக்குக் கூடுதலாகப் பயன்படுத்தத் தேவையில்லை என்ற நிலையில், அல்லது சம்பந்தப்பட்ட பதிவேட்டின் பாதுகாப்பிற்கோ அல்லது அந்தப் பதிவேட்டைப் பாதுகாப்பாக வைப்பதற்கோ தீங்கு ஏற்படாது என்ற நிலையில், கோரப்படும் தகவல் பொதுவாக அது விரும்பப்படும் படிவத்தில் வழங்கப்பட வேண்டும்.

8 (1) இந்தச் சட்டத்தில் ஏதேனும் கூறப்பட்டிருந்தாலும், குடிநபர் எவருக்கும், கீழே குறிப்பிடப்பட்டுள்ள தகவலகளைக் கொடுக்க வேண்டிய கடமை அரசு அதிகார அமைப்பிற்கு இல்லை:

  (a) இந்தியாவின் இறையாண்மையையும் ஒருமைப் பாட்டையும், மாநிலத்தின் பாதுகாப்பு, இலக்குகள், அறிவியல் அல்லது பொருளாதார நலன்களையும், அந்நிய அரசுடனான உறவையும் தீங்கு விளைவிக்கும் வகையில் பாதிக்கும் அல்லது குற்றம் செய்யத் தூண்டும் தகவல்களை வெளிப்படுத்துவது;

(b) ஏதேனும் ஒரு நீதிமன்றமோ அல்லது தீர்ப்பாயமோ வெளிப்படையாகத் தடைசெய்யப்பட்ட தகவல் அல்லது அதை வெளிப்படுத்துவது நீதிமன்ற அவமதிப்பாகக் கருதப்படும் தகவல்;

(c) நாடாளுமன்றம் அல்லது மாநில சட்டமன்றத்தின் சிறப்புரிமையை மீறுவதாகக் கருதப்படும் தகவலை வெளிப்படுத்துதல்;

(d) அத்தகைய தகவல்களை வெளிப்படுத்துவது பெருமளவில் மக்கள் நலனுக்குத் தேவையாக இருக்கிறது என்று உரிய அதிகாரி திருப்தி அடையாத நிலையில், வணிகம் சார்ந்த நம்பிக்கைகள், வர்த்தக ரகசியங்கள் அல்லது அறிவுசார் சொத்துரிமை உள்ளிட்ட மூன்றாம் நபரின் போட்டி நிலையில் பாதிப்பு ஏற்படுத்தும் தகவல்களை வெளிப்படுத்துவது;

(e) அத்தகைய தகவல்களை வெளிப்படுத்துவது பெருமளவில் மக்கள் நலனுக்குத் தேவையாக இருக்கிறது என்று உரிய அதிகாரி திருப்தி அடையாத நிலையில், பொதுநம்பிக்கையின் அடிப்படையிலான உறவில் ஒருவருக்குக் கிடைத்திருக்கும் தகவல்;

(f) வெளிநாட்டு அரசாங்கத்திடமிருந்து நம்பிக்கை யுடன் பெறப்பட்ட தகவல்;

(g) ஒரு நபரின் உயிருக்கோ அல்லது உடல் ரீதியான பாதுகாப்பிற்கோ ஆபத்தை விளைவிக்கும், தகவலின் ஆதாரத்தை அடையாளம் காண உதவும் அல்லது சட்ட அமலாக்கத் துறைக்கோ அல்லது பாதுகாப்பு நோக்கங்களுக்காகவோ அந்தரங்கமான நிலையில் வழங்கப்பட்ட தகவல்;

(h) ஒரு விசாரணையின் செயல்முறையைத் தடுக்கும் அல்லது குற்றவாளிகளைக் கைது செய்தல் அல்லது மீது வழக்குத் தொடர்வதைப் பாதிக்கும் தகவல்;

(i) அமைச்சர்கள் குழு, செயலாளர்கள், பிற அதிகாரி களின் ஆலோசனைகளின் பதிவுகள் உள்ளிட்ட அமைச்சரவை ஆவணங்கள்:

அமைச்சரவையின் முடிவுகள், அதற்கான காரணங்கள், அந்த முடிவுகள் எடுக்கப்பட்டதற்கு அடிப்படையாக அமைந்த விஷயங்கள் ஆகியன முடிவு எடுக்கப்பட்ட

பிறகு பகிரங்கப்படுத்தப்படலாம் என்றாலோ, அந்த விஷயம் முழுமையடைந்துவிட்டது அல்லது முடிந்து விட்டது என்றாலோ வெளிப்படுத்தலாம்;

அத்துடன், இந்தப் பிரிவில் குறிப்பிடப்பட்டுள்ள விதிவிலக்குகளின் கீழ் வரும் விஷயங்களை வெளிப் படுத்தக் கூடாது;

(j) ஒரு தனிப்பட்ட நபரின் தகவலுடன் தொடர்புடைய தகவல், அதை வெளிப்படுத்துவது எந்தவொரு பொது நடவடிக்கையுடனோ அல்லது நலனுடனோ தொடர்பு இல்லாத நிலையில் அல்லது தனிநபரின் அந்தரங்கத்தில் தேவையற்ற ஊடுருவலை ஏற்படுத்தும் என்றால் அந்தத் தகவலைத் தர மறுக்கலாம். மத்தியப் பொதுத் தகவல் அதிகாரியோ அல்லது மாநில பொதுத் தகவல் அதிகாரியோ அல்லது மேல்முறையீட்டு அதிகாரியோ, அந்தத் தகவலை வெளிப்படுத்துவது பெருமளவு மக்கள் நலனுக்கு பலனுள்ளது என்று திருப்தி அடையும் பட்சத்தில் அதை வெளியிடலாம்.

நாடாளுமன்றத்திற்கோ அல்லது மாநில சட்டமன்றத் திற்கோ மறுக்க முடியாத தகவல்களை எவருக்கும் மறுக்கக் கூடாது.

(2) அதிகாரப்பூர்வ இரகசியப் பாதுகாப்புச் சட்டம், 1923இல் கூறப்பட்டிருப்பது எதுவாக இருந்தாலும், துணைப்பிரிவு (1)இன்படி விதிவிலக்குகள் அனுமதிக்கப் படும் நிலையிலும், ஓர் அரசாங்க அதிகார அமைப்பு, தகவலை வெளிப்படுத்துவதால் ஒருவரின் பாதுகாக்கப் பட்ட நலன்களுக்கு ஏற்படும் தீங்கை விடவும் அதனால் விளையும் பொதுநலன் அதிகமாக இருந்தால், தகவலை அணுகிப் பெறுவதை அனுமதிக்கலாம்.

(3) உட்பிரிவு (1)இன் பிரிவுகள் (a), (c), (i) ஆகியவற்றில் காணப்படும் விதிமுறைகளுக்கு உட்பட்டு, பிரிவு 6இன் கீழ் வேண்டுகோள் வைக்கப்படும் தேதிக்கு இருபது ஆண்டுகளுக்கு முன்பு நடந்த சம்பவம், நடந்த நிகழ்வு அல்லது விஷயம் தொடர்பான தகவல் அந்தப் பிரிவின் கீழ் விண்ணப்பம் அளிக்கும் எந்தவொரு நபருக்கும் வழங்கப்படும்:

அந்த இருபது ஆண்டுக் காலத்தை எந்தத் தேதியிலிருந்து கணக்கிட வேண்டும் என்ற கேள்வி எழும் நிலையில்,

இந்தச் சட்டத்தில் அளிக்கப்பட்டிருக்கும் வழக்கமான மேல்முறையீடுகளுக்கு உட்பட்டு, மத்திய அரசாங்கத்தின் முடிவே இறுதியானதாக இருக்கும்.

9. பிரிவு 8இன் கீழுள்ள விதிகளுக்குப் பாதகமின்றி, ஒரு மத்தியப் பொதுத் தகவல் அதிகாரியோ அல்லது மாநில பொதுத் தகவல் அதிகாரியோ, அத்தகைய தகவலை அணுகிப் பெற அனுமதிப்பது, அரசாங்கம் அல்லாத ஒரு நபரினுடைய பதிப்புரிமையை மீறுவதாக அமையும் என்றால். தகவல் கோரும் விண்ணப்பத்தை நிராகரிக்கலாம்.

10. (1) தகவல் கோரும் விண்ணப்பம், வெளிப்படுத்துதலிலிருந்து விலக்கு அளிக்கப்பட்ட தகவலுடன் தொடர்புடையது என்ற அடிப்படையில் நிராகரிக்கப்பட்டால், அப்போது, இந்தச் சட்டத்தில் கூறப்பட்டிருப்பது என்னவாக விருப்பினும், இந்தச் சட்டத்தின் கீழ் வெளிப்படுத்துவதிலிருந்து விலக்கு அளிக்கப்பட்ட தகவல் எதையும் கொண்டிருக்காத பதிவேட்டின் அந்தப் பகுதியை, விலக்கு அளிக்கப்பட்ட தகவல் அடங்கி யிருக்கும் பகுதியிலிருந்து நியாயமான முறையில் பிரித்து, அந்தத் தகவலைப் பெற அனுமதிக்கலாம்.

(2) துணைப் பிரிவு (1)இன் கீழ் பதிவேட்டின் ஒரு பகுதியைப் பெறுவதற்கு அனுமதிக்கப்பட்டால், மத்தியப் பொதுத் தகவல் அதிகாரியோ அல்லது மாநிலப் பொதுத் தகவல் அதிகாரியோ, விண்ணப்பதாரருக்கு அறிவிப்பு ஒன்றை அளிக்க வேண்டும்:

(a) வேண்டப்பட்ட பதிவேட்டிலிருந்து, வெளியிடுவதி லிருந்து விலக்கு அளிக்கப்பட்ட தகவலைக் கொண்ட பதிவேடு பிரிக்கப்பட்ட பின், பதிவேடு பகுதியாக மட்டுமே வழங்கப்படுகிறது என்பதையும்;

(b) கேள்விக்கு உட்பட்ட எந்தக் கருதுபொருள் மீதான எந்தவொரு முடிவுகள் உள்ளிட்ட, அந்த ஆய்வு முடிவுகள் எந்தவொரு கருதுபொருளின அடிப்படை யில் எடுக்கப்பட்டன என்பதைச் சுட்டிக்காட்டும், அந்த முடிவு எடுக்கப்பட்டதற்கான காரணங்கள்;

(c) அந்த முடிவை அளிக்கும் நபரின் பெயர், பதவி;

(d) அவரால் கணக்கிடப்பட்ட கட்டண விவரம், அத்துடன் விண்ணப்பதாரர் டெபாசிட் செய்ய வேண்டிய கட்டணத்தின் விவரம்;

(*e*) தகவலின் ஒரு பகுதியை வெளியிடக் கூடாது என்று எடுத்த முடிவை மறுபரிசீலனை செய்வதற்கு அதிகாரிக்கு இருக்கும் உரிமைகள், விதிக்கப்பட்ட கட்டணம் அல்லது தகவல் பெறுவதற்கு அனுமதிக்கப்பட்ட வடிவம், பிரிவு 19 துணைப்பிரிவு (1)இன்கீழ் அல்லது மத்தியத் தகவல் ஆணையம் அல்லது மாநிலத் தகவல் ஆணையத்தின் கீழ், குறிப்பிடப்பட்டுள்ள மூத்த அதிகாரியின் விவரங்கள், கால வரம்பு, செயல்முறை மற்றும் தகவல் பெறுவதற்கான வேறு வடிவங்கள்.

11. (1) மத்தியப் பொதுத் தகவல் அதிகாரியோ மாநில பொதுத் தகவல் அதிகாரியோ, ஏதேனும் ஒரு தகவல் அல்லது பதிவேட்டை அல்லது அதன் ஒரு பகுதியை இந்தச் சட்டத்தின் கீழ் அளிக்கப்பட்ட விண்ணப்பத்தின் பேரில் அளிக்க உத்தேசித்தால், அது மூன்றாம் நபருடன் தொடர்புடையதாக அல்லது அந்த மூன்றாம் நபரால் அளிக்கப்பட்டு அந்தரங்கமானது என்று கருதப்பட்ட நிலையில், விண்ணப்பம் பெறப்பட்ட ஐந்து நாட்களுக்குள் அந்த மூன்றாம் நபருக்கு விண்ணப்பம் பெறப்பட்டது குறித்து எழுத்துப்பூர்வமான அறிவிப்பு ஒன்றை, அந்த அதிகாரி தகவலை அல்லது பதிவேட்டை அல்லது அதன் ஒரு பகுதியை வெளியிட விரும்புவதைக் கூற வேண்டும்; அந்தத் தகவல் வெளியிடப்படலாமா என்பது குறித்து எழுத்துப் பூர்வமாக அல்லது வாய்மொழியாக அந்த மூன்றாம் நபர் தெரிவிக்க வேண்டும் என்பதையும் கூற வேண்டும்; மூன்றாம் நபர் அளித்த கடிதம், தகவலை அளிப்பது குறித்து முடிவெடுக்கும்போது கருத்தில் கொள்ளப்பட வேண்டும்.

சட்டத்தால் பாதுகாக்கப்பட்ட வர்த்தகம் அல்லது வணிக ரகசியங்கள் தவிர்த்து, வெளிப்படுத்துவதன் காரணமாக அத்தகைய மூன்றாம் நபரின் நலன்களுக்கு ஏற்படக்கூடிய தீங்கு அல்லது பாதிப்பைக் காட்டிலும் அதனால் கிடைக்கும் மக்கள் நலனின் முக்கியத்துவம் கூடுதலாக இருந்தால், தகவலைப் பெறுதல் அனுமதிக்கப்படலாம்.

(2) மத்தியப் பொதுத் தகவல் அதிகாரியோ அல்லது மாநில பொதுத் தகவல் அதிகாரியோ, துணைப் பிரிவு (1)இன் கீழ் ஏதேனும் ஒரு தகவல் அல்லது பதிவேடு

அல்லது அதன் பகுதி தொடர்பாக மூன்றாம் நபருக்கு அறிவிப்பு அளித்திருந்தால், அந்த மூன்றாவது நபர் அத்தகைய அறிவிப்பைப் பெற்ற பத்து நாட்களுக்குள், அந்தத் தகவலை வெளிப்படுத்துதலுக்கு எதிராகத் தனது கருத்தைத் தெரிவிக்க வாய்ப்பு அளிக்கப்பட வேண்டும்.

(3) பிரிவு 7இல் கூறப்பட்டிருப்பது என்னவாக இருந்த போதிலும், மத்தியப் பொதுத் தகவல் அதிகாரியோ அல்லது மாநில பொதுத் தகவல் அதிகாரியோ, துணைப்பிரிவு (2)இன் கீழ் கோரிக்கை மனு அளிக்க மூன்றாம் நபருக்கு வாய்ப்பு வழங்கப்பட்டு வாய்ப்பு அளிக்கப்பட்ட பின் பிரிவு 6இன் கீழ் விண்ணப்பம் பெற்ற நாற்பது நாட்களுக்குள், தகவலை அல்லது பதிவேட்டை அல்லது அதன் ஒரு பகுதியை வெளியிடலாமா வேண்டாமா என்று முடிவெடுத்து, அவரது முடிவை மூன்றாம் நபருக்கு எழுத்துப்பூர்வமாக அறிவிக்க வேண்டும்.

(4) துணைப்பிரிவு (3)இன் கீழ் கொடுக்கப்படும் இந்த அறிவிப்பில், அறிவிப்புக் கொடுக்கப்பட்ட அந்த மூன்றாம் நபர் அந்த முடிவுக்கு எதிராகப் பிரிவு 19இன் கீழ் மேல்முறையீடு செய்வதற்கு உரிமை உள்ளது என்ற தகவலும் இருக்க வேண்டும்.

இயல் III
மத்தியத் தகவல் ஆணையம்

12. (1) மத்திய அரசு, அதிகாரப்பூர்வ அரசிதழில் ஓர் அறிவிப்பின் மூலம், இந்தச் சட்டத்தின்கீழ் அதற்கு வழங்கப்பட்டுள்ள அதிகாரங்களைப் பயன்படுத்துவதற்கும், அதற்கு ஒதுக்கப்பட்ட பணிகளைச் செய்வதற்கும் மத்தியத் தகவல் ஆணையம் என்று அறியப்படும் ஓர் அமைப்பை உருவாக்க வேண்டும்.

(2) மத்தியத் தகவல் ஆணையம் பின்வருவனவற்றை உள்ளடக்கியது:

(a) தலைமைத் தகவல் ஆணையர்;

(b) தேவையின் அடிப்படையில் அத்தகைய மத்தியத் தகவல் ஆணையர்களின் எண்ணிக்கை பத்துக்கு மிகாமல் இருக்கவேண்டும்.

(3) தலைமைத் தகவல் ஆணையரும் தகவல் ஆணையர்களும் கீழே குறிப்பிடப்படுபவர்கள் அடங்கிய குழுவின் பரிந்துரையின் பேரில் குடியரசுத் தலைவரால் நியமிக்கப் படுவார்கள்.

    (i) அந்தக் குழுவின் தலைவராகப் பிரதமர் இருப்பார்;

    (ii) மக்களவையின் எதிர்க்கட்சித் தலைவர்; மற்றும்

    (iii) பிரதமரால் பரிந்துரைக்கப்படும் மத்திய கேபினட் அமைச்சர்.

விளக்கம்: சந்தேகங்களை நீக்கும் நோக்கத்தில், மக்களவையில் எதிர்க்கட்சித் தலைவர் அவ்வாறு அங்கீகரிக்கப்படாத நிலையில், அரசாங்கத்தின் எதிர் நிலையில் இருக்கும் மக்களவையில் தனிப்பெரும் பான்மை பெற்றிருக்கும் ஒற்றைக்கட்சியின் தலைவர், எதிர்க்கட்சித் தலைவராகக் கருதப்படுவார் என்று அறிவிக்கப்படுகிறது..

(4) மத்தியத் தகவல் ஆணையத்தின் பொது கண்காணிப்பும் வழிகாட்டுதலும் விவகாரங்களின் மேலாண்மையும் தலைமைத் தகவல் ஆணையரிடம் இருக்கும்; அவருக்குத் தகவல் ஆணையர்கள் உதவுவார்கள்; மத்தியத் தகவல் ஆணையம் பயன்படுத்திய அல்லது அமல்படுத்திய அனைத்து அதிகாரங்களையும் செய்த அனைத்து நடவடிக்கைகளையும் விஷயங்களையும் இந்தச் சட்டம் குறிப்பிடும் வேறு எந்த அதிகார அமைப்பின் வழிகாட்டலுக்கும் உட்படாமல் தன்னாட்சி முறையில் அவர்கள் செய்வார்கள்.

(5) தலைமைத் தகவல் ஆணையரும் தகவல் ஆணையர்களும் பொது வாழ்வில் மேம்பட்ட மனிதர்களாக, சட்டம், அறிவியல், தொழில்நுட்பம், சமூக சேவை, மேலாண்மை, இதழியல், வெகுஜன ஊடகம் அல்லது நிர்வாகம் மற்றும் ஆளுகை ஆகியவற்றில் பரந்த அறிவும் அனுபவமும் கொண்டவர்களாக இருக்க வேண்டும்.

(6) தலைமைத் தகவல் ஆணையர் அல்லது தகவல் ஆணையர், நாடாளுமன்ற உறுப்பினராகவோ, அல்லது ஏதேனுமொரு மாநிலம் அல்லது, யூனியன் பிரதேசத்தின் சட்டமன்ற உறுப்பினராகவோ இருக்கக் கூடாது; அல்லது, வேறு ஏதேனும் லாபம் ஈட்டும்

அலுவலகம் நடத்தக் கூடாது; அல்லது அரசியல் கட்சியுடன் தொடர்புடையவராக அல்லது எந்தவொரு தொழிலையும் மேற்கொண்டிருப்பவராக அல்லது எந்தத் தொழிலையும் செய்பவராகவும் இருக்கக் கூடாது.

(7) மத்தியத் தகவல் ஆணையத்தின் தலைமையகம் தில்லியில் இருக்க வேண்டும்; மத்தியத் தகவல் ஆணையம், மத்திய அரசாங்கத்தின் முன்கூட்டிய ஒப்புதலுடன், இந்தியாவின் பிற இடங்களில் அலுவலகங்களை நிறுவிக் கொள்ளலாம்.

13. (1) தலைமைத் தகவல் ஆணையர், பதவியேற்ற நாளிலிருந்து ஐந்தாண்டுகளுக்குப் பதவியில் இருப்பார்; அவர் அப்பதவியில் மறுநியமனத்திற்குத் தகுதி பெறமாட்டார்:

தலைமைத் தகவல் ஆணையர் எவரும் அவர் அறுபத்தைந்து வயதை அடைந்துவிட்டால் அந்தப் பதவியில் இருக்கக் கூடாது;

(2) தகவல் ஆணையர் ஒவ்வொருவரும் அலுவலகத்தில் நுழைந்த நாளிலிருந்து ஐந்து ஆண்டுகள் அல்லது அறுபத்தைந்து வயதை அடையும்வரை, எது முந்தையதோ, பதவியில் இருப்பார்; தகவல் ஆணையராக மறுநியமனம் பெறத் தகுதியுடையவராக இருக்க மாட்டார்.

ஆனால், ஒவ்வொரு தகவல் ஆணையரும் இந்த துணைப்பிரிவின் கீழ் தனது அலுவலகப் பதவியிலிருந்து விலகும்போது, பிரிவு 12இன் துணைப்பிரிவு (3)இல் குறிப்பிடப்பட்டுள்ள முறையில் தலைமைத் தகவல் ஆணையராக நியமனம் பெறத் தகுதியுடையவர்:

ஒரு தகவல் ஆணையர், தலைமைத் தகவல் ஆணையராக நியமிக்கப்பட்டால், அவருடைய பதவிக் காலம் தகவல் ஆணையராகவும் தலைமைத் தகவல் ஆணையராகவும் ஒட்டுமொத்தமாக ஐந்து ஆண்டுகளுக்கு மேல் இருக்கக் கூடாது.

(3) தலைமைத் தகவல் ஆணையரோ அல்லது தகவல் ஆணையரோ, அலுவலகத்திற்குள் நுழைவதற்கு முன், குடியரசுத் தலைவர் அல்லது அவரால் நியமிக்கப்பட்ட வேறு ஒரு நபரின் முன்பாக, அந்த நோக்கத்திற்காக முதல் அட்டவணையில் குறிப்பிடப்பட்டுள்ள படிவத்தின்படி உறுதிமொழி அல்லது உறுதி எடுத்துக் கொள்ள வேண்டும்..

(4) தலைமைத் தகவல் ஆணையரோ அல்லது தகவல் ஆணையரோ, எந்த நேரத்திலும், குடியரசுத் தலைவருக்குத் தன் கைப்பட எழுதும் கடிதத்தின் மூலம் தனது பதவியை ராஜினாமா செய்யலாம்:

பிரிவு 17இன் கீழ் குறிப்பிடப்பட்டுள்ள வகைமுறையில் தலைமைத் தகவல் ஆணையரோ அல்லது தகவல் ஆணையரோ பதவியிலிருந்து நீக்கப்படலாம்.

(5) ஊதியங்கள், படிகள், ஏனைய சேவை விதிமுறைகள், நிபந்தனைகள்

(a) தலைமைத் தகவல் ஆணையர், தலைமைத் தேர்தல் ஆணையருக்கு இணையானவராகவே இருக்க வேண்டும்;

(b) தகவல் ஆணையர், தேர்தல் ஆணையருக்கு இணையானவராகவே இருக்க வேண்டும்:

தலைமைத் தகவல் ஆணையரோ அல்லது தகவல் ஆணையரோ, அவரது நியமனத்தின்போது இந்திய அரசாங்கத்தின் கீழ் அல்லது ஒரு மாநில அரசாங்கத்தின் கீழ் அவர் செய்த முந்தைய சேவையைப் பொறுத்து, பெறுகிற ஊனமுற்றோர் அல்லது காயமுற்றோர் ஓய்வூதியம் தவிர்த்த, ஓய்வூதியம் பெறுபவராக இருந்தால், தலைமைத் தகவல் ஆணையராக அல்லது தகவல் ஆணையராகப் பணியாற்றும் காலத்தில் அவரது ஊதியம், அந்த ஓய்வூதியத்தின் அளவுக்குக் குறைக்கப்படும்; பரிமாற்றம் செய்து குறைக்கப்பட்ட ஓய்வூதியத்தின் பகுதியும் வேறு வகையான ஓய்வூதியப் பலன்களும் இதில் அடங்கும். ஓய்வூதியப் பணிக்கொடைக்குச் சமமான ஓய்வூதியம் கணக்கில் கொள்ளப்பட மாட்டாது.

தலைமைத்தகவல் ஆணையர் அல்லது தகவல் ஆணையர் நியமனத்தின்போது,ஏதேனும் ஒரு மத்திய அரசின் சட்டம் அல்லது மாநில அரசின் சட்டத்தால் நிறுவப்பட்ட அல்லது அவற்றின் கீழ் இயங்கும் ஒரு கார்ப்பரேஷனில் அல்லது மத்திய அரசு அல்லது மாநில அரசுக்குச் சொந்தமான அல்லது அதன் கட்டுப்பாட்டில் உள்ள நிறுவனத்தில் செய்த முந்தைய சேவைக்காக ஓய்வுப் பலன்களைப் பெற்றுக்கொண்டிருந்தால், தலைமைத் தகவல் ஆணையர் அல்லது தகவல் ஆணையராக அவரது சேவைக்கான ஊதியம், அந்த ஓய்வூதியப்

பலன்களுக்கு இணையான ஓய்வூதியத் தொகை அளவுக்குக் குறைக்கப்படும்:

மேலும், தலைமைத் தகவல் ஆணையர், தகவல் ஆணையர்களின் ஊதியம், படிகள், பணி நிபந்தனைகள், அவர்களது நியமனத்திற்குப் பிறகு அவர்களுக்குப் பாதகமாக இருக்கும் அளவுக்கு மிகவும் வேறுபாட்டுடன் இருக்கக் கூடாது.

(6) இந்தச் சட்டத்தின் கீழ் அவர்கள் தங்கள் பணிகளைத் திறம்படச் செய்வதற்குத் தேவையான அதிகாரிகளையும் பணியாளர்களையும் அவர்களுக்கான ஊதியத்தையும் படிகளையும் மத்திய அரசு, தலைமைத் தகவல் ஆணையருக்கும் தகவல் ஆணையர்களுக்கும் அளிக்க வேண்டும்; இந்தச் சட்டத்தின் நோக்கத்திற்காக நியமிக்கப்பட்ட அதிகாரிகளுக்கும் ஏனைய பணியாளர்களுக்கும் சேவை விதிமுறைகளையும் நிபந்தனைகளையும் பரிந்துரைக்கப்பட்ட படி கூற வேண்டும்.

14. (1) துணைப் பிரிவு (3) விதிகளுக்கு உட்பட்டு, குடியரசுத் தலைவர் உச்ச நீதிமன்றத்திடம் கேட்டுக்கொண்டபடி, அதனுடைய விசாரணைக்குப் பின், அவர்களது தவறான நடத்தையோ, அல்லது இயலாமையோ நிரூபிக்கப்பட்டு அதனடிப்படையில், தலைமைத் தகவல் ஆணையரோ அல்லது ஏதேனும் ஒரு தகவல் ஆணையரோ, நீக்கப்பட வேண்டும் என்று அறிக்கை அளித்தால், தலைமைத் தகவல் ஆணையரோ அல்லது ஏதேனும் தகவல் ஆணையரோ குடியரசுத் தலைவரின் உத்தரவால் மட்டுமே பதவியிலிருந்து நீக்கப்படுவார்.

(2) துணைப் பிரிவு (1)இன் கீழ் உச்ச நீதிமன்றத்திற்குக் குறிப்பு அளித்து விசாரணை நடைபெறுகையில், அத்தகைய குறிப்பின் மீது உச்ச நீதிமன்றத்தின் அறிக்கையைப் பெற்றுக் குடியரசுத் தலைவர் உத்தரவு பிறப்பிக்கும்வரை, தலைமைத் தகவல் ஆணையரை அல்லது தகவல் ஆணையரைப் பதவியிலிருந்து குடியரசுத் தலைவர் இடைநிறுத்தம் செய்யலாம்; அல்லது தேவை என்று கருதினால், அலுவலகத்திற்கு வருவதையும் தடை செய்யலாம்.

(3) துணைப்பிரிவு (1)இல் குறிப்பிடப்பட்டிருப்பவை எதுவாக இருப்பினும், தலைமைத் தகவல் ஆணையரோ அல்லது தகவல் ஆணையரோ,

(a) திவாலானவராக அறிவிக்கப்பட்டால்; அல்லது

(b) ஒரு குற்றத்திற்காகத் தண்டனை விதிக்கப்பட்டு, குடியரசுத் தலைவரின் கருத்துப்படி, அது ஒழுக்கச் சீர்கேடு சம்பந்தப்பட்டது என்ற நிலையில்; அல்லது

(c) அவரது பதவிக் காலத்தின்போது, அலுவலகப் பணிகளுக்குப் புறம்பாக ஊதியம் பெறும் வேலையில் அவர் ஈடுபட்டிருக்கிறார்; அல்லது

(d) குடியரசுத் தலைவரின் கருத்துப்படி, மனம் அல்லது உடல் பலவீனம் காரணமாக அவர் பதவியில் நீடிக்கத் தகுதியற்றவர்; அல்லது

(e) தலைமைத் தகவல் ஆணையராக அல்லது தகவல் ஆணையராக அவரது செயல்பாடுகளுக்குப் பாதிப்பேற்படுத்தும் வகையில் நிதி அல்லது ஏனைய பயன்களைப் பெற்றிருக்கிறார் என்ற நிலையில்,

குடியரசுத் தலைவர் ஓர் உத்தரவின் மூலம் தலைமைத் தகவல் ஆணையரை அல்லது எந்தத் தகவல் ஆணையரையும் பதவியிலிருந்து நீக்கலாம்.

(4) தலைமைத் தகவல் ஆணையரோ அல்லது தகவல் ஆணையரோ, இந்திய அரசாங்கத்தால் அல்லது அதன் சார்பாகச் செய்யப்பட்ட ஒப்பந்தம் அல்லது உடன்படிக்கையில் அக்கறையோ அல்லது ஆர்வமோ கொண்டிருந்தால் அல்லது அதன் லாபத்தில் ஏதேனும் ஒரு வழியில் பங்கு கொள்பவராகவோ இருப்பின் அல்லது வேறுவகையில் அதிலிருந்து கிடைக்கக்கூடிய ஏதேனும் நன்மை அல்லது ஊதியத்தில் ஏதோ ஒரு வகையில் ஒரு உறுப்பினராகப் பங்கு பெற்றால், அத்துடன் கூட்டிணைவான ஒரு நிறுவனத்தில் மற்ற உறுப்பினர்கள் போல் பொதுவான நிலையில் இருந்தால் துணைப்பிரிவு *(1)* இன் நோக்கங்களின் அடிப்படையில் தவறான நடத்தை என்ற குற்றம் செய்தவராக அவர் கருதப்படுவார்.

இயல் IV

மாநிலத் தகவல் ஆணையம்

15. (1) ஒவ்வொரு மாநில அரசாங்கமும், அதிகாரப்பூர்வ அரசிதழில் ஓர் அறிவிப்பின் மூலம், இந்தச் சட்டத்தின்

கீழ் வழங்கப்பட்ட அதிகாரங்களைப் பயன்படுத்து வதற்காக, ஒதுக்கப்பட்ட பணிகளைச் செய்வதற்கு ... (மாநிலத்தின் பெயர்) தகவல் ஆணையம் என அறியப்படும் ஓர் அமைப்பை உருவாக்க வேண்டும்.

(2) மாநிலத் தகவல் ஆணையம், என்பது

   (a) மாநிலத் தலைமைத் தகவல் ஆணையர்,

   (b) தேவையான எண்ணிக்கையில் பத்துப் பேருக்கும் மிகாமல், மாநிலத் தகவல் ஆணையர்கள், ஆகியோரைக் கொண்டதாகும்.

(3) மாநிலத் தலைமைத் தகவல் ஆணையரையும் மாநிலத் தகவல் ஆணையர்களையும் கீழே குறிப்பிடப்படுவர் அடங்கிய குழுவின் பரிந்துரையின் பேரில் ஆளுநர் நியமிப்பார்:

   (i) குழுவின் தலைவராக இருக்கும் மாநில முதல்வர்,

   (ii) சட்டமன்றத்தின் எதிர்க்கட்சித் தலைவர்;

   (iii) முதல்வரால் நியமிக்கப்படும் ஒரு கேபினட் அமைச்சர்

விளக்கம்: சந்தேகங்களை நீக்கும் நோக்கத்தில், சட்டமன்றத்தில் எதிர்க்கட்சித் தலைவர் அவ்வாறு அங்கீகரிக்கப்படாத நிலையில், சட்டமன்றத்தில் அரசாங்கத்தின் எதிர் நிலையில் இருக்கும் தனிப் பெரும்பான்மை பெற்றிருக்கும் ஒற்றைக்கட்சியின் தலைவர், எதிர்க்கட்சித் தலைவராகக் கருதப்படுவார் என்று அறிவிக்கப்படுகிறது.

(4) மாநிலத் தகவல் ஆணையத்தின் பொதுக் கண்காணிப்பும், வழிகாட்டுதலும், விவகாரங்களின் மேலாண்மையும் மாநிலத் தலைமைத் தகவல் ஆணையரிடம் இருக்கும்; அவருக்கு மாநிலத் தகவல் ஆணையர்கள் உதவுவார்கள்; மாநிலத் தகவல் ஆணையம் பயன் படுத்திய அல்லது செய்த அனைத்து அதிகாரங்களையும் செய்த அனைத்து நடவடிக்கைகளையும் விஷயங்களை யும், இந்தச் சட்டம் குறிப்பிடும் வேறு எந்த அதிகார அமைப்பின் வழிகாட்டலுக்கும் உட்படாமல் தன்னாட்சி முறையில் அவர்கள் செய்வார்கள்.

(5) மாநிலத் தலைமைத் தகவல் ஆணையரும் மாநிலத் தகவல் ஆணையர்களும் பொது வாழ்வில் மேம்பட்ட மனிதர்களாக, சட்டம், அறிவியல், தொழில் நுட்பம், சமூக சேவை, மேலாண்மை, இதழியல், வெகுஜன ஊடகம் அல்லது நிர்வாகம், ஆளுகை ஆகியவற்றில் பரந்த அறிவும் அனுபவமும் கொண்டவர்களாக இருக்க வேண்டும்.

(6) மாநிலத் தலைமைத் தகவல் ஆணையரோ அல்லது மாநிலத் தகவல் ஆணையரோ, நாடாளுமன்ற உறுப்பினராகவோ, அல்லது ஏதேனுமொரு மாநிலம் அல்லது யூனியன் பிரதேசத்தின் சட்டமன்ற உறுப்பினராகவோ இருக்கக் கூடாது; அல்லது வேறு ஏதேனும் லாபம் ஈட்டும் அலுவலகம் நடத்தக் கூடாது அல்லது அரசியல் கட்சியுடன் தொடர்புடைய வராக அல்லது எந்தவொரு தொழிலையும் மேற்கொண்டிருப்பவராக அல்லது எந்தத் தொழிலையும் செய்பவராக இருக்கக் கூடாது.

(7) மாநிலத் தகவல் ஆணையத்தின் தலைமையகம் அதிகாரப்பூர்வ அரசிதழில் அறிவிப்பின் மூலம் மாநில அரசாங்கம் குறிப்பிடும் இடத்தில் அமையும்; மாநில அரசாங்கத்தின் முன்கூட்டிய ஒப்புதலுடன், மாநிலத்தின் பிற இடங்களில் மாநிலத் தகவல் ஆணையம் தனது அலுவலகங்களை நிறுவிக்கொள்ளலாம்.

16. (1) மாநிலத் தலைமைத் தகவல் ஆணையர், பதவியேற்ற நாளிலிருந்து ஐந்தாண்டுகளுக்குப் பதவியில் இருப்பார்; அவர் அப்பதவியில் மறு நியமனத்திற்குத் தகுதி பெற மாட்டார்:

மாநிலத் தலைமைத் தகவல் ஆணையர் எவரும் அறுபத்தைந்து வயதை அடைந்த பிறகு, அந்தப் பதவியை வகிக்கக் கூடாது.

(2) மாநிலத் தகவல் ஆணையர் ஒவ்வொருவரும் அலுவலகத்தில் நுழைந்த நாளிலிருந்து ஐந்து ஆண்டுகள் அல்லது அறுபத்தைந்து வயதை அடையும்வரை, எது முந்தையதோ, பதவியில் இருப்பார்; தகவல் ஆணையராக மறு நியமனம் பெறத் தகுதியுடையவராக இருக்க மாட்டார்.

ஆனால், ஒவ்வொரு மாநிலத் தகவல் ஆணையரும், இந்தத் துணைப்பிரிவின் கீழ் தனது அலுவலகப்

பதவியிலிருந்து விலகும்போது, பிரிவு 15இன் துணைப் பிரிவு (3)இல் குறிப்பிடப்பட்டுள்ள முறையில் மாநிலத் தலைமைத் தகவல் ஆணையராக நியமனம் பெறத் தகுதியுடையவர்:

அத்துடன் ஒரு மாநிலத் தகவல் ஆணையர், மாநிலத் தலைமைத் தகவல் ஆணையராக நியமிக்கப்பட்டால், அவருடைய பதவிக்காலம் மாநிலத் தகவல் ஆணையராகவும் மாநிலத் தலைமைத் தகவல் ஆணையராகவும் ஒட்டுமொத்தமாக ஐந்து ஆண்டுகளுக்கு மேல் இருக்கக் கூடாது.

(3) மாநிலத் தலைமைத் தகவல் ஆணையரோ அல்லது ஒரு தகவல் ஆணையரோ, அவர் அலுவலகத்திற்குள் நுழைவதற்கு முன், ஆளுநர் அல்லது அவரால் நியமிக்கப்பட்ட வேறு ஒரு நபரின் முன்பாக, அந்த நோக்கத்திற்காக முதல் அட்டவணையில் குறிப்பிடப் பட்டுள்ள படிவத்தின்படி உறுதிமொழி அல்லது உறுதி எடுத்துக்கொள்ள வேண்டும்.

(4) மாநிலத் தலைமைத் தகவல் ஆணையரோ அல்லது மாநிலத் தகவல் ஆணையரோ, எந்த நேரத்திலும், ஆளுநருக்குத் தன் கைப்பட எழுதும் கடிதத்தின் மூலம் தனது பதவியை ராஜினாமா செய்யலாம்:

பிரிவு 17இன் கீழ் குறிப்பிடப்பட்டுள்ள வகைமுறையில் மாநிலத் தலைமைத் தகவல் ஆணையரோ அல்லது மாநிலத் தகவல் ஆணையரோ பதவியிலிருந்து நீக்கப் படலாம்.

(5) ஊதியங்கள், படிகள், ஏனைய சேவை விதிமுறைகள், நிபந்தனைகள்

(a) மாநிலத் தலைமைத் தகவல் ஆணையர், மாநில அரசின் தலைமைத் தேர்தல் ஆணையருக்கு இணையானவராக இருக்க வேண்டும்;

(b) மாநிலத் தகவல் ஆணையர், மாநில அரசின் முதன்மைச் செயலருக்கு இணையானவராகவே இருக்க வேண்டும்:

மாநில தலைமைத் தகவல் ஆணையரோ அல்லது மாநிலத் தகவல் ஆணையரோ, நியமனத்தின்போது இந்திய அரசாங்கத்தின் கீழ் அல்லது ஒரு மாநில அரசாங்கத்தின் கீழ் அவர் செய்த முந்தைய சேவையைப் பொறுத்து,

பெறுகிற ஊனமுற்றோர் அல்லது காயமுற்றோர் ஓய்வூதியம் தவிர்த்து, ஓய்வூதியம் பெறுபவராக இருந்தால், மாநிலத் தலைமைத் தகவல் ஆணையராக அல்லது மாநிலத் தகவல் ஆணையராகப் பணியாற்றும் காலத்தில் அவரது ஊதியம், அந்த ஓய்வூதியத்தின் அளவுக்குக் குறைக்கப்படும்; பரிமாற்றம் செய்து குறைக்கப்பட்ட ஓய்வூதியத்தின் வேறு வகையான ஓய்வூதியப் பலன்கள் இதில் அடங்கும். ஓய்வூதியப் பணிக்கொடைக்குச் சமமான ஓய்வூதியம் கணக்கில் கொள்ளப்பட மாட்டாது.

அத்துடன், மாநிலத் தலைமைத் தகவல் ஆணையர் அல்லது மாநிலத் தகவல் ஆணையர், அவர் நியமனத்தின் போது, ஏதேனும் ஒரு மத்திய அரசின் சட்டம் அல்லது மாநில அரசின் சட்டத்தால் நிறுவப்பட்ட அல்லது அவற்றின் கீழ் இயங்கும் ஒரு கார்ப்பரேஷனில் அல்லது மத்திய அரசு அல்லது மாநில அரசுக்குச் சொந்தமான அல்லது கட்டுப்பாட்டிலுள்ள நிறுவனத்தில் செய்த முந்தைய சேவைக்காக ஓய்வுப் பலன்களைப் பெற்றிருந்தால், மாநிலத் தலைமைத் தகவல் ஆணையர் அல்லது மாநிலத் தகவல் ஆணையராக அவரது சேவைக்கான ஊதியம், அந்த ஓய்வூதியப் பலன்களுக்கு இணையான ஓய்வூதியத் தொகை அளவுக்குக் குறைக்கப்படும்:

அத்துடன், மாநிலத் தலைமைத் தகவல் ஆணையர், மாநிலத் தகவல் ஆணையர்களின் ஊதியம், படிகள், பணி நிபந்தனைகள் ஆகியவை அவர்களது நியமனத்திற்குப் பிறகு அவர்களுக்குப் பாதகமாக இருக்கும் அளவுக்கு மிகவும் வேறுபாட்டுடன் இருக்கக் கூடாது.

(6) இந்தச் சட்டத்தின் கீழ் அவர்கள் தங்கள் பணிகளைத் திறம்படச் செய்வதற்குத் தேவையான அதிகாரிகளையும் பணியாளர்களையும் அவர்களுக்கான ஊதியம், படிகளையும் மாநில அரசு, மாநில தலைமைத் தகவல் ஆணையருக்கும் மாநிலத் தகவல் ஆணையர்களுக்கும் அளிக்க வேண்டும்; இந்தச் சட்டத்தின் நோக்கத்திற்காக நியமிக்கப்பட்ட அதிகாரிகளுக்கும் ஏனைய பணியாளர்களுக்கும் சேவை விதிமுறைகளையும் நிபந்தனைகளையும் பரிந்துரைக்கப்பட்டபடி கூற வேண்டும்.

17. (1) துணைப் பிரிவு (3) விதிகளுக்கு உட்பட்டு, ஆளுநர், உச்ச நீதிமன்றத்திடம் கேட்டுக்கொண்டபடி, அதனுடைய விசாரணைக்குப் பிறகு அவர்களது தவறான நடத்தையோ அல்லது இயலாமையோ நிரூபிக்கப்பட்டு, அதன் அடிப்படையில், மாநிலத் தலைமைத் தகவல் ஆணையர் ஏதேனும் ஒரு மாநிலத் தகவல் ஆணையர் நீக்கப்பட வேண்டும் என்று அறிக்கை அளித்தால், மாநிலத் தலைமைத் தகவல் ஆணையரோ அல்லது ஏதேனும் மாநிலத் தகவல் ஆணையரோ ஆளுநரின் உத்தரவால் மட்டுமே பதவியிலிருந்து நீக்கப்படுவார்.

(2) துணைப் பிரிவு (1)இன் கீழ் உச்ச நீதிமன்றத்திற்குக் குறிப்பு அளித்து விசாரணை நடைபெறுகையில், அத்தகைய குறிப்பின் மீது உச்ச நீதிமன்றத்தின் அறிக்கையைப்பெற்று ஆளுநர் உத்தரவுபிறப்பிக்கும்வரை, மாநிலத் தலைமைத் தகவல் ஆணையரை அல்லது ஒரு மாநிலத் தகவல் ஆணையரைப் பதவியிலிருந்து ஆளுநர் இடைநிறுத்தம் செய்யலாம்; அல்லது தேவை என்று கருதினால், அலுவலகத்திற்கு வருவதையும் தடை செய்யலாம்.

(3) துணைப்பிரிவு (1)இல் கூறப்பட்டிருப்பவை எதுவாக இருப்பினும், மாநிலத் தலைமைத் தகவல் ஆணையரோ அல்லது ஒரு மாநிலத் தகவல் ஆணையரோ,

(a) திவாலானவராக அறிவிக்கப்பட்டால்; அல்லது

(b) ஒரு குற்றத்திற்காகத் தண்டனை விதிக்கப்பட்டு, ஆளுநரின் கருத்துப்படி, அது ஒழுக்கச் சீர்கேடு சம்பந்தப்பட்டது என்ற நிலையில்; அல்லது

(c) அவரது பதவிக் காலத்தின்போது அலுவலகப் பணிகளுக்குப் புறம்பாக ஊதியம் பெறும் வேலையில் அவர் ஈடுபட்டிருக்கிறார்; அல்லது,

(d) ஆளுநரின் கருத்துப்படி, மனம் அல்லது உடல் பலவீனம் காரணமாக அவர் பதவியில் நீடிக்கத் தகுதியற்றவர்; அல்லது,

(e) மாநிலத் தலைமைத் தகவல் ஆணையராக அல்லது ஒரு மாநிலத் தகவல் ஆணையராக அவரது செயல்பாடுகளுக்குப் பாதிப்பேற்படுத்தும் வகையில் நிதி அல்லது ஏனைய பயன்களைப் பெற்றிருக்கிறார் என்ற நிலையில்,

ஆளுநர் ஓர் உத்தரவின் மூலம் மாநிலத் தலைமைத் தகவல் ஆணையரை அல்லது மாநிலத்தின் எந்தத் தகவல் ஆணையரையும் பதவியிலிருந்து நீக்கலாம்,

(4) மாநிலத் தலைமைத் தகவல் ஆணையரோ அல்லது ஒரு மாநிலத் தகவல் ஆணையரோ, மாநில அரசாங்கத் தால் அல்லது அதன் சார்பாகச் செய்யப்பட்ட ஒப்பந்தம் அல்லது உடன்படிக்கையில் அக்கறையோ அல்லது ஆர்வமோ கொண்டிருந்தால் அல்லது அதன் லாபத்தில் ஏதேனும் ஒரு வழியில் பங்குகொள்பவ ராகவோ இருப்பின் அல்லது வேறுவகையில் அதிலிருந்து கிடைக்கக்கூடிய ஏதேனும் நன்மை அல்லது ஊதியத்தில் ஏதோ ஒரு வகையில் ஓர் உறுப்பினராகப் பங்கு பெற்றால், அத்துடன் கூட்டிணைவான ஒரு நிறுவனத்தில் மற்ற உறுப்பினர்கள் போல் பொதுவான நிலையில் இருந்தால், துணைப்பிரிவு (1)இன் நோக்கங்களின் அடிப்படையில் அவர் தவறான நடத்தை என்னும் குற்றம் செய்தவராகக் கருதப்படுவார்.

இயல் V

தகவல் ஆணையத்தின் அதிகாரங்களும் பணிகளும் மேல் முறையீடும் அபராதங்களும்

18. (1) இந்தச் சட்டத்தின் விதிகளுக்கு உட்பட்டு, மத்தியத் தகவல் ஆணையமோ அல்லது மாநிலத் தகவல் ஆணையமோ, கீழே குறிப்பிடப்படும் எந்தவொரு நபரிடமிருந்தும் புகாரைப் பெற்று விசாரிப்பது அவர்களது கடமையாகும்:

(a) இந்தச் சட்டத்தின் கீழ் அத்தகைய அதிகாரி நியமிக்கப்படாத காரணத்தினால், மத்தியப் பொதுத் தகவல் அதிகாரியிடம் அல்லது மாநிலப் பொதுத் தகவல் அதிகாரியிடம் வேண்டுகோளைச் சமர்ப்பிக்க முடியாதவர்; அல்லது மத்திய உதவிப் பொதுத் தகவல் அதிகாரியோ அல்லது மாநில உதவிப் பொதுத் தகவல் அதிகாரியோ அவருடைய அல்லது அவளுடைய தகவல் கோரும் விண்ணப்பத்தையோ அல்லது மேல்முறையீட்டையோ மத்தியப் பொதுத் தகவல் அதிகாரிக்கு அல்லது மாநில பொதுத் தகவல் அதிகாரிக்கு அல்லது பிரிவு 19இன் பிரிவு (1)இல் குறிப்பிடப்பட்டுள்ள மூத்த அதிகாரிக்கோ

அல்லது மத்தியத் தகவல் ஆணையத்திற்கோ அல்லது மாநிலத் தகவல் ஆணையத்திற்கோ அனுப்புவதற்கு ஏற்க மறுத்துவிட்ட காரணத்தால் தனது வேண்டு கோளைச் சமர்ப்பிக்க முடியாதவர்;

(b) இந்தச் சட்டத்தின் கீழ் எந்தத் தகவலையும் அணுகிப் பெறுவதற்கு வேண்டுகோள் மறுக்கப்பட்டவர்;

(c) இந்தச் சட்டத்தில் குறிப்பிடப்பட்டுள்ள கால வரம்பிற்குள் தகவல் கோரும் அல்லது தகவலை அணுகிப் பெறுவதற்கான வேண்டுகோளுக்குப் பதில் அளிக்கப்படாதவர்;

(d) கட்டணத் தொகை செலுத்த வேண்டிய நிலையில், அதை நியாயமற்றது எனக் கருதும் நபர்;

(e) இந்தச் சட்டத்தின் கீழ், தனக்கு முழுமையற்ற, தவறான அல்லது பொய்யான தகவல் கொடுக்கப் பட்டதாக நம்புபவர்;

(f) இந்தச் சட்டத்தின் கீழ் பதிவேடுகளைக் கோருவது அல்லது அணுகிப் பெறுவது தொடர்பான வேறு எந்த விஷயம் குறித்தும்.

(2) மத்தியத் தகவல் ஆணையமோ அல்லது மாநிலத் தகவல் ஆணையமோ, அந்த விஷயத்தை விசாரிப்பதற்கு நியாயமான காரணங்கள் இருப்பதாகக் கருதினால், அது தொடர்பான விசாரணையைத் தொடங்கலாம்.

(3) மத்தியத் தகவல் ஆணையமோ அல்லது மாநிலத் தகவல் ஆணையமோ, இந்தப் பிரிவின் கீழ் எந்த வொரு விஷயத்தையும் விசாரிக்கும்போது, கீழேக் குறிப்பிடப்படும் விஷயங்களில், உரிமையியல் விசாரணை நடைமுறைச் சட்டம் 1908இன் கீழ் சிவில் நீதிமன்றம் ஒன்றில் வழக்கு ஒன்றை விசாரிக்கையில் அளிக்கப்பட்டிருக்கும் அதே அதிகாரங்களை இவையும் பெற்றிருக்கும். அவை:

(a) அழைப்பாணை அனுப்பியோ அல்லது கட்டாயப் படுத்தியோ நபர்களின் வருகையை உறுதிப்படுத்தி, உறுதிமொழிமீது வாய்மொழியாக அல்லது எழுத்துப்பூர்வமாக சான்றுகளை அளிக்க வற்புறுத்துதல், ஆவணங்களையோ அல்லது பொருட்களையோ சமர்ப்பிக்கக் கூறுதல்;

(b) ஆவணங்களைக் கண்டுபிடிப்பது, தேவைப்பட்டால் ஆய்வு செய்வது;

(c) வாக்குமூலங்களுக்குச் சான்றுகளைப் பெறுதல்;

(d) ஏதேனுமொரு நீதிமன்றம் அல்லது அலுவலகத்திலிருந்து அரசாங்கப் பதிவேட்டையோ அல்லது அதன் நகல்களையோ கோருதல்;

(e) சாட்சிகள் அல்லது ஆவணங்களை ஆய்வு செய்வதற்காக அழைப்பாணைகளை வழங்குதல்;

(f) நிர்ணயிக்கப்படும் வேறு ஏதேனும் விஷயம்.

(4) இந்தச் சட்டத்திற்கு முரணாக நாடாளுமன்றத்தின் அல்லது மாநில சட்டமன்றத்தின் வேறு ஏதேனும் சட்டங்களில் எதுவும் கூறப்பட்டிருந்தாலும், மத்தியத் தகவல் ஆணையமோ அல்லது மாநிலத் தகவல் ஆணையமோ, இந்தச் சட்டத்தின் கீழ் ஏதேனும் புகாரை விசாரணை செய்யும் நேரத்தில், அரசாங்க அதிகார அமைப்பின் கட்டுப்பாட்டின் கீழ் உள்ள பதிவேடு எதையும் இந்தச் சட்டத்திற்குப் பொருத்தமானதாக இருந்தால் ஆய்வு செய்யலாம்; அத்துடன் அத்தகைய பதிவேடு எந்த அடிப்படையிலும் பார்ப்பதற்குத் தர மறுக்கக் கூடாது.

19. (1) பிரிவு இன் துணைப்பிரிவு (1) அல்லது உட்பிரிவு (3)இன் உட்பிரிவு (a)இல் குறிப்பிடப்பட்டுள்ள கால வரம்பிற்குள் எடுக்கப்பட்ட முடிவு குறித்து அறிவிப்புப்பெறாத அல்லது மத்தியப் பொதுத் தகவல் அதிகாரி அல்லது மாநிலப் பொதுத் தகவல் அதிகாரியின் முடிவால் பாதிக்கப்பட்ட எந்தவொரு நபரும் அத்தகைய காலவரம்பு முடிந்து முப்பது நாட்களுக்குள் அல்லது அத்தகைய முடிவு குறித்த அறிவிப்பு கிடைத்தவுடன், அரசாங்க அதிகார அமைப்பிலிருக்கும் மத்தியப் பொதுத் தகவல் அதிகாரிக்கு அல்லது மாநிலப் பொதுத் தகவல் அதிகாரியைக் காட்டிலும் படிநிலையில் மூத்த அதிகாரியிடம், மேல்முறையீடு செய்யலாம்.

மேல்முறையீடு செய்பவர் சரியான காரணத்திற்காக அத்தகைய மேல்முறையீடு செய்வதிலிருந்து தடுக்கப் பட்டார் என்பது தகவல் அதிகாரிக்குத் தெளிவாகத் தெரிந்தது என்றால் அந்தக் கால வரம்பான 30

நாட்கள் என்பது முடிந்த நிலையிலும் அந்த அதிகாரி மேல்முறையீட்டை ஏற்றுக்கொள்ளலாம்

(2) மத்தியப் பொதுத் தகவல் அதிகாரி அல்லது மாநிலப் பொதுத் தகவல் அதிகாரி பிறப்பித்த உத்தரவுக்கு எதிராக, நேர்வைப் பொறுத்து பிரிவு 11இன் கீழான உத்தரவுக்கு எதிராக மூன்றாம் நபர் தொடர்புடைய தகவலை வெளியிடுவது குறித்து மேல் முறையீடு செய்யப்படும்போது, சம்பந்தப்பட்ட அந்த மூன்றாம் நபர், அந்த மேல் முறையீட்டை, உத்தரவு பிறப்பித்த நாளிலிருந்து முப்பது நாட்களுக்குள் தாக்கல் செய்ய வேண்டும்.

(3) துணைப்பிரிவு (1)இன் கீழ் எடுக்கப்பட்ட முடிவிற்கு எதிரான இரண்டாவது மேல்முறையீடு, அத்தகைய முடிவு எடுக்கப்பட்டிருக்கக்கூடிய நாளிலிருந்தோ அல்லது நேரிடையாகக் கிடைக்கப்பெற்ற நாளிலிருந்தோ தொண்ணூறு நாட்களுக்குள் மத்தியத் தகவல் ஆணையத்திற்கோ அல்லது மாநிலத் தகவல் ஆணையத்திற்கோ செய்யப்பட வேண்டும்.

மேல்முறையீடு செய்பவர் சரியான நேரத்தில் அத்தகைய மேல்முறையீடு செய்வதிலிருந்து தடுக்கப் பட்டார் என்பதற்குப் போதுமான காரணம் இருப்பதாக உரிய அதிகாரி கருதினால் காலவரம்பான தொண்ணூறு நாள்கள் முடிந்த நிலையிலும் மத்தியத் தகவல் ஆணையமோ அல்லது மாநிலத் தகவல் ஆணையமோ மேல்முறையீட்டை ஏற்றுக்கொள்ளலாம்.

(4) மத்தியப் பொதுத் தகவல் அதிகாரி அல்லது மாநிலப் பொதுத் தகவல் அதிகாரியின் முடிவுக்கு எதிராக ஒரு மூன்றாம் நபர் தொடர்புடைய தகவலை வெளிப்படுத்துவது குறித்து மேல் முறையீடு ஒன்று கொண்டுவரப்படும்போது, மத்தியத் தகவல் ஆணையமோ அல்லது மாநிலத் தகவல் ஆணையமோ அந்த மூன்றாம் நபரின் கருத்து கேட்கப்படுவதற்கான நியாயமான வாய்ப்பை அளிக்க வேண்டும்.

(5) எந்தவொரு மேல்முறையீட்டு நடவடிக்கைகளிலும், வேண்டுகோள் மறுக்கப்பட்டது நியாயமானது என்பதை நிரூபிக்கும் பொறுப்பு, மத்தியப் பொதுத் தகவல் அதிகாரியோ அல்லது மாநில பொதுத் தகவல் அதிகாரியோ, அந்த வேண்டுகோளை நிராகரித்தவருக்கே உரியது.

(6) துணைப் பிரிவு (1) அல்லது துணைப் பிரிவு (2) இன்கீழ் பெறப்படும் மேல்முறையீடு, அது பெறப் பட்ட முப்பது நாட்களுக்குள் அல்லது கால வரம்பு நீட்டிக்கப்பட்டிருந்தாலும் வேண்டுகோள் ஏற்கப்பட்ட திலிருந்து மொத்தம் நாற்பத்தைந்து நாட்களுக்கு மிகாமல் தீர்க்கப்பட வேண்டும்; நீட்டிக்கப்பட்டதற்கான காரணங்கள் எழுத்துப்பூர்வமாகப் பதிவு செய்யப்பட வேண்டும்.

(7) மத்தியத் தகவல் ஆணையம் அல்லது மாநிலத் தகவல் ஆணையம் எடுக்கும் முடிவே கட்டுப்படுத்தக்கூடியதாக இருக்கும்.

(8) மத்தியத் தகவல் ஆணையமோ அல்லது மாநிலத் தகவல் ஆணையமோ, முடிவெடுக்கும் போது, கீழ்க்காணும் அதிகாரங்களைப் பெற்றிருக்கிறது:

(a) இந்தச் சட்டத்தின் விதிகளுக்கு உட்பட்டுச் செயல்படுவதை உறுதிப்படுத்துவதற்குத் தேவையான, கீழ்க்காண்பவை உள்ளிட்ட எந்தவொரு நடவடிக்கையையும் எடுக்கும்படி அரசாங்க அதிகார அமைப்பிற்கு உத்தரவிடலாம்.

(i) அவ்வாறு கோரப்பட்டால், ஒரு குறிப்பிட்ட படிவத்தில் தகவலை வழங்குதல்;

(ii) மத்தியப் பொதுத் தகவல் அதிகாரியை அல்லது மாநிலப் பொதுத் தகவல் அதிகாரியை நியமிப்பதன் வாயிலாக;

(iii) சில தகவல்களை அல்லது தகவல் வகைகளை வெளியிடுவதன் வாயிலாக;

(iv) பதிவேடுகளைப் பராமரித்தல், நிர்வகித்தல், அழித்தல் தொடர்பான அதன் நடைமுறைகளில் தேவையான மாற்றங்களைச் செய்வதன் வாயிலாக;

(v) அதன் அதிகாரிகளுக்குத் தகவல் அறியும் உரிமை குறித்த பயிற்சியை அளிப்பதை மேம்படுத்துவதன் வாயிலாக;

(vi) பிரிவு 4இன் துணைப்பிரிவு (1)இன் ஷரத்து (b)க்கு இணங்க ஆண்டு அறிக்கை ஒன்றை அளிப்பதன் வாயிலாக;

(b) புகார்தாரருக்கு, ஏற்பட்ட ஏதேனும் இழப்பு அல்லது பிற பாதிப்புகளுக்கு அரசாங்க அதிகார அமைப்பு இழப்பீடு வழங்கும்படி செய்தல்;

(c) இந்தச் சட்டத்தில் குறிப்பிடப்பட்டிருக்கும் தண்டனைகளில் ஏதேனும் ஒன்றை விதித்தல்;

(d) விண்ணப்பத்தை நிராகரித்தல்.

(9) மத்தியத் தகவல் ஆணையமோ அல்லது மாநிலத் தகவல் ஆணையமோ, மேல்முறையீடு செய்வதற்கான உரிமை உள்ளடக்கிய அதன் முடிவுகளைப் புகார் செய்தவருக்கும் அரசாங்க அதிகார அமைப்பிற்கும் அறிவிக்க வேண்டும்.

(10) மத்தியத் தகவல் ஆணையமோ அல்லது மாநிலத் தகவல் ஆணையமோ, வகுத்துரைக்கப்பட்டிருக்கும் நடைமுறை அடிப்படையில் அந்த மேல்முறையீடு குறித்து முடிவு எடுக்க வேண்டும்.

20. (1) மத்தியத் தகவல் ஆணையமோ அல்லது மாநிலத் தகவல் ஆணையமோ, ஒரு புகார் அல்லது மேல்முறையீடு மீது முடிவு எடுக்கும்போது, மத்தியப் பொதுத் தகவல் அதிகாரியோ அல்லது மாநிலப் பொதுத் தகவல் அதிகாரியோ, நியாயமான காரணம் எதுவுமின்றித் தகவல் கோரும் விண்ணப்பத்தைப் பெற மறுத்திருக்கிறார்; அல்லது பிரிவு 7இன் துணைப்பிரிவு (1) இன் கீழ் குறிப்பிடப்பட்டுள்ள கால வரம்பிற்குள் தகவலை அளிக்காமல் இருந்தார்; அல்லது தகவலுக்கான வேண்டுகோளைத் தவறாக நிராகரித்தார்; அல்லது தவறான, முழுமையற்ற, பொய்யான தகவலைத் தெரிந்தே கொடுத்தார்; அல்லது வேண்டுகோளின் மையமாக இருக்கும் தகவலை அழித்தார்; அல்லது தகவல் அளிக்கப்படுவதற்கு ஏதோ வகையில் தடையாக இருந்தார் என்று கருதினால் விண்ணப்பம் பெறப்படும் நாள் வரையிலோ அல்லது தகவல் அளிக்கப்படும் நாள் வரையிலோ ஒவ்வொரு நாளுக்கும் இருநூற்று ஐம்பது ரூபாய் அபராதமாக, அத்தகைய அபராதத் தொகை மொத்தமாக இருபத்தைந்தாயிரம் ரூபாய்க்கு மிகாமல் விதிக்க வேண்டும்.

அதே நேரத்தில், மத்தியப் பொதுத் தகவல் அதிகாரியோ அல்லது மாநிலப் பொதுத் தகவல் அதிகாரியோ,

தன் மீது அபராதம் விதிக்கப்படுவதற்கு முன், தனது கருத்தைத் தெரியப்படுத்துவதற்கு நியாயமான வாய்ப்பு அளிக்கப்பட வேண்டும்:

நியாயமாகவும் கவனத்துடனும் செயல்பட்டதை நிரூபிக்க வேண்டிய பொறுப்பு அந்த மத்தியப் பொதுத் தகவல் அதிகாரி அல்லது மாநில பொதுத் தகவல் அதிகாரிக்கு இருக்கிறது.

(2) மத்தியத் தகவல் ஆணையமோ அல்லது மாநிலத் தகவல் ஆணையமோ, ஒரு புகார் அல்லது மேல் முறையீடுமீது முடிவு எடுக்கும்போது, மத்தியப் பொதுத் தகவல் அதிகாரியோ அல்லது மாநிலப் பொதுத் தகவல் அதிகாரியோ, நியாயமான காரணம் எதுவுமின்றித் தகவல் கோரும் விண்ணப்பத்தைப் பெற மறுத்திருக்கிறார்; அல்லது பிரிவு 7இன் துணைப்பிரிவு (1)இன் கீழ் குறிப்பிடப்பட்டுள்ள கால வரம்பிற்குள் தகவலை அளிக்காமல் இருந்தார்; அல்லது தகவலுக்கான வேண்டுகோளைத் தவறாக நிராகரித்தார்; அல்லது தவறான, முழுமையற்ற, பொய்யான தகவலைத் தெரிந்தே கொடுத்தார்; அல்லது வேண்டுகோளின் மையமாக இருக்கும் தகவலை அழித்தார்; அல்லது தகவல் அளிக்கப்படுவதற்கு ஏதோ வகையில் தடையாக இருந்தார் என்று கருதினால் அந்த மத்தியப் பொதுத் தகவல் அதிகாரி அல்லது மாநில பொதுத் தகவல் அதிகாரிமீது உரிய சேவை விதிகளின்படி ஒழுங்கு நடவடிக்கை எடுக்கப் பரிந்துரைக்க வேண்டும்.

இயல் VI

இதர

21. இந்தச் சட்டத்தின் கீழ் அல்லது அதன் கீழ் உருவாக்கப் பட்ட எந்த விதியின்படியும் நன்னம்பிக்கையுடன் செய்யப்பட்ட அல்லது செய்ய உத்தேசித்துள்ள எதற்காகவும் எந்தவொரு நபருக்கும் எதிராகவும் வழக்கோ நீதிமன்ற நடவடிக்கையோ அல்லது வேறு சட்ட நடவடிக்கையோ எடுக்கப்படக் கூடாது.

22. அதிகாரப்பூர்வ இரகசியப் பாதுகாப்புச் சட்டம 1923, தற்போதைக்கு நடைமுறையில் உள்ள வேறு ஏதேனும் சட்டம் அல்லது இந்தச் சட்டம் தவிர்த்து வேறு எந்தச் சட்டத்தின் மூலம் நடைமுறைப்படுத்தப்படும்

சட்டப்பூர்வமான ஆவணம் ஆகியவற்றில் இந்தச் சட்டத்திற்கு முரணாக ஏதேனும் இருந்தாலும், இந்தச் சட்டத்தின் விதிகள் செயல்படும்.

23. இந்தச் சட்டத்தின் கீழ் வெளியான எந்த உத்தரவுக்கும் தொடர்புடைய எந்த வழக்கையும், மனுவையும் அல்லது பிற நடவடிக்கைகளையும் எந்த நீதிமன்றமும் ஏற்கக் கூடாது. இந்தச் சட்டத்தின் கீழ் மேல்முறையீடு செய்வதைத் தவிர்த்து, வேறுவகையில் அத்தகைய உத்தரவைக் கேள்விக்குட்படுத்தக் கூடாது.

24.(1) இந்தச் சட்டத்தில் குறிப்பிடப்படும் எதுவும், இரண்டாவது அட்டவணையில் குறிப்பிடப்பட்டுள்ள உளவுத்துறை, பாதுகாப்பு அமைப்புகளுக்கு அவை மத்திய அரசால் நிறுவப்பட்ட அமைப்புகள் என்பதால் பொருந்தாது; மேலும், அத்தகைய அமைப்புகள் அரசாங்கத்திற்கு அளித்த தகவல்களுக்கும் பொருந்தாது:

ஆனால், ஊழல், மனித உரிமை மீறல் குற்றச்சாட்டுகள் தொடர்பான தகவல்கள் இந்தத் துணைப்பிரிவின் கீழ் விலக்குதலுக்கு உட்படாது.

மனித உரிமை மீறல் குற்றச்சாட்டுகள் தொடர்பான தகவல் ஏதேனும் கோரப்படும் சந்தர்ப்பங்களில், மத்தியத் தகவல் ஆணையத்தின் ஒப்புதலுக்குப் பிறகே அந்தத் தகவல் அளிக்கப்பட வேண்டும்; மேலும் பிரிவு 7இல் காணப்படும் விதிமுறைகள் எதுவாக இருந்தாலும், அத்தகைய தகவல் வேண்டுகோள் பெறப்பட்ட நாளிலிருந்து நாற்பத்தைந்து நாட்களுக்குள் அளிக்கப்பட வேண்டும்.

(2) மத்திய அரசு, அதிகாரப்பூர்வ அரசிதழில் அறிவிப்பின் மூலம், அந்த அரசாங்கத்தால் நிறுவப்பட்ட வேறு ஏதேனும் உளவுத்துறை அல்லது பாதுகாப்பு அமைப்பைச் சேர்ப்பதன் மூலம் அட்டவணையைத் திருத்தலாம்; அல்லது அதில் ஏற்கனவே குறிப்பிட்டுள்ள எந்தவொரு அமைப்பையும் அதிலிருந்து நீக்கலாம்; அவ்வாறு அறிவிப்பை வெளியிடுவதன் மூலம், அத்தகைய அமைப்பு அட்டவணையில் சேர்க்கப்பட்டதாகவோ அட்டவணையிலிருந்து நீக்கப்பட்டதாகக் கருதப்படும்.

(3) உட்பிரிவு (2)இன் கீழ் வெளியிடப்படும் ஒவ்வொரு அறிவிப்பும், நாடாளுமன்றத்தின் ஒவ்வொரு அவையின் முன் வைக்கப்பட வேண்டும்.

(4) இந்தச் சட்டத்தில் குறிப்பிடப்படும் எதுவும், அந்த அரசாங்கம் அவ்வப்போது அதிகாரப்பூர்வ அரசிதழில் செய்யப்படும் குறிப்பிட்ட அறிவிப்பின் மூலம் மாநில அரசால் நிறுவப்பட்ட அமைப்புகள் அவை என்பதால் உளவுத்துறை, பாதுகாப்பு அமைப்புகள் ஆகியவற்றுக்குப் பொருந்தாது:

ஆனால், ஊழல், மனித உரிமை மீறல் குற்றச்சாட்டுகள் தொடர்பான தகவல்கள் இந்தத் துணைப்பிரிவின் கீழ் விலக்குதலுக்கு உட்படாது.

மனித உரிமை மீறல் குற்றச்சாட்டுகள் தொடர்பான தகவல் ஏதேனும் கோரப்படும் சந்தர்ப்பங்களில், மாநிலத் தகவல் ஆணையத்தின் ஒப்புதலுக்குப் பிறகே அந்தத் தகவல் அளிக்கப்படும்; மேலும், பிரிவு 7இல் காணப்படும் விதிமுறைகள் எதுவாக இருந்தாலும், அத்தகைய தகவலுக்கான வேண்டுகோள் பெறப்பட்ட நாளிலிருந்து நாற்பத்தைந்து நாட்களுக்குள் வழங்கப்பட வேண்டும்.

(5) உட்பிரிவு (4)இன் கீழ் வெளியிடப்படும் ஒவ்வொரு அறிவிப்பும், மாநில சட்டமன்றத்தின் முன் வைக்கப்பட வேண்டும்

25.(1) மத்தியத் தகவல் ஆணையம் அல்லது மாநிலத் தகவல் ஆணையம் ஒவ்வொரு ஆண்டின் முடிவிலும், நடைமுறை சாத்தியமான அளவுக்கு விரைவாக, அந்த ஆண்டில் இந்தச் சட்டத்தின் விதிகள் செயல்படுத்தப்பட்டது குறித்த அறிக்கையைத் தயாரிக்க வேண்டும். அதன் நகலை உரிய அரசாங்கத்திற்கு அனுப்பி வைக்க வேண்டும்.

(2) ஒவ்வொரு அமைச்சகமும் அல்லது துறையும் தங்கள் அதிகார வரம்பிற்குள் இருக்கும் அரசாங்க அதிகார அமைப்புகளின் உதவியுடன் இதுபோன்ற தகவல்களைச் சேகரித்து, மத்தியத் தகவல் ஆணையம் அல்லது மாநிலத் தகவல் ஆணையத்திற்கு இந்தப் பிரிவின் அடிப்படையில் அறிக்கையைத் தயாரிப்பதற்காக அளிக்க வேண்டும்; தகவலை அளிப்பது தொடர்பான தேவைகளுக்கு இயைந்து நடப்பதுடன், இந்தப் பிரிவின் நோக்கங்களுக்காகப் பதிவேடுகளையும் வைத்திருக்க வேண்டும்.

(3) ஒவ்வொரு அறிக்கையும் அந்த அறிக்கை அளிக்கப்படும் ஆண்டிற்கான கீழ்க்காணும் விவரங்களை அளிக்க வேண்டும்:

    (a) ஒவ்வொரு அரசாங்க அதிகார அமைப்பிற்கும் செய்யப்பட்ட வேண்டுகோள்களின் எண்ணிக்கை;

    (b) வேண்டுகோள்களுக்கு இணங்க ஆவணங்களை அணுகுவதற்கு விண்ணப்பதாரர்களுக்கு அனுமதி இல்லை என்று எடுக்கப்பட்ட முடிவுகளின் எண்ணிக்கை; அந்த முடிவுகள் எடுக்கப்பட்ட இந்தச் சட்டத்தின் கீழுள்ள விதிகள், அத்தகைய விதிகள் எத்தனை முறை செயல்படுத்தப்பட்டன;

    (c) மத்தியத் தகவல் ஆணையத்திற்கும் அல்லது மாநிலத் தகவல் ஆணையத்திற்கும் மறு ஆய்வுக்காக அனுப்பப்பட்ட மேல்முறையீடுகளின் எண்ணிக்கை, மேல்முறையீடுகளின் தன்மை, அந்த மேல்முறையீடுகளின் மீதான முடிவு;

    (d) இந்தச் சட்டத்தை நிர்வகிப்பது தொடர்பாக எந்த அதிகாரி மீதாவது எடுக்கப்பட்ட ஒழுங்கு நடவடிக்கையின் விவரங்கள்;

    (e) இந்தச் சட்டத்தின் கீழ் ஒவ்வொரு அரசாங்க அதிகார அமைப்பும் வசூலித்திருக்கும் கட்டணத்தின் அளவு;

    (f) இந்தச் சட்டத்தின் உணர்வையும் நோக்கத்தையும் நிர்வகிப்பதில், செயல்படுத்துவதில் அரசாங்க அதிகார அமைப்புகளின் தனிப்பட்ட முயற்சியைக் குறிப்பிடும் ஏதேனும் உண்மையான தகவல்;

    (g) இந்தச் சட்டத்தைச் சீர்திருத்தம் செய்தல், மேம்படுத்துதல், நவீனமயமாக்குதல், திருத்துதல், மாற்றம் செய்தல் தொடர்பாக ஒரு குறிப்பிட்ட அரசாங்க அதிகார அமைப்பின் பரிந்துரைகள் உள்ளிட்ட, சட்டத்தைச் சீர்திருத்துவதற்கான பரிந்துரைகள்; அல்லது தகவல் அணுகிப் பெறும் உரிமையைச் செயல்படுத்துவது தொடர்பான வேறு சட்டம் அல்லது பொதுச் சட்டம் அல்லது வேறு விஷயங்கள் தொடர்பான பரிந்துரைகள்.

(4) மத்திய அரசோ அல்லது மாநில அரசோ, ஒவ்வொரு ஆண்டின் முடிவிலும், சாத்தியமான அளவுக்கு

விரைவில், மத்தியத் தகவல் ஆணையம் அல்லது மாநிலத் தகவல் ஆணையத்தின் அறிக்கையின் நகலைத் துணைப்பிரிவு (1)இல் குறிப்பிடப்பட்டுள்ளபடி, நாடாளுமன்றத்தின் ஒவ்வொரு அவையின் முன்பாகவும் அல்லது, மாநில சட்டமன்றத்தில் இரண்டு அவைகள் இருக்குமெனில் ஒவ்வொரு அவையின் முன்பும், அல்லது மாநிலத்தில் ஓர் அவை மட்டுமே இருக்கு மென்றால், அந்த அவையின் முன் வைக்க வேண்டும்.

(5) இந்தச் சட்டத்தின் பணிகளைச் செயல்படுத்துவது தொடர்பாக அரசாங்க அதிகார அமைப்பின் நடவடிக்கைகள் சட்டத்தின் உணர்வுக்கு ஒத்தநிலையில் இல்லை என்று மத்தியத் தகவல் ஆணையம் அல்லது மாநிலத் தகவல் ஆணையத்திற்குத் தோன்றினால், அந்த ஒத்தநிலையை ஊக்குவிப்பது தொடர்பாக எடுக்க வேண்டிய நடவடிக்கைகள் என்று அது கருதுவன வற்றை அந்த அரசாங்க அதிகார அமைப்பிற்குத் தனது பரிந்துரையாக வழங்கலாம்.

26.(1) கையிலிருக்கும் நிதி, பிற ஆதாரங்களின் அடிப்படையில் மத்திய அல்லது மாநில அரசு செய்ய வேண்டியவை:

(a) இந்தச் சட்டத்தின் கீழ் கூறப்படும் உரிமைகளை எப்படிப் பெறுவது என்பது குறித்த பொதுமக்களின், குறிப்பாகப் பின்தங்கிய சமூகங்களின் புரிதலை மேம்படுத்தும் வகையில் கற்பிக்கும் திட்டங்களை உருவாக்கி ஒருங்கிணைக்க வேண்டும்;

(b) உட்பிரிவு (a)இல் குறிப்பிடப்பட்டுள்ள மேம்படுத்தும், ஒருங்கிணைக்கும் திட்டங்களில் பங்கேற்க அரசாங்க அதிகார அமைப்புகளை ஊக்குவிக்கவும் அத்தகைய திட்டங்களை அவர்களே ஏற்று நடத்தவும் செய்தல்;

(c) அரசாங்க அதிகார அமைப்புகள் தங்களின் செயல்பாடுகள் பற்றிய துல்லியமான தகவல்களைச் சரியான நேரத்தில் திறம்படப் பரப்புவதை ஊக்குவித்தல்;

(d) அரசாங்க அதிகார அமைப்புகளின் மத்தியப் பொதுத் தகவல் அதிகாரிகளுக்கும் அல்லது மாநிலப் பொதுத் தகவல் அதிகாரிகளுக்கும் பயிற்சி அளித்தல். அரசாங்க அதிகார அமைப்புகளின் பயன்பாட்டிற்காகப் பொருத்தமான பயிற்சி சாதனங்களைத் தயாரித்து அளித்தல்.

(2) உரிய அரசாங்கம், இந்தச் சட்டம் நடைமுறைக்கு வந்ததிலிருந்து பதினெட்டு மாதங்களுக்குள், இந்தச் சட்டத்தில் குறிப்பிடப்படும் எந்தவொரு உரிமையை யும் அதைப் பயன்படுத்த விரும்பும் ஒரு நபருக்கு நியாயமாகத் தேவைப்படும் வகையில் அத்தகு தகவல்கள் கொண்ட வழிகாட்டி ஒன்றை அதன் அதிகாரப்பூர்வ மொழியில் எளிதில் புரிந்துகொள்ளக்கூடிய வடிவத்தி லும் முறையிலும் தொகுக்க வேண்டும்.

(3) உரிய அரசாங்கம், தேவைப்படுமெனில் துணைப்பிரிவு (2) இல் குறிப்பிடப்பட்டுள்ள வழிகாட்டுதல்களை, குறிப்பாகத் துணைப்பிரிவு (2) இன் பொதுத்தன்மைக்குப் பாதகம் ஏதும் ஏற்படாத வகையில் சீரான இடை வெளியில் புதுப்பித்து வெளியிட வேண்டும்: அவை யாவன,

(a) இந்தச் சட்டத்தின் நோக்கங்கள்;

(b) துணைப் பிரிவின் கீழ் நியமிக்கப்பட்ட ஒவ்வொரு அரசாங்க அதிகார அமைப்பின் மத்தியப் பொதுத் தகவல் அதிகாரி அல்லது மாநிலப் பொதுத் தகவல் அதிகாரி, பிரிவு 5 துணைப்பிரிவு (1)இன் கீழ் நியமிக்கப்பட்டிருக்கும் ஒவ்வொரு அரசாங்க அதிகார அமைப்பின் அஞ்சல் முகவரி, தொலைபேசி எண், தொலைநகல் எண, மின்னஞ்சல் (இருந்தால்) முகவரி;

(c) மத்தியப் பொதுத் தகவல் அதிகாரி அல்லது மாநிலப் பொதுத் தகவல் அலுவலரிடம், ஒரு தகவலை அணுகிப் பெற வேண்டுகோள் வைப்பதற்கான முறையும் படிவமும்;

(d) இந்தச் சட்டத்தின் கீழ் ஒரு அரசாங்க அதிகார அமைப்பின் மத்தியப் பொதுத் தகவல் அதிகாரி அல்லது மாநில பொதுத் தகவல் அதிகாரியிடமிருந்து கிடைக்கும் உதவிகள், கடமைகள்;

(e) மத்திய அல்லது மாநிலத் தகவல் ஆணையத்திடமிருந்து கிடைக்கும் உதவி;

(f) இந்தச் சட்டத்தால் வழங்கப்பட்ட அல்லது விதிக்கப்பட்ட உரிமை அல்லது கடமை தொடர்பான ஒரு செயல் அல்லது செயல்படத் தவறியது

குறித்து சட்டத்தில் உள்ள அனைத்துத் தீர்வுகளும் ஆணையத்திற்கு மேல்முறையீடு செய்யும் விதம்;

(g) பிரிவு 4இன்படி தாமாகவே முன்வந்து வெளிப்படுத்துவதற்கான பதிவேடுகளின் வகைகளை அளிப்பதற்கான விதிமுறைகள், ஏற்பாடுகள்;

(h) ஒரு தகவலை அணுகிப் பெறுவதற்கான வேண்டுகோள் தொடர்பாகச் செலுத்த வேண்டிய கட்டணங்கள் குறித்த அறிவிப்புகள்;

(i) இந்தச் சட்டத்தின்படி ஒரு தகவலை அணுகிப் பெறுவது தொடர்பாக ஏதேனும் கூடுதல் விதிமுறைகள் அல்லது சுற்றறிக்கைகள் உருவாக்கப்பட்டிருந்தால் அல்லது வெளியிடப்பட்டிருந்தால், அவை.

(4) உரிய அரசாங்கம், தேவைப்பட்டால், சீரான இடைவெளியில் வழிகாட்டுதல்களைப் புதுப்பித்து வெளியிட வேண்டும்.

27. (1) உரிய அரசாங்கம், அதிகாரப்பூர்வ அரசிதழில் அறிவிப்பு வெளியிடுவதன் மூலம் இந்தச் சட்டத்தின் விதிகளை நிறைவேற்றுவதற்குத் தேவையான விதிகளை உருவாக்கலாம்.

(2) குறிப்பாக, மேலே கூறப்பட்ட அதிகாரத்தின் பொதுத் தன்மைக்குப் பாதகம் ஏதும் ஏற்படாமல், இனிக் குறிப்பிடப்படும் அனைத்திற்குமோ அல்லது ஏதேனும் ஒன்றிற்குமோ அத்தகைய விதிகள் ஏற்படுத்தப்படலாம், அதாவது:

(a) பிரிவு 4இன் துணைப்பிரிவு (4)இன் கீழ் ஆவணம் வெளியிடப்பட இருக்கும் ஊடகத்தின் அல்லது அச்சுப் பிரதியின் விலை;

(b) பிரிவு 6இன் துணைப்பிரிவு (1)இன் கீழ் செலுத்தப்பட வேண்டிய கட்டணம்;

(c) பிரிவு 7இன் துணைப் பிரிவுகள் (1), (5)இன் கீழ் செலுத்தப்பட வேண்டிய கட்டணம்;

(d) பிரிவு 13இன் துணைப் பிரிவு (6), பிரிவு 16இன் துணைப் பிரிவு (6)இன் கீழ் அதிகாரிகளுக்கும் பிற பணியாளர்களுக்கும் வழங்கப்பட வேண்டிய

ஊதியம், படிகள் மற்றும் சேவை விதிமுறைகள், நிபந்தனைகள்;

(e) பிரிவு 19இன் துணைப் பிரிவு (10)இன் கீழ் அளிக்கப் படும் மேல்முறையீடுகளைத் தீர்ப்பதில், மத்தியத் தகவல் ஆணையம் அல்லது மாநிலத் தகவல் ஆணையம் பின்பற்ற வேண்டிய நடைமுறை;

(f) வகுத்துரைக்கப்படத் தேவையான வேறு ஏதேனும் விஷயம்.

28. (1) அதிகாரப்பூர்வ அரசிதழில் அறிவிப்பின் மூலம், இந்தச் சட்டத்தின் விதிகளை நிறைவேற்றுவதற்குத் தேவையான விதிகளைத் தகுந்த அதிகாரி உருவாக்கலாம்.

(2) குறிப்பாக, மேலே கூறப்பட்ட அதிகாரத்தின் பொதுத் தன்மைக்குப் பாதகம் ஏதும் ஏற்படாமல், இனிக் குறிப்பிடப்படும் அனைத்திற்குமோ அல்லது ஏதேனும் ஒன்றிற்குமோ அத்தகைய விதிகள் ஏற்படுத்தப்படலாம், அதாவது:

(i) பிரிவு 4இன் துணைப்பிரிவு (4)இன் கீழ் ஆவணம் வெளியிடப்பட இருக்கும் ஊடகத்தின் அல்லது அச்சுப் பிரதியின் விலை;

(ii) பிரிவு 6இன் துணைப்பிரிவு (1)இன் கீழ் செலுத்த வேண்டிய கட்டணம்;

(iii) பிரிவு 7இன் துணைப்பிரிவு (1)இன் கீழ் செலுத்த வேண்டிய கட்டணம்;

(iv) வகுத்துரைக்கப்படத் தேவையான அல்லது வேண்டிய வேறு ஏதேனும் விஷயம்.

29. (1) இந்தச் சட்டத்தின் கீழ் மத்திய அரசால் உருவாக்கப் படும் ஒவ்வொரு விதியும், அது உருவாக்கப்பட்ட வுடன் கூடிய விரைவில், நாடாளுமன்றத்தின் ஒவ்வொரு அவையின் முன்பும், மொத்தம் 30 நாட்கள் நடக்கும் கூட்டத் தொடரின்போது வைக்கப்பட வேண்டும். அது ஒரு அமர்வு அல்லது இரண்டு அல்லது அதற்கு மேற்பட்ட தொடர்ச்சியான அமர்வுகளில், அமர்வு முடிவடைவதற்கு முன்போ, அடுத்து நடக்கும் உடனடி அமர்விலோ அல்லது தொடர்ச்சியாக நடக்கும் அமர்வுகளிலோ வைக்கப்படும்; விதியில் ஏதேனும் மாற்றங்களைச் செய்ய இரு அவைகளும் ஒப்புக்கொள்ளலாம்; அல்லது அத்தகைய விதி

உருவாக்கக் கூடாது என்று இரு அவைகளும் ஒப்புக்கொள்ளலாம். அதன் பின் அந்த விதி அத்தகைய மாற்றியமைக்கப்பட்ட வடிவத்தின் விளைவை மட்டுமே கொண்டிருக்கும்; அல்லது எந்த விளைவையும் கொண்டிருக்காது; எவ்வாறாயினும், அத்தகைய திருத்தம் அல்லது ரத்துசெய்தல், இந்த விதியின் கீழ் முன்னர் செய்யப்பட்ட எத்தகைய செல்லுபடியாக்கத்திற்கும் பாதிப்பு ஏற்படுத்தாமல் இருக்க வேண்டும்.

(2) இந்தச் சட்டத்தின் கீழ் ஒரு மாநில அரசாங்கத்தால் உருவாக்கப்பட்ட ஒவ்வொரு விதியும் அது அறிவிக்கப்பட்டவுடன் மிக விரைவில், மாநில சட்டமன்றத்தின் முன் வைக்கப்பட வேண்டும்.

30.(1) இந்தச் சட்டத்தின் விதிகளை நடைமுறைப்படுத்துவதில் ஏதேனும் சிரமம் ஏற்பட்டால், மத்திய அரசு, அதிகாரப்பூர்வ அரசிதழில் வெளியிடப்பட்ட ஓர் உத்தரவின் மூலம், அத்தகைய சிரமத்தை நீக்குவதற்கு, இந்தச் சட்டத்திற்கு முரணாக இல்லாமல் இருக்கும், தேவையான அல்லது உகந்ததாகத் தோன்றும் அத்தகைய விதிகளை உருவாக்கலாம்.

ஆனால், இந்தச் சட்டம் செயல்படத் தொடங்கிய நாளிலிருந்து இரண்டு ஆண்டுகள் முடிந்த பிறகு அத்தகைய உத்தரவு எதுவும் வெளியிடப்படக் கூடாது.

(2) இந்தப் பிரிவின் கீழ் வெளியிடப்பட்ட ஒவ்வொரு உத்தரவும், அது இயற்றப்பட்டவுடன் கூடிய விரைவில், நாடாளுமன்ற அவைகளுக்கு முன் வைக்கப்பட வேண்டும்.

31. தகவல் அறியும் சுதந்திரச் சட்டம் 2002, இதன் மூலம் ரத்து செய்யப்படுகிறது.

டி.கே. விஸ்வநாதன்
செயலர், இந்திய அரசாங்கம்

குறிப்புகள்

1. Ajit Bhattacaharjea, former editor *Indian Express* and *Hindustan Times*, founder member NCPRI. Unfinished writings, posthumous manuscript.
2. *Ibid.*
3. Rajni Bakshi, *Bapu Kuti: Journeys in Rediscovery of Gandhi*, pg. 23
4. Ajit Bhattacharjea, unfinished writings, posthumous manuscript
5. Prabhash Joshi, *Diamond India*, May 2005
6. Shankar, *Diamond India*, May 2005
7. Living with Dignity and Social Justice
8. MKSS Diary
9. Rajasthani folk tale
10. Report on Delivery Systems of Poverty Alleviation Programmes for the Rural Poor: 1991, pg. 16
11. Rajni Bakshi, *Bapu Kuti*
12. Devdungri Notes & MKSS Diary
13. MKSS Diary
14. *Ibid.*
15. Rajni Bakshi, *Bapu Kuti*, pg. 47
16. Report on Delivery Systems of Poverty Alleviation Programmes for the Rural Poor: 1991, pgs. 28, 37

17. Lal Singh talking to Bhanwar Meghwanshi
18. Chunni Bai talking to Bhanwar Meghwanshi
19. Report on Delivery Systems of Poverty Alleviation Programmes for the Rural Poor: 1991, pg. 38
20. Supreme Court of India; Sanjit Roy vs the GOR 1983 AIR 328, 1983 SCR (2) 271
21. Report on Delivery Systems of Poverty Alleviation Programmes for the Rural Poor: 1991, pg. 57
22. MKSS Diary: Aruna Roy
23. MKSS Diary: Aruna's notes
24. Report on Delivery Systems of Poverty Alleviation Programmes for the Rural Poor: 1991, pg. 60
25. MKSS Diary
26. *Diamond India*, May 2005, pg. 6
27. MKSS Diary: Aruna's notes
28. Report on Delivery Systems of Poverty Alleviation Programmes for the Rural Poor: 1991, pg. 111
29. Ibid.
30. MKSS Diary
31. Report on Delivery Systems of Poverty Alleviation Programmes for the Rural Poor: 1991, pg 11
32. Rajni Bakshi, *Bapu Kuti*, pg. 54
33. When Rajasthan had princely states before Independence
34. MKSS Diary: Shankar
35. *Ibid.*
36. Naurti, Sarpanch of Harmara, 2010 to 2015
37. Supreme Court of India; Sanjit Roy vs the Government of Rajasthan 1983 Air 328; 1983 SCR (2) 271, 1983 SCC (1) 525 1983 Scale (1)38 Date of Judgement 20/01/1983
38. Report on Delivery Systems of Poverty Alleviation Programmes for the Rural Poor: 1991, pg. 72

39. MKSS Diary: The Rawats are a militant people. They are small in stature but fearless. They used to waylay people between Marawar and Mewar, for a living. They did not accept the British either. Raju Rawat is a legendary hero, he fought the British and was hanged for his protests."
40. MKSS Diary
41. MKSS Diary. They filed a case in the Jodhpur High Court, which they won twelve years later. They won in principle, but the amount paid at 1990 rates did not compensate for the financial loss.
42. Rajni Bakshi, *Bapu Kuti*, pg. 57
43. MKSS Diary
44. Excerpt from the report "Background of the Issue of Minimum Wages in Government Employment Programmes" prepared by the Institute for Development Studies, Jaipur.
45. MKSS Diary
46. Report on Delivery Systems of Poverty Alleviation Programmes for the Rural Poor: 1991, pg. 119
47. *Ibid.*, pg. 121
48. *Ibid.*, pg. 76
49. Narayan to Bhanwar Meghwanshi in an interview
50. *Ibid.*
51. Common sense politics and the RTI
52. This song was written by Mohan Ba during the Bhim dharna. In which it is said: These times belong to the thieves and bribe-seekers, earlier, thieves lived in forests, now they live in bungalows; earlier, they used to kill by rifles, but now they kill with a stroke of pen; earlier, they used to travel on camels, and now they travel in cars; earlier, they used to rob us in the night, now, they rob us in the bazaar (in broad daylight).
53. MKSS Diary
54. Naurti Bai
55. Mamta Jaitley (Vividha Features) and *Ujala Chadi*, woman's activist and alternative journalist, wrote and supported the MKSS

since Sohangarh and the campaigns for RTI, MGNREGA and Food etc
56. 'Living with Dignity and Social Justice', pg. 36
57. MKSS Diary
58. *Ibid.*
59. Rajani Bakshi, *Bapu Kuti*, pg. 60
60. Shankar Singh, *Diamond India*, January 2007
61. *The Economics Times,* 30 May 1993
62. MKSS Diary
63. *Ibid.*
64. Nikhil Dey, *Diamond India,* January 2007
65. MKSS Diary, Nikhil Dey & Shankar Singh
66. Nikhil Dey, *Diamond India,* January 2007
67. MKSS Diary
68. *Ibid.*
69. *Ibid.*
70. Neelabh Misra: 'The Right to Information Discourse in India' (Experiences of the MKSS and other Organizations)
71. MKSS Diary
72. The Problem Seminar, July 2004
73. Rajni Bakshi, *Bapu Kuti*, pg. 56
74. MKSS Diary
75. *Ibid.*
76. B.V. Narayana Reddy Memorial Lecture, 1 February 2000
77. *Ibid.*
78. MKSS Diary: Shankar
79. Renuka Pamecha, Panellist, Kot Kirana
80. A Study for Exploring Non-formal Modes of Learning for Youth and Adults in Remote Rural Milieu, 1995

81. Sawai Singh, Panellist, Kot Kirana
82. MKSS Diary
83. *Ibid.*
84. A Study for Exploring Non-formal Modes of Learning for Youth and Adults in Remote Rural Milieu, 1995
85. *Diamond India*, Feb–March 2011, pg. 39
86. MKSS Diary: Nikhil Dey
87. Rajni Bakshi, *Bapu Kuti*, pg. 76
88. A Study for Exploring Non-Formal Modes of Learning for Youth and Adults in Remote Rural Milieu, 1995, pg. 147
89. Neelabh Misra: The Right to Information Discourse in India (Experiences of the MKSS and other organizations)
90. Asian College of Journalism, Aruna Roy, pg. 13
91. B.V. Narayana Reddy Memorial Lecture
92. The Right to Know, The Right to Live, pg. 106
93. Nikhil Chakravarty was the head of Prasar Bharati and editor of *Mainstream*. He became a touchstone for ethics in journalism. He refused an honour from the state, to maintain his independence from the government. He remained an icon for generations of people involved in strugglesfor rights.
94. Kuldip Nayar, a well known journalist, was arrested towards the end of the Indian Emergency (1975–77). He was also a human rights activist and a peace activist. He was a member of India's delegation to the United Nations in 1996. He was appointed high commissioner to Great Britain in 1990 and nominated to the upper house of Indian Parliament, Rajya Sabha in August 1997.
95. Swami Agnivesh (Bandhua Mukti Morcha)
96. From the collection *Batan Ri Phulwari* by Vijaydan Detha
97. Prabhash Joshi began his career with *Nayi Duniya,* and was the founder editor of the Hindi daily *Jansatta* in 1983. A publication of the *Indian Express* group. He changed the definition of Hindi journalism with the publication of *Jansatta.* He edited the Hindi version of *Everyman's,* a journal devoted to advocating

Jayaprakash's views and sponsored by Ramnath Goenka. This journal campaigned for JP's movement for purity in public life.

98. MKSS Diary
99. Prabhash Joshi, *Diamond India*, May 2005, pg. 12
100. Nikhil Chakravarty's speech in Beawar 1996
101. Harsh Mander, *Rajasthan Patrika*, 19 April 1996
102. Medha Patkar, Narmada Bachao Andolan, *Dainik Navjyoti*, 22 April 1996
103. MKSS Diary
104. *Ibid.*
105. G. R. Khairnar (former deputy commissioner, Mumbai Nagar Mahapalika) *Dainik Navjyoti*, 11 May 1996
106. Complete list as credits
107. Renuka Pamecha, audio interview by Suchi Pande
108. Dr. V. S. Vyas (renowned economist), Ex-Director IIM Ahmedabad, *Ujala Chadi*, May 1996, Member Economic Advisory Council to the prime minister
109. Prabhash Joshi, *Dainik Navjyoti*, 22 April 1996
110. Kuldip Nayar's speech in Beawar, 11 April 1996
111. Nitya Ramakrishnan, Civil and human rights lawyer. A postscript to the two meetings where the RTI law was drafted in Mussoorie and the Press Council, both in 1996.
112. *The Movements for RTI in India*, Harsh Mander and Abha Joshi, Selective Writings, Sec. A, Article 4, pg. 22
113. Aruna Roy, B. V. Narayana Reddy Memorial Lecture, 1 February 2000, pg. 28
114. *Ujala Chadi*, September 1996
115. *Ibid.*
116. *Ibid.* , February 1997
117. Justice P. B. Sawant was appointed justice in the Supreme Court from 1989 to 1995, he has been active in public affairs, including being chairperson of the Press Council from 1997 to 2001.

118. Nitya Ramakrishnan as a postscript to the two meetings where the RTI law was drafted in Mussoorie and by the Press Council, both in 1996.
119. MKSS article – Article 17 in Selected Writings, CD distributed and sold
120. MKSS Diary
121. *Ibid.*
122. *Ibid.*
123. *Ibid.*
124. *Ibid.*
125. *Ibid.*, http://www.righttofoodindia. org/data/truckyatra. pdf
126. Ramkaran, SWRC Tilonia, has been a supporter of the MKSS since its inception and Aruna's colleague from 1979 to 1983. When all organizations concerned with workers rights set up RMKM, Rajasthan Mazdoor Kisan Morcha, he was very active in the Kishengarh area and a primary participant in the RTI struggle and campaign.
127. MKSS Diary
128. *Ibid.*
129. *Ibid.*
130. *Ibid.*
131. *Ibid.*
132. *Ibid.*
133. Ved Vyas (former president, Rajasthan Sahitya Akademi), *Diamond India,* June–July 2005
134. MKSS Diary
135. MKSS Diary: Shankar
136. Suchi Pande's PhD thesis
137. *Ibid.*
138. *Ibid.*
139. *Ibid.*

140. *Ibid.*
141. *Ibid.*
142. MKSS Diary
143. Rajni Bakshi, *Bapu Kuti*, pg. 81
144. MKSS Diary
145. *Ujala Chadi*, February, 1998
146. MKSS Diary
147. *Ujala Chadi*, 10 May 2000
148. *Ibid.*
149. Vijay Nagaraj: The rural local self-government system consisting of three tiers namely the village, the block (agglomeration of villages) and the district (agglomeration of blocks).
150. Vijay Nagraj
151. *Ibid.*
152. Literally 'the night of murder' – the night before voting when money changes hands and final decisions are made to support candidates
153. Clean elections; Shankar and Nikhil MKSS and RTI clean candidate elected sarpanch in Rajasthan
154. 'Panchayat elections: An insight', Sowmya
155. Sunny Sebastian, *The Hindu*, 23 December 1999
156. MKSS Diary
157. Harsh Mander, *The Seal of the Sarpanch: Unheard Voices*, Penguin 2001
158. *Ibid.*
159. MKSS Diary
160. Harsh Mander, *The Seal of the Sarpanch: Unheard Voices*, Penguin 2001
161. MKSS Diary
162. Sunny Sebastian, The *Hindu*, 23 December 1999
163. *Ujala Chadi*, 10 January 2000

164. *Ibid.*
165. *Ibid.*
166. *Ibid.*
167. Interview by Suchi Pande
168. Sunny Sebastian, The *Hindu*, 23 December 1999
169. 'Campaigns: A forceful assertion', *Frontline*, Sukumar Murlidharan, 28 April 2001
170. 'Chasing a Right', *Frontline*: Aruna Roy and Nikhil Dey, April 2002
171. *Ibid.*
172. Selective Writings, Section B, Document 4, Janawad Jan Sunwai on 3 April 2001
173. 'Chasing a Right', *Frontline*, Aruna Roy and Nikhil Dey, April 2002
174. *Ibid.*
175. *Ibid.*
176. *Ibid.*
177. *Ibid.*
178. *Ibid.*
179. *Ibid.*
180. *Ibid.*
181. *Ibid.*
182. *Ibid.*
183. *Ibid.*
184. *Ibid.*
185. *Ibid.*
186. MKSS Diary
187. Experiences born out of the Janawad Scam Enquiry Report Shri Prakash Sharma, *Raj Drishti*, 15 August 2001

188. Neelabh Mishra, People's Right to Information Movement: Lessons from Rajasthan, 2003
189. 'Taking the bull by its horns', *The Hindu Business Line*, Meena Menon, 23 April 2001
190. 'Chasing a Right', *Frontline*, Aruna Roy and Nikhil Dey, 13 April 2001
191. 'Campaigns: A forceful assertion', *Frontline*, Sukumar Murlidharan, 28 April 2001
192. Radhika Kaul Batra's film on *Janawad: Accounts and Accountability*, 2001
193. Prakash Sharma, *Rajdrishti*, 15 August 2001
194. *Ibid.*
195. MKSS Diary
196. Prakash Sharma, *Rajdrishti*, 15 August 2001
197. Selective Writings, Section A, ART-13, Right to Know – Right to Decide
198. 'The Right to Information Discourse in India' (Experiences of the MKSS and other organizations), Neelabh Misra, pg. 4
199. Radhika Kaul Batra's Film
200. Bharat Dogra
201. *The Hindu*
202. MKSS Diary
203. *Nirantar*, Beawar, 3 April 2001
204. Justice Sawant's address in Chang Gate, reported *Nirantar*
205. *Ibid.*
206. Baba Adhav, Hamal Panchayat, eminent sociopolitical activist and socialist trade unionist from Pune.
207. 'Commemorating transparency movement', *Hindu*, Sunny Sebastian, 2 April
208. Bharat Dogra, *Apna Panna*, October, 2004
209. *Ibid.*

210. *See Accounts and Accountability*, Radhika Kaul Batra (https://www.youtube.com/watch?v=Vfg4LCkYxQo)
211. 'Campaigns: A forceful assertion', *Frontline*, Sukumar Murlidharan, April-May, 2001.
212. 'Campaigns: A forceful assertion', *Frontline*, Sukumar Murlidharan, April-May, 2001.
213. Please see annexure for the Beawar Declaration
214. 'Campaigns: A forceful assertion', *Frontline*, Sukumar Murlidharan, 28 April 2001
215. *Ujala Chadi*, 10 March 2002
216. *Ibid.*
217. *Ibid.*
218. *Ibid.*
219. *Ibid.*
220. *Ibid.*
221. *Ibid.*
222. *Diamond India*, September 2003, pg. 6
223. NCPRI report
224. *Ibid.*
225. 'Jan Sunwai takes erring shopkeepers to task', *The Hindu* (online edition), 26 July 2004
226. NCPRI report
227. *Ibid.*
228. Slums and resettlement colonies
229. NCPRI Report, edited by Manini
230. *Ibid.*
231. *Ibid.*
232. *Ibid.*
233. Venkatesh Nayak CHRI and member, NCPRI Working Committee, in an interview with Suchi Pande, 11 November 2010.

234. "The Centre for Public Interest Litigation and Common Cause, two non-government organisations, filed a public interest litigation in the Supreme Court asking the court to declare unconstitutional the actions of the cabinet secretary as well as Section 5 of the OSA that prevents public officials from disclosing official information. It further asked the court to direct the government to issue administrative directives based on the Press Council of India draft RTI Bill. " Shekhar Singh, former Convenor and founder member NCPRI, interview with author, New Delhi, 29 May 2007.
235. NCMP
236. NCMP
237. Bharat *Dogra*

அகம் நிறைந்த நன்றி!

ஆர்டிஐ சட்டத்திற்கான இந்த எழுச்சிப் போராட்டம் மற்றும் பிரச்சாரத்தில் எங்களுடன் பயணித்தவர்களின் பெயர்களை ஒருமிக்கக் குறிப்பிடுவதற்கு முயல்கிறோம். அந்தச் சக பயணிகள் அனைவரது பெயர்களையும் குறிப்பிடுவது சாத்தியமற்றது என்பது அநேகமாக இந்த இயக்கத்திற்குப் பெருமை சேர்க்கிற ஒன்றுதான். எவர் பெயரையாவது தவறவிட்டிருந்தால் அவர்களிடம் மன்னிப்பு கேட்கிறோம்.

இந்தப் பக்கங்களில் பகிர்ந்து கொள்ளப் பட்டிருக்கும் கதைகளில் அல்லது நினைவுகளில் ஏதோவோரிடத்தில் ஒரு தொகுப்பாளராக அல்லது பங்கேற்றவராக அவர்கள் தம்மைக் கண்டுபிடிக்க முடியும்:

A.B. பர்தன், A.K. ஷிவகுமார், அபா ஷர்மா, அச்சின் விநாயக், அஜய் மேத்தா, அஜித் பட்டாசார்ஜியா, கரம்சந்தானி (ஆகாஷ்வானி, ஜெய்ப்பூர்), அமர் சிங், அமிதாப் சௌத்ரி, அமிதாப் முகோபாத்யாயா, அனந்த் கிருஷன் (இந்தியன் எக்ஸ்பிரஸ்), அனில் போர்டியா, அனில் லோதா, அனில் சடகோபால், அஞ்சலி பரத்வாஜ், அஞ்சனா, அன்னா ஹசாரே, அன்ஷி, அனு ராவ், அனுராக் வாஜ்பேயி, அருண்குமாா, அருந்ததி ராய், அரவிந்த் கெஜ்ரிவால், ஆஷா, ஆஷா படேல், அசோக் கெலாட், அசோக் மாத்தூர், அசோக் ஸைன், அசோக் யாதவ், அட்டா முகமது, அயூப், B.D.சர்மா, பாபா ஆதவ், பாபுராம் ஸைனி, பகதூர் சிங், பஜ்ரங் லால், பாலு லால் (தானா), பாலு ராம் ஸைனி,

பன்னா லால், வசந்தா தேவி, பேலா பாட்டியா, பைரோன் சிங் ஷெகாவத், பன்வர் கோபால் (பூர்ஜி), பன்வர் லால் ஜெயின், பன்வர் மேக்வான்ஷி, பன்வர் சிங் (சோஹன்கார்க்), பன்வர் சிங், குஷல்புரா பாரத் டோக்ரா, பேராசிரியர் பாரதியா, பிகம்சந்த், பூரி பாய், பூரி யா, பிராஜ் பட்நாயக், போது, பங்கர் (சஞ்சித்) ராய், C.G.சோமியா, C.P.ஜோஷி, சந்திர பண்டாரி, சாரு, சாருல் மற்றும் வினய், சேத்தன் ராம், சக்கன் சிங், சிமன்பா, சுன்னி பாய் சுன்னி சிங, D.L. திரிபாதி, தாமோதர் தன்வி, தன்வீர் சிங், தீபக் கியான்சந்தனி , தீபக் நய்யார், தேவா பா, தேவிலால், தேவி, தௌபா திக்விஜய் சிங், தீனபந்து சௌத்ரி , தினேஷ் ஸ்ரீமாலி, தின்கர்லால் மேத்தா, முனைவர் இந்திரா ஹிர்வி, முனைவர் காந்தா அஹுஜா,

முனைவர் மன்மோகன் சிங், முனைவர் நரேன்மூர்த்தி, முனைவர் நீலிமா தார், முனைவர் பி.சி அலெக்சாண்டர், முனைவர் பட்வா, முனைவர் சாரதா ஜெயின், முனைவர் வி.எஸ். வியாஸ், துர்க் சிங், E.A.S. சர்மா, பாத்திமா பேகம், G.R. கைர்னார், ஜக்தீப் தன்கட், ஜெட்டி பாய் , கஜானந்த் கல்கு மா கணேஷ் சிங் கங்கா

சிங் ஜின்னி ஸ்ரீவஸ்தவா, கிரிஜா வியாஸ், கோபாலகிருஷ்ண காந்தி, கோபால் சிங், கோபி, கோபிலால் ராய்கர், கோவிந்த் சதுர்வேதி, குப்தாஜி, கியார்சி பாய், H.D. ஷோரி, H.K.சாஸ்திரி (PTI), ஹக்கு, ஹமீத், ஹன்ஸ்வரூப், ஹனுமன் சௌத்ரி, ஹனுமந்த ராவ், ஹரி சங்கர், ஹரி சிங், ஹரிஷ் பதானி, ஹரிசங்கர் பாப்ரா, ஹரிவன்ஷ் பாய், ஹர்ஷ் மந்தர், ஹீராலால் தேவ்புரா, ஹேமந்த் Kr. பாலிவால், ஹேம்லதா பிரபு, ஹுகம் சிங்., J.S. வர்மா,

ஜெய் பிரகாஷ் நாராயண், ஜெய்ராம் ரமேஷ், ஜெய்த் சிங், ஜம்னா பாய், ஜம்னாலால் லாவதி, ஜெய சர்மா, ஜீன் டிரேஸ், ஜீவன், ஜெரெமி சீப்ரூக், ஜான் சிங், ஜஸ்டிஸ் தின்கர்லால் மேத்தா, ஜஸ்டிஸ் P.B. சாவந்த், ஜஸ்டிஸ் ராஜீந்தர் சச்சார், ஜஸ்டிஸ் V.S. டேவ், K.B. சக்சேனா, K.C. சௌத்ரி, K.K. மேத்யூ, K.R. வேணுகோபால், K.S ஸ்ரீவஸ்தவா, K.S. சுப்ரமணியன், காக்கிஜி, கல்பனா ஷர்மா, காலு (காலகோட்), காலுராம், காமயானி ஸ்வாமி, கமலா பாய், கமலா தக்டி, கங்கு தேவி, கவிதா ஸ்ரீவாஸ்தவா, கேலி பாய், கேசர் சிங், கேஸ்ரிமால், கீமா ராம், கேம்ராஜ், கிஷன் தாஸ், கிஷன் லால் குஜ்ஜார், கிஷன் பட்நாயக், கிஷோர், கிஷோர் சைன்ட், கோமல் கோத்தாரி, கூம் சிங், கூப் சிங், கோயாலி பாய், க்ரியா கட்டே,

கிருஷ்ண ஐயர், குல்தீப் நய்யார், குஞ்சிலால் மீனா, குண்டேஷ்வர் மகாதேவ், L.C. குப்தா, லச்சுபா, லாட் குமாரி, லாடு சிங், லக்ஷ்மண் தாஸ், லக்ஷ்மண் சிங், லக்ஷ்மி, லக்ஷ்மி கிருஷ்ணமூர்த்தி, லால் சிங், லாலுராம், லக்ஷ்மண் நில்வா,

லோக்பால் சேத்தி (ஹிந்துஸ்தான் டைம்ஸ்), *M.L.*கீஞ்சி, *M.L.*மேத்தா, *M.P.*பரமேஸ்வரன், மாதவ் கோட்போல், மது கிஷ்வர், மதுசூதன் ஜாலா, மகேஷ் பிண்டால், மகேஷ் போரா, மாலினி பார்த்தசாரதி, மம்தா ஜெட்லி, மனா பில், மந்ததா சிங், மங்கிலால், மானினி சேகர், மார்க் டல்லி, மருதர் மிருதுல்,

மேதா பட்கர், மீனா மேனன், மீத்து சிங், முகமது இக்பால் (ஹிந்து), மோகன் ஜி, மோகன் லால், மோகன் லால் சுகாடியா, மோட் சிங், மோட்டா பா, மோதி, மோதி பாய், மோதி சிங், முகுலிகா சென், *N.C.* சக்சேனா, *N.R.K.* ரெட்டி, நாகோதாஜி, நஹர் சிங், நைன் சிங், நாராயண் பரேத், நாராயண் சிங், நாராயண் வர்மா, நர்பதா தேவி, நாதுலால், நவுர்தி, நாவல் ஜி சவுகான், நீலப் மிஸ்ரா, நெல்சன் பெர்னாண்டஸ், நெமி சந்த், நிகில் சக்ரவர்த்தி, நிகில் தேய், நிர்தேஷ் குமார் யாதவ், நிர்மல் வாத்வானி, நிர்மலா லக்ஷ்மன், நித்யா ராமகிருஷ்ணன், நோஜி (யா), ஓம் ஸ்ரீவஸ்தவ், *O.P.* ஜெயின், *O.P.* மாத்தூர், ஓம் மஹாவர், ஓம் பிரகாஷ் டார்ஜி, ஓம் தன்வி, ஓம்கார்நாத் திரிபாதி,

*P.N.*பண்டாரி, *P.S.*அப்பு, *P.V.*ராஜகோபால், பாப்லோ பார்தலோமிவ், பால், பாணினி ஆனந்த், பியூஷ் மேத்தா (*Aaj Tak*), பிரபாஷ் ஜோஷி, பிரபு தாஸ், பிரதீப் பார்கவா, பிரதீப் லோடா, பிரதீப் பிரபு, பிரக்யா பாலிவால், பிரகாஷ் பண்டாரி, பிரகாஷ் சதுர்வேதி, பிரகாஷ் கர்தாலே, பிரகாஷ் குமார், பிரகாஷ் ஷர்மா, பிரசன்னா மொஹந்தி, பிரசாந்த் பூஷன், பிரயத்தன் சன்ஸ்தான், பிரேம் கிருஷேன் ஷர்மா, ப்ரீத்தி சம்பத், பூனா ராம், பேராசிரியர் அரோரா, புஷ்பா பாவே, பேராசிரியர் நருலா, பியார்சந்த் காடிக், *R.D.*வியாஸ், *R.N.* மிஸ்ரா, ரபி ரே, ராதாகாந்த் சக்சேனா, ராதிகா கவுல் பத்ரா, ரகு ராய், ராஜ் கன்வர், ராஜன் மகான், ராஜீவ் மல்ஹோத்ரா, ராஜேந்திர போடா, ராஜேந்திர குஞ்சால், ராஜேஷ் சின்ஹா, ரஜினி பக்ஷி, ராகேஷ் துப்புடு, ராம் ஜெத்மலானி, ராமகிருஷ்ண ராஜு, ராம் லால், ராம் சாகர், ராம் சிங், ராமநாதன், ரமேஷ் நந்தவானா, ரமேஷ் வியாஸ், ராம்கரன், ராம்குமார் மிஸ்ரா, ராம்லால் குஜ்ஜர், ராம்நிவாஸ், ராம்பிரசாத் குமாவத், ரஞ்சித், ரவீந்திர ஷா, ராவத் ராம், ரேகா, ரேணுகா பமேச்சா, ரோட்ரிக்ஸ், ரோஹித் குமார், ரோஹித் பரிஹார் (இந்தியா டுடே),

ரொமிலா தாபா, ரூப் கன்வர், ரூப் சிங், ருக்மா மா, ருக்மணி, *S.* குஹன், *S.* ரகுநாதன், *S.* சீனிவாசன் (வாசு), *S.R.* சங்கரன், சபா நக்வி, சாம், சம்சுத் ஜோ, சந்தீப் பாண்டே, சந்தீப் ஸ்ரீவஸ்தவ் (இந்தியன் எக்ஸ்பிரஸ்), சஞ்சீவ் குமார், சஞ்சோய் கோஷ், சந்தோஷ், சந்தோஷ் மேத்யூ, சர்பஞ்ச் ராம்லால், சதீஷ் சர்மா

UNI, சவன்சந்த் சந்தேல், சவாய் சிங், சவாய் சிங் (சங்கவாஸ்), சவர் லால் சந்தேல், சீமா சிஷ்டி, சீதா பாய், சேகர் போனு, ஷைலேஷ் காந்தி, சங்கர், சங்கர் லால், ஷங்கர் சிங், சாரதா ஜெயின், ஷீலா தீட்சித், சேகர் சிங், ஷிகா திரிவேதி, ஷிவ் சிங் நிஹால், சிவாஜி ராவ், ஷோபா, ஸ்ரீ பிரகாஷ் சர்மா, சுப்பு பட்வா, சித்தார்த் ஜெயின், சித்திராஜ் தாதா, சீதாராம் யெச்சூரி, சோலி சொராப்ஜி, சௌமியா கிடாம்பி, ஸ்ரீ ராம் லால், ஸ்ரீனிவாஸ், சுப்ரமணிய பாரதி, சுசி பாண்டே, சுதா பிள்ளை, சுஜாபா, சுகுமார் முரளிதரன், சுமன் சஹாய், சுமிர் ஹிந்துஜா, சுமித் சதுர்வேதி, சுமித்ரா, சுமித்ரா சோப்ரா, சுனிதா தேவி, சன்னி செபாஸ்டியன் (இந்து), சுரேந்திர மோகன், சுரேந்திரநாத் துபே, சுரேஷ் பச்செளரி, சுரேஷ் பரீக், சுஷில் குமாரி பிரதான், சுஷிலா போரா, சுஷ்மிதா பானர்ஜி, சுவாமி அக்னிவேஷ், *T.K.* சிங், தாரா சிங் சித்து, டீலு, தேஜா ராம் (கோத்தாரி), தேஜ் சிங்ஜி (சோஹன்கார்), தேஜ் சிங் (தோட்கார்), தான் சிங், திரிபுவன், திரிலோக் சிங், திரிபுராரி சர்மா, திரிவேணி, துல்சா சிங், துளசி தாஸ், உமா சங்கர், உபேந்திரா பாக்ஸி, உஷா ராய், *V.K.*அரோரா, வி.பி.சிங், வி.எஸ். வியாஸ், வந்தனா சிவா, வேத வியாஸ், வெங்கடேஷ் நாயக், விஜய் கும்பார், விஜய் நாகராஜ், விஜய் சங்கர் வியாஸ், விஜய் சிங், விஜேந்திரா வித்ரோஹி, விஜய்தன் தேத்தா, விகாஸ், விக்ரம் வியாஸ், விமல் சவுகான், வினோத் அரோரா, வினோத் மேத்தா, விபுல் முட்கல், வீரேந்திர வித்ரோஹி, விவேக் ராம் குமார், வஜாஹத் ஹபிபுல்லா, வகார் பாய் (*CPI-M*), யஷ்வந்த் சின்ஹா, யதுவேந்திர மாத்தூர்.

சொல்லடைவு

அத்வானி, எல்.கே., 120, 254

– ரத யாத்திரை, 120, 254

அஹுஜா, டாக்டர். காந்தா, 88, 544

அஜ்மீர் தர்ணா, 206

அகல் சங்கர்ஷ் சமிதி, 232, 270

அலெக்சாண்டர், டாக்டர். பி.சி., 468

அம்பேத்கர் ஜெயந்தி, 191, 196,

அம்பேத்கர், டாக்டர் பி.ஆர்., 4, 91, 191, 194, 196

ஆனந்த், பாணினி, 418

அன்னபூர்ணா திட்டம், 397

அன்ஷி (சங்கர் சிங்கின் மனைவி), 2, 6, 11, 13, 15, 18, 43,46, 94, 137

அப்பு, பி.எஸ், 467, 545

ஆயுதப் படைகள் (சிறப்பு அதிகாரங்கள்) சட்டம், 451

அருண் குமார் கமிட்டி, 235, 242, 243, 251, 263

ஆசன் பஞ்சாயத்து, 163, 165, 169, 313, 316, 334

ஆசிய வளர்ச்சி வங்கி (ADB), 281, 282, 284

பி.வி. நாராயண ரெட்டி நினைவிடம் , 153, 154, 182

பாபா ஆதவ், 339, 372

பாபர் மசூதி இடிப்பு, 121

பட்கோச்ரா பஞ்சாயத்து, 314

பகானா ஜன் சன்வாய், 396

பக்ஷி, ரஜ்னி, 7, 20, 26, 62, 94, 115, 175, 289

பானர்ஜி, சுஷ்மிதா, 252

பன்னாலால், 359–361

பன்னாலால் குழு அறிக்கை, 363–365

பாபு குடில், 20, 62, 115, 289

பரதன், ஏ.பி., 378

பாரேத், நாராயண், 206

பத்ரா, ராதிகா கவுல், 207

பக்ஸி, உபேந்திரா, 88, 92

பியாவர் மாநாடு, 2001 367, 376

பியாவர் பிரகடனம், 376, 382, 435, 477, 483

பியாவர் தர்ணா, 187, 190, 204, 207, 210, 212, 213, 235, 236, 245, 282, 293, 311, 415

– தொடக்கம், 190

– பொதுப்பணித் துறையில் ஊழல், 224

– ராஜஸ்தானில் விளைவுகள், 235, 239

– மெயின் நஹின் மங்கா பாடல், 197

– நிகில் சக்கரவர்த்தியின் பேச்சு, 199–200

– மக்கள் ஆதரவு, 194–199

– பிரபாத் பேரி, 198

– அதற்கான ஏற்பாடுகள், 187–188

547

– வரையறுக்கப்பட்ட கொள்கைகள், 210

– சங்கரின் கதை சொல்லல், 192-193

– அஜ்மீர், ஜெய்ப்பூரிலிருந்து ஆதரவு, 204-208

– சுவாமி அக்னிவேஷ் வருகை, 191

பாப்ரா, ஹரி சங்கர், 266

பதானி, ஹரிஷ், 161

பாதுரி, மது, 427

பைரோன் நாத் அண்ட் சன்ஸ், 140, 146, 160

– நிதி மோசடி, 141, 146

பண்டாரி, சந்திரா, 81

பண்டாரி, பி.என்., 296-298

பன்வர் (குஷல்புராவிலிருந்து), 28-33, 37, 43

பரத்வாஜ், அஞ்சலி, 418, 421, 441

பாரத ஞான விஞ்ஞான சமிதி (பா ஞா வி ச), 225

பாரதிய ஜனதா கட்சி (பாஜக), 156, 260, 265, 254

பார்கவா, பிரதீப், 252

பாட்டியா, பேலா, 290

பட்டாசார்ஜியா, அஜித், 1, 9, 213, 223, 246, 277, 290, 296, 302, 339, 373, 415, 417, 419-420, 429, 442, 456

பாவே, புஷ்பா, 290

பீம், 3, 7, 10, 20, 33, 47, 48, 56, 59, 60, 61, 63, 70-73, 76, 78, 80, 81, 83, 86, 87, 89, 90, 92-94, 98-108, 112, 114, 116-128, 133-135, 145, 146, 150, 154, 160, 161, 189, 244, 293, 304, 312, 388, 390

– தர்ணா, 98-107

– (மஸ்தூர் கிசான் சக்தி சங்கதன்) மஸ்தூர் கிசான் சக்தி சங்கதன் உருவாக்கம், 55-63

– குறைந்தபட்ச ஊதியம் கோரி உண்ணாவிரதம், 72-80

– குறைந்தபட்ச ஊதிய சம்மேளனம், 80-92

– ஐடிஎஸ் (IDSYSTEM?) அறிக்கை, 84

– கண்டன ஊர்வலம், 47-50

பீம் ஜான் சன்வாய், 160-162

– பஞ்சாயத்து சமிதியில் ஊழல், 160-162

– குழு, 161

போபால் விஷவாயு பேரழிவு, 218, 275, 276, 279

பூஷன், பிரஷாந்த், 331, 417, 441, 443, 462

பிகார் இயக்கம், 275

பிகானீர் தர்ணா, 242, 247

பிண்டால், மகேஷ், 100

பிஸபல்பூர் அணை, 232

பிலாஸ்பூர் ஜன் சன்வாய், 225

போரா, மகேஷ், 41, 46, 81, 83, 94, 163, 247

போரா, சுசீலா, 247

போர்டியா, அனில், 12, 45, 73, 88, 145

போரி பொது விசாரணை, 325-327

சமத்துவக் கல்வி மையம், 428

சக்ரவர்த்தி, நிகில், 191, 199, 270, 415, 429, 474

சாங் கேட், 190, 194, 196, 211, 370, 371, 372, 376, 377

சாப்லி டக் பங்களா கூட்டம், 113

சதுர்வேதி, பிரகாஷ், 252

சௌத்ரி, அமிதாப், 442

சௌதிரி, தீனபந்து, 205, 243

சௌத்ரி, ஹனுமான், 397

சௌஹான், நாவல்ஜி, 196

சௌகான், விமல், 203

சிமன்பா, 338-340, 360, 399

சோப்ரா, சுமித்ரா, 252

சுன்னி பாய், 23, 26-28, 30, 31, 37, 63, 71, 72, 127, 137, 197, 266

காமன்வெல்த் மனித உரிமைகள் தொடக்க முனைவு, 428

தாடி ராபட், 26, 27, 29-31, 33-35, 49, 61, 69, 82

- ஊதியம் வழங்குவதில் ஊழல், 26-34

- குகைகளை தோண்டுவது போல், 29

- குழு ஒருங்கிணைப்பும் எதிர்ப்பும், 26-34

தக்டி, கமலா, 198

டைனிக் நவஜோதி, 163, 170, 171, 182, 203, 205, 243

தண்டி யாத்திரை, 241

தாவே, நீதிபதி வி.எஸ்., 161, 168, 339

தில்லி பிரகடனம், 449

தில்லி ஜல் போர்டு, 427

தில்லி தகவல் அறியும் உரிமைச் சட்டம், 418, 422, 423, 428

தில்லி நீர் பிரச்சாரம், 428

தியோகர் பஞ்சாயத்து சமிதி, 392

தேத்தா, விஜய்தான், 150, 151, 247, 306

பேட்டன் ரி புல்வாரி, 151

- கந்தாவும் ஜூதியும் நாட்டுப்புறக் கதை, 306

தேவ்துங்ரி, 1-3, 6-11, 14, 15, 18-28, 31, 33-35, 39-41, 43-47, 51, 52, 59, 63, 76, 86, 87, 94, 95, 98, 106, 133, 139, 141, 143, 189, 245, 287, 288, 308, 312, 313, 326, 474

ஆக்டிவிஸ்ட் ஹட். இன், (activist hut.in) 3, 7-33, 37, 77, 93, 289

- தொடக்க காலம், 1-16

- மஸ்தூர் கிசான் சக்தி சங்கதன் தொடக்கம், 1-33

- வெறும் ஊதியத்துக்கான போராட்டம், 25-33

தேவகவுடா, ஹெச்.டி., 221-222

தேவி, பன்வாரி, 68

தேவிலால், 18-20, 72, 75

டே, நிகில், 3-6, 13, 18, 20, 30, 33, 35, 37, 43, 46, 72, 75, 94, 125, 137, 160, 170, 171, 193, 194, 268, 288, 331, 355, 368, 418, 428, 462, 474

தாதா, சித்திராஜ், 205, 252

தங்கட், கக்தீப், 263

தீட்சித், ஷீலா, 421

டோக்ரா, பாரத், 94, 123, 199, 207, 263, 339, 367, 373, 417, 424, 435, 461, 465

டாக்டர். நீலிமா தார், 262

டாக்டர். சாரதா ஜெயின், 88, 145, 262, 290

ட்ரேஸ், ஜீன், 290, 404, 438, 462

துபே, சுரேந்திரநாத், 197

ங்கல் முன்வரைவு, 111, 113

துவிதா நாடகம், 60

கிழக்கிந்திய கம்பெனி, 113

பொருளாதார தாராளமயமாக்கல், 284

தேர்தல் கண்காணிப்பு யாத்ரா, 403

வேலை உறுதிச் சட்டம், 442

சுற்றுச்சூழல் பாதுகாப்பு சட்டம், 147

அத்தியாவசியப் பொருட்கள் சட்டம், 424

ஐரோப்பிய காப்புரிமை மாநாடு, 111

பஞ்ச நிவாரணக் குறியீடு, 26, 66, 68

பஞ்ச நிவாரணத் திட்டம், 84, 90, 373

ஃபராரா பொது விசாரணை, 395

ஃபெர்னாண்டஸ், நெல்சன், 339

கோப்பு குறிப்பு, 301, 464–468

இந்திய உணவுக் கழகம் [FCI], 381

தடையற்ற சந்தை, 111, 117, 16–127

தகவல் சுதந்திரச் சட்டம் (FOI), 338, 372, 408, 409, 413, 417, 449, 453, 456, 457, 530

தகவல் சுதந்திர மசோதா, 2000 282, 457

– இடைவெளிகள், 457

தகவல் சுதந்திரம் (FOI), மசோதா 2002 407–412

– எல்லைகள், 410

கல்கு யா, 249, 250, 261, 262

காந்தி அமைதி அறக்கட்டளை (GPF), 213

காந்தி, கோபாலகிருஷ்ணா, 470

காந்தி, இந்திரா, 275

– இந்திரா காந்திக்கு எதிராக உச்ச நீதிமன்றத் தீர்ப்பு, 275

காந்தி, மகாத்மா, 5, 22, 57, 229, 399, 400

– உப்பு ஊர்வலம் / யாத்திரை, 241

காந்தி, ராஜீவ், 152

காந்தி, சோனியா, 461

கெலாட், அசோக், 186, 207, 296, 358, 377, 378

கோஷ், சஞ்சய், 145, 246

ஆவி வேலைகள், 341

கோட்டாலா ரத யாத்திரை, 254–261, 273, 274, 300, 376, 377, 402, 403, 405, 426

– டில்லியில், 426

– ஆட்சியில் ஒரு ஏமாற்றம், 258–259

கோவா சட்டம், 269, 408, 454

காட்போலே மாதவ், 408, 454, 467

கிராம பஞ்சாயத்து ஞானவாத், 341

– மோசடிகள், 355–359

குகன், எஸ்., 282

குஜ்ஜார், கிஷண் லால், 345

குன்ஜைல், ராஜேந்திர, 203, 205

குப்தா, எல்.சி., 263

கியான்சந்தானி, தீபக், 95, 100, 145

ஹெச்.டி. ஷோரி கமிட்டி, 222, 300, 410, 417, 450

ஹபிபுல்லா, வஜாஹத், 464

ஹமாரா பைசா, ஹமாரா ஹிசாப் முழக்கம், 141, 187, 222, 235, 430

ஹரிவன்ஷ் பாய், 138, 440

ஹசாரே, அன்னா, 205, 408, 431, 454, 466, 467

ஹெலா, 362, 376, 426, 435

ஹிர்வே, டாக்டர் இந்திரா, 88

ஹம் ஜானேங்கே, ஹம் ஜியேங்கே கோஷம், 193, 235

இந்திய அரசியலமைப்பு, 121, 209, 235, 305, 372, 389, 409, 474, 487

– 73ஆவது திருத்தம், 305

– கட்டுரை, 30–31, 209,

இந்தியன் எக்ஸ்பிரஸ், 1, 92, 193, 206, 223, 437

இந்திய வனச் சட்டம், 440

இந்தியப் பொது நிர்வாக நிறுவனம் (IIPA), 226, 229

இந்திரா ஆவாஸ் யோஜனா (IAY), 127, 332–336, 355

– மோசடி, 332–337

– மஸ்தூர் கிசான் சக்தி சங்கதன் கோரிக்கைகள், 335–337

இந்திய–சீனப் போர், 209

வளர்ச்சிக் கல்வி நிறுவனம் (IDS), ஜெய்ப்பூர், 11, 18, 78, 86, 87, 88, 145, 168, 206, 264, 289

– மாநாடும் பயிலரங்கும், 86–92

அறிவுசார் சொத்துரிமை, 112

சர்வதேச நாணய நிதியம் [IMF], 113, 281, 284

ஐயர், கிருஷ்ணன், 470

ஜெயின், சித்தார்த், 203

ஜெய்ப்பூர் தர்ணா, 187–211, 243, 249–270

– முடிவு, 268

– பங்கேற்றவர்கள், 252

– மக்கள் ஆதரவு, 206–207, 261–266

– வெற்றி, 270

– பத்திரிகையாளர்களின் ஆதரவு, 207–211

ஜெட்லி, மம்தா, 94, 106, 252, 293, 300, 331

ஜல் ஜங்கிள் ஜமீன் அந்தோலன், 232

ஜன் நிதி அபியான், 401–406

ஜன் நிதி யாத்ரா, 402, 403

ஜன் சுன்வாய், 148–151, 162, 169–170

– ஒரு விமர்சன ஆய்வு, 177–179

– முதலமைச்சரின் பதில், 180–186

– அணைகள், இடம்பெயர்வு குறித்து, 232–234

– கோரிக்கைகள் குறித்து, 153–154

– முதல் கட்டம் (1994–95), 150–160

– மஸ்தூர் கிசான் சக்தி சங்கதன் அழைப்பு, 144–153

– இரண்டாவது தொகுப்பு, 286–295

– முக்கியத்துவம், 387–390

ஜனவாத் ஜன் சுன்வாய், 338–359

– தாக்கம், 340, 386–395

– குழு பட்டியலில், 340

– ராஜஸ்தான் அரசின் பதில், 358–366, 386–400

– அறிக்கைகள், 355–357

ஜன்னே கா ஹக் பாடல், 443–445

ஜந்தர் மந்தர் தர்ணா, 465

ஜவஹர் ரோஜ்கர் யோஜனா, 69, 70, 90, 95–99, 106, 108

ஜவாஜா ஜன் சுன்வாய், 162–167

– கிராம சேவகர்களின் எதிர்ப்பு, 167–170

– குழு பட்டியல், 162

ஜெத்மலானி, ராம், 407, 413, 456

ஜாலா, மதுசூதன், 43

ஜிலோன் கி மதர் ஜன் சன்வாய், 390, 393–394

சமூக உதவிக்கான கூட்டு நடவடிக்கை (ஜோஷி), 465

ஜோஷி, சி.பி., 304, 394

ஜோஷி, பிரபாஷ், 8, 192, 193, 199, 208, 213, 277, 296, 297, 302, 339, 373, 378, 415, 417, 420, 429, 436, 437, 472

– தேவதுங்கிக்கு முதல் வருகை, 9–11

– பேவார் தர்ணா பற்றிய பார்வைகள், 193–194

– பேவார் வருகை, 193, 214

நீதிபதி கிருஷ்ண ஐயர் நினைவுச் சொற்பொழிவு, 470

கல்ப விருக்ஷ/கற்பக விருட்சம், 277

கர்டாலே, பிரகாஷ், 438

கெஜ்ரிவால், அரவிந்த், 417–419, 443, 462

கேலி பாய், 100, 103, 266

கேரள சாஸ்திர சாகித்ய பரிஷத் (KSSP), 304, 438

கைர்னார், 199, 205

காடிக், பியார்சந்த், 327, 334

 – கதை, 327

கஜானா நாடகம், 273

கீன்ச்சி, எம்.எல்., 397

கிரானா (மளிகை) கடைகள், 113, 118, 119, 132

 – வரலாறு, 111

கிஷ்வர், மது, 331

கோட் கிரானா, 150–160

 – RTI கோரிக்கையின் ஆரம்பம், 154–155

கோட் கிரானா பொது விசாரணை, 154–160

 – RTI இயக்கத்தின் அடித்தளம், 160

 – குடிமக்கள் குழு, 157,

கோத்தாரி, கோமல், 247, 299

கிருஷ்ணமூர்த்தி, லட்சுமி, 55

குகர்கேடா ஜன் சுன்வாய், 286–288

 – குழு, 288

குகர்கேடா பஞ்சாயத்து, 314

குமார், ஏ.கே. ஷிவ, 462

குமார், அருண், 223, 235, 242, 243, 246, 251

குமார், சஞ்சீவ், 331

குமாரி, லட், 252

குமாவத், ராம்பிரசாத், 369

குஷால்புரா கூலிப் போராட்டம், 52

லால் பகதூர் சாஸ்திரி தேசிய அகாடமி நிர்வாகம் (LBSNAA), 155, 213–215, 217, 279, 467

ஆலோசனை, 212–215

லால், ராம் (சர்பஞ்ச்), 344, 349–351, 354, 355, 357

லால், சாந்தி, 117

நிலம் கையகப்படுத்துதல் சட்டம், 440

நில உச்சவரம்புச் சட்டம், 35

லசானி ஜன் சுன்வாய், 392

லிவ் மின்ட், 85

லோதா, பிரதீப், 157, 206

லோக் தந்த்ரஷாலா, 404

மகாராஷ்டிரச் சட்டம், 454

மகாராஷ்டிரக் கிராமப்புற, 264

மகாத்மா காந்தி தேசிய கிராமப்புற வேலை உறுதி சட்டம் (MGNREGA), 22, 229, 399, 400

மஹாவார், ஓம், 197

மகேஷ்வர் அணை, 232

மகிளா அத்யாச்சார் விரோதி ஜன் அந்தோலன், 231

டிலோனியாவில் மஹிளா மேளா, 68

மந்தர், ஹர்ஷ், 155, 189, 201, 213–215, 225, 269, 277, 290, 424, 428, 438, 441, 459

மேத்யூ, நீதிபதி கே.கே., 213–275

மேத்யூ, சந்தோஷ், 290

மாத்தூர், அசோக், 81, 83, 206, 246

மதூர், பேராசிரியர் ஓ.பி., 252

மே தின மேளா, 54, 59, 61, 77, 98, 127, 191

மஸ்தூர் கிசான் கிரானா ஸ்டோர்ஸ் (MKKS), 110, 114, 116, 125, 132

- எதிர் வாதங்கள், 113–117
- திறப்பு, 116–117
- அதிகரிப்பு, 121
- கட்டுக்கதைகள் உடைதல், 128
- மளிகைப் பொருட்களின் விலை, 117–119
- நோக்கம், 125–126
- வரவேற்பு, 118–119
- வெற்றி, 120–121
- வணிகர்கள் எதிர்ப்பு, 119

மஸ்தூர் கிசான் சக்தி சங்கதன் (எம்.கே.எஸ்.எஸ்.)
- பஞ்சாயத்து தேர்தல் பிரச்சாரம் 305–324,
- முக்கிய அம்சம், 321–323
- முதல் சுற்று, 305–309
- இரண்டாவது சுற்று, 310–317
- மூன்றாவது சுற்று, 317–323
- பர்ச்சாக்கள், மூலம் பிரச்சாரங்கள் சுவர் ஓவியங்கள், 55–56
- தில்லி வருகை, 415–416
- கருத்தும் பிறப்பும், 1, 49, 51–63
- வேலைக்கான கோரிக்கை உத்தரவாதச் சட்டம், 86
- வெளிப்படைத்தன்மைக்கான தேவை, 133–142
- பீமில் முதல் பிரதிநிதித்துவம், 70–71
- முதல் தீர்மானம், 60–61
- அடிக்கல் நாட்டப்பட்டது, 49–50
- பரிவர்த்தனத் தொடர்பு, 418–419
- பொது விசாரணைகள், 143–179
- பொது விசாரணைகளில் பங்கேற்பது, 390
- பீமுடனான உறவு, 134
- முழக்கம், 56–59
- குறைந்தபட்ச ஊதியத்திற்கான போராட்டம், 143–179

போராட்டத்தில் கலந்துகொண்டமை, 7, 141

மஸ்தூர் கிசான் சக்தி சங்கதன் டைரி அறிக்கை, 21, 22, 60, 85, 101, 114, 125, 128, 135, 136, 138, 149, 150, 161, 163, 203, 204, 234, 242, 259, 272, 290, 360, 369

மஸ்தூர் கிசான் மோர்ச்சா, 94, 243

மீனா, குஞ்சிலால், 393

மேத்தா, அஜய், 46, 105, 145

மேத்தா, நீதிபதி தினகர்லால், 206, 263, 269

மேத்தா, எம்.எல்., 44, 88, 262, 267

மேனன், மீனா, 339

குறைந்தபட்ச ஊதியம், 3, 11, 26–28, 31, 32, 50, 60, 61, 64, 68, 70, 74, 76, 78, 80–90, 94, 96–99, 106, 107, 121, 124, 126, 134, 139, 141, 143, 144, 150, 160, 206, 220, 244, 276, 311, 312, 392, 450

- முதல் உண்ணாவிரதப் போராட்டம், 64–79
- முதல் வேலைநிறுத்தம், 4
- பணம் செலுத்தாதது, 141, 145–146, 150, 160
- அம்னரில், 138, 145, 160
- கோட் கிரானாவில், 150
- RTI சட்டம், 107–109
- இரண்டாவது உண்ணாவிரதப் போராட்டம், 93–109
- பாடங்கள், 108–109
- போலீஸ் தாக்குதல், 102–105
- சங்கதனின் முதல் தீர்மானம், 60–61, 97–98

குறைந்தபட்ச ஊதிய சும்மேளனம், 53–61

குறைந்தபட்ச ஊதியச் சட்டம், 25-26, 143

மிஸ்ரா, ஆர்.என்., 107

மிஸ்ரா, சீமா, 421

மிஸ்ரா, நீலப், 141, 177, 207, 339, 363

மிஸ்ரா, ஆர்.என், 61, 108

மோகன், சுரேந்திரா, 252, 339

மோகன்ஜி 7, 23, 28, 37, 43, 137, 186, 189, 197, 418

- ஒரு தலித் கபீர் பாடகர், 66
- பாடல்கள், 185

மோட்டா பா, 139

மோதி (சங்கல்பிலிருந்து), 81, 94, 100, 104, 145, 244, 335

மிருதுல், மருதூர், 163, 247, 252, 263, 299

முகோபாத்யாயா, அமிதாப், 330

முரளிதரன், சுகுமார், 339, 378

பேவார் மாநாட்டின் அறிக்கை, 378-379

நாகராஜ், விஜய், 305

நந்த்வானா, ரமேஷ், 94, 145, 163, 245

நாராயணமூர்த்தி (டாக்டர்), 289

நாராயண் (மஸ்தூர் கிசான் சக்தி சங்கதனிலிருந்து), 20, 95, 96, 137, 160, 189, 287, 292, 308, 312, 313, 316, 339, 360

நாராயண், ஜெயபிரகாஷ், 5, 202, 275

நர்மதா பச்சாவ் அந்தோலன், 232, 438

நாருல்லா, பேராசிரியர், 88

தேசிய ஆலோசனைக் குழு (என்ஏசி), 453-463

- பங்களிப்பு, 462

- தகவல் அறியும் உரிமை, 453-463

மக்கள் தகவலறியும் உரிமைக்கான தேசியப் பிரச்சாரம் (NCPRI), 212-215, 218, 221, 222, 225, 229, 243, 251, 271, 276-279, 281, 283, 283, 285, 292, 296-299, 302, 303, 309, 311, 340, 353, 361, 365, 367, 369, 370, 373, 381, 385, 387, 408, 410, 413-419, 424, 430, 431, 434-438, 442, 449, 451-453, 461, 462, 477

- கோரிக்கைகள், 221
- தயாரித்தல், 212-222

மக்கள் தகவறியும் உரிமைக்கான தேசிய மாநாடு, 367-385

- முதன்மை நோக்கங்கள், 279
- இரண்டாவது மாநாடு, 415-429
- தொடக்க அமர்வு, 435
- முழு அமர்வு, 434-435

தேசிய கிராமப்புறத் தொழிலாளர் ஆணையம், 89-90

தேசிய குறைந்தபட்சப் பொதுத் திட்டம் (NCMP), 430, 460, 463

- நிர்வாகச் சீர்திருத்தங்கள், 460

தேசிய வேலை உறுதிச் சட்டம், 460

தேசிய கிராமப்புற வளர்ச்சி நிறுவனம் (NIRD), 456

தேசிய கிராமப்புற வேலைவாய்ப்பு உத்தரவாதச் சட்டம், 405

நவுர்தி (ஹர்மாராவிலிருந்து), 5, 33, 37, 68, 81, 94, 103, 104

நய்யார், குல்தீப், 191, 192, 199, 200, 205, 251, 252, 415, 429, 434, 435, 437, 462

நய்யார், தீபக், 457

நிகில் சக்ரவர்த்தி நினைவுச் சொற்பொழிவு, 472

நில்வா, லக்ஷ்மண், 246

நிரந்தர், 203, 369

— பங்கு, 203

தேசிய கிராமப்புற வேலைவாய்ப்பு உத்தரவாதச் சட்டம் (NREGA), 265, 269–270, 354, 367, 404, 460, 462

அதிகாரப்பூர்வ இரகசியச் சட்டம், 135, 136, 181, 211–213, 251, 272, 274, 279, 409

ஆக்ஸ்ஃபேம் இன்டர்நேஷனலின் உலகளாவிய சமத்துவமின்மை அறிக்கை, 85

பி.என். பண்டாரி கமிட்டி, 296/298

பாஞ்சு ஜன் சுன்வாய், 397

பச்சூரி, சுரேஷ், 466

பாத யாத்திரை அல்லது ஜாதா, 53, 54, 239, 321

பகந்த் திவஸ், 260

பமேச்சா, ரேணுகா, 145, 157, 173, 207, 224, 252, 262

திருத்தப்பட்ட பஞ்சாயத்துச் சட்டம், 277–278

பஞ்சாயத்து ராஜ் சட்டம், 178, 266, 286, 294, 306, 341, 343, 457

பஞ்சாயத்து ராஜ் விதிகள், 178, 266, 267, 269, 286, 341, 347, 457

— திருத்தப்பட்ட விதிகள், 262–263, 266–267, 286

பாண்டே, சுச்சி, 279

— முனைவர் பட்ட ஆய்வறிக்கை, 279

பாண்டே, சந்தீப், 466

பனோடியா ஜன் சுன்வாய், 391

பரமேஸ்வரன், எம்.பி., 339, 440

பரிவர்தன், 417–421, 427, 432, 436

பார்சா காகா, 150, 155

பட்கர், மேதா, 193, 199, 202, 438, 441

பட்நாயக், பிராஜ், 442

சிவில் உரிமைகளுக்கான மக்கள் ஒன்றியம் (PUCL), 204, 206

பிங்க் சிட்டி பிரஸ் கிளப், 224

திட்டக்குழு, 22, 157

வறுமை ஒழிப்புத் திட்டங்கள், 89–92

— பரிந்துரைகள், 59–61

பிரபாத் கபார், 438, 440

பிரபு, ஹேமலதா, 252

பிரபு, பிரதீப், 438, 440

பிரதான் மந்திரி கிராம் சதக் யோஜனா (PMGSY), 69

ரதான், சுஷில் குமாரி, 223

பிராஷசான் கவோன் கி ஓரே, 39

பிரஸ் கவுன்சில் வரைவு, 216, 217, 221, 280, 285, 300, 408, 410, 417, 462

— தகவல் வரையறை, 214

— நீர்த்துபோதல், 302–303

பிரஸ் கவுன்சில் ஆஃப் இந்தியா, 213, 215, 216, 278, 371, 410, 416

பிரைஸ் வாட்டர்ஹவுஸ் கூப்பர்ஸ் (PWC), 427

பொது விநியோக அமைப்பு (PDS), 218–220, 226, 418–419, 421–426, 423, 432–434, 442, 445

— ஊழலும் கருப்புச் சந்தையும், 220, 221, 226, 280

— வெளிப்படைத்தன்மைக்கான கோரிக்கை, 418, 421

— ஆர்.கே. புரத்தில் பொது விசாரணை, 433–437

— மோசடிகள், 421–429

ரகுநாதன், எஸ்., 451

ராய், உஷா, 108

ரயில்மக்ரா பஞ்சாயத்து சமிதி, 391

555

ராஜகோபால், பி.வி., 438, 439

ராஜஸ்தான் வறட்சி, 1987 20–21

ராஜஸ்தான் மஸ்தூர் கிசான் மோர்ச்சா, 94, 243

ராஜஸ்தான் பஞ்சாயத்து ராஜ் சட்ட விதிகள், 1996 177, 342–343, 457

ராஜஸ்தான் பஞ்சாயத்து ராஜ் விதிகள், 178

ராஜஸ்தான் பத்ரிகா, 203, 293, 299

ராஜஸ்தான் தகவல் அறியும் உரிமைச் சட்டம் 2000, 302, 454

– அறிக்கை, 302–303

ராம், கீமா, 418

ராமகிருஷ்ணன், நித்யா, 215, 221

ராமநாதன், 145

ரமேஷ், ஜெய்ராம், 462

ராம்கரண், 37, 94, 145, 243

ராவ், டாக்டர் சி.ஹெச். ஹனுமந்தா, 22, 23

ராவத், லடு சிங், 117, 172–175

ராவத்மால் ஜான் சன்வாய், 290–293

ரிச்சூடு ஜான் சன்வாய், 390

உணவு உரிமை பிரச்சாரம், 108, 232, 270, 438, 442, 438

தகவல் அறியும் உரிமை [ஆர்டிஐ], 24, 27, 57, 86, 91, 99, 107, 108, 118, 127, 130, 131, 137, 138, 140, 154, 159, 160, 161, 169, 178, 181, 183, 184, 193, 197, 214, 215, 218, 220, 221, 266, 268, 276, 302, 340, 363, 373, 378, 405, 413, 421, 435, 438, 441, 443, 450–453, 474, 475, 477, 482, 485, 487, 488, 492, 520

– பெண்களுக்கு எதிரான கொடுமைகள், 230–232

– மஸ்தூர் கிசான் சக்தி சங்கதன் இயக்கத்தின் ஆரம்பம், 139–140

– அரசியலமைப்பில், 218

– காணாமல் போனோர் குறித்த பட்டறை, 451–452

– முக்கிய நோக்கங்கள், 146

– முக்கியத்துவம், 264–265

– ஜனவாட் பஞ்சாயத்தில் கதை, 341–342

– பணிக்குழு, 281

தகவல் அறியும் உரிமை மசோதா, 215

தகவல் அறியும் உரிமைச் சட்டம் (ஆர்டிஐ சட்டம் 2005), 214, 413, 487, 488

– நடைமுறை, 460, 461

– வரைவு செயல்முறை, 212–222

– நிறைவேற்றம், 463

– பிரிவு, 8 215, 413

– பிரிவு, 4 352

– உலகளாவிய மதிப்பீடு, 472

– திருத்தங்களுக்கு எதிர்ப்பு, 463–470

ரோட்ரிக்ஸ், சார்மைன், 462

ரூப் கன்வார், 68, 333

ராய், அருணா (ஆசிரியர்), 3, 182, 194, 249, 268 272, 301, 331, 381, 401, 405, 417, 442, 443

– டைம்ஸ் ஆஃப் இந்தியா ஃபெலோஷிப், 107

ராய், பங்கர் (சஞ்சித்), 22, 46, 145, 157, 262, 263

ரோஸ்கர் அதிகார் யாத்ரா, 403

கிராமப்புற வேலைவாய்ப்பு திட்டங்கள் ஊழல், 384

சச்சார், நீதிபதி ராஜேந்திர, 339

சஹாய், சுமன், 438, 439

சமக்ர சேவா சங்கம், 262

சம்பூர்ணா கிராமீன் ரோஸ்கர் யோஜனா (SGRY), 96

சங்கல்ப், 81, 94, 95, 100, 244, 245

சங்கரன், எஸ்.ஆர்., 86, 225, 229

சந்தானம் ஊழல் தடுப்புக் குழு, 274

சரேகுர்த் ஜான் சன்வாய், 225

சர்மா, ஈ.ஏ.எஸ்., 467

சர்வஜனிக் புதிய கிணறு திட்டம், 361

சதார்க் நாகரிக் சங்கதன் (SNS), 421-422

– பொது விநியோகம் குறித்து ஜான் சன்வாய், 422-424

சாவந்த், நீதிபதி பி.பி., 280, 416

சிங், சவாய், 263

சாவந்த் வரைவு, 454-456

சாவந்த், நீதிபதி பி.பி., 213, 221, 224, 280, 339, 370, 371, 373, 410, 416-419, 454, 456

சக்சேனா, கே.பி., 82-84, 459

சக்சேனா, என்.சி., 213, 214, 459, 462

சக்ஸேனா, ராதாகாந்த், 252

ஜெரோமி சீபுரூக், 94

செபாஸ்டியன், சன்னி, 206, 326, 330, 336, 339, 372

செம்லானி, கேவல், 442

சென், முகுலிகா, 206, 252

சேவா மந்திர், 95, 105, 145, 245

ஷா, ரவீந்திர, 331

ஷங்கர், உமா, 54, 59

சாரதா ஜெயின், 88, 145, 252, 262, 263, 290, 544, 546

சர்மா, பி.டி., 82-84

சர்மா, கல்பனா, 339

சர்மா, பிரகாஷ் (ராஜ் த்ரிஷ்டி), 354, 359, 360, 362

சர்மா, பிரேம்கிருஷ்ணன், 252, 339

சர்மா, திரிபுராரி, 54, 163, 273, 361

– தஸ்தக், 361

ஷங்கரின் நாடக குரு, 543

சாஸ்திரி, லால் பகதூர், 274

ஷெகாவத், பைரோன் சிங், 73, 100, 102, 106, 174, 180-183, 185, 207, 224

– ஜான் சன்வாய்ஸுக்கு பதில், 180-186

– மாநிலங்களவையில் அறிக்கை, 183-186

– பீமிற்கு வருகை, 101-102

சிவா, வந்தனா, 339

ஷோரி, ஹெச்.டி., 222, 300, 410, 417, 450

ஷ்ரமிக் மகிளா விகாஸ் ஏவம் அனுசந்தன் சமிதி, சோஹங்கர், 45

சித்து, தாரா சிங், 383

சிங், சுன்னி, 37, 43-45, 48, 81, 112, 137, 166, 194, 195

சிங், திக்விஜய், 373, 374

சிங், டாக்டர். மன்மோகன், 459, 315

துர்கா சிங், 13

சிங், ஹரி (தலை சர்பஞ்ச்), 34-50, 53, 62

– கைது, 52

– ஷங்கர் மற்றும் நிகில் மீது தாக்குதல், 46

– நிலத்தில் சட்டவிரோதக் கட்டுப்பாடு, 37-47

சிங், ஹுகாம், 323

சிங், ஜெய்த், 2, 14, 23, 24, 37, 76, 288

சிங், கேசர், 163-167, 294, 312-316

சிங், லாடு, 117, 172, 173, 174, 175

சிங், லால், 14, 15, 27, 34–38, 43, 44, 46, 82, 124, 160, 310, 443, 474

– தேவதுங்ரிக்கு வருகை, 13–14

சிங், மந்ததா, 72, 139

சிங், மோத், 15–17, 20, 158, 160

சிங், நஹர், 46, 292, 545

சிங், ரூப், 24, 94

சிங், சவாய், 145, 157, 159, 252, 262, 263

சிங், சங்கர், 2, 3, 9, 189, 192, 194, 195, 266, 313, 331, 377

– டைமண்ட் இந்தியாவில் கட்டுரை, 49

– வேலையின்மை கதைகள், 66–67

சிங், சேகர், 226, 229, 289, 417, 424, 428, 429, 462

சிங், தான், 252

சிங், திரிலோக், 72

சிங், துல்சா, 117

சிங், வி.பி., 209, 276, 292, 383, 443, 462, 466, 467

சிங், தங்கா, 100

சிங்ஜி, தேஜ், 35, 36, 43

சின்ஹா, யஷ்வந்த், 384

சமூகத் தணிக்கை, 146, 154, 155, 168, 172, 173, 178, 179, 229, 292, 304, 307, 317, 351, 354, 366, 388, 394, 399, 417, 441, 445, 446, 479

– மகாத்மா காந்தி கிராம வேலை வாய்ப்பு உத்திரவாதச் சட்டம் (MGNREGA), 22, 57, 405

சமூகப் பணி மற்றும் ஆராய்ச்சி மையம் (SWRC), 5, 94, 95, 114, 145, 240, 262–264

– ஆய்வுக் குழுக்களின் வருகை, 263–264

சோஹன்கார், 15, 27, 34–40, 42–46, 49, 51, 54, 61, 63, 69, 72, 94, 145, 245, 293, 474

– தேவதுங்ரி குழுவின் வருகை, 37–39

– சமூக வனவியல் செயல்பாடுகள், 46–47

– நிலத்திற்கான போராட்டம், 34–50

சோலங்கி, நைன் சிங், 327

சோமியா, சி.ஜி., 467

சொராப்ஜி, சோலி, 280, 297

ஸ்ரீவாஸ்தவா, கவிதா, 144, 145, 204, 262

ஜெய்ப்பூரில் உள்ள சிலை சதுக்கம், 206, 249

தெரு நாடகம், 53, 54, 59, 242

– பயிற்சிப் பட்டறை, 54, 59–60

மொத்தப் புரட்சிக்கான போராட்டம், 275

சுப்பிரமணியன், கே.எஸ்., 263

சுகாடியா, மோகன்லால், 361

சுந்தர்ஙகரி ஜன் சுன்வாய், 417–418

சுரஜ்புரா ஜன் சுன்வாய், 290

சுசீலா (எம்கேஎஸ்எஸ்), 137, 197, 221, 247

சுவாமி அக்னிவேஷ், 191, 192, 199

தமிழ்நாடு RTI சட்டம், 1996 282

தானா (பில்வாரா மாவட்டம்) ஜன் சுன்வாய், 170–176

– ஒரு பின்குறிப்பு, 175

தன்வி, தாமோதர், 252

தாப்பர், ரொமிலா, 474

தி கெஸட் எக்ஸ்ட்ராடினரி, 266, 268

– செய்தியாளர் சந்திப்பு, 268–270

நேர ஊதியம், 75

வெளிப்படைத்தன்மை மேளா, 263

திரிபாதி, டி.எல்., 205, 242, 263, 290

திரிபாதி, ஓங்கர்நாத், 442

டிரக் யாத்ரா, 239–241, 244–246, 298, 300, 300, 311, 403–405

– பிகானரில், 246–249

– ஜெய்ப்பூரில் முடிவு, 249

– ஜோத்பூரில், 246–249

– உதய்பூரில், 245

உதய்ப்பூர் ஆர்ப்பாட்டம், 382–385

உஜாலா சாடி, 145, 217, 218, 293, 300, 302, 331–334, 392, 394, 395

– RTI பிரச்சாரத்திற்கு ஆதரவு, 218–221

உமர்வாஸ் பஞ்சாயத்து சமிதி, 326–332

– மோசடி, 331–332

உமர்வாஸ் ஜான் சன்வாய், 325–337

– குழு பட்டியல், 331

வாத கிலாஃபி திவஸ், 252

வேணுகோபால், கே.ஆர்., 167, 186, 252

வர்மா, நீதியரசர் ஜே.எஸ்., 466

உண்மை 'வாதத்தின் வடிவம், 136

விஜய் திவாஸ், 269

விஜயபுரா பஞ்சாயத்து, 319, 320

விஜயபுரா ஜன் சன்வாய் (ராஜ்சமந்த் மாவட்டம்), 162

விவிதா அம்சங்கள், 145

வணிக மண்டலம் (வியாபார் மண்டல்), 73, 123

வியாஸ், வி.எஸ். (பேராசிரியர்), 78, 89, 145, 206, 207, 223, 235, 252, 289, 296

வியாஸ், வேத, 205, 206, 252, 263, 265, 290, 546

வியாஸ், விக்ரம், 252

வாத்வானி, நிர்மல், 155, 156, 331

வகர் பாய் (சிபிஐ–எம்), 252

தரிசு நில மேம்பாட்டு வாரியம் (WDB), 46

உலக வங்கி, 114, 281, 283, 284, 427, 428, 445

உலக வர்த்தக அமைப்பு, 111, 113, 123, 439, 445

யாதவ், அசோக், 397

யாதவ், லாலு பிரசாத், 120

யெச்சூரி, சீதாராம், 383